வைக்கம் போராட்டம்

பழ. அதியமான் (பி. 1961)

எழுத்தாளர், ஆய்வாளர். 'தி.ஜ.ர.', 'அறியப்படாத ஆளுமை: ஜார்ஜ் ஜோசப்', 'வ.ரா.', 'சக்தி வை. கோவிந்தன்', 'கு. அழகிரிசாமி சிறுகதைகள்: முழுத் தொகுப்பு', 'பெரியாரின் நண்பர்: டாக்டர் வரதராஜுலு நாயுடு வரலாறு', 'சேரன்மாதேவி குருகுலப் போராட்டமும் திராவிட இயக்கத்தின் எழுச்சியும்', 'பாரதி கவிதைகள் - முழுத் தொகுப்பு', 'பாரதியின் பாஞ்சாலி சபதம்', 'கிடைத்தவரை லாபம்', 'நவீனத் தமிழ் ஆளுமைகள்', 'வைக்கம் போராட்டம்', 'சலபதி 50: தொடரும் பயணம்', 'சரஸ்வதி காலம்', 'மகாகவி பாரதியார்', 'நான் கண்ட எழுத்தாளர்கள்' ஆகிய நூல்களின் ஆசிரியர்/தொகுப்பாசிரியர்/பதிப்பாசிரியர். தமிழ்ச் சிந்தனை வரலாறு தொடர்பான ஆய்வுகளில் ஈடுபட்டிருப்பவர். அகில இந்திய வானொலியில் உதவி இயக்குநராகப் பணியாற்றி ஓய்வு பெற்றவர். சென்னையில் வசிக்கிறார்.

மனைவி: டாக்டர் அமுதா, மகள் ஆழி.

1924-25ஆம் ஆண்டுகளில் வைக்கம் என்ற கேரள ஊரின் சிவன் கோயில் சுற்றுத் தெருக்களில் ஈழவர் நடக்க உரிமை கோரி காங்கிரசு நிகழ்த்திய கிளர்ச்சியே வைக்கம் சத்தியாகிரகம் ஆகும். டி.கே. மாதவன் முன் முயற்சியில், காந்தி நெறியாள்கையில் கேரளர்களும், பெரியார் தலைமையில் பல தமிழர்களும் நடத்தி வெற்றி கண்ட போராட்டம் இது. சாதி வேறுபாடின்றி அனைவரும் கோயிலில் நுழைய 1936இல் திருவாங்கூர் அரசு வெளியிட்ட புகழ்பெற்ற பிரகடனத்தின் முன்னோடி முயற்சி வைக்கம் சத்தியாகிரகம். இப்போராட்டத்தில் தமிழர்களின் பங்கை – குறிப்பாகப் பெரியாரின் பங்கை, காந்தியின் பங்கை – வரலாற்றினூடாக ஆவணப்படுத்தும் நூல் இது. சமகால நாளிதழ்கள், கேரள அரசு ஆவணக்காப்பக ஆவணங்கள் போன்றவற்றை ஆதாரமாகக் கொண்டு எழுதிய ஆதாரப்பூர்வமான நூல் இது.

“வைக்கத்தில் தீண்டாமைப் போராட்டம் எழுந்தது. நாயக்கர் அங்கே சென்று சத்தியாகிரகம் செய்தார். திருவாங்கூர் அரசாங்கம் அவரைச் சிறைப்படுத்தியது. அப்பொழுது யான் ‘வைக்கம் வீரர்’ என்று தலைப்பீந்து நாயக்கரின் தியாகத்தை வியந்து வியந்து ‘நவசக்தி’யில் எழுதுவேன். வைக்கம் வீரர் என்பது நாயக்கருக்கு ஒரு பட்டமாகவே வழங்கலாயிற்று.”

— திரு.வி.க.

“தற்போது திருவனந்தபுரம் மத்திய சிறையில் சத்தியாகிரக கைதியாய் இருக்கும் ஈ.வெ. ராமசாமி நாயக்கர் உணவு, தங்குமிடம் போன்ற விஷயங்களில் சாதாரண தண்டனைக் கைதியாக நடத்தப்படுவதாக நம்பகமான தகவல்கள் எனக்கு வருகின்றன. சிறை உடையை அவர் அணிகிறார்; இரும்பு விலங்குகள் போடப்பட்டிருக்கிறார்; தனிமைச் சிறையில் மற்ற சத்தியாகிரக சிறைவாசிகளிலிருந்து ரொம்ப தூரத்தில் வைக்கப்பட்டிருக்கிறார் என்றும் தெரிகிறது. இவ்வளவுக்குப் பிறகும் நாயக்கர் மிகுந்த உற்சாகத்துடன் இருக்கிறார் என்பதைச் சொல்ல வேண்டியதில்லை. அவருடன் நன்றாகப் பழகியிருக்கிறேன். அவருடன் பல காலம் சேர்ந்து வாழ்ந்திருக்கிறேன்; எனக்கு அவரைத் தெரியும். அவர் ஒரு தளர்வுறாத ஆன்மா. செல்வ வளத்தின் மகிழ்ச்சிகளையும் பதவிகளையும் வெறுத்து ஒதுக்கித் தள்ளிவிட்டு கடினமான இந்தப் பாதையை அவர் தேர்ந்தெடுத்துள்ளார். பெரும்பாலான நம்மைப்போல அல்ல — உண்மையிலேயே.”

— இராஜாஜி, *1924*

“ஈ.வெ. ராமசாமி நாயக்கரின் தலைமை இயக்கத்துக்குப் புதிய உயிர் கொடுத்தது.”

— டி.கே. ரவீந்திரன்
கேரள வரலாற்று ஆசிரியர்

“வைக்கம் சத்தியாகிரக சரித்திரம் என்பதில் அதற்குப் பல வழிகளிலும் கேடு செய்த காந்தி பேர்தான் இருக்குமே ஒழிய, பெரியாரைப் பற்றியோ மற்றும் தமிழ்நாடு தொண்டர்கள், தாய்மார்களைப் பற்றியோ ஒரு சொல்கூட அதில் காணப்பட முடியாதபடி செய்திருக்கிறார்கள்.”

— விடுதலை, *15* மார்ச் *1958*

பழ. அதியமான்

வைக்கம் போராட்டம்

காலச்சுவடு பதிப்பகம்

● அன்பார்ந்த வாசகருக்கு,

வணக்கம்.

காலச்சுவடு நூலை வாங்கியமைக்கு நன்றி.

நூலின் உள்ளடக்கம், உருவாக்கம், அட்டைப்படம் இன்ன பிற அம்சங்கள் பற்றிய உங்கள் கருத்துகளையும் ஆலோசனைகளையும் காலச்சுவடு வரவேறகிறது. தகவல், எழுத்து, வாக்கியப் பிழைகள் தென்பட்டால் அவசியம் தெரிவித்து உதவுங்கள். நூல் தயாரிப்பில் கடும் குறைபாடு இருப்பின் மாற்றுப் பிரதி உங்களுக்குக் கிடைக்கக் காலச்சுவடு ஏற்பாடு செய்யும்.

மின்னஞ்சல்: publisher@kalachuvadu.com

காலச்சுவடு நாகர்கோவில் அலுவலகத்திற்குக் கடிதம் அனுப்பலாம்.

தங்கள்
எஸ்.ஆர். சுந்தரம் (கண்ணன்)
பதிப்பாளர் – நிர்வாக இயக்குநர்

வைக்கம் போராட்டம் ❖ ஆய்வு நூல் ❖ ஆசிரியர்: பழ. அதியமான் ❖ © பழ. அதியமான் ❖ முதல் பதிப்பு: ஜனவரி 2020, நான்காம் பதிப்பு: அக்டோபர் 2024 ❖ வெளியீடு: காலச்சுவடு பப்ளிகேஷன்ஸ் (பி) லிட்., 669, கே.பி. சாலை, நாகர்கோவில் 629001

vaikkam pooraaTTam ❖ Vaikom Satyagraha (1924-25): A Study ❖ Author: Pazha. Athiyaman ❖ © Pazha. Athiyaman ❖ Language: Tamil ❖ First Edition: January 2020, Fourth Edition: October 2024 ❖ Size: Demy 1 x 8 ❖ Paper: 16 kg maplitho ❖ Pages: 648

Published by Kalachuvadu Publications Pvt. Ltd., 669 K.P. Road, Nagercoil 629001, India ❖ Phone: 91-4652-278525 ❖ e-mail: publications @kalachuvadu.com ❖ Printed at Adyar Students xerox Pvt. Ltd., No. 275 Habibullah Road, Triplicane high Road, Opp Triplicane Post Office, Triplicane, Chennai 600005

ISBN: 978-93-89820-25-6

10/2024/S.No. 960, kcp 5342, 16 (4) rss

ஆ. இரா. வேங்கடாசலபதிக்கு

உள்ளடக்கம்

முன்னுரை	11
1. வைக்கம் போராட்டம்	25
2. வைக்கம்: முன்முயற்சிகள்	307
3. வைக்கமும் காந்தியும்	325
4. வைக்கமும் பெரியாரும்	373
5. வரலாற்றில் வைக்கம்	455
முடிவுரை	511
பின்னிணைப்புகள்	519
தமிழ்ச் சத்தியாகிரகிகள் பட்டியல்	636
அருஞ்சொற்கள்	641
துணைநூற் பட்டியல்	643

பின்னிணைப்புகள்

I	கால நிரல்	519
II	போராளிகள்: குறிப்புகள், படங்கள்	523
III	போராட்ட எழுத்துகள்	550
	1. காந்தி	
	அ. காந்தி-வைதிகர் உரையாடல்	550
	ஆ. காந்தி வருகை-காவல் ஆணையர் அறிக்கை	582
	2. பெரியார்	
	அ. தடையாணை	592
	ஆ. சொற்பொழிவு	593
	இ. அறிக்கை	596
	ஈ. தண்டனையாணை	598
	உ. வெற்றி விழாச் சொற்பொழிவு	601
	ஊ. குடிஅரசு கட்டுரைகள்	602
	எ. வைக்கம் நினைவுகள்	606
	3. இராஜாஜி அறிக்கை	614
	4. எஸ். சீனிவாச ஐயங்கார் அறிக்கை	616
	5. Savarna Jatha Memorial	620
IV	வைக்கமும் திருவாங்கூரும்	623

முன்னுரை

கவிதையின்
உள்ளிருக்கும்
துடிப்புகளைக் கேள்.
அவை விரும்பும் இடத்திற்கு
உன்னை அழைத்துச் செல்லட்டும்.
உனக்கென விடுக்கும்
சமிக்ஞைகளைத்
தொடர்ந்துகொண்டே இரு.
அதன் அருகாமையை
நழுவ விடாதே
ஒரு போதும்.

ரூமி (1207–1273)

வரலாற்றின் இயங்கியலைக் கூர்ந்து அவதானித்தால் நிகழ்காலமும் வருங்காலமும் மங்கலாகவாவது தெரியக்கூடும். ஒருவகையில் வருவது உணர்த்தும் வரலாறு கவிதைதான். விரும்பும் இடத்திற்கு அழைத்துச் செல்லும் கவிதையின் உள் துடிப்புகளைக் கேட்கத் தூண்டுகிறது ரூமி கவிதை. வரலாற்றுக்கும் உள்துடிப்பு உண்டு.

'கோயில் நுழைவுப் பிரச்சனையில் திருவனந்தபுரம் முக்கிய மையமாவதற்கு முன்னால் வைக்கத்தில் எதிர்ப்புகள் தொடங்கிவிட்டன. 1924இல் தொடங்கிய இவ்வெதிர்ப்புகள் மகாதேவர் கோயிலின் உள் நுழைவதில் அவர்ணர்களுக்கு இருந்த தடையை நீக்குவதில் வெற்றி பெறவில்லை.ஆயினும் கோயிலின் சுற்றிலும் இருந்த தெருக்கள் திறக்கப்படுவதற்கு உதவின. கோயில் நுழைவு இயக்கங்கள் வைக்கம் போராட்டத்திற்குப் பிறகுதான் வேகம் பெற்றன' என்று 2011இல் வெளிவந்த ஒரு ஆங்கிலக் கட்டுரை வைக்கம் போராட்டத்தை மதிப்பிடுகிறது (*தி இந்து, 12 நவம்பர் 2011*). ஏறக்குறைய 85 ஆண்டுகளுக்குப்

பிறகும் வைக்கம் போராட்டம் நினைவு கூரப்படுவதிலிருந்து அதன் சமூக, வரலாற்று முக்கியத்துவத்தை நாம் உணரலாம். இதற்கு நான்காண்டுகளுக்குப் பிறகு வைக்கம் சத்தியாகிரகத்தின் 90ஆம் ஆண்டையொட்டி எழுதப்பட்ட இன்னொரு தமிழ்க் கட்டுரை ('வைக்கம் போராட்டத்தில் வெளிவராத சில உண்மைகள்') 'ஆமைச்சாடி துருத்தி என்ற இடத்திலிருந்து வந்திருந்த புலையர் குலத்தைச் சேர்ந்த தேவனையும் வைக்கத்தை ஒட்டியுள்ள மூவாற்றுப்புழையைச் சேர்ந்த ராமன் இளையாத்தினையும் பிடித்துக்கொண்டுபோய் அவர்களுடைய கண்களில் சுண்ணாம்பைத் தேய்த்து, கண்களைக் குத்திப் பொட்டித்தார்கள்' (ஓம் சக்தி, மே 2014, ப. 14) என்று போராட்டத்தின் கொடூரங்களை நினைவுபடுத்தியது. இந்த வகையில் காலத்தினால் மறக்க முடியாத வரலாற்று முக்கியத்துவம் வாய்ந்தது அப்போராட்டம்.

கேரளச் சமூக சீர்திருத்த வரலாற்றில் ஈழவர் சம உரிமை பெறும் முயற்சியில் முக்கிய இடம் பெறுவதும், காந்தியின் முக்கிய சத்தியாகிரகச் சோதனைக் களமாகக் கருதப்படுவதும் வைக்கம் சத்தியாகிரகம் ஆகும். தமிழ்நாட்டிலும் சமூக நீதியின் அடையாளமாக இது கருதப்படுகிறது. வைக்கம், சேரன்மாதேவி போராட்டங்களின் ஊடாகவே பெரியார் சமூக சீர்திருத்த வீரர் என்று உணரப்பட்டு வரலாற்றில் நிலைத்தார். அத்தகைய முக்கியத்துவம் வாய்ந்த போராட்ட வரலாற்றை முழுமையாகத் தருவதே இந்நூல் எழுதுவதற்கான காரணம்.

சேரன்மாதேவி குருகுலப் போராட்டம் குறித்து தரவுகள் தேடிய காலத்திலேயே (1990களின் இறுதி) வைக்கம் சத்தியாகிரகம் குறித்த முழு விவர நூலொன்று தமிழில் இல்லாத குறையை உணர்ந்தேன். குறிப்பிட்ட நோக்கத்துடன் குறைந்த கள விவரங்களோடு சில நூல்கள் வந்துள்ளன. சமூக நீதியை, சாதி ஒழிப்பை முன்னிறுத்தி திராவிடர் கழகச் சார்பில் வெளிவந்தவை அவை. வைக்கம் போராட்டத்தை நடத்திய காங்கிரசுக் கட்சியினர் வைக்கம் பற்றி நூல் எதுவும் எழுதியதாகத் தெரியவில்லை. வைக்கம் போராட்டத்தில் பெரியாரின் பங்களிப்பு பற்றித் தமிழகத்தில் நிகழ்ந்து வரும் உரையாடல்களும் அத்தேவையை வலியுறுத்தின. இந்த நிலைமையில் சேரன்மாதேவி குருகுல நூல் ஆய்வின் ஊடாகவே வைக்கம் தரவுகளையும் சேகரிக்கத் தொடங்கினேன்.

வைக்கம் போராட்டத்தின் ஆதாரங்களைத் திரட்டுவதில் 2016 வரை ஒரு பத்தாண்டுக் காலம் கழிந்திருக்கும். கடந்த மூன்று ஆண்டுகளாய்த் திரட்டிய ஆதாரங்களை ஒழுங்கு

படுத்தவும் எழுதவும் செய்தேன். பணி நேரத்தைத் தவிர மற்ற நேரத்தை இதற்காகவே செலவிட்டேன்.

'வரலாற்று ஆசிரியன் நடுநிலையை விழைகிறான். அதை நெருங்குகிறான். ஆனால் முழுக்க நடுநிலை என்பது சாத்தியமா? வரலாற்று ஆசிரியன் அவனுக்குக் கிடைக்கும் தரவுகளைக் கொண்டு நிகழ்வுகளின் தொடர்ச்சியைக் கட்டமைக்கிறான். அதற்கொரு திசையை அளிக்கிறான். நிகழ்வுகளின் நோக்கங்களை யூகிக்கிறான். மென்மையான அளவில் என்றாலும் இங்கும் புனைவுத்தன்மை தென்படுகிறது.' வரலாற்றுப் புனைவு எழுத்தாளர் ஹிலாரி மென்டெலின் எழுத்துகளை விவரிக்கும்போது சுனில் கிருஷ்ணன் வரலாறு புனைவு இவற்றுக்குள்ள உறவைப் பற்றி மேற்கண்டவாறு குறிப்பிட்டிருக்கிறார் (காலச்சுவடு, 216). இந்த வரலாற்று நூலுக்கான முன்னுரையை எழுதும்போது இவ்வரிகள் நினைவுக்கு வந்தன. புனைவைத் தவிர மற்ற எல்லாவற்றையும் இந்நூலில் நானும் இதைப் போலவே செய்திருக்கிறேன்.

நிகழ்ச்சிகளின் தொடர்ச்சியைக் கொண்டு வரவும் இடைவெளிகளை நிரப்பவும் 90 ஆண்டுகளுக்கு முந்தைய சம்பவங்களின் பின்னால் ஒரு குப்பை பொறுக்குபவனைப் போல் (வார்த்தை உபயம்: மாண்புமிகு மனைவி) தேடித் திரிந்தேன். திசைகளைத் தீர்மானிப்பதும் நிகழ்வுகளின் நோக்கங்களை யூகிப்பதும் எளிதல்ல. நம் தீர்மானிப்பும் நோக்கமாக நாம் யூகிப்பதும் சம்பவத்துக்குப் பிறகான காலத்தில் உருவாகியிருக்கிற வரலாறு, பார்வைகள் ஆகியவற்றின் பாதிப்பில்தான். அப்படியிருக்கக் கூடாதே என்று விரும்பினாலும் அதன் சாயல் இல்லாமல் திசை தீர்மானிப்பையும் நிகழ்வின் நோக்கத்தையும் நாம் திரட்டிவிட முடியாது. இதில் புனைவு மென்மையான அளவில்கூட இல்லை என்றே நம்புகிறேன் அல்லது நம்ப விரும்புகிறேன். நிகழ்கால விருப்பு வெறுப்புகளைக் கடந்த வரலாற்றுப் பதிவாகவே இந்நூலை அமைக்க முயன்றுள்ளேன்.

நூல் அமைந்துள்ள முறையை விளக்கிவிடுவது நூல் நோக்கத்தை வெளிப்படுத்துவதாக அமையலாம். வைக்கம் போராட்டம் பற்றிய தமிழக உரையாடலுக்கு உதவுவதே இவ்வரலாற்று நூலின் பயன். கைதடவிய யானையின் உறுப்பு களை வைத்துப் பழைய நண்பர்கள் யானையைப் பற்றிய தம் கருத்தை வெளிப்படுத்தினர். அவர்தம் தடவலுக்கு முழு யானையை முன்னிறுத்துவதான முயற்சி இந்நூல். இப்போது தமிழில் கிடைக்கும் வைக்கம் போராட்டச் செய்திகள் யானையின் அவயவங்கள் முழுப் போராட்டத்தைக் காட்டுவன அல்ல.

வைக்கம் போராட்டத்தின் முதல் நாள் தொடங்கிப் பெரியார் தலைமையில் வெற்றி விழா நிகழ்ந்த நிறைவு நாள் வரையிலான நிகழ்வுகளைச் சமகால இதழ்ச் செய்திகளின் அடிப்படையில் விவரிப்பது முதல் இயல். 1924, 1925ஆம் ஆண்டு நிகழ்வுகள் எனப் பெரும் பிரிவாகவும் மாத, நாள் நிகழ்வுகள் எனச் சிறு கூறுகளிலும் போராட்ட நிகழ்வுகள் காலவரிசையில் தரப்பட்டுள்ளன.

வைக்கம் போராட்டத்துக்கு முன்நிகழ்ந்த தீண்டாமை விலக்கு முயற்சிகளைத் தொகுத்துள்ளேன். குறிப்பாக டி.கே. மாதவனது முன்னெடுப்புகள் கவனத்தில் கொள்ளப்பட்டுள்ளன. இவை இரண்டாவது இயலின் செய்திகள்.

காந்தியின் வைக்கம் செயல்பாடுகளை, வைக்கத்திற்குப் பிறகான காலத்தில் பெரியார் தொடர்ந்து விமர்சித்து வந்தார். போராட்டத்தின்போது வைக்கம் வந்த வடநாட்டுத் தலைவர் சிரத்தானந்தர் தொடங்கி, வைக்கம் பற்றி முதல் நூல் எழுதிய வரலாற்றாசிரியர் டி.கே. ரவீந்திரன் உள்ளிட்டு நேற்றைக்கு வைக்கம் போராட்ட முதல்நிலைத் தகவல்களைப் படித்தறிந்த பத்திரிகையாளர் ராம் வரை காந்தியின் செயல்பாடுகள் குறித்து ஒருவகை எதிர்மறை எண்ணத்தையே வெளிப்படுத்துகின்றனர். ஏறக்குறைய காந்தி பக்தராகிவிட்ட நண்பர் ஒருவர், என் ஆராய்ச்சிக்கிடையிலேயே காந்தி பற்றிய பண்புரு உங்கள் நூலில் எப்படி திரள்கிறது என்று பதற்றத்துடன் பலமுறை கேட்டுக்கொண்டே இருக்கிறார். மிகமிக மெல்லியதான, கூர்மையான வாசிப்பில் மட்டுமே உணரக் கூடிய அளவிலான விமர்சனத்துடன்அமைந்த காந்தியின் வைக்கம் செயல்பாடு ஒன்றைப் பற்றிய என் கட்டுரையைத் தான் தொடர்புடைய இதழில் போடவும் மறுத்துவிட்டார். காந்தியின் வைக்கம் செயல்பாடுகளைத் தொகுத்துத் தந்திருப்பதுடன் நேர்மையான முறையிலேயே அவற்றை விவரித்து மூன்றாவது இயலை அமைத்துள்ளேன்.

வைக்கம் என்றதும் தமிழ்நாட்டினர்க்கு நினைவுக்கு வரும் முதல் உருவமும் பெயரும் பெரியார்தான். 1925 முதல் இன்று வரை இதே நிலைமைதான். அலுவலக ரீதியாகத் தொடர்பில் இருந்த தேனி நண்பரிடம் பேசிக்கொண்டிருந்தபோது அவர் மகள் பெயர் வைக்கம் என்றறிந்தேன் (அவர் இப்போது சட்டக் கல்லூரி மாணவி). சிதம்பரம், மதுரை, கன்னியாகுமரி போன்ற மனிதப் பெயர்களை அறிந்திருந்தாலும் இப்பெயரைக் கேட்டதும் ஆச்சரியப்பட்டேன். தொடர்ந்து அவர் பேசியதைக் கேட்டு கண்ணீர்

மல்கினேன். அக்குழந்தை நடக்க ஆரம்பித்ததும் வைக்கத்திற்குக் கூட்டிப்போனாராம். எந்தத் தெருவில் தீண்டாதார் நடக்க அனுமதி இல்லாமலிருந்ததோ அந்த வைக்கம் கோயில் மேற்குத் தெருவில் குழந்தையை நடக்க விட்டாராம். தத்தித் தத்தி நடந்த குழந்தைக்குப் பின்னிருந்து 'வைக்கம், வைக்கம்' என்று அவர் அழைத்து மகிழ்ந்தாராம். வைக்கம் வாசிகள் பைத்தியமோ என்று விசாரிக்கவும், விவரம் அறிந்து திடுக்கிட்டுக் கலங்கி நின்றனராம். ஆமாம். வைக்கம் என்பது ஊரின் பெயரல்ல; தமிழகத்தில் அது ஓர் அடையாளம். தாழ்த்தப்பட்டவர்கள் சமஉரிமை பெறும் முயற்சியில் நாம் கடந்த முதல் படி. எங்கோ யாருக்கோ இழைக்கப்பட்ட அநீதியை இங்கிருந்து ஓடிச் சென்று துடைக்க முயன்றவர் பெரியார். வைக்கத்தைச் சமூக நீதியின் அடையாளமாக்கிவிட்ட பெரியார் அங்குபோய் அப்படி என்னதான் செய்தார் என்பதை இதுவரை ஆய்வுலகம் காணாத புதிய ஆதாரங்களோடு தரும் பகுதி வைக்கமும் பெரியாரும் என்ற நான்காவது இயல்.

போராட்டத்தில் ஈடுபட்ட கேரளர்கள் உட்பட எவரும் வைக்கத்தின் பொருட்டு இருமுறை சிறை செல்லவில்லை. பெரியார் மட்டுமே வைக்கத்திற்காக இருமுறை சிறை ஏகிய சத்தியாகிரகி. வைக்கம் சத்தியாகிரகிகள் மனசாட்சி காரணமாகச் சிறைப்பட்டதால் அவர்கள் அரசியல் கைதிகளைப் போலவே சிறையில் நடத்தப்பட்டனர். கேரளத் தலைவர் கே.பி. கேசவ மேனன், தமிழகத் தலைவர் இராஜாஜி போன்றோர் முறையிட்டும் பெரியாருக்கு அரசியல் கைதி என்ற நிலை தரப்படவேயில்லை. கடைசிவரை காலில் இரும்புச் சங்கிலியும் கழுத்தில் மரத்தாலியும் அணிந்து ஒரு கொலைக் குற்றவாளியைப் போல் சிறைக் காலத்தைக் கழிக்க நேர்ந்தது பெரியாருக்கு. நான்கு மாதக் கடுங்காவல் தண்டனை விதிக்கப்பட்டவரும் பெரியார் ஒருவரே. சிறையில் 74 நாள்களும் வைக்கத்தில் வெளியில் 67 நாள்களும் என மொத்தம் 141 நாள்களை வைக்கம் போராட்டத்திற்காகச் சென்றுழைத்த பெரியாரின் பங்களிப்புகள் ஆதாரங்களோடு இவ்வியலில் சுட்டப்பட்டுள்ளன.

சத்தியாகிரகத்தின் சோதனைக் களமாகக் காந்தியர்களாலும் சமூகநீதிக் களமாகத் தமிழர்களாலும் கருதப்படும் வைக்கம், பிறகான காலத்தில் வரலாற்றாசிரியர்களாலும் தொடர்புடையோராலும் பிறராலும் எம்முறையில் நினைவு கூரப்பட்டுள்ளது என்பதை அறிவது வரலாற்றின் போக்கைத் தெளியும் ஒரு முயற்சிதானே. அவ்வகையில் உருவாகியுள்ள வரலாற்றுக் குறிப்புகளை விமர்சனத்துடன் விவரிக்கிற 'வரலாற்றில் வைக்கம்' நூலின் நிறைவியல்.

வைக்கம் போராட்டத்தின் முக்கியமான நகர்வுகளில் ஒன்று சவர்ணர்களின் பேரணி. வடக்கிலிருந்தும் தெற்கிலிருந்தும் கிளம்பி திருவனந்தபுரத்தில் ஒன்று சேர்ந்து மகாராணியிடம் மகஜர் அளித்தது அப்பேரணி. தெற்கிலிருந்து சென்ற பேரணிக்குத் தலைமை தாங்கியவர் எம்பெருமாள் நாயுடு. அவரைப் பற்றிய ஆராய்ச்சி நூல் 'எம்.இ. நாயுடுவும் சுசீந்திரம் சத்தியாகிரகமும்' என்பது. அந்நூலில் வைக்கம் பற்றிய விவரங்களைத் தேடி நொந்து போனேன். அவரது முன் அனுபவமாக வைக்கம் சத்தியாகிரகத்தில் அவர் ஆற்றிய பணிகள் குறிப்பிடப்பட்டிருக்கும் என நான் எதிர்பார்த்தது தவறு போலும். கடிவாளம் கட்டப்பட்ட குதிரை போல் சுசீந்திரம் எல்லையைத் தாண்டவே இல்லை. வைக்கம் போராட்டத்தில் பங்கேற்றவர் என்ற தகவல் மட்டும் ஓரிடத்தில் ஆய்வாளரையும் மீறி கசிந்து விட்டிருந்தது. இதைப் போலவே கேரள ஈழவரின் கோயில் நுழைவு இயக்கம் என்ற திட்ட அறிக்கை குறிப்பு (2007) ஒன்றைப் பார்த்தேன். டி.கே. ரவீந்திரன், ஸ்ரீதர மேனன் ஆகியோரின் நூல் குறிப்புகளைத் தாண்டி அதில் ஒன்றும் இல்லை. நாராயண குரு பற்றிய தமிழ் மொழிபெயர்ப்பு நூலுக்கு அறிமுகவுரை எழுதியவர் அதில் குறிப்பிட்டிருந்ததால் 'தென்குமரியின் சரித்திரம்' (2013) என்ற அ.கா. பெருமாள் நூலையும் தேடிப்பிடித்து படித்தேன். ஆசிரியரின் ஆய்வு அனுபவங்களால் அது கையேடு என்ற தோற்றம் மறைந்து நூலாகப் பரிமளிக்கிறது. வைக்கம் போராட்டத்தில் பங்கேற்ற எம்பெருமாள் படம் அந்நூலில் கிடைத்தது. எம்பெருமாளைத் தேடுவதில் மட்டும் இம்முயற்சிகள். இப்படி வைக்கம் போராட்டத்தில் பங்கேற்ற பலருக்காக இப்படிப் பல நூல்களையும் பார்த்து சலித்தெடுத்த பிறகே இந்த நிறைவியல் உருவாகியுள்ளது.

பின்னிணைப்பில் முதலாவதாக வைக்கம் போராட்ட நிகழ்வின் காலநிரலைத் தந்துள்ளேன். பின்னிணைப்பு 2 வைக்கம் போராளிகள் சிலரது ஆளுமைக் குறிப்புகளையும் படங்களையும் கொண்டது. 'மாத்ருபூமி' ஓவியர் கோழிக்கோடு பி.வி. மதனன் வரைந்த பெரியார் சித்திரத்தை நேரில் பெற்ற அவரது வாய்வழி அனுமதியுடன் இதில் சேர்த்துள்ளேன். பின்னிணைப்பு 3 போராட்டம் குறித்த காந்தி, பெரியார், மற்றையோர் எழுத்துகளைக் கொண்டது. வைக்கம் குறித்து காந்தி எழுதிய அனைத்தையும் தரும் யோசனையில் அவற்றைத் தொகுத்தும் விட்டேன். 150 பக்க அளவில் ஆங்கிலத்திலும் தமிழிலும் உருவாகிவிட்ட அது நூலை மேலும் பெரிதாக்கிவிடும் என்று அந்த யோசனையைத் தவிர்த்துவிட்டேன். எனினும் வைக்கத்தில் வைதிகர்களோடு காந்தி மேற்கொண்ட நீண்ட உரையாடலைச் சேர்த்துள்ளேன்.

அது காந்தியின் பேரறிவைக் காட்டும். காந்தியின் 150ஆவது பிறந்த ஆண்டிற்குத் தமிழுக்கு நான் அளிக்கும் காணிக்கை அது (அம்மொழிபெயர்ப்பில் என் மகள் ஆழி துணை நின்றாள்). அடுத்து, பெரியாரின் செயல்பாடுகளுக்கு ஆதாரத்தைத் தரும் தடை, தண்டனை உத்தரவுகள், பேச்சு இரண்டு, அறிக்கை ஒன்று, பிற்கால வைக்கம் நினைவுரைகள் போன்ற சில ஆவணங்களையும் பேச்சுகளையும் இணைத்துள்ளேன். அவற்றில் பல புதியன; சில ஓரிடத்தில் ஒழுங்கு சேர்ந்து கிடைக்காதன.

காந்தி, பெரியார் தவிர இராஜாஜி, எஸ். சீனிவாச ஐயங்கார் ஆகியோரின் ஒவ்வோர் அறிக்கையைப் போராட்ட வரலாற்றின் பன்முகத்தன்மையை வெளிப்படுத்தும் நோக்கில் சேர்த்துள்ளேன். நிறைவாக வைக்கமும் திருவாங்கூரும் என்ற பிற்சேர்க்கை, திருவாங்கூரின் ஒரு பகுதியான வைக்கத்தில் முன்னர் நிகழ்ந்த சமூக, அரசியல், கல்வி வளர்ச்சி வரலாற்றைத் தரும் ஒரு பின்னணிச் சித்திரமாகும்.

சத்தியாகிரகம் நிகழ்ந்த வைக்கம், அதன் மையமாக இருந்த மகாதேவர் கோயில், வைக்கம் இடம்பெற்றிருந்த திருவாங்கூர் சமஸ்தானம், அதன் அரச வரலாறு, நிருவாக அமைப்பு, சுதந்திர சமஸ்தானம் மெல்லமெல்ல பிரிட்டிஷ் அரசின் கட்டுப்பாட்டுக்குள் சென்ற கதை, போராட்டத்தை ஒடுக்கப் பயன்பட்ட காவல்துறை வளர்ந்த வரலாறு, சமத்துவ தன்னெழுச்சிக்கு அடிப்படையாக இருந்த கல்வி பரவிய வரலாறு, இந்தியாவில் வேறெங்கும் இல்லாத அளவிற்கு அரசையும் கட்டுப்படுத்தும் பேராற்றல் கொண்டிருந்த தேவஸ்வம் வாரியத்தின் செல்வாக்கு ஆகியவற்றைப் பற்றிய சுருக்கமான ஆனால் அடிப்படையான தகவல்களை இக்குறிப்பின் முதல் பகுதி கொண்டிருக்கிறது.

கோயில் அருகமைத் தெருக்களில் நடக்கும் சாதாரண குடிஉரிமைக்கான கோரிக்கைதான் வைக்கம் போராட்டம். எனினும் அது உண்மையில் சாதிகளுக்கு இடையிலான சமத்துவமற்ற தன்மையைக் கேள்விக்குள்ளாக்கிய எழுச்சி. மேற்குலகின் தாக்கமான காரணத்தை அறியும் அறிவுமுனைப்பு பரவியதன் விளைவு என்றும் இதனை விவரிக்கலாம். கேரளச் சாதி அமைப்பைப் புரிந்துகொள்ளாமல் இப்போராட்டம் இரண்டாண்டு காலம் நீடித்ததன் காரணத்தை விளங்கிக்கொள்ள முடியாது. சாதிப் பேய்களோடு வாழ்ந்து வரும் பாக்கியசாலிகளான நமக்கு இந்தியச் சாதி அமைப்பைப் பொதுவாக அறிந்திருப்பதே போதும்தான். என்றாலும் சாதிப்பேய், கேரளத்தில் எடுத்திருக்கும் அவதாரத்தை அறிவது நல்லது. சம்பவ நிகழிடத்தின் சாதி அமைப்பைத்

தெரிந்துகொள்வது மேலும் புரிதலை மிகுதிப்படுத்தும். மக்களும் சாதியும் என்ற இந்தக் குறிப்பின் இரண்டாம் பகுதியில் கேரள சாதி அமைப்பு குறித்த தகவல்கள் அளிக்கப்பட்டுள்ளன.

நூல் எதிர்பார்த்ததைவிட அளவில் பெரிதாகிவிட்டது. சில நிகழ்வுகளின் குறிப்பிடல்களைத் தவிர்த்திருக்கலாம்; சில விவரிப்புகளைச் சுருக்கியிருக்கலாம் எனச் சிலகால் எண்ணியதுண்டு. ஆனால் அவ்விவரக்கோவை என் பார்வையைக் கொண்டதல்ல என்பதாலும், அவற்றைக் கொண்டு முற்றிலும் வேறு பார்வையைக் கொண்டவர் புதிய கருத்தை உருவாக்கிக்கொள்ள முடியும் என்பதாலும், இன்னொரு ஆய்வாளர் இதே பொருள் பற்றி மீண்டும் அலைய வேண்டாமே என்பதாலும் விரிவாகவே இருக்கட்டும் என்று கருதி விட்டுவிட்டேன். முதல் இயல் பெரிதாகிவிட்டது இது பற்றித்தான். மற்ற இயல்கள் சுருக்கமாகவே அமைந்துள்ளன.

வைக்கம் போராட்ட வரலாற்றை விவரிக்கும் இந்நூலின் முதன்மை ஆதாரங்களாகப் போராட்ட கால நாளிதழ்களும், கேரள ஆவணக் காப்பகங்களில் ஆய்வாளர்க்குத் தர அனுமதிக்கப்பட்டுள்ள வைக்கம் கோப்புகளும் அமைந்துள்ளன. இரண்டாம் நிலை ஆதாரங்களாகப் பயன்பட்டவை வைக்கம் தொடர்பான தமிழ், மலையாள, ஆங்கில நூல்கள்.

வைக்கம் ஆய்வின் போது பார்வையிட நேர்ந்த 'நாடார் குல மித்திரன்' (27 ஏப்ரல் 1924) இதழில் விருதுப்பட்டி ரத்னசாமி நாடார் வாசகசாலைக்கு வரும் 'சமாசாரப் பத்திரிகைகள்' என்றொரு பட்டியல் இருந்தது. அது வருமாறு: '(தமிழ்) சுயராஜ்யா, சுதேசமித்திரன், திராவிடன், நவசக்தி, தமிழ்நாடு, தாய்நாடு, நாடார்குல மித்திரன், திருக்குறள் குமரேச வெண்பா (இப்படி ஒரு பத்திரிகையா!), ஆனந்த போதினி, ஆரோக்கிய தீபிகை, ஷத்திரிய மித்திரன், இராமநாதபுரம் ஜில்லா கெஜட்.'

சமகாலத்தவையாக அப்பட்டியல் குறிப்பிடும் இதழ்களில் (தமிழ்) சுயராஜ்யாவை வ.ரா.வை ஆராயத் தொடங்கிய 1984இலிருந்து தேடிக்கொண்டிருக்கிறேன். (இந்நூல் பின்னிணைப்பில் இருக்கும் பெரியார் புகைப்படத்தில் அவர் (ஆங்கிலம்) சுயராஜ்யாவைக் கையில் ஏந்தி நிற்கிறார்.) திராவிடன் இதழை 1987இல் சென்னைப் பல்கலைக் கழக நூலகத்தில் பார்த்தேன். தமிழ்நாடு இருக்குமிடத்தை 1996இலிருந்து தேடி வருகிறோம். அவற்றின் சில இதழ்களை இலங்கையில் கண்டு ஆ.இரா. வேங்கடாசலபதி (சலபதி) எடுத்து வந்தார். அவற்றில் தலையங்கங்கள், கருத்துப்படங்கள் சிலவற்றைப் பொருத்தம் கருதி 'பெரியாரின் நண்பர் வரதராஜுலு நாயுடு' நூலில் பயன்படுத்தினேன். தாய்நாடுவின் இதழ்கள் சில தன்னிடம்

இருப்பதாகச் சொன்ன 'ஞானாலயா' பா. கிருஷ்ணமூர்த்தி அவற்றை இன்னும் தேடிக்கொண்டிருக்கிறார். சமாசாரப் பத்திரிகை எனக் குறிப்பிடப்பட்ட *ஆனந்த போதினியில்* வைக்கம் செய்திகள் கிடைக்கவில்லை. கு. அழகிரிசாமி கதைகளைத் தேடியபோது *ஆனந்த போதினியை* முதன்முதலாகப் பார்த்தேன்.

சுதேசமித்திரன் இதழைப் (1924-1925) புதுதில்லி நேரு நினைவு அருங்காட்சியகம் மற்றும் நூலகத்தில் பார்த்தேன் (2014). சலபதி அயல்நாட்டு நூலகங்களிலிருந்து *தி இந்து* தரவுகளைத் தேடிக் கொணர்ந்து தந்தார். *நவசக்தியின்* (ஆகஸ்ட் 1924 முதல் டிசம்பர் 1925 முடிய) இதழ்கள் சென்னை ரோஜா முத்தையா ஆய்வு நூலகத்தில் கிடைத்தன. இடையில் சில இதழ்கள் அங்கேயும் இல்லை. மறைமலையடிகள் நூலகத்தில் சேரன்மாதேவி நூல் ஆய்வின்போது *நவசக்தியைப்* பார்த்திருக்கிறேன். இன்று அதன் நிலைமை சொல்லவும் படுமோ. அ. புவியரசு வெளியிட்டிருந்த *சேரன்மாதேவி-வைக்கம்-தேவதாசி ஒழிப்பு போராட்டக் களங்கள்-நவசக்தி வழி வரலாற்றுப் பதிவுகள்* (காவ்யா, 2013) நூலும் இடையே உதவியது.

நாடார்குல மித்திரன் இதழ்களை (1924, 1925) ஆய்வின் இறுதிக் கட்டத்தில் அருப்புக்கோட்டையிலும் (22 டிசம்பர் 2017), சலபதி உதவியால் சென்னையிலும் பார்த்து முடித்தேன். *ஷத்திரியன்* இதழ்த் தொகுப்புகளைத் தன்னிடம் வைக்க இடமின்மையால் 2015 வாக்கில் என்னிடம் தள்ளிவிட்டிருந்தார் சலபதி. அதனால் அவற்றை அவ்வப்போது பார்த்து முடித்திருந்தேன். *குமரன்*, *ஊழியன்* இதழ்களைப் புதுக்கோட்டை ஞானாலயாவில் பார்க்க முடிந்தது (18 டிசம்பர் 2017). *குடிஅரசைத்* திராவிடர் கழகம் வெளியிட்டுள்ள *குடிஅரசுக்* களஞ்சியங்கள் (42 தொகுப்புகள்) வழி பார்த்தேன்.

ஆக வைக்கம் போராட்டம் குறித்துச் சமகாலத்தில் வெளிவந்த முக்கியமான தமிழ் இதழ்களைப் பார்வையிட்டுத் தரவுகளைச் சேர்த்தேன்.

வைக்கம் போராட்டம் பற்றிய இவ்வாய்வுக்கான தகவல்களைத் திரட்டக் கேரள நகரங்களுக்கு (2011 முதல் 2017 வரை) ஏழாண்டில் 12 முறை சென்று வந்திருக்கிறேன்.

திருவனந்தபுரம் மாநில ஆவணக் காப்பகம் (17-23 அக்டோபர் 2011, 26-30 நவம்பர் 2011, 28-31 மார்ச் 2012, 8-10 மே 2012); எர்ணாகுளம் மண்டல ஆவணக் காப்பகம் (20-21 பிப்ரவரி 2012, 10-12 மார்ச் 2013, 27-28 பிப்ரவரி 2014); கோழிக்கோடு ஆவணக் காப்பகம் (26-30 செப்டம்பர் 2012) சென்று தரவுகளைத் திரட்டினேன். மற்ற

இரு இடங்களை விடத் திருவனந்தபுரத்தில் கிடைத்த தரவுகள் மிகுதி. அவை இரண்டும் திருவாங்கூர் சமஸ்தானப் பகுதிகளாக அமையாதது காரணமாகலாம்

சம்பவ இடத்தைக் கண்களால் காண வைக்கத்திற்குப் (17-20 பிப்ரவரி 2011, 8 ஜூன் 2011, 16-17 மே 2017) போனேன். வைக்கம் பெரிய நகரமில்லை. இன்றைக்கும் மதியம் 2:30 மணிக்கு போனால் சாப்பிடச் சோறு கிடைக்காது. பெரியாரும் காந்தியும் வைக்கம் வந்திறங்கிய படகுத்துறை அந்தக் காட்சிகளைக் கொண்டு தந்தது. பெரியார் சில நாள்கள் சிறையிலிருந்த காவல்நிலைய அறையைக் கண்ணுற முடிந்தது. வைக்கம் வந்த இராஜாஜி, சத்தியாகிரக ஆசிரமம் போவதற்கு முன்னால் பெரியாரை அக்காவல்நிலையச் சிறையில் சந்தித்தது நினைவுக்கு வந்தது. காந்தி போய், வைதிகரிடம் வாதிட்ட இந்தன்துருத்தில் தேவன் நீலகண்டன் நம்பியாத்ரியின் அந்த வீட்டைத் தேடிப் போய் பார்த்தேன். இப்போது அது யாரும் நுழைய முடியும் இடதுசாரிகளின் கட்சி அலுவலகம். வரலாற்றை நினைவூட்ட வீட்டமைப்பை மாற்றாமல் புதுப்பித்ததாகச் சொன்னார்கள். மகாதேவர் கோயிலையும், தினமும் சத்தியாகிரகம் நடந்த மேற்கு கோபுர வாயில் தெரு உட்பட நான்கு திசைச் சாலைகளையும் பார்த்தோம். மானசீகமாகப் போராட்டக் காலத்திற்குப் போய் வந்தோம். சத்தியாகிரக ஆசிரமம் அமைந்திருந்த நாராயண குருவுக்குச் சொந்தமான இடம் பள்ளிக்கூடமாகியிருந்தது. ஊர் முனையில் அமைந்துள்ள சத்தியாகிரகிகளின் மூன்று சிலைகளும், தமிழ்நாட்டரசு அமைத்துள்ள வைக்கம் பெரியார் நினைவு காட்சியகமும், படகுத்துறை அருகே அமைந்துள்ள வைக்கம் நினைவு அருங்காட்சியகம் தவிர ஊரில் எங்கேயும் போராட்டம் நடந்ததை நினைவூட்டும் அறிகுறிகள் தென்பட வில்லை. காலம் வேகமாகப் பயணிக்கிறது.

படகுத்துறை அருகே எப்போதும் பூட்டிக் கிடப்பது அருங்காட்சியகம். குறிப்பிட்ட நேரத்திற்குத் திறந்திருப்பது நூலகம். முதல் பயணத்தின் போதிருந்த நூலகர் 2017இல் போனபோது மாற்றலாகியிருந்தார். அதனால் இம்முறை நூலகத்தில் புத்தகங்களைத் தேடிப் பிடித்துப் பார்க்க முடிந்தது. உடன்வந்த மலையாளப் பேராசிரியரும் காரணமாக இருக்கலாம். அருங்காட்சியகத்தின் பெரிய சதுர அறையின் நடுவில் நவீனச் சிற்பங்களும், சுற்றுச்சுவர்களில் வைக்கம் சத்தியாகிரகத்தில் பங்கேற்றவர்களின் படங்களும் காட்சிப்படுத்தப்பட்டிருந்தன. கடைசியாக ஒரு சட்டகம் மட்டும் உள்ளீடற்று வெறுமையாய்க் காட்சி தந்தது. சத்தியாகிரகத்தில் பங்கேற்ற முகம் அறியாத

போராளிகளின் குறியீடு அச்சட்டகம். நடுவில் இருந்த நவீன சிற்பம், அரை ஆடையணிந்த ஈழவர் கூட்டம் கோயில் கதவை நோக்கித் தம் கால்களை முன்னெடுத்து வைத்து முன்னேறும் காட்சி. வரலாற்றை அறிந்தவர்களின் மனத்தைப் பிழியும் காட்சிப்படுத்தல். கேரளர்கள் கேரளர்கள்.

கேரள நகரங்கள் தவிர, தில்லி நேரு நினைவு அருங்காட்சியக நூலகத்திற்குச் சென்றது (23-30 ஏப்ரல்; 12 மே 2014), பெரும் பயனுடைய அதே சமயம் அதிகச் செலவு பிடித்த முயற்சி.

மலையாள, ஆங்கிலப் பத்திரிகைகள் சில கேரள ஆவணக்காப்பகக் கோப்புகளில் கிடைத்தன. திருவனந்தபுரம் *மலையாள மனோரமா* அலுவலகத்திற்குச் சென்றும் தேடினேன். அங்கு கண்ட காந்தியின் கேரள வருகை குறித்த செய்தித் திரட்டைத் திருவனந்தபுரம் வரலாற்று ஆய்வுக்கான கேரளக் குழுவின் நூலகத்தில் பெற்றேன். அப்போது கவிஞர் சுகுமாரன் உடனிருந்தார். மலையாளப் பத்திரிகையில் வெளிவந்த போராட்டச் செய்திகளைத் தமிழாக்கித் தூத்துக்குடி த. அமலா *வைக்கம் சத்யாகிரக நினைவலைகள்* என்ற நூலாக்கியுள்ளார் (காவ்யா, 2014). இச்செய்தி ஒரு உரையாடலில் சேலம் அ. அருள்மொழி வாயிலாகத் திண்டுக்கல்லில் கிடைத்தது (4 டிசம்பர் 2016). அந்நூல் செய்திகள் சில இடைவெளிகளை நிரப்பின.

ஒலிப்பதிவு ஒன்றுக்காகச் சென்னை வானொலிக்கு வந்திருந்தார் நீதியரசர் து. அரிபரந்தாமன். அவரிடம் வைக்கம் போராட்டத்தில் நாராயண குருவின் பங்கைப் பற்றிப் புதுவை அருணன் விவாதிக்க நேர்ந்திருக்கிறது. விவாதத்தின் தொடர்ச்சியாக அவருடன் நானும் கொடைக்கானலிலிருந்து தொலைபேசியில் பேசினேன் (19 நவம்பர் 2016). அதன் விளைவாக அவர் நாராயண குரு தொடர்பாக மூன்று நூல்களை அனுப்பித் தந்தார். நாராயண குருவின் வாழ்க்கை பற்றிய இன்னொரு நூலைப் பெறக் கோவையிலிருந்த டி.கே. காயத்ரி தேவி உதவினார் (2017). ஜெயமோகனுக்கு மறுப்பாக மஞ்சை வசந்தன் எழுதிய *வைக்கம் வீரர் யார்* என்ற சிறுநூலைப் பெறத் திருச்சி ஜோசப் ராஜ் சிரமப்பட்டார். *ராமன் (எ) காந்திராமன்* என்ற ராம் எழுதிய நூலைப் ப. திருமாவேலன் உதவியால் பெற்றேன் (பிப்ரவரி 2017). டி.கே. ரவீந்திரன் நூலைச் சலபதி தந்ததை எழுதுவது, என்னவோ ஒரு நூலைத்தான் அவரிடமிருந்து இவ்வாய்வு தொடர்பாகப் பெற்றேன் என்பதாகிவிடும். அவரது அறை நண்பர்களின் நூலகம்தான். 'நீடாமங்கலம்' மூலம் தமிழகத்தில் பிரபலமாகிவிட்ட திருநெல்வேலி ஆ. திருநீலகண்டனின் உதவியை ஜார்ஜ் ஜோசப் நூலுக்குப் பிறகு தொடர்ந்து பயன்கொண்டு

வருகிறேன். காந்தி எழுதியவற்றைப் படிக்கவும் பெறவும் முறையே மதுரை ரவிச்சந்திரனும், சென்னை ரெங்கையா முருகனும் உதவினர். மகாதேவ தேசாயின் நூலொன்றை ஓ. முத்தையா படியெடுத்து அனுப்பிவைத்தார். பா. ஆனந்தகுமார் மலையாளப் பத்தி ஒன்றை மொழிபெயர்த்து உதவினார்.

90 ஆண்டுகளுக்கு முற்பட்ட பத்திரிகைச் செய்திகளை அடிப்படையாய்க் கொண்டு எழுதப்பட்டுள்ளது நூல் குறிப்பாக முதல் இயல். இன்றைக்கு 40 வயதைக் கடந்தவர்களால் அக்கால பத்திரிகை நடையை ஓரளவுக்குப் புரிந்துகொள்ள முடியும்; இளைஞர்களுக்குக் கொஞ்சம் சிரமமாய் இருக்கலாம். அன்றைக்கு இயல்பு வழக்குகளாய் இருந்த சமஸ்கிருதம் இன்ன பிற மொழிப் பிரயோகங்கள் இன்று தமிழில் வழக்கிலில்லை. திராவிட இயக்க வரவால் நிகழ்ந்த தமிழ் மறுமலர்ச்சியின் விளைவு அது. சான்றுக்கு சன்னத் (சுன்னத் அல்ல), சிப்பந்தி, தஸ்தாவேஜ், ஹோதா, ரஜா போன்ற சொற்கள் அன்றைய பத்திரிகைகளில் மிக இயல்பாய் இடம் பெற்றிருக்கும். இவற்றை இன்று புரிந்துகொள்வது கடினம். எனவே இத்தகைய அயற்சொற்களின் தமிழ்ப் பொருளை ஆங்காங்கே தந்துள்ளேன்.

பத்மநாப சுவாமிக்கு அரசர் மார்த்தாண்ட வர்மா ஒப்பளிப்பு செய்துவிட்ட கேரளத்தில் சுவாமியின் திருநாமங்களான பத்மநாபன், மாதவன், கேசவன் போன்ற பெயர் கொண்டவர்கள் மிகுதி. அதனால் யார் எவர் என்ற ஆளுமைக் குழப்பமும் மிகுதி. (இங்குக் குழப்பம் என்ற சொல் *confusion* என்ற ஆங்கிலச் சொல் தரும் பொருளில் பயன்பட்டுள்ளது. மலையாளத்தில் குழப்பம் என்ற சொல் *problem* என்ற பொருளில் வழக்கில் உள்ளது.) சான்றுக்கு, அனுமதி மறுத்த தெருவில் நடந்து வைக்கம் போராட்டத்துக்கு ஆதிபுள்ளியாய் அமைந்த பி.என். மாதவன் ஒரு வழக்கறிஞர். ஈழவப் பிரச்சனையைக் கையில் எடுத்துப் போராடி வைக்கம் போராட்டத்துக்கு மூலைக்கல்லாய் அமைந்த மற்றொருவரும் மாதவனே. இவர் டி.கே. மாதவன்; இன்றும் வைக்கத்தில் சிலையாய் நினைவு கூரப்படுபவர். டி.கே. மாதவனின் வாழ்க்கை வரலாற்றை எழுதியவர் பி.கே. மாதவன். குழப்பம் தரும் இன்னொரு பெயர் குமாரன். கேரளத்தின் மகாகவிகளுள் ஒருவராகவும், ஸ்ரீ நாராயண தர்மபரிபாலன யோகத்தின் செயலாளராகவும் விளங்கியவர் குமாரன் ஆசான் (1873-1924). மற்றொரு குமாரன் சஞ்சார சுதந்திரத் தீர்மானத்தைச் சட்டசபையில் கொண்டு வந்த சட்டமன்ற உறுப்பினர் என். குமாரன் (1874-1941). குழப்பம் வருவதைத் தவிர்க்கச் சாதிகளின் பின்னொட்டை, ஊர்ப்பெயரின் முன்னொட்டை, முதலெழுத்துகளின் வேறுபாட்டைக் கவனித்துப் படிக்கவும். பெயர்க் குழப்பம் நேரும்

என்ற எண்ணம் மனத்தில் ஓடிக்கொண்டேயிருந்ததால் நானும் கவனமாகத்தான் எழுதியிருக்கிறேன். அதையும் மீறித் தவறு நேர்ந்திருந்தால், மன்னிக்காதீர். எனக்குத் தெரிவியுங்கள்.

சான்றாதாரங்களை அப்படியே தரவேண்டும் என்ற விதியைக் கடுமையாக அனுசரிக்க விரும்பும் நான், அன்றைய நாளிதழ்களில் பெயருக்கு முன்னால் இடம் பெற்றிருக்கும் ஸ்ரீமான் என்பதை மட்டும் வாசிப்பு சிரமம் கருதி தவிர்த்திருக்கிறேன். பல விதங்களில் எழுதப்பட்டாலும், இந்நூல் முழுவதும் சத்தியாகிரகம் என்றே பயன்படுத்தியிருக்கிறேன். நான் எழுதும்போது பெரியார், இராஜாஜி, காந்தி என்று வழங்கியுள்ளேன். மற்ற இடங்களில் 'இருந்தது இருந்தபடி' என்ற விதிப்படி இடம் பெற்ற வண்ணமே அவர்களது பெயர்களைத் தந்திருக்கிறேன். பெரியார் பெயர் பல விதங்களில் எழுதப் பெற்றிருக்கும் என்பதைச் சொல்ல வேண்டியதில்லை. காந்தியின் கருத்துகளாக நூலுக்குள் பயன்படுத்தப்பட்டுள்ளவை பெரும்பான்மையும் சமகால இதழ்களில் வெளிவந்த அவரது எழுத்துகள். அவை *யங் இந்தியாவிலிருந்தோ*, காந்தியின் மொத்த எழுத்துகளின் தொகுப்புகளிலிருந்தோ நேரடியாக எடுத்தாளப்படவில்லை. பெரியாரின் எழுத்துகள் எடுக்கப்பட்ட இடங்கள் ஆங்காங்கே சுட்டப்பட்டுள்ளன. பொதுமக்கள் (*public*) என்ற சொல் அரிதாகவே இடம் பெற்றுள்ளது. இந்நூலில் இடம் பெற்றுள்ள வெகுஜனம், ஜனங்கள், மகாஜனங்கள் என்ற சொற்கள் பொதுமக்கள் என்ற சொல் இன்று குறிக்கும் பொருளையே குறிப்பன.

சான்றுகளைத் தேடி அலைந்ததில்தான் காலம் அதிகமாகிவிட்டது. வைக்கம், திருவனந்தபுரம், எர்ணாகுளம், கோழிக்கோடு, கோட்டயம், பாலக்காடு உள்ளிட்ட கேரளப் பகுதிகள் நான் சென்ற இடங்களில் குறிப்பிடத்தக்கவை. நூலகங்களைப் பொறுத்தவரை புதுதில்லி, சென்னை, எர்ணாகுளம், திருவனந்தபுரம், மதுரை ஆகிய ஊர்களைச் சுட்ட வேண்டும். போராட்டக்காரர்களின் வாரிசுகளைத் தேடி நாகர்கோயில் (தாணுமாலயப் பெருமாள், பாக்கியம் அம்மாள், சிவதாணு பிள்ளை, எம்பெருமாள் நாயுடு), அருப்புக்கோட்டை (திருமேனிநாத நாடார் உள்ளிட்ட நாடார்கள் சிலர்), கோயம்புத்தூர் (டி.ஆர். கிருஷ்ணசாமி ஐயர்), கரூர் (பி.கே. ஐயா), திண்டுக்கல் (மொய்தீன் கான் சாயபு), திருச்சூர் (பி.டபிள்யூ. செபாஸ்டியன்), வைக்கம் (இந்தன்துருத்தில் நீலகண்டன் நம்பியாத்ரி) போன்ற ஊர்களுக்குச் சென்றேன். இந்தத் தேடலைச் சலபதி ஒரு கட்டத்தில் தடுத்து நிறுத்தினார். முதலில் எழுதுங்கள், பிறகு பார்க்கலாம் என்றார்.

ஒரு பிரபல ஆசிரியர், போராட்டமே ஒரு வருடம் தான் நடந்தது. அதை எழுத இத்தனை ஆண்டுகள் எடுத்துக் கொள்கிறீர்களே என்று இந்து இலக்கிய விழா 2016இல் சந்தித்த போது கேட்டார். ஜெய்ப்பூர் செங்கதிர் இன்னுமா புத்தகம் வரவில்லை என்று கேட்டது ஓராண்டுக்கு முன்பு. முரளிதரன் "நூல் முடியவில்லையா, அவர் (?) காத்துக் கொண்டிருக்கிறார்" என்றார். இப்படி விதவிதமாக ஊக்குவித்தவர்களும் தேவையான நூல்களைக் கொடுத்தவர்களும் கருத்துகளை விவாதித்தவர்களும் பலர். மலையாள நண்பர்களும் தமிழன்பர்களும் அவற்றில் அடங்குவர். தயாரிக்கப்பட்ட கேள்விகளுடன் மதுரை இ.கி. ராமசாமி ஒரு முழு மாலையை என்னுடன் செலவிட்டார். முன்னறியாத கரூர் ஆறுமுகம் தம்மிடமிருந்த வைக்கம் பற்றிய பல குறிப்புகளை அனுப்பித்தந்தார். பெரும்பான்மையும் நான் அறிந்தவை என்பதால் அவை தன்னம்பிக்கையைத் தந்தன. அவரிடம் என்னை ஆற்றுப்படுத்தியவர் சுந்தர் காளி.

நூல் பொருண்மைக்குள் இடம் பெறவியலாத தேடிச்சேர்த்த பல செய்திகளைத் தனியாக எழுதி வெளியிடும்படி கண்ணன் கேட்டுக்கொண்டார். நாகர்கோயில் பாக்கியம் அம்மாள், எம்பெருமாள் நாயுடு ஆகியோரைத் தேடி அலைந்ததை அவர் நேரில் கண்டார்.

நூல் தட்டச்சு, வடிவமைப்பு செய்தோர் கலா, கீழ்வேளூர் பா. ராமநாதன்.

நூலை மேற்பார்த்தவர் வழமைபோல் சலபதியே.

ஒரு கடமையை முடித்த உணர்வே இத்தருணத்தில் எனக்குத் தோன்றுகிறது. பட்ட கடனைத் திருப்பிய உணர்வு. இன்னும் நன்றாகச் செய்திருக்கலாம். வேறு எவரும் செய்யாததால் இந்த அளவில் செய்திருக்கிறேன்.

சென்னை **பழ. அதியமான்**
9 அக்டோபர் 2019

இயல் : 1

வைக்கம் போராட்டம்

கேரள மாநிலம், கோட்டயம் மாவட்டம், வைக்கம் கோயிலைச் சுற்றியுள்ள தெருக்களில் தடுக்கப்பட்டிருந்த ஈழவரையும் புலையரையும் அத்தெருக்களில் தடையை மீறி அழைத்துச் செல்லப் போவதாகக் கேரள காங்கிரசுக் கமிட்டியின் சார்பில் அதன் செயலாளர் கே.பி. கேசவ மேனன் 1924 மார்ச் முதல் தேதி அறிவித்தார்.

உள்ளூர்காரர்களின் வேண்டுகோளுக்கிணங்கி அந்த ஊர்வலம் மார்ச் 30க்கு ஒத்திவைக்கப்பட்டது. இதற்கிடையில் மார்ச் 13ஆம் தேதி கே.பி. கேசவ மேனன் காந்திக்கு இதுபற்றி விரிவாக எழுதினார். அக்கடிதம் வைக்கம் போராட்டத்துக்கு அவரது ஆசீர்வாதத்தையும் கோரியிருந்தது.

'... கேரள நாட்டு நிலை விநோதமானது என்பது தங்களுக்குத் தெரிந்ததே. இங்கே தீண்டக் கூடாது என்பது மாத்திரமே விஷயமல்ல; சமீபத்தில்கூட அவர்கள் நெருங்கக் கூடாது. இப்போது இவ்விதம் சமீபத்தில் வரத்தகாதவரும் பொது ரஸ்தாக்களை உபயோகிக்குமாறு வழி உண்டாக வேண்டுமென்று முயற்சி செய்கிறோம். முகமதியர்களும் கிறித்தவர்களும் உயர்ந்தசாதி இந்துக்களும் சமமாகவே உபயோகித்து வந்தாலும் ஈழவர்களும் தீயர்களும் புலையர்களும் ரஸ்தாக்களின் வழியே விடப்படுவதில்லை.

‘இரண்டு வாரங்களுக்கு முன் நான் வைக்கத்திற்குச் சென்றபோது கோயில்களைச் சுற்றியுள்ள பொதுரஸ்தாக்களில் ஈழவர்களையும் புலையர்களையும் விட வேண்டுமென்று மேல்சாதியினரைக் கேட்டேன். இந்த ரஸ்தா பொதுப்பணத்தைக் கொண்டு நிர்வாகம் செய்யப்பட்டு கிறித்தவர், முகமதியர் முதலியவர்களாலும் மேல்சாதி இந்துக்களாலும் உபயோகிக்கப்பட்டு வருகிறது என்று நான் இங்குத் தெரிவிக்க வேண்டும். முதல் தேதி காலையில் புலையர்கள் அடங்கிய ஒரு கூட்டத்தினரை இந்த ரஸ்தா வழியே ஊர்வலமாக வருமாறு செய்ய நாங்கள் ஏற்பாடு செய்திருந்தோம். அப்போது அவ்வூர்வாசிகளும் எங்கள் நண்பர்களுமாகிய சிலர் ஜனங்களுக்கு இவ்விஷயத்தை விளக்கிக் காட்டச் சிறிது சாவகாசம் வேண்டுமென்று கேட்டுக்கொண்டனர். அதனால் நாங்கள் ஊர்வலம் நடத்துவதை ஒத்திவைத்திருக்கிறோம்.

‘மூன்று வருஷங்களுக்கு முன் தாங்கள் திருநெல்வேலிக்கு வந்திருந்தபோது அங்கு டி.கே. மாதவன் என்ற தீயர் ஜாதியார் ஒருவர் தங்களைப் பேட்டி கண்டது தங்களுக்கு நினைவிருக்கலாம். அவர் இப்போது காங்கிரசில் சேர்ந்து தீண்டாமையை ஒழிக்க எங்களுடன் முழு மனதுடன் வேலை செய்கிறார்.

மேலே கூறிய ரஸ்தாக்களின் வழியே ஊர்வலத்தை நடத்த இம்மாதம் 30ஆம் தேதியைக் குறிப்பிட்டிருக்கிறோம். முடிந்தவரையில் ஒழுங்கான முறையில் அதை நடத்துவதில் நாங்கள் முயற்சி செய்வோம் என்று நான் உறுதி கூறுகிறேன். மேலும் உபந்நியாசங்கள் புரிந்தும், துண்டு பிரசுரங்கள் வழங்கியும் நேரில் போய்க் கண்டும் வைதிக கொள்கையர்களை எங்கள் பக்கம் திருப்ப முயற்சி எடுத்துக் கொள்கிறோம்.

‘தங்களிடமிருந்து ஒரு செய்தி கிடைத்தால் எங்களுக்குப் புது ஊக்கம் உண்டாகும். தங்களுக்கு எப்போது முடியுமோ அப்போது சீக்கிரமே ஒரு செய்தி அனுப்புவீர்கள் என்று நம்புகிறேன்’ *(நவசக்தி, 28 மார்ச் 1924).*

மாதக் கடைசியில் நடைபெறவிருந்த போராட்டத்தை முன்னிட்டு கே.பி. கேசவ மேனன் 20 மார்ச்சில் ஓர் அறிக்கை வெளியிட்டார். வைக்கம் மக்களை, குறிப்பாக உயர்சாதியினரை நோக்கியது அவ்வறிக்கை. அதில் அவர்களது சமத்துவ உணர்ச்சியையும் தேசிய உணர்ச்சியையும் தூண்டியிருந்தார்.

‘பறையரையும் புலையரையும் சாதாரண மக்கள் வாழும் இடத்தில் வாழ அனுமதிக்காத நமக்கு கெனியாவிலும் தென்னாப்பிரிக்காவிலும் வெள்ளைக்காரர்கள் இந்தியர்களை

அவ்வாறு அனுமதிக்காததைப் பற்றிக் குறை சொல்ல தகுதி உண்டா?' என்றெல்லாம் கேள்விகளை எழுப்பிய அவர்,

'தன்னைப் போன்ற பிறமனிதர்கள் நடக்கின்ற பாதை வழியாக ஓர் ஈழவனோ பறையனோ புலையனோ நடக்கும்பொழுது அது ஒருவனின் மனதில் துன்பத்தை விளைவிக்கும் என்று கேட்பது நம்புவதற்குச் சிரமமாக இருக்கின்றது. தாங்கள் செய்த பாவங்களுக்காக வருந்தி, தாழ்ந்த சாதியினருடைய நடக்கும் உரிமையை நிலைநாட்டிக் கொடுக்கும் பொறுப்பு உயர்சாதியினரைச் சேர்ந்தது. இந்தப் பொறுப்பை நீங்கள் உயர்நிலையிலிருந்து நிறைவேற்றுங்கள்! இந்து சமுதாயத்தை வீழ்ச்சியிலிருந்து காப்பாற்றுங்கள். மனிதர்களிடம் சகோதர நேயத்துடன் பழகுங்கள்!' என்று அவர் கேட்டுக் கொண்டார் *(வைக்கம் சத்யாகிரக நினைவலைகள், பக். 49 – 51).*

இயலுபவர்கள் தொண்டர்களாகச் சேருங்கள் எனக் கேட்டுக் கொண்ட கே.பி. கேசவ மேனன், 18 வயதைக் கடந்தவர்கள் மட்டுமே அதற்கு விண்ணப்பிக்க வேண்டும் என்று நிபந்தனை விதித்தார். தாழ்த்தப்பட்டவர்களை விட உயர்சாதியினரே அதிக அளவில் பணஉதவி செய்ய வேண்டும் என்றும் அவர் வேண்டினார்.

மார்ச் 13ஆம் தேதி எழுதப்பட்ட கேசவ மேனனுடைய கடிதத்திற்கு காந்தி அப்போது முகாமிட்டிருந்த மும்பை அந்தேரியிலிருந்து பதில் அளித்தார்.

'கேரளத்தில் ஒடுக்கப்பட்ட சமூகத்தினரின் நிலைமை மோசமாக உள்ளது. அங்குத் தீண்டாமையோடு நெருங்காமையும் இருப்பது வருந்தத்தக்க நிலை. இப்படியிருக்கும்போது இந்தியாவிற்குச் சுதந்திரம் கிடைக்காதது ஆச்சரியம் அளிக்கவில்லை என்று அவதானித்த காந்தி, சத்தியாகிரகத்தின்போது எதிரிகள் பலவந்தப் பிரயோகம் செய்தாலும் சத்தியாகிரகிகள் சகித்துக் கொள்ள வேண்டும், எதிர்ப்பது என்பது கூடவே கூடாது என்று கேட்டுக்கொண்டார். அவ்வாறு சகித்துக்கொள்வது சாத்தியப்படவில்லை எனில் போராட்டத்தை அப்போதைக்கு ஒத்திப் போடலாம் என்று யோசனை கூறினார். இயன்றவரை பிரசாரத்தின்மூலம் எதிரிகளை நம் பக்கம் சேர்த்துக்கொள்ள முயலவேண்டும் என்றும் அவர் வேண்டிக்கொண்டார்' *(சுதேசமித்திரன், 19 மார்ச் 1924).*

தொடங்கவிருந்த சத்தியாகிரகத்தை வடநாட்டிலிருந்து காந்தி வாழ்த்த, தென்னாட்டின் சேலத்திலிருந்து காங்கிரசின் முதுபெரும் தலைவரான விஜயராகவாச்சாரியார் *(1852—1944)*

திருவாங்கூர் மகாராஜாவிற்குத் தந்தி மூலம் வேண்டுகோள் விடுத்தார்.

"தீண்டத்தகாதவர் எனப்படுவோரை சத்தியாகிரக ஊர்வலம் செல்ல ஏற்பாடாகியிருக்கும் ரஸ்தாக்களின் வழியாகச் செல்ல அனுமதி அளிக்க வேண்டுமென்று தங்களைக் கேட்டுக் கொள்ளுகின்றேன். இந்துக்கள் அல்லாதவருக்கு இருந்துவரும் உரிமைகளை இந்து சமூகத்தைச் சேர்ந்த எவ்வகுப்பினருக்காவது இல்லை என்று தடுப்பதானது பெரும் அநீதியாகும். அது இந்து சமூகம் அனைத்திற்குமே கேடு சூழ்வதான காரியமுமாகும். மகாராஜா இந்து மதத்தின் உண்மையான தத்துவத்தை உணர்ந்து அதனை அமலுக்குக் கொண்டு வரும்படியும் உலகத்தவர் உயர்சாதி இந்துக்களைக் கண்டிக்காமல் இருக்கும்படிச் செய்யவும் கேட்டுக் கொள்ளுகின்றேன். இவ்வாறு செய்யாவிட்டால் இந்தியாவின் முன்னேற்றத்திற்கும் பெரும் தடை ஏற்படும்" *(சுதேசமித்திரன், 29 மார்ச் 1924).*

மகாராஜாவுக்கு அனுப்பப்பட்ட இத்தந்தி திவானுக்கும் தனியே அனுப்பப்பட்டது.

சத்தியாகிரகத்தைத் தொடங்குவதற்கு கேரள மாகாண காங்கிரஸ் எடுத்துக்கொண்ட முயற்சிகளின் வரலாற்றையும், எதிர்ப்பாளர் நடவடிக்கைகளையும், அதையும் மீறி மார்ச் 30ஆம் தேதி தொடங்கவிருக்கும் போராட்டத்தையும் அது நடக்கவிருக்கும் முறையைப் பற்றியும் உணர்ச்சி பொங்கும் ஒரு விரிவான அறிக்கையை கே.பி. கேசவ மேனன் வெளியிட்டார்.

"உயர்ந்த வகுப்பினர் என்று சொல்லிக்கொள்பவர்களைக் கண்டவுடனேயே தாழ்ந்த வகுப்பு ஆண்களும் பெண்களும் கிட்டே அணுகாமல் ஓடிப்போக வேண்டுமென்று சொல்லும் காட்சி விநோதமாக இருக்கும். தீண்டாதவர்கள் என்பவர்கள் கிட்டே அணுகியவுடன் தங்களுக்கு அனாசாரம் ஏற்பட்டுவிட்டதாக இவர்கள் நினைத்து வருகிறார்கள். இது ஜீவகாருண்யமற்ற செயலாகும். தீண்டாமையைவிட கிட்டே வரக்கூடாது என்பது மிகவும் கேவலமாகும். இதனால் கேரள மாகாண காங்கிரசுக் கமிட்டி தீண்டாமையை ஒழிப்பது என்ற திட்டத்தையே இந்த வருஷ (1924) வேலைத் திட்டங்களில் முதன்மையாக வைத்துக் கொண்டிருக்கிறது... இந்தச் செய்தி அதிகாரிகளுக்கு எட்டவே அவர்கள் மகாராஜாவின் விருப்பப்படி நடந்துகொள்ள சில பிராமணர்களைக் கொண்டு மகஜர் செய்துகொள்ளும்படி தூண்டிவிட்டனர். குறிப்பிட்ட ரஸ்தாக்கள் கோயிலைச் சேர்ந்தவை என்றும், அவை எப்பொழுதும் எல்லா ஜனங்களுக்கும்

உபயோகத்திற்காக விடப்பட்டதில்லை என்றும், ஆகையால் தீண்டாதவர்கள் ரஸ்தாக்களில் சென்றால் சமாதானத்திற்குப் பங்கம் நேரிடுமென்றும் மகஜரில் அவர்கள் தெரிவித்திருப்பதாக மாஜிஸ்டிரேட் தமது உத்தரவில் குறிப்பிட்டிருந்தார். ஆனால் இந்த ரஸ்தாக்களை மராமத்து இலாகாவே பரிபாலித்துவருவதும் மிருகங்கள், பறவைகள் முதலிய எல்லோரும் உபயோகித்துக் கொண்டு வருவதும் பிரசித்தம். ஆனால், இந்துக்களில் உயர்தர வகுப்பாரைத் தவிர மற்றவர்கள் உபயோகிக்க கூடாதாம். இந்துக்களின் கௌரவத்தைக் காப்பாற்றுவதற்காகவே இந்த ரஸ்தாக்களில் எல்லா மனிதர்களும் நடமாடுவதற்காக இயக்கம் ஆரம்பிக்க உததேசிக்கப்பட்டது. இதுவரையில் இந்த இயக்கத்தைத் தடுப்பார்கள் என்று தகவல் எட்டவில்லை. ஆனால் சமீபத்தில்தான் கவர்ன்மெண்டார் சில இடையூறுகளை விளைவிக்கப்போவதாக எங்கும் வதந்தியாக இருந்து வந்தது. வதந்தி நிஜமாகி விட்டது... சாதி இந்துக்கள் தடை செய்வார்கள் என்று தெரியவருவதால் சமாதானத்திற்குப் பங்கம் ஏற்படும்போல் இருப்பதால் தடை உத்தரவு பிறப்பிப்பதாக மாஜிஸ்டிரேட் கூறியுள்ளார்.

"... இந்தச் சூழலில் மாஜிஸ்டிரேட்டின் உத்தரவைத் தள்ளி விட்டு இரண்டு தீண்டாதவர்களும் ஒரு சாதிஇந்துவும் அடங்கிய மூவர் ரஸ்தாவுக்குச் சென்று சத்தியாகிரகத்தை அனுஷ்டிக்க வேண்டுமென்று தீர்மானிக்கப்பட்டது"

என்று விரிவான விவரத்தை கே.பி. கேசவ மேனன் பொது மக்களுக்குத் தெரிவித்தார்.

மார்ச் 1924

30 மார்ச் 1924

நீண்ட முன்னேற்பாடுகளோடு, ஒருமாத காலத்துக்கும் மேலான உள்ளூர் பரப்புரைகளோடு, காந்தியின் ஆசீர்வாதத்தோடு, கேரள காங்கிரசுக் கமிட்டியின் ஆதரவோடு, தீண்டாமை விலக்குக் குழு முன்னெடுத்த சத்தியாகிரகம் 30 மார்ச் 1924 ஞாயிறன்று வைக்கத்தில் மிகுந்த எதிர்பார்ப்போடு தொடங்கியது.

மறுநாள் வெளிவந்த சுதேசமித்திரன் அப்பெரு நிகழ்வைப் பின்வருமாறு வெளியிட்டிருந்தது. "தீண்டாதவர்களின்

ஸத்யாகிரஹம் — உக்ரமாக ஆரம்பித்து விட்டது. அதிகாரிகளின் தடையும் தொண்டர்களின் துணிவும்" என்ற தலைப்பில் அச்செய்தி அமைந்திருந்தது.

"நேற்று காலை (30 மார்ச் 1924) வைக்கத்தில் காங்கிரஸ் தீண்டாமையொழிக்கும் சபையின் ஆதரவில் கோயிலைச் சுற்றியுள்ள ரஸ்தாக்களில் தொண்டர்கள் நடந்துசென்றார்கள். சாதாரணமாக அந்த ரஸ்தாவில் தாழ்ந்த வகுப்பினர் நடமாடக் கூடாது. அமைதிக்குப் பங்கம் ஏற்படாவண்ணம் அதிகாரிகள் ஒவ்வொரு இடத்திலும் போலீஸ்காரரை நிறுத்திவைத்திருந்தனர். கேசவ மேனன், ஏ.கே. பிள்ளை, வேலாயுத மேனன், டி.கே. மாதவன், டி.ஆர். கிருஷ்ணசாமி ஐயர் உள்பட பல காங்கிரஸ் ஊழியர்கள் ஆயிரக்கணக்காய் ஈழவர், புலையர்களுடன் காங்கிரஸ் ஆபிசிலிருந்து புறப்பட்டு போலீஸார் தடைப்பலகை போட்டிருந்த இடத்திற்கு இரண்டு கெஜ தூரத்தில் வந்து நின்றார்கள். பிரதி தினமும் மூன்று பேர் சத்தியாகிரகம் செய்வது என்று தீர்மானித்திருப்பதால் அதன்படி நேற்று காலை குஞ் சப்பா என்ற புலையனும் பாஹுலயன் என்ற ஈழவரும் கோவிந்த பணிக்கர் என்ற நாயரும் கதர்உடை தரித்து, தடுக்கப்பட்ட பிரதேசத்தைத் தாண்டிச் சென்றனர். அவர்கள் அங்ஙனம் செல்லுமுன் புஷ்பஹாரம் போடப்பட்டார்கள். வரிசையாக நின்றுகொணடிருந்த போலீஸார் தடுத்தும் பயனில்லை. போலீஸ் சூப்பிரிண்டெண்ட், ஜில்லா மாஜிஸ்டிரேட் முதலியவர்களும் ஸ்தலத்தில் நின்றுகொண்டிருந்தனர். பொதுரஸ்தாவில் நடக்கத்தான் செய்வோம் என்று மூன்று தொண்டர்களும் பிடிவாதம் செய்ததன் மேல் கைது செய்யப்பட்டார்கள்". (சுதேசமித்திரன், 31 மார்ச் 1924; நவசக்தி, 4 ஏப்ரல் 1924 இதழிலும் இச்செய்தி வெளிவந்திருந்தது).

இவ்வளவு சுதந்திரமும் முன்னேற்றமும் கண்டிருக்கும் இன்றைய நாளிலேயே அரசுக்கு எதிராக மக்கள் போராடத் தயங்கும் நிலையிருக்க ஏறக்குறைய 100 ஆண்டுகளுக்கு முன் மக்கள் போராட முன்வந்ததை 'தொண்டர்களின் துணிவு' எனச் சுதேசமித்திரன் விவரித்தது மிகை இல்லை.

அதோடு, சத்தியாகிரக சூழ்நிலையையும் சுதேசமித்திரன் விளக்கியிருந்தது. மார்ச் 30ஆம் தேதி வைக்கத்தில் கேரள காங்கிரசுத் தலைவர் ஜார்ஜ் ஜோசப் பொதுக்கூட்டத்தில் பேசினார். "பொதுச்சாலைகளின் வழியாக இந்துக்களின் ஒரு வகுப்பினரைப் போக விடாதது பெருத்த அநீதி என்றும் மக்களின் பணத்திலிருந்து அந்தச் சாலைகள் போடப்படுகையில் அங்கு நடமாடக்கூடாது என்று சொல்வதன் அர்த்தம்தான் என்ன"

என்று அவர் கேட்டார். தவிர, கேசவ மேனன், வேலாயுதம், ஏ.கே. பிள்ளை, மாதவன் ஆகிய நால்வரும் தடுக்கப்பட்ட சாலைகள் வழியாக ஈழவர், புலையர்களை நடக்கும்படி தூண்டக்கூடாது என்று மாவட்ட மாஜிஸ்டிரேட் தடை உத்தரவு போட்டிருந்த அரசின் கெடுபிடிகளுக்கிடையிலும் 60 தொண்டர்கள் சத்தியாகிரகம் செய்ய முன்வந்திருந்தனர் என அது தெரிவித்திருந்தது *(சுதேசமித்திரன், 31 மார்ச் 1924).*

○

ஏப்ரல் 1924
முதல் மாதம்

1 ஏப்ரல் 1924

வைக்கம் போராட்டம் கேரளக் காங்கிரசுக் கமிட்டித் தலைவர்கள் மற்றும் தொண்டர்களால் விறுவிறுப்பாக நடக்கவிருந்த சூழலில் அதைத் தடுத்துவிட காந்தியிடம் வைக்கம் வைதிகர்கள் தூது சென்றனர். அவரைப் பார்க்க வந்தவர்களிடம் பேசியதை வைத்து ஏப்ரல் 1ஆம் தேதி மும்பை அந்தேரியிலிருந்து கே.பி. கேசவ மேனனுக்கு காந்தி ஒரு கடிதம் எழுதினார். அக்கடித விவரம் வருமாறு.

"... சிவராம ஐயரும், வாஞ்சேசுவர ஐயரும் உங்களுடைய சத்தியாகிரகம் தொடர்பாக இங்கு வந்திருக்கிறார்கள். அவர்கள் சச்சரவில் இருந்து வருகிற ரஸ்தாக்கள் எல்லாம் கோயிலுக்குச் சொந்தமான சொத்துகள் என்றும் அந்த ரஸ்தாக்கள் பிராமண டிரஸ்டிகள் வசத்தில் இருந்து வருகின்றன, அவர்களுக்குத்தான் ரஸ்தாவில் அனுமதிப்பதைப் பற்றிய உரிமை இருக்கிறது என்று என்னிடத்தில் அறிவித்தார்கள்.

சிவராம ஐயர், வாஞ்சேசுவர ஐயர் என்றும் இரு வைக்கம் சகோதரர்கள் என்னைப் பார்க்க வந்தார்கள். பிரச்சனைக்குரிய சாலைகள் கோயில் சொத்துகள், அவை பிராமணர் அறக்கட்டளையின் பொறுப்பில் இருக்கின்றன. எனவே யாரையெல்லாம் அனுமதிப்பது என்ற உரிமை அவர்களிடமே உள்ளதாகத் தெரிவித்தனர்.

அந்தச் சாலைகளில் பிராமணரல்லாதார் நடப்பதற்கு அனுமதிக்கப்படுகிறார்களா என்று கேட்டதற்கு ஆமாம் நடக்க அனுமதிக்கப்படுகிறார்கள் என்று பதில் அளித்தனர். அப்படியானால் தீண்டாத வகுப்பினருக்கும் அந்த உரிமை

அளிக்கப்பட வேண்டும் என்றேன். இதைத் தாங்கள் ஒப்புக்கொள்வதாகவும், அறக்கட்டளையினரையும் மற்ற பிராமணரையும் கலந்து பேச நேரம் வேண்டும் என்றார்.

பண்டித மதன்மோகன் மாளவியா, விரைவில் அங்கு வர இருக்கிறார். அவரை உங்களிடையே பஞ்சாயத்து பேசச் சொல்கிறேன். அதுவரையில் சத்தியாகிரகத்தை நிறுத்திவையுங்கள். ஐயர் சகோதரர்கள் சொல்வது உண்மையானால் அவர்களுக்கு இடம் கொடுத்து உதவி செய்யவேண்டும்' *(நவசக்தி, 11 ஏப்ரல் 1924).*

"அந்த ரஸ்தாக்களில் பிராமணரல்லாதார் யாராவது செல்லுவதற்கு அனுமதிக்கப்படுகிறார்களா என்று நான் கேட்டேன். அவர்கள் பிராமணரல்லாதவர்கள் அந்தத் தெருக்களின் வழியாகச் செல்லுவதற்கு அனுமதிக்கப்படுகிறார்கள் என்பதை ஒப்புக்கொண்டார்கள். அந்த ரஸ்தாக்களில் பிராமணரல்லாதவர்கள் அனுமதிக்கப்படுகின்ற வரையில், பிராமணரல்லாதவர்களுக்குக் கொடுக்கப்பட்டுள்ள உரிமையைப் போல், தீண்டாத வகுப்பினர்களுக்கும் ஒடுக்கப்பட்டவர்களுக்கும் உரிமை கொடுக்கப்பட வேண்டும் என்று நான் வற்புறுத்தினேன். அதைத் தாங்கள் ஒப்புக்கொள்வதாகவும் அந்த விஷயமாய் டிரஸ்டிகளையும் மற்ற பிராமணர்களையும் கலந்து யோசிக்கச் சிறிது காலம் பிடிக்கும் என்று அவர்கள் என்னிடத்தில் கூறினர்.

"பண்டித மதன்மோகன் மாளவியா இன்னும் இரண்டு மாத காலத்திற்குள் தென் இந்தியாவுக்கு வரப் போகிறார் என்று தெரிகிறது. கோவில் டிரஸ்டிகள் ஒப்புக்கொண்டால் தீண்டாத வகுப்பினர்களுக்காக சத்தியாகிரகத்தை அனுஷ்டித்து வருகின்ற உங்களுக்கும் டிரஸ்டிகளுக்கும் ஏற்பட்டுள்ள சச்சரவுகளை மாளவியாவின் பஞ்சாயத்துக்கு வைத்து, குறிப்பிட்ட காலத்திற்குள் அதை முடிவு செய்துவைக்கும்படி கேட்டுக்கொள்ளலாம். அதுவரையில் பஞ்சாயத்தை உத்தேசித்து சத்தியாகிரகத்தை நிறுத்திவிடுவதாக அறிவிப்பதோடு அதை நிறுத்தி வைக்கும்படி உங்களுக்கு யோசனை கூறுகின்றேன். ஐயர் சகோதரர்கள் கூறும் விஷயங்கள் சரியானவை என்று நினைத்தே நான் இந்த யோசனையைக் கூறியிருக்கிறேன். இந்தச் சீர்திருத்தத்தை நாம் செய்யவேண்டும் என்று விரும்புவது போல் தாங்களும் செய்வதற்கு விருப்பமுள்ளவர்களாக இருப்பதாக என்னிடத்தில் அவர்கள் அறிவித்தார்கள். அவர்கள் கூறியது உண்மையாக இருந்தால் நாம் அவர்களுக்கு இடம்கொடுத்து வேண்டிய உதவிகளைச் செய்ய வேண்டும்" *(நவசக்தி, 11 ஏப்ரல் 1924).*

4 ஏப்ரல்

உயர்சாதியினரின் கூட்டம் ஒன்றைக் கூட்டி பெரும்பான்மையரின் முடிவை அறிந்த பிறகு காங்கிரசு தன் அடுத்த செயல்பாடுகளைத் தீர்மானிக்கலாம் என்று கருதியதாகத் தெரிகிறது. எம்.என். நாயர் இதற்கான முயற்சி எடுத்து நாயர் சமூகத்தின் தலைவர்களான மன்னத்து பத்மநாபனையும் செங்கணாச்சேரி பரமேஸ்வரன் பிள்ளையையும் அழைத்துவர செங்கணாச்சேரிக்கு 3 ஏப்ரல் 1924ஆம் தேதி சென்றதாகத் தெரிகிறது (*மலையாள மனோரமா, 4 ஏப்ரல் 1924*).

முதல்நாள் கைது செய்யப்பட்ட மூவருள் நாயர் வகுப்பைச் சேர்ந்த கோவிந்த பணிக்கர் மட்டும் மன்னிப்பு கேட்டுக் கொண்டதால் சிறை செல்லவில்லை. மற்ற இருவரும் சிறை சென்றனர்.

இரண்டாவது நாள் கைது செய்யப்பட்ட நாயர் பிணை பெற்று வெளியேவந்துவிட்டதற்கு அவரது பெற்றோர் தந்த அழுத்தம் காரணமாகும். மற்ற இருவர் ஆறுமாதக் காவல் தண்டனை பெற்றனர் (*மலையாள மனோரமா, 4 ஏப்ரல் 1924; சுதேசமித்திரன், 9 ஏப்ரல் 1924*).

போராட்டக் களத்தில் ஜார்ஜ் ஜோசப் மூளையாகச் செயல்பட்டார் என்று சொல்லலாம். இதை அரசாங்கத்தின் வெள்ளை நிர்வாகமும் உணர்ந்திருந்தது. இந்துக்களின் சமயப் பிரச்சனைகளில் ஒன்றான தீண்டாமை நீக்கலில் கிறித்தவரான ஜார்ஜ் ஜோசப் கலந்துகொள்வது பற்றி காந்தி கருத்து வேறுபாடு கொண்டிருந்தார். எனினும் ஜார்ஜ் ஜோசப் தன் ஈடுபாட்டை முதலில் விலக்கிக்கொள்ளவில்லை. திருவனந்தபுரத்தில் 4 ஏப்ரல் 1924 அன்று ஜார்ஜ் ஜோசப் தலைமைச்செயலக கட்டிடத்திற்குக் கிழக்கே உள்ள திறந்த வெளியில் பொதுக் கூட்டத்தில் பேசினார். ஆங்கிலத்தில் பேசிய ஜார்ஜ் ஜோசப்பின் பேச்சை சீதி மலையாளத்திற்கு மொழிபெயர்த்தார்.

சத்தியாகிரக நோக்கம், மாவட்ட மாஜிஸ்டிரேட்டின் தடை, இளைய ராணி கோவிலுக்கு வந்தபோது சத்தியாகிரகத்தைத் தற்காலிகமாக நிறுத்தியது போன்றவற்றைப் பற்றி ஜார்ஜ் ஜோசப் தன் விளக்கத்தை அப்பேச்சில் அளித்தார்.

"ஒவ்வொரு உயிரின் பிறப்புரிமையை நிலைப்படுத்துவதற்காக வைக்கம் சத்தியாகிரகம் தொடங்கப்பட்டுள்ளது. மகாத்மாவின் ஆசீர்வாதத்துடன் செயல்களைத் தொடங்கி உள்ளோம். அவரது அறிவுரைப்படி அகிம்சை முறை இதில் கடுமையாகப்

பின்பற்றப்படுகிறது. இந்த இயக்கத்தில் இந்துக்கள் மட்டுமே பங்கேற்க வேண்டும் என்று காங்கிரஸ் முடிவு செய்திருக்கிறது. ஏனெனில் தீண்டாமை என்ற முறை அவர்களுக்கு மட்டுமே உரியதாக இருக்கிறது. அப்படியானால் இதில் எனக்கு மாறுபாடான கருத்து இல்லை என்பதில்லை. ஆனால், காங்கிரஸ் கட்சி எடுத்துள்ள முடிவை நான் மதிக்கவும் கீழ்ப்படியவும் செய்கிறேன்" என சத்தியாகிரகம் காந்தியின் பரிபூரண அறிவுரையுடன் நடக்கிறது என்பதை விளக்கிய ஜார்ஜ் ஜோசப், மாவட்ட மாஜிஸ்டிரேட்டின் தடையை எதிர்த்துப் பேசினார்.

"மாவட்ட மாஜிஸ்டிரேட் சுப்பிரமணிய ஐயர் விதித்துள்ள தடை எல்லா வழியிலும் நியாயமற்றது, இகழத்தக்கது. அச்சட்டம் உண்மையின் அடிப்படைகளாலானது, அச்சட்டப்படி நடவடிக்கை எடுக்க வேண்டுமானால் அங்கே ஒரு காரணம் இருக்க வேண்டும். இங்கே இச்செயலை நிரூபிக்க ஒரு காரணமும் இல்லை. இந்தத் தடை சில சுயநலமுள்ள உயர்சாதி இந்துக்களின் வேண்டுகோளின் பேரில் வெளியிடப்பட்டுள்ளது. அமைதி குலைந்துவிடும் என்று அவர்கள் கூறியதன் பேரில் இது வெளியிடப்பட்டது. அம்மாதிரியான நிலைமை இங்கு எப்போதும் நிகழாது. தாழ்ந்த சாதி, தீட்டு அளிக்கும் மக்கள் வளாகத்தில் நடப்பதற்கு எதிரானது என்று சொல்லப்படுகிறது. சுப்பிரமணிய ஐயர் தன் மகனை மேற்படிப்புக்காக இங்கிலாந்து அனுப்பியது நம் சமூகத்தின் மரபு மற்றும் நடைமுறையை மீறியதாக இல்லையா? ஆக உண்மையான காரணம் என்பது மரபு அல்ல. மனிதத் தன்மையுள்ள மக்கள் நியாயத்திற்கு எதிரான பேஷ்காரின் நியாயமற்ற ஆணையை ஏற்கமாட்டார்கள். ஈழவர்கள் மற்றும் மற்றவர்களின் கோயில் நுழைவைப் பெறுவதற்கான போராட்டம் அல்ல இது. காங்கிரஸ் இப்போது அதைப் பற்றி நினைக்கவில்லை". கோயில் நுழைவுக்கான முன்நடவடிக்கையாகவே இப்போராட்டத்தை உயர்சாதியினர் கருதினர். கோயில் நுழைவு என்பது காங்கிரசின் நோக்கமாக இருந்தாலும் இப்போது அதைப் பற்றி நினைக்கவில்லை என்று ஜார்ஜ் ஜோசப் விளக்கினார்.

இளைய ராணி கோயிலுக்கு வந்த நாளில் அமைதியான இந்த சத்தியாகிரகத்தைத் தற்காலிகமாக நிறுத்திய நடவடிக்கை, தைரியமின்மையின் அறிகுறியா எனச் சிலர் கேட்டதற்கு 'மரியாதை காங்கிரசின் சிறந்த அடையாளம்', எந்தப் பெண்ணிடமும் மரியாதை இல்லாமல் நடக்கமாட்டோம் என ஜார்ஜ் ஜோசப் பதிலளித்தார். அதோடு "மகாராஜா அன்று கோயிலுக்கு வந்திருப்பாரானால், எங்கள் போராட்டத்தை

நாங்கள் நிறுத்தியிருக்க மாட்டோம். ஏனெனில் அவர் இந்தப் போராட்டத்தைப் பார்க்கவும் புரிந்துகொள்ளவும் வேண்டியவர்" என்று ஜார்ஜ் ஜோசப் குறிப்பிட்டார்.

பேச்சின் இறுதியில் சத்தியாகிரகத்தில் கலந்துகொள்ள விரும்பும் தன்னார்வலர்கள் தங்கள் பெயர்களைத் தர வேண்டும் என ஜார்ஜ் ஜோசப் கோரினார். பத்துப் பேர் முன்வந்தனர். அவர்களுள் ஒருவர் பிராமணர், ஒருவர் ஈழவர், மற்றவர் நாயர். அவர்களுள் சிட்டிதாது சங்கர பிள்ளை, கே. குமார், ராமகிருஷ்ண தாஸ் என்போர் சிலர்.

வைக்கத்தில் மட்டுமல்ல, மற்ற இடங்களிலும்கூட எல்லா மக்களும் முக்கிய வீதிகளில் தளை இல்லா சுதந்திரத்துடன் நடக்க அனுமதிக்கப்படவேண்டும் என்ற கருத்திலேயே அரசாங்க அலுவலர்கள் உள்ளார்கள் என்று மலையாள மனோரமா எழுதியிருந்தது. அரசாங்கத்தின் அலுவலர்கள் பெரும்பான்மையும் உயர்சாதி இந்துக்களும் இந்து அல்லாதவர்களும் ஈழவ மற்றும் தீண்டாத சமூகக் குழந்தைகளை அரசாங்கம் எவ்வித போராட்டமும் இன்றியே பள்ளிகளில் அனுமதித்திருக்கிறது. அதுபோலவே இப்பிரச்சனையும் கால ஓட்டத்தில் தீர்ந்துவிடும் என்று அரசு ஊழியர்கள் கருதுகிறார்கள் என்று மனோரமா கருதியது (மலையாள மனோரமா, 5 ஏப்ரல் 1924). அது அவ்வளவு உண்மையான நிலவரமா என்பது தெரியவில்லை.

வைக்கம் சத்தியாகிரகம் தொடர்பாக கோயில் அருகமை சாலைகளைத் தாழ்த்தப்பட்டவர்களுக்குத் திறந்து விடச் சொல்லி தமிழகத் தலைவர் சி. விஜயராகவாச்சாரியார் மகாராஜாவுக்கும் திவானுக்கும் வேண்டுகோள் தந்தியை அனுப்பினார். இதே காரணம் பற்றி இன்னொரு தமிழகத் தலைவரான ராவ் பகதூர் எம்.சி. ராஜா (மயிலை சின்னத்தம்பி ராஜா 1883–1943) வைக்கம் போராட்டத் தலைவர் கே.பி. கேசவ மேனனுக்குப் பாராட்டு தந்தி அனுப்பினார். அப்போது எம்.சி. ராஜா சென்னை ஆதிதிராவிட மகாஜன சபையின் கௌரவச் செயலாளராக இருந்தார். இப்பதவியை அவர் 1916இலிருந்து வகித்து வந்தார். 1920இல் சென்னை சட்டசபைக்கு நீதிக் கட்சி சார்பில் தேர்ந்தெடுக்கப்பட்டவர் 1923இல் நீதிக்கட்சியிலிருந்து வெளியேறினார். வைக்கம் போராட்டத்தைக் காங்கிரஸ் முன்னெடுத்ததால் நீதிக் கட்சி அதில் பாராமுகமாய்த்தான் இருந்தது. இச்சூழலில்தான் எம்.சி. ராஜா பின்வரும் வாசகம் அடங்கிய வாழ்த்து தந்தியை அனுப்பியிருந்தார்.

"தங்களுடைய (கே.பி. கேசவ மேனனுடைய) அரிய முயற்சிகளை ஆதிதிராவிடர்கள் பெரிதும் பாராட்டுகிறார்கள்.

அநேக நூற்றாண்டுகளாக சாதிஇந்துக்கள் என்று சொல்லிக் கொள்வோர் கொஞ்சமும் ஜீவகாருண்யம் இல்லாமல் கொடுமை இழைத்து வந்திருக்கிறார்கள். ஆகையால் தைரியமாக தாங்கள் மேற்போட்டுக் கொண்ட வேலையை நடத்திக்கொண்டு போங்கள். நமக்குள் ஒற்றுமை ஏற்படுகிற வரையில் ஸ்வராஜ்யத்தைப் பற்றிப் பேசுவது பயனற்ற வேலையாகும்" (*சுதேசமித்திரன்*, 9 ஏப்ரல் 1924).

7 ஏப்ரல்

இரண்டுநாள் நடந்து பின் ஆறுநாட்கள் நிறுத்தி வைக்கப்பட்டு, ஏப்ரல் 7ஆம் தேதி துவங்கிய போராட்டத்தில் முன்பு போல் தொண்டர்கள் அல்லாமல் தலைவர்களே கலந்துகொண்டு சிறை செல்வது என்று முறை மாறுவதைக் காணமுடிகிறது. தலைவர்கள் கலந்துகொள்வதால் கூட்டமும் அதிகமாக விருந்ததாக *சுதேசமித்திரன்* எழுதியிருந்தது.

கேரளக் காங்கிரசுக் கமிட்டி செயலாளரும், சத்தியாகிரக இயக்கத்தின் தலைவருமாகிய கே.பி. கேசவ மீனனும் (*சுதேசமித்திரன்* இவர் பெயரை கேசவ மீனன் என்றே பல காலம் எழுதி வந்தது) *தேசாபிமானி* ஆசிரியர் டி.கே. மாதவனும் 7 ஏப்ரல் 1924 அன்று சத்தியாகிரகம் செய்தனர். அவர்கள் பிரபலமானவர்கள் ஆதலால் வழக்கம்போல் மூன்று பேர் செல்லும் தடுக்கப்பட்ட பிரதேசத்திற்குச் செல்லவில்லை. அவர்களைக் கைது செய்தபோது காவல்துறை ஆணையரும் ஜார்ஜ் ஜோசப்பும் அங்கிருந்தனர். நன்னடத்தை ஜாமீனுக்காக இருவரும் மாஜிஸ்டிரேட்டின் முன்னிலையில் கொண்டு செல்லப்பட்டனர். கோயிலைச் சுற்றியுள்ள தடுக்கப்பட்ட சாலைகள் வழியாகச் சாதிஇந்துக்கள் அல்லாதவர்கள் நடந்துசெல்லும்படி குறிப்பிட்ட இருவரும் தூண்டியதாகவும், சாதி இந்துக்களுக்கு இதன் பலனாக ஆத்திரம் ஏற்பட்டு கலவரம் ஏற்படக்கூடும் என்றும் அரசுத் தரப்பு வாதிட்டது. அரசு சாதாரண உரிமைகளைக் கூட அளிக்காவிட்டால் சத்தியாகிரகம் செய்வதைத் தவிர வேறு வழியில்லை என்று இவர்கள் தெரிவித்தனர். டி.கே. மாதவன் தன் வாக்குமூலத்தில் 'எல்லா பொதுச்சாலைகளிலும் தமது மக்கள் நடக்க உரிமை பெறவேண்டும்; கோயிலைச் சுற்றியுள்ள சாலை என்பதற்காக இச்சாலைகளைக் குறிப்பாகத் தேர்ந்தெடுக்கவில்லை; எவரிடத்திலும் தங்களுக்குத் துவேஷம் கிடையாது; சட்டபூர்வமான ஒரு உரிமையை ஸ்தாபிக்கும் வரையில் சிறையில் இருக்கத் தாங்கள் தயார்' என்று கூறினார். ஒவ்வொருவரும் ரூ. 500 நன்னடத்தைப் பிணை தருமாறு மாஜிஸ்டிரேட் கட்டளை இட்டார். அவர்கள் மறுக்கவே

ஆறுமாதக் காவல் தண்டனை விதிக்கப்பட்டது. அவர்கள் மோட்டார் வண்டியில் திருவனந்தபுரம் சிறைக்குக் கொண்டு போகப்பட்டனர். இனி ஜார்ஜ் ஜோசப் தலைவராயிருந்து ஒவ்வொரு நாளும் சத்தியாகிரகத்தை நடத்தி வைப்பார் என்று சுதேசமித்திரனில் குறித்திருந்தது (சுதேசமித்திரன், 9 ஏப்ரல் 1924; நவசக்தி, 11 ஏப்ரல் 1924).

8(?) ஏப்ரல் 1924ஆம் நாள் நடந்த சத்தியாகிரகத்தில் திருவனந்தபுரம் காங்கிரஸ் செயலாளர் குமார், ஒரு ஈழவர், ஒரு புலையர் ஆகியோர் கலந்துகொண்டனர். மேற்கு வாயில் சாலையில் அவர்கள் கைது செய்யப்பட்டனர். அவர்களுக்கும் ஆறுமாத வெறுங்காவல் தண்டனை அளிக்கப்பட்டது. இதே நாள் மாலையில் நடந்த பொதுக்கூட்டத்தில் ஜார்ஜ் ஜோசப் பேசினார். பிரிட்டிஷ் அரசாங்கத்தோடு காந்தி நடத்திவரும் போராட்டத்தில் அவருக்கு உதவியாய் இருந்த மேல் வகுப்புகளைச் சேர்ந்த இளைஞர்கள் தீண்டாமையை ஒழிக்கும் விஷயத்திலும் அவருக்குத் துணைபுரிய வேண்டும் என அவர் வேண்டினார் (சுதேசமித்திரன், 10 ஏப்ரல் 1924; நவசக்தி, 11 ஏப்ரல் 1924).

போராட்டத்தில் கைதான கேசவ மேனனுக்கும் டி.கே. மாதவனுக்கும் வாழ்த்து தெரிவித்து காந்தி மும்பையிலிருந்து செய்தி அனுப்பினார். அதில் வெற்றி பெறும் வரையில் போராட்டம் நடத்தப்படும் என்று காந்தி உறுதி செய்தார் (நவசக்தி, 11 ஏப்ரல் 1924).

9 ஏப்ரல்

சத்தியாகிரகத்தில் தொண்டர்களைக் கைது செய்வது ஒருபுறம் நடக்க, தலைவர்களைக் கைது செய்து போராட்டத்தை ஒடுக்கும் முயற்சியிலும் திருவாங்கூர் அரசாங்கம் ஈடுபட்டது. அவ்வகையில் ஏப்ரல் 9ஆம் நாள் ஏ.கே. பிள்ளை, கேளப்பன் நாயர், வேலாயுத மேனன் ஆகியோர் காங்கிரஸ் அலுவலகத்தில் கைது செய்யப்பட்டு கோட்டயத்துக்குக் கொண்டு போகப்பட்டனர் (சுதேசமித்திரன், 11 ஏப்ரல் 1924).

அரசாங்கத்தின் இச்செயல்களைக் கண்டித்து ஜார்ஜ் ஜோசப் அறிக்கை வெளியிட்டார் (9 ஏப்ரல் 1924).

"இன்று காலை (9ஆம் தேதி) ஏ.கே. பிள்ளையும் கேளப்பன் நாயரும் வேலாயுத மேனனும் கைது செய்யப்பட்டு விட்டார்கள். கேசவ மேனனும் டி.கே. மாதவனும் ஏற்கெனவே சத்தியாகிரகம் செய்திராவிட்டால், இதற்குள் அவர்களும் கைது செய்யப்பட்டிருப்பார்கள். அரசாங்கத்தின் நோக்கம் திடமாகப்

புரிந்துவிட்டது. இயக்கத் தலைவர்களைக் கைது செய்துவிட்டால் சத்தியாகிரகம் படுத்துப்போய்விடும் என்று அரசாங்கத்தார் கருதுகிறார்கள். அரசாங்கத்தார் சத்தியாகிரகிகளை அறைகூவி அழைக்கின்றனர்.

"வெகுகாலம் நடந்துவருகிற ஒரு கொடுமையையும் அநீதத்தையும் அரசாங்கத்தார் ஆதரிப்பதற்கு எல்லை இல்லையா? எல்லை உண்டென்று கேரள மக்கள் நிரூபித்துக் காட்ட வேண்டும். வைக்கத்தில் அரசாங்கத்தார் அளவுக்கு மிஞ்சிக் காரியம் நடத்துகிறார்கள். சத்தியாகிரகிகளுக்கு விரோதமாக அரசாங்கம் செய்யும் காரியங்கள் மூலமாக, புத்தியும் சிந்தனை சக்தியும் உள்ள இந்தியர்களின் ஆதரவை இழந்துவிட்டதாகப் பகிரங்கமாய் கேரள தேசத்தாரும் வெளியே உள்ளவர்களும் நிரூபித்து விட வேண்டும். அரசாங்கம் நன்கு யோசித்து பார்த்தால் தாங்களாகவே தற்போது அனுஷ்டிக்கும் கொள்கையை விட்டொழித்து தீண்டாமை என்கிற சாபத்திற்குத் திருவாங்கூர் ஆளாகாதபடி செய்துவிடுவார்கள் என்பது நிச்சயம்" (*சுதேசமித்திரன், 11 ஏப்ரல் 1924; நவசக்தி, 18 ஏப்ரல் 1924*).

10 ஏப்ரல்

இந்தச் சூழலில் சுதேசமித்திரன் தன் தலையங்கத்தில் இந்தக் கொடிய வழக்கத்தை ஒழிக்கும்படி மகாராஜாவைக் கேட்டுக்கொண்டது.

அறிவுடையோர் எல்லோருமே இந்த வழக்கத்தைத் தொலைத்தால்தான் இந்திய ஜனநிர்மாணம் சாத்தியப்படும் என்பதை ஒப்புக் கொண்டிருக்கிறார்கள் என்பதால் "சமஸ்தானத்திலுள்ள எல்லா வகுப்புகளின் பிரதிநிதிகளையும் மகாராஜா கூட்டிச் சத்தியாகிரகிகளின் கட்சியின் நியாயத்தை அவர்களுக்கு எடுத்துச் சொல்லி இந்தக் கொடிய வழக்கத்தைச் சகல ஜனசம்மதத்தின் மேல் ஒழித்து விடுமாயின் பிரிட்டிஷ் இந்தியாவுக்குத் திருவாங்கூர் சால்வழி காட்டி விடும். அப்படி செய்யும்படி மகாராஜாவை நாம் பிரார்த்திக்கிறோம். அது வரையில் எல்லோரும் எல்லா வழிகளிலும் சத்தியாகிரகிகளுக்கு உதவி செய்ய வேண்டும்" (*சுதேசமித்திரன், 10 ஏப்ரல் 1924*).

இத்தலையங்கத்தின் மூலம், சுதேசமித்திரன் சத்தியாகிரகத்திற்கு ஆதரவாகவே இருந்தது தெரியவருகிறது. "எல்லோருக்கும் பொதுவாக இருக்கக்கூடிய கோவில்களில் சிலர் நுழையக்கூடாது என்றும் பொதுத் தெருக்களில் சிலர் நடக்கக்கூடாது என்றும் இந்தத் தேசத்தில் கட்டுப்பாடு இருப்பதுபோல் வேறு எந்த தேசத்திலும் இல்லை. தொன்று

தொட்ட வழக்கம் என்பதைத் தவிர இந்தக் கொடுமைகளை ஆதரிக்க வேறு காரணம் இல்லை” என்று தீண்டாமைக்கு எதிராக *சுதேசமித்திரன்* எழுதினாலும் “இந்த வழக்கம் ஏற்பட்டதற்குக் காரணத்தை இப்போது விசாரிக்கத் தேவை இல்லை” என்று ஒரு வரி எழுதி, தீண்டாமையை ஏற்படுத்தியவர்களையும் அதைக் கட்டிக்காப்பவர்களையும் சாடாமல் காப்பாற்றியது.

பொதுவாகத் தீண்டாமை எதிர்ப்பையும் தீண்டாதாருக்கான உரிமையையும் வலியுறுத்திய *சுதேசமித்திரன்* ‘பொதுப் பணத்தில் பராமரிக்கப்படும சாலையில் பொதுக்குடிகளில் ஒரு சாராரை அனுமதிக்காதது தவறு’ என்ற கோணத்தில் அப்பிரச்சனையை அணுகவில்லை. அதற்குக் காரணம் இருக்கலாம்.

நவசக்தி எழுதிய தலையங்கமோ இவ்வம்சத்தைத் தன் தலையங்கத்தில் வலியுறுத்தியது.

“அரசாங்கத்தாருடைய பணத்தைக் கொண்டே அத்தெருவும் அத்தெருவிலுள்ள கோயிலும் நிருவகிக்கப்பட்டு வருவதாகச் சொல்லப்படுகிறது. அங்ஙனமிருக்க அம்மறுகினூடே செல்ல அரசாங்கக் குடிகள் அனைவருக்கும் உரிமை உண்டு. குறிப்பிட்ட ஒரு சிலருக்கே அவ்வுரிமை உண்டு என்றும் மற்றவருக்கு அஃது இல்லை என்றும் கூறுவது தருக்கத்திற்கும் நியாயத்திற்கும் பொருந்தாதாம். பொதுஜனங்கள் செலுத்தும் வரிப் பணத்திலிருந்தே இத்தெரு நிருவகிக்கப்படுவதாக அறிகிறோம். அங்ஙனமிருக்க குறிப்பிட்ட சில வகுப்பார் இத்தெருவினூடே செல்ல மறுக்கப்படுவது எங்ஙனம் பொருந்தும்?” என்று நியாயத்தை எடுத்துக்காட்டி அரசாங்கத்தைக் கேள்வி கேட்ட *நவசக்தி*, சாதி இந்துக்களையும் பெரிய மனதுடன் நடந்து கொள்ளும்படி தன் வழக்கப்படி இறைஞ்சியது.

“தீண்டாதாரல்லாதார், இவ்விஷயத்தில் சிறிது விசாலமான நோக்கத்துடன் நடந்துகொள்வார்களானால், இக்களங்கம் விரைவில் நீங்கி விடும். ஆதலின் தீண்டாதாரல்லாத சகோதரர் அனைவரையும் ஒருமுறைக்கு மும்முறை வேண்டிக்கொள்கிறோம்” என *நவசக்தி* கேட்டுக்கொண்டது (11 ஏப்ரல் 1924).

ஏப்ரல் 10ஆம் தேதி காலை சாத்துக்குட்டி நாயர், கிருஷ்ணய்ய அச்சன், நாராயணன் ஆகிய மூவரும் வழக்கம் போல் உத்தரவை மீறித் தடுக்கப்பட்டப் பிரதேசத்துக்குள் செல்ல சத்தியாகிரகம் செய்தனர். கைது நடவடிக்கையை அனைவரும் எதிர்பார்த்திருந்தனர். ஆனால் அவர்களைக் கைது செய்யப்போவதில்லை என்றும் தடைப்பகுதியை மீறிச் செல்லாதபடி பலவந்தமாகத் தடுக்கப்படுவார்கள் என்றும் காவல்துறை கூறிவிட்டது. “எங்களைக் கைதுசெய்ய வேண்டும்

அல்லது மேலே போக விடவேண்டும்" என்று தொண்டர்கள் அசையாமல் அங்கேயே நின்று விட்டனர். தொண்டர்கள் அன்னபானமில்லாமல் கடும் வெயிலில் காத்துக் கிடந்தனர் (நவசக்தி, 18 ஏப்ரல் 1924).

வழக்கமாகக் கைது செய்து, வழக்கு மன்றத்தில் நிறுத்தி, தண்டனை விதித்து சிறைக்கு அனுப்பிக்கொண்டிருந்த முறையை அரசாங்கம் நிறுத்திக்கொண்டதற்கான காரணம் எதுவும் தெரிவிக்கப்படவில்லை. இதுவரை கிடைத்துள்ள ஆவணங்களிலும் காரணம் கிடைக்கவில்லை. இந்தக் கைது நிறுத்தத்தை எதிர்பாராத சத்தியாகிரகிகள் திகைத்தனர். இதையொட்டி, சத்தியாகிரகத் தலைவர் ஜார்ஜ் ஜோசப் மாவட்ட நிர்வாகத்திற்கு ஒரு கடிதம் எழுதினார்.

"அரசாங்கம் சத்தியாகிரகிகளைக் கைது செய்வதற்குப் பதிலாகப் பலவந்தமாய்த் தொண்டர்களைத் தடை செய்வது என்பது நியாயபுத்தியுடன் கூடிய காரியம் அல்ல. அனாவசியமாகத் தொண்டர்களை உபத்திரவத்திற்கு ஆளாக்குவதாக இது இருக்கிறது" என்று கண்டனத்தைத் தெரிவித்த ஜார்ஜ் ஜோசப், இனிவரும் காலத்தில் கைக்கொள்ளவிருக்கும் சத்தியாகிரக முறையை மாவட்ட நிர்வாகத்திற்குத் தெரிவித்தார்.

"ஒரு வரிசைக்கு மூன்றுபேர் வீதம் இரண்டு வரிசைத் தொண்டர்கள் நாளை காலை வழக்கம்போல் மேலண்டை கோபுர வாயிலுக்கு அருகேயும், ஒரு வரிசை தெற்குக் கோபுர வாயிலிலும் சத்தியாகிரகம் செய்ய அனுப்பப்படுவார்கள். அடுத்த ஒரு வாரத்திற்குள் அதாவது ஏப்ரல் 16ஆம் தேதிக்குள் சத்தியாகிரகிகளைக் கைது செய்யாவிட்டாலும் சரி, வடக்கு, கீழண்டை கோபுர வாயில்களிலும் சத்தியாகிரகம் செய்யப்படும். ஒரு வாரத்திற்குள் தொண்டர்களின் உடல்நிலை கவலைக்கிடமாகி விட்டால், எல்லாக் கோபுர வாயில்களிலும் ஏக காலத்தில் சத்தியாகிரகம் நடைபெறும். வேண்டுமானால் காவல்துறையினர் பலவந்தமாகத் தொண்டர்களை அப்புறப்படுத்தட்டும். இப்போதுள்ள கொடூரமான முறையைவிட, அம்மாதிரி அடிபட்டுச் சாவது மேல் என்று தொண்டர்கள் கருதுகிறார்கள்" (சுதேசமித்திரன், 11 ஏப்ரல் 1924) என்று அந்தக் கடிதம் தெரிவித்தது. இது தவிர பொதுமக்களுக்கான ஒரு அறிக்கையையும் ஜார்ஜ் ஜோசப் வெளியிட்டார். திருவாங்கூர் அரசாங்கத்தைக் கண்டிப்பதாக அமைந்த அந்த அறிக்கையில் அப்போது ஏற்பட்ட நிலைமையையும் விவரித்திருந்தார்.

"இன்று (10 ஏப்ரல் 1924) காலைச் சம்பவம் ஒருபுறத்தில் பயமும் இன்னொரு புறத்தில் நம்பிக்கையும் உண்டு பண்ணுகிறது.

சத்தியாகிரகிகளின் பெயர்களையும் விலாசத்தையும் பதிவு செய்து கொண்டபின், போலீஸார் கைது செய்யப்போவதில்லை என்று தெரிவித்தார்கள். ஏற்கெனவே இதுமாதிரி நடக்குமென்று வதந்தியிருந்ததாயினும் அதை நான் நம்பவில்லை. ஏனெனில் போலீஸாரும் சத்தியாகிரகிகளும் இதுவரை நேசபாவமாக இருந்து வந்திருக்கிறார்கள். சத்தியாகிரகக் கமிட்டியார் முன்னதாகத் தங்கள் ஏற்பாடுகளை வெளியிடுவதுபோல் போலீஸாரும் ஜாடையாக இன்னது நடக்கப்போகிறது என்று முன்னதாகவே தெரிவித்திருந்தால் நலமாயிருக்கும். சத்தியாகிரகிகள் ஒருவிதமான உறுதிமொழி எடுத்துக்கொண்டவர்கள். உயிர் போனாலும் அதை மீறி நடக்கமாட்டார்கள்.

"இரண்டு மணிக்கொரு தடவை போலீஸார் மட்டும் ஓய்வு கொடுக்கப்படுகிறார்கள். தொண்டர்களோ வெயிலிலும் காற்றிலும் உட்கார்ந்த இடத்தை விட்டு அசையாமல் இருக்க வேண்டியிருக்கிறது. பசியாலும் தாகத்தாலும் தொண்டர்கள் இறக்க நேரலாம். ஆனால் அவர்கள் இறக்கத் தயார்தான். அம்மாதிரி இறந்தாலொழிய தாழ்ந்த வகுப்பினரின் உரிமையைத் திருவாங்கூர் அரசாங்கம் ஒப்புக்கொள்ளப்போவதில்லையா? இரக்கமும் ராஜதந்திரமும் அரசாங்கத்துக்கு இல்லையா?" (சுதேசமித்திரன், 11 ஏப்ரல் 1924).

சத்தியாகிரகிகள் ஒவ்வொரு கட்டத்திலும் காந்தியின் ஆலோசனையைப் பெற்றே சத்தியாகிரகத்தை நடத்திவந்தனர். அந்த வகையில் கைது நிறுத்தத்தையடுத்து, செய்ய வேண்டிய நடவடிக்கைகள் பற்றி ஜார்ஜ் ஜோசப் காந்திக்குத் தந்தியடித்து ஆலோசனை கேட்டார்.

"வைக்கத்தில் சத்தியாகிரகம் புதிய ரூபம் கொண்டு விட்டது. போலீஸார் சத்தியாகிரகிகளைக் கைது செய்யாமல் பலவந்தமாக வழிமறிக்கிறார்கள். அதன் பலனாகச் சத்தியாகிரகிகள் ரஸ்தாக்களின் குறுக்கே உடகார்ந்துகொண்டு பட்டினி கிடக்கத் தீர்மானித்திருக்கிறார்கள். இம்முறையில் மாறுதல் செய்ய வேண்டுமானால் உடனே தெரிவியுங்கள். மிக்க அவசரம்" (சுதேசமித்திரன், 11 ஏப்ரல் 1924).

கடைசியாகக் கைது செய்யப்பட்ட ஏ.கே. பிள்ளை, வேலாயுத மேனன், கேளப்பன் நாயர் ஆகிய மூவரும் 200 ரூபாய்க்கு நன்னடத்தை பிணை கொடுக்கும்படி வழக்குமன்றம் ஆணையிட்டது. அவர்கள் கொடுக்க மறுக்கவே நான்கு மாதக் காவல் தண்டனை விதிக்கப்பட்டது. ஆலப்புழை வழியாகத் திருவனந்தபுரம் சிறைக்கு அவர்கள் அழைத்துச் செல்லப்பட்டனர் (சுதேசமித்திரன், 11 ஏப்ரல் 1924).

ஏப்ரல் 10 முதல் சத்தியாகிரகிகளைக் கைது செய்வதில்லை என்ற முடிவைக் காவல்துறையினர் செயல்படுத்தியதால், சத்தியாகிரகிகள் தடைப் பகுதியிலேயே சத்தியாகிரகம் செய்வது என்ற முடிவை எடுக்க வேண்டிவந்தது. ஏப்ரல் 10 வியாழக்கிழமை சத்தியாகிரகம் செய்த மூன்று தொண்டர்கள் மேலண்டை (மேற்கு) கோபுரவாசலை விட்டு அசையவில்லை. கடும் வெயிலில் தொண்டர்கள் பட்டினி கிடந்தனர். வெள்ளிக்கிழமை தென்னண்டை (தெற்கு) கோபுரவாயில் பக்கத்தில் இன்னொரு குழுவினர் சத்தியாகிரகம் செய்தனர். காவல்துறையினர் வரிசையாக எதிரே நிற்பதால் அவர்களைத் தாண்டி உள்ளே செல்லமுடியாமல் அங்கேயே உட்கார்ந்துகொண்டனர். மக்கள் திரளாக வந்து சத்தியாகிரகிகளைப் பார்த்துச் சென்றனர். தாகத்தினாலும் பட்டினியாலும் பிரக்ஞையற்றுப் போன ஒரு தொண்டரை அரசு மருத்துவர் கொஞ்சம் தண்ணீர் பருகும்படி வேண்டினார். தம்மை கைது செய்கிறவரையில் அல்லது ரஸ்தாவில் தாராளமாகப் போகவிடுகிற வரையில் அன்னபானம் எதுவும் தமக்கு வேண்டியதில்லை என்று தொண்டர் சொல்லிவிட்டார். மொத்தத்தில் 18 தொண்டர்கள் சத்தியாகிரகம் செய்துகொண்டிருந்தனர். கைது நிறுத்தத்திற்குப் பிறகான உடனடி நிலைமை இப்படியாக இருந்தது.

11 ஏப்ரல்

ஏப்ரல் 11ஆம் தேதி மதியவேளையில் காங்கிரஸ் அலுவலகத்தில் ஜார்ஜ் ஜோசப், செபாஸ்டியன், கே.ஜி. ராய் (?நாயர்) ஆகிய மூன்று தலைவர்களையும் அரசாங்கம் கைது செய்து, வைக்கம் சிறையில் அடைத்தது. பிற்பகல் விசாரணைக்குப் பிறகு, பிணை அளிக்க மறுத்ததன் பேரில் ஆறுமாத காவல் தண்டனை விதிக்கப்பட்டு அவர்கள் திருவனந்தபுரம் அழைத்துச் செல்லப்பட்டனர் (நவசக்தி, 18 ஏப்ரல் 1924). ஜார்ஜ் ஜோசப் கைதாகும்போது காந்திக்குப் பின்வரும் தந்தியை அனுப்பி வைத்தார்.

“கைது செய்யப்பட்டு விட்டேன். சத்தியாகிரகம் நடந்தாக வேண்டும். பொதுஜன ஆதரவுக்குக் குறைவில்லை. தொண்டர்களும் வேண்டியவரை இருக்கிறார்கள். தலைவர்கள்தான் தேவை. தேவதாஸ் அல்லது மஹாதேவ தேசாயியை அனுப்புங்கள்” (சுதேசமித்திரன், 14 ஏப்ரல் 1924).

சத்தியாகிரகத் தகவல்களை காந்திக்கு அனுப்பி, அவரது அறிவுரைகளைப் பெறும் பொறுப்பை முதலில் கே.பி. கேசவ மேனனும் பிறகு ஜார்ஜ் ஜோசப்பும் அவரது கைதுக்குப் பிறகு

டி.ஆர். கிருஷ்ணசாமி ஐயரும் ஏற்றிருந்ததை அவதானிக்க முடிகிறது. அவ்வரிசையில் அமைந்த கிருஷ்ணசாமியின் தந்தி பின்வருவது. அவரும் தலைவர்களை வேண்டினார்.

"எல்லாத் தலைவர்களும் கைதியாய் விட்டனர். 10ஆம் தேதி முதல் தொண்டர்கள் அன்னபானமின்றி சத்தியாகிரகம் செய்து வருகின்றனர். யாரும் கைது செய்யப்படவில்லை. நான் காத்துக்கொண்டிருக்கிறேன். வைக்கத்துக்குப் போனால் உடனே கைதியாவது நிச்சயம். தயவுசெய்து யாரையாவது அனுப்புங்கள்" *(சுதேசமித்திரன், 14 ஏப்ரல் 1924).*

டி.ஆர். கிருஷ்ணசாமி ஐயர் இத்தந்தியைக் கொச்சியிலிருந்தோ, பாலக்காட்டிலிருந்தோ அனுப்பி வைத்திருக்க வேண்டும். அவரைக் கைதுசெய்யக் கோட்டயம் மாவட்ட மாஜிஸ்டிரேட் உத்தரவு இட்டிருந்தார். சம்மன் அவருக்கு அளிக்க ஏற்பாடு நடக்கும்போது வைக்கத்திலிருந்து அவர் வெளியேறிவிட்டார். அச்சமயம் அவர் வெளியிட்ட அறிக்கையில் சத்தியாகிரக நிலைமையை விளக்கியிருந்தார். "தொண்டர்களைக் கைது செய்வதை நிறுத்திவிட்டதால் புதிய முறையில் இனிப் போராட்டம் நடத்த வேண்டியுள்ளதாயிருக்கிறது. அரசாங்கமும் இந்துச் சமூகத்தில் பிற்போக்கு உடையவர்களும் ஒரு தரப்பில் இருக்கிறார்கள், இந்துச் சமூகத்தில் முற்போக்கான அபிப்பிராய முடையவர்களும் காங்கிரஸ்காரர்களும் மற்றொரு தரப்பில் இருக்கிறார்கள்" *(சுதேசமித்திரன், 11 ஏப்ரல் 1924).*

சத்தியாகிரகிகளுக்கும் அவர்களை எதிர்க்கும் சாதி இந்துக்களுக்கும் கைகலப்பு ஏற்பட்டது. பொதுக்கூட்ட அறிவிப்பு ஒன்றைச் செய்துகொண்டிருந்த தொண்டரைச் சாதி இந்துக்களில் சிலர் முரட்டுத்தனமாக அடித்து அவர் வைத்திருந்த தண்டோராவையும் கிழித்து எறிந்து விட்டனர். தண்டோராவை இழந்தும் பல இடங்களுக்குப் போய் வாய்மொழியாக அவர் கூட்டம் நடக்கும் செய்தியை அறிவித்தார். 'அவசியம் நேர்ந்தால் தனது லட்சியத்தை நிறைவேற்ற உயிரையும் விடத்தாம் தயார்' என அத்தொண்டர் உறுதிபட அறிவித்தார். கோயிலைச் சுற்றியுள்ள நான்கு கோபுர வாயில்களிலும் மொத்தம் 18 தொண்டர்கள் சத்தியாகிரகம் செய்யச் சென்றனர். இதில் ஆறு பேர் பட்டினி இருந்தமையாலும் வெயிலைத் தாங்கமாட்டாமலும் மயக்கமடைந்தனர். சாத்துக்குட்டி நாயர் என்ற ஒரு தொண்டர், கீழே மயங்கிவிழும் வரையில் ஒரு சொட்டு தண்ணீரையும் பருக மறுத்து வந்தார் என்று சத்தியாகிரகிகள் படும் அவஸ்தைகளைச் *சுதேசமித்திரன் (11 ஏப்ரல் 1924)* விவரித்திருந்தது.

தண்டோரா மூலம் அறிவிப்புசெய்து அதனால் சிரமப் படுத்தப்பட்டவர் நாகர்கோயிலைச் சேர்ந்த முத்துசாமி என்ற தமிழர்.

மூர்ச்சையுற்றுக் கீழே விழுந்துவிட்ட ஆறு பேர் மருத்துவ மனைக்குக் கொண்டு போகப்பட்டனர். அவர்களுள் ஒருவரான சாத்துக்குட்டி நாயர் தான் மருத்துவமனைக்குக் கொண்டு போகப்பட்ட விதமே தனக்குத் தெரியாது என்றும் தான் மழைக்கும் கானலுக்கும் சளைக்காமல் நின்றுகொண்டு தமது அபிப்பிராயத்தை வெளியிட்டுக்கொண்டிருந்ததாகவும் தெரிவித்தார். பட்டினியாக இருக்கமுடியாத சிலர் உயிர் வைத்திருப்பதற்கு மட்டும் போதுமான அன்னபானம் உட்கொண்டனர். மயக்கம் வந்து வீழ்வோரைத் தூக்கிச் செல்ல ஆட்களைத் தயாராக அதிகாரிகள் வைத்திருந்தனர்.

சத்தியாகிரகத்திற்கென வெளியூரிலிருந்து வைக்கம் வந்திருந்த நிர்மலா பாய் முன்னின்று நடத்திச் செல்ல ஏப்ரல் 13 மாலையில் ஒரு ஊர்வலம் நடந்தது. ஆயிரக்கணக்கான மக்கள் அதில் பங்கேற்றனர்.

சத்தியாகிரகிகள் உண்ணாவிரதமிருந்த சூழலில் காந்தியிடமிருந்து, "விரதமிருப்பதை விட்டு விடுங்கள். கைதியாகும் வரையில் தொண்டர்கள் தரையில் உட்கார்ந்துகொண்டிருக்க வேண்டும்" என்ற செய்தி வந்தது. தொடர்ந்து "பலபேர் கைது செய்யப்பட்டதைப் பாராட்டுகின்றேன். தக்க ஏற்பாடுகளின்றி கைதியாகுமுன் போக வேண்டாம், மறுபடியும் தந்தி அடிக்கிறேன். நிலைமையை அறிவியுங்கள்" என்ற தந்தியையும் காந்தி அனுப்பியிருந்தார்.

இவற்றுக்கு கிருஷ்ணசாமி அளித்த பதில் தந்தியாவது; "தங்களுடைய தந்தி கிடைத்தது. ஏற்பாடுகள் நடந்து வருகின்றன. தொண்டர்கள் முகமலர்ச்சியுடன் உழைத்து வருகின்றார்கள். தங்கள் விருப்பப்படி விரதமிருப்பதை விட்டு விட்டனர். இங்கேயே (வைக்கத்திலேயே) சத்தியாகிரகத் தலைமை ஸ்தானம் ஏற்பாடாகியிருக்கின்றது. நான் மேற்பார்வை பார்த்து வருகின்றேன்" (சுதேசமித்திரன், 14 ஏப்ரல் 1924).

போராட்டத்தைத் தொடர்ந்து நடத்த தலைவர்கள் இல்லாத நெருக்கடியான சூழலில் அஸோஸியேட் பிரசுக்கு அளித்த பேட்டியில் காந்தி இது பற்றிப் பேசினார்.

பல மாகாணங்களிலுள்ள தலைவர்கள் ஒருஊரில் ஒருஇயக்கத்தில் தங்கள் கவனத்தை முழுவதும் செலுத்துவதென்பது

அசாத்தியமில்லாவிட்டாலும் சிரம சாத்தியமானது. ஆயினும் தலைவர்களால் வழிகாட்டப்படாத காரணத்தினால் இயக்கம் இறந்து போகாமல் சென்னை மாகாணத் தலைவர்கள் பார்த்துக் கொள்வார்கள் என்று நம்புகிறேன்" என்று அனைத்திந்திய இயக்கமாக வைக்கம் போராட்டத்தை மாற்ற விரும்பாத தன் கருத்தை காந்தி வெளிப்படையாகத் தெரிவித்து விட்டார் (சுதேசமித்திரன், 14 ஏப்ரல் 1924).

சத்தியாகிரகிகள் உண்ணாவிரதத்தைத் தவிர்க்கும்படி அறிவுறுத்தி அனுப்பிய தந்தியோடு விரிவாக அக்கருத்தை விளக்கி ஜார்ஜ் ஜோசப்புக்கு எழுதியிருந்த கடிதத்தையும் காந்தி வெளியிட்டார்.

"உன்னிடம் அன்புள்ளவருக்கு எதிராக நீங்கள் பட்டினி கிடக்கலாம். அது உமது உரிமையை வற்புறுத்துவதற்கல்ல, அவரை நன்னெறிக்குக் கொண்டு வருவதற்காகும். உதாரணமாக தகப்பனார்கள் அருந்துவதை நிறுத்த மகன் உண்ணாவிரதமிருக்கலாம்" என்றவர் "நீங்கள் சுதேச இராஜ்யத்தில் இருக்கிறீர்கள். ஆனதால் மகாராஜா அவர்களையோ திவானையோ பேட்டி காணலாம். உங்கள் இயக்கத்தில் அனுதாபமுள்ள வைதிக இந்துக்கள் பலர் கையெழுத்து வாங்கி மகஜர் தயாரிக்கலாம்" என்றும் அறிவுறுத்தினார். "நிறைவாக எல்லாவற்றிற்கும் மேலான ஒன்று. இயக்கம் நின்று போகாமலும் பதட்டத்தினால் இம்சை வழியில் இறங்காமலும் பார்த்துக்கொள்ள வேண்டும்" என்ற எச்சரிக்கையையும் காந்தி விடுத்தார் (சுதேசமித்திரன், 14 ஏப்ரல் 1924; நவசக்தி, 18 ஏப்ரல் 1924).

தலைவர்கள் இன்மையால் தவித்துக்கொண்டிருந்த சத்தியாகிரகத்தை அகில இந்திய இயக்கமாக்க காந்தியிடம் கோரிக்கை வைக்கப்பெற்றதும், அதை அவர் நிராகரித்து சென்னை மாகாணத்தினர் பார்த்துக்கொள்வார்கள் என்று கூறிவிட்டார். இந்தச் சூழலில் பக்கத்து பகுதியில் காங்கிரஸ் கமிட்டியின் தலைவராக இருந்த பெரியாரை அழைக்கலாம் என்று கேரளத் தலைவர்கள் கருதினர்.

ஜார்ஜ் ஜோசப்பும் குரூர் நீலகண்டன் நம்பூதிரியும் பெரியாரைப் போராட்டத்துக்கு வரும்படி அழைத்தனர். அவர் அல்லது ஒரு தலைவர் வந்து பொறுப்பை ஏற்குமுன் போராட்டத்தை வழி நடத்த ஒரு குழுவை ஏற்படுத்தினர். கிருஷ்ணன் நம்பூதிரியும் எம்.என். நாயரும் கொண்ட குழு அது. (நவசக்தி, 18 ஏப்ரல் 1924). பொருளாளராகக் கொச்சி வியாபாரி பிக்ரஜ்ஜி ஜெயராம் நானு நியமிக்கப்பட்டார். இவரே இனிப்

பொருளாளராகச் செயல்படுவார் என அறிவிக்கப்பட்டது. ஏ.கே. சாணார் பொருளாளராகப் பொறுப்பேற்றது பின்னர்.

'ஈ.வெ. இராமசாமி நாயக்கர் நாளை (ஏப்ரல் 13) காலை மெயிலில் வைக்கத்திற்குப் புறப்படுவதாகத் தந்தி கொடுத்திருக்கிறார்' என்ற செய்தி *சுதேசமித்திரன்* (12 ஏப்ரல் 1924) இதழில் வெளியாகி இருந்தது.

வைக்கம் போராட்டத்தை ஆதரித்து, மத்திய சீக்கிய சங்கத்தின் தலைவர் அமிர்தசரசிலிருந்தும், பூங்கா நகர் மலையாளிகள் சங்கத்தினர் சென்னையிலிருந்தும் செய்திகளை வெளியிட்டிருந்தனர் (*சுதேசமித்திரன்*, 12 ஏப்ரல் 1924). 'தைரியமாகப் போராடுவதையும் பெரிதும் பாராட்டுகிறேன். சர்வ சாதாரணமான பிரஜா உரிமையையும் அபகரிக்க முயற்சித்தால் அதை நிலைநிறுத்தப் போராடுவது அவசியம். இந்திய நாகரிகத்திற்கே தீண்டாமை என்பது இழிவைக் கொடுக்கக் கூடியது. தென்னாட்டில் சத்தியாகிரகத்தை ஆரம்பித்துள்ள தங்கள் சகோதரர்களை அகாலியர்கள் ஆதரிப்பார்கள்' என்பது மத்திய சீக்கிய சங்கத் தலைவர் சர்தார் மங்கள் சிங் அனுப்பியிருந்த ஆதரவுச் செய்தியாகும்.

கிறித்தவ நண்பர்களும் தீண்டாமையை ஒழிக்கும் சத்தியாகிரகத்தில் ஈடுபட்டும் தலைமை வகித்தும் துன்பங்களை ஏற்றுக்கொண்டும் வருவது எல்லோர் மனதிலும் இவ்வழக்கத்தை ஒழிக்க வேண்டியதன் அவசியத்தைப் பதியச் செய்யக்கூடியது என்று *சுதேசமித்திரன்* (14 ஏப்ரல் 1924) ஜார்ஜ் ஜோசப், செபாஸ்டியன் ஆகிய கிறித்தவத் தலைவர்களின் சிறைத் தண்டனை குறித்து எழுதியது. மறுநாள் நீண்ட தலையங்கம் ஒன்றை எழுதி சத்தியாகிரகத்திற்குத் தன் ஆதரவைச் *சுதேசமித்திரன்* மீண்டும் உறுதிப்படுத்தியது. சத்தியாகிரகத்தின் தற்போதைய நிலை, அதன் வரலாறு, தன் கோரிக்கை என்றவாறு அத்தலையங்கம் அமைந்தது.

வைக்கம் சத்தியாகிரகத்தில் தலைமை வகித்து நடத்தி வந்த கனவான்கள் ஒருவர் பின் ஒருவராக கைதியாகிச் சிறைத் தண்டனை விதிக்கப் பெற்றிருக்கிறார்கள். ஜோஸப், நாயர், செபாஸ்டியான் இவர்கள் தண்டனை அடைந்த பிறகு, ராமஸ்வாமி நாயக்கரும் வரதராஜுலு நாயுடுவும் வைக்கம் சென்று சத்தியாகிரகத்தை மேல் நடத்தி வருகிறார்கள் என்று அறிகிறோம் என்ற அப்போதைய நிலையை விவரித்த தலையங்கம், தொடக்கம் முதல் அப்போதுவரை சத்தியாகிரகத்தில் ஏற்பட்டு வந்த மாற்றங்களையும் கீழ்வருமாறு சுட்டிக் காட்டியது.

முதலில் சத்தியாகிரகிகள் வைக்கம் அக்கிரகாரத்தில் நடந்து செல்ல முயன்று கைதியாக்கப்பட்டு வந்தனர். சென்ற வாரம் வியாழன் முதல் (ஏப்ரல் 10) ஒரு மாறுதல் ஏற்பட்டது. காவல்துறையினர் சத்தியாகிரகிகளைக் கைது செய்யாமலே எதிர்நின்று வழிமறிக்க ஆரம்பித்தார்கள். சத்தியாகிரகிகள் வழிமறிக்கப்பட்ட இடத்திலேயே உட்கார்ந்து பட்டினி கிடந்தார்கள். இந்த (பட்டினி) முறை அனாவசியம் என்பதாக மகாத்மா காந்தி தெளிவான முகாந்திரங்களுடன் எடுத்துக் காட்டியுள்ளார். மகாத்மாவின் அபிப்பிராயம் தெரியவந்தது முதல் சத்தியாகிரக முறை மறுபடி மாறுதல் அடைந்திருப்பதாக கிடைத்த தந்திகளிலிருந்து தெரிய வருகிறது. கூட்டம் கூட்டமாக வகுத்துக்கொண்டு, ஒரு கூட்டத்திற்குப் பிறகு மற்றொரு கூட்டம் சென்று முன்கூட்டத்தவர் ஊண் புசிக்கவும், சத்தியாகிரகம் நடந்துகொண்டே போகவும் அனுகூலமாக நடந்து வருகிறது. வைக்கத்தில் நடக்கும் இவ்வியக்கம் இந்தியாவெங்கும் ஒரு உணர்ச்சியை உண்டு பண்ணிவிட்டது என்று சத்தியாகிரகத்தைப் பாராட்டியது சுதேசமித்திரன்.

"தாழ்ந்த பிராணிகளும்கூட அனுபவிக்கும் உரிமைகள் மனிதனுக்கு மறுக்கப்படும் வழக்கம் தர்ம விரோதமானது என்பதை சமஸ்தானாதிபதிகளுக்கு வற்புறுத்துகிறோம். மகாராஜாவையோ திவான் அவர்களையோ பேட்டி கண்டு விஷயங்களை எடுத்துச் சொல்லலாம் என்று மகாத்மா அவர்கள் யோசனை சொல்லியிருக்கிறார். அந்த யோசனையையும் கவனித்துத் தகுந்த ஏற்பாடுகள் செய்யவேண்டும்" என்று சுதேசமித்திரன் (15 ஏப்ரல் 1924) தலையங்கம் கேட்டுக்கொண்டது.

"பட்டினி கிடக்க வேண்டாம் என்ற காந்தியின் செய்தி சத்தியாகிரகம் செய்யும் தொண்டர்களுக்கும் மருத்துவ மனையில் இருக்கும் தொண்டர்களுக்கும் அறிவிக்கப்பட்டது. ஊரிலுள்ளவர்கள், இனி தொண்டர்கள் பட்டினி கிடந்து கஷ்டப்பட வேண்டியதில்லை எனச் சற்று ஆறுதல் அடைந்தனர். சாத்துகுட்டி நாயர் தங்களுக்கு அன்புடன் சிகிச்சை செய்ததற்காக டாக்டருக்கு வந்தனம் செலுத்தி ஒரு கடிதம் எழுதி வைத்து விட்டு வந்தார்" என்ற செய்திகளை வெளியிட்ட சுதேசமித்திரன், 'வடக்குக் கோபுரவாயிலுக்கும் கிழக்குக் கோபுரவாயிலுக்கும் சென்ற தொண்டர்களை ஈ.வி. ராமஸ்வாமி நாயக்கர் நடத்திச் சென்றார் (அநேகமாக இது 14 ஏப்ரலாக இருக்கும்). அவர்களைத் தொடர்ந்து பலர் தேசியகீதம் பாடிக்கொண்டு போயினர். மேற்குவாயிலுக்கும் தெற்குவாயிலுக்கும் சத்தியாகிரகம் செய்யவும் தொண்டர்கள் சென்றனர். நான்கு மணிக்கு ஒரு தரம்

தொண்டர்களை அனுப்பி வர ஏற்பாடு செய்யப்பட்டு வருகிறது' என்ற தகவல்களையும் வெளியிட்டிருந்தது (சுதேசமித்திரன், 15 ஏப்ரல் 1924; நவசக்தி, 18 ஏப்ரல் 1924).

13 ஏப்ரல்

பெரியார் வைக்கத்திற்கு 13 ஏப்ரல் 1924 அன்று வந்து சேர்ந்தார். அவரது வருகையை நாடகத் தன்மை ததும்பும்படி பல வரலாற்று நூல்கள் விவரித்திருக்கின்றன. அரசரின் விருந்தினராகத் தங்கும்படி அவர் கேட்டுக்கொள்ளப்பட்டதையும் அதை அவர் மறுத்துவிட்டதையும் பெரியாரே பன்முறை எழுதியிருக்கிறார். பெரியார் வைக்கத்திற்குப் புறப்படும் தறுவாயில் 13 ஏப்ரல் 1924 தேதியிட்டு ஈரோட்டிலிருந்து வெளியிட்டது கீழ்க்காணும் அறிக்கை. அவ்வறிக்கையைத் தமிழ்நாட்டில் நிலவிவரும் சர்ச்சைகளைப் பொருட்படுத்தி இங்கு முழுமையாகத் தரவேண்டியுள்ளது.

"சத்தியாகிரகி குரூர் நீலகண்ட நம்பூதிரி ஏப்ரல் நான்காம் தேதி அனுப்பிய தந்தியில் பெரியாரை உடனே புறப்பட்டு வைக்கம் வரும்படி கேட்டுக்கொண்டார். குளித்தலை மாநாட்டுக்குச் செல்ல வேண்டியிருந்ததால், கட்டாயம் நான் அங்கு வந்துதான் தீரவேண்டுமா என்று பெரியார் பதில் தந்தி அனுப்பி வைத்தார். பின்னர் விரிவாக கடிதமும் எழுதினார். ஜார்ஜ் ஜோசப் ஏப்ரல் 6ஆம் தேதி கடிதம் எழுதி பெரியாரைப் போராட்டத்திற்கு அழைத்தார். பெரியார் மீண்டும் தான் கட்டாயம் வரத்தான் வேண்டுமா என்று கேட்டுப் பதில் அனுப்பினார். நீலகண்டன் நம்பூதிரி 12ஆம் தேதி மீண்டும் இன்றைக்கு தந்தி மூலம் பெரியார் வந்து தான் தீர வேண்டும் என்று கேட்டுக்கொண்டார். வைக்கம் சத்தியாகிரக நிலைமை பற்றி திங்கள் கிழமை ஒரு ஆலோசனைக் கூட்டம் கூடுவதாக அதில் தெரிவித்திருந்தார். இவர்கள் இருவர் தவிர, இன்னொரு சத்தியாகிரகியான டி.ஆர். கிருஷ்ணசாமி ஐயர் பெரியார் அங்கிருக்க வேண்டியது அவசியமாகி விட்டது, ஜார்ஜ ஜோசப்பும் கைதாகிவிட்டார் என்று தந்தி அனுப்பினார். தாம் கொச்சியில் காந்திருப்பதாகவும் அவர் எழுதினார். இதையடுத்து பெரியார் தான் 13ஆம் தேதி அதாவது இன்று மெயிலில் புறப்படுவதாகக் கூறி நீலகண்டர் நம்பூதிரியைத் திருச்சூரில் தன்னைச் சந்திக்கும்படி தந்தி கொடுத்தார். இந்தச் சூழலில் 7 மணிக்கு இன்னொரு தந்தி வைக்கத்திலிருந்து வந்தது. அந்தத் தந்திச் செய்தியின் விவரம் வருமாறு:

"வைக்கத்தின் நிலைமை பயங்கரமாக இருக்கிறது. தலைவர்கள் அனைவரும் கைதாகிவிட்டனர். 18 சத்தியாகிரகிகள் உண்ணாவிரதம் இருக்கிறார்கள். நானும் வைக்கம் புறப்படுகிறேன்.

உடனே கைது செய்யப்படுவேன். இயக்கத்திற்குத் தலைமை தாங்கி நடத்துங்கள். தந்தி மூலம் யோசனை கூறவும்." இந்தத் தந்தி சத்தியாகிரகியிடமிருந்து வந்ததே தவிர, யார் அனுப்பிய தந்தி எனத் தெரியவில்லை.

இதற்குப் பிறகு நான் புறப்பட்டே ஆக வேண்டிய நிலைமை ஏற்பட்டுவிட்டது என்று எழுதிய பெரியார், தானே வலுவில் விரும்பி வைக்கத்திற்கும் புறப்பட்டுப் போகவில்லை; அங்கிருந்த நிலைமையையும் அங்கிருந்து வந்த அழைப்புகளுமே தன்னை அங்குக் கொண்டு சென்றது என்பதை மேற்கண்ட விவரங்களைக் சொன்னதன் மூலம் தெளிவுபடுத்தினார்.

தமிழ்நாட்டில் தான் செய்யவேண்டிய வேலை அதிக மிருக்கிறது ஒன்றுமில்லாத கதர் வேலைக்கே பல தடைகள் இருக்கும்போது, இயக்கத்திற்கு இருக்கும் வைக்கத்தில் பல கஷ்டங்கள் இருக்கும் என்று தனக்குத் தெரியும் இருந்தாலும் கேரளத்திலிருந்து வந்த கட்டளையை மீறி நடக்க விரும்பவில்லை. நெருக்கடி உருவாகிவிட்டது. அடக்குமுறை ஓங்கி இருக்கிறது. ஜார்ஜ் ஜோசப் உள்பட பலர் கைதாகிவிட்டனர். அதனால் தான் புறப்பட்டுவிட்டேன். நானும் கைது செய்யப்படலாம். அது ஒரு பெரிய காரியமல்ல என்று அறிக்கை விடுத்தார் பெரியார்.

தமிழ்நாட்டுத் தலைவர்களும் தொண்டர்களும் வைக்கத்திற்கு வாருங்கள், இயலாதவர்கள் பண உதவி செய்யுங்கள். தீண்டாமையை ஒழிக்கப் பலரும் விரும்புவதாகக் கடிதம் எழுதியுள்ளனர். இது ஒரு நல்ல வாய்ப்பு. உன்னத லட்சியத்திற்கு உழைக்க வாருங்கள் என்று பெரியார் தமிழ்நாட்டினருக்கான அழைப்பையும் அந்த அறிக்கையில் விடுத்திருந்தார். (*சுதேசமித்திரன்,* 15 ஏப்ரல் 1924; *தி இந்து*, 15 ஏப்ரல் 1924; *பெரியார் சிந்தனைகள் திருத்தப்பட்ட பதிப்பு, முதல்வரிசை பக். 73–74*. இத்தொகுப்பு நூலில் *சுதேசமித்திரன்* இதழின் தேதி 16 ஏப்ரல் 1924 என உள்ளது).

ஏப்ரல் 13 இரவு கொச்சியில் காங்கிரசுக்காரர்களுடன் இணைந்து வைக்கம் இயக்கத்தைப் பலமாக்குவது பற்றி ஆலோசனை நடந்தது. ராமுன்னி மேனன், நீலகண்டன் நம்பூதிரிபாடு, மதுராதாஸ் புருஷோத்தம், ஈ.வி. இராமசாமி நாயக்கர், டி.ஆர். கிருஷ்ணசாமி ஐயர் முதலியவர்கள் வைக்கம் நிலைமை குறித்து ஆலோசித்தனர். தீண்டாமை விலக்கு காரியாலயம் கொச்சியில் டி.ஆர். கிருஷ்ணசாமி ஐயர் மேற்பார்வையில் இயங்கட்டும் என முடிவு செய்தனர். கூட்டம் முடிந்த பிறகு ஈ.வி. இராமசாமி நாயக்கர் வைக்கத்திற்குப் புறப்பட்டுச் சென்றார் (*நவசக்தி, 18 ஏப்ரல் 1924*).

14 ஏப்ரல்

இன்று மாலையில் வைக்கம் கடற்கரையில் பொதுக்கூட்டம் ஒன்று நடைபெற்றது. இனி இயக்கத்திற்கு சாத்துக்குட்டி நாயர் தலைமை வகிக்க வேண்டுமென அதில் முடிவு செய்யப்பட்டது (*சுதேசமித்திரன், 15 ஏப்ரல் 1924*). (கடற்கரை என்று குறிப்பிடப்பட்டிருப்பது அச்சுப் பிழையோ! வைக்கத்தில் ஏது கடல். ஆற்றங்கரையைக் கடற்கரை என அழைக்கும் மரபு உண்டோ?).

காங்கிரசின் தலைவரான பெரியாரைப் போலவே காங்கிரசின் மற்ற தலைவர்களான வரதராஜுலு நாயுடுவும் எஸ். சீனிவாச ஐயங்காரும் வைக்கம் போராட்டத்தில் இச்சமயத்தில் தத்தம் போக்கில் வெவ்வேறு அளவில் பங்கேற்றனர். தலைவரும் *தமிழ்நாடு* பத்திரிகையின் ஆசிரியருமான வரதராஜுலு நாயுடு வைக்கத்திற்குக் கீழ்க்காணும் தந்தியை அனுப்பினார்.

"வைக்கத்தில் நடக்கும் சம்பவங்களை அடிக்கடி தெரிவியுங்கள். பலர் அங்கு வரத் தயாராக இருக்கிறார்கள். *தமிழ்நாடு* ஆபீஸைச் சேர்ந்த சேலம் சொக்கலிங்கம் பிள்ளை இன்று வைக்கத்திற்குப் புறப்படுகிறார். பிரபல வியாபாரிகள், கனவான்கள், மிராசுதார்கள், சத்தியாகிரகத்தில் சேர ஆவலுடன் இருக்கிறார்கள். டாக்டர் வரதராஜுலுவின் பங்களா தமிழ்நாடு தலைவர்கள், தொண்டர்கள் முதலானவர்கள் வந்து சாப்பிட்டுத் தங்கி விட்டுப்போக காலியாகவிருக்கிறது" (*சுதேசமித்திரன், 15 ஏப்ரல் 1924*).

வைக்கம் நிலைமையைக் கண்டறிய எஸ். சீனிவாச ஐயங்கார் சென்னையிலிருந்து (15 ஏப்ரல் 1924) மாலை வைக்கத்திற்குப் புறப்பட்டார், கோவையிலிருந்து அ. அய்யாமுத்து கவுண்டர் சத்தியாகிரகத்தில் கலந்துகொள்ள (14 ஏப்ரல் 1924) புறப்பட்டார். அகில இந்திய தலைவரான சுவாமி சிரத்தானந்தர், "பாடியாலாவிலிருந்து இப்பொழுதுதான் திரும்பினேன். (1924 ஏப்ரல்) 24ஆம் தேதி வரை தீண்டாமை சம்பந்தமாக அதிக வேலை செய்ய வேண்டியிருக்கிறது. (1924 ஏப்ரல்) 25ஆம் தேதி புறப்பட்டு வழியில் மகாத்மாவுடன் கலந்து பேசிவிட்டு பம்பாய் வழியாக வந்து சேருகின்றேன்" என்று தில்லியிலிருந்து வைக்கத்திற்குச் செய்தி அனுப்பினார் (*சுதேசமித்திரன், 15 ஏப்ரல் 1924*).

வைக்கம் சத்தியாகிரகத்திற்கு வெளியிலிருந்து தலைவர்களும் தொண்டர்களும் செல்வது குறித்துத் தமிழ்நாட்டு காங்கிரஸ் தலைவரும், காந்திக்கு நெருக்கமானவருமான இராஜாஜிக்கு

உடன்பாடான கருத்து இல்லை என்பது பின் விவரிக்க இருக்கும் சம்பவத்தால் தெரிய வருகிறது. ஜார்ஜ் ஜோசப் காந்திக்கும் பெரியாருக்கும் வைக்கத்துக்குத் தலைவர்களை அனுப்பிவையுங்கள் என எழுதியது போலவே இராஜாஜிக்கும் எழுதியிருக்கிறார். அதற்கான இராஜாஜியின் எதிர்வினை ஜார்ஜ் ஜோசப்புக்கு உவப்பாக இல்லை. இது குறித்து தமிழ்நாடு ஆசிரியருக்கு ஜார்ஜ் ஜோசப் எழுதி, நாகர்கோயில் வட்டாரத்திலிருந்து தலைவர்களையும் தொண்டர்களையும் சேர்க்க விரும்பியது தெரிகிறது. இதன் தொடர்பில் வெளியான பத்திரிகைச் செய்திகள் இராஜாஜியின் அப்போதைய மனநிலையையும் கருத்துநிலையையும் காட்டுகின்றன.

9 ஏப்ரல் 1924 தேதியிட்டு ஜார்ஜ் ஜோசப் எழுதி தமிழ்நாடு பத்திரிகையில் (13 ஏப்ரல் 1924) வெளிவந்த கடிதம் கீழ்வருவது.

"பொது ரஸ்தாக்களில் தங்களுக்கான உரிமைக்காகத் தீண்டாத வகுப்பினர் செய்து வருகிற சத்தியாகிரக வேலை தொடர்பாக நான் இங்கே (வைக்கத்தில்) இருந்துவருகிறேன் என்பதைத் தாங்கள் அறிந்திருக்கலாம். கஷ்டமில்லாமல் ஒழுங்காக இயக்கம் நடைபெற்று வருகிறது. முடிவில் வெற்றி ஏற்படுமென்பதில் எனக்கு ஒரு சந்தேகமுமில்லை.

"ஸி. ராஜகோபாலாச்சாரியாருக்கு இது விஷயமாக நான் எழுதியிருந்தேன். அதற்குப் பதிலாக அவரிடமிருந்து ஒரு வேடிக்கையான தந்தி கிடைத்தது. 'நான் ஒத்துக்கொள்ள முடியாது. விவரமான கடிதம் எழுதியிருக்கிறேன். அதுவரை பொறுக்கவும்' என்பதுதான் அத்தந்தி. விவரமான கடிதம் இன்னும் கிடைக்கவில்லை. கடிதத்தில் என்ன எழுதியிருந்தபோதிலும் சரி எக்காரணத்தை முன்னிட்டும் இந்த இயக்கத்திலிருந்து விலகிக்கொள்ள முடியாது. கோரிக்கை நியாயமானது; முறை தெளிவானது; தவிர உத்தமமான பலரை உள்ளே அனுப்பி விட்டோம். இனி ஒரு நிமிஷ நேரங்கூட நிறுத்தி வைக்க முடியாது.

"இந்த விஷயத்தைப் பற்றி தயவுசெய்து தமிழ்நாடு பத்திரிகையில் தாங்கள் எழுதுவீர்களா? தொண்டர்களுக்கும், அவர்களின் உரிமையையும் அதன் அவசியத்தையும் பற்றி பத்திரிகையில் எழுத வேண்டுகிறேன். ஏனெனில் தங்கள் பத்திரிகைக்கு நாகர்கோயில் முதலிய இடங்களில் நல்ல செல்வாக்கு இருக்கின்றது. இது விஷயத்தில் அரைமனதாக எதுவும் சொல்லாமல் இருக்க வேண்டாம். தற்சமயம் தாங்கள் இங்கு வருவதற்கும் கஷ்டமாக இருக்கலாம்; ஆனால் இங்கு வர சாவகாசப்பட்டால் மிகுந்த திருப்தியாக இருக்கும்.

"இங்கு நடக்கும் வேலைக்காகக் கொஞ்சம் பணம் அனுப்புங்கள்" (மறுவெளியீடு, *சுதேசமித்திரன்*, 15 ஏப்ரல் 1924).

இக்கடிதம், பத்திரிகையில் வெளியானது பற்றி அதிருப்தி அடைந்த இராஜாஜி, சுதேசமித்திரனுக்கு ஒரு குறிப்பு அனுப்பினார்.

"ஜார்ஜ் ஜோசப், டாக்டர் நாயுடுவுக்கு அனுப்பியிருக்கும் கடிதம் *தமிழ்நாடு* பத்திரிகையில் பிரசுரமாகியிருக்கிறது. அதில் வைக்கம் சத்தியாகிரகப் போராட்டம் சம்பந்தமாக எனக்கும் அவருக்கும் நடந்த கடிதப் போக்குவரத்துகளைப் பற்றிய சமாச்சாரம் காணப்படுகின்றது. இந்தக் கடிதம் எல்லாப் பத்திரிகைகளுக்கும் பிரசுரம் செய்யப்படுவதற்காக அஸோஸியேட் பிரசுக்கு அனுப்பப்பட்டிருப்பதாகவும் எனக்குத் தெரிகிறது. கடிதம் எழுதுகிறவர் சிறையிலிருந்து தனிப்பட்ட ஹோதாவில் எழுதிய கடிதத்தைப் பத்திரிகையில் பிரசுரம் செய்வதும் அதுவும் அவருடைய அனுமதியின்றி பிரசுரம் செய்வதும் ஒழுங்கீனமாகும். ஜார்ஜ் ஜோசப் எனக்கு எழுதிய கடிதமோ அல்லது நான் அவருக்கு அளித்த பதிலோ என்னவென்பதைக் குறிப்பிடாமலேயே ஒருவர் அனுப்பிய விவரங்களைப் பிரசுரம் செய்வதால் தப்பு அபிப்பிராயம் ஏற்படுவதோடு கடைசியில் விஷமத்தனமாகவும் முடியும்" (*சுதேசமித்திரன்*, 15 ஏப்ரல் 1924).

பொதுவான அதிருப்தியை வெளியிட்ட இராஜாஜி அப்போதும் அதன் உள்விவரங்களை வெளியிடவில்லை. இரண்டு நாள்கள் கழிந்த பின்பே இராஜாஜி ஜார்ஜ் ஜோசப்புக்கு தான் எழுதிய கடிதத்தை வெளியிட்டார். அப்போதும் தனக்கு ஜார்ஜ ஜோசப் எழுதிய கடிதத்தை வெளியிடவில்லை. இராஜாஜியின் குறிப்பும் கடிதமும் பின்வருமாறு.

"வைக்கம் சத்தியாகிரகம் சம்பந்தமாக நான், ஜார்ஜ ஜோசப்புக்குத் தந்தி அனுப்பிய தினமாகிய (1924 ஏப்ரல்) 3ஆம் தேதியே அவருக்கு நான் அனுப்பும்படி சுருக்கெழுத்துக்காரருக்குச் சொல்லியதை அவர் எழுதிக்கொண்ட குறிப்பானது இப்பொழுது குப்பையிலிருந்து அகப்பட்டிருக்கிறது. வைக்கத்திலிருந்து (1924 ஏப்ரல்) 9ஆம் தேதி ஜார்ஜ ஜோசப் டாக்டர் வரதராஜுலு நாயுடுவுக்கு எழுதியபோது என்னுடைய தந்திதான் அவருக்குக் கிடைத்திருக்கும்; கடிதம் கிடைத்திராது. என்னுடைய சம்பந்தமில்லாத ஒரு இயக்கமானது நெருக்கடியான நிலைமைக்கு வந்திருக்கையில் அதன் குணாகுணங்களைப் பற்றி பகிரங்கமாக எதையும் சொல்ல நான் விரும்பவில்லை. என்னுடைய தந்தியைக் குறிப்பிட்டு ஜோசப் எழுதிய கடிதத்தை அனுமதியின்றி டாக்டர்

நாயுடு பிரசுரம் செய்துவிட்டதன் பலனாகத் தப்பெண்ணம் ஏற்பட்டிருப்பதால், நான் எழுதிய கடிதத்தைப் பிரசுரித்து விடுவது உசிதம் என்று நான் நினைக்கிறேன்." இவ்வாறு குறிப்பிட்டு, 3 ஏப்ரல் 1924 என்ற தேதியிட்டு சேலத்திலிருந்து எழுதப்பட்ட கடிதத்தை வெளியிட்டார். அது பின்வருமாறு.

"இங்கிருந்து வரும் முக்கியஸ்தர்களான ஊழியர்களைத் திருவாங்கூர் சத்தியாகிரக இயக்கத்திற்குத் தள்ளிவிட வேண்டுமென்பதை நான் ஒப்புக்கொள்ள முடியாது. தீண்டாமையை ஒழிக்க வேண்டியது முக்கியம்தான், ஆனால் வைக்கம் ரஸ்தாவில் உங்களுடைய இயக்கம் வெற்றியடைவதன் பலனாகத் தாழ்ந்த வகுப்பினர் செல்ல அனுமதிக்கப்படுவதால் தீண்டாமைப் பிரச்சனை தீர்ந்துவிடும் என்று நான் நினைக்கவில்லை. தீண்டாமை விஷயத்தில் பல சங்கடங்கள் இருந்து வருகின்றன. வைக்கத்தில் இந்த ரஸ்தாவைத் திறந்துவிட்டாலும் மற்ற இடங்களிலும் திறந்துவிடவேண்டும் என்பதில்லை. அந்தப் பிரதேசத்திலுள்ள சில இடங்களில் தீண்டாமையை மூர்த்தண்யமாக வற்புறுத்தும் சமூகத்தினர் மீது உங்களுடைய இயக்கம் நடத்தப்பட்டால், அதனால் பொதுவான பலன் ஏற்படக்கூடும். ஆனால், திருவாங்கூர் அரசாங்கத்தார் மீது இந்த இயக்கத்தை நடத்துவதால் பிரயோஜனமேற்படாது. இதர துறைகளில் வேலை செய்துவரும் முக்கியஸ்தர்களை இந்த வேலைக்கு இழுத்துக்கொள்வதும் சரியன்று. திருவாங்கூர் அரசாங்கத்தார் ரஸ்தாக்களில் தீண்டாதாரைஅனுமதிக்காததற்காக நீங்களும், இக்னேஷியஸ், கே.எஸ். சுப்பிரமணியம், வரதாச்சாரி, ராமசாமி நாயக்கர் முதலியவர்களும் ஒரு வருஷம் சிறையில் அடைபடுவதால் என்ன பிரயோஜனம்? (அவர்களை அனுப்பும்படி ஜோசப் கேட்டிருந்தார்). [இவர்களில் இக்னேஷியஸ், பெரியாரைத் தவிர மற்ற இருவரும் வைக்கம் போனதாகத் தெரியவில்லை. என்ன பிரயோஜனம் என்று இராஜாஜியைப் போலவே நினைத்திருக்கலாம்]. கோயில்களுக்குக் கூட அவர் (தீண்டாதார்) செல்லப்போவதில்லை. அடுத்த ஆறுமாத காலத்திற்குள் இந்த விஷயம் பைசலாகி விடும் என்றும் தோன்றவில்லை. அப்படியிருக்க நீங்கள் விரும்புகிறபடி முக்கியஸ்தர்களை அங்கு அனுப்பிவிட்டால் இங்கு கதர் வேலையையே நிறுத்திவிட வேண்டிவரும். உங்களுடைய யோசனை புத்திசாலித்தனமானதாக இருக்கவில்லை. ...

"வேறு வேலையை விட்டுவிட்டு வரவேண்டியவர்களைத் தவிர வேறு மனிதர்கள் உங்களுக்கு அகப்படுவார்களானால்

உங்களுடைய இயக்கம் வெற்றிபெற வேண்டுமென்று நான் விரும்புகிறேன். திருவாங்கூரிலும் கேரளத்திலும் இதர வேலைகள் நடைபெறாததால் வேண்டிய மனிதர்கள் அகப்படுவார்கள் என்று நான் நினைக்கிறேன்.

"இந்த இயக்கம் சம்பந்தமாக, முன்ஜாக்கிரதையுள்ள சத்தியாகிரகிகள் கவனிக்க வேண்டிய, வேறு பல அம்சங்களும் இருக்கின்றன. உங்களுடைய இயக்கமானது அரசாங்கத்தாருக்கு அல்லல் விளைவிக்க உத்தேசிக்கப்பட்டதன்று; ஜனங்களுடைய மனோபாவம் மாறுதலடைய வேண்டும் என்பதே உங்களுடைய கோரிக்கை. ஆகவே சத்தியாகிரக இயக்கத்தை ஆரம்பிப்பதற்குப் பூர்வாங்கமாகவுள்ள கடுமையான நிபந்தனைகளைப் பூர்த்தி செய்யாவிடில் பலன் கிடைக்காது. நான் கடிதம் எழுதுவதற்குப் பதிலாகத் தந்தி கொடுத்திருக்க வேண்டும். ஆனால் சுருக்கமான தந்தியால் தப்பெண்ணம் ஏற்படக்கூடும். ஆகவே இந்தக் கடிதத்தை எழுதியிருக்கிறேன்" (*சுதேசமித்திரன்*, 17 ஏப்ரல் 1924).

கடிதத்திற்குப் பதிலாகத் தந்தி கொடுத்திருக்க வேண்டும் என்று கருதிய இராஜாஜி தந்தியை முதலில் அனுப்பி கடிதத்தைப் பின் அனுப்பினார். அவர் எதிர்பார்த்தது போலவே "தப்பெண்ணம்" ஏற்பட்டுவிட்டது. உண்மையில், சமஸ்தான அரசாங்க நடவடிக்கைகளுக்கு எதிராக எதையும் செய்ய வேண்டாம் என்ற காங்கிரசின் கொள்கை அடிப்படையிலேயே இராஜாஜியின் கடித வரிகள் அமைந்துள்ளதைப் புரிந்துகொள்ளலாம். ஆனாலும் தீண்டாமை, சமூக சமத்துவம் ஆகியவை இரண்டாம் பட்சமாகவே இராஜாஜிக்கு இருந்திருக்கின்றன. இதற்கான காரணங்களைப் புரிந்துகொள்ள தமிழ்நாட்டவர்களால் முடியும். தமிழ்நாட்டிலிருந்து தலைவர்கள் செல்லவில்லையானால் இயக்கம் எப்படி நடைபெற முடியும்? "சென்னை மாகாணத்தார் இயக்கம் நின்றுவிடாமல் பார்த்துக்கொள்வார்கள்" என்ற காந்தியின் எண்ணம் எப்படி ஈடேறும்? எனினும் தமிழ்நாட்டிலிருந்து தலைவர்களோ ஊழியர்களோ செல்லுவதில் இராஜாஜிக்குச் சம்மதமில்லை என்று பொதுவாகப் புரிந்துகொள்ளலாம்.

சென்னை, தூத்துக்குடி முதலிய தமிழ்நாட்டின் பல பகுதிகளில் பரப்புரைக் கூட்டங்கள் நடத்தப்பட்டன. ஆதரவுத் தீர்மானங்களும் பணமும் அனுப்பி வைக்கப்பட்டன. 10 ஏப்ரல் 1924 அன்று சென்னை திலகர் கட்டத்தில் (இன்றைய கண்ணகி சிலை பின்புறம்) நடந்த கூட்டத்தில், தீண்டாதவர்கள் பொது ரஸ்தாக்களில் செல்லுவதற்கு அனுமதி தரவேண்டும் என்று திருவாங்கூர் மகாராஜாவைக் கேட்டுக்கொள்ளும் தீர்மானம் நிறைவேற்றப்பட்டது. ஜார்ஜ் ஜோசப்புக்கு சத்தியாகிரகிகளின்

கைதை ஆசீர்வதித்து ஒரு தந்தியும் கொடுக்கப்பட்டது (சுதேசமித்திரன், 15 ஏப்ரல் 1924). தூத்துக்குடியில் நடந்த பொதுக்கூட்டத்தில் சத்தியாகிரகம் விரிவாகப் பேசப்பட்டு, ரூ. 26 வரை வசூல் செய்து அனுப்ப ஏற்பாடானது (சுதேசமித்திரன், 15 ஏப்ரல் 1924).

வைக்கத்தில் ஏற்பட்ட நெருக்கடியான நிலைமைக்கு தமிழ்நாட்டினரின் முதல் எதிர்வினை இவ்வாறிருந்தது. கேரளத்தின் நிலைமையும் அவ்வாறாகவே இருந்தது. கேரளத் தலைவரும் அப்போது அமிர்தசரசில் காங்கிரசின் வேலையைக் கவனித்துவந்தவருமான காவாளம் மாதவன் பணிக்கருக்கு காந்தி அனுப்பிய கடிதம், பணிக்கர் மூலம் சுதேசமித்திரனில் வெளியானது.

"வைக்கம் கோயிலைப் பற்றி தாங்கள் சொல்வதை நான் தெரிந்துகொண்டேன். ஒருவிதமாகவும் அபிப்பிராயம் வெளியிடாமல் கடிதம் எழுதியிருப்பதை நீங்கள் பார்த்திருக்கலாம். காரியங்கள் வெகு தீவிரமாக நடந்துவிட்டன. அவைகளை நான் கவனித்தும் வந்தேன். திருவாங்கூரில் ஆரம்பிக்கப்பட்டுள்ள இயக்கம் மிக முக்கியமானதென நீங்கள் அபிப்பிராயப்படுவதை நான் அங்கீகரிக்கிறேன். கடைசி வரையில் போராட்டத்தை நடத்தி முடிக்கப் போதிய தொண்டர்கள் வேண்டுமென்பதே என் கோரிக்கை" (சுதேசமித்திரன், 15 ஏப்ரல் 1924).

இக்கடிதத்தில் காந்தி இரண்டு விஷயங்களைப் பேசுகிறார். முதலாவது பணிக்கர் வைக்கம் கோயில் பற்றிச் சொன்னதும், அது பற்றிய காந்தியின் எதிர்வினையும். இரண்டாவது வைக்கம் போராட்டம் பற்றியது. முதலாவது விஷயம் பூடகமாகவுள்ளது. அது அனேகமாக, வைக்கம் கோயில் இந்துக்களுடையது. அதில் 'ஜார்ஜ் ஜோசப்' என்ற கிறித்தவர் கலந்துகொள்வது பற்றிய அதிருப்தியாகவிருக்கலாம். பணிக்கரின் சுயசரிதையின் தமிழாக்கத்தில் இது பற்றிய விவரம் இருக்கிறதா எனத் தேடினேன். இராஜதந்திரியான பணிக்கர் அதில் அதைப் பற்றி எதுவும் எழுதவில்லை.

சாலைப் பயன்பாடு: நீதிமன்றக் கருத்து

சென்னையின் தமிழ்ப் பத்திரிகை சுதேசமித்திரன் சத்தியாகிரகிகளின் கோரிக்கைகளுக்கு இணக்கமாக இருக்க, ஆங்கில இதழான தி மெட்ராஸ் மெயில் தீண்டாதவர்களின் கோரிக்கையை நிர்மூலமாக்கும் விதத்தில் திருவாங்கூர் சாலைச் சட்டங்கள், உயர்நீதிமன்றத்தின் பழைய தீர்ப்புகள் ஆகியவற்றை விரிவாகவும் வைதிகர்களுக்கு ஆதரவாகவும் வெளியிட்டுவந்தது.

1859இல் (அதாவது காந்தி பிறப்பதற்கு 10 ஆண்டுகளுக்கு முன்பு) சென்னை அரசாங்கம் ஒரு சட்டம் கொண்டு வந்தது. அனைத்து நகரங்களின் பொதுநெடுஞ்சாலைகளும் எந்த ஒரு குறிப்பிட்ட சாதியினரின் சொந்தம் அல்ல. அது முழுச் சமூகத்திற்குமானது. ஒரு மனிதன் அவன் எந்தச் சாதியாக இருந்தாலும் அதை முழுமையாகப் பயன்படுத்த உரிமை உண்டு, அவன் மற்றவரைத் தடை செய்யவோ தொந்திரவோ செய்யாதிருக்கும் பட்சத்தில். இந்த உரிமையைப் பெறுவதில் அவன் ஆதரிக்கப்பட வேண்டும் என்பது அச்சட்டம்.

சென்னை அரசாங்கத்தின் இந்தச் சட்டத்தை அடியொற்றி, திருவாங்கூர் அரசாங்கமும் 1870ஆம் ஆண்டு 1243 எண் கொண்ட ஆணையை வெளியிட்டது. சாதி, இன வேறுபாடுகளின்றி அனைத்துப் பொது அலுவலகங்களிலும் எல்லோரும் அனுமதிக்கப்பட வேண்டும் என்று அந்த ஆணை மூலம் பேஷ்கார்கள் (மாவட்ட அலுவலர்கள்) அறிவுறுத்தப்பட்டார்கள். 14 ஆண்டுகளுக்குப் பிறகு 1884 ஜூலை 21 ஆம் தேதிய சுற்றறிக்கையில் இவ்வனுமதி மீண்டும் வலியுறுத்தப்பட்டது. இந்த அரசாணைகளில் பொதுச்சாலைகளின் பயன்பாடு பற்றிக் குறிக்கப்பட்டிருந்தது.

திருவாங்கூர் அரசாங்கத்தின் கொள்கையானது 1870 முதல் 1924 வரை பொது அலுவலகங்களையும் சாலைகளையும் மகாராஜாவின் குடிகளுக்குப் பொதுவாக, சாதி, இன வேறுபாடுகளின்றி இருக்க வேண்டும் என்பதாகவே இருந்தது என்று இதன் மூலம் தெரிகிறது. அரசு அளித்த இந்த உரிமையில் குறுக்கிடுவது என்பது அரசு ஊழியரின் தீவிரமான கெட்ட நடத்தையாகக் கருதப்படும் மேலும் அரசின் அதிருப்திக்கும் உரியதாகும். இப்படியெல்லாம் அந்த அறிவுறுத்தல்கள் இருந்தன.

ஆனால் திருவாங்கூரில் பொதுச்சாலை (public road) எது என்பதை வரையறுப்பதில் ஒரு சிரமம் தோன்றியது. இந்தப் பிரச்சனை திருவாங்கூர் உயர்நீதிமன்றத்திற்குச் சென்றது. பரவூர் ரோமோ—சிரியன் தேவாலய அறங்காவலர் மற்றும் பாதுகாவலர்களால் தொடுக்கப்பட்ட (ஏ.எல். எண் 77 மற்றும் 78 / 1886) வழக்கில் தன் கருத்தை உயர்நீதிமன்றம் வெளியிட்டது. திருவாங்கூர் வீதிகளில் நடப்பவர் யார் என்பதைப் பற்றிய கருத்தைச் சட்டபூர்வமாகக் கூறப்பட்டதாக இந்த நீதிமன்றத் தீர்ப்பைக் கருதலாம். தலைமை நீதிபதி திவான் பகதூர் கே. கிருஷ்ணசாமி ராவ், நீதிபதிகள் ஏ. சீதாராமையர், டபிள்யூ. ஈ. ஆர்ம்ஸ்பை, நாராயண பிள்ளை, டி. குன்ஹி ராமன் நாயர்,

பியுஸன் ஆகியோர் கொண்ட குழு இவ்வழக்கு குறித்து தீர்ப்பிட்டது.

தலைமை நீதிபதி கே. கிருஷ்ணசாமி ராவ், ராஜ வீதிக்கும் கிராம வீதிக்கும் வித்தியாசம் உள்ளது என்று குறிப்பிட்டார். பொதுவழிகள் தவிர, மற்ற வழிகளின் பயன்பாட்டை உள்ளூர் பயன்பாடும் வழக்கமுமே முறைப்படுத்துகிறது என்றார். கோயிலின் நான்கு பக்கங்களிலும் உள்ள தெருக்களில்தான் காலங்காலமாக சுவாமி ஊர்வலம் வழமையாக நடக்கின்றது. இந்தத் தெருக்களில் சமூகத்தின் குறிப்பிட்ட பகுதியினர் மட்டுமே வாழ்வர். உள்ளூர் பழக்கம் அடிப்படையில் அந்தச் சாலைகளின் பயன்பாடு இருப்பதைக் காரணமற்றது என்று சொல்லிவிட முடியாது என்பது அவர் கருத்து.

அடுத்த நீதிபதி ஆர்ம்ஸ்பை, இந்த வேறுபாட்டை நாம் அங்கீகரிக்க வேண்டும் என்று ஒரு உதாரணம் மூலம் விளக்கினார். திருவனந்தபுரம் கோட்டையில் சாலைகள் இருக்கின்றன. இதன் சொத்துரிமை அரசாங்கத்திடம்தான் உள்ளது. எப்போதும், எந்தக் காரணத்துக்காகவும் இந்தச் சாலைகள் எல்லா வகுப்பினருக்கும் திறந்துவிடப்பட்ட சாலைகள் அல்ல. இவ்வழக்கம் எந்தச் சட்டத்தாலும் தடுக்கப்படவில்லை என்பது இந்த நீதிபதியின் கருத்து.

குன்ஹிராமன் நாயர், பொதுச்சாலைகள் தவிர மற்ற சாலைகள் குறிப்பாக, கிராம வீதிகளைப் பொருத்தவரை, வழக்கத்தை ஒட்டியே அவை பயன்படுத்தப்பட வேண்டும் என்ற கருத்துடையவனாகவே இருக்கிறேன் என்றார். கிராம வீதியின் இரு பக்கங்களிலும் வசிப்போர் அப்பகுதியில் வசிக்கும் பெரும்பான்மையோரின் மத நம்பிக்கைகள், உணர்வுகள் புண்படாமல் வழக்கத்தை ஒட்டி பயன்படுத்த வேண்டும் என்றார். சீதாராமையரும், ராஜாவின் நெடுஞ்சாலைக்கும் பொதுவழி (அ) கிராம வீதிக்கும் வித்தியாசம் இருப்பதாகவே தெரிகிறது. முன்னது (ராஜாவின் நெடுஞ்சாலை, ராஜ பாதை) மகாராஜாவின் அனைத்து பிரஜைகளுக்கும் பொதுவானது; பின்னது எல்லாக் குடிகளுக்கும் பொதுவானது அல்ல. சமூகத்தின் குறிப்பிட்ட பகுதியினருக்கானது என்றார். சாதி இந்துக்களின் வீடுகளுக்கு அருகில் செல்லும் நெடுஞ்சாலைகளைப் புலையர், பறையர் என்ற சாதி இந்துக்கள் அல்லாதவர்கள் எக்காரணம் கொண்டும் பயன்படுத்த அனுமதிக்க முடியாது என்றார் நீதிபதி நாராயண பிள்ளை.

இங்ஙனம் உயர்நீதிமன்றத்தின் இந்துவல்லாத நீதிபதிகள் உட்பட ஐந்து நீதிபதிகளும் தீண்டாதவர்களுக்குக் குறிப்பிட்ட

சாலைகளில் சஞ்சார சுதந்திரம் இல்லை என்கிற ஒரே முடிவுக்கே வந்தனர்.

இந்த அடிப்படையில் வைக்கம் கோயிலைச் சுற்றியுள்ள தடைசெய்யப்பட்ட சாலைகள் மகாராஜாவின் குடிகள் அனைவருக்கும் திறந்துவிடப்பட்ட சாலைகள் அல்ல என்பதில் எந்தச் சந்தேகமும் இல்லை. அச்சாலைகள் எந்தப் பொதுஇடத்திற்கோ, அலுவலகத்திற்கோ, சந்தைக்கோ செல்லவில்லை. கோயில் சாலைகளை நோக்கியே செல்கின்றன என்று *தி மெட்ராஸ் மெயில்* எழுதியது. மேலும் கோயில் சாதி இந்துக்களால் நிருவகிக்கப்பட்டு வருகிறது. அரசாங்கம் மோசமான நிருவாகத்தைக் காரணம் காட்டி, ஒரு குறிப்பிட்ட ஆண்டில் கைக்கொண்டாலும், அது ஒரு வெறும் அறங்காவலராகச் செயல்படுகிறதே ஒழிய உரிமையாளராக அல்ல. இப்போதுவரை காரக்காரர் (அ) கிராமத்தார் – பிராமணர் – நாயர்களால் – தோற்றுவிக்கப்பட்டு அறக்கட்டளையாகி அவர்களால் செலவு செய்யப்பட்டு வரும் நிறுவனமாகவே கோயில் இருக்கிறது. உரிமையாளர் என்ற வகையில் அரசுக்கு எந்த அதிகாரமும் இல்லை. பொதுஅலுவலகம், மருத்துவமனை, காவல் நிலையம், ஆங்கிலப் பள்ளி எல்லாமே இந்த நெருங்கு சாலைகளுக்கு வெளியேதான் அமைந்துள்ளன. எனவே மக்கள் இந்தச் சாலைகளைப் பயன்படுத்தாமலேயே அவற்றை அடைய முடியும் என்று அப்பத்திரிகை எழுதியது (*தேர்ந்தெடுக்கப்பட்ட வைக்கம் சத்தியாகிரக ஆவணங்கள்*, பக். 45 – 49). இத்தகவலின் சுருக்கம் வைக்கம் சாலைகள் பற்றிய சில விவரங்கள் என்னும் தலைப்பில் *நவசக்தி* (18 ஏப்ரல் 1924), *சுதேசமித்திரன்* (16 ஏப்ரல் 1924) இதழ்களில் வெளியாகியுள்ளன.

15 ஏப்ரல்

காலை வழக்கம் போல் சத்தியாகிரக ஊர்வலம் நடைபெற்றது. 75 வயதான புலையர் ஒருவரும் சத்தியாகிரகம் செய்ததுதான் இத்தேதிய ஊர்வலத்தின் சிறப்பாகும். மாலையில் கிழக்கு வாயிற்படிக்கருகில் சாதி இந்துக்களின் கூட்டம் ஒன்று நடந்தது. சத்தியாகிரகத்தை எதிர்த்து பிரசங்கங்கள் செய்யப்பட்டன. அங்குப் பெரும்பாலும் நாயர்களும் பிராமணர்களுமே இருந்தனர். இன்னும் கடுமையான முறைகளை கடைபிடிக்கும்படி அரசாங்கத்துக்கு மனுச் செய்து கொள்ள வேண்டும் என்று தீர்மானித்தனர். காலையில் ஊர்வலம் புறப்படுவதற்கு முன் சத்தியாகிரகம் தொடர்ந்து நடத்த வேண்டும் என்று பெரியாரும், எம்.இ. நாயுடுவும் பிரசங்கம் செய்தனர் (*சுதேசமித்திரன்*, 17 ஏப்ரல் 1924).

16 ஏப்ரல்

ஈ.வி. ராமசாமி நாயக்கரும், டாக்டர் எம்.இ. நாயுடுவும் சேர்த்தலை புறப்பட்டனர் (*சுதேசமித்திரன்*, 17 ஏப்ரல் 1924). எஸ். சீனிவாச ஐயங்கார், அகில இந்திய கதர் போர்டைச் சேர்ந்த பாஸ்கர், ஈழவர் ஏ.கே. கோவிந்தன், *தமிழ்நாடு* உதவி ஆசிரியர் டி.எஸ். சொக்கலிங்கம் பிள்ளை ஆகியோர் வைக்கம் வந்து சேர்ந்ததாகத் தெரிவிக்கிறது *சுதேசமித்திரன்* (17 ஏப்ரல் 1924). ஈரோட்டிலிருந்து ரா. திருமலை பிள்ளை என்ற தொண்டர், தான் 23 ஏப்ரலுக்கு மேல் வைக்கத்தில் நடக்கும் சத்தியாகிரகத்தில் கலந்துகொள்ளத் தயாராக இருப்பதாகப் பெரியாருக்கு எழுதிய கடிதம், ஒரு தொண்டர் முன் வருகிறார் என்ற தலைப்பில் *சுதேசமித்திரனில்* (17 ஏப்ரல் 1924) வெளியாகியுள்ளது.

சேர்த்தலையில் 16 ஏப்ரல் 1924 அன்று வைக்கம் சத்தியாகிரகத்துக்குப் பணம் திரட்டவும், தன்னார்வலர்களை ஒழுங்கு திரட்டவும், ஒரு பொதுக்கூட்டம் நடைபெற்றது. செங்கணாச்சேரி பரமேஸ்வரன் பிள்ளை தலைமை வகித்தார். ஐயப்பன், ராமவர்ம தம்பான், சுவாமி சிவபிரசாத், மூலயில் ஜோசப் தரகன், கே.கே. குருவில்லா, ஈழவர் தலைவர் கிருஷ்ணன், பெரியார், மன்னத்து பத்மநாபன், சி.வி. குஞ்சுராமன் ஆகியோர் கூட்டத்தில் இருந்தனர். இக்கூட்டத்தைக் குறிப்பெடுத்து அரசுக்கு அனுப்பியவர் சேர்த்தலை காவல் ஆய்வாளர் (பி. அனந்த செனாய்). கோட்டயம் காவல்துறை மாவட்ட கண்காணிப்பாளரும் கூட்டத்தில் இருந்தார் என்று தெரிகிறது.

கரபுரம் ஈழவர் இளைஞர் கழகத்தின் இரண்டாவது ஆண்டு விழா கொண்டாட்டத்துக்குப் பிறகு, அதே பந்தலில் காங்கிரசு தீண்டாமை விலக்குக் குழுவின் கூட்டம் நடைபெற்றது. பெரியார் தமிழில் நீண்ட பேச்சொன்றை நிகழ்த்தினார். இப்பேச்சு உடனுக்குடன் சாத்துக்குட்டி நாயராலும், சுவாமி சத்திய விரதனாலும் மலையாளத்தில் மொழிபெயர்க்கப்பட்டது.

“சுதந்திரம், சமத்துவம், சகோதரத்துவம் நிறுவப்படுவதற்கு முதலில் தீண்டாமைக்கும் அணுகாமைக்கும் முடிவு கட்ட வேண்டும். மனிதர்கள் அனைவரும் சமம், ஒரே மதம் சாதி மட்டுமே உண்டு என்றார். கென்யாவிலும் தென் ஆப்பிரிக்காவிலும் இந்தியர் படும் அல்லல்களை எடுத்துரைத்த ராமஸ்வாமி நாயக்கர் சத்தியாகிரகத்தின் வரலாற்றையும், அது வைக்கத்தில் எப்படி நடத்தப்படுகிறது என்பதைப் பற்றியும், காந்தியின் செய்தியைப் பற்றியும் விரிவாகப் பேசினார். தொண்டர்கள், குறிப்பாகப் பெண் தொண்டர்களின் தேவையை வலியுறுத்தினார். உடனே,

இளைஞர் சேவா சங்கச் செயலாளரின் மனைவி முன்வந்தார். அவருடன் 100 தன்னார்வலர் பெயர் தந்தனர். ரூ. 100 உடனே சேர்ந்தது (அரசு ஆவணம், திருவனந்தபுரம் ஆவணக்காப்பகம்).

17 ஏப்ரல்

வைக்கம் சத்தியாகிரகம் தொடர்பாக காந்தியிடம் நேர்முகம் கண்ட *சுயராஜ்ய* பத்திரிகை (15 ஏப்ரல் 1924)யின் செய்தியைச் சுதேசமித்திரன் (17 ஏப்ரல் 1924) வெளியிட்டது. அதன் சாரம் குறையாத சுருக்கம் பின்வருவது.

வைக்கத்தில் கஷ்டப்படும் நமது சகோதரர்களுக்கு எவ்விதம் உதவி புரியக்கூடும் என்ற கேள்விக்கு காந்தியின் பதில்:

"அங்குச் சத்தியாகிரகத்தை நடத்திவரும் தலைவர்கள் எனக்குத் தெரிந்ததிலிருந்து அவர்கள் தங்களால் இயன்றதைச் செய்து பார்த்த பிறகே தீர யோசனை செய்து ஜாக்கிரதையாக இவ்விதம் செய்ய உத்தேசித்திருக்க வேண்டும் என்பதில் எனக்குச் சந்தேகமில்லை. எனக்குக் கிடைத்திருக்கும் யதாஸ்திலிருந்து பார்த்தால் சென்னை இராஜதானி இதர மாகாணங்களுக்கு வழிகாட்டும் என்றுதான் புலப்படுகிறது. இந்தியாவிலிருந்து தலைவர் அநேகர் இதற்கு உதவி புரியமுடியாதெனினும் பத்திரிகைகள் இதைப்பற்றி மும்முரமாகப் பிரசாரம் செய்யக்கூடும். பிரசாரமும் அவ்விதமே நடத்தப்பட்டு வருவதைக் கவனிக்க எனக்குச் சந்தோஷமாக இருக்கிறது. இவ்வித மனப்பூர்த்தியான உதவியைக் காட்டிலும் இந்தியா முழுவதும் ஒன்றுசேரினும் அதிக உதவியளிக்க முடியாது என்றுதான் நான் எண்ணுகிறேன்".

தலைவர்கள் இல்லாததனால் இவ்வியக்கம் தத்தளிக்கிறது என்பதைப் பற்றி காந்தியின் அபிப்பிராயம் கேட்கப்பட்டபோது, "எனக்குக் கிடைத்துள்ள கடிதங்களைக் கவனித்துப் பார்க்கையில் தலைவர்கள் யாவரும் கைது செய்யப்பட்டாலும் இச்சா சேவகர்கள் தாங்களாகவே சத்தியாகிரகம் செய்யத் தயாராய் இருக்கிற நிலைமைக்கு இவ்வியக்கம் வந்துவிட்டதாகக் காணுகிறேன். இருந்தாலும் என் அபிப்பிராயத்தைக் கேட்டால் ஒரு தலைவராவது கைது செய்யப்படாமலிருந்து காரியத்தை மேல் நடத்த ஏற்பாடு செய்து வருவதே நலம் என்றுதான் நான் சொல்வேன்" என்றார்.

அங்ஙனம் புறத்தே நின்று நடத்திவரும் தலைவரையும் கைது செய்துவிட்டால் என்ன செய்வது என்ற கேள்விக்கு காந்தியின் பதில்: "என் அபிப்பிராயம் என்னவென்றால் சொற்ப பிரயத்தனத்திற்கு மேல்பட்டு தலைவரன்னியில் சத்தியாகிரகம்

நடத்துவது வெகு சுலபம். இதுதான் அதற்குள்ள வலியும் ஒழுங்கும் ..."

ஒரு சமஸ்தானத்தில் இந்த யுத்தம் நடந்துவருவதை உத்தேசிப்பின் பெருமை வாய்ந்த ஒத்துழையாமை இயக்கத்திற்கே ஒரு அபவாதம் ஏற்படாதா என்ற கேள்விக்கு, காந்தி தந்த பதிலின் சுருக்கம்.

"... வைக்கத்தில் நடந்துவரும் வேலை, ஒத்துழையாமை இயக்கத்தின் தீண்டாமை ஒழித்தல் என்னும் கொள்கையுடன் சம்பந்தப்பட்டிருக்கிறது. இருந்தாலும் இது ஒத்துழையாமை இயக்கத்தைப் பொறுத்ததில்லை என்று எனக்குத் தெளிவாக விளங்குகிறது. ஆனால், இம்முயற்சிகள் நன்மையைக் கண்டு அதற்குத் தக்கபடி செய்ய வேண்டும். வைக்கத்தில் நடந்து வரும் பிரயாசைகள் பிரிட்டிஷ் இந்தியாவில் நடத்தப்பட்டுவரும் ராஜியக் கிளர்ச்சியை அனுசரித்துள்ளது என்று எனக்குத் தோன்றினால் அதை உடனே நிறுத்த வேண்டும் என்பது எனக்குத் தெரியும். காங்கிரஸ்காரர்கள் இந்த விஷயமாக சமஸ்தான அரசர்களுக்கு ஒருவிதமான இடைஞ்சலும் செய்யக்கூடாது என நான் கண்டிப்பாகச் சொல்லுவேன். அவ்வரசர்களும் நம்மைப் போலவே சங்கடப்பட்டுக்கொண்டிருக்கிறார்கள்..." (*சுதேசமித்திரன்,* 17 ஏப்ரல் 1924).

சத்தியாகிரகிகள் முறைதவறி நடக்கிறார்கள் என்ற எண்ணம் எப்படியோ ஏற்பட்டுவிட்டது அல்லது ஏற்படுத்தப்பட்டு விட்டது. வைக்கம் சத்தியாகிரகத்தின் நோக்கத்தை எதிர்க்க முடியாதவர்கள் இந்த முறைத்தவறலையே முக்கிய ஆயுதமாக எடுத்தனர். நவஜீவன் கட்டுரை அடிப்படையில் வாய்ஸ் ஆப் இந்தியா என்ற பத்திரிகை, வைக்கம் சத்தியாகிரகிகளுக்கு எதிராக சூசகமாக இதைச் சுட்டிக்காட்டியது.

"விதிகளை மீறி நடப்பவரும் பகிஷ்காரம் செய்கின்றவர்களும் மற்றவர்களைக் காட்டிலும் மிக்க பணிவாகவும் அந்நியோன்ய மாகவும் நடந்துகொள்பவர்களாய் இருக்க வேண்டும் என்ற இப்பெரும் உண்மையை மகாத்மா தெளிவாக எடுத்து வற்புறுத்தியிருப்பது கண்டு நாம் சந்தோஷப்படுகின்றோம். அவர் தக்க சமயத்தில்தான் இதை வற்புறுத்தியிருக்கிறார் – வைக்கம் சத்தியாகிரக இயக்கத் தலைவர்கள் அதன்படி நடப்பார்கள் என்று நம்புகிறோம்" (*சுதேசமித்திரன்,* 17 ஏப்ரல் 1924).

வைக்கத்தில் எஸ். சீனிவாச ஐயங்கார்

சமஸ்தானத்தில் சத்தியாகிரகம் ஆரம்பிப்பதற்குமுன்

மகாராஜாவையும் திவானையும் சத்தியாகிரகிகள் பேட்டி காண்பது நலம் என்று காந்தி கூறியிருந்தார். இதனை அடுத்தோ தாமாகவோ இந்த நோக்கில் சென்னையிலிருந்து எஸ். சீனிவாச ஐயங்கார் வைக்கம், திருவனந்தபுரம் முதலிய ஊர்களுக்குப் பயணம் செய்தார். 17 ஏப்ரல் 1924 மாலை வைக்கம் கோயிலைச் சுற்றியுள்ள வீதிகளை சுற்றிப் பார்த்தார் அவர்.

அவருடன் அப்போது திருவாங்கூர் சட்டசபை அங்கத்தினர் பரமேஸ்வரம் பிள்ளையும் வேறு சிலரும் இருந்தனர். மாவட்ட மாஜிஸ்டிரேட், காவல்துறை ஆணையர், காவல்துறை கண்காணிப்பாளர் முதலியோர் அவரைப் பார்த்துப் பேசினர். சாதி இந்துக்களின் ஆட்சேபணை என்ன என்பதையும் தீண்டாதவர்கள் ஏன் அந்த வழியாக வரக்கூடாது என்பதையும் அவர்கள் எடுத்துக் கூறினர். சத்தியாகிரக ஆசிரமத்திற்குச் சென்று சிறிதுநேரம் செலவிட்ட பின் தான் தங்கியிருந்த விடுதிக்குத் திரும்பினார் சீனிவாச ஐயங்கார். விடுதியில் நாயர், தீயர் வகுப்பிலுள்ள தலைவர்களைக் கண்டு பேசினார். அச்சுத மேனன், சி.எஸ். மாதவன் பிள்ளை, பி.சி. கேசவ பிள்ளை, சி. கிருஷ்ணன், சாது சிவபிரசாத் முதலியோருடன் நிலைமை குறித்து விசாரித்தறிந்தார்.

பிறகு சாதி இந்துக்களில் பிரபலமானவர்களைச் சீனிவாச ஐயங்கார் சந்தித்துப் பேசினார். அப்போது எந்த நிபந்தனையை முன்னிட்டும் அந்தச் சாலைகளை யாவருக்கும் பொதுவாக்க முடியாது; அரசாங்கம் ஏதாவது மாறாகச் செய்தால் தாங்கள் வைக்கத்தை விட்டுப் போய்விட நேரும்; இப்போது ஈழவருக்கு அந்தச் சாலைகளில் வர உரிமை கொடுத்தால் பிறகு அவர்கள் கோயிலுக்கு வர உரிமை கேட்பார்கள் என்று அவர்கள் தம் தரப்பு கருத்துகளை எடுத்துக் கூறினர்.

குஞ்சுகிருஷ்ண பிள்ளை, பத்மநாப பிள்ளை, சாது சிவபிரசாத் முதலியோர் சாதி இந்துக்களின் இந்தப் பிடிவாதப் பேச்சைக் கண்டித்து, வெற்றிபெறும் வரை இயக்கத்தை நடத்தியே தீரவேண்டும் என்று சீனிவாச ஐயங்காரிடம் வலியுறுத்தினர் (சுதேசமித்திரன், 18 ஏப்ரல் 1924). பிறகு டி.எஸ். சொக்கலிங்கத்துடன் ஆலப்புழைக்குச் சீனிவாச ஐயங்கார் புறப்பட்டதாகத் தெரிகிறது.

பெரியார்

வைக்கத்திற்குப் பிறகு, சேர்த்தலை, ஆலப்புழை என்ற இடங்களில் பிரசாரம் செய்து வந்த பெரியார் ஓர் அறிக்கையையும் வெளியிட்டார். "வைக்கம் போராட்டம் சுகமாக நடந்து வருகிறது, இதுவரை ஒருவரும் கைது செய்யப்படவில்லை. தொண்டர்கள்

ஏராளமாக வந்து கொண்டிருக்கிறார்கள்" என்றது அவ்வறிக்கை. இராஜாஜி வைக்கம் வரவேண்டிய தேவை எழவில்லை என்று அவருக்குப் பெரியார் தந்திவழி தெரிவித்தார்.

தமிழ்நாட்டின் ஆதரவு

நாகர்கோயிலிலிருந்து காங்கிரசுச் செயலாளர் சிவதாணு பிள்ளை ரூ. 350யுடனும், கோட்டாறு ஈழவ சகோதரர்களுடனும் வைக்கத்திற்குப் புறப்பட்டார். பற்பல தேதிகளில் நாகர்கோயில் காங்கிரசுக் கமிட்டியார் மூன்று தடவைகளில் மொத்தம் 11 தொண்டர்களை வைக்கத்திற்கு அனுப்பினார்கள் *(சுதேசமித்திரன், 18 ஏப்ரல் 1924).*

அரக்கோணம் எஸ். சதாநந்த முதலியார், திண்டுக்கல் மொய்தீன்கான் சாகிப், கல்லிடைக் குறிச்சி சிவராமன் ஆகியோர் வைக்கம் புறப்படத் தயாராய் இருப்பதாகவும் சேலம் மாவட்ட காங்கிரசு ரூ. 25 பண உதவி செய்ததோடு, தொண்டர்களை அனுப்பவும் உறுதி செய்து இருப்பதாகவும் சுதேசமித்திரன் நிருபர் எழுதியுள்ளார் *(சுதேசமித்திரன், 18 ஏப்ரல் 1924).*

காவல்துறையின் தாக்குதல்

காவல்துறையினரின் தாக்குதல் குறித்து காந்திக்கு நீலகண்டன் நம்பூதிரிபாத் பின்வரும் செய்தியை அனுப்பினார். 'சத்தியாகிரகிகள் உணவு கொண்டனர். அணிகள் அடிக்கடி மாற்றப்படுகின்றன. போலீசார் முரட்டுத்தனமாக நடந்து கொள்கின்றனர். தொண்டர்கள் காலால் மிதிக்கப்பட்டனர். மேற்பார்த்து வரும்போது நானும் தாக்கப்பட்டேன். பூரண அகிம்சை நிலை பெற்றிருக்கிறது' *(சுதேசமித்திரன், 17 ஏப்ரல் 1924; நவசக்தி, 18 ஏப்ரல் 1924).*

அடித்தவர்கள் யார் எவர் என்று நீலகண்டன் நம்பூதிரி பாத் அடையாளம் கண்டுபிடித்துக் கூறினால் தகுந்த நடவடிக்கை எடுக்கப்படும் என்று அன்றிரவு காவல்துறை ஆணையரிடமிருந்து நீலகண்டன் நம்பூதிரிக்குக் கடிதம் வந்தது *(நவசக்தி, 18 ஏப்ரல் 1924).*

18 ஏப்ரல்

வைக்கம் சத்தியாகிரகத்தில் தமிழ்நாட்டுத் தலைவர்களின் பங்களிப்பைக் கோரி *நவசக்தி (18 ஏப்ரல் 1924)* தலையங்கம் ஒன்றை எழுதியது.

"தமிழ்நாட்டுத் தலைவரான ஈ.வெ. இராமசாமி நாயக்கர்

வைக்கத்திற்குச் சென்றிருக்கிறார். நாயக்கர் கர்மவீரர், வீண் பேச்சுக்காரர் அல்லர். ஆடம்பரத்தை வெறுப்பவர், எதையும் செய்கையில் காட்டும் ஆற்றல் பெற்ற பெரியார். ஆதலின் அவர் சத்தியாகிரகப் போர்க்களத்தின் பாசறையில் இதுகாலை சேனாதிபதிகளுடன் யோசித்து வருகிறார். நமது வரதராஜர் (பி. வரதராஜுலு நாயுடு) சத்தியாகிரகப் போருக்குத் தொண்டர்களைத் திரட்டி வருகிறார். படை திரட்டும் வேலையைச் செய்வதற்கு முன் பணஉதவியும் செய்திருக்கிறார். இவருடைய தலைமையின் கீழ் தமிழ்நாட்டிலிருந்து விரைவில் ஒரு தொண்டர்படை வைக்கம் நோக்கி எழும் என்று எதிர்பார்க்கின்றோம். இவ்விரு தலைவர்களின் செயலை நாம் போற்றுகிறோம்.

"சத்தியாகிரகத் தொண்டர்கள் பட்டினி கிடக்க வேண்டா மென்று காந்தியடிகள் கூறியிருக்கிறார்கள். வைக்கத்தின் இயக்கம் காந்தியடிகளுக்கு அதிக கவலை கொடுத்து வருகிறது என்பதை நாம் கூற வேண்டுவதில்லை. அந்தக் கவலை தேசத்திலுள்ள எல்லாத் தலைவர்களுக்கும் இருந்தால் இத்தீண்டாமை என்னும் கொடிய நோய் விரைவில் ஒழியும். ஆதலின் தலைவர்கள் இவ்விஷயத்தில் உடனே கவனம் செலுத்த வேண்டும் என்று கேட்டுக்கொள்கிறோம்" (*நவசக்தி*, 18 ஏப்ரல் 1924).

வரதராஜுலு நாயுடு வைக்கம் சத்தியாகிரக கமிட்டிக்குத் தந்தி மணியார்டர் மூலம் ரூ. 100 அனுப்பியிருப்பதுடன் மாதந்தோறும் ரூ.100 அனுப்புவதாகவும் தெரிவித்திருந்தார் (*நவசக்தி*, 18 ஏப்ரல் 1924).

19 ஏப்ரல்

வரதராஜுலு நாயுடுவை வெளியிலிருந்து ஆலோசனையும் பணஉதவியும் செய்துகொண்டிருக்கும்படியும் வைக்கம் சென்று சிறை ஏகிவிட வேண்டாமென்று சுப்பிரமணிய பிள்ளை என்பார் கேட்டுக்கொண்டார். அதேபோல நாகர்கோயில் வழக்கறிஞர் எம். சிவதாணு பிள்ளையும் வரதராஜுலுவின் செயலைப் பாராட்டி எழுதினார். வரதராஜுலு நாயுடு, ஒடுக்கப்பட்ட ஜாதியார் ஜீவித்திருப்பதற்காகவே நடத்தப்பட்டு வரும் நியாயமான இயக்கத்திற்குத் தாராளமாக பொருள்உதவி செய்யும்படியும் அதை சத்தியாகிரக ஆசிரம செயலாளருக்கு அனுப்பும்படியும் வேண்டி அறிக்கை ஒன்றை வெளியிட்டிருந்தார் (*சுதேசமித்திரன்*, 19 ஏப்ரல் 1924).

வரதராஜுலு நாயுடுவின் *தமிழ்நாடு* பத்திரிகை சார்பில் வைக்கம் வந்திருந்த டி.எஸ். சொக்கலிங்கத்தின் பின்வரும் செய்தி

*சுதேசமித்திர*னில் பிரசுரமாகியது. "இ. எம்பெருமாள் நாயுடு சத்தியாகிரக ஆசிரமத்தை நிர்வகித்து வருகிறார். ராமஸ்வாமி நாயக்கர் சுற்றுப்பக்கத்து கிராமங்களில் உருக்கமான பிரசங்கங்கள் செய்துவருகிறார். தொண்டர்கள் கைது செய்யப்படுவார்கள் என்ற அறிகுறி காணப்படவில்லை. பெரியதோர் தொண்டர் படை கொல்லத்திலிருந்து வைக்கத்திற்கு வந்திருக்கிறது. இதற்கு ஜனாப் பரித் சாகிப் தலைமை வகிக்கிறார். இனிமேல் அழைத்தால் ஒழிய தொண்டர்கள் வரவேண்டியதில்லை. வைதிக பிராமணர்களுக்கு ஆதரவாக பிராமணரல்லாதார் இருந்து வருகின்றனர். இவர்கள் கொஞ்சமும் விட்டுக்கொடுக்க மறுக்கிறார்கள். சீனிவாச ஐயங்கார் வைதிகர்களுக்கு எவ்வளவோ எடுத்துரைத்தும் அவர்கள் கேட்கவில்லை. நாளைய தினம் *(20 ஏப்ரல் 1924)* காலை அவர் மகாராஜாவைக் கண்டு பேசுவார். மகாராஜாகூட விட்டுக் கொடுக்க மறுத்துவிட்டால் நிலைமை பயங்கரமாகிவிடும். சத்தியாகிரகிகள் புதிய முறைகளை ஆரம்பிப்பர்" *(சுதேசமித்திரன், 19 ஏப்ரல் 1924).*

தமிழ்நாட்டார் மேலும் ஆதரவு

சேலம், நாகர்கோயில் உட்பட தமிழ்நாட்டின் பல இடங்களிலிருந்து போராட்டத்துக்கு ஆதரவு குவிந்து வந்தது. சேலம் மாவட்டக் காங்கிரஸ் நிருவாகக் கமிட்டியின் தீர்மானப்படி, தேவையானபோது இயக்கத்தில் கலந்துகொள்ள தயாராக விருக்கிறார்கள் என எட்டுப் பேர் கொண்ட ஒரு பட்டியல் வெளிவந்தது. அதேபோல பொருள் உதவி செய்தோர் பட்டியலும் வெளியாகியுள்ளது. இவை தவிர, பொள்ளாச்சி, சேலம், நாகப்பட்டினம், மோகனூர், பண்ருட்டி, விழுப்புரம், திண்டிவனம், ஆத்தூர், தூத்துக்குடி முதலிய இடங்களிலிருந்தும் இச்சா சேவகர் (தன்னார்வலர்) முன் வந்திருக்கின்றனர். மாயவரத்திலிருந்து 30 பேர்கள் இப்போதே தயாராக விருக்கிறார்கள் என்றும் செய்தி வெளியாகியுள்ளது. இவர்கள் தவிர, பொள்ளாச்சி தாலுக்கா காங்கிரஸ் கமிட்டி காரியதரிசி பி. நடராஜ செட்டியார், சேரமாதேவி பரத்வாஜ ஆசிரமத்தைச் சேர்ந்த கே. கந்தசாமி ராஜா, வி.ஆர். சீரங்க செட்டியார், பெரியசாமி செட்டியார், சேலம் தீர்த்தகிரி முதலியார் ஆகியோரும் சத்தியாகிரகத் தொண்டர்களாகச் சேர்ந்திருக்கிறார்கள் என்றும் செய்தி வெளியிடப்பட்டுள்ளது *(சுதேசமித்திரன், 21 ஏப்ரல் 1924).*

அதிக அளவில் சேர்ந்து விட்டதாலும், வைக்கத்தில் கைதுகள் நடக்காததாலும் சத்தியாகிரகிகளின் தேவை

ஏற்படவில்லை என்று தெரிகிறது. இதை ஒட்டி, வரதராஜுலு நாயுடு ஏற்காட்டிலிருந்து விடுத்த வேண்டுகோளில் (21 ஏப்ரல் 1924) 'தொண்டர்கள் இனிமேல் வைக்கத்திற்குப் போகவேண்டாம் என்று கேட்டுக்கொள்கிறேன். பண வசூல் செய்யுங்கள். பணம் குறைவாக இருந்தால் நேரில் வைக்கத்திற்கு அனுப்பிவிடுங்கள்' எனத் தெரிவித்துள்ளார்.

தமிழ்நாடு பத்திரிகையின் உதவி ஆசிரியர் வைக்கத்திலிருந்து அனுப்பிய இரண்டாவது செய்தியும் அதே நிலைமையையே காட்டுகிறது. "பிராமணர்கள்தான் இவ்வியக்கத்தைத் தடுத்து வருகின்றனர். இதர வருணத்தாரில் பெரும்பான்மையோர் அனுகூலமாகவே இருந்து வருகின்றனர். ஒருவரையும் கைது செய்யப்போவதாகத் தெரியவில்லை. ஆகையால் இச்சா சேவகர் தற்காலம் தேவையில்லை. அவ்விதம் தேவையாய் இருந்தால் தலைவர்கள் தந்தி அடித்துத் தருவித்துக் கொள்ள நேரும்" (*சுதேசமித்திரன்*, 21 ஏப்ரல் 1924).

காவல்துறையினரின் தாக்குதல் குறித்து காவல்துறை ஆணையர் பிட் அவர்களைக் கேட்டபோது, 'காவல் துறையினர் அப்படி நடந்துகொள்ளவில்லை, நீலகண்டன் நம்பூதிரி போலீஸாரை மீறி நடந்ததால், முதுகுப் பக்கமாய்த் தள்ளப்பட்டார் உடனே அதற்காக அவரிடம் மன்னிப்பு கேட்டாகி விட்டது' என்று காவல்துறைக்குச் சாதகமாகவே பதில் அளித்தார். 'காவல்துறையினரை மீறித் தொண்டர்கள் காரியம் செய்ய முயன்றது ஒழுங்கல்ல; கட்டுக் கண்ணாமூச்சி விளையாட்டு போல் தொண்டர்கள் எல்லைமீறி நடவாமல் காவல்துறை காக்கவேண்டி நடமாடியதில் ஒரு தொண்டர் மறிக்கப்பட்டு போனார்' என்று பிட் மேலும் குறிப்பிட்டார் (*சுதேசமித்திரன்*, 21 ஏப்ரல் 1924).

பொதுமக்கள் ஆதரவு

20 ஏப்ரல் 1924இல் குருவட்டாவில் நிகழ்ந்த பொதுமக்கள் கூட்டத்தைப் பற்றி, செங்கான்னூர் உதவிக் காவல் கண்காணிப்பாளர் அரசுக்கு அளித்த இரகசிய அறிக்கையில் ஈழவ மக்களிடையேகூடப் போராட்டத்திற்குப் போதிய ஆதரவு திரளவில்லை என்று தெரிவித்துள்ளார். மன்னத்து பத்மநாப பிள்ளை தலைமையில் நடந்த 'முழுவதும் மத சம்பந்தமான கூட்டம்' என்று காவல்துறையினரால் வர்ணிக்கப்படும் அந்தக் கூட்டத்தில் காங்கிரசுக்காரரான கொல்லம் அரிசி வணிகர் பரீத், அனுமதி வாங்கி வைக்கம் நடப்புகளைப் பேச ஆரம்பித்தார். அச்சமயம் கூட்டத்திலிருந்த பாதிப்பேருக்கு மேல் எழுந்து வெளியே சென்றுவிட்டதாகக் காவல்துறைக் குறிப்பு கூறுகிறது.

எனினும் மற்றவர்கள் கீழ்வரும் தீர்மானத்தை நிறைவேற்றினர். "வைக்கம் சத்தியாகிரகத்திற்கும் சத்தியாகிரகிகளுக்கும் இதயம் நிறைந்த ஆதரவைத் தெரிவித்துக்கொள்கிறது. இயக்கம் தொடர்பான அரசாங்கத்தின் அணுகுமுறையை இக்கூட்டம் கண்டிக்கிறது" என்பது நிறைவேறிய நான்கு தீர்மானங்களுள் வைக்கம் தொடர்பானதாகும் (அரசு ஆவணம், திருவனந்தபுரம் ஆவணக்காப்பகம்).

காவல்துறை அக்கிரமங்கள்

காவல்துறையின் உயர்நிலை அலுவலர்கள், காங்கிரசின் உயர்நிலைத் தலைவர்களுடன் நல்லுறவைப் பேணிக் கொண்டிருந்தாலும் கீழ்நிலையில் மோதல்கள் இல்லாமல் இல்லை. சாதி இந்துக்களால் சத்தியாகிரகிகள் தாக்கப்படுவது தடுக்கப்படவில்லை. 14 ஏப்ரல் 1924 பிற்பகலில் நீலகண்டன் நம்பூதிரிபாத் சாலையின் வழியாகப் போய்க் கொண்டிருக்கையில் காவல்துறையினரால் தாக்கப்பட்டார். அதேபோல் கோட்டாறிலிருந்து வந்திருந்த முத்துசாமி என்ற தமிழ்த்தொண்டர் தண்டோரா மூலம் மாலைக் கூட்டத்தை அறிவித்துக் கொண்டிருக்கையில், சில நாயர்களும் பிராமணர்களும் அவர் மேல் சாணத்தையும் கற்களையும் எறிந்து அவருடைய தண்டோராவையும் உடைத்துவிட்டார்கள். சங்கர பிள்ளை என்ற மற்றொரு காங்கிரசுத் தொண்டர் கிழக்கு வாயிற்படிக்கருகில் இரவில் தாடையில் அடிக்கப்பட்டார் (சுதேசமித்திரன், 17 ஏப்ரல் 1924; நவசக்தி, 18 ஏப்ரல் 1924).

சேலம் ஆதரவு

வரதராஜுலு நாயுடுவின் வேண்டுகோளை அடுத்து வைக்கம் போராட்டத்திற்கு ஆதரவாக ஏராளமான தந்திகளும் கடிதங்களும் சேலத்திற்கு வந்துகொண்டிருப்பதாகச் செய்தி வெளியாகியிருக்கிறது. சேலத்தில் வைக்கம் சத்தியாகிரக ஆசிரமம் ஒன்று தொடங்கப்பட்டு, அதை நிர்வகிக்க டி.எஸ். கோபாலாச்சாரி என்ற வழக்கறிஞர் நியமிக்கப்பட்டிருக்கிறார். கீழ்க்கண்டவர்கள் தொண்டர்களாகச் சேர பதிவு செய்து கொண்டுள்ளனர். டாக்டர் இ.எம். நாயுடு, கொர்ண பாலு வக்கீல், சிவதாணு பிள்ளை, மாயவரம் மிராசுதார் சின்னைய பிள்ளை, அம்பாசமுத்திரம் பி. சொக்கலிங்கம் பிள்ளை, 'தமிழ்நாடு' சொக்கலிங்கம் பிள்ளை, சேலம் வணிகர் கலியபெருமாள் நாயக்கர், பழனியாண்டிப் பண்டாரம், என். தண்டபாணி பிள்ளை, திருமதி வரதராஜுலு நாயுடு, டாக்டர் சங்கரையர், அவர் மனைவி, யக்சேசுவர சர்மா, திருச்சி அப்துல் அமீத் கான் ஆகியோர் (சுதேசமித்திரன், 16 ஏப்ரல் 1924).

பத்திரிகையின் கருத்து

அரசு ஆவணக்காப்பகத்தில் கிடைத்த, 1909 முதல் அலகாபாத்திலிருந்து வந்து கொண்டிருந்த தி லீடர் (16 ஏப்ரல் 1924) இதழ், வைக்கம் போராட்டம் பற்றி எழுதிய குறிப்பு எதிர்மறையானது ஆனால் முக்கியமானது. சத்தியாகிரகம் என்ற எதிர்ப்பு ஆயுதம் இந்தியாவில் அதுவரை பயன்படுத்தப்பட்ட வரலாற்றைச் சொல்லும் அக்குறிப்பு, அதனால் விளைந்த நன்மை முழுமையானதா, வைக்கம் போராட்டத்தில் உண்மையில் ஈடுபடுகிறவர்கள் யார், வெளி ஆதரவு இன்றிப் போராட்டம் நீடிக்குமா என்ற கேள்விகளுக்கான பதில்களாக விளங்குகிறது.

அரசியல் கோரிக்கைக்கு ஆதரவாக காந்தியால் எதிர்ப்புக் கருவியாகப் பயன்படுத்தப்பட்ட சத்தியாகிரகம், பிறகு அகாலிகளால் அரசியல் சமய இயக்கத்துக்காகவும், நாக்பூரில் வகுப்புப் போரிலும் பயன்பட்டது. இப்போது தாழ்த்தப்பட்ட வகுப்பினருக்கு ஏற்பட்டிருந்த திறனின்மையைப் போக்குவதற்காக வைக்கத்தில் பயன்படுகிறது ... என்று விவரிக்கும் அக்குறிப்பு பின்வருமாறு தொடர்கிறது.

"அதிர்ச்சி தரும் சத்தியாகிரக தந்திரங்கள் எங்கும் வெற்றி பெறவில்லை. அதில் ஈடுபட்டிருப்பவர்களின் உறுதித்தன்மை, தைரியம் ஆகியவற்றைப் பார்த்து ஒருவர் மதிக்கலாம், ஆனால் எதிராக இருப்பவர்களின் மனத்தையும் பார்வையையும் மாற்றுவதற்கான சிறந்த வழியா என்பது சந்தேகமானதுதான்" என்பது தி லீடரின் கருத்து. "இதுவரை திருவாங்கூர் அரசாங்கம் சத்தியாகிரகத்திற்கு இரையாகி விட்டது என்பதற்கான அறிகுறிகள் தெரியவில்லை. சலுகை பெற்றவர்களுக்காகச் செயல்படுகிறது என்ற தோற்றத்தையே இதுவரையிலான செயல்கள் தருகின்றன" என்பது தி லீடரின் பார்வை.

"இப்பிரச்சனையில் சாதிஇந்து அல்லாதவர்கள் ஆர்வம் காட்டுகிறார்கள் என்பது தெளிவில்லை... வெளியிலிருந்து தலைவர்கள் வராமல் ஒத்துழையாதார் சொல்லிய முறையில் அப்போராட்டத்தை நடத்திச் செல்ல அவர்கள் தயாரா? நிச்சயமாக அவர்கள் தயாராக இல்லை. காந்தியின் குழுவில் உள்ள திறன்மிக்க போராட்டக்காரர்களோ தகுதியுடன் வெளியிலிருந்து போராட்ட வீரர்களோ இங்கு வரவில்லை எனில் போராட்டம் குலைந்து போகும். அது ஜார்ஜ் ஜோசப் காந்திக்கு அனுப்பிய செய்தியிலிருந்து தெரிகிறது" என அக்குறிப்பை தி லீடர் முடிக்கிறது (தேர்ந்தெடுக்கப்பட்ட வைக்கம் சத்தியாகிரக ஆவணங்கள், பக். 49–50).

சென்னை மாகாணத்தவர் போராட்டத்தை இறந்து போக விடமாட்டார்கள் என்ற காந்தியின் நம்பிக்கையைத் தமிழ்நாட்டுத் தலைவர்கள் காப்பாற்றினார்கள். இல்லையெனில் போராட்டத்தின் மூளையாகச் செயல்பட்ட ஜார்ஜ் ஜோசப் கருதிய மாதிரியும் *தி லீடர்* உறுதி செய்தது போலவும் நிகழ்ந்து விட்டிருக்கலாம்.

தி லீடர் பத்திரிகையைப் பொறுத்தவரை ஆதாரங்களின் அடிப்படையில் கருத்துகளை விளக்குவது போலக் காட்டிக் கொண்டாலும், சத்தியாகிரகத்தை அது ஆதரித்ததாக 17 ஏப்ரல் 1924இல் வெளிவந்த அதன் குறிப்பு காட்டவில்லை. "காந்தியிடம் முன் ஆலோசனை கலக்காமல் ஆரம்பிக்கப்பட்டிருக்கலாம். அதை அவர் வெளிப்படையாகக் கண்டிப்பதைத் தவிர்க்க விரும்பியிருக்கலாம். சத்தியாகிரகிகள் கைக்கொண்ட கச்சா (crude) முறைகளை அங்கீகரிக்காதது; உண்ணாவிரதம் கூடாது; இந்திய சமஸ்தானத்தில் இருக்கிறோம் என்பது நினைவிருக்கட்டும் என்பன போன்ற காந்தியின் கருத்துகளைத் தன் வாதத்துக்கு ஆதாரமாக *தி லீடர்* காட்டியது. நேரடி நடவடிக்கையைத் தவிர்த்து கோரிக்கை வைத்தல், வேண்டுதல் போன்ற ஜனநாயக முறைகளைக் கையாண்டு, மக்கள் கருத்து உருவாக்கப்பட்டிருக்க வேண்டும் என்பது காந்தியின் கருத்து. போராட்டத்தில் ஈடுபடாமல் ஜனநாயக முறைகளான தொடர்ந்து எதிரிகளை வலியுறுத்தல், கல்வி, மாற்றுதல் போன்ற முறைகளைப் பின்பற்றியிருக்க வேண்டும். இந்த முறை பொறுமை, கடினம், தொடர்ந்த முயற்சி ஆகியவற்றைக் கோரும். ஆனால் விளைவோ உறுதியானது" என்று நேரடி நடவடிக்கைக்கு எதிராக *தி லீடர்* கருத்து தெரிவித்ததுடன் அதுதான் காந்தியின் எண்ணம் என்றும் கருதியது (தேர்ந்தெடுக்கப்பட்ட வைக்கம் சத்தியாகிரக ஆவணங்கள், பக். 54–55).

ஜஸ்டிஸ் ஆங்கிலப் பத்திரிகை, நீதிக்கட்சி ஆதரவுப் பத்திரிகை. தீண்டாமைக்கு எதிரான கொள்கை உடையதாயினும் காங்கிரசுக்கு எதிரான நிலைப்பாட்டை எடுத்ததால் சத்தியாகிரகத்தின் தீவிரத் தன்மையை எதிர்த்து அது எழுதியது.

"இன்றைய நிலவரப்படி பார்த்தால் தீண்டாமைக்கு எதிரான இயக்கத்துக்கு அறிவாளி, பொதுமக்களின் அனுதாபம் அதிகமாக இருக்கிறது" என்பதை ஒப்புக்கொண்ட *ஜஸ்டிஸ்* 'சீர்திருத்தத்தின் நிலையை வேகப்படுத்தும் நோக்கத்துடன் தீவிரமான தந்திரங்கள் கையாளப்பட்டால் எதிர்பார்த்ததற்கு நேர்எதிர் முறையில் முடிவுகள் ஏற்பட்டு விடும்' என்று பயமுறுத்தியது.

“சத்தியாகிரக இயக்கத்திற்கு எதிரான தற்போதைய நிலையானது, அந்த இயக்கம் தனது கருத்தாகக் கொண்டிருக்கும் நோக்கத்தை அங்கீகரிக்க மறுத்தலின் விளைவானது அல்ல. கடுமையான முறைகளைக் கைக்கொள்ளுவது விரும்பும் மாற்றங்களைச் சாதி இந்துக்களுக்கிடையில் ஏற்படுத்தாது என்ற நியாயமான பயத்தின் விளைவுதான்” என்றும் அது மேலும் விளக்கியது.

“சத்தியாகிரகம் தொடங்கியதிலிருந்து வைக்கம் சாதி இந்துக்கள் தீண்டாதாருக்கு எதிராக மேலும் மாறிவிட்டனர், எப்படி காங்கிரஸ் ஊழியர்களுக்கு எதிராக இருக்கிறார்களோ அப்படி” என்று எழுதிய ஜஸ்டிஸ் சாதி இந்துக்களுக்கும் சாதி இந்துக்கள் அல்லாதவருக்கும் இடையிலான நல்லுறவைச் சத்தியாகிரகிகள் கெடுக்கிறார்கள் என்று கண்டித்தது. காங்கிரஸ்காரர்கள் தீண்டாதாருக்குத் தீர்வைக் கொடுப்பார்கள் என்று கருதினால் அவர்கள் ஏமாற்றத்தைத்தான் அடைவார்கள் என்று முடிவாகக் கூறியது. அதற்கு ஆதரவாக திருநெல்வேலி பிராமணர்கள் தங்கள் தெருவில் வேலை செய்வதற்குத் தீண்டாதாரை நியமிக்க எதிர்ப்பு தெரிவித்து நகராட்சித் தலைவருக்கு மனு அளித்ததை எடுத்துக் காட்டியது (*ஜஸ்டிஸ், 16 ஏப்ரல் 1924*).

திருவாங்கூர் அரசுக்குச் சார்பான கருத்துடைய *சுதர்ஸனம்* என்ற வாரம் மும்முறை திருவனந்தபுரத்திலிருந்து வெளிவந்த இதழ் எஸ். சீனிவாச ஐயங்காரின் கேரள வருகையை வரவேற்று எழுதியது. அவர் எந்த முடிவுக்கும் வருமுன் அரசின் தீண்டாதார் ஆதரவு செயல்பாடுகளைக் கவனிக்கத் தவறிவிடக்கூடாது என்று கேட்டுக்கொண்டது. திருவாங்கூர் மக்களின் ஒரு பகுதியினர் அனுபவிக்கும் தீவிரமான சமூக, அரசியல் இயலாமைகளிலிருந்து அவர்களை விடுவிக்க தொடர்ந்து செயல்படும் அரசின் முயற்சிகள் அவர் முன் பிரதானமாக இருக்கவேண்டும் என்றது (*சுதர்ஸனம், 17 ஏப்ரல் 1924*).

“தமக்கு அன்பானவர்களுக்கு எதிராகத்தான் உண்ணாவிரதம் இருக்க வேண்டுமேயொழிய எதிரிகளுக்கு எதிராக அல்ல” என்று கூறி சத்தியாகிரகிகள் உண்ணாவிரதம் இருந்ததை காந்தி தடுத்து விட்டதைச் சுவாமி சிரத்தானந்தர் பின்வருமாறு கண்டித்தார்.

“திருவாங்கூர் அரசர் தம் சமஸ்தானத்திலுள்ள தீண்டாதவர்களிடம் அன்பு செலுத்தவில்லை என மகாத்மாவுக்கு நிச்சயமாகத் தெரியுமா? மகாராஜா இவ்விஷயத்தில் மிக்க தயாள குணம் உடையவர், தீண்டாதவர்களுக்கு விசேஷ வசதிகள்

செய்து கொடுத்திருப்பதாகவும் நான் கேள்விப்பட்டிருக்கிறேன்... அப்படிச் சொல்லிவிட்டு அரசரையும் திவானையும் பேட்டி கண்டு பேசும்படியும் சொல்வதன் அர்த்தம் எனக்கு விளங்கவில்லை.

"மகாராஜாவும் திவானும் தீண்டாதார்களிடம் அன்பு செலுத்துபவர்களாக இருப்பதுடன் வைக்கத்தில் விரதமிருந்து சத்தியாகிரகம் செய்வதே சரியான முறை என எனக்குத் தோன்றுகிறது.. தீண்டாமையை ஒழித்தல் என்ற மிகச் சிக்கலான பிரச்சனையைத் தீர்த்து வைக்க காங்கிரசுக்கு மனமுமில்லை அதனால் முடியவுமில்லை" (சுதேசமித்திரன், 17 ஏப்ரல் 1924).

21 ஏப்ரல்

சத்தியாகிரகம் வழக்கம் போல் நடந்தது. பரமேசுவர ஐயர் என்ற வைக்கம் பிராமணர் முந்திய தினத்தில் தொண்டராகச் சேர்ந்தவர், சத்தியாகிரகம் செய்ய வரவில்லை. டி.ஆர். கிருஷ்ணசாமி ஐயர் கொச்சியிலிருந்து வைக்கம் வந்தார். நாராயண குரு ஆசிரமத்தில் கமிட்டியின் விசேஷக் கூட்டம் நடைபெற்றது. இயக்கத்தைப் பலமாக நடத்திச்செல்ல வேண்டி கிருஷ்ணன், அச்சுத மீனன், ஈ.வி. ராமசாமி நாயக்கர், கோவிந்தன் முதலிய எட்டு பேர் புதிதாக அங்கத்தினர்களாகச் சேர்க்கப்பட்டனர். கிருஷ்ணசாமி ஐயர் தலைவராகத் தேர்ந்தெடுக்கப்பட்டார். அவர் கைதியானால் குரூர் நீலகண்ட நம்பூதிரிபாடும், பிறகு எம்.இ. நாயுடுவும் தலைமை வகிப்பார்கள். அதுமுதல் கொச்சு கோவிந்தன் என்ற ஈழவர் கஜானாஜியாக (பொருளாளர்) நியமிக்கப்பட்டார். விரைவில் பெண்கள் பிரிவு ஒன்று வகுக்கப்பட்டு நாயக்கர், கோவிந்தன், மாதவன் மனைவிகள் வசம் ஒப்படைக்க உத்தேசிக்கப்பட்டது (சுதேசமித்திரன், 22 ஏப்ரல் 1924). கூட்டம் முடிந்து வெளியேறும்போது கிருஷ்ணசாமி ஐயர் கைதானார். பிணை கொடுக்க மறுத்ததால் அவர் காவலில் வைக்கப்பட்டார்.

எஸ். சீனிவாச ஐயங்கார் கருத்து

வைக்கத்திலிருந்து டி.எஸ். சொக்கலிங்கம் பிள்ளையுடன் ஆலப்புழைக்குச் சென்ற எஸ். சீனிவாச ஐயங்கார், 19 ஏப்ரல் 1924 சனிக்கிழமை மாலை கொல்லத்திலிருந்து திருவனந்தபுரம் சென்றார். அங்கு ராவ்பகதூர் வீரராகவ ஐயங்காரின் விருந்தினராகத் தங்கினார். மகாராஜா, திவான், அதிகாரிகள், சிறையில் இருந்த ஜார்ஜ் ஜோசப், கேசவ மேனன், டி.கே. மாதவன் ஆகியோரைச் சந்தித்துப் பேசினார். ஞாயிறு மாலை (20 ஏப்ரல் 1924) அரசு அலுவலகங்களுக்குப் பின்னால் உள்ள மைதானத்தில்

உரையாற்றினார். இரவு சென்னைக்குப் பயணமானார் *(நவசக்தி, 25 ஏப்ரல் 1924).*

வைக்கம் பயணத்திற்குப் பிறகு, சஞ்சார உரிமை கோரல்பற்றி பொதுமக்கள் கருத்து, சாலை, அதன் நடைமுறை வழக்கம், சஞ்சார உரிமை, அரசின் கருத்துகள் என எல்லாவற்றையும் பற்றி அலசி ஆராய்ந்து ஒரு வழக்கறிஞருக்குரிய திறமைமிக்க வாதத்துடன் தாழ்த்தப்பட்டவருக்கான சஞ்சார உரிமையை ஆதரித்து எஸ். சீனிவாச ஐயங்கார் ஒரு அறிக்கை வெளியிட்டார். (அதன் விவரங்களை வாசகர்கள் நுட்பமாக அறிய வேண்டும் என்பதால் முழு அறிக்கை பின்னிணைப்பில் தரப்பட்டுள்ளது.)

'திருவாங்கூர் உயர்நீதிமன்றத்தில் வெகுகாலத்திற்கு முன் செய்துள்ள தீர்ப்பின்படி கிராம வீதிகள் இதர பொதுஜன பாட்டைகளைப் போன்றவை அல்ல வென்றும், வழக்கத்தை அனுசரித்து அவை உபயோகப்படுத்தப்பட்டு வருகின்றன என்றும் தெரிகிறது. ஆனால் வைக்கம் ஆலயத்தைச் சுற்றிலும் உள்ள ரஸ்தாக்கள் கிராம வீதிகள் என்று அவர்கள் சொல்லவில்லை. அவை கோயில் சொத்துகள் என்றும், ஆகவே அவைகள் தனிப்பட்ட நபருடைய சொத்துக்குச் சமானம் என்றும், ஆலயத்திற்குள் செல்லக்கூடியவர்களுக்கே அந்த ரஸ்தா வழியாகச் செல்ல உரிமை உண்டென்றும் சொல்லப்படுகிறது. உத்தியோகஸ்தர்களும் உத்தியோகஸ்தர்கள் அல்லாதவர்களும் எனக்கு அறிவித்த தகவல்களைக் கொண்டுதான் இவ்விஷயத்தை ஆராய்ச்சி செய்தேன். பிரஸ்தாபத்தில் உள்ள பாதைகள் பொதுஜனப் பாட்டைகள்தான் என்ற முடிவிற்கு நான் வந்திருக்கிறேன். தனிப்பட்ட நபர்களுடைய சொத்திலாவது கோயில் சொத்திலாவது பொதுஜன பாட்டை இருக்க முடியாதென்று நினைத்துக்கொண்டு விடுவதால்தான் சங்கடம் ஏற்படுகிறது. பொதுஜனங்கள் நடமாடுவதற்கு உரிமை ஏற்படுவதற்காக அந்த ஸ்தலமானது பொதுஜனங்களுக்காவது ராஜாங்கத்திற்காவது சொந்தமாக இருக்கவேண்டும் என்று அவசியம் இல்லை. ஆகவே செட்டில்மெண்டுக் கணக்குகளில் பிரஸ்தாபத்திலுள்ள பாதைகளில் இருக்கும் பூமியானது கோவில் சொத்து எனப் பதிவு செய்யப்பட்டிருக்கிறது என்று திருவாங்கூர் கவர்மெண்ட்டார் சொல்லுவது அர்த்த புஷ்டி உடைய வாதமாக மாட்டாது... ஆகவே வைக்கம் சத்தியாகிரக இயக்கம் நியாயமானது என்றும் அங்கு உள்ளவர்களுடைய மனோபாவம் மாறும்வரை அது நடந்தே தீரவேண்டும் என நான் அபிப்பிராயப்படுகிறேன்' *(சுதேசமித்திரன், 22 ஏப்ரல் 1924).*

திவான் வருகை

திருவாங்கூர் சமஸ்தான திவான் ராகவையா மும்பை உள்ளிட்ட இடங்களுக்குச் சுற்றுப் பயணம் சென்றிருந்ததையடுத்து திவான் பணியை வீரராகவ ஐயங்கார் கவனித்து வந்தார். எஸ். சீனிவாச ஐயங்கார் சந்தித்ததும் இந்தப் பொறுப்பு திவானையே. அவர் 21 ஏப்ரல் 1924 மாலை வைக்கத்திற்குச் சென்று நான்கு வீதிகளையும் பார்த்தார். சத்தியாகிரகிகளையும் சந்தித்தார். இப்போதிருக்கிற சாலைகளை விட நல்ல சாலைகளைப் புதிதாகப் போட்டால் போதாதா, தடுக்கப்பட்ட சாலைகள் வழியாகத்தான் போக வேண்டுமா என்று சத்தியாகிரகிகளைக் கேட்டார். வேறு சாலைகள் போட்டால் போதுமானது என்று சிலர் சொல்ல, சிலர் சும்மாயிருக்க, மற்றவர்கள் தடுக்கப்பட்ட சாலைகள் வழியாகச் செல்ல உரிமை வேண்டுமென்று தெரிவித்தனர். பிறகு அவர் அரசு அலுவலர்களுடன் தனியாகப் பேசினார் *(சுதேசமித்திரன், 22 ஏப்ரல் 1924)*. அதைப் பற்றிய மேலும் விவரங்கள் மூன்று நாள்கள் கழித்து விரிவாக வெளிவந்தன. அவை வருமாறு.

பொறுப்பு திவான் வைக்கத்திற்கு வந்திருந்தவர் குறைகளை விசாரித்தார். அரசுப் பணியிலிருந்து விலகிவிட்டு வந்திருந்த ஒரு சத்தியாகிரகி, 'எங்கும் நடமாடும் உரிமையை வற்புறுத்தவே வந்தோம்' என்று பதில் அளித்தார். உள்ளூர் பிரச்சனையில் வெளியாளுக்கு என்ன வேலை என்று திவான் கேட்டபோது, கோவை அய்யாமுத்து கவுண்டர், 'நான் ஒரு இந்தியன். தீண்டாத சகோதரர்களுக்கு உதவி புரியவந்தேன். இந்த ராட்சஸத்தனமான வழக்கத்தை ஒழிக்கவே வந்தேன்; நான் இந்துவாகையால் இந்து மதத்தின் பெயரால் அதர்மங்கள் நடவாதபடி காப்பது என் கடமை' என்று சொன்னார்.

வட்டார அலுவலர் அலுவலகத்தில் காங்கிரஸ் தலைவர்களைத் திவான் கலந்து பேசினார். அப்போது காங்கிரஸின் செயல்பாடுகளைக் குறை கூறினார். தடுக்கப்பட்ட சாலைகள் தனிப்பட்டவர்களின் பாதை; மகாராஜாவிடம் தூது போய் அல்லது ஸ்ரீமூலம் சட்டசபை மூலமாகப் பிரச்சனையைத் தெரிவித்து இக்குறைக்குத் தீர்வு மேற்கொண்டிருக்க வேண்டுமே தவிர அவசரப்பட்டு சத்தியாகிரகம் ஆரம்பித்து அதை அகில இந்திய பிரச்சனையாகவும் ஆக்கிவிட்டனர் என்று குறை கூறினார். மேலும், ஆலயப்பிரவேச உரிமைக்கு மாதவன் போராடியதன் பலனாகவே இந்த இயக்கம் ஏற்பட்டிருக்கிறது என்று உள்நோக்கமும் கற்பித்தார் திவான்.

திவானின் குறை கூறலுக்குப் பதிலளித்த காங்கிரசார், அரசாங்கம் நினைத்தால் பழைய 1045 (மலையாள ஆண்டு) வருஷத்து உத்தரவை அமலுக்குக் கொண்டுவந்து தீண்டாமையைப் போக்கலாம் என்றனர். நுட்பமான வாதங்கள் சொல்லிக்கொண்டிருக்கக்கூடாது. தீண்டாதவர்கள் பள்ளியில் சேர்க்கக்கூடாதென்று முந்தி கிளர்ச்சி நடந்து ஒழிந்து போக வில்லையா அதுபோல இந்த எதிர்ப்பும் மறைந்து போகும். வேண்டுமானால் அகிலஜனங்களின் அபிப்பிராயத்தையும் கேட்டு விடலாம் என்றனர். திவான் அதற்கு உடன்படவில்லை.

சாதிஇந்துக்களையும் திவான் சந்தித்தார். ஆலயப் பிரவேசம்தான் அந்தரங்கத்தில் தீண்டாதவர்களின் எண்ணம் என்று அவர்கள் தெரிவித்தனர். உள்ளூர் அதிகாரிகளையும் திவான் சந்தித்தார் (*சுதேசமித்திரன்*, 23 ஏப்ரல் 1924; *நவசக்தி*, 25 ஏப்ரல் 1924).

டி.ஆர். கிருஷ்ணசாமி அறிக்கை

சிறைக்குப் போகுமுன் டி.ஆர். கிருஷ்ணசாமி ஐயர் வெளியிட்ட அறிக்கையில் சத்தியாகிரகம் நெருக்கடியான நிலைமையைச் சந்தித்து வருகிறது என்று தெரிவித்தார். "... ஜார்ஜ் ஜோசப் கைதானபோது இருந்த நிலைமைக்கும் இப்போதுள்ள நிலைமைக்கும் வித்தியாசம் உண்டு. சத்தியாகிரகிகளின் பொறுமை இப்போது சோதிக்கப்படுகிறது. இந்நெருக்கடியான நிலைமையில் திறமையாகச் சமாளித்துக் கொள்ள வேண்டும். பட்டினி இருத்தல், சிறை செல்லுதல் ஆகிய கிளர்ச்சி உண்டு பண்ணும் அம்சங்கள் எவையும் இயக்கத்தில் இல்லையாகையால் மௌனமாகப் பொறுமையுடன் இனி வேலை செய்ய வேண்டிய காலம் வந்துவிட்டது. ஆட்களும் பணமும் ஆயிரக் கணக்காக வேண்டும். வைக்கத்தில் வெற்றியடைந்து விட்டால் மற்ற இடங்களில் தீண்டாமை ஒழிய அதிககாலம் ஆகாது' என்றும் கிருஷ்ணசாமி ஐயர் அவ்வறிக்கையில் குறிப்பிட்டிருந்தார் (*சுதேசமித்திரன்*, 22 ஏப்ரல் 1924).

கிருஷ்ணசாமி ஐயரின் அறிக்கையைப் படிக்காமலேயே நிலைமையை உணர்ந்த இராஜாஜி தீண்டாதவர் சகாய நிதிக்கு ரூ. 500 அனுப்பிவைத்தார். காங்கிரஸ் தலைவர் சி.ஆர். ரெட்டியும் நன்கொடை அனுப்பிவைத்திருந்தார் (*சுதேசமித்திரன்*, 22 ஏப்ரல் 1924).

எதிர்ப்பும் ஆதரவும்

வைக்கத்தில் நிலைமை உக்கிரமடைந்ததையடுத்து அதற்கு

ஆதரவும் எதிர்ப்பும் பல முனைகளிலிருந்து வந்தவண்ணம் இருந்தன. சுதேச சமஸ்தானத்தில் காங்கிரசு சத்தியாகிரகம் ஆரம்பித்ததே அதன் கொள்கைக்கு எதிரானது என்று *சோஷியல் ரிபார்மர்* கருத்து தெரிவித்தது. திருவனந்தபுரம் சட்டமன்ற உறுப்பினர் தான் தலைமை வகித்த ஒரு பொதுக்கூட்டத்தில் தீண்டாமை நீக்கப்பட்டு, சாலைகளில் தீண்டாதவர் நடக்க அனுமதிக்க வேண்டும் என்று பேசினார். அது *திருவனந்தபுரம் டெய்லி நியூஸ்* பத்திரிகையில் வெளியானது. சத்தியாகிரகத்தின் மூலவரான டி.கே. மாதவன் கைது செய்யப்பட்டுச் சிறையிருக்கையில் அவரது மனைவி நாராயணியம்மா தாய்மார்களும் சகோதரிகளும் வைக்கம் சத்தியாகிரகத்தில் சேர வேண்டும் என்று அறிக்கை வெளியிட்டார். அகில இந்தியாவிலும் பிரபலமாகிவிட்ட வைக்கம் சத்தியாகிரகத்தில், சத்தியாகிரகிகள் உண்மையாகவும் பணிவாகவும் சாத்வீகமாகவும் போராட்டத்தை நடத்திக்கொண்டு போக வேண்டும் என்று காந்தி அறிக்கையொன்றை வெளியிட்டார் (*சுதேசமித்திரன்*, 22 ஏப்ரல் 1924). மேற்கண்ட குறிப்புகளின் விவரம் வருமாறு.

'சோஷியல் ரிபார்மர்' பத்திரிகையின் எதிர்ப்பு

ஆரம்பம் முதற்கொண்டே சுதேச சமஸ்தானங்கள் தனது வேலைகளுக்குப் புறம்பானதென்று இந்திய தேசிய காங்கிரஸ் கருதி வந்திருக்கின்றது. இதுகாறும் இந்தப் புத்திசாலித்தனமான விதி பெரிதும் அனுஷ்டிக்கப்பட்டு வந்திருக்கிறது. இது மாத்திரமல்ல ... கேரளக் காங்கிரசுக் கமிட்டியார் இந்தப் புத்திசாலித்தனமான கொள்கையை அசட்டை செய்து வைக்கத்தில் சத்தியாகிரகத்தை ஆரம்பித்தனர்...

'மகாத்மா காந்தி தனது நண்பர்களிடத்தும் தம்மைப் பின்பற்றுகின்றவர்களிடத்தும் உள்ள விசுவாச மிகுதியின் காரணமாகக் கேரளக் காங்கிரசுக் கமிட்டியார் ஸ்தாபிக்க விரும்பும் உரிமையானது சமூக சம்பந்தமானதாயும் மத சம்பந்தமானதாயும் இருப்பதால் கேரள காங்கிரசுக் கமிட்டியின் செய்கையை நியாயமென்று விளக்கிக் காட்ட முயன்றிருக்கிறார்...

'இப்புதிய முயற்சியின் அந்தரங்கமான நோக்கம் யாதென்று நம்மால் சிறிதும் அறிந்துகொள்ள முடியவில்லை. சிநேக பாவத்துடன் இருக்கும் இந்திய சமஸ்தானங்களைக்கூட வெருட்சி அடையும்படி செய்து இந்தியாவிலும் இங்கிலாந்திலும் ராஜிய விஷயங்களில் பிற்போக்கு உடையவராயுள்ளவர்களது கோஷ்டியில் சேரும்படி செய்ய உத்தேசம் கொண்டு இம்முயற்சி செய்யப்படுவதாக இதன் வெளித்தோற்றத்திலிருந்து தெரிகிறது.

அரசாங்கத்தின் செயல்பாடு

'... திருவாங்கூர் கவர்ன்மெண்டாரும் இந்து கோயில்களது நிர்வாகத்தில் இந்துக்களுடைய மனோபாவங்களையும் அவர்களது விரோத உணர்ச்சிகளையும் மதித்து நடக்க வேண்டிய அவசியம் வாய்ந்தவர்களாக இருக்கிறார்கள். சமஸ்தானத்தில் உள்ள இந்து சமூகத்தினர் அனைவரும் ஒருங்கு சேர்ந்து தங்களது மத சம்பந்தமான விருப்பு வெறுப்பில் எதையேனும் விட்டுவிடத் தீர்மானித்து விட்டதாக அறிவித்துவிட்டால் சமஸ்தான அதிகாரிகளும் மாற்றம் அடைந்த அம்மனோபாவத்திற்கு ஏற்றபடி நடக்கவேண்டியது அவசியம். நெடுநாளாக இருந்து வருகின்றதாயும் நன்கு வேரூன்றிப் போயிருக்கின்றதாயும் உள்ளதொரு ஜாதித்துவேஷ உணர்ச்சியானது மிக்க முட்டாள் தனமானதாயும் தர்க்க நீதிக்கு ஒவ்வாததாகவும் இருந்தபோதிலும் சரி, அதனை விட்டுவிட வேண்டும் என்று இந்து சமூகத்தவருக்கு மகாராஜா ஒரு உத்தரவு பிறப்பித்து அதனை விட்டுவிடும்படி செய்யக்கூடும் என்று கருதப்படுகின்றது. அவ்வாறு செய்வது சாத்தியமாகாது. இந்தியாவின் இதர பாகங்களில் இருப்பது போன்று திருவாங்கூரிலும் புராதனமானதாயும் மிக்க கொடுந்தன்மை வாய்ந்ததாயும் இருக்கும் தீண்டாமையைப் போக்கி அவர்களை இந்து சமூகத்தின் ஒரு முக்கியாம்சமாக இருக்கும்படிச் செய்வதற்குச் சாதகமாக இருக்கும் எண்ணம் மென்மேலும் விருத்தியடைந்து வருகின்றது என்பது உண்மையாகும்.'

திருவனந்தபுரம் டெய்லி நியூஸ் (12 ஏப்ரல் 1924) பத்திரிகையில் வெளிவந்த பின்வரும் செய்தி, சட்டசபை அங்கத்தினர்களின் கருத்தை வெளிப்படுத்துவதாகும்.

திருவனந்தபுரத்தில் பெரியதொரு பொதுக்கூட்டம் கூடியது. அதில் திருவனந்தபுரம் சட்டசபை அங்கத்தினர் ஒருவர் தலைமை வகித்தார். சட்டசபை அங்கத்தினர்களான பல பிராமணர்களும் நாயர்களும் அதில் பிரசங்கம் செய்தனர். எல்லோரும் வைக்கம் கோயிலைச் சுற்றியுள்ள ரஸ்தாவை உபயோகிக்கக்கூடாது என்று தீண்டத்தகாதவர் எனப்படுவோரைத் தடுத்திருப்பதைப் பலமாக கண்டித்தனர். சட்டசபை அங்கத்தினரான டாக்டர் எம்.என். பிள்ளை திருவனந்தபுரத்தில் உள்ள ஸ்ரீ பத்மநாப சுவாமி கோவிலைச் சுற்றியுள்ள ரஸ்தாக்களின் வழியாக எல்லா ஜாதியாரும் போக அனுமதிக்கப்பட்டிருக்கும் பொழுது, வைக்கம் கோயிலைச் சுற்றியுள்ள ரஸ்தாக்களின் வழியாக நடந்து செல்லுவதற்கு மாத்திரம் ஏன் இவ்வளவு நிபந்தனைகள்

ஏற்பட்டிருக்க வேண்டும் என்பது தமக்குத் தெரியவில்லை என்று கூறினார்.

பட்டினி இருக்கக்கூடாது என்று உத்தரவிட்டு சத்தியாகிரகிகளுக்கு காந்தி அனுப்பிய செய்தியைப் பார்த்தால் திருவாங்கூரில் கொடுங்கோலரசு நடைபெறுகிறது என்ற அபிப்பிராயம் ஏற்படக்கூடியதாக இருக்கின்றது. இது மகாராஜாவைக் குறிப்பிட்டாலும் சரி, திவானைக் குறிப்பிட்டாலும் சரி. இம்மாதிரி கூறுவது சற்றும் உண்மையாக இராது. சத்தியாகிரகிகள் மனத்தில் தாழ்ந்த வகுப்பினருடைய நலத்தை எவ்வளவு தூரம் கொண்டிருக்கிறார்களோ அவ்வளவு தூரம் மகாராஜா மனத்திற் கொண்டிருக்கின்றார் என்பது எமக்குத் தெரியும். மகாராஜா மிக்க பக்திமான். ஆடம்பரமற்ற வாழ்க்கையை உடையவர். இவற்றைக் கொண்டே மகாத்மா அவர் விஷயத்தில் மிக்க மதிப்புக் காட்ட கடமைப்பட்டிருக்கிறார். இவற்றுடன் அவர் தமது மனசாக்ஷிப்படி ஆட்சி புரிகின்றார். அவர் புராதனமான தமது இராஜ்யத்தை நெடுங்காலமாக இருந்துவரும் சம்பிரதாயங்களினின்று சிறிதும் வழுவாத முறைகளையே ஆதரிக்கக் கூடியதாக இருப்பது இயற்கையே யாகும். இப்படியிருந்தும் அவர் நூதனமான எண்ணங்களால் பாதிக்கப்படாமலும் இருக்கவில்லை. அப்படிப்பட்ட தன்மை வாய்ந்தவர் முற்றிலும் தவறான முறையை அனுஷ்டித்தபோதிலும் அவரைக் கொடுங்கோல் அரசர் என்று மகாத்மா வேண்டுமென்றே கூறமாட்டார் என்று நாம் நம்புகிறோம் என்று தீண்டாமையை ஆதரிக்கும் மகாராஜாவையும் ஆதரித்தது *டெய்லி நியூஸ்.*

டி.கே. மாதவன் மனைவி அறிக்கை

ஆறுமாத சிறைத்தண்டனை விதிக்கப்பட்டிருந்த டி.கே. மாதவனின் மனைவி நாராயணியம்மா வெளியிட்டிருந்த உருக்கமான வேண்டுகோளின் ஒரு பகுதி கீழ்வருவது:

'திருவாங்கூரிலே சட்டம், ஒழுங்கு, மதம் இவற்றின் பெயரைச் சொல்லிக்கொண்டு மானிடருக்கு மிக்க மூலாதாரமாக இருக்கும் உரிமையானது பாதிக்கப்பட்டு வரப்படுகிறது. லட்சக் கணக்கான மானிடர்கள் பொது ரஸ்தாக்களில் சுயேச்சையுடன் நடந்து செல்லக் கூடாதென்று தடுக்கப்பட்டிருக்கின்றனர். தனதிஷ்டப்படி உலவித்திரிய கேவலமான நாய்க்குக்கூட சர்வ சுதந்திரம் அளித்திருக்கின்றார்கள். ஆனால், சகோதரனான மனிதனுக்கு அந்த ரஸ்தாக்களுக்குள் பிரவேசிக்கக்கூட அனுமதி அளிக்க மறுக்கின்றனர். இதைவிட மிக்க அவமானகரமானதாயும் அவமதிப்பு உள்ளதாயும் உள்ள விஷயம் வேறு எதுவேனும்

இருக்க முடியுமா? இதைவிடக் கொடியதாயும் வெறுக்கத் தக்கதாயும் உள்ள விஷயம் ஏதேனும் உண்டோ? இதை விட மிக்க அநீதமானதாயும் மனத்தைப் பிளக்க கூடியதாயும் உள்ள துன்பம் ஏதேனும் உண்டோ? பரிசுத்தமானதாயும் என்றும் அழிவில்லாததாயும் இருக்கும் இந்து மதத்தின் பெயரால் எளியவர்களாயும் இகழப்படுகின்றவர்களாயும் உள்ள லட்சக்கணக்கான தீண்டத்தகாதவர் எனப்படும் சகோதர சகோதரிகளின் பெயரால் எல்லோருக்கும் ஒரு விண்ணப்பம் செய்துகொள்ளுகின்றேன். அஃது என்னவெனில் நமது நியாயமான உரிமைகளை நிலைநாட்டுவதற்காக ஏராளமான ஆட்களையும் பணத்தையும் கொடுத்து உதவ வேண்டும் என்பதே ஆகும். இந்நாட்டில் உள்ள எல்லாவித வகுப்பையும் சேர்ந்த எனது சகோதரிகளுக்கு நான் செய்துகொள்ளும் முக்கியமான விண்ணப்பம் ஒன்று உண்டு. அதாவது திருவாங்கூரில் பொதுவான ரஸ்தாவில் சுயேச்சையாகச் செல்ல மானிடருக்குள்ள மூலாதாரமான உரிமையை நிலை நாட்டுவதற்காகத் தாய்மார்களும் சகோதரிகளும் தங்களது செல்வாக்கை உபயோகப்படுத்தி ஏராளமாகத் தொண்டர்படையையும் பணத்தையும் அனுப்ப முயற்சி செய்ய வேண்டும்' (*தி இந்து*, *15 ஏப்ரல் 1924*).

காந்தியின் கருத்து

'இந்த இயக்கத்தை நடத்தி வருவதன் பயனாக மலையாளத்தைச் சேர்ந்த ஊழியர்கள் சிலர் சிறையில் இடப்பட்டிருக்கின்றனர். எனக்கு முன் இப்பத்திரிகையின் (*யங் இந்தியாவின்*) ஆசிரியராக இருந்த ஜார்ஜ் ஜோசப்பும் சிறையில் இடப்பட்டிருக்கிறார். தலைவர்கள் பலர் கைது செய்யப்பட்டு போனமையால் துணைக்கு வரும்படி இந்தியா எங்கும் உள்ள தலைவர்களுக்கு ஒரு வேண்டுகோள் அனுப்பப்பட்டிருக்கிறது. சென்னையில் உள்ளவர்களே அதற்கு இணங்கி காரியம் செய்துவருவதால் வெளியில் உள்ளவர் உதவிக்குச் செல்ல வேண்டுவதைப் பற்றி இப்போது யோசிக்க வேண்டுவதே இல்லை. வைதிக இந்துக்கள் பிடிவாதமாக இருக்கும்பட்சத்தில் இது முடிவு பெறாது. சத்தியாகிரகிகள் உண்மையாகவும் பணிவாகவும் சாத்வீகமாகவும் போராட்டத்தை நடத்திக்கொண்டு போனால் துவேஷம் என்பதை எவ்வளவு அதிகமாக இருந்தாலும் ஒழித்து விடலாம். மேற்சொன்ன விஷயங்களில் சத்தியாகிரகிகளுக்கு பூரண நம்பிக்கை இருந்தால்தான் கருங்கல் மனத்தையும் கரைக்க முடியும் என்பதை அவர்கள் உணர முடியும்?'

22 ஏப்ரல்

இன்று சத்தியாகிரகத்திற்கு *20* அதிகப்படியான தொண்டர்கள் வடக்கு வீதிக்கு அனுப்பப்பட்டார்கள். ஆக மொத்தம் *23* பேராகிறது. புதிதாகச் சென்ற இடங்களிலும் போலீசார் தடைகள் வைத்திருக்கின்றார்கள். இன்று ஊர்வலத்தை நடத்தியவர்களில் பெரியார், எம்.இ. நாயுடு, கொச்சு கோவிந்தன், அச்சுத மேனன் ஆகிய தலைவர்கள் முக்கியமானவர்கள்.

'சோஷியல் ரிபார்மர்' கருத்து

வைக்கம் சத்தியாகிரகம் பற்றி புகழ்பெற்ற பத்திரிகையாளரும், *சோஷியல் ரிபார்மர்* ஆசிரியருமான கே. நடராஜன் மாறுபட்ட எண்ணம் கொண்டிருந்தார். ஜார்ஜ் ஜோசப்பின் கடிதத்தைத் தன் இதழில் வெளியிட்ட கே. நடராஜன், அதற்கு மிக விரிவான பதிலை எழுதியிருந்தார். அதிலிருந்து, அதிகாரவர்க்கத்தின் ஆதரவிலிருந்த பத்திரிகைகள் சத்தியாகிரகத்தை விதவிதமான காரணங்கள் சொல்லி எதிர்த்து வந்தது தெரிகிறது. அக்கடிதப் போக்குவரத்தின் சுருக்கத்தினைக் கீழே கொடுத்திருக்கிறோம்.

வைக்கத்திலிருந்து *9* ஏப்ரல் *1924* தேதியிட்டு ஜார்ஜ் ஜோசப் கே. நடராஜனுக்கு எழுதிய கடிதம். 'நண்ப... நாம் ஒரே ஒருமுறை தான் ஒருவரையொருவர் சந்தித்திருக்கிறோம். ஆனால் பல சந்தர்ப்பங்களில் பகிரங்கமாக சச்சரவு செய்து கொண்டிருக்கிறோம்' என்று தொடங்கும் அது, அவர் வைக்கம் போராட்டத்தில் கலந்துகொள்ள வேண்டிய நிர்பந்தத்திற்கு உள்ளான சூழலை விவரித்தது.

'இங்குள்ள கோயிலின் எல்லைச் சுவருக்கு வெளியே அதனை அடுத்து ஒரு அரசாங்க சாலை செல்லுகிறது. இக்கோயிலானது ஒரு காலத்தில் உள்ளூரில் உள்ள நம்பூதிரிமார்களால் ஆனதொரு குழுவின் வசம் இருந்துவந்தது. ஆனால், நூறு வருஷங்களுக்கு முன்பு கர்னல் மன்றோ, திருவாங்கூர் ஸ்தானிகராகவும் திவானாகவும் வேலை பார்த்துவந்தார். அவரது காலத்தில் சமஸ்தானத்தார் இக்கோயிலையும் மற்றுமுள்ள எல்லாக் கோயில்களையும் பறிமுதல் செய்து அரசாங்கத்திற்குச் சொந்தமாக்கிக் கொண்டு விட்டனர். அதுமுதற்கொண்டு தற்பொழுது எந்தச் சாலையில் செல்லுவது பற்றி தகராறு ஏற்பட்டிருக்கின்றதோ, அந்த ரஸ்தாவானது பொதுச் சாலையாகப் பாவிக்கப்பட்டு உபயோகிக்கப்பட்டு வந்திருக்கின்றது. அரசாங்கம் அதனைச் செப்பனிட்டு பாதுகாத்துவருகிறது. ஆதலால் சட்டபூர்வமாக அந்தச் சாலை தொடர்பாக எந்த ஆட்சேபனையும் செய்ய முடியாது. அதன்

வழியாகச் செல்ல தாழ்ந்த வகுப்பினருக்கு உரிமை உண்டு. ஆனால் அதன் வழியாக அவர்கள் செல்லக்கூடாதென்ற வழக்கம் மாத்திரம் இன்னும் அமலில் இருந்துவருகிறது.

'தற்பொழுது சட்டத்திற்கும் சம்பிரதாயத்திற்கும் தான் போராட்டம் ஏற்பட்டிருக்கின்றது. சம்பிரதாயத்தை ஆதரிப்போர் சிறுபான்மையினரான வைதிக கோஷ்டியே ஆவர். உள்ளூர் மாஜிஸ்டிரேட் அவர்களுக்குத் துணையாக வந்து சேர்ந்து, ஈழவர்களும் புலையர்களும் மற்றுமுள்ள தாழ்ந்த வகுப்பினர் எனப்படுவோரும் அப்பாதையின் வழியாகச் செல்லக்கூடாது என்று ஒரு உத்தரவைப் பிறப்பித்திருக்கின்றார். இதனால்தான் தற்பொழுது கஷ்டம் ஏற்பட்டிருக்கிறது. இதனை ஆதாரமாகக் கொண்டுதான் போராட்டம் நடத்தப்படுகிறது. இப்போராட்டம் வெற்றியுடன் முடியும் என்று நம்ப இடமிருக்கிறது'.

என்று சத்தியாகிரகம் பற்றிய தன் விளக்கத்தை அளித்த ஜார்ஜ் ஜோசப் 'தொண்டர்களும் பணமும் கொடுத்து உதவ' மக்களை வேண்டிக் கொண்டார்.

'ஜார்ஜ் ஜோசப்புடன் எப்பொழுதேனும் சச்சரவு செய்திருப்பதாக தனக்கு நினைவில்லை' என்று தன் பதிலைத் தொடங்கிய நடராஜன், சத்தியாகிரகம் பற்றிய ஜார்ஜ் ஜோசப்பின் கருத்துடன் மாறுபடுவதாகக் கூறி ஐந்து பக்க அளவில் தன் தரப்பு நியாயத்தை எடுத்துரைத்தார். அதன் சுருக்கம் வருமாறு.

ஒன்றுக்கொன்று முரணான விவரங்கள்

சத்தியாகிரகிகள் கூறும் விவரங்களும் அரசாங்கம் கூறும் தகவல்களும் முரண்படுகின்றன என்பது கே. நடராஜனின் முதல் கருத்து. ஜார்ஜ் ஜோசப் சொல்வதுபோல கர்னல் மன்றோவினால் வைக்கம் கோயில் பறிமுதல் செய்யப்பட்டதாகத் தெரியவில்லை. வைக்கம் கோயில் நிர்வகித்து வந்தவர்களால் அதன் நிர்வாக உரிமை திருவாங்கூர் ராஜாவிடம் ஒப்புவிக்கப்பட்டதென்று கூறப்படுகிறது.

தடை உத்தரவு ஒட்டப்பட்ட இடத்திற்கு மேல் செல்லும் சாலையானது நேராக வைக்கம் கோயிலுக்குச் செல்கிறது. இந்தச் சாலையைச் சாதிஇந்துக்கள் அல்லாதவர்கள் உபயோகிப்பது வழக்கமில்லை என்று காவல் ஆய்வாளர் விசாரணையின்போது கூறினார். சத்தியாகிரகத் தலைவர்கள் கோர்ட்டில் கொடுத்த வாக்குமூலத்தில் காவல் ஆய்வாளர் குறிப்பிட்டவற்றை மறுக்கவில்லை.

சத்தியாகிரகிகள் நடந்துசெல்ல விரும்பும் சாலையானது

நேராகக் கோயிலுக்குச் செல்வதற்காக ஏற்பட்டது, அது கோயிலின் சாலை என்றும் இருந்தால் அதனை ராஜ பாதை என்று கூற முடியாது. அவ்வாறு இருக்கும்போது சத்தியாகிரகிகள் தற்பொழுது கோயிலுக்குள் பிரவேசிக்கும் பிரச்சனையைப் பற்றித் தாங்கள் சிந்தனை செய்யவில்லை என்று கூறுவதில் யாதொரு பொருளும் இல்லை.

சமூகத்தினையும் மதத்தினையும் சீர்திருத்த இந்தியாவில் நெடுநாட்களாக கையாண்டு வந்த முறைகளானது, வலுவில் தாக்கும் ஆர்ப்பாட்ட முறைகளுக்கு முற்றிலும் விரோதமானவையாக இருக்கின்றன. உலகில் சத்தியாகிரகி ஒருவர் வாழ்ந்தார் என்றால் புத்த பகவானைத்தான் கூறக்கூடும். அவர் மக்களது சம்பிரதாயங்களைக் கட்டுப்பாடான ஏற்பாட்டால் மீறி நடந்து குலைக்க முயன்றதாக ஆதாரம் எதுவும் காணோம். அவர் மிருகபலியை எப்படி நிறுத்தி தேசத்தை அகிம்சா தர்மத்திற்கு மாற்றினார் என்பதை எடுத்துக்காட்ட ஒரு கதை கூறப்படுகிறது. அதில் இந்தியாவில் வெகு நாட்களாகக் கையாளப்பட்டு வந்தமுறையும் அதன் கருத்தும் காணப்படுகிறது.

அனுதாபிகள் செய்யவேண்டுவது என்ன

'தீண்டாதவர்கள் பிரவேசிக்கக்கூடாது என்று தடுக்கப் பட்டிருக்கும் கோயில்களுக்கு நாம் செல்லக் கூடாது; அந்தச் சாலைகளில் நாம் நடக்கக்கூடாது; கிணறுகளிலிருந்து நீர் இறைத்துக் கொள்ளக்கூடாது... இப்படி தீண்டத்தகாதவர் எனப்படுவோரிடம் அனுதாபம் கொண்டிருக்கும் இந்துக்கள் ஒரே கட்டாக நடந்தால், அதிக பலன் உள்ள முறையில் முன்னேற்றம் கிட்டலாம்.'

நடராஜன், எடுத்துக்காட்டும் மலபார் பத்திரிகைகள் மனோபாவம் பின்வருவது.

மலையாளத்தில் பிரசுரமாகும் பத்திரிகைகளான *திருவனந்தபுரம் டெய்லி நியூஸ், ஸ்டாண்டர்டு,* கள்ளிக்கோட்டை *வெஸ்ட் கோஸ்ட் ரிபார்மர், சாம்பியன், வெஸ்ட் கோஸ்ட் ஸ்பெக்டேட்டர், மிதவாதி* என ஏறக்குறைய கிறித்தவர், வெளிப் படையாகக் கருத்து தெரிவிப்பவர், வைதிகர், தாழ்த்தப்பட்டவர் என யார் நடத்தும் பத்திரிகையும் சத்தியாகிரகத்திற்கு ஆதரவாக இல்லை எனக் கே. நடராஜன் எடுத்துக்காட்டினார்.

'வைதிகர்கள் தங்களுக்கு உசிதமானது எனத் தோன்றும் முறையில் வாழ்வதற்கும் பிரார்த்தனை செய்வதற்கும் உரிமை பெற்றிருக்கிறார்கள். அவ்வுரிமை அவர்களுக்கு இல்லை என்று

செய்ய முயலுவதானால் சமூக சீர்திருத்த வேலை ஒருபொழுதும் முன்னேற்றம் அடைய முடியாது' என்று கே. நடராஜன் முடிவாய்க் கருத்து தெரிவித்து வைக்கம் சத்தியாகிரகத்தை மறுத்துரைத்தார் *(சுதேசமித்திரன், 23 ஏப்ரல் 1924)*.

23 ஏப்ரல்

காந்தி, சத்தியாகிரகத்தின் முன்னேற்றத்தைக் கண்டு, மகிழ்ந்து, தொண்டர்களைப் பாராட்டி தந்தி அனுப்பியிருந்தார். அதற்குப் பதில் அளித்தார் குரூர் நீலகண்டன் நம்பூதிரி.

'19ஆம் தேதி அனுப்பிய தந்தி கிடைத்தது. சத்தியாகிரகம் நிதானமாக நடந்து வருகிறது. ஆறு பேர் வீதம் இப்போது சத்தியாகிரகம் செய்கிறார்கள். எல்லாச் சாலைகளுக்கும் அரசு வேலி போட்டுவிட்டது. திவான் எங்களைக் கண்டு பேசி, அச் சாலைகள் கோயில் சொத்து என்றும் கிறித்தவர் முகமதியர் ஆகியோரையும் தடை செய்யப்போவதாயும் தெரிவித்தார்.

'எதிர்க்கட்சியார் வரவர இம்சையில் இறங்கி வருகிறார்கள். இனியும் இம்சை நடக்கக்கூடும். வேலியைத் தாண்டலாமா, பட்டினியிருக்கலாமா என்பதைக் குறித்து கமிட்டி யோசித்து வருகிறது. பட்டினிதான் திறமையாய் இருக்கும் என்று காண்கிறது. விரிவாகக் கடிதம் எழுதுகிறேன். உடனே தக்க யோசனை சொல்லுங்கள்' *(நவசக்தி, 25 ஏப்ரல் 1924)* என்ற நீலகண்டன் நம்பூதிரியின் தந்தியில் கூறப்பட்டிருக்கும் விஷயங்கள் பெரியார், மதுரதாஸ், டாக்டர் நாயுடு (நாகர்கோயில்) ஆகியோர் கலந்துகொண்ட கமிட்டியின் அவசரக் கூட்டத்தில் பேசப்பட்டவையாகும்.

பணமும் தொண்டரும் சேர்ப்பதற்காக பெரியார், அய்யாமுத்து கவுண்டர், சங்கு பிள்ளை, நாதமுனி, பத்மநாப பிள்ளை ஆகியோர் தென் திருவாங்கூருக்குப் போயிருக்கிறார்கள் *(சுதேசமித்திரன், 24 ஏப்ரல் 1924)*.

வைக்கம் வந்த திருப்பூர் ஆஷர் சேட், ரூ. 100 பெறுமான அரிசி தந்து உதவினார். யாழ்ப்பாண பத்திரிகை ஆசிரியர் மங்களாம்பாள் இயக்கத்தை ஆசீர்வதித்து எழுதியதோடு, அவசியப்பட்டால் தன் கணவருடன் வைக்கம் வருவதாக எழுதியுள்ளார். ஜே.ஆர். வின்சென்ட் மாதம் 10 ரூபாய் வீதம் ஒரு சத்தியாகிரகிக்கு நன்கொடை அளிக்க முன்வந்துள்ளார் *(சுதேசமித்திரன், 24 ஏப்ரல் 1924)*. எஸ். சீனிவாச ஐயங்கார் ரூ. 1000 அனுப்பி வைத்துள்ளார் *(சுதேசமித்திரன், 23 ஏப்ரல் 1924)*.

டி.ஆர். கிருஷ்ணசாமி ஐயர் மீதான விசாரணை இன்று நடந்தது. இரண்டு மாத காலத்துக்கு நன்னடத்தை பிணையும் 200 ரூபாய்க்கு முச்சலிக்காவும் (பிணைப் பத்திரம்) எழுதி கொடுக்கும்படி மாவட்ட மாஜிஸ்டிரேட் கூறினார். பிணை கொடுக்க மறுத்து கிருஷ்ணசாமி ஐயர் சிறை சென்றார். மாவட்ட மாஜிஸ்டிரேட், தீண்டாதவர்களிடம் காங்கிரஸ்காரர்கள் உண்மையான சகோதரத்துவ உணர்ச்சியும் அன்பும் காட்டுவதைத் தாம் பாராட்டுவதாயும், ஆயினும் பொதுஜன அமைதியை முன்னிட்டு இயக்கத்தை அடக்காமல் இருக்க முடியாதென்றும் தன் தீர்ப்பில் குறிப்பிட்டார் *(சுதேசமித்திரன், 24 ஏப்ரல் 1924)*.

திருச்சூர் நகரசபை, எல்லாச் சாலைகளிலும் சந்துகளிலும் சாதி, மத வித்தியாசமின்றி மக்கள் அனைவரும் செல்லலாம் என்று தீர்மானம் இயற்றியது *(நவசக்தி, 25 ஏப்ரல் 1924)*.

போராட்டம் மும்முரமாகி, வைதிகர்கள் கோபத்தில் ஆழ்ந்திருந்த நேரத்தில் திரு.வி.க. சமாதானமாக நவசக்தியில் தலையங்கம் ஒன்றை எழுதினார். வைதிகர் பின்பற்றும் நூல்களைக் கடுமையான விமர்சனம் செய்து அவர்கள் பகையை மேலும் சம்பாதித்துக்கொள்ள வேண்டாம் என்று சத்தியாகிரகிகளுக்கு அறிவுரை கூறிய தலையங்கம் அது.

"தீண்டாமையை ஒழிக்க முயல்வோருள் சிலர் வைதிகர்களையும் பழைய நூல்களையும் இழிவுரைகளால் மறுக்கிறார். அம்மறுப்பில் வைதிகர்கள் மனம் புண்பட்டுத் தேசத்தை மறந்து, அடிமைத்தனத்தை மறந்து, உரிமை வேட்கை இழந்து, தீண்டாமையை வலுப்படுத்த அன்னார் உறுதி கொள்கிறார். வைதிகர் தீண்டாமையை ஒழிக்க முன்வராதிருப்பரேல் தீண்டாமை எவ்வாறு ஒழியும்? தீண்டாமையைக் களைய வேண்டுவது நமது கடமை. அதற்கு வைதிகர் துணையே இன்றியமையாததாயிருக்கிறது.

"தீண்டாமையால் இந்து மதத்திற்கும் தர்மத்துக்கும் தேசத்துக்கும் கேடு நிகழ்ந்து வருவதை உள்ளங்கை நெல்லிக்கனி போல் விளங்குமாறு அவர்கள் முன்னிலையில் முறையிட்டால் அவர்கள் உண்மை கண்டு தீண்டாமை ஒழிக்க முயல்வார்கள்" *(நவசக்தி, 25 ஏப்ரல் 1924)*.

25 ஏப்ரல்

வழக்கம் போல் சத்தியாகிரகம் நடந்தது. தொண்டர்களின் பெயர், இயக்கத்தை நடத்துபவர் பெயர் முதலிய விவரங்கள் கொண்ட பட்டியலைக் காவல்துறையினர் கேட்டனர்.

அதைப் பற்றி விவாதிக்க தீண்டாமை விலக்குக் குழு மாலை கூடியது. இராஜாஜி அல்லது வல்லபாய் படேலை வைக்கத்துக்கு வரவழைப்பது; அகாலியரை வரவேற்க கிருஷ்ணன் நம்பூதிரிபாட்டை அனுப்புவது; எஸ். சீனிவாச ஐயங்காரின் நன்கொடைக்கு நன்றி தெரிவிப்பது எனத் தீர்மானங்கள் நிறைவேறின. மாலைப் பொதுக்கூட்டத்தில் கேளர கவுமுதி ஆசிரியர் குன்னிராமன் பேசினார்.

நீலகண்டன் நம்பூதிரி அனுப்பிய தந்திக்கு காந்தி பின்வரும் பதிலை அனுப்பிவைத்தார். "பட்டினி இருக்கக்கூடாது; வேலியேறிக் குதிக்கவும் கூடாது; எப்படிச் செய்தால் திறமையாய் இருக்கும் என்பதைப் பற்றி கவனியாமல், எது ஒழுங்கோ அதை மாத்திரம் செய்ய வேண்டும். கடிதத்தில் மற்ற விவரங்களைக் காணலாம்" (சுதேசமித்திரன், 26 ஏப்ரல் 1924).

"சத்தியாகிரகம் நடைபெறும்பொழுது அரசாங்கத்துடையவும் பொதுமக்களுடையவும் ஆதரவைப் பெறுவதற்காகச் சத்தியாகிரகப் போரை நடத்துகிறவர்கள் மனுக்கள் செய்து கொள்வதும், பொதுக்கூட்டங்களை நடத்தவும், பிரதிநிதி கூட்டங்களை அனுப்பவும் சிறிதும் பின்வாங்கக்கூடாது" என்று காந்தி யங் இந்தியாவில் (24 ஏப்ரல் 1924) எழுதியுள்ளதாக சுதேசமித்திரன் (26 ஏப்ரல் 1924) தெரிவித்துள்ளது.

26 ஏப்ரல்

இன்று நாகர்கோயிலில் பெரியார், எம்.இ. நாயுடு ஆகியோர் கலந்துகொண்ட சத்தியாகிரக ஆதரவுக் கூட்டம் நடைபெற்றதைக் கோட்டாறு காவல்ஆய்வாளர் (இ. சுப்பிரமணிய பிள்ளை) நாகர்கோவில் உதவிக் காவல் கண்காணிப்பாளருக்கு எழுதிய இரகசியக் கடிதத்தில் குறித்துள்ளார் (அரசு ஆவணம், திருவனந்தபுரம் ஆவணக் காப்பகம்).

பி. சிதம்பரம் பிள்ளை தலைமை வகிக்க, எம். சிவதாணு பிள்ளை, எம்.இ. நாயுடு, பி. சுவாமிநாத பிள்ளை, குலாம் ஹைதர், குமாரவேலு பணிக்கர், ராமலிங்க பணிக்கர் ஆகியோர் முக்கியப் பங்கு வகித்தனர்.

"இந்து மகாராஜாவால் திருவாங்கூர் ஆளப்படுகிறது. அவர் தாழ்த்தப்பட்டவர்களுக்கு முற்றிலும் எதிரானவர். அவர் 'மதத் துரோகி' (இதை மலையாளத்தில் காவல்ஆய்வாளர் எழுதியுள்ளார்)" என்று எம்.இ. நாயுடு பேசினார். காங்கிரஸ் உறுப்பினரும், வைக்கத்திலிருந்து டாக்டர் நாயுடுவுடன்

வந்தவருமான ஈரோடு ராமஸ்வாமி நாயக்கரும் வைக்கம் சத்தியாகிரகம் பற்றிப் பேசினார்.

'முகமதியரும் கிறித்தவர்களும் வைக்கம் கோயில் அருகில் உள்ள பொதுத்தெருவின் வழியே நடக்க அனுமதிக்கப்படுகிறார்கள். ஆனால், ஈழவர்கள் அனுமதிக்கப்படுவதில்லை. இந்துவான புலையர்களும் பறையர்களும் அந்தச் சாலை வழியே நடக்க அனுமதிக்கப்படுவதில்லை. அந்த மனிதர்களே கிறித்தவர்களாகவோ முகமதியர்களாகவோ மாறினால் திருவாங்கூர் அரசாங்கம் அவர்களை அத்தெருவழியே நடக்க அனுமதிக்கத் தயாராய் இருக்கிறார்கள்' என்று அவர் பேசினார். இரவு 8:30 மணிவரை நடந்த அக்கூட்டத்தில் 800 பேர் வரை கூடியிருந்தனர்.

வழக்கம் போல் சத்தியாகிரகம் நடந்தது. மூன்று அடி அகலமுள்ள ஒரு வழிநடைப் பாதையில் காந்திதாசன் முத்துசாமி உட்கார்ந்துகொண்டிருந்தார். வழியை விட்டு விலகும்படி காவல்துறை உதவி கண்காணிப்பாளர் பிச்சு ஐயங்கார் கேட்டதற்கு, தமது கமிட்டியின் உத்தரவுப்படி தாம் நடப்பதாகக் கூறினார். ஒருவர் மட்டும் ஏககாலத்தில் போவதற்கு வழி திறந்துவிட்டிருப்பதாகவும், கமிட்டி உத்தரவு இட்டாலன்றித் தாம் அசையப் போவதில்லை என்றும் தொண்டர் சொன்னார். பிச்சு ஐயங்கார் தொண்டரைத் தூக்கி நிறுத்திச் சில அடி தூரம் அப்பால் கொண்டுபோய் விட்டார். அதற்குள் 200 பேர் கூடிவிட்டனர். முத்துசாமி பழைய இடத்துக்கு மீண்டும் ஓடிவந்தார். அம்மாதிரி பிடிவாதம் செய்தால் அவருடைய உயிருக்கு ஆபத்து ஏற்படக்கூடும் என்றும், பக்கத்து கடையில் சாமான் வாங்க முடியாதிருக்கிறது என்றும் பிச்சு ஐயங்கார் சொன்னார். கடைக்காரர்களுக்குச் சௌகரியம் செய்துகொடுக்க விரும்பினால், நடு ரஸ்தாவில் வழி திறந்துவிடுங்கள் எனத் தொண்டர் பதில் அளித்தார். தமது உயிருக்கு ஆபத்து வருவதைப் பற்றிக் கவலை இல்லை என்றும் சொன்னார். பிச்சு ஐயங்கார் என்ன சொல்லியும் தொண்டர் கேளாததால் காவலர் சிலரை அழைத்து, அவரை அப்பால் தள்ளி வைக்கும்படி உத்தரவிட்டார்.

மாலையில் இதே முத்துசாமி பொதுக்கூட்டம் நடப்பதாகத் தம்பட்டம் அடித்துச் சென்றபோது இரண்டு நாயர்கள் வழி மறித்து அதைப் பிடுங்கிக்கொண்டு கதர்சட்டையைக் கிழித்து, தடியால் அடித்ததாகச் சொல்லப்படுகிறது. ஆயினும் முத்துசாமி வாயால் அறிவித்துக்கொண்டு போனார். நாக்கை அறுத்துவிடுவதாக எதிரிகள் பயமுறுத்தினர். அன்று மாலை

சிவசைலம் என்ற நாகபுரி சத்தியாகிரகி வைதிக பிராமணர்களின் பழக்க வழக்கங்களைக் கடுமையான பாஷையில் கண்டித்துக் கடற்கரையில் பேசினார். உதவிக் காவல் கண்காணிப்பாளர், அம்மாதிரி திட்டக்கூடாது என்றார். நான் திட்டவில்லை என்று சிவசைலம் பதில் அளித்தார் (அரசு ஆவணம், திருவனந்தபுரம் ஆவணக்காப்பகம்).

27 ஏப்ரல்

இன்று சத்தியாகிரகமில்லை. இரண்டு கூட்டங்கள் மட்டும் நடந்தன. ஞாயிறன்று திவான் திருவாங்கூர் திரும்பினார். மாவட்ட மாஜிஸ்டிரேட், காவல் கண்காணிப்பாளர் வைக்கம் வந்திருந்தனர்.

சத்தியாகிரகத் தலைவர்களின் உரைகளைக் கேட்பதும், சத்தியாகிரகத்துக்குப் பொதுமக்களின் ஆதரவைத் திரட்டுவதும் என்ற நோக்கத்துக்காகத் தக்கலை, தைகாவு மசூதியில் இன்று மாலை *5:30* முதல் *8* மணிவரை ஒரு பொதுக்கூட்டம் நடைபெற்றது. அக்கூட்ட நிகழ்வைத் தக்கலை காவல்ஆய்வாளர் (தனுப் பிள்ளை) மாவட்ட காவல் கண்காணிப்பாளருக்கு அறிக்கையாகச் சமர்ப்பித்தார் (அரசு ஆவணம், திருவனந்தபுரம் ஆவணக்காப்பகம்).

பி.எஸ். மருதநாயகம் பிள்ளை தலைமையில் நடந்த அந்தப் பொதுக்கூட்டத்தில் இ.வி. ராமஸ்வாமி நாயக்கர், அய்யாமுத்து கவுண்டர், சிட்டேடத்து சங்கு பிள்ளை, எம்பெருமாள் நாயுடு, ராமகிருஷ்ண தாஸ் ஆகியோர் பேச்சாளர்கள்.

டாக்டர் எம்பெருமாள் நாயுடு பேசுகையில் அழிக்க வேண்டிய இந்த வழக்கத்திற்கு (தீண்டாமைக்கு) சாஸ்திரங்களின் ஒப்புதல் இல்லை என்பதை நிரூபிக்க முயன்றார். பெரியார் தமிழில் பேசுகையில், தாழ்த்தப்பட்ட மக்கள், தடைசெய்யப்பட்ட பகுதியில் நடக்க அனுமதிக்கப்படும் நாய்களைவிட, மிருகங்களைவிடக் கீழானவர்கள் இல்லை என்றார். தீண்டாமைக் கொடுமையை ஒழிக்கப் பாடுபட்ட உயர்சாதி இந்திய சிந்தனையாளர்களைப் பற்றி அவர் விவரித்தார்.

ராமகிருஷ்ண தாஸ், வி.பி. நாயர், சிட்டேடத்து சங்கு பிள்ளை, திருவிதாங்கோடு முகமதியர் ஒருவர், நாகர்கோயில் சிவதாணு பிள்ளை ஆகியோரும் பேசினர். அய்யாமுத்து கவுண்டர் தேசிய கீதம் ஒன்றைப் பாடினார். அது இயக்கத்தின் நோக்கத்தையும் உள் உணர்ச்சியையும் காட்டுவதாக இருந்தது.

சத்தியாகிரக நிதிக்குப் பணம் திரட்டவும், தன்னார்வலர்களை ஒழுங்கு செய்யவும் ஒரு குழு அமைக்கப்பட்டது.

28 ஏப்ரல்

வழக்கம் போல் தொண்டர்கள் சத்தியாகிரகம் செய்தனர். மேலவீதி அடைப்பின் தென்னண்டைக் கோடியில் ஒரு சிறுவழி நடைபாதை ஒதுக்கி விடப்பட்டிருந்தது. காவல்துறையினர் சற்று ஓய்வெடுத்துக் கொண்டிருந்த சமயம் பார்த்து சத்தியாகிரகிகள் முன் செல்ல யத்தனித்தனர். காவல்துறையினர் உடனே பின்தள்ளினர். காவல்துறையினர் சிறிதுநேரம் கழித்து நிழலோரமாக நின்றுகொண்டிருந்த சமயத்தில் தொண்டர்கள் மறுபடியும் முன்னேறப் பார்த்தனர். இரண்டாம் தடவை அவர்களைப் பின் தள்ளினர். தொண்டர்கள் இதைக் கமிட்டிக்குத் தெரிவித்தனர். காவல்துறையினர், தங்கள் கடமையைச் செய்யும் வகையில் குறைந்தபட்ச பலாத்காரத்தையே பிரயோகித்ததாகக் கூறினர்.

உள்ளூர் மருத்துவர் கேசவ பிள்ளை சத்தியாகிரகிகளின் தேகநிலையைக் கவனித்து வருகிறார். கேரள தேசத்தின் நான்கு மூலைகளிலிருந்தும் வரும் தொண்டர்கள், ஊழியம் தேவைப்பட வில்லை என அறிந்து ஏமாற்றத்துடன் திரும்புகின்றனர். சத்தியாகிரக விளம்பரசபை அலுவலர் எஸ். பாலகிருஷ்ண பிள்ளை வெளியிட்ட அறிக்கை, சத்தியாகிரகத்தின் நிலையை விளக்குகிறது. அவ்வறிக்கை பின்வருமாறு.

“இம்மகத்தான போராட்டம் ஆரம்பித்து ஒரு மாதமாகி விட்டது. அரசு தன் முறைகளை அடிக்கடி மாற்றி வருவதால் நிலைமை நெருக்கடியாகி வருகிறது. இரண்டு வாரமாக எவரும் கைது செய்யப்படவில்லை. தொண்டர்களின் எண்ணிக்கையை இரட்டித்தும் அரசுக் கொள்கை மாறவில்லை. கோயிலுக்குப் போக இருக்கும் நான்கு வழிகளும் அடைபட்டு விட்டன. ஏக காலத்தில் ஒருவர் மாத்திரம் போகக்கூடிய வழி ஒன்று திறந்து வைக்கப்பட்டிருக்கிறது. பொதுமக்களுக்கு அது மிகவும் கஷ்டமாகிறது.

“நாம் களைத்துப்போய் போராட்டத்தை விட்டு விடுவோம் என்ற நினைப்புடன்தான் அரசு அங்ஙனம் செய்து வருகிறது...

“தினமும் ரூ. 100 செலவாகிறது. நாளுக்கு நாள் செலவு அதிகரிக்கிறது. கை நிரம்பப் பணம் இருந்தால்தான் திறமையாக இயக்கம் நடக்கும். இந்தியாவில் உள்ள எல்லாத் தலைவர்களும் அபிமானிகளும் பணம் கொடுத்து உதவவேண்டும். கேரளம் ஏழை தேசம். இருந்தபோதிலும் சக்தியானுசாரம் பண உதவி

கிடைத்து வருகிறது. அது போதாது. இன்னும் பல மாதங்களோ பல ஆண்டுகளோ இயக்கத்தை நடத்தவேண்டி வரலாம்... இந்தப் புனிதமான இயக்கம் பணமில்லாக் குறைவால் மடிவதா? ஒருக்காலும் கூடாது" (*சுதேசமித்திரன்*, 24 ஏப்ரல் 1924).

கோட்டயம் மாவட்ட மாஜிஸ்டிரேட் (28 ஏப்ரல் 1924 தேதியிட்டு) தலைமைச் செயலாளருக்கு எழுதிய கடிதத்தில் வைக்கம் நிலைமைகளை விளக்கியிருந்தார். இக்கடிதம் அரசின் பார்வையைத் தெரிந்துகொள்ளப் பயன்படும்.

"மாவட்டக் காவல் கண்காணிப்பாளருடன் நேற்று (27 ஏப்ரல் 1924) வைக்கத்துக்கு நிலைமையை அறியவும், சத்தியாகிரகிகளின் சமீபத்தைய செயல்கள் குறித்து விசாரிக்கவும் சென்றிருந்தேன். அவர்களால் செய்யப்படும் நிகழ்வுகளின் தன்மையில் எந்த மாற்றமும் இல்லை. ஒவ்வொரு தெருவுக்கும் தன்னார்வலர்களைத் தொடர்ந்து அனுப்புகிறார்கள். தடையிடத்தில் அவர்கள் காவல்துறையால் தடுக்கப்படுகின்றனர். நேற்று ஞாயிறு ஆதலால் தன்னார்வலர் அனுப்பப்படவில்லை.

"ஒவ்வொரு பகுதிக்கும் அதிக ஆட்களை அனுப்பப் போவதாகவும், அதன்மூலம் வழியை அடைக்கவும்; எங்கெல்லாம் முடியுமோ அங்கெல்லாம் வேலியை உடைக்கவோ வேலி மீது ஏறவோ முயலலாம் என்று என் கவனத்துக்குக் கொண்டு வரப்பட்டது. இயக்கத்திற்கு ஆதரவும் ஆர்வமும் திரட்ட மீண்டும் உண்ணாவிரதம் இருக்கப்போவதாகவும் தெரிகிறது. இவை காந்தியின் ஒப்புதலுக்காக அனுப்பிவைக்கப்பட்டுள்ளன. இவை முறையற்றவை என்று காந்தி அவற்றை அங்கீகரிக்கவில்லை என்று பத்திரிகைகளிலிருந்து (*தி இந்து*, 21 ஏப்ரல் 1924) தெரிகிறது. மேலும் என்ன தந்திரங்களைச் செய்கிறார்கள் எனப் பொறுத்திருந்து பார்க்கலாம்.

"வைக்கத்தில் சிறப்புப் பணியாக நியமிக்கப்பட்டிருக்கும் உதவிக் காவல் கண்காணிப்பாளர் பிச்சு ஐயங்கார் வைக்கத்திலும் வேறு இடங்களிலும் தினக்கூட்டங்கள் நடப்பதாகவும், காங்கிரஸ் தலைவர்கள் அதில் பேசுவதாகவும் தெரிவித்துள்ளார். அப்பேச்சுகளில் தன்னார்வலர்களையும் பணத்தையும் கோருவதாகத் தெரிகிறது. அக்கூட்டங்களில் பேச்சாளர்கள் அடிக்கடி அரசாங்கத்தின் மீதும் இயக்க எதிரிகள் மீதும் நஞ்சார்ந்த தாக்குதலில் ஈடுபடுகின்றனர். உதவிக் கண்காணிப்பாளர் மிதமான மொழியைப் பயன்படுத்தும்படி சிலரைக் கேட்டுக் கொண்டதாகவும் அந்த எச்சரிக்கைக்கு விளைவு இருப்பதாகவும் தெரிவித்துள்ளார்.

"அதேபோல் சென்ற பதினைந்து நாள்களுக்கு முன், அய்யாமுத்து கௌண்டரால் நிகழ்த்தப்பட்ட வன்முறைப் பேச்சொன்றை பிட் என் கவனத்துக்குக் கொண்டு வந்தார். மற்ற தலைவர்கள் மூலம் அவருக்கு எச்சரிக்கை அளிக்கப்பட்டது. இந்தத் தனித்த நிகழ்வுகள் அவர்களாலேயே தீவிரமாகப் பார்க்கப்படுவதில்லை. ஏனெனில் பேச்சாளரின் அதிக உற்சாகத்தின் விளைவால் அந்தக் கணத்தில் நிகழ்ந்தவை அவை. எப்படி இருப்பினும் அரசாங்கத்தின் கவனத்துக்கு இவற்றைக் கொண்டுவருவது என் கடமை" (அரசு ஆவணம், திருவனந்தபுரம் ஆவணக்காப்பகம்).

29 ஏப்ரல்

காவல் ஆணையர் 29 ஏப்ரல் 1924 தேதியிட்டு தலைமைச் செயலருக்கு அனுப்பிய கடிதத்தில், வைக்கம் (அ) திருவனந்த புரத்தில்(?) நடந்த ஒரு கூட்டம் பற்றிய தகவல் கிடைக்கிறது.

1. ஈ.வி. ராமசாமி நாயக்கர் (தமிழ்நாடு காங்கிரஸ் தலைவர்) (2) டாக்டர் எம்.இ. நாயுடு (நாகர்கோயில் காங்கிரஸ் தலைவர்) (3) கே.வி. குஞ்சுகிருஷ்ண பிள்ளை, உயர்நீதிமன்ற வக்கீல் திருவனந்தபுரம் (4) மலபார் சாத்துக்குட்டி நாயர் (5) சிட்டேத்து சங்கு பிள்ளை (6) கருணாகரப்பள்ளி கே. ராமகிருஷ்ண தாஸ் (7) செங்கணாச்சேரி மன்னத்து பத்மநாப பிள்ளை மற்றும் சிலர் ஆலப்புழையிலிருந்து லைன் படகில் வந்தனர். தண்டனை பெற்ற டி.ஆர். கிருஷ்ணசாமி ஐயர் அவர்களும் அதே படகில் இருந்தார். ஆலப்புழையிலிருந்து அவர் வருவது குறித்து தந்தியும் வந்திருந்தது.

குமரன், ரமாபாய் உள்பட 200 பேர் படகுத்துறையில் இருந்தனர். கிருஷ்ணசாமி ஐயர் நகரக் காவல்நிலையத்திற்கு அழைத்துச் செல்லப்பட்டார். மற்றவர்கள் கண்டோன்மெண்ட் மைதானத்திற்குப் பொதுக்கூட்டத்திற்குச் சென்றனர். பெரியார் அரைமணி நேரம் பேசினார். வைக்கம் சத்தியாகிரகத்திற்குப் பணமாகவும் ஆட்களாகவும் உதவும்படி வேண்டினார். தமிழில் பேசிய அவர் பேச்சை முடிக்கும் தறுவாயில் மழை பெய்ய ஆரம்பித்தது. திருவனந்தபுரத்திலிருந்து வைக்கம் திரும்பும் வழியில் மற்றொரு கூட்டம் நடத்தப்படும் என்று அவர் உறுதி கூறினார் (அரசு ஆவணம், திருவனந்தபுரம் ஆவணக்காப்பகம்).

திருவனந்தபுரம் காங்கிரசு காரியதரிசி சங்கு பிள்ளையிட மிருந்து வந்த செய்தியை சுதேசமித்திரன் வெளியிட்டிருந்தது. அது வருமாறு: இராமஸ்வாமி நாயக்கர். அய்யாமுத்து கவுண்டர், டாக்டர் எம்.இ. நாயுடு முதலியோர் இச்சமஸ்தானத்தில் அடுத்த 15

தினங்களுக்கு யாதொரு பிரசங்கமும் செய்யக்கூடாது. செய்தால் பற்பல வகுப்பினருக்குள்ளும் துவேஷம் ஏற்படும். பொதுமக்கள் அமைதிக்குப் பங்கம் ஏற்பட்டுவிடும், அதிகாரிகளை அவமதிக்கத் தூண்டுவது போலிருக்கும் என்று திருவனந்தபுரம் மாவட்ட மாஜிஸ்டிரேட் தடை உத்தரவு (சுதேசமித்திரன், 29 ஏப்ரல் 1924).

தமிழ்நாட்டுத் தலைவரும் காங்கிரஸ்காரரும் வைதிகருமான சி.வி. வேங்கடரமண ஐயங்கார் வைக்கம் சென்று திரும்பியதை யடுத்து, அவரிடம் அங்குள்ள நிலைமையைப் பேட்டி கண்டு சுதேசமித்திரன் வெளியிட்டிருந்தது. அவர் நடுநிலை பாவனையோடு சொல்லியிருந்த கருத்துகளின் சுருக்கம் வருமாறு.

வைக்கத்து நிலைமையைச் சொல்லமுடியுமா என்ற நிருபரின் கேள்விக்கு சி.வி. வேங்கடரமண ஐயங்காரின் பதில்.

"... நான் வருவதை அறிந்து காவல் ஆணையாளர் என்னை வரவேற்று அவருடைய மோட்டாரையும் கொடுத்தார். நான் கோயிலுக்குச் சென்றேன். அங்கு சுமார் 1000 பேர் சாப்பிட்டுக்கொண்டிருந்தனர். முதல் வகுப்பு மாஜிஸ்டிரேட்டும் தேவஸ்தானம் தாசில்தாரும் என்னைப் பார்க்க வந்தார்கள். எல்லோரும் கோயிலில் சாப்பிட்டோம். அச்சமயத்தில் அங்கிருந்த பிராமணர்களுடன் நான் கலந்து பேசினேன். கிருஷ்ணசாமி ஐயர் வழக்கு விசாரணையாகிறது என்று அறிந்து தாலுகாவிற்குச் சென்றேன். அங்கு பிரபல ஈழவரான சாணாரையும், ராமஸ்வாமி நாயக்கரையும் பலரையும் சந்தித்தேன். காவல்நிலையம் போய் கிருஷ்ணசாமி ஐயருடன் பேசிவிட்டு சத்தியாகிரக ஆசிரமத்திற்கும் அதன் மடப்பள்ளிக்கும் சென்று அங்கு கூடியிருந்த தொண்டர்களுடன் பேசினேன். நானும் நாயக்கரும் பாதுகாக்கப்பட்ட சாலைகள் வழியே சென்று அடைப்பு போட்டிருந்த இடத்தையும் பார்த்தோம்..."

தொண்டர்கள், வைதிகர்கள் உணர்ச்சி எவ்விதமிருக்கிறது என்ற வினாவிற்கு சி.வி. வேங்கடரமண ஐயங்கார் பதில் இது.

"தொண்டர்கள் வெகு உற்சாகத்துடன் இருக்கிறார்கள். தலைவர்களுக்கும் அவர்கள் கட்டுப்பட்டு நடக்கிறார்கள். ஈழவர் தங்கள் குறைகளை நிவர்த்தி செய்துகொள்ள முயற்சித்தாலும் அவர்களுக்குக் கீழ்ப்பட்டவர்களைக் கேவலமாக நடத்துவது தவறு என்று இப்போதுதான் உணர்ந்திருக்கின்றனர். இந்த இயக்கத்தின் பலனாக அவர்களுக்குள் சமத்துவம் ஏற்பட்டுவிடும் என்று நம்புகிறேன்.

"வைதிக குழுவில் ஒரு சாரார் ஒரு வக்கீலின் தலைமையின்

கீழ் இருந்துகொண்டு வெளியாட்கள் தலையிடுவதை ஆட்சேபிக்கின்றனர். தேசம் எங்கும் ஒற்றுமை உணர்ச்சி ஏற்பட்டு வருகிறது, ஒதுங்கி நிற்பது பிரயோஜனம் இல்லை என்று நான் வெகுதூரம் அவர்களுடன் வாதித்தேன்..."

இந்த நிலைமையில் அரசு என்ன செய்வது உசிதமாக இருக்கும் என்று உங்களுக்குத் தோன்றுகிறது என்ற கேள்விக்கு சி.வி. வேங்கடரமண ஐயங்கார் ஒரு ஏற்பாட்டை முன்னுரைத்தார்.

"... முதல்படியாக கோயிலைச் சுற்றியுள்ள நான்கு சாலைகளில் மட்டில் தீண்டாதார் செல்லக்கூடாது என்று வரையறுத்துக் கொள்ளவேண்டும். அவற்றுக்குச் செல்லும் பாதைகளிலும் அவர்கள் போகக்கூடாது என்று இருக்கிற நிர்ப்பந்தத்தை நீக்கிவிட வேண்டும். கோயிலுக்குக் கிழக்கே இருக்கிற சாலை வெகு தொலைவில் இருப்பதால் கோயிலுக்குச் சமீபத்தில் குளத்து ஓரமாகப் புதிய சாலையைப் போட்டு, தொலைவிலுள்ள சாலையில் எல்லோரும் செல்ல அனுமதித்துவிடவேண்டும். முக்கிய சாலைகளைத் தீண்டாதவர் உபயோகிக்கக் கூடாது என்ற நிர்ப்பந்தத்தின் பலனாக அவர்கள் சந்துகள் வழியாகச் சென்று கஷ்டப்பட வேண்டியிருப்பதால் மற்ற மூன்று சாலைகளுக்கும் நேராக வேறு சாலைகளை நகராட்சி போடும்படி செய்யவேண்டும். தடைப்பட்ட சாலைகளில் இந்துக்கள் அல்லாதவர்கள் செல்லக் கூடாது என்று விளம்பரப்படுத்திவிட வேண்டும். தற்காலிக சாந்தியாகவே இந்த யோசனை. வைதிகர்களின் உணர்ச்சி மாறி வந்தால் தீண்டாமையும் பழங்கதையாகி விடும்."

திருவாங்கூர் அரசு நடந்துகொள்ளும் முறை, பிராமணர் தான் தடையாக இருக்கிறார்கள் என்ற குற்றச்சாட்டு, எவ்வளவு காலம் சத்தியாகிரகம் நடக்கும் என்ற கேள்விகளுக்கும் சி.வி. வேங்கடரமண ஐயங்கார் பதிலளித்தார் (*சுதேசமித்திரன்*, 27 ஏப்ரல் 1924).

வெளியார் உதவி பற்றி காந்தி

".... பெரும்பான்மையோருக்கு விரோதமாகச் சிலர் சேர்ந்து சத்தியாகிரகம் செய்வதாக வைத்துக்கொள்வோம். அதற்குக்கூட வெளியார் உதவி இருக்கக்கூடாது. பொதுமக்கள் சத்தியாகிரகம் என்பது வீட்டில் செய்யும் சத்தியாகிரகத்தை விட அளவில்தான் பெரியதாக இருக்கும். நாம் நமது வீட்டில் சத்தியாகிரகம் நடைபெறுவதாக நினைத்துக்கொண்டு ஒவ்வொரு பொதுஜன சத்தியாகிரகத்தையும் அம்முறையில் சோதனை செய்துபார்க்க வேண்டும். உதாரணமாக நான் எனது

குடும்பத்தில் தீண்டாமையைப் போக்க விரும்புகிறேன் என்று நினைத்துக்கொள்ளுங்கள். என்னுடைய பெற்றோர் அதனை எதிர்க்கிறார்கள். ஆனால் எனக்கு பிரகலாதனைப் போன்று தீண்டாமையை ஒழிக்க வேண்டும் என்பதில் உறுதியான நம்பிக்கை இருக்கின்றது. என்னுடைய தகப்பனார் தீண்டாமையைப் போக்க முயற்சி செய்வதால் என்னைத் தண்டிக்கிறார். அதற்கு அரசின் உதவியையும் கோருகிறார். அப்பொழுது நான் என்ன செய்வது? எனக்காக என் தகப்பனார் கண்டுபிடித்திருக்கும் தண்டனைகளை என்னுடன் அனுபவிக்க வரும்படி என்னுடைய நண்பர்களை நான் அழைக்கலாமா? அல்லது உடனே கஷ்டத்தை மேற்கொண்டு அன்புடன் நடப்பதால் அவர் தீண்டாமையின் கேடுகளை உணர்ந்து கொள்வார் என்ற நம்பிக்கையுடன் என் தகப்பனார் எனக்கு விதிக்கும் தண்டனைகளை எல்லாம் பொறுமையுடன் அனுபவிப்பது என் கடமையாகுமா?

"குழந்தையாகிய நான் கூறுவனவற்றை என் தகப்பனார் உணராதிருக்கக்கூடும். ஆதலால் என் சிநேகிதர்களையும் அறிவாளிகளையும் உதவிக்கு அழைத்து வந்து என் மனோபாவத்தை அவருக்கு எடுத்துரைக்கலாம். ஆனால், என் கஷ்டங்களை அனுபவிக்கும்படி அவரையும் அனுமதிக்கக்கூடுமா? இந்தச் சத்தியாகிரகத்தில் எது நியாயமோ அதுவே பொதுஜன சத்தியாகிரகத்துக்கும் நியாயமானதாக இருக்கும்" (சுதேசமித்திரன், 29 ஏப்ரல் 1924).

இதற்கிடையில் திருவனந்தபுரம் சிறையில் இருந்த கே.பி. கேசவ மேனன் 'வைக்கம் காவல் அலுவலர்கள் நடத்தியது போன்றே இங்கும் எங்களை அதிகாரிகள் மரியாதையாக நடத்துகிறார்கள்' என்று காந்திக்குச் சிறையிலிருந்து கடிதம் எழுதி தெரிவித்தார் (சுதேசமித்திரன், 29 ஏப்ரல் 1924).

~ ~

வைக்கம் போராட்டத்தின் முதல் மாத (ஏப்ரல் 1924) நிகழ்வுகளின் சுருக்கத்தைப் பின்வருமாறு தரலாம்.

மூலவராக டி.கே. மாதவன் விளங்க, உற்சவ மூர்த்தியாகக் கே.பி. கேசவ மேனன் இருந்து போராட்டத்தை, காந்தியின் ஆசீர்வாதத்தோடு தொடங்கி வைத்தார். வைதிகர் காந்தியிடம் முறையிட்டனர். ஆதரவு தேடி மேலும் பிரசாரம் செய்ய காந்தி அறிவுறுத்த, போராட்டம் சில நாள்கள் நிறுத்தி வைக்கப்பட்டு, ஏப்ரல் 7இல் மீண்டும் துவங்கியது.

தடைசெய்யப்பட்ட இடத்திற்குச் சென்ற சத்தியாகிரகிகள்

கைது செய்யப்பட்டு சிறைத் தண்டனை பெற்றனர். ஏப்ரல் 10 முதல் இத்தகைய கைது நடவடிக்கை நிறுத்தப்பட்டது. பின்னர் தலைவர்கள் கைதாகினர். டி.கே. மாதவன், கே.பி. கேசவ மேனன், ஜார்ஜ் ஜோசப், கேளப்பன், டி.ஆர். கிருஷ்ணசாமி ஐயர், குரூர் நீலகண்டன் நம்பூதிரி, பி.கே. செபாஸ்டியன், கே.ஜி. நாயர், வேலாயுத மேனன், குமார் போன்ற கேரளத் தலைவர்கள் தொடர்ந்து கைதாயினர். தமிழ்நாட்டின் உதவி கோரப்பட்டது. அழைப்பின் பேரில் பெரியார் ஏப்ரல் 13இல் வைக்கம் சென்று போராட்டத்தில் கலந்துகொண்டார். தலைவர்களை அனுப்ப இராஜாஜி மறுத்தார், இதன் தொடர்பில் ஜார்ஜ் ஜோசப் — இராஜாஜி கடிதங்கள் சர்ச்சைக்குள்ளாயின.

தமிழ்நாட்டுத் தலைவர்களான விஜயராகவாச்சாரியார், எம்.சி. ராஜா போன்றோர் வாழ்த்தினர். எஸ். சீனிவாச ஐயங்கார் வைக்கம் சென்று வைதிகர், மகாராஜா, திவான் ஆகியோரைக் கண்டு சமாதானம் பேசினார். சி.வி. வேங்கடரமண ஐயங்கார் வைக்கம் சென்று வைதிகர்களைச் சமாதானப்படுத்த முயன்றார்.

போராட்டத்தில் ஏற்பட்ட மாறுதல்கள் தினப்படி தரப்பட்டுள்ளன. வைதிகர், காவல்துறையினரின் தாக்குதல்கள் விவரிக்கப்பட்டுள்ளன.

போராட்டத்துக்குத் தமிழ்நாட்டிலிருந்து வந்த பெரியார், வரதராஜுலு நாயுடு, எம்பெருமாள் நாயுடு, அய்யாமுத்து, க. சந்தானம், ராமநாதன், தங்கப்பெருமாள், எஸ். சீனிவாச ஐயங்கார் போன்ற தலைவர்கள், டி.எஸ். சொக்கலிங்கம் போன்ற பத்திரிகையாளர்கள் செய்த செயல்கள், விடுத்த அறிக்கைகள் தரப்பட்டுள்ளன. நாகர்கோயில், விருதுநகர் போன்ற தமிழ்நாட்டின் பல ஊர்களிலிருந்தும் வந்திருந்த தொண்டர்கள் பற்றிய கிடைத்த விவரங்கள் தரப்பட்டுள்ளன.

சிரத்தானந்தர் நேரடியாகப் போராட்டத்திற்குப் பண உதவியும் ஆன்ம பலமும் தந்தார். ஆரிய சமாஜம் மூலம் ஈழவர் பலரை மதமாற்றி அத்தெருவில் நடப்பித்தார். திவான் (பொறுப்பு) வந்து சமாதானம் பேசினார்.

கைது நடவடிக்கை நிறுத்தப்பட்டதும் சத்தியாகிரகிகள் உண்ணாவிரதம் இருந்தனர். இந்து அல்லாதவரும் போராட்டத்தில் பங்கேற்றனர். இச் செயல்களையும் தடுத்துவிட்ட காந்தி, ஒவ்வொரு சமயத்திலும் அறிவுரை வழங்கிக்கொண்டே போராட்டத்தின் சித்தாந்த வடிவத்தை வார்த்தைகள் மூலம் உருவாக்கிக்கொண்டேயிருந்தார்.

எந்த வீதியில் யார் நடக்கலாம் என்ற உயர்நீதிமன்றத்தின் பழைய தீர்ப்புகள் வெளியிடப்பட்டு சத்தியாகிரகம் தார்மீகமாகப் பலவீனப்படுத்தப்பட்டது. சுதேசமித்திரன், நவசக்தி, தமிழ்நாடு போன்ற பத்திரிகைகள் செய்திகளை எழுதிப் போராட்டத்தை ஆதரித்தன. தி லீடர், ஜஸ்டிஸ், சுதர்ஸனம், சோஷியல் ரிபார்மர், திருவனந்தபுரம் டெய்லி நியூஸ் போன்றவை சத்தியாகிரகத்தின் நோக்கம், செயல்முறை ஆகியவற்றை எழுதி போராட்டத்தை எதிர்த்தன. சத்தியாகிரகிகளை வைதிகர்கள் ஆள்வைத்தும், காவல்துறையினர் தாமேயும் தாக்கினர்.

○

மே 1924
இரண்டாவது மாதம்

1 மே 1924

திருவனந்தபுரத்தில் கே.ஜி. குஞ்சுகிருஷ்ணன் பிள்ளை தலைமையில் நடந்த கூட்டத்தில் பெரியார், எம்பெருமாள் நாயுடு, மன்னத்து பத்மநாப பிள்ளை, அய்யாமுத்து கவுண்டர், சாத்துக்குட்டி நாயர் ஆகியோர் பேசினர்.

பெரியாரது பேச்சின் சாரமாக அரசு ஆவணம் பதிந்து வைத்திருப்பதின் சுருக்கத்தைக் கீழே தருகிறோம். (முழுப்பேச்சு பின்னிணைப்பில் தரப்பட்டுள்ளது.)

"வைக்கம் சத்தியாகிரகம் என்ற போர் அரசாங்கத்திற்கு எதிரானதல்ல, மதச் சண்டையும் அல்ல, வகுப்புச் சண்டையும் அல்ல. இது பொது நலனுக்கான செயல். சமத்துவத்தை நிறுவும் நோக்கம் கொண்டது. இந்தப் பணியில் நாம் நல்ல நிலையில் இருக்கும் எவரையும் நம்பி இருக்கக்கூடாது. இந்து மதம் வேகமாக மறைந்து வருகிறது. மற்ற மதங்கள் எல்லாம் மக்கள்தொகையில் 5, 10, 15 சதவீதம் வளர்ந்து வருவதாகப் புள்ளி விவரங்கள் கூறுகின்றன. இந்து மக்கள்தொகை 6 சதவீதம் குறைந்து விட்டது, கடந்த 10 ஆண்டுகளில். இது, இந்துக்கள் கலியாணம் செய்துகொள்ளவில்லை, குழந்தைகளைப் பெற்றுக்கொள்ளவில்லை என்பதைக் காட்டுகிறதா? இந்துக்களில் ஒரு பகுதியினரை நடத்தும் மோசமான முறை அவர்களை மற்ற மதங்களில் சேரத் தூண்டுகிறது. இந்த நிலைமை நீடிக்குமானால் இந்துக்கள் இல்லாமல் போய்விடுவர்" என்றந்தப் பேச்சு நீள்கிறது.

எம்பெருமாள் நாயுடு பேசுகையில், 'அரசரின் சட்டத்தில் எனக்கு நம்பிக்கை இல்லை, உண்மையின் சட்டத்தை மட்டுமே

நம்புகிறேன். மற்றவர்களை அடிமைகளாக வைக்க விரும்புவோர் உண்மையில் அடிமைகள் ஆவர். அரசே! கல்லை உடைக்க நினைத்து உங்கள் கையை உடைத்துக்கொள்ளாதீர்கள். நீங்கள் தொடர்ந்து தவறுசெய்தால் நீங்கள் அழிவீர்கள். உங்களுடன் நாங்களும் அழிய நேர்ந்துவிடும்' என்றார்.

அய்யாமுத்து பேசுகையில், 'இந்த திவான், இது உன் சொந்த ஊரா, ஏன் இங்கு வந்து பிரச்சனை செய்கிறாய் என்கிறார். காலில் காயம்பட்டால் கை ரத்தம் துடைக்க நீளுவதில்லையா, தலை, குனிந்து அதைப் பார்ப்பதில்லையா? அவை கால்களின் பகுதி இல்லையே என்று நாம் கேட்கிறோமோ? இங்கிலாந்தைச் சொந்த ஊராகக் கொண்டவர் இங்கு வந்து ரெசிடண்டாக ஆட்சி செய்யவில்லையா? போராடும் தலைவர்களைக் கைது செய்யும் அரசு நடவடிக்கை தவறானது' என்றார்.

திருவனந்தபுரம் ஆவணக்காப்பகத்தில் அரசு ஆவணம் ஒன்றில் தலைமைச் செயலர், காவல் ஆணையருக்கு எழுதிய கடிதம் உள்ளது. அக்கடிதம், பெரியார், எம்பெருமாள் நாயுடு, அய்யப்பன் ஆகியோரை நீதிமன்றத்தில் ஆஜர்படுத்தி, அவர்களது அரசு விரோதப் பேச்சுக்காகத் தண்டனை பெற்றுத் தரக் காவல் ஆணையரைக் கோருகிறது. இவர்கள் மூவரும் திருவாங்கூர் தண்டனைச் சட்டம் பிரிவு 117, 145 ஏ, 508 ஆகியவற்றின் கீழ் தண்டிக்கக்கூடிய குற்றங்களைச் செய்தவர்களாகக் கருதப்படுபவர்கள். அவர்களது ஆட்சேபகரமான பேச்சுகளின் பிரதிகள் இணைக்கப்பட்டுள்ளன. ஈ.வி. ராமஸ்வாமி நாயக்கர், திருவனந்தபுரம் அரசு அலுவலக மைதானத்தில் பேசிய பேச்சு 117, 145 ஏ, 505 திருவாங்கூர் குற்றச்சட்டத்தின் கீழ் தவறுடையது. வைக்கத்தில் 21 ஏப்ரல் 1924 அன்று பேசிய பேச்சையும் சாட்சியாக காட்டலாம் என அக்கடிதம் பரிந்துரைத்துள்ளது. சி.எஸ். ராமசந்திர ஐயரையும் ஆர். அச்சுதன் பிள்ளையையும் ராமஸ்வாமி நாயக்கர் மீதான குற்றச்சாட்டை நீதிமன்றத்தில் முறையிட அரசு பணித்தது. முன்னவர் திருவனந்தபுரம் கண்டோன்மெண்ட் காவல் ஆய்வாளராகப் பணியாற்றியவர். பின்னவர் திருவனந்தபுரம் விசாரணை ஆய்வாளராகப் பணியிலிருந்தவர். திருவனந்தபுரம் டிவிஷன் முதல்நிலை மாஜிஸ்டிரேட் நீதிமன்றத்தில் வழக்கு நடைபெறவிருந்ததாகத் தெரிகிறது.

கூடுதல் தலைமை அரசு வக்கீல் 16 மே 1924இல் (Sic) அளித்த பரிந்துரையில் ராமஸ்வாமி நாயக்கர் திருவாங்கூர் குற்றச்சட்டம் பிரிவு 117, 145ஏ பிரிவின் கீழ் திருவனந்தபுரத்தில் 25 ஏப்ரல் 1924 அன்று பேசிய பேச்சிற்காகவும் வைக்கத்தில் 20 ஏப்ரல் 1924 அன்று பேசிய பேச்சிற்காகவும் விசாரிக்கப்படலாம்

என்கிறார். எம்பெருமாள் நாயுடு, திருவாங்கூர் குற்றச்சட்டம் பிரிவு 117இன் கீழ் நாகர்கோயிலில் 26 ஏப்ரல் 1924 அன்று பேசிய பேச்சை அடிப்படையாய்க் கொண்டு விசாரணை செய்யப்படலாம். சாட்சிகளாக வைக்கத்தில் 21 ஏப்ரல் 1924 அன்று பேசிய பேச்சையும் திருவனந்தபுரத்தில் 25 ஏப்ரல் 1924 அன்று பேசிய பேச்சையும் கொள்ளலாம் என்று பரிந்துரைத்துள்ளார். அய்யாமுத்து கவுண்டரது திருவனந்தபுரம் அல்லது வைக்கம் பேச்சு ராச துரோகத்தின் கீழ் வருமா என்பது பற்றி உறுதியாகச் சொல்ல முடியவில்லை. எனவே, அவரை விசாரணைக்குட்படுத்த தான் ஒப்பவில்லை என்று கூடுதல் தலைமை அரசுவக்கீல் கருத்துரைத்துள்ளார்.

கோப்பில் எம்பெருமாள் நாயுடு பேச்சு தமிழில் உள்ளது, பெரியார் பேச்சு கோப்பில் இல்லை. மற்ற பேச்சுகளின் மலையாள வடிவம் கோப்பில் கிடைக்கிறது. 2 மே 1924, அன்று திருவனந்தபுரம் முதல் நிலை மாஜிஸ்டிரேட், அய்யாமுத்து கவுண்டருக்கு ஒரு மாதக் கடுங்காவல் தண்டனையும் ரூ. 50 அபராதமும் விதித்தார் (*நவசக்தி*, 9 மே 1924).

3 மே

இன்று சனிக்கிழமை. சத்தியாகிரகம் வழக்கம் போல் நடந்தது. பெரியார், எம்பெருமாள் நாயுடு, அப்துல் ரகுமான், சங்கு பிள்ளை ஆகியோர் கொல்லம், செங்கணாச்சேரி முதலிய இடங்களுக்குப் போய் திரும்பினர். செங்கணாச்சேரியில் தடை உத்தரவு இல்லாததால் பெரியார் அங்கு ஒரு கூட்டத்தில் பேசினார்.

தடை உத்தரவை அப்துல் ரகுமான் மீற தீண்டாமை விலக்குக் குழு அனுமதி அளித்தது. மற்றவர்கள் தொடர்பில் இன்னும் முடிவெடுக்கவில்லை. எம்பெருமாள் நாயுடு ஒரு பிரசங்கத்தில், பொதுமக்கள் சத்தியாகிரகத்தை ஆதரிக்கிறார்கள் என்பதில் சந்தேகமில்லை. அதிகாரிகள் அடக்குமுறைகளைக் கையாளுவது ஒழுங்கல்ல என்று கூறினார். ராமஸ்வாமி நாயக்கர், பிறகு தமது அனுபவத்தைச் சொல்லி எங்கும் இந்த இயக்கத்துக்கு ஆதரவுக்கு குறைவில்லை என்றார். ராமஸ்வாமி நாயக்கர் ஈரோட்டுக்குச் சென்றார். சீக்கிரத்தில் திரும்பி விடுவார் (*சுதேசமித்திரன்*, 5 மே 1924).

இன்று காலை எட்டு மணிக்குச் கொச்சியிலிருந்து ஒரு தனிப் படகில் அகாலியர் வந்து சேர்ந்தனர். ஒரு இலவச உணவுச்சாலை அமைத்து சாதி பேதமில்லாமல் சத்தியாகிரகிகளுக்கு உணவு

அளிக்க முடிவுசெய்து வந்துள்ளனர். அவர்கள் மிகவும் சிறப்பாக வரவேற்கப்பட்டனர்.

ரிசர்வ் காவல்படையைச் சேர்ந்த இரண்டு காவலர்கள் சத்தியாகிரகிகளைப் பலாத்காரமாகத் தாக்கியதன் பொருட்டு எச்சரிக்கை செய்யப்பட்டிருக்கிறார்கள். இனி இவ்வித சம்பவம் நேர்ந்தால் வேலையிலிருந்து நீக்கப்படுவார்கள் என்று அவர்கள் எச்சரிக்கப்பட்டிருக்கிறார்கள். இந்த எச்சரிக்கை தகுந்த பலன் அளித்திருப்பதாகத் தெரியவருகிறது *(நவசக்தி, 9 மே 1924)*.

4 மே

இன்று ஞாயிறு சத்தியாகிரகம் இல்லை. சகோதரன் ஆசிரியர் அய்யப்பன் 15 நாளைக்குப் பொதுக்கூட்டத்தில் பேசக்கூடாது என்று கோட்டயம் மாஜிஸ்டிரேட் தடை உத்தரவு பிறப்பித்திருக்கிறார். இன்றைய தினம் வைக்கம் வந்த காவல் ஆணையர் பிட் நிலைமையை ஆராய்ந்து வருகிறார்.

தடுக்கப்பட்ட இடங்களுக்குச் சந்துகள் வழியாகவும் தொண்டர்கள் போய்ச்சேர உத்தேசித்திருக்கின்றனர். அரசும் என்ன செய்வது என்று யோசித்து வருகின்றது. சுவாமி சிரத்தானந்தர் வைக்கத்திற்கு வரும்படி தந்தி மூலம் கேட்டுக் கொள்ளப்பட்டிருக்கிறார். தீண்டாமை ஒழியும்வரை இந்தியா விடுதலை அடையாதென்று மாதவன் நாயர் நேற்று ஒரு பொதுக்கூட்டத்தில் விரிவாகப் பேசினார்.

விருதுநகர் ஆதரவு

தீண்டாமை விஷயத்தில் காந்தியின் கொள்கையை அனுபவத்தில் நடத்திக் காட்ட விருப்பமுடையவர்கள், தங்களைவிடத் தாழ்ந்த சாதியார்களுக்கும் சமஉரிமை வழங்கவேண்டும், அதைத் தங்கள் சாதியார்களே முதலில் அனுபவத்தில் காட்ட வேண்டுமென்ற நோக்கத்துடன் பிரசாரம் செய்து வருபவர்கள் கொண்ட ஒரு குழுவை, வைக்கம் சத்தியாகிரகத்துக்கு உதவிசெய்ய விருதுநகர் பெருமக்கள் அமைத்தனர். சோ.வை. கோவிந்தசாமி நாடார் தலைமையில் அ.அ.சோ.சு. சங்கர பாண்டிய நாடார், மு.மெ. சுந்தர பாண்டிய நாடார், எஸ். வெள்ளைசாமி நாடார், சி.பொ. மாரியப்ப நாடார், தே.அ.ச. அருணாசல நாடார், மா. சங்கைய நாடார் முதலியோரும் இன்னும் சிலரும் மிகுந்த ஊக்கத்துடன் வேலை செய்து வருகின்றனர். இரண்டு தினங்களில் ரூ. 150 வரை வசூலாகியிருக்கிறது. கோவிந்தசாமி நாடார் வைக்கத்திற்குச் சீக்கிரம் செல்லலாம் என்று தெரிகிறது *(சுதேசமித்திரன், 5 மே 1924)*.

வரதராஜுலு நாயுடு

கோதாவரி ஜில்லா மாநாட்டில் தலைமை உரை ஆற்றிய வரதராஜுலு நாயுடு வைக்கம் பற்றி பேசினார்.

'வைக்கத்தில் நடக்கும் போராட்டத்தைப் பற்றி உங்களுக்கு தெரிந்திருக்கலாம். அங்கு ஜெயம் பெற்றால்தான் நாம் அந்நியர் இடத்தில் ஜெயம் பெறலாம். இதை நாம் மறந்துவிடக்கூடாது. நமது விரோதிகள் வைக்கத்தில் நடக்கும் போராட்டத்தைப் பார்த்துக் கொண்டிருக்கிறார்கள். நாம் உண்மையாகவே போராட்டத்தை நடத்துகிறோமா என்று கவனித்துக்கொண்டிருக்கிறார்கள். தீயர், புலையர் இவர்களின் முன்னேற்றத்தைக் கருதி நடத்தும் போராட்டத்திற்கு நாம் நமது பலத்தை எல்லாம் அர்ப்பணம் செய்துவிட வேண்டும்' (*சுதேசமித்திரன், 5 மே 1924*).

வைக்கம் சத்தியாகிரகம் துவங்கி ஒரு மாதம் கடந்துவிட்டது. மே 8ஆம் நாள் கேரளத்தின் இரண்டு முக்கியச் சாதிகளான ஈழவர், நாயர் ஆகியோர் வைக்கத்தில் ஒரு பந்தலில் ஒன்றாகக் கூடினர். சுவாமி சிரத்தானந்தரும் பங்கு கொண்டார். வைக்கம் தொடர்பாக திவானையும் பிறரையும் சந்தித்துப் பேசவும் பிரசாரம் செய்யவும் குழு ஒன்றை அமைத்தனர் என்று பத்திரிகை மேற்கோள்காட்டி வரலாற்றாசிரியர் ஒருவர் எழுதியுள்ளார். அக்குழுவில் பெரியார், டாக்டர் நாயுடு (நாகர்கோயில்), மன்னத்து பத்மநாப பிள்ளை, எம். மாதுன்னி, சிற்றேடத்து சங்கு பிள்ளை, ராமகிருஷ்ண தாஸ், அய்யாமுத்து கவுண்டர், ஏ.கே. கோவிந்தன் சாணார் இடம்பெற்றிருந்தனர் (*வைக்கம் சத்யாகிரக நினைவலைகள், ப. 79*).

இச்சமயத்தில் அமெரிக்கப் பத்திரிகையாளர் சார்லஸ் பி. ஹில் என்பார் வைக்கத்திற்கு நேரில் வந்து நிலைமைகளை கண்டறிந்து புகைப்படம் எல்லாம் எடுத்துக்கொண்டு மும்பை சென்றதாகத் தெரிகிறது (*வைக்கம் சத்யாகிரக நினைவலைகள், ப. 81*).

காந்தி கருத்து

வைக்கம் சத்தியாகிரகம் வரம்பு கடந்து நடப்பதாக நான் கருதுகிறேன் என்று தொடங்கிய தன் குறிப்பொன்றை மிகத் தீவிரமாக எழுதி, 'இந்து சமூக சீர்திருத்தகாரர்களுக்கு நண்பர்களாக இருக்கும் கிறிஸ்தவர்களும் அகாலியர்களும் முஸ்லிம்களும் மற்றும் உள்ள இந்துக்கள் அல்லாதவர்களும் வைதிகர்களுக்கு விரோதமாக கூடி ஆர்ப்பாட்டம் செய்வதனாலும், சீர்திருத்தக்காரர்களுக்குப் பண உதவி செய்வதனாலும் வைதிகர்களை அச்சுறுத்தி

சீர்திருத்தக்காரர்களுடைய விருப்பத்துக்கு இணங்கும்படி செய்தால் தீண்டாமை பிரச்சனை எவ்வாறு தீரும்? இவ்வாறு செய்வது சத்தியாகிரகம் ஆகுமா? வைதிகர்கள் தாங்களாகவே மனமுவந்து சீர்திருத்தக்காரர்களுடைய விருப்பத்திற்கு இணங்கியவர் ஆவாரா?' என்று முடித்தார் *(சுதேசமித்திரன், 9 மே 1924)*.

சகோதரன் அய்யப்பன்

சகோதரன் பத்திரிகை ஆசிரியரும் சமூக ஊழியருமான கே. அய்யப்பன் மீது அதிகாரிகள் பிறப்பித்த உத்தரவு, எஸ்.என்.டி.பி. யோகம் மாநாடு நடந்துகொண்டிருந்த பந்தலில் அவருக்கு வழங்கப்பட்டது. பிரபல தீயர்கள் உடனே ஒரு கூட்டம் கூட்டி, அவருக்கு வாழ்த்து கூறியதோடு அவர் உத்தரவை மீறிச் சிறைக்கு போய்விடக்கூடாது என்று கேட்டுக் கொண்டனர். அதனால் அவர் உத்தரவை மீறவில்லை *(சுதேசமித்திரன், 9 மே 1924)*. கோட்டயம் காங்கிரசு காரியதரிசி குருவில்லா மேத்யூ மீது வாரண்ட் பிறப்பிக்கப்பட்டிருக்கிறது *(மேலது)*.

சிறைச்சாலையில் உள்ள கே.பி. கேசவ மேனனைச் சந்திக்கும் பொருட்டு மேனனது மனைவி மற்றும் சிலருடன் திருவனந்தபுரம் செல்லும் வழியில் சிரத்தானந்தர் வைக்கம் வந்தார் *(சுதேசமித்திரன், 9 மே 1924)*.

ஆரிய சமாஜம் ஆதரவு

தீண்டாமை விலக்குக் குழுவின் ஆதரவில் நடந்த ஒரு பொதுக்கூட்டத்தில் கள்ளிக்கோட்டை ஆரிய சமாஜ செயலாளர் பண்டித ரிஷிராம் பேசுகையில், 'தாங்கள் சத்தியாகிரகிகளாய் இருக்க முடியாது என்றும், ஆயினும் ஆரம்பித்துவிட்ட இயக்கம் முழு வெற்றி பெறும்வரையில் நடந்து வர வேண்டியதுதான். வைக்கம் சத்தியாகிரகம் ஆரம்பித்தது முதல் தீண்டாமை ஒழித்தல் பிரச்சாரம் ஒரு புதிய ரூபத்தை அடைந்து விட்டது' என்றார்.

பண்டித ரிஷிராம் முதல் நாள் அறிவித்தபடி, சுவாமி சிரத்தானந்தர் தலைமையில் 21 தீயர் சம்பிரதாயப்படி ஆரிய சமாஜ சித்தாந்தங்களை ஒப்புக்கொண்டு அதன்படி நடப்பதாகக் கூறினர். அச்சடங்கு நடந்த காட்சி விசேஷமானதாக இருந்தது. ஏ.கே. பாஸ்கர் என்பவர் இதற்குமுன் எஸ். சீனிவாச ஐயங்காருடன், குறிப்பிட்ட சாலைகள் வழியாகச் செல்லக்கூடாது என்று தடுக்கப்பட்டவர், இப்போது ஆரிய சமாஜத்தில் சேர்ந்தபின் அந்த சாலைகள் வழியாகச் செல்ல விடப்பட்டார் *(சுதேசமித்திரன், 9 மே 1924)*.

5 மே

அகாலியர் இலவச போஜன சாலை அமைப்பதைப் பற்றி காங்கிரசுக்காரர்களைக் கலந்து பேசினர். போஜன சாலை இன்று மாலை திறந்து வைக்கப்படும். சத்தியாகிரகிகள், சத்தியாகிரகத்தைப் பார்க்க வருவோர் முதலிய அனைவருக்கும் அந்த போஜன சாலையில் இலவசமாக உணவு அளிக்கப்படும். போராட்டம் முடியும் வரையில் போஜன சாலை நடைபெறும். ஈ.வி. ராமஸ்வாமி நாயக்கர் கொல்லத்திலிருந்து திரும்பி வைக்கம் வந்தார் (*நவசக்தி*, 9 மே 1924).

தமிழக நாடார்கள் ஆதரவு

'இந்த இயக்கம் 'வைக்கம்' என்ற ஊரை மட்டும் பொருத்ததல்ல. இந்தியாவெங்கும் இருக்கப்பட்ட தீண்டாமையை ஒழிப்பதற்காக முதன்முதலாக வைக்கத்தில் ஆரம்பிக்கப்பட்டிருக்கிறது. இந்த இயக்கம் நசிந்துப் போகாமல் காப்பாற்ற வேண்டியது ஒவ்வொருவரின் கடமை. வைக்கத்தில் இந்த இயக்கம் ஜயம் பெறுமானால் காட்டுத் தீ போல தேசமெங்கும் துரிதமாகப் பரவி தீண்டாமையை நம் நாட்டினின்றும் ஓட்டிவிடும் என்பது திண்ணம். ஆகையால், தேசாபிமானம், மதாபிமானம் உள்ள ஒவ்வொரு கனவானும் தம்மாலியன்ற ஒத்தாசை செய்து, இயக்கம் வெற்றியுடன் முடிவுபெறுமாறு வேண்டிய பிரயாசை எடுக்கக் கேட்டுக்கொள்கிறோம்' என்ற வேண்டுகோளுடன் முடியும் ஒரு மூன்று பக்க அறிக்கையை விருதுநகர் நாடார்கள் வெளியிட்டு, வைக்கம் போராட்டத்துக்கு ஆதரவு தெரிவித்தனர். அறிக்கையை வெளியிட்டவர்கள் எம்.பி. சுந்தரபாண்டியன், சு.சு.சொ.சு. சங்கரபாண்டியன், தே.அ.மா. அருணாசலம் ஆகியோர் (*சுதேசமித்திரன்*, 9 மே 1924).

9 மே

மே மாதம் 9, 10 தேதிகளில் ஒரு கூட்டம், செங்கோட்டையில் ராமசந்திர ஐயர் தலைமையில் நடைபெற்றது. கல்லிடைக்குறிச்சி சங்கர ஐயர், அவர் மனைவி லட்சுமி, கல்லிடைக்குறிச்சி கிருஷ்ணையர் ஆகியோர் பேசினர். முதல் நாள் கூட்டத்தின் பாதியில் மழை வந்ததால் கூட்டம் நின்று மறுநாள் தொடர்ந்தது. சங்கர ஐயர் மனைவி முதல்நாள் பாரதி பாடல் பாடினார். இரண்டாம் நாள் கதர் பற்றிப் பேசினார். இரண்டாம் நாள் கிருஷ்ணையர் வைக்கம் பற்றிப் பேசினார். அதையடுத்துப் பேசிய சங்கர ஐயர், வைக்கம் பற்றித் தான் பேசாதிருக்க விரும்பினும் அவர் பேசிவிட்டதால் தான் பேச நேர்கிறது என்று குறிப்பிட்டு வைக்கம் பற்றி சொற்பொழிவாற்றினார்.

"அறச்சிந்தனை உள்ள ஒருவன் பிராமணன். ஏனெனில் அவன் எல்லோரிடத்திலும் அன்புடையவனாக இருக்கிறான். ஒரு பன்றி பிராமணத் தெருவைக் கடக்கலாம். ஒரு பறையன் பன்றியை விட மோசமானவனா?" என்றெல்லாம் பேசி, வைக்கத்தின் முடிவு பிராமணர் கையில் இருக்கிறது என்று முடித்தார் சங்கர ஐயர்.

இக்கூட்டத்தைக் குறிப்பெடுத்து அரசுக்கு அனுப்பி வைத்த செங்கோட்டை காவல்ஆய்வாளர் (ஏ.எஸ். தேவநாயகம் ஐயர்), சங்கர ஐயரின் பேச்சு கடும் ஆட்சேபகரமானது என்றும் எதிர்காலத்தில் அவர் இங்குப் பேசாமல் தடுக்கப்படவேண்டும் என்று குறிப்பு எழுதியுள்ளார் (அரசு ஆவணம், திருவனந்தபுரம் ஆவணக்காப்பகம்).

இன்று இரவு தொண்டர்கள் கீழவீதியில் சத்தியாகிரகம் செய்யப் போனபோது இரண்டு நாயர்கள் கல்லாலும் தடியாலும் அடித்து காயம் விளைவித்ததாகச் சொல்லப்படுகிறது. சிவசைலம் என்ற தொண்டர்தலைவருக்குத் தலையில் அடி. இரண்டு புலையர்கள் செம்மையாக அடிபட்டார்கள். இருந்தபோதிலும் சத்தியாகிரகிகள் இம்சையில் இறங்கவில்லை. தொண்டர்களைத் தாக்கியவர்களுடன் காவலர்கள் சிலர் உடுப்பில்லாமல் நின்று கொண்டிருந்ததாகத் தொண்டர்கள் சொல்லுகின்றனர். உதவிக் காவல் கண்காணிப்பாளரும் காவல்ஆணையரும் அடிபட்ட தொண்டர்களை வந்து பார்த்து சென்றதோடு அத்துரதிர்ஷ்டமான சம்பவத்துக்கு வருந்தவும் செய்தனர். வழக்கம் போல நேற்று ஒரு பொதுக்கூட்டம் நடந்தது. நீலகண்டன் நம்பூதிரிபாடும் மாதவனும் பேசினார்கள் (*சுதேசமித்திரன், 9 மே 1924*).

இலங்கை நாடார்கள் ஆதரவு

வரதராஜுலு நாயுடுவின் வைக்கம் தொடர்பான அறிக்கையைப் படித்த கொழும்பு நகர வாலிபநாடார்கள் ரூ. 25ஐத் தந்தி மணியார்டர் அவருக்கு அனுப்பியதுடன் அவசியம் நேர்ந்தால் ஜலப்பிரதேசத்திலிருந்தும் நாடார் வாலிபத்தொண்டர்கள் வந்து சேரத் தயாராய் இருப்பதாக அறிவித்திருக்கிறார்கள். சத்தியாகிரகத்தில் நேரடியாய் கலந்துகொள்ளப் பாண்டியகுல தீபம் பத்திராதிபர் கே.எஸ். அருணகிரி நாடார் தலைமையில் பிரபல நாடார்கள் சிலர் புறப்பட்டு விட்டனர் என்ற தகவல்களைத் தெரிவித்த பி.பி. ரத்தின பாண்டியன், பல ஊர்களில் உள்ள நாடார்களும் இந்தப் பரிசுத்த இயக்கத்தில் நேர்முகமாயும் பொருளுதவி செய்தும் பங்கெடுக்குமாறு வேண்டினார் (*சுதேசமித்திரன், 10 மே 1924*).

சிரத்தானந்தரும் வைக்கம் வருகையும்

நாயர் மகாஜன சபை, எஸ்.என்.டி.பி. யோகம் என்ற இரு சபைப் பிரதிநிதிகளும் சேர்ந்த ஒரு கூட்டம் 8 மே 1924 வைக்கத்தில் நடைபெற்றது. இக்கூட்டத்தில் சுவாமி சிரத்தானந்தர் கலந்துகொண்டு பேசினார். சத்தியாகிரக நிதிக்கு ரூ. 1000 கொடுத்தார். தீண்டாமை, தொடாமை முதலிய வழக்கங்களை இந்தக் கூட்டுக்கூட்டத்தில் கண்டித்துப் பேசினார்.

ஆரிய சமாஜத்தில் புதிதாகச் சேர்த்துக் கொள்ளப்பட்டவர்களில் சிலர் கோயில் சாலைகள் வழியே செல்ல அனுமதிக்கப்பட்டனர். வேறு சிலர் ஆரிய சமாஜத்தைச் சேருமுன் ஈழவராய் இருந்ததால், அச்சாலைகளில் செல்லக்கூடாது என்று தடுக்கப்பட்டனர். இதுகுறித்துக் கேரள ஆரிய சமாஜத் தலைவர், மாவட்ட மாஜிஸ்டிரேட்டைக் கண்டு பேசினார். ஈழவர் ஆரிய சமாஜத்தில் சேர்ந்தால்கூட, அவர்கள் கோயில் சாலைகளை அணுகக்கூடாது என்றும், ஈழவர் (அ) புலையர் கிறிஸ்தவ மதம் அல்லது இஸ்லாத்தில் சேர்ந்தாலும் எந்தச் சந்தர்ப்பத்தில் எப்போது சேர்ந்தனர் என்பதைப் பொறுத்தே கோயில் சாலைகளில் அவர்கள் விடப்படுவார்கள் என்றும் மாஜிஸ்டிரேட் உறுதியாகத் தெரிவித்தார். இம்மாதிரி ஆரிய சமாஜ வேலையில் விகாரமாகத் தலையிட்டால் அது சிக்கலாக முடியும் என்று தலைவர் பண்டித ரிஷிராம் திவானுக்குத் தந்தி அடித்தார்.

சிரத்தானந்தர் தங்கியிருந்த விடுதியில் அந்தரங்கமாக வேறோர் கூட்டம் நடந்தது. அதில் அவர், தான் காங்கிரசு உறுப்பினராகத் தற்சமயம் இல்லாதிருப்பதால் போராட்டத்தில் தீவிரமாக ஈடுபட முடியாது என்று தெரிவித்தார். எனினும் காந்தி இந்த இயக்கத்தை ஆதரிக்காவிடில், வெளியாருடைய உதவியைத் தடுக்காமலாவது இருக்கலாம், அல்லது ஒரு தனிக் கமிட்டி அமைத்தாவது நடத்தலாம் என்றும் கருத்து தெரிவித்தார். ஆளும் பணமும் வேண்டிய அளவு கிடைக்கும்படி தான் பார்த்துக் கொள்வதாகவும், ஆனால் அது இந்துக்களுடைய இயக்கமாக மட்டும் இருக்கவேண்டும் என்றும் கேட்டுக்கொண்டார். ஆரிய சமாஜத்தின் ஆண்டுக் கூட்டத்தில் கலந்துகொள்ளப் பண்டித ரிஷி ராமுடன் மங்களூருக்குப் புறப்பட்டுச் சென்றார் (சுதேசமித்திரன், 10 மே 1924).

தாழ்ந்த வகுப்பினர் ஆரிய சமாஜத்தில் சேர்ந்த பின்னரும் கோயில் சாலைகளில் நடமாடக்கூடாது எனத் தடுப்பதைக் கண்டித்து சிரத்தானந்தரும் பண்டித ரிஷிராமும் சேர்ந்து ஒரு அறிக்கை வெளியிட்டனர்.

"... இந்து மதத்தை விட்டாலொழிய தீண்டாதார்களுக்கு கதிமோட்சம் இல்லை என்று தர்பார் கருதுவதாகத் தெரிகிறது. அப்படியானால் இந்து சமூகம் அழிவதற்கே அது இடம் கொடுத்துவிடும். ஆகையால் திருவாங்கூர் சமஸ்தான அதிகாரிகளின் விபரீதமான புத்திப்போக்கைத் திருத்த அகில இந்துக்களும் கடமைப்பட்டிருக்கிறார்கள். சட்டசபை வேலையைவிட இதை முக்கியமாகக் கருதி உடனே வந்து சேரும்படி பண்டித மாளவியாவைச் சிரத்தானந்தர் கேட்டுக்கொண்டிருக்கிறார்" *(சுதேசமித்திரன், 10 மே 1924).*

ஆரிய சமாஜத்தின் ஆண்டுவிழாக் கூட்டத்தில் கலந்து கொள்ள மங்களூர் சென்ற சிரத்தானந்தர் அங்கிருந்து வெளியிட்ட அறிக்கையில் *(12 மே 1924)* வைக்கம் நிலைமை பற்றித் தன் கருத்தைத் தெரிவித்தார்.

"நான் வைக்கம் சென்று நிலைமையை நேரில் பார்த்ததிலிருந்து அவ்வியக்கத்தைப் பூராவாக கடைசிவரையில் நடத்தி முடிக்கவேண்டியதுதான் என்று எனக்குப் பலமாகத் தோன்றியிருக்கிறது. மகாத்மாவிடம் உண்மை நிலையை எடுத்துச் சொல்லும் பொருட்டு சிலர் (குரூர் நீலகண்டன் நம்பூதிரி, மாதவன் நாயர்) சென்றிருப்பதால் மகாத்மா தக்க ஆலோசனை சொல்லி அனுப்புவார் என்று நம்புகிறேன்.

"வைக்கம் சத்தியாகிரகம் தோல்வியுறுமானால் தீண்டாமை ஒழியாததோடு காங்கிரசின் மதிப்புக்கும் பங்கம் ஏற்பட்டுவிடும். ஆகையால், ஒவ்வொரு உண்மையான இந்தியரும் அத்தகைய நிலைமை ஏற்படாமல் செய்ய வேண்டும். காங்கிரஸ் மகாசபை ஆளும் பணமும் கொடுத்து ஒத்தாசை செய்தால் நலமாயிருக்கும். இல்லாவிடில் இந்து மகாசபை, ஆரிய சமாஜம் ஆகிய சபைகளிடம் இந்த வேலையை விட்டுவிடட்டும். சாதி இந்துக்கள் சத்தியாகிரகத்தில் அனுதாபமுள்ளவர்களாகவே இருக்கிறார்கள். உள்ளூரில் சிலர் எதிர்ப்பதுகூட உண்மையான எதிர்ப்பல்ல. எவரோ தூண்டிவிட்டு அந்த வேலை நடக்கின்றது. பலாத்காரமில்லாமல் சத்தியாகிரகத்தை நெடுக நடத்திவர முடியுமானால் வெற்றி நிச்சயம்" *(சுதேசமித்திரன், 13 மே 1924).*

சிரத்தானந்தரின் மேல்நிலையாக்கச் செயல்பாடும் கேள்விக் குள்ளானது. அணுகாதவர்களுக்குப் பூணூல் அணிவித்து, பிராமணர் நிலைக்கு உயர்த்தும் ஒரு புதிய முறையைச் சிரத்தானந்தருடையது. இது உயர்சாதியினரைச் சீரழிக்கும் முறை எனக் கூறப்பட்டது. சிரத்தானந்தர் 'அப்படி இல்லை' என்று பதில் அளித்தார். வேதங்களையும் காயத்ரி மந்திரத்தையும்

கற்றுத்தந்து கீழிருப்பவரை மேல் நிலைக்கு உயர்த்துவதாகும். தவிர பிராமணர்களைக் கீழ் இறக்குவது அல்ல என்றார் *(தி இந்து, 21 மே 1924).*

ஆரிய சமாஜத்தின் செயலாளர், லாகூரிலிருந்து பின்வரும் தந்தியைத் திருவாங்கூர் திவான் டி. ராகவையாவுக்கு அனுப்பினார்.

"ஆரிய சமாஜத்தாரால் மீட்கப்பட்ட தீயர்களைப் பொதுச் சாலைகளில்விட திருவாங்கூர் அதிகாரிகள் மறுப்பது பற்றி ஆரிய சமாஜத்தார் மிகவும் வருந்துகிறார்கள். திருவாங்கூர் அதிகாரிகளின் காரியத்தை ஆரிய சமாஜம் ஒப்புக்கொள்ளவில்லை. வீணாக சிக்கலான நிலைமை ஏற்படாமல் தடுத்து, சீக்கிரத்தில் நியாயம் செய்யும்படி கேட்டுக்கொள்ளுகிறோம்" *(சுதேசமித்திரன், 30 மே 1924).*

பெரியாருக்குத் தடை உத்தரவு

வைக்கத்தில் முதலில் சத்தியாகிரகம் செய்த தொண்டர்களைக் கைது செய்தது அரசாங்கம். பிறகு சத்தியாகிரகம் செய்த தலைவர்களைக் கைது செய்தது. பிறகு எவரையும் கைது செய்யாமல் சத்தியாகிரகம் நடக்க அனுமதித்தது. இப்போது, தலைவர்களுக்குத் தடை விதிக்கும் செயலைத் தொடங்கியது. பெரியாரைத் தடைசெய்து பிறப்பிக்கப்பட்ட உத்தரவு.

'தி.பொ.கோ. 27ஆவது பிரிவின்படி, வைக்கம் சத்தியாகிரக இயக்கத்தைச் சேர்ந்த ஈ.வெ. ராமசாமி நாயக்கரின் உரைகளையும் ஏனைய நடவடிக்கைகளையும் பற்றி ஆய்வு நடத்தியதிலும் அறிக்கைகளைப் பரிசோதித்ததிலும் வைக்கத்திலோ சுற்று வட்டாரங்களிலோ அவரின் வருகையோ, தங்குதலோ அமைதியின் பங்கத்திற்கும் கலவரத்துக்கும் காரணமாகக் கூடும் என்று தெரிவதினால் ராமசாமி நாயக்கர் அவர்கள் கோட்டயம் மாவட்டத்தின் எந்த ஒரு பகுதியிலும் வருகை தரவோ தங்கவோ செய்யக்கூடாது என்று நான் இதன்மூலம் தடை விதிக்கின்றேன்.

எனது கையொப்பத்துடனும் நீதிமன்ற முத்திரையுடனும்,

எம்.வி. சுப்ரமண்ய ஐயர்.'

வருவாய்த்துறையிலிருந்து நீதித்துறை பிரிக்கப்படாத காலத்தில் மாவட்ட ஆட்சித்தலைவரே மாவட்ட மாஜிஸ்டிரேட் என்ற பதவியின் பெயரில் நீதி வழங்கும் பொறுப்பையும் கவனித்து வந்தார். அந்த வகையில் திவான் பேஷ்காராகவும் கோட்டயம் மாவட்ட மாஜிஸ்டிரேட்டாகவும் இருந்தவர் எம்.வி. சுப்பிரமணிய ஐயர்.

உத்தரவைப் பெற்றுக்கொண்ட பெரியார் தான் அதை மீறப்போவதாக வைக்கத்திலிருந்தே (17 மே 1924) பதில் எழுதினார். அது வருமாறு.

"உங்கள் உத்தரவு கிடைத்தது. அதற்கு மதிப்பளிக்க இயலாமைக்கு நான் வருந்துகிறேன். இந்த உத்தரவு பிரிட்டிஷ் இந்திய அரசின் சம்பிரதாயங்களையே எனக்கு நினைவூட்டுகிறது. எந்தச் சத்தியாகிரகத்தின் வெற்றிக்கும் இன்றியமையாத விஷயம் வன்முறை இன்மையும் சமாதானமும் ஒற்றுமையுமே ஆகும். அதனால் வன்முறையையும் கலவரத்தையும் குழப்பத்தையும் நிராகரிப்பதற்காகவே நான் வைக்கத்திற்கு வந்து இத்தனை நாள்கள் தங்கிப் பணியாற்றினேன். எனது உரைகளிலும் பணிகளிலும் இவையே வெளிப்படுகின்றன என்பதில் எனக்கு முழு நம்பிக்கை உண்டு. அதனால் உங்களுடைய இந்த உத்தரவு எனது சமாதான முறையிலான பணிகளிலிருந்து என்னைத் தடுப்பதற்கும் எதுவேனும் வழிகளில் வன்முறையையும் கலவரத்தையும் உண்டாக்கி இந்த இயக்கத்தை முழுமையாக ஒழிப்பதற்கும் திட்டமிட்டே இது செய்யப்படுகிறது என்று நன்கு தெரிகின்றது. அதனால் இந்த உத்தரவை நான் மீற வேண்டியவனாக இருக்கின்றேன்" *(வைக்கம் சத்யாகிரக நினைவலைகள், ப. 83).*

சிறையில் கைதிகள்

திருவனந்தபுரம் சிறையில் உள்ள எல்லாக் கைதிகளையும் ஒரே மாதிரி நடத்தாவிட்டால், தங்களையும் சாதாரண கைதிகளைப் போலவே நடத்தும்படி சிறையில் உள்ள சத்தியாகிரகத் தலைவர்கள் மனு அளித்தனர். அதன் பேரில் அனைத்து கைதிகளையும் சிறப்பு கைதிகளாகப் பாவித்து நடத்தும்படி அரசு உத்தரவிட்டுள்ளது. அத்தகைய சிறப்புக் கைதிகள் இப்போது 20 பேர் மேற்படி சிறையில் உள்ளனர் *(சுதேசமித்திரன், 13 மே 1924).*

12 மே

வழக்கம்போல் சத்தியாகிரகம் நடந்தது. தந்திரியையும் தேவஸ்வம் அதிகாரிகளையும் அரசு கூட்டிவைத்து பேசியது *(சுதேசமித்திரன், 13 மே 1924).*

வைக்கத்தில் நாயர்கள் சத்தியாகிரகிகளை அடித்ததைப் பற்றிக் கேட்டதற்கு காவல் ஆணையர் பிட், 'வெள்ளிக்கிழமை (9 மே 1924) அம்மாதிரி தொண்டர்கள் அடிபட்டது உண்மைதான் என்றார். .... போலீஸ்காரர்கள் ஸ்தலத்தில் அச்சமயம்

இருந்ததாக என்னிடத்தில் காங்கிரசுத் தலைவர்கள் நேரில் சொல்லவில்லை. கான்ஸ்டபிள் யாரும் அச்சமயம் அங்கு இல்லை என்றே காண்கிறது. இருந்த போதிலும் சில பிராதுகள் தாக்கலாயிருப்பதால் அவற்றைப் பைசல் செய்யும் வரையில் நான் எதுவும் சொல்லக்கூடாது. தொண்டர்கள் அடிபட்டதாகச் சொல்லும் ரஸ்தாவில் போலீஸார் இப்போது பந்தோபஸ்து செய்து வருகிறார்கள்' *(சுதேசமித்திரன், 13 மே 1924).*

13 மே

கண்ணனூரில் இருந்து நான்கு தீயர் பெண்கள் வைக்கம் செல்லத் தீர்மானித்துள்ளனர். தேசாபிமானி ராமகிருஷ்ண பிள்ளையின் மகள் கோமதி தலைமையில், தொண்டர்களாக இருந்து சத்தியாகிரகம் செய்வதுதான் திட்டம்.

லாகூர் இந்து மகாசபை, தொண்டர்களை அனுப்பலாமா என்று கேட்டதற்கு, இப்போது அவசியமில்லை என்று வைக்கத்திலிருந்து பதில் போயுள்ளது. லட்சுமணபுரி இந்து மகாசபையும் ஒத்துழைப்பை நல்க திட்டமிட்டுள்ளது. டாக்காவைச் சேர்ந்த ராதாகிருஷ்ண மிஸ்ரா, தொண்டர்களை அனுப்புவதாகத் தெரிவித்துள்ளார். பணம் மட்டும் உடனே அனுப்பும்படி கேட்டுக் கொள்ளப்பட்டுள்ளது.

நாகர்கோயில் எம்பெருமாள் நாயுடு வைக்கத்திற்குப் புறப்பட்டுவிட்டார் *(சுதேசமித்திரன், 14 மே 1924).*

14 மே

வழக்கம் போல் சத்தியாகிரகம் நடந்தது. ஆலப்புழையில் அப்துல் ரகீம் சட்டமறுப்பு செய்ய விடப்படாததால், கொல்லத்தில் உத்தரவை மீறிப் பிரசங்கம் செய்தார். கைது செய்யப்பட்டார்.

இந்திய சட்டசபை உறுப்பினரும், பத்திரிகையாளருமான சி.எஸ். ரங்கையரிடம் வடக்கும்கூர் ராஜாவும் சில வைதிக குழுவினரும் இன்று சென்று தங்கள் கருத்தை எடுத்துக் கூறினர். 'நாய்கள் தாராளமாக நடமாடும் சாலைகளில் தீண்டாதவர்கள் எனப்படுவோர் ஏன் நடமாடக்கூடாது, எல்லா சாலைகளிலும் தீண்டாதவர்கள் நடமாடும்படிச் செய்தாலன்றி இந்தப் பிரச்சனை தீரப்போவதில்லை' என்று ரங்கையர் எவ்வளவோ சொல்லிப் பார்த்தார். ஆயினும் அந்த அபிப்பிராயத்தை அவர்கள் ஒப்புக்கொள்ளவில்லை. மாலை நடந்த கூட்டத்தில் ரங்கையர் அவர்களை எச்சரித்தார் *(சுதேசமித்திரன், 15 மே 1924; தி இந்து, 21 மே 1924).*

நாடார்களின் முன்யோசனை

வைக்கம் சத்தியாகிரகத்துக்கு நாடார்கள் உதவி வருவதைப் பாராட்டிய வி. அருணாசல நாடார் பிரதி உபகாரமாக காங்கிரசின் நன்றியை எதிர்பார்க்க வேண்டாம் என்று கேட்டுக்கொண்டார். தஞ்சை மிராசுதார்களின் வரிகொடா இயக்கத்திற்குக் காங்கிரசு உதவாததை உதாரணம் காட்டி எச்சரித்தார். அகாலியரைப் போல நமக்குள் ஒரு அமைப்பு ஏற்படுத்திக் கொண்டு தேசசேவை செய்யவேண்டும் என்று அவர் ஆலோசனை கூறினார். அவரது அறிக்கையிலிருந்து ஒரு பகுதி.

'... நாமும் அகாலியரைப் போல குலக் கட்டுப்பாட்டுடன் ஒருமுகமாக கல்வி, கைத்தொழில் முதலியவைகளில் உன்னத நிலைக்கு வரவும் தேசிய கைங்கர்யத்தில் பங்கெடுத்துக்கொள்ளவும் தம் குல பிரபலஸ்தர்களைக் கொண்டு ஒரு கமிட்டி ஏற்படுத்தி அதில் ரூ. 25,000க்கு குறையாத தொகையும் 500 தொண்டர்களும் சேர்ந்து நாமடைய வேண்டிய பாத்தியா பாத்தியங்களை மீண்டும் பெறவேண்டி சட்ட வரம்புக்குட்பட்ட கிளர்ச்சி செய்தும் கிடைக்காவிட்டால் கடைசியாக மகாத்மா காந்தியின் சத்தியாகிரகத்தைக் கைக்கொண்டு நமது போராட்டத்தை நடத்தினால் ஜயம் பெறுவோம். தன் கையே தனக்குதவி' *(சுதேசமித்திரன், 15 மே 1924).*

திருநெல்வேலி நாடார் மகாஜன இரண்டாவது மாநாட்டில் வைக்கம் சத்தியாகிரகம் குறித்து அனுதாபத் தீர்மானம் இயற்றினர்; 9 மே 1924இல் திருமேனி நாதன் என்ற நாடார் வாலிபர் வைக்கத்தில் சத்தியாகிரகத் தொண்டராகப் பதிவு செய்துகொண்டுள்ளார்; விருதுநகர் தனுஷ்கோடி நாடார் தலைமையில் ஒரு குழு ரூ. 250 வரை சேர்த்துக் கொண்டிருப்பதாகத் தெரிகிறது என்று நாடார்கள் வைக்கத்திற்காக உழைப்பதைக் குறிப்பிட்டு சிவதாணு பிள்ளை பாராட்டினார் *(சுதேசமித்திரன், 15 மே 1924).*

15 மே

சத்தியாகிரகம் வழக்கம் போல் நடந்து வருகிறது. ஒரு நாயர் தொண்டரை ஒரு பிராமணர் குத்திவிட்டு ஓடிப்போனார். அவரைப் பிடிக்க முடியவில்லை.

ராமஸ்வாமி நாயக்கரும் அவருடைய மனைவியும் இக்னேஷியசும் இன்று மாலை வைக்கம் வந்தனர். கிறித்தவரும் முகமதியரும் இந்த இயக்கத்தில் கலந்துகொள்வதில் ஒழுங்குத்தவறு எதுவும் இல்லை என்று ராமஸ்வாமி நாயக்கர் பேசினார். பிராமணர் நீங்கலாக மற்ற வகுப்பினருக்குக் குறைகள்

இருக்கின்றன. தீண்டாதவர்களை மட்டும் தற்போதைய நிலைமை பாதிப்பதாகக் கருதுவது தவறு என்றும் அவர் சுட்டிக் காட்டினார். இக்னேஷியசு சத்தியாகிரகம் பற்றி ஒரு உரை நிகழ்த்தினார்.

மூன்று நாயர்கள், கோவிலுக்குச் சென்று மணியை அடித்துவிட்டு தொழுதனர். பிராமணருக்கு மட்டும் உரித்தான காரியங்களைச் செய்ததை முன்னிட்டு, தேவாம்சம் ஆபிசுக்கு அழைத்துச் சென்று பெயரைப் பதியச் செய்தனர் (*சுதேசமித்திரன்,* 16 மே 1924).

16 மே

தொண்டர்களின் வீடுகளுக்குச் சென்று, அவர்களின் பெற்றோர்களைப் போலீஸ்காரர்கள் பயமுறுத்துவதாகத் தகவல் கிடைத்திருக்கிறது. முத்துசாமி என்ற தொண்டர் எங்கும் பேசக்கூடாது என்று தடை உத்தரவு பிறப்பிக்கப்பட்டிருக்கிறது. அப்துல் ரகீம் என்ற சட்டமறுப்புக்காரருக்கு ஒரு மாத கடுங்காவல் விதிக்கப்பட்டிருக்கிறது (*சுதேசமித்திரன்,* 17 மே 1924).

வைக்கம் கோயில் சாலையில் தீண்டாதவர் நடப்பது பற்றிய போராட்டம் தீண்டாதவர்க்கும் சாதி இந்துக்களுக்கும் என இந்து மதத்திற்குள் இருக்கும் இரு பிரிவினருக்குமான இந்து மதப் பிரச்சனை என்பதால் கிறித்தவரோ முகமதியரோ அகாலியரோ இதில் ஈடுபடக்கூடாது என்பது காந்தியின் கருத்து. இதை மறுத்துத் திருவனந்தபுரத்திலிருந்து கிறித்தவ தேசாபிமானி ஒருவர் எழுதிய கருத்து *இந்து* இதழில் (17 மே 1924) வெளியானது.

'தீண்டாமை இந்துப் பிரச்சனையானால் கிலாபத் முஸ்லிம் பிரச்சனை. அப்படியானால் அதில் இந்துக்களைக் காந்தி ஏன் தொடர்புபடுத்தினார்? அகாலிகள் போராட்டம், சீக்கிய சமூகத்தின் உரிமை மற்றும் சீர்திருத்தம் மட்டுமே கொண்டது. ஆனால் அது இந்திய இயக்கமாக மாறிவிட்டது. தமிழ்நிலத்தில் நடைபெறும் இருபெரும் வைணவப் பிரிவுகளைப் போன்றதல்ல வைக்கம் பிரச்சனை' என்று விரிவாகத் தன் வாதங்களை எடுத்துரைத்தார். 'ஆனால் தீண்டாமை என்பது பொது உரிமையை மீறும் செயலாக வைக்கத்தில் இருக்கிறது. அதனால் இந்த நாட்டை உண்மையாக விரும்புபவர்கள் கட்டாயமாக இந்த விஷயத்தில் ஏதோ ஒரு விதத்தில் தங்களை ஈடுபடுத்திக்கொள்கிறார்கள்' என்று கட்டுரையை முடித்தார் (*தேர்ந்தெடுக்கப்பட்ட வைக்கம் சத்தியாகிரக ஆவணங்கள்,* பக். 56–58).

சத்தியாகிரகத்தை மேற்கொண்டு நடத்திச் செல்வது

குறித்து ஆலோசனை பெறுவதற்காக காந்தியிடம் சென்ற குரூர் நீலகண்டன் நம்பூதிரியும் மாதவன் நாயரும் *சுயராஜ்யா* பத்திரிகையின் மும்பை நிருபரிடம் அளித்த பேட்டிச் செய்தியைச் *சுதேசமித்திரன்* வெளியிட்டிருந்தது. அதிலிருந்து காந்தியின் அப்போதைய கருத்துகளாகக் கிடைப்பவை பின்வருவன.

'கேரளக் காங்கிரசுக் கமிட்டி கடைசிவரை போராட்டத்தை நடத்திவர வேண்டும். திருவாங்கூர் சமஸ்தானம் தவிரக் கொச்சியிலும் பிரிட்டிஷ் மலையாளத்திலும் உள்ளவர் களிடமிருந்தே பெரும்பாலும் உதவி பெற வேண்டும். அவசியமானால் சென்னை மாகாணத்தவரிடமிருந்தும் பணஉதவி பெறலாம். இந்துக்கள் அல்லாதவர்களிடமிருந்தும் வெளி மாகாணங்களிலுள்ள இந்துக்களிடமிருந்தும் எவ்வித உதவியும் பெறக்கூடாது' (*சுதேசமித்திரன், 19* மே *1924*).

சத்தியாகிரகிகள் செபாஸ்டியன், ஜார்ஜ் ஜோசப் ஆகியோர் திருவனந்தபுரம் சிறையிலிருந்து தமக்கு எழுதிய கடிதங்களை காந்தி தன் *யங் இந்தியாவில்* வெளியிட்டார். அதன் அடிப்படையில் திருவாங்கூர் அதிகாரிகளைப் பாராட்டினார். செபாஸ்டியனின் கடிதத்திலிருந்து ஒரு பகுதி வருமாறு:

"எனக்கு ஆறுமாத வெறுங்காவல் விதிக்கப்பட்டிருக்கிறது. என்னையும் என்னுடைய நண்பர்கள் சிலரையும் ராஜிய கைதிகளாக பாவித்து நடத்தி வருகின்றார்கள். அதிகாரிகள் எங்களுக்கு வேண்டிய வசதிகளைச் செய்துகொடுக்கின்றனர்... சிறைக்கூடத்திற்குள் நாங்கள் எங்கள் ராட்டினங்களை வைத்துக் கொண்டிருக்கிறோம். எங்களில் சிலர் நூல்நூற்பதை ஒரு மதக் கடமை போன்று கருதி சிரத்தையாக நூற்று வருகின்றோம்." இதைக் குறித்துப் பின்வருமாறு காந்தி எழுதினார்.

'மனசாட்சி காரணமாகச் சிறைக்குச் சென்ற கைதிகளைச் சிறப்பாக நடத்தி வருவதற்காகத் திருவாங்கூர் அதிகாரிகளை நான் பாராட்டுகிறேன். சில சத்தியாகிரகிகள் மாத்திரம் அல்லாமல் எல்லா சத்தியாகிரகிகளுமே நூல் நூற்பதை கடமையாகக் கருதி நூற்பார்கள் என்று நான் நம்புகிறேன்' என்று காந்தி தன் வேண்டுகோளை வெளியிட்டார். ஜார்ஜ் ஜோசப் கடித வரிகளும் காந்தியின் பாராட்டை உறுதி செய்வது போலவே அமைந்திருந்தன.

"... *1922*ஆம் வருட ஆரம்பத்தில் ஐக்கிய மாகாணத்தில் ராஜிய கைதிகள் எப்படி நடத்தப்பட்டார்களோ அப்படியே இங்கும் நடத்தப்படுகிறார்கள் என்று பொதுப்படையாகக் கூறக்கூடும்..." (*சுதேசமித்திரன், 19* மே *1924*).

வைக்கம் சத்தியாகிரகத்திற்கும், தாரகேசுவரம் சத்தியாகிரகத்திற்கும் ரூ. 105 கொடுத்து பண்டித மாளவியா உதவிய செய்தி வெளியாகியிருக்கிறது (*சுதேசமித்திரன்,* 19 மே 1924).

இதற்குமுன் இரண்டு தடை உத்தரவுகளைப் பெற்றிருந்த ராமஸ்வாமி நாயக்கர், தற்போது பிறப்பிக்கப்பட்ட பிரஷ்ட உத்தரவையும் மீறி நடக்கப் போவதாகப் பதில் அனுப்பியுள்ளார். தொண்டர்கள் போகும் வழியில் இரண்டு போலீஸ்காரர்கள் துணை நிற்கிறார்கள். யாரும் கேட்காமல் அதிகாரிகளே இங்ஙனம் பாதுகாப்பு அளிக்கின்றனர் (*சுதேசமித்திரன்,* 19 மே 1924).

திருவனந்தபுரத்தில் திவான் நடத்திய மேல் உத்தியோகஸ்தர் மாநாட்டில் கோட்டயம் மாவட்ட மாஜிஸ்டிரேட், வைக்கம் சாதி இந்துக்கள், தந்திரி முதலியவர்கள் கலந்துகொண்டு திரும்பினர். தீண்டாதவர் சாலைகளில் செல்ல அனுமதிக்கப்படலாம் என்ற வதந்தி உலவுவதாகச் *சுதேசமித்திரன்* (19 மே 1924) குறிப்பிடுகிறது. கோயில் வாசல் மாத்திரம் பாதுகாக்கப்படும் என்று வைதிக பிராமணர்களுள் வதந்தி உலவுகிறதாம்.

18 மே

வழக்கமான பொதுக்கூட்டம் சத்தியாகிரக ஆசிரம வெளியில் நடந்தது. அரசின் அடக்குமுறைக்கு எதிரான பேச்சுகள் நிகழ்ந்தன. கே. கிருஷ்ணன் நம்பூதிரிபாடு தலைமையில் கும்பகோணம் மாவட்ட காங்கிரசு ஊழியர் ஆர். சக்கரவர்த்தி ஐயங்கார், பெரியார், மற்றொருவர் பேசினர். தமது சகோதர பிராமணர்களது செயல்களை சக்கரவர்த்தி ஐயங்கார் கண்டித்துப் பேசினார். ஆரவாரமான கரகோஷம், பலமான வரவேற்புக்கிடையில் பெரியார் பேச எழுந்தார். அவரது பேச்சின் சாரம் வருமாறு.

“இங்கே இருக்கும் சிலர்கூட அரசாங்கத்தின் மீது நான் பழிபோடுவதாக என்மீது கோபப்படலாம். இன்றைக்கு எனக்கு வழங்கப்பட்ட தடையாணை மூலம் எனக்கு எதிராக அரசாங்கத்தினர் இருக்கிறார்கள் என்பதற்குச் சாட்சியம் உருவாக்கிவிட்டார்கள். என்னை இந்த மாவட்டத்திலிருந்து வெளியேறச் சொல்லும் தடையாணைக்குக் காரணமாகச் சொல்வது, நான் எனது நடவடிக்கையால் கலகத்தை அல்லது கலவரத்தை உருவாக்கி விடுவேனாம். என்னுடன் தொடர்பிலிருந்து என் நடவடிக்கைகளைக் கவனித்துக் கொணடிருக்கும் நீங்கள் அரசின் இந்தத் தவறைப் பாருங்கள். காதால் கேட்பவற்றை வைத்து அரசாங்கம் இந்த முடிவுக்கு

வந்திருப்பதாகவே கருதுகிறேன். அதனால் நாம் தாராளமாகவே இருக்கலாம்.

"அரசின் அதிகாரிகள் தினமும் நமது கூட்டங்களுக்கு வருகிறார்கள். மணிக்கணக்கில் நமது நடவடிக்கைகளைப் பார்க்கிறார்கள். இருப்பினும் இத்தகைய பொய்யான குற்றச் சாட்டை முன்வைக்கிறார்கள். அரசாங்கத்தின் விருப்பத்திற்கும் நோக்கத்திற்கும் இடையூறு செய்பவர்கள் இங்கிருந்தால் ஒரு நாளைக்கு என்னைப்போல் தடையாணை வரும். இந்த ஆணைக்குக் கீழ்ப்படிய முடியாது என மாவட்ட நீதிபதிக்கு நான் பதில் அனுப்பிவிட்டேன். அரசுதான் கலகத்துக்கும் கலவரத்துக்கும் காரணமாக இருக்கிறதே ஒழிய சத்தியாகிரகிகள் அல்ல.

"அகிம்சையைக் கடைப்பிடிப்பதன் மூலம் கலவரத்துக்கும் கலகத்துக்கும் தாங்கள் காரணமாகமாட்டோம் என்று காட்ட வேண்டியது பொதுமக்களின் கடமை. திருவாங்கூரில் எனக்கு மூன்று தடையாணைகள் வழங்கப்பட்டன. முதல் இரண்டு ஆணைகளும் வைக்கத்தில் ஏதேனும் சில செய்வதற்கு உதவின. இப்போது மூன்றாவது ஆணை" *(தி இந்து,* 21 மே 1924).

அடுத்து பேசியவர் யார் (அநேகமாக நாகர்கோயில், தாணுமாலயப் பெருமாள் என்று யூகிக்கிறேன்) என்று அறிய முடியவில்லை, எனக்குக் கிடைத்த பத்திரிகை பிரதி மோசமான நிலையில் இருந்தது. அவர் கூறியதாக அறியக் கிடைப்பது 'நாயக்கர் மதிப்பிற்குரிய தலைவர்களுள் ஒருவர். அவரது எளிமையும் தியாகமும் அவரது உண்மையான மதிப்பைக் காட்டுவதாகும்' என்பது *(தி இந்து,* 21 மே 1924).

19 மே

இன்று வழக்கம் போல் சத்தியாகிரகம் நடந்தது. நாகர்கோயில் எம்பெருமாள் நாயுடு மறுஉத்தரவு பிறப்பிக்கப்படும் வரையில் பேசக்கூடாதென்று மற்றுமோர் உத்தரவு திருவனந்தபுரம் மாவட்ட மாஜிஸ்டிரேட் பிறப்பித்திருக்கிறார். வைதிக சாதி இந்துக்களும், வைக்கத்தில் உள்ள பிராமண அலுவலர் சிலரும் தெய்வத்துக்குச் சிறப்பு பூஜைகள் செய்து வருகின்றனர். காங்கிரசுகாரர்கள் சத்தியாகிரகத்தை விட்டுவிட்டு வைக்கத்திலிருந்து போய்விட வேண்டும் என்ற எண்ணத்தோடு அப்பூஜைகளைச் செய்கின்றனர்.

அதிக விலை கொடுத்தாலொழிய கடைக்காரர்கள் சாமான் விற்க மறுப்பதாக அகாலியர் புகார் அளித்ததன் பேரில் நகராட்சித் தலைவர் தக்க ஏற்பாடுகள் செய்தார்.

சிறையில் சத்தியாகிரகிகள் ஒழுங்காகவே நடத்தப்படுவதால் மகாராஜாவைத் தாக்கிப் பேசுவது சத்தியாகிரகிகளுக்கு அழகல்ல என்று மாதவன் குறிப்பிட்டார் (*சுதேசமித்திரன்*, 20 மே 1924).

சமஸ்தான அரசாங்க ஆதரவு பத்திரிகையாகக் கருதப்பட்ட *திருவனந்தபுரம் டெய்லி நியூஸ்* (20 மே 1924) தன் தலையங்கத்தில் வைக்கம் போராட்டம் பற்றி ஒரு குறிப்பு எழுதியுள்ளது. அதில் இருந்து சில பகுதிகள்.

'கேரளக் காங்கிரசுக் கமிட்டியால் தொடங்கப்பட்ட வைக்கம் சத்தியாகிரகம் இன்றைக்கு ஒரு மாதத்திற்கு மேலாக முழுவீச்சில் நடந்து வருகிறது. ஆனால் தொடங்கியதை விட, இதுவரை நோக்கத்தின் அருகிலாவது சென்றிருக்கிறார்களா என்பதில் நாங்கள் சந்தேகப்படுகிறோம்...

'இந்துக்கள் அல்லாதவருக்குத் திறந்து விடப்பட்டிருக்கிற, சாதியின் அடிப்படையில் இவர்களை வெளியேற்றியமை கொள்கை அடிப்படையில் தவறானது. சந்தேகமில்லாமல் அனைவருக்கும் உரியன [அச்சாலைகள்], குறிப்பாக இந்துக்களுக்கு உரியன. இந்த அம்சத்தில் அநேகமாக யாருக்கும் கருத்து வேறுபாடு இல்லை. அநேகமாக எல்லோரும் இந்தத் தவறு சரிசெய்யப்பட வேண்டும் என்றே ஒப்புக்கொண்டுள்ளனர்...

'உண்மையாக, இந்த அரசாங்கம் இதுவரை பொதுவான அடக்குமுறை நடவடிக்கை எதையும் எடுக்கவில்லை. சத்தியாகிரகிகளின் கோரிக்கைகளுக்கு இல்லை என்றும் முடிவெடுத்துச் சொல்லவில்லை. இதை எல்லாம் ரொம்ப சுலபமாக அவர்களால் செய்யமுடியும். இவை எல்லாம் இந்தப் பிரச்சனையை அரசாங்கம் அனுதாபப் பார்வையுடன் கையாள்கிறது என்பதற்கான போதுமான அறிகுறிகள்...

'வைக்கம் நிகழ்ச்சிகளில் பெரும்பான்மையான பகுதிகள் தவறானவை என்பதை மகாத்மா காந்தி தவறற்ற வகையில் எடுத்துக்காட்டியுள்ளார் என்றே சிந்திக்கும் மக்களில் பெரும் பான்மையோர் உணர்கின்றனர். இந்துக்கள் அல்லாதவர்கள் பங்கேற்பையும், திருவாங்கூர் அல்லாதவர்கள் பங்கேற்பையும், திருவாங்கூர் அல்லாதவரின் பணம் அங்குப் பயன்படுவதையும், காங்கிரசு அமைப்பின் நுழைவையும் காந்தி கண்டித்துள்ளார். அகாலிகளின் மற்றும் அவர்களது இலவச சாப்பாடு சேவையையும் வெளியேறுமாறு வெளிப்படையாகவே வேண்டிக்கொண்டார்...

'சட்டத்தை மீறுதலும் பணிய மறுத்தலுமே வைக்கத்தில் செய்யப்பட்டவை. போராட்ட முறையாகவே நிர்வாகம் மற்றும்

பொதுமக்களின் கவனத்தை ஈர்க்கவே செய்யப்படுபவை. தவறைச் சுட்டிக்காட்டி, அந்தத் தவறை அரசியல் சாசன வழிமுறைப்படி அமைக்கப்பட்ட நிர்வாகம் சரி செய்யவே செய்யப்பட்டதாகும். இம்மாதிரியான சட்ட மீறுதலும் சட்டத்திற்குப் பணிய மறுத்தலுமான காரியங்கள் சட்டத்தைப் பெரிதும் மதிக்கும் உலக நாடுகளில் ஒன்றான இங்கிலாந்திலும் நடந்தன. ஆனால் மக்களின், நிர்வாகத்தின் கவனத்தை ஈர்க்கவே அவை நிகழ்த்தப்பட்டன. ஆனால், அவை ஒருபோதும் முறையாக நியாயப்படுத்தப்படவில்லை. கவனத்தை ஈர்க்கும் செயல் நிறைவேறியவுடன் அம்முறை உடனே கைவிடப்பட்டது (தேர்ந்தெடுக்கப்பட்ட வைக்கம் சத்தியாகிரக ஆவணங்கள், பக். 58–60). சத்தியாகிரகம் நடைபெறும் முறையைக் கவனித்து வந்த அரசு சார்பான சமூகம், தொடர்ச்சியாகப் போராட்டமும் சட்ட மீறுதலும் நிகழுமோ என்று பயந்ததை இக்குறிப்பு உணர்த்துகிறது.

உண்மையில் இங்குச் சட்ட மறுப்போ, சட்ட மீறலோ ஏன் ஒத்துழையாமையோ கூட நடைபெறவில்லை என்றுதான் சொல்ல வேண்டும். அரண்டவன் கண்ணுக்குத் தெரிந்த இருட்டு அவ்வளவே.

21 மே

இத்தேதியில் நடந்த கூட்டத்தில் சக்கரவர்த்தி ஐயங்கார் தடை உத்தரவை மீறிப் பேசியதும் உதவிக் காவல்கண்காணிப்பாளர் அவரை உடனே கைது செய்தார். ஊழியர்களுக்கும் வாய்ப்பூட்டு உத்தரவு போட்டு அதன் மூலமாக ஊழியர்கள் தமது தைரியத்தை வெளிப்படுத்த சந்தர்ப்பம் கொடுத்ததற்காக ராமஸ்வாமி நாயக்கரும் தாணுமாலயப் பெருமாளும் அரசைப் பாராட்டினார்கள் (சுதேசமித்திரன், 22 மே 1924).

21 மே 1924 மதியம் 1:30 மணிக்கு ராமஸ்வாமி நாயக்கர் மீதான விசாரணை தொடங்கியது. கூட்டம் அதிகமாயிருந்தது. ராமஸ்வாமி நாயக்கரின் மனைவியும் வந்திருந்தார். பிச்சு ஐயங்காரும் நாராயண பிள்ளையும் அரசு சார்பில் விசாரிக்கப்பட்டபின் ராமஸ்வாமி நாயக்கர் ஒரு அறிக்கை மாத்திரம் அளித்தார். இந்த நீதிமன்றம் நியாயம் செய்யும் என்ற நம்பிக்கை தமக்கு இல்லை, விசாரணை வெறும் வேஷம், நீதிமன்றத்துடன் ஒத்துழைக்க முடியாது என்றும் கூறி சமாதானம் உண்டு பண்ணவே தாம் வைக்கத்துக்கு வந்ததாயும் எவ்விதமான தண்டனை விதித்தாலும் ஏற்கத் தயார் என்றும் அவர் சொன்னார். தீர்ப்பு சொல்லப்படவில்லை. நீதிமன்றத்துக்கு அடுத்து வரும் தேதியை எழுத்து மூலம் உறுதி

கூறும்படி காவல்துறையினர் கேட்டும் ராமஸ்வாமி நாயக்கர் மறுத்துவிட்டார். வேண்டுமானால் மாஜிஸ்டிரேட் தம்மை ரிமாண்டில் வைக்கட்டும் என்று கூறிவிட்டார் (*சுதேசமித்திரன், 22 மே 1924*).

கும்பகோணம் காங்கிரசுத் தலைவர் சக்கரவர்த்தி ஐயங்கார் தடை உத்தரவை மீறிப் பேசியதற்காக (18 மே 1924) கைது செய்யப்பட்டு வைக்கம் மாஜிஸ்டிரேட் முன்னிலையில் கொண்டு வரப்பட்டார். தடை உத்தரவைத் தாம் பெற்றுக்கொண்டு கையெழுத்துகூடப் போடாதிருக்கையில் தம்மைக் கைது செய்வது சட்ட விரோதம் அல்லவா என்று அவர் கேட்டார். ஒரு மாதக் கடுங்காவல் தண்டனையும் 50 ரூபாய் அபராதமும், தவறினால் இன்னொரு வாரம் கடுங்காவலும் அவருக்கு விதிக்கப்பட்டது (*சுதேசமித்திரன், 22 மே 1924*).

எம்பெருமாள் நாயுடு

கோட்டயம் மாவட்டத்தில் எம்பெருமாள் நாயுடு பொதுக் கூட்டங்களில் பேசக்கூடாது என்று தடை உத்தரவு பிறந்திருக்கிறது. வகுப்பு துவேஷத்தை அவர் உண்டு பண்ணி வருவதாயும், அரசாங்கத்தின் மீது வெறுப்பு ஏற்படும்படி அவர் செய்து வருவதாயும் உத்தரவில் கூறப்பட்டிருக்கிறது. இதுபோன்ற மூன்று உத்தரவுகள் ஏற்கெனவே அவர்மீது பிறப்பிக்கப்பட்டிருக்கின்றன (*சுதேசமித்திரன், 22 மே 1924*).

22 மே

வைக்கத்தில் கனத்த மழை பெய்துகொண்டிருக்கிறது. தொண்டர்கள் தங்களிடத்தை விட்டு அசையாமல் சத்தியாகிரகம் செய்து வருகின்றனர். பெண் தொண்டர்கள் மற்றவர்களுடன் சமபந்தி போஜனம் செய்துவருகின்றனர். இன்னும் அதிக தொண்டர்கள் வேண்டுமென்று கமிட்டியார் கோருகின்றனர் (*சுதேசமித்திரன், 22 மே 1924*).

பெரியார் மீதான வழக்கில் இன்று தீர்ப்பு சொல்லப்பட்டது. ஒரு மாத வெறுங்காவல் தண்டனை வழங்கப்பட்டது. அவருடைய மனைவியும் மற்ற காங்கிரஸ்காரர்களும் நீதிமன்றத்திற்கு வந்திருந்தனர்.

பெரியாரின் மனைவி நாகம்மையார் 22ஆம் தேதியும், கோவிந்தன் சாணாரின் மனைவியைத் தடுக்கப்பட்ட சாலைக்குப் பிடிவாதமாக அழைத்துச் செல்ல எத்தனித்தபோது ஒரு பிராமணர் கோபத்துடன் அம்மாதிரி உத்தரவை மீறக் கூடாது

என்று கண்டித்தார். கனத்த மழை பெய்தும் பெண்கள் தங்கள் இடத்தை விட்டு அசையாமல் சத்தியாகிரகம் செய்தனர் *(சுதேசமித்திரன், 23 மே 1924).* இதே வகை செய்தி, வளர்மதி எழுதிய நூலில் கீழ்க்காணுமாறு விவரிக்கப்பட்டிருக்கிறது *(ப. 22–23, வளர்மதி).*

'1924ஆம் ஆண்டு மே மாதம் 23ஆம் தேதி வைக்கம் சத்தியாகிரகத்தில் பங்குபெற ஐந்து பெண்கள் வந்தனர். நாகம்மையார், எஸ்.ஆர். கண்ணம்மாள், திருமதி நாயுடு, திருமதி சாணார், திருமதி தாணுமாலயப் பெருமாள் பிள்ளை ஆகியோர் தடையை மீறிச் சத்தியாகிரகத்தில் கலந்துகொள்ளப் புறப்பட்டுச் சென்றனர். தடைவிதிக்கப்பட்டுள்ள குறிப்பிட்ட இடத்துக்குச் சென்றனர். தடையை அகற்ற முயன்ற நேரத்தில் இன்ஸ்பெக்டர் சர்மா, பெரியாரின் துணைவியாரிடம் நீங்கள் என்ன சாதி என்று கேட்டார். இந்தப் போராட்ட அணிக்குத் தலைமை தாங்கிய பெரியாரின் துணைவியார், எங்களில் யார் எந்த சாதி என்று பார்த்து தாழ்த்தப்பட்ட சாதியினரை மட்டும் அறிந்து அனுமதிக்கலாம் என்று பார்க்கிறீர்களா? நாங்கள் அதற்காக இங்கு வரவில்லை எல்லோரும் இந்த வீதியில் செல்ல அனுமதிக்க வேண்டும் என்று நாகம்மையார் கூறினார்.

'மீனவர்கள் மீன் கூடையைத் தூக்கிக்கொண்டு போகக்கூட இங்கே அனுமதிக்கும்போது மனிதர்கள் நடமாட ஏன் அனுமதி மறுக்க வேண்டும் என்று பெரியாரின் சகோதரி கேட்டார். தடையை மீறி வந்த பெண்கள் அந்த இடத்தை விட்டு அகல மறுத்து பல மணிநேரம் அதே இடத்திலேயே இருந்தனர்.

'இறுதியாகப் பிச்சை ஐயங்கார் என்ற போலீஸ் கமிஷனர் வந்தார். பெண்கள் என்பதற்காகத் தனிச் சலுகை எதுவும் காட்ட வேண்டாம். ஆண்களை எப்படி நடத்துவீர்களோ அப்படியே இவர்களையும் நடத்துங்கள் என்று இன்ஸ்பெக்டர் சர்மாவுக்கு உத்தரவிட்டார். கிளர்ச்சியில் பங்குகொண்ட பெண்களை எப்படி நடத்துவது என்று இன்ஸ்பெக்டர் கேட்டிருப்பதன் மூலம் இந்த கிளர்ச்சியில் முதலில் பங்குபெற்றவர்கள் பெரியாரின் குடும்பத்து பெண்கள் என்பது விளங்குகிறது' *(தந்தை பெரியார் 100ஆவது பிறந்த நாள் மலரில் வந்ததாக வளர்மதி தன் நூலில் இப்பகுதியை மேற்கோளாகக் காட்டியிருக்கிறார்).*

24 மே

வைக்கம் சத்தியாகிரகம் தொடர்ந்து நடைபெற பணம் முக்கியத் தேவையாய் ஆகிவிட்டதை அடுத்து காங்கிரஸ் தலைவர் எஸ். சீனிவாச ஐயங்கார் வேண்டுகோள் விடுத்தார்.

“தமிழ்நாடு, ஆந்திர தேசம் இவைகளிலிருந்து மனிதர்களும் பணமும் பெற்று இந்த இயக்கத்தைக் காங்கிரசுக் கமிட்டி நடத்தி வரலாம் என்று மகாத்மா காந்தி இப்பொழுது சொல்லிவிட்டார். தமிழ்நாடு காங்கிரஸ் கமிட்டித் தலைவரான இ.வி. ராமசுவாமி நாயக்கரைத் திருவாங்கூர் அரசாங்கத்தினர் தேசப்பிரஷ்டம் செய்து விட்டனர். அவருக்கு ஒருமாதம் வெறும்காவல் தண்டனை விதிக்கப்பட்டிருக்கிறது. தீண்டாமையை நிவர்த்தி செய்யாமல் தாழ்ந்த வகுப்பினரை முன்னேற்றம் செய்ய முடியாது. வைக்கம் சத்தியாகிரக இயக்கத்தின் பலனாக கேரளத்தில் மட்டுமின்றி தமிழ்நாடு, ஆந்திர தேசம் இவைகளிலும் இந்தியாவின் இதர பாகங்களிலும் ஒருவித புதிய உணர்ச்சி ஏற்பட்டிருக்கிறது. இதைக் கண்டு உருகாத மனம் இருக்க முடியுமா? நம்முடைய நெஞ்சைக் கல் நெஞ்சாக செய்துகொண்டு நம்முடைய அலட்சியத்தினால் கதிமோட்சத்தைத் தடைப்படுத்த வேண்டாம். இந்து மதத்தின் உத்திருஷ்டமான கொள்கைகள் நிலைத்திருக்க வேண்டும். இப்பொழுது இந்து மதத்தை அவமதித்து வரும் இந்த தோஷம் அகல வேண்டும் என்று விரும்பும் ஒவ்வொரு இந்துவும் வைக்கம் தீண்டாமைக் குழுவின் பொக்கிஷதாரரான கோவிந்தன் சாணாருக்கு தம்மாலியன்ற பொருளை அனுப்புவார்கள் என்று நான் நம்புகிறேன்” (*சுதேசமித்திரன், 24 மே 1924*).

பெரியார், ஈழவருக்குப் பின்வரும் வேண்டுகோளை விடுத்தார். ‘சகோதர சகோதரிகளே, சத்தியாகிரகம் தோல்வி யுற்றால் இந்தியா முழுமைக்கும் அது அவமானத்தை உண்டு பண்ணுவதாகும். ஈழவர் சமூகத்தின் நிலைமையும் மிக்க கேவலமானதாகி விடும். மறுபடியும் தலைதூக்க முடியாது. ஆகையால், ஒவ்வொரு ஈழவரும் ஆண் பெண் அனைவரும் தங்கள் சக்தியானுசாரம் வேலை செய்ய வேண்டும். தேச துரோகிகள் என்று பெயர் எடுக்கக்கூடாது’ (*சுதேசமித்திரன், 24 மே 1924*).

இராஜாஜி அவசரமாக வரும்படி கேட்டுக்கொள்ளப் பட்டிருக்கிறார். ராமசாமி நாயக்கரின் வேண்டுகோளுக்கிணங்கிப் பல இடங்களிலிருந்தும் தொண்டர்கள் வந்து கொண்டிருக்கிறார்கள் (*சுதேசமித்திரன், 24 மே 1924*).

26 மே

பெரியார் சிறை சென்றதையடுத்து போராட்டத்தைத் தலைமை தாங்கி நடத்த பி. வரதராஜுலு நாயுடுவை வைக்கத்தார் கேட்டுக்கொண்டனர். அந்த தந்தியின் விவரம் வருமாறு.

“ராமஸ்வாமி நாயக்கருக்கு ஒருமாதம் தண்டனை

விதிக்கப்பட்டு விட்டது. உங்கள் ஆதரவும் தொண்டர்களும் தற்போது முக்கியமாகத் தேவை. உண்மை நிலைமை மிகவும் நெருக்கடியாக இருக்கிறது. வெளியே இருந்து வந்த அகாலியர்கள் வெளியே அனுப்பப்பட்டு விடுவார்கள். உடனே கொச்சிக்கு வந்து உபதேசிக்க வேண்டும். திறமையாகத் தலைமை வகிப்பவர் எங்களுக்குத் தேவை. தாங்கள் தலைமை வகிக்க வந்துவிட்டால் அதைவிட எங்களுக்கும் எங்கள் கட்சிக்கும் பாக்கியம் வேறொன்றுமில்லை."

தந்தியைப் பெற்றுக்கொண்ட வரதராஜுலு தாம் கொச்சி சென்று நிலைமையை அறிந்து கொள்ளலாம் என்று கருதி எஸ். சீனிவாச ஐயங்காரிடம் ஒப்புதல் கோரி தந்தி அனுப்பினார் *(சுதேசமித்திரன், 26 மே 1924).*

பெரியார் சிறைக்குப் போகுமுன் கோயமுத்தூர் எஸ்.ஏ. கணேசன் என்ற காங்கிரஸ் ஊழியருக்கு 10 தொண்டர்களைக் கோயம்புத்தூர் மாவட்டத்திலிருந்து கூட்டிக்கொண்டு வரும்படி கடிதம் எழுதி இருந்தாராம். தன்னால் அது இயலாது போனதும், கணேசன், காங்கிரசுச் செயலாளர் கே. சுப்பிரமணியத்திடம் அவ்வேண்டுகோளைத் தெரிவித்து நம்பிக்கையுடன் காத்திருப்பதாகச் செய்தி அனுப்பினார். அச்செய்தி *சுதேசமித்திரனில் (26 மே 1924)* வெளியாகியுள்ளது.

வைக்கம் போராட்டத்திலிருந்து கேரளக் காங்கிரசுக் கமிட்டி விலகிவிட வேண்டும் என்றும் திருவாங்கூர் இந்துக்கள் மட்டும் போராட்டத்தில் சம்பந்தப்படலாம் என்றும் காந்தி அபிப்பிராயப்படுகிறார் என்பன போன்ற பலவிதமான சந்தேகங்கள் ஏற்பட்டதால், சத்தியாகிரகக் குழு ஒன்று மும்பை சென்று காந்தியைச் சந்தித்தது. நீலகண்ட நம்பூதிரி, மாதவன் நாயர் அடங்கிய அந்த இருநபர் குழு மகாத்மாவை 1924 ஏப்ரல் 16, 17, 20 தேதிகளில் சந்தித்தது. மகாத்மாவிடம் அவர்கள் கேட்ட கேள்விகளும் பதில்களும் பின்வருபவை.

கேள்வி: திருவாங்கூர் மகாராஜாவின் மனதை உருகச் செய்யலாம் என்று சத்தியாகிரகிகள் நினைத்து உபவாசம் இருந்ததில் என்ன பிசகு? மகாராஜா கொடுங்கோலர் அல்ல. இளகின மனதுடையவர்தான்.

மகாத்மாவின் பதில்: திருஷ்டாந்தமாக தீண்டாதவர் ஒருவரை என் வீட்டுக்குள் கொண்டுபோய் வீட்டிலேயே இருக்கச் செய்வது என் மனைவிக்குப் பிடிக்கவில்லை. நான் உபவாசமிருந்து என் மனைவியைச் சரிப்படுத்திவிட முடியும்.

ஆனால் என்னுடைய உபவாசத்தின் பலனாக நான் இறந்து போனால் என்ன செய்வதென்ற பயத்தால் என்னுடைய கதியை மனைவி ஒப்புக்கொள்ள செய்வது சத்தியாகிரகம் ஆகாது. அது ஹிம்சையே ஆகும். அதுபோல் திருவாங்கூர் மகாராஜா அன்புடன் கூடியவராக இருக்கலாம். சத்தியாகிரகிகள் பட்டினி இருந்து மாள்வதைச் சகிக்கக் கூடாதவராயிருக்கலாம். தீண்டாமை ஒரு கெடுதல் என்று அந்தரங்க சுத்தியுடன் அவர் நம்பாமல் சத்தியாகிரகிகளின் உபவாஸத்துக்காகப் பயந்து இணங்கி வந்தால் பிரயோஜனமில்லை. அப்படி மகாராஜாவை நிர்பந்தப்படுத்துவது சத்தியாகிரகமாகாது

கேள்வி: மகாராஜா நமக்கு விரோதி என்று வைத்துக்கொண்டு பேசுவோம். உபவாசம் அல்லது தியாகத்தால் பொதுஜன அபிப்பிராயத்தை உருப்படுத்தி மகாராஜாவுக்கு விரோதமாக அதைத் திருப்பி அவரை ஏன் நிர்பந்தப்படுத்தக்கூடாது? கெய்ரா ஜில்லாவில் நீங்கள் அப்படித்தான் வரி கொடுக்க மறுத்து கவர்ன்மெண்டை ஒரு சங்கடமான நிலைமையில் வைத்தீர்கள். அப்படியிருக்க நாங்கள் பட்டினி இருக்கவும் கூடாது; வெளியாருடைய உதவியும் பெறக்கூடாது என்றால் வைக்கம் சத்தியாகிரகம் எப்படி நடப்பது?

மகாத்மாவின் பதில்: கெயிராவில் சத்தியாகிரகம் செய்தபோது வெளியாருடைய உதவியை நான் ஏற்றுக்கொள்ளவில்லை. எவ்விதமான தியாகத்துக்கும் ஜனங்கள் தயார் என்பதை கவர்ன்மெண்டார் அறிந்துகொண்ட உடனே அவர்கள் தாங்களாகப் பணிந்து போனார்கள். நமது தியாகம் பரிசுத்தமாய் இருந்தால்தான் கவர்ன்மெண்ட்டுக்கும் நம்பிக்கை ஏற்பட்டு தங்கள் பிழையை உணருவார்கள். வெளியாருடைய உதவியைக் கொண்டு தொண்டர்கள் நன்றாகச் சாப்பிட்டுவிட்டு சத்தியாகிரகம் செய்வது என்றால் ஏதோ கூலிக்கு மாரடிக்கிறார்கள் என்ற உணர்ச்சிதான் எதிரிகளுக்கு ஏற்படக்கூடும். நமது ஆத்ம சக்தியைக் கொண்டு நமது உணர்ச்சியை வெளிப்படுத்த வேண்டுமேயன்றி இதர சக்திகளைக் கையாளுவதன் மூலமாக கவர்ன்மெண்டுடன் போட்டி போடக்கூடாது. அது சத்தியாகிரகமும் ஆகாது. சாத்வீக எதிர்ப்புக்கும் சத்யா கிரகத்துக்கும் வித்தியாசமுண்டு. வெளியாருடைய உதவி இல்லாமல் தனிப்பட்டவர்கள் சத்தியாகிரகம் செய்வதுதான் உத்தமமான பரிஹாரம். வைக்கத்தில் சாதி இந்துக்கள் அல்லாதவர்களும் இந்து அபிமானிகளும் செய்கிற சத்தியாகிரகமே மேலானது. அது கொஞ்சம் கஷ்டமாயிருந்தால் சற்று சமீபத்தில் உள்ள அயலார்களுடைய ஒத்தாசையைக் கொண்டு செய்து வரலாம்.

கேள்வி: தீண்டாமை தொடாமை என்ற பிரச்சனை அகில இந்திய பிரச்சனை அல்லவா? வைக்கம் இயக்கம் ஜெயிக்காவிட்டால் சமஸ்த இந்தியருக்கும் அது தோல்வி அல்லவா? இந்து மகாசபை முதலிய ஸ்தாபனங்களைக்கூட வைக்கம் சத்தியாகிரகிகள் உதவிபுரிய கேட்கக் கூடாதா?

பதில்: கிலாபத் விஷயத்தில் முஸ்லிம் சமூகத்துக்கும் முஸ்லிமல்லாத ஒரு கவர்ன்மெண்ட்டுக்கும் தகராறு ஏற்பட்டது. அப்படியிராமல் முஸ்லிம்களிலேயே இரண்டு வகுப்பினருக்குள் சண்டை ஏற்பட்டால், இந்துக்கள் அதில் தலையிடக் கூடாதுதான். இந்து சமூக ஊழல்களைப் போக்குவது இந்துக்களின் கடமை, வெளியாரின் உதவியை அதற்கு வேண்டக் கூடாது. அன்பினால் வைதிகர்களை வசப்படுத்தலாமே அன்றி வெளியாருடைய உதவியைக் கொண்டு பயமுறுத்தி பணியச் செய்யப் பார்ப்பது சரியல்ல.

கேள்வி: சில ரஸ்தாக்கள் வழியாகப் பிரஜைகள் போகக் கூடாது என்றால் அது ஒருவனுடைய முனிசிபல் உரிமையை பாதிக்கவில்லையா? மதப் பிரச்சனையை அதில் கொண்டு புகுத்த என்ன நியாயம்?

பதில்: சுதேச சமஸ்தானத்தின் உள்நாட்டு நிர்வாகத்தில் காங்கிரஸ் சம்பந்தப்படக் கூடாது. பிரஜைகளில் இன்னின்னார்தான் ரஸ்தா வழியாகச் செல்லக்கூடாது என்று தடை ஏற்பட்டிருக்கிறது. தீண்டாமையை ஒழிக்கும்படி காங்கிரஸ் மகாசபை இந்துக்களுக்கு ஆக்ஞாபித்திருப்பதால் கேரளக் காங்கிரஸ் கமிட்டி இந்துக்களைச் சத்தியாகிரகம் செய்யும்படி கேட்டு விட்டிருக்கிறது. அது முற்றிலும் இந்துக்கள் பிரச்சனை. இந்துக்கள் அல்லாதவர்களுக்கு இந்த இயக்கத்தில் இடமில்லை.

அகாலியரைப் பற்றிய சில கேள்விகளுக்கு மகாத்மா பதிலளித்ததாவது: சுயமதிப்புள்ள எவனும் அகாலியர்கள் அளிக்கும் உணவை ஏற்றுக்கொள்ளமாட்டான். சாப்பாடு இல்லாமல் வைக்கம்வாசிகள் திண்டாடவில்லை. அப்படி திண்டாடினால் அல்லவோ மற்றவர்களைப் பிச்சைக் கேட்கலாம்?

இனி செய்ய வேண்டிய வேலையைப் பற்றி மகாத்மா பின்வருமாறு தெரிவித்தார்.

தொண்டர்களின் தொகையை அதிகமாக்கலாம்; தீண்டாமை வியாபித்துள்ள மற்ற இடங்களிலும் இதே மாதிரி சத்தியாகிரகம் செய்யலாம். வைக்கத்திலிருந்து திருவனந்தபுரத்துக்குச் சாத்வீகமாக ஊர்வலம் ஒன்று நடத்தி வைக்கலாம். ஆனால் சாதிஇந்துக்கள்

மாத்திரம் அதில் சென்று மகாராஜாவைப் பேட்டி கண்டு நிலைமையை எடுத்துரைக்க வேண்டும். அம்மாதிரி ஊர்வலம் போவதால் ஏற்படக்கூடிய அசௌகரியங்களை அவர்கள் பாராட்டக் கூடாது. சாப்பாட்டுக்கு அவர்கள் சொந்தத்தில் ஏற்பாடு செய்துகொள்ள வேண்டும். அஹிம்சாதர்மத்துக்கு எவ்வித பங்கமும் ஏற்படக்கூடாது. ஊர்வலம் நடந்து முடியும் வரையில் வைக்கம் சத்தியாகிரகத்தை ஒத்திவைக்கலாம். இவைதான் என்னுடைய யோசனைகள்'.

இம்மாதிரி ஒவ்வொரு கேள்விக்கும் காந்தி தீர்மானமான பதில்களை அளித்தார். 144 உத்தரவைத் தற்சமயம் எவரும் மீறி நடக்க வேண்டாம் என்றும் அவர் யோசனை சொன்னார். கேரளக் காங்கிரஸ் கமிட்டியார் மேற்படி இயக்கத்தை நடத்திக் கொண்டு போவதிலும் காந்தி ஆட்சேபிக்கவில்லை. பொதுவாகச் சென்னை மாகாணத்திலிருந்தும் அதற்கு வெளியே இருந்தும் உதவி பெற்றுக்கொள்ளலாம் (சுதேசமித்திரன், 26 மே 1924).

27 மே

சத்தியாகிரகம் வழக்கம்போல் நடந்து வருகிறது. வைக்கத்திலிருந்து வந்த அழைப்பை ஏற்று இராஜாஜி 26 மே 1924 அன்று வைக்கம் வந்தார். காவல் நிலையத்துக்குப் போய் பெரியாரைச் சந்தித்துப் பேசிவிட்டு வந்த இராஜாஜி பிறகு சத்தியாகிரகிகளுடன் பேசினார். ஒரு பொதுக்கூட்டத்திலும் கலந்துகொண்டார். வைக்கத்திற்குப் புறப்படும்போது இராஜாஜி ஒரு அறிக்கை வெளியிட்டிருந்தார். அது வருமாறு:

"திருவாங்கூர் அரசாங்கத்தினர் ஏதோ மனக்குழப்பம் அடைந்து அளவுக்கு மிஞ்சி அடக்குமுறைகளைக் கையாள ஆரம்பித்திருக்கிறார்கள். அவர்களுக்கு ஏற்பட்டிருக்கும் மனக்கிலியையும் குழப்பத்தையும் நீக்க நம்மாலான பிரயத்தனங்களைச் செய்ய வேண்டும். இதுவே நமது முதல் வேலையாகும். சமூகக்குறை ஒன்றை நீக்கவே வைக்கம் சத்தியாகிரகம் ஆரம்பிக்கப்பட்டிருக்கிறதே ஒழிய அரசின் கொடுமையை எதிர்க்க அல்ல என்றும் நாம் ஞாபகம் செய்து கொள்ள வேண்டும். மாமூல் சுதந்திரங்களையும் புராதன வழக்கங்களையும் காப்பாற்ற அரசு கடமைப்பட்டிருக்கிறது என்னும் ஹோதாவில்தான் திருவாங்கூர் அரசாங்கம் வைக்கம் இயக்கத்தை எதிர்க்கிறார்கள். மக்களுக்குள்ள தப்பான சமூகக் கோட்பாடுகள் ஒழிந்தால் மானிட சுதந்திரங்களைப் பற்றி பொது ஜனங்களுக்குச் சரியான நம்பிக்கை பரவினால் அன்றே அரசின் கொடுமையும் அடங்கிவிடும். ஆகையால் நாம் முதன்முதலாக

பொதுமக்கள் தீண்டாமையைப் பற்றி கொண்டிருக்கும் தப்பான நம்பிக்கையை அறவே மாற்றவும் அவர்களின் மனதைக் கவரவும் அதன் மூலமாக அரசின் தீங்குகளை ஒழிக்கவும் முயலவேண்டும். அரசாங்கத்துடன் இவ்விஷயத்தைப் பற்றி சண்டை பிடிக்கவோ சச்சரவு செய்யவோ முயற்சிக்கலாகாது. மனத்தை மாற்றி தீங்கை நன்மைப்படுத்துவதே சத்தியாகிரகத்தின் நோக்கம்" *(சுதேசமித்திரன், 27 மே 1924).*

பி. வரதராஜுலுவுக்கு வந்திருந்த அழைப்பை ஏற்று 28 மே 1924 காலை வைக்கத்திற்குப் புறப்பட்டபோது அவர் வெளியிட்ட வேண்டுகோள்: 'தமிழ்நாட்டுச் சகோதரர்களுக்கு, வைக்கம் சத்தியாகிரகத்தின் முக்கியத்துவத்தைப் பற்றி நான் உங்களுக்கு அதிகமாகச் சொல்ல வேண்டியதில்லை. தமிழ்நாட்டின் கடமையை உத்தேசித்து முதல் தவணையாக ஒவ்வொரு மாவட்டமும் பத்து தொண்டர்களையாவது உடனே வைக்கத்துக்கு அனுப்பிவைக்கும்படி கேட்டுக்கொள்கிறேன். பெண் தொண்டர்களும் தேவை என்று இ.வி. ராமசாமி நாயக்கர் சிறைபுகும்போது ஒரு செய்தியை விடுத்ததாக வைக்கம் சத்தியாகிரக ஆசிரம செயலாளர் நமக்கு அறிவிக்கிறார்' *(சுதேசமித்திரன், 27 மே 1924).*

28 மே

சத்தியாகிரகம் வழக்கம் போல் நடந்தது. ஸ்ரீதரன், அருப்புக்கோட்டை திருமேனிநாத நாடார் இருவரும் 15 நாளைக்குப் பிரசங்கம் செய்யக்கூடாது என்று கோட்டயம் மாவட்ட மாஜிஸ்டிரேட் தடை உத்தரவு பிறப்பித்தார். நேற்று நடந்த தீண்டாமை விலக்குக் குழுவில், இரவு நேரத்தில் சத்தியாகிரகம் வேண்டியதில்லை; இந்துக்கள் அல்லாதவர்கள் இனி இயக்கத்தில் சம்பந்தப்பட வேண்டாம்; நீலகண்டன் நம்பூதிரி உத்தரவை மீற வேண்டாம்; கொச்சியில் இருந்துகொண்டு இயக்கத்தை நடத்த வேண்டும்; சத்தியாகிரகிகளுக்குச் சாப்பாடு போட அகாலியரை நாடாமல் சொந்தத்தில் ஏற்பாடு செய்துகொள்ள வேண்டும், இதை அகாலியருக்குத் தெரிவித்துவிடவேண்டும் என்று தீர்மானித்தனர்.

க. சந்தானம், தங்கப்பெருமாள், ராமநாதன் ஆகியோர் 27 மே 1924 இரவு வைக்கம் வந்தனர்.

சுப்பையா என்பவர் தலைமையில் சில தொண்டர்கள் வைக்கம் செல்வர் என்று *தாய்நாடு* பத்திரிகை ஆசிரியர் சுப்பிரமணிய செட்டியார் தெரிவிக்கிறார். வி.என். ஐயங்கார்,

ஜி. கந்தசாமி ராஜு என்ற சென்னைத் தொண்டர்கள் பணம் இல்லாததால் கால்நடையாகவே வைக்கம் கிளம்பினர் *(சுதேசமித்திரன், 28 மே 1924).*

யங் இந்தியாவில் 'சீக்கியர்கள் இந்துக்களா?' என்ற தலைப்பிட்டு எழுதிய கட்டுரையில், 'சீக்கியர்கள் இந்துக்களாகக் கருதப்பட்டாலும் சரி, இந்துக்கள் அல்லாதவர்களாகக் கருதப்பட்டாலும் சரி அவர்கள் வைக்கத்தில் லங்கர் (இலவச போஜன சாலை) ஏற்படுத்தியிருப்பதானது இயக்கத்திற்கு ஒரு பெரும் ஆபத்தை விளைவிக்கும் என்று நான் கருதுகிறேன். இம்மாதிரி அனாவசியமாகத் தலையிடும் வெளியார் வைதிகர்களுடைய மனோ உணர்ச்சிகளையும் சமஸ்தான அதிகாரிகளுடைய கஷ்டங்களையும் சிறிதும் கவனிப்பதே இல்லை....

'அந்தப் போஜன சாலை இந்துக்களால் நடத்தப்பட்டாலும் சரி, இந்துக்கள் அல்லாதவர்களால் நடத்தப்பட்டாலும் சரி, நான் அதில் போஜனம் உட்கொள்வதைவிட பட்டினி கிடப்பதையே உசிதம் என்று கருதுவேன். கேரள தேசவாசிகள் தங்களது தொண்டர்களுக்கு போஜனம் இடுவர் என்று நாம் நம்பவேண்டுவது அவசியம்' என்று காந்தி எழுதினார் *(சுதேசமித்திரன், 28 மே 1924).*

சத்தியாகிரகிகளான மாதுன்னியும் குஞ்சான் பிள்ளையும் பொதுக்கூட்டங்களில் பேசக்கூடாது என்று தடுக்கப்பட்டிருந்தும் உத்தரவை மீறித் திருவள்ளாவில் பேசியதால் கைதுசெய்யப்பட்டு ஒருமாத கடுங்காவல் தண்டனை விதிக்கப்பட்டது. திருவாங்கூர் எங்கும் ஜூன் நான்காம் தேதி பொதுக்கூட்டங்கள் நடத்தி சத்தியாகிரகிகளிடம் அனுதாபம் தெரிவிக்க ஏற்பாடு நடக்கிறது *(சுதேசமித்திரன், 29 மே 1924).*

29 மே

இரவு வேளைகளில் சத்தியாகிரகம் நடப்பதில்லை. இன்று உள்ளூர் வைதிக பிரமுகர்களுடன் இராஜாஜி பேசினார். தீண்டாதவர் உட்பட எல்லா இந்துக்களின் கருத்தையும் அறிந்து, பெரும்பான்மையோர் தீண்டாதாரைச் சாலையில் விடக்கூடாது என்று கருதினால், சத்தியாகிரகத்தைக் காங்கிரஸ் நிறுத்திவிடவேண்டும். இதற்குக் காங்கிரஸ் உறுதி தருமா என வைதிகர் கேட்டதாகத் தெரிகிறது *(சுதேசமித்திரன், 30 மே 1924).*

இன்று வரதராஜுலு பொதுக்கூட்டத்தில் பேசுகையில் ஜீவாதாரமான சுதந்திரங்களுக்காகப் போராடும் தலைவர்களைக்

கைதுசெய்வது அக்கிரமம். இது ராஜிய பிரச்சனை அல்ல, தீண்டாதாரிடம் ஜீவகாருண்யம் காட்ட வேண்டும் என்றும் பேசினார். மேலும் ஈழவர் இந்த இயக்கத்தில் உற்சாகம் காட்டாதது பற்றி வருந்தினார்.

பெரியார் 28 மே 1924 இரவு ஆறுக்குட்டி என்னும் இடத்திற்கு அழைத்துச் செல்லப்பட்டார். எஞ்சிய சிறை வாசத்தை அங்குதான் கழிப்பார் (சுதேசமித்திரன், 30 மே 1924).

30 மே

கோட்டயம் மாவட்டத்தில் அடுத்த 15 தினங்களுக்குப் பொதுக்கூட்டத்தில் பேசக்கூடாது என்று வரதராஜுலு நாயுடுவுக்கும் சுவாமி போதேசுவரானந்தருக்கும் 30 மே 1924இல் வைக்கத்தில் உத்தரவு அளிக்கப்பட்டது. வரதராஜுலு முன்னரே திட்டமிட்ட போத்தனூர் பயணத்தை மேற்கொள்ள வேண்டியிருக்கிறதே என்று வருந்தி, சீக்கிரமே திரும்பி வந்து தாமே இயக்கத்தை நடத்தத் தீர்மானித்திருப்பதாகக் கூறினார்.

வரதராஜுலுவும் தங்கப் பெருமாளும் சந்தானமும் 30 இரவு எர்ணாகுளம் திரும்பி அங்கிருந்து ஷோரனூருக்குப் புறப்பட்டனர். இராஜாஜி, 31ஆம் தேதி வைக்கத்திலிருந்து ஆலப்புழைக்குப் போகிறார். அங்கு பண்டத்தாரா என்ற இடத்தில் பொதுக்கூட்டத்தில் பேசுகிறார். பிறகு நாராயண குருவைச் சந்திக்க வர்கலா செல்கிறார். சக்கரவர்த்தி ஐயங்கார் இன்று (30 மே) சேர்த்தலைக்கு கொண்டு போகப்பட்டார். வடதஞ்சையிலிருந்து தொண்டர்கள் வைக்கம் வருகிறார்கள் (சுதேசமித்திரன், 31 மே 1924).

~ ~

சத்தியாகிரகப் பிரசாரக் கூட்டங்கள் (திருவனந்தபுரம், செங்கோட்டை), சிலரைத் தண்டிக்க அரசு எடுத்த முயற்சிகள் (பெரியார், அய்யாமுத்து கவுண்டர்), சத்தியாகிரகத்தின் செயல்பாடுகள், வைதிகர், காவல்துறையினரின் எதிர்ப்புகள் தின வாரியாகக் குறிக்கப்பட்டுள்ளன.

சத்தியாகிரகம் வரம்பு மீறி நடப்பதாக காந்தியின் குற்றச்சாட்டு, சிரத்தானந்தரின் தொடர் ஆதரவுச் செயல்பாடுகள், திவான் – வைதிகர் சந்திப்பு, டெய்லி நியூஸின் அரசு ஆதரவு எழுத்துகள் ஆகியவை தேதி வாரியாக விவரிக்கப்பட்டுள்ளன.

பெரியார், எம்பெருமாள் நாயுடு, சக்கரவர்த்தி ஐயங்கார், ஸ்ரீதரன், திருமேனிநாத நாடார், வரதராஜுலு நாயுடு, போதேசுவரானந்தர் ஆகியோருக்கு அரசு விதித்த தடைகள்,

பெரியார் தடையை மீறியதால் கைதானது, ஆறுக்குட்டி சிறைக்குச் சென்றது, அதற்குமுன் அவர் செய்த பிரசங்கங்கள் ஆகியவை விவரிக்கப்பட்டுள்ளன.

சிறைக் கைதிகளை மரியாதையுடன் அரசு நடத்தியது பற்றி காந்தி பாராட்டு, பெரியார் சிறை சென்றதையடுத்து வரதராஜுலு, இராஜாஜி, க. சந்தானம், தங்கப்பெருமாள், ராமநாதன் ஆகியோர் வைக்கம் வருகை, பெரியார் மனைவி உட்பட பெண்களின் சத்தியாகிரகம், சி.எஸ். ரங்கையரின் சத்தியாகிரக ஆதரவுப் பிரசாரம், விருதுநகர், திருநெல்வேலி உள்படத் தமிழக, இலங்கை நாடார்களின் ஆதரவு நடவடிக்கைகள், சத்தியாகிரகத்துக்குப் பணத்தேவை, சத்தியாகிரக முறையில் மாற்றங்கள், சத்தியாகிரகிகளுக்கு உணவு அளிக்க அகாலியர் வருகை, அதை காந்தி மறுத்தல், காந்தியைச் சந்திக்கச் சென்ற குழுவின் விரிவான பேட்டி ஆகியவை மே மாதத்தின் முக்கிய நிகழ்வுகள்.

○

ஜூன் 1924
மூன்றாவது மாதம்

மே மாத இறுதியில் (மே 31) வைக்கத்திலிருந்து தமிழ்நாடு திரும்பிக்கொண்டிருந்த வரதராஜுலு நாயுடுவிடம் சுதேசமித்திரன் நிருபர் வைக்கம் நிலைமையைப் பற்றி ஜூன் 1ஆம் தேதியன்று கேட்டார். அப்போது அவர் தெரிவித்த கருத்து பின்வருவது.

"அது (வைக்கம் சத்தியாகிரகம்) ஒழுங்காக நடந்து வருகிறது. ஆறுமாதம் வரை போராட்டத்தை நடத்த காங்கிரசு கமிட்டியார் ஏற்பாடு செய்திருக்கிறார்கள். தந்திரி களால்தான் தடை ஏற்படுகிறது. யுவர்களின் நம்பூதிரிகள் சீர்திருத்தம் செய்ய விரும்புகிறார்கள், கூடிய சீக்கிரத்தில் ராஜி ஏற்பட்டுவிடும் என்றும் அகாலியர் போஜன சாலை எடுபட்டுவிட்டால் காங்கிரசு கமிட்டியாரே ஒரு போஜன சாலையை ஏற்படுத்துவார்கள்."

வைக்கத்திலிருந்து போத்தனூருக்கு, ரயில்வே தொழிலாளர் மாநாட்டுக்குத் தலைமை வகிக்கத் திரும்பிக்கொண்டிருந்த வரதராஜுலு வைக்கமல்லாத வேறொரு பிரச்சனை காரணமாகக் கோயம்புத்தூர் வட்டத்திற்குள் நுழையக்கூடாது என்று தடுக்கப்பட்டு ஷோரனூர் சந்திப்பில் வண்டி மாறிக்

கொண்டிருக்கையில் தடை உத்தரவு அவருக்கு வழங்கப்பட்டது. வரதராஜுலு போத்தனூரில் இறங்காமல் நேராகச் சேலத்திற்குச் சென்றுவிடுவதாகச் சொன்னார். முதலில் அதற்கு இணங்கிய ரயில்வே காவல் ஆய்வாளர் பிறகு அனுமதி மறுத்துவிட்டார். தாம் ரயிலில் பயணம் செய்தால் என்ன செய்துவிட முடியும் என்று வரதராஜுலு கேட்டதற்கு, உடனே கைது செய்துவிடுவோம் என்று ஆய்வாளர் சொன்னார். முறைப்படி அதிகாரம் பெற்ற மாஜிஸ்டிரேட் வாரண்டு பெறாமல் தம்மைக் கைது செய்ய முடியாது என்று வரதராஜுலு விடையிறுத்தார். இதற்கிடையில் அவர் ஏறியிருந்த வண்டியை வண்டித் தொடரிலிருந்து கழற்றிவிட்டார்கள். வேறு வழியில்லாமல் வரதராஜுலு மாலையையும் இரவையும் சாந்தபுரம் காங்கிரசு பிரசாரகர்களிடையே கழித்தார். மறுநாள் பொள்ளாச்சி வழியாகத் திரும்பினார் (*சுதேசமித்திரன், 2 ஜுன் 1924*).

1 ஜுன் 1924

இத்தேதியிட்டு, கோட்டயம் மாவட்ட மாஜிஸ்டிரேட், திருவாங்கூர் சமஸ்தானத் தலைமைச் செயலாளருக்கு எழுதிய கடிதத்தில் கண்டிருந்த வைக்கம் நிலவரம்.

வரதராஜுலு நாயுடு வைக்கத்தை விட்டு வெள்ளி மாலை புறப்பட்டு விட்டார். ஆணையை (உள்ளூரில் பேசத்தடை) மதிக்காமல் இருக்க அவர் விரும்பவில்லை. ஏனெனில் அவரது வேலைக்காக அவர் (வெளியில்) செல்ல வேண்டியிருந்தது. ஆரிய சமாஜத்தின் போதானந்தரோ, திருநெல்வேலியின் திருமேனிநாத நாடாரோ ஆணையை அவமதித்து எந்தப் பேச்சையும் நிகழ்த்தவில்லை. பேசவேண்டாம் என்ற இராஜாஜியின் கருத்தை ஏற்றனர். ராமஸ்வாமி நாயக்கர் ஆறுகுட்டிக்குக் கொண்டு போகப்பட்டார். சக்கரவர்த்தி ஐயங்கார் சேர்த்தலை சிறைக்கு அனுப்பப்பட்டார்.

காந்தி, இராஜாஜி ஆகியோர் அறிவுரைப்படி தன்னார் வலர்களின் இரவுச் சத்தியாகிரகம் நிறுத்தப்பட்டது. தன்னார்வலர்களின் எண்ணிக்கை 50க்கும் குறைவாக குறைக்கப்பட்டது. குறைந்த வன்முறையிலும் ஈடுபட வேண்டாம் என்று வற்புறுத்தப்பட்டனர். அகாலியர் சாப்பாட்டைப் பயன்கொள்ள வேண்டாம் என்று தடுக்கப்பட்டனர். அத்தகவலை அகாலி தலைவருக்கும் தெரிவித்துவிட்டனர். உதவி தேவைப்படவில்லையெனில் திரும்பி வந்துவிடலாம் என்று அவர்கள் கமிட்டியிடமிருந்து தகவல் கிடைத்துவிட்டது. இந்த விஷயத்தில் வைக்கத்தில்

இருக்கும் பொறுப்பு காவல் ஆணையரிடம் (சி. கிருஷ்ணன் பிள்ளை?) கலந்து ஆலோசிக்கப்பட்டது. அகாலியரை பொறுத்தவரை எந்த ஆணையும் அளிக்க வேண்டாம் என்று ஒப்புக்கொள்ளப்பட்டது. இன்னும் சில நாள் பொறுத்திருந்து அவர்கள் கிளம்புகிறார்களா என்று காத்திருப்போம் என்று முடிவானது. எந்தப் பொதுக்கூட்டமும் நடைபெறவில்லை (அரசு ஆவணம், திருவனந்தபுரம் ஆவணக்காப்பகம்).

வைக்கம் காவல் ஆய்வாளர் (கே. ராமவாரியார்) மாவட்ட காவல் கண்காணிப்பாளருக்கு எழுதிய கடிதம்.

சத்தியாகிரக இயக்கம் இன்று முதல் தங்கள் முறையைக் கீழ்காணுமாறு மாற்றியமைத்துள்ளனர். கோயில் பகுதிகளுக்கு ஒரு தன்னார்வலர் குழு காலை 6 மணிக்கு வந்து மாலை 6 மணி வரை சத்தியாகிரகம் செய்வர். பலப்பிரயோகத்தால் தடுக்கப்படாதவரை, தடை செய்யப்பட்ட பகுதியில் நுழையும்படி தன்னார்வலர்கள் அறிவுறுத்தப்பட்டிருக்கிறார்கள் என்று சத்தியாகிரக கமிட்டி தெரிவித்திருக்கிறது. மொத்தம் நான்கு குழுக்கள் இருக்கும். மூன்றுமணி நேரத்திற்குப் பிறகு அவர்கள் விடுவிக்கப்படுவர். பரிசோதனை முயற்சியாக, தடைப்பகுதிகளில் மூங்கில் கழிகள் வைக்கப்பட்டதற்குப் பல்வேறு இடங்களிலிருந்து ஆட்சேபம் வந்ததால், மேற்கு மற்றும் வடக்குப் பகுதிகளிலிருந்து அவை இன்று நீக்கப்பட்டன.

காஞ்சிபுரத்திலிருந்து கோவிந்தானந்த சுவாமி வந்து சேர்ந்தார்.

2 ஜூன்

திருவனந்தபுரத்தில் இன்று நடந்த ஒரு பொதுக் கூட்டத்தில் சிறை மீண்ட அய்யாமுத்து பங்கேற்றது பற்றிய அறிக்கையை கண்டோன்மெண்ட் காவல் ஆய்வாளர் (சி.எஸ். ராமசந்திர ஐயர், 3 ஜூன் 1924 தேதியிட்டு) அரசுக்கு அனுப்பி வைத்தார். விவரம் வருமாறு.

டாக்டர் எம்.என். பிள்ளை, எம்.ஜி. கேசவ பிள்ளை, அச்சுத மேனன், ஜேகப், ஏ. நாராயண பிள்ளை, ஆர். வேலு பிள்ளை, ராமன் பிள்ளை, மாதவன் பிள்ளை ஆகியோருடன் *சமதர்சி* பத்திரிகை ஆசிரியர், பாஸ்கர அச்சக உரிமையாளர் கலந்து கொண்ட கூட்டம் 2 ஜூன் 1924 அன்று நடந்தது. அய்யாமுத்து கவுண்டர் பங்கேற்றார் எனினும் பொதுக் கூட்டத்தில் பேசத் தடை இருந்ததால் அவர் பேசவில்லை. கூட்டத் தலைவருக்கு இடப்பக்கத்தில் மேடையில் அமர்ந்திருந்த அவருக்கு மாலை

அணிவித்தனர். அவரது பெருமைகள் பேசப்பட்டன. காந்தி குல்லாய் அணிந்த அவர் கூட்டமுடிவில், மக்களிடம் சத்தியாகிரக நிதி வசூல் செய்தார். அவர் கைது செய்யப்பட்டு தண்டனை விதிக்கப்பட்ட வரலாற்றை பி.எம். மாதவன் பேசினார். அவ்விவரமாவது.

'அய்யாமுத்து கவுண்டர் சங்கரபறம்புவில் கைது செய்யப்பட்டார். தடை உத்தரவு காலை 7:30 மணிக்கு அவருக்கு வழங்கப்பட்டது. கழக்கூட்டத்தில் நான்கு மணிக்குக் கூட்டம் திட்டமிடப்பட்டிருந்தது. கழக்கூட்டத்திற்கு நாங்கள் போனோம். அங்குக் கூட்டம் பெரிதாக இல்லை என சங்கர பறம்புக்குத் திரும்பினோம். வழியில் ராமசாமி நாயக்கரும் [எம்] பெருமாள் நாயுடுவும் தடை உத்தரவை மதிக்க வேண்டாம் என அய்யாமுத்துவை அறிவுறுத்தினர். நான் கூட்டத் தலைமை ஏற்றேன். அகிம்சை முறையில் மக்கள் நடப்பதாக உறுதி சொன்னால்தான் அய்யாமுத்து பேசுவார் என்று அறிவித்தேன். தங்கள் விருப்பத்தைத் தெரிவிக்கும் விதமாக எல்லோரையும் அமரும்படிச் சொன்னேன். எல்லோரும் அமர்ந்தனர். முழு அமைதி நிலவியது. அய்யாமுத்து எழுந்து பேசினார். காவல்துறை ஆய்வாளர் கைது செய்தார் (அரசு ஆவணம், திருவனந்தபுரம் ஆவணக்காப்பகம்; *சுதேசமித்திரன்*, 4 ஜூன் 1924).

3 ஜூன்

வைக்கத்தில் சத்தியாகிரகம் நடந்து வருகிறது. அகில இந்தியத் தீண்டாதார் முன்னேற்றச் சங்கத்தின் தலைவர் ஷிண்டேயும் சிவப்பிரசாத்தும் தடுக்கப்பட்ட சாலைகளை நேற்றுப் பார்வையிட்டனர். தொண்டர் கூட்டத்தில் ஷிண்டே பேசினார். கூடுமானவரை ஒத்தாசை புரிவதாகச் சொன்னார். அகாலியர் பிரபந்தக் கமிட்டி உத்தரவுப்படி தங்கள் லங்கரை மூடிவிட்டு அமிர்தசரசுக்கு 4 ஜூன் 1924 அன்று பயணமாகிறார்கள். ஏதாவது சமரசத்துக்கு வர முடியுமா என்று விவாதிப்பதற்காக இராஜாஜியை திவான் அழைத்திருக்கிறார். சத்தியாகிரக கமிட்டியார் (அகாலி லங்கருக்குப் பதிலாகத்) தாங்களே பொதுச் சாப்பாடு ஏற்பாடு செய்திருக்கின்றனர்.

வைக்கம் சத்தியாகிரகத்துக்கு ஆதரவாகக் கள்ளிக் கோட்டையில் 3 ஜூன் 1924 அன்று ஒரு கூட்டம் நடந்தது. சிதம்பரநாத் தலைமை வகித்தார். ஷிண்டே, சத்தியவிரதர், கே. மாதவன் நாயர் ஆகியோர் பேசினர். சத்தியாகிரகத்துக்கு ஏற்ற இடம் மலையாளம்தான் என்று ஷிண்டே குறிப்பிட்டார்.

தீயரின் குருவாகிய ஸ்ரீ நாராயண குருஸ்வாமி வைக்கம் சத்தியாகிரகத்தை ஆதரிக்கவில்லை என்ற வதந்திக்கு ஆதாரமில்லை என்று சத்தியவிரதர் தெரிவித்தார்.

தீண்டாதவர் ஒருவர் குடை பிடித்துச் சென்றபோது அதைப் பலவந்தமாய்ப் பிடுங்கி எறிந்ததற்காக ஒரு நாயருக்கு மூன்று மாதக் கடுங்காவல் விதிக்கப்பட்டது (*சுதேசமித்திரன்*, 4 ஜூன் 1924).

4 ஜூன்

மாவேலிக்கரா காவல் ஆய்வாளர் (கே.எம். ஜார்ஜ்) காவல் ஆணையருக்கு எழுதிய கடிதம். "வைக்கம் சத்தியாகிரக ஆதரவுக் கூட்டம், புள்ளம் பிளவு நகரமன்ற வளாகத்தில் நடந்தது. காங்கிரசு செயலர்களான கொச்சு வீட்டில் பத்மநாப பிள்ளையும் சான்கூர் கிருஷ்ண பணிக்கரும் ஏற்பாடு செய்த கூட்டம் அது. நகர மன்றத்தினர் அனுமதி மறுத்ததால் திறந்த வெளியில் கூட்டம் நடந்தது. அழைத்திருந்த பலரும் வரவில்லை. ஜேகப் குரியன் முடிவான உரையில் பேசும்போது, சமஸ்தான உள் விஷயங்களில் ஈடுபட வேண்டாம் என்று தடுக்கப்பட்டிருந்த காங்கிரஸ்காரர்கள், இந்துமதப் பிரச்சனை என்று கருதி ஈடுபடுவதாகக் கூறினார். மக்கள் நலனில் அக்கறை உள்ள மகாராஜாவிடம் வேண்டிக்கொள்ளும்படி மக்களிடம் அவர் வேண்டுகோள் விடுத்தார்" (அரசு ஆவணம், திருவனந்தபுரம் ஆவணக்காப்பகம்).

5 ஜூன்

இத்தேதியில் நாகம்மையார், திருமதி முத்துசாமி, திருமதி கோவிந்தன் சாணார் உள்பட ஆறு பெண்கள் சத்தியாகிரகம் செய்தனர்.

"ஒருநாள்(?)நாகம்மையாரும்திருமதிமுத்துசாமியும்சவர்ண பெண் ஒருவரும் சில பார்ப்பனத் தொண்டர்களும் சேர்ந்து காலையில் குளித்துவிட்டு ஐந்தரை மணிக்குக் கோயிலுக்குச் சென்றனர். அவர்கள் கோயிலுக்குள் செல்ல முயன்றபோது பேசும், கேட்கும் திறன் இழந்த பார்ப்பனன் ஒருவன் கையில் கம்பை வைத்துக்கொண்டு அவர்களைத் தடுத்தான். அங்கேயிருந்த ஏனைய பிராமணர்களிடம் நாகம்மையார் நீண்ட நேரம் வாதிட்ட பின் அவர்கள் கோவிலுக்கு வெளியே வைத்து பூசைகள் செய்ய முடிவெடுத்தனர். அவர்களை உள்ளே அனுமதிக்காததன் காரணம் என்ன என்று வினவியதற்கு

அவர்ண தொண்டர்களின் பக்கமாக வந்ததனால் அவர்கள் அசுத்தமாகி விட்டார்கள் என்று விடை அளித்தனர். மறுநாள் நண்பகல் 12 மணி முதல் பிற்பகல் 3 மணி வரை நாகம்மையார் உள்பட பெண் தொண்டர்கள்தான் சத்தியாகிரகம் செய்தனர். அந்த நேரம் பெய்த மழை முழுவதையும் வழக்கம்போல் அவர்கள் ஏற்றுக்கொண்டனர் (*வைக்கம் சத்யாகிரக நினைவலைகள்*, பக். 85, 86).

கல்லிடைக்குறிச்சி சங்கர ஐயர், கோட்டயம் மாவட்டத்தில் பொதுக்கூட்டம் எதிலும் பேசக்கூடாது என்று விதிக்கப்பட்டிருந்த தடையை நீடித்து, இன்று மாவட்ட மாஜிஸ்டிரேட் ஆணை பிறப்பித்தார் (ROC எண் 563/24/J).

கொச்சியிலிருந்து ஜூன் 5 தேதியிட்டு, *சுதேசமித்திரன்* நிருபர் அனுப்பிய நாராயண குருவுடனான பேட்டி மறுநாள் *சுதேசமித்திர*னில் வெளியானது. அது நாராயண குருவின் பிரதம சீடர் சத்தியவிரதரின் முதல்நாள் பேசிய கருத்துக்கு மாறாக உள்ளது. நாராயண குருவின் வைக்கம் பற்றி கருத்தாவது:

'வைக்கத்தில் சத்தியாகிரகிகள் இப்போது அனுஷ்டிக்கும் முறைகள் எனக்குச் சம்மதமில்லை. வேலிக்கு வெளியே மழையில் தொண்டர்கள் நின்றுகொண்டிருப்பதனால் யாதொரு பிரயோஜனமும் இல்லை. மனிதரில் ஒரு வகுப்பினர் மற்ற வகுப்பினரைவிட உயர்ந்தவர்கள் என்று பாவித்துக் காரியம் செய்யும் இடங்களில் எல்லாம் அந்த அநீதி உத்தரவுகளை மீறி நடக்க வேண்டும். தடுக்கப்பட்ட சாலைகள் வழியாகத் தொண்டர்கள் தாராளமாக நடந்து சென்று அதன் மூலமாக அடியோ, அவமானமோ எதையும் சகித்துக்கொள்ள வேண்டும். பதிலுக்குப் பதில் மாத்திரம் செய்யக்கூடாது. வேலி போட்டிருந்தால் கூடி ஏறிக் குதிக்க வேண்டும். சாலைகளில் மாத்திரமின்றி வைக்கம் கோயில் உள்பட எல்லாக் கோயில்களிலும் பிரவேசிக்க வேண்டும். ஆலயங்களில் பிரவேசிப்பதோடு நின்றுவிடாமல், மற்றவர்களோடு சேர்ந்து சாப்பிடுவதற்கும் உட்கார்ந்துவிட வேண்டும், அதற்கு மடப்பள்ளியில் பிரவேசிக்க வேண்டும். அரசுக்கு முன்னதாகவே தொண்டர்கள் தங்களுடைய உத்தேசத்தைத் தெரிவித்துவிட வேண்டும். அவசியமானால் உயிரை விடவும் தயாராயிருக்க வேண்டும். எவரும் தீண்டாமை பாராட்ட முடியாதபடி செய்துவிட வேண்டும்' (*சுதேசமித்திரன்*, 6 ஜூன் 1924).

தடை உத்தரவை மீறி நடப்பதாக இருந்த தொண்டர் திருமேனிநாத உடையாரின் [திருமேனிநாத நாடார்] விருப்பம், அவருடைய ஊழியம் வேறு இனத்தில் வேண்டி யிருப்பதால் இராஜாஜியால் மறுக்கப்பட்டது. அதை அவர் ஏற்றுக்கொண்டார். வடக்கு கோபுர வாயிலில் சில தொண்டர்கள் காவல் துறையால் தாக்கப்பட்டனர் *(சுதேசமித்திரன், 6 ஜூன் 1924).*

சத்தியாகிரகம் திறமையாக நடக்கிறது. மாயவரம் எஸ். ராமநாதன் வந்தபிறகு தொண்டர் ஸ்தாபனம் பல விதங்களில் விருத்தி அடைந்திருக்கிறது. நான்கு வரிசைத் தொண்டர்கள் தினந்தோறும் சத்தியாகிரகம் செய்கிறார்கள். சுவாமி கோவிந்தானந்தர் ஓர் இலவச வைத்தியசாலையைத் தொண்டர்களுக்காக வைத்திருக்கிறார். தொண்டர்களுக்குக் கம்பளிகள் வாங்கிக் கொடுக்கப் பொதுஜனங்களின் உதவி வேண்டப்படுகிறது. நான்கு வரிசைத் தொண்டர்கள் காவல் துறையால் அடிக்கப்பட்டனர். ஷிண்டேவும் சிவப்பிரசாத்தும் தடுக்கப்பட்ட பிரதேசத்தில் நுழையக் கூடாது என்று கூறப்பட்டனர் *(சுதேசமித்திரன், 6 ஜூன் 1924).*

6 ஜூன்

அரசாங்கத்தின் குழப்பமான நிலைப்பாடே வைக்கம் சத்தியாகிரகம் நீடிப்பதற்கான காரணம் என்று சுதேசமித்திரன் கருத, சுவாமி சிரத்தானந்தரோ காந்தியின் ஆலோசனைகளே அதற்குக் காரணம் என்று ஒரு பேட்டியில் தில்லியில் தெரிவித்தார்.

"முந்தியே அப்போராட்டம் முடிந்திருக்கும்; ஆனால் மகாத்மா காந்தி குறுக்கிட்டுவிட்டார். தொண்டர்கள் பட்டினியிருக்க விடப்பட்டிருந்தால் எதிர்பார்த்த பலன் ஏற்பட்டிருக்கும். ஆனால், பட்டினி கிடக்கக் கூடாது என்று மகாத்மா காந்தி உத்தரவு செய்தார். உடனே வைக்கம் சத்தியாகிரகம் வலிமை இழக்க ஆரம்பித்தது. காங்கிரசின் பெருமை இதன் பலனாகக் குறைந்தது. இன்னும் கொஞ்சம் காலத்துக்கு கேரளத்தில் தொண்டர்கள் வேண்டியளவு அகப்படமாட்டார்கள்.

"வைக்கம் சத்தியாகிரகிகளுக்கு வெற்றி கிடைத்தால்கூட தீண்டாமை முற்றிலும் அழிந்து போய்விடாது. அதற்குப் பிரத்தியேகமாக ஜனங்களிடையே பிரசாரம் செய்ய வேண்டும். பொதுவாகப் பார்த்தால் இந்தத் தீண்டாமைப் பிரச்சனையும் சரி, ஒரு மதத்தவரை மற்ற மதங்களில் சேர்த்துக்கொள்ள

நடக்கும் முயற்சியும் சரி, தரித்திரமே இரண்டுக்கும் காரணம் (சுதேசமித்திரன், 7 ஜூன் 1924).

ஜூன் 2ஆம் தேதி திருவனந்தபுரம் மத்திய சிறையிலிருந்து விடுதலையான சி.ஏ. அய்யாமுத்து கவுண்டர் 6 ஜூன் 1924 அன்று வைக்கம் செல்லும் வழியில் அஞ்சென்கோ (Anjengo) வந்தார். திருவனந்தபுரம் வட்டாரத்தில் 15 நாளைக்குப் பேச அவருக்குத் தடை இருந்தது. அஞ்சென்கோ பிரிட்டிஷ் இந்தியாவில் இருந்தாலும், இங்குப் பேசினாலும் அய்யாமுத்துவுக்குப் பிரவேசத் தடையைத் திருவாங்கூர் அரசாங்கம் விதிக்கக்கூடும் என்று எதிர்பார்த்த இராஜாஜி, பேசுவதைத் தவிர்க்க விரும்பினார். எனினும் முடிவை அய்யாமுத்துவிடம் விட்டுவிட்டார். அய்யாமுத்து இரண்டு மணி நேரம் உணர்ச்சி பொங்க வைக்கத்துக்கு உதவி கேட்டுப் பேசினார். ஞானேஸ்வர கோயில் மைதானத்தில் நிகழ்ந்த அப்பேச்சைக் கேட்க, சிரியங்கில், நெடுங்கண்டை, கடகாவூர், வர்க்கலை முதலிய ஊர்களிலிருந்து மக்கள் திரண்டனர். அதில் பெண்களும் உண்டு (தி இந்து, 11 ஜூன் 1924).

7 ஜூன்

சத்தியாகிரகம் முழுதாக இரண்டு மாதம் தொடர்ந்து நடந்தும் ஒரு முடிவுக்கும் வராததைக் கருத்தில் கொண்டு, சுதேசமித்திரன் (7 ஜூன் 1924) ஒரு தலையங்கம் 'எவ்வளவு காலமாகும்?' என்ற தலைப்பிட்டு எழுதியது. அரசாங்கம் விரைந்து முடிவெடுக்க வேண்டும் என்றும், இராஜாஜியின் பொது வாக்கெடுப்பு யோசனையையும் அரசு கருத வேண்டும் என்றும் கோரியது.

"வைக்கத்தில் திருவாங்கூர் காவல்துறையும் சத்தியாகிரகிகளும் ஆடும்புலியும் என்ற விளையாட்டை விளையாடிக் கொண்டிருக்கிறார்கள். சாலையில் ஒரு கோட்டைக் கிழித்து விட்டுப் போலீஸார் அதற்கு அப்புறத்தில் உட்கார்ந்து கொண்டிருக்கிறார்கள். சத்தியாகிரகிகள் இப்புறத்தில் உட்கார்ந்துகொண்டிருக்கிறார்கள். இவ்வண்ணமே இந்தப் போராட்டத்தை நடத்திக்கொண்டு போவதாயிருந்தால் யுகம் முடிந்தாலும் போராட்டம் முடியாது. ...

"... சத்தியாகிரக தர்மத்தால் கட்டுப்பட்டு சத்தியாகிரகிகள் கோட்டைத் தாண்டாமல் நிற்பதைக் கவர்ன்மெண்டார் தங்களுக்குச் சாதகமாக உபயோகப்படுத்திக் கொண்டு

வருகிறார்கள். கோட்டண்டையில் இரண்டொரு போலீஸாரை நிறுத்தி சத்தியாகிரகிகளை வழி மறித்துவிடின், இந்தப் பிரச்சனைக்கு வேறு முடிவு கண்டுபிடிக்க வேண்டாமென்று அவர்கள் நினைத்துக்கொண்டுவிட்டதாகத் தோன்றுகிறது. ...

"... திருவாங்கூர் சமஸ்தான இந்துக்களில் பெரும்பாலோர் சத்தியாகிரகிகளை ஆதரிக்கிறதாக ஒரு சாரார் சொல்லு கிறார்கள். அதற்கு நேர் விரோதமாக மற்றொரு சாரார் சொல்லுகிறார்கள்.எதுஉண்மைஎன்றுதெரிந்துகொண்டுவிடின், அதை அனுசரித்து ராஜாங்கத்தார் நடந்துகொள்ளலாம். சி. இராஜகோபாலாச்சாரியார்சென்றநான்காம்தேதியன்று அநந்த சயனத்தில் நடந்த கூட்டத்தில் இதைத்தான் வலியுறுத்தினார். சர்வஜன வாக்கெடுத்து அது சத்தியாகிரகிகளுக்கு விரோதமாக இருப்பதாக கவர்ன்மெண்டார் சொல்லிவிடுவார்களாயின், அவர்கள் சத்தியாகிரகத்தை ஒதுங்கிவிடத் தயார் என்று அவர் சொன்னார். இதைக் காட்டிலும் இலகுவானதும் நியாயமானதுமான யோசனையை வேறு எவரும் சொல்ல முடியாது.

"... அந்த சமஸ்தானத்தில் கிறித்தவர்களும் முகமதியர்களும் ஏராளமாக இருக்கிறார்கள். அவர்கள் சத்தியாகிரகிகளிடத்தில் அனுதாபம் காட்டக்கூடியது சகஜம். அவர்களுடைய வாக்கையும் கேட்டு முடிவு செய்வதாயிருந்தால் சத்தியாகிரகி களின் கட்சி வென்றுவிடும் என்பது நிச்சயம். ஆகையால் இவ்விஷயமாக அவர்களுடைய வாக்கைக் கேளாமல் இந்துக்களுடைய வாக்கை மாத்திரம் கேட்டு முடிவு செய்யட்டும் என்று இராஜகோபாலாச்சாரியார் சொல்லுகிறார். இதனினும் யோக்கியப் பொறுப்புள்ள பிரேரணையை நாம் கேட்டதில்லை. ராஜாங்கத்தாரின் பதிலை எதிர்பார்க்கிறோம்" *(சுதேசமித்திரன், 7 ஜூன் 1924).*

30 ஆயிரம் பேருக்குச் சாப்பாடு போட்டு, வைக்கம் சத்தியாகிரகத்துக்கு உதவி செய்த அகாலியர் ஆலப்புழைக்கு இன்று மாலை புறப்பட்டனர். சத்தியாகிரகிகள் சுய நம்பிக்கை உடையவர்களாய் இருக்க வேண்டும் என்று காந்தி சொல்லிவிட்டதால்தான் தாங்கள் ஊருக்குக் கிளம்புவதாக அதன் தலைவர் குறிப்பிட்டார்.

சத்தியாகிரகம் செய்யும் தொண்டர்களுக்குக் குடைக்குப் பதிலாகப் பாயால் முடைந்த தலை மூடிகள் கொடுக்கப்பட்டன *(சுதேசமித்திரன், 7 ஜூன் 1924).*

9 ஜூன்

'(ராமஸ்வாமி) நாயக்கர், காந்திதாஸ் முத்துஸ்வாமி ஆகியோரின் மனைவிகளும் சாணாரின் புத்திரியும் உள்பட ஆறு பெண் தொண்டர்கள் 9 ஜூன் 1924 சத்தியாகிரகம் செய்தனர். திருவனந்தபுரம் சிறைச் சாலையில் தண்டனைக் காலத்தைக் கழித்துவிட்டு அங்கமுத்து [அய்யாமுத்து] கவுண்டர் வைக்கத்துக்கு வருகிறார். தொண்டர்களுக்கு ராட்டினங்கள் கொடுக்கப்பட்டிருக்கின்றன. காலநிலை சௌகரியமாயிருந்ததால் தொண்டர்கள் தெருவிலேயே நூற்கிறார்கள். ஆசிரமத்தில் இந்தி பாஷை கற்று கொடுக்கப்படுகிறது' (சுதேசமித்திரன், 10 ஜூன் 1924).

'தொண்டர்களைத் தயாராக வைத்திருங்கள், புறப்பட வேண்டாம். தகவலை எதிர்பாருங்கள்' என்று வரதராஜுலு நாயுடுவிடமிருந்து தந்தி கிடைத்ததால் வைக்கம் அனுப்பவிருந்த தொண்டர்கள் நிறுத்தப்பட்டனர் என்று கும்பகோணம் மாவட்ட காங்கிரசு கமிட்டியின் செயலர் தகவல் அளித்துள்ளார் (சுதேசமித்திரன், 10 ஜூன் 1924).

10 ஜூன்

வைக்கம் பிரச்சனை சட்டசபையில் விவாதத்திற்கு வரும்போது அங்கிருக்க வேண்டி வந்த வேண்டுகோள்களைத் தம்மால் சரியான நேரத்தில் பார்க்க இயலவில்லை என்பதைத் தெரிவித்துக்கொண்ட எஸ். சீனிவாச ஐயங்கார் இதன் தொடர்பில் ஒரு நீண்ட அறிக்கையை வெளியிட்டார். சட்டசபையினருக்கான அவ்வேண்டுகோள், நிலைமையை விளக்கி உறுப்பினர்கள் செய்யவேண்டிய முடிவை எடுத்துக் காட்டியது. அதன் சுருக்கம் வருமாறு.

'... நிர்வாகிகளுக்கும் சட்டசபைகளுக்கும் போராட்டம் ஏற்பட்ட காலங்களில் ஜனசுதந்திரம் விரிவடைந்து ஜனங்களுக்கு அதிகப்படியான அதிகாரம் கிடைத்திருப்பதைச் சரித்திரங்களிலிருந்து அறியக்கிடைக்கிறது.இத்தகைய சந்தர்ப்பம் இப்பொழுது திருவிதாங்கூர் சட்டசபைக்கு வாய்த்திருக்கிறது. இந்தச் சந்தர்ப்பத்தைச் சட்டசபை கைக்கொண்டு, பெரும் பாலோராக இருக்கும் ஜனங்கள்பாலுள்ள கடமையைக் கண்ணியத்துடன் நிறைவேற்ற வேண்டும். ...

'... ரஸ்தாக்கள், தெருக்கள், நடைபாதைகள், கிணறுகள், குளங்கள், நதிகள், ஆஸ்பத்திரிகள், பாடசாலைகள், கடைகள் உத்தியோக சாலைகள், பொதுக்கூட்டங்கள் இவைகளுக்குச்

செல்லுவதைப் பற்றிய விஷயமானது சமூக வாழ்வைச் சேர்ந்தவை. இந்துமத ஆசாரம் அதற்கு விரோதமாக இல்லை; தாங்கள் மேலானவர்கள் என்று நினைத்துக்கொண்டு இருக்கும் சிலராலேயே இதற்குத் தடை ஏற்படுகிறது. இந்தத் தடையை நிவர்த்தி செய்யும்படி ஜாதிமதபேதமன்னியில் திருவிதாங்கூர் சட்டசபை அங்கத்தினர்களும் மகாஜனங்களும் கவர்ன்மெண்டாரைக் கட்டாயப்படுத்த வேண்டும். ...

'... திருவிதாங்கூர் சட்டசபையின் தீர்ப்பு விரோதமாய்ப் போய்விட ஜனநாயக ஆட்சிக்கு இன்னும் சிறிது காலம்வரை பாத்தியம் கொண்டாட உலகில் நமக்கு யோக்கியதை இல்லாது போய்விடும் என்று சி. ராஜகோபாலாச்சாரியார் சொல்லியிருப்பதை நான் ஒப்புக்கொள்ள முடியாது. திருவிதாங்கூர் கவர்ன்மெண்டு தன் கதியைத்தான் இதன் மூலமாக நிர்ணயம் செய்துகொள்ளுகிறது.

'... சமூகக் கட்டுப்பாட்டை நிவர்த்தி செய்வதற்காகவே வைக்கம் சத்தியாகிரகம் நிகழ்ந்து வருவதால் சீக்கியர் களாவது முகமதியர்களாவது கிறித்தவர்களாவது இதில் கலந்துகொள்ளக்கூடாது என்று மகாத்மா காந்தி சொல்லு வதையும் நான் அங்கீகரிக்க முடியாது. பலதுறைகளில் திருவிதாங்கூர் நம்மைவிட [பிரிட்டிஷ் இந்தியாவைவிட] முன்னேற்றமடைந்திருக்கிறது. இந்த ஒரு கொடுமையில் அந்த நற்பெயர் மறைந்து வருகிறது. இருந்தபோதிலும் திருவிதாங்கூர் இந்த விஷயத்தில் இந்தியாவிற்கே வழி காட்டப்போகிறது ...' (சுதேசமித்திரன், 10 ஜூன் 1924).

வைக்கத்தில் மே 25ஆம் தேதி முதல் சத்தியாகிரகத்தைப் பார்வையிட்டு ஒரு தொண்டர் அதைப் பற்றிய தம் எண்ணத்தை வெளியிட்டார். அதன் சுருக்கம் வருமாறு:

'சத்தியாகிரகத்தை ஆரம்பித்தவர்கள் அவசரமாக ஆரம்பித்து விட்டார்கள் என்றே சொல்ல வேண்டும். ஆரம்பிக்கு முன்பாக, தக்கபடி சுற்றுப்பயணம் செய்து ஆதரிப்பவர்களின் கூட்டுறவைப் பெற்று கூடுமானவரை மூலதனம் சேகரித்துக் கொண்டு கமிட்டி மெம்பர்களாக நல்ல சக்தி உடையவர்களை நியமித்து ஆரம்பம் செய்திருக்க வேண்டும்.

'தமிழ்நாட்டிலிருந்து ராமஸ்சுவாமி நாயக்கரின் வேண்டுகோளின்படி, ஏராளமான தொண்டர்கள் வந்து கொண்டிருக்கிறார்கள். எஸ். ராமநாதன், சந்தானம், தங்கப் பெருமாள் பிள்ளை, பி. வரதராஜுலு நாயுடு முதலியவர்கள் வந்து ஒவ்வொரு பிரசங்கம் செய்துவிட்டுப் போய்விட்டனர்.

எஸ். ராமநாதன் மட்டும் சத்தியாகிரக ஆசிரமத்தின் தலைமை வகித்து நடத்தி வருகிறார்.

'இராஜகோபாலாச்சாரியார், உள்ளூர் பிராமணர் கூட்டத்திற்குப் போயிருந்தார். சத்தியாகிரகத்தை ஆதரிப்பவர்கள், ஆதரிக்காதவர் ஓட்டு எடுத்து பெரும்பான்மையோர் தீர்மானத்தின்படி முடிவு செய்யலாம் என அங்குத் தீர்மானிக்கப்பட்டது. அரசின் மனத்தை மாற்ற அவர் முயற்சி செய்கிறார். திவான் வேண்டுகோளின்படி திருவாங்கூருக்கு நேற்று [9 ஜூன் 1924] பயணமானார். அவர் நோக்கம் பலிக்கும் என நான் நம்ப முடியவில்லை.

'ஈழவ சகோதரர்கள் இப்போதுதான் இயக்கத்தை ஆதரிக்க முன் வருகின்றனர். இன்னும் இந்நாடெங்கும் பிரசாரம் செய்ய வேண்டும்.

'வைக்கம் கோயிலில் சாதிஇந்துக்கள் அபிஷேகம் செய்து வைக்கத்து அப்பனிடம் பூக்கட்டி வைத்து, தாழ்த்தப்பட்ட வகுப்பினரை ரோட்டில் விடலாமா என்று உத்தரவு கேட்டார்கள். வைக்கத்து அப்பன் விட்டுவிடலாம் என்று உத்தரவைக் கொடுத்தார். உடனே பிராமணர்கள் சுவாமிக்குச் சக்தி குறைந்துவிட்டது, ஹோமம் செய்து நாளை உத்தரவு கேட்கலாம் என்று சொல்லி, மறுநாள் ஹோமம் வளர்த்து மூன்று நாள் கேட்டார்கள். சுவாமி சத்தியாகிரகிகளை ரோட்டில் விடுவதுதான் நியாயம் என்று பூ வரம் கொடுத்துவிட்டது. இப்போது பிராமணர்களும் நாயர்களும் கூடி ஆலோசித்து சத்தியாகிரகிகளை நாசமாக்க வேண்டி கோவிலில் சத்துரு சங்கார யாகம் செய்து வருகின்றனர்.

'காவல்துறையினர் சாந்தமாக நடந்து வருகின்றனர். ராமஸ்வாமி நாயக்கருக்கு வேண்டிய சௌகர்யம் செய்து கொடுத்து வருகின்றனர். தொண்டர்களை வீதியில் இம்சை செய்துகொண்டிருந்த சாதி இந்துக்களின் துற்செய்கைகளை அடக்கப் பஜனை போகும்போது காவல்துறையினர் பாதுகாப்பு அளிக்கின்றனர்.

'இதே நிலையில் எத்தனை வருஷம் சத்தியாகிரகம் நடந்தாலும் அரசாங்கத்தாருக்கு மனம் மாறும்படியான தொந்தரவு யாதொன்றுமில்லை. சத்தியாகிரகிகள் போய் பந்தலண்டை நின்றுகொண்டிருக்கின்றனர். தடுத்தாலும் உள்ளே நுழையும்படி கமிட்டியார் முறையை மாற்றினால் ஒரு சமயம் கைது செய்வார்கள். தொண்டர்களுக்கு வேலை கிடைக்கும். ஒன்றுமில்லாமல் தொண்டர்கள்

சோம்பேறியாகின்றனர். இதை உத்தேசித்து இந்தி பாடசாலை, நூல் நூற்றல் போன்றவை ஏற்பாடு செய்யப்பட்டிருக்கின்றன.

'தமிழ்நாட்டிலிருந்து எஸ்.ஏ. கணேசன், பொள்ளாச்சி நடராஜன் செட்டியார், உடுமலைப்பேட்டை ரங்கநாதன் நாயுடு, ஈரோடு செயவேலு, எஸ்.டி. சுப்பிரமணிய ஐயர், திருச்செங்கோடு சுப்பையர், கோயம்புத்தூர் சுப்பிரமணி ஐயர், சுப்பராய செட்டியார், ரத்தினம் போன்றோர் 9 ஜூன் 1924 அன்று தொண்டர்களாக அங்கீகரிக்கப்பட்டார்கள். ஒவ்வொரு கோபுர வாயிலின் தடை இடத்திலும் ஒவ்வொரு தமிழ்நாடு தொண்டரைத் தலைமை வகித்து நடத்த ஏற்பாடு செய்யப்பட்டிருக்கிறது.

'தமிழ்நாட்டுத் தொண்டர் ஆர்.செயவேலு, பெரியண்ணன், எஸ்.டி. சுப்பிரமணிய ஐயர், சுப்பைய செட்டியார் ஆகியோர் மேல்புறம் தடைவேலியில் சத்தியாகிரகம் செய்து கொண்டிருக்கும்போது நான் பார்த்தேன். காவல் துறையினர் ஒருபக்கமும் தொண்டர்கள் எதிர்ப்பக்கமும் நிற்கிற வழக்கம். பொதுஜனங்கள் போக மூன்று அடித் தடம் விடப்பட்டிருக்கும். அதில் காவல்துறையினர் நின்று கொண்டு தடத்தை விடும்படி கேட்டனர். தொண்டர்கள் முடியாது என்று சொல்லிவிட்டனர். காவல்துறையினரின் நடத்தையைப் பற்றி நான் ஆய்வாளரிடம் புகாரிட்டேன்" *(சுதேசமித்திரன், 10 ஜூன் 1924).*

11 ஜூன்

பெரியண்ணன், சிவகுருநாதன் என்ற [தொண்டர்] இருவரும் கதிர் செய்துகொண்டு கொல்லன் கடையிலிருந்து வருகையில் ஒரு நாயரால் அடிக்கப்பட்டதாகச் சொல்லப்படுகிறது. காங்கிரசுகாரர்களுக்கு இங்கு என்ன வேலை என்று சொல்லி அடித்து, முதுகில் அந்த நாயர் உதைத்தாராம். சிவகுருநாதன் கீழே விழுந்து விட்டார். அவருடைய குடையை நாயர் பிடுங்கிக்கொண்டு போய்விட்டார். பக்கத்தில் நின்ற ஒருவர் அனுதாபப்பட்டு நாயரைத் துரத்திக்கொண்டு ஓடிக் குடையைப் பிடுங்கி சிவகுருநாதனிடம் கொடுத்தார் *(சுதேசமித்திரன், 12 ஜூன் 1924).*

12 ஜூன்

திருவாங்கூர் சமஸ்தானத்தில் நடக்கும் இந்தப் போராட்டத்துக்கு, பிரிட்டிஷ் இந்தியப் பகுதிகளிலிருந்து போராளிகள் சென்று போராடியதைத் தவறு என்று திருவாங்கூர் அரசைப் போலவே வேறு பலரும் கருதினர்.

அவர்களுள் அமிர்தசரசிலிருந்து அகாலியரை அனுப்பியதில் முதலில் ஈடுபட்ட கே.எம். பணிக்கரும் ஒருவர். உள்ளூர் போராட்டமாக அதை மாற்ற விரும்பிய அவர் காந்திக்கு ஜுன் 6 தேதியிட்டு எழுதிய கடிதத்துக்கு 12 வாக்கில் பதில் வந்தது. அதில் காந்தி தெரிவித்திருந்ததாவது:

"உள்ளூர் பிரச்சனையை உள்ளூர் மக்களேதான் தீர்த்துக் கொள்ள வேண்டும் என்பது சத்தியாகிரகம் பற்றியதான பொதுவான அபிப்பிராயம். திருவாங்கூர் கமிட்டி மட்டுமே இந்த விஷயத்தைக் கையாள வேண்டும் என நீங்கள் நினைப்பது சரி. ஆனால், கேரளம் முழுமையும் ஒரு பகுதி எனக் கொண்டால் கேரளம் அப்பிரச்சனையை எடுத்துக் கொள்ளலாம். அப்பகுதியைக் கொஞ்சம் விரிவாக்கினால் அது நம் பலவீனத்திற்குத் தரப்படும் சலுகையாகும். சென்னை மாகாணத்தைச் சேர்த்துக்கொள்வதற்கும் இதே காரணத்தைக் காட்ட முடியும். என்னிடம் விட்டால், நான் திருவாங்கூரை மட்டுமே இதில் ஈடுபடுத்துவேன். எந்த விரிவாக்கமும் சூழலுக்கேற்ற அம்சம்தான்" (*திருவனந்தபுரம் டெய்லி நியூஸ், 12 ஜுன் 1924*).

சத்தியாகிரகம் வழக்கம் போல் நடந்து வருகிறது. கேரள மாகாண காங்கிரசு கமிட்டி 12 ஜுன் 1924இல் கூடுவதாயிருந்தது, மழையினால் கூடவில்லை. தீண்டாமை விலக்குக் குழு கூடி அடுத்த வேலைகள் குறித்து யோசித்தது (*சுதேசமித்திரன், 13 ஜுன் 1924*).

13 ஜுன்

வைக்கத்தில் முகாமிட்டிருந்த இராஜாஜி, தேவையான தொண்டர்கள், அவர்களது ஆசிரமப் பணி ஆகியவற்றை விரிவாகக் குறிப்பிட்டுப் போராட்டத்திற்கான பணத்திற்கு வேண்டுகோள் விடுத்தார். அதன் சுருக்க விவரம் வருமாறு:

"வைக்கத்தில் சத்தியாகிரக இயக்கம் மும்முரமாக நடந்து வருகிறது. தொண்டர்களும் பிரசாரகர்களுமாக 150 பேர்கள் வைக்கத்தில் இருக்கின்றனர். இப்போது சேவையில் இருப்பவர்களுக்கு ரஜா [விடுப்பு] கொடுக்க வேண்டியிருக்கும் காலத்தில் வேறு தொண்டர்கள் பதிவு செய்யப்பட்டு வேலைக்கு அழைக்கப்படுவர். சத்தியாகிரகிகள் உண்மையானவர்களாக இருக்க வேண்டும். பொதுஜன அனுதாபம் ஏற்பட வேண்டும். பொருளுதவி கிடைக்க வேண்டும். ஆறு மாதகாலம் முற்றுகை போடுவதற்கு நாம் உடனே தயார் செய்துகொள்ள வேண்டும்.

"ஸ்ரீ நாராயண குருஸ்வாமிகள் விஸ்தாரமான ஆசிரம பூமியை நமது உபயோகத்திற்காக கொடுத்திருக்கிறார்... ஒழிந்த நேரத்தைக் கழிப்பதற்காக ராட்டினங்களும், பட்டை அடிக்கும் வில்களும் தயாராக இருக்கின்றன... அடைப்பு ஸ்தலத்தில்கூட மழைவிட்ட நேரங்களில் மகாத்மாவின் ஞாபகம் எல்லோருக்கும் ஏற்படுவதற்காக ஒரு ராட்டினம் சுற்றப்படுகிறது. தினம் இந்த ஆசிரமத்திற்கு 120 ரூபாய் செலவாகிறது.

"... ஆகவே தமிழ்நாட்டிலும் ஆந்திரப் பிரதேசத்திலும் பிரசாரகர்கள் பண வசூல் செய்து கோவிந்தன் சாணாருக்கு அனுப்பிவைக்கும்படி கேட்டுக்கொள்ளுகிறேன். ஒவ்வொரு தாலுகாவும் குறைந்தது 100 ரூபாயேனும் கொடுக்க வேண்டும். நமது தேசத்தின் எதிர்கால ஸ்திதியில் நம்பிக்கை உடையவர்கள் உதவி செய்யப் பின்தங்க மாட்டார்கள்" (சுதேசமித்திரன், 13 ஜூன் 1924).

14 ஜூன்

திருவாங்கூர் சட்டசபையில் வைக்கம் சத்தியாகிரகம் தொடர்பாக விவாதம் 12ஆம் தேதி நடந்தது. அரசின் பதில்கள் மழுப்பலாகவே இருந்தது. அதைப் பற்றி சுதேசமித்திரனில் வந்திருந்த விவரத்தின் சுருக்கம்.

உறுப்பினர் ஜோசப் பஞ்சிக்காரன் கேள்விக்கு முதன்மைச் செயலர் அளித்த பதில்: வைக்கம் கோயிலுக்கு வரும் சாலையில் பொதுஜனங்களின் ஒரு பகுதியினர் வரக்கூடாது என்ற நோட்டீஸ் போடப்பட்டிருக்கிறது... வெகு காலமாக அங்கு நோட்டீஸ் போர்டு போடப்பட்டிருப்பதாகத் தோன்றுகிறது. அரசாங்கம் அது தொடர்பாகப் பிறப்பித்த உத்தரவு எதுவும் இருப்பதாகத் தெரியவில்லை ஆனால், அரசுக்குத் தெரிந்துதான் அது போடப்பட்டிருக்கின்றது.

என். ராமகிருஷ்ண பிள்ளையின் கேள்விக்கு விடை யளிக்கையில் முதன்மைச் செயலர் கூறியதாவது: அந்தச் சாலைகள் அரசு செலவில் சீர்திருத்தப்பட்டு வருகின்றனவா என்று கேட்கப்பட்டிருக்கிறது. இதுதொடர்பாக விசாரணை செய்யப்படும்.

குஞ்சுகிருஷ்ண பிள்ளையின் தீண்டாமை, அணுகாமை இவற்றை அரசு அங்கீகரிக்கிறதா என்ற கேள்விக்கு முதன்மைச் செயலர் பதிலளிக்கவில்லை. தற்காலமுள்ள மனோபாவம் என்ன என்பதைத் தெரிவிக்கும்படி கேட்டதற்கும் முதன்மைச் செயலர் மௌனம் சாதித்தார்.

கே. பரமேசுவரம் பிள்ளை: வைக்கம் கோயிலைச் சுற்றியுள்ள சாலைகளை உபயோகப்படுத்தத் தங்களுக்கு உரிமை உண்டென்று தீண்டத்தகாதவர் கூறுகின்றனர். இது பற்றி அரசின் அபிப்பிராயம் எப்படி இருக்கிறது? எனக் கேட்டபோது இந்தக் கேள்விக்கு முன்னர் அளித்த விடைகளைக் கவனிக்கும்படி சொன்னார் முதன்மைச் செயலர்.

அரசினர் இது தொடர்பாக ஏதேனும் நடவடிக்கை எடுத்துக்கொண்டனரா என்ற பரமேசுவரம் பிள்ளையின் தொடர் கேள்விக்கு, வைக்கம் கோயிலைச் சுற்றியுள்ள சாலைகளைச் சில ஜாதியார் உபயோகிக்கக் கூடாது என்று மாவட்ட மாஜிஸ்டிரேட் உத்தரவு பிறப்பித்தார் என்று முதன்மைச் செயலர் குறிப்பிட்டார். அரசு உத்தரவு பிறப்பிக்கவில்லை என்றால் அரசின் தற்கால மனோபாவத்துக்கான காரணம் என்ன என்று பரமேசுவரம் பிள்ளை வற்புறுத்தியபோது, போதிய முன்அறிவிப்பின்றி கேள்வி கேட்கப்படுகிறது என்று விடை அளிக்க மறுத்தார்.

முதன்மைச் செயலர் பதில்கூற முடியாது என்று மறுக்க உரிமை பெற்றிருக்கிறார் என்று திவானும் சட்ட உறுப்பினரும் கூறினர். அதற்கு ஆதாரம் காட்டும்படி கேட்கப்பட்டபோது சட்ட உறுப்பினரால் விடையளிக்க முடியவில்லை *(சுதேசமித்திரன், 14 ஜூன் 1924).*

15 ஜூன்

வழக்கம் போல் தொண்டர்கள் சத்தியாகிரகம் செய்தனர். ராமஸ்வாமி நாயக்கர் மனைவியும் மற்றும் இரண்டு இந்துப்பெண்களும் உள்ளூர் கோயிலில் பூஜை செய்ய போனபோது கோயிலுக்குள் விடப்படவில்லை. ஈழவ சாதி சத்தியாகிரகிகளைத் தாண்டி வந்ததில் அவர்களுக்குத் தீண்டல் ஏற்பட்டுவிட்டதாகக் கோயில் அதிகாரிகள் ஜால்ஜாப்பு (மழுப்பலான ஏமாற்று பதில்) சொன்னார்கள். கோயில் பிரகாரத்துக்குள் அவர்கள் முதலில் புகுந்தனர். அப்பால் விடப்படவில்லை. உள்ளே போகத் தங்களுக்குப் பாத்தியம் (உரிமை) உண்டென்று அவர்கள் வாதிட்டனர். ஆயினும் பயனில்லை. கடைசியாகத் தாங்கள் கொண்டு போயிருந்த விளக்கை ஏற்றிச் சம்பிரதாயப்படி பூஜை முதலியன செய்துவிட்டுத் திரும்பினார்கள் *(சுதேசமித்திரன், 16 ஜூன் 1924).*

16 ஜூன்

சத்தியாகிரகம் நடந்து வருகிறது. இயக்கத்தை அடக்கிப் போடும்படி அரசாங்கத்துக்குக் கிருஷ்ண பிள்ளை தலைமையில் வைதிகர்கள் வேண்டுகோள் அனுப்பியுள்ளனர். வைக்கத்திலிருந்து திரும்பிய இராஜாஜி, சட்டமன்ற விவாதம் பற்றி அளித்த பேட்டி பின்வருவது (*சுதேசமித்திரன், 18 ஜூன் 1924*).

கே: வைக்கம் சத்தியாகிரக சம்பந்தமாகத் திருவாங்கூர் சட்டசபையில் மனோபாவம் எவ்விதமிருக்கிறது?

பதில்: நான் அங்கிருந்தபோது ரஸ்தாக்களைத் தாழ்ந்த வகுப்பினருடைய உபயோகத்திற்காகத் திறந்துவிட்டு இப்போது இருந்துவரும் தடையை நிவர்த்திக்க வேண்டும் என்கிற எண்ணம் பொதுவாகச் சட்டசபை அங்கத்தினர்களுக்கு இருப்பதாக எனக்குத் தோன்றியது. அங்கத்தினர்களில் பலர் இந்த இயக்கத்தில் தீவிர அனுதாபம் காட்டி வருகின்றனர். ஜோசப் பஞ்சிக்காரன், பி.கே. நாராயண பிள்ளை, ஜி. பரமேசுவரம் பிள்ளை இவர்கள்தான் எந்த விஷயத்திலும் எச்சரிக்கையாக இருப்பவர்கள். 12ஆம் தேதி அவர்கள் கேட்டிருக்கும் கேள்விகளிலிருந்து எல்லாக் கட்சியினரும் இவ்விஷயத்தில் ஒருமித்த அபிப்பிராயம் உடையவர்களாக இருக்கிறார்கள் என்று தெரிகிறது.

கே: ஏன் அவர்கள் தீர்மானம் செய்யவில்லை?

பதில்: நாயர் மசோதாவினால் இந்தக் கூட்டத்தின் காலம் முழுவதும் கழிந்துவிட்டது மிகவும் வருந்தத்தக்க விஷயம். சட்டம் இயற்றும் வேலை பாக்கியில் இருக்கும் வரையில் தீர்மானங்களை விவாதத்திற்கு எடுத்துக்கொள்ள விதிகள் இடந்தரவில்லை. கூட்டத்தை இன்னும் இரண்டு தினங்கள் நடத்த வேண்டும் என்று கேட்டுக்கொண்டதை திவான் மறுத்துவிட்டார். ஆகவே வைக்கம் ரஸ்தாக்களைத் திறந்துவிட வேண்டும் என்று வரப்போவதாக இருந்த தீர்மானத்தை எடுத்துக்கொள்ள முடியாமற் போய்விட்டது. ஜாதிவித்தியாசமன்னியில் எல்லோரும் இந்த ரஸ்தாக்களை உபயோகிக்க அனுமதி கொடுக்க வேண்டும் என்று சட்டசபை அங்கத்தினர்கள் மகாராஜாவுக்கு மனுச்செய்து கொள்ளப் போவதாகத் தெரிகிறது. தீர்மானத்தைச் செய்வதும் வெறும் சிபாரிசேயாதலால் இவ்விதம் செய்வதும் தீர்மானம் செய்வதைப் போலத்தான்.

கே: மதப்பூர்வமாக ஏற்பட்டுள்ள வழக்கத்தை

கவர்ன்மெண்டார் மாற்றுவார்கள் என்று நாம் எவ்விதம் எதிர்பார்க்க முடியும்?

பதில்: கோயில் மதில் சரியான எல்லையாதலால் அந்த ஒழுங்குவரையில் எல்லோரும் வர அனுமதிக்கலாம். இந்துக்கள் அல்லாதவர்கள் இந்தப் பிரதேசத்தை உபயோகிப்பது வழக்கமாக இருந்துவருகிறது. இந்துக்களிலேயே ஒரு கோஷ்டியாரைத் தடுக்க கவர்ன்மெண்டார் உதவி புரிய வேண்டும் என்று எதிர்பார்க்க நியாயமில்லை. திருவாங்கூரில் பல இடங்களில் இது போன்ற நிர்பந்தம் இருந்து வரவில்லை. திருவனந்தபுரத்தில் அனந்தபத்மநாப சுவாமி கோயிலைச் சுற்றி இவ்விதம் நிலத்தை ஒதுக்கிவைக்கவில்லை. வேறு பல இடங்களிலும் இவ்விதமே இருந்துவருகிறது. கவர்ன்மெண்டார் வழக்கத்தில் தலையிடலாம் என்பதற்கு நாயர் மசோதாவே போதிய அத்தாக்ஷியாகும். இதுவரையில் மத பூர்வமான வழக்கங்களாகக் கருதப்பட்டுவந்த சில அம்சங்களை இந்த மசோதா திருத்துவதாக இருக்கிறது. சொத்துரிமை, விவாகரத்து, விவாகம் முதலில் விஷயங்களில் பரசுராமன் ஏற்படுத்தியுள்ள சட்டங்களைத் தைரியமாகத் திருத்த முன்வந்திருக்கும் கவர்ன்மெண்டார் இந்த வழக்கத்தையும் திருத்தலாம்.

கே: இந்த ரஸ்தாக்கள் பொதுஜன பாட்டைகள் அல்ல என்று கவர்ன்மெண்டார் சொல்லுகின்றனரா?

பதில்: இது திருப்பித் திருப்பிச் சொல்லும் வாதமாகும். சிலரைத் தவிர மற்றவர்கள் இந்த ரஸ்தாக்களில் புழங்கலாம். தீயர்களும் புலையர்களும் அவர்களுடைய ஜாதிகளை உத்தேசித்து விலக்கு செய்யப்பட்டிருப்பதைத் தவிர மற்றவர்களுடைய பொதுப் பாட்டைகளாகவே இந்த ரஸ்தாக்களிலிருந்து வருகின்றன. அவர்களை விலக்கு செய்வது அக்கிரமம் என்று நாம் சொல்லுவதற்காக அந்த ரஸ்தாக்கள் பொதுப் பாட்டைகள் அல்ல என்று சொல்லிவிடுவதா?

கே: இந்த இயக்கத்தில் சத்தியாகிரகிகளுக்கு வெற்றி கிடைக்கும் என்று நீங்கள் நினைக்கிறீர்களா?

பதில்: இந்தியா முழுவதும் உள்ள படித்த வகுப்பினருடைய அபிப்பிராயத்தைத் திருவாங்கூர் மகாராஜா அதிக காலம் அலட்சியம் செய்திருக்க முடியாது. நாம் பொறுமையாகவும் உறுதியுடனுமிருந்தால் அவர் கடைசியில் விட்டுக்கொடுத்தே தீர வேண்டும்.

கே: திருவாங்கூரில் பொதுஜன அபிப்பிராயம் எவ்விதமிருக்கிறது?

பதில்: ஜனங்களுடைய அபிப்பிராயம் எவ்விதம் இருக்கிறது என்பதைப் பற்றி எனக்குச் சந்தேகமில்லை. நாடெங்கும் பொதுக்கூட்டங்கள் நடைபெறுவதிலிருந்து அவர்களுடைய அனுதாபம் வெளிப்படவில்லையா? *(சுதேசமித்திரன், 16 ஜூன் 1924; சுயராஜ்யா, 16 ஜூன் 1924).*

17 ஜூன்

சத்தியாகிரகம் நடந்து வருகிறது. மதன்மோகன் மாளவியாவை திருவனந்தபுரம் சென்று சமரசம் செய்யுமாறு காந்தி கேட்டுக்கொண்டிருக்கிறார். ராமஸ்வாமி நாயக்கர் விரைவில் விடுதலை அடைவார். அகில இந்திய காங்கிரசுக் கமிட்டிக் கூட்டத்துக்குகூடப் போகாமல் ராமநாதன் முதலியவர்களோடு வைக்கம் வரத் தீர்மானித்திருக்கிறார் *(சுதேசமித்திரன், 17 ஜூன் 1924).*

18 ஜூன்

திருவாங்கூர் சட்டசபையின் கடைசி நாள் கூட்டத்தில், வைக்கம் கோயிலைச் சுற்றியுள்ள சாலைகளையும் அவை போன்ற வேறு சாலைகளையும் குடிமக்கள் அனைவருக்கும் பொதுவானதாகச் செய்ய வேண்டும் என்று அரசுக்கு விண்ணப்பம் செய்துகொள்ள உத்தியோகஸ்தர் அல்லாத அங்கத்தினர்களால் முயற்சி செய்யப்பட்டது. அது வெற்றி பெறவில்லை. கூட்டத்திற்கு வர வேண்டிய 35 பேரில் 30 பேரே வந்தனர். அவர்களிலும் 15 பேரே கையொப்பமிடச் சம்மதித்தனர் *(சுதேசமித்திரன், 18 ஜூன் 1924).*

20 ஜூன்

கோட்டயம் மாவட்ட மாஜிஸ்டிரேட், தலைமைச் செயலாளருக்கு 20 ஜூன் 1924 தேதியிட்டு எழுதிய கடிதம் வழி அறியலாகும் சத்தியாகிரக நிலைமை:

சத்தியாகிரக நிகழ்ச்சியில் எந்த மாற்றமும் இல்லை. வழக்கமான எண்ணிக்கையிலான தன்னார்வலர்களுடன் மேற்குவாயிலில் மூன்று பெண் தன்னார்வலர்கள் மதியம் 12இலிருந்து 3 மணி வரை இருந்தனர். மேற்குவாயிலில் சர்க்கா தன்னார்வலர்களும் இருந்தனர். காங்கிரசு முகாமில் 30 சர்க்காக்கள் பெறப்பட்டன. எஸ். ராமநாதன், தன் தந்தை இறந்த செய்தி வந்ததை ஒட்டி கிளம்பிவிட்டார். தற்போது தலைவர் எவரும் இல்லை. வரதராஜுலு நாயுடு விரைவில் வரக்கூடும். ராமஸ்வாமி நாயக்கர், விடுதலைக்குப் பிறகு

ஒருவேளை ஈரோடு திரும்பக் கூடும் (அரசு ஆவணம், திருவனந்தபுரம் ஆவணக்காப்பகம்).

21 ஜூன்

தொண்டர்கள் வழக்கம் போல் ராட்டினத்துடன் சென்று நூல் நூற்றுக் கொண்டிருந்தனர். காவல்துறையினர் ராட்டினத்தைப் பிடுங்கிக்கொண்டதோடு, தொண்டர்களைக் கையால் குத்தியதாகவும் அடித்ததாகவும் சொல்லப்படுகிறது. மத்தியானம் ஒரு கோஷ்டி தொண்டர்கள், மாஜிஸ்டிரேட் கோர்ட் வழியாகத் தேசிய கீதம் பாடிக்கொண்டு சென்றனர். கோர்ட்டு நடவடிக்கைகளுக்கு இடையூறாக இருந்ததாகச் சொல்லி அவர்கள் கைது செய்யப்பட்டனர். இடையூறாக இருக்க வேண்டுமென்ற எண்ணம் தங்களுக்கு இல்லை என்றும், அப்படி ஏதாவது இடையூறாக இருந்தால் மன்னிப்பு கேட்பதாகவும் தொண்டர்கள் தெரிவித்தனர். மாஜிஸ்டிரேட் ஒரு ரூபாய் அபராதம் போட்டார். தவறினால் கோர்ட் கலையும் வரையில் காவல் தண்டனை என்றார். கோர்ட்டு கலைந்தபோது தொண்டர்கள் விடுவிக்கப்பட்டனர் *(சுதேசமித்திரன், 23 ஜூன் 1924).*

பொங்குன்றான், முண்டக்காயம் ஆகிய ஊர்களிலிருந்து ரூ. 100வும், தொழிலாளர்களிடமிருந்து ரூ. 78வும், சபரி ஆசிரமத்திலிருந்து 27 ராட்டினங்களும் ஆசிரமத்துக்கு வந்தன *(சுதேசமித்திரன், 23 ஜூன் 1924).*

அய்யாமுத்து கவுண்டர், சத்தியவிரத சுவாமி ஆகியோர் அம்மாவட்டத்தில் பேசக்கூடாது என விதிக்கப்பட்ட தடையை ஜூன் மாதம் வரை நீட்டித்துக் கொல்லம் மாவட்ட மாஜிஸ்டிரேட் பிறப்பித்த உத்தரவைத் தலைமைச் செயலாளர் அங்கீகரித்தார் (ROC 563 of 24, Judicial, 23 ஜூன் *1924).*

21 ஜூன் தேதியிட்டு வைக்கம் சத்தியாகிரகக் குழுவிடமிருந்து வந்த அறிக்கை, உதவிக் காவல்துறை கண்காணிப்பாளர் பிச்சு ஐயங்காரின் தாக்குதல், சர்க்கா பறிமுதல் நடவடிக்கை ஆகியவற்றை விவரித்து கண்டித்தது.

"சி. இராஜகோபாலாச்சாரியார் வந்த சமயத்திலிருந்து சர்க்காக்கள் வழக்கமாக மேற்குவாயிலுக்கு எடுத்துச் செல்லப்படுகிறது. எப்போதாவது தேசிய கீதங்கள் பாடப்படும். ஒரு வாரமாக இது நடந்துவருகிறது. 19ஆம் தேதி பிச்சு ஐயங்கார் சர்க்கா தன்னார்வலர்களைப் பாடவேண்டாம் எனக் கேட்டுக் கொண்டார். அது தொந்தரவைத் தருவதாகக்

காரணம் சொன்னார். எச்சரிக்கையை மதிக்கவில்லை எனில் சர்க்கா பறிமுதல் செய்யப்பட்டு பலப்பிரயோகம் செய்யப்படும் என்றார். 20ஆம் தேதி வழக்கம் போல் சர்க்காவுடன் பஜனை குழுக்கள் சென்றன. மூன்றுமணி நேரம் எல்லாம் வழக்கம் போல் சென்றது. டி.எஸ்.பி, இரண்டு ஏ.எஸ்.பி, சில ஆய்வாளர்கள் ஆகியோர் அந்த இடத்திற்கு வந்தனர். பணியில் இருந்த தன்னார்வலர்களைப் பிச்சு ஐயங்கார் திட்டினார். சர்க்காக்களைப் பறிக்கும்படியும், தன்னார்வலர்களுக்குப் பாடம் புகட்டும்படியும் கட்டளையிட்டார்.

"சர்க்காக்கள் வலிய பிடுங்கிச் செல்லப்பட்டன. எல்லாச் சமயத்திலும் தன்னார்வலர்களின் தலைவர்கள் அங்கு இருந்தனர். வேறொரு சர்க்கா வந்தது. அதுவும் பிடுங்கப்பட்டது. 20 நிமிடம் இந்தத் தாக்குதல் நடந்தது. டி.எஸ்.பி. அங்கு வந்தார். தாக்குதல் நின்றது. ஏ.எஸ்.பி. சொல்லிய காரணம் இடைஞ்சல் என்பதுதான், சர்க்காவின் செய்தி பரவியதால் இயக்கம் வலுப் பெற்றதும் பிரபலமானதும்தான் காரணம்.

"மூன்று தன்னார்வலர்கள் நெஞ்சு வலிக்கு ஆளாயினர். அனைவரும் உதை பெற்றனர். தன்னார்வலர் அவற்றைத் தாங்கி நின்றனர். ஆசிரமத்தில் வைத்திய உதவி தரப்பட்டது. இன்று புதிய குழு செல்கிறது.

"... சவால் விடப்பட்டு விட்டது. நாம் அதை ஏற்போம். இறுதிவரை போராடுவோம். முறையற்ற, சட்டம் மீறிய, கடுமையான நடவடிக்கைகளுக்காக நிர்வாகத்தை காங்கிரசின் தீண்டாமை விலக்குக் குழு எச்சரித்தது" (*தி இந்து*, 21 ஜூன் 1924).

தீண்டாமை விலக்குக் குழுவின் அறிக்கைக்குக் காரண மான, காவல்துறையின் தாக்குதல் நிகழ்ந்த அன்றைய நிலவரம் பற்றி, கோட்டயம் மாவட்ட மாஜிஸ்டிரேட் தலைமைச் செயலருக்கு எழுதிய கடிதச் (21 ஜூன் 1924) சாரம் பின்வருமாறு.

'வைக்கம் அறிக்கைகள் சத்தியாகிரக நிகழ்ச்சியில் மாறுதல் ஏதும் இல்லை எனத் தெரிவிக்கின்றன. திருவனந்தபுரம், உயர்நீதிமன்ற வழக்கறிஞர் கே.ஜி. குஞ்சுகிருஷ்ண பிள்ளை பி.ஏ., பி.எல். அவர்கள் இயக்கத்தின் தலைமைப் பொறுப்பை, ராமநாதன் இல்லாமையால் ஏற்றுக்கொண்டுள்ளார். அவர் கணக்கு வழக்குகளைச் சரிபார்த்து கொண்டிருக்கிறார். அவர் சில நாள்களுக்கு வைக்கத்தில் தங்கலாம். தாய்நாடு ஆசிரியர் சுப்பிரமணிய பிள்ளை வைக்கம் வந்துசேர்ந்திருப்பதாகத் தெரிகிறது.

‘சத்தியாகிரகம் செய்யும் வழக்கமான எண்ணிக்கையிலான தன்னார்வலர்கள் நான்கு பக்கங்களிலும் வந்து சேர்ந்தனர். சர்க்கா தன்னார்வலர்கள் மேற்குப் பகுதியில் சேர்ந்தனர். மிதுனம் 6ஆம் தேதி, மாலை 3மணிமுதல் 6மணிவரை ஐந்து தன்னார்வலர்கள் மேற்குவாயிலில் தொடர்ந்து கோஷ்டியாகப் பாடிக்கொண்டிருந்தனர் பக்கத்திலிருந்தவர்களுக்குப் பெரிய எரிச்சலாக அது இருந்தது. சிறப்புப் பணியில் இருந்த உதவிக் காவல்கண்காணிப்பு அலுவலர், தலைவரை எச்சரித்தார். முகாமில் இருந்த சில அங்கத்தினர்களையும் இம்மாதிரி எரிச்சலைத் தர வேண்டாம் என்று எச்சரித்தார்.

‘ஓடி வந்தவர்கள், திருப்தியுறாதவர்கள், முறை கேடானவர்கள், இளைஞர்கள் சிலர் தற்போது முகாமில் இருப்பதாகவும் சரியான தலைவர் இல்லாமல் இருப்பதாகவும் தெரிகிறது. அவர்கள் நடமாட்டம் கண்காணிக்கப்படுகிறது. முன்னெச்சரிக்கைகள் எடுக்கப்பட்டுள்ளன. விரும்பத்தகாத விளைவுகள் நடக்காமல் தடுக்க, இக்காரியங்கள் செய்யப் பட்டுள்ளன’ (அரசு ஆவணம், திருவனந்தபுரம் ஆவணக் காப்பகம்; *சுதேசமித்திரன்*, 23 ஜூன் 1924).

தாய்நாடு பத்திரிகையின் ஆசிரியர், 10 நாள்கள் கொச்சி, திருச்சூர், ஆலப்புழை, திருவனந்தபுரம் முதலிய இடங்களில் சுற்றுப்பயணமும் சொற்பொழிவும் நிகழ்த்தியதன் பயனாகப் பெற்ற அனுபவத்தைச் *சுதேசமித்திரன்* (21 ஜூன் 1924) இதழில் எழுதியிருந்தார். பணமே சத்தியாகிரகத்திற்கு அன்றைய தேவை என்பதை முடிவாகச் சொல்லும் அப்பத்திரிகை ஆசிரியர் எந்த ஊரிலும் குளம் கோயில் போன்ற இடங்களில் பிராமணர், நாயர் தவிர இதர வகுப்பினரைத் தாராளமாய் விடுவதில்லை என்று தீண்டாமை பலமாய் வேரூன்றியிருந்ததை வருத்தமாய் எழுதியுள்ளார்.

‘ஜனங்களுக்குக் காங்கிரசு தொடர்பாய் அதிகம் ஒன்றும் தெரியாத நிலையில் வைக்கம் போன்ற ஊரில் சத்தியாகிரகம் ஆரம்பித்ததன் பயனாகத்தான் நாம் இங்கு கஷ்டப்பட வேண்டியிருக்கிறது. இங்குள்ள பிராமணர்களும் நாயர்களும் கூடி எதிரிகள் நாசமாய்விட வேண்டுமென சத்துரு சங்கார யாகம் செய்ததினின்றே அவர்களின் புத்திப் போக்கு நன்கு விளங்குகிறது. எந்த ஊரிலும் கோயில் மதிற்புறத்தில் பஞ்சமர்கள் செல்லக்கூடாது என்ற விதி இல்லை.

‘... தினம் மூன்றுமணி நேரம் ஒரு தொகுதி வீதம் தினம் 60 வாலண்டியர்கள் சத்தியாகிரகம் செய்துவருகிறார்கள். காவல்துறையினரும் வாலண்டியர்களைப் போல நின்ற

வண்ணமாகச் சத்தியாகிரகம் செய்துவருகிறார்கள்... குறைந்தது இன்னும் ஆறுமாத காலம் சத்தியாகிரகம் நீடிக்கும் எனத் தெரிகிறது. தினம் ஒன்றுக்கு ரூ.100 செலவிற்கு வேண்டியிருக்கிறது. தமிழ்நாட்டிலிருந்து தொண்டர்கள் அனுப்புவது பிரயோஜனமில்லை. பணம்தான் தேவை' *(சுதேசமித்திரன், 21 ஜூன் 1924).*

வைதிகர் தரப்பிலிருந்தும் சமாதானத்துக்கு வழிகள் சொல்லப்பட்டு வந்தன. அவற்றுள் ஒரு யோசனையை ப. சிவா சர்மா என்பவர் கூறினார். அது வருமாறு: ... "பல ஜாதியாரையும் ஒரு ஜாதியாராக்கிவிட்டால் தக்ஷணம் ஒற்றுமை உதித்து வளர்ந்தோங்கிப் பூரணமாகிவிடும், அதனால் சர்வ காரியங்களும் சித்தியடைந்து சர்வான்மாவும் சர்வ சுகங்களையும் அடையும் என்று மகாத்மா காந்தி கூறுகிறார். ஆயினும் பல சமயங்களையும் ஒரே சமயமாக்கினால் அன்றிப் பல ஜாதியாரையும் ஒரு ஜாதியாக்குவதனால் மாத்திரம் ஒற்றுமை உண்டாகாது" *(சுதேசமித்திரன், 21 ஜூன் 1924).* சர்மா, கிண்டலாகச் சொன்ன மாதிரி தெரியவில்லை.

ராமஸ்வாமி நாயக்கரின் மனைவியும் மற்ற பெண்களும் கோவிலுக்குள் புக அதிகாரம் பெறாத வகுப்பைச் சேர்ந்தவர்கள் என்று ஒரு தேவாலய உத்தியோகஸ்தர் அறிவித்துவிட்டுப் போனதாகத் தெரிகிறது *(சுதேசமித்திரன், 21 ஜூன் 1924).*

இராட்டினத்தைச் சுற்றிக்கொண்டு தேசபக்தி பாடல்களைப் பாடுவதை அநேக தினங்களாகக் காவல் துறையினர் தடுக்கவில்லையே என ஆசிரமத்து ஊழியர் உதவிக் காவல் கண்காணிப்பாளர் பிச்சு ஐயங்காரிடம் சொல்ல, 'இந்தப் போலீஸ்காரர்களின் தாட்சண்யம்தான் இத்துணை உபத்திரவத்துக்கும் காரணம்' என்று அவர் பதில் சொன்னதாகத் தெரிகிறது *(சுதேசமித்திரன், 21 ஜூன் 1924).*

50 வயதுள்ள ஒரு பெண், தீயர்வகுப்பு குருவின் ஆசீர்வாதம் பெற்று சத்தியாகிரகத்துக்கு வந்துள்ளார். மாயனாடு பெண்கள் ரூ. 25 வசூலித்து அனுப்பியுள்ளனர். கொல்லத்திற்கு அடுத்த பாலித்தோட்ட நகரவாசிகள் இயக்கத்தை ஆதரித்து, சத்தியாகிரகிகளின் மனோ உறுதியைப் பாராட்டித் தீர்மானங்கள் செய்தனர் *(சுதேசமித்திரன், 21 ஜூன் 1924).*

ஈ.வி. ராமசாமி நாயக்கர் 21 ஜூன் 1924 அன்று ஆறுக் குட்டி சிறையிலிருந்து விடுதலையானார் *(22 ஜூன் 1924 தேதிய அரசு ஆவணம்).*

22 ஜூன்

பெரியாரின் விடுதலையை ஒட்டி பாணவல்லியில் நடந்த பொதுக்கூட்டம் பற்றி ஆறுக்குட்டி காவல்நிலையத் தலைமைக்காவலர் (கேசவபிள்ளை, 687) எழுதி அனுப்பிய மலையாள அறிக்கையைத் தலைமைச் செயலருக்குக் காவல்ஆணையர் அனுப்பி வைத்தார்.

ஞாயிறுக்கிழமை என்பதால் சத்தியாகிரகம் நடை பெறவில்லை. பஜனை குழு வழக்கமாக வெளியில் சுற்று சுற்றிவிட்டு ஆசிரமம் வந்தது. இ.வி. ராமஸ்வாமி நாயக்கர் இன்று வந்து சேர்ந்தார். படகுத்துறையிலிருந்து தன்னார்வலர்களின் பெரிய ஊர்வலமாக ஆசிரமத்துக்கு அழைத்து வரப்பட்டார். நடைமுறையிலிருக்கும் பிரவேசத் தடை (externment) ஆணைக்குப் பணியப்போவதில்லை என்றார்.

மாலையில் நிகழவிருக்கும் கூட்டத்தில் இ.வி. ராமஸ்வாமி நாயக்கர், சுப்பிரமணிய செட்டியார், என். நாராயணன், கே.சி. குஞ்சுகிருஷ்ண பிள்ளை, சத்தியவிரதன் ஆகியோர் பேசுவர் (அரசு ஆவணம், காவல்துறை ஆணையருக்கு வைக்கம் காவல்ஆய்வாளர் (கே. ராம வாரியார்) எழுதியது).

டாக்டர் டி.எஸ்.எஸ். ராஜன், முத்துரங்க முதலியார் முறையே ரூ. 50, ரூ. 25 சத்தியாகிரகத்துக்கு நிதி அளித்தனர் *(தி இந்து, 23 ஜூன் 1924).*

23 ஜூன்

23 ஜூன் 1924 முதல் புதிய சம்பவம் நடக்கின்றது. சாதிஇந்துக்களான இந்தன்துருத்தில் நீலகண்டன் நம்பியாத்ரி, பி.சி. கிருஷ்ண பிள்ளை, வக்கீல் வேங்கட ராமய்யர், எம்.கே. ராமன் பிள்ளை, கோவிந்தன் பிள்ளை ஆகியோர் சத்தியாகிரக இயக்கத்தை அடக்கத் தீவிர எதிர்பிரசாரம் செய்யத் தொடங்கியிருக்கின்றனர். அரசு ஊழியர்கள், வழக்கறிஞர்கள் உள்பட சுமார் 50 இந்துத் தொண்டர்களைத் திரட்டி, சத்தியாகிரகிகளைத் தடைசெய்யவும், இப்போதிருக்கும் தீண்டாமை சம்பிரதாயத்தை ஸ்தாபிக்கவும் தீர்மானித்திருக்கின்றனர். அரசு இதுவரை எவ்வித நடவடிக்கையும் எடுக்காததால், நாங்கள் இதை மேற்கொள்ள நேரிட்டது என்று தெரிவித்தனர். இந்தப் பிரதேசத்தில் எவரும் சத்தியாகிரகத்தை ஆதரிக்கவில்லை. காங்கிரசுகாரர்களும் வெளி ஊராரும்தான் ஆரவாரம் செய்கின்றனர் என்று அவர்கள் கூறினர்.

இ.வி.ராமஸ்வாமி நாயக்கர், போலீஸ் அடக்குமுறைகளைக் கண்டித்துப் பேசி, தொண்டர்கள் அகிம்சைத் தர்மத்திலிருந்து விலகக்கூடாது என்று ஞாயிறன்று (22 ஜூன் 1924) கூட்டத்தில் பேசினார். அப்போது அவர் மீது கல் வீசப்பட்டது. அது அவர்மீது படாமல் ஒரு பையனுடைய காலில் விழுந்தது.

புலையர்களாயிருந்து இஸ்லாத்தில் சேர்ந்த இரண்டு பேர் ஞாயிறன்று தடுக்கப்பட்ட பிரதேசத்தில் புக முயன்றபோது காவல்துறையினர் அவர்களை அடித்தனர்.

காவல்துறையினர் வழக்கம்போல் ராட்டினத்தைப் பிடுங்கிச் சென்றனர். இரண்டுமணி நேரம் கழித்து எட்டு பையன்கள் காகிதக் குல்லாய்களைத் தரித்துக் கொண்டுவந்து, தொண்டர்களைத் திட்டவும் தள்ளவும் செய்தனர். சாதி இந்துக்களும் இதில் கலந்துகொண்டனர். குஞ்சு கிருஷ்ண பிள்ளை, கிருத்தி வாஸன், எம்.என். நாயர் முதலிய ஊழியர்கள் தாக்கப்பட்டனர். இன்னொருவர்மீது சாணமும் சுண்ணாம்பும் பூசப்பட்டன. சத்தியாகிரகம் நிற்கிறவரையில் சத்தியாகிரகிகளை மறிக்கப்போவதாக இந்துத் தலைவர்கள் கூறுகின்றனர் (சுதேசமித்திரன், 24 ஜூன் 1924).

24 ஜூன்

கோட்டயம் மாவட்ட மாஜிஸ்டிரேட் (24 ஜூன் 1924) தலைமைச் செயலருக்கு எழுதிய கடிதத்தில்,

'சிறைவாச காலம் முடிந்தபிறகு, ஆறுக்குட்டி காவல் நிலைய அடைப்பிற்குப் பிறகு வெளிவந்த ராமசாமி நாயக்கர் வைக்கம் வந்து சேர்ந்துவிட்டார். ஆசிரமத்திற்குப் பெரிய ஊர்வலமாக அழைத்துச் செல்லப்பட்டார். அவருக்குத் தடையாணை இருக்கும்போது மாவட்டத்திற்குள் நுழைய அவரை ஏன் அனுமதித்தீர்கள் எனக் காவல்துறையைக் கேட்டேன்' என எழுதியுள்ளார்.

அந்தக் கடிதத்தில், அகில இந்திய கதர் வாரியச் செயலாளராகக் குறிப்பிடப்பட்ட, சத்தியாகிரக ஆதரவாளர் பாஸ்கர் ஒரு கையாடல்காரர், வடஇந்தியாவில் ஒரு பெரிய வணிக நிறுவனத்தில் கையாடல் செய்த குற்றத்திற்காகப் பிரிட்டிஷ் ரகசிய போலீஸ் உதவியுடன் வைக்கத்தில் கைது செய்யப்பட்ட விவரத்தையும் குறித்துள்ளார்.

25 ஜூன்

பெரியார், எம்பெருமாள் நாயுடுவுக்கு எதிராகக் குற்றப்

பிரிவு 127இன்படி விதிக்கப்பட்ட 13 இடவம் 1099 தேதியிட்ட தடையாணையின் நகல்களைக் கேட்டு, திருவனந்தபுரம் தலைமைச் செயலாளரிடமிருந்து, கொல்லம் மாவட்ட மாஜிஸ்டிரேட்டுக்குக் கடிதம் வந்தது. மறுநாள் (26 ஜூன் 1924) அவற்றை அவர் அனுப்பி வைத்தார் (நகல் பின்னிணைப்பில்).

சத்தியாகிரகத்துக்குப் போட்டியாகச் சாதிஇந்துக்கள் எதிர்ப்புப் போராட்டம் தொடங்கியாகிவிட்டது. சவர்ண இந்துக்கள் நான்கு வாயில்களில் சத்தியாகிரகம் செய்ய கூட்டம் கூட்டி வருகிறார்கள். சவர்ண இந்துக்களின் முதல் குழுவினர் மேற்குவாயிலில் மட்டும் சத்தியாகிரகம் செய்தனர்.

சாதிஇந்துக்களின் முயற்சி குறித்து காந்திக்குத் தந்தி அனுப்பிவிட்டு பதிலுக்காகக் காங்கிரசு குழு காத்திருந்தது. நாராயண ஐயர் தலைவர் பொறுப்பை ஏற்றார். ராமஸ்வாமி நாயக்கர் விரைவில் குடும்பத்துடன் ஈரோடு திரும்புவார் (அரசு ஆவணம், திருவனந்தபுரம் ஆவணக் காப்பகம்).

நாராயண பிள்ளையின் தாடியை ஒரு நாயர் பிடித்திழுத்தார். இந்தி ஆசிரியர் கிருத்திவாசனுடைய மூக்கைப் பிடித்திழுத்து மூச்சு திணறும்படியாகச் செய்யப்பட்டது. 30 தொண்டர்கள் பாட்டுப்பாடி, நூல் நூற்றுத் தெருவில் தடை செய்ததாகக் குற்றம் சாட்டப்பட்டார்கள். அதில் 18 பேர் சமாதானம் கேட்கப்பட்டனர். சிலர் குற்றத்தை ஒப்புக்கொண்டனர். மற்றவர் தாம் தடையாயில்லை என்றனர். அவர்கள் ரிமாண்டில் வைக்கப்பட்டனர் (சுதேசமித்திரன், 26 ஜூன் 1924).

26 ஜூன்

இன்றைய தினம் சாதிஇந்துக்கள் கூட்டம் நடைபெற்றது. கே.ஜி. சங்கர பிள்ளை தலைமை வகித்தார். 250 பேர் இருந்தனர். சத்தியாகிரக அபிமானியான மாதவன் பிள்ளை கூட்டத்தின் நோக்கத்தைக் கண்டித்தார். எனினும் போட்டி இயக்கம் நடத்த வேண்டியதுதான் என்று முடிவானது (சுதேசமித்திரன், 27 ஜூன் 1924).

சாதிஇந்துக்களின் தொண்டர்கள், மேலவீதியில் 100 கஜத்திற்கு முன்பு வந்து சத்தியாகிரகிகளைத் தடுத்தனர். வடபுற வாயிலில் ஏழாவது ராட்டினத்தைக் காவல்துறையினர் கைப்பற்றினர்.

சிவசைலம், முத்துசாமி என்ற சத்தியாகிரகிகள், மற்றவர் களைத் தொண்டர்களாகச் சேரும்படி தூண்டியதாகவும், ஈழவர்,

புலையர்களை, வழக்கத்தையும் மாவட்ட மாஜிஸ்டிரேட்டின் உத்தரவையும் மீறி கோயில் சாலைக்குள் செல்லும்படி தூண்டியதாகவும், உரத்துப் பாடிக்கொண்டும் ஜெயகோஷம் செய்துகொண்டும் மக்களுக்கு மனக்கிலேசத்தையும் இடையூறையும் விளைவித்ததாகவும் கலகம் ஏற்படும் என்று நினைக்க இடம் ஏற்படுகிறது. இதனால் 500 ரூபாய்க்கு முச்சலிகா (பிணை உறுதிமொழி) எழுதிக் கொடுக்கும்படியும் இருநபர் ஜாமீன் தரும்படியும் மாவட்ட மாஜிஸ்டிரேட் ஆணையிட்டார். 27 ஜூன் 1924 அன்று இத்தொண்டர்கள் முதல்வகுப்பு மாஜிஸ்டிரேட் முன்பு ஆஜரானார்கள். வழக்கு 28ஆம் தேதிக்குத் தள்ளி வைக்கப்பட்டது. நீதிமன்றத்தில் ஆஜராவதாக வாக்களித்து எழுதிக் கொடுக்க மறுத்ததால் ரிமாண்டில் வைக்கப்பட்டனர் (சுதேசமித்திரன், 28 ஜூன் 1924).

ராமஸ்வாமி நாயக்கரும் சக்கரவர்த்தி ஐயங்காரும் பேசக் கூடாது என்று மீண்டும் தடுக்கப்பட்டிருக்கிறார்கள். சக்கரவர்த்தி ஐயங்கார் 26 ஜூன் 1924 அன்று விடுதலை செய்யப்பட்டார். அவரை சேர்த்தலைவாசிகள் வரவேற்றனர் (சுதேசமித்திரன், 28 ஜூன் 1924).

27 ஜூன்

தீயர், புலையர் கொண்ட பெருங்கூட்டம் வைக்கத்தில் நடைபெற்றது. 25,000 பேர் வந்திருந்தனர். கோயிலைச் சுற்றியுள்ள சாலைகளில் தாம் வரக் கூடாது என்பதை நிறுத்திவிட வேண்டும், சாதி இந்துக்கள் எதேச்சாமுறையில் தடுத்து வருவதை உடனே நீக்கிவிட வேண்டும் என்று மனுச் செய்துகொள்ளத் தீர்மானங்கள் நிறைவேறின (சுதேசமித்திரன், 28 ஜூன் 1924).

ராமன் இளையாத்து என்ற சத்தியாகிரகி கிழக்கு வாயிலில் உள்ள தொண்டர்களுக்கு ஒரு செய்தியைச் சொல்லச் சென்ற பொழுது ஒரு நாயர், நண்பர் அணைப்பதுபோல அவரை அணைத்து, அவரது கண்களைப் பலவந்தமாகத் திறந்து சுண்ணாம்பை அப்பிவிட்டு ஓடிப் போய்விட்டார். அந்த சத்தியாகிரகி ஆசிரமத்தில் தங்கியுள்ளார். அவருக்கு சிகிச்சை செய்யப்படுகிறது.

ஆறு சத்தியாகிரகிகள் பொதுமக்களுக்கு இடையூறு விளைவித்ததாகக் கூறி இரண்டாம்வகுப்பு மாஜிஸ்டிரேட் ஐந்து ரூபாய் அபராதம் விதித்தார். இரண்டு தொண்டர்கள்

சமஸ்தான தபாலாபீசிலிருந்து திரும்பி வரும்போது சில குடிகாரர்கள் அவர்களைத் தாக்கினர். ஈழவத் தலைவர்கள் சிலர் இவர்களைக் காப்பாற்றினர் (சுதேசமித்திரன், 28 ஜூன் 1924).

சாதிஇந்துக்களின் எதிர்ப்பியக்கம் ஆரம்பிக்கப்பட்ட பிறகு அமைதிக்குக் குந்தகம் விளைந்ததை பற்றி சத்தியாகிரக விளம்பர சபை அறிக்கை கவலையுற்றது. வந்த அறிக்கையிலிருந்து சில பகுதிகள் வருமாறு.

'சென்ற நான்கு தினங்களாக வைக்கம் சத்தியாகிரகத்தில் பல புதிய மாறுதல்கள் ஏற்பட்டிருக்கின்றன. காவல்துறையினர் சத்தியாகிரகிகளைத் தடுத்து நிற்கும் முறையை விட்டுவிட்டு, நூல் நூற்று வந்த ராட்டினங்களைப் பிடுங்கிச் செல்கின்றனர். அருகிலுள்ள கடைகாரர்களுக்கும் நடமாடும் மக்களுக்கும் இடையூறு என்று காரணம் சொல்கின்றனர்.

'காவல்துறையினர் பொறுமையை இழந்து சாதி இந்துக்களில் போக்கிரிகளாகவும் தெருப் பொறுக்கிகளாகவும் இருக்கின்றவர்களை விட்டு சத்தியாகிரகிகளைத் தடுக்கும்படி செய்கிறார்கள்.

'நான்கு சத்தியாகிரகிகளுக்கு மார்பிலும் மர்மஸ்தானத் திலும் பலமாகக் காயம் பட்டிருப்பதால் அவர்கள் படுத்த படுக்கையாக கிடக்கின்றனர். நிலைமை கவலைக்கிடமானதாக இருக்கிறது.

'கே.வி. குஞ்சுகிருஷ்ண பிள்ளை நையப்புடைக்கப்பட்டார். அவரது மூக்குக் கண்ணாடி பிடுங்கிக்கொள்ளப்பட்டது. ஆனால், அது திரும்பிக் கொடுக்கப்பட்டது. தங்களைச் சதா தூஷித்துக்கொண்டு தாக்கியபோதிலும் சத்தியாகிரகிகள் மிக்க போற்றத்தக்க முறையில் நடந்துகொள்கின்றனர். அகிம்சா தர்மத்திலிருந்து சிறிதும் பிறழ்ந்து நடக்கவில்லை. மேற்கே 100 கஜ தூரத்தில் சத்தியாகிரகிகள் சவர்ணத் தொண்டர்களால் தடுக்கப்படுகின்றனர். கூலிக்கு அமர்த்தப்பட்டிருக்கும் இவர்களைக் காவல்துறையில் சிலரும், சுயநலம் மிகுந்த சில பிராமணர்களும் பணம் கொடுத்து ஆதரிப்பதாக எல்லோரும் அறிந்திருக்கின்றனர்' (சுதேசமித்திரன், 28 ஜூன் 1924).

28 ஜூன்

தொண்டர்கள் வழக்கம்போல் சத்தியாகிரகம் செய்தனர். எதிர்க்கட்சியினர் மேலண்டை வீதியில் வழி மறித்தார்கள். வெள்ளிக்கிழமை (27 ஜூன்) வரை 10 ராட்டினங்கள் பிடுங்கப்பட்டுப் போயின.

சிவசைலம், காந்திதாஸ் என்ற இருவரும் ஜாமீன் பிரிவின்கீழ் விசாரிக்கப்பட்டனர். தாங்கள் எவருக்கும் தீங்கு செய்யவில்லை, ஜனங்களைத் தொண்டர்களாகச் சேரும்படி மாத்திரம் தாங்கள் சொல்லியது உண்டு, ஈழவ புலையர்களைத் தடுக்கப்பட்ட பாதைகளில் அழைத்துச் செல்லப்போவதாகவும் அவர்கள் தெரிவித்தனர். ஐந்து ஆண்டுகளுக்கு முச்சலிக்கா எழுதிக் கொடுக்க வேண்டும், தவறினால் ஆறுமாதம் காவல் தண்டனை என்று மாஜிஸ்டிரேட் உத்தரவிட்டார். ஜாமீன் பத்திரம் எழுதித்தர மறுத்ததால் திருவனந்தபுரம் சிறைக்கு அழைத்துச் செல்லப்பட்டனர்.

பொது அமைதிக்குக் குந்தகம் என்று குற்றம் சாட்டப்பட்ட 12 தொண்டர்களுக்கும் 5 ரூபாய் அபராதம் விதிக்கப்பட்டது. அபராதம் கொடுக்காததால் நீதிமன்றம் கலையும்வரை காவலில் இருந்தனர் (*சுதேசமித்திரன், 30 ஜுன் 1924*).

29 ஜூன்

இன்று ஞாயிறு ஆதலால் சத்தியாகிரகம் இல்லை. வழக்கம்போல் பஜனை ஊர்வலம் நடந்தது. கீழண்டை வீதியில் 40 வயது நாயர் ஒருவர் 20 பேருடன் கத்திகளை வீசிக்கொண்டு ஊர்வலம் சென்றார். பஜனை செய்த தொண்டர்களை அவர்கள் தாக்கினர். கிருஷ்ண மேனனுக்குத் தோளில் அடி, மார்த்தாண்டம் அவர்களுக்கு மார்பில் அடி. மாலையையும் கொடிகளையும் தூக்கிக் குளத்தில் எறிந்தனர். இன்னொருவர் குமாரனை அடிக்க ஆரம்பித்தார். தொண்டர்கள் தெய்வத்தை நினைத்துக்கொண்டு முன் சென்றார்கள். அடிபட்டவர்களுக்குச் சிகிச்சை நடக்கிறது. கண்ணில் சுண்ணாம்பு சூட்டப்பட்டவருக்கு, இடதுகண் போய்விடும் போலிருக்கிறது. ராமஸ்வாமி நாயக்கர், ஈழவத் தலைவர்களைக் காண வைக்கத்தை விட்டுப் புறப்படுகிறார் (*சுதேசமித்திரன், 30 ஜுன் 1924*).

30 ஜூன்

சத்தியாகிரகத்தில் பொதுமக்களின் பங்கேற்பை அதிகப்படுத்தி அதை மக்களின் இயக்கமாக மாற்ற எண்ணிய கோவை அய்யாமுத்து 'பொதுஜனங்களின் கடமை' என்ற தலைப்பில் சுதேசமித்திரனில் ஒரு கட்டுரை எழுதினார். மகாத்மா காந்தி, பாரதத்தின் பெருமை, தீண்டாமைப் பேய் பற்றிய மூன்று பத்தி நீண்ட விவரிப்புகளுக்குப் பிறகு வைக்கம் சத்தியாகிரகம், சாதிகளின் இருப்புக்கான காரணம், சாதி

ஏற்றத்தாழ்வு, ஆபத்துக் காலத்தில் மக்கள் நடக்க வேண்டிய முறை, மகாத்மா அழைப்பு ஆகியன பற்றி மேலும் ஐந்து பத்தி எழுதியுள்ளார். அவற்றுள் வைக்கம் பற்றிச் செய்தி மட்டும் கீழ்வருமாறு:

‘இன்று வைக்கத்தில் நமது சகோதரர்கள் நாய்களுக்கும் பன்றிகளுக்கும் கொடுக்கப்படும் சுதந்திரத்தைத்தான் கோருகிறார்கள். திருவாங்கூர் அரசினர் ஈழவரை நீதிபதியாக அமர்த்தியிருக்கின்றனர். வைக்கம் பாதையில் இந்த ஈழவ நியாயாதிபதிக்கு நாயுடைய சுதந்திரம் மறுக்கப்படுகிறது’ *(சுதேசமித்திரன், 30 ஜூன் 1924).*

~~

சத்தியாகிரகம் தொடங்கிய மூன்றாவது மாதத்தில் அது வேகம் பெறத் தொடங்கிவிட்டதை எதிர்த்தரப்பின் செயல்களால் உணரமுடிகிறது. காவல் துறையினர் சத்தியாகிரகிகளைத் தாக்கத் தொடங்கிவிட்டனர். வைதிகர்கள் எதிர்ப்போராட்டத்தை நடத்தத் தொடங்கிவிட்டனர். கத்தி வீசிக்கொண்டு ஊர்வலம் போகிற அளவு வைதிகர் தரப்பு வலிமையுடன் இருந்தது.

வைக்கம் வந்திருந்த வரதராஜுலு நாயுடு தமிழகம் திரும்பினார். உணவுச்சாலை நடத்திய அகாலியர் ஊர் திரும்புவதை அரசு எதிர்பார்த்துக் காத்திருந்தது. அவர்களும் பஞ்சாபுக்குத் திரும்பிச் சென்றனர். வெளியார் பங்கேற்பைக் கே.எம். பணிக்கர் மறுத்துரைத்தார்.

சத்தியாகிரக முறை மாற்றம் பெற்றது. காலை 6 மணி முதல் மாலை 6 மணி வரை நடந்த சத்தியாகிரகத்தில் மூன்றுமணி நேரம் ஒரு குழு சத்தியாகிரகம் செய்யுமாறு நான்கு குழுக்கள் உருவாக்கப்பட்டன. சத்தியாகிரக ஆதரவுக் கூட்டம் கோழிக்கோடு, மாவேலிக்கரா போன்ற இடங்களில் நடைபெற்றன. நாகம்மையார் உள்ளிட்ட பெண்கள் பலர் சத்தியாகிரகத்தில் பல நாட்கள் ஈடுபட்டனர். பெரியண்ணன், சிவகுருநாதன், காந்திதாஸ் முத்துசாமி, சிவசைலம் உட்பட தமிழ்த் தொண்டர்கள் பலர் தாக்கப்பட்டனர். ராமன் இளையாத்து என்ற தொண்டரின் கண்ணில் எதிரிகள் சுண்ணாம்பு பூசினர். பொதுஅமைதிக்குப் பங்கம் விளைவித்ததாக நீதிமன்றத்தில் சத்தியாகிரகிகள் இருமுறை தண்டிக்கப்பட்டனர். பிச்சு ஐயங்கார் தலைமையில் காவல்துறை ராட்டினங்களைப் பலவந்தமாகக் கைப்பற்றியது, தாக்கியது. தாக்குதலைக் குறித்து சத்தியாகிரக ஆசிரமம் அறிக்கையிட்டு கண்டித்தது.

சத்தியாகிரகத்திற்கு நிதி கோரி எஸ். சீனிவாச ஐயங்கார், இராஜாஜி ஆகியோர் அறிக்கை விடுத்தனர். இராஜாஜி—வைதிகர் பேச்சு வார்த்தையில் பொதுவாக்கெடுப்பு யோசனை உருவானது. சத்தியாகிரகம் இதைவிட தீவிரமாக வேண்டும் என்று நாராயணகுரு பேட்டி அளித்தார். சிரத்தானந்தர் காந்தியின் தவறான அறிவுரையால்தான் சத்தியாகிரகம் நீடிக்கிறது என்று கருத்துரைத்தார். அகில இந்திய தீண்டாதார் சங்கத் தலைவர் ஷிண்டே பங்கேற்ற ஆதரவுக் கூட்டம் நடைபெற்றது.

சட்டசபையில் வைக்கம் பற்றிய தீர்மானம் விவாதத்திற்கு வரும் என எதிர்பார்க்கப்பட்டது. முந்தைய மசோதா நீட்டிக்கப்பட்டதால் விவாதம் செய்யப்படவில்லை. சட்டசபை உறுப்பினர்கள் நடந்துகொள்ள வேண்டிய முறை பற்றி எஸ். சீனிவாச ஐயங்கார் அறிக்கை விடுத்தார். விவாதம் நடைபெறாததைப் பற்றி இராஜாஜி விளக்கமளித்தார்.

கோவை அய்யாமுத்து இம்மாதம் சிறையிலிருந்து விடுதலையானாலும் அவரும் சத்தியவிரதனும் பேச இருந்த தடை ஜூன்வரை நீட்டிக்கப்பட்டது. பிரிட்டிஷ் இந்தியப் பகுதியில் அய்யாமுத்து பேசினார். சங்கர ஐயருக்கு இருந்த தடையும் நீட்டிக்கப்பட்டது. பெரியாரும் சக்கரவர்த்தி ஐயங்காரும் ஆறுக்குட்டி சிறையிலிருந்தும் சேர்த்தலை சிறையிலிருந்தும் விடுதலை அடைந்தனர். பெரியாருக்குப் பெரிய வரவேற்பு வைக்கத்தில் நடைபெற்றது. சேர்த்தலையில் சக்கரவர்த்தி ஐயங்கார் வரவேற்கப்பட்டார். பெரியாரை வைக்கத்திற்குள் அனுமதித்தது பற்றி அரசின் கவனம் ஈர்க்கப்பட்டது. திருமேனிநாத நாடாரைத் தடையை மீற இராஜாஜி அனுமதிக்கவில்லை.

சத்தியாகிரக ஆசிரமம் மாயவரம் எஸ்.ராமநாதன் தலைமையில் இயங்கியது. வைக்கம் வந்த ஒரு தொண்டர் சத்தியாகிரக நிலைமையை விவரமாக வெளியிட்டார். தாய்நாடு ஆசிரியரும் வைக்கம் கள நிலவரத்தைச் சுதேசமித்திரனில் விளக்கினார். அய்யாமுத்து சத்தியாகிரக ஆதரவு அறிக்கை ஒன்றை வெளியிட்டார்.

இதுவரை போராட்டத்தில் பட்டும்படாமலுமிருந்த ஈழவர் போராட்டத்தை ஆதரிக்கத் தொடங்கிய மாதமாக இந்த மூன்றாம் மாதத்தைக் கொள்ளலாம்.

ஜூலை 1924
நான்காவது மாதம்

1 ஜூலை 1924

சத்தியாகிரகிகளான இ.வி. ராமஸ்வாமி நாயக்கர், எம்பெருமாள் நாயுடு ஆகியோர் கொல்லம் மாவட்டத்தில் பொதுக்கூட்டம் பேச்சு போன்ற வகையில் ஏதும் நிகழ்த்தக்கூடாது என்று விதித்திருந்த தடையை நீட்டித்து 1 ஜூலை 1924 தேதியிட்ட ஆணையை (563 / 24 Judicial) அரசாங்கம் பிறப்பித்தது.

வழக்கம் போல் சத்தியாகிரகம் நடந்தது. சாதிஇந்துக்கள் வழிமறித்தனர். காவல்துறை ஒரு ராட்டினத்தைப் பிடுங்கிச் சென்றது (*சுதேசமித்திரன், 4 ஜூலை 1924*).

2 ஜூலை

சாதிஇந்துக்கள் எதிர்சத்தியாகிரகம் செய்வதை காந்திக்குத் தெரிவித்து, பதிலுக்குச் சத்தியாகிரகக் குழு காத்திருந்தது. அகமதாபாத் காங்கிரசு மாநாட்டிற்காக வந்த தலைவர்கள் காந்தியுடன் அங்குக் கூடியிருந்தனர். அவ்வகையில் காந்தியுடனிருந்த இராஜாஜி, ஜூலை முதல் தேதியிட்டு அனுப்பிய தந்தியைச் சுதேசமித்திரன் வெளியிட்டிருந்தது.

"வைக்கத்தில் நடக்கிற அநாகரிகமான முரட்டுச் செயல்களைப் பற்றி வாசித்ததும் திடுக்கிட்டுப்போனேன். திருவாங்கூர் அரசு அதைச் சகித்துக்கொண்டு சும்மாயிருப்பது ஆச்சரியமாயிருக்கிறது. ஜனசமூகத்துடன் நாம் போராட வேண்டியிருப்பதால் ஜனக்கூட்டம் இம்சை செய்வது சகஜம். காவல்துறையினர் இதுவரை போட்ட தடை விஷயத்தில், எப்படி நடந்துகொண்டோமோ அதுபோல் உத்தியோகஸ்தர் அல்லாத மற்றவர் தடை செய்தாலும் அந்தப்படியே நடந்து கொள்ள வேண்டும். தொண்டர்கள் அகிம்சா தர்மத்திலிருந்து கொஞ்சமும் பிறழாமல் தைரியத்துடன் நடந்துவருவதைப் பாராட்டுகிறேன்.

"தெய்வத்திடம் நம்பிக்கை கொண்டு தொண்டர்கள் இனியும் வேலை செய்துவருவார்கள் என்று நம்புகிறேன். சத்தியாகிரக அபிமானிகள் பழிக்குப் பழி வாங்க எண்ணவே கூடாது. தற்காலத்துக்கு அது திருப்தி தரலாமேயன்றி இயக்கத்துக்கு ஆபத்தாகவே முடியும். அரசினர் தங்கள் கடமையை மறந்தால்கூட உயர்ந்தசாதித் தலைவர்கள் உடனே

தலையிட்டு அனாவசியமான கொடுமைகள் நடவாதபடி தடுக்கக் கடமைப்பட்டிருக்கிறார்கள் என்பதை மரியாதையுடன் தெரிவித்துக்கொள்கிறேன்” (*சுதேசமித்திரன், 2 ஜூலை 1924*).

காந்தி பத்திரிகைப் பிரதிநிதியிடம் வைக்கத்தில் நிகழ்ந்துவரும் முரட்டுத்தனம் பற்றி கூறியது:

‘... காலிக் கூட்டங்களின் கையில் சத்தியாகிரகிகளைத் திருவாங்கூர் அதிகாரிகள் ஒப்படைத்துவிட்டார்கள். ஆசாரசீர்திருத்த விரோதிகளான வைதிகர்களால் அமர்த்தப்பட்டவர்களிடம் சத்தியாகிரகிகள் அடிபடுகிறார்கள். ... கண்ணில் சுண்ணாம்பு தீட்டுவதும், கதர் சட்டைகளைக் கிழிப்பதும் எரிப்பதும் அங்கு சகஜமாயிருக்கின்றனவாம். ராட்டினத்தைப் பிடுங்கி எறிய அது செய்த பாவமென்ன? சமாதானபங்கம் ஏற்படாமல் மட்டும் அரசாங்கம் பார்த்துக்கொண்டு, மற்றபடி முன்பே போல் சும்மாயிருந்து விடுவார்களென்று எதிர்பார்க்கிறேன்... வைதிகர்களும் வெட்கப்படும்படியான சமயம் வரும்’ (சுதேசமித்திரன், 2 ஜூலை 1924).

தொண்டர்கள் சென்ற இரண்டு தினங்களிலும் சத்தியாகிரகம் செய்தனர். எதிர்க்கட்சியார் வழக்கம் போல் தடை செய்தனர். பத்திரிகைகளில் எவ்வித சமாச்சாரம் வந்த போதிலும் சரி, தாங்கள் அடிப்பதை நிறுத்தப்போவதில்லை என்று ஒரு சாதிஇந்து சொன்னார். இதுவரை 14 ராட்டினங்கள் காவல்துறையால் கைப்பற்றப்பட்டிருக்கின்றன. அஹாகன் என்ற புலையர் பொதுஅமைதிக்குப் பங்கம் விளைவித்தார் என்ற குற்றத்துக்காக, நீதிமன்றம் கலையும்வரை காவலில் வைக்கப்பட்டார்.

ராமஸ்வாமி நாயக்கர் வெளியேற்ற உத்தரவைப் பொருட்படுத்தவில்லை. அய்யாமுத்து கவுண்டர் வெளியூர் பிரசாரம் செய்து ரூ. 220 வசூலித்துக் கொண்டுவந்தார். பிரபல வைதிகர் ராமன் பிள்ளை எதிர்க்கட்சியின் இம்சையைத் தாம் ஆட்சேபிப்பதாகக் கூறினார் (*சுதேசமித்திரன், 2 ஜூலை 1924*).

3 ஜூலை

நாராயண குருவின் வைக்கம் போராட்டம் பற்றிய கருத்து நடந்துவரும் முறைக்கு எதிரானதாக அமைய அதுபற்றி அவரிடம் கேட்டுப் பெற்ற விளக்கம் *கேரள கவுமுதியில்* வெளிவந்துள்ளது. அதை த. அமலா, தன் *வைக்கம் சத்யாகிரக நினைவலைகள்* நூலில் குறிப்பிட்டுள்ளார்.

"கே.எம். கேசவனுடன் புகைவண்டியில் நடைபெற்ற உரையாடலைப் பற்றி தேசாபிமானியில் வெளிவந்திருந்த செய்தி நமது கொள்கைகளைப் புரிந்துகொண்டு எழுதியது அல்ல. செய்தியை நம்மிடம் காட்டியபின் கேசவன் வெளியிடவும் இல்லை. வெளியிட்ட உடனே நாம் அதைப் பார்க்கவும் இல்லை.

"தீண்டாமையை ஒழிக்க வேண்டியது சமுதாயத்தின் நல்வாழ்வுக்கு இன்றியமையாததாகும். அதற்காக காந்தி ஏற்றுள்ள சத்தியாகிரக இயக்கத்துடனும் அதற்கு மக்கள் அளிக்கின்ற ஒத்துழைப்புடனும் நமக்கு மாறுபாடான கருத்து இல்லை. தீண்டாமையை ஒழிக்க மக்கள் ஏற்கும் எந்த வழியும் வன்முறையற்றதாகவே இருக்க வேண்டும்" (*வைக்கம் சத்யாகிரக நினைவலைகள்*, ப. 88).

அகில இந்திய காங்கிரஸ் கமிட்டிக் கூட்டத்திற்காக அகமதாபாத் வந்திருந்த டி.ஆர். கிருஷ்ணசாமி ஐயர் மூலமாகக் கீழ்க்காணும் செய்தியை காந்தி வைக்கம் சத்தியாகிரகிகளுக்கு அனுப்பினார். நேற்றைய செய்தியின் சாரம் விலகவில்லை.

"... வைதிகர்கள், ஆசார சீர்திருத்தக்காரர்களை என்ன அடித்தாலும், எவ்வளவு இம்சித்தாலும் பதிலுக்குப் பதில் செய்துகாட்டாமல் சும்மாயிருக்க வேண்டும். தைரியம் என்றால் கஷ்டத்தைச் சகித்துக்கொள்ளும் திறமை. முடிவில் வெற்றியடைவது நிச்சயம்" (*சுதேசமித்திரன்*, 3 ஜூலை 1924).

அகமதாபாத்தில் நடந்த காங்கிரசு கமிட்டிக் கூட்டத்தில் வைக்கம் பற்றிய பின்வரும் தீர்மானம் நிறைவேறியது.

"தீண்டாதவர்களின் சார்பாக வேலை செய்துவரும் வைக்கம் சத்தியாகிரகிகளை அவர்களுடைய எதிரிகளான வைதிகர்கள் குண்டர்களைக் கொண்டு இரக்கமில்லாமல் அடித்து இம்சிப்பதாக வெளியாகிற சமாச்சாரங்களைக் கேட்டு காரியக் கமிட்டி வருந்துகிறது. இந்த இம்சையிலிருந்து தொண்டர்களைத் திருவாங்கூர் அதிகாரிகள் பாதுகாக்க வேண்டியிருக்க, அக்கடமையை அவர்கள் அலட்சியம் செய்துவருகின்றனர். இம்சைகளைப் பற்றிய செய்திகளுக்கு ஆதாரமிராது என்று காரியக் கமிட்டி நம்புவதோடு ஒழுங்கான எந்த அரசாங்கத்தையும் போல் திருவாங்கூர் தர்பார் வைக்கம் சீர்திருத்தக்காரர்களைக் காலிகளின் கைகளிலிருந்து காப்பாற்றும்படியும் கேட்டுக்கொள்கிறது" (*சுதேசமித்திரன்*, 3 ஜூலை 1924).

வைக்கம் சத்தியாகிரக அதிகாரிகளுக்கு காந்தி (நேரடியாக) அனுப்பியதாக வெளியான செய்தியின் சாரம் பின்வருமாறு:

'... சத்தியாகிரகிகள் ஹத்துமீறி நிதானம் தவறி எதுவும் செய்துவிடக்கூடாது. எவ்வளவு ஆத்திரம் மூட்டினாலும் பொறுமையோடிருக்க வேண்டும்.'

கிருஷ்ணன் நம்பூதிரிக்கு காந்தி அனுப்பியிருந்த இன்னொரு செய்தியிலும் அகிம்சையை வலியுறுத்தியிருந்தார். '... என்ன அடித்தாலும் பதிலுக்குப் பதில் செய்து காட்டக்கூடாது. தெய்வத்தை நம்பி, ஒரு நியாயமான போராட்டத்தை நடத்துபவர்கள் எந்தக் கஷ்டத்திற்கும் அஞ்சமாட்டார்கள்' (சுதேசமித்திரன், 3 ஜூலை 1924).

காந்திதாஸ் முத்துசாமி, இரண்டு பெண் தொண்டர்கள் 2 ஜூலை 1924 சத்தியாகிரகம் செய்தனர். 'தொண்டர்கள் அடிக்கப்படும் விஷயத்தை அதிகாரிகளுக்கு நேரில் தெரிவிக்க வேண்டும். பத்திரிகைகளில் வெளியாகிற செய்திகளைக் கொண்டு நடவடிக்கை எடுக்க முடியாது' என்று மாவட்ட மாஜிஸ்டிரேட் ஆசிரமப் பொறுப்பாளர் நாராயணனுக்கு எழுதினார் (சுதேசமித்திரன், 3 ஜூலை 1924).

கோட்டயம் திருநக்கரா கோயில் மைதானத்தில் (3 ஜூலை 1924) மாலையில் திருநெல்வேலியைச் சேர்ந்த தத்துவானந்த சிவாச்சாரி பேசினார். பிரிட்டிஷ் இந்தியாவில் ஓவர்சீயராக இருந்து ஓய்வுபெற்றவர். இவர் வைக்கம் பணவசூல் கணக்கைச் சரியாக ஒப்படைக்கவில்லை என்ற குற்றச்சாட்டும் உண்டு. உயர்சாதி இந்துக்களால் சத்தியாகிரகிகள் காயம்படுவதையும் கிறித்தவர்களும் முஸ்லிம்களும் நடக்கும் தெருவில் நடக்க அனுமதி கோரும் முயற்சிகள் நடைபெறுவதையும் பற்றி அவர் பேசினார் (அரசு ஆவணம், கோட்டயம் காவல்ஆய்வாளர் (டி.ஆர்.வெங்கடாசாரி) மாவட்ட காவல் கண்காணிப்பாளருக்கு 4 ஜூலை 1924 தேதியிட்டு எழுதிய கடிதம்).

6 ஜூலை

பெரியார் இத்தேதியிட்டு வைக்கம் முகாமிலிருந்து அனுப்பிய அறிக்கை மறுநாள் இந்துவில் வெளியானது. உள்ளூர் இரண்டாம் வகுப்பு மாஜிஸ்டிரேட் முன்னால் ஆஜராகும்படி அவருக்கு அழைப்பு வந்திருந்தது. கோட்டயம் மாவட்ட மாஜிஸ்டிரேட் பிரவேசத்தடையாணையை இரண்டாம் முறையாக மதிக்காதது பற்றிய குற்றச்சாட்டுக்குப் பதிலளிக்க அழைக்கப்பட்டார். இந்தச் சூழலில், வைக்கத்தில்

நடக்கும் சட்டத்திற்கு எதிரான நடவடிக்கைகள் தம்மை அதிர்ச்சிக்குள்ளாக்கிவிட்டதாகத் தெரிவித்தார். தான் ஏன் இந்த ஆணையை மீற வேண்டியிருக்கிறது என்பதைக் கூறி ஈழவர்களையும் குறிப்பாக ஈழவ இளைஞர்களையும் போராட வருமாறு அழைத்தார் (*தி இந்து, 7 ஜுலை 1924*).

8 ஜுலை

செங்கான்னூர் உமையடுக்கரா பள்ளியில் (*5 ஜுலை 1924*) நடந்த கூட்டத்தை *8* ஜுலை *1924* அன்று அரசுக்கு அறிக்கையாக அனுப்பி வைத்தார் செங்கான்னூர் காவல் ஆய்வாளர். அவ்வறிக்கையின் சுருக்கம்:

வஞ்சிப்புழாவின் தலைவர் தலைமையில் வஞ்சிப்புழா மாடம் பங்களாவில் *2:30* மணிக்கு நடக்கவிருந்த கூட்டம், அவர் இல்லாததால் உமையடுக்கரா பள்ளியில் இந்தன்துருத்தில் நம்பியாத்ரி தலைமை வகிக்க அழைக்கப்பட்டார். ஆனால், மாதவன் வாரியார் தலைமையில் கூட்டம் நடந்தது. கீழையாத்து சங்கரபிள்ளையின் பாடலுக்குப் பிறகு, ஆட்டுக்கல் நீலகண்ட பிள்ளை கொண்டு வந்த முதல் தீர்மானம் பின்வருவதாகும்.

‘வைக்கம் முதலிய இடங்களில் இப்பொழுது இந்து அல்லாதவருக்குக்கூடத் திறந்துவிடப்பட்டிருக்கிற கோயிலைச் சுற்றியுள்ள எல்லாத் தெருக்களிலும் சாதிஇந்து அல்லாதவருக்கும் நடக்கச் சுதந்திரம் தரப்படவேண்டும்’. கோயிலைச் சுற்றியுள்ள தெருக்களில் குறிப்பிட்ட எந்தச் சாதியாரும் அனுமதிக்கக் கூடாது என்று வேதத்திலோ தந்திரத்திலோ சொல்லப்படவில்லை என்று முன்மொழிந்தவர் ஆதரவாகப் பேசிக்கொண்டிருக்கையிலே, இந்தன்துருத்தில் நம்பியாத்ரியும் தழமம் தந்திரியும் (எதிர்ப்பு தெரிவிக்கும் முகமாக) அரங்கத்தை விட்டு வெளியேறினர்.

அடுத்து செங்காழம் சி.பி. பட்டாத்திரியும் சத்தியா கிரகத்துக்கு ஆதரவாகவே பேசினார். கல்லூர் நாராயண பிள்ளை கொண்டுவந்த இரண்டாவது தீர்மானமும் செங்கான்னூர், திருவள்ளா, ஆரண்முலா, கவியூர், குரட்டியூர் கோயில்களின் வெளிப்புறச் சுவர்களைச் சுற்றியுள்ள தெருக்களில் சுதந்திர நடமாட்டம் உள்ளதைப் போலவே மற்ற கோயில்களிலும் அனுமதிக்கப்பட வேண்டும் என்றது. எம்.என். நாயர் கொண்டுவந்த தீர்மானம், சத்தியாகிரகிகளுக்கு எதிராகக் காவல்துறையும் சில சாதிஇந்துக்களும் கடைபிடிக்கும் கொள்கையைக் கண்டித்தது. மன்னத்து பத்மநாப நாயர் இதை

ஆதரித்துப் பேசினார். ஒருவகையில் ஆதரவுக் கூட்டமாக அது மாறிவிட்டது (அரசு ஆவணம், திருவனந்தபுரம் ஆவணக் காப்பகம்).

9 ஜூலை

சத்தியாகிரகம் நடந்து வருகிறது. மேலண்டை வீதியில் சத்தியாகிரகிகள் காவல் தடையின் அருகே போக முடியாதபடி வழக்கம் போல் நேற்றும் தடுக்கப்பட்டனர்.

ராமஸ்வாமி நாயக்கரும் ஞாயிறன்று (6 ஜூலை 1924) கொச்சி சென்றார். சில வியாபாரிகளைப் பார்த்து ரூ. 300 பெறுமான அரிசியை ஆசிரமத்துக்குப் பெற்று வந்தார். இன்று நீதிமன்றத்தில் ஆஜரானார். வழக்கு 16ஆம் தேதிதான் எடுத்துக் கொள்ளப்படும் என்று அறிவிக்கப்பட்டது. மாஜிஸ்டிரேட்டுக்கு உடம்பு சரியில்லையாம்.

இரண்டு சத்தியாகிரகிகள் இரண்டு சிறுவர்களால் பின்தள்ளப்பட்டனர். காந்தி குல்லாய் போட்டிருந்ததுதான் அவர்களது தவறாம். இரண்டு ஈழவர் தம்மை 'நீ காங்கிரசு காரர்களின் சத்துரு அல்லவா' என்று சொல்லித் தாக்கியதாகப் பரமேசுவரம் பிள்ளை பிராது கொடுத் திருக்கிறார். பாட்டைசாரிகளுக்கு (பாதசாரி) இடைஞ்சல் இல்லாமல் நூற்றால் ராட்டினத்தைப் பிடுங்குவ தில்லை என்று காவல் அதிகாரி சொல்ல, அதற்கு ராமஸ்வாமி நாயக்கர் சம்மதித்திருக்கிறார் (சுதேசமித்திரன், 9 ஜூலை 1924).

11 ஜூலை

முதன்முதலாக, வைக்கம் சத்தியாகிரகம் தொடர்பாக திருவாங்கூர் அரசாங்கம் அறிக்கை ஒன்றை வெளியிட்டது. அவ்வறிக்கையில் காவல்துறையின் செயல்கள் நியாயப் படுத்தப்பட்டிருந்தன.

"காங்கிரசுத் தொண்டர்கள் பாடியதன் சம்பந்தமாகவும், ராட்டினங்கள் எடுத்துக்கொள்ளப்பட்ட விஷயமாகவும்தான் போலீசார்மீது புகார் கூறப்படுகிறது. சமீபகால முதல் காங்கிரசுத் தொண்டர்கள் தங்களுடைய வழிகளை மாற்றிக் கொண்டிருக்கிறார்கள்.

"தேசிய கீதங்கள் என்று அவர்கள் சொல்லுகிற பாட்டுகளை, கேட்பதற்கு விகாரமான தொண்டையில் அவர்கள் பாடினார்கள். அவை பெரும்பாலும் போலீசைக்

கேலி செய்வதாகவும் அரசாங்கத்தைக் கேலி செய்வதாகவும், சாதிஇந்துக்களைப் பழிப்பதாகவும் இருக்கின்றன. அப்படிப்பட்ட பாட்டுக்களைப் பாட வேண்டாம் என்று சொல்லியும் அவர்கள் கேட்கவில்லை. மேலண்டை வாசலில் உள்ள கடைக்காரர்களும் மற்றவர்களும் அதைப் பற்றிப் புகார் செய்தார்கள். போலீஸ்காரர்களுக்கும் அது சங்கடமாயிருந்தது.

"... இதோடு தொண்டர்கள் பாடிக்கொண்டே ராட்டினத்தில் நூற்கும் பொருட்டு ராட்டினங்கள் கொண்டு வர ஆரம்பித்தார்கள். இது பெரிய உபத்திரவமாக இருந்ததால் உதவி போலீஸ் சூப்பிரண்டு அங்ஙனம் ராட்டினங்களை சாலையில் வைத்திருக்கக்கூடாது என்று சொன்னார்... 40 பேரை மாஜிஸ்டிரேட் முன்பாக நிறுத்தி தலைக்கு 5 ரூபாய் அபராதம் விதிக்கப்பட்டது. ராட்டினங்களைக் கைப்பற்றியபோது கொஞ்சம் பின்னால் தள்ளியதைத் தவிர, மற்றபடி போலீசார் தொண்டர்களைத் தாக்கவில்லை. மற்ற மூன்று வீதிகளிலும் ராட்டினங்களைக் கொண்டு வரவில்லை. போலீசார் கையில கஷ்டப்படவுமில்லை" *(அரசு ஆவணம், திருவனந்தபுரம் ஆவணக்காப்பகம்).*

"சிவசைலம் என்ற தொண்டருக்குப் பலமாக காயம் ஏற்பட்டுவிட்டதால் போலீசார் அதன்மீது நடவடிக்கை எடுத்துக்கொண்டார்கள் ... மார்த்தாண்டன் என்ற தொண்டரைச் சில காலிகள் அடித்ததாகச் சொல்லப்பட்டது. போலீஸ் இன்ஸ்பெக்டர் அது விஷயமாக விசாரித்து வருகிறார். இன்னொருவர் கண்ணில் சுண்ணாம்பு பூசியதாகச் சொல்லப்படும் சமாச்சாரம் ஊர்வலத்தின்போது நடந்த காரியமல்ல. அவர் தனியே சென்றபோது அச்சம்பவம் நடந்தது. சுண்ணாம்பு தீட்டப்பெற்றவர் புகார் செய்யவில்லை.

"... இது விஷயமாக, ஆசிரமத் தலைவரான என். நாராயணனுக்கு எழுதித் தகவல் கேட்டேன். ஆனால் அவராவது மற்றவர்களாவது அந்த விஷயத்தில் எதுவும் செய்ய இஷ்டமுடையவர்களாகக் காணப்படவில்லை. அதிகாரிகள் மூலமாகத் தங்கள் குறைகளைத் தெரிவித்து நிவர்த்தி செய்வதைக் காட்டிலும் பத்திரிகைகள் மூலமாகத் தங்கள் கோபத்தை வெளிக்காட்டுவதில் சத்தியாகிரகிகள் கருத்துடையவராயிருக்கிறார்கள்" என்றது அந்த அறிக்கை. அரசாங்கத்தை நம்பவில்லை என்பதும் பத்திரிகை மூலமாக மக்களைச் சென்றடைவதையுமே சத்தியாகிரகிகள் விரும்பியது தெரிகிறது. ஜனநாயகம் முளைவிடுவதை இந்த அறிக்கையிலிருந்து உணரலாம்.

12 ஜூலை

இன்று சத்தியாகிரகத்திற்கு ஆதரவாய் ஒரு கூட்டமும் எதிராக ஒரு கூட்டமும் நடந்தது. 100க்கும் அதிகமான சாதி இந்துக்கள் கூடி மாநாடு நடத்தினர். சத்தியாகிரகம் நடத்தும் காங்கிரசுக்காரர்களுடனும் அவர்களது ஆதரவாளர்களோடும் ஒத்துழையாமை செய்வது, தர்ம ஸ்தாபனம் என்றொரு பத்திரிகை ஆரம்பிப்பது, எதிர்சத்தியாகிரகம் செய்யக்கூடாது என்ற அதிகாரிகளின் கருத்து குறித்து வருந்துவது, சாதி இந்துக்கள் கூட்டத்திற்கு வந்த இந்தன்துருத்தில் நீலகண்டன் நம்பியாத்திரியைத் தாக்கியதைக் கண்டிப்பது என்ற தீர்மானங்களை இந்த எதிர்ப்புக் கூட்டத்தினர் இயற்றினர்.

3000 பேர்கள் அடங்கிய மற்றொரு கூட்டம் வைக்கம் ஸ்ரீ நாராயண தர்மபரிபாலன யோகம் பந்தலில் நடந்தது. சாதிஇந்துக்கள் அல்லாதவர்களுக்குச் சாலையில் நடமாட உரிமை வேண்டும், சாதிஇந்துக்களின் இம்சைக்கு வருத்தம், பலாத்காரச் செயல்களை விசாரிக்க ஒரு கமிட்டி நியமிக்கக் கோரிக்கை, அரசு அறிக்கையில் வெளிவந்த கருத்துகளுக்குக் கண்டனம், சட்டசபை அங்கத்தினர் ராமகிருஷ்ண பிள்ளையிடத்தில் நம்பிக்கை போன்ற தீர்மானங்களை இந்த ஆதரவுக் கூட்டத்தினர் எடுத்தனர் (சுதேசமித்திரன், 14 ஜூலை 1924).

13 ஜூலை

இன்றைய சத்தியாகிரகத்தில் கிருஷ்ணன் நம்பூதிரிபாடு, சாத்துக்குட்டி பி.எஸ். பாலகிருஷ்ண பிள்ளை, நாகம்மையார், கண்ணம்மாள், பெரியாரின் சித்தி, பி.கே. கல்யாணி அம்மாள், பி.எம். பார்வதி அம்மாள், கே. கறுத்தகுஞ்சு முதலான தொண்டர்கள் கலந்துகொண்டனர். வழிமறித்து நின்ற காவலர்களிடம் ‘வழிவிடுங்கள், நாங்கள் போக வேண்டும்’ என்றார் நாகம்மையார். காவலர் ‘போகக்கூடாது’ என்றனர். ‘ஏன் போகக்கூடாது’ என்றார் நாகம்மையார். ‘பாம்புக் குஞ்சுகள் உண்டு, போனால் கடிக்கும்’ என்ற காவலரிடம் ‘எங்களைக் கடிக்காது’ என்றார் நாகம்மையார்.

நாகம்மையாரின் பயணத் திட்டம், செப்டம்பர் 2ஆம் நாள் சிங்கோலி, 3 முட்டம், 4 கொல்லம், 5 மய்ய நாடு, 6 நெடுங்கண்டை, 7 திருவனந்தபுரம், 8 கோட்டாறு என்பதாக வெளியாகி இருந்தது. ஜூலையில் செப்டம்பருக்குத் திட்டமிட முடியுமா என்று விளங்கவில்லை. அதுவும் நாள் ஒரு காட்சியாய்

மாறி வரும் போராட்ட பிரசாரத்திற்கு? தெரியவில்லை. நாகம்மையாருடன் பெரியாரின் சித்தி, தங்கை, சத்தியவிரதன், கோட்டுக் கோயிக்கல் வேலாயுதன் ஆகியோரும் இருந்தனர் என்று அந்தக் குறிப்பு கூறுகிறது (வைக்கம் சத்யாகிரக நினைவலைகள், ப. 95).

கோட்டயம் மாவட்டத்தின் எப்பகுதிக்குள்ளும் நுழையவோ, தங்கவோ தடைவிதித்து ஈரோடு ஈ.வி. ராமஸ்வாமி நாயக்கருக்கு மாவட்ட நிர்வாகம் போட்டிருந்த தடை ஆணையை நீட்டிக்கும் ஆணைக்கு அனுமதி தந்து திருவாங்கூர் அரசாங்கம் 13/14 ஜூலையில் (563/24/Judicial) அறிக்கை வெளியிட்டது.

15 ஜூலை

சேலத்தில் சுப்பாராவ் தலைமையில் விக்டோரியா மார்க்கட்டில் அய்யாமுத்து கவுண்டர், வைக்கம் சத்தியாகிரகம் பற்றிப் பேசினார். தமிழ்நாட்டார் பண உதவி செய்ய வேண்டியதோடு பணமில்லாததால் இயக்கம் குலைந்து போய் விட்டதென்ற சொல்லுக்கு இடம் கொடுக்கக்கூடாது என்றார் (சுதேசமித்திரன், 16 ஜூலை 1924).

16 ஜூலை

கிருஷ்ணன் நம்பூதிரிபாட், சாத்துக்குட்டி நாயர், பாலகிருஷ்ண பிள்ளை முதலியோர் சத்தியாகிரகம் செய்தனர். ராமஸ்வாமி நாயக்கர், பணிக்கர் ஆகியோரின் மனைவிகள் உட்பட ஆறு பெண்களும் சத்தியாகிரகம் செய்தனர். காவல்துறையோ, சாதிஇந்துக்களோ இம்சை செய்யவில்லை.

'இனி ராட்டினங்கள் கொண்டுவருவதில்லை என்று சொன்னதன் மூலமாக ராட்டினம் வழிப்போக்கர்களுக்கு இடைஞ்சல் என்பதைத் தாம் ஒப்புக்கொண்டதாகக் கருதக்கூடாது என்றும், ராட்டினம் எவருக்கும் சாலையில் இடைஞ்சல் இல்லை என்று ராமஸ்வாமி நாயக்கர் சந்தேக நிவர்த்தி செய்ய விரும்புகிறார்' (சுதேசமித்திரன், 16 ஜூலை 1924).

அய்யாமுத்து கவுண்டர் பணவசூலுக்காகவும் பிரசாரத்துக்காகவும் தமிழ் மாவட்டங்களுக்குப் போயிருக்கிறார். வாலப்பாடு கமிட்டியிலிருந்து ரூ.100, கே. ராமகிருஷ்ண தாஸ் மூலமாக ரூபாய் 55 பணஉதவி ஆசிரமத்துக்கு வந்தது (சுதேசமித்திரன், 16 ஜூலை 1924).

‘நேரில் பார்த்தவர் அபிப்பிராயம்’ என்ற தலைப்பில் கோவை அய்யாமுத்து எழுதிய 7 பத்திகள் கொண்ட கட்டுரை அதே சுதேசமித்திரன் இதழில் வெளிவந்துள்ளது.

வைக்கத்துப் பாதையில் ‘தாழ்ந்த’ வகுப்பினர் நடக்கலாகாது எனத் தடுக்கும் உயர்ந்த வகுப்பினர் ஏராளமாக இருக்கின்றனர் என்பது வதந்தி என்பதை அய்யாமுத்து தன் கட்டுரையில் நிறுவுகிறார்.

‘நாற்பது லட்சம் ஜனத் தொகையில் 12 லட்சம் கிறித்துவர்கள், 3 லட்சம் பேர் நாயர்கள், 7 லட்சம் ஈழவர்கள், 2½ லட்சம் பேர் முகம்மதியர், தமிழர், பறையர், புலையர், மறவர், குறவர் முதலானோர். 1½ லட்சம் பேர்களே பிராமணர்கள். கிறித்துவர், நாயர், ஈழவர், மற்றவர் எல்லாம் ஏறக்குறைய அனைவருக்கும் தடுக்கும் விருப்பம் இல்லை. 1½ லட்சம் பிராமணர்களில் பெரும்பாலோர் ‘சஞ்சார ஸ்வதந்தர்யத்தை’ ஆதரிப்பவர்களே. அப்படியிருக்க திருவாங்கூர் பிராமணர்கள் அனைவரும் எதிராக இருக்கின்றனர் என்று சொல்வது ஆதாரமற்றது (சுதேசமித்திரன், 16 ஜூலை 1924).

‘வைக்கம் கோயிலைச் சுற்றிலும் சுமார் நூறு பிராமண வீடுகள் இருக்கின்றன. இவ்வீட்டார் அனைவருக்கும் கோயில் வரும்படியைத் தவிர வேறு ஆதாரம் இல்லை. இவர்களும் இவர்களை அண்டிய சில நாயர்களும் உரிமை மறுப்பதன் காரணம் வெளிப்படை. வைக்கத்தில் சத்தியாகிரகிகளை எதிர்ப்பவர்களில் இந்தன்துருத்தில் நம்பூதிரிபாடு என்ற பிராமணர் முக்கியமானவர். இவருடைய பெரு முயற்சியால் தான் சத்தியாகிரகம் எதிர்க்கப்படுகிறது என்ற விவரத்தைத் தரும் அய்யாமுத்து இவருக்குச் செல்வாக்கு குறைந்து வருவதையும் பின்வரும் சான்றுடன் சுட்டிக்காட்டினார்.

‘சில வாரங்களுக்கு முன்னர் ஆலப்புழை என்ற இடத்தில் இவருடைய (இந்தன்துருத்தில் நீலகண்டன் நம்பியாத்ரி) முயற்சியால் ஒரு கூட்டம் கூடியது. ஆனால் அக்கூட்டத்தின் தீர்மானங்கள் இவருக்கு விரோதமாயும் சத்தியாகிரகிகளுக்குச் சிநேகமாயும் முடிந்தன. சில தினங்களுக்கு முன் செங்கான்னூரில் ஒரு பெருங்கூட்டம் கூட்டினார். இவருடைய விருப்பத்திற்கு மாறாகத் தலைவர் தேர்ந்தெடுக்கப்பட்டு, சத்தியாகிரகத்திற்கு ஆதரவாகத் தீர்மானங்கள் நிறைவேற்றப்பட்டன.

எதிர்சத்தியாகிரகம் செய்தவர்களும் மற்ற எதிர்ப் பாளர்களும் மாறிவருவதை அல்லது அடங்கிப்போவதை அய்யாமுத்து சுட்டினார்.

'நிரபராதிகளான சத்தியாகிரகிகளை இம்சித்தவர்களில் ஒருவன் கழுத்தில் தூக்கிட்டு விண்ணுலக நியாயாதிபதியிடம் நியாயம் கூறச் சென்றுவிட்டான்.' ஒரு சத்தியாகிரகியின் கண்ணில் சுண்ணாம்பு தீட்டியவர், மனம் வருந்தித் தற்கொலை செய்துகொண்டதாக ஒரு தகவல். இதை வைத்துதான் அய்யாமுத்து மேலே கண்டவாறு குறிப்பிடுகிறார்.

'தினம் 150 ரூபாய் செலவு செய்துகொண்டு நீண்ட நாள் போராட்டத்தை நடத்த இயலாது. எனவே பணிந்துவிடுவர் என்று திருவாங்கூர் அரசு கருதுகிறது. ஆனால் 'தமிழ்நாடு முழுவதும் வைக்கத்துப் போரை நடத்திச் செல்வதற்கு உறுதி கொண்டிருக்கிறது' என்று திருவாங்கூர் அரசு அறிவார்கள் என்றால் அடுத்த நிமிடமே இணங்கிவிடுவார்கள் என்று நம்பிய அய்யாமுத்து, தமிழ்நாட்டவர் தனசேகரம் செய்து தரவேண்டும் என்ற தன் கோரிக்கையை முடிவாய் வைத்தார் (சுதேசமித்திரன், 16 ஜூலை 1924).

18 ஜூலை

பெரியார் இரண்டாம் தடவையாக மாவட்ட மாஜிஸ்டிரேட்டின் உத்தரவை மீறி நடந்ததற்காக இன்று விசாரிக்கப்பட்டு நான்கு மாத கடுங்காவல் விதிக்கப்பட்டார். தண்டனை ஆணையில் தேதி 16 ஜூலை என்றிருக்கிறது. இதுவே சரியானதாக இருக்கலாம். மாஜிஸ்டிரேட்டு தமது தீர்ப்பில் 'நாயக்கர் வேண்டுமென்று இரண்டாம் தடவை பிடிவாதமாகச் சட்டத்தையும் உத்தரவையும் மீறி நடந்திருப்பதாகத் தெரிகிறது. அம்மாதிரி நடப்பதை இந்தச் சந்தர்ப்பத்தில் தடுக்க வேண்டிய அவசியம் ஏற்பட்டிருக்கிறது. முன்பு உபாயமான தண்டனை விதித்து நடத்தையைத் திருத்தப் பார்த்தும் பிரயோஜனமில்லாததால் கடுமையான தண்டனை இத்தடவை விதிக்கப்பட்டிருக்கிறது' என்று குறிப்பிட்டார்.

ராமஸ்வாமி நாயக்கர் 19 ஜூலை 1924 கோட்டயம் சிறைக்கு அழைத்துச் செல்லப்படுவார். அங்கு ஒரு மாதம் இருந்தபின் திருவனந்தபுரம் மத்திய சிறைக்கு அழைத்துச் செல்லப்படுவார் (சுதேசமித்திரன், 22 ஜூலை 1924; தி இந்து 21 ஜூலை 1924).

காவல்ஆய்வாளர் வாரியார், தொண்டர் தலைவரான நாராயணனுக்கு எழுதிய கடிதத்தில் (15 ஜூலை 1924) ராட்டினங்களை வைப்பது போக்குவரத்துக்குத் தடையாக இருக்கிறது ஆகையால் ராட்டினங்களைப் பிடுங்கும்படி நேரும்

என்று தெரிவித்திருந்தார். தொண்டர்கள் சத்தம் போடக்கூடாது என்றும் அவர் மேலும் கேட்டுக்கொண்டிருந்தார். பொது மக்களின் போக்குவரத்துக்கு ராட்டினங்கள் தடையாய் இல்லை, தொண்டர் சத்தம் கர்ணகடூரமாய் இருப்பதாய்ச் சொல்லுவது ஆதாரம் அற்றது என்று நாராயணன் அதற்கு பதில் அளித்தார்.

16ஆம் தேதி ராட்டினங்களைக் காவல்துறையினர் பறித்தனர். ஆனால் மறுநாள் 17ஆம் தேதி ராட்டினப் பறிமுதல் நடக்கவில்லை. காவல் கண்காணிப்பாளர் குமார பிள்ளை உத்தரவின் பேரில் ராட்டினப் பறிப்பு நிறுத்திக்கொள்ளப்பட்ட தாம் (*சுதேசமித்திரன், 22 ஜூலை 1924*).

கொச்சுராமன் என்ற ஈழவ ஆசிரியரை ஐயங்குளக் கரையில் செவ்வாய்க்கிழமை சாதிஇந்துக்கள் திட்டி அடித்தார்கள். ஆசிரியர் காவல்துறையிடம் சரண் புகுந்தார். எஸ்.என்.டி.பி. யோகம் ஒரு இலவச லங்கர் (சாப்பாடு சாலை) ஏற்படுத்தியிருக்கிறது (*சுதேசமித்திரன், 22 ஜூலை 1924; தி இந்து, 21 ஜூலை 1924*).

22 ஜூலை

ஈ.வி. ராமஸ்வாமி நாயக்கர் கொல்லம் ஜில்லாவில் எந்தப் பொதுக் கூட்டத்திலும் பேசக்கூடாது என்று புதிதாக ஒரு தடை உத்தரவு பிறப்பிக்கப்பட்டிருக்கிறது. நாயக்கரை கோட்டயத்துக்குப் படகில் அழைத்துச் செல்லும்போது 20 மைல் தூரத்திற்குமேல் படகு போகமுடியாமல் வைக்கத்துக்குத் திரும்பி வந்துவிட்டது (*சுதேசமித்திரன், 4 ஆகஸ்ட் 1924*). 22 ஜூலை, வைக்கம் என்று முன்குறிப்பிட்டு எழுதப்பட்ட இக்குறிப்பு, ராமஸ்வாமி நாயக்கருக்குத் தடை உத்தரவு (தாமதித்து வந்தசெய்தி) என்ற தலைப்பில் 4 ஆகஸ்ட் 1924 யன்று வெளிவந்துள்ளது.

23 ஜூலை

பெரியார் இரண்டாம் தடவையாகச் சிறை சென்றதை யொட்டி இராஜாஜி வேண்டுகோள் ஒன்றை விடுத்தார்.

“நமது தலைவரும் தமிழ்நாட்டினரின் மதிப்பையும் அபிமானத்தையும் பெற்றவருமான இ.வி. ராமசுவாமி நாயகர் மறுபடியும் சிறை சென்றுவிட்டார். இத்தடவை அவருக்கு நான்கு மாதம் கடுங்காவல் தண்டனை விதிக்கப் பட்டிருக்கிறது. உத்தரவை அலட்சியம் செய்வேன்

என்பதற்காக நாயகர் உத்தரவுக்குக் கீழ்ப்படியாமல் இருக்க வில்லை. முதலில் அவர் பேசக்கூடாது என்று உத்தரவு செய்தனர். அவர் அவ்விதம் பேசாமலிருந்தார். இப்பொழுது வைக்கத்தில் இருந்து தொண்டர்களுக்கு வாதிக்காமலே அவர் விரும்பினார். அந்தப் பிரதேசத்திற்குள் அவர் நுழையவாவது அங்குத் தங்கியிருக்கவாவது கூடாது என்று அவருக்கு உத்தரவு பிறப்பிக்கப்பட்டது. அவர் அங்குத் தங்கியிருந்தார். இப்போது கடுங்காவல் தண்டனை விதிக்கப்பட்டிருக்கிறது. தீண்டாதாருடைய குறைகளை நிவர்த்தி செய்ய முன்வந்தவர் களுக்கு விரோதமாக நடந்துகொள்ள திருவாங்கூர் அதிகாரிகள் தீர்மானித்துவிட்டனர். அத்தகைய செயல்களினால் நமக்கு அதிக ஊக்கம் ஏற்படவேண்டும்.

"காங்கிரசு தொண்டரின் கண்களில் சுண்ணாம்பைத் தடவி துன்பம் விளைவித்தவர் தம்முடைய தவறை உணர்ந்து தம்மையே கொலைசெய்து கொண்டுவிட்டார். ஒரு மகத்தான சமூக அநியாயத்தை நிவர்த்தி செய்வதற்காகத் தூய்மையான எண்ணங்களுடன் சாத்வீகஎதிர்ப்புச் செய்ய முன்வருபவருக்குக் கொடுமையான தண்டனைகள் விதித்து வரும் அதிகாரிகளும் தங்களுடைய பிசகை உணருவார்கள் என்று நம்புவோம்.

"நமது தேசத்தில் எந்தச் சமூகத்தாருக்கும் எவ்வித உரிமைக் குறைவும் இருக்கக்கூடாது என்று கருதுவோர் தங்களால் இயன்ற உதவியைச் செய்து நாயகரிடம் அனுதாபப்படுவதைக் கிரியாம்சையில் காட்டிக்கொள்வார்களாக" (*சுதேசமித்திரன்,* 23 ஜூலை 1924).

24 ஜூலை

வைக்கம் சத்தியாகிரகத்தில் சத்தியாகிரகிகளைத் தண்டிப்பதில் புகழ் பெற்றுவிட்ட உதவிக் காவல் கண்காணிப்பாளர் பிச்சு ஐயங்கார், தமக்கு மாவட்ட காவல்கண்காணிப்பாளர் அதிகாரம் தரக்கோரியதை, அரசாங்கம் நிராகரித்துவிட்டதாகவும் சத்தியாகிரகிகளை எவரும் உபத்திரவம் செய்யாமல் கவனிக்க ராமன் பிள்ளை என்ற ரகசிய காவல்ஆய்வாளர் அனுப்பப்பட்டிருப்பதாகவும் 'பொதுநலம்' என்பவர் அனுப்பிய செய்தியைச் சுதேசமித்திரன், *(24 ஜூலை 1924)* வெளியிட்டிருந்தது.

28 ஜூலை

தமிழகத்தின் அன்றைய துறவிகளுள் ஒருவரான விருதை வி. சிவஞான யோகி வைக்கம் தொடர்பில் 'தீண்டாமையும்

சத்தியாகிரகமும்' என்ற தலைப்பில் ஒரு அறிக்கையை வெளியிட்டார். வைக்கத்தில் தொண்டர்கள் அனுபவித்து வரும் துன்பங்களைக் கண்டு இரக்கம் கொள்ளாமல் மேன்மக்கள் கோபம் கொள்ளுவது ஏன் என அதில் விவாதித்திருந்தார். அதன் சாரம் வருமாறு.

'ஸ்மிருதிகள் ஆதார நிலம். அவை கூறும் ஜாதி வேற்றுமைகள் வேர். அவற்றால் வளர்ந்து பல இடுக்கண் செய்யும் ஜாதி துவேஷம் சப்பாத்திக் கள்ளியை போல் ஆவதால் வேர்களாகிய ஜாதி வேற்றுமை ஒழிந்தால் ஒழிய, சப்பாத்திக் கள்ளியாகிய ஜாதித் துவேஷம் நீங்காது. ஜாதி வேற்றுமையாகிய கள்ளி வேரை உண்மை ஞானமாகிய கோடாரியால் நிர்மூலமாக்க வேண்டிய முயற்சி செய்யாது, ஜாதித் துவேஷமாகிய சப்பாத்திக் கள்ளியில் சத்தியாகிரகிகள் முட்டித் துன்புறுவதை நினைக்குந்தோறும் என் மனத்தில் உருக்கமும் இரக்கமும் துன்பமும் பெருகுகின்றது. ஆதலால் ஜாதித் துவேஷமாகிய இருளைப் போக்க எனக்குத் தோன்றிய உண்மையைச் சிறிது கூறுகின்றேன்.

'... ஜாதி வேற்றுமைகள் தோன்றிய விவரங்களையும் உண்மைகளையும் பற்றிப் பல நூல்கள் எழுதிப் பல மொழிகளிலும் அச்சியற்றிப் பல பிரசங்கங்களை ஏற்படுத்தி ஊர்தோறும் சென்று பிரசங்கிக்கவும் பாடசாலையில் சமயப் பாடங்களோடு கற்பிக்கவும் உண்மையைக் கடைப்பிடிப்போர்க்கு உதவி செய்யவும் தக்க ஏற்பாடுகள் செய்ய வேண்டும்.

'... ஆதலால் தீண்டாமை ஒழிக்கும் தலைக்கழகம் ஒன்று கூட்டி சத்தியாகிரகிகளும் அதன் பிரசாரகர்களும் அதற்குத் தக்க பொருள் சேர்த்து மேற்குறித்த வேலைகளை நடத்தினால் ஜாதி வேற்றுமை உணர்ச்சியும் அதனால் உண்டாகும் ஜாதி துவேஷமும் ஒழிந்து இந்நாட்டில் ஒற்றுமையும் சமாதானமும் பெருகி சுயராஜ்ஜியம் கை கூடும்' *(சுதேசமித்திரன், 28 ஜுலை 1924).*

விருதை துறவியும் சாதி ஒழிப்பைப் பற்றிப் பேசாததைக் கவனிக்கவும். சாதி வேற்றுமையையும் துவேஷத்தையும் ஒழிப்பதே அவரது வேண்டுகோள்.

29 ஜுலை

நாராயண குருவின் வைக்கம் பற்றிய கருத்து தொடர்ந்து சர்ச்சைக்கு உரியதாகவே இருந்தது. அவரது சரியான

கருத்தைத் தெரிந்துகொள்ள *தி வெஸ்டர்ன் ஸ்டார்* என்ற திருவனந்தபுரம் பத்திரிகை, முட்டுக்காடு என்ற இடத்திற்கு வந்திருந்த நாராயண குருவைக் கண்டுபேசி வரத் தன் நிருபரை அனுப்பியது.

யானையைக் கண்ட குருடரது கருத்தைப் போல நாராயண குருவின் கருத்து அமைந்ததாகவும், எப்படியுமான முடிவுக்கும் வரலாம் என்பதுபோல அவர் பேச்சு இருந்ததாகவும் அந்நிருபரின் செய்தியாக அப்பத்திரிகை எழுதியது. சத்தியாகிரக ஆசிரமம் எஸ்.என்.டி.பி. யோகத்தில் அமைந்திருந்தாலும் அது அவரது ஆலோசனைப்படியோ ஒப்புதலுடனோ அமைக்கப்படவில்லை. அமைந்த பிறகே அது அவருக்குத் தெரிவிக்கப்பட்டதாம் (*தி வெஸ்டர்ன் ஸ்டார், 29 ஜூலை 1924*).

~~

போராட்டம் தொடங்கி நான்காவது மாதமான இம்மாதத்தில் சத்தியாகிரகத்திற்கு எதிர்ப்பு மிகுதியாக வளர்ந்தது. வைதிகர்களும் களத்தில் இறங்கிவிட்டனர். காவல்துறையும் போராட்டத்தை ஒடுக்க முயன்றது. சத்தியாகிரகிகளும் தம் முயற்சியில் சளைக்காது ஈடுபட்டனர். வைதிகத் தலைவர்களால் ஏற்பாடு செய்யப்பட்ட எதிர்ப்புக் கூட்டங்கள், கலந்துகொண்டவர்களின் வலிமையால் ஆதரவுக் கூட்டங்களாக மாறின. வைக்கம் பற்றி அரசு வெளியிட்ட முதல் அறிக்கையானது, காவல்துறையின் செயல்களை நியாயப்படுத்துவதாக அமைந்திருந்தது.

இம்மாதத்தின் முக்கிய நிகழ்வாக வைதிகர்களின் எதிர்ப்பை எதிர்கொள்ளச் சத்தியாகிரகிகள் வன்முறையில் இறங்கிவிடக்கூடாது என்ற காந்தியின் கவலையைக் குறிக்கலாம். வைதிகர்களை எதிர்கொள்வதற்குச் சத்தியாகிரகிகள் காந்தியிடம் ஆலோசனை கேட்டனர். நேரடியாகவும், இராஜாஜி மூலமும், டி.ஆர். கிருஷ்ணசாமி மூலமும் தொடர்ந்து பொறுமை காக்கும்படி காந்தி சத்தியாகிரகிகளை வேண்டினார். அரசாங்கத்தைக் கண்டித்து அறிக்கை விடுத்தார். காங்கிரசு கூட்டத்தில் தீர்மானம் இயற்றினார்.

பெரியார், எம்பெருமாள் நாயுடு ஆகியோர் கோட்டயம் மாவட்டத்தில் பேசத் தடை செய்யப்பட்டனர். பெரியார் தன் மீது விதிக்கப்பட்ட வெளியேற்ற உத்தரவைப் பொருட்படுத்தவில்லை. தன் மீதான தடையை இரண்டாவது முறையாக மீறுவது குறித்து அறிக்கை வெளியிட்டார்.

பெரியாருக்கு இரண்டாம் முறையாகத் தண்டனை அறிவிக்கப்பட்டு, சிறைக்குக் கொண்டுசெல்லப்பட்டார். பெரியாரைச் சிறைக்கு அனுப்பிவைத்த அரசைக் கண்டித்து இராஜாஜி அறிக்கை வெளியிட்டார். வைக்கத்துக்கு அண்டை மாவட்டமான கொல்லம் மாவட்டத்தில் நுழையவும் பெரியாருக்குப் புதிய தடை விதிக்கப்பட்டது.

சத்தியாகிரகமும் ஆதரவுக் கூட்டங்களும் தொடர்ந்து நடைபெற்று வந்தன. நாகம்மையார் உட்படப் பலர் கலந்து கொண்ட கூட்டங்கள் நடைபெற்றன. திருநெல்வேலியைச் சேர்ந்த தத்துவானந்த சிவாச்சாரியார் ஆதரவுக் கூட்டத்தில் பேசினார். சேலத்தில் அய்யாமுத்து ஒரு கூட்டத்தில் பேசினார். எதிர்ப்பு இருப்பினும் சத்தியாகிரகத்தில் ராட்டினங்கள் பயன்படுத்தப்பட்டன. அவற்றைக் காவல்துறை பறிமுதல் செய்துவந்தது. இம்மாதம் 17ஆம் தேதி முதல் பறிமுதல் செய்வதைக் காவல்துறை நிறுத்திக்கொண்டது.

நாராயண குரு, சத்தியாகிரகத்தில் தீவிரம் வேண்டும் என்று அளித்திருந்த பேட்டியை மறுத்து அறிக்கை வெளியிட்டார். இதன் தொடர்பில் குருவின் உண்மையான கருத்தை அறிய, *தி வெஸ்டர்ன் ஸ்டார்* என்ற பத்திரிகை அவரை நேர்முகம் கண்டது. எந்த வகையிலும் புரிந்துகொள்ள இயலும் வகையில் அவரது கருத்து இருந்தது என்று அது அறிவித்தது. தமிழகத் துறவிகளுள் ஒருவரான விருதை சிவஞான யோகி சத்தியாகிரகம் பற்றி அறிக்கை ஒன்று வெளியிட்டார். அது ஆதரவுக் கருத்தைக் கொண்டிருந்தது. 'நேரில் பார்த்தவர்' கருத்தாக அய்யாமுத்துவின் சத்தியாகிரக ஆதரவுக் கட்டுரை ஒன்றும் இம்மாதத்தில் வெளியானது.

ஆகஸ்ட் 1924
ஐந்தாவது மாதம்

2 ஆகஸ்ட் 1924

"ராமசாமி நாயக்கர் தடையாணையை இரண்டாவது முறையாக மீறி இருப்பதை அடுத்து நான்கு மாதக் கடுங்காவல் தண்டனையை வைக்கம் மாஜிஸ்டிரேட் அளித்து மத்தியச் சிறைக்கு அனுப்பியிருக்கிறார். இந்தத் தண்டனை கடுங்காவல் சிறைத் தண்டனை என்பதால் சிறப்புச் சலுகை எதுவும் அவருக்குத் தரப்படவேண்டும் என்று நான் கருதவில்லை" *(அரசு ஆவணம் 2786, 2 ஆகஸ்ட் 1924).*

இவ்வாறு கோட்டயம் மாவட்ட மாஜிஸ்டிரேட், தலைமைச் செயலருக்கு எழுதினார். இதனால் பெரியாருக்குச் சிறையில் எந்தச் சலுகையும் கிடைக்க வில்லை.

4 ஆகஸ்ட்

சத்தியாகிரகத்துக்காக நிதி சேகரிக்கச் சென்ற கோவை அய்யாமுத்து அதுவரை வசூலான தொகை ரூ. 271 என்று தகவல் தருகிறார். சென்ற ஒரு வாரத்திற்கு... (மேலாக) வைக்கத்திலிருந்து யாதொரு தகவலும் கிடைக்கவில்லை, வசூலான தொகையை அனுப்பிவைப்பதற்கும் மார்க்கமில்லை. வைக்கம் நிதி நிலைமையை அறிய மக்கள் ஆர்வமாக இருக்கின்றனர் என்று *சுதேசமித்திரன் (4 ஆகஸ்ட் 1924)* எழுதியது.

7 ஆகஸ்ட்

வைக்கம் சத்தியாகிரகத்தின் போக்கில் திருப்பம் ஏற்படுத்திய ஒரு இயற்கை (அரசியல்) நிகழ்வு இன்று நிகழ்ந்தது. திருவாங்கூர் சமஸ்தான மகாராஜா சர் ராமவர்மா காலமானார். வயது 67.

ராமவர்மா (25 செப்டம்பர் 1857 – 7 ஆகஸ்ட் 1924) 39 ஆண்டுகள் திருவாங்கூரை ஆட்சி செய்தார். நிலப்பரப்பை வைத்துப் பார்த்தால் இந்தியாவின் 17ஆவது பெரிய சமஸ்தானம் திருவாங்கூர். மக்கள்தொகையில் மூன்றாவது இடத்தையும், வருமானத்தில் நான்காவது இடத்தையும் கல்வியில் இரண்டாவது இடத்தையும் 1924ஆம் ஆண்டு நிலவரப்படி அச்சமஸ்தானம் பெற்றிருந்தது.

ராமவர்மாவின் காலத்தில் ஒன்பது திவான்கள் பொறுப்பிலிருந்தனர். ராம ஐயங்கார், ராமராவ், சங்கர சுப்பையர், கிருஷ்ணசாமிராவ், வி.பி. மாதவராவ், சர் பி. ராஜகோபாலாச்சாரியார், கிருஷ்ணன் நாயர், ராகவையா ஆகியோர் அவர்கள்.

ஆடம்பரமற்ற வாழ்க்கையை நடத்தியவர் ராமவர்மா. சமஸ்தான வருமானத்தில் முப்பதில் ஒரு பாகத்தை மட்டுமே தன் சொந்தச் செலவுக்குப் பயன்படுத்தினாராம். சமஸ்தான ஆண்டு வருமானம் 1 கோடியே 80 லட்சம் எனில் இவரது ஆண்டுச் செலவு ஏறக்குறைய ஆறு லட்சம்.

'வைக்கம் சத்தியாகிரகம் நீடித்திருப்பதற்குக் காரணம் வைதிக கோஷ்டியின் பிடிவாதமேயன்றி, மகாராஜாவின் குரோத புத்தியன்று. மகாராஜா தைரியமுள்ளவராக இருந்தால், பொதுமக்களிடத்தில் தமக்குள்ள பிராபல்யத்தை

இழந்தேனும் சாலைகளில் எல்லோரையும் அனுமதித்திருக்கலாம். இந்த அம்சத்தில்தான் அவர் தமது கடமையைச் சரிவரச் செய்யத் தாமதித்து வந்தார். அவருக்குப் பின் பட்டத்திற்கு வருபவரேனும் இவ்விஷயத்தில் தமது கடமையைச் செய்வார் என்று எதிர்பார்க்கிறோம்' என்று *சுதேசமித்திரன்* தன் இரங்கல் குறிப்பில் எழுதியிருந்தது *(13 ஆகஸ்ட் 1924)*.

தமிழ்நாட்டிலிருந்து வந்த இன்னொரு இதழான *நாடார் குல மித்திரனும்*, தனது இரங்கலில் இதே தொனியில் மன்னர் தீண்டாமையை நீக்கியிருக்கலாம் என்று எழுதியது. "பிதா போலிருந்து பிரஜைகளுக்குச் சகல நன்மைகளும் புரிந்துவந்தும், இறுதிக் காலத்தில் ஒரு பெரிய காரியத்தை முடித்துவைக்க முடியாமற் போனதைப் பற்றிச் சிறிது வருந்த வேண்டியதாக இருக்கிறது. இன்னும் கொஞ்ச நாளாயினும் ஜீவித்திருப்பரேல் அதுவும் முடிந்திருக்கலாம்" *(நாடார்குல மித்திரன், 18 ஆகஸ்ட் 1924)*.

சேலம் மாவட்டக் காங்கிரசு காரியாலயம், மன்னரின் மறைவிற்கு இரங்கல் தீர்மானத்தை இயற்றி, சமஸ்தான திவானுக்கு அனுப்பிவைத்தது. அது வருமாறு: 'திருவாங்கூர் மகாராஜா திடீரென மறைந்ததற்குச் சேலம் மாவட்டக் காங்கிரசு செயற்குழு வருந்துகிறது. வைக்கம் பொதுத் தெருவில் நடப்பதற்கு இருக்கும் நாகரிகமற்ற தடையை நீக்குவதற்கு இந்த வாய்ப்பை, வரும் அரசு பயன்படுத்த வேண்டும் என்று கூற விரும்புகிறது. இதில் கௌரவம் பாராமல் நடந்து கொள்ளும்படியும் வேண்டுகிறது' *(அரசு ஆவணம் சி. 563, 25 ஆகஸ்ட் 1924)*.

8 ஆகஸ்ட்

மன்னரின் மரணம் மட்டுமல்ல, மழையின் பெருக்கும் வைக்கம் சத்தியாகிரகத்திற்கு இடர் செய்தது. *நவசக்தி* இதைப் பற்றி குறிப்பிடுவதை இங்குத் தரலாம்.

'வைக்கம் பெரும் வெள்ளப் பெருக்கினால் சூழப்பட்டிருந்த காலத்தும் தொண்டர் சத்தியாகிரகம் செய்வதை நிறுத்தவில்லை. மாரளவு தண்ணீரில் நின்று தொண்டர்கள் சத்தியாகிரகம் செய்து கொண்டிருந்தபோது அவ்வழியே படகோட்டிச் சென்றவர்கள் சத்தியாகிரக விரோதிகளின் தூண்டுதலால் தொண்டர்களைத் துடுப்பால் அடித்தார்கள் என்றுச் சொல்லப்படுகிறது.

'கோவிந்தன் சாணாரின் மூத்த புதல்வர் கே. ராகவன் என்னும் தொண்டர் வெள்ளத்தில் அகப்பட்டுக்கொண்ட அநேக உயிர்களைத் தப்புவித்தாராம். ஆனால் கடைசியாக ஒருவனைக்

கரைசேர்க்க முயற்சி செய்கையில், நீரில் மூழ்கியவன் அவரை இறுக்கிப்பிடித்துக்கொள்ளவே இருவரும் மூழ்கி இறந்துவிட்டனர்.

'வெள்ளம் மிகவும் கடுமையாக இருந்தபோது வீடு வாசல் இழந்து தவித்த ஆயிரக்கணக்கான ஜனங்களுக்குச் சத்தியாகிரக விடுதியில் அன்னம் அளிக்கப்பட்டது. ஈ.வி. இராமசாமி நாயக்கர் கோட்டயத்திலிருந்து திருவனந்தபுரத்திற்குக் கொண்டு போகப்படுவார். அவ்விரண்டு இடங்களுக்கும் இடையில் உள்ள 102 மைல் தூரத்தையும் அவர் நடந்து கடக்க உத்தேசித்திருக்கிறார் என்றும் தெரிய வருகிறது' (நவசக்தி, 8 ஆகஸ்ட் 1924).

வைக்கத்தில் பெய்த கடும்மழை பற்றிய குறிப்புகளையும் நவசக்தி குறித்திருந்தது.

'பயங்கரமான இப்பெரும் வெள்ளம் அநேக இடங்களில் சமூக சமத்துவத்தை நிலைநாட்டி இருப்பதுடன் கோயில் பிரவேச பிரச்சனையையும் தீர்த்துவைத்திருக்கிறது. வெள்ளத்திலிருந்து தப்பும்பொருட்டு எல்லா சாதி மதங்களையும் சேர்ந்த ஜனங்களும் கோயில்களிலும் வீடுகளிலும் சேர்ந்திருக்க நேர்ந்தது. வேறு காலங்களில் கோயில்களில் விடப்படாதவர்களும் இந்தப் பெரு வெள்ளத்தின் முன்னால் கோயில்களில் பிரவேசித்து உயிர் பிழைத்தனர். தேவர்களின் கோபம் காரணமாக நம்பூதிரிகளும் புலையர்களும் சமபந்தி போஜனம் செய்யும்படியும் நேர்ந்தது. வெள்ளத்தினால் சூழப்பட்ட வைக்கம் இப்பொழுது ஒரு தீவைப்போல் காணப்படுகிறது.

'கண்ணில் சுண்ணாம்பு பூசப்பட்ட விஷயத்தைப் பற்றிச் சில விவரங்கள் தெரிவிக்க விரும்புகிறேன். மேற்படி தொண்டரைப் பின்னாலிருந்து பலாத்காரமாகப் பிடித்துக்கொண்டு சுண்ணாம்பையும் காட்டாமணக்குப் பாலையும் கலந்த சாந்தை இளம்பெண்களின் கண்ணில் மையிடுவதுபோல் பூசினார்கள். இந்தக் கொடுமைக்கு ஆளான தொண்டர் இன்னும் சிகிச்சையிலேயே இருக்கிறார்' (நவசக்தி, 8 ஆகஸ்ட் 1924).

12 ஆகஸ்ட்

மீண்டும் சத்தியாகிரகம் தொடங்கியது. திருவாங்கூர் மன்னர் காலமானதை ஒட்டி மூன்று நாள் சத்தியாகிரகம் நிறுத்தி வைக்கப்பட்டிருந்தது (ஏழாம் தேதி காலமான செய்தி எட்டாம் தேதி தெரியவந்து 9, 10, 11 தேதிகளில் சத்தியாகிரகத்தை நிறுத்தி இருக்கலாம்).

'பரம்பரையாக அனுஷ்டிக்கப்பட்டு வந்த கொடிய வழக்கத்தைத் திடீரென நிறுத்திவிடுவது கஷ்டம் என்றும்'

இப்போது நடத்தி வருவதுபோலவே இயக்கத்தை நடத்தி வந்தால் முடிவில் ஜயம் பெறுவது திண்ணம்' என்று காந்தி கூறியதாக இராஜாஜி எழுதியுள்ளார்.

காங்கிரசுவாதிகள் வெள்ள கஷ்ட நிவாரணம் வசூலித்து வருகின்றனர் (*சுதேசமித்திரன், 18 ஆகஸ்ட் 1924*).

20 ஆகஸ்ட்

வைக்கத்தில் நிலைமை மாறவில்லை. தமிழ்நாடு கதர் போர்டாரின் அழைப்பிற்கிணங்க கதர்உற்பத்தி வேலை நிபுணரான சிவகுருநாதன் திருப்பூருக்குத் திரும்பிப்போய் விட்டார். அவர் தொண்டர்களுக்குப் பட்டை போடுதல், நூல் நூற்றல், நெசவு செய்தல், சாயமேற்றுதல் முதலிய தொழில்களைப் போதித்து வந்தார்.

15 நாட்கள் வரை பிரசங்கம் செய்யக்கூடாது, கூட்டங்களில் கலந்து கொள்ளக்கூடாது என்று கொல்லம் மாவட்ட மாஜிஸ்டிரேட் டி கிருஷ்ண பிள்ளை என்ற காங்கிரசு ஊழியருக்குத் தடை உத்தரவு பிறப்பித்திருக்கிறார். நிதி சேர்ப்பதற்காகச் சுற்றுப் பயணம் செய்ய அனுப்பப்பட்டவர்களுள் இவரும் ஒருவர் (*சுதேசமித்திரன், 22 ஆகஸ்ட் 1924*).

21 ஆகஸ்ட்

இன்றையிலிருந்து சத்தியாகிரக நிகழ்வுகள் பின்வருமாறு மாற்றியமைக்கப்பட்டுள்ளன. "காலை ஆறுமணியிலிருந்து மாலை ஆறுமணி வரை நான்கு மணி நேரத்திற்கு ஒரு குழு என மூன்று தன்னார்வலர் குழு இயங்கும். காலைக் கஞ்சி செலவைக் குறைப்பதற்காக, விரும்பிச் செய்யப்பட்ட மாற்றத்தின் விளைவு இது. இச்செலவிற்கான பணம் வெள்ளநிவாரணப் பணிக்காகச் செலவிடப்படும். காலை 9:30 மணியிலிருந்து 10:30 மணிக்குள்ளாக ஒரு வேளை உணவும் மாலை 5:30 மணியிலிருந்து 6:30 மணிக்குள்ளாக இரண்டாவது வேளை உணவும் என ஆசிரமத்தில் ஒரு நாளைக்கு இருவேளை உணவு தரப்படுகிறது. வெள்ள நிவாரணக் குழு நேற்றிரவு பரூரிலிருந்து வந்தது. அங்கு எம்.என். நாயர் அவ்வேலையைத் தொடர்ந்து கவனித்து வருவார். விளம்பர அதிகாரி ஆர்.பி. கோவிந்த பிள்ளையும் திரும்பிவிட்டார். இன்று மழை பெய்ததால் சர்க்கா வேலை நடைபெறவில்லை. இன்று புதிதாய் தலைவர்கள் எவரும் வரவில்லை (வைக்கம் காவல்-ஆய்வாளர் (கே. ராமவாரியார்), காவல் ஆணையருக்கு 21 ஆகஸ்ட் 1924 தேதியிட்டு எழுதிய கடிதம்).

22 ஆகஸ்ட்

'அகிம்சை நெறியினின்று பிறழாது சத்தியாகிரகத்தை நடத்தி வந்தால் மகாத்மா காந்தி இவ்வாண்டுக்குள் வைக்கத்திற்கு விஜயம் செய்யக்கூடும் என்று இராஜகோபாலாச்சாரியார் தெரிவிக்கின்றார். தொண்டர்கள் மழையால் கஷ்டமடைந்தவர்களுக்கு அரிய உதவி செய்துவருகின்றனர்.

'கேளப்பன் நாயர், ஏ.கே. பிள்ளை, வேலாயுத மேனன் இம்மூவரும் சிறையிலிருந்து விடுதலை அடைந்து வைக்கம் வந்து சேர்ந்தனர். திருவாங்கூரிலும் மலையாளத்திலுமுள்ள சாதி இந்துக்களிடம் கையொப்பம் வாங்கி அரசாங்கத்துக்கு மகஜர் அனுப்புவதைப் பற்றியும் வைக்கத்தைப் போலவே ஹரிபாத் அல்லது அம்புலப்புழையில் சத்தியாகிரகம் ஆரம்பிப்பதைப் பற்றியும் யோசனை செய்யப்பட்டு வருகிறது' (*நவசக்தி, 22 ஆகஸ்ட் 1924; நாடார்குல மித்திரன், 8 செப்டம்பர் 1924*).

23 ஆகஸ்ட்

திருவனந்தபுரம் மத்தியச் சிறைச்சாலை, இத்தேதியில் தயாரித்த சிறையிலிருந்து விடுதலையான வைக்கம் சத்தியாகிரகிகள் பட்டியல் ஒன்று கிடைத்தது. அப்பட்டியலில் அய்யாமுத்து கவுண்டர், டி.ஆர். கிருஷ்ணசாமி ஐயர், ஏ.கே. பிள்ளை, நாராயண மேனன், வேலாயுத மேனன், கே. கேளப்ப நாயர், குருவில்லா மேத்யூ ஆகியோர் செய்த குற்றம், தண்டனை வழங்கிய நீதிமன்றம், சிறைக்காலம், சிறைக்குள் வந்த தேதி, மீண்ட தேதி ஆகியவை குறிப்பிடப்பட்டுள்ளன (*அரசு ஆவணம், எண். 1217, திருவனந்தபுரம் ஆவணக்காப்பகம்*).

27 ஆகஸ்ட்

பெரியார் சிறையில் கொடுமையாக நடத்தப்படுவதைக் கண்டித்து இராஜாஜி அறிக்கை ஒன்றை வெளியிட்டு, பெரியாரின் சமூக மதிப்பைத் திருவாங்கூர் அரசாங்கம் அறியச் செய்தார். அதன் விளைவைப் பற்றி எந்தத் தகவலும் கிடைக்கவில்லை.

'தற்போது திருவனந்தபுரம் மத்தியச்சிறையில் சத்தியாகிரக கைதியாக இருக்கும் இ.வி. ராமசாமி நாயக்கர் உணவு மற்றும் தங்குமிடம் போன்ற விஷயங்களில் சாதாரண தண்டனைக் கைதியாக நடத்தப்படுவதாக நம்பகமான தகவல்கள் எனக்கு வருகின்றன. சிறை உடையை அவர் அணிகிறார்; இரும்பு விலங்குகள் போடப்பட்டிருக்கிறார்; தனிமைச் சிறையில் மற்ற சத்தியாகிரக சிறைவாசிகளிலிருந்து ரொம்ப தூரத்தில் வைக்கப்பட்டிருக்கிறார் என்று தெரிகிறது.

இவ்வளவுக்குப் பிறகும் நாயக்கர் மிகுந்த உற்சாகத்துடன் இருக்கிறார் என்பதைச் சொல்லவேண்டியதில்லை. அவருடன் நன்றாகப் பழகியிருக்கிறேன்; அவருடன் பல காலம் சேர்ந்து வாழ்ந்திருக்கிறேன்; எனக்கு அவரைத் தெரியும். அவர் ஒரு தளர்வுறாத ஆன்மா. செல்வ வளத்தின் மகிழ்ச்சிகளையும் பதவிகளையும் வெறுத்து ஒதுக்கித்தள்ளிவிட்டு கடினமான இந்தப் பாதையைத் தேர்ந்தெடுத்து வந்துள்ளார், பெரும்பாலான நம்மைப் போல அல்ல உண்மையிலேயே. தம்மைத் தூய்மைப்படுத்தும் இந்தச் செயல்களை அவர் வரவேற்கிறவர். எனவே பெரிதும் நாம் வருந்தவேண்டியதில்லை.

"உயர்ந்த பதவியும் அந்தஸ்தும் கொண்டவர்களை இப்படிக் கடுமையாகத் திருவாங்கூர் அரசாங்கம் நடத்த விரும்பாமல் இருக்கலாம் ஆனால் பதவியும் அந்தஸ்தும் என்பது ஆங்கிலேயர் என்பதாயும், பெயருக்குப் பின்னால் ஒட்டிக்கொண்டிருக்கும் பட்டங்களாலுமே அது கணக்கீடு செய்யப்படுகிறது.

"கடைசியாகத் திருவனந்தபுரத்தில் இருக்கும்போது, வைக்கம் சிறைக் கைதிகள் நடத்தப்படும் விதம் குறித்து பார்க்க வாய்ப்பு கிடைத்தது. புகார் சொல்ல எதுவும் இல்லை. உண்மையில் நாகரிகமாக அவர்கள் நடத்தப்படுவதாக நான் பெருமை அடைந்தேன். ஒரு நல்ல உயர்ந்த நோக்கத்திற்காக இந்திய சமஸ்தானத்தில் சிறை செல்ல நேர்ந்தவர்கள் நடத்தப்பட்டமுறை நன்றாக இருந்தது. பிரிட்டிஷ் இந்தியாவில் நேரும் அனுபவங்களுக்கு முற்றிலும் மாறானது அது. ஆனால் நாயக்கர் விஷயத்தில் ஏதோ காரணங்களுக்காக திருவாங்கூர் தவறு செய்துவிட்டதாகவே தோன்றுகிறது. நாயக்கரின் தகுதியை பற்றிய அறியாமை அதற்கு ஒரு பகுதி காரணமாக இருக்கலாம். ஆனால் அதற்காக அதை மன்னிக்க முடியாது...

"நாயக்கர் அவர்கள் மாவட்டத்தை விட்டு வெளியேறும்படி கேட்டுக் கொள்ளப்பட்டார். மிகுந்த அமைதியுடன் அவர் அதை மதிக்கவில்லை. இந்தத் தண்டனை முற்றிலும் சட்ட விரோதமானது. வன்முறையைத் தூண்டவோ அதைப் போன்ற எதையும் செய்யாமலோ இருக்கும்போது, கீழ்ப்படியாமை மட்டுமே குற்றவியல் விசாரணைக்கு உட்படுத்தப்படும் காரணமாக இருக்க முடியாது. எந்த சட்ட நடைமுறையாக இருந்தாலும் வெளியேற்ற ஆணையின் நோக்கம், குற்றவாளி தன் பாதுகாப்பில் இருக்கும்போது மட்டுமே செயற்படுத்த வேண்டும் என்று நினைக்கிறேன், நான் தவறாகவும் இருக்கலாம்.

"அவரை கடுங்காவல் சிறைத் தண்டனையில் வைத்திருப்பதும் இரும்பு விலங்கிட்டிருப்பதும் அவருக்குச் சிறை உடை

அணிவித்திருப்பதும், மற்ற சத்தியாகிரக கைதிகள் சரியாகப் பெற்றுள்ளவைகளை அவருக்கு மறுப்பதும் முழுமையாக நியாயப்படுத்த முடியாதவை. சிறையில் இருக்கும் தமிழ்நாடு காங்கிரசுக் கட்சியின் தைரியமிக்க தலைவருக்கு என் பாராட்டுக்கள்.

"போராட்டத்தைத் திரும்பப் பெற மகாத்மா காந்தி அறிவுறுத்த மறுத்துவிட்டார். அகிம்சையுடனும் மரியாதையுடனும் அது நடத்தப்படவேண்டும். வெள்ளத்தின் மத்தியில் திருவாங்கூரிலோ கேரளத்தின் மற்ற பகுதிகளிலோ ஏன் தமிழ்நாட்டிலோ பணம் கேட்பது சிரமமாக இருக்கிறது. ஆனால் வைக்கம் ஆசிரமத்திற்குப் பணத்தேவை அதிகமுள்ளது. சில அனுதாபிகள் ரூ. 1000 அளவு அனுப்பிவைத்துள்ளனர்.

"மிகச்சிறந்த அரசியல் ஸ்தாபனத்தை நாம் பெற்றிருந்த போதிலும் உணவு மற்றும் உடைப் பிரச்சனைகளைத் தீர்த்த போதிலும் நாம் அமைதியாக சுதந்திர ஸ்வராஜ்யத்தை அடைய முடிந்தாலும் தீண்டாமையிலிருந்து விலகாமல் பயனில்லை. தீண்டாமையைச் சமபந்தி, கலப்புமணம், சாதிஒழிப்பு ஆகியவற்றுடன் யாரும் குழப்பிக்கொள்ள வேண்டாம். சாதி மற்றும் இனம் பற்றி வைக்கம் எந்தக் கட்டாயத்தையும் சுமத்தக் கோரவில்லை. ஆனால் சாதியிலோ இனத்திலோ வேறுபாடு காட்டி, யார் ஒருவரையும் தீண்டாதவர் என வேறுபடுத்துவதையோ, வாழ்வின் அடிப்படை உரிமைகளைப் பெறவிடாமல் தடுப்பதையோ மறுக்கிறது" என்று எழுதிய இராஜாஜி நன்கொடைகளை அனுப்ப வேண்டிக் கொண்டார் (தி இந்து, 27 ஆகஸ்ட் 1924).

28 ஆகஸ்ட்

'வைக்கம் சத்தியாகிரக நிலைமையில் எந்த மாற்றமும் இல்லை. வழக்கம் போல் 11.1.1100 அன்றும் (அதாவது 26 ஆகஸ்ட் 1924) நான்கு திசைகளிலும் சர்க்காக்கள் கொண்டு வரப்பட்டன. ஆசிரமத்தில் மாவட்டக் காங்கிரசு கமிட்டிக் கூட்டம் 25 ஆகஸ்ட் 1924இல் நடைபெற்றது. அதில் வெளியிலிருந்து ஆறு காங்கிரசு அங்கத்தினர்கள் கலந்து கொண்டனர். ஒன்பது தீர்மானங்கள் நிறைவேறின. அதில் ஒன்று சத்தியாகிரகம் பற்றியது. ஜாதா (பேரணி)யில் கலந்துகொள்ள விருப்பம் உள்ள 500 சவர்ணர்களின் பட்டியலைத் தயாரித்து 30 செப்டம்பருக்கு முன்னர் அனுப்பி வைக்க வேண்டும் என்பது அத்தீர்மானம்' (கோட்டயம் மாவட்ட மாஜிஸ்டிரேட் தலைமைச் செயலாளருக்கு 28 ஆகஸ்ட் 1924 தேதியிட்டு எழுதிய கடிதம்).

ஆலப்புழையில் ராமஸ்வாமி நாயக்கரின் மனைவிக்கு *101* ரூபாய் அடங்கிய பணப்பை கொடுக்கப்பட்டது. மலாய் நாட்டிலுள்ள சோமசுந்தரம் செட்டியார் *85* ரூபாய் அனுப்பியுள்ளார்.

ஆசிரம காரியதரிசிக்கு காந்தி அனுப்பிய கடிதத்தில் 'உயிருக்குப் பயப்படாமல் வேலை செய்யுங்கள். உங்களுடைய முயற்சி பலன் தரும்படி கடவுள் ஆசீர்வதிப்பாராக' என்று குறிப்பிட்டிருந்தார். வைக்கம் நீங்கலாக மற்ற இடங்களில் சத்தியாகிரகம் செய்வதை இராஜாஜி விரும்பவில்லை (*சுதேசமித்திரன், 3 செப்டம்பர் 1924*).

29 ஆகஸ்ட்

தமிழ்நாட்டுத் தலைவர் பெரியார் திருவனந்தபுரம் சிறையில் மிகக் கொடுமையாக நடத்தப்படுகிறார் என்ற இராஜாஜியின் அறிக்கையை முகாந்திரமாகக் கொண்டு, பெரியாரை *நவசக்தி* பாராட்டி எழுதியது. "[நாயக்கர்] செல்வத்திற் சிறந்த சீமான்; செழிய நிலையில் வாழ்க்கை நடத்தினவர். தேசத்தின் பொருட்டு எல்லாவற்றையும் தியாகம் செய்து மிக எளிய வாழ்க்கை மேற்கொண்டு தேச சேவை செய்து வந்தார். அத்தகைய பெருமை வாய்ந்த அவர் திருவனந்தபுரம் சிறையில் இடுப்பில் சிறை உடையோடும், கரத்தில் விலங்கோடும் மற்றச் சத்தியாகிரகிக் சிறைக் கூட்டத்தினின்றும் பிரிக்கப்பட்டுத் தனி அறையில் உறைகின்றாராம். நாயக்கர் சத்தியாகிரகத் தர்மத்தை உணர்ந்தவராதலால், எந்தக் கஷ்டத்தையும் சகிக்கும் சக்தி வாய்ந்தவர் என்பது நமக்குத் தெரியும். ஆனால் திருவாங்கூர் அரசாங்கம் ஒரு சத்தியாகிரகியை இவ்வாறு துன்புறுத்துவது தருமமோ என்று கேட்கிறோம். ஸ்ரீமான் நாயக்கர் என்ன குற்றம் செய்துவிட்டார்? மக்கள் சமரசஉரிமை குறித்துப் போராடி அதை ஒடுக்க எழுந்த அரசாங்க கட்டளையை இரண்டாம் முறை மீறியது பெரும் குற்றமாக அரசாங்கத்தால் கருதப்படுகிறதோ? மனச்சான்று வழி நடப்பதைச் சிறந்த ஒழுக்கமாகக் கொண்ட ஒருவரைத் துன்புறுத்துவதோ மனுநீதி? திருவாங்கூர் அரசாங்கத்தார் சத்தியாகிரகச் சிறையாளரை நன்கு பாதுகாத்து வந்தார் என்று எழுந்த நற்பெயர் வீழ்ந்துவிடும் போலும்! திருவாங்கூர் அரசாங்கத்தார் தமது நற்பெயரைக் காக்க முயல்வாராக! ஒரு தலைவரைத் துன்புறுத்துவதால் அவண் எழுந்த கிளர்ச்சி ஒடுங்கி விடுமோ?" (*நவசக்தி, 29 ஆகஸ்ட் 1924*).

30 ஆகஸ்ட்

பெரியார், கேசவ மேனன், ஜார்ஜ் ஜோசப் உள்பட 18 சத்தியாகிரகிகள் இன்று திருவனந்தபுரம் சிறையிலிருந்தும் டி.கே. மாதவன், மற்றொருவர் ஆகியோர் கோட்டயம் சிறையிலிருந்தும் விடுதலை செய்யப்பட்டனர். பெரியார், கேசவ மேனன் முதலியவர்கள் கையெழுத்திட்டு வெளியிட்ட அறிக்கை பின்வருவது:

"எங்களுடைய தண்டனைக் காலம் பூர்த்தியாகு முன்னரே நாங்கள் விடுதலை செய்யப்பட்டிருக்கிறோம். யுவராஜா பட்டத்துக்கு வந்திருப்பதன் பலனை அவ்வைபவத்தை முன்னிட்டு எங்களை விடுதலை செய்ததாக அறிகிறோம். வைக்கத்தில் தீண்டாமையை ஒழிப்பதற்காக நாங்கள் வேலைசெய்து சிறைக்குச் சென்றவர்களாகையால் அந்தப் பிரச்சனையைப் பற்றி திருவாங்கூர் அரசின் உத்தேசம் என்னவென்று தெரியவில்லை. வைக்கம் உள்பட எல்லா இடங்களிலும் பொதுரஸ்தாக்களில் எல்லோரும் நடமாடலாம் என்று அரசாங்கத்தார் அனுமதிப்பதற்கு அறிகுறியாகவே எங்கள் விடுதலையைக் கொள்ள நாங்கள் ஆவலாயிருக்கிறோம். அப்படி இல்லாவிடில் வைக்கம் போராட்டத்தை இனியும் நடத்துவோம். அதைப் பற்றி சந்தேகப்பட வேண்டாம். அடுத்த சனிக்கிழமை கேரள காங்கிரசுக் கமிட்டி கூடுகின்றது. அதற்குள் அரசாங்கத்தார் தங்கள் எண்ணத்தை வெளியிட்டுவிடுவார்கள் என்று நம்புகிறோம்" (*சுதேசமித்திரன்*, 3 செப்டம்பர் 1924; *நவசக்தி*, 5 செப்டம்பர் 1924; *நாடார்குல மித்திரன்*, 15 செப்டம்பர் 1924).

வைக்கம் காவல் ஆய்வாளர் (கே. ராம வாரியார்) காவல் ஆணையருக்கு 30.8.1924 தேதியிட்டு எழுதி அனுப்பிய கடிதம் பின்வருமாறு:

மாற்றிய திட்டப்படி சத்தியாகிரக இயக்கம் தொடர்கிறது. வழக்கம் போல் சர்க்காக்கள் தடை செய்யப்பட்ட நான்கு பகுதிக்கும் கொண்டுவரப்பட்டது.

இன்று காலை, எம்.ஜி. குமார பிள்ளை என்ற தன்னார்வலருடன் டி.ஆர். கிருஷ்ணசாமி ஐயரின் மனைவி உள்ளூர் கோயிலுக்கு வழிபடச் சென்றார். தேவஸ்தான காவலாளி வேலுப்பிள்ளை கொடி மரத்தருகே இருந்து கோவிலுக்குள் அனுமதிக்க மறுத்து தடுத்து நிறுத்தினார். திருமதி கிருஷ்ணசாமி ஐயர் அமைதியாகத் திரும்பி வீட்டிற்கு வந்துவிட்டார்.

எம்.ஜி. குமார பிள்ளை கோயிலுக்குள் செல்ல முயன்றார். கோயிலுக்குள் இருந்த இளைஞர்கள் சிலர் குண்டு கட்டாக அவரை வெளியேற்றினர். அவர்கள் பெயர் தெரியவில்லை. எம்.ஜி. குமார பிள்ளைக்கு அவர்களைத் தெரியவில்லை. தெற்கு கோபுரத்திற்கு அவர் கொண்டு செல்லப்பட்டார். வாயிலுக்கு வெளியில் சிறிது நேரம் நின்றிருந்த பிறகு அவர் போய்விட்டார்.

ஈழவர் மற்றும் புலையர்களுடன் சேர்ந்து அவர் உணவுண்டார். எனவே கோயிலுக்குள் அவரை அனுமதிக்க முடியாது என்று தேவஸ்தான மேலாளர் என்னிடம் கூறினார். கடந்த சில நாள்களாக அவர் கோயிலில் வழிபட்டு வந்தார். இச்செய்தி சுதேசமித்திரன் 3 செப்டம்பர் 1924 இதழிலும் நவசக்தி 5 செப்டம்பர் 1924 இதழிலும் வெளிவந்துள்ளது.

சத்தியாகிரக வசூலுக்காக நாகம்மையார், சில பெண்கள், சுவாமி சத்தியவிரதன், கே. வேலாயுத மேனன், கே.ஜி. நம்பூதிரி ஆகியோருடன் ஆலப்புழைக்குச் சென்றார். முன்னரே குறிப்பிட்டபடி அவர்கள் திட்டம் மாறாமல் அமைந்திருந்தது.

31 ஆகஸ்ட்

இன்று சிங்கோலியில் ஸ்ரீ நாராயண பக்தி பிரகாச சமாஜம் ஒரு சிறப்புக் கூட்டம் நடத்தியது. சத்தியவிரத சுவாமிகள் தலைமை வகித்தார். கன்னத் தோட்டத்து வேலாயுத மேனன், கிருஷ்ணன் நம்பூதிரி, கே.பி. கயலாக்கல், எஸ். செல்லப்ப பிள்ளை, வழக்கறிஞர் ஹரிப்பாடு, ஏ.கே. கிருஷ்ண சாணார், சுவாமி ஆத்மராம், கே.டி. தாயல் ஆகியோர் பேசினர். நாகம்மையாரும், இரண்டு தன்னார்வலர்களும் இருந்தனர். பெண்கள் உள்பட 1000 பேர் கலந்துகொண்டனர். 7 மணிக்குக் கூட்டம் நிறைவடைந்தது. நாகம்மையாரும் மற்றவரும் சிங்கோலியில் தங்கினர். மறுநாள் திருகுன்னம்புழா வழியாகப் படகில் கொல்லம் புறப்பட்டனர் (ஹரிப்பாடு காவல்-ஆய்வாளர் (என். வேலு பிள்ளை) காவல் ஆணையருக்கு 1.9.1924 தேதி கையெழுத்திட்டு அனுப்பிய அறிக்கையின் சாரம்).

சத்தியாகிரகம் நடந்து வருகிறது. டி.ஆர். கிருஷ்ணசாமி ஐயர் இப்போது ஆசிரமத்தில் இருக்கிறார். கிருஷ்ண நம்பூதிரிபாட் சாதிவிலக்கு செய்யப்பட்டுவிட்டதால் வைக்கத்துக்குத் திரும்பி வந்திருக்கிறார். அவரும் கதர்கடை வைத்துள்ள இன்னொரு நம்பூதிரியும் பிராயச்சித்தம் செய்துகொள்ள வேண்டும் என்று வற்புறுத்தப்பட்டனர் (சுதேசமித்திரன், 1 செப்டம்பர் 1924).

~~

ஐந்தாவது மாதமான ஆகஸ்ட் 1924 போராட்டத்தைப் பொறுத்தவரை, ஒரு சுணக்கமான காலம்தான். மன்னரது மரணமும் பெரு மழையும் பெரியார் சிறைக்குச் சென்றுவிட்டதும் சுணக்கத்திற்குக் காரணம். மன்னரது மரணத்தையொட்டி மூன்று நாள்களுக்குச் சத்தியாகிரகம் நடக்கவில்லை.

மன்னர் காலமானதை ஒட்டி எழுதப்பட்ட இரங்கல் உரைகள் சத்தியாகிரகத்தை மன்னர் சரியாகக் கையாண்டு முடிக்கவில்லை என்பதைச் சுட்டிக் காட்டின. பெருமழையிலும் சத்தியாகிரகம் நீடித்தது. சத்தியாகிரகம் காலை ஆறுமணி முதல் மாலை ஆறுமணி வரை நான்கு குழுக்களால் நடைபெற்று வந்தது. ஒரு குழுவுக்கு நான்கு மணி நேரப் பணி என மாற்றப்பட்டது. மூன்று வேளை சாப்பாடு, இரண்டு வேளையாகக் குறைக்கப்பட்டது. அதனால் மீந்த பணம் வெள்ள நிவாரணத்திற்குப் பயன்பட்டது. டி.ஆர். கிருஷ்ணசாமி ஐயர் மனைவியும் பெரியார் மனைவியும் போராட்டத்திலும் பண வசூலிலும் ஈடுபட்டனர். ஆலப்புழையிலும் சிங்கோலியிலும் நாகம்மையார் பிரசாரத்திலும் பண வசூலிலும் ஈடுபட்டார். மலையாளச் சத்தியாகிரகி கிருஷ்ணன் பேசத் தடை விதிக்கப்பட்டார்.

பெரியார் சிறையில் சாதாரண கைதி போல் விலங்கிடப்பட்டு நடத்தப்பட்டதை இராஜாஜி கண்டித்தார். நவசக்தி கண்டித்தது. இம்மாத இறுதியில் பெரியார், கேசவ மேனன் உட்பட சத்தியாகிரகிகள் விடுதலை செய்யப்பட்டனர். அவர்கள் அப்போது வெளியிட்ட அறிக்கையில் தீண்டாமை நீடிக்கும் வரை போராட்டம் தொடரும் என அறிவித்தனர். தண்டனைக் காலம் முடிந்து கேளப்பன் உள்பட முக்கியமான மூன்று சத்தியாகிரகிகள் முன்னரே விடுதலை ஆகியிருந்தனர்.

உயர்சாதியினர் நவம்பரில் நடத்தவிருந்த, சத்தியாகிரக ஆதரவுப் பேரணிக்கான முயற்சியில் சத்தியாகிரகிகள் இம்மாதத்தில் இறங்கினர்.

◯

செப்டம்பர் 1924

ஆறாவது மாதம்

1 செப்டம்பர் 1924

இன்றைய தினம் மூத்த ராணி ரீஜண்டு பதவியை ஏற்பதால் சத்தியாகிரகம் கிடையாது. சத்தியாகிரகத்துக்குப் பணம் வந்து கொண்டிருக்கிறது *(சுதேசமித்திரன், 1 செப்டம்பர் 1924).*

தர்பார் மண்டபத்தில் இன்று இளவரசரைப் பட்டத்தில் ஏற்றும் வைபவம் நடந்தது. திவான் டி. ராகவையா எல்லோரையும் வரவேற்றார். மண்டபத்தின் வாயிலில் துருப்புகள் அணிவகுத்து நின்றன. சிம்மாசனத்தின் வலப்பக்கத்தில் ரீஜண்டு (மகாராணி) உட்கார்ந்திருந்தார். ராஜகுமாரர் (புதிய மகாராஜா) வந்தவுடனே எல்லோரும் எழுந்து நின்றனர். பிறகு அவர் சிம்மாசனத்துக்கு அழைத்துச் செல்லப்பட்டார். தலையில் அழகான கிரீடத்தை அணிந்துகொண்டார். 21 வெடிகள் வெடிக்கப்பட்டன. அனேகம் சிறைச்சாலைகளிலிருந்து கைதிகள் விடுவிக்கப்பட்டனர். ஸர்வாதிகாரியக்காரரால் ரீஜண்டு விளம்பரம் சபைமுன் வாசிக்கப்பட்டது. ராஜப் பிரதிநிதியின் காரியஸ்தர் (Resident) பிறகு பேசினார். ரீஜண்டு பதிலளித்தார். பிறகு காரியஸ்தருக்கு மகாராஜா மாலை போட்டார். இந்தியப் பெண்களும் கனவான்களும் இத்தகைய வைபவத்துக்கு அழைக்கப்பட்டது இதுதான் முதல் தடவை. மற்றவர்களுக்குச் சமானமாக அவர்களுக்கும் ஆசனம் கொடுக்கப்பட்டது. இந்த ஏற்பாட்டை எல்லோரும் பாராட்டினார்கள்.

காரியஸ்தரான காட்டன் வாசித்த விளம்பரத்தில் யுவராஜாவை இந்திய அரசாங்கத்தார் மகாராஜாவாக ஒப்புக்கொண்டுவிட்டார்கள் என்றும், மூத்த மகாராணியாகிய ராணி சேதுலட்சுமி பாயை ரீஜண்டாக இந்திய அரசாங்கத்தார் ஒப்புக்கொண்டுவிட்டதாகவும், மகாராஜாவுக்கு 18 வயதாகிற வரையில் ரீஜண்டு நிர்வாகம் நடத்தி வருவார் என்றும் கண்டிருந்தது.

காரியஸ்தர் தனது பிரசங்கத்தில், ஒரு புதிய அத்தியாயம் இப்போது திருவாங்கூரின் சரித்திரத்தில் ஆரம்பமாகிறது, திடமான அபிவிருத்தி எல்லாத் துறைகளிலும் ஏற்படும் என்று தாம் நம்புவதாகவும், நூறு வருஷங்களுக்கு முன் கௌரிலட்சுமி பாய், கௌரிபார்வதி பாய் முதலியோரின் ஆட்சிக் காலத்தைப் போல் திறமையாக நிர்வாகம் நடக்கும் என்று நம்புவதாகவும், ஏற்கெனவே எல்லா பிரஜைகளின் ப்ரிதியையும் (அன்பையும்)

ரீஜண்டு பெற்றுவிட்டார், அரசியல் திருத்த விஷயத்தில் பழைய மகாராஜா திறமையாக அடிகோலிவிட்டுப் போயிருப்பதால் அதற்கு ஹாணி (களங்கம்) ஏற்படாமல் பார்த்துக் கொள்ளப்படும் என்றும் சொன்னார்.

ரீஜண்டு பேசுகையில், காரியஸ்தருக்கு நன்றி பாராட்டினார். அவரது ஒத்துழைப்பும் தமக்குக் கிடைக்கும் என்று நம்புவதாகக் கூறிவிட்டு ராகவையா போன்ற ஒருவரைத் திவானாகப் பெற்றிருப்பது தமக்கு மிகுந்த திருப்தி அளிக்கிறது என்றும் கூறினார். மாஜி மகாராஜாவின் அடிச்சுவட்டைப் பின்பற்றி நடப்பதே தமது கடமையாகும் என்றும் சொன்னார் (*சுதேசமித்திரன்*, 3 செப்டம்பர் 1924).

4 செப்டம்பர்

"இந்தியாவில் நடைபெற்றுவரும் [வைக்கம்] போராட்டம் மிகச் சிறப்பாக விருக்கிறது. ஏனெனில் அமெரிக்காவில் இத்தகைய போராட்டத்தில் மத விஷயம் கலக்கவில்லை. இந்தியாவில் மத விஷயமும் கலந்திருக்கிறது" என்று அமெரிக்க பத்திரிகை நேஷன் எழுதியதை *சுதேசமித்திரன்* (4 செப்டம்பர் 1924) *மாடர்ன் ரெவியூ* இதழிலிருந்து எடுத்துக்காட்டியது.

5 செப்டம்பர்

நெடுங்கண்டா என்ற ஊரில் 4 செப்டம்பர் 1924 அன்று நடந்த பொதுக்கூட்டத்திற்குக் கேரள கௌமுதி ஆசிரியர் சி.வி. குஞ்ஞிராமன் தலைமை வகித்தார். பி.என். மாதவன், வைத்தியன், வேலாயுத மேனன் (காலம்சென்ற ஜட்ஜ் கே.பி. சங்கர மேனன் மகன்), சுவாமி சத்தியவிரதன், பெரியார் ஆகியோர் கலந்துகொண்டனர்.

பெரியார் தமிழில் பேசினார். சத்தியவிரதன் அதை மலையாளத்தில் உடனுக்குடன் மொழிபெயர்த்தார். பெரிய வலிமையான பிரிட்டிஷ் அரசாங்கம் (தீண்டாமை) பார்ப்பதில்லை. அப்படியிருக்க சாதாரண, கீழ்ப்படிந்த திருவாங்கூர் போன்ற அரசாங்கங்கள் ஏன் இத்தகைய பழக்கத்தைக் கொண்டிருக்கின்றன என்று புரியவில்லை. உடனே ஈழவருக்கு அவர்களுக்குரிய உரிமையைக் கொடுத்துவிட கௌரவம் பார்த்தே தயங்குகின்றது. நாம் இதே உணர்வுடன் தொடர்ந்து போராடினால் ஐந்தாறு மாதங்களில் வெற்றியைப் பெற முடியும் என்றார் அவர்.

சத்தியவிரத சுவாமிகள், தங்கள் உண்மையான நோக்கம் கோயில் நுழைவு என்றார். அமைப்பு ரீதியாகத் திரண்டு இந்த நாட்டில் உள்ள கோயில்கள் எல்லாவற்றிலும் நுழைய வேண்டும்

என்றார் (சிலக்கூர் தலைமைக் காவலர் (எஸ். பத்மநாப ஐயங்கார்) காவல் ஆணையருக்கு எழுதிய அறிக்கையின் சாரம்).

6 செப்டம்பர்

இன்று பகல் 12:30 வரை சத்தியாகிரகம் நடந்தது. ராட்டைகள் வழக்கம் போல நான்கு தடைப்பகுதிகளுக்கும் கொண்டு வரப்பட்டன. அடை மழையால் நூற்பது முடியவில்லை.

விடுதலை செய்யப்பட்ட தலைவர்களும் தன்னார்வலர்களும் ஆலப்புழையிலிருந்து சிறப்புப் படகு மூலம் படகுத்துறைக்கு வந்தபோது ஆசிரமத் தன்னார்வலர்களும் தலைவர்களும் மாலையிட்டு வரவேற்றனர். ஜார்ஜ் ஜோசப்பும் பெரியாரும் அக்குழுவில் இல்லை. அவர்கள் பிறகு பெரிய ஊர்வலமாக சுயராஜ்ய கொடி மற்றும் சர்க்காக்களுடன் படகுத்துறையிலிருந்து ஆசிரமத்து வழி முழுவதும் தேசியப் பாடல்கள் பாடப்பட்டு அழைத்துச் செல்லப்பட்டனர். ஆசிரமம் மிகப்பெரிய அளவில் அலங்கரிக்கப்பட்டிருந்தது. ஊர்வலம் ஆசிரமத்தை அடைந்தது. சிற்றுண்டி அவர்களுக்கு அளிக்கப்பட்டது. பிறகு கே. கோவிந்தன் சாணார் தலைமையில் கூட்டம் நடைபெற்றது. விடுதலை அடைந்தவர்களின் புகழைப் பரமேஸ்வர மேனன் பாடல்களாக பாடினார். பிறகு டி.ஆர். கிருஷ்ணசாமி ஐயர் பாராட்டுரையை வாசித்தார். கதர் துணியில் அச்சிட்ட அப்பாராட்டுரை அனைவருக்கும் அளிக்கப்பட்டது. பிறகு வானவில்லின் அனைத்து நிறங்களையும் கொண்ட கதர்மாலை அனைவருக்கும் அணிவிக்கப்பட்டது. கேசவ மேனன், டி.கே. மாதவன், தேவன், கே. குமார், குஞ்சப்பி, முத்துசாமி, கேசவன், சிவசைலம், குருவில்லா மேத்யூ ஆகியோர் பாராட்டுக்குப் பதில் அளித்துப் பேசினர். தலைவர் தன் முடிவுரையில் கே.பி. கேசவ மேனன் தாழ்த்தப்பட்டவர்களின் முன்னேற்றத்துக்கு ஆற்றிய சேவைகளை எடுத்துரைத்தார். கூட்டம் 5:30 மணிக்கு நிறைவுற்றது. இங்கு வந்து சேர்ந்தவர்களில் பெரும்பாலோர் இன்று இரவு இங்கேயே தங்குவர் (வைக்கம் காவல் ஆய்வாளர் (கே. ராம வாரியார்) காவல் ஆணையருக்கு (6 செப்டம்பர் 1924 தேதியிட்டு) எழுதிய அறிக்கையின் சாரம்).

8 செப்டம்பர்

நாகர்கோயிலில் 6.9.1924 அன்று நடந்த மாநாட்டுப் பேச்சின் சாரம்: ஏ.எம். சிவதாணு பிள்ளை தலைமை வகித்தார். ராமஸ்வாமி நாயக்கர், எர்ணாகுளம் வேலாயுத மேனன் ஆகியோரது சிறை வாழ்வைப் பற்றி தன் அறிமுக உரையில் அவர் குறிப்பிட்டார். 300 பேர்கள் அக்கூட்டத்தில் கலந்து கொண்டனர்.

பெரியார் தமிழில் பேசினார். சிறை வாழ்க்கை, தீண்டாமை, கதர் பற்றியதாக அவர் பேச்சு அமைந்தது. சிறை கண்காணிப்பாளரையும் சிறை வார்டனையும் தன்னை நடத்திய முறைக்காகப் புகழ்ந்தார். தன்னைக் கடுமையாக நடத்தியதாக மக்கள் நினைக்கக் கூடாது. எந்த ஆதங்கமும் இல்லாமல் அமைதியான வாழ்க்கையையே தான் சிறையில் நடத்தினேன். விடுதலைதான் கவலையை அளித்துவிட்டது. வைக்கம் கோயிலைச் சுற்றியுள்ள சாலையிலும் பாதையிலும் சாதி இன வித்தியாசம் இல்லாமல் அரசாங்கம் மக்களை நடக்கவிடவில்லை எனில் மீண்டும் சிறை செல்லத் தயாராக இருப்பதாக அவர் தெரிவித்தார்.

வேலாயுத மேனன் மலையாளத்தில் பேசிய தன் பேச்சில் வைக்கத்தில் சத்தியாகிரகிகள் படும் துயரத்தை எடுத்துரைத்ததோடு, சித்திரைத் திருநாள் பதவி ஏற்புக்குப் பிறகு திவான் ராகவையா நல்ல முறையில் நடக்கக்கூடும் என்று எதிர்பார்ப்பதாகக் கூறினார் (கோட்டாறு காவல்ஆய்வாளர் (சுப்பிரமணிய பிள்ளை) நாகர்கோயில் உதவிக் காவல்துறை கண்காணிப்பாளருக்கு 8 செப்டம்பர் 1924 தேதியிட்டு அனுப்பிய கடிதத்தின் சாரம்).

11 செப்டம்பர்

திருவனந்தபுரம் சிறையிலிருந்து விடுதலையாகி வைக்கத்தில் சில நாள்கள் இருந்து ஈரோடு திரும்பிய பெரியார் 11 செப்டம்பர் 1924இல், வைக்கம் அல்லாத வேறு காரணம் பற்றி கைது செய்யப்பட்டார். அந்தச் செய்தியை வெளியிட்ட நவசக்தி இப்படி எழுதியது.

'தமிழ்நாட்டு தேசாபிமானியும், தேசத்திற்காகத் தன் வாழ்நாளையே அர்ப்பணம் செய்துகொண்டவரும் தமிழ்நாட்டுக் காங்கிரசுக் கமிட்டித் தலைவரும் வைக்கம் சத்தியாகிரகக் கமிட்டித் தலைவருமான ஈ.வி. ராமசாமி நாயக்கர் வைக்கம் சத்தியாகிரகம் விஷயமாய் ஆறுமாதம் சிறை சென்று திருவாங்கூர் யுவராஜா பட்டாபிஷேகத்தை முன்னிட்டு நாளது செப்டம்பர் முதல் தேதி விடுதலை அடைந்தார் என்பதை நேயர்கள் அறிவர். 9ஆம் தேதி ஈரோடு போய்ச்சேர்ந்தார். 11ஆம் தேதி காலை 10 மணிக்கு இரகசிய போலீசு இன்ஸ்பெக்டரால் கைதுசெய்யப்பட்டார். சென்ற மார்ச் மாதம் சென்னையில் இராசாங்கத்திற்கு விரோதமான பிரசங்கம் செய்தார் என்று இ.பி.கோ 124 ஏ பிரிவின்படி கைது செய்யப்பட்டு 12ஆம் தேதி சென்னைக்கு அழைத்துச் செல்லப்பட்டார் (நவசக்தி, 22 செப்டம்பர் 1924).

பெரியாரின் கைதையடுத்து நாகம்மையார் வெளியிட்ட அறிக்கையில் வைக்கத்திற்குத் தொண்டர்களையும் தலைவர்களையும் அழைத்தார்.

"என் கணவர் ஈ.வி. இராமசாமி நாயக்கர் இந்த மாதம் முதல்தேதி திருவனந்தபுரம் சிறையிலிருந்து விடுதலையானார். 11 செப்டம்பர் 1924 காலை 10 மணிக்கு மறுபடியும் இராஜத் துரோக குற்றத்திற்காக கைது செய்யப்பட்டிருக்கிறார். இரண்டு வருஷத்திற்குக் குறைவில்லாத காலம் தண்டனை கிடைக்கக்கூடிய பாக்கியம் தமக்கு கிடைத்திருப்பதாய்ச் சொல்லி என்னிடம் விடைபெற்றுக் கொண்டு புறப்பட்டு விட்டார். அவர் திரும்பத் திரும்ப தேச ஊழியத்தின்பொருட்டு சிறைக்குப் போகும் பாக்கியம் பெறவேண்டும் என்றும், அதற்காக அவருக்கு ஆயுள் வளரவேண்டும் என்றும் கடவுளையும் மகாத்மா காந்தியையும் பிரார்த்திக்கின்றேன். அவர் பாக்கியில் வைத்துவிட்டுப் போனதாக நினைத்துக்கொண்டிருக்கும் வைக்கம் சத்தியாகிரக விஷயத்தில் வேண்டிய முயற்சிகள் எடுத்து அதைச் சரிவர அகிம்சா தர்மத்துடன் நடத்தி அனுகூலமான முடிவுக்குக் கொண்டுவர வேண்டுமாய் என் கணவரிடம் அபிமானமும் அன்பும் உள்ள தலைவர்களையும் தொண்டர்களையும் பக்தியோடு பிரார்த்தித்துக்கொள்கிறேன்" (*நவசக்தி, 29 செப்டம்பர் 1924*).

12 செப்டம்பர்

சத்தியாகிரகிகள் விடுதலைக்காக மகாராணியாரைப் பாராட்டிய காந்தி, தீண்டாமையை ஒழிக்க முன்வருவார் என்று நம்பிக்கை தெரிவித்தார்.

"இறந்த மகாராஜா நிறைய படித்தவர் என்றாலும் தீண்டாமை பற்றி மரபார்ந்த கருத்துகளையே கொண்டவர் என்று சொல்லப்படுகிறது. தீண்டாமை இந்து மதத்திற்குச் சொத்து அல்ல, அது பெரிய அடி என்பதை மகாராணி ரீஜண்ட் நம்புவார் என்று கருதுகிறேன். இந்து மதத்திற்கு ஒரு இந்துநாடு செய்யக்கூடிய பெரிய சேவை என்பது இந்தச் சாபத்தை நீக்குவதுதான்.

"மிகக்குறைந்த மனித உரிமையான தீண்டாமை ஒழிப்பைத் தவிர, மேலதிகமாக வேறு எதையும் விரும்பவில்லை என்பதைச் சத்தியாகிரகிகள் தங்களது தன்னடக்கத்தின் மூலம் அரசாங்கம் புரிந்துகொள்ளுமாறு தொடர்ந்து நடந்துகொள்வார்கள் என்று நான் சந்தேகமில்லாமல் கருதுகிறேன்" (*தி இந்து, 12 செப்டம்பர் 1924*).

14 செப்டம்பர்

"வைக்கம் சத்தியாகிரகத்திற்கு உதவி செய்யும்படி தமிழ்நாடு மகாஜனங்களை இம்மாநாடு கேட்டுக்கொள்வதுடன் எல்லாத் தெருக்களிலும் சாதி பேதமின்றி அனைவரும் போய் வரலாம் என்று உத்தரவு வெளியிட்டு திருவாங்கூர் ராஜ்யத்தின் கீர்த்தியைக் காப்பாற்ற மகாராணியாரை இம்மாநாடு கேட்டுக்கொள்கிறது" என்று வைக்கம் சத்தியாகிரகம் பற்றிய தீர்மானம் ஒன்று செப்டம்பர் 14, 15ஆம் தேதிகளில், மதுரை சோழவந்தானில் நடந்த நிலக்கோட்டை தாலுகா மாநாட்டில் இயற்றப்பட்டுள்ளது. அதோடு தீண்டாமையை ஒழிக்கப் பெருந்தியாகம் செய்து திரும்பி வந்த தமிழ்நாட்டுத் தலைவர் பெரியாரையும் அது அன்புடன் வரவேற்றது (நவசக்தி, 19 செப்டம்பர் 1924).

24 செப்டம்பர்

வைக்கத்தில் நடக்கவிருந்த அஷ்டமி விழாவிலும் உதயணபுரம் ஆரட்டு விழாவிலும், சத்தியாகிரகிகளின் தொந்தரவோ, தீட்டோ ஏற்படாமலிருக்க தேவஸ்வம் ஆணையர் விரும்பினார். அதை ஒட்டி அரசுக்கு ஒரு கடிதம் எழுதினார். அக்கடிதத்தின் சுருக்க விவரம் பின்வருவது.

'ஆறு மாதங்களுக்கு மேலாக நடந்துவரும் சத்தியாகிரகம் விரைவில் முடியும் என்பதற்கான அறிகுறிகள் ஏதும் இல்லை. சத்தியாகிரகம் தொடர்வது என்பது தொந்தரவு தரும் அம்சமாகவும் வழிபடுவோர்க்குத் தடையாகவும் இருக்கக்கூடும் என்று தேவஸ்வம் உதவி ஆணையாளர் கருதுகிறார். சாதிஇந்துக்களுக்கும் அவர்களுக்கும் ஒரு விதமான இறுக்கம் நேரவும், அதனால் பொதுஅமைதி மீறப்படவும் வாய்ப்பாக இருக்கும் எனவும் கருதப்படுகிறது.

'உற்சவத்தின் போது விக்கிரகம் பறயீட்டுக்கு ஊர்வலமாக சாலை வழியாக பகலில் எடுத்துச் செல்ல வேண்டியிருக்கிறது. அஷ்டமி நாளில் உதயணபுரம் கோயிலிலிருந்து வைக்கம் கோயிலுக்கு இரவில் எடுத்துச் செல்ல வேண்டியிருக்கிறது. இந்த ஊர்வலங்களின் போது விக்கிரகத்துக்குத் தீட்டு ஏற்படக்கூடாது' (தேவஸ்வம் ஆணையர், தலைமைச் செயலருக்கு 24 செப்டம்பர் 1924 தேதியிட்டு எழுதிய கடிதம்).

25 செப்டம்பர்

இந்தி ஆசிரியர் கிருத்திவாஸன் அவர்களுக்கு சத்தியாகிரகத் தொண்டர் சபையில் பிரிவு உபசாரவிழா நடைபெற்றது. எதிரிகள்

அவருடைய மூக்கைத் திருகியும் பல இடங்களில் இம்சை செய்ததும் பற்றி விழாவில் பேசப்பட்டது (*சுதேசமித்திரன், 25 செப்டம்பர் 1924*).

27 செப்டம்பர்

வைக்கம் சத்தியாகிரகம் பற்றி காந்தியின் கருத்தை அறிய ஜார்ஜ் ஜோசப்பும் டி.கே. மாதவனும் தில்லி சென்றனர். காந்தி உண்ணாவிரதம் மேற்கொண்டிருந்ததால், பல நாள்கள் காத்திருப்புக்குப் பிறகு அவரிடம் இது பற்றிப் பேச நேர்ந்தது. அதைப் பற்றிய அவ்விருவரின் அறிக்கையிலிருந்து சில பகுதிகள்.

"... விரதம் முடிந்தபின் பார்த்துக் கொள்ளலாம் என்றுதான் இருந்தோம். ஆனால் 18ஆம் தேதி மகாத்மாவை நாங்கள் பார்க்கச் சென்றபோது வைக்கம் விஷயத்தைச் சொல்லும்படி அவரே அன்புடன் கேட்டார் ... வைக்கம் இயக்கத்தை மகாத்மா பூராவாக ஒப்புக்கொள்ளுகிறாரா என்ற விஷயமாய் பொதுஜனங்களும் முக்கியமாக ஈழவர்களும் சந்தேகப்படுவதாக மாதவன் மகாத்மாவிடம் தெரிவித்தார். மகாத்மாவின் ஆதரவு நமது இயக்கத்துக்குப் பெரிய பக்க பலமாயிருந்தது என்றும் சொன்னார். தம்முடைய ஆதரவைப் பற்றி அங்ஙனம் சந்தேகம் ஏற்பட நேர்ந்ததைக் குறித்து மகாத்மா வருத்தப்பட்டார். ...

"மகாத்மா எங்களுக்குச் சொன்ன வேலைத் திட்டத்தில் இப்போது வெளியிடக்கூடிய அம்சங்கள் ஒன்றிரண்டுதான்.

"பண்டித மாளவியாவுக்கு ஒரு கடிதம் எழுதி மகாத்மா எங்களிடம் கொடுத்து சிம்லாவில் போய் பண்டிதரைப் பார்க்கச் சொன்னார் .... பண்டித மாளவியாவை 21ஆம் தேதி சிம்லாவில் கண்டபோது வைக்கத்துக்கு வரத் தயார் என்று உடனே தெரிவித்தார். நவம்பர் 10ஆம் தேதி வைக்கத்திற்கு வந்து பிறகு திருவனந்தபுரம் செல்லுவதாய்ப் பிறகு முடிவாய்த் தெரிவித்தார்" (*சுதேசமித்திரன், 27 செப்டம்பர் 1924*).

28 செப்டம்பர்

சத்தியாகிரக நிகழ்வில் எந்த மாற்றமும் இல்லை. இன்று மாலையில் ஆசிரமத்தில் நாராயண குரு தலைமையில் ஒரு பொதுக்கூட்டம் நடைபெற்றது. டி.ஆர். கிருஷ்ணசாமி ஐயர், சத்தியவிரதன், சரஸ்வதி சுவாமி ஆகியோர் பேசினர். 'சத்தியாகிரக இயக்கம் உடனடியாக முடியும் என்பதற்கான அறிகுறிகள் தெரியவில்லை' என்று கிருஷ்ணசாமி தான் பேசும்போது குறிப்பிட்டார். 'பிடி அரிசி', கெட்டுத்தங்கு முறையைக்

கைக்கொள்ளும்படி சத்தியவிரதன் கேட்டுக்கொண்டார். நாராயண குரு சத்தியாகிரக நிதிக்கு ரூ. 1000 அளித்ததுடன் அவசியப்பட்டால் தானேயும் சத்தியாகிரகத்தில் பங்கேற்பதாகவும் கூறினார். கதர் தக்ளி அவருக்குப் பரிசளிக்கப்பட்டது (கோட்டயம் மாவட்ட மாஜிஸ்டிரேட், தலைமைச் செயலருக்கு 4 அக்டோபர் 1924 தேதியிட்டு எழுதிய கடிதம்).

~~

புதிய மன்னரும் பொறுப்பு மகாராணியும் பதவி ஏற்றதை ஒட்டி, நிகழ்ந்த சத்தியாகிரகிகளின் விடுதலைக்காக காந்தி அவர்களைப் பாராட்டினார். நிலக்கோட்டை தாலுகா காங்கிரசு கூட்டமும் மகாராணியைப் பாராட்டியதுடன் தீண்டாமையை ஒழிக்கவும் கேட்டுக்கொண்டது.

சிறையிலிருந்து விடுதலையடைந்த பெரியாருக்கும் ஜார்ஜ் ஜோசப்புக்கும் தனியாகச் சிறப்பான வரவேற்பு நடத்தப்பட்டது. மற்ற சத்தியாகிரகிகளுக்கும் வரவேற்பு தரப்பட்டது. பெரியார் நெடுங்கனா, நாகர்கோயில் ஆகிய இடங்களில் பிரசாரம் செய்துவிட்டு ஈரோட்டுக்குச் சென்றார். அங்கே வேறு வழக்குத் தொடர்பாகக் கைதானார். அதை ஒட்டி நாகம்மையார் விடுத்த அறிக்கையில் வைக்கம் போராட்டத்தைத் தொடரத் தலைவர்களையும் தொண்டர்களையும் வேண்டிக் கொண்டார்.

சத்தியாகிரகம் தொடர்பான சந்தேகங்களைக் கேட்டு விளக்கம் பெற டி.கே. மாதவனும் ஜார்ஜ் ஜோசப்பும் காந்தியிடம் சென்றனர். அவரது அறிவுரைப்படி மாளவியாவிடம் சென்று அவரது வைக்கம் வருகையை வேண்டினார் ஜார்ஜ் ஜோசப். சத்தியாகிரகிகள் காந்தியிடம் ஆலோசனைக்காகச் சென்றது இது இரண்டாவது முறை.

நாராயண குரு ஆசிரமத்துக்கு வருகை புரிந்து ரூ. 1000 பணஉதவி செய்து ஆசீர்வதித்தார். அவசியம் ஏற்பட்டால் தானேயும் சத்தியாகிரகத்தில் பங்கேற்பதாகக் கூறினார்.

எதிர்வரும் கோயில் திருவிழாவை ஒட்டி தீட்டுப்படாமல் இருக்கத் தகுந்த ஏற்பாடுகள் செய்யும்படி அரசாங்கத்தைத் தேவஸ்வம் கேட்டுக்கொண்டது. அக்கடிதத்தில் சத்தியாகிரகம் விரைவில் முடியும் எனத் தெரியவில்லை என்று குறிப்பிட்டிருந்தது.

சத்தியாகிரகத்தின் ஆறாவது மாதமான செப்டம்பர் 1924இல் முக்கிய நிகழ்வுகளாக காந்தி சந்திப்பையும், நாராயண குருவின் வருகையையும் சொல்லலாம்.

அக்டோபர் 1924
ஏழாவது மாதம்

3 அக்டோபர் 1924

வைக்கம் சத்தியாகிரகத்திற்கு பெருகிவரும் ஆதரவைப் பற்றி நவசக்தி மகிழ்ச்சியடைந்தது.

பெரியார் சென்னை அரசாங்கத்தின் 'மறக் கருணைக்கு' உட்பட்டிருப்பதால், அவரால் மீண்டும் வைக்கம் செல்ல முடியவில்லை என்பதைக் குறிப்பிட்டுவிட்டு மக்கள் ஆதரவை விவரித்தது நவசக்தி.

'சீரிக்காடு என்ற கிராமத்து பெண்கள் மாதத்தில் ஒரு நாள் உண்ணாவிரதம் இருந்து அதனால் ஏற்படும் செலவு மிகுதியைச் சேகரித்து சத்தியாகிரக நிதிக்குக் கொடுப்பதாக முடிவு செய்துள்ளனர். இதேபோல் சேகரன் என்ற ஒருவர் புகைப்பழக்கம் உடையவர். அப்பழக்கத்தை ஒழித்து அதனால் மிகுதியாகும் பொருளைச் சத்தியாகிரக நிதிக்குக் கொடுக்கத் தீர்மானித்திருக்கிறார். இவ்விரண்டினாலும் சேரும் பொருள் சிறிதுதான். இவர்களுடைய உண்மையான நோக்கத்தை இதில் கவனிக்க வேண்டும்' (நவசக்தி, 3 அக்டோபர் 1924).

6 அக்டோபர்

வைக்கம் பிரச்சனையில் சத்தியாகிரகிகள் – வைதிகர் – அரசாங்கம் இவர்களிடையே பஞ்சாயத்து பேசி சமாதானத்தைக் கொண்டுவர பண்டித மதன்மோகன் மாளவியாவை அனுப்ப காந்தி தீர்மானித்தார். அதை நாடார்குல மித்திரன் வரவேற்று எழுதியது. அதிலிருந்து சில வரிகள்.

'... இராஜகோபாலாச்சாரியார், சீனிவாச ஐயங்கார் முதலிய மேதாவிகள் தூது சென்ற காலத்திலும் அது தீர்ந்து போகவில்லை... மகா பண்டிதர் மாளவியாவின் தூதைத் திருவாங்கூர் அதிகாரிகள் சாமான்யமாய் நினைத்து சத்தியாகிரக இயக்கத்தைச் சமாதானமாக முடிக்கத் தவறுவார்களேயாகில் அதைப் பார்க்கிலும் பெரியதோஷம் அத்தேசத்திற்கு வேறொன்றும் வேண்டியதில்லை' (நாடார்குல மித்திரன், 6 அக்டோபர் 1924).

7 அக்டோபர்

சத்தியாகிரக ஆசிரமத்தில் இன்று வைக்கம் ராமன் தலைமையில் 800 பேர் அளவுள்ள கூட்டம் நடைபெற்றது.

டி.கே. மாதவன், டி.ஆர். கிருஷ்ணசாமி ஐயர் ஆகியோர் பேசினர். நான்கு தீர்மானங்கள் நிறைவேறின.

ஜார்ஜ் ஜோசப்புடன் சென்று காந்தியைச் சந்தித்துவிட்டு வந்திருந்த மாதவன் அது பற்றி விரிவாக இக்கூட்டத்தில் பேசினார். ஈழவ இயக்கத்தின் தோற்றம், சத்தியாகிரக இயக்கத்தின் தொடக்கம், மும்பை, அகமதாபாத், தில்லி பயணங்கள், ஆதரவு பிராமணர்களின் செயல்பாடுகள் போன்றவற்றைப் பற்றிப் பேசி அனைவர் ஒத்துழைப்பையும் கோரினார்.

பயண விவரம்

தனது சமீபத்தைய மும்பை, அகமதாபாத், தில்லி பயணங்களையும், சபர்மதி ஆசிரமத்துக்கு ஜார்ஜ் ஜோசப்புடன் சென்றது, அங்குள்ளோரைச் சந்தித்தது பற்றி உயர்வாகப் பேசினார் மாதவன். அங்கு காந்தி தவிர அவரது செயலர்கள், அஜ்மல்கான், டாக்டர் அன்சாரி, முகமது அலி ஆகியோருடன் நிகழ்த்திய சந்திப்புகள் பற்றியும் பேசினார்.

காந்தி 21 நாள் உண்ணாவிரதம் இருக்க முடிவெடுத்த தந்தியைப் பஞ்சாப் செயலர் தனக்குக் காட்டியதால், பேச முடியாமல் ஏமாற்றமாய்ப் போய்விடுமோ என்று அஞ்சிக் கொண்டிருந்த நிலையில் இரவு 11:30 மணிக்குத் தான் அழைக்கப்பட்டதை ஆச்சரியத்துடன் விவரித்தார் மாதவன். சத்தியாகிரகிகள் எந்த நிபந்தனையுமின்றி சிறையிலிருந்து விடுவிக்கப்பட்டது பற்றியும் அதன் பேரில் அரசாங்கத்தின் நடவடிக்கை அனுதாபமாக இருப்பது பற்றியும் காந்தி கேட்டறிந்தார். பண்டித மாளவியாவைத் திருவனந்தபுரம் சென்று அரசாங்கத்துடன் பேச்சு வார்த்தை நிகழ்த்தும்படி கேட்டுக்கொள்ளும் குறிப்பொன்றை எழுதி இவர்களிடம் கொடுத்தது, தனக்கு உடல்நலம் இல்லாததால் ஜோசப் மட்டும் சிம்லா சென்றது, உண்ணாவிரதம் முடிந்ததும் வைக்கம் சத்தியாகிரகத்தில் தனிக்கவனம் எடுப்பேன் என்று காந்தி இவர்களிடம் கூறியதையும் விவரித்தார். பண்டித மாளவியா நவம்பர் 10 கேரளம் வருவார்.

பிராமண அனுதாபிகளையும், தலைவர்களையும் வைக்கம் சத்தியாகிரகம் இப்போதுகூட பெற்றுள்ளது என்று கூறி எஸ். சீனிவாச ஐயங்காரின் வருகை, அவரது நன்கொடை, அவரது கருத்து ஆகியவற்றையும் இராஜாஜியின் வருகை, அவரது சந்திப்புகள் பற்றியெல்லாம் விரிவாகப் பேசினார் மாதவன். 'அஷ்டமி பண்டிகை வரப்போகிறது, அரசு அதிகாரிகள் மற்றவர்களை நிறுத்தவேண்டும் என்று கூறலாம். எப்படியாயினும்

இது நடக்கும். 1000 அஷ்டமிகள் வந்தாலும், யானைகள் வந்தாலும், ஊர்வலங்கள் வந்தாலும் சத்தியாகிரகிகள் அந்தக் குறிப்பிட்ட இடங்களில் நின்று துன்புறுவார்கள், போராட்டத்தைத் தொடர்வார்கள் என்று மாதவன் உறுதிபட மேலும் கூறினார்.

கிருஷ்ணசாமி ஐயர் அடுத்து பேசியபோது அகில இந்திய காங்கிரசுக் கமிட்டி பணஉதவி செய்ய உறுதி செய்திருப்பதைக் குறிப்பிட்டார்.

தீர்மானங்கள்

(1) வைக்கத்தில் உள்ள ஈழவக் குடும்பங்களிடம் பிடி அரிசித் திட்டத்தைத் தொடங்குவது. (2) ஒரு செயற்குழுவை அமைப்பது. (3) அரிசி சேகரிக்கும் பணிக்கு கே. பாஹுலயன், எம்.கே. பத்மநாபன், நீலகண்டன் சாந்தி, ஆத்மராம் ஆகிய முழுநேர உறுப்பினர்கள் நியமனம். (4) அரிசி சேகரிக்கும் பணிக்குத் தன்னார்வலர்களை அனுப்பும்படி சத்தியாகிரகத் தலைவர்களைக் கேட்டுக்கொள்வது. பிடி அரிசித் திட்டத்துக்கு 1000 சிறிய பானைகள் சேகரிக்கப்பது (ஆறுக்குட்டி காவல் ஆய்வாளர் (சிறப்புப் பணி) (எஸ். வெங்கடாசல சர்மா) 7 அக்டோபர் 1924 தேதியிட்டு எழுதிய கடிதம்).

8 அக்டோபர்

பண்டித மாளவியா நவம்பர் 10ஆம் தேதி இங்கு வரும்போது அவருடைய கையைப் பலப்படுத்தும்படியான காரியங்களை முன்னதாகச் செய்து முடிப்பதற்காக ஒரு கூட்டத்தை 11 அக்டோபர் 1924 கூட்ட முடிவு செய்யப்பட்டது *(சுதேசமித்திரன், 10 அக்டோபர் 1924).*

17 அக்டோபர்

12.10.1924 நடந்த சத்தியாகிரக ஆசிரமக் கூட்டத்தில் தற்போதைய நிலையே அஷ்டமி விழாவின்போது தொடர வேண்டும் என்று முடிவு செய்யப்பட்டது. வரப்போகும் திருவிழாவின்போது பெரிய கூட்டம் கூடாமல் தடுக்கப் பிரசாரம் செய்ய இருப்பதாகத் தெரிகிறது.

நவம்பர் 10ஆம் தேதி மாளவியா வருவார் என்று எதிர்பார்க்கப்படுகிறது. மாதம் ரூ. 2000 தருவதாக அகில இந்திய காங்கிரசுக் கமிட்டியிடமிருந்து தகவல் தந்தி வந்திருப்பதாகத் தெரிகிறது.

பெரியமகஜர் ஒன்றுக்காக 100 ஆயிரம் சவர்ணர்களிடம் கையெழுத்துப் பெற 100 புத்தகங்களைச் சத்தியாகிரகிகள் விநியோகித்ததாகத் தெரிகிறது (கோட்டயம் மாவட்ட மாஜிஸ்டிரேட் தலைமைச் செயலருக்கு 17 அக்டோபர் 1924இல் எழுதிய கடிதம்).

உயர்சாதியினர் தீண்டாமை ஒழிப்புக்கான தமது ஒப்புதலைத் தெரிவிக்கும் விதமாக அமையவிருந்த ஜாதாவைப் பற்றிய செய்தி *நவசக்தியில்* வெளியாகியிருக்கிறது (17 அக்டோபர் 1924).

19 அக்டோபர்

காங்கிரசு கமிட்டி பணஉதவி பற்றி இராஜாஜியின் கருத்து:

'வைக்கம் சத்தியாகிரகத்திற்குப் பொருளுதவி செய்யும்படி அகில இந்தியக் காரியக் கமிட்டி கேட்டுக்கொள்ளப்பட்டது ... இது ஒரு குறிப்பிட்ட ஸ்தலத்தில் நடக்கும் சத்தியாகிரகம் ஆகையால் அதற்கு இந்திய நிதியிலிருந்து உதவி செய்ய முடியாது என்றும், ஸ்தலத்திலேயே நிதி வசூலித்துக் கொள்ளவேண்டும் என்று மகாத்மா அபிப்பிராயப்படுவதாகவும் எனக்கு அறிவிக்கப்பட்டது. சத்தியாகிரக நிதி சொற்பமாகவே இருக்கிறது. தற்போது நான் 1000 ரூபாய் வசூல் செய்து அனுப்பியிருக்கிறேன். அது அவசர செலவிற்கு உபயோகப்படும். ஆனால் ஒவ்வொரு தினமும் கவலைப்படாமல் வேலை நடக்கக்கூடிய நிலைமையில் அதை வைக்க வேண்டும். ஆகையால் நான் முக்கியமாக கேரளவாசிகளையும் பொதுவாகத் தென்இந்தியவாசிகளையும் இந்தச் சமயத்தில் தாராளமாக உதவும்படிக் கேட்டுக்கொள்கிறேன்' (*சுதேசமித்திரன்*, 1 நவம்பர் 1924; *நவசக்தி*, 31 அக்டோபர் 1924).

30 அக்டோபர்

திருவனந்தபுரத்திற்குச் சாதிஇந்துக்களின் ஜாதா (பேரணி) புறப்பட்டுச் செல்வதற்கான ஏற்பாடுகள் அநேகமாக முடிந்து விட்டன. கால்நடையாக ஜாதா வைக்கத்திலிருந்து புறப்படும். கேசவ மேனன், ஏ.கே.பிள்ளை, எம். பத்மநாப பிள்ளை முதலியோர் இன்று மாலை இங்கு (வைக்கம்) வந்து சேருவர். மேலும் 101 பேர் வருவர். பிராமணர், நாயர், கௌட சரஸ்வதி பிராமணர், அம்பலவாசிகள் முதலியோர் அதில் கலந்திருந்தனர். புதிதாக வருவோரை வரவேற்க முயற்சிகள் நடக்கின்றன.

ஒரு வரிசைக்கு நான்கு பேர் வீதம் செல்வர். 10 பேருக்கு ஒரு இன்ஸ்பெக்டர் வீதமும் 250 பேருக்கு ஒரு காப்டன் வீதமும்

நியமிக்கப்படுவர். ஜாதாவில் சேரமுடியாதவர்கள் ஆதரவு தெரிவிக்க சமஸ்தானம் எங்கும் பொதுக் கூட்டங்கள் நடத்துவர் (சுதேசமித்திரன், 31 அக்டோபர் 1924).

~ ~

சத்தியாகிரகத்திற்கு மக்களின் ஆதரவு திரண்டதைப் பத்திரிகை செய்திகள் உணர்த்துகின்றன. மாளவியாவின் வருகையை ஒட்டி, சத்தியாகிரகிகளிடமும் பத்திரிகைகளிடமும் ஒரு நம்பிக்கை ஏற்பட்டிருப்பதாகத் தெரிகிறது. இதைப் போன்றே நவம்பர் 1ஆம் தேதி தொடங்கவிருந்த உயர்சாதிப் பேரணிக்கு ஏற்பாடுகள் முழு வீச்சில் நடந்தன.

சத்தியாகிரக ஆசிரமத்தில் நடந்த ஆலோசனைக் கூட்டத்தில் போராட்டத்தைப் பலப்படுத்த புதிய முடிவுகள் எடுக்கப்பட்டன. டி.கே. மாதவன் தன் காந்தி சந்திப்பு விவரங்களை வெளியிட்டு மகிழ்ந்தார்.

அகில இந்திய காங்கிரசு கமிட்டி, சத்தியாகிரகத்திற்குப் பண உதவி செய்யவில்லை என்பதை உறுதிப்படுத்திய இராஜாஜி, பொதுமக்களைப் பணஉதவி செய்யும்படி வேண்டினார். இவையே அக்டோபர் மாத முக்கியச் செய்திகள்.

○

நவம்பர் 1924
எட்டாவது மாதம்

1 நவம்பர் 1924

இன்று காலை, சுமார் நூறு சாதிஇந்துக்களுடன் பத்மநாப பிள்ளையின் தலைமையில் ஜாதா (பேரணி) ஏற்பாடானது. இன்று காலை ஆறு மணிக்குப் பேரணி புறப்பட்டது. மழை பெய்து கொண்டேயிருந்தது. மேலவீதியில் கோயில் வாயிலில் சற்று நேரம் நின்று பஜனை செய்யப்பட்டது. வழி நெடுகப் பேரணியைப் பார்க்க ஏராளமான கூட்டம் நின்று கொண்டிருந்தது. எங்கும் 'மகாத்மா காந்திக்கு ஜே, மகாராணி ரீஜண்டுக்கு ஜே' என்ற சப்தமாகவே இருந்தது. வடயாரில் சற்று களைப்பாறி விட்டு 10 மணிக்குப் பேரணி காடுதுருத்திக்கு வந்து சேர்ந்தது.

பேரணி புறப்படுவதை உத்தேசித்து இன்று சத்தியாகிரகம் நிறுத்தி வைக்கப்பட்டது. அதே விதமாக ரீஜண்டு மகாராணியிடம் மனு சமர்ப்பிக்கப்படும் போதும் சத்தியாகிரகம் நிறுத்தி வைக்கப்படும்.

பேரணியின் முன்னே ஒருகொடி எடுத்துக்கொண்டு போகப்படுகிறது. அதில் தர்மம், உரிமை இவற்றைப் பாதுகாப்பதற்காக அந்தப் பேரணி என்று எழுதப்பட்டிருந்தது. ஒவ்வொரு தாலுகாவின் பிரதிநிதிகளும் தங்கள் தாலுகாவின் அடையாளமாக ஒரு கொடி வைத்துக் கொண்டிருக்கிறார்கள். மழை முதலிய உபத்திரவங்களால் பேரணி கொஞ்சம்கூட மனத்தளர்ச்சி அடையாமல் இருப்பது குறிப்பிடத்தக்கது *(சுதேசமித்திரன், 2 நவம்பர் 1924).*

2 நவம்பர்

ஞாயிற்றுக்கிழமை காலை பேரணி கோட்டயத்திற்குப் புறப்பட்டது. வழியில் எங்கும் உபசாரம் நடந்தது. கோட்டயத்திற்கு அருகில் அரக்கல் பத்மநாப பிள்ளை, ஜி. நாராயணசாமி பிள்ளை, சி.கே. சங்கர நம்பூதிரிபாடு முதலியவர்கள் உட்படப் பல சாதி இந்துக்கள் எதிர்கொண்டழைத்தனர். மேள வாத்தியத்துடன் ஊர்வலமாகப் பேரணி கோயிலுக்கு அழைத்துச் செல்லப்பட்டது. அங்கு ஒரு பொதுக்கூட்டம் நடத்தப்பட்டு அனைத்து சாலைகளும் பொதுவாகச் செய்யும்படி மகாராணி ரீஜண்டைக் கேட்டுக் கொள்வதாகத் தீர்மானம் நிறைவேற்றப்பட்டது.

மறுபடி பேரணி செங்கணாச்சேரிக்குப் புறப்பட்டது. பேரணியின் தலைவர் இந்த ஊரைச் சேர்ந்தவராகையால் ஐந்து மைல் தூரத்திற்குத் தோரணங்களாலும் வளைவுகளாலும் ஊர் அலங்கரிக்கப்பட்டிருந்தது. தலைவர் பத்மநாப பிள்ளையால் ஆரம்பிக்கப்பட்ட நாயர் சமூகசேவைப் பள்ளியில் பேரணி தங்கியது.

பேரணி திருவள்ளா வழியாகச் செங்கான்னூர் அடைந்தது. அங்கு இரவு தங்கியது.

திங்கட்கிழமை (நவம்பர் 3) செங்கான்னூரை விட்டு பேரணி மாவேலிக்கரா புறப்பட்டது. வரவர மேல்சாதி இந்துக்களுக்குத் தீண்டாமையை ஒழிக்க ஊக்கம் மிகுதியாகி வருகிறது *(சுதேசமித்திரன், 4 நவம்பர் 1924).*

3 நவம்பர்

போலீஸ் கமிஷனர் பிட்டும், போலீஸ் சூப்பிரன்டெண்டெண்ட் கோமதிநாயகம் பிள்ளையும் சமீபத்தில் வைக்கத்துக்கு வந்து நிலைமையை அறிந்துகொண்டதோடு அஷ்டமி உற்சவத்திற்கு ஆயிரக்கணக்கான வைதிக இந்துக்கள் வருவார்களாகையால் அதையொட்டியும் ஏற்பாடு செய்துவிட்டுச் சென்றனர்.

கேசவ மேனனின் தலைமையில் தீண்டாமையொழிக்கும் கமிட்டியின் கூட்டமொன்று நேற்றைய தினம் நடந்தது. வைக்கம் நிதிக்கு மாதாமாதம் காங்கிரசு ஏதாவது கொடுக்கும்படி அதன் தலைவரைக் கேட்டுக்கொள்ளத் தீர்மானிக்கப்பட்டது.

நாகர்கோயில், வைக்கம் ஆகிய இரண்டு இடங்களிலிருந்தும் இரண்டு பேரணிகள் திருவனந்தபுரத்திற்குப் புறப்பட்டுப் போகும், நவம்பர் 12க்குள்ளாவது அதற்கு மேலாவது இது நடைபெறும். மகாராணி அவர்களுக்கு ஒரு மகஜர் சமர்ப்பிக்கப்படும். எங்கும் சுற்றுப்பிரசாரம் செய்து பேரணிக்கு ஆதரவு தேட ஒரு கமிட்டி நியமிக்கப்பட்டிருக்கிறது. கால்நடையாகவே பேரணி புறப்பட்டு செல்லும்.

வைக்கம் சத்தியாகிரகம், பொதுமக்கள் மத்தியில் தீண்டாமைக்கு எதிரான உணர்ச்சியை நன்கு எழுப்பியுள்ளது. அதற்குச் சான்று அருப்புக்கோட்டையில் இருந்து வெளியான முன்குறிப்பிட்ட *நாடார்குல மித்திரனில்* வெளியான கூடலிங்க பாண்டியன் எழுதிய ஒரு கடிதம். அக்கடிதத்தின் இறுதிப் பகுதி பின்வருமாறு.

"... முன்னோர்களின் உற்பத்தியை மனுஸ்மிருதியில் கவனித்தால் வசிஷ்டன் தாசி வயிற்றிலும, நாரதன் வண்ணாத்தி வயிற்றிலும், வியாசன் மீன் வயிற்றிலும், வான்மீகன் வன வேடத்தி வயிற்றிலும், கௌன்டன் விதவை வயிற்றிலும், கலைக்கோட்டன் மான் வயிற்றிலும், ஜம்பு நரி வயிற்றிலும், கௌதமன் பசு வயிற்றிலும், மாண்டவ்வியன் தவளை வயிற்றிலும், கார்க்கேயன் கழுதை வயிற்றிலும், அகத்தியர் குடத்திலுமாக ஜனித்தவர்கள். இவ்விதமாக நாயிலும் கழுதையிலும் தவளையிலும் காட்டு மிருகங்கள் வயிற்றிலுமாக பிறந்து வளர்ந்த இப்பிராமண சம்பிரதாய தீண்டாப் பிசாசுகள் நடமாடித் திரியும் வீதிகள், குளங்கள், கோயில்கள் முதலானவைகளில் கேவலம் மலமே தின்று ஜீவிக்கும் நாய், பன்றி முதலானவைகள் தாராளமாய் உலவித் திரிகின்றன. அரிது அரிது மானிடராய் பிறத்தலரிது என்ற பெரியோர் வாக்குக்கிணங்க மானிட வர்க்கத்திலே பிறந்து வளர்ந்த ஓர் சார்பார் பிரவேசிக்கக் கூடாது என்பது ராஜ நீதிக்கு விரோதமன்றோ!

"குறிப்பு: இவ்வியாச நேயர் இறுதியில் தீண்டாமை விஷயமாய் பிராமணர்களை மட்டும் சுட்டியிருக்கிறார். ஆனால், இதர ஜாதியார்க்கும் தீண்டாமையை முற்றும் ஒழிந்துவிடவில்லை என்பதை நன்கு அறிய வேண்டும் (ப-ர்)" *(நாடார்குல மித்திரன், 3 நவம்பர் 1924).*

4 நவம்பர்

செங்கான்னூரை விட்டு பேரணி புறப்பட்டபோது, அதன் தொகை 200க்கு அதிகமாகி விட்டது. எலன்பிக்கல் என்ற ஊரில் அனுதாபமுள்ள நாயர் கனவான் ஒருவர் தொண்டர்களுக்குச் சிற்றுண்டி அளித்தார். வழியில் ஒரு ஆற்றில் சமீப மழையினால் வெள்ளமாக இருந்தது. தொண்டர்கள் அதை நீந்தி அக்கரை செல்ல வேண்டியிருந்தது. மாவேலிக்கரா தாலுக்காவின் எல்லையில் உள்ள பொட்டக் கடவுவில் சாதிஇந்துக்கள் ஒரு பெரிய பந்தல் போட்டு கொள்கைகளை எழுதி அலங்கரித்து வைத்து இருந்தார்கள். பேரணிக்கு ஜெயம் உண்டாக வேண்டும், மகாராணி ரீஜண்டு நீடூழி வாழ வேண்டும் என்று எழுதப்பட்டிருந்தது.

அலங்கரிக்கப்பட்ட தெருக்கள் வழியாகப் பேரணி சென்றது. ஊர்வலத்தின் முன் இரண்டு யானைகளும் பட்டுக் குடைகளும் நாகசுரமும் சென்றன. யானை மீது காந்தியின் படம் இருந்தது. அநேகமாக எல்லோரும் கதர் உடை தரித்திருந்தனர். மூன்று மணிக்குப் பேரணி காயங்குளத்திற்குப் புறப்பட்டது.

வழியில் கண்ணமங்கலத்தில் தேசாபிமானி டி.கே. மாதவன் வீட்டு வாயிலில் விசேஷமான உபசரிப்பு நடந்தது. இது ஈழவரின் முக்கியமான ஸ்தலம். பேரணியை வரவேற்கச் சாலையின் இருபுறங்களிலும் பெண்களும் ஆண்களும் ஏராளமாகக் கூடியிருந்தனர். எங்கும் வண்ணம் பூசப்பட்டு அலங்கரிக்கப்பட்டிருந்தது .... டி.கே. மாதவனின் வயது சென்ற தாய் பத்மநாப பிள்ளைக்கு வெள்ளிப் பாத்திரத்தில் கோதுமைக் கஞ்சி கொடுத்தார். அவர் அதை சந்தோஷத்துடன் உண்டார். பிறகு தொண்டர்களுக்குச் சுத்தமான கொட்டாங்கச்சிகளில் கஞ்சி வார்க்கப்பட்டது. மாதவன் வேடிக்கையாக அதை கதர்க் கோப்பை என்று கூறினார். வைதிக இந்துக்களான நாயரும் பிராமணரும் ஒன்றாக அமர்ந்து ஈழவர் கொடுத்த கஞ்சியை உண்டது விசேஷ சம்பவமாகும். பிறகு பேரணி கண்ணமங்கலத்தை விட்டுப் புறப்பட்டது.

கருணாகப்பள்ளி தாலுகாவின் எல்லையில் ராமன் மேனனும் கேசவ பணிக்கரும் இன்னும் பலரும் பேரணியை வரவேற்றனர். பெரிய பொதுக்கூட்டத்தில் வழக்கம் போல் தீர்மானம் நிறைவேற்றப்பட்டது... தொண்டர்கள் சிற்றுண்டி அருந்திய பின் ஓயச்சீரா என்ற இடத்திற்குப் புறப்பட்டனர். இந்தச் சமயத்தில் பேரணியின் கூட்டம் பதினாயிரம் மக்களுக்குக் குறையாமல் இருந்தது.

இன்று காலையில் பேரணி கருணாகப்பள்ளிக்குப் புறப்பட்டது *(சுதேசமித்திரன், 6 நவம்பர் 1924)*.

5 நவம்பர்

பேரணியைக் கருணாகப்பள்ளியில் வரவேற்க நீலகண்ட நாயர், கொச்சம் ராமன் பிள்ளை, கோவிந்த பிள்ளை முதலியவர்கள் ஏற்பாடு செய்திருந்தனர். எம்.கே. அச்சுதன் என்ற ஈழவ வாலிபர் பேரணியை வரவேற்றுப் பாடினார். இதற்குள் கூட்டம் மிகவும் அதிகமாகி விட்டது. சேர்ந்தாற் போல் நடந்து வந்ததால் களைத்துப்போய் திருவள்ளாவில் மயங்கி விழுந்த ஒரு தொண்டர் திரும்பி வந்து சேர்ந்து கொண்டார். ஆனால் மற்றொரு தொண்டர் கருணாகப் பள்ளிக்கருகில் மயக்கமாகி விட்டார். கருணாகப்பள்ளிக்குத் தூக்கிக்கொண்டு போகப்பட்டார். தலைவர் உட்பட அனைவரும் களைப்படைந்திருந்ததாகவே தோன்றியது. இருந்தாலும் அவர்கள் விடாமல் நடந்துகொண்டிருந்தனர்.

கருணாகப்பள்ளியை விட்டுப் பேரணி மாலையில் சபிவாரா என்ற இடத்திற்கு வந்து சேர்ந்தது. அங்கும் உற்சாகத்திற்குக் குறைவில்லை. இங்கு மிகவும் பெயர்போன ஒரு சங்கீத வித்வான் கச்சேரி நடந்தது. அன்று இரவு பேரணி அங்குத் தங்கியது.

6 நவம்பர்

காலை பேரணியில் கொல்லத்திலுள்ள பெரிநாட்டிற்குப் புறப்பட்டது. இந்தப் பேரணியை ஆரம்பித்து நடத்தும் முக்கியஸ்தர்களில் ஒருவரான ஏ.கே. பிள்ளையின் சொந்த ஊர் இது. பஜனை, கோஷ்டி, பாண்டு வாத்தியம், மேளம் முதலியவற்றுடன் பேரணி வரவேற்கப்பட்டது. கிராமம் முழுவதும் கூடியிருந்தது. பத்மநாப பிள்ளைக்கு மாலை அணிவிக்கப்பட்டது. கோயில் விள்ளாத் துறையை நோக்கி 300 தொண்டர்கள் தேசபக்திப் பாட்டுகளைப் பாடிக்கொண்டே உயரமான இடத்திலிருந்து இறங்கியது மிகவும் சந்தோஷமான காட்சியாக இருந்தது. தயாராகக் காத்துக் கொண்டிருந்த பல படகுகளில் தொண்டர்கள் ஏறிக்கொண்டனர். படகுகள் புறப்பட்டவுடன் தொண்டர்களுக்கு இளந் தேங்காய்கள் கொடுக்கப்பட்டன. அவர்களுடைய களைப்பை இது நன்கு ஆற்றியது. கூட்டத்தை விட்டுப் படகுகள் தூரமாகச் செல்வது வெகு அழகான காட்சியாகத் தென்பட்டது. பெரிநாட்டில் பேரணிக்குச் செய்யப்பட்ட உபசாரம் இதுவரை நடக்காத விதமாக இருந்தது. சங்கர பிள்ளை தலைமையில் கூட்டம் கூடி

தீர்மானம் நிறைவேற்றியது. பேரணி பிற்பகலில் கொல்லத்திற்குக் கிளம்பிற்று (*சுதேசமித்திரன், 7 நவம்பர் 1924*).

9 நவம்பர்

இன்று பேரணி வர்க்கலாவை விட்டுப் புறப்பட்டு அவந்தி, வெட்டூர், ரதிக்கல், நெடுங்கண்டா, தாயிக்க தரா, பாக்கம், தடக்கம் சிரலிஸ் கிழில் முதலிய இடங்களின் வழியாக ஆத்துக்கல்லுக்கு வந்து சேர்ந்தது. அங்கு ஈழவர் அதிகம். கயிறுத் தொழில் நன்றாக அவ்வூரில் நடந்து வருகிறது. பல இடங்களில் நாராயண குரு, காந்தி ஆகியோருடைய படங்களுக்குப் பூஜை செய்யப்பட்டது. ரதிக் கல்லில் பேரணிக்கு ஒரு பணப்பை தரப்பட்டது.

நெடுங்கண்டாவில் டாக்டர் நாராயணர், கொச்சப்பா முத்தல்லியா பேரணியை எதிர்கொண்டழைத்தனர். குமரன் ஆசான் பிறந்த இடத்தில் பேரணி சற்று நேரம் தங்கியது. அங்கு ஆஞ்செங்கோ ஏரியைப் பேரணி கடப்பதற்காக, மரம் முதலியவற்றால் தற்காலிக ஏற்பாடாக ஒரு பாலம் போடப்பட்டிருந்தது. பாக்கத்தில் காலை ஆகாரத்தை உண்டு விட்டுப் பேரணி ஆத்துக்கல்லுக்குப் புறப்பட்டது.

ஆத்துக்கல் நகர எல்லையில் வி. குஞ்சுகிருஷ்ண பிள்ளை, எஸ். ராமகிருஷ்ண ஐயர், பி.என். குஞ்சுகிருஷ்ண பிள்ளை, எஸ்.ஜே. நாயர் முதலியோர் பேரணியை வரவேற்றனர். அங்கு பதினாயிரம் பேர் கூடியிருந்தனர். தாசில்தாரிடம் அனுமதி வாங்காததால் பொதுக்கூட்டம் நடைபெறவில்லை. ஆயிரக்கணக்கான மக்கள் ஏமாற்றமடைந்து திரும்பினர் (*சுதேசமித்திரன், 10 நவம்பர் 1924*).

10 நவம்பர்

இன்று காலை முயிக்கும்புழாவிற்குப் பேரணி புறப்பட்டது ஈழவரின் முக்கியமான இடமாகிய மயநாட்டில் பேரணியை வரவேற்க அவ்வூர் ஸ்திரீசமாஜம் ஆதரவில் ஈழவப் பெண்கள் ஏற்பாடுகள் செய்திருந்தனர். சி.வி. குன்னிராமனின் மருமகள் மீனாட்சி தலைமையில் தனியாகப் போடப்பட்ட பந்தலில் பெண்களின் கூட்டம் நடைபெற்றது. ஸ்திரீசமாஜத்தின் செயலாளர் ராணி பேரணியை வரவேற்றுப் பாடினார். ‘ரீஜண்டு மகாராணி ஷத்திரியராக இருந்தபோதிலும் கடவுளின் அபிப்பிராயத்தில் அவர் நம்மைப் போன்றவரே. அவரிடம் இந்த ஜாதா செல்லுவதால் ஸ்திரீகளான நாம் அவர்களை உபசரிப்பது பொருத்தமாகும்’ என்ற அவர், ‘ஜாதாவிற்கு வெற்றி உண்டாகும்படி பிரார்த்திக்கிறேன்’ என்று கூறினார்.

சில புலையர்கள் அவலும் சில செம்பு நாணயங்களும் கொடுத்தனர். அவர்கள் கொடுக்கக் கூடியது அதுதான். வெள்ளி நாணயங்களை அவர்கள் உபயோகிக்கக் கூடாது என்பது மரபு.

பரவூரில் இதுவரையில் நாயருக்கும் ஈழவருக்கும் மனஸ்தாபம் இருந்துவந்தது. இப்போது இரண்டு வகுப்பினரும் ஒன்றுபட்டு பேரணியை மிகுந்த குதூகலத்துடன் வரவேற்றனர். அவ்வூர் பள்ளிக்கூட மானேஜர் நாராயண நாயர், பத்மநாப பிள்ளையிடம் 50 ரூபாய் பணமுடிப்பைத் தந்தார் (*சுதேசமித்திரன்*, 10 நவம்பர் 1924).

பரவூரிலிருந்து வர்க்கலாவிற்கு கப்பல் மூலமாக வந்த வழி மிகவும் அழகாக இருந்தது. எங்கு பார்த்தாலும் பசுமையாக இருந்தது. நாராயண குருவின் சிவகிரி மடத்திற்கு அருகில் பேரணி சென்றபோது அங்கு ஆயிரக்கணக்கான மக்கள் கூடினர். தொண்டர்கள் 300 பேருக்கு மேல் திரண்டிருந்தனர். சுவாமி நாராயண தாஸ், சுவாமி சத்தியானந்தா, சுவாமி கருணானந்தா, கே.பி. மார்த்தாண்டன், குஞ்சி சங்கரன் வைத்தியர் முதலியோர் பேரணியை மடத்தின் வாசலில் வரவேற்றனர். வர்க்கலாவில் பேரணி சௌகரியமாகத் தங்கியது.

தெற்கிலிருந்து ஒரு பேரணி

தாழ்ந்த வகுப்பினர் சில சாலைகளில் செல்லக்கூடாது என்ற தடையை நீக்கும்படி மகாராணியை வேண்டிக் கொள்ள வடக்கிலிருந்தும், மத்திய திருவாங்கூரிலிருந்தும் வைக்கத்திற்குச் சென்று அங்கிருந்து புறப்பட்டு வந்த சாதி இந்துப் பேரணியோடு, தெற்கே கோட்டாறிலிருந்து மற்றொரு பேரணி புறப்பட்டு முதல் பேரணியோடு திருவனந்தபுரத்தில் சேர்ந்து கொள்வதாகத் திட்டமிடப்பட்டது.

அத்திட்டப்படி நவம்பர் முதல் தேதியிலிருந்து எம்பெருமாள் நாயுடு, எம். சிவதாணு பிள்ளை, ஏ.பி. நாயர் முதலியோர் தெற்கு தாலுக்காக்களில் சுற்றுப் பயணம் செய்து மகஜரில் கையெழுத்து வாங்கியும் தொண்டர்களைச் சேர்த்தும் வந்தனர்.

கோட்டாறிலுள்ள ஸ்ரீ நாராயண ஹாஸ்தியாதி பள்ளிக் கூடத்தில் தொண்டர்கள் வெள்ளிக்கிழமை (7 நவம்பர் 1924) வரவேற்கப்பட்டனர். பேரணியில் நடந்து கொள்ளவேண்டிய முறை பற்றி எம்பெருமாள் நாயுடுவும் சிவதாணுவும் பேசினர். ஜெய கோஷத்தினிடையே பேரணி உற்சாகத்துடன் வெள்ளிக்கிழமை காலை கோட்டாறிலிருந்து புறப்பட்டது. அவர்கள் பஜனை செய்துகொண்டு போவதைப் பார்க்க சாலை முழுவதும் மக்கள் கூடியிருந்தனர்.

தொண்டர் பேரணியின் முன்னே 'இது தெற்கு ஜாதா' என்று எழுதப்பட்ட ஒரு பெரிய பாவட்டா (கொடி) எடுத்துச் செல்லப்பட்டது. பேரணியின் நோக்கங்கள் எழுதப்பட்ட பல கொடிகளும் பேரணியில் எடுத்துச் செல்லப்பட்டன. நாகர்கோயில் மணிக்கூண்டு வழியாகப் பேரணி செல்கையில் கிறிஸ்தவக் கலாசாலை மாணவர்கள் பேரணித் தலைவருக்கு மாலை அணிவித்து ஆரவாரம் செய்தனர். குமரவேலு பணிக்கர், அப்பாவு பணிக்கர் உட்படப் பல தலைவர்கள் பேரணியை வரவேற்க தக்கலையில் கூடியிருந்தனர். அங்கு அவர்களுக்கு உணவளிக்கப் பட்டது. நூற்றுக்கணக்கான முஸ்லிம்கள் பேரணியை சந்தோஷத்துடன் வரவேற்றனர். பள்ளிவாசலுக்கு அவர்கள் அழைத்துச் செல்லப்பட்டு சந்தனம், பழம் வழங்கப்பட்டது. தக்கலையில் பல வகுப்பினருக்கும் ஒற்றுமை ஏற்பட்டுவிட்டதன் அடையாளமாக இது கருதப்பட்டது.

வரலாற்றுப் புகழ்மிக்க உதயகிரி கோட்டை உள்ள புளியக்குறிச்சியில் பி. பத்மனாபன் தம்பி உட்படப் பலர் பேரணியை எதிர்கொண்டழைத்தனர். அவ்வூர் சவர்ணர்களின் கூட்டம் ஒன்று நடத்தப்பட்டது. தீர்மானம் நிறைவேற்றப்பட்டது. பத்மனாபபுரத்தில் வரவேற்பைப் பெற்றுக்கொண்டு, சனிக்கிழமை *(8 நவம்பர் 1924)* பேரணி வெட்டிமுறிக்கான் கால்வாய்க்குச் சென்றது. கட்டத்துராவில் *தேசாபிமானி* வாசகசாலையைச் சேர்ந்தவர்கள் பேரணியை வரவேற்றுச் சிற்றுண்டி அளித்தனர். மார்த்தாண்டம் வெகு சிறப்பாக அலங்கரிக்கப்பட்டிருந்தது. குழித்துராவிற்குப் பேரணி இரண்டு மணிக்குப் போய் சேர்ந்தது. பஜனையுடன் மாலையில் பொதுக்கூட்டமும் நடந்தது. டி.கே. மாதவன் தெற்குப் பேரணியின் நிலைமையை அறிவதற்காக குழித்துராவிற்கு வந்திருந்தார். அவருடன் முதல்நாள் சத்தியாகிரகம் செய்து சிறை சென்ற பாகுலயன் வந்திருந்தார்.

பேரணி குழித்துராவிலிருந்து நெய்யாற்றிங்கராவிற்கு *9 நவம்பர் 24*இல் புறப்பட்டது *(சுதேசமித்திரன், 11 நவம்பர் 1924)*.

களியக்காவிளைவில் கே. ராமகிருஷ்ண பிள்ளை, நீலகண்ட பிள்ளை, பிச்சுக்கண்ணு ராவுத்தர், செல்லப் பிள்ளை உட்பட பலர் பேரணியை மகிழ்ச்சியுடன் வரவேற்றனர். வழியிலுள்ள பலரிசு வாய்க்கால், கரிங்குளம், அமாவிய்யா முதலிய இடங்களிலும் பேரணிக்கு உபசாரம் நடந்தது.

நாயரின் முக்கிய ஸ்தலமாகிய நெய்யாற்றிங்கரையில் பேரணி தங்கியது. திருவாங்கூரில் முன்பு அரசராக இருந்த மார்த்தாண்ட வர்மா காலத்தில் ராஜ வம்சத்தை அழித்துவிட்டு எட்டுவீட்டில்

நாயர் பிள்ளை குடும்பங்கள் ஆட்சியைக் கைக்கொள்ள முயற்சி செய்த இடம் இதுதான். இப்போதும் இங்குள்ள கிருஷ்ணசாமி கோயிலில் ஒரு பெரிய மரம் இருக்கிறது. அதன் நடுவில் மார்த்தாண்ட வர்மா ஒளிந்துகொண்டிருந்த துவாரமும் இருக்கிறது. ரத்த வெறி கொண்ட பிள்ளைமாரிடமிருந்து அவர் உயிருக்குப் பயந்து இங்கு ஒளிந்திருந்ததற்காக அந்த மரத்திற்குப் பலராலும் மரியாதை செய்யப்படுகிறது. 3000 பேருக்கு மேல் கூடிய ஒரு பொதுக்கூட்டம் வெள்ளி ஜூபிலி மண்டபத்தில் நடத்தப்பட்டது. டி.கே. மாதவன், டி.ஆர். கிருஷ்ணசாமி நெய்யாற்றிங்கரை வந்துசேர்ந்ததும் மிகுந்த உற்சாகம் ஏற்பட்டது. மாதவன் தாழ்ந்த வகுப்பினர் பட்ட கஷ்டங்களையும் அவர்களுடைய பல்வகைப்பட்ட முயற்சிகளையும் விளக்கி ஒரு உருக்கமான பிரசங்கம் செய்தார். தலைமை வகித்த ராமன் தம்பி பேசுகையில், பெருந்தன்மையுடனும் விசால நோக்கத்துடனும் மகாராணி நடந்துகொள்வார் என்று தாம் நம்புவதாகக் கூறினார். காலை பேரணி திருவனந்தபுரம் நோக்கி புறப்பட்டது. வழியில் பலராமபுரத்தில் கஞ்சியும் கரமனையில் காலை ஆகாரமும் சாப்பிட்டனர். வைக்கம் பேரணி 11 நவம்பர் 1924 காலை கழக்கோட்டத்தை விட்டுப் புறப்பட்டது (சுதேசமித்திரன், 12 நவம்பர் 1924).

12 நவம்பர்

11 நவம்பர் 1924 மாலை வைக்கம் பேரணியும் கோட்டாறு பேரணியும் திருவனந்தபுரம் வந்து சேர்ந்தன. காலையில் மகாராணியாரைப் பார்த்து மகஜரை அளித்தனர். மாலை சங்குமுகம் கடற்கரையில் மாபெரும் பொதுக்கூட்டம் நடந்தது.

12 பேர் அடங்கிய சாதிஇந்துக் குழு, திருவாங்கூர் மகாராணியை 12 நவம்பர் 1924இல் சேதால்மண்டு அரண்மனையில் பேட்டி கண்டனர். செங்கணாச்சேரி பரமேஸ்வரன் பிள்ளை, வி.வி. நாராயண நம்பூதிரி, சமுதாயத்தில் கேசவ குருப், தொட்டூர் பத்மநாப பிள்ளை, பிறகுளம் பரமேஸ்வரன் பிள்ளை, கல்லூர் நாராயண பிள்ளை, மன்னத்து பத்மநாப பிள்ளை, எம்பெருமாள் நாயுடு, எம். சிவதாணுபிள்ளை, என். ராமகிருஷ்ண பிள்ளை, எஸ். கிருஷ்ண வாரியர், ஏ.கே. பிள்ளை ஆகியோர் கொண்டது அக்குழு. அறிமுகத்திற்குப் பிறகு உபசாரப் பத்திரத்தை வாசித்து, 25,000 சாதிஇந்துக்களின் கையொப்பம் அடங்கிய மகஜரை சரிகை வேலைப்பாடு அமைந்த பட்டில் சுற்றிக்கொடுத்தனர்.

உபசாரப் பத்திரத்தில் சுதந்திர சஞ்சாரத்தின் வரலாற்றை விளக்கிவிட்டு வேண்டுகோளைக் குறிப்பிட்டிருந்தனர்.

'... இந்த சமஸ்தானத்தில் உள்ள சாதிஇந்துக்களின் சார்பாக தங்கள் திவ்விய சமூகத்திற்கு மிக்க வணக்கமாய்த் தெரிவித்துக் கொள்வது என்னவெனில் சாதி மத வித்தியாசமில்லாமல் எல்லாவிதமான சாலைகளையும் பொது நிறுவனங்களையும் சகல பிரஜைகளும் உபயோகித்துக்கொள்ளலாம் என்று உத்தரவு பிறப்பிக்க வேண்டும் என்பதே ஆகும்... இத்துடன் நாங்கள் இந்த சமஸ்தானத்தில் உள்ள பல சாதிஇந்துக்களின் கையொப்பம் அடங்கிய மகஜரையும் உடன் சமர்ப்பித்திருக்கிறோம்' *(சுதேசமித்திரன், 13 நவம்பர் 1924).*

'இம்முக்கியமான விஷயத்தில் திடீரென்று பதில் அளிப்பது என்பது சாத்தியமில்லை. சட்டசபையில் இதைப் பற்றி விவாதிப்பதற்காக ஒரு தீர்மானம் வந்திருக்கின்றது. அது அடுத்த சட்டசபைக் கூட்டத்தில் விசாரணை வரும். முடிவான உத்தரவு பிறப்பிக்கப்படும்பொழுது மகஜரில் கண்ட விஷயங்களும் தக்கபடி கவனிக்கப்படும்' என்று மகாராணி ரீஜண்ட் பதிலளித்தார் *(சுதேசமித்திரன், 13 நவம்பர் 1924; நவசக்தி, 14 நவம்பர் 1924).*

பேரணிகளின் திருவனந்தபுரம் வருகை

வைக்கம் பேரணி கல்லூரைவிட்டு 11 நவம்பர் 1924 மாலை திருவனந்தபுரத்திற்குப் புறப்பட்டது. நகர எல்லையில் சட்டசபை உறுப்பினர் எம்.என். பிள்ளை, முன்னாள் நீதிபதி எம். குஞ்சுண்ணி மேனன் உட்படப் பலர் பேரணியை வரவேற்றனர். கோட்டாறிலிருந்து எம்பெருமாள் நாயுடு தலைமையில் வந்த தெற்குப் பேரணி, கரமனையில் மதியம் தங்கிவிட்டு மாலையில் புறப்பட்டு வந்தது. வி. அச்சுத மேனன், பி.எஸ். நடராஜ பிள்ளை, கே.என். குமரன் பிள்ளை, வி.டி. சுப்பிரமணியம் உட்படப் பலர் இந்தப் பேரணியை வரவேற்றனர்.

அரசாங்க அலுவலகங்களின் கீழ்ப்புறத்தில் இரண்டு பேரணிகளும் சந்தித்தவுடன் மன்னத்து பத்மநாப பிள்ளையின் தலைமையின் கீழ் இரண்டும் ஒன்றாக அணி வகுக்கப்பட்டது. சர் டி. மாதவராவின் உருவச்சிலைக்கு அருகில் பேரணி வந்தபோது, மகாராஜா தம் தந்தையுடன் மெதுவாக சவாரி செய்து கொண்டிருந்தார். தொண்டர் மகாராஜாவுக்கு ஜே என்ற முழக்கத்துடன் அவருக்கு மரியாதை செய்தனர். மகாராஜா பேரணிகளைப் பார்ப்பதற்காகப் பிரத்தியேகமாக இவ்விதம் அழைத்து வரப்பட்டதாகத் தெரிகிறது. மகாராஜா வந்தனத்தை அன்புடன் ஏற்றுக்கொண்டு மெதுவாகக் கூட்டத்தைத் தாண்டிச் சென்றார் *(சுதேசமித்திரன், 13 நவம்பர் 1924).*

கடற்கரைப் பொதுக்கூட்டம்

மாலை 7:30 மணி அளவில் கூட்டம் தொடங்கியது. பேரணி 400 உறுப்பினர்களைக் கொண்டிருந்தது. பார்வையாளர்களும் அனுதாபிகளுமாக 4000 பேர் ஊர்வலத்தில் கலந்து கொண்டிருந்தனர். சுமார் 5000 பேர் கூட்டத்தில் இருந்தனர். கூட்டத்தில் இருந்தவர்களில் பாதிபேர் ஈழவரும் அவர்ண இந்துக்களும் ஆவர்.

கடற்கரையில் வடக்கு அரண்மனைக்குக் கிழக்கே ஒரு பர்லாங்கு தூரத்தில் திறந்த வெளியில் கூட்டம் நடத்தப்பட்டது. ஈ. கோவிந்த பிள்ளை, ஓய்வுபெற்ற உயர்நீதிமன்ற நீதிபதி ஏ. கோவிந்த பிள்ளை, உயர்நீதிமன்ற வழக்கறிஞர் ஏ. தாணு பிள்ளை, சட்டமன்ற உறுப்பினர்கள் எம். ராமகிருஷ்ண பிள்ளை, செங்கணாச்சேரி பரமேஸ்வரன் பிள்ளை, ஏ. நாராயண பிள்ளை, ஏ. பாலகிருஷ்ண பிள்ளை, ஏ. ஹூக் வெர்ஃப், வி. அச்சுத மேனன், ஓய். ராமஸ்வாமி ஐயர், பி.கே. கோவிந்த பிள்ளை ஆகியோர் திருவனந்தபுரத்தின் முக்கியமான குடிமக்களுள் சிலர். இவர்களோடு வெளியூரைச் சேர்ந்தவர்களும் ஊர்வலத்தில் இருந்தனர்.

வி. அச்சுத மேனன் தலைமை தாங்கினார். தமது உரையில் திருவனந்தபுரத்தில் இதுவரை நடந்த கூட்டத்திலேயே இதுதான் பெரிய கூட்டம், இந்துக்கள் அல்லாதவர்களும் அன்னியரும் நடக்கும் பொதுச்சாலையில் சாதிஇந்து அல்லாதவர்கள் நடக்க முடியாது என்று மறுப்பது குடிமகனது அடிப்படை உரிமையை மறுப்பதாக இருக்கும் என்றார்.

ஏ. நாராயண பிள்ளை பேசுகையில் சாதிஇந்து அல்லாதவருக்குக் கோவில் தெருக்களைத் திறந்து விடுவதற்கு சாதிஇந்துக்கள் எதிராக இருக்கிறார்கள் என்ற நம்பிக்கை பொய் என்பதை இப்பேரணி காட்டி விட்டது என்றார். *சுபாஷிணி* என்ற பத்திரிகையின் ஆசிரியர் பி.கே. கோவிந்த பிள்ளை பேசும்போது, திருவாங்கூர் மக்களிடம் உள்ள ஒற்றுமையின்மை, தவறானபுரிதல், மற்றவர்களுக்கு இரங்காத தன்மை ஆகியவையே பொதுமக்கள் கருத்தை அரசாங்கம் அலட்சியப்படுத்துவதற்கான காரணங்கள் என்று வருந்தினார். மகாராணி ரீஜண்டிடமிருந்து அனுகூலமான பதில் கிடைக்கவில்லையானால் ஏமாற்றம் அடையக்கூடாது என்றும் அவர் எச்சரித்தார்.

தீர்மானம் ஒன்றை வழிமொழிந்து வக்கீல் ஓய். ராமஸ்வாமி ஐயர் பேசுகையில், தீண்டாமையும் நெருங்காமையும் இந்து மதத்தின் உண்மையான கொள்கைகளுக்கு எதிரானவை

என்றார். அடுத்துப் பேசிய சட்டமன்ற உறுப்பினர் ஹூக் வெர்ஃப் பேரணியை வரவேற்பதில் தானும் திருவனந்தபுரம் குடிமக்களோடு இணைந்துகொள்கிறேன். கிறித்தவரும் முகமதியரும் கிறித்தவராகவும் முகமதியராகவும் மாறிய புலையரும் பறையரும் கோயிலை அடுத்த தெருக்களில் நடக்க அனுமதிக்கப்படுவதும் அதே சமயத்தில் ஈழவரும் மற்ற இந்துக்களும் நடக்க அனுமதிக்கப்படாததும் கேள்விக்குரியது என்றார். கூட்டத் தீர்மானங்களை அரசுக்கும் மகாராணிக்கும் கொண்டுதரத் தலைவருக்கு அதிகாரம் அளிக்கும் தீர்மானத்தைக் கொண்டு வந்தவர் ஏ. தாணு பிள்ளை ஆவர்.

சுவாமி சத்தியவிரதன் வைக்கத்திலிருந்து புறப்பட்டுத் திருவனந்தபுரம் அடையும்வரை வடக்குப் பேரணியின் அனுபவங்களை எடுத்து விளக்கினார். பேரணியின் முக்கிய உறுப்பினர்களைக் கூட்டத்திற்கு அறிமுகப்படுத்தினார். பேரணியின் தலைமை கமாண்டர் மன்னத்து பத்மநாப பிள்ளை, எஸ். பத்மநாப மேனன், பிறகுளம் பரமேஸ்வரன் பிள்ளை, கோதூர் பத்மநாப பிள்ளை, சமுதாயத்தில் கேசவ குரூப், கல்லூர் நாராயண பிள்ளை, எம்.என். நாயர், ஏ.கே. பிள்ளை, என். ராமகிருஷ்ண பிள்ளை, செங்கணாச்சேரி பரமேஸ்வரன் பிள்ளை ஆகியோர் குறிப்பிடப்பட்டனர்.

மன்னத்து பத்மநாப பிள்ளை பேசும்போது ஏட்டுமானூர் காவல்ஆய்வாளர் சத்யவாகீஸ்வர ஐயர், தேவஸ்வம் குரூப் ஏட்டுமானூர் கண்காணிப்பாளர் சங்கரன் பொட்டி தவிர வேறு எந்த அரசு ஊழியரும் பேரணிக்குத் தொந்தரவு தரவில்லை. இவர்கள் தங்கியிருந்த கட்டடத்திலிருந்து பேரணியை வெளியே துரத்தி விட்டனர் என்றார்.

சவர்ணர்களைப் பேரணி பிரதிநிதித்துவப் படுத்தவில்லை, எல்லாச் சவர்ணர்களும் இதில் கலந்துகொள்ளவில்லை என்று கூறுவது தவறானது என்று பத்மநாபன் கூறியதோடு, நாட்டின் எல்லா தாலுகாவைச் சேர்ந்தவர்களும் பேரணியின் உறுப்பினர்கள் என்று குறிப்பிட்டார்.

நாகர்கோயில் எம்பெருமாள் நாயுடு பொதுக்கூட்டத்தில் பேச அரசு தடை விதித்திருந்ததைக் கூட்டத்தலைவர் சுட்டிக் காட்டினார். எனவே சிவதாணு பிள்ளை, தெற்குத் திருவாங்கூர் பேரணி சார்பாகப் பேசுவார் எனக் கூறினார். அனுபவங்களை எடுத்துரைத்த சிவதாணு பிள்ளை தெற்குத் திருவாங்கூர் குடிமக்கள் தாழ்த்தப்பட்டவர் நலனுக்காக இறக்கவும் தயார் என்றார். கூட்டம் முடிந்ததும் வலியத்துறைக்குச் சென்று பேரணியினர்

தங்கினர் (திருவனந்தபுரம் ரகசிய காவல்ஆய்வாளர் (டி.ஆர். ராமன் பிள்ளை) காவல்ஆணையருக்கு 27.3.1100 தேதியிட்டு எழுதிய கடிதம்).

திருவாங்கூர் சாதிஇந்துக்களின் பேரணியைப் பற்றித் தலையங்கம் எழுதிய *சுதேசமித்திரன்* (14 நவம்பர் 1924) அதில் மகாராணியின் பதிலை நியாயப்படுத்தியிருந்தது.

'சமஸ்தான அதிகாரிகள் தீண்டாதாரை வைக்கம் கோயிலைச் சுற்றியுள்ள தெருக்களில் பிரவேசிக்க வொட்டாமல் தடுத்ததற்கு அவர்கள் சொன்ன காரணம் எல்லாம் இந்து சமூகத்தார் அவ்விதத் தடையை விரும்புகிறார்கள் என்ற ஊகமே. சாதிஇந்து ஜாதாவின் விண்ணப்பம் இந்த ஊகம் ஆதாரமற்றது என்பதை விளக்கி விட்டது. மகாராணியார் சட்டசபையில் இந்தப் பிரச்சனையைப் பற்றிச் செய்யப்படும் முடிவைப் பார்த்துப் பிறகு முடிவு செய்வதாகச் சொன்னார். இந்த முறை ஜனநாயகத் தத்துவத்திற்கு ஏற்ற முறையே'.

15 நவம்பர்

இன்று திருவண்ணாமலையில் கூடிய காங்கிரசின் தமிழ்மாகாண மாநாடு நிறைவேற்றிய ஆறு தீர்மானங்களில் மூன்றாவது தீண்டாமையை ஒழிப்பதற்காக வைக்கத்தில் நடந்து வந்த சத்தியாகிரகத்தை ஆதரித்தது. இம்மாநாட்டின் தலைவர் பெரியார்.

"நமது தேசத்தின் அமைதிக்கும் முன்னேற்றத்திற்கும் பெருந்தடையாகவும் இந்துமதத்திற்கு அவமானமாகவும் இருக்கும் தீண்டாமை என்னும் கொடிய நோயை ஒழிப்பதற்காக வைக்கத்தில் நடந்துவரும் போராட்டத்தை இம்மகாநாடு ஆதரிப்பதுடன் அதற்கு வேண்டிய பொருளுதவியைத் தமிழ்நாட்டார் செய்ய வேண்டும் என்று மிகவும் கேட்டுக்கொள்கிறது. மேற்படி போராட்டத்தில் தலையிட்டு பலவித கஷ்டநஷ்டங்களுக்கு உட்பட்டுத் தியாகம் செய்துவரும் தொண்டர்களைப் பொதுவாகவும் தமிழ்நாட்டுத் தொண்டர்களைச் சிறப்பாகவும் இம்மகாநாடு பாராட்டுகிறது" (*நவசக்தி*, 21 நவம்பர் 1924; *சுதேசமித்திரன்*, ரக்தாஷி கார்த்திகை 2).

இம்மாநாடு பற்றித் தலையங்கம் எழுதிய *நவசக்தி* பெரியாரின் பங்கைப் பின்வருமாறு பாராட்டியது.

"நாயக்கர் உள்ளும் புறமும் ஒத்த உண்மையாளர்; உள் ஒன்று வைத்துப் புறம் ஒன்று பேசாதவர். தீண்டாமை முதலிய

தீமைகளை அகற்றி நாட்டைச் சமரச சன்மார்க்கத்தில் நிறுத்தத் தமிழ்நாட்டில் முயல்வாருள் தலையாயவர் நாயக்கராவர். வைக்கத்தில் அவராற்றிய கடமைகள் என்றும் நின்றும் பயன்தருவனவல்லவா?" *(நவசக்தி, 21 நவம்பர் 1924).*

இம்மகாநாட்டில் பெரியார் ஆற்றிய தலைமையுரையில் வைக்கம் இடம்பெற்றிருந்தது.

'தீண்டாமையை ஒழித்தாலன்றி நாடு சுதந்திரம் பெறாது என்று உணர்ந்து அதைப் போக்க மனங்கொள்ளாதிருப்பதற்குக் காரணம் நீண்டநாள் பழக்கம் என்று சொல்லுகிறார்கள். நீண்டநாள் பழக்கம் என்பதை நானும் ஒத்துக்கொள்கிறேன். அப்பழக்கத்தைத் தவிர்க்க முயற்சியாவது செய்யக்கூடாதா என்று வைதிகர்களைக் கேட்கிறேன். வைதிகர்கள் காங்கிரசு செய்யும் முயற்சிகளுக்குத் துணைநிற்க விரும்பாவிடினும் அம்முயற்சிக்குக் கேடு சூழாமலிருக்கலாம் அன்றோ? வைக்கத்தில் தீண்டாமையை ஒழிக்க எழுந்த சத்தியாகிரகத்தைத் தடுக்க வைதிகர்கள் என்ன பாடுபட்டார்கள்? காங்கிரசு எழுச்சி குன்ற அங்கே வைதிக பிராமணர்கள் யாகமும் செய்தார்கள். இந்த யாகங்கள் எல்லாம் சத்தியாகிரகத்தை என் செய்யும்? தமிழ்நாட்டு தீண்டாமையை முன்னிட்டு எங்காவது சத்தியாகிரக எழுச்சி கிளம்பினால் தமிழ்நாட்டு வைதிகர்கள் சும்மா இருப்பார்களா? ஒரு நாளும் இருக்க மாட்டார்கள்' *(நவசக்தி 21 நவம்பர் 1924).*

17 நவம்பர்

வைக்கத்தில் அஷ்டமி உற்சவத்தால் எழுந்த பிரச்சனை தொடர்பாக கிருஷ்ணசாமி ஐயர் வெளியிட்ட அறிக்கை.

நவம்பர் 17இல் வைக்கத்தில் நெருக்கடியான நிலைமை ஏற்பட்டது. சத்தியாகிரகிகளில் தீண்டாதவர்கள் சிலர் கலந்திருந்ததால் அவர்களைத் தாண்டி சுவாமியைத் தூக்கிச் செல்லக்கூடாது என்று வைதிகர்கள் ஆட்சேபித்ததால் நிலை சங்கடமாகி விட்டது.

'ஊர்வலத்தில் யானைகள் ஊர்வலமாகச் செல்ல சத்தியாகிரகிகள் வழிவிலக்கிக் கொடுத்தார்கள். ஆனால் தீண்டாதவர்கள் தூரத்துக்குச் செல்ல மறுத்து விட்டனர். ராணுவ போலீஸ் பாதுகாப்புடன் சுவாமி வந்ததும் சத்தியாகிரகிகள் சாலையின் ஒரு பக்கத்தில் ஒதுங்கிக்கொண்டனர். போலீசார் ஜண்டையாக நின்றதால் தொண்டர்கள் மறுபடி சாலைக்குள் வர முடியவில்லை. சில சாதிஇந்துக்கள் அதோடு திருப்தி அடையாமல் சாலையின் பக்கவாட்டில்கூட தீண்டாத

சத்தியாகிரகிகள் நிற்கக்கூடாது என்று பிடிவாதம் செய்தனர். ஊர்வலம் நின்றுபோகும்வண்ணம் யானைக்கு முன்னே போய் படுத்துக்கொண்டனர். புலையர்கள் சாலையில் இருக்கும் பர்யந்தம் (முடிவு வரை) ஊர்வலம் செல்ல முடியாது என்று பக்கத்திலிருந்த பலர் கூவினர். உடனே காவல் கண்காணிப்பாளர் தேவாம்சம் ஆணையாளரைப் பார்த்து "நெருப்போடு நீங்கள் விளையாடுகிறீர்கள்" என்று சொல்லி, யானையின் முன் படுத்துக் கிடந்தவர்களை அப்புறப்படுத்தும்படி ஆணையிட்டார். அப்புறப்படுத்திய பிறகு சுவாமி கோவிலுக்குள் சென்றது (சுதேசமித்திரன், 19 நவம்பர் 1924; நவசக்தி, 21 நவம்பர் 1924).

18 நவம்பர்

வைக்கம் சத்தியாகிரக நிலைமையில் மாறுதல் இல்லை. வழக்கம்போல் தொண்டர்கள் நான்கிடங்களில் சத்தியாகிரகம் செய்கின்றனர். பிரத்தியேகமான பட்டயங்கள் அவர்களுக்குத் தரப்பட்டிருக்கின்றன. அஷ்டமி உற்சவக் கூட்டத்தில் தொண்டர்கள் இன்னார் என்று கஷ்டமில்லாமல் தெரிந்து கொள்ளுவது அதன்மூலம் சாத்தியமாகும்.

பேரணியுடன் திருவனந்தபுரத்துக்குச் சென்ற 12 தொண்டர்களும் வைக்கத்துக்குத் திரும்பி வந்து ஆசிரம வேலையை மேற்கொண்டு விட்டனர். அவர்களைக் கௌரவிக்க ஒரு கூட்டம் நடந்தது. தங்களுடைய அனுபவத்தைத் தொண்டர்கள் பகிர்ந்தனர்.

20 நவம்பர் 1924 அஷ்டமி உற்சவம் நடைபெறும். யாதொரு கலவரமும் நடவாதிருக்க வேண்டும் என்று அதிகாரிகள் கவலையாயிருக்கிறார்கள்.

சாதிஇந்துக்களுள் ஒரு கூட்டத்தினர் இவ்வாரத்தில் மகாராணியை சந்தித்து, சாதிஇந்துக்கள் அல்லாதவர்களைச் சாலைகளில் விடக்கூடாது; அது வெகுநாள் சம்பிரதாயம், அப்படி விடுவது விரோதம் என்று தெரிவித்துக்கொண்டனர் என்று கூறப்படுகிறது (சுதேசமித்திரன், 20 நவம்பர் 1924).

20 நவம்பர்

வைக்கத்தில் அஷ்டமி உற்சவம் இன்று முடிந்துவிட்டது. சத்தியாகிரகிகள் வழக்கம்போல் மறியல் செய்தனர். 50 ஆயிரத்துக்கும் அதிகமான சாதிஇந்துக்கள் யாத்ரீகர்கள் வந்திருந்தனர். அநேகம் பேர் சத்தியாகிரக ஆசிரமத்துக்கு வந்து உண்டியலில் பணம் போட்டார்கள். மாலையில் கடலோரத்தில்

ஒரு கூட்டம் நடந்தது. தீண்டாமையால் ஏற்படும் கஷ்டங்கள் பற்றி வி.எஸ். சங்கரன் நம்பூதிரியும் சுவாமி சத்தியவிரதனும் பேசினர்.

உதயணபுரத்திலிருந்து சுவாமியை ஊர்வலமாக வடவண்டை வீதிவழியாக வைக்கத்துக்கு கொண்டு வந்தபோது பரபரப்பு அதிகமாக இருந்தது. காவல் ஆணையாளர் பிட் வெகு சாமர்த்தியமாக நடந்து கொண்டார். இல்லாவிடில் பிரமாதமான சண்டை நடந்திருக்கும். நான்கு யானைகள் ஊர்வலத்தின் முன்னே சென்றன. நூற்றுக்கணக்கான வைதிகர்களும் கூடச் சென்றனர். ஊர்வலம் போகுமுன் சத்தியாகிரகத் தொண்டர்கள் வழியை விட்டு விலக வேண்டும் என்று அவர்கள் விரும்பினர். சத்தியாகிரகிகள் அதற்குச் சம்மதிக்கவில்லை. விலகினால் தம் நோக்கம் நிறைவேறாது என்றனர். என்ன நடக்கப் போகிறது என்று திரளான மக்கள் கூடிப் பார்த்துக்கொண்டிருந்தனர்.

ஜனக்கூட்டம் தாராளமாய்ச் செல்லும்படி மர அடைப்புகளைக் காவல்துறையினர் அப்புறப்படுத்தினர். ஆனால் தொண்டர்கள் வழக்கம்போல் சாலையின் வலப்புறத்தில் நின்றுகொண்டிருந்தனர். காவல்துறை ஆணையரும் காவல் கண்காணிப்பாளர் கோமதிநாயகம் பிள்ளையும் தயாராக ரிசர்வ் போலீசாருடன் வந்திருந்தனர். சத்தியாகிரகம் நடக்கும் இடத்திற்கு அரை மைல் தூரத்தில் ஊர்வலம் வந்தபோது புலையர் சத்தியாகிரகிகளைத் தாண்டி ஊர்வலம் எப்படிப் போவது என்று நாலைந்து பேர் கூச்சல் போட்டனர். பிராமணரும் நாயருமாய் 25 பேர் ஊர்வலத்தைப் போகவிடாமல் குறுக்கே விழுந்து மறுத்தனர். சாலையின் குறுக்கே சிலர் விழுந்து கிடந்தனர். சிலர் சப்பளித்து உட்கார்ந்திருந்தனர். மற்றவர்கள் ஊர்வலத்தைத் தடுக்கும் தோரணையில் கோணிக்கொண்டு நின்றனர். தேவஸ்வம் கமிஷனரின் அனுமதியில்லாமல் ஊர்வலத்தைப் போகவிட உதவி கமிஷனர் சம்மதிக்கவில்லை. ஆனால் போலீஸ் கமிஷனர் அதன் மூலமாக ஏற்படக்கூடிய ஆபத்தைத் தெரிவித்தும் அவர் சும்மாயிருந்துவிட்டார் ஊர்வலத்தை மறித்தவர்களை அப்புறப்படுத்தும்படி பிட் கட்டளையிட்டார். பலவந்தமாக அப்புறப்படுத்து முன்னரே தடை செய்தவர்கள் சவாரி விட்டார்கள். தீண்டாதவர்கள் நின்றுகொண்டிருந்த வழியாக சுவாமி கோயிலுக்குள் புகுந்தது. கோயிலுக்குள் சென்றபின் பிராயச்சித்தம் ஏதோ நடந்தது. இன்னொரு ஊர்வலம் இரவு நேரத்தில் சத்தியாகிரகிகள் இல்லாத சமயத்தில் நடத்த ஏற்பாடு செய்யப்பட்டது (*சுதேசமித்திரன், 22 நவம்பர் 1924*).

22 நவம்பர்

தமிழ்நாட்டு காங்கிரசுக் கமிட்டியின் 1923–24ஆம் ஆண்டறிக்கையின் வைக்கம் பற்றிய பகுதி குறிப்பிடத்தக்கது. 'தீண்டாமை விலக்கு' என்ற தலைப்பில் 'நமது தேசத்தின் அமைதிக்கும் முன்னேற்றத்திற்கும் விடுதலைக்கும் பெருந் தடையாக உள்ள தீண்டாமை என்னும் கொடிய அதர்ம வழக்கத்தை ஒழிக்க மறுபடியும் நிதி வசூலை எதிர்பாராமல் அவ்வப்போது வேண்டிய முயற்சிகளை எடுக்க இக்கமிட்டியார் ஒரு தொகை ஒதுக்கிவைத்துள்ளார் என்று குறிப்பிட்டதோடு வைக்கம் சத்தியாகிரக நிதிக்கு ரூ. 500 கொடுக்கப்பட்டது என்று எழுதியுள்ளனர் (*சுதேசமித்திரன்*, 22 நவம்பர் 1924).

வைக்கம் சத்தியாகிரகத்தில் தமிழ்நாட்டாரின் பங்கு குறித்து தமிழ்நாட்டு காங்கிரஸ் கமிட்டியின் கருத்து.

'கேரளத்தில் நடக்கும் வைக்கம் சத்தியாகிரகப் போரைத் தொடங்கியவர்கள் கேரள காங்கிரஸ் கமிட்டியாரானாலும் அப்போரின் பின் நிகழ்ச்சிகளில் தமிழ்நாட்டாரே பெரும் பங்கு எடுத்துக்கொண்டார்கள். ஆதலின் அதனைப் பற்றிச் சில விஷயங்கள் இவ்வறிக்கையில் குறிப்பிட வேண்டியது அவசியம். அப்போரை ஆரம்பித்து நடாத்திய கேரள தேசபக்தர்கள் இரண்டொரு மாதத்தில் சிறைக்கோட்டம் நண்ண நேரிட்டது. அதனால் தொடங்கிய போரை விடாது நடத்த வேண்டிய பொறுப்பு, 'தீண்டாமை' என்னும் கொடிய நோயால் வருந்தும் தமிழ்நாட்டு மக்களையும் சார்ந்ததாகப் போய்விட்டது. இப்போரை நடத்த இக்கமிட்டியின் தலைவர் ஈ.வெ. ராமசாமி நாயக்கர் அங்குச் சென்றார். திருவாங்கூர் சமஸ்தானத்தின் பல இடங்களுக்குச் சென்று பிரசங்க வாயிலாக சத்தியாகிரகத்தின் உண்மையை விளக்கிக் காட்டி, சந்தேகங்களை ஒழித்து இவ்வியக்கத்திற்கு வலிமையையும் பொதுமக்களின் ஆதரவைப் பெற்றதும் தவிர, அதற்காக அவர் இருமுறை சிறைவாசம் செய்யவும் நேரிட்டது. அவருடன் சென்றிருந்த அவர் மனைவியாரும் அக்காலம் அங்கிருந்து அரிய வேலைகள் செய்துகொண்டுவந்தார்.

'ராமசாமி நாயக்கர் சிறையிருந்த காலத்தில் எஸ். ராமநாதன் தமிழ்நாட்டின் சார்பாக வைக்கம் சென்று இப்போரை நடத்தி வந்தார். தொண்டர்களுக்குள் ஒழுங்குமுறைகள் கற்பித்து சத்தியாகிரகம் செவ்வனே நடைபெறத்தக்க ஏற்பாடுகள் செய்தார். தம் தந்தையார் திடீரென்று இறந்ததன் காரணமாக எஸ். ராமநாதன் திரும்பி வந்துவிட நேரிட்டது. உடனே மதுரை

என். நாராயண ஐயர் வைக்கம் சென்று தலைமை வகித்து நான்கு மாத காலமாக நடத்தி வருகிறார். இந்தச் சத்தியாகிரகத்திற்குத் தமிழ்நாட்டிலிருந்து சென்றவர்கள் பலருள்ளும் அய்யாமுத்து கௌண்டருடைய தொண்டு குறிப்பிடத்தக்கது' *(சுதேசமித்திரன், 22 நவம்பர் 1924).*

~ ~

சத்தியாகிரகம் தொடங்கி எட்டாவது மாதமான நவம்பரில் முக்கியமான ஆதரவு அம்சமான உயர்சாதியினர் பேரணி சிறப்பாக நடந்து முடிந்ததைக் குறிக்கலாம். சத்தியாகிரகிகளின் உணர்வுக்கு ஊறு விளையாமல் காவல்துறை கண்டிப்புடன் அஷ்டமி உற்சவத்தை நிகழ்த்தி முடித்தது அடுத்த முக்கிய அம்சம்.

நவம்பர் முதல் நாள் வைக்கத்திலிருந்து புறப்பட்ட வடக்குப் பேரணி பத்மநாப பிள்ளையின் தலைமையில் கால்நடையாகத் தொடங்கியது. வைக்கம், கோட்டயம் செங்கணாச்சேரி, திருவள்ளா, செங்கான்னூர், மாவேலிக்கரா, கண்ணமங்கலம், கருணாகப்பள்ளி, சாவாரா, பெரிநாடு, நெடுங்கண்டா, ஆற்றுக்கல், மயநாடு, பரவூர், வர்க்கலா வழியாகத் திருவனந்தபுரத்தை 12ஆம் தேதி அடைந்தது. 7ஆம் தேதி கோட்டாறிலிருந்து தெற்குப் பேரணி தமிழரான எம்பெருமாள் நாயுடு தலைமையில் புறப்பட்டது. கோட்டாறு, நாகர்கோயில், புளியக்குறிச்சி, மார்த்தாண்டம், களியக்காவிளை, நெய்யாற்றிங்கரா வழியாகத் திருவனந்தபுரத்தை 12ஆம் தேதி சென்றடைந்தது. மகாராணியைக் காலையில் பார்த்து புகழ்பெற்ற மகஜரை அளித்த குழு, மாலையில் சங்குமுகத்தில் மாபெரும் பொதுக்கூட்டத்தை நடத்தியது. மகாராணியைப் பார்த்த குழுவில் எம்பெருமாள் நாயுடு, சிவதாணு பிள்ளை நமக்குத் தெரிந்த தமிழர்கள். பத்திரிகைகள் இந்நிகழ்வைப் பெரிதும் வரவேற்றன.

சத்தியாகிரக ஆசிரமத்தில் கேசவ மேனன் தலைமையில் அகில இந்திய காங்கிரசிடம் பணஉதவி கோரித் தீர்மானம் இயற்றப்பட்டது. உயர்சாதிப் பேரணியில் கலந்துகொண்ட 12 சத்தியாகிரகிகள் பாராட்டப்பட்டனர்.

வைக்கத்தில் அஷ்டமி உற்சவம், பெரும் பரபரப்புடன் வைதிக-சத்தியாகிரகிகள் பதற்றத்தோடு நடந்தது. பிட், கோமதிநாயகம் போன்ற காவல்துறை அதிகாரிகளின் (சத்தியாகிரகிகள் மீதான அனுதாபப் பார்வையுடன்) கண்டிப்பான நடவடிக்கையால் வைதிகர் பயந்தனர். அதனால் பிரச்சனை இன்றி விழா முடிந்தது. சாதிஇந்துக்கள் மகாராணியைச் சந்தித்து தம் கருத்தை வலியுறுத்தியதாகத் தெரிகிறது.

தமிழ்நாடு காங்கிரசின் திருவண்ணாமலை மாநாட்டில் வைக்கம் பற்றி தீர்மானம் இயற்றப்பட்டது. அதன் ஆண்டறிக்கையில் பெரியார் உள்ளிட்ட தமிழர்களின் பங்களிப்பு பற்றி குறிப்பிடப்பட்டிருந்தது. தமிழகத்தில் மக்கள் ஆதரவு சத்தியாகிரகத்திற்குப் பெருகிவந்தது தமிழ்நாட்டுப் பத்திரிகைகள் மூலம் தெரியவருகிறது.

○

டிசம்பர் 1924

ஒன்பதாவது மாதம்

டிசம்பர் 1924

1924 டிசம்பர் மாதத்தில் பெல்காமில் நடந்த காங்கிரசு மாநாட்டில் பங்கேற்கப் பெரியார், டி.கே. மாதவன், குரூர் நீலகண்டன் நம்பூதிரிபாடு, சுவாமி சத்தியவிரதன் உட்பட சத்தியாகிரகிகள் பலர் அடங்கிய ஒரு குழு சென்றது. டி.கே. மாதவன், குரூர் நீலகண்டன் நம்பூதிரிபாடு, கே.ஜி. குஞ்சுகிருஷ்ண பிள்ளை மூவரும் காந்தியைச் சந்தித்தனர். இச் சந்திப்புக்கு முன்பே பெரியார், டாக்டர் நாயுடு, ஏ.கே. கோவிந்த தாஸ் ஆகியோர் வைக்கத்திற்குத் திரும்பி விட்டனர் என்று வைக்கம் சத்யாகிரக நினைவலைகள் நூலாசிரியர் த. அமலா தெரிவிக்கிறார் (ப. 95). பெல்காம் காங்கிரசுக்குப் போவதற்கு முன் பெரியார் வைக்கம் சென்றார் என்றும் தமிழ்நாடு காங்கிரசு கமிட்டி வைக்கத்திற்கு ரூ. 1000 நிதி உதவி செய்தது என்றும் ஒரு செய்தி இருக்கிறது (நாடார்குல மித்திரன், 22 டிசம்பர் 1924).

வைக்கத்தைப் போலவே கேரளத்தில் பாலக்காடு கல்பாத்தியிலும் அக்கிரகாரத்திற்குள் ஈழவர் பிரவேசிப்பதற்குத் தடை இருந்தது. நவம்பர் பதிமூன்றாம் தேதி நடைபெற்ற ஓர் உற்சவத்தின் போது, அங்கு ஈழவர் பிரவேசிக்கக் கூடாது என்று தடுக்கப்பட்டுத் தாக்கப்பட்டார்கள். ஈழவர் அகிம்சா தர்மத்தை மேற்கொண்டு பொறுமையுடன் இருந்தார்கள். இதனால் அமைதிக் குலைவு ஏற்பட்டுவிடுமோ என்று பாலக்காட்டு சப் டிவிஷனல் மாஜிஸ்டிரேட் அக்கிரகாரத்திற்குள் ஈழவர் பிரவேசிக்கக் கூடாது என்று 144வது பிரிவின்படி தடுத்தார் (நவசக்தி, 5 டிசம்பர் 1924).

சத்தியாகிரக ஆதரவாளரும் இந்துஸ்தான் டைம்ஸ் ஆசிரியருமான கே.எம். பணிக்கர் திருவாங்கூருக்கு வருகை

தந்தார். அப்போது வைக்கம் நிலைமையைப் பற்றிக் கருத்து தெரிவித்தார்.

"ராகவையா, சத்தியாகிரகத் தலைவர்களையும் மாதவனையும் கூப்பிட்டு கலந்து ஆலோசிக்காமல் போனது தவறு. சத்தியாகிரகத்தை நிறுத்தாமல் நடத்தி வரவேண்டும். ஒருபுறம் பொதுமக்களும் கிளர்ச்சி செய்துகொண்டே இருக்க வேண்டும். திருவாங்கூர் சட்டசபைத் தேர்தல் சமீபத்தில் நடக்கவிருப்பதால் ஸ்தானம் பெற விரும்புவோர் ஒருவரும் இதற்குத் தடைக்கல்லாக இருக்க மாட்டார்கள். கவர்ன்மெண்டார் சட்டசபையை மதித்து நடந்தால் கஷ்டமே இல்லை" *(சுதேசமித்திரன், 19 டிசம்பர் 1924)*.

நவம்பர் 10ஆம் தேதி வருவதாக இருந்த மதன் மோகன் மாளவியா, சமீபத்தில் திருவாங்கூருக்கு வருவது சாத்தியமில்லை என்பதையும் காந்தி பெல்காமிலிருந்து நேரடியாக வைக்கத்திற்கு வரலாம் என்பதையும் *பார்வர்டு பத்திரிகையை* மேற்கோளிட்டு *சுதேசமித்திரன்* கூறியிருந்தது (31 டிசம்பர் 1924).

பெல்காம் காங்கிரசு மாநாட்டில் பொதுச்சபையில் நிறைவேற்றுவதற்காக, வைக்கம் குறித்து ஒரு தீர்மானம் விஷயாலோசனைக் குழுவில் ஒழுங்கு செய்யப்பட்டது. அத்தீர்மானமாவது.

'தீண்டாமை ஒழிய வேண்டும் என்ற உணர்ச்சி இந்து சமூகத்தில் வரவர விருத்தியாவதைக் கண்டு காங்கிரசு திருப்தி அடைகின்றது. ஆனால் இன்னும் எவ்வளவோ செய்ய வேண்டியது பாக்கியிருக்கிறது. காங்கிரஸ் ஸ்தாபனங்களைச் சேர்ந்த எல்லா இந்து அங்கத்தினர்களும் அதிகமான பிரயத்தனம் இந்த விஷயத்தில் எடுத்துக்கொள்ள வேண்டும். மாகாண காங்கிரசு கமிட்டிகளில் உள்ள இந்து அங்கத்தினர் ஒடுக்கப்பட்ட வகுப்பினரின் தேவைகளையும் கிணறு, தொழுகை ஸ்தலம், கல்வி முதலிய முக்கியமான வசதிகளையும் பற்றி விசாரித்து, அவை இல்லாத இடங்களில் அவசியமான ஏற்பாடுகளைச் செய்யும்படி காங்கிரஸ் வற்புறுத்துகிறது. சாதிஇந்துக்கள் கடக்கக்கூடிய தெருக்கள் வழியாகத் தீண்டாதவர்களும் நடக்க உரிமை உண்டு என்பதை வற்புறுத்துவதற்காக வைக்கத்தில் சத்தியாகிரகம் செய்து வருவோரின் தைரியத்தையும் பொறுமையையும் உணர்வையும் காங்கிரசு பாராட்டுகின்றது. முற்போக்கான சமஸ்தானம் என்று சொல்லப்படுகின்ற திருவாங்கூர் சமஸ்தான அதிகாரிகள், மேற்படி சத்தியாகிரகிகளின் நியாயமான கோரிக்கையைத் துரிதமாகப் பூர்த்தி செய்துவைப்பார்கள் என்றும் காங்கிரசு நம்புகின்றது'

(சுதேசமித்திரன், 26 டிசம்பர் 1924). காந்தியே இத்தீர்மானத்தை விஷயாலோசனைக் கூட்டத்தில் முன்மொழிந்தார்.

~~

போராட்டம் தொடங்கி ஒன்பதாவது மாதமான டிசம்பரில் நிகழ்ச்சிப் பதிவுகள் அதிகமாகக் கிடைக்கவில்லை. எனினும் இம்மாத முக்கிய நிகழ்வாக, வைக்கம் பற்றி பெல்காம் காங்கிரசில் தீர்மானம் இயற்றப்பட்டதன், விளைவாக நாடு முழுவதும் வைக்கம் போராட்டச் செய்தி பரவியதைச் சுட்டலாம்.

பெரியார், டி.கே. மாதவன் உள்ளிட்டோர் கலந்துகொண்ட பெல்காம் காங்கிரசு மாநாட்டில், விஷயாலோசனைக் கூட்டத்தில் காந்தி முன்னுரைத்த வைக்கம் தீர்மானம் நிறைவேறியது. சத்தியாகிரகிகளின் நியாயமான கோரிக்கையைத் திருவாங்கூர் சமஸ்தான அதிகாரிகள் துரிதமாக நிறைவேற்றி வைப்பார்கள் என்று காங்கிரசு நம்பிக்கை வெளியிட்டிருந்தது.

போராட்டக்காரர்களை அழைத்துப் பேசாமல் அரசு தவறு செய்வதாகக் கே.எம். பணிக்கர், குற்றம் சாட்டினார். மாளவியா வைக்கம் வருகை ரத்து செய்யப்பட்ட தகவல் வெளியாகியுள்ளது.

பாலக்காடு கல்பாத்தியில் அக்கிரகாரத்தில் ஈழவர் நுழைய தடை விதித்து அரசு ஆணையிட்ட செய்தி, எரிகிற நெருப்பில் நெய் ஊற்றியது.

○

ஜனவரி 1925
10வது மாதம்

2 ஜனவரி 1925

1924ஆம் ஆண்டு நடந்த முக்கிய நிகழ்வுகளை, அடுத்த புதிய ஆண்டுத் தொடக்கத்தில் தொகுத்து எழுதிய நவசக்தி, வைக்கம் சத்தியாகிரகத்தைச் சிறப்பாகச் சுட்டியது.

'... திருவாங்கூர் சமஸ்தானத்தில் உள்ள வைக்கம் என்னுமிடத்தில் தீண்டாச் சாதியாருக்குப் பொதுவான பாதைகளில் செல்ல உரிமை உண்டு என்பதை நிலைநாட்டும் பொருட்டு சத்தியாகிரகம் தொடங்கப்பட்டது. பலர் சிறை கண்டார். இவ்வியக்கத்தில் ஈடுபட்டு உழைத்து இருமுறை சிறை புகுந்த இராமசாமி நாயக்கரையும், அவர் மனைவியாரையும், ஜார்ஜ் ஜோசப் முதலியோரையும் தீண்டாதாரும் பிறரும் என்றும் வாழ்த்திக் கொண்டிருப்பர் என்பதில் ஐயமில்லை.

'... வைக்கம் வீரர் ஈ.வே. இராமசாமி நாயக்கர் மீது ... அரசாங்கத்தார் தொடுத்திருந்த வழக்கைத் திரும்பப் பெற்றுக் கொண்டனர்' (நவசக்தி, 2 ஜனவரி 1925).

இவ்வழக்கு வைக்கம் தொடர்பானதல்ல என்றாலும், இங்கு இதைக் குறிப்பிடக் காரணம், வைக்கம் வீரர் என்ற சொல்லாட்சி போராட்டம் முடிவதற்கு முன்பே பத்திரிகை வழக்காகிவிட்டதை உணர்த்துவதற்காகும்.

ஜனவரி முதல் வாரத்தில் வைக்கம் சுற்றுப்பயணத்தை மேற்கொண்டு திரும்பிய சுதந்திரப் போராட்ட வீரரும், காந்திக்கு மிகவும் நெருக்கமானவருமான சி.எப். ஆண்ட்ரூஸ், வைக்கம் நிலைமை பற்றி சென்னை நிருபரிடம் பேசியதிலிருந்து சில ...

'தொண்டர்கள் கட்டுப்பாடாக வேலை செய்து வருகிறார்கள். வெற்றி கிடைக்குமென்பதில் அவர்களுக்குச் சந்தேகம் இல்லை. தொண்டர்களின் நடத்தை திருப்திகரமாய் இருப்பதாக மாஜிஸ்டிரேட்டும் போலீஸ் இன்ஸ்பெக்டரும் என்னிடத்தில் தெரிவித்தனர். திருவாங்கூர் போலீஸார் மிக்க மரியாதையாக நடந்துகொள்வதைக் காணவும் எனக்கு ஆச்சரியமாயிருந்தது.

'கன்னியாசேரி என்ற இடத்தில் 11 வயது பையன் ஒருவன் தீண்டாதவர்கள் போகக்கூடாத சாலை வழியாகச் சென்றதற்காக அடிபட்டான் என்று சொல்லி அப்பையனை எனக்குக் காட்டினார்கள். அடிபட்ட காயத்தை நான் பார்த்தேன்.

அப்பையன் போன சாலையைத் தவிர வேறு நடைபாதை எதுவும் மழைக்காலத்தில் கிடையாது. அப்படியிருந்தும் 3/4 மைல் தூரத்திற்கு அங்குத் தீண்டாதவர்கள் போகக்கூடாது என்றுச் சொல்லப்படுகிறது. அந்த இடத்தைச் சுற்றிக் கோயிலைக் கூடக் காணோம். உயர்ந்த ஜாதியாருக்குச் சொந்தமான சில வீடுகள் மாத்திரம் இருக்கின்றன. இதைப் பற்றிக் கலெக்டரிடம் நான் சொன்னேன். அடிபட்ட பையனைப் பள்ளிக்கூடத்திற்கு அழைத்து வரவும் கொண்டுபோய் விடவும் ஒருவரைத் திடப்படுத்திவிட்டு வந்தேன்' (*சுதேசமித்திரன்,* 7 ஜனவரி 1925).

'ஆண்ட்ரூஸின் இந்தச் செய்தியை வைத்து 'வைக்கம் சத்தியாகிரகம் பலாத்காரத் துறையில் இறங்குகிறது என்று கூற இனி எவரும் முன்வரமாட்டார்கள் என்று நம்புகிறோம்... மழையில் நனைந்து, வெயிலில் உலர்ந்து தீண்டாமையை ஒழிப்பது இறைப்பணி எனக் கருதி உழைக்கும் சத்தியாகிரகிகளை நாம் மனதார வாழ்த்துகிறோம்' என்று *நவசக்தி* குறிப்பிட்டது (7 ஜனவரி 1925).

அகில இந்திய இந்து சபை என்ற பெயரில் இந்துக்களுக்கான உரிமை கோரும் ஒரு அமைப்பை உருவாக்க வேண்டும் என்று ஒரு கருத்து அச்சமயத்தில் உருவாகியிருந்தது. அது அமைய வேண்டிய முறை பற்றி, 'இந்து ராஜ்யம்' என்றழைக்கப்பட்ட திருவாங்கூர் சமஸ்தானத்திலிருந்து என். சுப்பிரமணிய ஐயர் என்பார் ஆலோசனை தெரிவித்தார். அந்த ஆலோசனையானது 'வைக்கம் போராட்டம்' பற்றிய அவரது உள்மனக் கருத்தை 'ஒருவாறு' புலப்படுத்துவதாக இருந்தது.

"அகில இந்திய இந்து சபை ஒன்று ஏற்படுத்த வேண்டும் என்று லாலா லஜபதி ராய் சில நாட்களாகப் பேசி வருகிறார். ஒரு இந்து சபை வேண்டியது அவசியம்தான். ஆனால் அது உண்மையான சபையாக இருக்க வேண்டும். அது பொருளாதார, ராஜிய, மத சம்பந்தமான எல்லா விஷயங்களிலும் என்னுடைய உரிமையைப் பாதுகாத்துக் கொள்ளக்கூடியதாக இருக்கவேண்டும். ஜனங்களின் அபிப்பிராயம், உணர்ச்சி இவற்றைக் கவனியாமல் தலைவர்கள் இஷ்டப்படி நடக்க அவர்களுடைய உதவிப்படையாக அது இருக்கக்கூடாது. இதுவரையில் அவ்விதம்தான் நடந்திருக்கிறது. முக்கியமாக, சமூக சீர்திருத்த விஷயங்களிலும் அவற்றைப் பற்றி சட்டம் செய்வதிலும் அவ்விதமே நடந்திருக்கிறது" (*சுதேசமித்திரன்,* 12 ஜனவரி 1925).

"மக்களின் அபிப்பிராயம், உணர்ச்சி இவற்றைக் கவனியாமல் தலைவர்கள் இஷ்டப்படி நடக்க" என்ற தொடர் மக்கள் தீண்டாமைக்கு ஆதரவாய் இருக்க, தலைவர்கள் தீண்டாமைக்கு

எதிராக நடப்பது பற்றிய சுப்பிரமணிய ஐயரது உள்மனக் கவலையை வெளிப்படுத்திவிட்டது என்றே தோன்றுகிறது.

அனைவரும் வைக்கம் போராட்டத்தை ஆதரித்து விட்டார்கள் என்று சொல்ல முடியவில்லை. அதை விரும்பாத தாழ்த்தப்பட்டோரும் இருந்தனர். அவர்கள் பத்திரிகைகளில் வெளிப்பட்டதாகத் தெரியவில்லை ஆனால் அரசின் ஆவணங்களில் மிளிர்ந்தனர்.

கோழிக்கோட்டிற்கு அருகமை கிராமம் ஒன்றில் நடந்த தீயர்களின் பொதுக்கூட்டத்திற்குத் தலைமை வகித்த முர்கத் குமரன் மேற்சொன்னவர்களுள் ஒருவர். அவர் *கஜகேசரி* என்ற இதழின் ஆசிரியர். வைக்கம் சத்தியாகிரகத்துக்கு இதுவரை செலவான 28,000 ரூபாயை சமூகத்தை முன்னேற்ற பள்ளிகள் திறப்பதிலும், நல நடவடிக்கை எடுப்பதிலும் செலவழித்திருந்தால் நன்றாக இருந்திருக்கும் என்று கடிந்துரைத்தார் குமரன். காங்கிரசாரின் சமூக நடவடிக்கைகளில் தமக்கு நம்பிக்கை இல்லை என்பதைக் குறிப்பிட்ட அவர் தன்னைப் போலவே தீயர் தலைவர் நாராயண குருவுக்கும் நம்பிக்கை இல்லை என்பது சில நாளைக்கு முன் அவர் அளித்த பேட்டியிலிருந்து தெரியவருகிறது எனப் பேசினார் (17 ஜனவரி 1925 தேதியிட்ட அரசு ஆவணம்).

காந்தி, தன் *யங் இந்தியாவில்* எழுதிய தீண்டாமையை ஒழிப்பது எப்படி என்ற கட்டுரையில் பொறுமையே வழி என்றார்.

‘வைதிக இந்துக்கள் கொண்டிருக்கும் வெறியைப் போக்க நமக்கு ஒரு வழிதான் உள்ளது. அதாவது அவர்களுடன் நாம் பொறுமையுடன் விவாதம் செய்தும் சரியாக நடந்தும்தான் அவர்களை அதனைக் கைவிடும்படி செய்யக்கூடும் (*சுதேசமித்திரன்*, 21/28 ஜனவரி 1925).

24 ஜனவரி

கோட்டயம் போலீசாரால் குரூர் நீலகண்டன் நம்பூதிரி வைக்கத்தில் கைது செய்யப்பட்டார். பிறகு ஜாமீனில் விடுதலை செய்யப்பட்டார். கோட்டயம் ஜில்லா எல்லைக்குள் இவர் வரக்கூடாது என்று விதிக்கப்பட்டிருக்கிறது என்றும் அதை மீறி நடந்ததற்காகவே இவர் கைது செய்யப்பட்டார் என்றும் சொல்லப்படுகின்றன. அவரிடம் கேட்கப்பட்டபோது தம்மீது அத்தகைய உத்தரவு பிறப்பிக்கப்படவில்லை என்றும் அத்தகைய உத்தரவு தம்மீது இருக்கிறது என்பதே தமக்குத் தெரியாதென்றும் இப்போதுள்ள அரசியல் நிலையை உத்தேசித்தே தாம் ஜாமீன்

பேரில் விடுதலை அடைந்ததாகவும் கூறினார் (*நவசக்தி*, 30 ஜனவரி 1925).

~~

சி.எப். ஆண்ட்ரூஸின் வைக்கம் வருகையும் சத்தியா கிரகத்திற்கான அவரது ஆதரவான அறிக்கையுமே இம்மாதத்தின் முக்கிய நிகழ்வுகள் எனலாம். வைக்கம் சத்தியாகிரகிகள் கட்டுப்பாடாக வேலை செய்வதையும் வைதிகர் கடும் தீண்டாமையை அனுசரிப்பதையும் அவரது அறிக்கை உறுதி செய்தது. சத்தியாகிரகத்தை ஆதரிக்காத தீயர்களும் இருந்தனர். இத்தகையோரின் அறிக்கைகள் அரசின் ஆவணங்களில் கிடைக்கின்றன.

1924ஆம் ஆண்டின் முக்கிய நிகழ்வாக வைக்கம் போராட்டத்தை *நவசக்தி* சுட்டிக்காட்டியது.

குரூர் நீலகண்டன் நம்பூதிரி, தம்மீது விதிக்கப்பட்ட கோட்டயம் பிரவேசத் தடை பற்றித் தமக்குத் தெரியாது என்று வாதிட்டாலும் அவரைக் கைது செய்து பிணையில் விடுவித்தனர்.

பிப்ரவரி 1925

11வது மாதம்

வைக்கம் சென்று திரும்பிய சி.எப். ஆண்ட்ரூஸ், வைக்கம் அனுபவத்தை *யங் இந்தியா*வில் எழுதினார். சென்னையில் அளித்த பேட்டியைவிட *யங் இந்தியா*வில் வெளிவந்த விவரங்கள் விரிவாக இருந்தன.

'... சத்தியாகிரக வேலையின் ஒவ்வொரு அம்சமும் ஒழுங்காக நடைபெறுகிறது. போலீஸாரும் சத்தியாகிரகிகளும் அமைதியாகத் தங்கள் தங்கள் வேலையைச் செய்துவருகிறார்கள்...

'நான் ஒவ்வொரு தடை வேலியையுமாய்ப் போய்ப் பார்த்தேன். சாலையில் ஒரு தொண்டன் அமர்ந்து ராட்டினத்தில் நூல் நூற்றுக்கொண்டிருக்கிறான். இருவர் சாலையின் முனையில் அமைதியாக நின்றுகொண்டிருக்கிறார்கள். அவர்களுக்கு எதிரில் திருவாங்கூர் போலீஸார் அவர்களை முன்னேற வொட்டாமல் தடுக்க, வழியை அடைத்துக்கொண்டு நின்றுகொண்டிருக்கின்றனர். இம்மாதிரி இரு சாராரும் ஆறு மணி நேரத்திற்கு ஒருமுறை ஒருவருக்கு ஒருவர் எதிரில் நின்று கொண்டிருக்கின்றனர்.

‘தொண்டர்கள் தங்களது வீடுகளுக்குத் திரும்பி வரும்பொழுது ராட்டினத்தின் பெருமையையும் தீண்டாமையை விலக்குவதைப் பற்றியும் உள்ள பாடல்களைத் தெருக்களில் பாடிக்கொண்டே வருகின்றனர். அவர்களைப் பார்க்க வீட்டிலிருந்து மக்கள் வெளியே ஓடிவருகின்றார்கள். அங்குள்ள மக்களில் பெரும்பான்மையோர் சத்தியாகிரகிகளின் சார்பாகத்தான் இருக்கின்றனர். மாலையில் நான் இவர்களை எதிர்க்கும் கட்சியினரை நேருக்கு நேராகப் பார்த்தேன். அவர்களில் பெரும்பாலோர் நம்பூதிரி பிராமணர்களாக இருக்கின்றனர். அவர்கள் மிக்க பிடிவாதமாக இருந்தனர். ஈழவர்கள் அந்தச் சாலைக்குள்ளாக வந்தால் கோவிலுக்குத் தீட்டு ஏற்பட்டு விடும் என்றும், கோயிலுக்குத் தீட்டு ஏற்பட்டு விட்டால் தாங்கள் அதனை விட்டுவிட்டுச் செல்ல வேண்டியிருக்கும் என்றும், பிறகு தங்களுக்குப் பிரார்த்தனை செய்ய எவ்விதமான இடமும் இல்லாது போய்விடும் என்றும் அவர்கள் கூறுகின்றனர். கடவுளால் படைக்கப்பட்ட மானிடரில் எவராவது அவர் அருகில் சென்றால் அவருக்குத் தீட்டு ஏற்பட்டுவிடுமா என்று நான் அவர்களை கேட்டேன். ஆனால், அவர்கள் அவ்விஷயத்தைப் பற்றி விவாதம் செய்யத் தயாராக இருக்கவில்லை. அவர்கள் சொல்லுவது எல்லாம் எங்களது மூதாதைகள் அவ்வாறு செய்தார்கள். அவர்களது அடிச்சுவட்டைப் பின்பற்றியே நாங்களும் நடந்துவருகின்றோம் என்பதுதான்.

‘மகாத்மா காந்திக்குத் தென்னாப்பிரிக்காவில் வேலை இல்லையா? ‘மகாத்மா காந்தி இந்தியாவிற்கு ஏன் திரும்பி வந்தார்?’ இங்கு வந்து எங்களுக்குள் கலகத்தை உண்டாக்குவதன் காரணம் என்ன?’ என்று அவர்களுள் ஒருவர் கேட்டார்.

‘... தென்னாப்பிரிக்காவிலும் சரி, இங்கும் சரி, ஒரே விதமான போராட்டந்தான் நடந்துவருகின்றது. தென்னாப்பிரிக்காவில் வெள்ளைக்காரர்கள் ஏற்படுத்தியிருக்கும் தீண்டாமை முறைக்கு விரோதமாகப் போராட்டம் ஏற்பட்டிருக்கிறது இங்கோ எனில் உயர்ந்த வகுப்பார்கள் எனப்படுவோர் ஏற்படுத்தியிருக்கும் தீண்டாமைக்கு விரோதமாகப் போராட்டம் நடந்து வருகின்றது’ என்று நான் பதில் அளித்தேன்.

‘... மழைக்காலத்தில் தொண்டர்கள் ஜலத்தில் நின்றிருக்கிறார்கள். ஒரு சந்தர்ப்பத்தில் அவர்கள் தோள் மட்டும் ஜலம் வந்தது. அப்பொழுதும் தொண்டர்கள் தங்களது இடங்களை விட்டு நீங்கவில்லை. போலீஸார் தங்களுக்குக் கிடைத்த படகைப் பக்கத்து வீடுகளுடன் பிணைத்து அதன்மேல்

நின்றுகொண்டிருந்தார்கள். தொண்டர்கள் ஜலத்திலேயே நின்று கஷ்டப்பட்டார்கள். இதனைப் போலீஸாரே எனக்கு எடுத்துரைத்தார்கள். சத்தியாகிரகிகளது மனஉறுதியைக் கண்டு அவர்கள் ஆச்சர்யம் அடைந்திருக்கின்றனர்.

'... மற்ற இடங்களில் சத்தியாகிரகம் நடைபெற்றதையும் நான் பார்த்திருக்கின்றேன். உதாரணமாக அகாலியர் குருகாபாத்தில் செய்த சத்தியாகிரகத்தை நான் பார்த்திருக்கின்றேன். ஆனால் வைக்கம் சத்தியாகிரகமானது தன்னில் சிறந்து விளங்குகின்றது' *(சுதேசமித்திரன், 4 பிப்ரவரி 1925; நவசக்தி, 6 பிப்ரவரி 1925).*

3 பிப்ரவரி 1925

சட்டசபை விவாதம்

குமரன் என்ற ஈழவ உறுப்பினர் இன்றைய தினம் சட்டசபையில் வைக்கம் முதலிய இடங்களிலுள்ள சாலைகளைப் பொதுச்சாலைகளாகக் கருதி எல்லோரையும் விட வேண்டுமென்று ஒரு தீர்மானம் கொண்டு வந்தார். அதற்கு சட்ட மெம்பர் பதிலளிக்கையில், தடை அநியாயம் என்று தோன்றினால், சிவில் கோர்ட் மூலமாகப் பரிகாரம் பெறலாம் என்று தெரிவித்தார் *(சுதேசமித்திரன், 5 பிப்ரவரி 1925).*

வைக்கத்துப் பாதைகளில் தாழ்ந்த வகுப்பினரும் நடமாடுவதற்கு அனுமதி கொடுக்க வேண்டும் என்று தீர்மானித்துக் கிருஷ்ண ஐயங்கார் 7 பிப்ரவரி 1925 அன்று சட்டசபையில் விரிவாகப் பேசினார். சட்ட மெம்பரும் தீர்மானத்தைக் கொண்டு வந்தவரும் பேசியபின் தீர்மானம் ஓட்டுக்கு விடப்பட்டு தோற்றுப் போயிற்று *(சுதேசமித்திரன், 9 பிப்ரவரி 1925).*

திருவாங்கூர் சட்டசபைத் தீர்மானம் தோல்வியடைந்ததைப் பற்றிச் சுதேசமித்திரன் தலையங்கம் எழுதி வருந்தியது.

'வைக்கத்தப்பன் கோயிலை அடுத்துள்ள சாலையில் எல்லாச் சாதியினரும் நடமாடும்படி அனுமதி கொடுத்துவிட வேண்டும் என்று பிரேரணை செய்யப்பட்ட தீர்மானத்தை திருவாங்கூர் சட்டசபை மறுத்துவிட்டது மிகவும் விசனிக்கத்தக்க காரியம். ஆயினும் அதைரியப்பட காரணம் இல்லை. பழைய எண்ணங்களில் ஊறிப் போயிருக்கிறவர்கள் திடீரென்று அவைகளை விட்டுவிடுவது வழக்கமில்லை. ஆயினும் வெளிச்சம் உள் செல்லச் செல்ல இருட்டு அகன்றுவிடும். மகாஜனங்களிலேயே அநேகர் இப்பொழுதே சத்தியாகிரகிகளுடைய கிளர்ச்சியில் அனுதாபம் உள்ளவர்களாக இருக்கிறார்கள். அவர்களுடைய

தொகை பெருகி சத்தியாகிரகம் சீக்கிரம் வெற்றி பெறும் என்றே நம்புகிறோம்' (*சுதேசமித்திரன், 11 பிப்ரவரி 1925*).

ஐந்து நாள் கழித்து, வாக்கு விவரம் வெளியானபின் *சுதேசமித்திரன்* விரிவாக அதைப் பற்றி எழுதியிருந்தது.

'... 22 பெயர்கள் தீர்மானத்துக்கு விரோதமாகவும் 21 பெயர்கள் தீர்மானத்துக்குச் சாதகமாகவும் ஓட்டுக் கொடுத்ததன் மேல் ஒரு அதிகப்படி ஓட்டினால் அது தோற்றுப் போயிற்று. ஆயினும் விரோதமாகக் கொடுக்கப்பட்ட ஓட்டுகளை அலசிப் பார்த்தால் சத்தியாகிரகிகளின் கட்சி வெற்றியடைந்துவிட்டது என்றே சொல்லவேண்டும்.

'அச்சபையில் ஜனப்பிரதிநிதிகளாக 23 அங்கத்தினர் இருக்கிறார்கள். அவர்களின் இருவர் அன்று ஆஜரில்லை. பாக்கி 21 பெயர்களில் 18 பெயர்கள் தீர்மானத்துக்குச் சாதகமாக ஓட்டுக் கொடுத்தார்கள். இந்த ஒரு விஷயத்திலிருந்தே திருவாங்கூர் மகாஜனங்கள் அநேகமாக பிரஸ்தாப பழைய வழக்கத்தை ஒழித்துவிட விரும்புகிறார்கள் என்று தெரிகிறது. தீர்மானத்துக்கு விரோதமாக அன்று ஓட்டுக் கொடுத்த 22 பெயர்களில் 15 பெயர்கள் கவர்ன்மெண்டு உத்தியோகஸ்தர்கள். அவர்கள் இந்தத் தீர்மானத்தின் மேல் ஓட்டுக் கொடுக்காமல் ஒதுங்கி நின்றிருக்க வேண்டும் என்றே நாம் நினைக்கிறோம். பாக்கி பேர்களில் இருவர் கிறித்தவர்கள், இருவர் முகமதியர்கள், ஒருவர் ஈழவர். ஈழவர் அந்தச் சாலை வழியாக நடமாடவிடப்பட வேண்டும் என்பதற்காகவே சத்தியாகிரகம் நடத்தப்பட்டு வருகிறது. ஆயினும் அவ்வகுப்பினரிலேயே ஒருவர் தீர்மானத்துக்கு விரோதமாக ஓட்டுக் கொடுத்தது ஆச்சரியமாக இருக்கிறது ஆயினும் கவர்ன்மெண்டு உத்தியோகஸ்தர்கள் எவ்வளவு செல்வாக்கு உடையவர்கள் என்பதும் அதிலிருந்து விளங்குகிறது.

'கவர்ன்மெண்டு உத்தியோகஸ்தர் (15), கிறித்தவர்கள் (2), முகமதியர்கள் (2) ஆகியவர்களின் ஓட்டுகளைத் (19) தள்ளி விட்டால் தீர்மானத்துக்குச் சாதகமாக ஓட்டுக் கொடுத்தவர்கள் 21 என்றும் விரோதமாக ஓட்டுக் கொடுத்தவர்கள் மூன்று (22–19 = 3) என்றும் ஏற்படுகிறது. எனவே வெகு ஜனங்களுடைய ஆதரவைத் தீர்மானம் பெற்றிருக்கிறது. அதை உத்தேசித்து ரீஜண்டு மகாராணியவர்கள் தீர்மானத்தை அனுசரித்து உத்தரவு பிறப்பிக்கும்படி செய்வார்கள் என்று எதிர்பார்க்கிறோம் (*சுதேசமித்திரன், 16 பிப்ரவரி 1925*).

'திருவாங்கூர் சட்டசபையின் நடவடிக்கையை, பிரதிநிதித்துவம் பெற்ற சபையின் செயலாகக் கருதவில்லை தமிழ்நாடு

காங்கிரசு கமிட்டி அறிவித்தது. தாழ்த்தப்பட்ட வகுப்பினருக்குச் சாலைகளைத் திறந்துவிடும் தீர்மானத்திற்குத் திருவாங்கூர் தர்பார் எதிராக இருந்தது பற்றி கண்டனமும் தெரிவித்தது. மகாத்மா காந்தியை இவ்விஷயத்தில் விரைவில் முன்கை எடுக்கும்படியும் கேட்டுக்கொண்டது' (*சுதேசமித்திரன், 19 பிப்ரவரி 1925; நவசக்தி, 13 பிப்ரவரி 1925*).

சட்டசபையில் சஞ்சார சுதந்திரம் தீர்மானம் தோல்வியுற்ற நிலையில், தமிழ்நாடு காங்கிரசு காந்தியை முன்கை எடுக்க தீர்மானம் இயற்றி கோரிய சூழலில், சத்தியாகிரகி ஒருவர் ஏறக்குறைய போராட்டம் தளர்ச்சி பெற்றிருக்கிறது என்று ஒப்புக்கொண்டு கடிதம் எழுதி அவரை வைக்கத்திற்கு வரும்படி அழைத்தார். *யங் இந்தியாவில்*, இந்தக் கடிதத்தை வெளியிட்டு அதற்கு ஒரு பதிலையும் எழுதினார் காந்தி. சத்தியாகிரகியின் கடிதமாவது:

"சத்தியாகிரகத்தை அகிம்சா தர்மத்திற்கு இணங்கிய முறையில் நடத்தத் தற்சமயம் அவ்வளவாக உற்சாகத்தைக் காணோம். பலாத்கார முறையில் இறங்க வேண்டும் என்று கூறவும், கோயில்களுக்குள் பலவந்தமான முறைகளால் நுழைய வேண்டும் என்று கூறவும் சிலர் ஏற்கெனவே ஆரம்பித்துவிட்டனர். சத்தியாகிரக ஆசிரமத்திலேயே வைசூரி பரவ ஆரம்பித்துவிட்டது. உஷ்ணம் அதிகரிக்க அதிகரிக்க வைசூரி அதிகமாகப் பரவக்கூடும். தாங்கள் தலைமை வகித்து நடத்துவீர்கள் என்பதிலும் அகிம்சா தர்மத்திலும் நம்பிக்கை கொண்டு நாங்கள் இப்போராட்டத்தை நடத்தி வருகின்றோம். ஆனால், கேரள மாகாண காங்கிரசு கமிட்டியானது இவ்விஷயத்தில் உற்சாகம் உள்ளதாக இருக்க காணோம். சென்ற பல மாதங்களாக அவர்களாக முயற்சி செய்து இதற்காக சேர்த்த தொகை மிகவும் குறைவாக இருக்கின்றது. எதற்கும் நாங்கள் தங்களுடைய உதவியையும் யோசனையையுமே நம்பியிருக்கிறோம். எங்களுக்குப் பணக் கஷ்டம் அதிகமாக இருக்கிறது. தங்களுடைய வரவானது நம்முடைய கட்சிக்குப் பேருதவியாக இருக்கும் என்று நாங்கள் சொல்லத் தேவையில்லை. தங்களுடைய வரவைச் சத்தியாகிரகிகள் எல்லோரும் ஆவலுடன் எதிர்பார்த்துக்கொண்டிருக்கிறோம்."

இக்கடிதத்திற்கு காந்தி விடுத்த பதிலாவது:

"கூடிய சீக்கிரம் வைக்கத்திற்கு விஜயம் செய்யவேண்டும் என்ற ஆவல் எனக்கு மிகுதியாக இருக்கின்றது. அந்த ஆவல் பூர்த்தியாக வெகு நாட்கள் ஆகாதென்று நான் நம்புகிறேன். இதற்கிடையில் சத்தியாகிரகிகள் மனச்சோர்வு அடையக்கூடாது. ஏனெனில்

ஒரு குறிப்பிட்ட காலத்திற்குள் பலன் அளிக்காவிட்டாலோ அன்றி ஒரு குறிப்பிட்ட அளவு கஷ்டத்தை அனுபவித்த பின்போ கைவிட்டுவிடும்படியாகத் தங்களது சத்தியாகிரகம் பரிட்சார்த்த முறையில் ஆரம்பிக்கப்பட்டதல்ல என்பதை வைக்கம் சத்தியாகிரகிகள் உணர வேண்டும்" (சுதேசமித்திரன், 19 பிப்ரவரி 1925; நவசக்தி, 20 பிப்ரவரி 1925).

மேற்காணும்மாறு சுருக்கமான விவரத்தை வெளியிட்ட சுதேசமித்திரன் இதழ் விரிவான வடிவத்தை ஐந்து நாள் கழித்து வெளியிட்டது. அதில் சட்டசபை வாக்கு விவரம் குறிப்பிடப்பட்டுள்ளது.

சத்தியாகிரகியின் கடிதம்

"வைக்கம் கோயில் சாலைகளுக்குள் செல்ல தீண்டாதோர் எனப்படுவோருக்கும் உரிமை இருக்க வேண்டும் என்பதற்காகத்தான் இந்தச் சத்தியாகிரகம் தற்சமயம் நடைபெறுகிறது. ஆனால் இவ்வுரிமை அவர்களுக்குக் கிடையாதென்று திருவாங்கூர் சட்டசபை நேற்று தீர்ப்பு செய்துவிட்டது. அவர்களுக்கும் இவ்வுரிமை இருக்க வேண்டும் என்று கொண்டுவந்த தீர்மானத்திற்குச் சாதகமாக 21 பேரும் பாதகமாக 22 பேரும் வாக்களித்தனர். இதனால் இங்குள்ள ஜனங்கள் மிகுந்த மனக்கிலேசம் அடைந்திருப்பது சகஜமானதேயாகும். அரசாங்கத்தார் நேராகத் தங்களது செல்வாக்கைச் சட்டசபை அங்கத்தினர்கள் விஷயத்தில் உபயோகப்படுத்தினர். இதனால் இங்குள்ளவர் மிகுந்த வருத்தம் அடைந்திருக்கின்றார்கள். ஒடுக்கப்பட்ட ஈழவ வகுப்பைச் சேர்ந்த ஒருவர் கவர்ன்மெண்ட் தரப்பில் சேர்ந்து தீர்மானத்திற்குப் பாதகமாக வாக்குக் கொடுத்தார் என்பதைத் தெரிவிக்க எனக்கு வெட்கமாக இருக்கிறது" (கடிதத்தின் மற்ற பாகங்கள் வியாழன் அன்று (19 பிப்ரவரி 1925) மித்திரனிலேயே வெளியிடப்பட்டிருக்கின்றன).

காந்தியின் பதில்

'இக்கடிதமானது விஷயங்களை வெளிப்படையான முறையில் எடுத்துரைப்பதால் இது ஒரு உத்தமமான கடிதமாகும். இக் கடிதத்தில் கண்டபடி உண்மையில் விஷயங்கள் நடந்திருந்தால் நான் திருவாங்கூர் கவர்ன்மெண்டைப் பாராட்ட முடியாது. இவ்விவரங்கள் உண்மையா என்பது எனக்குத் தெரியாது. ஆதலால் இது பற்றிய விவரங்கள் எனக்கு நன்றாகத் தெரியும்வரை நான் இவ்விஷயமாக அபிப்பிராயம் தெரிவிப்பதை நிறுத்தி வைத்துக்கொள்ளுகிறேன்.

‘இதற்கிடையில் சத்தியாகிரகிகள் மனச்சோர்வடையக்கூடாது. மனச்சோர்வுக்கு அவர்கள் சற்றும் இடங் கொடுக்கக் கூடாது. நான் படித்த தமிழ்ப் பாடல்கள் எல்லாவற்றிலும் ஒரு பழமொழியேனும் எனக்கு எப்பொழுதும் ஞாபகத்தில் இருந்து வருகின்றது. அஃது என்னவெனில் ‘அகதிக்குத் தெய்வமே துணை’ என்பதாகும். இந்த உண்மையில் உள்ள நம்பிக்கையை ஆதாரமாகக் கொண்டுதான் சத்தியாகிரகம் என்னும் ஒப்புயர்வற்ற கொள்கை அமைக்கப்பட்டிருக்கின்றது.’

சத்தியாகிரகிகளுக்குத் திருவாங்கூர் தர்பார் உதவாமல் அவர்களைக் கை விட்டிருக்கலாம். நானும் அவர்களுக்கு உதவாமல் போகலாம். ஆனால், அவர்கள் கடவுளிடம் நம்பிக்கை கொண்டிருந்தால் அவர் அவர்களுக்கு உதவ ஒருபொழுதும் தவறவே மாட்டார்.

ஒரு குறிப்பிட்ட காலத்திற்குள்ளாகவோ, அன்றி ஒரு குறிப்பிட்ட அளவு கஷ்டங்களை அனுபவித்த பின்போ வெற்றி ஏற்படாவிட்டால் தங்களது சத்தியாகிரகத்தைக் கை விட்டுவிடும்படியாக வைக்கம் சத்தியாகிரகிகள் அதனை பரீக்ஷார்த்த முறையில் ஆரம்பிக்கவில்லை. சத்தியாகிரகிக்கு ஒரு காலவரையறை கிடையாது. கஷ்டங்களைச் சகித்துக்கொள்ள அவனுக்குள்ள சக்திக்கும் ஒரு எல்லை கிடையாது. ஆதலால் சத்தியாகிரகப் போரில் தோல்வி என்பது எப்பொழுதுமே கிடையாது. தோல்வி எனப்படுவதே அவர்களது வெற்றிக்குரிய ஆரம்பமாகவும் இருக்கலாம். அது பிரசாவஸ்தை போன்று கஷ்டமானதாகவும் இருக்கலாம்.

‘அவர்களது போராட்டம் ரத்த சேதமின்றி நடைபெற வேண்டுமானால் அவர்கள் மிகக் கடுமையான சோதனைக் காலங்களில்கூட பொறுமையாக நடந்துகொள்ள வேண்டும். தங்களை விழுங்கத் தீயே வந்தாலும் அவர்கள் தங்களது உறுதியினின்று சற்றும் பிறழ்ந்து நடக்கக்கூடாது. காங்கிரஸ் கமிட்டி அவர்களுக்கு உதவி செய்யாமல் இருக்கலாம். பண உதவி கிடைக்காமல் அவர்கள் பட்டினி கிடக்க நேரிடலாம். இந்தக் கொடிய சோதனைகளில் எல்லாம் சத்தியாகிரகிகள் தங்களது நம்பிக்கையின் பலத்தை ஆதாரமாகக் கொண்டு வெற்றிபெற்று வர வேண்டும்.

‘சத்தியாகிரகிகள் செய்துவரும் காரியம்தான் ‘நேரிடையான காரியம்’ ஆகும். தங்களது எதிரிகளைக் கண்டு சத்தியாகிரகிகள் ஆத்திரமடையக் கூடாது. அவர்களுக்குத் தெரிவதைவிட இவர்களுக்கு அதிகமாக எதுவும் தெரிந்துவிடவில்லை. எப்படி சத்தியாகிரகிகள் எல்லோரும் யோக்கியமானவர்கள் இல்லையோ.

அப்படியே அவர்களது எதிரிகளில் எல்லோரும் அயோக்கியர்கள் இல்லை. சத்தியாகிரகத்தை எதிர்ப்போர் அதைத் தங்களது மதத்தில் ஏற்படும் ஆக்கிரமிப்பு என்று திரிகரண சுத்தியுடன் நம்பியே எதிர்க்கின்றனர்.'

வைசூரி

'சத்தியாகிரக விடுதியில் வைசூரி தோன்றியிருப்பதைக் கண்டு நான் மிக்க பீதியடைகின்றேன்.

வைசூரி கண்டவர்கள் ஏராளமாக சுத்த ஜலம் உட்கொள்ளட்டும். எல்லாவற்றையும்விட அம்மை கண்டவர்களோ அன்றி மற்றவர்களோ அதைர்யம் அடையாமல் இருக்க வேண்டியது முக்கியமாகும். வியாதிகூட அனுபவிக்க வேண்டிய கஷ்டங்களுள் ஒன்றாகும். வீரர்களுடைய விடுதிகளில் வியாதி தோன்றாமல் இல்லை. குண்டுபட்டு இறப்பவர்களைவிட வியாதியால் இறக்கும் சிப்பாய்களே அதிகமாக இருப்பதாகக் கண்டுபிடிக்கப்பட்டிருக்கிறது.

'பணத்தைப் பற்றி அவர்கள் கவலைப்பட வேண்டியதில்லை. அவர்களுடைய நம்பிக்கையானது அவர்களுக்குத் தேவையாக இருக்கும் பணஉதவி அனைத்தையும் அளிக்கும். பணமில்லாமையால் எந்த நல்ல காரியமும் கெட்டுப் போனதாக எனக்குத் தெரியவில்லை' (*சுதேசமித்திரன், 24 பிப்ரவரி 1925*).

6 பிப்ரவரி

குரூர் நீலகண்டன் நம்பூதிரிபாட் வழக்கு வைக்கம் இரண்டாம் வகுப்பு மாஜிஸ்டிரேட் முன்னிலையில் தொடங்கியது. கோட்டயம் மாவட்ட எல்லைக்குள் வரக்கூடாது என்று மாவட்ட மாஜிஸ்டிரேட்டு உத்திரவிட்டிருந்தும் வைக்கத்துக்கு வந்தார் என்பது இவர் செய்த குற்றமாகும். தமக்கு இத்தகைய உத்தரவு வழஙகபபடவில்லை என்றும், உத்தரவு எந்தத் தேதியில் கொடுக்கப்பட்டதாகச் சொல்லப்படுகிறதோ அந்தத் தேதிக்குப் பிறகு தாம் பலமுறை வைக்கத்துக்கு வந்திருப்பதாகவும் அவர் கூறினார். அரசு தரப்பில் துணைக் காவல் கண்காணிப்பாளர் கோமதிநாயகம் பிள்ளை சாட்சியம் கூறும்போது முதலில் வெளியிடப்பட்ட உத்தரவின் காலவரையறையை நீடித்திருப்பதாக இரண்டாவது முறை கெஜட்டில் ஓர் உத்தரவு வெளியிடப்பட்டதென்று கூறினார். பிப்ரவரி 16ஆம் தேதி வழக்கு மீண்டும் நடைபெறும் (*நவசக்தி, 14 பிப்ரவரி 1925*).

13 பிப்ரவரி

சட்டசபையில் தீர்மானம் தோல்வியுற்றதைப் பற்றி நவசக்தி வருந்தி எழுதியது பின்வருமாறு:

'... ஈ, எறும்பு, பன்றி, நாய் முதலிய உயிர்கள் எவ்வித கட்டுப்பாடுமின்றி விரும்புமிடங்களுக்குச் செல்கின்றன. ஆறறிவுடைய மக்கள் அப்பாதைகளில் செல்லலாகாது என்ற நியதி ஏற்பட்டிருப்பது எவ்வளவு கொடுமை. ஈ, எறும்பு முதலியன கடவுள் அருட்சட்ட வழி இயங்குகின்றன. ஏழை மக்கள் பொல்லாத மனிதச் சட்டத்தால் கட்டப்பட்டு வருந்துகிறார்கள். மனித உரிமையை அழிக்கவல்ல மனித சட்டத்தை உடைத்தெறிய வேண்டுவது ஜீவகாருண்யம் உடையோர் கடமை' *(நவசக்தி, 13 பிப்ரவரி 1925).*

நாடார்குல மித்திரன் சட்டசபை தீர்மானம் பற்றி எழுதியதாவது: 'பொதுப்பாதைகளில் தாழ்ந்த வகுப்பினரும் நடமாடுவதற்கு அனுமதி கொடுக்க வேண்டும் என்ற தீர்மானத்தை 5 பிப்ரவரி 1925 அன்று திருவாங்கூர் சட்டசபையில் குமரன் என்ற ஈழவ உறுப்பினர் கொண்டு வந்தார். விவாதம் பலமாக நடந்தது.

'7 பிப்ரவரி 1925இல் கூடிய சபையிலும் மறுபடியும் மேற்படி தீர்மானத்தின் மேல் விவாதம் தொடங்கப்பட்டது. கடைசியில் தீர்மானம் ஓட்டுக்கு விடப்பட்டு தோற்றுப்போய் விட்டது. மண்டபத்திற்கு வெளியிலும் உள்ளேயும் ஏராளமாய் ஜனங்கள் கூடியிருந்ததால் அமைதிக்குப் பங்கம் இல்லாமல் போலீசார் பந்தோபஸ்து செய்யப்பட்டிருந்ததாம்' *(நாடார்குல மித்திரன், 16 பிப்ரவரி 1925).*

15 பிப்ரவரி

தீண்டாமை விஷயமாய் வைக்கத்தில் நடைபெறும் சத்தியாகிரகத்தை மனப்பூர்வமாய் ஆதரித்து, அச்சத்தியாகிரகிகளின் சலிப்பில்லாப் பெருந் தியாகத்தைப் பாராட்டுவதாக தங்கப் பெருமாள் பிள்ளை தலைமையிலான கோயம்புத்தூர் தாலுகா மாநாடு தீர்மானிக்கிறது *(நவசக்தி, 20 பிப்ரவரி 1925).*

20 பிப்ரவரி

சட்டசபையில் தீர்மானத் தோல்விக்குப் பிறகான வைக்கம் நிலைமையைப் பற்றி நவசக்தி பின்வரும் குறிப்பை மனங்கசந்து எழுதியது.

'வைக்கத்தப்பன் தெருவில் தாழ்ந்த வகுப்பாருள்ளிட்ட எல்லோரும் போக உரிமை பெற வேண்டும் எனக் கொண்டு வரப்பட்ட தீர்மானமும், மகாராணியார் குடிமக்கள் அனைவரும் எவ்விடத்திலும் உலாவும் உரிமை பெற வேண்டும் என்று கொண்டுவரப்பட்ட தீர்மானமும் திருவாங்கூர் சட்டசபையில் பங்கப்பட்ட நாள் தொட்டு சாதிஇந்துக்கள் இறுமாப்பு கொண்டு மக்கள் உரிமை கருதி அறவழியில் போராடும் சத்தியாகிரகிகளை ஹிம்சை செய்துவருவதாகக் கேள்வி உறுகிறோம். சத்தியாகிரகிகள் மீது கற்கள் எறியப்படுகின்றன, அவர்கள் வசைமொழிகளால் அலங்கரிக்கப்படுகிறார்கள், இழிஉரை பல்லவி பாடப்படுகின்றன என்று கேளப்பன் நாயர் இந்து பத்திரிகைக்குத் தெரிவித்துள்ளார். சத்தியாகிரகிகள் அகிம்சா தர்ம தொண்டாற்றி வருவது கேட்டு மகிழ்ச்சியடைகின்றோம். வைக்கத்தைப் பற்றிய கவலை இப்போது தலைவர்களுக்குப் பெரிதுமில்லை என்பது வெள்ளிடைமலை. இனிச் சாதிஇந்துக்கள் கொடுமை வளரும் என்பதில் ஐயமில்லை. சட்டசபையிலும் நகர பரிபாலன சங்கத்திலும் கவலை உடையவர்க்கு ஏழைகள் மீது இரக்கமேது? ஏழைகளைக் காக்க வேண்டியவன் ஏழைப் பங்காளனே?' (நவசக்தி, 20 பிப்ரவரி 1925).

26 பிப்ரவரி

வழக்கம் போல் இன்றும் சத்தியாகிரகம் நடைபெற்றது. சர்க்காக்கள் நான்கு பக்கத்திற்கும் கொண்டு வரப்பட்டன. குரூர் நீலகண்டன் நம்பூதிரியின் வழக்கு இன்று எடுத்துக்கொள்ளப்பட்டது. காவல் ஆய்வாளர் வெங்கடாசல சர்மா சாட்சியாக விசாரிக்கப்பட்டார். இரண்டு மாதக் காவல் தண்டனை விதிக்கப்பட்டது.

இன்று பொதுக்கூட்டம் நடைபெற்றது. கே. வேலாயுத மேனனும் கேளப்பன் நாயரும் பேசினர். ஏ.கே. பிள்ளையும் டி.கே. மாதவனும் பேசுவதாக இருந்தது. அவர்கள் வரவில்லை. குரூர் நீலகண்டன் நம்பூதிரிக்கு விதிக்கப்பட்ட தண்டனை, நடைபாதை சுதந்திரம் பற்றிய சட்டசபைத் தீர்மானம், இளைஞர், சவர்ணர் இடையே சத்தியாகிரகம் ஏற்படுத்திய தாக்கம், சத்தியாகிரக இயக்கத்தில் பொதுமக்களின் அனுதாபம் ஆகியவை பற்றியதாக இப்பேச்சுகள் அமைந்தன. கொஞ்ச நாளாகத் தினப்படியான கூட்டங்கள் நடக்கவில்லை.

மார்ச்சு மாதம் காந்தி வரக்கூடும் என்று எதிர்பார்க்கப்படுகிறது. கூட்டங்கள் தொடர்பாக நடவடிக்கை ஏதாவது எடுக்க வேண்டுமா எனக் கேட்பதோடு, காவல் ஆய்வாளர், காவல்துறை

ஆணையருக்கு எழுதிய கடிதம் முடிகிறது *(அரசு ஆவணம், 26/28 பிப்ரவரி 1925 தேதியிட்டது).*

27 பிப்ரவரி

சத்தியாகிரகத்தைப் பல இடங்களுக்கும் விரிவுபடுத்தும் எண்ணத்தைக் கேரள காங்கிரசு தீண்டாமை விலக்குக் கமிட்டியின் காரியதரிசி வெளிப்படுத்தினார்.

'அம்புலப்புழை, ஹரிப்பாடு, மாவேலிக்கரா ஆகிய இடங்களிலும் சத்தியாகிரகத்தை அனுஷ்டிக்கவேண்டும் என கேரளத் தீண்டாமை கமிட்டியார் தீர்மானித்திருக்கின்றனர். இம்மூன்று முக்கிய இடங்களிலுள்ள கோயில்களின் சமீபத்தில் உள்ள பொதுரஸ்தாக்களில் ஈழவர், மேல்சாதி அல்லாதோர் செல்ல அனுமதி மறுக்கின்றனர். கவர்ன்மெண்டார் நடத்திவரும் இந்தச் செயல்களை அறவே ஒழிப்பதற்கு மகத்தான தியாகம் செய்ய வேண்டும்' *(நவசக்தி, 27 பிப்ரவரி 1925).*

~ ~

இந்தச் சத்தியாகிரகத்தின் 11ஆவது மாதத்தில் முக்கிய உரையாடலாக அமைந்தது, வைக்கம் கோயில் சாலையில் சஞ்சார சுதந்திரத்திற்கான சட்டசபைத் தீர்மானத்தின் தோல்வியும் அதை ஒட்டிய விமர்சனங்களும் ஆகும்.

ஆண்ட்ரூஸ் வைக்கம் விஜயம் குறித்து யங் இந்தியாவில் விரிவாக எழுதினார். சத்தியாகிரகம் ஒற்றுமையாக நடப்பதையும், வைதிகர் எதிர்ப்பு அறிவுக்குப் பொருத்தமாக இல்லை எனினும் அவர்கள் உறுதியுடன் இருப்பதையும் விவரித்திருந்தார்.

ஒரு வாக்கு வித்தியாசத்தில் சட்டசபைத் தீர்மானம் தோல்வியடைந்தது. ஈழவருக்கு எதிரான அந்த ஒரு வாக்கை அளித்தவர் ஒரு ஈழவர் என்பதைச் சுதேசமித்திரன் சுட்டிக் காட்டியது. அரசின் தூண்டுதலால்தான் தீர்மானம் தோல்வியுற்றது என்ற கருத்து உண்மையானால் அரசைத் தன்னால் பாராட்ட முடியாதென்றார் காந்தி. தமிழ்நாடு காங்கிரசு கமிட்டியும் கண்டித்ததோடு, இனி காந்தி முன்கை எடுக்கவும் கோரியது. இதனிடையில் காந்தி வைக்கம் வரக்கூடும் என்ற செய்தி அரசு – காவல்துறைக் கடிதப் போக்குவரத்தில் இடம்பெற்றது. சட்டசபை தோல்விக்குப் பிறகு வைதிகர் சத்தியாகிரகிகளை அதிக தொந்தரவு செய்தனர் என நவசக்தி வருந்தியது.

குரூர் நீலகண்டன் நம்பூதிரி விசாரணைக்குப் பிறகு இரண்டு மாதத் தண்டனை விதிக்கப்பட்டார்.

O

மார்ச் 1925

12வது மாதம்

2 மார்ச் 1925

இன்று வழக்கம் போல் சத்தியாகிரகம் நடந்தது. நான்கு பக்கங்களுக்கும் சர்க்காக்கள் கொண்டு வரப்பட்டன. டி.கே. மாதவன் வந்து சேர்ந்தார்.

கடற்கரையில் மாலை கூட்டம் நடந்தது (பீச் என்ற சொல்தான் ஆங்கிலக் கடிதத்தில் பயன்படுத்தப்பட்டுள்ளது). டி.கே. மாதவன், வேலாயுத மேனன் ஆகியோர் பேசினர். 'சஞ்சார சுதந்திரம்' பற்றிய சட்டசபைத் தீர்மானம் பற்றி பேச்சுகள் அமைந்தன. அரசாங்கத்தின் தற்போதைய கொள்கை அடிப்படையில் சத்தியாகிரகிகளின் கடமைகள் பற்றி வேலாயுத மேனன் பேசினார். நாளை பிராமண மதம் பற்றி பேசுவார்.

வைக்கம் வருவதற்காக காந்தி புதன்கிழமை (4 மார்ச் 1925) தில்லியிலிருந்து கிளம்புவார் என்று கூட்டத்தில் தகவல் வெளியிடப்பட்டது. வைக்கத்தில் ஒரு மாதம் தங்கி சத்தியாகிரக இயக்கத்தை வழிநடத்தி வைப்பார் என்று தெரிவிக்கப்பட்டது (காவல் ஆய்வாளர் (ராமவாரியார்) காவல் ஆணையருக்கு 2 மார்ச் 1925 தேதியிட்டு எழுதிய கடிதம்).

6 மார்ச்

கேரளத்திலிருந்து பெறப்பட்ட பின்வரும் வைக்கம் சத்தியாகிரக ஆதரவு கடிதத்தைப் பிரசுரித்து அதற்கு காந்தி பதிலும் எழுதினார்.

'... சாதிஇந்து ஜாதா மகாராணியைக் காணச் சென்ற போது அவர் சட்டசபை விருப்பம் தெரிந்த பின்... ஏதேனும் செய்ய வேண்டும் என்று பதில் அளித்திருப்பது தங்களுக்குத் தெரியலாம். அப்படியிருக்க அரசாங்கத்தார் இவ்விஷயத்தில் எங்களுக்கு விரோதமாக நின்றிருக்கிறார்கள். இது விரும்பத்தக்க காரியமல்ல. சட்டசபையில் எங்கள் கட்சி இவ்வாறு தோற்றுவிட்டபடியால் பலர் அதைரியப்படுகிறார்கள். சத்தியாகிரகத்தில் நம்பிக்கை ஏற்படாமற்போகிறது. பொறுப்பு வாய்ந்த தலைவரும் அதைர்யப்படுகிறார்கள். ஆதலால் சத்தியாகிரகத்தைப் பற்றிய சூக்கும பொருள்களை விளக்கித் தாங்கள் இப்போது ஒரு விளம்பரம் வெளியிட தைரியமடைவார்கள். மேல்ஜாதியாரைப் பகிஷ்காரம் செய்ய வேண்டும், அவருடன் ஒத்துழையாமல் இருக்க

வேண்டும் என்றும் பலவிதமாகவும் பலர் யுக்தி கூறுகிறார்கள். சமூகத்தில் தற்காலம் இவைகள் பலியாத காரியங்கள்.'

காந்தியின் பதில் பின்வருவது:

'முற்போக்கை அடைந்ததாகச் சொல்லப்படும் ஒரு ராஜ்யம் உன்னதமான கருத்துக்கு விரோதமாக வேலை செய்கிறதென்று கேட்கும்போது அதன் மேன்மை விளங்கவில்லை. முற்போக்கு கட்சியினரே உண்மையில் வெற்றி பெற்றனர். 21 பேர் சாதகமாக வாக்குக் கொடுத்து சீர்திருத்தம் விரும்புவோரைச் சார்ந்து நிற்கிறார்கள். சத்தியாகிரகிகள் தளர்ச்சி அடைகிறார்கள் என்ற செய்தி மிக்க துன்பத்தைத் தருகிறது. ஆனால் இது ஆச்சர்யமல்ல. விடாப்பிடியாக சத்தியாகிரகம் செய்வதில் இதுவே முதல் பரிட்சை அல்லவா? வெற்றி அவர்களுக்கு நிச்சயம் என்று நான் உறுதி கூற முடியும். ஏனெனில் அவர்களுடைய கட்சியும் நியாயமானது. வழியும் அகிம்சாதர்மத்துடன் கூடியது. மேலும் அவர்கள் தம் துன்பங்களைச் சகிக்கும் சக்தியால் உலகம் முழுமையும் அவர்களை அறிந்துகொண்டிருக்கிறது. இதை அவர்கள் உணர வேண்டும். இந்தப் போராட்டம் ஏற்படுவதற்கு முன் வைக்கம் என்ற இடத்தை எவர் அறிந்திருந்தார்?

'காலங்கண்ட பழைய மூடபக்தியை இப்போது அவர்கள் எதிர்க்கிறார்கள் என்பதையும் அவர்கள் அறிய வேண்டும். நீண்ட காலமாக ஏற்பட்ட இந்த இருப்புச் சுவரைத் தகர்க்கச் செய்யும் முயற்சியில் சிலர் ஒரு வருஷ காலம் கஷ்டங்களைத் தாங்கிவிட்டால் போதுமா என யோசிக்க வேண்டும். பொறுமை இழப்பின் யுத்தத்தில் தோல்வி நிச்சயம். முடிவு வரை போராடியே தீரவேண்டும். வைதிக கட்சியினரை நீங்கள் துன்பப்படுத்தி கொடிய வழியில் இறங்கிவிட்டால் அவர்கள் மீது அனுதாபம் பலமாக ஏற்பட்டுவிடும். பலவந்த முயற்சி பலன்கொடுத்தாலும் யாது பயன்? இந்த ஒரு ரஸ்தாவை உபயோகித்துக்கொள்ளலாம். இந்தத் தீண்டாமை உணர்ச்சி மாறுவதல்லவோ நமது இலட்சியம்...' (நவசக்தி, 6 மார்ச் 1925).

இத்தகைய உற்சாகமூட்டும் பதிலை எழுதிய காந்தி, வைக்கம் வருவதற்கு முன் பின்வருமாறு யங் இந்தியாவில் அதை அறிவித்துவிட்டு வந்தார்.

"பீகார், ஒரியா, ஆந்திரம் முதலிய பல இடங்களில் என்னை அழைக்கிறார்கள். நான் எல்லா இடங்களையும் பார்க்க வேண்டியதுதான் ஆனால் நேரே ஒரே முறையில் எங்கும் செல்ல முடியாதல்லவா? ஆதலால் நான் இப்போது எங்கே அதிகம் உபயோகமாயிருப்பேன் என்று கவனிக்க வேண்டும். வைக்கத்தில்

உள்ள தீர புருஷர்களான சத்தியாகிரகிகளிடம் நான் இப்போது இருக்க வேண்டியது அவசியம் என்று தோன்றுகிறது. சத்தியாகிரக கொள்கைகளை அப்படியே உள்ளபடி முழு விவரத்துடன் அனுசரிப்பதற்காக அவர்கள் முயற்சி செய்கிறார்கள். பலமான எதிர்க்கட்சியுடன் போராடி வருகிறார்கள். நான் அங்குச் சென்று அவர்களுக்குத் துணை நின்று அவர்களுக்கு இனி வரக்கூடிய நிலைமைகளில் அவர்கள் தைரியமடையுமாறு செய்யவேண்டும்" *(நவசக்தி, 6 மார்ச் 1925).*

மகாத்மாவின் வருகை அறிந்து அகமிக மகிழ்கிறோம் என்று *நவசக்தி* தலையங்கம் எழுதியது *(6 மார்ச் 1925).*

நாடார்குல மித்திரன் இதழும் காந்தியின் வருகையை வரவேற்றது. 'வைக்கம் சத்தியாகிரகிகள் மகாத்மாவின் வரவை வெகு நாட்களாக விரும்பிக்கொண்டிருந்தார்கள். பண்டித மாளவியாவை, தூதனுப்பும் முயற்சி முடியாமல் எதிர்பாராத சம்பவமாய் மகாத்மாவே வரும்படி நேர்ந்திருக்கிறது' *(16 மார்ச் 1925).*

7 மார்ச்

வைக்கத்திற்குச் செல்லும் வழியில் இன்று சென்னை வந்த காந்தி கடற்கரையில் பேசினார். அதில், நாடு திருந்த அரசியல் தானே திருந்தும் என்றார். வைக்கம் தொடர்பில் பேசியதை மட்டும் இங்குக் குறிப்பிடலாம்.

'நான் இப்பொழுது வைக்கம் சத்தியாகிரகிகளைக் காணும் பொருட்டுச் செல்லும் வழியில் இருக்கிறேன்... இப்போது நான் போகும் காரியம் வெற்றி பெறுமாறு கடவுளைப் பிரார்த்திப்பீர்கள் என்று உங்களை நான் கேட்டுக்கொள்கிறேன். அங்கே உள்ள சத்தியாகிரகிகளுக்கு நேரில் என் அனுதாபத்தையும் உதவியையும் செலுத்தப்போகிறேன். அப்போது முடியுமானால் வைதிகர்கள் இடம் கொடுத்தால் அவர்களுடைய கட்சிகளையும் நன்றாக அறிந்துகொள்ள விரும்புகிறேன். மேலும் உத்தரவு கிடைத்தால் மகாராணி அவர்களையும் திவானையும் மற்ற உத்தியோகஸ்தர்களையும் நேரில் காண்பேன்.

'என்னைப் பற்றிய வரையில் இந்தத் தீண்டாமை என்னும் விஷயம் மதச் சம்பந்தமானது. தீண்டாதவர்கள் அல்லாத ஜாதியினர் தங்களைப் பரிசுத்தம் செய்துகொள்வதற்கும் தாங்கள் செய்த குற்றங்களுக்குப் பரிகாரமாய் இருப்பதற்கும் இவ்விஷயத்தை ஒழுங்குபடுத்த வேண்டும். அதாவது இந்து மதத்தையே சீர்திருத்தச் செய்ய வேண்டிய காரியம் அஃது

என நினைக்கிறேன். ஆதலால் நீங்களும் மனப்பூர்வமாக அவ்வாறு நம்பிப் பிரார்த்திக்க முடியுமானால் எனக்கு உங்கள் பிரார்த்தனைகள் உபயோகமாக இருக்கும்' (நவசக்தி, 13 மார்ச் 1925).

8 மார்ச்

காந்தி சென்னையிலிருந்து 7 மார்ச் 1925, சனிக்கிழமை இரவு இராஜாஜி, மகாதேவ தேசாய், ராமதாஸ் காந்தி ஆகியோருடன் வைக்கத்திற்கு ரயிலில் புறப்பட்டார். அரக்கோணம், காட்பாடி, வாணியம்பாடி, திருப்பத்தூர், சேலம் ஆகிய நிலையங்களில் மக்கள் அவரைப் பார்ப்பதற்காக ஆவலுடன் எதிர்பார்த்திருந்தனர். இரவு வெகு நேரமானதையும் அவர்கள் கவனிக்கவில்லை.

"ஞாயிற்றுக்கிழமை அதிகாலையில் (8 மார்ச் 1925) ஈரோடுக்கு வண்டி வந்து சேர்ந்தபொழுது பிளாட்பாரத்தில் வண்டி வருவதற்கு முன்பே தொழிலாளர் மாநாட்டிற்கு வந்திருந்தவர்கள் எள்ளுப் போடக்கூட இடமில்லாமல் வந்து குவிந்தனர். ஈரோடு ஸ்டேஷனில் மகாத்மாஜியை வரவேற்பதற்காக ஈ.வி. ராமசாமி நாயக்கர், தங்கப் பெருமாள் பிள்ளை, என்.எஸ். ராமசாமி ஐயங்கார், தொழிலாளர் மாநாட்டு உத்தியோகஸ்தர்கள் முதலியோர் வந்திருந்தனர் (சுதேசமித்திரன், 9 மார்ச் 1925). வண்டி வந்து சில நிமிஷங்களுக்கு எல்லாம் குழப்பமும் கூட்டமும் அதிகரித்ததால் மகாத்மாவிடம் கொடுக்கப்படவிருந்த உபசார பத்திரம் படிக்கப்படாமலே அவர் வசம் கொடுக்கப்பட்டது."

திருப்பூர் நிலையத்திலும் போத்தனூரிலும் உற்சாக வரவேற்பு அளிக்கப்பட்டது. போத்தனூரில் ஒரு ஊழியர் அங்கேயே 125 ரூபாய் வைக்கம் நிதிக்காக வசூலித்து மகாத்மாவிடம் கொடுத்தார். ஒலவக்கோடு, ஒற்றபாலம், ஷோரனூர் இவ்விடங்களிலும் காந்தி உற்சாகமாக வரவேற்கப்பட்டார். ஷோரனூரிலிருந்து கொச்சிக்குப் போகும் வழியில் காந்தி வரவேற்கப்பட்டது போல் எந்த கவர்னராவது இராஜப் பிரதிநிதியாவது வரவேற்கப்பட்டிருக்க மாட்டார்கள். திருச்சூர் நிலையத்தில் அரை மைல் தூரத்திற்கு இரண்டு புறத்திலும் மனிதர்களது தலைகளே தென்பட்டன. எர்ணாகுளத்திற்குப் போகும்போது மாலை நான்கு மணி இருக்கும். கொச்சி அரச குடும்பத்தைச் சேர்ந்தவர்களும் பிரபல கனவான்களும் அங்கு விஜயம் செய்திருந்தனர். அவர்கள் காந்திக்கு அறிமுகம் செய்விக்கப்பட்டார்கள். கொச்சியில் உள்ள மகாராஷ்டிரர்களது பிரதிநிதிக் கூட்டம் காந்தியைக் கண்டு பேசியது. அரசு அலுவலகத்துக்கு முன் உள்ள இடத்தில் நகராட்சியினர் உபசாரப் பத்திரம் படித்துக் கொடுத்தனர்.

சேலம், ஈரோடு, போத்தனூர், பாலக்காடு ஆகிய ஊர்களில் அவருக்கு அளிக்கப்பட்ட வரவேற்புகள் விரிவாகப் பதிவாகியுள்ளன *(சுதேசமித்திரன், 9 மார்ச் 1925).*

எர்ணாகுளம் நகராட்சியினர் அளித்த உபசாரப் பத்திரத்தைப் பெற்றுக்கொண்டு, காந்தி பதிலளித்துப் பேசினார். “நான் சமாதானம் உண்டு பண்ணுவதற்காகத் தூது வந்தவன். பொதுஜனங்களின் ஆதரவும் பிரார்த்தனையும் எனக்குப் பேருதவியாய் இருக்கும்” என்று பேசினார். குஜராத்திகள் அளித்த உபசாரத்திற்கும் பதில் அளித்துப் பேசினார் காந்தி *(சுதேசமித்திரன், 9 மார்ச் 1925).*

கொச்சி கடற்கரையில் நடந்த பொதுக் கூட்டத்தில் பேசுகையில் “... தீண்டாமை, தொடாமை ஆகிய இரண்டும் பொல்லாத வழக்கங்கள். அதுபற்றி வைதிகர்களோடு விவாதிக்கலாம் என்று உத்தேசிக்கிறேன். தீண்டாமையும் தொடாமையும் இந்து மதத்தின் அங்கங்களாக இருக்க முடியாது. வைக்கம் சத்தியாகிரகிகள் மதத்தை ஒழிப்பதற்காக வரவில்லை, சீர்திருத்துவதே அவர்கள் உத்தேசம்” என்று காந்தி குறிப்பிட்டார் *(சுதேசமித்திரன், 9 மார்ச் 1925).*

9 மார்ச்

*9 மார்ச் 1925*இல் தொடங்கிய திருவாங்கூர் ஸ்ரீமூலம் சபையின் 21ஆவது ஆண்டுக் கூட்டத்தில் திவான் டி. ராகவையா பேசிய பேச்சைப் பற்றிக் கருத்து தெரிவித்த சுதேசமித்திரன் அதில் வைக்கம் பற்றி எழுதியிருந்தது.

“ஈழவர்களுடைய உணர்ச்சியில் அரசாங்கத்தாருக்கு அனுதாபம் இருக்கிறது. வைக்கம் கோயிலுக்கு அடுத்துள்ள சாலைகளில் ஈழவர்கள் நடமாடக்கூடாது என்று ஏற்பட்டிருக்கிற தடை தங்களை அவமானப்படுத்துவதாக இருக்கிறது என்று அவர்கள் நினைப்பது இயற்கை. இந்த வழக்கம் நியாயமானது என்று அரசாங்கததார் வாதாட விரும்பவில்லை என்று திவான் ஒப்புக்கொண்டுவிட்டார். ஆகையால் அரசாங்கத்தினுடைய அபிப்பிராயத்திற்கு விரோதமாக அவர்கள் நடந்துவருகிறார்கள் என்று ஏற்படுகிறது. அப்படி அவர்கள் நடப்பதற்குக் காரணம் வழக்கம் என்றும் இன்னொரு சமூகத்தின் நம்பிக்கை என்றும் திவான் சொன்னார். இந்த ‘இன்னொரு சமூகம்’ சம்மதப்பட்டு விடின் பிரஸ்தாப சாலைகள் வழியாக ஈழவர்கள் நடமாடுவதை அரசாங்கத்தார் தடுக்கப்போகிறதில்லை. அந்த இன்னொரு சமூகம் சம்மதிக்கும்படி செய்வது யார்?

"ஈழவர்களும் அந்த வேலையைச் செய்யலாம். ஆனால் இந்த வேலையைச் செய்வது முக்கியமாக அரசாங்கத்தின் கடமை அல்லவா? அன்னிய மதத்தினர் அனுபவிக்கும் உரிமையை இந்துக்களுக்கும் உண்டாகும் முயற்சி செய்ய அரசாங்கத்தார் கட்டுப்பட்டிருக்கவில்லையா? பிரஸ்தாப சாலைகளின் வழியாக ஈழவர்கள் நடமாடக்கூடாது என்பது குருட்டு நம்பிக்கை என்று திவான் ஒப்புக்கொண்டு விட்டார். குருட்டுத்தனத்தைப் போக்கி பார்வையை உண்டுபண்ணுவது அரசாங்கத்திற்கும் கடமைதான் என்று நாம் நினைக்கிறோம்" (*சுதேசமித்திரன்*, 10 மார்ச் 1925).

இன்று மதியம் காந்தி, எர்ணாகுளத்திலிருந்து தனி மோட்டார் படகில் ஏறி மாலை ஆறுமணி சுமாருக்கு வைக்கம் வந்து சேர்ந்தார். வைக்கம் வருமுன்பே, நான்கு படகுகளில் ஏராளமானோர் ஏறி வந்து பாதி வழியிலேயே அவரை வரவேற்றனர். வைக்கத்தில் இறங்கியதும் சி.எஸ். மாதவன் பிள்ளை மாலையிட்டு வரவேற்றார். வழக்கறிஞர் நாராயண பிள்ளை வைக்கம்வாசிகள் சார்பாக ஆங்கிலத்திலும் மலையாளத்திலும் வரவேற்புப் பத்திரங்களைப் படித்துக் கொடுத்தார். பத்திரத்தில் சொல்லப்பட்டுள்ளவை பொதுஜன அபிப்பிராயம் ஆகாதென்று சாதிஇந்து சமாஜத்தின் தலைவர் வெங்கட்ராம ஐயர் காந்திக்கு அறிவித்தாராம். வரவேற்புக்குப் பிறகு, திங்கள் மௌன தினமாகையால், பதிலளிக்காமல் சத்தியாகிரக ஆசிரமத்திற்கு காந்தி அழைத்துச் செல்லப்பட்டார்.

மகாராணியின் அழைப்பைத் தாங்கி திவான் எழுதிய கடிதத்தை எம்.வி. சுப்பிரமணிய ஐயர் ஆசிரமத்திற்கு வந்து காந்தியிடம் கொடுத்தார். வர்கலையில் தங்கியிருக்கும் மகாராணி தம்மை 12ஆம் தேதி சந்திக்க விரும்பிக் கேட்டிருந்தார். அதேபோல நாராயண குருவின் அழைப்பு 13ஆம் தேதி சந்திக்கும்படி காந்தியைக் கேட்டிருந்தது (*சுதேசமித்திரன்*, 10 மார்ச் 1925).

காந்தியின் வைக்கம் வருகைத் தகவலை உளவுத்துறையினர் அரசுக்கு அனுப்பிவைத்திருந்தனர். அதில் வெளிப்படும் கூடுதல் விவரங்களாவன: கேளப்பன் நாயர் தலைமையில் காந்தி வரவேற்கப்பட்டார்; நாராயண பிள்ளை வரவேற்பிதழ் வாசித்தளிக்கும்போது காந்தியின் முகவரியிட்ட ஒரு பதிவுத் தபால் இராஜாஜியிடம் தரப்பட்டது. அது சவர்ண இந்துக்களின் வைதிகப் பிரிவினரிடமிருந்து என்று புரிந்துகொள்ளப்பட்டது. மக்களின் வரவேற்புரை என்று அளிக்கப்பட்டதானது, வைக்கம் முழுமக்களின் கருத்தைப் பிரதிபலிப்பதாகாது என்று அதில் தெரியப்படுத்தப்பட்டிருந்தது.

திங்கள் காந்திக்கு மௌன தினம் ஆகையால் மறுநாள் பதில் அளிப்பார் என்று மன்னத்து பத்மநாபப் பிள்ளை அறிவித்தார் (உளவுத்துறை ஆய்வாளர் காவல் ஆணையருக்கு 10 மார்ச் 1925 தேதியிட்டு எழுதிய கடிதம்).

காந்தியின் பயணத் திட்டத்தை இப்படிச் சுருக்கமாக எழுதிக் காட்டலாம். 9 மாலை வைக்கம் வருகை; 10 வைதிகர்சந்திப்பு, மாலை பொதுக்கூட்டம்; 11 வைக்கம், மாலை ஆலப்புழா; 12, 13ஆம் தேதிகளில் கொல்லம், வர்க்கலை, சிவகிரி, திருவனந்தபுரம்; 14 நாகர்கோயில், கன்னியாகுமரி; 15 செங்கான்னூர், திருவள்ளா, செங்கணாச்சேரி, கோட்டயம்; 16 வைக்கம்; 17, 18 வைக்கம், ஆல்வாய், திருச்சூர், பாலக்காடு; 19 திருச்செங்கோடு; 20 சென்னைக்குப் புறப்பாடு *(சுதேசமித்திரன், 11 மார்ச் 1925).*

காந்தியின் வைக்கம் பயணத்தில் முக்கிய நிகழ்வுகளாகக் கருதப்படுபவை மூன்று சந்திப்புகளாகும். அடுத்தடுத்த தினங்களில் நிகழ்வுற்ற அவையாவன: வைக்கத்தில் சவர்ணர்களுடனான கருத்தியல் சந்திப்பு, வர்க்கலையிலும் திருவனந்தபுரத்திலும் இரு மகாராணிகளுடன் நிகழ்ந்த அரசியல் சந்திப்புகள், சிவகிரி நாராயண குருவுடன் நிகழ்ந்த சமய, சமூக ரீதியிலான சந்திப்பு ஆகியன.

வைக்கத்தில் இந்தன்துருத்தில் வீட்டில் நடந்த உரையாடலின் தமிழ்வடிவம் பின்னிணைப்பில் தரப்பட்டுள்ளது.

10 மார்ச்

10 மார்ச் 1925 காலை 5 மணிக்குப் பிரார்த்தனை முடிந்தவுடன் காந்தி சத்தியாகிரகத் தொண்டர்களிடம் பேசினார். பிறகு பிராக்டன், பிட் ஆகியோர் காந்தியுடன் பேசினர். வ.வே.சு ஐயர் உட்பட வேறு ஐந்து பேர் காந்தியுடன் மூன்று மணி நேரம் பேசிக்கொண்டிருந்தனர். பிறகு சத்தியாகிரகத்திற்கு எதிராக இருக்கும் இந்தன்துருத்தில் நம்பூதிரி, வெங்கட்ராம ஐயர், கிருஷ்ண பிள்ளை ஆகியோர் அடங்கிய குழுவிடம் மதியம் 2:30 மணி முதல் 5:30 மணி வரை விவாதித்தார். மாலையில் ஒரு பொதுக்கூட்டம் நடைபெற்றது *(சுதேசமித்திரன், 11 மார்ச் 1925; நவசக்தி, 13 மார்ச் 1925).*

காலையில் சத்தியாகிரகிகளிடம் பேசும்போது, நீங்கள் தொடங்கியிருக்கும் போராட்டத்தில் வெற்றி ஏற்படும்வரையில் இதை நிறுத்தக்கூடாது என்று காந்தி கேட்டுக்கொண்டார். மதியம் சாதிஇந்துக்களிடம் விவாதித்த போது பிரச்சனையைத் தீர்க்க மூன்று வாய்ப்புகளை முன்னுரைத்தார். மாலையில்

பொதுக்கூட்டத்தில், முதல்நாள் அளித்த வரவேற்புரைக்குப் பதில் அளித்த பிறகு வைதிகர்களுடன் நிகழ்த்திய உரையாடலைப் பகிர்ந்துகொண்டார் (சுதேசமித்திரன், 11 மார்ச் 1925).

சத்தியாகிரகம் பற்றிய காந்தியின் உட்கருத்தை வெளிப் படுத்துவதால் மாலைப் பேச்சின் பெரும்பகுதியைத் தருகிறேன்.

'எனக்கு உபசாரப் பத்திரம் படித்து கொடுத்தவர் களுக்கெல்லாம் வந்தனம் அளிக்கின்றேன். அந்த உபசாரப் பத்திரம் வைக்கத்தில் உள்ள எல்லோருடைய மனோபாவத்தையும் எடுத்துரைக்கவில்லை என்று கூறும் மறுப்புக் கடிதம் ஒன்று என்னிடம் கொடுக்கப்பட்டது (வெட்கம் என்ற கூச்சல்). நான் இம்மறுப்பை ஏற்று அதனை உங்களுக்குத் தெரிவிக்கின்றேன். சில கனவான்கள் அக்கடிதத்தில் கையொப்பம் இட்டிருக்கின்றார்கள் என்பதிலிருந்தே அவர்கள் அவ்வுபசாரப் பத்திரம் அளிப்பதிலோ அன்றி அதில் உள்ள வாசகங்களையோ அங்கீகரிக்கவில்லை என்று தெரிகிறது. வைக்கத்தில் உள்ளவர்கள் அனைவருடைய சம்மதத்தையும் அவ்வுபசாரப் பத்திரிகை கொண்டிருக்கவில்லை என்பதைக் கண்டு நான் ஆச்சரியப்படவில்லை. மிக முக்கியமான பிரச்சனையில் நீங்கள் பிளவுபட்டுக் கிடக்கின்றீர்கள் என்பது எனக்குத் தெரியும். எவ்விதமான உபசாரப் பத்திரமும் இல்லாதிருந்தால் என் சம்பந்தப்பட்ட மட்டில் எனக்கு மிகுந்த சந்தோஷமாக இருக்கும். உங்களுடைய உபசாரப் பத்திரங்கள் எவ்விஷயத்தைப் பற்றி நான் பேசவேண்டும் என்பதை எனக்கு எடுத்துக்காட்டுகின்றன.

இப் போராட்டமானது ஆரம்பம் முதற்கொண்டு எனது அனுதாபத்தைப் பெற்றிருக்கின்றது. ஆதி முதற்கொண்டே இதனை நான் வியந்து பாராட்டி வந்திருக்கின்றேன் என்பது உங்களுக்குத் தெரிந்திருக்கும். சத்தியாகிரகப் போராட்டத்தை நடத்தியவர்கள் தவறியிருக்கலாம். உலகில் தவறு செய்யாதவர்கள் எவர் இருக்கின்றனர்? ஆனால் அவர்கள் வேண்டுமென்றே தவறிழைக்கவில்லை என்று எனக்குத் தெரிந்திருக்கிறது.

சத்தியாகிரகம் என்ற பெயர் புதிதாக இருப்பினும் தத்துவம் பழையதுதான். சத்தியாகிரகமானது பிறருக்குத் துன்பம் அளிக்கும் முறையல்ல. அது நாமாக கஷ்டங்களை ஏற்று அனுபவிக்கும் முறையாகும். கோயிலைச் சுற்றியுள்ள ரஸ்தாக்களில் தீண்டத்தகாதவர் என்றும் நெருங்கத்தகாதவர் என்றும் கருதப்படுவோர் செல்ல அனுமதி அளிக்க வேண்டும் என்பதற்காகவே இங்குச் சத்தியாகிரகம் செய்யப்படுகின்றது. இது ஜீவகாருண்யத்தையே ஆதாரமாகக் கொண்டுள்ளது.

பொதுஜனங்களோ அன்றி இந்துக்கள் சம்பந்தமட்டில் சாதிஇந்துக்களோ உபயோகித்து வரும் எந்த ரஸ்தாவும் அவர்ண இந்துக்களும் உபயோகிக்கப்படும்படி அனுமதிக்கப்பட வேண்டும். இக்கோரிக்கை இயற்கையானதாயும் நியாயமானதாயும் இருக்கும் கோரிக்கையாகும் என நான் கருதுகிறேன். தென்னாப்பிரிக்காவிலிருந்து திரும்பி வந்தது முதல் தீண்டாமையை பற்றி வெளிப்படையாகவும் பகிரங்கமாகவும் அபிப்பிராயம் தெரிவித்து வருகின்றேன். நான் சனாதன தர்மத்தை அனுஷ்டிக்கும் இந்து. எனக்குப் போதிய அளவு சாஸ்திரம் தெரியும் என்றும் தீண்டாமையும் நெருங்காமையும் நமது புனிதமான நாட்டில் தற்பொழுது போல் முன்னர்அனுஷ்டிக்கப்பட்டதில்லை என்றும் கூறத் துணிகிறேன். இந்து சாஸ்திரங்களில் அதற்கு ஆதாரமே கிடையாது (சபாஷ், கரகோஷம்). நீங்கள் நான் கூறுவதைக் கேட்டால் போதும். அவற்றை அங்கீகரிக்கவோ மறுக்கவோ வேண்டாம்.

'இந்துக்கள் என்று அழைத்துக்கொண்டு இந்து மதத்தைத் தங்களது உயிர் போன்றே ஓம்பி வருகின்றவர்களுக்கு ஒன்று சொல்ல விரும்புகிறேன். அஃது என்னவெனில் சாஸ்திரங்களது அனுமதி ஒருபுறமிருக்க இந்து மதமானது மற்ற மதங்களைப் போன்று உலக நியாயத்திற்குக் கட்டுப்பட்டு நடக்க வேண்டும் என்பதுதான். பரந்த ஞானமும் கல்வியும் பிற மத தத்துவங்களைப் பற்றிய ஞானமும் ஏற்பட்டிருக்கும் இக்காலத்தில் பண்டைய சாஸ்திரங்களின் கட்டுப்பாடுகள் உத்தரவுகள் இவற்றிக்கிணங்கவே நடப்பது என்ற சித்தாந்தத்தைக் கொண்ட எந்த மதமும் இறுதியில் தோல்வி அடையும் என்பது எனது அபிப்பிராயம். தீண்டாமையானது மானிட வர்க்கத்திற்கு ஏற்பட்ட களங்கம் அதனால் அது இந்து மதத்திற்கும் ஏற்பட்ட களங்கம் ஆகும். அதற்கு ஆதாரமாக எவ்வித நியாயமும் காட்ட முடியாது. இந்து மதத்தின் முக்கிய கோட்பாடுகளுக்கு அது முரண்பட்டிருக்கிறது. சத்தியத்தில் சிறந்த மதமுமில்லை, "அஹிம்சா பரமோ..., கடவுளே நித்திய ஸ்வரூபி, மற்றதனைத்தும் மாயை" என்ற மூன்றும்தான் இந்து மதத்தின் முக்கியமான கோட்பாடுகளாகும். அன்பையும் அஹிம்சையையும் வாழ்க்கைக்குரிய விதியாக விதிக்கும் மதமே சிறந்த மதம். அதுதான் மதம் எனத்தகும். இப்படிப் பார்க்கும் பொழுது இந்து மதத்தின் மூன்று கொள்கைக்கும் தீண்டாமைக்கும் முரண்பாடு ஏற்படுகிறது. மூன்றாவது கொள்கைக்கும் தீண்டாமை முரண்படுகிறது. ஆதலால் நான் வைதிக நண்பர்களுடன் இது பற்றி தர்க்கம் செய்ய வந்திருக்கிறேன்.

வைதிகர்களுடன் உரையாடல்

'அவர்களுடைய தயவினால் இன்று பிற்பகலில் அவர்களைக் காணமுடிந்தது. அவர்கள் நான் கூறுவதைப் பொறுமையுடன் கேட்டிருந்தார்கள். எங்களுக்குள் தர்க்கமும் நடந்தது. நான் அவர்களை நியாய உணர்ச்சியுடனும் ஜீவகாருண்யத்துடனும், இந்து தர்மத்திற்கு இணங்கவும் நடக்கும்படி கேட்டுக்கொண்டேன். ஆனால் நான் நினைத்தபடி அவர்களது மனத்தை மாற்ற முடியவில்லை என்பதை ஒப்புக்கொள்ளுகிறேன். மனச்சோர்வு எப்படி இருக்கும் என்பதே எனக்குத் தெரியாது (நகைப்பு). கடவுளிடமும் ஜீவகாருண்யத் தன்மையிலும் சத்தியத்திலும் எனக்கு நம்பிக்கை இருப்பதால் அவை என்னுடைய வைதிக நண்பர்களது மனத்தை மாற்றும் என்று நான் நம்புகிறேன்.

'நான் வைக்கம் சத்தியாகிரகிகளின் சார்பாக இப் போராட்டத்தை நீக்க மூன்று நிபந்தனைகள் கூறினேன். அவர்கள் அவற்றை ஏற்கவோ அன்றி நிராகரிக்கவோ செய்யலாம். ஆனால் அதன்படி நடக்க நான் கடமைப்பட்டிருக்கிறேன். இதனை பரிசூர்த்தமாகவேனும் ஏற்று நடக்க வேண்டும் என நான் அவர்களை கேட்டுக்கொண்டேன். நான் சத்தியத்தில் நம்பிக்கை கொண்டிருப்பதால் இந்த உடன்படிக்கை செய்துகொள்ள தயங்கவில்லை. நான் சமாதானத்தையும் நல்லெண்ணத்தையும் நிலைநிறுத்த இங்கு வந்தேனே யன்றி சச்சரவை அதிகப்படுத்த வரவில்லை.

'அவர்கள் விரும்பினால் சத்தியாகிரகம் நிறுத்தப்படும். அவர்கள் சத்தியத்திற்குப் பங்கம் விளைவிக்காத நிபந்தனையைக் கூறினால் அது ஏற்றுக்கொள்ளப்படும்.

சத்தியாகிரகிக்கு குறைந்தபட்சமாக இருக்கும் கோரிக்கை நிறைவேறவே இப்போராட்டம் நடத்தப்படுகிறது. கேட்டவுடன் கொடுத்து விடும்படியாக அவ்வளவு நியாயமாக வைக்கம் சத்தியாகிரகிகளது கோரிக்கை இருக்கிறது. ஆதலால் இப் போராட்டமானது எதையோ மனத்தில் ஒளித்து வைத்துக்கொண்டு அதற்காக நடத்தப்படுவதாக நினைக்க வேண்டாம். தீண்டாமையைப் போக்குவது என்றால் வருணாசிரமத்தைக் குலைப்பது என்று அர்த்தமல்ல. இதனால் கலப்பு விவாகம் செய்ய வேண்டும் என்றோ அன்றி சேர்ந்து சாப்பிட வேண்டும் என்றோ பொருள் ஏற்படாது. நாகரிகம் வாய்ந்த சமூகத்தில் ஒருவருக்கொருவர் பொதுவாக இருக்க வேண்டிய சம்பந்தமே ஏற்படவேண்டும் என்பதுதான் இதன் பொருளாகும். இதனால் கோயில்களில் அவர்களை விடவேண்டும் என்று அர்த்தமல்ல. பொதுக் கோயில் எனில் இந்துக்களாக கருதப்படும் எவருக்கும்

பொதுவாக இருக்க வேண்டும். உதாரணமாக பிராமணர்கள் போன்ற ஒரு குறிப்பிட்ட வகுப்பினர் தங்களுக்கென கோயிலைக் கட்டி அதில் பிராமணரல்லாதாரை விடக்கூடாது என்று விரும்பினால் அவ்வாறு செய்ய அவர்களுக்கு உரிமை உண்டு. பிராமணரல்லாதாரை உள்ளே வர அனுமதிக்கும் கோயில்கள் ஏதேனும் இருந்தால் அதினுள் வரக்கூடாது என்று தடுக்கக்கூடிய ஐந்தாவது வருணம் எதுவும் கிடையாது என்று நான் கருதுகிறேன். அம்மாதிரி செய்ய இந்து சாஸ்திரத்தில் ஆதாரம் இல்லை.

எனது கோரிக்கை

'சத்தியாகிரகிகளின் சார்பாக நான் கேட்பது எல்லாம் அவ்வளவுதான். கிறிஸ்துவர்கள், முகமதியர்கள், சாதிஇந்துக்கள் இவர்கள் செல்ல உரிமை பெற்றிருக்கும் ரஸ்தாக்களின் வழியாக, நெருங்கத்தகாதவர் எனப்படுவோருக்குச் செல்ல உரிமை உண்டு என்பதை ஸ்தாபிப்பதற்காகத்தான் இப்போராட்டம் நடத்தப்படுகிறது. கோயிலுக்குள் பிரவேசிப்பதற்காகப் போராட்டம் நடத்தப்படவில்லை. திருவாங்கூர் பள்ளிக்கூடங்களில் தீண்டத்தகாதவர் வரக்கூடாது என்ற தடை இருக்கிறதா இல்லையா என்பது எனக்குத் தெரியாது. பள்ளிக்கூடங்களில் சேர அனுமதி அளிக்க வேண்டும் என்பதற்காகவும் அவர்கள் போராடவில்லை. சத்தியாகிரகம் என்பது பிறருக்கு நம்பிக்கையை உண்டு பண்ணி, பலாத்காரம் இன்றி தம் வழிக்குத் திருப்பச் செய்யும் முயற்சியே ஆகும். ஆதலால் ஸ்ரீமூலம் சபையில் திவான் கூறியவை அனைத்தையும் அப்படியே ஆதரிக்கின்றேன். சத்தியாகிரகிகள் பலாத்காரத்தில் இறங்கவோ அன்றி வைதிகர்களை அனாவசியமாக நிர்ப்பந்திக்கவோ முயலுவதாக எனக்கு நிரூபித்துக் காட்டப்பட்டால் நான் அந்த க்ஷணமே அவர்களை ஆதரிப்பதை விட்டுவிடுவேன். ஆனால் அவர்கள் தங்களது பிரதிக்ஞைப்படி நடக்கும்வரையிலும் நானும் எனது கடமை எனக் கருதும்வரையிலும் அவர்களுக்கு என் ஒருவனால் இயன்ற சகல உதவிகளையும் செய்வேன். இப்போராட்டத்தை எதிர்க்கும் வைதிக பிராமணர்களும் பிராமணரல்லாதார்களும் இதனை சகல வழிகளிலும் ஆராய்ந்து பார்த்து நியாயமாகவும், ஜீவகாருண்யமாகவும் இருக்கும் கட்சியை ஆதரித்து நிற்கும்படி கேட்கிறேன்.

'தீண்டாமையானது நெடுநாளாக இருந்துவரும் தவறுதல். ஆதலால் சத்தியாகிரகி மிக்க பொறுமையுடன் நடந்துகொள்ள வேண்டும் என்று அவர்களுக்குச் சொல்லியிருக்கிறேன். வைக்கத்திலும் வெளியிடங்களிலும் உள்ள பொதுஜன அபிப்பிராயமானது சத்தியாகிரகிகளின் சார்பாகவே இருக்கிறது.

உலகிலும் அவர்களுக்குச் சாதகமாக அபிப்பிராயம் அதிகரித்து வருகிறது. அவர்கள் பொறுமையுடன் மெதுவாக எல்லாக் கஷ்டங்களையும் அனுபவித்து நன்றாகத் தன் கடமையைச் செய்தால் அவர்களுக்குத்தான் வெற்றி கிடைக்கும் என்பது நிச்சயம்.

திவான் பிரசங்கம் பற்றி

'திவான் பிரசங்கத்திலிருந்து திருவாங்கூர் கவர்ன்மெண்டார் பாரபட்சமின்றி நடந்து வருகின்றார்கள் என்பதை நான் காணக்கூடும். கால நிலைமையை உணர்ந்து அதற்குத் தகுந்தபடி நடக்கவேண்டும் என்று வைதிகர்களைத் திவான் கேட்டுக்கொண்டிருப்பதன் மூலம் தமது அபிப்பிராயத்தை வெளியிட்டுள்ளார். எனது வைதிக நண்பர்கள் அந்தச் சிறந்த யோசனைப்படி நடப்பார்கள் என்று நம்புகிறேன். அவர்கள் அதனையும் எனது நிபந்தனைகளை ஏற்று நடந்தாலும் சரி நடக்காவிட்டாலும் சரி, நான் எனக்குத் தெரிந்தவரை இந்து மதத்தின் நன்மையை நாடியே உழைப்பேன் என்று அவர்களுக்கு உறுதி கூறுகின்றேன். உலகில் எவரையும் எனது விரோதி என நான் கொள்ளவில்லை. ஆதலால் அபிப்பிராய பேதம் இருந்த போதிலும் அவ்வைதிகர்களை நான் நேசித்து அவர்களைச் சரியான வழியில் நடக்கும்படியும் நமது ஒடுக்கப்பட்ட சகோதரர்களுக்கு நீதி வழங்கும்படியும் கடவுள் அருள்கூர வேண்டும் என நான் எப்பொழுதும் பிரார்த்திப்பேன். நான் இந்து தர்மசாஸ்திரத்தை தவறாக உணர்ந்து சத்தியாகிரகிகளுக்குத் தவறான புத்திமதியைக் கூறியிருந்தால் அதனை எனக்கு எடுத்துக்காட்டி அத்தவறை ஒப்புக்கொள்ளுவதற்கும் எனது வைதிக நண்பர்களிடம் மன்னிப்பு கேட்பதற்கும் வேண்டிய மனோதிடத்தை அளிக்கும்படியும் கடவுளை நான் பிரார்த்திப்பேன்' (*சுதேசமித்திரன், 15 மார்ச் 1925*).

இனி சத்தியாகிரகிகளுக்குத் தன் அறிவுரையாகக் காந்தி பேசியவை.

தியாகத்திற்குத் தயாராக இருக்க வேண்டும்

'நம்முடைய போராட்டத்தைப் பலாத்காரமற்ற வழியில் நாமே தியாகம் செய்து நடத்த வேண்டும். இதுதான் சத்தியாகிரகத்தின் அர்த்தம்.

இந்தப் போராட்டத்திற்கு வேண்டிய அளவு தியாகம் செய்ய உங்களால் முடியுமா என்பதுதான் முக்கியமான விஷயம். இதன் மத்தியில் நீங்கள் மிகுந்த கஷ்டத்துக்குள்ளாக நேரும். ஆயினும் உங்களை எதிர்ப்பவர் மீது நீங்கள் சிறிதும் கோபம்

கொள்ளக்கூடாது. நான் கூறுவது வெறும் வார்த்தையல்ல. உங்களுடைய சத்துருக்களிடத்தில் உங்களுக்கு உண்மையிலேயே பிரியம் ஏற்பட வேண்டும். நீங்கள் எவ்வளவு உண்மையாக நடக்கிறீர்களோ அவ்வளவு உண்மையாகவே உங்கள் எதிரியும் நடப்பதாக நீங்கள் நினைத்துக்கொண்டால் இது சுலபமாகிவிடும். இது மிகவும் கஷ்டமான காரியம்தான். வைதிகர்களுடன் நான் பேசியபோது எனக்கே இது சாத்தியமில்லாதிருந்தது. அவர்கள் சுயநலம் பாராட்டி பேசியதாக நான் உணர்ந்தேன். இப்படியிருக்கையில் அவர்கள் யோக்கியமாக நடந்துகொள்வதாக நான் எவ்விதம் கருதக்கூடும். நான் இதைப்பற்றி யோசித்துக்கொண்டே இருந்தேன். இதில் அவர்களுடைய சுயநலம் என்ன? நாம் ஒரு கொள்கையை ஸ்தாபிக்க விரும்புவதுபோல் அவர்களும் விரும்புகிறார்கள். நாம் நம்முடைய கொள்கை நியாயமானது என்றும் ஆகையால் சுயநலம் அற்றது என்றும் கருதுகிறோம். ஆனால் சுயநலம் என்பது எங்கு ஆரம்பிக்கிறது என்று நிச்சயம் செய்வது யார்? பூராவும் சுயநலம் அற்றது என்பதே ஒருவித சுயநன்மையில்லையா? நான் தர்க்கத்தின்பொருட்டு விவாதிக்கவில்லை. எனக்கு உண்மையில் இவ்விதமாகவே தோன்றுகிறது. நான் அவர்களுடைய நிலையிலிருந்துகொண்டு இதைப் பற்றி யோசித்தேன். இவர்கள் பேசியதுமே பேசக்கூடாத உண்மையான இந்துக்கள் இல்லையா? ஒரு விஷயத்தைப் பற்றி ஒரு மனிதர் எவ்விதமாக நினைப்பார் என்று நாம் யோசிப்போமானால் அப்போதுதான் அவருக்கு நியாயம் வழங்க முடியும்.

'இதற்கு மனதில் ஒருவித பந்தமும் இருக்கக்கூடாது. இது மிகவும் கஷ்டமான நிலைமையாகும். இருந்தபோதிலும் ஒரு சத்தியாகிரகிக்கு இது மிகவும் அவசியமான குணமாகும். நமது எதிரிகளுடைய மனோநிலைமை எவ்விதம் இருக்கும் என நாம் ஆராயத் தொடங்கிவிட்டால் இவ்வுலகத்தில் உள்ள மன ஸ்தாபங்களில் முக்கால் பாகம் நீங்கி விடும். அப்போது நாம் எதிரிகள் கூறுவதை ஏற்றுக்கொள்வோம். அல்லது அவர்களிடம் தயவாக நடந்துகொள்ளுவோம். பிரஸ்தாப விஷயத்தில் அவர்கள் கூறுவதை நாம் ஒத்துக்கொள்ளுவது என்பதில்லை. ஏனெனில் கொள்கைகள் வேறுபட்டிருக்கின்றன. அவர்கள் அந்தரங்க சுத்தியுடன் பேசுகிறார்கள் என்று மாத்திரம் நம்பலாம். அவர்கள் தீண்டாத வகுப்பினருக்கு ரஸ்தாக்களைத் திறக்க விரும்பவில்லை. இதற்குக் காரணம் அறியாமையா அல்லது சுயநலமோ எதுவாக இருந்தபோதிலும் அது அவர்களுடைய உண்மை உணர்ச்சியாகும். நம்முடைய கடமை அவர்களுடைய இந்த எண்ணம் தவறானது என்று காட்டுவதாகும். நம்முடைய தியாகத்தால்தான் அதை

நிருபிக்க முடியும். ஒருவர் ஒரு விஷயத்தில் பலமான உணர்ச்சி கொண்டிருக்கும்போது தாம் எவ்வளவு தூரம் வாதித்தாலும் அவரைத் திருப்ப முடியாது. ஆனால் வாதத்துடன் தியாகமும் சேர்ந்தால் அவர்களுடைய ஞானக் கண் திறக்கப்படும். ஆகையால் நம்முடைய செய்கைகளில் பலவந்தம் என்பதே இருக்கக்கூடாது.

நடத்த வேண்டிய விதம்

'இப்போது நீங்கள் செய்வது நான்கு வேலிகளையும் அனுகி நாள் தவறாமல் அங்கே உட்கார்ந்துகொண்டு நூற்பதாகும். ரஸ்தாக்கள் திறக்கப்படும் என்று நீங்கள் நம்பவேண்டும். சத்தியாகிரகத்தில் உங்களுக்கு நம்பிக்கை இருந்தால் நீங்கள் அனுபவிக்கும் கஷ்டத்தைக் கண்டு ஆனந்தம் அடைவீர்கள். ஒவ்வொரு நாளும் அங்கு சென்று கடுமையான வெயிலில் உட்காருவதில் கஷ்டமிருப்பதாகக் கருதமாட்டீர்கள். உங்களுடைய இயக்கத்திலும் வேலை முறையிலும் உங்களுக்கு நம்பிக்கை இருந்தால் அதாவது உங்களுக்குக் கடவுளிடம் நம்பிக்கையிருந்தால் சூரிய கிரணங்கள் உங்களுக்குக் குளிர்ச்சியாக தோன்றும். உங்களுக்கு களைப்பும் வெற்றி ஏற்படுவதில் தோன்றும் காலதாமதமும் பிரமாதமாகத் தோன்றாது.

நம்மிடம் உள்ள குறைகள்

'நமது மதத்தில் பல தவறுகள் புகுந்து விட்டன. நாம் சோம்பேறிகளாகி விட்டோம். நம்முடைய வேலைகள் எல்லாம் சுயநலம் உடையவனாக இருக்கின்றன. நமது பெரியவர்களுக்கு உள்ளேயே பொறாமை ஏற்பட்டிருக்கிறது. நாம் ஒருவருக்கொருவர் கருணையுடன் நடந்துகொள்ளுவதில்லை. இவற்றை எல்லாம் நான் உங்களுக்கு அறிவிக்காவிட்டால், இவற்றை நீக்க முடியாது' *(சுதேசமித்திரன், 15 மார்ச் 1925).*

11 மார்ச்

தேவஸ்வம் ஆணையாளர் எம். ராஜாவர்மா வைதிக பண்டிதர்கள் சிலருடன் மகாத்மாவைப் பேட்டி கண்டு வைக்கம் நிலைமையை விவாதித்தார். தேவஸ்தான அதிகாரிகள் கோவில் வீதிகள் நான்கைச் சுற்றிலும் புதிதாக மதில் சுவர் கட்ட உத்தேசித்திருக்கிறார்கள். இதனால் தீண்டாத வகுப்பினரைத் தவிரக் கிறித்துவர், முஸ்லிம் முதலியவர்களும் பிரகாரங்களில் நுழையாமல் தடுக்கப்பட்டுவிடும். இப்போதைய கஷ்டம் இவ்விதம் தவிர்க்கப்படும் என்று சுதேசமித்திரனில் செய்தி வந்துள்ளது *(12 மார்ச் 1925).*

மாலை 3 மணிக்குப் புறப்பட்டு 6 மணிக்கு ஆலப்புழைக்கு காந்தி வந்து சேர்ந்தார். நகராட்சித் தலைவர் கே.பி. பணிக்கர், ஆலப்புழை ஈழவர் ஆகியோர் வரவேற்புப் பத்திரம் வாசித்தளித்தனர். அதற்குப் பதிலளிக்கையில் வைக்கம் போராட்டத்திற்கு அவர்களுடைய ஆதரவும், அனுதாபமும் தேவை என்று குறிப்பிட்டார். 9 மணிக்கு ஆலப்புழையிலிருந்து கொல்லம் புறப்பட்டார்.

12 மார்ச்

காலை 7 மணிக்குக் கொல்லம் வந்தடைந்த காந்தியை மாவட்ட மாஜிஸ்டிரேட் நாராயண பாண்டாலை, நகராட்சித் தலைவர் பத்மநாப பிள்ளை மற்றும் பிரமுகர் சிலர் வரவேற்று ஊர்வலமாக முக்கிய தெருக்கள் வழி அழைத்துச் சென்றனர். இவர்கள் அளித்த வரவேற்புக்குப் பதிலளித்து பேசுகையில், "நான் சொந்தத்தில் ஆராய்ச்சி செய்து பார்த்ததிலும் பண்டிதர்களைக் கலந்து கேட்டதிலும் தீண்டாமை, நெருங்காமை முதலிய தற்கால அனுஷ்டானங்களுக்கு ஆதாரம் இல்லை என்று தெரிகிறது. ஆகையால், இந்துக்கள் இந்த உண்மையை உணர்ந்து அதற்கு ஏற்றாற்போல் நடந்துகொள்ள வேண்டும். இல்லாவிடில் இந்து மதத்திற்கு அழிவுதான். இந்தச் சாபக்கேட்டை ஒழித்துப் போட வேண்டும்" என்றார் (சுதேசமித்திரன், 12 மார்ச் 1925).

காலை 10 மணியளவில் கொல்லத்திலிருந்து அரசு வாகனத்தில் வர்க்கலைக்கு காந்தி வந்து சேர்ந்தார். 12 மணிக்கு மகாராணியைச் சந்திப்பதற்கு நேரம் ஒதுக்கப்பட்டிருந்தது. (ராணியின் கணவர்) பெரிய கோயில் தம்புரான் காந்தியை அரண்மனைக்குள் அழைத்துச் சென்றார். அங்கே எளிமையாக அலங்காரம் செய்யப்பட்டிருந்த ஓர் அறையில் மூன்று நாற்காலிகளும் மூன்று ரத்தினக் கம்பளங்களும் இடப்பட்டிருந்தன. மகாராணியைக் கண்டதும் காந்தி முதலாவதாக வணக்கம் தெரிவித்தார். மகாராணியும் பதில் வணக்கம் தெரிவித்தார். அவர்கள் இருவரும் கோயில் தம்புரானும ரததினக் கம்பளங்களில் அமர்ந்தனர். இரண்டு மணி நேரத்திற்கும் மேலாக அவர்கள் மக்களின் துன்பங்களைப் பற்றிப் பேசினார்கள். மகாராணி காந்தியிடம் கூறியதாவது:

"தனிப்பட்ட முறையில் அவர்ண மக்களின் மீது ஆழ்ந்த அனுதாபம் எனக்கு உண்டு. அவர்களுடைய சமத்துவமற்ற நிலையைப் போக்க உங்கள் அறிவுரைப்படி செயல்படுகின்ற சத்தியாகிரக இயக்கத்தில் வன்முறை எதுவும் இடம் பெறாததை எண்ணி மகிழ்ச்சி அடைகின்றேன். இந்த அணுகுமுறை

சரியானதாகவே இருக்கும். வைக்கம் சாலையையும் அதைப் போல், பிற அனைத்துச் சாலைகளையும் திறந்து கொடுக்கத் தனிப்பட்ட முறையில் விருப்பம் இருந்தபோதிலும் ராணி என்ற நிலையில் பொதுமக்கள் கருத்தை அறிய வேண்டியதிருக்கின்றது. இரு பிரிவினரும் ஒப்புக்கொள்ளக்கூடிய ஒரு திட்டத்தை நீங்கள் சொன்னால் அதற்கிணங்க செயல்பட விரும்புகிறேன்" *(வைக்கம் சத்யாகிரக நினைவலைகள், பக். 133–134; சுதேசமித்திரன், 13 மார்ச் 1925).*

அங்கிருந்து புறப்பட்ட காந்தி அன்றே மதியம் 3 மணிக்கு நாராயண குருவைச் சிவகிரி மடத்தில் மிகச் சிலரோடு சந்தித்தார். அதன் விவரம்.

காந்தி	:	இந்துக்களின் பிரமாண நூல்களில் தீண்டாமை ஆசாரம் சொல்லப்பட்டுள்ளதாக சுவாமிக்குத் தெரியுமா?
நாராயண குரு	:	இல்லை.
காந்தி	:	தீண்டாமையை ஒழிப்பதற்காக வைக்கத்தில் நடைபெறுகின்ற சத்தியாகிரக இயக்கத்தைப் பற்றி சுவாமிக்கு மாறுபட்டகருத்து உண்டா?
சுவாமி	:	இல்லை.
காந்தி	:	அந்த இயக்கத்தில் கூடுதலாக எதையேனும் சேர்க்க வேண்டும் என்றோ எதுவேனும் மாற்றத்தைக் கொண்டுவர வேண்டும் என்றோ கருதுகிறீர்களா?
சுவாமி	:	அது சரியாகவே நடைபெறுகின்றது என்றே தெரிகிறது. அதில் மாற்றத்தைக் கொண்டு வரவேண்டும் என்று நினைக்கவில்லை.
காந்தி	:	தாழ்த்தப்பட்ட வர்க்கத்தினரின் துன்பங்களைத் தீர்ப்பதற்கு தீண்டாமை ஒழிப்பைத் தவிர வேறு என்னவெல்லாம் வேண்டும் என்று சுவாமி கருதுகின்றீர்கள்?
சுவாமி	:	அவர்களுக்குக் கல்வியும் பணமும் வேண்டும். சமபந்தி உணவோ கலப்பு மணமோ வேண்டும் என்பது இல்லை. மேன்மை அடைவதற்கான வசதி பிறரைப் போல அவர்களுக்கும் உண்டாக வேண்டும்.

காந்தி : வன்முறையற்ற சத்தியாகிரகத்தினால் பயன் இல்லை, உரிமையை நிலைநாட்ட வன்முறை அவசியம் என்று சிலர் கருதுகின்றனர். இதில் சுவாமியின் கருத்து என்ன?

சுவாமி : வன்முறை நல்லது என்று தென்படவில்லை.

காந்தி : வன்முறை இந்து சாஸ்திரங்களில் சொல்லப் பட்டிருக்கிறதா?

சுவாமி : மன்னர்களுக்கும் வேறு சிலருக்கும் அது தேவையானது. அவர்கள் அதைப் பயன்படுத்தினார்கள், புராணங்களில் காணப்படுகின்றன. சாமானிய மக்களைப் பொறுத்தவரை வன்முறை நியாயமானதாக இருக்காது.

பிறகு மதமாற்றம், ஆத்மீக மோட்ச லாபம், சுவாமியின் கோயில்களில் புலையர் அனுமதி, சமபந்தி ஆகியன பற்றி பேசினர். பத்திரிகையாளர் அனுமதிக்கப்படாத இக்கூட்டத்தில் கலந்துகொண்டவர் தெரிவித்த கருத்துகளின்படி இவ்வுரையாடல் பதிவாகியுள்ளது (வைக்கம் சத்யாகிரக நினைவலைகள், பக். 134–136).

இச்சந்திப்பின் போது பெரியார் உடன் இருந்ததாக, காவல் ஆணையர் குறிப்பும் நாராயண குருவின் வாழ்க்கை வரலாற்று நூல் ஒன்றும் தெரிவிக்கின்றன.

13 மார்ச்

மகாராணி, நாராயண குரு இருவரையும் சந்தித்த பிறகு பொதுக்கூட்டம் ஒன்றில் பேசிய காந்தி, அவர்களைப் பெருமிதமாக உணர வைத்தார். காந்தியின் பேச்சு பின் வருமாறு:

'மகாராணி ரீஜண்ட் வைக்கத்தில் உள்ள இந்தச் சாலைகள், வைக்கத்தில் உள்ள மற்ற சாலைகளைப் போலவே எல்லா வகுப்பாருக்கும் திறந்துவிடப்பட வேண்டும் என்றே கருதுகிறார் (கை தட்டல்). ஆனால் அரசின் தலைவர் என்ற முறையில் மக்கள் கருத்து அவருக்கு ஆதரவாக இல்லையெனில் தான் அதிகாரமற்றவர் என உணர்கிறார். திருவாங்கூர் மக்களின் பொதுமக்கள் கருத்து, முழுமையான சட்ட அமைப்பிற்குச் சரியானதாகவும் அது அமைதியாகவும் அரசியல் சாசன முறையிலும் ஒழுங்கமைக்கப்பட்டு அதே வகையில் அது வெளிப்படுத்தப்படாவிட்டால் அது எவ்வளவு முக்கியம்

வாய்ந்ததாக இருந்தாலும் தேவையான தீர்வை வழங்குவதற்கு அவர் அதிகாரம் இல்லாதவராகவே தன்னை உணர்கிறார். நான் அந்த நிலையை முழுமையாக ஒப்புக்கொள்கிறேன். குருட்டு மரபை உடைக்க வேண்டிய பொறுப்பு உங்களுக்கும் எனக்கும் உள்ளது. எதிர்த்தன்மையை உடைக்கிற பணியில் முன்னணிப் பங்கை வகிக்கவில்லையானால் சுதந்திரம் மற்றும் விடுதலையின் சுடர் ஒளியை நீங்கள் உணரமுடியாது. கருமபலன் என்ற விதியைத்தான் என் வைதிக நண்பர்கள் பதிலாக என் முகத்தில் எறிகிறார்கள்.

'வைக்கம் சத்தியாகிரகம் முழு அகிம்சை முறையில் நடத்தப்பட்டிருந்தாலும் உங்களிடமிருந்து வரவேண்டிய ஆதரவை அது பெற்றிருந்தாலும் இந்தப் போர் ரொம்ப நாளைக்கு முன்பே முடிந்திருக்கும்.

'வைக்கம் சத்தியாகிரகிகளுக்கு உழைப்பின் பரிசான புகழை அளிக்கிறேன். அவர்கள் சிறப்பாகச் செய்தார்கள். என் மதிப்பைப் பெற்றுவிட்டார்கள். ஆனால் ஒருபக்கத்து படத்தை மட்டும் பெற்றிருக்கிறோம். அந்தப் படத்தின் அடுத்த பக்கத்தை நான் காட்டவில்லையானால் நான் உண்மையற்றவனாகி விடுவேன். ஆனால் அங்கேயும் பொறுமையின் விதியைத்தான் நான் பயன்படுத்துகிறேன். ஆம் அவர்களைக் கண்டிக்க மறுக்கிறேன். அவர்களால் முடிந்த சிறந்ததைச் செய்தார்கள். ஆனால் நான் அவர்களை இன்னும் சிறப்பாகச் செய்ய கோருகிறேன். அவர்கள் எவரிடமும் உடல்சார்ந்த வன்முறையைப் பிரயோகிக்கவில்லை. ஆனால், அவர்கள் இதயம், மனம் அகிம்சையாய் இல்லை. அவர்களுடனான உரையாடல்களில் இதை நான் கண்டு கொண்டேன். இந்த எதிர்ப்பைத் தரும் வைதிக மக்கள் மீது கசப்புடன் இருக்கிறார்கள். அவர்களிடம் கோபமாக இருக்கிறார்கள். அவர்களது (வைதிகர்களது) நோக்கத்தை இவர்கள் நம்பவில்லை. அரசாங்கத்தின் நோக்கத்தையும் இவர்கள் நம்பவில்லை. இவை எல்லாச் சத்தியாகிரகிகளின் மரியாதைக்குக் குறைவானவை என்று நான் கூறுகிறேன். அரசாங்கத்தின் வார்த்தையை மதிக்கிறேன். நான் அத்தெருவில் நடந்தால் அவரது மத உணர்வுக்கு வன்முறை செய்வதாக இருக்கும் என்று ஒரு வைதிகர் சொன்னார். அவரை நான் நம்புகிறேன். என்னிடம் எனக்கு எவ்வளவு மரியாதையை கோருவேனோ அதே அளவு மரியாதையை நான் அவருக்கு அளிப்பேன். நான் அவருடைய சந்தேகத்தைப் போக்குவேன். அவர் என்னை எடை போடுகையில் கொஞ்சம் கொஞ்சமாக ஒரு சாதகமான இடத்தில் என்னை வைத்துக்கொள்வேன். அதன்

மூலம் அவரது புரிதலின் கண்ணைத் திறக்க எதிர்பார்ப்பேன். மனரீதியாக இந்த எண்ணத்தை நீங்கள் எடுத்துக்கொள்ள வேண்டும் என்று விரும்புகிறேன். ஏனெனில் செயல்களை விட எண்ணங்கள் எல்லையற்ற அதிக ஆற்றலைப் பெற்றிருப்பதாக நான் நம்புகிறேன்' (தேர்ந்தெடுக்கப்பட்ட வைக்கம் சத்தியாகிரக ஆவணங்கள், பக். 61–67).

சிவகிரியிலிருந்து காந்தி திருவனந்தபுரம் சென்றார். அவ்வூரில் நிகழ்ந்த சந்திப்பு விவரத்தை த. அமலா கீழ்வருமாறு விவரிக்கிறார். 'அவர் அரசு விருந்தினராக தங்கவேண்டும் என்று வேண்டுகோள் விடுத்து மகாராணி சார்பில் திவான் எழுதிய கடிதம் காந்திக்குக் கிடைத்தது. அரசியாரை மீண்டும் சந்தித்துப் பேச வேண்டும், அவர் சாலைகளைத் திறக்கக் கூடும் என்று அதில் குறிப்பிடப்பட்டிருந்தது. ஈ.வெ. ராமசாமி நாயக்கர் இதில் தீவிரமாக ஈடுபட்டிருக்கிறார், அவரைக் கலந்து ஆலோசிக்காமல் முடிவெடுக்கக்கூடாது என்று காந்தி நினைத்து பெரியாரை அழைத்து பேசிவிட்டு, மகாராணியைச் சந்திக்கக் காரில் புறப்பட்டார். உடன் சென்ற பெரியார் இடையில் இறங்கிவிட்டார்.

'மகாராணியைச் சந்தித்து பேசினார் காந்தி. அரசி அவரிடம், நாங்கள் சாலையைத் திறந்து கொடுக்கின்றோம். ஆனால் அடுத்ததாகக் கோயிலுக்குள் நுழைவதாக ஈ.வெ. ராமசாமி நாயக்கர் பேசிக்கொண்டிருக்கிறார். அவர் அதைச் செய்யக்கூடாது. கோயில் நுழைவைப் பற்றி கிளர்ச்சி செய்யமாட்டார்கள் என்றால் இப்பொழுதே தடையை நீக்கி விடுகிறேன் என்றார். இந்தக் கட்டத்தில் அரண்மனைக்கு வந்தார் பெரியார். இவ்விஷயத்திற்கு நாம் என்ன பதில் சொல்வது என்று அவரை காந்தி கேட்டார்.

'நமது இலட்சியம் கோயில் வரைக்கும் தானே! தெருவிலே போவதால் என்ன ஆகும்? இந்த பேதம் ஒழிவதற்காகத்தான் இந்தக் கிளர்ச்சியைச் செய்கின்றோம். ஆனால் நாம் இப்பொழுது அதைப் பற்றி அழுத்தம் கொடுக்கப்போவது இல்லை. மக்களை அதற்குப் பக்குவப்படுத்திவிட்டுத்தான் செய்ய வேண்டும் என்றார் பெரியார். அப்படியே சொல்லிவிடலாமா என்று வினவினார் காந்தி. நன்றாகச் சொல்லி விடுங்கள் என்றார் பெரியார். கோயில் நுழைவு இப்போது இல்லை என்று அரசியிடம் தெரிவித்தார் காந்தி' (வைக்கம் சத்யாகிரக நினைவலைகள், பக். 137—138).

இந்தத் தகவலுக்கான ஆதாரத்தை நூலாசிரியர் த. அமலா தந்திருக்கும் இடம் தெரியவில்லை. இவர் மகாராணியார் என்று குறிப்பிடுவது ரீஜண்ட் மகாராணியாரை அல்ல. விவரிக்கப்பட்ட திருவனந்தபுரச் சந்திப்பில் காந்தி கண்டது சிறிய

மகாராணியாரை. அதாவது சித்திரைத் திருநாளின் தாயாரை. மகாதேவ தேசாயின் நாட்குறிப்பிலிருந்து இது தெரிய வருகிறது.

திருவனந்தபுரத்தில் பேசிய பொதுக்கூட்டத்தில் வைக்கம் சவர்ணர்களிடம் பரிந்துரைத்த மூன்று ஆலோசனைகளையும் காந்தி விவரித்தார். அரசியாரிடம் பொதுவாக்கெடுப்பு எடுக்கலாம் என்ற ஆலோசனையை வலியுறுத்தியதையும் எடுத்துரைத்த அவர், தீண்டாமைக்கும் நெருங்காமைக்கும் இந்து மதத்திலும் சாஸ்திரத்திலும் இடமில்லை என்பதைத் திடமாகப் பேசினார். அப்பேச்சின் விவரம் வருமாறு.

'.... எழுத்துருவாக இருக்கும் சில ஆதாரங்களைத் தவிர, இந்து மதம் என்பது மற்ற மதங்களைப் போலவே எல்லாவற்றுக்கும் காரணத்தைச் சொல்லும் தேர்வில் ஈடுபட்டாக வேண்டும். தவறு, அது எவ்வளவு காலப்பழமை வாய்ந்ததாயினும் எப்போதும் அங்கீகாரம் பெற முடியாது. வேதப் பிரதியாகவே இருப்பினும் ஒழுக்கவியலுக்கு மாறாமல் இருப்பினும் நீதியியலுக்கு மாறாமல் இருப்பினும் அது இப்பரீட்சைக்கு நுழைந்து வெளியே வந்தே ஆக வேண்டும். என்னுடைய ஆற்றலுக்கு முடிந்த அளவு நமது சாஸ்திரங்களைப் புரிந்துகொள்ள முயன்றேன். எனக்கு உதவி செய்த படித்தவர்களின் உதவிகொண்டு என்னுடைய சாஸ்திர அறிவை சிறிது பெருக்கிக்கொண்டேன். நான் இன்று அறிந்திருக்கும் தீண்டாமை மற்றும் நெருங்காமைக்கு எந்த ஆதாரத்தையும் என்னால் கண்டுபிடிக்க முடியவில்லை. இது மனிதாபிமானமற்றது, அறமற்றது, சரியற்றது என அழைப்பதற்கு எந்த தயக்கமும் எனக்கு இல்லை ...'

மேற்குலகத்தினரைப் போல் காரணத்தை வலியுறுத்திய காந்தி, வைக்கத்தில் வைதிகர்களுடன் நடத்திய உரையாடலை அடுத்து விவரித்தார்.

'... நான் அவர்களைத் திறந்த மனத்துடன் அணுகினேன். நாங்கள் நீண்ட விவாதம் நடத்தினோம். நிலைமையின் அழுத்தத்தை அவர்களிடம் கூறி அவர்களைக் கவர என்னால் முடியவில்லை. அவர்கள் தம் செயல்களில் சரியாக இருக்கிறார்கள் என்பதை அவர்களாலும் என்னை ஒப்புக்கொள்ள வைக்க முடியவில்லை. இதை உங்களிடம் வருத்தத்துடன் தெரிவித்துக் கொள்கிறேன்.

'அவர்கள் ஒப்புக்கொள்ள மூன்று திட்டங்களை முன் வைத்தேன். எங்கள் விவாதத்தில் மேல் எழுந்தவை அவை. தீண்டாதவர்களின் சார்பாக எழுந்துள்ள கோரிக்கைக்கு எதிராகவே பொதுமக்கள் கருத்து இருக்கிறது என்றனர்.

அவர்களிடம் நான் நேரடியாகவே வைக்கத்திலோ அல்லது திருவாங்கூர் முழுவதிலுமோ சவர்ணர்கள் மட்டும் பங்கேற்கும் பொதுக் கருத்தெடுப்பை முன்வைத்தேன். நான் செய்ததற்குக் காரணம் நான் கொண்டுள்ள உறுதி. சவர்ண இந்துக்களின் பெரும்பகுதியினர் இந்தச் சீர்திருத்தத்தை விரும்புகிறார்கள், இவர்கள் குருட்டு மரபுவாதிகள் அல்ல. இக்குழுவின் பேச்சாளர் இந்த என் முன்மொழிவை ஏற்கவில்லை என்பதை வருத்தத்துடன் தெரிவித்துக்கொள்கிறேன். பொதுக் கருத்தெடுப்பில் கிடைக்கும் முடிவுக்குச் சத்தியாகிரகிகள் சார்பாய் நான் கட்டுப்படுவதாய்ச் சொன்னேன். அவர்களுக்கு எதிராய் வைக்கம் மக்களின் முடிவு அமையுமானால் அதை அவர்கள் மறுத்துக்கொள்ளலாம் (கட்டுப்பட வேண்டியதில்லை) என்றும் நான் கூறினேன். ஆனால் அப்பேச்சாளர் அந்தத் திட்டத்தையும் ஒப்புக்கொள்ளவில்லை. உறுதி செய்யப்பட்ட முடிவுகளை உடைய தங்களைப் பெரும்பான்மையரின் முடிவு கட்டுப்படுத்த முடியாது என்று தெளிவாகக் கருதியது போலவே அவர் பேசினார்.

'அவர்களுடைய உறுதி செய்யப்பட்ட முடிவுகள் எதன் பேரில் எடுக்கப்பட்டனவோ அந்த ஆதாரங்களைக் காட்டும்படி அடுத்து அவர்களைக் கேட்டேன். அவர் என்ன ஆதாரத்தைக் காட்டப்போகிறார் என்று ஆவலுடன் இருந்தேன். சங்கராச்சாரியாருடைய ஆதாரத்தைக் காட்டுவதாகச் சொன்னதும் நான் ஆச்சர்யம் அடைந்தேன். நான் சிறிது நிம்மதி மூச்சுவிட்டேன். ஏனெனில் எனக்குத் தெரிந்த சிறிய அளவிலேயே சங்கராச்சாரியார் நிச்சயம் நெருங்காமையையோ தீண்டாமையையோ பொறுத்துக் கொள்ளமாட்டார் என்றே நம்புகிறேன். பேச்சாளர் ஆதாரத்தை எனக்கு அனுப்புவதாகச் சொன்னார். இன்னும் எனக்கு அவை வந்து சேரவில்லை.

'அவரிடமிருந்து ஆதாரத்தைப் பெற்றதும் இந்தியாவின் படித்த சாஸ்திரிகளிடம் கொடுத்து, அவற்றின் மெய்த் தன்மையையும் விளக்கத்தையும் கேட்கப்போகிறேன்... இந்த நேர்வில் விளக்கம் (எப்படியிருப்பினும்) நான் கட்டுப்பட்டவனாவேன். இங்கேயும் என் வைதிக நண்பர்களிடம் இப்படித் தெரிவித்தேன். அந்தப் பிரதிகள் பற்றி பண்டிதர்களின் பொறுப்புத் தன்மை, விளக்கம் ஆகியவை எங்களைக் கட்டுப்படுத்தும். அது ஒருவேளை அவர்களுக்கு விரோதமாக இருந்தால் அவர்கள் அதை நிராகரிக்க சுதந்திரம் பெற்றவர்கள் என்றேன்...

'நான் மூன்றாவது வாய்ப்பைத் தந்தேன். சத்தியாகிரகிகள் சார்பில் ஒரு படித்த சாஸ்திரியும் அவர்கள் சார்பில் ஒருவரும் என இரு கட்சிகளில் வேற்றுமைகளுக்கிடையில் தீர்வு

காண்பவர்களை நியமித்துக்கொண்டு, திவானை நடுவராக வைத்து இப்பிரச்சனைக்குத் தீர்வு காணலாம் என்பது மூன்றாவது யோசனை. இதில் வெளியாகும் முடிவு எதுவாயினும் அதற்கு நான் கட்டுப்படுகிறேன் என்று சொன்னேன். இந்த மூன்று வாய்ப்புகளும் அவர்கள் ஒப்புக்கொள்ள இன்னும் திறந்தே இருக்கின்றன.'

அடுத்துப் பொதுமக்களிடம் சத்தியாகிரகத்திற்கு ஆதரவைக் கோரினார். "உங்களால் செய்ய முடிந்த அனைத்தையும் நீங்கள் செய்யவில்லை என்று சொல்ல என்னை நீங்கள் அனுமதிக்க வேண்டும். உங்கள் சட்டமன்றத்திலும் மக்கள்சபையிலும் இப்போது செய்திருப்பதைவிட அதிகமாகச் செய்திருக்க முடியும்" என்பது காந்தி கருத்து.

அடுத்து மகாராணியாரிடம் பேசியது பற்றிக் கருத்துரைத்தார். 'நான் மகாராணியிடம் பொதுக் கருத்தெடுப்பு நடத்த உதவும்படி கேட்டுக்கொண்டேன். அவர்களால் அதைச் செய்ய முடியுமோ முடியாதோ, இவ்விஷயத்தில் மக்கள் கருத்தை ஒழுங்கு செய்ய உங்களால் முடிவதைத் தடுக்க முடியாது. மக்கள் விமர்சனத்துக்கு முன்னால் உள்ளூர் மக்களின் அனுதாப செயல்பாடுகள், அகிம்சை, பணிவு இவற்றின் கூர்மையான ஒளிக்கு முன்னால் குருட்டு வைதிகம் நிற்க முடியாது என்பது என்னைப் போலவே உங்களுக்குத் தெரியும்' (தேர்ந்தெடுக்கப்பட்ட வைக்கம் சத்யாகிரக ஆவணங்கள், பக். 68—72; சுதேசமித்திரன், 14 மார்ச் 1925; குமரன், 18 மார்ச் 1925).

14 மார்ச்

திருவனந்தபுரத்தில் பல இடங்களில் காந்தி சொற்பொழிவாற்றினார். திருவனந்தபுரம் எஸ்.எம்.வி. பள்ளி, விக்டோரியா ஜூப்ளி டவுன்ஹால், சட்டக் கல்லூரி ஆகிய இடங்களில் நிகழ்த்திய சொற்பொழிவுகளில் வைக்கம் பற்றிய குறிப்புகள் இல்லை. நாகர்கோயில் சுயராஜ்ய வித்தியாலயா, நெய்யாற்றின்கரா டவுன் ஹால் கூட்டங்களிலும் வைக்கம் பற்றிய பேச்சில்லை.

களியக்காவிளை கூட்டுறவுச் சங்கத்தில் பேசுகையில் தீண்டாமை என்னும் தவறு இந்துக்களிடம் உள்ளது, அதை அவர்கள் நீக்க வேண்டும் என்று பேசினார். குழித்துறைப் பேச்சிலும் தீண்டாமையை விலக்கக் கேட்டுக்கொண்டார்.

கன்னியாகுமரிக்குச் சென்று திரும்பிய காந்தி நாகர்கோயிலில் பொதுக்கூட்டத்தில் பேசுகையில் தீண்டாமை, நெருங்காமை

ஆகியவற்றுக்கும் இந்து மதத்திற்குமான தொடர்பைப் பற்றிப் பேசினார்.

"இந்து மதத்தின் பிரிக்க முடியாத பாகமாக தீண்டாமை இருப்பதாகக் கண்டுபிடிக்கப்பட்டால், மதத்தை விட்டு விலகுவேன்" என்ற காந்தி, "கன்னியாகுமரிக்குச் சென்று வந்தேன். கோயிலைப் பார்த்தேன். நெருங்காமை தீண்டாமைக்குள் உள்ளோர் கோயிலில் நுழைய முடியாது என்று தெரிய வந்தபோது என் இதயம் வருத்தத்தில் மூழ்கியது. மனிதர்களை வேறுபடுத்திப் பார்க்கும் கடவுளை நான் நம்ப மறுக்கிறேன். அந்தக் கறை முழுவதுமாக நீங்கும்வரை அமைதியில் கரைந்து விடக்கூடாது என்று உங்களைக் கேட்டுக்கொள்கிறேன்" என்றார் வருத்தத்துடன்.

திருவனந்தபுரத்திலிருந்து மாலை புறப்பட்டனர் (*சுதேசமித்திரன், 16 மார்ச் 1925*).

15 மார்ச்

கிடைத்துள்ள பதிவுகளின்படி கொட்டாரக்கரா, செங்கான்னூர் ஆகிய ஊர்களில் பேசிய காந்தி தீண்டாமை பற்றி ஓரிரு வரிகளையே பேசினார். தீண்டாமையிலிருந்து விலக வேண்டும், இந்து மதத்திலிருந்து தீண்டாமை என்னும் சாபத்தை நீக்குங்கள் என்பன போல அவை அமைந்தன. செங்கணாச்சேரியில் அந்த ஒருவரிகூட இல்லை.

கோட்டயம் திருநக்கரா மைதானத்தில் பேசியதில் வைக்கம் இடம் பெற்றிருந்தது. தீண்டாமை என்னும் சாபம் இந்து மதத்தின் மீது பழங்கறை என்பதை நான் நிரூபிக்கத் தேவை இல்லை. மகாராணியும் திவானும் சீர்திருத்தக்காரர் மீதான அனுதாபத்தை என்னிடம் உறுதி செய்தனர். இந்த அவமதிப்பை நீக்குவதற்காக, சவர்ண இந்துக்களில் கவனிக்கும் அளவு முக்கியத்துவம் உள்ள தெளிவான, ஒழுங்குள்ள பொது மக்களின் கருத்துக்காக அவர்கள் காத்திருப்பதாகத் தெரிகிறது என்று காந்தி பேசினார்.

பகல் 11 மணிக்கு வைக்கம் வந்து சேர்ந்தார்.

16 மார்ச்

திங்கள்கிழமை, மௌன தினம்.

17 மார்ச்

வைக்கம் சத்தியாகிரக ஆசிரமத்தில் மாலை 3000 புலையர்,

ஈழவரிடத்தில் காந்தி பேசினார். குடிப்பதை நிறுத்தல், சுத்தம், கல்வி முதலியவற்றை அப்பேச்சில் வலியுறுத்தினார்.

இன்றிரவு வைக்கம் விட்டுப் புறப்பட்டு ஆலுவா, திருச்சூர், பாலக்காடு முதலிய இடங்களுக்குச் சென்றார். 18 மார்ச் 1925 திருப்பூர் வந்து சேருவார். 19 மார்ச் 1925 அன்று ஊத்துக்குழி, ஈரோடு, பவானி, முதலிய இடங்கள் வழியாகப் புதுப்பாளையம் செல்லுவார். 20, 21 தேதிகளில் அங்குத் தங்கியிருப்பார். அங்கிருந்து சென்னை செல்வார் *(சுதேசமித்திரன், 16 மார்ச் 1925).*

வைக்கத்தில் காந்தி முன்னிலையில் கேரள மாகாண காங்கிரஸ் கமிட்டிக் கூட்டம் நடைபெறும் என்று அறிவிக்கப்பட்டிருந்த போதிலும் போதிய முன்னறிவிப்பு இல்லாததால் கூட்டம் நடைபெறவில்லை. எனினும் ஆசிரமம் தொடர்பான எல்லா விஷயங்களிலும் சத்தியாகிரகக் கமிட்டிக்குப் பூரண சுதந்திரம் இருக்கவேண்டும், விசேஷ சமயங்களில் தவிர மாகாண காங்கிரஸ் கமிட்டி அதில் தலையிடக்கூடாது என்று காந்தி கூறினார்.

இந்தன்துருத்தில் நம்பூதிரி, காந்தியை திவான் பேஷ்கார் இல்லத்தில் சந்தித்து, தீண்டாமைக்குத் தாங்கள் ஆதாரமாகக் கருதும் சங்கர ஸ்மிருதியை ஒப்படைத்தார். காந்தி படித்துவிட்டுச் சொல்வதாகப் பதிலளித்தார்.

சுவாமி சச்சிதானந்தரும் காந்தியைச் சந்தித்தார் (சுதேசமித்திரன், 18 மார்ச் 1925).

காலை 11 மணிக்கு வைக்கம் சத்தியாகிரக ஆசிரமத்தில் மகாகவி வள்ளத்தோலை காந்தி சந்தித்தார். சங்கர ஸ்மிருதியைப் படித்திருப்பீர்கள் அல்லவா என்ற காந்தியின் கேள்விக்குப் படித்திருக்கிறேன் என்று பதிலளித்தார் வள்ளத்தோல். இந்தன் துருத்தில் அளித்திருந்த நூலைக் காட்டி, இதன் பழமையைப் பற்றியும் பிறவற்றைப் பற்றியும் உங்கள் கருத்து என்ன என்று காந்தி கேட்டதற்கு வள்ளத்தோல் அளித்த பதில் பின்வருவதாகும்.

"இதன் பிரமாணத்தைப் பற்றி எனக்கு மாறுபட்ட கருத்தே உள்ளது. முதலாவதாகச் சொல்லக்கூடியது என்னவென்றால் இந்த நூல் நம்பூதிரிகளால் போலியாக எழுதி உருவாக்கப்பட்டது என்பதுதான். நான் அறிந்தவரையில் சங்கர ஸ்மிருதி மிகப் பழமையான பிரதிக்கு 500 ஆண்டுகளை மிஞ்சிய பழமை இல்லை. அவ்வளவு பழமை இருக்குமா என்பதும் ஓர் ஐயம்தான். அந்தக் காலகட்டத்தில் கேரளத்தில் நம்பூதிரிகளுக்கு மட்டும்தான் சமஸ்கிருத அறிவு இருந்தது என்றே ஊகிக்கிறேன். இந்த நூலைப் பற்றி தனியாகச் சில கருத்துகள் நான் சொல்வதற்கு உண்டு.

அதன் உண்மையான மூல நூலைக் கண்டெடுத்தபொழுது பல பாகங்கள் அழிந்து விட்டிருந்தன. இந்தப் பாகங்கள் அனைத்தையும் ஒரு பிராமண பக்தன் சொந்தமாக எழுதிச் சேர்த்தான். அந்த ஆளையும் ஓரளவு எனக்குத் தெரியும். அதனால் சங்கர ஸ்மிருதியைக் குறிப்பாக இந்த நூலைக் கேரளத்திலுள்ள ஆசாரங்கள் பற்றிய பிரமாண நூலாக ஏற்கின்ற விஷயத்தில் எனக்கு மாறுபட்ட கருத்தே உள்ளது (மகாகவி காது கேட்காதவர், உதடு அசைவுகளை வைத்தே இருவரும் பேசினர்) (*வைக்கம் சத்யாகிரக நினைவலைகள்*, ப. 139–140).

18 மார்ச்

இன்று காலை காந்தி வைக்கத்திலிருந்து தனி மோட்டார் படகில் பரூருக்குப் புறப்பட்டார். அதற்கு முன் தொண்டர்களுக்குச் சில யோசனைகளைச் சொன்னார். அதிகாரிகளின் கையைப் பலப்படுத்தும்பொருட்டு பொதுஜன அபிப்பிராயத்தை உருப்படுத்த வேண்டும்; சத்தியாகிரகத்தைத் தொடர்ந்து நடத்த வேண்டும் என்பவை அவை (*சுதேசமித்திரன்*, 18 மார்ச் 1925).

திவானுக்கு, திவான் பேஷ்கார் 18 மார்ச் 1925 தேதியிட்டு எழுதிய கடிதத்தில் இந்தன்துருத்தில் நீலகண்டன் நம்பூதிரி சங்கர ஸ்மிருதியை காந்திக்கு 17ஆம் தேதி கையளித்த நிகழ்வைக் குறிப்பிட்டிருந்தார்.

‘சவர்ணத் தலைவர்கள் அணுகாமைக்கு ஆதாரமான சங்கரர் பிரதியைத் தேடிக் கண்டடைந்தனர். (அதை காந்தியிடம் அளிக்க) ஆசிரமத்திற்குச் செல்ல அவர்களுக்கு விருப்பமில்லை. அவர்கள் இடத்திற்கு காந்தியை மீண்டும் அழைக்கவும் தயங்கினர். பிறகு என்னை அணுகினர். வைக்கத்தில் என் இடத்தில் கூட்டத்தை நடத்திக்கொள்ள முடியுமா என்று கேட்டனர். எனக்கு ஆட்சேபம் எதுவுமில்லை என்று கூற சி. ராஜகோபாலாச்சாரியிடம் திட்டம் சொல்லப்பட்டது. அது ஒப்புக்கொள்ளப்பட்டு, என் வீட்டில் நேற்று (17 மார்ச் 1925) காலை 8 மணிக்குக் கூடினர். பிரதிகளும் புத்தகங்களும் கொண்டு வரப்பட்டு ஆராயப்பட்டன. நீண்ட விவாதம் நடந்தது. காந்தி அவற்றை மறுத்தார். பிரதிகளின் அதிகாரத்தைப் பற்றி அவர் கேள்வி எழுப்பினார். அவை உண்மையாகவே இருந்தாலும் சவர்ணர்கள் அதன்மேல் அளிக்கும் விளக்கம் தவறானது என்றும், அவை அவற்றைக் கோரவில்லை என்றும் கூறினார். 10 மணிக்கு கிளம்பி விட்டார். பழைய கொச்சி மகாராஜாவை இது குறித்துக் கலந்து பேசுவதாகக் கூறினார் (*வைக்கம் அரசுக்கோப்பு*, தொகுதி III, ப. 52).

இன்று சத்தியாகிரகம் வழக்கம் போல் நடந்தது. சர்க்காக்கள் நான்கு பகுதியிலிருந்தும் கொண்டுவரப்பட்டன.

நேற்று இரவு (17 மார்ச் 1925) 10 மணிக்கு காந்தியும் அவரது குழுவினரும் வைக்கத்தை விட்டு கிளம்பினர் *(சுதேசமித்திரன் 18 காலை புறப்பட்டதாக எழுதியுள்ளதை முன்பு குறித்திருக்கிறேன்).* டி.ஆர். கிருஷ்ணசாமி ஐயர், ராமுன்னி மேனன், வரதராஜுலு நாயுடு ஆகியோரும் அச்சமயத்தில் வைக்கத்தை விட்டுக் கிளம்பினர். ஏ.கே. பிள்ளை பிறகு கிளம்பினார். காந்தி மார்ச் மாதத்திற்காக ரூ. 1000 சத்தியாகிரகத்திற்குக் கொடுத்தார்.

சத்தியாகிரகத்துக்கு வெளி உதவியை ஏற்பதில்லை என்று தீண்டாமை விலக்குக்குழு முடிவு செய்தது. பிடி அரிசி மூலம் நிதி சேகரிக்கப்பட்டது. சத்தியாகிரகத்தை மற்ற இடங்களில் ஆரம்பிக்கும் எண்ணம் தற்போதைக்குக் கைவிடப்படுகிறது.

கேளப்பன் நாயரே அடுத்த மூன்று மாதத்துக்கும் ஆசிரமத்துக்கு பொறுப்பு வகிப்பார். ஏ.கே. பிள்ளை அவரை விடுவிப்பார். பொதுவாக்கெடுப்பு எண்ணம் சரியாக ஆராயப்படும் (காவல் ஆய்வாளர் (ராமவாரியார்) தலைமைச் செயலாளருக்கு எழுதிய 18 மார்ச் 1925 தேதிய கடிதம்).

18 மார்ச் 1925 தேதியிட்ட ஒரு கடிதத்தை காந்தி ஆலுவாயிலிருந்து காவல் ஆணையருக்கு எழுதினார். காவல் ஆணையர் பிட் அளித்த யோசனையைப் பற்றியது அக்கடிதம். தடைசெய்யப்பட்ட பகுதியில் இருந்த பௌதிகத் தடுப்புகள் நீக்கப்படும். எனினும் சத்தியாகிரகிகள் அந்த எல்லையைத் தாண்டிச் செல்லமாட்டார்கள். இப்படி நடந்தால் எந்தத் தடைச் சட்டப்படி காவல்துறை இயங்குகிறதோ அந்தச் சட்டம் திரும்பப் பெற முயலப்படும் என்பது அந்த யோசனை.

"சத்தியாகிரகிகள் அந்தச் செயல்முறையை மேற்கொண்டால், வைதிகர்களின் இதயத்தை அது மென்மையாக்கி, அவர்களது நிலைமையைப் பலவீனப்படுத்தும் என்ற நோக்கம் உங்கள் பரிந்துரையின் பின்னிருந்ததை நான் பாராட்டுகிறேன். உங்கள் பரிந்துரையை பரிட்சார்த்தமாகப் பின்பற்றுமாறு அறிவுறுத்தினேன். சத்தியாகிரகிகள் என்ன விரும்புகிறார்கள், குறைந்ததாக அவர்கள் சார்பான மகிழ்வு தருகிற மக்கள் கருத்தையே விரும்புகிறார்கள். அவர்கள் நோக்கம் வைதிகர்களை எரிச்சல்படுத்துவது அல்ல, மாறாக அவர்களைத் தம் பக்கத்திற்கு வெற்றி கொள்வதாகும். இயக்கத்தை முடிவுக்குக் கொண்டு வருவதில் அரசாங்கத்துக்குத் தொந்தரவு தருவதல்ல அவர்கள்

நோக்கம். மாறாக முடிந்தவரை அனுதாபத்தையும் ஆதரவையும் அவர்கள் பக்கம் பெறுவதேயாகும்.

"தடையாணை திரும்பப் பெறப்படும் என்று உங்களிடமிருந்து தெரிந்துகொண்டவுடன் உங்கள் கருத்தை உடனடியாகச் செயல்படுத்த நான் தயாரானேன். இதன் விளைவாக அதிக அளவில் இல்லாமல் குறைந்த எண்ணிக்கையிலானவர்கள் வழக்கம் போல் அணி வகுப்பர். அந்த எல்லைக் கோட்டருகே நின்று கொண்டும் நூற்றுக்கொண்டும் தங்கள் கோரிக்கையை வலியுறுத்துவர். அந்த ஒப்பந்தம் நடைமுறையில் இருக்கும் சமயத்தில், எந்தக் காரணத்தை முன்னிட்டும் அதை மீற மாட்டார்கள்.

"எதிர்காலத்தில் நீதிமன்றத்தில் வழக்கு தொடுத்துத்தான் தீண்டாதவர்கள் என்று அழைக்கப்படுபவர்கள், அந்தக் கோயிலைச் சுற்றியுள்ள சாலையில் தடுக்கப்படும் உரிமை அல்லது வழக்கம் என்ற விஷயத்தைத் தீர்க்க வேண்டுமெனில் அது திருவாங்கூர் சாதாரண குற்றவியல் சட்டத்தின்படி விசாரிக்க வேண்டிவரும். ஆனால் அரசாங்கத்தின் உதவியுடன் பொதுமக்கள் அபிப்பிராயத்தை உருவாக்கி விடலாம் என்று நான் நம்பிக்கொண்டிருக்கிறேன். அதன் மூலம் அது தடுக்கப்பட முடியாததாகிவிடும். பொது மற்றும் பாதி பொதுச் சாலைகளைப் பிறப்பைக் காரணம் காட்டி எந்த வகுப்பிற்கும் தடை சொல்லாதபடி, சட்ட நடைமுறையானது இதனால் முடிந்துவிடும்."

என்று எழுதி பிட் அவர்களின் சமாதான ஒப்பந்தத்தை ஒப்புக்கொண்ட காந்தி, சவர்ணர்களிடம் முன்னுரைத்த மூன்று திட்டங்களை விவரித்துவிட்டு, தான் திருவாங்கூரில் தங்கியிருந்த காலத்தில் செய்திருந்த ஏற்பாடுகளுக்கு நன்றி தெரிவித்துக் கொண்டார் (தேர்ந்தெடுக்கப்பட்ட வைக்கம் சத்யாகிரக ஆவணங்கள், பக். 160–161).

காந்தி கேரளத்தில் மேற்கொண்ட சுற்றுப்பயண விவரத்தைக் கோட்டயம் மாவட்ட மாஜிஸ்டிரேட், திவான் ராகவையாவிற்கு 18 மார்ச் 1925 தேதியிட்ட கடிதத்தில் விவரித்தார். வைக்கம் போராட்டக் களத்திலிருந்து காவல்துறையினரை விலக்கிக் கொள்வது தொடர்பாக பிட், காந்திக்கு இம்மாதத்தில் ஒரு கடிதம் எழுதினார். காவல் துறையினரை விலக்கிக்கொள்ள அரசு இட வேண்டிய ஆணையின் முந்தைய வடிவத்தை தலைமைச் செயலருக்கு எழுதிக்காட்டி ஒப்புதல் பெற்றார் காவல் ஆணையர் (தேர்ந்தெடுக்கப்பட்ட வைக்கம் சத்தியாகிரக ஆவணங்கள், பக். 165, 166).

19 மார்ச்

தீண்டாமையைத் தவிர்க்க விரும்பிய காந்தி வருணாசிரம முறையை அக்காலத்தில் மறுக்கவில்லை என்பது அறிந்ததே. அதை இச்சந்தர்ப்பத்திலும் அவர் வற்புறுத்தினார்.

"வருணாசிரம முறை சாஸ்திரீயமான ஆதாரத்தைக் கொண்டு ஏற்படுத்தப்பட்டிருப்பதாக நான் அபிப்பிராயப்படுகிறேன். தர்க்க ரீதியாகப் பார்க்குமிடத்து அது நியாய விரோதமானதாகத் தெரியவில்லை. ஆனால் சில பாதகங்கள் ஏற்படலாம். ஆனால் அதனால் சாதகங்களும் ஏற்படுகின்றன. பிராமணன் தனது சூத்திர சகோதரருக்கு உழைப்பதை அது தடுக்கவில்லை. சாதிப்பாகுபாடானது சமூக சம்பந்தமானதாயும் ஆத்மார்த்திக சம்பந்தமானதாயும் உள்ள கட்டுப்பாடுகளை ஏற்படுத்துகின்றது" (சுதேசமித்திரன், 19 மார்ச் 1925). இது எம்.வி.என். என்று கையொப்பமிட்டுக் கடிதம் எழுதிய ஒரு நிருபருக்கு அவர் அளித்த பதிலிலிருந்து ஒரு பகுதி. இது யங் இந்தியாவில் 19 மார்ச் 1925க்கு முந்தைய வியாழக்கிழமை வெளிவந்தது.

23 மார்ச்

திருவாங்கூர் சட்டசபையில் திவான் ராகவையா வைக்கம் சத்தியாகிரகம் பற்றிச் சொற்பொழிவாற்றினார். அதில் ஒரு அம்சத்தை மட்டும் விவரித்த காந்தி தன் ஆராய்ச்சி முழுமையடையாததால் விரிவாகப் பிறகு பேசுவதாகக் கூறினார்.

'நமது நோக்கத்தைப் பிரசாரப்படுத்த வேண்டும் என்ற நோக்கத்துடன் செய்யும் சத்தியாகிரகத்திற்கும் அரசாங்கத்தையும் அவர்கள் மூலம் வைதிக இந்துக்களையும் நிர்ப்பந்திப்பதற்குரிய சாதனம் என்ற நோக்கத்துடன் செய்யப்படும் சத்தியாகிரகத்திற்கும் மிகுந்த வித்தியாசம் இருக்கிறது என்று திவான் ராகவையா குறிப்பிட்டார்.

'தீண்டாமையைத் தங்களது மதத்தின் ஒரு அம்சமாகக் கருதி வரும் வைதிகர்களை மெதுவாகத் தங்களது வழிக்கு வரும்படி செய்வதே சத்தியாகிரகிகளின் லட்சியமாக இருக்க வேண்டும். ஆதி முதற்கொண்டே வைக்கம் சத்தியாகிரகமானது பிறரது மனதை சத்தியாகிரகிகளது வழிக்கு மாற்ற வேண்டும் என்ற நோக்கத்துடனே நடந்துவருகிறது, வைதிகர்களை நிர்ப்பந்திப்பதற்குரிய சாதனமாக அது மேற்கொள்ளவே படவில்லை என்று நான் துணிந்து கூறுகின்றேன். இக்காரணம் பற்றியே வைதிகர்களது செயலைக் கண்டிப்பதற்காக ஆரம்பிக்கப்பட்ட உண்ணாவிரதம் கைவிடப்பட்டது. அரசாங்கத்தாருக்குத் தொல்லை விளைவித்து

அதன் மூலம் அவர்களைப் பலாத்காரத்துக்கு உட்படுத்தாமல் இருப்பதற்காகவே அவர்கள் போட்ட வேலியை மதித்து சத்தியாகிரகிகள் அப்பால் செல்லாதிருந்துவருகின்றனர். அதே காரணம் பற்றி போலீஸாரை ஏமாற்ற எவ்வித முயற்சியும் செய்யப்படவில்லை. சீர்திருத்தக்காரர்களுக்கு எது பாவகரமானதாயும் கேவலமானதாயும் இருக்கும் மூடநம்பிக்கை என்று தோன்றுகிறதோ அது வைதிகர்களுக்கு அவர்களது மதத்தில் ஒரு அம்சமாகத் தோன்றுகிறது என்பது ஏற்றுக்கொள்ளப்பட்டிருக்கின்றது. ஆதலால் சத்தியாகிரகிகள் வைதிகர்களது நியாய உணர்ச்சிக்கே விண்ணப்பம் செய்து கொண்டிருக்கின்றனர்.

'ஏற்கெனவே மனசாட்சி பூர்வமாகத் திட்டமான அபிப்பிராயம் கொண்டிருப்பவர்களுக்கு சும்மா நியாயத்தை எடுத்துச் சொல்லிக் கொண்டிருப்பதில் யாதொரு பலனும் விளையாது என்று நமக்கு அனுபவத்தில் விளங்கிவிட்டது. காரணங்களை எடுத்துரைப்பதால் அவர்களது ஞானக் கண்களைத் திறக்கமுடியாது. ஆனால் சத்தியாகிரகிகள் கஷ்டங்களை அனுபவிப்பதால் அவர்களது ஞானக் கண்களைத் திறந்துவிட முடியும்.

'சத்தியாகிரகிகள் மனமாற்றம் உண்டாக்கி அதன்மூலம் நியாயம் பெற முயலுகின்றனர். மனமாற்றத்தை உண்டாக்குவதற்கு பொதுஜன அபிப்பிராயத்தை உருவகப்படுத்துவதே ஆகும். பொதுஜன அபிப்பிராயமானது பீரங்கி மருந்திற்கு இருக்கும் சக்தியைவிட அதிக சக்தி வாய்ந்தது. வைக்கம் சத்தியாகிரகமானது, தனது கட்சியை இந்தியா அனைத்துமே கவனிக்கும்படி செய்துவிட்டது. இதனால் அது தனது கட்சியிலுள்ள நியாயத்தை விளக்கிக் காட்டிவிட்டது. திருவாங்கூர் சட்டசபை நாம் கோரும் சீர்திருத்தத்தைப் பற்றி யோசிப்பதற்கும் அதுதான் காரணமாக இருந்தது. திருவாங்கூர் திவானிடமிருந்து ஒரு முடிவான பதிலைப் பெறுவதற்கும் அதுதான் காரணமாக இருந்திருக்கிறது. சத்தியாகிரகிகள் பொறுமையையும் கஷ்டங்களையும் சகித்து கொள்ளும் தன்மையையும் பெற்றிருந்தால் வெற்றி நமக்குத்தான் என்று நான் உறுதியாகக் கூறுவேன்" *(சுதேசமித்திரன், 23 மார்ச் 1925)*. மார்ச் 19இல் வெளிவந்த *யங் இந்தியாவில்* திவானின் குறிப்பிட்ட பேச்சு வெளியாகியிருந்தது.

இன்றும் வழக்கம் போல் சத்தியாகிரகம் நடந்தது. நான்கு பக்கமும் சர்க்காக்கள் எடுத்துச் செல்லப்பட்டன. நேற்றிரவு மேற்குப் பக்கத் தடுப்பு நீக்கப்பட்டது. காவலர்கள் தங்குவதற்காகப் போடப்பட்ட கூரை இன்று காலை நீக்கப்பட்டது. வடக்குப் பக்க

கூரை இன்று காலை ஏலத்தில் விற்பனை செய்யப்பட்டது. மற்ற பகுதிகளின் கூரை வியாழக்கிழமை அவ்வாறே செய்யப்படும்.

நாளை முதல் சத்தியாகிரக வாரம் கொண்டாடும்படி அச்சிடப்பட்ட வேண்டுகோளை மக்களிடம் கேளப்பன் விநியோகித்துக்கொண்டிருந்தார் (வைக்கம் காவல் ஆய்வாளர் (ராமவாரியார்) காவல் ஆணையருக்கு 23 மார்ச் 1925 தேதியிட்டு எழுதிய கடிதம்).

24 மார்ச்

நாளையிலிருந்து ஐந்து நாளுக்குச் சவர்ணத் தன்னார்வலர்கள் பஜனைக் குழுவாக வைக்கத்தில் வீட்டுக்கு வீடு சென்று (அரிசி) சேகரிப்பில் ஈடுபடத் திட்டமிட்டுள்ளனர். அதே போல நாளையிலிருந்து ஆறு நாட்களுக்கு ஆற்றோரம் மாலையில் வழக்கமான பொதுக்கூட்டங்களும் நடைபெறும்.

வழக்கமான தன்னார்வலர்களின் எண்ணிக்கை இன்று முதல் 15இலிருந்து 12 ஆகக் குறைக்கப்பட்டுவிட்டது. அடுத்த ஐந்து நாளுக்கு ஒவ்வொரு பக்கமும் இரண்டு தன்னார்வலர்களே இனி இருப்பர்.

30ஆம்தேதி, தன்னார்வலர்களும் பல்வேறு சாதியைச் சேர்ந்த உறுப்பினர்களும் அடங்கிய பெரிய ஊர்வலம் இரண்டு மணிக்குக் கிளம்பி வழக்கமான வீதிகளில் நடந்து மாலையில் ஆற்றோரத்தை அடையும். அதற்குப் பிறகு பெரிய பொதுக்கூட்டம் நடக்கவிருக்கிறது (வைக்கம் காவல் ஆய்வாளர் (ராமவாரியார்) 24 மார்ச் 1925 அறிக்கை). திருவாங்கூரில் காந்தி வருகையின் விவரத்தைக் காவல் ஆணையர் என்ற முறையிலும், காந்தியுடன் ஒப்பந்தம் மேற்கொண்டவர் என்ற வகையிலும் அரசாங்கத்துக்கு ஒரு முழு அறிக்கையாக பிட் அளித்தார். அதன் தமிழாக்கம் பின்னிணைப்பில் தரப்பட்டுள்ளது. அதன் இறுதிப் பகுதியைச் செய்திப் பொருத்தம் கருதி இங்குத் தரலாம.

"ஆலப்புழையை விட்டு கிளம்பும்போது, காந்தி என்னிடம் ஒரு கடிதம் அளித்தார். அதில் என்னுடன் மேற்கொண்ட விவாதங்களின் சுருக்கத்தைத் தந்ததுடன் சோதனை முயற்சியாய் ஒத்துழையாமையை விட்டுவிடச் சில வாய்ப்புகளை அளித்திருந்தார். அந்த ஒப்பந்த விவரங்கள் வருமாறு.

1. குற்றவியல் நடைமுறை 127 பிரிவின்கீழ் மாவட்ட மாஜிஸ்டிரேட் பிறப்பித்த கோயில் பகுதிக்குள் சாதிஇந்து அல்லாதவர்கள் நுழைவதற்கான தடையைத் திரும்பப்பெற வேண்டும்.

2. அந்தத் தடை திரும்பப் பெறப்பட்டால், காந்தி கோயில் பகுதிக்குள் நுழைந்து முன்னேறும் முயற்சியில் ஈடுபடக்கூடாது என்று சத்தியாகிரகத் தன்னார்வலர்களை அறிவுறுத்துவார்.

3. நூற்பதற்கும் (அ) தடைப்பகுதியில் நிற்பதற்கும் அனுப்பப்படும் சத்தியாகிரகத் தன்னார்வலர்களின் எண்ணிக்கை தற்போதைய எண்ணிக்கையைவிட அதிகப்படுத்தப்பட மாட்டாது. அதாவது மேற்குப் பகுதியில் 5 பேர், மற்ற மூன்று பகுதிகளில் 3 பேர் வீதம்.

அரசாங்க அனுமதியுடன் நான் இந்த விதிகளை ஒப்புக்கொண்டுவிட்டதால் இந்த ஒப்பந்தம் 7 ஏப்ரல் 1925 முதல் அமலுக்கு வரும்" (தேர்ந்தெடுக்கப்பட்ட வைக்கம் சத்தியாகிரக ஆவணங்கள், பக். 132–142).

25 மார்ச்

வைக்கத்தில் வைதிகர்களுடன் காந்தி மேற்கொண்ட சமாதானம் தோல்வியடைந்ததைப் பற்றிக் காரைக்குடியிலிருந்து வெளிவந்த குமரன் இதழ் தன் வருத்தத்தைப் பின்வருமாறு தெரிவித்திருந்தது.

"வைதிகர்கள் என்று சொல்லும்போது எழுதுகோல் நடுங்குகிறது. இரக்கம் என்பதே இல்லாமல் பிறரை ஹிம்சிப்பதே தருமம் என்றும் பிறரைத் தாழ்த்தவே தாங்கள் பிறந்திருக்கிறோம் என்றும் கருதுகிற வைதிக மக்கள் தென்னாட்டில் மலிந்து கிடக்கின்றனர். தென்னாட்டிலும் மலையாளமே பேர் பெற்று விளங்குகின்றது. அங்கு உலகெலாம் போற்றும் உத்தமராகிய காந்தியடிகளே நேரில் சென்று வேண்டிய வழிகளை எடுத்து கூறியிருக்க அவர் உரையையும் புறக்கணித்துவிட்டனர். கோயில் வீதிகளில் தாழ்ந்த குலத்தினர் செல்லக்கூடாது என்பதற்கு விதி உண்டா என்ற கேள்விக்குப் பதிலே கிடையாது. அறிவுலகத்தை விட்டு வைதிகர்கள் நெடுந்தூரம் விலகி விட்டனர். நியாயத்திற்காவது சமாதானத்திற்காவது இவர்கள் கட்டுப்பட மாட்டார்கள். ஆனால் .... (குமரன், 18 மார்ச் 1925). குமரன் இதழே இத்தகைய புள்ளிகளை வைத்து, எழுத முடியாததை உணர்த்த விரும்பியது.

காந்தி – பிட் தொடர்பில் தனது நடவடிக்கைகளை பிட் தலைமைச் செயலருக்குத் தெரிவித்துக்கொண்டிருந்த கடிதப் போக்குவரத்தில் காந்தி மற்றும் வைதிகர்களின் கருத்துநிலைபற்றித் தம் கருத்தைக் குறிப்பிட்டிருந்தார்.

"... காந்தி என்னிடம் தெரிவித்த எந்தக் கருத்தைப் பற்றியும் நான் எதுவும் உண்மையில் சொல்லவில்லை. ஆனால் விவாதப் போக்கில், உங்கள் கருத்துகள் திருவாங்கூரின் முன்னணி சீர்திருத்தக்காரர்களான செங்கணாச்சேரி கே. பரமேஸ்வரன், எம்.ஆர். மாதவ வாரியார் ஆகியோருடையது போல இருக்கின்றது என்று குறிப்பிட்டேன். காந்தி எனக்கு எழுதிய கடிதத்தை எதிர்காலத்தில் பிரசுரித்தால், வைக்கம் சவர்ண இந்துக்களுடன் நட்பு முறையில் பழகுவது எனக்குப் பெரும் கஷ்டமாகிவிடக்கூடும். அவர்களுக்கு எதிரான எண்ணத்தை நான் கொண்டிருப்பதாக அவர்கள் கருதக்கூடும்' (காவல் ஆணையர் பிட், தலைமைச் செயலருக்கு 25 மார்ச் 1925இல் எழுதிய கடிதம். தேர்ந்தெடுக்கப்பட்ட வைக்கம் சத்தியாகிரக ஆவணங்கள், ப. 164).

காந்தி – பிட் ஒப்பந்தப்படி, ஏப்ரல் 7ஆம் நாள் ஒப்பந்தம் நடைமுறைக்கு வரும். அன்று தடை ஆணை நீக்கம் அரசிதழில் வெளியிடப்படும். அன்றிலிருந்து விலக்கப்பட்ட இடத்திலிருக்கும் பௌதீகத் தடை நீக்கப்படும். காவலர்கள் குறைவர். சத்தியாகிரகிகள் தடைப்பட்ட இடத்தில் நிற்பர். முன்னேற முயலமாட்டார்கள். இந்த ஒப்பந்தம் குறித்து மேல் மற்றும் சக அலுவலர்களிடம் பகிர்ந்துகொண்டது பற்றி காவல் ஆணையர் 25 மார்ச் 1925 தேதியிட்டு காந்திக்கு கடிதம் எழுதினார். அதிலிருந்து சில பகுதிகள்.

"கோட்டயம் மாவட்ட மாஜிஸ்டிரேட்டிடம் உங்கள் கடிதத்தைக் காண்பித்தேன். வைக்கம் போராட்டத்தில் காவல்துறையின் காவல் பங்கேற்பை விலக்குவது பற்றிய என் கருத்தைப் பரிட்சார்த்தமாக ஏற்றுக்கொண்டது பற்றிய உங்கள் பெருந்தன்மையை அவருடன் நானும் சேர்ந்து பாராட்டுகிறோம். வைக்கம் கோயிலை நோக்கிச் செல்லும் நான்கு சாலைகளில் உள்ள தடை அறிவிப்புப் பலகைகளைச் சத்தியாகிரகத் தன்னார்வலர்கள் தாண்டி வரமாட்டார்கள் என்ற உங்கள் அறிவுரையை அவர் ஒப்புக்கொண்டார். அவர் வெளியிட்ட தடை ஆணையை மீறுவதால் ஏற்படும் அமைதியின்மை பற்றிய அபாயம் நீங்கிவிட்டது, தொடர்ந்து அவ்வாணை அரசாங்கத்தால் நீக்கப்படும், திரும்பப் பெறப்படும்.

"... ஒப்பந்தம் குறிப்பிட்ட தேதியில் நடைமுறைக்கு வரும் என்று என் துணைவர்களுக்கு முன்னமே அறிவிக்கவில்லை. அதனால் குழப்பமும் தவறான புரிதலும் ஏற்படும் அபாயம் உள்ளது என்று மாவட்ட மாஜிஸ்டிரேட் என்னிடம் சுட்டிக்

காட்டினார். இதுதான் நமது நோக்கம். அதனால்தான் ஒப்பந்தம் 7 ஏப்ரல் 1925லிருந்து அமலுக்கு வர வேண்டும் என்ற உங்கள் ஒப்புதலை நான் தந்தி மூலம் தெரிவித்தேன்" (*தேர்ந்தெடுக்கப்பட்ட வைக்கம் சத்தியாகிரக ஆவணங்கள், ப. 165*).

26 மார்ச்

திவான் டி. ராகவையா சில மாதங்களில் அப்பதவியிலிருந்து நீங்கவிருந்த நிலையில் அவருக்கு அடுத்து திவானாக வருபவர் யார் என்பது பற்றிய ஹேஷ்யங்கள் பரவியிருந்த நிலையில் *சுதேசமித்திரன்* எழுதிய தலையங்கக் குறிப்பு வைக்கம் நிலைமையைச் சுட்டாமல் சுட்டியிருந்தது.

"திருவாங்கூர் சமூக வாழ்க்கையில் இச்சமயம் ஏற்பட்டுள்ள நிலைமை யாவருக்கும் தெரிந்தது. அநீதி ஒன்றும் நடந்து விடாமலும் ஜனங்களுக்கு மனக்கொதிப்பு ஏற்படாமலும் நடந்துகொண்டு இந்நிலையிலிருந்து திருப்திகரமான நிலைமை ஒன்றை ஏற்படுத்துவதற்கான முயற்சிகளைச் செய்வது அரசாங்கத்தில் பெரிய உத்தியோகம் வகிப்பவர்களின் முக்கியக் கடமையாகும். ஐரோப்பியர்களோ அல்லது ஐரோப்பியர் போல வளமை (வழமை) அறியாதவரோ இச்சமயத்தில் திவான் பதவிக்கு நியமிக்கப்படுவாரேயானால் இராஜ்ய காரியம் திருப்திகரமாக நடக்க முடியாது" (*சுதேசமித்திரன், 26 மார்ச் 1925*).

எம்.இ. வாட்ஸ் என்ற 'ஐரோப்பியரைப் போன்ற நாட்டு வளமை' அறியாதவரே அடுத்த திவானாக நியமிக்கப்படவிருப்பதை அறிந்தே அதை மறுத்து இக்குறிப்பு எழுதப்பட்டுள்ளது.

பிட் – காந்தி ஒப்பந்தப்படி கோயில் அருகமை சாலைகளில் போடப்பட்டிருக்கும் பௌதிகத் தடைகளை நீக்குவதால் அமைதி குலைந்து விடுமா என்ற சந்தேகத்திற்கு அப்படி நிகழாது என்று காவல் ஆணையர் தலைமைச் செயலருக்கு விளக்கமும் உறுதியும் அளித்தார்

27 மார்ச்

காவல் ஆணையர் தலைமைச் செயலாளருக்கு எழுதிய கடிதத்தில் (காந்தி ஒப்பந்தம் தொடர்பில்) தனது நிலையை மேலும் விளக்கினார்.

"காந்தியுடன் செய்துகொண்ட ஒப்பந்தத்தில் கிடைத்த இரண்டு பயன்கள் என்னவெனில் ஒன்று சத்தியாகிரகத்திலிருந்து ஒத்துழையாமையை நீக்குவது, இரண்டாவது போராட்டத்தில் காவல்துறையின் தீவிரப் பங்கேற்பை விலக்கிக்கொள்வது ...

"நான் இன்னமும் வைக்கம் வைதிகஇந்துக்கள் தங்கள் நிலையைப் பரிசீலனை செய்வார்கள் என்றே நினைக்கிறேன். அவர்கள் அப்படிச் செய்யவில்லையானால் அதன் விளைவு அவர்கள் தங்கள் கண்களை மூடிக்கொள்வதாக இருக்கும்" (தேர்ந்தெடுக்கப்பட்ட வைக்கம் சத்தியாகிரக ஆவணங்கள், பக். 162-163).

29 மார்ச்

இன்று சத்தியாகிரகம் நடைபெறவில்லை. தன்னார்வலர்கள் வழக்கமான பஜனைக் குழு நடந்தது. கேளப்பன் திரும்பிவிட்டார். அரசாங்க குற்ற நடைமுறைச்சட்டம் 127இல் கீழ் விதிக்கப்பட்ட தடையாணையைத் திரும்பப் பெற்றுக் கொண்டதையடுத்து, ஈழவத் தலைவர்களுக்கும், தீண்டாமை சாதியில் இருக்கும் உறுப்பினர்களுக்கும் வைக்கம் சாலையின் பலகையைத் தாண்டிச் செல்ல வேண்டாம் என்று வேண்டுகோள் ஒன்றை அவர் விடுத்தார்.

சத்தியாகிரக நாள் பற்றிய அறிவிப்பு வெளியிடப்பட்டது (வைக்கம் காவல் ஆய்வாளர் (ராமவாரியார்) காவல்ஆணையருக்கு 29 மார்ச் 1925 தேதியிட்டு எழுதிய கடிதம்).

30 மார்ச்

விஷு தினத்தைத் (மலையாளப் புத்தாண்டு) தீண்டாமை ஒழிப்புத் தினமாகக் கடைப்பிடிக்க வேண்டும் என்று முன்னதாகவே சத்தியாகிரகிகள் முடிவெடுத்தனர். அதற்கிணங்க விஷு தினத்தன்று எர்ணாகுளம், கொச்சி முதலிய இடங்களில் பிச்சை பெறத் தொண்டர்களை அனுப்ப முடிவெடுக்கப்பட்டது. மீனம் (பங்குனி) 17ஆம் நாள் (30.3.1925) சத்தியாகிரகம் தொடங்கி ஓராண்டு ஆவதால் மீனம் 11 முதல் 17 வரை சத்தியாகிரக வாரம் கொண்டாடப்பட்டது (வைக்கம் சத்யாகிரக நினைவலைகள், ப. 145).

~ ~

போராட்டத்தின் 12ஆவது மாதத்தில் காந்தியின் வைக்கம் வருகையே முக்கிய நிகழ்வு. முழுப் போராட்டத்திலுமே இந்நிகழ்வு முக்கியமானது. அதன் விளைவாக வைதிகர், மகாராணி, நாராயண குரு ஆகியோருடனான பேச்சுவார்த்தையும், காவல்துறை ஆணையர் பிட்டுடன் ஏற்பட்ட ஒப்பந்தமும் நிகழ்ந்தன. போராட்டத்தை முடிவுக்கு கொண்டுவருவதில் இவை பெரும்பங்கு வகித்தன. சட்டசபைத் தீர்மானத்தின் தோல்வியால் தளர்ச்சி உற்றிருந்தது சத்தியாகிரகம். காந்தியின் வருகையால்

மக்கள், சத்தியாகிரகிகள், அரசாங்கம் ஆகியோரிடம் புதிய உணர்ச்சி ஏற்பட்டதால் வாடியிருந்த சத்தியாகிரகம் மலர்ச்சி பெற்று முடிவை நோக்கி நகர்ந்தது.

வழக்கம் போல் சத்தியாகிரகமும் மாலைக் கூட்டங்களும் இந்த மாதத்திலும் தொடர்ந்தன. சட்டசபைத் தீர்மானத்தின் தோல்வி பற்றி காந்தி மீண்டும் கருத்துரைத்தார். திவான் சட்டமன்றத்தில் நிகழ்த்திய பேச்சு குறித்து சுதேசமித்திரன் கருத்துரைத்தது. காந்தியின் வைக்கம் வருகை, சென்னை வழியாக நிகழ்ந்தது. சென்னைக் கடற்கரையிலும் வழிநெடுகிலும் காந்திக்குக் கிடைத்த வரவேற்பும் அதற்கான பதிலுரைகளும் தரப்பட்டுள்ளன.

9ஆம் தேதி வைக்கம் வந்துசேர்ந்த காந்தி 18ஆம் தேதி முடிய சத்தியாகிரகிகள், வைதிகர், மகாராணி, நாராயண குரு, தேவஸ்வம் ஆணையர் வரை பலரையும் சந்தித்து சத்தியாகிரகத்தை முடிவுக்குக் கொண்டுவர முயன்றார். பல பொதுக்கூட்டங்களில் பேசினார். நாராயண குருவிடம் பேசியது பற்றி முறையான தகவல் வெளியாகவில்லை. ஆயினும் உடனிருந்தோர் தரும் தகவல்கள் மூலம் ஒரு சித்திரம் உருவாகியுள்ளது. தேவஸ்வம் ஆணையர் உள்ளிட்ட சிலருடன் காந்தி பேசியது என்ன எனத் தெரியவில்லை. வர்க்கலை முதல் திருவனந்தபுரம் உள்ளிட்டு கன்னியாகுமரி, பாலக்காடு வரை காந்தி சென்ற இடங்களில் பேசிய பேச்சுக்களின் சுருக்கம் தரப்பட்டுள்ளது.

பிட்— காந்தி ஒப்பந்தத்தின் விளைவால் தன்னார்வலர்களின் எண்ணிக்கை குறைக்கப்பட்டது. ஒப்பந்தத்தால் அரசு பெற்ற பயன் விவரிக்கப்பட்டுள்ளது. சத்தியாகிரகம் தொடங்கி ஓராண்டு ஆனதை ஒட்டி, 30 மார்ச் முடிய ஒரு வாரத்திற்குச் சத்தியாகிரக வாரம் கொண்டாடப்பட்டது. புதிய திவான் பற்றிய வதந்திகள் உலவத் தொடங்கியது இம்மாதத்தில்தான்.

○

ஏப்ரல் 1925
13வது மாதம்

1 ஏப்ரல் 1925

கோட்டயம் மாவட்ட மாஜிஸ்டிரேட் கூறியுள்ளபடி, வைக்கம் கோயிலைச் சுற்றியுள்ள சாலைகளில் உள்ள அறிவிப்புப் பலகைகளைத் தாண்டி, சத்தியாகிரகிகளும் அவர்களைச் சார்ந்தோரும் நடக்க மாட்டார்கள் என்பதில் அரசாங்கம் திருப்தியுற்று, 20 மே 1924இல் திருவாங்கூர் அரசிதழில் வெளியிட்ட தடையாணையைத் திரும்பப் பெற்றுக்கொண்டது (1 ஏப்ரல் 1925, அரசின் வைக்கம் கோப்புகள் VII).

3 ஏப்ரல்

வைக்கம் – தீண்டாமை தொடர்பில் வைதிக பண்டிதர் மாநாடு ஒன்றைக்கூட்டி விவாதிக்கும் எண்ணம் கேரள வைதிகர்களிடையே இருந்தது. வைக்கத்திலிருந்து சென்னை திரும்பும் வழியில் திருச்சூரில் காந்தி மாஜி மன்னர் ஒருவரை இத்தகைய காரணம் பற்றியே சந்தித்தார். இந்தச் சூழலில் இந்து பத்திரிகையில் வந்த இதேபோன்ற ஒரு செய்தியை *நவசக்தி* வெளியிட்டது.

"மே மாத ஆரம்பத்தில் மகாத்மா காந்தியை ஆலோசித்துக் கொண்டு ஒரு பண்டிதர் மாநாடு கேரள நாட்டில் கூட்டப்படும் என்று தெரியவருகிறது. கேரள நாட்டில் உள்ள பண்டிதரும் வைதிகரும் ராஜாக்களும் கூடி தீண்டாமை விஷயத்தைப் பற்றி ஆராய்ந்து பார்ப்பார்கள். பண்டித மதன்மோகன் மாளவியா போன்ற இந்துத் தலைவர்களும் காசி பகவன் தாஸைப் போல் சாஸ்திரங்களின் கருத்தை அறிந்து வெளியிடக்கூடிய புத்திமான்களும் கள்ளிக்கோட்டை ஜாமொரீன் ராஜாவைப் போன்ற இந்து சமூகத் தலைவரும் மாநாட்டிற்கு அழைக்கப்படுவார்கள். கொச்சி மகாராஜாவாக இருந்து இப்போது பட்டத்தை விட்டு நீங்கிய மன்னர் சாஸ்திரங்களில் வல்லவர். அவரே இந்த மாநாடு கூட்டும் முயற்சியை எடுத்தவர். அவர் விசேஷ காரியங்களை நடத்துவார் என்று சொல்லப்படுகிறது. மாநாடு நடத்துவதற்கு இடம் முதலியவைகளை இன்னும் தீர்மானிக்கவில்லை. வைக்கத்திலிருந்து மகாத்மா காந்தி திரும்பி வரும்போது திருச்சூரில் மாஜி மகாராஜா இந்த யோசனையை முதன்முதல் மகாத்மாவுக்குத் தெரிவிக்க அவர் உடனே அதை அங்கீகரித்தார்' (*நவசக்தி*, 3 ஏப்ரல் 1925).

மும்பையில் பேட்டி கண்ட இந்து நிருபரிடம் காந்தி வைக்கம் பற்றிய பின்வரும் கருத்துகளை வெளியிட்டார்.

“வைக்கத்தில் ரஸ்தாக்கள் இன்னும் திறந்து வைக்கப் படவில்லை ஆதலால் வெற்றியடையவில்லை; சத்தியாகிரகிகள் உறுதியுடன் நின்றார்களானால் சீக்கிரத்தில் வெற்றி கிடைக்கும். ஆதலால் தோல்வியும் ஏற்படவில்லை” என்று வைக்கத்தின் நிலைமையை எடுத்துரைத்தார்.

நிருபர்: நீங்கள் செய்யும் முயற்சியில் வழக்கத்திற்கு விரோதமான காரியத்தை நீங்கள் செய்யவில்லையா? மனித வர்க்கத்துக்குப் பொதுவாக உள்ள ஒரு உரிமையைத் தாழ்த்தியும் உங்கள் கொள்கைக்கும் சாஸ்திர முறைக்கும் மாறுபட்டு நடப்பது போல் தோன்றும் ஒரு வகுப்பினரை உயர்த்தியும் வைத்தீர்கள் அல்லவா?

காந்தி: நான் அவ்விதம் செய்திருப்பதாக நினைக்கவில்லை. என்னுடன் வேலை செய்பவர்கள் சொல்வது உண்மையானால் சவர்ண இந்துக்கள் எல்லோரும் அநேகமாகச் சீர்திருத்தம் விரும்புகிறவர்களாகவே இருக்கிறார்கள். இவ்விதம் அவர்களும் சீர்திருத்தம் விரும்புகிறார்கள் என்னும் கொள்கையின் பேரிலேயே சத்தியாகிரகம் ஆரம்பம் செய்யப்பட்டது. வைதிக கட்சியினர் அவ்வித அபிப்பிராயம் எவரும் கொள்ளவில்லை என்று சொல்லியதன் பேரிலும் அவ்வித அபிப்பிராயம் இருந்தால் நன்றாக வெளிப்பட வேண்டும் என்று அரசாங்கத்தார் வெளியிட்டதனாலும் நான் மேல் சாதிஇந்துக்களது அபிப்பிராயங்களைத் தனித்தனியே அறிய வேண்டுமென்று ஒரு கட்சியை ஒப்புக்கொண்டேன். வைதிகர் சிலர் அறியாமையால் தவிக்கிறார்களே அன்றி நல்லெண்ணம் உடையவர்களாகவேயிருக்கிறார்கள். அவர்களுக்காக நான் சாஸ்திரங்களை ஆராய்ச்சி செய்ய ஒப்புக்கொண்டேன். பொதுரஸ்தாக்களைப் பற்றியவரை எவ்வித சாஸ்திரமும் எவரையும் நீக்கிவிடவில்லை என்று நான் நன்றாக அறிவேன். ஆதலால் அவ்வாறு ஒப்புக்கொண்டேன். அரசாங்கத்தார் சொல்வதெல்லாம் சீர்திருத்தத்திற்கு விரோதமாக இப்போதுள்ள சட்டம் இருக்கிறது என்பதே. ஆதலால் வைதிகர் எதிர்த்தால் புதுச்சட்டம் ஏற்படத்தான் வேண்டும் என்கிறார்கள். அக்கட்சி எவ்வளவு வரையில் உண்மை என்று எனக்குத் தெரியாது. ஆனால் அப்படி ஒரு கட்சியிருக்கிறது. ஆதலால் அதையும் ஏற்றுக்கொள்ள வேண்டும். இனிமேல் அரசாங்கத்தாரே, வைதிகர் ஒத்துவந்தாலும் வராவிட்டாலும் நான் சொல்லிய மூன்றில் ஒரு

வழிக்குச் சாதகமாகக் காரியங்களை ஒழுங்குபடுத்துவார்கள் என்றே நினைக்கிறேன்' (நவசக்தி, 3 ஏப்ரல் 1925).

வைக்கத்தில் நிலவிய அமைதியான சூழலைக் கோட்டயம் மாவட்ட மாஜிஸ்டிரேட், தலைமைச் செயலருக்குத் தெரிவித்து, பெரியார், குரூர் நீலகண்டன் நம்பூதிரி ஆகியோர் மீதிருந்த மாவட்ட நுழைவுத் தடையை நீக்கப் பரிந்துரைத்தார்.

"ராமஸ்வாமி நாயக்கர், குரூர் நீலகண்டன் நம்பூதிரி ஆகியோர் சத்தியாகிரகத்தின் தொடக்கக் கட்டத்தில் அவர்களுடைய வன்முறை பேச்சு மற்றும் செயல்களுக்காக இம்மாவட்டத்தில் நுழைவது தடுக்கப்பட்டிருந்தது. அமைதியைக் குலைக்கவும் எதிர்ப்பைத் தூண்டவுமாக அவர்களது பேச்சும் செயலும் அமைந்திருந்ததால் கீழ்க்குறிப்பிட்ட ஆணைகளின்படி அவர்கள் தடுக்கப்பட்டிருந்தனர். அதன் சட்டக் காலம் முடிவடைந்ததால் அரசாங்கத்திடம் விண்ணப்பித்து அதன் காலத்தை நீட்டித்து ஆணை பிறப்பிக்கப்பட்டது. அரசு ஆணை ROC No. 563 / J / 24, 13 ஜூலை 1924; இது 15 ஜூலை 1924 அரசிதழில் பக்கம் 338–339 வெளியிடவும் பட்டுள்ளது.

"இப்போது அமைதியான சூழ்நிலை நிலவுவதாலும், சத்தியாகிரகிகள் இனிமேலும் தொந்தரவு கொடுப்பார்கள் என்று எதிர்பார்க்கப்படாததாலும் அந்த வெளியேற்ற ஆணையைத் திரும்பப் பெறலாம் என்று கருதுகிறேன். இது பற்றி பிட்டிடம் (காவல் ஆணையர்) கலந்து பேசினேன். அவரும் இக்கருத்துக்கு உடன்படுகிறார். இவ்விஷயத்தில் அரசின் ஆணையைக் கோருகிறேன்."

அரசும் அக்கருத்தை அங்கீகரித்தது. இது சுதேசமித்திரன் (11 ஏப்ரல் 1925) இதழிலும் பிரசுரமானது. அரசின் தலைமைச் செயலர் ஆர். கிருஷ்ண பிள்ளை கையெழுத்திட்டிருந்தார்.

4 ஏப்ரல்

வைக்கம் தொடர்பாகத் திருவனந்தபுரம் ஆவணக்காப்பகத்தில் பராமரிக்கப்பட்டுவரும் பத்து அரசுக் கோப்புகளுள் ஒன்றில் அரசுக்குப் பொதுமக்கள், அமைப்புகள் ஆகியவற்றிடமிருந்து வந்த கடிதங்கள், கோரிக்கைகள் உள்ளன. அவற்றுள் சில.

அவ்வகையில் செங்கணாச்சேரியிலிருந்து குமர பிள்ளை பி.ஏ., அவர்களிடமிருந்து ஒரு கடிதம். அதன் வாசகங்கள். 'பருவ மற்றும் பழவத்தூர் குடிமக்கள் விருந்தினர் மாளிகைக்கு முன்புள்ள வளாகத்தில் இன்று (4 ஏப்ரல் 1925) 3 மணி அளவில் கூடிக் கீழ்க்காணும் தீர்மானத்தை நிறைவேற்றினோம்.

"வைக்கம் கோயில் சாலையிலும் இதரப் பொதுச் சாலைகளிலும் சாதி, இன வித்தியாசம் இல்லாமல் எல்லோருக்குமாகத் திறந்து விட வேண்டும் என்று கருதி அரசாங்கத்தையும் கேட்டுக் கொள்கிறது."

இதுபோன்ற ஆதரவு அளிக்கும் பல கடிதங்கள் அந்த அரசுக் கோப்பில் உள்ளன. செங்கணாச்சேரி களிக்கார பத்மநாப பிள்ளை (30 மார்ச் 1924), பையநாடு டி.ஆர். கிருஷ்ண சாஸ்திரி (9 ஏப்ரல் 1924) எழுதிய கடிதமும், தந்தியும் முறையே அதில் இருந்தவற்றுள் வேறு சில.

9 ஏப்ரல்

காவல் ஆணையர் பிட் அவர்களுடன் காந்தி மேற்கொண்ட ஒப்பந்தத்தினை நடைமுறைப்படுத்துவது பற்றித் தன் பத்திரிகையில் காந்தி எழுதினார். அதன் மறு வெளியீடு சுதேசமித்திரன் இதழில் வெளிவந்தது. அதன் சுருக்கம் வருமாறு.

'வைக்கம் சத்தியாகிரக விஷயமாக எனக்கும் திருவாங்கூர் போலீஸ் கமிஷனருக்கும் நிகழ்ந்த கடிதப் போக்குவரத்தை நேயர்கள் பத்திரிகைகளில் படித்திருப்பார்கள் என்று நம்புகிறேன். இதனால் நாம் கோரும் சீர்திருத்தத்தை நோக்கிச் சற்று முன்னேற்றம் அடைய முடிந்திருக்கின்றது. இக்கடிதப் போக்குவரத்திலிருந்து திருவாங்கூர் கவர்ன்மெண்டார் சீர்திருத்தத்திற்குச் சாதகமாக இருக்கின்றார்கள் என்று தெரிய வருகிறது. அதனை அவர்கள் கூடிய சீக்கிரம் அமலுக்குக் கொண்டுவரக் கடமைப்பட்டிருக்கின்றார்கள் என்றும் ஏற்படுகின்றது.

'பொதுஜன வாக்கு எடுப்பதற்கோ சாஸ்திரத்தைப் பற்றிய வியாக்யானத்திற்கோ நான் கட்டுப்படுவதாகச் சம்மதித்திருப்பதால் நான் இச்சீர்திருத்தத்திற்கே ஹானியை உண்டாக்கி விட்டதாக எவரும் கருத வேண்டாம். பெரும்பான்மையான சாதிஇந்துக்கள் தீண்டாமையைப் போக்க வேண்டும் என்று விரும்புகிறார்கள் என்றும், ஒடுக்கப்பட்ட வகுப்பினருக்கு விரோதமாக உள்ள தடைகள் உண்மையான இந்து சாஸ்திரங்களில் இல்லை என்றும் உள்ள அபிப்பிராயத்தை ஆதாரமாகக் கொண்டே இவ்வியக்கம் ஆதியில் ஆரம்பிக்கப்பட்டது. ஆதலால் இந்தப் பிரேரணைகளை எடுத்து உரைக்காமல் இருந்தால் அது எனது கட்சிக்குரிய ஆதாரமின்மையையும் எனது திறமை இன்மையையும் காட்டியிருக்கும்.

'வைதீக கோஷ்டியைச் சேர்ந்த சிலர்தான் சீர்திருத்தத்தை ஆதரிக்காமலிருந்து வருகின்றனர். சாதிஇந்துக்களில் பெரும்பான்மையோர் இச்சீர்திருத்தத்திற்கு உண்மையிலேயே

விரோதமாக இருந்தாலும் சரி, சாஸ்திரங்கள் சீர்திருத்தத்திற்கு இடங்கொடுப்பது பற்றிச் சந்தேகங்கள் தோன்றியிருந்தாலும் சரி, சத்தியாகிரகமானது முற்றிலும் வேறு உருக்கொண்டு எழுந்திருக்கும் அப்போது மத சம்மதமற்ற வழக்கத்தை மாற்றுவதற்காகச் சத்தியாகிரகம் நடந்திருக்கும் ஆனால் மதத்திலேயே மாறுதலை உண்டு பண்ணும்படி செய்வதற்காக சத்தியாகிரகம் ஏற்படும். இவ்வியக்கத்தை நடத்தும் பொறுப்பேற்றவர்கள் எவரும் என்னுடைய பிரேரணைகளின் உசிதா உசிதத்தைப் பற்றிச் சற்றும் வினவவில்லை. அவர்களுடன் கலந்து யோசித்து அவர்களது பூரண சம்மதத்தைப் பெறாமல் நானாக எதையும் செய்ய முடியாது. ஒப்பந்தத்தில் கண்டபடி நடக்க வேண்டிய பொறுப்பு வைக்கம் சத்தியாகிரகிகளையே பொறுத்திருக்கின்றது. இப்போராட்டமானது சீக்கிரம் வெற்றிகரமாக முடிவடையும்படி செய்வதற்காக இவ்வியக்கத்தை சாதிஇந்துக்கள் எங்கும் என்னிடம் தெரிவித்தது போல் ஆதரிக்கக் கடமைப்பட்டிருக்கிறார்கள்.'

பிட் ஒப்பந்த நடைமுறை

'ராஜி ஏற்படும் வரையிலோ அல்லது உடன்பாட்டில் கண்ட நோக்கத்தைப் பெறுவதற்காக அவசியம் ஏற்பட்டால் நான் அறிக்கை வெளியிட்ட பிறகோ சத்தியாகிரகிகள் குறிப்பிட்ட எல்லையைத் தாண்டி அப்பால் செல்லக்கூடாது. சத்தியாகிரகிகள் சாந்தத்துடனும் மிக்க பணிவுடனும் நடக்கவேண்டும் என்பதே ஒப்பந்தத்தின் கருத்தாகும். அவர்கள் சீர்திருத்தத்தை எதிர்ப்பவர்களிடம் ஒரே மாதிரியாக மரியாதையாய் நடந்து வந்தால் எதிர்ப்பு குலைந்து விடும். சீர்திருத்தத்திற்கு விரோதமாக கவர்ன்மெண்டார் இருப்பதாக சத்தியாகிரகிகள் நினைக்கக்கூடாது. கவர்ன்மெண்டார் கூடிய சீக்கிரம் அச்சீர்திருத்தத்தை அமலுக்குக் கொண்டுவருவதாகப் பிரமாணம் செய்துகொடுத்திருப்பதாகக் கருத வேண்டும். மகாராணி, திவான், போலீஸ் கமிஷனர்கள் இவர்களது வாக்கைச் சந்தேகிக்க எனக்குச் சிறிதும் காரணம் இல்லை.

'கோயிலைச் சுற்றியுள்ள ரஸ்தாக்களில் தீண்டத்தகாதவர் எனப்படுவோர் செல்ல அனுமதிக்கப்பட்டால் அதனுடன் இப்போராட்டம் நிற்கக் கூடியதல்ல. இந்து மதத்தைப் பரிசுத்தப்படுத்துவதற்காகவும் அதில் வந்து சேர்ந்துபோன களங்கங்களைப் போக்குவதற்காகவும் நடைபெறவிருக்கும் மகத்தான போராட்டத்திற்கு வைக்கம் சத்தியாகிரகப் போராட்டமானது முதல் ஆரம்பமேயாகும். எதிர்தரப்பினருடைய கூற்றையும் மதியாமல் இருக்கும் சீர்திருத்தக்காரர்கள் அவர்கள் அல்ல. வைக்கம் சத்தியாகிரகிகள் வைதிகர்களின் மனோ

உணர்ச்சி எதையும் மீறி நடக்கக்கூடிய சீர்திருத்தக்காரர்கள் அல்ல. சாஸ்திரங்களில் நல்லதாகவும் சிறந்ததாகவும் உள்ளதைப் போற்றுவதிலும் பரிசுத்தமான வாழ்க்கையை நடத்துவதிலும் சத்தியாகிரகிகள், வைதீக கோஷ்டியில் சிறந்து விளங்குகின்றவர்களுக்குச் சமமாக இருப்பார்கள். அவர்கள் ஆழ்ந்து ஆலோசனை செய்யாமல் வேத சம்பந்தமான விஷயம் எதையும் அவமதிக்க மாட்டார்கள். இதற்காக அவர்களில் சிலர் சம்ஸ்கிருதம் படித்து சாஸ்திரங்களுக்குள் செய்யக்கூடிய சீர்திருத்தங்கள் இருக்கின்றனவா என்று ஆராய்ந்து பார்ப்பார்கள். சீர்திருத்தக்காரர்கள் அவசரப்படமாட்டார்கள். ஆனால் சத்தியம், அகிம்சை என்ற தங்களது கோட்பாட்டிற்கு இணங்க உள்ள எல்லா முறைகளையும் தைரியமாகக் கையாண்டு விட்டனர். அவர்கள் பண்டைக்கால ரிஷிகளைப் போல் பொறுமையுடனும் நம்பிக்கையுடனும் இருந்து வருவார்கள்.

கோயில் பிரவேச விஷயம்

'ரஸ்தாக்களைத் தீண்டத்தகாதவர் எனப்படுவோரும் உபயோகிக்கும்படி செய்வது இந்து சமூகத்தில் செய்யப்பட வேண்டிய சீர்திருத்தங்களுள் முதலாவதாகும். பொதுவான கோயில்களும் பொதுக் கிணறுகளும் கவர்ன்மெண்டு பள்ளிக்கூடங்களும் சாதிஇந்துக்களுக்கும் தீண்டாதவர் எனப்படுவோருக்கும் பொதுவானவைகளாக இருத்தல் வேண்டும். ஆனால், அவ்வாறு செய்வது தற்சமயம் வைக்கம் சத்தியாகிரகிகளுடைய லக்ஷியமாக இருக்கவில்லை. நாம் சீர்திருத்தத்தின் வேகத்தை அதிகப்படுத்தாமல் இருக்கலாம். ஏறக்குறைய எல்லாப் பள்ளிக் கூடங்களிலும் தீண்டத்தகாதவர் எனப்படுவோர் சேர்ந்து படிக்கலாம். ஆனால் கோயில்களும் பொதுக்கிணறுகளும் குளங்களும் அவர்களால் உபயோகிக்க விடப்படவில்லை. பொதுஜன அபிப்பிராயத்தை ஜாக்கிரதையாகச் சீர்திருத்தத்திற்குச் சாதகமாக இருக்கும்படிச் செய்ய வேண்டும். சீர்திருத்தத்தைப் பயனுறக் கையாளுமுன் பெரும்பான்மையான ஜனங்கள் அதற்குச் சாதகமாக இருக்கும்படி மாற்றப்பட வேண்டும். இதற்கிடையில் தீண்டத்தகாதவர் எனப்படுவோருக்கும் இதர இந்துக்களுக்கும் பொதுவாக இருக்கக்கூடிய கோயில்களை ஸ்தாபிக்க வேண்டும். குளங்களையும், கிணறுகளையும் வெட்ட வேண்டும். இதுதான் இடைக்காலத்தில் செய்யக்கூடிய பரிகாரமாகும். தீண்டாமையைப் போக்க ஏற்பட்ட இயக்கமானது வெகுதூரம் முன்னேறிவிட்டது என்பதில் ஐயமில்லை. நாம் யோசனைக் குறைவான காரியங்களாலோ அல்லது ஊக்க மிகுதியாலோ இம்முன்னேற்றத்திற்குப் பங்கம் ஏற்படும்படி

செய்யாமல் இருப்போமாக. ஒருவர் தொட்டால் அவரது பிறப்பின் காரணமாகத் தீட்டு ஏற்பட்டுவிடும் என்ற எண்ணம் போய்விட்டால், பின் மற்ற சீர்திருத்தங்கள் எல்லாம் தானாக சுலபமாக அமலுக்கு வந்து விடும். (சுதேசமித்திரன், 9 ஏப்ரல் 1925; நவசக்தி, 10 ஏப்ரல் 1925).

10 ஏப்ரல்

ராகவையாவிற்குப் பதிலாக புதிய திவான் எம்.இ. வாட்ஸ் என்ற லண்டன் பாரிஸ்டர் நியமிக்கப்பட்டார். தான் இப்பதவிக்காக முயற்சி எதுவும் எடுக்கவில்லை என்றும், இச்செய்தி காதில் விழுந்தவுடன் தமக்கு அதிசயமே தோன்றியது என்றும் அவர் தெரிவித்தாராம். ஒரு நூறாண்டு தம் குடும்பம் திருவாங்கூருடன் பழகியது இவ்வேலை கிடைத்ததற்குக் காரணம் என்று அவர் தெரிவித்தாராம் (நவசக்தி, 10 ஏப்ரல் 1925).

17 ஏப்ரல்

காந்தி-பிட் ஒப்பந்தப்படி காரியங்கள் நடைபெறுவதைப் பாராட்டிய நவசக்தி, 'இதன் பயனாகவேனும் தீண்டாமை ஒழிவுக்கு விரோதமாக இருப்போர் நன்மனம் பெற்று இக்களங்க நீக்கத்துக்கு ஆதரவு கொடுப்பார் என்று நம்புகிறோம்' என்று எழுதியது (17 ஏப்ரல் 1925).

23 ஏப்ரல்

"திருவாங்கூர் கவர்ன்மெண்டார் குரூர் நீலகண்டன் நம்பூதிரியைச் சிறையிலிருந்து விடுவித்துவிட்டார்கள் என்பதையும் ஈ.வி. ராமசாமி நாயக்கருக்கு விரோதமாகப் பிறப்பித்த தடை உத்தரவை வாபீஸ் வாங்கிக்கொண்டுவிட்டார்கள் என்பதையும் கேட்க வாசகர்கள் சந்தோஷமடைவார்கள்.

"எனக்கும் போலீஸ் கமிஷனருக்கும் ஏற்பட்ட உடன்படிக்கையைத் திருவாங்கூர் கவர்ன்மெண்டார் பூரணமாக அமலுக்குக் கொண்டுவந்திருக்கின்றனர் என்பதாகவும் எனக்குத் தெரிய வருகிறது. அங்கு நாளாகச் செய்யப்படவேண்டிய இச்சீர்திருத்த விஷயத்தில் திருவாங்கூர் கவர்ன்மெண்டார் மிக்க சாமர்த்தியமாக நடந்துகொண்டு வருவதை நாம் பாராட்டுகிறோம். கோயில்களைச் சுற்றியுள்ள பொதுச் சாலைகளைத் தீண்டத்தகாதவர் எனப்படுவோர் உபயோகிக்கக் கூடாது என்ற நிபந்தனை சீக்கிரத்தில் எடுபடும் என்று நான் நம்புகிறேன். உடன்படிக்கையின் நிபந்தனைகளின்று அணுவளவுகூட பிசகாமல் நடக்க வேண்டுவது அவசியம்

என சத்தியாகிரகிகளுக்கு நான் எடுத்துக்காட்ட வேண்டியது அனாவசியம்” (*சுதேசமித்திரன்*, 27 ஏப்ரல் 1925).

யங் இந்தியா (23 ஏப்ரல் 1925) வில் காந்தி மேற்கண்டவாறு வைக்கம் நிலைமையைக் குறித்திருந்தார். இக்குறிப்பின் சிறு பகுதி 24 ஏப்ரல் 1925 *சுதேசமித்திர*னிலும் வந்திருந்தது.

27 ஏப்ரல்

தடைஉத்தரவு நீங்கிய பிறகு வைக்கத்தின் புதிய நிலைமை பற்றி எம். ராமன் என்ற வக்கீல் வைக்கத்திலிருந்து *இந்து* பத்திரிகைக்கு அனுப்பிய கடிதத்தின் சாரம் பின்வருமாறு.

வைக்கம் சத்தியாகிரகம் ஒரு புதுநிலைமை அடைந்து விட்டது. இரண்டு தினங்கள் முன் தடைவேலிகள் நீக்கப்பட்டன. ஏப்ரல் 7 அன்று தடை உத்தரவுகளும் நீங்கிவிட்டன. காவல்புரிந்த போலீசாரும் திரும்பப் பெறபட்டனர். இப்போது ஒரு போலீஸ் சேவகன்தான் தெருவில் காவல் தொழில் செய்கிறான். இந்தப் பொருளற்ற வழக்கங்களை நீக்க வேண்டும் என்று அரசாங்கத்தார் உண்மையில் விரும்புவதாக அடையாளங்களைக் காட்டிவிட்டார்கள். சத்தியாகிரகிகள் எல்லையை மீறிப் போவதில்லை என்று உடன்பட்டிருக்கின்றனர். இப்போது இரண்டே தொண்டர் ஒவ்வொரு ரஸ்தாவிலும் நிற்கின்றனர். வழியே போகும் ஜனங்களுக்கு அவர்கள் துன்பத்தைத் தருவதில்லை. கொதிக்கும் வெயிலில் நின்றுகொண்டு கஷ்டப்படுவதால் சவர்ண இந்துக்களது மனம் மாறவேண்டும் என்று விரும்புகிறார்கள். வைதிகர்களது மெய்யுணர்ச்சியை இவர்கள் அலட்சியம் செய்ய விரும்பவில்லை. சவர்ண இந்துக்களில் பெரும்பாலோர் சத்தியாகிரகம் முழு வெற்றியை அடைந்துவிடும் என்பதில் சந்தேகம் கொள்ளவில்லை.

இப்போது இருப்பதாகச் சொல்லப்படும் தீண்டாமை என்னும் வழக்கம் ஜனங்களிடம் சொல்லளவில் இருக்கிறதே அன்றி உண்மையிலில்லை. யாரைக் கேட்டபோதிலும் இவ்வழக்கத்தைத் தாம் அனுசரிக்கவில்லை என்றும் பிறர் அனுசரிக்கிறார்கள் என்றும் சொல்வார். ஆதலால் இவ்வழக்கம் மனோபாவனையாக மாத்திரமே உள்ளது. ஊட்டுப் புரைகளில் வேலை செய்துவரும் சிலர் மாத்திரம் கோயிலதிகாரிக்கும் சில பிராமணர்களுக்கும் பயந்து இவ்வழக்கத்தை அனுபவத்தில் வைத்துக்கொண்டிருக்கிறார்கள். மகாராணியும் இப்போதுள்ள திவானும் அந்த அனாசாரத்தை நீக்க முழுமனம் உள்ளவராக இருக்கிறார்கள் என்று பலமான வதந்தி உலவுகின்றது.

ஜனங்களில் வைதிக கொள்கையுடையவர்களிடம் அரசாங்கத்தார் கருத்தை விளக்கி அவர்களும் தற்கால நிலைக்குத் தகுந்தவாறு விஷயத்தை யோசிக்குமாறு செய்ய முயற்சி எடுத்துக்கொள்ளவேண்டும் என்று தேவாலயம் கமிஷனரையும் கோட்டயம் ஜில்லா மாஜிஸ்டிரேட்டையும் அரசாங்கத்தார் கேட்டுக்கொண்டிருக்கிறார்கள் என்று தெரிகிறது (மறுபிரசுரம் *நவசக்தி, 27 ஏப்ரல் 1925*).

~~

காந்தியின் வருகை நிகழ்ந்த மார்ச் மாதத்திற்கு அடுத்து வந்த இந்த பதிமூன்றாவது மாதத்தில், காந்தி — பிட் ஒப்பந்தமும் அதன் விளைவுகளும் முக்கியமான நிகழ்வுகளாகும். பெரியார் மீதான தடையாணை நீக்கமும், குரூர் நீலகண்டன் நம்பூதிரி விடுதலையும், பொதுவான சாலை மீதிருந்த தடையாணை நீக்கமும் முக்கியத்துவம் பெறுகின்றன.

முன்னாள் கொச்சி மன்னர் ஆலோசனையில் காந்தி அங்கீகரிப்புடன் பண்டிதர் கூட்டமொன்று தீண்டாமையைப் பற்றிப் பேச்சு நடத்தவிருப்பது பற்றி செய்தி வெளியானது. சத்தியாகிரகம் பற்றி *இந்து* நிருபருக்கு அளித்த பேட்டியில் வைதிகர் ஒத்துவந்தாலும் வராவிட்டாலும் அரசே குறிப்பிட்ட ஏதாவது ஒரு வழியில் காரியங்களை முன்னகர்த்த வேண்டுமெனக் காந்தி கேட்டுக்கொண்டார். தீண்டாதாரைச் சாலையில் அனுமதிக்கக் கோரி பொதுமக்கள் கூட்டங்களைக் கூட்டித் தீர்மானங்களை அனுப்பிக்கொண்டே இருந்துள்ளனர் என்பதும் அதை அரசாங்கம் பெற்று கோப்புகளில் இணைத்துக் கொண்டேயிருந்துள்ளனர் என்பதும் தெரியவருகின்றன.

குரூர் நீலகண்டன் நம்பூதிரி, பெரியார் ஆகியோர் மீதிருந்த தடையை நீக்கி உத்தரவு பிறப்பிக்கப்பட்டது. இதை காந்தி பாராட்டினார். பிட்டுடன் செய்துகொண்ட ஒப்பந்த அமலாக்கத்தின் பகுதியாக இதையும் கருதியதாகத் தெரிகிறது. பொதுவாக இந்த அமலாக்கம் பொதுமக்களிடமும் பத்திரிகைகளிடமும் வரவேற்பு பெற்றதாகவே தெரிகிறது.

பொதுவாக இந்து மதத்தில் சீர்திருத்தம் பற்றி *யங் இந்தியாவில்* கட்டுரை எழுதிய காந்தி, தான் வைதிகர்கள் முன் வைத்த மூன்று யோசனைகளைச் சத்தியாகிரகிகளின் வலிமை என நியாயப்படுத்தினார்.

○

மே 1925
14வது மாதம்

1 மே 1925

திருவாங்கூர் அரசாங்கத்தின் ஆணைப்படி திவான் பேஷ்காரும் காவல் கண்காணிப்பாளரும் முக்கிய உத்தியோகஸ்தர்களும் கோட்டயத்திலிருந்து வைக்கத்திற்கு வந்து சாலைகளில் தீண்டாதார் செல்வதை ஆட்சேபிக்கும் இந்துத் தலைவர்களை அவ்வித கொள்கையை மாற்றுமாறு வேண்டிக்கொண்டனர். *(நவசக்தி, 1 மே 1925).*

25 மே

எல்லோரும் எதிர்பார்த்தவண்ணமே திருவாங்கூர் திவான் பதவிக்கு இங்கிலாந்து பாரிஸ்டர் மாரிஸ் வாட்ஸ் என்ற ஐரோப்பியரை நியமித்துவிட்டதாக மகாராணியார் அறிக்கை வெளியிட்டிருக்கிறார். ஆயினும் இந்துக்களின் மனப்பான்மை கருதி தேவஸ்வத்தின் மேற்பார்வைக்குத் திவானின் அதிகாரத்திற்குள் அடங்காத, தமக்கு நேரே பொறுப்பான ஒரு கமிஷனரை நியமிக்கப் போவதாகவும் இந்த ஏற்பாடு ஜனங்களுக்குத் திருப்தி அளிக்கும் என்று நம்புவதாகவும் கூறுகிறார். இந்த விஷயம் ஒருவாறு திருப்தியளிக்கக் கூடியதாயினும் நாட்டு வளப்பம் அறியாத ஓர் அன்னியரைத் திவானாக நியமிக்கலாகாது என்ற மூலக் கொள்கையை மகாராணியார் பொருட்படுத்தாமல் போனது வருந்தத்தக்கது *(நாடார்குல மித்திரன், 25 மே 1925).*

~~

இம்மாதத்தில் வைதிகரை எப்படியாவது சமாதானப் படுத்திவிட அரசாங்கம் முயற்சிகள் எடுத்தது தெரிய வருகிறது. புதிய திவானாக மாரிஸ் வாட்ஸ் நியமிக்கப்பட்டது இம்மாதத்தின் முக்கியச் செய்தியாகும். அந்த நியமனத்தின் பின்புலத்தில் வைக்கம் பிரச்சனை இல்லை என்றும் கூறிவிட இயலாது.

o

ஜூன் 1925

15வது மாதம்

1 ஜூன் 1925

வைக்கம் சத்தியாகிரகிகளுக்கு ஆதரவாகச் சில பல உதவிகளைச் செய்துவந்த பாஸ்கர் என்பவர் வழக்கு ஒன்றில் குற்றஞ்சாட்டப்பட்டு விசாரணையை எதிர்கொண்டார். அதன் விவரமாவது.

பொய்யாகப் பணம் வசூலித்ததாகப் பாஸ்கர் என்ற ஏ.கே. குஞ்சு பிள்ளை மீது திருச்சி போலீசார் கொண்டுவந்த வழக்கு சப் டிவிஷனல் மாஜிஸ்டிரேட் முன் ஆரம்பமானது. அவரிடம் ஏமாந்த வக்கீல் ஆர். சீனிவாச ஐயர், பாரிஸ்டர் டி.ஏ.ஜி. ரத்தினம், ஜனாப் கலிபுல்லா, டாக்டர் டி.வி. சுவாமிநாத சாஸ்திரி, இறுதியாக வைக்கம் சத்தியாகிரக ஆசிரம பொக்கிஷதார் ஏ.கே. கோவிந்ததாஸ் ஆகியோரிடம் விசாரணையும் குறுக்கு விசாரணையும் நடைபெற்றன. வழக்கு ஜூன் 16ஆம் தேதிக்கு ஒத்தி வைக்கப்பட்டது. ஏ.கே கோவிந்ததாசின் வாக்கு மூலத்தை மட்டும் இங்குத் தரலாம். அவரது சமூகத் தகுதியைக் காட்டுவதாலும், சத்தியாகிரக பணத் தொடர்பு பற்றிச் சில தகவல்களைக் கொண்டிருப்பதாலும் இந்த வாக்குமூலத்தைத் தர விரும்புகிறேன்.

"என்னுடைய தாரவாடு (குடும்பம்) திருவாங்கூர் கவர்ன்மெண்டுக்கு ரூ. 1000 வரி செலுத்துகிறது. எஸ். சீனிவாச ஐயங்கார், சி. ராஜகோபாலாச்சாரி, சுவாமி சிரத்தானந்தர் முதலியவர்களோடு எதிரி (பாஸ்கர்) வந்தார். எதிரி ஆசிரம உறுப்பினரல்லாதவர். ஆசிரமத்திற்குப் பண வசூல் செய்ய நான் அவருக்கு அதிகாரம் கொடுக்கவில்லை. எதிரி எனக்கு எழுதிய ஒரு கடிதத்திற்குப் பதிலாக நான் நாகப்பட்டினம் விலாசத்திற்கு அவருக்கு எழுதிய கடிதம்தான் இங்குக் காட்டப்பட்டது. எதிரி ஆசிரமத்திற்குப் பணம் அனுப்பவில்லை. வசூலான பட்டியலும் அனுப்பவில்லை. பணம் வசூலிக்க அதிகாரம் கொடுப்பதற்கு எனக்கு அதிகாரமில்லை. காரியதரிசிதான் செய்யக்கூடும். எதிரியிடம் பணம் கொடுக்கக்கூடாதென்று எச்சரிக்கை செய்யும் ஒரு விளம்பரத்தை 'மனோரமா' என்ற மலையாள பத்திரிகை (1924) அக்டோபர் 16ஆம் தேதி வெளியிட்டிருப்பதாகக் காரியதரிசி என்னிடம் கூறினார் (சுதேசமித்திரன், 1 ஜூன் 1925).

5 ஜூன்

வைக்கம் சத்தியாகிரகம் தொடர்பாகக் கருத்து தெரிவிக்கும்படி மகாராணி கேட்டதற்கு ஆக்டிங் திவான் ஆர். கிருஷ்ண பிள்ளை, அளித்த கருத்தாவது:

“இப்பிரஸ்தாப சாலைகளை ஜாதி மத பேதமின்றி சகலரும் உபயோகப்படுத்தும்படி விட்டுவிட வேண்டியது என்றே நான் அபிப்பிராயப்படுகிறேன். அம்மாதிரி செய்வதை அரசாங்கத்தார் ஆரம்பம் முதற்கொண்டே எதிர்க்கவில்லை. இவ்வுரிமையைச் சில ஜனங்கள் பலாத்காரமான முறையில் பெற முயற்சி செய்ததினால் கலகம் ஏற்படும் என்று அஞ்சியே அரசாங்கத்தார் தடை உத்தரவைப் பிறப்பித்தார்கள். இவ்வுரிமையை வழங்கக்கூடாதென்று சனாதன இந்து தர்மம் கூறவில்லை. தாழ்ந்த ஸ்திதியிலுள்ள இந்துக்கள்அல்லாதவர்கள் அந்தச் சாலைகளின் வழியாகச் செல்ல அனுமதிக்கப்பட்டிருக்கும் பொழுது இந்து மதத்தைச் சேர்ந்தவர்களுக்கு அவ்வுரிமையை அளிக்க மறுப்பதில் எவ்வித நியாயமும் இருப்பதாக எனக்குத் தெரியவில்லை. கூடிய சீக்கிரம் ஒரு ராஜ விளம்பரத்தின் மூலம் இந்தச் சமத்துவமின்மையைப் போக்க வேண்டியது அவசியம் என நான் அபிப்பிராயப்படுகிறேன்.”

விரைவில் அத்தகைய ராஜ விளம்பரம் வெளிவரும் என *சுதேசமித்திரனும்* எதிர்பார்த்தது *(5 ஜூன் 1925)*.

10 ஜூன்

வைக்கம் சத்தியாகிரகத்தின் தற்போதைய நிலை, இந்து அரசாங்கத்தின் கடமை, மதம் மாறுவது பற்றிய தன்அபிப்பிராயம், சத்தியாகிரகிகளின் கடமை, நெருங்காதோரின் கடமை ஆகியன பற்றி *யங் இந்தியாவில்* காந்தி எழுதிய கட்டுரையைச் *சுதேசமித்திரன்* எடுத்து வெளியிட்டிருந்தது. அதில், பொதுவாகப் பொறுமையை அவர் வலியுறுத்தியிருந்தார் எனலாம். சத்தியாகிரகத்தின் கருத்தியலை அக்கட்டுரை முழுவதிலும் இழையோடவிட்டிருந்தார் என்பது அதைவிடப் பொருத்தம்.

வைக்கம் தற்போதைய நிலை

‘முன்னர் சத்தியாகிரகிகள் தங்களது முன்னேற்றத்திற்கு ஏற்பட்டிருந்த ஸ்தூலமான தடை முன்பு உட்கார்ந்துகொண்டு தங்களது ராட்டினங்களில் நூல் நூற்றுக்கொண்டிருந்தனர். அவர்கள் முன்னேறிச் செல்ல வொட்டாதபடி ஒரு தடைவேலி போடப்பட்டிருந்தது. அதனைப் போலீஸார் பாதுகாத்து

வந்தனர். தற்போது அத்தடைகள் நீக்கப்பட்டிருப்பதும் போலீஸ் காவல் எடுபட்டிருப்பதும் தடை உத்தரவு வாபஸ் வாங்கிக் கொள்ளப்பட்டிருப்பதும் நேயர்கள் அறிந்த விஷயமேயாகும். இதனால் சத்தியாகிரகிகள் தாங்களாகவே மேற்கொண்டதொரு கட்டுப்பாட்டிற்குத் தாங்களாகவே உட்பட்டு நடந்துவருகின்றனர்.

இந்து அரசின் கடமை

'(1) காருண்யம் வாய்ந்த ஒவ்வொரு அரசாங்கத்தையும் போல் திருவாங்கூர் கவர்ன்மெண்டாரும் தங்கள் கீழுள்ள ஒடுக்கப்பட்ட மானிடருக்குச் செய்யும் கடமையைச் செய்தல். (2) இந்து கவர்ன்மெண்ட்டு இந்து மதத்திற்குச் செய்யவேண்டிய கடமை. அதாவது கவர்ன்மெண்டார் இந்து மதத்தில் புகுந்துள்ள ஜீவகாருண்யமற்ற மூடநம்பிக்கையைச் சற்றும் ஆதரிக்கக்கூடாது என்பதுதான். இவ்வளவு தூரம் கவர்ன்மெண்டார் செய்ய வேண்டிய கடமைகளைப் பற்றிச் சொல்லிவிட்டேன்.

மத மாற்றம்

'சீக்கிரம் பரிகாரம் கிடைக்காவிட்டால் கிறித்தவ மதத்திலோ அல்லது இஸ்லாத்திலோ அன்றி பௌத்த மதத்திலோ சேர்ந்து விடுவதாகச் சிலர் பயமுறுத்துகின்றனர் என்றும் கூறப்படுகிறது. இம்மாதிரி பயமுறுத்துகின்றவர்களுக்கு மதம் என்பதன் பொருள் தெரியாதென்று நான் அபிப்பிராயப்படுகிறேன். மதம் என்பது உயிருக்குச் சமானமான விஷயமாகும்... ஏக பத்தினி விரதத்தில் வழுவாத கணவன் ஒருவன் தன் மனைவியை நேசிப்பது போன்று மற்றெந்த பெண்ணையும் நேசிக்க மாட்டான். அவன் பதிவிரதா தர்மத்தினின்று பிறழ்ந்து நடந்தால்கூட அவனிடம் கொண்டிருக்கும் அன்பையும் நம்பிக்கையையும் விடும்படி அவளைத் தூண்ட முடியாது. ரத்த சம்பந்தத்தைவிட உயர்ந்தது இந்த பாந்தவ்யம். இது இன்னும் உயரிய நோக்கமுடையது. இம்மாதிரியே மத சம்பந்தமான பந்தமும் இருக்கவேண்டும்... ஆதலால் இந்து மதத்தை விட்டுவிடுவதாகப் பயமுறுத்துவோர் தங்களது மதத்திற்குத் துரோகம் செய்பவர்கள் ஆவார்கள் என நான் நினைக்கிறேன்.

சத்தியாகிரகிகள் கடமை

'... குறுக்கே இவ்வளவு கஷ்டங்கள் ஏற்பட்டபோதிலும் இவற்றால் சற்றும் மனஞ்சலியாதிருக்க வேண்டுவது சத்தியாகிரகிகளுடைய கடமையாகும். கண்மூடித்தனமான வைதிக முறையைக் கண்டு அவர்கள் ஆத்திரமடையக் கூடாது

அல்லது ஒடுக்கப்பட்ட வகுப்பினருக்கு இந்து மதத்தில் நம்பிக்கை இல்லாதிருப்பதைக் கண்டு ஆத்திரமடையக் கூடாது.

'தான் அனுபவிக்கும் கஷ்டமானது நன்னெஞ்சமுடைய பிடிவாதக்காரர்களது நெஞ்சத்தை இளக்கும் என்பதையும் பல காலமாக ஒடுக்கப்பட்டிருக்கின்றவர்களாயும் நிச்சய புத்தி இல்லாதவர்களாயும் இருக்கும் பஞ்சம சகோதரர்களைக் காக்கும் வேலி போன்று பயன்படும் என்பதையும் அவன் உணர வேண்டும். ஏனெனில் கடவுள் தனது பக்தர்களை மிக்க கொடிய கஷ்டங்களுக்கு உள்ளாக்கி, வாட்டி அவர்களை ஒன்றுமில்லாமல் செய்வதில் ஆனந்தம் கொண்டு பின்பே அவர்களது மனோபீஷ்டத்தை நிறைவேற்றுகிறார். தனக்குக் கஷ்டம் நேரிட்ட காலத்து சத்தியாகிரகி கஜேந்திரனது கதையை ஞாபகப்படுத்திக் கொள்ளட்டும். மரணத் தறுவாயில் இருப்பதாக நினைத்த பொழுதுதான் கடவுள் (ஆதிமூலமே என்று) தன்னை அழைத்த கஜேந்திரனைக் காப்பாற்றினார்.

நெருங்காதோர் கடமை

'நெருங்கத்தகாதவர் என்று தவறாக அழைக்கப்படுகின்றவர்களுக்கு இந்த வார்த்தைகள் சொல்ல விரும்புகிறேன். அவர்கள் பொறுமையற்றவர்களாகி விடுகின்றனர் என்று எனக்குத் தெரிய வருகிறது. அவ்வாறு செய்ய அவர்களுக்கு உரிமை உண்டு. சத்தியாகிரகத்தில் அவர்களுக்கு இருந்துவரும் நம்பிக்கை போய்விடுகிறது என்றும் எனக்குத் தெரியவருகிறது. இது உண்மையானால் அவர்களது அவநம்பிக்கையானது சத்தியாகிரகம் வேலை செய்துவரும் பான்மையை அவர்கள் அறியவில்லை என்பதையே காட்டுகிறது. சத்தியாகிரகம் சந்தடியில்லாமலும் வெளிக்கு மெதுவாகவும் தோற்றும் முறையில் வேலை செய்கின்ற சக்தியாகும். உண்மையில் இதைப் போன்று நேராகவும் துரிதமாகவும் வேலை செய்யக்கூடிய சக்தி வேறெதுவும் இல்லை. மூடநம்பிக்கை வாய்ந்த சவர்ண இந்துக்களுடன் கைகலந்து போராடி அந்தச் சாலைகளின் வழியாக நெருங்கத்தகாதவர் எனப்படுவோர் செல்லக்கூடும். ஆனால் அப்படிச் செய்வதனால் அவர்கள் இந்து மதத்தைச் சீர்திருத்தியவர்களாக முடியாது. அவர்களது முறை பலாத்கார முறையில் மற்றவர்களைத் தங்களது வழிக்குக் கொணர்வது போலிருக்கும்' (சுதேசமித்திரன், 10 ஜூன் 1925).

18 ஜூன்

திருவனந்தபுரம் விளம்பரசபைக் காரியதரிசியிடமிருந்து

வந்த தந்தி என்று குறிப்பிட்டு சுதேசமித்திரன், சாலைகளை அனைவருக்கும் திறந்துவிட மகாராணி பிறப்பித்த உத்தரவை வெளியிட்டிருந்தது.

"சாதி மத வித்தியாசமின்றி எல்லா ஜனங்களும் வைக்கம் கோயிலைச் சுற்றியுள்ள சாலைகளில் செல்ல நாளை முதல் அனுமதிக்கப்படுவார்கள் என்று தகுந்த ஆதாரத்துடன் செய்தி கிடைத்திருக்கிறது. மகாராணி செய்துள்ள இந்த முடிவு தேவஸ்தான உதவி கமிஷனரான கேசவ மேனனுக்கு ஏற்கெனவே அறிவிக்கப்பட்டுவிட்டது. ஏதாகிலும் கலவரம் நடைபெறுவதானால் அமைதியை நிலை நிறுத்துவதற்காக வைக்கத்திற்கு 86 (?36) சிப்பாய்கள் அனுப்பப்படுவர். இந்த முடிவை ஆட்சேபித்து இப்போதுள்ள குருக்கள் பூஜை செய்ய மறுத்தால் மற்றவர்களைக் கொண்டு கோயில் பூஜையை நடத்த தேவஸ்தானம் கமிஷனர் தகுந்த முன்னேற்பாடு செய்திருக்கிறார்."

இது குறித்து, சத்தியாகிரக ஆசிரமப் பொருளாளருக்கு அனுப்பிய செய்தியில், சத்தியாகிரகம் வெற்றி பெற்றதற்காக கடவுளைச் சத்தியாகிரகிகள் வாழ்த்த வேண்டும், எல்லோரும் அமைதியாக அகிம்சா தர்மத்தையே அனுஷ்டிக்க வேண்டும் என்று காந்தி கேட்டுக்கொண்டிருந்தார். அரசாங்கமே இவ் விஷயத்தை அவருக்குத் தெரிவித்திருப்பார்கள் என்று தெரிகிறது *(சுதேசமித்திரன், 18 ஜூன் 1925; நாடார்குல மித்திரன், 29 ஜூன் 1925).*

இதுகுறித்து வைதிக தரப்பினர் சார்பில் ராமன் பிள்ளை வீட்டில் ஒரு கண்டனக் கூட்டம் நடைபெற்றது. அரசாங்கத்தின் தீர்மானத்தைக் கண்டித்து செய்தி அனுப்புவது என்று தீர்மானிக்கப்பட்டது. இந்து இதழிலிருந்து எடுத்து இச்செய்திகளைச் சுதேசமித்திரன் வெளியிட்டிருந்தது *(சுதேசமித்திரன், 18 ஜூன் 1925).*

அச்சமயம் புதுக்கோட்டையில் இருந்த வரதராஜுலு நாயுடு அங்கிருந்து தந்தி மூலம் மகாராணியைப் பாராட்டி செய்தி அனுப்பினார்.

"வைக்கம் கோயிலைச் சுற்றியுள்ள சாலைகளில் தீண்டாதவர் எனப்படுவோரும் செல்லலாம் என்று ரீஜண்ட் மகாராணி செய்த உத்தரவு இந்திய தேசிய வாழ்க்கையில் புதியதொரு சகாப்தத்தை ஆரம்பித்து விட்டது. காங்கிரசுக்குத் தீண்டாமையை ஒழிப்பதுதான் முக்கிய வேலையாக இருந்தது. கேரளத்தில் இக்கட்சிக்கு இவ்விஷயத்தில் ஏற்பட்ட வெற்றியானது மனித

வர்க்கத்தில் ஒரு பகுதியினருக்குச் செய்த பெருத்த அநீதி சீக்கிரம் பரிகரிக்கப்படும் என்பதைக் காட்டுகிறது. பிரெஞ்சு ராஜியப் புரட்சி, அடிமை வியாபாரத்தை ரத்து செய்தல் போன்றவற்றால் நேரிடக் கூடியதைவிட அதிகமாக பலனை அளிக்கக்கூடிய ஒரு சீர்திருத்தத்தை ஆரம்பித்ததற்காக மகாராணியின் பெயர் சரித்திரப் புத்தகங்களில் பிரஸ்தாபிக்கப்படும். ராணி மங்கம்மாள் மாதிரி இவர் கருதப்படுவார். இதிலிருந்து ஆடவர்களைவிடப் பெண்களே மானிடரது நலத்தில் அதிக சிரத்தை உள்ளவர்களாக இருக்கின்றனர் என்பது நிரூபணமாகின்றது. தமிழ்நாட்டின் சார்பாக மகாராணியை நான் பாராட்டுகிறேன்” (*சுதேசமித்திரன்*, *16 ஜுன் 1925*).

20 ஜூன்

சாலைகள் மகாராணியின் அறிவிப்புக்குப் பிறகும் பொதுவாகவில்லை என்ற செய்தியைச் *சுதேசமித்திரன்* விரிவாக வெளியிட்டிருந்தது.

‘வைக்கம் சத்தியாகிரகத்தை நிறுத்திவிடும் பட்சத்தில் குருக்கள் வசிக்கும் கீழண்டை சாலை நீங்கலாக மற்ற மூன்று வீதிகளிலும் ஜனங்கள் வித்தியாசமின்றி நடமாட அனுமதி கொடுக்க அரசாங்கத்தார் தயாராக இருக்கிறார்கள். ஆனால் அப்படிப்பட்ட நிபந்தனைகள் மீது (சத்தியாகிரகத்தை) நிறுத்த முடியாதென்று ஆசிரம அதிகாரிகள் தெரிவித்துவிட்டனர். ஆகையால் சாலைகள் இன்றும் (*18 ஜுன் 1925*) பொது உடைமையாக்கப்படவில்லை. மாவட்ட அதிகாரிகள் எவ்வித நிபந்தனையும் இல்லாமலே சாலைகளைப் பொதுவாக்கிவிடலாம் என்று அரசாங்கத்துக்குச் சிபாரிசு செய்திருக்கிறார்கள் என்று தெரிகிறது. வைக்கத்திலோ வேறெந்த இடத்திலோ இந்தத் தீண்டாத்தடை சாசுவதமாக அனுஷ்டானத்தில் இருப்பதைச் சத்தியாகிரகிகள் சகிக்க முடியாது என்று தெரிவிக்கிறார்கள் (*சுதேசமித்திரன், 20 ஜுன் 1925*).

24 ஜூன்

வைக்கம் சத்தியாகிரக ஆசிரம காரியதரிசியின் கருத்து கீழ்வருமாறு: (*24 ஜுன் 1925*இல் வெளியிட்டதாகலாம்.)

‘உடன்படிக்கையை எவரும் மீறவில்லை. போலீஸ் உத்தியோகஸ்தர் சத்தியாகிரகிகளுக்குப் போகுமாறு உரிமை கொடுத்தார்கள். ஆதலால் உடன்படிக்கை ரத்தாகிவிட்டது. மூன்று இடங்களில் போலீசார் தடுத்ததும் சத்தியாகிரகிகள் நின்றுவிட்டனர். போலீசார் தவறு செய்தார்கள், சத்தியாகிரகிகள்

ஒழுங்காகவே நடந்தனர் என்று பிட் ஒப்புக்கொள்கிறார். வைக்கத்திலிருந்து போலீசார் அழைத்துக்கொள்ளப்பட்டனர். இப்போது உடன்படிக்கை நீங்கவில்லை. முன்நின்ற ஸ்தலங்களில் சத்தியாகிரகம் நடைபெறுகிறது.

'காந்தி–பிட் உடன்படிக்கையை மீறி சத்தியாகிரகிகள் கோயிலை நோக்கி செல்கிறார்கள் என்ற செய்தி தவறு. ஏற்கெனவே தடுக்கப்பட்ட இடத்தைத் தாண்டி அதிகாரிகள் தெரிவித்த அளவு சென்றார்கள். தெற்கு, வடக்கு வீதிகளில் தீண்டாதார்கள் எதற்கு மேல் செல்லக் கூடாதோ அந்த இடத்தில் தங்கிவிட்டனர். பிறகு இவர்களை அங்கு அனுப்பாமல் கீழ் சாலையில் மாத்திரமே அனுப்பி சத்தியாகிரகம் நடைபெறுகிறது. போலீஸ் கமிஷனர் பிட்டைப் பேட்டி கண்டு பேசினோம். அவர் வைக்கத்திற்கு வந்தபின் சத்தியாகிரகிகள் ஒழுங்காக நடப்பதை அறிந்ததாகவும், ஏற்கெனவே வேலிகள் போட்ட இடங்களில் போலீசார் வேண்டியதில்லை என்று கருதியதாகவும் தெரிவித்தார். சத்தியாகிரகிகள் ஒருபோதும் மீறி நடந்ததே கிடையாது. தெளிவாக அவர்களைக் கேட்டுக்கொண்ட பிறகே அவர்கள் பழைய எல்லையைக் கடந்து சென்றார்கள்' *(நவசக்தி, 26 ஜூன் 1925).*

26 ஜூன்

குழப்பம் நிலவிய சூழலில் டி.கே. மாதவன் நாயர் *(?)* கீழ்க்கண்ட அறிக்கையைப் பத்திரிகைகளுக்கு வெளியிட்டார்.

"வைக்கத்தில் சத்தியாகிரகத் தொண்டர்கள் காந்தி உடன்படிக்கையை மீறி கோவிலை நோக்கிச் சென்றார்கள். அதனால் போலீஸார் மறியல் வேலையைத் தொடங்கி விட்டனர். இதே காலத்தில் மகாத்மா காந்தி சத்தியாகிரகிகள் தம்மைக் கேளாமல் மேலே தாண்டக்கூடாது என்று அறிவுறுத்தப்பட்டிருப்பதாக போலீஸ் கமிஷனருக்குத் தந்தி கொடுத்திருக்கிறார். இங்குள்ள தலைவர்கள் சத்தியாகிரகிகளை நிற்குமாறு சொல்லியும் மீறிப் போகிறார்கள்."

"[மேற்கண்ட] இந்தப் பொய் மொழிகளை நம்பவேண்டாம் என்று ஜனங்களுக்கு நான் எச்சரிக்கை செய்கிறேன். வைக்கம் போராட்டத்தைப் பற்றியவரையில் கோவிலைச் சுற்றி ஆட்சேபிக்கப்பட்ட நான்கு சாலைகளில் மூன்று சாலைகள் அசோசியேட் பிரஸ் தெரிவிப்பதுபோல் திறக்கப்பட்டன என்பதே உண்மையென்று தோன்றுகிறது. கிழக்குச் சாலையும் அதிலிருந்து சேரும் சந்தும் குளத்தின் கீழ்க்கரை ஓரமுள்ள சந்தும் இன்னும் திறக்கப்படவில்லை. திங்கட்கிழமை (22 ஜூன்

1925) தடுக்கப்பட்ட இடங்களில் மூன்று எல்லைகளிலும் மறுப்பு வேலை நடைபெறுகின்றது. இவ்வளவு உண்மை யென்றே தெரிகிறது.

'(1925 ஜூன்) 17ஆம் தேதி வைக்கம் உதவி தேவஸ்வம் கமிஷனர், தாசில்தாருடன் சத்தியாகிரக ஆசிரமத்திற்கு வந்து சத்தியாகிரகிகள் தம் சத்தியாகிரகத்தை நிறுத்திக்கொள்வதாயிருந்தால் கிழக்கு வீதியைத் தவிர மற்ற மூன்று சாலைகளை எல்லோருக்கும் திறந்துவைப்பதாகக் கூறினார். இந்த ராஜிப் பேச்சினால் தீண்டாமை தர்மம் நீக்கப்படவில்லையாதலால் காரியதரிசி அதை ஏற்றுக்கொள்ளவில்லை. உதவி தேவஸ்வம் கமிஷனர் உடனே திருவனந்தபுரம் சென்றார். அதிகாரிகளுக்கு இச்செய்தியைத் தெரிவித்து மேலே காரியங்கள் நடத்துவதற்கு யோசனை செய்திருக்கலாம்.

'காரியதரிசி மகாத்மாவுக்கு விவரமாக தந்தி கொடுத்து பதிலை எதிர்பார்த்திருந்தார். தேவஸ்வம் உதவி கமிஷனர் ஆசிரமத்தை விட்டுச் சென்ற பின் பதில் கிடைத்தது. "உங்கள் தந்திச் செய்தி தெளிவாயில்லை. எப்படியிருந்தபோதிலும் சாலைகள் முழுமையாகத் திறக்கப்படவேண்டும்" என்று மகாத்மா கொடுத்த தந்திச் செய்தி அப்படியே திவானுக்குத் தந்தி மூலம் தெரிவிக்கப்பட்டது. அப்போது உதவி தேவஸ்வம் கமிஷனர் திவானிடம் விஷயத்தைத் தெரிவிக்க வந்து சேர்ந்தார். அதன் பிறகு நடந்தது எனக்கு நேரில் தெரியாது.

'புதிய திவான் மாரிஸ் வாட்ஸ் தம் நிர்வாக ஸ்தானத்தை ஏற்றுக்கொள்வதற்கு முதல்நாள் இவ்விதம் நடைபெற்றது குறிப்பிடத்தக்கது. (பொறுப்பு) திவானாக வேலை பார்த்த கிருஷ்ண பிள்ளை தீண்டாதாரிடம் அனுதாபமுள்ளவர். தம் காலத்தில் இந்தச் சாலைகளைத் திறந்து வைக்க வேண்டும் என்று பெரிதும் கஷ்டப்பட்டவர். மகாத்மா பிடிவாதமாயிருப்பதை கண்ட அரசாங்கத்தார் தடுக்கப்பட்ட சாலைகளில் பாதி வழி வருமாறு இடம் கொடுத்திருக்கலாம். இதனால் சத்தியாகிரகிகள் காந்தி–பிட் உடன்படிக்கையை மீறினார்கள் என்று சொல்வது உண்மையல்ல' (நவசக்தி, 26 ஜூன் 1925).

29 ஜூன்

நாடார்குல மித்திரனும் மகாராணியின் ஆணையை விமர்சித்திருந்தது.

'மகாராணியின் பெருந்தன்மையை நாம் பெரிதும் பாராட்டிச் சந்தோஷிக்கிறோம். ஆனால் இப்போது மூன்று பக்கத்தில் மட்டும்

நடக்க உரிமை உண்டு என உத்தரவு பிறப்பிக்கப்பட்டிருக்கிறதாம். அதாவது குருக்கள் வசிக்கும்படியான கீழ்ப் பக்க ரஸ்தாவில் தாழ்ந்தவர்கள் நடக்க இன்றேனும் அனுமதிக்கப்படவில்லையாம். மூன்று பக்கத்திலும் தாழ்த்தப்பட்டவர்களுடன் சத்தியாகிரகிகள் சென்றதாகவும் இதனால் யாதொரு குழப்பமும் நேரிடாவண்ணம் போலீஸ் பந்தோபஸ்து செய்துகொடுக்கப்பட்டதாகவும் பிந்தி வந்த செய்திகளிலிருந்து தெரியவருகிறது. ஆனால் மகாராணி கூடிய சீக்கிரம் அந்த ஒரு பக்கத்து வீதியில் நடக்க உரிமை அளிப்பதுடன் தனது ராஜியத்தில் எவ்விடத்திலும் அத்தகைய அநீதியில்லாமல் செய்வார்கள் என்று நம்புகிறோம்' (நாடார்குல மித்திரன், 29 ஜூன் 1925).

அரசின் அறிவிப்பைக் கண்டனம் செய்து வைக்கம் சத்தியாகிரக ஆசிரமச் செயலாளர் கேளப்பன் அளித்திருந்த அறிக்கை பின்வருவது. 'அரசு அறிவிப்பைச் சத்தியாகிரகிகள் ஏற்றுக்கொள்ளவில்லை என்பதை இது உறுதிப்படுத்தியது. திருவிதாங்கூர் அரசு வைக்கம் சாலைகளில், கோயிலைச் சுற்றி மேற்கு பாகம் முழுவதும், தெற்கிலும் வடக்கிலும் பாதியும் 'தீண்டாமை' சாதியினர் பயன்படுத்திக்கொள்ளலாம் என மவுன அனுமதி வழங்கி இருக்கின்றது. கிழக்குப் பகுதியிலுள்ள முழுச் சாலையிலும் வடக்கிலும் தெற்கிலும் உள்ள பாதி பாகங்களிலும் இப்பொழுதும் அவர்கள் புக முடியாது. இந்த அணுகுமுறையினால் மகாராணியின் தாராள மனப்பான்மையில் நாங்கள் நன்றி உணர்வு கொண்டாலும், இந்தத் தாராளத்தினால் சத்தியாகிரகிகள் எதிர்த்துக் கொண்டிருக்கின்ற தீண்டாமை ஆசாரம் நீங்காததனால் நாங்கள் அதை ஏற்றுக்கொள்ளவில்லை. அதை ஏற்றுக்கொண்டால் ஒரு குறிப்பிட்ட வர்க்கத்தினர் தீண்டாமை உள்ளவர்கள் என்று நாம் ஒப்புக்கொள்வதாக ஆகிவிடும். அரசு எடுத்துக்கொண்டிருக்கின்ற இந்த நிலைமையின் பொருள் என்ன என்பதைப் புரிந்துகொள்ள மிகவும் சிரமமாக இருக்கின்றது.

'இதன்மூலம் சத்தியாகிரகத்தை எதிர்க்கின்ற சிறிய அளவு சவர்ணர்களுக்கோ, சத்தியாகிரகத்துக்கு ஆதரவளிக்கின்ற அவர்ணர்களுக்கோ மனநிறைவு உண்டாகாது. மாறாக, அவர்ண சமுதாயம் சினம்கொள்ள வழிவகுக்கின்ற நல்லவர்களும் அறிவுடையவர்களுமான சாந்திக்காரர்களையும் தாந்திரிகர்களையும் உண்டாக்குவதற்கான சிரமம் என்று சொல்லவும் அரசுக்கு முடியாது.

'அரசின் செய்கையால் உண்டாகின்ற அதிக வலிநிறைந்த

அவமானம் இது ஒன்று மட்டும்தான். அதாவது ஓர் இந்து ராணியும் அங்கே இருக்கின்ற அரசும் இந்த நீசத்தனமான தீண்டாமை ஆச்சாரத்தில் நம்பிக்கை கொள்கின்றது என்பதுதான். அதனால் நாம் சத்தியாகிரகத்தை நிறுத்தினால் நமது நிலையும் அதுவாகத்தான் இருக்கும். இந்த நிலைமையில் நம் தெளிவான தர்மம் அதிக ஆற்றலுடன் சத்தியாகிரகத்தை நடத்துவதுதான். அதற்குத் தேவையான பண உதவியைச் செய்ய வேண்டும் என்று பொதுமக்களிடம் மீண்டும் வேண்டுகிறேன். சத்தியாகிரகம் இப்போது தடை செய்யப்பட்ட சாலைகளின் மூன்று பகுதிகளில் நடைபெற்று வருகின்றது. அரச பக்தர்களான பெரும்பான்மையான மக்கள் தீண்டாமை சாதியினரே என்று சொல்கின்ற அணுகுமுறையினால், அவர்களைக் குழந்தைகளைப் போல அன்பு செலுத்தி பாதுகாக்க வேண்டிய அரசு அந்தத் தலையாய கடமையைச் செய்யத் தயாராக இல்லை என்று நிரூபித்திருக்கின்றது. அரசின் இந்த வெட்கக் கேடான நடவடிக்கையைவிட இந்த மக்கள் சமூகத்தை அவமானப்படுத்துகின்ற வேறொரு செயல் இனி என்ன உள்ளது?' *(வைக்கம் சத்யாகிரக நினைவலைகள், பக். 147–148).*

~~

போராட்டம் தொடங்கிப் பதினைந்தாவது மாதமான ஜூன் மாதத்தில் போராட்டத்துக்கு ஆதரவாக அரசாங்கம் உத்தரவு ஒன்றை வெளியிட்டது. நான்கில் மூன்று தெருக்களில் தீண்டாதார் செல்ல அனுமதி வழங்கியது அந்த உத்தரவு. அதைச் சத்தியாகிரகிகள் ஏற்க மறுத்தனர். இந்த மாதத்தின் முக்கிய நகர்வு இது.

மகாராணியின் உத்தரவை ஏற்று கேளப்பன், மாதவன் போன்றோர் சத்தியாகிரகத்தை நிறுத்த மறுத்தனர். உத்தரவின் சூட்சுமத்தை அறியாத வரதராஜுலு நாயுடு, *நாடார்குல மித்திரன்* ஆகியோர் பாராட்டுகளை வாரி வழங்கினர். வைக்கம் வைதிகரும் இந்த உத்தரவை ஏற்க மறுத்துக் கண்டனம் செய்தனர். ஈழவர்கள், மதம் மாறும் எண்ணத்தில் இருந்ததை உணர்ந்த காந்தி, அவர்களைப் பொறுமை காக்கும்படி உருக்கமாக வேண்டினார். மகாராணியின் உத்தரவுக்குப் பின்னால், தீண்டாதவர்பால் அனுதாபம் மிக்க ஆக்டிங் திவான் கிருஷ்ண பிள்ளை இருந்தது குறிப்பிடத்தக்கது. ராகவையாவால் இத்தகைய அனுசரணையான முடிவுக்கு வந்திருக்க இயலாது.

ஜூலை 1925
16வது மாதம்

1 ஜூலை 1925

வைக்கம் சத்தியாகிரக ஆசிரமச் செயலர் கேளப்பனின் அறிக்கை. அரசின் நிலையைத் தர்க்க ரீதியாகக் கண்டித்தது. 'வைக்கம் சாலைகளைப் பற்றிய தீர்மானத்தில் அரசு காட்டிய நயம் அதாவது நயசூனியம் பல வகையான தவறான எண்ணங்களுக்கும் கருத்துகளுக்கும் வழி வகுத்திருக்கின்றது. திருவிதாங்கூரிலுள்ள சில உயர் அதிகாரிகளின் கருத்துகளிலிருந்து நான் புரிந்துகொண்டது, எல்லாப் பொதுச்சாலைகளிலும் இப்பொழுது அனைவருக்கும் அனுமதி உண்டு என்றும், வைக்கத்திலுள்ள கிழக்குச் சாலையில் அவர்ணர்களைத் தற்பொழுது அனுமதிக்காமல் இருப்பது சில அவர்ணப் பிரமுகர்கள் அளித்த வாக்குறுதியினாலேயே என்றும்தான். ஆனால் அம்பலப்புழையில் நிகழ்ந்த அனுபவம் அரசின் நிலையைத் தெளிவுபடுத்துகின்றது. சத்தியாகிரக ஆசிரமத்திலிருந்து சென்ற சில அவர்ணப் பிரமுகர்களின் தலைமையில் அங்கேயுள்ள கோயில் சாலைகளில் நடந்து செல்ல ஆர்வம் கொண்டபொழுது அரசின் நிலை தெளிவாகத் தெரிந்தது. இதுவரை அவர்ணர்களுக்கு அனுமதி இல்லாமலிருந்த சாலைகளில் – வைக்கத்திலுள்ள மூன்று சாலைகள் மட்டுமே அவர்கள் செல்ல அனுமதிக்கப்பட்டிருக்கின்றனர் என்றும் – தற்சமயம் பிற சாலைகளில் சென்றால் அரசு தடை செய்யும் என்றும் தெரிந்தது. வைக்கத்திலுள்ள மூன்று சாலைகளில் அவர்ணர்கள் நடந்து செல்லலாம் என்றால் அந்த அளவுக்கு முக்கியத்துவம் இல்லாத பிற கோயில்சாலைகளில் நடந்து செல்ல ஏன் அனுமதிக்கக் கூடாது? அவர்களை அனைத்துச் சாலைகளிலும் நடமாட அனுமதிக்கத் தயாராகாத நிலையில் வைக்கத்தில் உள்ள சில சாலைகளில் நடமாட அனுமதித்ததன் உள்நோக்கம் என்னவாக இருக்கும்? சத்தியாகிரகிகளைப் பொறுத்தவரை முழுமையாக நடமாடும் உரிமை கிடைப்பதுவரை அவர்களுடைய முயற்சிகள் முற்றுப்பெறாது என்பதை அரசு நினைவில் கொண்டிருக்க வேண்டும். வைக்கத்திலுள்ள அனைத்து சாலைகளையும் தற்சமயம் திறக்கத் தயாராக இல்லையென்றால் மூன்று சாலைகளை மட்டும் இவ்வளவு அவசரப்பட்டுத் திறக்க வேண்டியதன் தேவை என்னவாக இருக்கும்? 16 மாதங்கள் வரை பொறுத்திருந்த சத்தியாகிரகிகள் அரசின் ஆலோசனைகளும் அது சம்பந்தமான ஏற்பாடுகளும் முழுமையடையும்வரை

பொறுத்திருப்பார்கள் என்று ஊகித்து அறிவதில் எதுவேனும் இடையூறு உண்டா? இவ்வினாக்களுக்கு விடை அளிப்பது சிரமமாக இருக்கிறது. அரசினுடைய செயலின் நோக்கத்தைப் புரிந்துகொள்ள என்னால் முடியவில்லை.

"சாந்திக்காரர்கள் குளிக்கின்ற வைக்கத்தில் கிழக்கேயுள்ள குளம் தீட்டுப்பட்டுவிடும் என்பதனால்தான் அந்தச் சாலையில் செல்ல அனுமதிக்கவில்லை என்றும் அவர்களுக்கு குளிக்க வேறொரு குளம் தயாராகிவிட்டால் கிழக்கே உள்ள சாலையிலும் செல்ல அனுமதி கிடைக்கும் என்றும் இங்கே ஒரு பேச்சு உலவுகின்றது. வடக்கிலுள்ள குளத்தின் தென்கிழக்கு மூலையில் ஒரு சிறிய குளத்தை உண்டாக்கும் எண்ணம் உள்ளது என்று பேசப்படுகிறது. இது உண்மையென்றால் தீண்டாமை கடைப்பிடிக்கப்படுகின்றது என்பதை அல்லவா அரசு உறுதி செய்கின்றது. தீண்டாமை பாதிக்காமல் இருக்கச் சில வழிகளைக் கண்டுபிடிக்கின்றனர். திருவிதாங்கூரில் எத்தனையோ அரசுக் கோவில்கள் உள்ளன. இந்தக் கோவில்கள் அனைத்திலும் தீண்டாமை சாதியினர் அருகில் சென்றால் அசுத்தமாகாத ஓரிடத்தைக் கண்டுபிடித்து ஒவ்வொரு குளத்தை வெட்ட வேண்டியது வரும். சில இடங்களில் இதற்குச் சாத்தியம் இல்லையென்றால் சாலையை மாற்றி அமைக்க வேண்டியது வரும். பெருஞ்சுவர் எழுப்பிப் பல இடங்களையும் அடைக்க வேண்டியது வரும். இவை அனைத்துக்கும் சாத்தியம் இல்லை என்றால் அந்தச் சாலையில் அவர்ணர்களைத் தடை செய்ய வேண்டிய நிலை வரும். இந்தப் போக்கு காரியம் நிறைவேறுவதற்கு உதவுவதுதானா? முகமதியர்களையும் கிறித்தவர்களையும் செல்ல அனுமதிக்கின்ற இடங்களிலேனும் எல்லா இந்துக்களையும் செல்வதற்கு அனுமதிக்கவேண்டும் என்ற தேவையைக்கூட இந்த முடிவு நிறைவேற்றவில்லை. தீண்டாமை ஒழிய வேண்டும் என்பதுதான் வைக்கம் சத்தியாகிரகத்தின் முதன்மையான குறிக்கோள். பெருஞ்சுவர்களை எழுப்பிக் கோயிலின் உள்ளே தீண்டாமையை அடைத்து விடலாம் என்று அரசு எண்ணுகின்றது என்றால் அது கோயில் நுழைவுப் போராட்டத்துக்கு வலிமையை அதிகரிப்பதாகும் அல்லவா?

"கோயிலில் வழிபடச் செல்கின்றவர்கள் குளிக்கின்ற குளம் தீண்டாமைச் சாதியினர் அருகாமையால் அசுத்தம் ஆகாது என்றால் சாந்திக்காரர்கள் குளிக்கின்ற குளம் அசுத்தம் ஆவது எவ்வாறு? வடக்கில் உள்ள குளம் அசுத்தமாகி இருக்கின்றது என்று அரசு ஒப்புக்கொள்கிற நிலையில் அந்தக் குளத்தில் ஈழவர்கள் முதலான சாதியினர் குளிப்பதற்கு மறுப்பு இருக்காது

அல்லவா? வீறாப்புக் கொண்டு அபத்தத்தைச் செயல்படுத்தவே அரசு தொடங்குவதாகத் தென்படுகிறது. ஈழவர்கள் முதலிய அவர்ணர்களின் அருகில் செல்வதால் அவர்கள் அசுத்தம் ஆவதில்லை என்று எண்ணினால் மட்டுமே மேற்கூறிய பல நெருக்கடிகளிலிருந்தும் தப்ப வழி உண்டு. அரசு இப்பொழுது காட்டியதைப் போன்ற அபத்தத்தை இனிமேல் காட்டாது என்று நான் நம்புகிறேன்" (*வைக்கம் சத்யாகிரக நினைவலைகள்*, பக். 149 – 151).

6 ஜூலை

ஆரிய சமாஜத்தில் சேர்ந்த ஈழவர்களையும் தீண்டாத வகுப்பினர்களையும் குருக்கள் வசிக்கும் கீழண்டை வீதி உள்படக் கோவிலைச் சுற்றியுள்ள எல்லா வீதிகளிலும், சந்து பொந்துகளிலும்கூட வேதபந்து அழைத்துக்கொண்டு நடந்து சென்றார். கலவரம் யாதும் நடைபெறவில்லை. போலீசாரும் வழக்கம் போல் காவல் புரிந்துகொண்டிருந்தனர். கோவிலில் வழக்கம் போல் பூசையும் நடந்துவந்தது. இதிலிருந்து வைக்கத்தில் ஏற்பட்ட சத்தியாகிரகம் வெற்றியடைந்துவிட்டதென சந்தேகமறத் தெரிகிறது என எழுதியது *நாடார்குல மித்திரன்* (6 ஜூலை 1925).

அடையாத வெற்றியை அடைந்து விட்டதாக ஊரெல்லாம் செய்தி பரவிவிட்டதை இது காட்டுகிறது.

24 ஜூலை

ஆலப்புழைக்கு அடுத்த அம்பலப்புழையில் கோயிலைச் சுற்றியுள்ள சாலையில் தீண்டாத வகுப்பினர் ஊர்வலமாகச் செல்லுவது என்று தீர்மானித்துச் சென்ற ஞாயிற்றுக்கிழமை (19 ஜூலை 1925) ஆரம்பம் செய்ய முடிவு செய்தனர். ஆனால் டி.கே. மாதவன் வெள்ளிக்கிழமையே அங்கு வந்து வைக்கம் போராட்டம் முடிவு தெரிகிறவரையில் இதை நிறுத்திவைக்க வேண்டும் என்று கேட்டுக்கொண்டார். இந்த ஏற்பாடு அதனால் நிறுத்தப்பட்டது. இந்தச் சாலைகளில் தீண்டாதவர்களை விடுவதற்காகப் பேச்சு நடைபெற்று வருகிறது (*நவசக்தி*, 24 ஜூலை 1925).

28 ஜூலை

'12 ஈழவ வாலிபர்கள் சிரத்தானந்தர் தலைமையில் 1924 மே மாதம் ஆரிய சமாஜத்தில் சேர்ந்தும் வைக்கம் தெருவில் நடக்க விடப்படவில்லை. ஆரிய சமாஜத்திற்கு வைக்கத்தில் நேர்ந்த அவமதிப்பை ஒழிக்க நான் மிகுந்த ஆவல் கொண்டேன்...

ஆனால் பொறுப்பு வாய்ந்த சத்தியாகிரகிகள் தாங்கள் வெற்றிபெறும் தறுவாயில் இருப்பதாயும் நடுவில் தலையிட்டு குழப்பம் உண்டுபண்ணாமல் இருக்கும்படியும் எங்களைக் கேட்டுக்கொண்டனர். ஜூன் 20ஆம் தேதி ஆக்டிங் திவான் கிருஷ்ண பிள்ளையைப் பேட்டி கண்டேன். போலீஸ் கமிஷனரும் கூட இருந்தார். வைக்கம் சாலையில் ஆரிய சமாஜத்தார் நடக்கக்கூடாது என்று தடுக்கப்பட்டிருக்கிறதா என்று அவரைக் கேட்டேன். இல்லை என்று கூறினார். அப்படியானால் நாங்கள் நடக்கலாமா என்று கேட்டதற்கு நடக்கலாம் என்று பதில் கூறினார். இந்தச் சமயத்தில் மூன்று சாலைகள் திறக்கப்பட்டு கிழக்குச் சாலை மாத்திரம் அடைபட்டிருந்தது. சத்தியாகிரகிகளும் எங்களை சந்தோஷத்துடன் வரவேற்றனர். உடனே நாங்கள் புறப்பட்டு எல்லாத் தெருக்களிலும் இஷ்டப்படி சென்றோம். எல்லா வகுப்பினரும் எங்களுடன் இருந்தனர். கலவரம் நேரும் என்று பயப்படப்பட்டது. ஆனால் ஒன்றும் நடக்கவில்லை' *(சுதேசமித்திரன், 28 ஜூலை 1925).* இது ஆரிய சமாஜத் தலைவரின் அறிக்கையின் ஒரு பகுதி.

எனினும் மகாராணியின் உத்தரவு எந்த நல்விளைவையும் ஏற்படுத்த வில்லை என்பதைச் சத்தியாகிரக ஆசிரமச் செயலாளர் கேளப்பன் பின்வரும் நீண்ட அறிக்கையில் விளக்கினார்.

'வைக்கம் சத்தியாகிரக சம்பந்தமாக திருவாங்கூர் தர்பார் செய்த முடிவைப் பாராட்டி இந்தியாவிலுள்ள எல்லாப் பத்திரிகைகளும் பொது ஸ்தாபனங்களும் எழுதியிருக்கின்றன. வைக்கத்தில் உள்ள எல்லா ரஸ்தாக்களும் நெருங்காதவர் என்று அழைக்கப்படுகின்றவர்கள் உபயோகப்படுத்தும்படி விட்டு விட்டதாகவும் அதனால் நெருங்காமைத் தடை நீங்கிவிட்டதாகவும் தோன்றிய ஆதாரமற்ற வதந்தியை ஆதாரமாகக் கொண்டு அப்பாராட்டுக் கடிதங்களும் வியாசங்களும் எழுதப்பட்டன. இது விஷயமாக கவர்ன்மெண்டார் எடுத்துக்கொண்ட நடவடிக்கையின கருத்தைப் பொதுஜனங்கள் உணரும்படி செய்வது அவசியம். வைக்கம் கோயிலைச் சுற்றியுள்ள ரஸ்தாக்களில் பாதியை அவர்ண இந்துக்களது உபயோகத்திற்கு விடுவதாக கவர்ன்மெண்டார் மறைபொருளான மொழிகளால் தெரிவித்திருக்கின்றனர். தற்காலம் கீழ்ப்பகுதி அவர்களால் உபயோகப்படுத்தப்பட மாட்டாது என்ற திட்டமான ஒப்பந்தம் ஏற்பட்டிருக்கின்றது. 'தற்காலத்திற்கு' என்ற சொற்றொடர் தெளிவான அர்த்தம் கொண்டதல்ல; இத்தடை எப்பொழுது எடுபடும் என்பது தெரியவில்லை. இனிவரும் பொதுரஸ்தாவையும் உபயோகிப்பதற்கு யாதொரு தடையும் கிடையாது என்று

பொறுப்பு வாய்ந்த உத்தியோகஸ்தர்கள் என்னை நம்பும்படி செய்தனர். ஆனால் சமீபத்தில் நிகழ்ந்த சம்பவங்கள் நான் சில அதிகாரிகளுடன் செய்த சம்பாஷணைகளைக் கொண்டு செய்த ஊகமானது தவறு என்று சந்தேகிக்கும்படி செய்துவிட்டது. அம்பலப்புழையில் உள்ள அவர்ணர்கள் வைக்கம் ரஸ்தா சம்பந்தமான கவர்ன்மெண்டார் செய்த முடிவைக் கொண்டு தாங்களும் கோயிலைச் சுற்றியுள்ள ரஸ்தாக்களை உபயோகிக்கலாம் என்று நினைத்து அந்த ரஸ்தாக்களை உபயோகிக்கத் தாங்கள் விரும்புவதாகத் தேவஸ்தான அதிகாரிகளுக்குத் தெரிவித்தனர். இதற்கு உள்ளூரில் உள்ள சவர்ண இந்துக்கள் இணங்கியபோதிலும் உள்ளூர் தேவஸ்தான அதிகாரிகள் கவலையுற்று இதைத் தடுக்க தேவஸ்தான கமிஷனரையும் போலீஸ் அதிகாரிகளையும் வரவழைத்தனர். இதிலிருந்து வைக்கம் சம்பந்தமாகச் செய்த தீர்ப்பு பொதுத் தீர்ப்பாக எடுத்துக் கொள்ளக்கூடாது என்பதற்கும் அதிலும் நெருங்காமை ஒழிந்ததாகக் கருதக்கூடாது என்பதற்கும் உள்ள ஒரு நல்ல ருஜுவாகும்.

'சமஸ்தானத்தில் உள்ள இதர ரஸ்தாக்களையும் அவர்ண இந்துக்கள் உபயோகத்திற்கு விடும் விஷயம் கவர்ன்மெண்டாரின் ஆலோசனையில் இருந்துவருவதாக சில முக்கியமான உத்தியோகஸ்தர்கள் கூறிவருகின்றார்கள். அம்மாதிரியான அறிக்கையொன்று சமீபத்தில் மகாராணியால் வெளியிடப்படும் என்று அவர்கள் கூறுகின்றார்கள். கவர்ன்மெண்டார் இவ்விஷயத்தைப் பற்றி ஆலோசனை செய்துவருகின்றனர் என்பதில் எனக்குச் சந்தேகம் இல்லை. எனக்குத் தெரிந்தவற்றைக் கொண்டு நெருங்காமையைப் போக்கும் விஷயங்கள் கவர்ன்மெண்டின் ஆலோசனையில் இல்லை என்று நான் ஊகிக்கிறேன்.

'வைக்கம் கோயில் அர்ச்சகர்களது உபயோகத்திற்காக ரஸ்தாவிலிருந்து போதிய தூரத்தில் ஒரு குளம் வெட்டி அதற்கு அவர்ண இந்துக்களால் தீட்டு ஏற்படாதபடி செய்யப்போவதாக வதந்தி உலவுகின்றது ஆதலால் கவர்ன்மெண்டார் தடையை நீக்குவதாக அறிக்கை வெளியிடுமுன் சமஸ்தானத்திலுள்ள எல்லாக் கோயில்களுக்கும் தீட்டு ஏற்படவொட்டாதபடி செய்வதற்காகப் புதிய குளங்களையோ அல்லது ரஸ்தாக்களையோ அல்லது புதிய சுவர்களையோ அமைக்க வேண்டியிருக்கும். இது சம்பந்தமாக எதுவும் செய்ய சாத்தியமாக இல்லாவிட்டால் கோயில் சம்பந்த மட்டும் இத்தடைகளை நீடித்திருக்கக் கூடும். இதிலிருந்து அவர்கள் இப்பிரச்சனையை முடிவு செய்வதாக ஏற்படவில்லை. ஆனால் இதனைத் தவிர்ப்பதாக

ஏற்படுகின்றது. இது அவர்ணர்களைத் தற்காலம் திருப்தி செய்யக்கூடும். ஆனால் இதனால் கோயில் பிரவேசம்தான் தீண்டாமையைப் போக்குவதற்குரிய வழி என்ற அபிப்பிராயம் பிராபல்யம் அடையும்படி ஏற்படும். நாங்கள் வேறு நடவடிக்கை எடுத்துக்கொள்ளும் முன்பு கவர்ன்மெண்டார் செய்யும் முடிவை எதிர்பார்க்கின்றோம். அதுவரை ஜனங்களுக்கு விஷயங்களை எடுத்துச் சொல்லிக்கொண்டிருப்போம். ஏனெனில் அவர்களை பொறுத்துத்தான் இறுதியான முடிவிருக்கின்றது. கீழ் ரஸ்தாவில் இன்னும் தடையிருப்பதால் சத்தியாகிரகம் நடக்கின்றது. 'எல்லாத் தடைகளையும் நீக்கிவிட்டதாக எழுத்தளவில் கவர்ன்மெண்ட் அறிக்கையை நாம் என்றாவது ஒருநாள் பெறவேண்டும்' என்று மகாத்மாஜி ஆசிரமத்திற்குக் கடிதம் எழுதியுள்ளார். இந்நோக்கம் நிறைவேறும் வரை தீண்டாமை விலக்குக் கமிட்டி வேலை செய்யும்' *(சுதேசமித்திரன், 30 ஜுலை 1925, நவசக்தி, 31 ஜுலை 1925)*

~ ~

பதினாறாவது மாதத்தில் போராட்டம் ஒருவகையில் முடிவுக்கு வந்துவிட்டது எனச் சொல்லலாம். மகாராணியின் அறிக்கையை அடுத்து சத்தியாகிரகம் வெற்றி பெற்றுவிட்டது என்று பரவலாகிவிட்ட செய்தியை மறுத்த சொல்லாடல் நிரம்பிய மாதம் இது எனலாம். அரசு, தீண்டாமையை ஒரு மூலைக்கு ஒதுக்கி விட்டிருக்கிறதே தவிர அது நீக்கப்படவில்லை என்பதை வலியுறுத்தும் செய்தி வெளியானது இம்மாதத்தில். அம்பலப்புழையில் கோயில் அருகமை வீதிகளில் தீண்டாதவர்கள் நடக்க அனுமதிக்கப்படாததை எடுத்துக்காட்டி அரசின் நடவடிக்கை முழுப்பயன் அளிக்கவில்லை என்று கேளப்பன் வாதிட்டார்.

ஆரிய சமாஜிகளாக மாறிய ஈழவர் சஞ்சார உரிமையை வைக்கத்தில் அனுபவித்ததையும் ஆக்டிங் திவானிடம் அந்த உரிமையை உறுதிப்படுத்தி மகிழ்ந்ததையும் பற்றிய செய்திகளும் இம்மாதத்தில் வெளியாயின.

எனினும், அம்பலப்புழையில் திட்டமிட்டிருந்த சத்தியா கிரகத்தை டி.கே. மாதவன் தள்ளி வைத்தார்.

ஆகஸ்ட் 1925

17வது மாதம்

7 ஆகஸ்ட் 1925

அரண்மனைக் கடிதம் *(5774 / 7 ஆகஸ்ட் 1925)* ஒன்று கீழ்க்காணும் எட்டுப் பேரின் தடை ஆணை விலக்கிக் கொள்ளப்பட்டது என்று அரசியாரின் ஒப்புதலைத் திவானுக்கு தெரிவிக்கிறது. அவர்கள் பெயர்கள் வருமாறு: (1) டாக்டர் எம்பெருமாள் நாயுடு, நாகர்கோயில் (2) சகோதரன் ஐயப்பன் (3) எம். மாதுன்னி, செங்கான்னூர் காங்கிரசு செயலர் (4) சங்கர ஐயர், கல்லிடைக்குறிச்சி (5) செங்கரத்து குஞ்ஞன் பிள்ளை, செங்கான்னூர் (6) அய்யாமுத்து கவுண்டர், கோயமுத்தூர் (7) சத்திய விரத சுவாமிகள் (8) ஈ.வி. ராமசாமி நாயக்கர், ஈரோடு *(அரசு ஆவணம், ப. 9).*

9 ஆகஸ்ட்

திருவாங்கூர் சமஸ்தான நிர்வாகத் தகவல்கள் திவான் வழியாகச் சமஸ்தான ஸ்தானிகருக்குச் செல்வது வழக்கம். அவ்வடிப்படையில் 9 ஆகஸ்ட் 1925 (5875 எண்ணிட்ட கடிதம்) அன்று எழுதப்பட்ட அரண்மனைக் கடிதம், வைக்கம் நிலைமையை ஸ்தானிகர் காட்டனுக்குத் தெரிவிக்கலாம் என்று கூறுகிறது. அவ்வகையில் அமைந்த செய்தி இது.

‘இப்போது வைக்கம் கோயிலின் வடக்கு, மேற்கு, தெற்கு திசைகளில் உள்ள தெருக்கள் அவர்ணர்களுக்குத் திறந்து விடப்பட்டுள்ளன. இப்போது கிழக்குத் திசை பாதையில் மட்டும்தான் சத்தியாகிரகம் நடைபெறுகிறது. நிலைமை இயல்பாக இருக்கிறது.’

11 ஆகஸ்ட்

கோட்டயம் மாவட்ட மாஜிஸ்டிரேட், தலைமைச் செயலருக்கு இத்தேதியிட்டு எழுதிய கடிதத்தில் சில பாடல்களை இணைத்திருந்தார்.

“வைக்கம் சத்தியாகிரகத் தன்னார்வலர்களால் பொதுவாகப் பாடப்பட்ட பாடல்கள் இவை. சில எழுதப்பட்டவை, சிலவோ எழுதப்படாதவை. எழுதப்பட்டுப் பாடப்படும் பாடல்களுள் சில மறைந்த சுப்பிரமணிய பாரதியாரால் எழுதப்பட்டவை. மற்றவற்றில் ஒன்றிரண்டு, திருவாங்கூரில் உள்ள ஈழவக் கனவான்களால் எழுதப்பட்டவை. எழுதப்படாத பாடல்கள்,

சிவசைலம் என்பவரின் பாடல்கள். அவர் இப்போது பாதுகாப்பு நடவடிக்கைகளின் கீழ் மத்தியச் சிறையில் தண்டனை அனுபவித்து வருகிறார்.

பாடல்களின் பொதுவான கருத்து, சாதியமைப்பில் பிராமணர்களுக்கு உள்ள இடமும் சலுகையும் பற்றிய கண்டனங்கள். பழைய வழக்கம் மற்றும் நடைமுறைப்படி சூத்திரர்கள் அவர்களுக்குக் கீழ்ப்படிந்து இருப்பது பற்றியது. குறிப்பிடப்படும் 10 பாடல்களில் பாரதியின் பாடல்கள் மூன்று. அவை *குறத்தி பாட்டு, வந்தே மாதரம், ஆடுவோமே* ஆகியவை.

14 ஆகஸ்ட்

மலையாளத்திலுள்ள தேவஸ்வங்கள் சொந்த நிதிகளேயன்றிப் பொதுஉடைமை அல்லவாதலால் இந்து தர்ம ரட்சண சட்டத்தினின்று அவற்றை விலக்க வேண்டும் என்று பட்டாம்பியில் கூடிய கேரள ஜன்மி சபைக் கூட்டத்தார் அரசாங்கத்தாரைக் கேட்டுக்கொண்டனர் *(நவசக்தி, 14 ஆகஸ்ட் 1925).*

திருவாங்கூரில் ஏற்பட்ட தீண்டாதாரின் உரிமைக் கிளர்ச்சி, பக்கத்து சமஸ்தானமான கொச்சியிலும் பரவியது என்பதற்குக் கீழ்க்காணும் சம்பவம் ஒரு உதாரணம்.

கொச்சி சட்டசபை அங்கத்தினர் ஒருவர் தங்கள் சமஸ்தானத்தில் உள்ள பொது ரஸ்தாக்களையும் குளங்களையும் கிணறுகளையும் தீண்டாத வகுப்பினர் உபயோகிக்க முடியாமலிருக்கும் நிலைமை நீக்கப்படவேண்டும் என்று சட்டசபையில் ஒரு தீர்மானம் கொண்டுவர உத்தரவு கேட்டபோது, கொச்சி திவான் மறுத்துவிட்டார். இதைக் கண்டிக்க எர்ணாகுளத்தில் ஒரு மாநாடு கூட்டப்பட்டது. அப்போது டி.கே. மாதவன் வேறு முறைகளால் காரியம் கைகூடாமல் போனால் திருவாங்கூரைப்போல் சத்தியாகிரக வழியைப் பின்பற்றவேண்டிவரும் என்று கூறி எச்சரித்தார். *(நவசக்தி, 14 ஆகஸ்ட் 1925).*

28 ஆகஸ்ட்

கொச்சி, அம்பலப்புழை என்ற ஊரிலிருக்கும் கோயிலைச் சுற்றியுள்ள வீதிகளில் செல்லத் தீண்டாச் சாதியார் அனுமதிக்கப்படுகிறார்கள். இதைப பொறாமல் கோயில் அர்ச்சகர் மூவரில் இருவர் வேலையினின்றும் விலகிவிட்டனர். ஒருவர் மாத்திரம் வேலைசெய்து கொண்டிருக்கிறார். அரசின் உத்தரவின் பேரில் காவல் உதவி கண்காணிப்பாளர், முதல்வகுப்பு

மாஜிஸ்டிரேட், உதவி தேவஸ்வம் ஆணையாளர் ஆகியோர் அங்கு முகாமிட்டுள்ளனர் (*நவசக்தி, 28 ஆகஸ்ட் 1925*).

திருவாங்கூரைப் போல நிலவரத்துக்கேற்பத் தீண்டாமைக்கு எதிராக அரசு செயல்படுவதை மேற்கண்ட செய்தி உணர்த்துகிறது.

வைக்கத்தில் ஏற்பட்ட பாதி வெற்றியைப் பற்றி மாயவரம் தாலுகா மாநாட்டில் நிறைவேறிய தீர்மானங்களுள் ஒன்று திருப்தியைத் தெரிவித்துள்ளது (*நவசக்தி, 28 ஆகஸ்ட் 1925*).

~~

பதினேழாவது மாதமான ஆகஸ்ட் 1925இல் பெரியார் உள்ளிட்ட எட்டு சத்தியாகிரகிகள் மீதிருந்த (பேசுவதற்கான) தடையை அரசு விலக்கிக்கொண்டது. மூன்று தெருக்கள் மட்டும் தீண்டாதாருக்குத் திறந்து விடப்பட்டிருக்கின்றன என்ற செய்தியை அரசு ஸ்தானிகருக்குத் தெரிவித்தது. பாரதி பாடல் உள்ளிட்ட பாடல்கள் சத்தியாகிரகத்தில் பாடப்பட்டது பற்றி தகவல் அரசுக் கடிதங்களில் பதிவாகியுள்ளன. அரசின் கட்டுப்பாட்டுக்குச் சென்ற கோயில்களை மீட்க வைதிகர் முயன்றுள்ளனர்.

அரசாங்கத்தின் ஆதரவு வைதிகர் பக்கமிருந்து சத்தியா கிரகிகளை நோக்கி நகர்வதாகச் சூழல் காட்சி அளிக்கிறது. முழு வெற்றியை வைக்கம் பெறவில்லையானாலும் அதன் தாக்கம் அண்டை சமஸ்தானங்களில் பரவி வந்ததையும் உணர முடிகிறது.

○

செப்டம்பர் 1925

18வது மாதம்

13 செப்டம்பர் 1925

கோட்டயத்திற்கு அருகில் பாரிபூ என்று ஒரு கிராமம் இருக்கிறது. இங்குத் தீண்டத்தகாதவர் கிறிஸ்தவத்தைத் தழுவிய பிறகும் பொதுச் சாலைகளை உபயோகிக்க அனுமதிக்கப் படுவதில்லை. இங்குள்ள கிறிஸ்துவர்கள்கூட இவ்வழக்கத்தை ஆதரிக்கின்றனர். சென்ற சில மாதங்களாக இவ்வூரில் உள்ள தனவந்தரும் மாவட்ட காங்கிரசு கமிட்டி அங்கத்தினருமான ஐ. பிலிபோஸ் இதை நீக்க முயன்று வருகிறார். இவரது உறவினர் 6, 7 வயதுள்ள கிறிஸ்தவச் சிறுவனை நையப்புடைத்துவிட்டார். அவர் வரும்போது அச்சிறுவன் தெருவில் நின்று கொண்டிருந்ததே

காரணம். இக்கிறிஸ்தவருக்குப் புத்தி புகட்ட 12 செப்டம்பர் 1925 முதல் பிலிபோஸ் தடுக்கப்பட்ட சாலையில் உண்ணாவிரதம் இருக்கிறார். உறவினர் தாம் செய்தது தவறு என்று ஒப்புக்கொள்ள மறுக்கிறார் (*சுதேசமித்திரன்*, 18 செப்டம்பர் 1925).

14 செப்டம்பர்

டி.கே. மாதவன் தலைமையில் கண்ணங்குளங்கரா கோயிலுக்குக் கிழக்கே உள்ள அக்கிரகாரத்தில் அவர்ண இந்துக்கள் நுழைந்தனர். அங்கு வசிக்கும் தமிழ் பிராமணர்கள் சாலையின் குறுக்கே நின்று தடுக்க முயன்றனர். காவல்துறை தடுக்கும் வேலையை விட்டுவிடும்படி கேட்டும், பலிக்காததால் பலப் பிரயோகம் உபயோகப்படுத்தப்பட்டது (*சுதேசமித்திரன்*, 18 செப்டம்பர் 1925; *நவசக்தி*, 18 செப்டம்பர் 1925).

~~

கோட்டயத்தின் அருகமை கிராமத்தில் கிறித்தவராக மாறிய பிறகும் தீண்டத்தகாதவர் என்ற நிலை நீடிப்பதை எதிர்த்து பிலிபோஸ் தனிநபர் சத்தியாகிரகம் தொடங்கியிருப்பதும், கண்ணங்குளங்கராவில் டி.கே. மாதவன் தலைமையில் அக்கிரகாரத்தில் தீண்டாதவர் நுழைய முயன்றதைத் தமிழ் பிராமணர்கள் தடுக்க முயன்றதும் வைக்கம் தொடர்பில் செப்டம்பர் மாதம் கிடைக்கும் செய்திகளாகும். வைக்கம் சத்தியாகிரகத்தின் விளைவுகள் மலையாள நாடு முழுவதும் பரவிவந்ததை இவை உணர்த்துகின்றன.

O

அக்டோபர் 1925
19வது மாதம்

2 அக்டோபர் 1925

டி.கே. மாதவன் முதலிய ஆறு ஈழவத் தலைவர்கள் பாரூருக்கு அடுத்த கண்ணங்குளங்கரா அக்கிரகாரம் வழியாகச் சென்றனர். அதன் பேரில் சில பிராமணர்கள் அந்த ரஸ்தா கிராம வீதி, பிராமணர்களுக்கே அது சொந்தமானது தீண்டாத வகுப்பினர் அதன் வழியாகச் செல்லக்கூடாது என்று வழக்கு தொடர்ந்தனர். அதை ஒட்டி மாதவன் முதலியவர்களுக்குத் தடை உத்தரவு பிறப்பிக்கப்பட்டது. ஆனாலும் இதர ஈழவர்கள் அந்தத் தெருக்கள் வழியாக நடமாடிக் கொண்டுதானிருக்கிறார்கள். இது

சம்பந்தமாக ஒரு பொதுக்கூட்டம் 2.10.25இல் முத்தக்குன்னத்தில் நடந்தது. அவ்வமயம் 5000 பேர்கள் கூடியிருந்தனர். பல முக்கியஸ்தர்கள் கூட்டத்தில் பேசினர். வழக்கு விஷயத்திற்கும் பிரசாரத்திற்கும் பணவசூல் செய்து தக்க நிதி ஒன்று சேர்க்க வேண்டுமென்று அதற்கு 12 பேர் அடங்கிய கமிட்டி ஒன்றும் நியமிக்கப்பட்டிருக்கிறது (நாடார்குல மித்திரன், 12 அக்டோபர் 1925).

கண்ணங்குளங்கரா அக்கிரகாரத்தில் தீண்டாதவர்களுடன் நுழைந்தது குறித்து டி.கே. மாதவன் மீது தடை உத்தரவு பிறப்பித்தது அரசு. இதையொட்டி ஒரு பொதுக்கூட்டமும் நடைபெற்றது. இதிலிருந்து டி.கே. மாதவன், வைக்கத்தோடு திருப்தி அடைந்துவிடாமல் தொடர்ந்து போராடி வருவது தெரிகிறது.

O

நவம்பர் 1925
20வது மாதம்

17 நவம்பர் 1925

கேரளக் காங்கிரசு தீண்டாமை விலக்குக் குழு பின்வரும் தீர்மானங்களை நிறைவேற்றியதாக வைக்கம் காவல் ஆய்வாளர் (ராம வாரியார்) காவல் ஆணையருக்கு (19 நவம்பர் 1925 தேதியிட்டு) எழுதிய கடிதத்தில் குறித்துள்ளார்.

1. எந்த வேறுபாடும் இல்லாமல் எல்லா வகுப்பு மக்களுக்கும் வைக்கம் கோயிலைச் சுற்றியுள்ள எல்லாப் பொதுச்சாலைகளும் அஷ்டமி பண்டிகை தொடங்குவதற்கு முன்னர் திறந்து விடப்படும் என்று நிர்வாகத்திடமிருந்து தகவல் வந்திருக்கிறது. இதை முன்னிட்டு மகாத்மாவிடமிருந்து வந்திருக்கும் அறிவுரையின் அடிப்படையில் சத்தியாகிரகத்தின் நோக்கம் நிறைவேறிவிட்டது. சாலைகள் திறந்து விடப்படும் சரியான நாளிலிருந்து சத்தியாகிரகம் திரும்பப் பெறப்படும்.

2. கிருஷ்ணசாமி ஐயர், டி.கே. மாதவன் ஆகியோரை கல்பாத்தி நிலவரத்தைப் பார்த்து அறிக்கை சமர்ப்பிக்கும்படி தீர்மானம் ஆகிறது. அந்த நிலைமையைச் சமாளிக்க என்ன செய்வது என்ற அறிவுரையை அவர்கள் தருவர்.

3. வைக்கம் சத்தியாகிரகம் முடிவுக்கு வருவதுடன் தற்போதைய தீண்டாமை விலக்குக் குழுவும் தன் இருப்பை முடித்துக்

கொள்கிறது. அதையடுத்துப் புதிய குழுவை நியமிக்கும்படி பிரதேசக் காங்கிரஸ் கமிட்டியை அது வேண்டுகிறது.

4. எல்லா இந்துக்களுக்கும் கோயில் நுழைவை ஒப்புக் கொள்வதற்கு ஆதரவாகத் திருவாங்கூரின் பொதுமக்களின் கருத்து வெளிப்பட்டு விட்டதால் பொதுமக்கள் கருத்தை வலிமைப்படுத்தவும், வைதிகர்களின் அனுதாபத்தைப் பெறவும், இணக்கம் ஏற்படுத்தவும் தீவிரமான பிரசாரம் தொடங்க வேண்டும் என்று தீர்மானம் ஆகிறது.

இன்னும் சில நாள்களில் சத்தியாகிரகம் முடிவுக்கு வரும். அது முடிந்த பிறகு ஒரு பெரிய பொதுக்கூட்டம் நடைபெறவிருக்கிறது.

21 நவம்பர்

வைக்கம் வெற்றி எனத் தலைப்பிட்டு எழுதிய தலையங்கத்திலும் முழுக் குறிக்கோள் நிறைவேறவில்லை என்பதைச் சுட்டிக்காட்ட *மாத்ருபூமி* தவறவில்லை.

"... இந்த பெரிய முயற்சியை எந்தக் குறிக்கோளுடன் ஆரம்பித்தார்களோ அந்தக் குறிக்கோள் இதனால் சரியாக நிறைவேற்றப்படவில்லை என்று சிலர் ஆட்சேபிக்கக்கூடும். ஏனென்றால் போராட்டத்திற்குக் காரணமான சாலைகளின் சில பாகங்கள் பொதுச்சாலைகள் அல்ல எனவாக்கி, அவற்றின் இடத்தில் புதிய பொதுச்சாலைகளை உருவாக்கி இருக்கின்றனர். ஆனால் பொதுமக்கள் பணத்தைச் செலவழித்து உருவாக்கவும் பராமரிக்கவும் செய்துவருகின்ற சாலைகளிலிருந்து பொதுமக்களில் எந்த ஒரு பிரிவினரையும் நீக்கி நிறுத்தக்கூடாது என்ற தத்துவத்தை அரசு ஏற்றுக்கொண்டிருக்கிறது. அதனால் வைக்கம் கோயில் சாலைகளை முன்னிட்டு தொடங்கிய போராட்டம் திருவாங்கூரில் உள்ள அனைத்து பொதுச்சாலைகளையும் ஒடுக்கப்பட்டவர்கள் நடமாட தகுதியுடையதாக ஆக்கியிருக்கின்றது என்று கூறலாம்.

"இந்தப் போராட்டத்தின் தாக்கம் திருவிதாங்கூரில் உள்ள சாலைகளில் மட்டுமல்ல, திருவிதாங்கூரில் உள்ள கிராமங்களில் மட்டுமல்ல, கேரளம் முழுவதும் உள்ள சாலைகளிலும் கிராமங்களிலும் பரவியிருக்கின்றது. அதுமட்டும் அல்ல அதன் தாக்கம் கேரளத்திற்கு வெளியே இந்தியா முழுவதும் அறியப்பட்டிருக்கின்றது.

"இரண்டாண்டுகளுக்கு முன்பு தீண்டாமையை ஆதரிக்காதவர்கள் மக்களிடம் பதில் சொல்ல வேண்டியிருந்தது. இன்று தீண்டாமையைக் கடைப்பிடிப்பவர்கள் மக்களிடம் பதில் சொல்ல வேண்டிய நிலை இருக்கின்றது. இவ்வளவு

பெரிய மாற்றம் சில மாதங்களிலேயே உண்டாகி இருக்கின்றது என்பதை நினைக்கும்பொழுது அந்தப் போராட்டத்திற்காகச் செய்த தியாகங்கள் அதிகம் அல்ல என்று ஒருபோதும் சொல்ல முடியாது. ஆனால் வைக்கம் சத்தியாகிரகத்தால் நமக்கு செய்ய முடிந்த பணி மகத்தானது ஆனபோதிலும் அது நாம் செய்ய வேண்டிய பணிகளுடைய [அளவில்] எவ்வளவோ குறைந்த ஓர் அம்சம் மட்டும்தான் என்பதை நாம் மறந்துவிடக்கூடாது. இந்துவையும் இந்துவையும், இந்தியனையும் இந்தியனையும், மனிதனையும் மனிதனையும் நீக்கி நிறுத்துகின்ற தீண்டாமை என்ற மனநிலையை நம் சாலைகளிலிருந்தோ, கோயில்களிலிருந்தோ மட்டுமல்ல நமது வாழ்க்கையிலிருந்து நீக்க முடிவது வரை நமக்கு ஓய்வெடுக்க நேரம் இல்லை" (மேற்கோள்; *வைக்கம் சத்யாகிரக நினைவலைகள்*, ப. 152).

27 நவம்பர்

கேரளப் பத்திரிகை *மாத்ரு பூமி* வாழ்த்து அதுவாயிருக்க தமிழகப் பத்திரிகையான நவசக்தியின் பாராட்டு இது.

'நீண்டநாள் உறுதியுடன் நடந்த சத்தியாகிரகப் போராட்டத்தின் பயனாய் வைக்கத்தில் முழு வெற்றி ஏற்பட்டிருப்பது குறித்துப் பெருமகிழ்ச்சி அடைகின்றோம். கடைசியாக முடிவு செய்யப்பட்ட ஏற்பாட்டின்படி வைக்கம் கோயிலைச் சுற்றியுள்ள எல்லாப் பாதைகளிலும் எவ்வகை வேற்றுமையும் இன்றி எல்லாச் சாதியாருக்கும் திறந்து விடப்பட்டிருக்கின்றன. கோயில் கோபுரத்துக்குச் சிறிது தூரத்தில் ஒரு புதிய வாயில் அமைக்கப்பட்டிருக்கிறது. கோயிலில் தெய்வ வழிபாடு செய்ய உரிமையுள்ளோர் மட்டுமே இவ்வாயில் வழிச் செல்ல அனுமதிக்கப்படுவர். எனவே சாலைகளைப் பற்றியவரை வேற்றுமை நீங்கி விட்டபடியால், வைக்கம் சத்தியாகிரக கமிட்டியார் காந்தியடிகளின் அனுமதி பெற்று சத்தியாகிரகத்தை நிறுத்தி விட்டனர். எளியவர் பக்கலில் நின்று நீதி செய்த திருவாங்கூர் மகாராணியார்க்கும், காந்தியடிகளின் உபதேசங்களுக்கு மாறுபடாது நடந்து வெற்றிக்கொடி நாட்டிய ஈ.வி. இராமசாமி நாயக்கர் உள்ளிட்ட சத்தியாகிரகிகளுக்கும் மனமார வாழ்த்துக் கூறுகிறோம்' (*நவசக்தி, 27 நவம்பர் 1925*).

29 நவம்பர்

இன்று சத்தியாகிரக ஆசிரமத்தின் செயலாளர் கேளப்பன் ஏற்பாட்டில் வைக்கத்தில் வெற்றிக் கொண்டாட்டம் பெரியார் தலைமையில் நடைபெற்றது. அக்கூட்டத்தில் பெரியார், அவர்

மனைவி, கேளப்பன், மன்னத்து பத்மநாப பிள்ளை, டி.கே. மாதவன் ஆகியோர் பங்கேற்றனர். தீர்மானமும் நிறைவேற்றப்பட்டது.

கேளப்பன் பேசும்போது, சத்தியாகிரகத்தின் வரலாற்றை எடுத்துரைத்தார். அதற்கான வசூலும் செலவும் ரூ. 25,000 வரை ஆகியுள்ளதாகக் குறிப்பிட்டார். மன்னத்து பத்மநாபன் பேசுகையில், தமிழ் பிராமணர்களே பிரச்சனைக்குக் காரணம் என்று குறிப்பிட்டார்.

'20 மாத சத்தியாகிரகத்தில் பல ஆயிர வருஷங்களாய் ஏற்பட்ட கொடுமைகள் அழிந்து போய்விட்டன. திருவாங்கூர் இராஜ்யத்திலுள்ள நாயர்கள் எல்லாம் சத்தியாகிரகத்துக்கு அனுகூலமாய் இருந்தார்கள். மலையாள நம்பூதிரிகள் அறியாத் தனத்தினாலும் குருட்டு நம்பிக்கையாலும் சத்தியாகிரகத்தை எதிர்த்து நின்றபோதிலும் அவர்களால் அவ்வளவு கெடுதிகள் ஏற்படவில்லை. ஆனால் தமிழ்நாட்டுப் பிராமணர்கள் தங்களுடைய சோம்பேறி மடத்துச் சாப்பாடு போய்விடுமே என்று பயந்துகொண்டு வேண்டுமென்று பல அக்கிரமங்களையும் கொடுமைகளையும் சத்தியாகிரகத்துக்குச் செய்து வந்தார்கள்... வெட்டிச் சோற்றைத் தின்பதற்காக இங்கு வந்திருக்கும் ஊட்டுப்புரை தமிழ் பிராமணர்கள்தான் கொடுமை செய்கிறார்கள். அந்தத் தமிழ் பிராமணர்களைக் கேரளத்தை விட்டு தமிழ்நாட்டிற்கே ஓட்டிவிட்டால் திருவாங்கூர் ராஜ்யத்தில் ஒரு கலகமும் இருக்காது என்றதோடு இனி எல்லா வகுப்பாரும் கோயிலுக்குள் சென்று சுவாமி தரிசனம் செய்ய அனுமதிக்கும்படி சத்தியாகிரகம் செய்யவேண்டும்' என்று பேசினார் மன்னத்து பத்மநாபன்.

டி.கே. மாதவன் பேசும்போது, கோயில் பிரவேச சத்தியாகிரகம் ஆரம்பித்தால்தான் இப்பொழுது ஏற்பட்டுள்ள வெற்றியானது நிலைக்கும். இல்லாவிட்டால் வஞ்சகப் பட்டர்கள் இதையும் பிடுங்கிக்கொள்வார்கள் என்று திரும்பத் திரும்பக் கூறினார். பிறகு தீர்மானம் ஒன்றை முன்மொழிந்தார்.

தலைமை வகித்த பெரியார், சத்தியாகிரக இயக்கத்தின் வெற்றியைப் பற்றியும் தோல்வியைப் பற்றியும் பேசுவதற்கு அதற்குள் காலம் வந்துவிடவில்லை என்றார். அவரும் முன்னிருவரைப் போலவே கோயில் நுழைவையே வலியுறுத்தினார்.

'சத்தியாகிரகத்தின் உத்தேசம் கேவலம் நாய், பன்றிகள் நடக்கும் தெருவில் நாம் நடக்கவேண்டும் என்பதல்ல. மனிதனுக்கு மனிதன் பொதுவாழ்வில் வித்தியாசம் இருக்கக்கூடாது என்பது

தான். அந்தத் தத்துவம் இந்தத் தெருவில் நடப்பதோடு முடிந்து விடவில்லை. ஆகையால் தெருவில் நிரூபித்த சுதந்திரத்தைக் கோவிலுக்குள்ளும் நிரூபிக்க வேண்டியது மனிதர் கடமை' என்றார் பெரியார் (குடிஅரசு, 6 டிசம்பர் 1925).

இந்தப் பொதுக்கூட்டம் முடிந்த பிறகு, கேரளக் காங்கிரசு தீண்டாமை விலக்குக்குழு, கோழிக்கோடு என்ற முகவரியுள்ள தாளில் அதன் செயலாளர் கே. கேளப்பன் திருவாங்கூர் திவானுக்கு எழுதிய கடிதத விவரம் பின்வருவது.

'ஈரோடு இ.வி. ராமஸ்வாமி நாயக்கர் தலைமை வகித்த 4000 பேருக்கு மேல் கலந்துகொண்ட வைக்கத்தில் நடந்த பொதுக்கூட்டத்தில் நிறைவேற்றப்பட்ட தீர்மானங்களை எனது குழுவின் உத்தரவின் பேரில் திருவாங்கூர் மகாராணி ரீஜண்ட் அரசாங்கத்துக்குத் தெரிவித்துக்கொள்கிறேன்.

1. அரசாங்கம் வைக்கத்தில் உள்ள எல்லாச் சாலைகளையும் சாதி, இன வேறுபாடு இன்றி அனைத்து குடிமக்களுக்கும் திறந்துவிட்டிருக்கிறது. அதன் பயன்பாட்டில் தனிமனித வேறுபாடு எதுவும் பின்பற்றப்படமாட்டாது. இதை முன்னிட்டு சத்தியாகிரக நோக்கம் நிறைவேறிவிட்டது. சத்தியாகிரக ஆசிரமத்தைக் கலைக்கவும், அதை யடுத்து தன்னார்வலர்களை ஒழுங்கு சேர்க்காதிருக்கவும் மகாத்மாவின் அறிவுறுத்தல் பெயரில் தீண்டாமை விலக்குக் குழு எடுத்த முடிவை இந்தக் கூட்டம் அங்கீகரிக்கிறது.

2. சாலைப் பிரச்சனையில் அரசாங்கம் எடுத்த தற்போதைய தீர்வு திருப்திகரமாக இருந்தாலும் அவர்கள் (அரசாங்கம்) கோயில் வளாகத்தில் தீண்டாமையை அங்கீகரித்திருப்பதை அடுத்து இந்தக் கூட்டம் கோயில்களுக்குள் சாதி வேறுபாடு பார்க்காமல் எல்லா இந்துக்களையும் விடவேண்டும் என்ற போராட்டத்தை இனி ஆரம்பிப்பது என்று தீர்மானிக்கிறது.

3. மேன்மை தங்கிய மகாராணியின் அரசாங்கம் இதுவரை பின்பற்றிய தாராளமான கொள்கைக்கும், அதே கொள்கையை இனியும் முடிவுவரை தொடர்ந்து கடைப் பிடிக்க வேண்டும் என்ற அதன் தர்க்கபூர்வமான நம்பிக்கையை வேண்டியும் தன் நன்றியை இக்கூட்டம் பதிவு செய்கிறது.

4. நம் மதிப்பிற்குரிய தலைவர் மகாத்மா பயிற்றுவித்து பழக்கிய அகிம்சை வகையின் உள்ளடக்கமான உண்மையைக் கூட்டம் வற்புறுத்துகிறது. மக்களைச் சீர்திருத்தும் எல்லாச்

சூழ்நிலைகளிலும் எதிர்கால நடவடிக்கைகளிலும் இனி இதே முறையைப் பின்பற்ற வேண்டும் என்று பரிந்துரைக்கிறது.

5. இந்த இயக்கத்துக்கு உதவிய எல்லோருக்கும் கடமைப் பட்டிருப்பதாக இந்தக் கூட்டம் பதிவு செய்கிறது.

6. பத்திரிகைகளுக்கும் தொடர்புடையவர்களுக்கும் இந்தத் தீர்மானங்களைத் தெரிவிக்கத் தீண்டாமை விலக்குக் குழுவின் செயலாளருக்கு அதிகாரம் அளிக்கிறது (வைக்கம் சத்தியாகிரக அரசு ஆவணம்).

இந்தக் கடிதம் எழுதப்பட்ட தேதி 17 நவம்பர் 1925 என்று இத்தரவில் குறிக்கப்பட்டுள்ளது. இது தவறாக இருக்க வேண்டும். இக்கடிதம் குறிப்பிடும் பொதுக்கூட்டம் நவம்பர் 29ஆம் தேதிதான் நடந்தேறியது.

தீண்டாமை விலக்குக் குழு வெளியிட்டதாகப் பின்வரும் பத்திரிகைச் செய்தி அரசு ஆவணத்திலிருந்து கிடைத்தது. அதில் தேதி இல்லை.

'சத்தியாகிரகம் இன்று நிறுத்தப்படுகிறது. மகாத்மா காந்தி தலைமையின் கீழ் 20 மாதங்களுக்கு முன் வைக்கம் சத்தியாகிரகம் தொடங்கப்பட்டது இப்போது பரவலாகத் தெரிந்ததே. கேரளக் காங்கிரசுத் தீண்டாமை விலக்குக் குழுவின் ஆதரவில் திருவாங்கூரின் பொதுச்சாலைகள் சாதி வித்தியாசம் இன்றி எல்லோருக்கும் திறந்து விடப்படவேண்டும் என்ற வரையறுத்த நோக்கத்துடன் இது நடந்தது.

'தொடர்புள்ள சமூகங்களுக்குக் குறிப்பாக மக்களுக்குப் பெரிய அளவில் என்ன விதமான நன்மை இந்த இயக்கத்தால் கிடைத்தது என்று விவாதிப்பது போராட்டத்தின் இந்த நிலையில் வேண்டியதற்கு மிகையானது என்று நாங்கள் நினைக்கிறோம். இயக்கம் முன்னேறிக்கொண்டிருந்த தருணத்தில், சத்தியாகிரகத் தன்னார்வலர்கள் ஒவ்வொரு சமயத்திலும் எந்தவிதமான கஷ்டங்களுக்கு ஆட்பட்டார்கள் என்பதும், அதை அவர்கள் எவ்வளவு உயர்வாகத் தாங்கிக் கொண்டார்கள் என்பதும், என்ன விளைவுகள் அதனால் நேர்ந்தன என்பதும் அனைவரும் அறிந்த விஷயமாகிவிட்டது. அதனால் அதைத் திரும்பச் சொல்வது அநாவசியமாகும். சத்தியாகிரகத்தின் நோக்கம் சாதிக்கப்பட்டது. மகாத்மாஜியின் அறிவுறுத்தலின் பேரில் தீண்டாமை விலக்குக் குழு, வைக்கம் கோயிலைச் சுற்றியுள்ள நெருங்கு சாலைகளின் முனைகளில் நடத்திவந்த சத்தியாகிரகத்தைத் திரும்பப் பெறுகிறது என அறிவிப்பதில் பெருமை கொள்கிறது.'

அரசாங்கத்தால் முடிவு செய்யப்பட்ட தீர்வின் சுருக்கமான விவரிப்பையும் அது குறித்திருந்தது. அது கீழ்வருவதாகும்.

'கிழக்கு நெருங்கு சாலையை நோக்கி, ஒன்று தெற்கிலிருந்தும் மற்றொன்று வடக்கிலிருந்தும் செல்லும் இரண்டு சிறிய சந்துகள் தவிர வைக்கம் கோயிலைச் சுற்றியுள்ள அனைத்து தெருக்களும் எந்த வேறுபாடுமின்றி எல்லாச் சாதியினருக்கும் திறந்துவிடப்படுகிறது. கிழக்குக் கோபுரத்திற்குச் சிறிது தொலைவில் ஒரு வாயிற் கதவு போடப்படும். வழிபாட்டுக்கு வரும் மக்களுக்கு மட்டும் அது திறந்து விடப்படும். சிறு பகுதி நிலத்துக்கு வரும் நெருங்கு சாலைகள் அனைத்தும் பொதுமக்கள் பயன்பாட்டிலிருந்து விலக்கிக்கொள்ளப்பட்டு தேவஸ்வம் துறையினருக்கு வழியாக விட்டுக்கொடுக்கப்படுகிறது. அது கதவுகளால் காக்கப்பட்டு கோயில் வழிபாட்டு சமயத்தில் மட்டும் திறக்கப்பட்டு மற்ற சமயங்களில் மூடப்பட்டு இருக்கும். அந்த இணைக்கப்பட்ட பகுதி கிறித்தவர்களுக்கோ முகமதியர்களுக்கோ கோயில் வழிபாட்டுரிமை இல்லாத இந்துக்களுக்கோ திறக்கப்பட மாட்டாது என்று தேவஸ்வம் நிர்வாகத்தினர் எங்களிடம் கூறியிருக்கின்றனர். சாதிஇந்துக்களுக்கும் வழிபாட்டு நேரம் தவிர மற்ற நேரத்தில் திறந்துவிட மாட்டாது.

'வடக்குச் சாலையிலிருந்து கிழக்கு நெருங்கு சாலையை இணைக்கும்வண்ணம் ஒரு புதியசாலை பொதுமக்கள் பயன்பாட்டுக்காகப் போடப்படும். சாதி இந்துக்களோ சாதிஇந்து அல்லாதவர்களோ இந்துச் சமூகத்தைச் சேர்ந்த எல்லோருக்குமாக இப்போது வைக்கம் கோயில் சுற்றியுள்ள சாலைகள் எல்லாம் திறந்துவிடப்பட்டிருக்கின்றன என்பதை எல்லோரும் மனத்தில் நிறுத்த வேண்டும். நாட்டின் குடிமகன்களுக்கு இடையே வழிசார்ந்த உரிமைகளில் கோபம்சார்ந்த வேறுபாடு எதுவும் செயல்படவில்லை.

'தற்போதைய தீர்வு பற்றிய விவரங்கள் ராஜகோபாலாச்சாரி வழியாக மகாத்மாவுக்குத் தெரிவிக்கப்பட்டது. அவர் சத்தியாகிரக ஆசிரமச் செயலாளருக்கு ஒரு பதில் அனுப்பியுள்ளார். அதன் முழுப்பிரதியைக் கீழே தருகிறோம். "நீங்கள் விலக்கிக் கொள்ளலாம். நிபந்தனைகள் உங்கள் 8 அக்டோபர் தேதியிட்ட ராஜகோபாலாச்சாரிக்கு எழுதிய கடிதம். முன்னேற்றத்தைத் தெரிவியுங்கள்.'

'எதற்காகச் சத்தியாகிரகம் தொடங்கப்பட்டதோ அந்த நோக்கம் சாதிக்கப்பட்டு விட்டது பற்றி நாங்கள் திருப்தி யடைகிறோம். அதனால் நாங்கள் எங்கள் மதிப்பிற்குரிய தலைவர்

அறிவுரைப்படி வைக்கம் சாலையிலிருந்து சத்தியாகிரகத்தைத் திரும்பப் பெறுகிறோம்.

'இப்போது செய்ய வேண்டுவதெல்லாம், சாதிஇந்து அல்லாதவர்களும் அனுதாபிகளும் அமைதியாகவும் வன்முறையில்லாமலும் தீண்டாதார் என்று சொல்லப்பட்டவர் இதுவரை பயன்கொள்ள முடியாத அந்தச் சாலைகளில் நடந்து உரிமையை உறுதி செய்துகொள்ளுவதுதான். **தீண்டாமை அதன் அளவில் முழுவதுமாக இன்னமும் விலக்கப்படவில்லை என்பதை ஒப்புக்கொள்ளுகிறோம்.** ஆனால், இந்தச் சத்தியாகிரகம் ஆரம்பித்ததன் உடனடியான நோக்கம் அதுவல்ல. தீண்டாமை துரத்தப்பட்டுக் கோயிலின் மூலையில் ஒதுங்கியிருக்கிறது. அங்கிருந்தும்கூட அதை விரட்ட நம் உறுதியைத் தனியாகத் தீர்மானம் மூலம் வெளிப்படுத்தியிருக்கிறோம். அதற்குத் திருவாங்கூர் மக்கள் கருத்தும் சாதகமாக இருக்கிறது. அந்தத் திசையிலான எமது முயற்சிகளுக்கு மக்களிடமிருந்து இப்போது கிடைத்ததைப் போல இதே வகையிலான தாராளமான ஆதரவை எதிர்பார்க்கிறோம். வெற்றிகரமான முடிவைத் தந்திருக்கிற வைக்கம் சத்தியாகிரகத்தின் நீதியானது வெளியிலிருக்கும் குறிப்பாக கொச்சி மற்றும் பிரிட்டிஷ் மலபாரைச் சேர்ந்த சாதி இந்துக்களின் ஆதரவு இல்லையெனில் அடைந்திருக்கவே முடியாது என்று நாங்கள் நம்புகிறோம்.

'பணம் மற்றும் ஆட்கள் மூலம் இந்த இயக்கத்திற்கு உதவி செய்த எல்லோருக்கும் எங்கள் மனமார்ந்த நன்றியைச் சொல்லிக்கொள்ள இந்த வாய்ப்பைப் பயன்படுத்துகிறோம். எங்கள் செயலை இங்கும் வெளியிலும் பரிந்து செயலாற்றிய பொதுமக்கள் ஊடகங்களுக்குக் கடப்பாட்டைத் தெரிவித்துக் கொள்ளுகிறோம். தங்கள் பத்திரிகைகளை இலவசமாக அனுப்பிய பத்திரிகை சொந்தக்காரர்களுக்கு எங்கள் நன்றி. எங்கள் நியாயமான கோரிக்கையை அங்கீகரித்த மேன்மை தங்கிய மகாராணி ரீஜண்ட், அவரது அரசாங்கத்துக்கும் நாங்கள் கொஞ்சமும் குறையில்லாமல் நன்றிக்கடன் பட்டிருக்கிறோம். ஆசிரம வளாகத்தை இலவசமாகப் பயன்படுத்திக்கொள்ள அனுமதித்த ஸ்ரீ நாராயண குரு அவர்களுக்கு நாங்கள் நன்றிக் கடன்பட்டுள்ளோம்' (அரசு ஆவணம்).

~~

போராட்டத்தின் இருபதாவது மாதம், இறுதியான மாதம் என்றும் கூறலாம். தீண்டாமை விலக்குக் குழு கூட்டம் கூடி, நான்கு தீர்மானங்களை நிறைவேற்றியது. சாலைகள் திறந்து விடப்படும்

நாளிலிருந்து சத்தியாகிரகம் திரும்பப் பெறப்படும் என்பது அத்தீர்மானங்களுள் ஒன்று. சத்தியாகிரகத்தின் வெற்றியைப் பாராட்டிய *மாத்ருபூமி* அதன் குறிக்கோளை அது எட்டவில்லை என்பதையும் குறிக்கத் தவறவில்லை. ஆனால் *நவசக்தி* முழு வெற்றி என்பதாக மகிழ்ந்தது. பெரியார் தலைமையில் நடந்த வெற்றி விழாவில், கோயில் நுழைவையே இறுதி லட்சியமாகப் பெரியார் உட்பட அனைவரும் வற்புறுத்தினர். தீண்டாமை விலக்குக் குழுவின் தேதியில்லாத இறுதி அறிக்கை, சத்தியாகிரகம் அன்று முதல் நின்றதை அறிவிக்கிறது. அதில் தீண்டாமை முழுவதும் விலக்கப்படவில்லை. அது கோயிலின் கிழக்கு மூலையில் ஒதுங்கியிருக்கிறது என்று சரியாகக் குறிப்பிட்டது.

டிசம்பர் 1925

21வது மாதம்

2 டிசம்பர் 1925

வைக்கம் சாலைகள் அனைவருக்குமாகத் திறந்து விடப்பட்டன என்று செய்திகள் கூறினாலும், அரசாங்க ஆவணங்களில் ஏற்பாடுகள் நடைபெறுவதாகவே தகவல்கள் பரிமாறிக்கொள்ளப்பட்டுள்ளன. வைக்கம் காவல் ஆய்வாளர் *19* நவம்பர் *1925*இல் எழுதி அனுப்பிய அறிக்கையைத் தலைமைச் செயலருக்கு *2* டிசம்பர் *1925*இல் அனுப்பிவைக்கும் காவல்ஆணையர் ஏற்பாடுகள் செய்யப்படுவதாகவே கூறியுள்ளார்.

"... பொதுமக்களும் நியாயம் என்று பல காலம் முன்னரே ஒப்புக்கொண்டுவிட்ட அவ்வாறு ஒதுக்கிக்கொள்ள தேவையுள்ள சிறு பகுதியைத் தவிர வைக்கம் கோயிலைச் சுற்றியுள்ள சாலைகள் முழுவதும் எல்லா வகுப்பினருக்கும் அனுமதிக்க வேண்டிய ஏற்பாடுகளை தேவஸ்வம் ஆணையாளர் செய்துவிட்டார். தங்கள் (சத்தியாகிரகத்தைத்) திரும்பப் பெற, சரியான சந்தர்ப்பத்தைக் கண்டுபிடித்த சத்தியாகிரகிகளும் தற்போதுஅதை ஒப்புக்கொண்டு விட்டனர்."

3 டிசம்பர்

காவல் ஆணையர் (பிட்) தலைமைச் செயலருக்கு இன்று எழுதிய கடிதத்தில் நவம்பர் *28, 29* ஆகிய தேதிகளில் வைக்கத்தில் வேலி தொடர்பான அசம்பாவிதத்தைப் பதிவு செய்கிறார்.

"28 நவம்பர் 1925 அன்று வைக்கம் தெலுங்குச் சமூக பொக்கிஷதாரர் சிவஸ்வாமி ஐயருக்குத் திருவனந்தபுரம் வி. சுப்பையர் அனுப்பிய தந்தி கிடைத்தது. '10ஆம் தேதி திவானுடைய ஆணை கிடைத்தது. வேலி போடவும். சரியான தந்தி அனுப்பவும். தகவல்களுக்காகக் காத்திருக்கிறோம்' என்பது தந்தி வாசகம். தந்தி கிடைத்த மறுநாள் (29 நவம்பர் 1925) சமூகத்தின் உறுப்பினர்கள் சாலையை வேலிகளால் தடுத்தார்கள். பின்னர் சாலை டி.கே. மாதவன், ஏ.கே. பாச்சு பிள்ளை மேலும் பலரால் அழிக்கப்பட்டது. இதுவரை அமைதிக் குலைவு எதுவும் நேரவில்லை."

பத்திரிகைகளில் பதிவாகாமல் இதுபோல் பல சம்பவங்களும் நடந்திருக்கக் கூடும். மாற்றம் என்பது மனப்பூர்வமாக நடந்தேறவில்லை என்பதற்கான அறிகுறிகளுள் ஒன்றாக இது இருக்கலாம்.

4 டிசம்பர்

தேவஸ்வம் ஆணையாளர் பதவி வகித்தவர் (ஆர். கிருஷ்ண பிள்ளை) திவானுக்கு இத்தேதியிட்டு அனுப்பிய கடிதம், வைக்கத்தில் பெரியார் தலைமையில் சத்தியாகிரகிகள் நடத்திய பொதுக்கூட்டத் தீர்மானங்களைப் பற்றியது.

'இத்துடன் 17 விருச்சிகம் 1101 தேதியிட்ட வைக்கம் உதவி தேவஸ்வம் ஆணையாளர் எழுதிய நேர்முகக் கடிதத்தின் நகலை அனுப்பியுள்ளேன். அக்கடிதம் இணைப்பாக, இ.ராமஸ்வாமி நாயக்கர் தலைமையில் 29 நவம்பர் 1925 அன்று சத்தியாகிரகிகள் வைக்கத்தில் நடத்திய பொதுக்கூட்டத்தில் நிறைவேற்றப்பட்ட தீர்மானங்களைக் கொண்டுள்ளது.

'இரண்டாவது தீர்மானத்தின் மீது உங்கள் கவனத்தை ஈர்க்கிறேன். அத்தீர்மானம், சாதி வித்தியாசம் இல்லாமல் இந்துகள் அனைவருக்கும் கோயில் நுழைவைக் கோரும் போராட்டத்தை இனி தொடங்கவிருப்பது தொடர்பானது. அப்பிரச்சனையின் தொடர்பில் அறிவுறுத்தல் மற்றும் பிரசார வேலை தொடங்குவது மட்டுமே இந்தக் கூட்டத்தை அமைத்தவர்களின் கருத்து என்று நான் யூகிக்கிறேன். அப்படியானால் அவர்கள் அப்படிச் செய்வது பற்றி எந்த ஆட்சேபமும் இல்லை. அப்படியில்லாமல் நடைமுறையில் இருக்கும் பயன்பாடு மற்றும் வழக்கத்திற்கு எதிராக அரசாங்கத்தின் கட்டுப்பாட்டில் இருக்கும் கோயில்களுக்குள் நுழைவது அவர்களது நோக்கமானால் அந்தத் திசையில் அவர்களது முயற்சி எதுவும் இருக்குமானால் அதை முளையிலேயே கிள்ளி எறிய வேண்டும் என்று எனக்குத்

தோன்றுகிறது. இந்தப் பார்வையை நீங்கள் ஒப்புக்கொண்டால் தேவையான அறிவுறுத்தல்களை மாஜிஸ்டிரேட்டுக்கும் மக்களுக்கும் அளிக்க வேண்டுமாய் வேண்டிக் கொள்கிறேன்."

இந்தக் கடிதத்தைக் கண்ணுற்ற திவான் 'Quite so' (*ஆம், அப்படித்தான்*) என்றெழுதி 7 டிசம்பர் 1925இல் கையெழுத்திட்டுள்ளார். என்ன நடவடிக்கை எடுக்கப்பட்டது என்று தெரியவில்லை.

7 டிசம்பர்

வைக்கம் போராட்டத்தின் முடிவை வெற்றியாகக் கருதிய *நாடார்குல மித்திரன்* அதற்கான காரணமாகச் சத்தியாகிரக முறையைக் கருதிப் போற்றியது.

'... சுமார் இருபது மாதங்களாக சிறிதும் சலிப்பின்றியும் இராப் பகலின்றியும் வெயில் மழையின்றியும் வெற்றியின் சப்தத்தையே தியானமாகக் கொண்டு தங்கள் மனநிலையை ஒருமைப்படுத்தி நின்ற மேன்மையே மேன்மை. முதலில் சத்தியாகிரகிகளுக்கு விரோதமாக நின்று வேலை செய்த அரசாங்கத்தாரும் இறுதியில் சத்தியாகிரகிகளுக்குச் சாதகமாக இருந்து அவர்கள் நன்னோக்கத்தைப் பூர்த்தி செய்து வைப்பது என்றால் சத்தியாகிரகத்தின் மேன்மையையும் அதை உபதேசித்த மகாத்மா காந்தியடிகளின் பெருமையையும் எவ்வாறு புகழ்வது?' (*நாடார்குல மித்திரன்*, 7 டிசம்பர் 1925).

○

ஜனவரி 1926

1 ஜனவரி 1926

வைக்கத்தோடு திருப்தியடையாமல் டி.கே. மாதவன் தன் தீண்டாமை ஒழிப்பு பிரச்சாரத்தையும் செயல்பாட்டையும் தொடர்ந்து மேற்கொண்டு வந்தார். இந்த வேலைக்காக லாலா லஜபதிராய் டி.கே. மாதவனிடம் ரூ. 10,000 கொடுத்த செய்தி *நவசக்தி* (1 ஜனவரி 1926)யில் வெளிவந்துள்ளது. இது அவரது தொடர் பயணத்துக்கான செய்தி சாட்சியம்.

~~

ஏறக்குறைய போராட்டம் முடிந்துவிட்ட நவம்பருக்குப் பிறகான 21வது மாதமான டிசம்பரிலும் போராட்டத் தகவல்கள் கிடைத்தன. அவை சாலைத் திறப்புக்கான ஏற்பாடுகள் குறித்த அரசின் கடிதப் போக்குவரத்துகளும், அரசு–வைதிகர் கள்ள

உறவில் முகிழ்த்த தடை முயற்சிகளும் பற்றியவனவாக இருந்தன. மேல் விவரங்களின்றி இதில் கருத்தேதும் சொல்ல வாய்ப்பில்லை.

வெற்றி விழாவில் சத்தியாகிரகிகள் நிறைவேற்றிய தீர்மானங்களுள் ஒன்றான கோயில் நுழைவு முயற்சி குறித்து அரசாங்கம் கடுமையான முடிவெடுக்க ஆலோசித்தது தெரிய வருகிறது.

வைக்கத்தைத் தொடர்ந்து டி.கே. மாதவன் மற்ற இடங்களில் நீடிக்கும் தீண்டாமைகளை நீக்க முயற்சிகளை மேற்கொண்டார். அடுத்து அம்பலப்புழை, கண்ணங்குளங்கரா என்று டி.கே. மாதவன் தன் பயணத்தைத் தொடர்ந்தார். ஏற்றத்தாழ்வினை நீக்கும் முயற்சி அதிகார ஆசை மனிதர்களுக்குள் இருக்கும் வரை தொடரும் தானே!

O

இயல் 2

வைக்கம்:
முன்முயற்சிகள்

இன்று துயரம் அனுபவிக்கின்றவர்களிடம் நான் கூறுவது என்னவென்றால் தன்மானத்தை வளர்க்கின்ற உங்களின் உரிமைகளுக்காகத் தீரத்துடன் அச்சம் சிறிதுமின்றிப் போராடுங்கள்.

டி.கே. மாதவன் தன் வாழ்க்கை வரலாற்றில்

வைக்கம்:
முன்முயற்சிகள்

இரவில் முடிவு செய்து காலையில் நடந்து முடிந்ததல்ல வைக்கம் சத்தியாகிரகம். சமத்துவத்தைக் கோரிய அப்போராட்டத்துக்கான சூழலை உருவாக்கப் பல ஜீவன்கள் பல பத்தாண்டுகள் பாடுபட்டன. நாராயண குரு, டாக்டர் பால்பு, குமாரன் ஆசான், வைகுண்டசாமி, அய்யன் காளி போன்ற பலர் உழைத்தனர். இவர்களது முயற்சிகளுக்குப் பின்னே மூல முதலான டி.கே. மாதவன் முயற்சியில் வைக்கம் போராட்டம் வடிவம் பெற்றது.

ஈழவரின் எழுச்சியில் முதலடியை எடுத்து வைத்தவராக டாக்டர் பால்பு பத்மநாபன் (1863–1950) அவர்களையே சொல்ல வேண்டும். மருத்துவம் படித்தவராயினும் தீண்டாமை கடைப்பிடிக்கப்பட்டதால் திருவாங்கூரில் பணிசெய்ய முடியாமல் சென்னையிலும் பின்னர் மைசூரிலும் பணியாற்றியவர் இவர். இவரும் பி. வேலாயுதனும் இணைந்து 1891இல் தயாரித்த 'மலையாளி மெமோரியல்'தான் இதன் தொடர்பில் முதல் கோரிக்கை எனலாம். மகாராஜாவிடம் அளிக்கப்பட்ட அம்மனுவில், மலையாளி அல்லாதவர்களுக்கு அரசுப்பதவி வழங்கப்படுவதை நிறுத்தக் கோரினர். ஈழவருக்கு இழைக்கப்படும் பாகுபாடு ஓரளவே இம்மனுவில் கூறப்பட்டிருந்தது. 1895இல் டாக்டர் பால்பு மீண்டும் ஒரு மனுவைத் திவான் எஸ். சங்கரசுப்பையரிடம் அளித்தார்.

அதில் தகுதி வாய்ந்த ஈழவருக்கு வருவாய்த்துறை தவிர மற்ற அரசுத்துறைகளில் பணி வழங்க உத்திரவாதம் கோரப்பட்டது. பயன்விளையவில்லை. மனந்தளராத விக்கிரமாதித்தியனைப் போல 1896இல் மீண்டும் ஒரு மனுவை டாக்டர் பால்பு அனுப்பினார். பழைய மனுக்களைப் போல் அல்லாமல் இதில் ஈழவர் மட்டுமே கையெழுத்திட்டனர். ஒரே மாதத்தில் 13,176 பேரிடம் கையெழுத்து பெறப்பட்டது. கேரளத்தில் இரண்டாவது பெரிய சமூகம் ஈழவருடையது என்றந்த மனு குறிப்பிட்டது.

மனுக்கள் மூலம் கோரிக்கைகளை டாக்டர் பால்பு அரசாங்கத்திற்கு அனுப்பிக்கொண்டிருக்க, மக்களைத் திரட்டும் அரசியல் நடவடிக்கையில் குமாரன் ஆசான் (1873–1924) ஈடுபட்டார். 1896இல் ஈழவ மகாஜன சபையை நிறுவினார். அச்சபை சமூக சாதி சீர்திருத்தத்தில் முன்னோடி இயக்கமாகச் செயல்பட்டது.

என். குமாரன் ஆசான் 1920 ஜூலை 27ஆம் நாள் திருவிதாங்கூர் சட்டசபையில் ஈழவரை உள்ளடக்கிய அவர்ண மக்களுடைய உரிமைகளைப் பற்றி வினா எழுப்பினார். அதற்கு அரசு அளித்த விடைகள் பின்வருமாறு.

வினா 1: மகாராஜா திருமனசிலுள்ள குடிமக்களில் பெரும்பான்மையினரான ஈழவர், அவர்ண இந்துக்கள் என்று சொல்லப்படுகின்ற பிற இனத்தவர் ஆகியோரிடையில் அவர்களுக்குச் சாமானியமாகக் கிடைக்க வேண்டிய குடியுரிமைகள்கூட மறுக்கப்படவும் சமுதாய ரீதியான காரணங்களால் பலப்பிரயோகம் கொண்ட தொல்லைகளும் வன்கொடுமைகளும் விளைவிப்பதைப் பற்றி விடைகாண முடியாத அதிருப்தி வளர்ந்துவருவதைப் பற்றிய தகவல் அரசுக்குத் தெரியாதா?

விடை: தெரியாது.

வினா 2: (அ) அவ்வாறு தெரியவந்தால் கோயிலின் அருகிலுள்ள சாலைகளில் பல இடங்களில் கோயிலின் சுற்றுச் சுவரிலிருந்து வெகு தொலைவிலும் வைக்கப்பட்டிருக்கின்ற தீண்டாமை விளம்பரப் பலகைகளை உடனேயே அகற்றுவதற்கு அரசு உத்தரவு பிறப்பிக்குமா? (ஆ) இனிமேல் இத்தகைய விளம்பரப் பலகைகளை வைக்காமல் இருப்பீர்களா?

விடை: தகுந்த ஆதாரங்களைச் சொன்னால் அரசு விசாரிக்கும்.

வினா 3: எல்லாப் பொதுப் பள்ளிக்கூடங்களையும் சத்திரங்களையும் கட்டடங்களையும் எவ்வித வேறுபாடுமின்றி

அவர்களுக்காகத் திறந்து கொடுத்து, அவர்கள் கிறித்துவர்களாகின்ற தருணத்தில் வழி வகுக்கின்ற அனைத்து சுதந்திரங்களையும் வசதிகளையும் அனுபவிக்க வழி வகுப்பீர்களா?

விடை: மகாராஜாவின் திருமனசிலுள்ள பொதுமக்களில் எல்லா வர்க்கத்தினருக்கும் அனைத்துப் பொதுக்கல்வி நிலையங்களிலும் இயன்றவரையில் சேர அனுமதி அளிக்க வேண்டும் என்பதுதான் அரசின் கொள்கை. கோயிலின் அருகில் இருப்பதாலோ பிற காரணங்களாலோ பொதுப் பள்ளிக்கூடங்கள் சம்பந்தமாக இந்தக் கொள்கையைப் பின்பற்ற இயலாத நிலை ஏற்பட்டிருக்கின்ற இடங்களிலெல்லாம், அனைத்து வர்க்கத்தினரும் செல்லக்கூடிய இடங்களில் அவற்றை மாற்றி நிறுவுவதற்கு அரசு ஏற்பாடு செய்து வருகின்றது. சத்திரங்களைப் பற்றிய வினாவுக்கு உறுப்பினர் 1913 ஏப்ரல் 8ஆம் நாள் வெளியிட்ட 1ஆம் பாகம் அரசாணையில் 585, 586 பக்கங்களில் வெளியிடப்பட்டுள்ள PW 1790ஏ அரசு உத்தரவைப் பார்க்கவும் (மேற்கோள், வைக்கம் சத்யாகிரக நினைவலைகள், பக். 10–12).

சமூகத்தளத்தில் பால்பு, அரசியல் தளத்தில் குமாரன் ஆசான் என இவர்களோடு ஆன்மீக தளத்தில் இருந்த நாராயண குருவும் இவ்வுரிமை மீட்கும் போராட்டத்தில் இணைந்துகொண்டார்.

ஈழவரான நாராயண குரு (1854–1928), 1902 டிசம்பரில் ஆளுக்கு 100 ரூபாய் வீதம் 10 பேர் சேர்ந்து அளித்த தொகையில் ஸ்ரீ நாராயண தர்ம பரிபாலன யோகத்தைத் (SNDP) தோற்றுவித்தார். ஈழவ சமூகத்தில் மத மற்றும் மதச் சார்பற்ற கல்வியையும் நன்னடத்தையையும் வளர்க்க அது உருவாக்கப்பட்டது. இவ்வமைப்பு தோன்றிய 20 வருடங்களில் குறிப்பிட்டுச் சொல்லும்படியான மாற்றத்தை ஈழவச் சமூகத்தில் ஏற்படுத்தி விட்டது. இவ்வமைப்பில் டி.கே. மாதவன் செயலாளரான பின், அது சமய சார்பற்றதாகவே மாறிவிட்டது. தெளிவாகவும் உறுதியாகவும் சாதிக்கு எதிராகவும் செயல்படவும் தொடங்கிவிட்டது.

நாராயண குரு, பால்பு, குமாரன் ஆசான் ஆகிய சான்றோரின் பணிகள் தந்த பயனைப் போலவே பிற சான்றோரின் செயல்களும் பெரும் அழுத்தத்தைத் தந்தன. அவர்களுள் வைகுண்டசாமிகள் (1809–1851), அய்யன்காளி (1863–1941) முக்கியமானவர்கள். தென் திருவிதாங்கூர் பகுதியில் சாணார் இளம்பெண்கள் தோள்சீலை அணிவதற்கு எதிராக இருந்த சட்டத்தை எதிர்த்துப் போராட உதவியது வைகுண்டசாமிகள் உருவாக்கிய சமத்துவ சமாஜம். புலையரான அய்யன்காளியின் வீரமிக்க செயல்பாடு, புலையரிடம் இருந்த அச்சத்தை அசைத்தது. வெங்கானூரிலிருந்து

விழிஞ்சத்துக்கு இவர் ஓட்டிச்சென்ற வண்டி, புலையர் தடை செய்யப்பட்ட பல தெருக்களில் ஓடியது. இவ் வீரர்களைத் தவிர, டி.கே. மாதவனுடன் இணைந்து செயல்பட்ட சம குடிஉரிமைக்கான கூட்டமைப்பைச் (1918) (*League for Equal Civil Rights*) சேர்ந்த ஈ.ஜே. ஜான், டி.கே. மாதவனுக்குச் சமூக உணர்வை ஊட்டிவராகக் கருதப்படும் உயர்நீதிமன்ற நீதிபதி சி. ராமன் தம்பி ஆகியோரையும் ஈழவ எழுச்சிக்கு உதவியோராக வரலாறு குறித்துவைத்துள்ளது.

பால்பு உள்ளிட்ட ஈழவ முன்னோடித் தலைவர்களின் முயற்சிகள் என்பவை தீண்டாமைக் கொடுமையைப் பொதுவாக ஒழிக்க முயல்வன. டி.கே. மாதவனது முன்னெடுப்புகள், குறிப்பாகக் கோயில் தொடர்பான இடங்களில் சமத்துவம் கோருவதாக இருந்தன.

தீண்டாதாருக்கான சமத்துவம், வேலைவாய்ப்பு போன்றவற்றுக்கான மாதவனின் முயற்சிகள் 1919இலேயே தொடங்கிவிட்டன. சம குடிஉரிமைக்கான கூட்டமைப்பு என்ற அமைப்பு தீண்டாமையை ஒழிக்க முயற்சி எடுத்தது. 1920 பிப்ரவரியில் திவான் எம். கிருஷ்ணன் நாயரிடம் இவ்வமைப்பு இதன் பொருட்டு ஒரு விண்ணப்பத்தை அளித்தது. அதில் முக்கியமான ஐந்து கோரிக்கைகள் இருந்தன. (1) அரசு விடுதிகளில் சாதிப் பாகுபாடு இல்லாமல் அனைத்து மாணவரையும் சேர்த்துக்கொள்ள வேண்டும். (2) அனைத்துச் சத்திரங்களிலும் அனைவரையும் அனுமதிக்க வேண்டும். (3) தீண்டாமை நீக்கப்பட வேண்டும். (4) திருவாங்கூர் அரசுப் படையில் சாதி, இனப்பாகுபாடில்லாமல் அனைவருக்கும் வேலை தரவேண்டும். (5) நிலவருவாய்த் துறையிலிருந்து அறநிலையத் துறையைப் பிரித்து விட வேண்டும் என்பன அவை. ஐந்தாவது கோரிக்கை தவிர மற்றவற்றில் இருக்கும் தீண்டாமை ஒழிப்பு நோக்கம் விளக்கமின்றி புரிந்துகொள்ளக்கூடியது.

அறநிலையத் துறையே கேரளக் கோயில்களை நிருவகித்தது. கோயிலின் எல்லா நடவடிக்கைகளிலிருந்தும் அவர்ணர்கள் ஒதுக்கிவைக்கப்பட்டிருந்தனர். அறநிலையத் துறையோடு இணைந்திருந்ததால் நிலவருவாய்த் துறையிலும் தீண்டாதாரும் இந்து அல்லாதவர்களும் நுழைய முடியாமல் இருந்தது. அறநிலையத் துறையிலிருந்து நிலவருவாய்த் துறையை பிரித்து விட்டால், நிலவருவாய்த் துறையிலாவது தீண்டாதார் நுழைய வாய்ப்பு கிடைக்கும் அல்லவா?

இக்கோரிக்கைகளுக்கு எந்தப் பதிலும் கிடைத்திருக்காது

என்பதைச் சொல்ல வேண்டியதில்லை. கிறித்துவர், ஈழவர், முஸ்லிம் ஆகியோர் அடங்கிய அந்த குடிஉரிமைக்குழு அளித்த விண்ணப்பத்தில் கையெழுத்திட்டிருந்தவர்களுள் டி.கே. மாதவன் ஒருவர்.

கோயில்களில் வைக்கப்பட்டிருந்த தீண்டல் பலகைகளை நீக்கக் கோரி *1919*இல் டி.கே. மாதவன் சட்டசபையில் மனு அளித்தார். இத்தகைய கோரிக்கை இதற்கு முன்பே தொடங்கிவிட்டது. *1905*இல் கொச்சி பணிக்கர் ஒருவர் திருவாங்கூர் சட்டசபை உறுப்பினராக இருந்தார். மத்திய திருவாங்கூரில் ஹரிப்பாடு என்ற கோயில் சாலையில் அவர்ணர்களுக்கு அனுமதி மறுக்கும் அறிவிப்புப் பலகைகளை நீக்கும்படி கோரினார். வைக்கம், திருநக்கரை, சுசீந்திரம் கோயில் சாலைகளில் இருந்த இத்தகைய பலகைகளை நீக்கக்கோரி குமாரன் ஆசானும் கோரிக்கை வைத்தார். *1917*இல் திருவாங்கூர் உயர்நீதிமன்ற நீதிபதி சி. ராமன் தம்பி கோயில்களையே அனைவருக்கும் பொதுவாகத் திறக்கும்படி வேண்டினார். இதை வலியுறுத்தி *தேசாபிமானியில்* சி.வி. குஞ்ஞிராமன் ஒரு கட்டுரை எழுதினார். இப்பொருளில் எழுதப்பட்ட முதல் கட்டுரையாக அது கருதப்பெற்றது.

தான் வைத்த கோரிக்கையின் தொடர்ச்சியாக டி.கே. மாதவன் நேரடி நடவடிக்கையில் ஈடுபட்டார். *1920* டிசம்பரில் வைக்கம் கோயிலின் மேற்கு வாயிலில் வைக்கப்பட்டிருந்த தீண்டல் பலகையைத் தாண்டினார். வைக்கம் அமைந்திருந்த கோட்டயம் மாவட்டத்தின் மாஜிஸ்டிரேட்டின் கவனத்துக்கும் தன் மீறலைக் கொண்டுசென்றார். தாம் ஒரு ஈழவர் என்பதையும் குறிப்பிட்டுச் சொன்னார். அதன் தொடர்பில் கோயில் நிருவாகத்திற்கும் அரசுக்கும் இடையே தொடர்ந்து கடிதப் பரிமாற்றங்கள் நிகழ்ந்தன. தடுக்கப்பட்ட தெருவில் டி.கே. மாதவன் உண்மையாகவே நடந்து சென்றார் என்பதை நிரூபிக்க ஆதாரங்கள் அகப்படவில்லை. அவரே அறிவித்து ஒப்புக்கொண்ட பிறகும் அவர் அத்தெருவில் நடக்கவில்லை என்று முடிவுக்கு வந்தனர். எனவே அவர் தண்டிக்கப்படவில்லை.

*1921*இல் திருவாங்கூர் சட்டசபையில் கோயில் நுழைவுப் பிரச்சனையை டி.கே. மாதவன் எழுப்பினார். சட்டசபையில் மட்டுமல்லாமல் வெளியிலும் இது குறித்து திரும்பத் திரும்ப பேசிக்கொண்டே இருந்தார். தன் கருத்தொத்த நண்பர்களுடன் இணைந்தும் செயல்பட்டார். மூலூர் எஸ். பத்மநாப பணிக்கர், கே.பி. மார்த்தாண்டன் வைத்தியன், ஏ.கே. கோவிந்தன் சாணார் ஆகியோருடன் இணைந்து கோயிலில் நுழைய மனு ஒன்றை அளித்தார். பொதுமக்கள் நிதியிலிருந்து கோயில்கள்

முழுமையாகவோ, பகுதியாகவோ பராமரிக்கப்படுவதால் சவர்ணரைப் (உயர்சாதியினர்) போலவே சவர்ணர் அல்லாத வருக்கும் கோயில்களில் நுழைய அனுமதி வேண்டும் என்பது அவர்களது வாதமாக இருந்தது.

1921 ஜூன் 2ஆம் நாள் டி.கே. மாதவன் தாழ்ந்த சாதியினருக்குரிய சாதாரணக் குடிஉரிமையை மீண்டும் சட்டசபையில் வலியுறுத்தினார். கோயிலை நோக்கிச் செல்லும் பொதுப்பாதைகளிலிருந்த தீண்டல் பலகைகள் அனைத்தையும் நீக்குமாறு அரசைக் கேட்டுக்கொண்டார். இதன் தொடர்பில் கோட்டயம் பேஷ்கார் (இக்கால மாவட்ட ஆட்சியர்) 'பொது நெடும்வழிகள் என்ற வகைமைக்குள் இப்பிரச்சனை வருகிறது. அவ்வழிகள் உள்ளூர் பயன்பாடு மற்றும் வழக்கத்தின்படியே நிருவகிக்கப்பட்டு வருகின்றன' என்று பதிலளித்தார். எல்லா இந்துக்களும் கோயிலில் நுழையலாம் என்ற கோரிக்கையை அரசு உறுதி செய்யவில்லை. தேவாலயங்கள் எப்படி கிறித்தவர்களுக்கு என்று உள்ளதோ அதே போல் கோயில்களும் இந்துக்களின் குறிப்பிட்ட பிரிவினருக்கானவை என்று அரசு கூறிவிட்டது.

கோயில்நுழைவு உரிமை வேண்டும் என்று 1920இல் 'மூலம் சட்டசபை'யில் தீர்மானம் கொண்டுவந்ததைப் போலவே 1921இல் ராகவையா திவானாக இருந்தபோதும் தீர்மானம் கொண்டுவர டி.கே. மாதவன் விரும்பினார். அதற்கான அனுமதியைக் கோரினார். சட்டசபை விதிப்படி, மதசம்பந்தமான விஷயத்தைச் சட்டசபையில் விவாதிக்க முடியாது என்று இந்தத் தீர்மானத்துக்குத் திவான் அனுமதி தரவில்லை. கிருஷ்ணன் நாயர் திவானாக இருந்தபோது இதே சட்டங்கள் நடைமுறையிலிருந்தும் இரண்டு முறை கோயில் நுழைவு பற்றிய தீர்மானத்தைக் கொண்டுவர அனுமதித்ததை டி.கே. மாதவன் நினைவூட்டினார். கிருஷ்ணன் நாயர் தவறு செய்துவிட்டார் என்றும் தடை உத்தரவை மறு பரிசீலனை செய்ய இடமில்லை என்று மறுத்துவிட்டார் திவான் ராகவையா.

திவானின் இல்லத்துக்குச் சென்று நேரிலும் விண்ணப்பித்துக் கொண்டார் டி.கே. மாதவன். மகாராஜாவை நேரில் சந்தித்து விண்ணப்பம் செய்ய அனுமதி பெற்றுத் தரவேண்டும் என்றும் கேட்டுக்கொண்டார். 'முகம் காட்ட அனுமதிப்பது மகாராஜா திருமனசின் வசதியைப் பொறுத்தது; அதில் என்னால் எதுவும் செய்ய முடியாது' என்று சொல்லிவிட்டார் ராகவையா. நண்பர் ஒருவருக்கு இத்தகைய அனுமதியை வாங்கித் தந்ததை மாதவன் குறிப்பிட்டு, 'அந்த வசதியை எனக்கும் ஏன் செய்து தரக்கூடாது என்றும் கேட்டார். எங்கள் கவலையைப் பற்றி சட்டசபையில்

விண்ணப்பம் செய்ய அனுமதிக்க மறுக்கிறீர்கள்; மகாராஜா திருமனசின் சன்னதியில் முகம் காட்டி விண்ணப்பம் செய்யவும் அனுமதி தர மாட்டீர்களா? இப்படி இருந்தால் நாங்கள் என்ன செய்வோம்? திருவிதாங்கூரை விட்டு வெளியேறித்தான் ஆக வேண்டும் என்ற நிலை உருவாகுமல்லவா?' என்று மாதவன் பேசியதைக் கேட்டுக் கோபமடைந்த திவான், 'ஆம்... உங்கள் கவலைகள் தீரத் திருவிதாங்கூருக்கு வெளியே போய்விடுங்கள்' என்று சொன்னார். 'நீங்கள் உண்மையாகவே அப்படிச் சொல்கிறீர்களா' என்று வினவினார் மாதவன். திவான் மவுனமாக இருந்தார். இச்சம்பவம் மாதவனைப் பெரிய அளவில் பாதித்திருக்க வேண்டும்.

1922இல் காந்தி திருநெல்வேலிக்கு வரவிருந்ததை அறிந்தார் டி.கே. மாதவன் தன் காசநோயையும் பணச்சிரமத்தையும் சமாளித்துக்கொண்டு நண்பர் நாராயணனுடன் காந்தியைத் திருநெல்வேலியில் சந்தித்தார். 24 செப்டம்பர் 1922இல் நடந்த சந்திப்பின் விவரம் மாதவனின் பத்திரிகையான *தேசாபிமானியில்* (1 அக்டோபர் 1922) வந்திருந்தது. அதை அமலா மொழிபெயர்த்து தன் நூலில் மேற்கோளாகத் தந்துள்ளார்.

துணிநெசவு, மதுவிலக்கு ஆகிய காந்தியின் கொள்கைகள் தம் ஈழவஇனத்திற்கு, அதன் தன்மானத்திற்குப் பயன்படுவதாகப் பாராட்டி கூறிவிட்டு, தீண்டாமையை காந்தி காங்கிரசின் திட்டத்தில் முதலாவதாகச் சேர்த்ததற்காக நன்றி பாராட்டினார். பின்பு கோயில் நுழைவைப் பற்றி காந்தியிடம் எடுத்துரைத்தார். அப்பகுதியை அமலாவின் நூலில் உள்ளவாறே கீழே தந்துள்ளேன்.

டி.கே. மாதவன்: திருவிதாங்கூரைச் சேர்ந்த ஈழவர்களான நாங்கள் கோயில்கள் அனைத்திலும் அனைத்து இந்துக்களும் செல்ல அனுமதியைப் பெற்று தீண்டாமையை அகற்ற முயலுகின்றோம். அதை நாங்கள் உரிமை கொண்டாடுவது எங்கள் சமுதாயத்துக்கு மட்டும் அல்ல, பிராமணர்களல்லாத அனைத்து சமுதாயத்தினருக்குமாகவே நாங்கள் உரிமை கொண்டாடுகின்றோம். அதை இந்து மதத்தைச் சீர்திருத்துகின்ற ஒரு முயற்சியாகவே நாங்கள் கணிக்கின்றோம். தீண்டாமையை ஒழிப்பது பிராமணர்களல்லாதவர்களைப் போல் பிராமணருக்கும் நல்லதுதான். பிரிட்டிஷ் இந்தியாவில் உள்ள மாவட்ட ஆட்சித் தலைவர்களுக்குச் சமமான இடம்தான் திருவிதாங்கூரில் டிவிஷன் பேஷ்கார்க்கு இருக்கின்றது. கடந்த முறை சட்டசபை கூடியபொழுது அங்கேயிருந்த பிராமண அதிகாரியான டிவிஷன் பேஷ்கார் கிருஷ்ணய்யங்கார், மகாராஜா திருமனசுக்குக் கூடக் கோயில்களில் முழுமையான வழிபாட்டுரிமை இல்லை என்று

என்னிடம் சொன்னார். மகாராஜா திருமனசுக்குக்கூடத் தீண்டாமை உள்ள உடல்தான் இருக்கின்றது என்பதே அதன் பொருள். நாங்கள் கோயில் நுழைவுக்காகப் போராட்டம் நடத்தும்பொழுது மகாராஜா திருமனசின் தீண்டாமையை நீக்குவதற்காகவும்தான் போராட்டம் நடத்துகின்றோம். தீண்டாமையைத் தடை செய்ய வேண்டும் என்பது பொதுவான ஒரு கருத்துதான். கோயில் நுழைவு அதன் வெளிப்படையான வடிவம் ஆகும். கோயில் நுழைவைத் தீண்டாமையைத் தடை செய்யவேண்டும் என்ற பெரிய தீர்மானத்தின் ஒரு பகுதியாகவே நாங்கள் நினைக்கின்றோம்.

காந்தியடிகள்: ஆம். நீங்கள் கோயில்நுழைவு உரிமையை வேண்டும்பொழுது தீண்டாமையைத் தடை செய்யவேண்டும் என்ற பொதுவான கருத்து ஒரு வெளிப்படையான வடிவத்தை ஏற்கின்றது. ஆனால் கொள்கை சம்பந்தமான காரணங்களால் கோயில்நுழைவுப் போராட்டத்தை நிறுத்திவைத்துவிட்டு, நீங்கள் பொதுக்கிணறுகளிலிருந்து தண்ணீர் எடுப்பதற்கான போராட்டத்தை நடத்த வேண்டும் என்று நான் அறிவுரை கூறுகின்றேன். பின்னர் பொதுப் பள்ளிக்கூடங்கள் போன்றவற்றை நோக்கிச் செல்ல வேண்டும்.

டி.கே. மாதவன்: பிரிட்டிஷ் இந்தியாவில் வாழும் பஞ்சமர்களுடைய நிலைமையைப் போன்றதுதான் எங்கள் சமுதாய நிலைமையும் என்று மகாத்மாஜி நினைப்பதைப் போல் தெரிகின்றது. திருவனந்தபுரத்தில் மகாராஜா திருமனசின் அரண்மனைக்கு அருகில் உள்ள ஒரு பள்ளிக்கூடம் உள்பட ஆறு பள்ளிக்கூடங்களைத் தவிர, நாட்டிலுள்ள பிற அனைத்துப் பள்ளிக்கூடங்களிலும் எங்களுக்கு அனுமதி உண்டு. தேவஸ்வம் துறையைத் தவிர அரசுத் துறைகள் அனைத்திலும் எங்களுக்கு அனுமதி உண்டு. நிலவுடைமையாளர்கள், வியாபாரிகள், தொழில்துறையில் ஈடுபட்டிருப்பவர்கள், நீதிபதிகள், மாஜிஸ்டிரேட்டுகள், மருத்துவர்கள், காவல்துறை ஆய்வாளர்கள் முதலிய அலுவலர்கள் திருவிதாங்கூரிலுள்ள எங்கள் சமூகத்தில் உண்டு. மகாகவிகள், நூலாசிரியர்கள், பத்திரிகையாளர்கள், கொடை வள்ளல்கள் போன்றவர்களும் உண்டு. பிரிட்டிஷ் மலபாரிலுள்ள எங்கள் சகோதரர்களிடையே உயர்நீதிமன்ற நீதிபதிகள் வரையுள்ள பதவிகளில் இருப்பவர்கள் உண்டு. சென்னை உயர்நீதிமன்ற நீதிபதி சி. கிருஷ்ணன் அவர்கள் எங்கள் சமுதாயத்தைச் சேர்ந்தவர்தான். எங்கள் குருவான பிரம்மஸ்ரீ ஸ்ரீ நாராயண குருசுவாமி திருப்பாதங்களுக்குப் பிராமணர்களும் பிராமணர்அல்லாதவர்களும் ஒரே மாதிரி மரியாதை அளிக்கின்றனர். தியோசபி இயக்கத்தினர் அவருக்குச்

சமர்ப்பித்த ஒரு பாராட்டு இதழில் அவரை 'அவதார புருஷன்' என்று வர்ணித்திருக்கின்றனர். அவரது உலக நாகரீகமயமாக்கும் பணியைத் திருவிதாங்கூர் உயர்நீதிமன்றம் வெளிப்படையாகவே பாராட்டிப் பேசி இருக்கின்றது. நீதிமன்றத்தில் ஆஜராக வேண்டும் என்ற கட்டாயச் சட்டத்திலிருந்து அவரை விடுவித்திருக்கின்றார் மகாராஜா திருமனசு. எங்கள் சமுதாயம் ஏராளமான பல்கலைக்கழகப் பட்டதாரிகளையும் கல்வியறிவு படைத்தவர்களையும் கொண்ட சமுதாயமாகும். எம்.ஏ. பட்டம் பெற்ற ஒரே மலையாளப் பெண் எங்கள் சமுதாயத்தைச் சேர்ந்தவர்தான். மேல் படிப்புக்காக இங்கிலாந்துக்குச் சென்று அங்கே தங்கியிருக்கின்ற எங்கள் சமுதாயத்தைச் சேர்ந்த இரண்டு இளம்பெண்களில் ஒருவர் பாரிஸ்டர் தேர்வுக்காகப் படித்துக் கொண்டிருக்கிறார். அந்த இளம்பெண் மகாத்மாஜியைப் போல பாரிஸ்டராகத் திரும்பி வருவார்.

காந்தியடிகள்: *(சிரித்துக்கொண்டே)* நீங்கள் கோயில் நுழைவுக்குத் தகுதியானவர்கள்தாம்.

டி.கே. மாதவன்: வருவாய்த் துறையையும் தேவஸ்வம் துறையையும் தனித்தனியாகப் பிரிப்பதைப் பற்றி ஆராய்ந்து அறிக்கை அளிப்பதற்காக அலுவலர்களும் அலுவலர் அல்லாதவர்களும் அடங்கிய ஒரு குழுவைக் கடந்த ஆண்டு (1921) திருவிதாங்கூர் அரசு நியமித்தது. அவர்கள் அண்மையில் அவர்களுடைய அறிக்கையைச் சமர்ப்பித்தனர். அரசின் ஆதிக்கத்தில் உள்ள கோயில்கள் அனைத்தும் பொதுப்பணத்தால் பாதுகாக்கப்படுபவைதாம் என்றும், இனிமேலும் பொதுப்பணத்தால்தான் அந்தக் கோயில்களை அரசு பாதுகாக்க வேண்டும் என்றும் அந்தக் குழு பரிந்துரை செய்திருக்கின்றது.

காந்தியடிகள்: இங்கேயும் கோயில்நுழைவு பொதுமக்களின் குடிஉரிமைதான்.

டி.கே. மாதவன்: கடந்த மூலம் திருநாள் மக்களவையில் நான் உறுப்பினராக இருந்தேன். எனது விண்ணப்பத்தில் 'பொதுமுதல் கொண்டு பாதுகாக்கப்படுகின்ற எல்லாக் கோயில்களிலும் எல்லா இந்துக்களும் உள்ளே செல்ல அனுமதிக்க வேண்டும்' என்பதை விண்ணப்பச்செய்தியாகச் சேர்த்திருந்தேன். எங்கள் திவானான திவான்பகதூர் டி. ராகவையா மக்களவைச் சட்டங்கள் 19ஆம் வகுப்பு டி பிரிவின்படி அது மதத்துடன் நேரிடையான சம்பந்தம் உள்ள விஷயம் என்று சொல்லி அந்த விண்ணப்பத்தைத் தடை செய்தார். திருவிதாங்கூர் நீதிமன்றங்களும் எங்களுடைய உரிமைக்கு எதிராகவே நிற்கின்றன. ஒரு கோயிலுக்குள் சென்றதற்காக எங்கள் சமுதாயத்தைச் சேர்ந்த

சில இளைஞர்களைத் திருவிதாங்கூர் நீதிமன்றம் தண்டித்தது. எங்கள் சான்னியத்தியம் பீனல் கோடு 4ஆம் பிரிவின்படி அன்னிய சமுதாயத்தினருடைய மதஉணர்வுக்கும் சினத்துக்கும் அசுத்தத்துக்கும் காரணமாகின்றது என்று சொல்லித்தான் அவர்களுக்குத் தண்டனை அளித்தார்கள். ஒருவரின் சான்னித்தியம் அசுத்தத்துக்குக் காரணமாகின்றது என்று சொல்வதைவிட அவருடைய தன்மானத்துக்குச் சினம் ஏற்பட வேறு என்ன வேண்டும்? உயர்நீதிமன்றத்தில் இந்தக் கருத்தை நாங்கள் எதிர்க்கின்றோம். சட்டசபையில் வைத்தும் நாங்கள் உயர்நீதிமன்றத்தின் கருத்தை எதிர்க்கவும் சுதந்திர தாகமும் நாட்டுப்பற்றும் கொண்ட ஜப்பான் அரசு செய்ததைப் போல் தீண்டாமை தடை செய்யப்பட்டிருப்பதாக ஓர் அறிக்கையை வெளியிடவேண்டும் என்று அரசிடம் வேண்டுகோள் விடுக்கவும் செய்தோம். நாயர் சமாஜங்களில் தீண்டாமைக்கு எதிராகத் தீர்மானங்கள் நிறைவேற்றப்பட்டுள்ளன. மக்களவை நடைபெறும் நேரத்தில் திவான் ராகவையா அவர்களுடைய தடை உத்தரவை எதிர்ப்பதற்கும் கோயில் நுழைவை அனுமதிக்கவேண்டும் என்று அரசிடம் வேண்டுகோள் விடுப்பதற்குமாகத் திருவனந்தபுரத்தில் நடைபெற்ற பொதுக்கூட்டத்தில் நாயர் சமுதாயத் தலைவர்களான செங்கணாச்சேரி பரமேஸ்வரன் பிள்ளை, சி. ராமன் தம்பி, பி.கே. கேசவ பிள்ளை, டி.கே. வேலுப்பிள்ளை முதலிய பிரமுகர்கள் பங்கேற்கவும் செய்தனர். நிலைமை இப்படி எல்லாம் இருந்தபோதிலும் எங்கள் அரசு அதனுடைய கட்டாய நிலையிலிருந்து ஓர் அங்குலம்கூட மாறவில்லை. இந்த நிலையில் மகாத்மாஜி எங்களுக்கு என்ன அறிவுரை கூறுகின்றீர்கள்?

காந்தியடிகள்: நீங்கள் சிவில் சட்டத்தை மீற வேண்டும் என்று உங்களுக்கு நான் அறிவுரை கூறுகின்றேன். முழுமையான மனக் கட்டுப்பாட்டுடன் இயங்க முடியும் என்ற தைரியம் உங்களுக்கு உண்டு என்றால் நீங்கள் கோயிலுக்குள் புக வேண்டும். நீதிமன்றங்கள் எதிராக நின்றால் சிறைக்குச் செல்லத் தயாராக இருக்கவேண்டும். இந்துமதம் உங்கள் கோயில் நுழைவைத் தடுக்கின்றது என்று சொல்வது அபத்தமாகும். நீங்கள் அகிம்சைக் கொள்கையை முழுமையாகக் கடைப்பிடிக்க வேண்டும். நீங்கள் கூட்டமாகச் சேர்ந்து கோயில்களுக்குள் நுழையக் கூடாது. ஒவ்வொருவராகக் கோயிலுக்குள் செல்ல வேண்டும். இதுதான் நான் உங்களுக்குச் சொல்லக் கூடிய அறிவுரை.

இந்தக் கொள்கை குறித்த காங்கிரசின் நிலை பற்றிப் பேசிய பிறகு, காந்தியின் கோயில்நுழைவு பற்றிய கருத்தை எழுத்து பூர்வமாக மாதவன் வாங்கிக் கொண்டார் (மேற்கோள், வைக்கம் சத்யாகிரக நினைவலைகள், பக். 16–27).

தொடர்ந்து தன் பத்திரிகையான தேசாபிமானியில் டி.கே. மாதவன் தீண்டாமைக் கொடுமையை ஒழிக்கக் கட்டுரைகள் எழுதிவந்தார். அதற்கிடையில் 1923இல் திருவனந்தபுரத்தில் முறைஜெபம் நடந்துகொண்டிருந்தது. காங்கிரசு கூட்டத்தில் பி.சி. ராய் அவர்களின் கேள்வி ஒன்றுக்குப் பதில் அளிக்கையில் டி.கே. மாதவன் அதுபற்றிப் பேசியுள்ளார்.

முறைஜெபம் நடைபெற்ற கோட்டை வளாகத்திலேயே நீதிமன்றமும் அமைந்திருந்தது. மாவட்ட மாஜிஸ்டிரேட் சி. கோவிந்த பிள்ளை முறைஜெபத்தை நடத்துவதற்குரிய தனிஅதிகாரியாகவும் பொறுப்பு வகித்துவந்தார். அங்கே ஒரு வழக்கு சம்பந்தமாக நாடார் சமுதாயத்தைச் சேர்ந்த வழக்கறிஞர் பி.என். மாதவன் என்பவர் வந்தார். தீண்டாத சாதியைச் சேர்ந்த அவரது வருகையால் அந்த இடம் தீட்டாகிவிட்டது என்று சொல்லி நீதிமன்றத்தை விட்டு வெளியேறும்படி உத்தரவிட்டார் மாவட்ட மாஜிஸ்டிரேட். இதை அறிந்த டி.கே. மாதவன் வருத்தமடைந்தார். சென்னை வந்த அவர், கே.எம். பணிக்கர், கே.பி. கேசவ மேனன் ஆகியோருடன் சேர்ந்து (காகிநாடா) காங்கிரஸ் மாநாட்டுக்குச் சென்றார். "இந்திய தேசிய காங்கிரசிடம் இந்தியாவிலுள்ள தீண்டாமை சாதி மக்கள் விடுக்கின்ற வேண்டுகோள்" என்ற தலைப்பில் தான் தயாரித்த ஒரு குறுநூலை அனைத்துக் காங்கிரஸ் செயற்குழு உறுப்பினர்களிடமும் பத்திரிகையாளர்களுக்கும் அளித்தார். காங்கிரஸ் கூட்டத்திற்கு வந்திருந்த மவுலானா, சி.ஆர். தாஸ், மோதிலால் நேரு, பி.சி. ராய் உள்படப் பலரையும் சந்தித்து இவ்விஷயத்தில் காங்கிரஸ் அதிக கவனம் செலுத்த வேண்டிய அவசியத்தை விளக்கினார். அவர்களுள் பி.சி. ராயுடன் நிகழ்த்திய உரையாடல் டி.கே. மாதவன் வாழ்க்கை வரலாற்றில் கிடைக்கிறது. நம்பூதிரிகளின் பார்வையில் கேரளபூமியின் தோற்றம், நம்பூதிரிகளின் செல்வாக்கு, அதைத் தக்கவைக்கத் தொடர்ந்து எடுக்கப்படும் ஏற்பாடுகள், கோயில் நுழைவை எதிர்க்கும் நம்பூதிரிகளின் கருத்துக்கு ஆதரவாக உள்ள நூல், அரசு, நீதிமன்றங்களின் செயல்பாடு போன்றவற்றைப் பேசுகிறது அவ்வுரையாடல். அவற்றுள் இரண்டு அம்சங்களை மட்டும் இங்குக் குறிப்பிடலாம்.

பி.சி. ராய்: நம்பூதிரிகளின் சிறப்புத் தேவைகளுக்கான அடித்தளக் காரணங்களாக மத சம்பந்தமான பிரமாண நூல்கள் உண்டென்று கூறினீர்கள் அல்லவா? அவை எவை?

டி.கே. மாதவன்: சில பிரமாணங்கள் உண்டு. சங்கர ஸ்மிருதி, கேரள மகாத்மியம் இவை இரண்டும்தான் அவற்றில்

முக்கியமானவை என்று தெரிகின்றது. இவற்றுக்குள்ளும் அதிக முக்கியத்துவம் சங்கர ஸ்மிருதிக்குத்தானாம். மலபாரில் திருமண முறையைச் சீர்திருத்துவதற்காக நீதிபதி சர் டி. முத்துசாமி ஐயரின் தலைமையில் சென்னை அரசு அமைத்திருந்த 'மலபார் மேரேஜ் கமிஷன்' பற்றி அறிந்திருப்பீர்கள். சர் சி. சங்கரன் நாயர் இந்தக் கமிஷனில் ஓர் உறுப்பினர். இந்த நூல் இருநூறு ஆண்டுகளுக்கு முந்தைய பழமை உடையது அல்ல என்பதுதான் இவர்களுடைய கருத்து. அந்த நூலின் ஆசிரியர் ஒரு நம்பூதிரிதான் என்றும் அந்த நம்பூதிரி திட்டமிட்டே பொய்சரக்கைப் புகுத்தி எழுதியதே இந்த நூல் என்றும் அந்த அறிஞர்கள் குழு கருத்து தெரிவித்திருக்கின்றது.

கேரளத்தின் நாலா பாகங்களிலிருந்தும் அழைத்துவரப்பட்ட நம்பூதிரி பிராமணரின் உதவியுடன் ஆறு ஆண்டுகளுக்கு ஒருமுறை திருவிதாங்கூர் அரச குடும்பம் நடத்துகின்ற ஒரு சடங்குதான் 'முறைஜெபம்'. இந்தச் சடங்கை நடத்துவதால் தான் அரச குடும்பம், நாட்டின் இயற்கை, ஆன்மீகம் செழுமை அடைவதாக ஒரு நம்பிக்கை. ஏறத்தாழ 150 ஆண்டுகளுக்கு முன் அரசாட்சி புரிந்த ஒரு மன்னர், நாட்டைக் கைப்பற்றி ஆட்சியை வலுப்படுத்துகின்ற காலத்தில் பிராமணர்கள் உள்படப் பலரைக் கொன்றுவிட்டார். அந்தப் பாவத்துக்குப் பரிகாரமாக ஆறு ஆண்டுகளுக்கு ஒருமுறை முறைஜெபம் நடத்தலாம் என்று நேர்ச்சை செய்யவும் தொடங்கினார். அந்த நேர்த்திக்கடன் நிகழும்போது கேரளத்து நம்பூதிரிகள் அனைவரும் அரசு விருந்தினர்களாக அழைக்கப்படுகின்றனர். அதற்கேற்ற தகுதிகளுடன் அவர்களை வரவேற்கவும் செய்கின்றனர். முறைஜெபம் ஏறத்தாழ அறுபது நாள் நடைபெறும். இந்த அறுபது நாளும் ஒவ்வொரு பிராமணனின் தேவைகளும் தனியாக விசாரித்து நிறைவேற்றப்படும். தினமும் பணம் தட்சணையாக அளிக்கப்படும். இந்தச் சடங்கின் முக்கிய நிகழ்வு என்னவென்றால் தினமும் மூன்று முறை நம்பூதிரிகள் அனைவரும் ஒன்றுசேர்ந்து வைதீக மந்திரங்களை ஜெபிப்பதுதான். காலை வேளையில் பத்மநாப சுவாமி கோயிலுக்கு அருகில் உள்ள பத்ம தீர்த்தத்தில் இடுப்பளவு நீரில் இறங்கி நின்று ஜெபம் செய்வார்கள் என்று பிறர் சொல்லக் கேட்டிருக்கிறேன்.

இந்தச் சடங்கை ஆரம்பித்த மன்னர் 25 முறை நடத்திவிட்டு முடித்துவிட வேண்டும் என்று நினைத்தாராம். இப்பொழுது நடைபெறுவது 28ஆவது முறைஜெபம் என்று அறிகிறேன். முதலில் ஒருசமயம் ஜெபத்துக்கு அனுமதிக்கப்பட்ட தொகை ரூ 75,000. இன்றைய முறைஜெபத்திற்கு பொதுமுதலிலிருந்து ரூ 6 லட்சத்தை அனுமதித்திருக்கிறார்கள்.

பி.சி. ராய்: கோயில் நுழைவு பற்றி சர் சதாசிவ ஐயரின் கருத்து என்ன?

டி.கே. மாதவன்: சர் சதாசிவ ஐயரின் தலைமையில் திருவனந்தபுரத்தில் அண்மையில் நடைபெற்ற சமுதாய மாநாட்டில் அனைத்து இந்துக்களுக்கும் கோயில் நுழைவை அனுமதிக்க வேண்டும் என்ற ஒரு தீர்மானத்தை நிறைவேற்றி இருக்கின்றார்கள்.

பிராமணரல்லாதவரின் சான்னியத்தியம் கோயில்களில் அசுத்தியை உண்டாக்குமா என்ற வினா நீதிபதி சர் முத்துசாமி ஐயர் தலைமை நீதிபதியாக இருந்த காலத்தில் 1885இல் தான் சென்னை உயர்நீதிமன்றத்தின் முன்பு வந்தது. ஆசாரி ஒருவர் கோயிலுக்குள் சென்று அவரே அபிஷேகம் செய்தார். பிராமணர்கள் ஆசாரி சிவலிங்கத்தை அசுத்தப்படுத்திவிட்டார் என்று அநியாயமாகப் பழி சுமத்தினார்கள். வழக்கு விசாரணைக்கு வந்தபொழுது, இந்தியன் பீனல் கோடு மதம் சம்பந்தமான குற்றங்களை விவரிக்கின்ற வகுப்புகளில் பயன்படுத்தப்பட்ட *defile* என்ற சொல்லுக்கு இயற்கையான அசுத்தி என்றுதான் பொருள் கொள்ளவேண்டும் என்றும், ஆங்கில அகராதிகளில் சாதாரணமாகக் கொடுக்கப்படுகிற பொருள் அதுதான் என்றும் ஐரோப்பிய நீதிபதி போர்ட்டர் கருத்து தெரிவித்தார். ஆனால் சர் முத்துசாமி ஐயர் அச்சொல்லுக்குப் பிராமணர்கள் எந்தப் பொருளில் அதை எடுத்துக்கொள்கிறார்களோ அதற்கிணங்கத்தான் பொருள் கொள்ள வேண்டும் என்று கருத்து தெரிவித்தார். அதன் அடிப்படையில் 'தாந்திரிகமான அசுத்தி' என்று அதற்குப் பொருள் கொள்ளப்பட்டது. நீதிபதி முத்துசாமி ஐயரின் பொருளை ஏற்று ஆசாரிக்குத் தண்டனை வழங்கினார்கள். அதற்குப் பிறகு உயர்நீதிமன்றத்திலோ கீழ் நீதிமன்றத்திலோ இதைப் போன்ற வழக்குகள் வந்தால் நீதிபதி முத்துசாமி ஐயரின் கருத்தை பிரமாணமாக எடுத்துக்காட்டி பிராமணரல்லாதாரைத் தண்டித்துவருகின்றனர். நீதிபதி போர்ட்டரின் கருத்துதான் அறிவுக்குப் பொருந்தக் கூடியது என்பது வெளிப்படையான உண்மை. அதற்கிணங்க அன்று தீர்ப்பு வழங்கியிருந்தால் கோயில் நுழைவுக்காக ஒரு போராட்டம் உருவாகியிருக்காது.

மூன்று நான்கு ஆண்டுகளுக்கு முன்பு தீயர்கள் சிலர் திருவிதாங்கூரில் கோயிலுக்குள் சென்றபொழுதும் திருவிதாங்கூர் உயர்நீதிமன்றத்திலும் இந்தத் தீர்ப்பைப் பிரமாணமாக எடுத்துக் காட்டி தீயர்களுக்குத் தண்டனை வழங்கினார்கள். வாணியரின் கோயில் நுழைவுக்கான உரிமையைப் பற்றி சதாசிவ ஐயர்

தீர்ப்பு ஒன்றில் நிரூபணம் செய்கின்றபொழுது, வாணியர் எண்ணெய் ஆட்டுகின்றபொழுது தினமும் ஏராளமான எண்ணெய் தரும் விதைகளின் உயிரை அழிக்கின்ற பாவகரமான எண்ணெய் ஆட்டி எடுக்கின்ற தொழிலைச் செய்வதால் வாணியரின் சான்னியத்தியம் கோயில்களில் அசுத்தியையே உண்டாக்குகின்றது என்று சாஸ்திரங்களை எடுத்துக்காட்டி நிலைநாட்டியிருக்கின்றார். இந்தத் தீர்ப்பையே பயன்படுத்தி சிந்தித்துப் பார்த்தால், தினமும் உணவு உண்ணும்பொழுது பல தானியங்களின் உயிரைப் பிராமணர்கள் அழிப்பதனால் அவர்களையும் கோயிலுக்குள் செல்ல அனுமதிக்கக் கூடாது என்று அவர்கள் கோயிலுக்குள் செல்வதும் அசுத்திதான் என்றும் விளக்கம் அளிக்க முடியும் (*வைக்கம் சத்யாகிரக நினைவலைகள்*, பக். 38–41).

1923 காகினாடா காங்கிரசில் டி.கே. மாதவன், கே.எம். பணிக்கர், கே.பி. கேசவ மேனன் ஆகியோர் கலந்துகொண்டு கேரளத்தில் தீண்டாமை ஒழிப்பு பற்றிப் பேசினர். டி.கே. மாதவன் கேட்டுக்கொண்டபடி காங்கிரசின் தலைவர் முகமது அலி தீண்டாமைக்கு எதிராகத் தீர்மானம் கொண்டுவர அனுமதி அளித்தார். ஆனால் அதற்குத் தேவை இல்லாதபடி சி.வி. வைத்யா, எம். அப்துல் அமீது கான் ஆகியோர் தீண்டாமைக்கு எதிரான தீர்மானத்தை வேலைத் திட்டத்துக்குள் ஒன்றாகவே கொண்டுவந்துவிட்டனர்.

கேரளம் திரும்பிய டி.கே. மாதவன் தீண்டாமைக்கு எதிரான குழு ஒன்றைக் கேரள மாநிலக் காங்கிரசின் ஆதரவுடன் ஏற்படுத்தினார். அதன் அமைப்பாளர் கே. கேளப்பன் நாயர். டி.கே. மாதவன், குரூர் நீலகண்டன் நம்பூதிரி ஆகியோர் உறுப்பினர்கள். தீண்டாமைக்கு எதிரான இக்குழு கொல்லத்தில் சுயராஜ்ய ஆசிரமத்தில் 1924 பிப்ரவரியில் கூடியது. கே.பி. கேசவ மேனன், குரூர் நீலகண்டன் நம்பூதிரி, ஏ.கே. பிள்ளை, கே. கேளப்பன் நாயர், எம்.ஆர். மாதவ வாரியார் ஆகியோர் அடங்கியதாகக் குழு விரிவாக்கப்பட்டது. அவர்கள் தீண்டாமைக்கு எதிராகத் திருவாங்கூர் முழுவதும் பயணம் செய்து இயக்கமாகத் தீண்டாமை எதிர்ப்புணர்வைப் பரப்பினர்.

இவ்வாறு டி.கே. மாதவன் தீண்டாமைக்கு எதிரான எண்ணத்தை இயக்கமாக மாற்றினார். தீண்டாமை எதிர்ப்புணர்வு எவ்வாறு செயல்படுகிறது என்பதையும் அவர் நிரூபித்து உணர விரும்பினார். ஒரு முன்னோட்டமாக 1924 மார்ச் 17ஆம் நாள் டி.கே. மாதவனும் கண்ணன் தேவனும் (புலையர்) பூந்தோட்டம் என்னும் வைக்கத்திற்கு அருகிலுள்ள கோயில் எல்லைக்குள்

நுழைய முயன்றனர். நாளலம்பலத்தில் நுழைவதற்கு முன் கோயில் நிர்வாகம் தடுத்து விட்டது. இச்செய்தி பரவி அரசாங்கம் வரை எட்டிவிட்டது. கோயில் தீட்டுப்பட்டு விட்டதாய்ச் சொல்லித் தூய்மைப் பணிகள் செய்ய முயன்றனர். கோயில் நுழைவு நோக்கமல்ல, நிலைமை எப்படிப் போகிறது என்று பார்ப்பதே நோக்கம் என்று மாதவன் தரப்பில் சொல்லப்பட்டது.

1924இல் நடைபெற்ற டி.கே. மாதவனின் மீறல் நடைபெறுவதற்கு முன் இத்தகைய மீறல்கள், இத்தகைய நோக்கமின்றி இயல்பாய் நடந்தபோது ஏற்பட்ட விளைவுகள் பற்றி இரண்டு தகவல்கள் கிடைக்கின்றன. அவை ஈழவர் மட்டுமல்ல இந்துவல்லாத அனைவருக்குமேகூட வைக்கம் கோயில் தெருக்களில் நடக்க அனுமதி இல்லை என்பதைத் தெரிவிக்கின்றன.

1866இல் 'ஆரட்டு' – அஷ்டமி என்றழைக்கப்படும் வைக்கம் விழாவில் ஆர்.பி. பெர்குசன் என்பவரால் பிரச்சனை எழுந்தது. காவல்துறை துணைக் கண்காணிப்பாளர் அந்தஸ்தில் இருந்த அவர், அவ்விடத்திலிருந்து அகன்றால்தான் விழா தொடர்ந்து நடைபெற முடியும் என்ற நிலைமை ஏற்பட்டுவிட்டது. பெர்குசன் எழுதுகிறார், 'தனிப்பட்ட முறையிலும் அரசு அலுவலர் என்ற முறையிலும் பொதுத்தெருவில் அனைவர்க்கும் முன்பாக அவமானப்படுத்தப் பட்டேன்.' ஆனால் பெர்குசனுக்கு எதிராக ஆலய நிர்வாகம் மேல் நடவடிக்கை எதையும் எடுக்கவில்லை.

1868இல் நிகழ்ந்த இதேபோன்ற இன்னொரு சம்பவத்தில் பிரிட்டிஷ் ஸ்தானிகர் தலையிட்டார். வைக்கத்திற்குக் கிழக்கே உள்ள ஏட்டுமானூர் சிவன் கோயிலில் குறிப்பிட்ட எல்லையைத் தாண்டியதாக மேத்யூ சாக்கோ என்ற உள்ளூர் கிறித்துவர் மீது ஆலய நிர்வாகம் பாய்ந்தது. இச்சம்பவம் தொடர்பாக வழக்கு பதிவானது. மரபான வழக்கத்தை மீறியதற்காகத் தாசில்தார் தண்டத்தொகை வசூலிக்க முயற்சி எடுத்தார். பிரிட்டிஷ் ஸ்தானிகர் தண்டனைக்குரிய உள்ளூர் சட்டங்களை விசாரித்தார். திருப்திகரமான பதிலை அளிக்க தாசில்தாரால் முடியவில்லை. அதனால் சாக்கோ தண்டனையிலிருந்து தப்பினார் (*ராஜையன் மலர், ப. 207*).

மேற்கண்ட இரு சம்பவங்களிலும் தொடர்புடைய இரு இந்துவல்லாதவர்களுக்கும் விதிகளை மீற வேண்டும் என்ற நோக்கமில்லை. இவர்கள் தண்டனை பெறாமல் தப்பியதற்கு இது காரணமா என்று தெரியவில்லை. மாதவனைத் தண்டிக்காமல் விட்டதற்கு என்ன காரணம் என்றும் தெரியவில்லை. மேலே சொன்ன அந்த இரு கிறித்தவர்களாவது ஆளும் வர்க்கத்தைச்

சார்ந்தவர்கள் என்று காரணம் சொல்லலாம். இயன்றவரை கடைப்பிடிப்பது என்பதே இவர்களின் விதிகளை அனுசரிக்கும் நடைமுறை.

இத்தகைய முன் முயற்சிகளுக்குப் பின்னேதான் மார்ச் 30, 1924இல் வைக்கம் சத்தியாகிரகம் தொடங்கியது. நாராயண குரு, டாக்டர் பால்பு, குமாரன் ஆசான் ஆகியோரின் தொடர் முயற்சிகள் கேரள நிலத்தைப் பண்படுத்திய பிறகு டி.கே. மாதவன் எடுத்த முயற்சி செடியாய் வளர்ந்தது. 1919இலேயே டி.கே. மாதவன் முயற்சிகள் எடுத்திருந்தாலும் 1922இல் காந்தியைப் பார்த்த பிறகே வேகம் பெற்றது எனலாம். ஒரு மனிதர் அவமானத்தின் வலியை எவ்வளவு உணர்ந்திருந்தால் முற்றிலும் எதிரான சூழலில் இத்தகைய தொடர் முயற்சியை எடுத்திருப்பார். திருவாங்கூரை விட்டு வெளியே போய்விடுங்கள் என்ற திவானின் சொற்கள் – அவராலேயே மீண்டும் திருப்பிச் சொல்ல முடியாத சொற்கள் – ஏற்படுத்தியிருக்கக்கூடிய அவமானத்தை, வலியை நினைத்தால் கண் கலங்குகிறது.

○

இயல் 3

வைக்கமும் காந்தியும்

வைக்கம் சத்தியாகிரகம் என்பது காந்தி உருவாக்கியது அல்ல, உண்மையில் அது திருவாங்கூர் ஈழவத் தலைவர் டி.கே. மாதவனால் அவர் மீது திணிக்கப்பட்டது.

டி.கே. ரவீந்திரன்

வைக்கமும் காந்தியும்

மார்ச் 30, 1924இல் தொடங்கிய வைக்கம் சத்தியாகிரகம் 29 நவம்பர் 1925 வரை தொடர்ந்து நடந்தது. கைது நடவடிக்கைகளும் சிறை அடைப்புகளும் அடக்குமுறைகளும் கை கலப்புகளும் பேச்சுவார்த்தைகளும் ஊர்வலங்களும் சமாதானத் தூதுகளும் தோல்விமுகங்களும் சிரம நிலைகளும் என நிகழ்ச்சிகளால் அது நிறைந்திருந்தது. அவை ஒவ்வொன்றைப் பற்றியும் காந்தி கருத்தறிவித்துக்கொண்டே வந்தார். வைக்கம் சத்தியாகிரகத்தில் காந்தி தெரிவித்த இக்கருத்துகளோடு, சத்தியாகிரகிகள் மாறுபட்ட இடங்களையும் உடன்பட்ட இடங்களையும் சுட்டி, நிறைவாய்க் கருத்துரைப்பதாக இவ்வியல் அமைகிறது.

I
போராட்டம் தொடங்குமுன்

இப்போராட்டத்துடன் காந்தியின் தொடர்பு என்பது வைக்கம் சத்தியாகிரகம் என்ற சொல்லாடல் உருவாவதற்கு முன்பே, அதாவது சத்தியாகிரகத்தின் களமும் காலமும் முடிவாகுமுன்பே தொடங்கி விட்டது. இப்போராட்டத்தின் மூலவரான டி.கே. மாதவன், காந்தியைத் திருநெல்வேலியில் 24 செப்டம்பர் 1922இல் சந்தித்தபோதே காந்தியின் தொடர்பு அரும்பிவிட்டது.

கேரளத்தில் நிலவிய தீண்டாதவர் பிரச்சனையை டி.கே. மாதவன் காந்தியிடம் எடுத்துரைத்து,

போராட்டம் ஒன்றை நடத்த அவரிடம் அனுமதியை எழுத்து பூர்வமாகப் பெற்றார். நீண்ட விவாதத்துக்குப் பிறகு காந்தி கோயில் நுழைவுக்குத் தன் ஆதரவைத் திருநெல்வேலியில் வைத்து எழுதிக்கொடுத்தார்.

"ஈழவர் மற்றும் அவர்களைப் போன்ற மற்றவர்களின் பொதுக்கோயில்களில் நுழைவது பற்றிய உரிமையைப் பொறுத்தவரை, மற்ற பிராமணரல்லாத இந்துக்களுக்கு உரிமை எவ்வளவு உள்ளதோ அதைப் போலவே கோயிலில் நுழையவும் வழிபாடுசெய்யவும் உரிமை உண்டு. மதஅடிப்படையில் அவர்கள் கோயிலுக்குள் நுழைவதைத் தடுப்பது தவறு. இந்தச் சமூகங்கள் பள்ளிகளில் நுழைய சுதந்திரமாக அனுமதிக்கப்படவேண்டும். தன்னடக்கத்துடன் செயல்பட்டுக் கோயிலுக்குள் நுழைந்து கோர்ட்டால் சிறைபடுத்தப் பட்டால் சிறை செல்ல வேண்டும். கோயிலுக்குள் கூட்டம் கூட்டமாக நுழையக்கூடாது. தனித் தனியாக நுழைய வேண்டும். துன்பத்தை ஏற்றல் என்ற அடிப்படையிலேயே இது அமையவேண்டும்". *(வைக்கம் சத்யாகிரக நினைவலைகள், பக். 26—27; தேசாபிமானி அக்டோபர் 1922).*

காங்கிரசு மாநாட்டில் சந்திப்பு

இதையடுத்து, 1923இல் மௌலானா முகமது அலி தலைமையில் நடந்த இந்திய தேசிய காங்கிரசின் 38ஆவது ஆண்டுக் கூட்டத்தில் கேரளத்தில் போராட்டம் நடத்தத் திட்டம் உருவெடுக்கத் தொடங்கியது எனலாம். அக்கூட்டத்தில் காந்தியும் இருந்தார். கே.எம். பணிக்கர் காங்கிரசுத் தலைவரிடம் டி.கே. மாதவனை அறிமுகப்படுத்தி, கேரள நிலவரத்தை எடுத்துக் கூறினார். மாதவனைச் செயற்குழு கூட்டத்தில் சிறப்பு அழைப்பாளராகக் கலந்துகொள்ள முகமது அலி கேட்டுக்கொண்டார். தீண்டாமையை ஒழிக்க அகில இந்திய அளவில் ஒரு குழுவும் மாநில அளவில் ஒரு குழுவும் அமைக்கத் தீர்மானம் கொண்டுவர மாதவனைக் கேட்டுக்கொண்டார். காங்கிரசே நிர்மாணத் திட்டங்களில் ஒரு முக்கிய பகுதியாகத் தீண்டாமைக்கெதிரான திட்டத்தைக் கொண்டு வந்துவிட்டதால், மாதவன் தனியே தீர்மானம் கொண்டு வரத் தேவை எழவில்லை *(Eight Furlongs of Freedom, ப. 51).*

தீண்டாமை விலக்குக் குழு

கேரளக் காங்கிரசு கமிட்டி, 20 ஜனவரி 1924இல் எர்ணாகுளத்தில் கூடித் தீண்டாமைக்கெதிரான குழு ஒன்றை அமைத்தது. டி.கே. மாதவன், குரூர் நீலகண்டன் நம்பூதிரி, டி.ஆர். கிருஷ்ணசாமி ஐயர், வேலாயுத மேனன் ஆகியோர்

உறுப்பினர்கள். கே. கேளப்பன் அமைப்பாளர். 6 பிப்ரவரி 1924இல் கொல்லத்தில் தீண்டாமைக்கெதிரான குழுவின் அடுத்த கூட்டம் கூடியது. அதில் எதிர்காலத்திட்டங்கள் விரிவாகப் பேசப்பட்டன. வைக்கத்தில் சத்தியாகிரகத்தை மேற்கொள்ளலாம் என்று இக்கூட்டத்தில்தான் முடிவானது. டி.கே. மாதவனின் விருப்பம் ஹரிப்பாடாக இருந்தது (Eight Furlongs of Freedom, ப. 52).

13 மார்ச் 1924 அன்று கேரளக் காங்கிரசுத் தலைவர் கே.பி. கேசவ மேனன் வைக்கம் சத்தியாகிரக ஏற்பாடுகள் குறித்து காந்திக்கு எழுதி அவரது ஆசீர்வாதத்தைக் கோரினார்.

". . . ரஸ்தாக்களின் வழியே ஊர்வலத்தை நடத்த இம்மாதம் 30ஆம் தேதியைக் குறிப்பிட்டிருக்கிறோம். முடிந்தவரையில் ஒழுங்கான முறையில் அதை நடத்துவதில் நாங்கள் முயற்சி செய்வோம் என்று நான் உறுதி கூறுகிறேன்" என்று எழுதிய கேசவ மேனன், 'தங்களிடமிருந்து ஒரு செய்தி கிடைத்தால் எங்களுக்கு புது ஊக்கம் உண்டாகும்' என்று கோரினார் (*நவசக்தி, 28 மார்ச் 1924*). காந்தி சத்தியாகிரகத்தை வாழ்த்தி அப்போது முகாமிட்டிருந்த மும்பை, அந்தேரியிலிருந்து கடிதம் எழுதினார். அதன் சாரம் வருமாறு.

". . . இது ஒரு வகை சத்தியாகிரகம். இந்தக் காலத்தில் இவ்வளவு தூரம் நாம் சென்ற பிறகு சத்தியாகிரகத்தின் விதிகளை நான் விளக்க வேண்டியதில்லை. இவர்கள் (சத்தியாகிரகிகள்) போவதை நம் ஜனங்களில் எவரேனும் தடுத்தால் அப்போது பலவந்தப் பிரயோகம் இவர்கள் செய்யவே கூடாது. வணக்கமாகவே இவர்கள் கீழ்ப்படிந்து, எவரேனும் அடித்தாலும் சகித்துக்கொள்ள வேண்டும் . . . எதிர்ப்பது என்பதே சிறிதும் கூடாது. இந்த விதிகளை எவரும் நடத்திக்காட்ட முடியாது என்று எப்போதாவது தோன்றினால் ஊர்வலத்தை அந்த இடத்திலேயே நிறுத்திவிட்டு மற்றொரு முறை ஒத்திப்போட வேண்டியதுதான். இந்தச் சீர்திருத்தத்தின் எதிரிகளை நாம் போதுமான அளவு நமது கட்சியில் சேர்த்துக்கொள்ள முயற்சி எடுத்துக்கொண்டதில்லை என்றே நினைக்கிறேன். ஆதலால் அதிக ஜாக்கிரதையுடன் நாம் இதைக் கையாள வேண்டும். இவ்விஷயம் மிக கஷ்டமானதுதான். நான் படுக்கையிலிருந்தபடி போதித்து விடுவது இலகுவானதுதான். ஆதலால் உங்களை எச்சரிக்கை செய்துவிட்டுப் பிறகு நான் செய்யக்கூடியது எல்லாம், நீங்கள் கொண்டுள்ள முயற்சியில், எல்லா வெற்றியும் உங்களுக்கு உண்டாகட்டும் என்று விரும்புவதுதான்" (*சுதேசமித்திரன், 19 மார்ச் 1924*).

இப்படித் தன் ஆதரவுச் செய்தியை மார்ச் மாதம் அனுப்பிய காந்தியை அம்மாத இறுதியிலோ, ஏப்ரல் தொடக்கத்திலோ, சத்தியாகிரகத்தை எதிர்க்கும் வைதிகர் குழு ஒன்று சந்தித்தது.

வைக்கம் போராட்டத்தைத் தொடக்கத்திலேயே தடுத்துவிட விரும்பிய வைதிகர்கள், சிவராம ஐயர், வாஞ்சேசுவர ஐயர் என்ற இரு சகோதரர்களை காந்தியிடம் தூது அனுப்பினர். அவர்களிடமிருந்து பெற்ற கருத்துகளை வைத்துப் போராட்டத்தை நிறுத்திவைக்க காந்தி கே.பி. கேசவ மேனனுக்கு ஆலோசனை அளித்தார்.

ஐயர் சகோதரர்கள் பிரச்சனைக்குரிய தெருக்கள் கோயிலுக்குச் சொந்தமான சொத்துகள், அவை பிராமண டிரஸ்டிகள் பொறுப்பில் இருக்கின்றன, அவர்களுக்குத்தான் சாலைகளில் அனுமதிப்பது பற்றிய உரிமைகள் இருக்கின்றன என்று காந்தியிடம் தெரிவித்தனர். அதோடு சீர்திருத்தத்தை டிரஸ்டிகளும் விரும்புகின்றனர் என்றும் தெரிவித்துள்ளனர். இதைக் கேட்டுக்கொண்ட காந்தி, 'அவர்கள் கூறியது உண்மையாக இருந்தால் நாம் அவர்களுக்கு இடம் கொடுத்து வேண்டிய உதவிகளைச் செய்ய வேண்டும்' என்று கேசவ மேனனுக்கு (1 ஏப்ரல் 1924) எழுதினார். அதோடு "பண்டித மதன் மோகன் மாளவியா இன்னும் இரண்டு மாத காலத்திற்குள் தென் இந்தியாவுக்கு வரப்போகிறார் என்று தெரிகிறது. கோயில் டிரஸ்டிகள் ஒப்புக்கொண்டால் தீண்டாத வகுப்பினர்களுக்காக சத்தியாகிரகத்தை அனுஷ்டித்து வருகின்ற உங்களுக்கும் டிரஸ்டிகளுக்கும் ஏற்பட்டுள்ள சச்சரவுகளை மாளவியாவின் பஞ்சாயத்துக்கு வைத்து குறிப்பிட்ட காலத்திற்குள் அதை முடிவுசெய்துவைக்கும்படி கேட்டுக்கொள்ளலாம். அதுவரையில் பஞ்சாயத்தை உத்தேசித்து சத்தியாகிரகத்தை நிறுத்திவிடுவதாக அறிவிப்பதோடு அதை நிறுத்திவைக்கும்படி உங்களுக்கு யோசனை கூறுகின்றேன்" (*நவசக்தி*, 11 ஏப்ரல் 1924) என்று எழுதினார்.

காந்தியின் இந்த யோசனை ஏற்றுக்கொள்ளப்படவில்லை. ஏற்றுக்கொள்ளப்பட்டிருந்தால் போராட்டம் நடந்தே இருக்காது. ஏனெனில் காந்தி எதிர்பார்த்தபடி மாளவியா வைக்கம் வரவில்லை.

போராட்டம் தொடங்குமுன் 1922இல் அங்கீகாரமும், 1923இல் காங்கிரசு மாநாட்டு வழி ஒப்புதலும், 1924இல் ஆசீர்வாதமும் அளித்த காந்தி, வைதிகர் பேச்சைக் கேட்டுப் போராட்டத்தை ஏன் நிறுத்திவைக்கக் கூடாது என்று கோரினார். எனவே காந்தி கடைசியில் வந்து போராட்டத்தைக் கைப்பற்றினார்

எனச் சொல்ல ஆதாரங்கள் இடம் தரவில்லை. போராட்டம் தொடங்குவதற்கு முன்பிருந்தே காந்தி அதில் ஈடுபட்டிருந்தார்.

II
போராட்டத்தில்

இந்தியாவில் காந்தியின் தொடக்க காலத்துப் போராட்டம் வைக்கம் சத்தியாகிரகம். புகழ்பெற்ற பர்டோலி (1928) சம்பவத்துக்கு முந்தையது வைக்கம். தான் நேரிடையாகக் கலந்து கொள்ளாத இப்போராட்டத்தை ஆசீர்வதித்து ஆலோசனை சொல்லி வழி நடத்தினார் காந்தி எனலாம்.

1924 மார்ச் 30 முதல் தினமும் மும்மூன்று தொண்டர்கள் தடுக்கப்பட்ட பகுதிக்குச் சென்று சத்தியாகிரகம் செய்தனர். சமஸ்தான அரசாங்கம் அவர்களைக் கைது செய்து விசாரணை நடத்திச் சிறைப்படுத்தியது. அவ்வரிசையில் தொண்டர்களுக்குப் பதிலாகத் தலைவர்களே முயன்ற வகையில் கே.பி. கேசவ மேனனும் டி.கே. மாதவனும் 7 ஏப்ரலில் சத்தியாகிரகத்தில் ஈடுபட்டனர். அரசாங்கம் அவர்களைக் கைது செய்தது. ஆறுமாதக் காவல்தண்டனை விதித்தது. இச்சமயத்தில் கைதான தலைவர்களுக்கு வாழ்த்து தெரிவித்த காந்தி, வெற்றி பெறும்வரை போராட்டம் நடத்தப்படும் என்று உறுதி கூறினார் (*நவசக்தி*, 11 ஏப்ரல் 1924).

(1) இந்து அல்லாதவர் பங்கேற்பும் காந்தியின் ஒப்புதல் இன்மையும்

மலையாள மனோரமா வெளியிட்டிருந்த ‘காந்தியும் கேரள விஜயமும்’ என்ற நூலைத் தேடிக் கேரள வரலாற்று ஆராய்ச்சிக் குழு (*KCHR*) இயக்குநரைச் சந்திக்க இவ்வாய்வின்போது திருவனந்தபுரம் சென்றிருந்தேன். என்னை அறிமுகப்படுத்திக் கொள்ள *அறியப்படாத ஆளுமை: ஜார்ஜ் ஜோசப்* நூலைக் குறிப்பிட்டேன். காந்தி ஜார்ஜ் ஜோசப்பைப் போராட்டத்தில் கலந்துகொள்ளவிடாமல் தடுத்ததை இயக்குநர் உடனே நினைவு கூர்ந்தார். நிகழ்ந்து ஏறக்குறைய 90 ஆண்டுகளுக்குப் பிறகும் கேரள அறிவாளரிடையே நினைவு கூரப்படுவது, வைக்கம் போராட்டத்தில் இந்து அல்லாதவரைக் காந்தி மறுத்தது.

வைக்கம் போராட்டத்தின் தொடக்கக் கட்டத்தில் செயலூக்கத்துடன், அறிவுக் கூர்மையுடன் அதில் செயல்பட்ட தலைவர்களுள் ஒருவர் ஜார்ஜ் ஜோசப். அவர் உள்ளிட்டு

செபாஸ்டியன், குருவில்லா மேத்யூ, அப்துல் கரீம் போன்ற இந்துஅல்லாத பலரும் போராட்டத்தில் பங்கேற்றிருந்தனர். ஆனால் கே.எம். பணிக்கர் வைக்கம் இந்துக்களின் பிரச்சனை, அதில் மற்ற மதத்தினர் கலந்துகொள்ளக் கூடாது எனக் கருதினார். இக்கருத்தோடு இயைந்து செயல்பட்டார் காந்தி. இது சத்தியாகிரகிகளுக்கு உவப்பு தரவில்லை.

4 ஏப்ரல் *1924*இல் திருவனந்தபுரத்தில் பேசிய ஜார்ஜ் ஜோசப் 'மகாத்மாவின் ஆசீர்வாதத்துடனே செயல்களைத் தொடங்கியுள்ளோம். இந்த இயக்கத்தில் இந்துக்கள் மட்டுமே பங்கேற்க வேண்டும் என்று காங்கிரசு முடிவு செய்திருக்கிறது. ஏனெனில் தீண்டாமை என்ற முறை அவர்களுக்கு மட்டுமே உரியதாக இருக்கிறது. அப்படியானால் இதில் எனக்கு மாறுபாடான கருத்தில்லை என்பதில்லை. ஆனால் காங்கிரசு எடுத்துள்ள முடிவுக்கு நான் மதிக்கவும் கீழ்ப்படியவும் செய்கிறேன்' என்று பேசினார்.

வைக்கம் சத்தியாகிரகம் பற்றி காந்திக்குப் பலர் பல கடிதங்கள் எழுதினர் போலும். அப்படி வந்த கடிதங்களை முகாந்திரமாக வைத்து, சத்தியாகிரகத்தில் தான் எடுத்த முடிவுகளை நியாயப்படுத்திப் பேசினார். அவற்றுள் ஒரு கடிதம் இந்துஅல்லாதவரின் வைக்கம் சத்தியாகிரகப் பங்கேற்பு பற்றியது. காந்தி எழுதுகிறார்.

'சத்தியாகிரகத்தின் தலைவராகவும் அமைப்பாளராகவும் இருந்த கே.பி. கேசவ மேனன் ஸ்தானத்தை ஒரு கிறித்தவரான ஜார்ஜ் ஜோசப் ஏற்றுக்கொள்ள அனுமதித்ததை ஆட்சேபித் திருக்கிறார்கள். அந்த ஆட்சேபணை முற்றிலும் நியாயமானது என்பதே எனது தாழ்மையான அபிப்பிராயம். அத்தலைமைப் பதவியை ஏற்றுக்கொள்ளும்படி ஜோசப் அழைக்கப்பட்டிருக்கிறார். அவர் அதை ஏற்றுக்கொள்ள உத்தேசித்திருக்கிறார் என்றும் நான் கேள்விப்பட்ட உடனே ஏப்ரல் *6*ஆம் தேதி அவருக்குக் கீழ்வருமாறு எழுதினேன்.

"நீங்கள் வைக்கம் சம்பந்தப்பட்டவரையில் இந்துக்களே வேலை செய்யும்படி விட்டுவிட வேண்டுமென்று எண்ணுகிறேன். அவர்கள்தான் தங்களைத் தாங்களே பரிசுத்தம் செய்துகொள்ள வேண்டியவர்களாக இருக்கிறார்கள். உங்கள் அனுதாபத்தின் மூலமும் பேனாவின் மூலமும் நீங்கள் உதவிபுரியலாம். ஆனால் நீங்கள் இயக்கத்தை உருவாக்குவது கூடாது; சத்தியாகிரகம் செய்வது நிச்சயமாகக் கூடாது. நாகபுரியில் நிறைவேறிய காங்கிரசு தீர்மானத்தை நீங்கள் கவனியுங்கள். தீண்டாமைச்

சாபக்கேட்டை அகற்றும்படி அது இந்து அங்கத்தினர்களுக்கே கட்டளையிட்டிருக்கிறது. தீண்டாமை நோய் சிரியன் கிறிஸ்தவர்களைக்கூடத் தொத்திக்கொண்டுள்ளது என்பதை ஆண்ட்ரூசிடமிருந்து தெரிந்துகொண்டபோது வியப்படைந்தேன்."

'துரதிர்ஷ்டவசமாக கடிதம் அவருக்குக் கிடைக்குமுன்பே [கேசவ]மேனன் கைது செய்யப்பட்டார். அவரது தலைமைப் பொறுப்பை ஜார்ஜ் ஜோசப் ஏற்றுக்கொண்டார். 'தீண்டாமை சம்பந்தமான ஒவ்வொரு இந்துவும் பிராயச்சித்தம் செய்துகொள்ள வேண்டியிருப்பது போல, ஜோசப் பிராயச்சித்தம் செய்துகொள்ள வேண்டியதில்லை. மாளவியாஜியால் செய்யப்பட்ட பிராயச்சித்தத்தை இந்துக்கள் தாங்கள் செய்த பிராயச்சித்தமாகக் கொள்ளலாம். ஆனால் ஜோசப்பின் தியாகத்தை இந்துக்கள் தாங்கள் செய்த தியாகமாகக் கொள்ள முடியாது. ஏனெனில் தீண்டாமை இந்துக்களின் பாவமாகும். அதற்காக அவர்கள்தான் கஷ்டப்படவேண்டும். அவர்கள்தான் தங்களைப் பரிசுத்தம் செய்துகொள்ள வேண்டும். ஒடுக்கப்பட்ட சகோதரர்களுக்கும் சகோதரிகளுக்கும் அவர்கள் பட்டுள்ள கடனை அவர்கள்தான் கொடுத்துதீர வேண்டும்' என்று எழுதினார் காந்தி.

இந்தச் சர்ச்சையின் முடிவாக இயக்கத்திற்கு மூளையாக இருந்த ஜார்ஜ் ஜோசப்பை இயக்கத்திலிருந்து விலகியிருக்கச் செய்துவிட்டார் காந்தி. ஏப்ரல் 10ஆம் தேதி ஜார்ஜ் ஜோசப்பும் செபாஸ்டியனும் கைது செய்யப்பட்டுச் சிறையில் அடைக்கப்பட்டனர். ஆகஸ்ட் 30 ஆம் தேதி புதிய மகாராணியின் பொறுப்பேற்பையொட்டி, விதிக்கப்பட்ட காலம் முடியுமுன்னே விடுதலை செய்யப்பட்ட ஜார்ஜ் ஜோசப் திரும்ப சத்தியாகிரக களத்திற்கு வரவில்லை.

கேரளத்தின் சுதந்திரப் போராட்ட வரலாற்றை எழுதிய பி.கே.கே. மேனன் இந்துஅல்லாதவர் வைக்கம் போராட்டத்தில் கலந்துகொள்ளக்கூடாது என்று காந்தி குறிப்பிட்டதைப் பற்றி அந்நூலில் இப்படி எழுதினார்.

"இந்தச் சத்தியாகிரகத்தில் இந்துக்கள் மட்டுமே பங்கேற்க வேண்டும் என்று [கே.எம்] பணிக்கர் கருதினார். இது காந்தியாலும் ஒப்புக்கொள்ளப்பட்டது. ஆனால் இந்தக் கருத்துபற்றி கேரள காங்கிரசு கமிட்டியில் பலத்த கருத்துவேறுபாடு இருந்தது. குரூர் நீலகண்டன் நம்பூதிரிபாடு, கே. மாதவன் நாயர் குழுவினர் காந்தியை அகமதாபாத்தில் சந்தித்துப் பேசினர். அப்போது பணிக்கரும் இருந்தார். காந்தி தொடர்ந்து பணிக்கரின் கருத்தையே ஆதரித்தார்" (மேற்கோள், மேரி, ப. 118).

நடந்து ஏழாண்டுகளுக்குப் பிறகும் காந்தி, ஜோசப்பின் வெளியேற்றத்தை மறக்கவில்லை. 1932இல் கீழ்வருமாறு அதை நினைவு கூர்ந்தார்.

"கோயில் நுழைவு என்பது ஒரு சமய உரிமை. அதனால் அச்சமயம் சாராத ஒருவரின் கோயில் நுழைவைச் சத்தியாகிரகம் என முடியாது. வைக்கம் சத்தியாகிரகத்தில் ஜார்ஜ் ஜோசப் சத்தியாகிரகம் செய்து சிறை சென்றிருந்தபோது அவர் செய்தது தவறு என்று செய்தி அனுப்பினேன். அவர் அதை ஒப்புக்கொண்டு மன்னிப்பு கேட்டுக்கொண்டார்" (*யங் இந்தியா*, 30 ஜனவரி 1932).

அப்போதும் அதை எதிர்த்து ஜார்ஜ் ஜோசப் எழுதினார்.

"வைக்கம் சத்தியாகிரகத்திற்கும் கோயில் நுழைவிற்கும் சம்பந்தமில்லை. கோயிலுக்கு அருகாமையில் அமைந்துவிட்ட, அரசாங்கத்தால் பராமரிக்கப்படும் ஒரு பொதுத்தெருவில் தாழ்த்தப்பட்டவர்கள் நடப்பதைத் தடுக்கலாமா என்பது பற்றியே பிரச்சனை. உண்மையில், மீண்டும் மீண்டும் பலமுறை கோயில் நுழைவிற்கானது இல்லை இந்தச் சத்தியாகிரகம் எனச் சொல்லப்பட்டுவிட்டது. பொது உரிமை பிரச்சனையே அது. அது பலகாலம் நடந்தது. இறுதியில் தாழ்த்தப்பட்டவர்கள் வென்றனர். ஒரு கிறித்தவராக நான் அதில் பங்கேற்கக் கூடாது என காந்தி கருதினார். நான் மன்னிப்பு கேட்க வேண்டும் என்று செய்தி அனுப்பினார். ஆனால் நான் அவர் கருத்தில் உடன்படவில்லை. நான் மன்னிப்பு கேட்கவில்லை. தாழ்த்தப்பட்டவர்களுக்கு மறுக்கப்பட்ட குடிஉரிமையாகவே அதைக் கருதினேன்." யங் இந்தியாவிலும், இந்தியன் சோஷியல் ரிபார்மரிலும் வந்திருந்த காந்தி, ஜார்ஜ் ஜோசப் ஆகியோரின் மேற்கண்ட எழுத்துகளை முறையே மேற்கோள்காட்டி டி.கே. ரவீந்திரன் தன் நூலில் குறிப்பிட்டுள்ளார் (*Eight Furlongs of Freedom*, பக். 154—155).

காந்தியின் கருத்தைத் தமிழ்நாடு காங்கிரசுத் தலைவர்களில் ஒருவரும், வைக்கம் தொடர்பில் கவனம் செலுத்தியவருமான எஸ். சீனிவாச ஐயங்காரும் ஒப்புக்கொள்ளவில்லை. ". . . சமூகக் கட்டுப்பாட்டை நிவர்த்தி செய்வதற்காகவே வைக்கம் சத்தியாகிரகம் நிகழ்ந்து வருவதால் சீக்கியர்களாவது முகமதியர்களாவது கிறிஸ்தவர்களாவது இதில் கலந்து கொள்ளக் கூடாது என்று மகாத்மா காந்தி சொல்லுவதையும் நான் அங்கீகரிக்க முடியாது" என்றார் (*சுதேசமித்திரன்*, 10 ஜூன் 1924).

திருவாங்கூரைச் சேர்ந்த கிறித்தவர் ஒருவரும் காந்தியின் கருத்தை மறுத்தார்.

பழ. அதியமான்

“தீண்டாமை இந்துப் பிரச்சனையானால் கிலாபத் முஸ்லிம் பிரச்சனை. அப்படியானால் அதில் இந்துக்களை காந்தி ஏன் தொடர்புபடுத்தினார். அகாலிகள் போராட்டம் சீக்கிய சமூகத்தின் உரிமை, சீர்திருத்தம் மட்டுமே கொண்டது. ஆனால் அது இந்திய இயக்கமாக மாறிவிட்டது. தமிழ்நிலத்தில் நடைபெறும் இருபெரும் வைணவப் பிரிவுகளைப் போன்றதல்ல வைக்கம் பிரச்சனை என்று விரிவாகப் பேசிய அவர், தீண்டாமை என்பது பொது உரிமையை மீறும் செயலாக வைக்கத்தில் இருக்கிறது என்றார்” *(தேர்ந்தெடுக்கப்பெற்ற வைக்கம் சத்தியாகிரக ஆவணங்கள், பக். 56—58).*

எத்தனை எதிர்ப்புகள் இருப்பினும் காந்தியின் கருத்தே நின்றது. ஜார்ஜ் ஜோசப் சற்று விலகியே இருந்தார். விதிவிலக்குகளாக குருவில்லா மேத்யு, அப்துல் கரீம் போன்றோர் சத்தியாகிரகத்தில் தொடர்ந்து ஈடுபட்டிருந்தனர்.

(2) சத்தியாகிரகிகளின் உண்ணாவிரதமும் அதை நிறுத்தியதும்

வைக்கத்தில் தாழ்த்தப்பட்டோர் நடக்க அனுமதி மறுக்கப்பட்ட இடத்தில் சத்தியாகிரகிகள், சத்தியாகிரகம் செய்ய முயல்வதும் அவர்களை அரசாங்கம் கைது செய்வதும் தொடர்ந்து நடந்தது. மார்ச் 30இல் தொடங்கிய இக்கைது நடவடிக்கையை 10 ஏப்ரல் 1924முதல் அரசாங்கம் நிறுத்திவிட்டது. இவ்விவரத்தை காந்தியிடம் தெரிவித்து மேல் நடவடிக்கை குறித்து ஆலோசனை கேட்டார் ஜார்ஜ் ஜோசப்.

“வைக்கத்தில் சத்தியாகிரகம் புதிய ரூபம் கொண்டுவிட்டது. போலீசார் சத்தியாகிரகிகளைக் கைது செய்யாமல் பலவந்தமாக வழிமறிக்கிறார்கள். அதன் பலனாகச் சத்தியாகிரகிகள் ரஸ்தாக்களின் குறுக்கே உட்கார்ந்துகொண்டு பட்டினி கிடக்கத் தீர்மானித்திருக்கிறார்கள். இம்முறையில் மாறுதல் செய்யவேண்டுமானால் உடனே தெரிவியுங்கள். மிக்க அவசரம்” *(சுதேசமித்திரன், 11 ஏப்ரல் 1924).*

இதற்கு காந்தி உடனே பதிலளித்தார்.

“. . . உங்களிடம் அன்புள்ளவருக்கு எதிராக நீங்கள் பட்டினி கிடக்கலாம். அதுவும் உமது உரிமையை வற்புறுத்துவதற்கல்ல. அவரை நன்னெறிக்குக் கொண்டு வருவதற்காகும் . . . நீங்கள் சுதேச இராஜ்யத்தில் இருக்கிறீர்கள். ஆனதால் மகாராஜாவையோ திவானையோ பேட்டி காணலாம். உங்கள் இயக்கம் அனுதாபமுள்ள வைதிக இந்துக்கள் பலர் கையெழுத்து வாங்கி மகஜர் தயாரிக்கலாம்” என்று காந்தி சத்தியாகிரகிகள் பட்டினி கிடப்பதை நிறுத்தச்சொன்னார் *(நவசக்தி, 18 ஏப்ரல் 1924).*

‘அன்பானவர்களுக்கு எதிராகத்தான் உண்ணாவிரதம் இருக்க வேண்டுமேயொழிய எதிரிகளுக்கு எதிராக அல்ல’ என்ற காந்தியின் கருத்தை அகில இந்தியத் தலைவரான சிரத்தானந்தர் கண்டித்தார். திருவாங்கூர் அரசர் தம் சமஸ்தானத்திலுள்ள தீண்டாதவர்களிடம் அன்பு செலுத்தவில்லை என மகாத்மாவுக்கு நிச்சயமாகத் தெரியுமா?... அப்படிச் சொல்லிவிட்டு, அரசரையும் திவானையும் பேட்டிகண்டு பேசும்படியும் சொல்வதன் அர்த்தம் எனக்கு விளங்கவில்லை’ என்று கடுமையாகப் பேசினார் (*சுதேசமித்திரன், 7 ஏப்ரல் 1924*).

வைக்கத்திலிருந்து வந்த தந்தி ஒன்றுக்குப் பதில் அளிக்கையில் உண்ணாவிரதத்தைத் தடுத்தது பற்றி மீண்டும் பேசினார் காந்தி. ‘நாங்கள் உண்ணாவிரதம் இருக்கக்கூடாதா? உண்ணாவிரதம் பலனைக் கொடுக்கக்கூடியது என்பதை நாங்கள் அறிந்து கொண்டுள்ளோம்’ என்ற அந்தத் தந்திச்செய்திக்குக் காந்தி அளித்த பதில் பின்வருவது:

“... நாம் உண்ணாவிரதம் இருக்கக்கூடாது. உண்ணாவிரத சம்பந்தமாக நான் ஜோசப்பிற்கு எழுதிய கடிதம் தப்பெண்ணத்தை உண்டாக்கியிருந்தது. எல்லோரும் அதை அறிந்துகொள்வதற்காக அதன் முக்கியப் பகுதியைக் கீழே தந்துள்ளேன்.

‘. . . சத்தியாகிரகத்தில் உண்ணாவிரதமானது நன்றாக வரையறுக்கப்பட்ட எல்லைகளுக்கு உட்பட்டதாகும். கொடுமையாக நடந்துகொள்ளும் ஒருவருக்கு எதிராக நீங்கள் உண்ணாவிரதம் அனுஷ்டிக்க முடியாது. அவ்விதம் அனுஷ்டிப்பது அவருக்கு ஒரு விதத்தில் ஹிம்சை செய்வதாகும். அவரது உத்தரவு மீறியதற்காக அவரிடமிருந்து நீங்கள் தண்டனையை வரவேற்கலாம். ஆனால் அவர் உங்களுக்குத் தண்டனை விதிக்க மறுக்கும்போது நீங்களாகவே உங்களுக்குத் தண்டனை விதித்துக்கொள்ள முடியாது. நம்மீது அன்பு கொண்டுள்ள ஒருவருக்கு எதிராகத்தான் நாம் உண்ணாவிரதம் அனுஷ்டிக்க முடியும். அதுவும் அவரிடமிருந்து உரிமைகளை வற்புறுத்திப் பெறுவதற்காக அல்ல; அவரைச் சீர்திருத்துவதற்காகவேயாகும்.

‘. . . ஜெனரல் டயரைச் சீர்திருத்துவதற்காக நான் உண்ணாவிரதம் இருக்கமாட்டேன். அவருக்கு என்மீது அன்பு இல்லை என்பது மாத்திரமல்ல; அவர் தம்மை என்னுடைய விரோதியாகவும் கருதுகிறார். நான் கூறுவது இப்போது தெளிவாகப் புரிந்ததா?”

இவ்வாறு உண்ணாவிரதத்தை நிறுத்தச் சொன்னதன் நியாயத்தை காந்தி விளக்கினார் (*யங் இந்தியா, 1 மே 1924*).

போராட்டம் தொடங்கி நான்கு மாதங்கள் ஆகியும் அது நீடிப்பதற்கு காந்தியின் தவறான ஆலோசனைகளே காரணம் என்று சிரத்தானந்தர் குற்றஞ் சாட்டினார். அதிலும் காந்தியின் உண்ணாவிரதத் தடுப்பே காரணம் என்றார். அவரது குற்றச்சாட்டு வருமாறு.

'முந்தியே அப்போராட்டம் முடிந்திருக்கும். ஆனால் மகாத்மா காந்தி குறுக்கிட்டுவிட்டார். தொண்டர்கள் பட்டினியிருக்க விடப்பட்டிருந்தால் எதிர்பார்த்த பலன் ஏற்பட்டிருக்கும். ஆனால் பட்டினி கிடக்கக்கூடாது என்று மகாத்மா காந்தி உத்தரவு செய்தார். உடனே வைக்கம் சத்தியாகிரகம் வலிமை இழக்க ஆரம்பித்து விட்டது' (*சுதேசமித்திரன்*, 7 ஜூன் 1924).

சத்தியாகிரகத்தை வலிமைப்படுத்திய உண்ணாவிரதத்தை காந்தி தடுத்ததன் மூலமாக சத்தியாகிரகம் பலவீனமாக மாறிவிட்டது என்பதே பொதுவான கருத்தாக இருந்தது.

(3) அகில இந்திய இயக்கமாக்க விரும்பியதும் அதைச் சுருக்கியதும்

மார்ச் 30ஆம் தேதி தொடங்கிய போராட்டத்தில் ஏப்ரல் 11 தேதிக்குள் அநேகமாகக் கேரளத் தலைவர்கள் அனைவரும் கைதாகிவிட்டனர். அதனால் வெளியிலிருந்து தலைவர்களைப் பெறச் சிறைக்குள் இருந்த தலைவர்களும் வெளியில் இருந்தவர்களும் முயன்றனர். காந்தி, பெரியார், இராஜாஜி போன்றவர்களை வேண்டினர். இதன் விவரம் முன் இயல்களில் விவரிக்கப்பட்டுள்ளது.

ஜார்ஜ் ஜோசப்பிடமிருந்து காந்திக்குச் சென்ற கோரிக்கை பின்வருவது. "கைது செய்யப்பட்டுவிட்டேன். சத்தியாகிரகம் நடந்தாக வேண்டும். பொதுஜன ஆதரவுக்குக் குறைவில்லை. தொண்டர்களும் வேண்டியவரை இருக்கிறார்கள். தலைவர்கள்தான் தேவை. தேவதாஸ் அல்லது மஹாதேவ தேசாயியை அனுப்புங்கள்" (*சுதேசமித்திரன்*, 14 ஏப்ரல் 1924).

இதற்குப் பின்வருமாறு காந்தி பதிலளித்தார்.

'. . . பல மாகாணங்களிலிருந்து தலைவர்கள் ஒரு ஊரில் ஒரு இயக்கத்தில் தங்கள் கவனத்தை முழுவதும் செலுத்துவது என்பது அசாத்தியமில்லாவிட்டாலும் சிரம சாத்தியமானது. ஆயினும் தலைவர்களால் வழிகாட்டப்படாத காரணத்தினால் இயக்கம் இறந்துபோகாமல் சென்னை மாகாணத் தலைவர்கள் பார்த்துக்கொள்ளுவார்கள்' (*சுதேசமித்திரன்*, 14 ஏப்ரல் 1924).

தலைவர்களை அனுப்பாத காந்தி, வைக்கம் நிலைமை மோசமாகிவருவதைத் தொடர்ந்து கவனித்து வந்தார். எனினும் அகில இந்திய இயக்கமாக்க மறுத்தே வந்தார்.

". . . இந்த இயக்கத்தை நடத்திவருவதன் பயனாக மலையாளத்தைச் சேர்ந்த ஊழியர்கள் சிலர் சிறையில் இடப்பட்டிருக்கின்றனர். எனக்கு முன் இப்பத்திரிகையில் (யங் இந்தியா) ஆசிரியராகவிருந்த ஜார்ஜ் ஜோசப்பும் சிறையில் இடப்பட்டிருக்கிறார். தலைவர்கள் பலர் கைது செய்யப்பட்டுப் போனமையால் துணைக்கு வரும்படி இந்தியாவெங்கும் உள்ள தலைவர்களுக்கு ஒரு வேண்டுகோள் அனுப்பப்பட்டிருக்கிறது. சென்னையில் உள்ளவர்களே அதற்கிணங்கி காரியம் செய்து வருவதால் வெளியில் உள்ளவர் உதவிக்குச் செல்ல வேண்டுவதைப் பற்றி இப்போது யோசிக்க வேண்டுவதே இல்லை" (சுதேசமித்திரன், 22 ஏப்ரல் 1924).

இதே கருத்தைக் கேரளக் காங்கிரசுத் தலைவரான கே.எம். பணிக்கருக்கு எழுதிய கடிதம் ஒன்றிலும் காந்தி வலியுறுத்தியிருந்தார். அதன் முக்கிய பகுதி வருமாறு:

"உள்ளூர் பிரச்சனையை உள்ளூர் மக்களேதான் தீர்த்துக்கொள்ள வேண்டும் என்பது சத்தியாகிரகம் பற்றியதான பொதுவான அபிப்பிராயம். திருவாங்கூர் கமிட்டி மட்டுமே இந்த விஷயத்தைக் கையாள வேண்டும் என்று நீங்கள் நினைப்பது சரி. ஆனால் கேரளம் முழுமையும் ஒரு பகுதி எனக் கொண்டால் கேரளம் அப்பிரச்சனையை எடுத்துக்கொள்ளலாம். அப்பகுதியைக் கொஞ்சம் விரிவாக்கினால் அது நம் பலவீனத்திற்குத் தரப்படும் சலுகையாகும். சென்னை மாகாணத்தைச் சேர்த்துக் கொள்வதற்கும் இதே காரணத்தைக் காட்ட முடியும். என்னிடம் விட்டால் நான் திருவாங்கூரை மட்டுமே ஈடுபடுத்துவேன். எந்த விரிவாக்கமும் சூழலுக்கேற்ற அம்சம்தான்" (திருவனந்தபுரம் டெய்லி நியூஸ், 12 ஜூன் 1924). காங்கிரசால் போராட்டம் வழிநடத்தப்பட்டாலும் கடைசிவரை வைக்கம் அகில இந்திய இயக்கமாக மாறவில்லை. மாறவும் காந்தி அனுமதிக்கவில்லை.

(4) வெளி உதவியின் தேவையும் அதைத் தடுத்தலும்

கேரளத்துக்கு அயலில் உள்ளவர்களின் வருகையைத் தவிர்க்க விரும்பிய காந்தி, பண உதவி, சாப்பாட்டு உதவி முதலியவற்றை அயல் மதத்தவரிடமிருந்து பெறுவதையும் அனுமதிக்கவில்லை. ஒரு கட்டத்தில் அயல்வாழ் இந்துக்களின் இவ்வகை உதவிகளையும்கூட காந்தி மறுத்தார்.

'உதாரணமாக நான் எனது குடும்பத்தில் தீண்டாமையைப்

போக்க விரும்புகிறேன் என்று நினைத்துக்கொள்ளுங்கள். என்னுடைய பெற்றோர்கள் அதனை எதிர்க்கிறார்கள். ஆனால் எனக்குப் பிரகலாதனைப் போன்று தீண்டாமையை ஒழிக்க வேண்டும் என்பதில் உறுதியான நம்பிக்கை இருக்கின்றது. என்னுடைய தகப்பனார் தீண்டாமையைப் போக்க முயற்சிகளைச் செய்வதால் என்னைத் தண்டிக்கிறார். அதற்கு அரசின் உதவியையும் கோருகிறார். அப்பொழுது நான் என்ன செய்வது? . . . குழந்தையாகிய நான் கூறுவனவற்றை என் தகப்பனார் உணராதிருக்கக் கூடும். ஆதலால் என் சிநேகிதர்களையும் அறிவாளிகளையும் உதவிக்கு அழைத்து வந்து என் மனோபாவத்தை அவருக்கு எடுத்துரைக்கலாம். ஆனால் என் கஷ்டங்களை அனுபவிக்கும்படி எவரையும் அனுமதிக்கக் கூடுமா?' (*சுதேசமித்திரன்*, 29 ஏப்ரல் 1924).

'. . . வைக்கம் சத்தியாகிரகிகள் நம்பிக்கைக்கே இடமில்லாத மிகச் சிறுபான்மையோராக இருந்தாலும் சரி, அல்லது எனக்குக் கிடைத்துள்ள தகவலுக்கு இணங்கச் சம்பந்தப்பட்ட இந்துக்களின் பெரும்பான்மையோராக இருந்தாலும் சரி, அவர்கள் சமஸ்தானத்திற்கு வெளியிலிருந்து பொதுமக்களின் அனுதாபத்தைத் தவிர வேறு எவ்வித உதவியையும் தவிர்க்க வேண்டும் என்பது தெளிவான விஷயமாகும். அத்தகைய ஒவ்வொரு சந்தர்ப்பத்திலும் நாம் மேலே குறிப்பிட்ட நியதிக்கு இணங்க நடந்துகொள்ள முடியாதவர்களாக இருக்கலாம். இந்தச் சந்தர்ப்பத்திலும் நாம் அவ்விதம் செய்ய முடியாமலிருக்கலாம் என்பது உண்மையே. எனினும் அந்த நியதியை நாம் மறந்துவிடக்கூடாது' (*யங் இந்தியா*, 24 ஏப்ரல் 1924; *சுதேசமித்திரன்*, 29 ஏப்ரல் 1924).

அச்சமயம் வைக்கம் வந்திருந்த சிரத்தானந்தர் காந்தியின் கருத்துகளைக் கடுமையாகப் பார்த்தார். 'காந்தி இந்த இயக்கத்தை ஆதரிக்காவிடில், வெளியாருடைய உதவியைத் தடுக்காமலாவது இருக்கலாம். அல்லது ஒரு தனிக் கமிட்டி அமைத்தாவது நடத்தலாம்' என்றார் (*சுதேசமித்திரன்*, 10 மே 1924). இரண்டு நாள் கழித்து மங்களூரிலிருந்து வெளியிட்ட அறிக்கையில் 'காங்கிரசு மகாசபை ஆளும் பணமும் கொடுத்து ஒத்தாசை செய்தால் நலமாயிருக்கும். இல்லாவிடில் இந்து மகாசபை, ஆரிய சமாஜம் ஆகிய சபைகளிடம் இந்த வேலையை விட்டு விடட்டும்' என்றும் கோரினார் (*சுதேசமித்திரன்*, 13 மே 1924). ஆனால் எதுவும் நடக்கவில்லை.

'. . . வெளியிலுள்ள இந்துக்களிடமிருந்து உதவி கோருவதாயின் அந்தச் சீர்திருத்தத்திற்கு இங்குள்ள இந்துக்கள் தயாராக

இல்லை என்பதை வெளியிடுவதாகும். சத்தியாகிரகிகளுக்கு இங்குள்ள இந்துக்களின் அனுதாபம் இருக்குமாயின் தங்களுக்குத் தேவையான தொகையை அவர்கள் இங்கேயே பெற வேண்டும்' என்பது காந்தி வெளியார் பண உதவியை மறுப்பதற்குச் சொன்ன காரணமாகும் (சுதேசமித்திரன், மே 1924).

வெளியாரிடமிருந்து பணம் வருவதைத் தடுத்த காந்தி, அகில இந்திய காங்கிரசு கமிட்டியையும் பணம் தர அனுமதிக்கவில்லை. அக்கமிட்டியிடம், வைக்கம் சத்தியாகிரகத்துக்கு இராஜாஜி மூலம் பணம் கோரப்பட்டது. "இது ஒரு குறிப்பிட்ட ஸ்தலத்தில் நடக்கும் சத்தியாகிரகம் ஆகையால் அதற்கு இந்திய நிதியிலிருந்து உதவி செய்ய முடியாது, ஸ்தலத்திலேயே நிதி வசூலித்துக் கொள்ள வேண்டும்" என்று காந்தி அபிப்பிராயப்படுவதாக இராஜாஜிக்கு அறிவிக்கப்பட்டது (சுதேசமித்திரன், 1 நவம்பர் 1924). (தன் வழியே கோரிக்கை போனதாலோ நிலைமையை உணர்ந்ததாலோ தமிழ்நாட்டில் நிதி சேகரித்து அனுப்பினார் இராஜாஜி. எஸ். சீனிவாச ஐயங்கார், வரதராஜுலு நாயுடு போன்றோர் சொந்தப் பணம் கொடுத்து உதவினர். இக்கோரிக்கை பிறக்குமுன்பே, பெரியார் மூலம் ரூ. 1000 தமிழ்நாடு காங்கிரசு கமிட்டி வைக்கத்துக்கு அனுப்பி வைத்திருந்தது வேறு.)

"கேரளத்திற்கு வெளியிலிருந்து – அனுதாபம் என்ற ஒன்றைத் தவிர ஆள், பணம் போன்ற எல்லாவற்றையும் தவிர்த்து" போராட்டத்தை ஒரு தீவு போன்ற நிலைமைக்குக் கொண்டுவந்து நிறுத்தினார் காந்தி. தத்துவார்த்தமாக ஆயிரம் நியாயப்பாடுகள் சொன்னாலும் யதார்த்தத்தில் விளைவு இதுதான்.

தன்னெழுச்சியாய் வந்துதவிய அகாலியர் சேவையை மறுத்தல்: வைக்கம் சத்தியாகிரகிகளுக்கு ஆதரவு அளிக்கும் நோக்கத்தில், இலவச உணவகம் ஒன்றை 1924 மே மாதம், பஞ்சாபிலிருந்து வந்த அகாலியர், காங்கிரசாருடன் கலந்தாலோசித்து திறந்தனர். சமத்துவத்தை நிலைநிறுத்த சீக்கிய சமூகம் பாரம்பரியமாக இத்தகைய உணவுச்சாலையை நடத்தி வந்தனர். பசியாது உணவு உண்டு, போராட்டத்தில் கலந்துகொள்ளச் சத்தியாகிரகிகளுக்கு அது மிகவும் வசதியாய் அமைந்தது. ஆனால் அவர்களையும் வெளியார், அந்நிய மதத்தினர் என்று சொல்லி வெளியேற்றினார் காந்தி.

இதைப் பற்றி குரூர் நீலகண்டன் நம்பூதிரி, மாதவன் நாயர் ஆகிய சத்தியாகிரகிகள் கேள்வி எழுப்பினர். "சுயமதிப்புள்ள எவனும் அகாலியர்கள் அளிக்கும் உணவை ஏற்றுக்கொள்ள மாட்டான். சாப்பாடு இல்லாமல் வைக்கம்வாசிகள் திண்டாடவில்லை. அப்படி திண்டாடினால் அல்லவோ

மற்றவர்களைப் பிச்சை கேட்கலாம்" என்று அவர்களுக்கு காந்தி பதிலளித்தார் (*சுதேசமித்திரன், 26 மே 1924*).

மேலும் அது பற்றிப் பேசுகையில், "சத்தியாகிரகம் மனத்தை மாற்றுவதற்கு உற்ற முறையேயாகும். சீர்திருத்தக்காரர்கள் தங்களுடைய கருத்துகளைச் சமுதாயத்தின் மீது வற்புறுத்தித் திணிக்க விரும்பவில்லை. அதன் இதயத்தைத் தொடவே அவர்கள் பெருமுயற்சி செய்கிறார்கள். சத்தியாகிரகத்தை நான் வர்ணிப்பதாயின் அதை ஓர் அன்பு முறை என்றே கூறுவேன். வெளியாரின் பணஉதவி இந்த அன்பு முறைக்குக் குந்தகமாக இருக்கும். இதைக் கருத்தில் கொண்டு பார்த்தால் சீக்கியரின் இலவச சாப்பாடு யோசனை கிலி பிடித்துள்ள வைக்கம் இந்துக்களுக்கு ஆபத்தானது என்றே நான் கருதுகிறேன்" என்றார் (*சுதேசமித்திரன், 26 மே 1924*).

"அந்தப் போஜனசாலை இந்துக்களால் நடத்தப்பட்டாலும் சரி, இந்துக்கள் அல்லாதவர்களால் நடத்தப்பட்டாலும் சரி, நான் அதில் போஜனம் உட்கொள்வதை விடப் பட்டினி கிடப்பதையே உசிதம் என்று கருதுவேன். கேரளதேசவாசிகள் தங்களது தொண்டர்களுக்குப் போஜனம் இடுவர் என்று நாம் நம்ப வேண்டுவது அவசியம்" (*சுதேசமித்திரன், 28 மே 1924*) என்று உள்ளூர்காரர்களே சத்தியாகிரகிகளின் உணவுத் தேவையை கவனிக்க வேண்டும் என்று காந்தி வலியுறுத்தினார்.

திருவாங்கூர் அரசு ஆதரவுப் பத்திரிகையாகக் கருதப்பட்ட திருவனந்தபுரம் டெய்லி நியூஸ் (20 மே 1924) காந்தியை ஆதரித்தது. "இந்துக்கள் அல்லாதவர் பங்கேற்பையும் திருவாங்கூர் அல்லாதவர் பங்கேற்பையும் திருவாங்கூர் அல்லாதவரின் பணம் அங்குப் பயன்படுவதையும் காங்கிரசு அமைப்பின் நுழைவையும் காந்தி கண்டித்துள்ளார். அகாலிகளின் மற்றும் அவர்களது இலவச சாப்பாடு சேவையையும் வெளியேறுமாறு வெளிப்படையாகவே வேண்டிக்கொண்டார்" என்று பாராட்டியது அப்பத்திரிகை.

அகாலியர் போஜனசாலையை வெளியேற்றுவது பற்றிய பேச்சு 1 ஜூன் 1924 தேதியிட்ட கோட்டயம் மாவட்ட மாஜிஸ்டிரேட், திருவாங்கூர் சமஸ்தான தலைமைச் செயலாளருக்கு எழுதிய அந்தரங்க அரசுக் கடிதத்தில் இடம் பெற்றுள்ளது. "அகாலியர் சாப்பாட்டைப் பயன்கொள்ள வேண்டாம் என்று சத்தியாகிரகிகள் தடுக்கப்பட்டனர். அந்தத் தகவலை அகாலி தலைவருக்கும் தெரிவித்து விட்டனர். உதவி தேவைப்படவில்லை எனில் திரும்பி வந்து விடலாம் என்று அவர்கள் கமிட்டியிடமிருந்தும் தகவல் கிடைத்து விட்டது.

இந்த விஷயத்தில் வைக்கத்தில் இருக்கும் பொறுப்பு காவல் ஆணையரிடம் கலந்து ஆலோசிக்கப்பட்டது. அகாலியரைப் பொறுத்தவரை எந்த ஆணையும் அளிக்க வேண்டாம் என்று ஒப்புக்கொள்ளப்பட்டது. இன்னும் சில நாள் பொறுத்திருந்து அவர்கள் கிளம்புகிறார்களா என்று காத்திருப்போம் என்று முடிவானது."

அகாலியரை வைக்கத்திலிருந்து திருப்பி அனுப்பி விடவேண்டும் என்ற எண்ணம் அரசுக்கும் இருந்தது இதிலிருந்து தெரிய வருகிறது. அரசின் எண்ணத்தைத் தெரிந்தோ தெரியாமலோ காந்தி நிறைவேற்றுகிறார்.

எது எப்படியோ, அகாலி பிரபந்தக் கமிட்டியின் உத்தரவுப்படி, அகாலியர் தங்கள் சாப்பாட்டுச் சாலையை மூடி விட்டு 4 ஜுன் 1924 அன்று அமிர்தசரசுக்குப் பயணமாயினர்.

'லங்கர்' மூலம் சமத்துவத்தைப் பரப்பி வந்த அகாலியர் வைக்கம் விட்டு அகன்றனர். அதற்கு மாற்றாக காங்கிரசே இலவச உணவுச் சாலையை அமைத்தது. அது சிறப்பாகச் செயல்பட்டதாகத் தகவல்கள் இல்லை. உணவின்மை இயக்கத்தை நலிவுறச் செய்ததாகவே தெரிகிறது.

(5) வைதிகர் எதிர்போராட்டமும் காந்தி எதிர்வினையும்

சத்தியாகிரகத்துக்குப் போட்டியாகச் சாதிஇந்துக்கள் எதிர்ப்புப் போராட்டத்தை 1924 ஜுன் 25 வாக்கில் தொடங்கினர். இது குறித்து காந்திக்கு சத்தியாகிரகிகள் தந்தி அனுப்பினர் (அரசு ஆவணம், திருவனந்தபுரம் ஆவணக் காப்பகம்). அதற்கு காந்தி அளித்த பதிலாவது:

'. . . காலிக் கூட்டங்களின் கையில் சத்தியாகிரகிகளைத் திருவாங்கூர் அதிகாரிகள் ஒப்படைத்துவிட்டார்கள். ஆசார சீர்திருத்த விரோதிகளான வைதிகர்களால் அமர்த்தப் பட்டவர்களிடம் சத்தியாகிரகிகள் அடிபடுகிறார்கள் . . . வைதிகர்களும் வெட்கப்படும்படியான சமயம் வரும்' (சுதேசமித்திரன், 2 ஜுலை 1924). இப்பதிலைத் தவிரக் காங்கிரசு கமிட்டி கூட்டத்துக்கு வந்திருந்த டி.ஆர். கிருஷ்ணசாமி ஐயர் மூலமாகக் கீழ்க்காணும் செய்தியையும் வைக்கம் சத்தியாகிரகிகளுக்கு அவர் அனுப்பினார். ". . . வைதிகர்கள், ஆசார சீர்திருத்தக்காரர்களை என்ன அடித்தாலும், எவ்வளவு இம்சித்தாலும் பதிலுக்குப் பதில் செய்து காட்டாமல் சும்மாயிருக்க வேண்டும். தைரியம் என்றால் கஷ்டத்தைச் சகித்துக்கொள்ளும் திறமை" (சுதேசமித்திரன், 3 ஜுலை 1924).

மேற்கண்ட இரண்டு செய்திகள் தவிர அகமதாபாத் காங்கிரசுக் கூட்டத்திலும் இது பற்றித் தீர்மானம் இயற்றப்பட்டது. “இம்சைகளைப் பற்றிய செய்திகளுக்கு ஆதாரமிராது என்று காரியக் கமிட்டி நம்புவதோடு ஒழுங்கான எந்த அரசாங்கத்தையும் போல் திருவாங்கூர் தர்பார் வைக்கம் சீர்திருத்தக்காரர்களைக் காலிகளின் கைகளிலிருந்து காப்பாற்றும்படியும் கேட்டுக் கொள்கிறது” *(சுதேசமித்திரன், 3 ஜூலை 1924)* என்பது அத்தீர்மானம்.

கிருஷ்ணன் நம்பூதிரிக்கு அனுப்பியிருந்த மூன்றாவது செய்தியிலும் காந்தி அகிம்சையை வலியுறுத்தியிருந்தார். இவற்றைத் தவிர, சத்தியாகிரகிகளுக்கு நேரடியாக அனுப்பியிருந்த மற்றொரு செய்தியிலும் “சத்தியாகிரகிகள் ஹத்து மீறி நிதானம் தவறி எதுவும் செய்து விடக்கூடாது. எவ்வளவு ஆத்திரம் மூட்டினாலும் பொறுமையோடிருக்க வேண்டும்” *(சுதேசமித்திரன், 3 ஜூலை 1924)* என்று கேட்டுக்கொண்டார்.

‘. . . நிரபராதிகளான சத்தியாகிரகிகளை எதிர்த்து நடைபெறும் இந்தப் பகிரங்க பலாத்காரத்துக்கு அதிகாரிகள் உடந்தையாக இருக்கிறார்களா? திருவாங்கூரைப் போல முன்னேற்றமடைந்துள்ள ஒரு சமஸ்தானம் உயிரையும் உடைமைகளையும் பாதுகாக்க வேண்டிய தங்களுடைய மூலாதாரமான கடமையைத் துறந்துவிட்டதா? குண்டர்களின் பலாத்காரம் மிகவும் காட்டுமிராண்டித்தனமாக இருப்பதாகக் கூறப்படுகிறது. அவர்கள் தொண்டர்களின் கண்களில் சுண்ணாம்பை அள்ளி வீசி, அவர்களைத் துன்பத்திற்கு உள்ளாக்குகிறார்கள் . . .

‘இப்போது வைக்கம் சத்தியாகிரகச் செயலாளர்களுக்கு ஒரு வார்த்தை. குண்டர்களின் சவாலை ஏற்றுக்கொள்ள வேண்டும். ஆனால் சத்தியாகிரகிகள் நிதானம் இழந்துவிட வேண்டாம் . . .’ *(யங் இந்தியா, 3 ஜூலை 1924)* என்று மேலும் கேட்டுக்கொண்டார்.

இவ்விடயத்தில் காந்தி ஏன் இவ்வளவு பதற்றமடைந்தார் என்று தெரியவில்லை.

சத்தியாகிரகிகளுக்கு அறிவுரை: பொதுவாகவே இப்போராட்டம் முழுவதுமே சத்தியா கிரகிகளுக்கு அறிவுரை வழங்குவதில் காந்தி வஞ்சனை காட்டவில்லை. உதாரணமாக, சத்தியாகிரகி நீலகண்ட நம்பூதிரி அனுப்பிவைத்த தந்தி ஒன்றுக்குப் பதில் அளித்த காந்தி, அதில் இவ்வாறு குறிப்பிட்டார். “பட்டினி இருக்க

வேண்டாம்; வேலியேறி குதிக்கவும் கூடாது. எப்படிச் செய்தால் திறமையாய் இருக்கும் என்பதைப் பற்றிக் கவனியாமல் எது ஒழுங்கோ அதை மாத்திரம் செய்ய வேண்டும்" (*சுதேசமித்திரன்*, 26 ஏப்ரல் 1924).

'சத்தியாகிரகம் நடைபெறும்போது அரசாங்கத்துடையவும் பொது மக்களுடையவும் ஆதரவைப் பெறுவதற்காகச் சத்தியாகிரகப் போரை நடத்துகிறவர்கள் மனுக்கள் செய்து கொள்வதும் பொதுக்கூட்டங்களை நடத்தவும் பிரதிநிதிக் கூட்டங்களை அனுப்பவும் சிறிதும் பின்வாங்கக் கூடாது' (*யங் இந்தியா*, 24 ஏப்ரல் 1924; *சுதேசமித்திரன்*, 26 ஏப்ரல் 1924).

ஒரு கட்டத்தில் (மே 1924) சத்தியாகிரகிகள் அகிம்சையிலிருந்து தவறி நடப்பதாக காந்திக்குத் தகவல் செல்ல, அதை அவர் நம்பவும் தொடங்கிவிடுகிறார். 'வைக்கம் சத்தியாகிரகம் வரம்பு கடந்து நடப்பதாக நான் கருதுகிறேன்' என்று குற்றச்சாட்டோடு தொடங்கும் அவ்வறிவுரை பின்வருமாறு தொடர்ந்தது.

". . . இந்து சமூக சீர்திருத்தக்காரர்களுக்கு நண்பர்களாக இருக்கும் கிறிஸ்தவர்களும் அகாலிகளும் முஸ்லிம்களும் மற்றுமுள்ள இந்துக்கள் அல்லாதவர்களும் வைதிகர்களுக்கு விரோதமாகக் கூடி ஆர்ப்பாட்டம் செய்வதனாலும் சீர்திருத்தக் காரர்களுக்குப் பண உதவி செய்வதனாலும் வைதிகர்களை அச்சுறுத்தி சீர்திருத்தக்காரர்களுக்கு இணங்கும்படி செய்தால் தீண்டாமை பிரச்சனை எவ்வாறு தீரும்? இவ்வாறு செய்வது சத்தியாகிரகம் ஆகுமா? வைதிகர்கள் தாங்களாகவே மனமுவந்து சீர்திருத்தக்காரர்களுடைய விருப்பத்திற்கு இணங்கியவர் ஆவரா?" (*யங் இந்தியா*, 8 மே 1924; *சுதேசமித்திரன்*, 9 மே 1924).

அறிவுரை முடிவடைவதாயில்லை. சத்தியாகிரகம் தொடங்கி ஐந்தாம் மாதமான ஆகஸ்ட் 1924இல் மகாராஜா காலமாகிறார். அதுசமயம் காந்தி, இராஜாஜிக்குக் கடிதமொன்று எழுதினார். அதிலும் சத்தியாகிரகிகளுக்கு அறிவுரை இடம்பெற்றிருந்தது.

"வெகுகாலமாக இருந்துவரும் தீயபழக்கங்களை ஒருநொடியில் போக்கி விடுவது இயலாத காரியம். தொண்டர்கள் சோர்வுறாது போராட்டத்தை நடத்திவந்தால் நிச்சயம் வெற்றி கிடைக்கும்" என்று குறிப்பிட்டிருந்தார். அதோடு 'அகிம்சை நெறியினின்று பிறழாது சத்தியாகிரகத்தை நடத்தி வந்தால்' இவ்வாண்டுக்குள் (1924) வைக்கம் வருவதாகவும் கூறியிருந்தார் (*நவசக்தி*, 22 ஆகஸ்ட் 1924).

தொடர்ந்து சத்தியாகிரகிகளுக்கு காந்தி எழுதிக்

கொண்டிருந்தார். அவ்வாறான கடிதம் ஒன்றில் "உயிருக்குப் பயப்படாமல் வேலை செய்யுங்கள். உங்களுடைய முயற்சி பயன் தரும்படி கடவுள் ஆசீர்வதிப்பாராக" என்று குறிப்பிட்டிருந்தார் (சுதேசமித்திரன், 3 செப்டம்பர் 1924).

". . . தமக்கு இழைக்கப்படும் கொடுமையைக் குறித்து சத்தியாகிரகி ஆத்திரம் கொள்ளுவது தமக்குத்தாமே விதித்துக் கொண்டுள்ள ஒழுங்கு முறைக்கு இடையூறு செய்வதாகும். அவர் நீண்ட காலம் அம்முறையை அனுஷ்டிக்க நேரலாம். அதற்கு முடிவே இராதுபோல்கூடத் தோன்றலாம். சிறிதளவு அதட்டி மிரட்டுவதோ நியாயமாக நல்வார்த்தை கூறுவதோ, அல்லது வற்புறுத்துவதோகூடத் துரிதமாகப் பயனைக் கொடுப்பது போல் தோன்றலாம். . .

"மறியல் மூலம் அவர்கள் (சத்தியாகிரகிகள்) பெரும்பாலும் என்ன செய்துகொண்டிருக்கிறார்கள் என்பதைப் பொதுமக்கள் அறிவர். ஆனால் சத்தியாகிரகிகளில் சிலர் அவர்களுடைய குடும்பத்தாரிடமும் அவர்கள் சாதியைச் சேர்ந்தவர்களிடமும் மௌனமாக அனுபவித்து வரும் துன்பங்களைப் பற்றி அவர்களுக்கு ஒன்றும் தெரியாது எனினும் மௌனமாகவும் அன்புடனும் அனுபவித்துவரும் இந்தத் துன்பங்களே சுவர் போல இருந்துவரும் தப்பெண்ணத்தை இறுதியில் தகர்க்கும் என்பதை நான் அறிவேன். எனவே சீர்திருத்தக்காரர்கள் தங்களுடைய பொறுப்பைப் பூரணமாக உணர வேண்டுமென்பதிலும் அவர்கள் தங்களுக்குத் தாங்களே விதித்துக்கொண்டுள்ள ஒழுங்கிலிருந்து மயிரிழையும் தவறக்கூடாது என்பதிலும் நான் கவலையும் அக்கறையும் கொண்டுள்ளேன்" (யங் இந்தியா, 18 செப்டம்பர் 1924).

இவ்வாறான காந்தியின் அறிவுரைகளால் சத்தியா கிரகத்திற்குச் சித்தாந்த வரையறை கிடைத்தது. ஆனால் சத்தியாகிரகிகள் மிகுதியும் சிரமப்பட்டனர்.

(6) சுதேச சமஸ்தானத்தில் காங்கிரசு தலையீடு

சுதேச சமஸ்தானத்தை ஆண்டுகொண்டிருக்கும் அரசர்கள் இந்தியர்களே என்பதால் அதில் காங்கிரசு தலையிடுவதில்லை என்பது காங்கிரசின் கொள்கைகளில் ஒன்று. அந்த வகையில் கேட்கப்பட்ட கேள்விக்கு காந்தி பதிலளித்தார். ஒரு சுதேச சமஸ்தானத்தில் சத்தியாகிரகம் நடந்துவருவதை உத்தேசித்தால் பெருமை வாய்ந்த ஒத்துழையாமை இயக்கத்திற்கே ஒரு அபவாதம் ஏற்படாதா என்பது கேள்வி.

'... வைக்கத்தில் நடந்து வரும் வேலை, ஒத்துழையாமை இயக்கத்தில் தீண்டாமை ஒழித்தல் என்ற கொள்கையுடன் சம்பந்தப்பட்டிருக்கிறது. இருந்தாலும் இது ஒத்துழையாமை இயக்கத்தைப் பொறுத்ததில்லை என்று எனக்குத் தெளிவாக விளங்குகிறது... வைக்கத்தில் நடந்துவரும் பிரயாசைகள் பிரிட்டிஷ் இந்தியாவில் நடத்தப்பட்டுவரும் ராஜிய கிளர்ச்சியை அனுசரித்துள்ளது என்று எனக்குத் தோன்றினால் அதை உடனே நிறுத்தவேண்டும் என்பது எனக்குத் தெரியும். காங்கிரசுக்காரர்கள் இந்த விஷயமாக சமஸ்தான அரசர்களுக்கு ஒருவிதமான இடைஞ்சலும் செய்யக்கூடாது என நான் கண்டிப்பாகச் சொல்லுவேன். அவ்வரசர்களும் நம்மைப் போலவே சங்கடப் பட்டுக்கொண்டிருக்கிறார்கள்' (*சுதேசமித்திரன்*, 17 ஏப்ரல் 1924).

தனக்குக் கடிதங்கள் எழுதிய நிருபர்களில் சிலர், ஓர் இந்திய சமஸ்தானத்தில் சத்தியாகிரகம் செய்வதை முற்றிலும் ஆட்சேபித்திருக்கிறார்கள் என்று சொன்ன காந்தி, "இந்திய தேசிய மகாசபை தனது லட்சியத்தை அடைவதற்காக ஓர் இந்திய சமஸ்தானத்தில் சத்தியாகிரகம் செய்வதைச் சந்தேகத்துக்கு இடமின்றித் தடுத்திருக்கிறது என்றே எண்ணுகிறேன்" என்று அதற்குப் பதில் எழுதினார் (*யங் இந்தியா*, 1 மே 1925).

அதாவது, வைக்கம் சத்தியாகிரகம், தீண்டாமையை ஒழிக்கும் சமூக சீர்திருத்த முயற்சிதான் என்றும், இந்திய அரசியலோடு அது தொடர்பு கொண்டதில்லை என்றும் காந்தி சுதேச சமஸ்தானத்தில் காங்கிரசின் தலையீட்டை நியாயப்படுத்தினார்.

(7) காந்தியின் நுழைவால் பிரிட்டிஷாரின் நிலைப்பாடு மாறல்

சுதேச சமஸ்தானமாக இருந்தாலும் பிரிட்டிஷாரின் கட்டுப்பாட்டில்தான் திருவாங்கூர் அரசு செயல்பட்டது. அப்படியானால் பிரிட்டிஷாரின் கருத்தும் பங்கும் வைக்கம் போராட்டத்தில் என்னவாக இருந்தது?

வைக்கம் தொடர்பில் ஸ்தானிகரின் இரண்டு கருத்துகள் கிடைக்கின்றன. ஜார்ஜ் ஜோசப் போராட்டத்தின் மூளையாகச் செயல்பட்டார் என்பதொன்று. இரண்டாவது, காந்தியை அரசு விருந்தினராக ஏற்றால் அவரால் வரும் பிரச்சனைகள் குறையும் என்ற பழைய அனுபவத்திலிருந்து பெற்ற கருத்தை வெளிப்படுத்தியது. இதைத் தவிரச் செயல்பாடுகள் ஏதுமில்லையா அல்லது வெளியே தெரியவில்லையா என்ற கேள்விகள் எழுகின்றன. ஸ்தானிகராக இருந்த காட்டன், காவல்துறை ஆணையராக இருந்த பிட் போன்றவர்களின் பிரிட்டிஷ்

அரசுடனான கடிதப் போக்குவரத்துகளையும் திவான் – ஸ்தானிகர் கடிதப் பரிமாற்றங்களையும் தேடிப்பிடித்தால் பிரிட்டிஷ் அதிகாரவர்க்கத்தின் நிலைப்பாட்டை அறியலாம். அம்முயற்சியில் உள்ளேன்; அது இன்னும் வெற்றிபெறவில்லை. எனினும் வைக்கம் பற்றி ஆய்ந்த டி.கே. ரவீந்திரன் அது பற்றித் தந்திருக்கும் விளக்கத்தைப் படித்து இப்போதைக்குத் திருப்திப்படலாம்.

காங்கிரசு தொடர்பில்லாத உள்ளூர் போராட்டமாக இருந்திருந்தால் பிரிட்டிஷார் அவர்கள் சார்பைத் தாழ்த்தப்பட்டவர்மீது வெளிப்படுத்தியிருப்பர். இதுமாதிரியான முந்தைய சம்பவங்களில் அப்படித்தான் அவர்கள் நடந்தனர். அவர்ணர்கள் சமய மற்றும் குடிஉரிமைகளைப் பெறுவதை எப்போதும் பிரிட்டிஷார் எதிர்க்கவில்லை. சமஸ்தான சமூக அமைப்பில் ஏற்படும் சீரமைப்புக்கும் அவர்கள் எதிரானவர்களல்லர்; அடிமை ஒழிப்பிலும், திருவாங்கூரில் சாணார் பெண்களுக்கு இருந்த உடைத்தடைகளை நீக்குவதிலும் பிரிட்டிஷார் நடந்துகொண்ட முறை இதற்கான உதாரணங்கள். இவ்விடயங்களில் அரசாங்கம் தன் பொறுப்பை உணர பிரிட்டிஷார் தம் வலிமையைப் பயன்படுத்தினர் (Eight Furlongs of Freedom, p. 145).

(8) பிற ஐயங்களுக்கான காந்தியின் விளக்கங்கள்

வைக்கம் சத்தியாகிரகத்தில் முன்விவரிக்கப்பட்ட பல நேர்வுகளில் காந்தியின் கருத்தை அறிந்தோம். அவை தவிரச் சட்டபூர்வமான சத்தியாகிரகத்திற்கு அவசியமான சந்தர்ப்பங்கள் வைக்கத்தில் ஏற்படவில்லை என்று நினைத்த நிருபர்கள் கீழ்க்காணும் ஆறு கேள்விகளை காந்தியிடம் கேட்டு விளக்கம் பெற்றனர்.

1. நெருங்காமை வைக்கத்தில் மாத்திரம் அனுஷ்டிக்கப்படுகிறதா அல்லது பொதுவாகக் கேரளம் முழுவதும் நிலவிவருகிறதா?

2. அது பொதுவாக நிலவிவருகிறதெனில் கேரளத்தில் பிரிட்டிஷ் எல்லையைச் சேர்ந்த இடங்களை விட்டுவிட்டு வைக்கத்தைத் தேர்ந்தெடுத்ததற்கு விசேஷக் காரணம் என்ன?

இரண்டு கேள்விகளும் அனுசிதமானவை [தகுதியற்றவை]. நெருங்காமையும் தீண்டாமையும் எங்கிருந்தாலும் அவற்றை எதிர்த்துச் சமாளிக்க வேண்டியது அவசியமாகும். ஓர் இடமோ அல்லது ஒரு காலமோ தகுதியானதென்று ஊழியர்கள் எங்கே

எப்போது நினைத்தாலும் அவர்கள் சத்தியாகிரகத்தின் மூலமோ அல்லது வேறு நியாயமான முறைகளின் மூலமோ வேலையை ஆரம்பித்துவிட வேண்டியது அவர்களுடைய கடமையாகும்.

3. மகாராஜா, ஸ்தல சட்டசபை அங்கத்தினர்கள் முதலியோரிடம் சத்தியாகிரகிகள் விண்ணப்பம் செய்து கொண்டார்களா?

ஒரு தடவை அல்ல, பல தடவை விண்ணப்பம் முதலிய முறைகளை முயன்றுப் பார்த்து விட்டார்கள் என்பதே எனக்குக் கிடைத்த தகவலாகும்.

4. சத்தியாகிரகிகள் வைதிக இந்துக்களுடன் கலந்து ஆலோசித்தார்களா?

சத்தியாகிரகிகள் வைதிக மக்களைக் கலந்தாலோசித்தார்கள். அவர்களுடைய ஆதரவைப் பெற்றிருப்பதாக நினைத்தார்கள்.

5. ரஸ்தாவை உபயோகிப்பதென்பது ஓர் ஆரம்ப நடவடிக்கை அல்லவா? அது இறுதியில் சாதியை அடியோடு ஒழிக்கும் நோக்கத்துடன் கூடிய ஒரு முறையல்லவா?

ரஸ்தாவை உபயோகிப்பதுதான் சத்தியாகிரகத்தின் இறுதி லட்சியம் என எனக்கு உறுதி கூறியிருக்கிறார்கள். ... படுமோசமான தீமையை ஒழித்துவிட்டுச் சாதியைப் பரிசுத்தமாக்குவதற்கே உண்மையில் இந்த இயக்கம் ஏற்பட்டிருக்கிறது. என் சம்பந்தப்பட்டவரையில் வர்ணாசிரமத்தில் எனக்கு நம்பிக்கை இருக்கிறது. எனினும் அதற்கு நான் செய்துகொண்டுள்ள சொந்த அர்த்தம் உண்டு என்பது உண்மையே. எப்படியாயினும் தீண்டாமை எதிர்ப்பு இயக்கத்தின் நோக்கம், சமபந்தி போஜனமோ அல்லது கலப்பு மணமோ அல்ல.

6. அது பொதுஜன உபயோகத்திற்கல்லாத ஒரு ரஸ்தா அல்லவா?

பிரஸ்தாப ரஸ்தா, பொதுச்சாலை என்றே எனக்கு வந்துள்ள கடிதங்களிலிருந்து தெரிகிறது. சில ஆண்டுகளுக்குமுன் பிராமணரல்லாதாரைப் போல் நெருங்காதோருக்கும்கூட அதில் செல்ல உரிமையிருந்தது என்றும் அந்நிருபர்கள் கூறுகின்றனர்.

இவ்வாறு விரிவாகப் பேசிய காந்தி, வைக்கம் சத்தியா கிரகத்திற்கு நியாயமான காரணம் இருக்கிறது என்று முடிவுக்கு வருகிறார் (யங் இந்தியா, 1 மே 1925).

(9) மகாராணியிடம் வற்புறுத்தல்

பழைய மகாராஜா மறைந்து, அடுத்து பதவி ஏற்க வேண்டியவரான சித்திரைத் திருநாள் 18 வயது நிரம்பியவராக இல்லாததால், புதிய மகாராணி பொறுப்பாகச் சேதுலட்சுமி பாய் திருவாங்கூரில் பதவி ஏற்றார். அவருக்கு வாழ்த்துத் தெரிவிக்கும் வாய்ப்பையும் வைக்கம் போராட்டம் தொடர்பில் காந்தி பயன்கொண்டார்.

'. . . இறந்த மகாராஜா நிறைய படித்தவர் என்றாலும் தீண்டாமை பற்றி மரபார்ந்த கருத்துகளையே கொண்டவர் என்று சொல்லப்படுகிறது. தீண்டாமை இந்து மதத்திற்குச் சொத்து அல்ல, அது பெரிய அடி என்பதை மகாராணி ரீஜண்ட் நம்புவார் என்று கருதுகிறேன். இந்து மதத்திற்கு ஒரு இந்துநாடு செய்யக்கூடிய பெரிய சேவை என்பது இந்தச் சாபத்தை நீக்குவதுதான்' (தி இந்து, 12 செப்டம்பர் 1924) என்று வைக்கம் சத்தியாகிரகத்தை முடிவுக்குக்கொண்டுவர அவருக்கு நினைவூட்டினார்.

(10) தூதுக்குழுக்களும் ஐய நீக்கமும்

காந்தியின் கருத்துகளால் சத்தியாகிரகத்திற்கு ஏற்பட்ட சங்கடங்களை அவரிடமே நேரில் பேசித் தீர்த்துக்கொள்ளும் நோக்கத்துடன் அகமதாபாத்துக்குச் சென்றது ஒரு குழு. அதில் குரூர் நீலகண்ட நம்பூதிரியும் மாதவன் நாயரும் இடம்பெற்றிருந்தனர். அவர்கள் 16, 17, 20 ஏப்ரல் 1924 தேதிகளில் காந்தியோடு பேசினர்.

கேள்வி: திருவாங்கூர் மகாராஜாவின் மனத்தை உருகச் செய்யலாம் என்று நினைத்து சத்தியாகிரகிகள் உபவாசம் இருந்ததில் என்ன பிசகு?

பதில்: . . . திருஷ்டாந்தமாக தீண்டாதவர் ஒருவரை என் வீட்டுக்குள் கொண்டுபோய் வீட்டிலேயே இருக்கச் செய்வது என் மனைவிக்குப் பிடிக்கவில்லை. நான் உபவாசமிருந்து என் மனைவியைச் சரிப்படுத்திவிட முடியும். ஆனால் என்னுடைய உபவாசத்தின் பலனாக நான் இறந்துபோனால் என்ன செய்வதென்ற பயத்தால் என்னுடைய கருத்தை மனைவி ஒப்புக்கொள்ளச் செய்வது சத்தியாகிரகம் ஆகாது. அது ஹிம்சையே ஆகும். அதுபோல் திருவாங்கூர் மகாராஜா அன்புடன் கூடியவராக இருக்கலாம். சத்தியாகிரகிகள் பட்டினி யிருந்து மாள்வதைச் சகிக்கக் கூடாதவராக இருக்கலாம். தீண்டாமை ஒரு கெடுதல் என்று அந்தரங்க சுத்தியுடன் அவர்

நம்பாமல் சத்தியாகிரகிகளின் உபவாசத்துக்காகப் பயந்து இணங்கி வந்தால் பிரயோஜனமில்லை. அப்படி மகாராஜாவை நிர்ப்பந்தப்படுத்துவது சத்தியாகிரகமாகாது.

கேள்வி: . . . நாங்கள் பட்டினி இருக்கவும் கூடாது; வெளியாருடைய உதவியும் பெறக்கூடாது என்றால் வைக்கம் சத்தியாகிரகம் எப்படி நடப்பது?

பதில்: . . . வெளியாருடைய உதவியைக் கொண்டு தொண்டர்கள் நன்றாகச் சாப்பிட்டுவிட்டு சத்தியாகிரகம் செய்வதென்றால் ஏதோ கூலிக்கு மாரடிக்கிறார்கள் என்ற உணர்ச்சிதான் எதிரிகளுக்கு ஏற்படக்கூடும். நமது ஆத்ம சக்தியைக் கொண்டு நமது உணர்ச்சியை வெளிப்படுத்த வேண்டுமேயன்றி இதர சக்திகளைக் கையாளுவதன் மூலமாக அரசாங்கத்துடன் போட்டி போடக் கூடாது. அது சத்தியாகிரகமாகாது. சாத்வீக எதிர்ப்புக்கும் சத்தியாகிரகத்துக்கும் வித்தியாசமுண்டு.

சாத்வீக எதிர்ப்பு செய்கிறவர் தமது எதிரியை நேசிக்க வேண்டும் என்றில்லை. ஆனால் சத்தியாகிரகத்தில் தங்களுடைய எதிரிகளிடம் அன்புகொள்ள வேண்டியது அவசியம். திக்கற்றவர்களுக்குச் சத்தியாகிரகம்தான் பலமான ஆயுதம். கேரளத்திலுள்ள தீண்டாதவர்கள் சாத்வீக எதிர்ப்பைக் கையாளக்கூடும். ஆனால் கையாள வேண்டாம் என்றே நான் சொல்வேன். வெளியாருடைய உதவியில்லாமல் தனிப்பட்டவர்கள் சத்தியாகிரகம் செய்வதுதான் உத்தமமான பரிகாரம். வைக்கத்தில் சாதிஇந்துக்கள் அல்லாதவர்களும் இந்து அபிமானிகளும் செய்கிற சத்தியாகிரகமே மேலானது. அது கொஞ்சம் கஷ்டமாயிருந்தால் சற்று சமீபத்தில் உள்ள அயலார்களுடைய ஒத்தாசையைக் கொண்டு சத்தியாகிரகம் செய்துவரலாம்.

கேள்வி: தீண்டாமை தொடாமை என்ற பிரச்சனை அகில இந்திய பிரச்சனை அல்லவா? வைக்கம் இயக்கம் ஜெயிக்காவிட்டால் சமஸ்த இந்தியருக்கும் அது தோல்வி அல்லவா? இந்து மகாசபை முதலிய ஸ்தாபனங்களைக்கூட வைக்கம் சத்தியாகிரகிகள் உதவி புரியக் கேட்கக்கூடாதா?

பதில்: கிலாபத் விஷயத்தில் முஸ்லிம் சமூகத்துக்கும் முஸ்லிம் அல்லாத ஒரு கவர்ன்மெண்டுக்கும் தகராறு ஏற்பட்டது. அப்படியிராமல் முஸ்லிம்களிலேயே இரண்டு வகுப்பினருக்குள் சண்டை ஏற்பட்டால் இந்துக்கள் அதில் தலையிடக்கூடாதுதான். இந்து சமூக ஊழல்களைப் போக்குவது இந்துக்களின் கடமை.

வெளியாரின் உதவியை அதற்கு வேண்டக்கூடாது. அன்பினால் வைதிகர்களை வசப்படுத்தலாமே அன்றி வெளியாருடைய உதவியைக் கொண்டு பயமுறுத்தி பணியச்செய்யப் பார்ப்பது சரியல்ல.

கேள்வி: சில சாலைகள் வழியாகக் குடிமக்கள் போகக்கூடாது என்றால் அது ஒருவனுடைய முனிசிபல் உரிமையைப் பாதிக்கவில்லையா? மதப்பிரச்சனையை அதில் கொண்டு புகுத்த என்ன நியாயம்?

பதில்: சுதேச சமஸ்தானத்தின் உள்நாட்டு நிர்வாகத்தில் காங்கிரசு சம்பந்தப்படக் கூடாது. குடிமக்களில் இன்னார்தான் சாலை வழியாகச் செல்லக்கூடாது என்ற தடை ஏற்பட்டிருக்கிறது. தீண்டாமையை ஒழிக்கும்படி காங்கிரசு மகாசபை இந்துக்களுக்கு உத்தரவிட்டிருப்பதால் கேரளக் காங்கிரசு கமிட்டி இந்துக்களைச் சத்தியாகிரகம் செய்யும்படி கேட்டுவிட்டிருக்கிறது. அது முற்றிலும் இந்துக்களின் பிரச்சனை. இந்துக்கள் அல்லாதவர்களுக்கு இந்த இயக்கத்தில் இடமில்லை.

அடுத்து போராட்டத்தைத் தொடர்வது குறித்து காந்தி கருத்துரைக்கையில், 'வைக்கத்திலிருந்து திருவனந்தபுரத்திற்குச் சாத்வீகமாக ஊர்வலம் ஒன்று நடத்திவைக்கலாம். ஆனால் சாதிஇந்துக்கள் மாத்திரம் அதில் சென்று மகாராஜாவைப் பேட்டிகண்டு நிலைமையை எடுத்துரைக்க வேண்டும். ஊர்வலம் நடந்து முடியும்வரையில் வைக்கம் சத்தியாகிரகத்தை ஒத்தி வைக்கலாம்' என்றார் *(சுதேசமித்திரன், 26 மே 1924).*

காந்தி ஆலோசனைப்படி பேரணி: காந்தி கேட்டுக்கொண்டவாறு தடுக்கப்பட்ட பாதையில் ஈழவர் நடப்பதை ஆதரிக்கும் சாதிஇந்துக்களின் பேரணி ஒன்று நவம்பர் 1ஆம் தேதி வைக்கத்திலிருந்து புறப்பட்டு நவம்பர் 13ஆம் தேதி திருவனந்தபுரத்தை அடைந்தது. அதற்கு மன்னத்து பத்மநாபன் நாயர் தலைமை வகித்தார். கோட்டாறிலிருந்து திருவனந்தபுரத்தை நோக்கி தெற்கிலிருந்து 7 நவம்பர் 1924இல் புறப்பட்ட இதே வகைப் பேரணிக்குத் தலைவர் தமிழரான டாக்டர் எம்பெருமாள் நாயுடு. பெரிய ஊர்வலமாகப் பல ஊரையும் கால்நடையாகக் கடந்து சென்ற அப்பேரணியில் மகாத்மா காந்திக்கு ஜே! மகாராணி ரீஜண்டுக்கு ஜே!! என்ற முழக்கங்கள் ஒலித்தன. பல இடங்களில் நாராயண குரு, காந்தி படங்களுக்குப் பூஜைகள் செய்யப்பட்டன. முடிவில் 25,000 பேருக்குமேல் கையெழுத்திட்ட மகஜர் மகாராணியிடம் அளிக்கப்பட்டது.

இரண்டாவது தூதுக்குழு: சத்தியாகிரகத்தில் எழுந்த பிரச்சனைகளுக்கும் தொடர் நடவடிக்கைகளுக்கும் காந்தியிடம் கருத்தறிய முதலில் ஒரு குழு ஏப்ரல் மாதம் சென்றது. நான்கு மாதம் கழித்து செப்டம்பரில் இரண்டாவது குழு அதே காரணம் பற்றி காந்தியைச் சந்திக்க தில்லி சென்றது. முதல் குழுவைப் போல் பேசிய விஷயங்கள் அனைத்தையும் வெளியிடாது, 'வெளியிடக்கூடிய விஷயங்கள்' என இரண்டாவது குழுவில் இடம்பெற்றிருந்த டி.கே. மாதவன் ஓரிரண்டைத்தான் பத்திரிகைகாரர்களிடம் தெரிவித்தார். சத்தியாகிரகத்திலும் ரகசியங்களும் ராஜதந்திரங்களும் உண்டுபோலும்.

வைக்கம் சத்தியாகிரகத்தை காந்தி முழுமையாக ஒப்புக் கொள்ளுகிறாரா என்ற சந்தேகம் பொது ஜனங்களுக்கும் முக்கியமாக ஈழவருக்கும் இருப்பதாக டி.கே. மாதவன் காந்தியிடம் தெரிவித்தார். தம்முடைய ஆதரவு பற்றி அங்ஙனம் சந்தேகம் ஏற்பட நேர்ந்தது குறித்து காந்தி வருத்தப்பட்டார் என மாதவன் தெரிவித்தார். அது ஒரு விஷயம். அடுத்தது, சிம்லாவில் தங்கியிருந்த மதன்மோகன் மாளவியாவை மத்தியஸ்தம் செய்ய வைக்கத்துக்கு அனுப்பிவைப்பது காந்தியின் யோசனை. ஜார்ஜ் ஜோசப் மட்டும் காந்தியின் கடிதத்துடன் சிம்லா சென்றார். உடல்நிலை காரணமாக மாதவன் சிம்லா செல்லவில்லை. மாளவியாவும் வைக்கம் வர ஒப்புக்கொண்டார் (*சுதேசமித்திரன், 27 செப்டம்பர் 1924*).

(11) சி.எப். ஆண்ட்ரூஸ் வருகை

வடநாட்டிலிருந்து பலர் வந்தனர் எனினும் பிரபலமாகக் கருத்து தெரிவித்தவர் இருவர். காந்திக்கு எதிராகக் கருத்து சொன்னவர் சிரத்தானந்தர். மற்றவர் சி.எப். ஆண்ட்ரூஸ். 1925 ஜனவரி 2ஆம் தேதி, திருவாங்கூர் வந்த ஆண்ட்ரூஸ் சில நாட்கள் தங்கியிருந்து நிலைமையை அவதானித்தார். அவர் சந்தித்த வைதிகர்களில் சிலர் காந்தியைப் பற்றிக் கேட்டுள்ளனர்.

"மகாத்மா காந்திக்குத் தென்னாப்பிரிக்காவில் வேலை இல்லையா, இந்தியாவிற்கு ஏன் திரும்பி வந்தார், இங்கு வந்து எங்களுக்குள் கலகத்தை உண்டாக்குவதன் காரணம் என்ன?" என்று கேட்டனராம்.

'... தென்னாப்பிரிக்காவிலும் சரி, இங்கும் சரி, ஒரேவிதமான போராட்டந்தான் நடந்துவருகிறது. தென்னாப்பிரிக்காவில் வெள்ளைக்காரர்கள் ஏற்படுத்தியிருக்கும் தீண்டாமை முறைக்கு

விரோதமாகப் போராட்டம் ஏற்பட்டிருக்கிறது. இங்கோ எனில் உயர்ந்த வகுப்பார் எனப்படுவோர் ஏற்படுத்தியிருக்கும் தீண்டாமைக்கு விரோதமான போராட்டம் நடந்துவருகிறது' என்று பதிலளித்தாராம் சி.எப். ஆண்ட்ரூஸ்.

காந்தியின் செயல்பாட்டை வைதிகரும் ஏற்கவில்லை.

(12) சட்டசபைத் தீர்மானம்: தோல்வியும் காந்தியின் கருத்தும்

வைக்கத்தில் போராட்டம் ஒரு புறம் நடந்து கொண்டிருந் தாலும் சட்டசபையில் குறிப்பிட்ட தெருவில் தாழ்த்தப்பட்டோர் சுதந்திரமாக நடப்பதற்காக ஒரு தீர்மானத்தை நிறைவேற்றும் முயற்சியும் ஈழவ மற்றும் ஆதரவுத் தலைவர்களால் மேற்கொள்ளப்பட்டு வந்தது. சாதிஇந்துக்கள், பேரணி முடிவில் மகாராணியைப் பார்த்து, 1924 நவம்பர் 12ஆம் தேதி வேண்டுகோளைக் கொடுக்கையில், சஞ்சார சுதந்திரத் தீர்மானம் சட்டசபையில் வருகிறது, அதன் வெற்றி தோல்வியைப் பார்த்து முடிவெடுக்கலாம் என்று பதில் கூறித்தான் அனுப்பிவைத்தார். ஜனவரி 1925இல் வருவதாக மகாராணியால் கூறப்பட்ட அத்தீர்மானம் பிப்ரவரி மாதம் வாக்கெடுப்புக்கு வந்து தோல்வியுற்றது.

அச்சமயம், சட்டசபையில் தீர்மானம் தோல்வி அடைந்த சூழலை விளக்கி, சத்தியாகிரகி ஒருவர் காந்திக்குக் கடிதம் எழுதினார். வைக்கம் வருமாறும் காந்தியை வேண்டினார். சத்தியாகிரகியின் கடித வாசகங்களுள் சில வருமாறு.

". . . எதற்கும் தங்களுடைய உதவியையும் யோசனையையும் நம்பியிருக்கிறோம். எங்களுக்குப் பணக் கஷ்டம் அதிகமாக விருக்கிறது. தங்களுடைய வரவானது நம்முடைய கட்சிக்குப் பேருதவியாக இருக்கும் என்று நாங்கள் சொல்லத் தேவையில்லை."

காந்தி அதற்குப் பதில் எழுதினார்: ". . . கூடிய சீக்கிரம் வைக்கத்திற்கு விஜயம் செய்யவேண்டும் என்ற ஆவல் எனக்கு மிகுதியாக இருக்கிறது. அந்த ஆவல் பூர்த்தியாக வெகுநாட்கள் ஆகாதென்று நான் நம்புகிறேன். இதற்கிடையில் சத்தியாகிரகிகள் மனச்சோர்வு அடையக்கூடாது. ஏனெனில் குறிப்பிட்ட காலத்திற்குள் பலன் அளிக்காவிட்டாலோ அன்றி ஒரு குறிப்பிட்ட அளவு கஷ்டத்தை அனுபவித்த பின்போ கைவிட்டு விடும்படியாகத் தங்களது சத்தியாகிரகம் சோதனை முறையில் ஆரம்பிக்கப்பட்டதல்ல என்பதை வைக்கம் சத்தியாகிரகிகள் உணரவேண்டும்" என்ற காந்தி, இதை எழுதிய 30 நாள்களுக்குள் வைக்கத்தில் இருந்தார் (*சுதேசமித்திரன், 19 பிப்ரவரி 1925*).

சத்தியாகிரகி எழுதிய கடிதத்தில், அரசாங்கம் தன் நியமன உறுப்பினர்களையும் நியமன உறுப்பினராகவிருந்த ஈழவர் ஒருவரையுமே தீர்மானத்திற்கு எதிராக வாக்களிக்க வைத்தது என்று எழுதியிருந்தார். அதற்குப் பதில் அளித்த காந்தி, 'இக்கடிதத்தில் கண்டபடி உண்மையில் விஷயங்கள் நடந்திருந்தால் நான் திருவாங்கூர் கவர்ன்மெண்டைப் பாராட்ட முடியாது' என்றார்.

". . . சத்தியாகிரகிகள் செய்துவரும் காரியம்தான் நேரிடையான காரியம் ஆகும். தங்களது எதிரிகளைக் கண்டு சத்தியாகிரகிகள் ஆத்திரமடையக்கூடாது. அவர்களுக்குத் [வைதிகர்களுக்கு] தெரிவதைவிட இவர்களுக்கு அதிகமாக எதுவும் தெரிந்து விடவில்லை. எப்படி சத்தியாகிரகிகள் எல்லோரும் யோக்கியமானவர்கள் இல்லையோ அப்படியே அவர்களது எதிரிகளில் எல்லோரும் அயோக்கியர்கள் இல்லை. சத்தியாகிரகத்தை எதிர்ப்போர் அதைத் தங்களது மதத்தில் ஏற்படும் ஆக்கிரமிப்பு என்று திரிகரண சுத்தியுடன் நம்பியே எதிர்க்கின்றனர்" (சுதேசமித்திரன், 24 பிப்ரவரி 1925). ('சீறும் ஜ்வாலைக்கும் நடுங்கக் கூடாது' என்ற தலைப்பில், இச்சிறு பகுதி அடங்கிய கட்டுரை யங் இந்தியாவில் (19 பிப்ரவரி 1925) வெளியானதாகும்).

சட்டசபையில் தீர்மானம் தோல்வி அடைந்த முறை பற்றி காந்தி வருந்தினார். அரசாங்கமே முயன்று அத்தோல்வியை ஈழவருக்குப் பெற்றுத் தந்தது எனக் கருதினார்.

(13) பெல்காம் மாநாட்டில் காந்தியின் தீர்மானம்

1924ஆம் ஆண்டு டிசம்பரில் பெல்காமில் நடந்த காங்கிரசுக் கூட்டத்தில் வைக்கம் பற்றித் தீர்மானம் இயற்றப்பட்டது. விஷயாலோசனைக் கூட்டத்தில் இத்தீர்மானத்தை முன்மொழிந்து பேசியவர் காந்தி.

"சாதிஇந்துக்கள் நடக்கக்கூடிய தெருக்கள் வழியாகத் தீண்டாதவர்களும் நடக்க உரிமை உண்டு என்பதை வற்புறுத்து வதற்காக வைக்கத்தில் சத்தியாகிரகம் செய்து வருவோரின் தைரியத்தையும் பொறுமையையும் உழைப்பையும் காங்கிரசு பாராட்டுகின்றது. முற்போக்கான சமஸ்தானம் என்று சொல்லப்படுகிற திருவாங்கூர் சமஸ்தான அதிகாரிகள் மேற்படி சத்தியாகிரகிகளின் நியாயமான கோரிக்கையைத் துரிதமாகப் பூர்த்தி செய்துவைப்பார்கள் என்றும் காங்கிரசு நம்புகிறது" (சுதேசமித்திரன், 26 டிசம்பர் 1924).

மீண்டும் மீண்டும் காங்கிரசின் மூலம் திருவாங்கூர் சமஸ்தானத்தைப் பிரச்சனையைத் தீர்க்க வற்புறுத்திக் கொண்டே இருந்தார் காந்தி.

(14) வைக்கம் வருகை

வருகிறேன், வருவேன் என்று ஓராண்டாகச் சொல்லிக் கொண்டிருந்த காந்தி தில்லியிலிருந்து சென்னை வழியாக 1925 மார்ச் 9ஆம் தேதி திங்கட்கிழமை மதியம் எர்ணாகுளம் வந்து சேர்ந்தார். அன்றே அங்கிருந்து புறப்பட்டுத் தனி மோட்டார் படகில் ஆறுமணிக்கு வைக்கம் வந்துவிட்டார். சத்தியாகிரகிகள், வைதிகர்கள், திவான் பேஷ்கார், மாவட்ட மாஜிஸ்டிரேட், காவல்துறை ஆணையர், மகாராணி ரீஜண்ட், நாராயண குரு, திவான், இளையராணி ஆகிய பலரையும் வைக்கம், வர்க்கலை, சிவகிரி, திருவனந்தபுரம் போன்ற பல ஊர்களில் சந்தித்து வைக்கம் பிரச்சனையைத் தீர்க்க கலந்துரையாடினார். வேறுபல கூட்டங்களிலும் கலந்துகொண்டதோடு நாகர்கோயில், கன்னியாகுமரி உள்ளிட்ட இடங்களுக்கும் சென்றுவந்தார்.

திருவாங்கூரில் தங்கியிருந்த மார்ச் 9 முதல் 18வரை காந்தி நிகழ்த்தியவற்றில் முக்கியமானவையாக வைக்கத்தில் நிகழ்ந்த வைதிகர்களுடன் கலந்துரையாடல், வர்க்கலையில் இடம்பெற்ற மகாராணி ரீஜண்ட்டுடனான நேர்முகம், சிவகிரியில் ஏற்பாடான நாராயண குருவுடனான சந்திப்பு ஆகியவற்றைக் கருதலாம். முதலிரண்டும் வைக்கம் போராட்டம் தீர்வை எட்டியதில் முக்கிய இடம்பெற்றவையாயிருக்க மூன்றாவது சந்திப்பு காந்தியின் ஆன்மீக வாழ்வில் குறிப்பிடத்தக்கதாக நாராயண குருவின் ஆதரவாளர்களால் கருதப்படுகிறது. என் பார்வையில் வைக்கம் போராட்டத்தின் செயல்பாடுகளுக்கு நாராயண குருவிடம் இசைவான கருத்தை ஏற்படுத்த (அல்லது) உறுதிப்படுத்த காந்திக்கு உதவிய சந்திப்பு என்பதாகவே படுகிறது. இம்மூன்றைத் தவிரக் காவல்துறை ஆணையரிடம் காந்தி மேற்கொண்ட ஒப்பந்தமும் வைக்கத்தில் நிகழ்ந்த முக்கியச் செயல்பாடாகும்.

வைக்கத்தில் 10 மார்ச் 1925 அன்று மாலை பொதுக்கூட்டத்தில் காந்தி பேசினார். அதில் பயணத்தின் நோக்கம், வைதிகர்களுடன் நிகழ்த்திய உரையாடல் ஆகியன பற்றிக் குறிப்பிட்டார்.

பயண நோக்க விவரிப்பு: "நான் வைக்கம் சத்தியாகிரகிகளின் சார்பாக அவர்களுக்கு (வைதிகர்களுக்கு) இப்போராட்டத்தை நீக்க மூன்று யோசனைகள் கூறினேன். அவர்கள் அவற்றை ஏற்கவோ அன்றி நிராகரிக்கவோ செய்யலாம். ஆனால்

அதன்படி நடக்க நான் கடமைப்பட்டிருக்கிறேன். இதனை பரீக்ஷார்த்தமாகவேனும் ஏற்று நடக்கவேண்டும் என நான் அவர்களைக் கேட்டுக் கொண்டேன். நான் சத்தியத்தில் நம்பிக்கை கொண்டிருப்பதால் இத்தகைய உடன்படிக்கை செய்துகொள்ளத் தயங்கவில்லை. நான் சமாதானத்தையும் நல்லெண்ணத்தையும் நிலைநிறுத்த இங்கு வந்தேனேயன்றி சச்சரவை அதிகப்படுத்த வரவில்லை. நான் சில சமயங்களில் போராடுவது போன்று தோன்றினாலும் எப்பொழுதுமே சண்டை செய்வது எனது வேலையில்லை. சண்டையை நீடித்திருக்கும்படி செய்வதற்காக நான் போராட்டத்தை மேற்கொள்ளவில்லை.

"... சத்தியாகிரகிகள் சார்பாக நான் கேட்பது எல்லாம் அவ்வளவுதான். கிறித்தவர்கள், முகமதியர்கள், சாதிஇந்துக்கள் இவர்கள் செல்ல உரிமைபெற்றிருக்கும் சாலைகள் வழியாக, நெருங்கத்தகாதவர் எனப்படுவோருக்கும் செல்ல உரிமை உண்டு என்பதை ஸ்தாபிப்பதற்காகத்தான் இப்போராட்டம் நடத்தப்படுகிறது. கோயிலுக்குள் பிரவேசிப்பதற்காகப் போராட்டம் நடத்தப்படவில்லை."

"... நான் எனக்குத் தெரிந்தவரை இந்து மதத்தின் நன்மையை நாடியே உழைப்பேன் என்று உறுதி கூறுகின்றேன். உலகில் எவரையும் எனது விரோதி என நான் கொள்ளவில்லை. ஆதலால் அபிப்பிராய பேதம் இருந்தபோதிலும் அவ்வைதிகர்களை நான் நேசித்து அவர்களைச் சரியான வழியில் நடக்கும்படியும் நமது ஒடுக்கப்பட்ட சகோதரர்களுக்கு நீதி வழங்கும்படியும் கடவுள் அருள்புரியவேண்டும் என நான் எப்பொழுதும் பிரார்த்திப்பேன். நான் இந்து தர்ம சாஸ்திரத்தைத் தவறாக உணர்ந்து சத்தியாகிரகிகளுக்குத் தவறான புத்தியைக் கூறி யிருந்தால் அதனை எனக்கு எடுத்துக்காட்டி அத்தவறை ஒப்புக் கொள்ளுவதற்கும் எனது வைதிக நண்பர்களிடம் மன்னிப்பு கேட்பதற்கும் வேண்டிய மனோதிடத்தை அளிக்கும்படியும் கடவுளை நான் பிரார்த்திப்பேன்" (*சுதேசமித்திரன்*, 15 மார்ச் 1925).

வைதிகர் சந்திப்பு: வைதிகர் – காந்தி கலந்துரையாடலில் நிறைவாக வெளிப் பட்ட காந்தி முன்னுரைத்த மூன்று யோசனைகளாவன: *(1)* வைக்கத்திலோ திருவாங்கூர் முழுவதிலுமோ சவர்ணர்கள் மட்டும் பங்கேற்கும் பொதுக்கருத்தெடுப்பு மேற்கொள்வது. *(2)* வைதிகர்களது உறுதி செய்யப்பட்ட முடிவுகள் எதன்பேரில் எடுக்கப்பட்டனவோ அந்த ஆதாரங்களைக் காட்டி, வைதிகர் தம் கருத்தை உறுதி செய்துகொள்ளலாம். *(3)* சத்தியாகிரகிகள்

சார்பில் ஒரு படித்த சாஸ்திரியும், வைதிகர்கள் சார்பில் ஒருவரும் என இரு கட்சிகளின் வேற்றுமை களுக்கிடையில் தீர்வு காண்பவர்களை நியமித்துக்கொண்டு, திவானை நடுவராக வைத்து பிரச்சனைக்குத் தீர்வு காண்பது மூன்றாவது யோசனை.

முதலாவதையும் மூன்றாவதையும் நிராகரித்துவிட்ட வைதிகர்கள், தாங்கள் ஆதாரமாகக் கருதும் சங்கரஸ்மிருதியை (மார்ச் 17ஆம் தேதி காந்தியைச் சந்தித்து) ஒப்படைத்தனர். அதைப் படித்துவிட்டுச் சொல்வதாக காந்தி பதிலளித்தார் (சுதேசமித்திரன், 18 மார்ச் 1925). அப்போது சாஸ்திரங்களில் அதிக பயிற்சி பெற்றிருந்த பழைய கொச்சி ராஜாவையும் கலந்து பேசுவதாகக் குறிப்பிட்டார். வைதிகர் ஒப்படைத்த சங்கரஸ்மிருதி பிரதியைப் பற்றி அன்றே மகாகவி வள்ளத்தோலிடம் காந்தி கருத்து கேட்டார். "உண்மையான மூலநூலைக் கண்டெடுத்த பொழுது பல பாகங்கள் அழிந்துவிட்டிருந்தன. இந்தப் பாகங்கள் அனைத்தையும் ஒரு பிராமண பக்தன் சொந்தமாக எழுதிச் சேர்த்தார். அந்த ஆளையும் ஓரளவு எனக்குத் தெரியும். அதனால் சங்கரஸ்மிருதியை குறிப்பாக இந்த நூலைக் கேரளத்திலுள்ள ஆசாரங்கள் பற்றிய பிரமாண நூலாக ஏற்கின்ற விஷயத்தில் எனக்கு மாறுபட்ட கருத்தே உள்ளது" என்று அவர் சொன்னார் (வைக்கம் சத்யாகிரக நினைவலைகள், பக். 139 – 140).

மகாராணி ரீஜண்ட் சந்திப்பு: 12 மார்ச் 1925, மதியம் 12 மணி அளவில் வர்க்கலையில் ரீஜண்ட் மகாராணியை காந்தி சந்தித்தார். அப்போது மகாராணி காந்தியிடம் கூறியதாவது.

"தனிப்பட்ட முறையில் அவர்ண மக்களின் மீது ஆழ்ந்த அனுதாபம் எனக்கு உண்டு. அவர்களுடைய சமத்துவமற்ற நிலையைப் போக்க உங்கள் அறிவுரைப்படி செயல்படுகின்ற சத்தியாகிரக இயக்கத்தில் வன்முறை எதுவும் இடம்பெறாததை எண்ணி மகிழ்ச்சி அடைகின்றேன். இந்த அணுகுமுறை சரியானதாகவே இருக்கின்றது. வைக்கம் சாலையையும் அதைப் போல், பிற அனைத்து சாலைகளையும் திறந்து கொடுக்க தனிப்பட்ட முறையில் விருப்பம் இருந்தபோதிலும் ராணி என்ற நிலையில் பொதுமக்கள் கருத்தை அறிய வேண்டியதிருக்கின்றது. இருபிரிவினரும் ஒப்புக்கொள்ளக்கூடிய ஒரு திட்டத்தை நீங்கள் சொன்னால் அதற்கிணங்க செயல்படவிரும்புகிறேன்" (சுதேசமித்திரன், 13 மார்ச் 1925).

காந்தி மகாராணியிடம் பதிலாக என்ன சொன்னார் என்று தெரியவில்லை. ஆனால் காந்தி, இப்பேச்சு பற்றி மறுநாள் பொதுமக்களிடம் பேசும்போது இவ்வாறு உரைத்தார்.

"மகாராணி ரீஜண்ட் வைக்கத்தில் உள்ள இந்தச் சாலைகள், வைக்கத்தில் உள்ள மற்ற சாலைகளைப் போலவே எல்லா வகுப்பாருக்கும் திறந்து விடப்படவேண்டும் என்றே கருதுகிறார் (கைதட்டல்). ஆனால் அரசின் தலைவர் என்ற முறையில் மக்கள் கருத்து அவருக்கு ஆதரவாக இல்லையெனில் தான் அதிகாரமற்றவர் என உணர்கிறார். திருவாங்கூர் மக்களின் பொதுமக்கள் கருத்து முழுமையாகச் சட்ட அமைப்பிற்குச் சரியானதாகவும் அது அமைதியாகவும் அரசியல் சாசன முறையிலும் ஒழுங்கமைக்கப்பட்டு அதே வகையில் அது வெளிப்படுத்தப்படாவிட்டால் அது எவ்வளவு முக்கியம் வாய்ந்ததாக இருந்தாலும் தேவையான தீர்வை வழங்குவதற்கு அவர் அதிகாரம் இல்லாதவராகவே தன்னை உணர்கிறார். நான் அந்த நிலையை முழுமையாக ஒப்புக்கொள்கிறேன்" (தேர்ந்தெடுக்கப்பட்ட வைக்கம் சத்தியாகிரக ஆவணங்கள், பக். 61–67).

நாராயண குரு சந்திப்பு: 12 மார்ச் 1925 மதியம் மூன்று மணிக்கு நாராயண குரு – காந்தி சந்திப்பு சிவகிரியில் நடைபெற்றது. பத்திரிகையாளர் அனுமதிக்கப்படவில்லை. அச்சந்திப்பில் கலந்துகொண்ட சிலரிடமிருந்து பெற்ற செய்திகளைக் கொண்டு அமைக்கப் பட்டதாகக் கீழ்க்காணும் உரையாடல் இருக்கலாம்.

தீண்டாமையை ஒழிப்பதற்காக வைக்கத்தில் நடைபெறுகின்ற சத்தியாகிரக இயக்கத்தைப் பற்றி சுவாமிக்கு மாறுபட்ட கருத்து உண்டா என்கிற காந்தியின் கேள்விக்கு 'இல்லை' என்று; குரு பதில் சொன்னார். இந்த இயக்கத்தில் கூடுதலாக எதையேனும் சேர்க்கவேண்டும் என்றோ, எதுவேனும் மாற்றத்தைக் கொண்டு வரவேண்டும் என்றோ கருதுகிறீர்களா என்ற காந்தியின் அடுத்த கேள்விக்கு, 'அது சரியாகவே நடைபெறுகின்றது என்றே தெரிகிறது. அதில் மாற்றத்தைக் கொண்டு வரவேண்டும் என்று நினைக்கவில்லை' என்று குரு பதிலளித்தார். வன்முறை நல்லது என்று தென்படவில்லை, மன்னருக்கும் வேறு சிலருக்கும் அது தேவையானதாக இருக்கலாம் என்றும் மேலும் குரு கூறினார் (வைக்கம் சத்யாகிரக நினைவலைகள், பக். 134–136).

பிட் ஒப்பந்தம்: காந்தியின் வருகையால் நிகழ்ந்த இன்னொரு மிக முக்கியமான நிகழ்வு, காந்திக்கும் காவல்துறை ஆணையருக்கும் ஏற்பட்ட உடன்பாடு. தடைசெய்யப்பட்ட பகுதியிலிருந்த பௌதீக தடுப்புகள் நீக்கப்படும்; எனினும் சத்தியாகிரகிகள் அந்த எல்லையைத் தாண்டிச் செல்லக்கூடாது; இதற்கு ஒப்புக் கொண்டால் காவல்துறையின் தடைச்சட்டம் அரசால் விலக்கிக் கொள்ளப்படும் என்பது ஒப்பந்தம்.

இச்செயல்முறை, வைதிகர்களின் இதயத்தை மென்மையாக்கி, அவர்களது நிலைமையைப் பலவீனப்படுத்தும் என்ற நல்ல நோக்கம் காவல்துறை ஆணையரின் இந்தப் பரிந்துரையின் பின்னிருந்ததைக் காந்தி பாராட்டினார். சத்தியாகிரகிகளின் நோக்கம் வைதிகர்களை எரிச்சல் படுத்துவதல்ல, மாறாக அவர்களைத் தம் பக்கத்திற்கு வெற்றி கொள்வதாகும். இயக்கத்தை முடிவுக்குக் கொண்டுவருவதில் அரசாங்கத்துக்குத் தொந்தரவு தருவதல்ல அவர்கள் நோக்கம். மாறாக முடிந்தவரை அனுதாபத்தையும் ஆதரவையும் அவர்கள் பக்கம் பெறுவதே என்று காந்தி, 18 மார்ச் 1925 தேதியிட்ட கடிதத்தை இந்த ஒப்பந்தம் பற்றிக் கேரளத்திலிருந்து புறப்படுமுன் எழுதினார் (*தேர்ந்தெடுக்கப்பட்ட வைக்கம் சத்தியாகிரக ஆவணங்கள்*). ஊர் திரும்பிய பின்பும் ஒப்பந்தம் நடைமுறையாவதைத் தொடர்ந்து கவனித்தும் வந்தார் (*சுதேசமித்திரன்*, 19 ஏப்ரல் 1925).

தீண்டாமையைத் தவிர்க்க விரும்பிய காந்தி அக்காலப் பகுதியில் வருணாசிரம முறையை மறுக்கவில்லை என்பது அறிந்ததே. இச்சந்தர்ப்பத்திலும் காந்தி அதை வலியுறுத்தினார் (*சுதேசமித்திரன்*, 19 மார்ச் 1925).

அரசியல் ரீதியாக வைக்கம் போராட்டம் தொய்வுற்றிருந்த நிலையில் காந்தியின் வைக்கம் வருகை போராட்டத்தை நிமிரச் செய்தது.

(15) எடுத்த முடிவுகளை நியாயப்படுத்துதல்

ஊர் திரும்பிய காந்தி வைக்கத்தில் தாம் மேற்கொண்ட செயல்களில் நியாயமாக எழக்கூடிய சந்தேகங்களை விவரித்து அவற்றுக்கு விரிவாக *யங் இந்தியா*வில் விளக்கம் எழுதினார். வைதிகர்களுக்கு அளித்த மூன்று யோசனைகள், காவல் ஆணையரிடம் செய்துகொண்ட ஒப்பந்தம், சத்தியாகிரகிகள் நடந்துகொள்ள வேண்டிய முறை, கோயில் நுழைவுக்கும் வைக்கம் போராட்டத்துக்கும் உள்ள தொடர்பு ஆகியவை பற்றி காந்தி தன் நிலைப்பாட்டை வெளிப்படுத்தினார்.

“பொதுஜன வாக்கு எடுப்பதற்கோ, சாஸ்திரத்தைப் பற்றிய வியாக்கியானத்திற்கோ கட்டுப்படுவதாகச் சம்மதித்திருப்பதால் நான் இச்சீர்திருத்தத்திற்கே ஹானியை உண்டாக்கிவிட்டதாக எவரும் கருத வேண்டாம். . . . இந்தப் பிரேரணைகளை எடுத்துரைக்காமல் இருந்தால் அது எனது கட்சிக்குரிய ஆதாரமின்மையையும் எனது திறமையின்மையையும் காட்டியிருக்கும். . . என்னுடைய பிரேரணைகள் சீர்திருத்தத்திற்கு

மிகுந்த ஆதரவு ஏற்படும்படி செய்யக் காரணமாக இருந்தது என்று நான் துணிந்து கூறுவேன்” என்று தன் மூன்று யோசனைகளை நியாயப்படுத்தினார் காந்தி.

காந்தி – பிட் ஒப்பந்தம்: காந்தி – பிட் ஒப்பந்தப்படி, சத்தியாகிரகிகள் நடந்துகொள்ள வேண்டிய முறைகளை அவர்களுக்குக் கீழ்வருமாறு விளக்கினார்.

“ராஜி ஏற்படும்வரையிலோ அல்லது உடன்பாட்டில் கண்ட நோக்கத்தைப் பெறுவதற்காக அவசியம் ஏற்பட்டால் நான் அறிக்கை வெளியிட்ட பிறகோ சத்தியாகிரகிகள் குறிப்பிட்ட எல்லையைத் தாண்டி அப்பால் செல்லக்கூடாது. சத்தியாகிரகிகள் சாந்தத்துடனும் மிக்க பணிவுடனும் நடக்க வேண்டும் என்பதே ஒப்பந்தத்தின் கருத்தாகும். சீர்திருத்தத்தை எதிர்ப்பவர்களிடம் ஒரே மாதிரியாய், மரியாதையாய் நடந்துவந்தால் எதிர்ப்பு குலைந்துவிடும். சீர்திருத்தத்திற்கு விரோதமாய் கவர்ன்மெண்டார் இருப்பதாக சத்தியாகிரகிகள் நினைக்கக்கூடாது” என்பன போன்ற அறிவுரைகளை ஒப்பந்த அமலாக்கத்தின்போது காந்தி தெரிவித்தார்.

இதற்கிடையில் பெரியார் மீது விதிக்கப்பட்டிருந்த பிரவேசத்தடை உத்தரவை அரசு விலக்கிக்கொண்டது; குரூர் நீலகண்டன் நம்பூதிரியையும் சிறையிலிருந்து விடுவித்தது. இதை காந்தி *யங் இந்தியா*வில் (23 ஏப்ரல் 1925) பாராட்டி எழுதினார். பிட்டுடன் தான் செய்து கொண்ட ஒப்பந்தத்தின் விளைவாகவே காந்தி இதைப் பார்த்தார் (*சுதேசமித்திரன்*, 27 ஏப்ரல் 1925).

வைதிகர் கலந்துரையாடலும் எதிர்ப்புக்குப் பதிலும்: வைதிகர்களிடம் காந்தி கலந்துரையாடலில் தெரிவித்த யோசனைகள், காந்தி வைதிக குழுவினரை உயர்த்தி வைத்தது போன்ற உணர்ச்சியைப் பொதுவெளியில் உண்டாக்கியிருக்க வேண்டும். எனவே அதையொட்டிக் கேள்வி எழுப்பிய *தி இந்து* நிருபருக்கு மும்பையில் வைத்து காந்தி அளித்த பதில்: ‘வைதிகர் சிலர் அறியாமையால் தவிக்கிறார்களேயன்றி, நல்லெண்ணம் உடையவர்களாகவே யிருக்கிறார்கள். அவர்களுக்காக நான் சாஸ்திரங்களை ஆராய்ச்சி செய்ய ஒப்புக் கொண்டேன். பொது ரஸ்தாக்கள் பற்றியவரையில் எவ்வித சாஸ்திரமும் எவரையும் நீக்கிவிடவில்லை என்று நான் நன்றாக அறிவேன் ஆதலால் அவ்வாறு ஒப்புக்கொண்டேன்’ (*நவசக்தி*, 3 ஏப்ரல் 1925).

III
போராட்ட முடிவில்

வைக்கம் போராட்டம் தொடங்கி 15 மாதங்களாகிவிட்டன. காந்தி வைக்கம் வந்து சென்றும் ஏறக்குறைய நான்கு மாதங்களாகிவிட்டன. எனினும் போராட்டம் முடிந்தபாடில்லை. இந்நிலையில் போராட்டத்தின் அப்போதைய நிலை, இந்து சமஸ்தானத்தின் கடமை, உரிமை மறுக்கப்பட்டவரின் மதமாற்றம், சத்தியாகிரகிகளின் கடமை, நெருங்காதோரின் கடமை ஆகியவற்றை காந்தி யங் இந்தியா கட்டுரையில் விளக்கியிருந்தார். அதில் சத்தியாகிரகிகளின் பொறுமையை வலியுறுத்தியிருந்தார். சத்தியாகிரகிகளின் கருத்தியல் அடிப்படை கட்டுரை முழுவதிலும் இழையோடியிருந்தது.

சத்தியாகிரகிகளிடம் பொறுமையை வலியுறுத்தல்: "முன்னர் சத்தியாகிரகிகள் தங்களது முன்னேற்றத்திற்கு ஏற்பட்டிருந்த ஸ்தூலமான தடை முன்பு உட்கார்ந்துகொண்டு தங்களது ராட்டினங்களில் நூல் நூற்றுக்கொண்டிருந்தனர். அவர்கள் முன்னேறிச் செல்லாதபடி ஒரு தடைவேலி போடப்பட்டிருந்தது. அதனைப் போலீசார் பாதுகாத்துவந்தனர். தற்போது அத்தடைவேலி நீக்கப்பட்டிருப்பதும், போலீஸ்காவல் எடுபட்டிருப்பதும், தடைஉத்தரவு வாபீஸ் வாங்கிக் கொள்ளப் பட்டிருப்பதும் நேயர்கள் அறிந்த விஷயமாகும். இதனால் சத்தியாகிரகிகள் தாங்களாகவே மேற்கொண்டதொரு கட்டுப்பாட்டுக்குத் தாங்களாகவே உட்பட்டு நடந்து வருகின்றனர்" என்று வைக்கத்தின் அப்போதைய நிலையைப் படம்பிடித்தது போல் காந்தி எழுதியிருந்தார். அரசாங்கத்தார் ஒடுக்கப்பட்ட மானிடர்க்குச் செய்ய வேண்டிய கடமையைச் செய்யவேண்டும்; இந்துமதத்தில் புகுந்துள்ள ஜீவகாருண்யமற்ற மூட நம்பிக்கையைச் சற்றும் ஆதரிக்கக்கூடாது என்று இந்து சமஸ்தானத்துக்கான கடமையை வலியுறுத்தினார்.

மதமாற்றத்தை எதிர்த்தல்: 'போராட்டத்தில் சீக்கிரம் பரிகாரம் கிடைக்காவிட்டால் கிறித்தவ மதத்திலோ இஸ்லாத்திலோ அன்றி பௌத்த மதத்திலோ சேர்ந்து விடுவதாகச் சிலர் பயமுறுத்துகின்றனர் என்றும் கூறப்படுகிறது. இம்மாதிரி பயமுறுத்துகின்றவர்களுக்கு மதம் என்பதன் பொருள் தெரியாதென்று நான் அபிப்பிராயப்படுகிறேன். மதம் என்பது உயிருக்குச் சமமான விஷயமாகும். ஏகபத்தினி விரதத்தில் வழுவாத கணவன் ஒருவன் தன் மனைவியை நேசிப்பது போன்று மற்றெந்த பெண்ணையும் நேசிக்கமாட்டான்.

அவன் பதிவிரதா தர்மத்தினின்று பிறழ்ந்து நடந்தால்கூட அவளிடம் கொண்டிருக்கும் அன்பையும் நம்பிக்கையையும் விடும்படி அவனைத் தூண்ட முடியாது. ரத்த சம்பந்தத்தை விட உயர்ந்தது இந்த பாந்தவ்யம். இது இன்னும் உயரிய நோக்கமுடையது. இம்மாதிரியே மத சம்பந்தமான பந்தமும் இருக்கவேண்டும்' என மதமாற்றத்தைக் காந்தி ஒதுக்கினார்.

'. . . குறுக்கே இவ்வளவு கஷ்டங்கள் ஏற்பட்டபோதிலும் இவற்றால் சற்றும் மனஞ்சலியாதிருக்க வேண்டுவது சத்தியாகிரகிகளுடைய கடமையாகும்... தனக்குக் கஷ்டம் நேரிட்ட காலத்து சத்தியாகிரகி கஜேந்திரனது கதையை ஞாபகப்படுத்திக் கொள்ளட்டும். மரணத்தறுவாயில் இருப்பதாக நினைத்த பொழுதுதான் கடவுள் ஆதிமூலமே என்று தன்னைஅழைத்த கஜேந்திரனைக் காப்பாற்றினார்' என்று கூறிச் சத்தியாகிரகிகள் மனங்கலங்காமல் காத்திருக்கும்படி வேண்டினார் காந்தி.

ஈழவரிடம் பொறுமையை வலியுறுத்தல்: 'நெருங்காதோர் பொறுமை அற்றவர்களாகி விடுகின்றனர் என்று எனக்குத் தெரிய வருகிறது . . . மூட நம்பிக்கை வாய்ந்த சவர்ண இந்துக்களுடன் கைகலந்து போராடி அந்தச் சாலைகளின் வழியாக நெருங்கத்தகாதவர் எனப்படுவோர் செல்லக்கூடும். ஆனால் அப்படிச் செய்வதனால் அவர்கள் இந்து மதத்தைச் சீர்திருத்தியவர்களாக முடியாது. அவர்களது முறை பலாத்கார முறையில் மற்றவர்களைத் தங்களது வழிக்குக் கொணர்வது போலிருக்கும்' (*சுதேசமித்திரன், 10 ஜூன் 1925*).

முடிவை நோக்கி

திருவனந்தபுரம் விளம்பர சபைக் காரியதரிசியிடமிருந்து வந்த தந்தி எனக் குறிப்பிட்டு *சுதேசமித்திரன்* வெளியிட்டிருந்த செய்தியில் சாலைகளை அனைவருக்கும் திறந்துவிட மகாராணியார் பிறப்பித்த உத்தரவு வெளியாகியிருந்தது. இச்செய்தியை அடுத்து, வைக்கம் சத்தியாகிரக ஆசிரமப் பொருளாளருக்கு காந்தி வாழ்த்து ஒன்றை அனுப்பியிருந்தார். "சத்தியாகிரகம் வெற்றி பெற்றதற்காக கடவுளைச் சத்தியாகிரகிகள் வாழ்த்த வேண்டும், எல்லோரும் அமைதியாக அகிம்சா தர்மத்தையே அனுஷ்டிக்க வேண்டும்." அரசாங்கமே அவ்விஷயத்தை காந்திக்குத் தெரிவித்திருப்பார்கள் என்று *சுதேசமித்திரன்* யூகித்தது (*சுதேசமித்திரன், 18 ஜூன் 1925*).

மகாராணியார் அறிவிப்பை வெளியிட்டிருந்தாலும் அது நடைமுறைப்படுத்தப்படவில்லை. கிழக்குச் சாலை நீங்கலாக மற்ற மூன்று வீதிகளைத் திறக்க அரசாங்கம் தயாராக இருந்தது. ஆனால்

அப்படிப்பட்ட நிபந்தனை மீது சத்தியாகிரகத்தை நிறுத்த முடியாது என்று சத்தியாகிரகிகள் தெரிவித்து விட்டனர். இப்படிப்பட்ட சூழலில் வதந்திகள் தாறுமாறாய்ப் பரவிக் கொண்டிருந்திருக்க வேண்டும். குழப்பம் நிலவிய சூழலில் டி.கே. மாதவன் ஓர் அறிக்கையை வெளியிட்டார். அனைத்து நடவடிக்கைகளிலும் காந்தியின் தொடர்பு குறிக்கப் பட்டிருப்பதால் அவ்வறிக்கையின் பெரும் பகுதியைத் தரவேண்டியுள்ளது.

“வைக்கத்தில் சத்தியாகிரகத் தொண்டர்கள் காந்தி உடன்படிக்கையை மீறிக் கோயிலை நோக்கிச் சென்றார்கள். அதனால் போலீசார் மறியல் வேலையைத் தொடங்கிவிட்டனர். இதே காலத்தில் மகாத்மா காந்தி சத்தியாகிரகிகள் தம்மைக் கேளாமல் மேலே தாண்டக் கூடாது என்று அறிவித்திருப்பதாக போலீஸ் கமிஷனருக்குத் தந்தி கொடுத்திருக்கிறார். இங்குள்ள தலைவர்கள் சத்தியாகிரகிகளை நிற்குமாறு சொல்லியும் மீறிப் போகிறார்கள்”

“[மேற்கண்ட] இந்தப் பொய் மொழிகளை நம்பவேண்டாம் என்று ஜனங்களுக்கு நான் [டி.கே. மாதவன்] எச்சரிக்கை செய்கிறேன். வைக்கம் போராட்டத்தைப் பற்றியவரையில் கோயிலைச் சுற்றி ஆட்சேபிக்கப்பட்ட நான்கு சாலைகளில் மூன்று சாலைகள் அசோசியேட் பிரஸ் தெரிவிப்பது போல் திறக்கப்பட்டன என்பதே உண்மையென்று தோன்றுகிறது. கிழக்குச் சாலையும் அதிலிருந்து சேரும் சந்தும் குளத்தில் கீழக்கரை ஓரமுள்ள சந்தும் இன்னும் திறக்கப்படவில்லை. திங்கட்கிழமை *(22 ஜூன் 1925)* தடுக்கப்பட்ட இடங்களின் மூன்று எல்லைகளிலும் மறுப்பு வேலை நடைபெறுகின்றது. இவ்வளவு உண்மை யென்றே தெரிகிறது.

“*[1925 ஜூன்]* 17ஆம் தேதி வைக்கம் உதவி தேவஸ்வம் கமிஷனர், தாசில்தாருடன் சத்தியாகிரக ஆசிரமத்திற்கு வந்து, சத்தியாகிரகிகள் தம் சத்தியாகிரகத்தை நிறுத்திக் கொள்வதாயிருந்தால் கிழக்கு வீதியைத் தவிர மற்ற மூன்று சாலைகளை எல்லோருக்கும் திறந்து வைப்பதாகக் கூறினார். இந்த ராஜிப் பேச்சினால் தீண்டாமை நீக்கப்படவில்லையாதலால் காரியதரிசி அதை ஏற்றுக்கொள்ளவில்லை. உதவி தேவஸ்வம் கமிஷனர் உடனே திருவனந்தபுரம் சென்றார். அதிகாரிகளுக்கு இச்செய்தியைத் தெரிவித்து மேலே காரியங்கள் நடத்துவதற்கு யோசனை செய்திருக்கலாம்.

‘காரியதரிசி மகாத்மாவுக்கு விவரமாக தந்தி கொடுத்து பதிலை எதிர்பார்த்திருந்தார். தேவஸ்வம் உதவி கமிஷனர்

ஆசிரமத்தை விட்டுச் சென்றபின் பதில் கிடைத்தது. உங்கள் தந்திச் செய்தி தெளிவாயில்லை. எப்படியிருந்தபோதிலும் சாலைகள் முழுமையாகத் திறக்கப்படவேண்டும்' என்ற மகாத்மா கொடுத்த தந்திச் செய்தி அப்படியே திவானுக்குத் தந்தி மூலம் தெரிவிக்கப்பட்டது. அப்போதுதான் உதவி தேவஸ்வம் கமிஷனர் திவானிடம் விஷயத்தைத் தெரிவிக்க வந்துசேர்ந்தார். அதன் பிறகு நடந்தது எனக்கு நேரில் தெரியாது.

"... மகாத்மா பிடிவாதமாயிருப்பதைக் கண்ட அரசாங்கத்தார் தடுக்கப்பட்ட சாலைகளில் பாதிவழி வருமாறு இடம் கொடுத்திருக்கலாம். இதனால் காந்தி – பிட் உடன்படிக்கைகளை மீறினார்கள் என்று சொல்வது உண்மையல்ல" (*நவசக்தி*, 26 ஜுன் 1925).

இது டி.கே. மாதவனின் அறிக்கை.

டி.கே. மாதவனைப் போலவே ஆசிரமக் காரியதரிசியும் இதே போன்ற அறிக்கையை வெளியிட்டு, காந்தி – பிட் உடன்படிக்கையை மீறவில்லை என்று வலியுறுத்தினார் (*நவசக்தி*, 26 ஜுன் 1925).

30 ஜுலை 1925 அன்று *சுதேசமித்திரனில்* வெளியாகியிருந்த ஆசிரமச் செயலாளர் கேளப்பனின் அறிக்கையில், நான்கு வீதிகளில் மூன்றுதாம் திறக்கப்பட்டிருக்கிறது என்பதை விளக்கிவிட்டு, அது தமக்குத் திருப்தி தரவில்லை என்பதை அறிவித்திருந்தார். அறிக்கையின் முடிவில் "எல்லாத் தடைகளையும் நீக்கி விட்டதாக எழுத்தளவில் கவர்ன்மெண்ட் அறிக்கையை நாம் என்றாவது ஒருநாள் பெற வேண்டும்' என்று காந்தியின் செய்தியையும் குறிப்பிட்டிருந்தார்.

நீண்ட இடைவெளிக்குப் பிறகு வைக்கம் பற்றி காந்தி

மார்ச் 1925இல் வைக்கத்திலிருந்து திரும்பிய காந்தி, அப்பயண விவரங்களை விளக்கி 2 ஏப்ரல் 1925இல் எழுதினார். ஜுனில் ஒரு அறிக்கை வந்தது. அதற்குப் பிறகு பல மாதங்களாக எதுவும் எழுதாதிருந்து 24 செப்டம்பர் 1925இல் சத்தியாகிரகம் பற்றி மீண்டும் எழுதினார். "இப்போதுகூட அதையொட்டி நேரடியாக நான் எதுவும் கூற விரும்பவில்லை. ஆனால் வைக்கம் சத்தியாகிரகிகள் தங்கள் நேரத்தை எப்படிக் கழித்து வருகிறார்கள் என்பதையே நான் வாசகர்களுக்கு கூற விரும்புகிறேன்" என்ற காந்தி வைக்கம் சத்தியாகிரகி ஒருவரின் தினசரி நடவடிக்கைகள் பற்றிய விவரம் தாங்கிய கடிதத்தின் சாரத்தைக் குறிப்பிட்டுவிட்டு,

சத்தியாகிரகிகள் தங்கள் நாளை எப்படி கழிக்க வேண்டும் என்று அறிவுறுத்தினார். தமிழில் அக்கட்டுரை 'சத்தியாகிரகிகளின் தேசிய யக்ஞம்' என்ற தலைப்பில் காந்தி தொகுப்பில் வெளியாகியுள்ளது.

சத்தியாகிரகியின் கடிதம் வாசகம் ஒன்று வருமாறு. 'எங்களில் சிலர் ஞாயிற்றுக்கிழமைகளிலும் மற்ற ஓய்வு நேரங்களிலும் நூற்கிறார்கள். அந்தச் சிறிய நூல் கட்டை உங்களுக்கு அனுப்ப விரும்புகிறோம். அதை மகிழ்ச்சியுடன் ஏற்றுக்கொள்வீர்கள் என்று நம்புகிறோம்'.

காந்தியின் பதில்: . . . தீண்டாமையை ஒழிப்பதற்கும் நூற்பதற்கும் என்ன சம்பந்தம் என்று வாசகர்கள் கேட்கலாம். . . . தனித்த ஒரு நடவடிக்கை, அதன் உட்கருத்தையும் உண்மையான தத்துவத்தையும் அறிந்து அனுஷ்டிக்காவிடில் சத்தியாகிரகமாகாது. அது போலவே நூற்பதில் உட்கருத்து அடங்கியிருக்கிறது. அதனால் எதிர்காலத்தில் பலன் ஏற்பட்டே தீரும். இந்த இளைஞர்களுக்கு நூற்பது யக்ஞமே யாகும் (*யங் இந்தியா*, 24 செப்டம்பர் 1925). சத்தியாகிரகத்தைப் பற்றி வைக்கம் வந்து சென்ற பிறகு ஐந்து மாதங்களாக ஏன் எழுதவில்லை என்பதும் பிறகு எழுதியதும் தீர்வுக்குத் தொடர்பற்று இருப்பதும் பதில் தேட வேண்டிய கேள்விகளாகும்.

வெற்றி விழாவிலும் காந்தியை நினைவுகூரல்

வைக்கம் வெற்றி விழாவில் (29 நவம்பர் 1925) இயற்றப்பட்ட தீர்மானங்களில் நான்காவது காந்தி தொடர்புள்ளது.

"நம் மதிப்பிற்குரிய தலைவர் மகாத்மா பயிற்றுவித்து பழக்கிய, அகிம்சை வகையின் உள்ளடக்கமான உண்மையை இக்கூட்டம் வற்புறுத்துகிறது, மக்களைச் சீர்திருத்தும் எல்லாச் சூழல்களிலும் எதிர்கால நடவடிக்கைகளிலும் இனி இதே முறையைப் பின்பற்ற வேண்டும் என்று பரிந்துரைக்கிறது" (அரசு ஆவணம்).

நிறைவாக அரசாங்கம் கீழ்க்காணும் விவரங்களைத் தாங்கிய சமாதானத்தைச் சத்தியாகிரகிகளிடம் திணித்துப் போராட்டத்தை முடித்து வைத்தது.

"நான்கில் மூன்று தெருக்களில் எல்லோரும் நடக்கலாம் என்றும் கிழக்கு நெருங்கு சாலையை நோக்கி, ஒன்று தெற்கிலிருந்தும் மற்றொன்று வடக்கிலிருந்தும் செல்லும் இரண்டு சிறிய சந்துகள் தவிர வைக்கம் கோயிலைச் சுற்றியுள்ள அனைத்து தெருக்களும் எந்த வேறுபாடுமின்றி எல்லாச் சாதியாருக்கும்

திறந்துவிடப்படுகிறது. கிழக்குப்புறக் கோபுரத்திற்குச் சிறிது தொலைவில் ஒரு வாயிற்கதவு போடப்படும். வழிபாட்டுக்கு வரும் மக்களுக்கு மட்டும் அது திறந்து விடப்படும். சிறு பகுதி நிலத்துக்கு வரும் நெருங்கிய சாலைகள் அனைத்தும் பொதுமக்கள் பயன்பாட்டிலிருந்து விலக்கிக்கொள்ளப்பட்டு தேவஸ்வம் துறையினருக்கு வழியாக விட்டுக்கொடுக்கப்படுகிறது.

". . . இந்த இணைக்கப்பட்ட பகுதி கிறித்தவர்களுக்கோ முகமதியர்களுக்கோ கோயில் வழிபாட்டுரிமை இல்லாத இந்துக்களுக்கோ திறக்கப்பட மாட்டாது என்று தேவஸ்வம் நிர்வாகத்தினர் எங்களிடம் கூறியிருக்கின்றனர்."

மேற்கண்டது அரசு ஆவணம் ஒன்றில் கிடைக்கும் செய்தி. இது இப்படித் தொடர்கிறது. "தற்போதைய தீர்வு பற்றிய விவரங்கள் இராஜகோபாலாச்சாரி வழியாக மகாத்மாவுக்குத் தெரிவிக்கப்பட்டது. காந்தி சத்தியாகிரக செயலாளருக்கு கீழ்க்காணும் தந்தியை அனுப்பியுள்ளார். 'நீங்கள் விலகிக் கொள்ளலாம். நிபந்தனைகள் 8 அக்டோபர் (1925) தேதியிட்ட இராஜகோபாலாச்சாரி எழுதிய கடிதம். முன்னேற்றத்தைத் தெரிவியுங்கள்.'

தீண்டாமை அதன் அளவில் முழுவதுமாக நீங்கவில்லை என்பதை காந்தி அறிந்தே இருந்தார் என்பது புரிகிறது. எனினும் இத்தீர்வுக்கு ஒப்புதல் அளித்தார்.

சாரமாய்ச் சில

வைக்கம் போராட்டம் காந்தி தொடங்கியது அல்ல. அவர் நேரடியாகக் கலந்துகொண்ட போராட்டமும் அல்ல. எனினும் அது தொடங்குவதற்கு முன்பிருந்தே அதில் காந்தி ஈடுபட்டிருந்தார். தொடர்ந்து வழிநடத்தினார். அவர் காட்டிய வழியில் அது முழுவதும் சென்றது என்றும் சொல்லி விட முடியாது. அரசியல் ரீதியில் போராட்டம் தொய்வைச் சந்தித்த கட்டத்தில் நேரில் (ஒரே முறை) வருகை புரிந்து தொடர்புடையோரைச் சந்தித்து அதை நிமிர்த்தினார்.

காந்தியின் இலக்கு: வைக்கம் போராட்டம் என்பது காந்தியைப் பொறுத்தவரை சாதியை ஒழிக்காமல், வருணாசிரமத்தைத் தக்க வைத்துக்கொண்டே இந்து மதத்திலிருந்து தீண்டாமை, நெருங்காமை ஆகிய பாவங்களை ஒழிக்க முயல அவருக்குக் கிடைத்த வாய்ப்பு. சாதி இந்துக்களின் ஒப்புதலுடன், அரசு அனுமதியுடன் தடை செய்யப்பட்டிருந்த தெருவில் தாழ்த்தப்பட்டோரை நடக்க வைப்பதே இப்போராட்டத்தில்

அவரது இலக்கு. கோயில் நுழைவோ, சாதி ஒழிப்போ, சமபந்தி போஜனமோ, கலப்பு மணமோ இப்போராட்டத்தின் நோக்கமோ, எதிர்காலத் திட்டமோ இல்லை என்று காந்தி போராட்டத்தின்போது பல முறை சொன்னார். (இராஜாஜியும் அதை காந்தியின் கருத்தாக வலியுறுத்தினார்.) உள்ளூர் மனித ஆற்றல், வசதி ஆகியவற்றுடன் இந்துக்களை மட்டுமே கொண்டு அகிம்சை முறையில், வைதிகர்களின் மனத்தை மாற்றி, தன் இலக்கை காந்தி அடைய விரும்பினார்.

காந்தியின் கருத்துகள்: வைக்கம் போராட்டத்தை இந்துக் களுக்குள்ளானது எனச் சுட்டி, இந்து அல்லாதவர்களைப் போராட்டத்திலிருந்து வெளியேற்ற முயன்றார் காந்தி. போராட்டத்தைத் தொடங்கி, நடத்திய சத்தியாகிரகிகளின் வழியில் அவர்களை அனுமதிக்காமல், தன் கருத்துக்கு இழுத்தார்.

ஒரு கட்டத்தில் கைது நடவடிக்கை நின்றதும், சத்தியாகிரகிகள் உண்ணாவிரதமிருந்து தம் எதிர்ப்பைக் காட்டினர். அந்த உண்ணாவிரதத்தையும் காந்தி நிறுத்திவிட்டார். நிறுத்துவதற்கு காந்தி சொன்ன காரணம் சிரத்தானந்தர் உள்பட பலரது கேலிக்கும் உள்ளானது. மைக்கேல் ஓ'டயரைப் போன்ற கொடுங்கோலனாகத் திருவாங்கூர் மகாராஜாவைச் சித்திரித்த அந்தக் காரணம் சப்பையானது. நண்பரையன்றி எதிரியைத் திருத்த உண்ணாவிரதம் இருக்கக்கூடாது என்ற அவரது கொள்கைக்குக்கூட அக்காரணம் பொருந்தவில்லை. மகாராஜா எதிரியும் அல்ல; அன்னியரும் அல்ல.

வைக்கம் போராட்டத்தை உள்ளூர் பிரச்சனையாக காந்தி சுருக்கினார். அது இந்தியா முழுவதும் பரவும்பட்சத்தில் பிற சுதேச சமஸ்தான அரசர்கள் காங்கிரசுக்கு அளித்து வரும் தார்மீக ஆதரவை இழக்க நேரும் என்று ஒரு கட்சியின் தலைவராக அவர் கருதியிருக்கலாம். சுதேச சமஸ்தான உள் பிரச்சனைக்குள் காங்கிரசு நுழைவதில்லை என்ற காங்கிரசின் அன்றைய கொள்கையை மீறுவதான விமர்சனத்தைத் தவிர்க்கவும் அவர் விரும்பியிருக்கலாம். ஒரு சமஸ்தான பிரச்சனையை அகில இந்தியப் பிரச்சனையாக்க காந்தி விரும்பாததைச் சமாதானமாக ஏற்கலாம். அது அவரது ராஜதந்திரத்தைக் காட்டுவதாகலாம். ஆனால் வைக்கம் அகில இந்திய இயக்கமாகியிருந்தால் இது சீக்கிரம் முடிந்திருக்கக்கூடும்.

வைக்கம் போராட்டத்துக்குத் தானாகக் கிடைத்த வெளியார் உதவியைக் காந்தி தடுத்ததை எப்படி புரிந்துகொள்வது? யாரோ பஞ்சாபிலிருந்து கஷ்டப்பட்டு வந்து சத்தியாகிரகிகளுக்குச் சாப்பாடு போட்டால் காந்தி ஏன் தடுக்க வேண்டும்? இலவச

உணவு மூலம் சத்தியாகிரகிகள் வலுப்பெற்று விடுவார்கள் என்று எதிரிகளான அரசாங்கம், வைதிகர் ஆகியோர் நினைப்பதைப் புரிந்துகொள்ள முடியும். ஏற்பது இகழ்ச்சியாம். வெளியாரின் இலவச உணவைத் தடுக்கக் கேரளத்தினர் பிச்சைக்காரர்கள் அல்ல என்று காந்தி காரணம் சொன்னார். ஒருமுறை சிரியன் கிறித்தவரான ஜார்ஜ் ஜோசப்பை, இந்து தீண்டாதவர் தொடர்பான போராட்டம் இது; எனவே இதில் கலந்துகொள்ள வேண்டாம் என்று எச்சரித்த கடிதத்தில் சிரியன் கிறித்தவர்களிலும் வேறுபாடு உண்டு என்று சி.எப். ஆண்ட்ரூஸ் சொல்கிறார் என்று காந்தி கடைசி வரியாய் எழுதினார். இது வெறும் தகவல் பகிர்வா? உன் மதத்தை திருத்திவிட்டு பிறகு இங்கு வா என்பதுதானே பொருள். அப்படித்தான் இதுவும்.

அகாலியரின் போஜனசாலையைத் திருப்பி அனுப்ப வேண்டும் என்று அரசும் எண்ணம் கொண்டிருந்தது அரசுக்கடிதம் வழி நமக்குத் தெரியவருகிறது. போஜனசாலையைத் திருப்பியது, பிரிட்டிஷ் இந்தியரைப் போராட்டத்தில் அனுமதிக்க மறுத்தது போன்ற காந்தியின் செயல்களுக்கு எல்லாம் என்ன நியாயங்களை அவர் சொன்னாலும் அரசாங்கத்தின் விருப்பங்களையே அவர் பிரதிபலித்தார். உண்ணாவிரதமும் பிரிட்டிஷ் இந்தியரின் பங்கேற்பும் சாப்பாட்டு உதவியும் சத்தியாகிரகிகளின் வலிமையைப் பெருக்கிவிடும் எனச் சத்தியாகிரகிகளுக்கு எதிராக நின்ற அரசாங்கம் கருதியது தவறல்ல.

பணத்தேவை: கட்சியின் தலைவராக இருந்து போராட்டத்துக்கு ஆலோசனை சொன்ன காந்தி, போராட்டம் பணமின்றித் தவித்தபோது கட்சி நிதியைச் சாதாரணக் காரணம் சொல்லித் தர மறுத்தார். சத்தியாகிரகிகளின் பணக்கோரிக்கை இராஜாஜி வழியாகச் சென்றதிலிருந்தே முறை தவறு ஏதும் அதில் இருக்க வாய்ப்பில்லை என்பதை நாம் நம்பலாம். அப்படியிருந்தும் தலைவர் மறுத்தார். பிறகு நேரில் வந்தபோது மட்டும் எதற்கு ஓராயிரம் ரூபாயை எடுத்து கொடுக்க வேண்டும்?

தூதுக்குழு: 'இப்படி எல்லாம் தடுத்தால் எப்படித்தான் போராட்டத்தை நடத்துவது' என்று சத்தியாகிரகிகள் புலம்பினர். இப்படிப் புலம்பவிட்டது எதிரிகள் அல்லர். போராட்டத்தை வழி நடத்திய காந்தியேதான். சத்தியாகிரகிகள் காந்தியின் ஆலோசனைகளால் அலைக்கழிக்கப்பட்டதன் விளைவாக வெறுப்புற்றனர். இப்போராட்டத்தைக் காந்தி ஆதரிக்கிறாரா இல்லையா என்று ஈழவரே ஐயுறும் நிலை ஏற்பட்டது. காந்தியின் கருத்துகள் அரசாங்கம் தன் காரியத்தை அதிக பிரச்சனை

யில்லாமல் தொடர உதவின; வைதிகர்களுக்கு அதிக எரிச்சல் வராமல் இருக்கப் பயன்பட்டன. ஆனால் சத்தியாகிரகிகளுக்குப் போராட்டத்தைத் தொடர்ந்து நடத்திக்கொண்டு போகப் பெரும் உபத்திரவங்களாக அமைந்தன. இரு தூதுக்குழு தோன்றியமையே அதற்கான வெளிப்படைச் சான்று.

இரண்டு குழுவினரும் காந்தியிடம் வெளிப்படுத்திய சந்தேகங்களையும் கேட்ட கேள்விகளையும் இன்னொரு முறை படித்துப் பாருங்கள். களத்தில் போராடிய சத்தியாகிரகிகளைவிட, அறிவுரை சொன்னவரது கருத்துதான் உயர்ந்தது அல்லது பொருத்தமானது என்று நினைப்பது ஒருவகை மேட்டிமைத்தனம் அல்லது ஒருவகை கருத்துத் திணிப்பு என்று தோன்றுகிறது. காந்தியின் அறிவு ஈழவரின் உழைப்பைப் பின்னுக்குத் தள்ளிவிட்டது.

சத்தியாகிரகத்துக்கு எதிராக வைதிகரும் 1924 ஜூன் இறுதியில் எதிர்ப்புப் போராட்டம் நடத்தினர். அப்போது காந்தி பெரும் பதற்றத்துக்கு உள்ளானார். குண்டர்களைக் கொண்டுதான் வைதிகர் தம் எதிர்ப்பை அரங்கேற்றுவர் என்பது அரசியல்வாதி காந்திக்குத் தெரியாதா? அந்தத் தற்காப்பையும் மீறி வைதிகர்களுக்கு ஏதும் நேர்ந்துவிட்டால், போராட்டம் அகிம்சையிலிருந்து திரும்பி விட்டதாக ஊடக, அதிகார வர்க்க வலிமை கொண்ட வைதிகர்களால் செய்தி பரப்பப்பட்டு விடும் என்று காந்தி பதறியிருக்கலாம். வைதிகர்களுக்குச் சிறிதும் அசம்பாவிதம் நேர்ந்துவிடக்கூடாது என்று அவர் விரும்பினார் என்பதைச் சொல்ல வேண்டியதில்லை.

சத்தியாகிரகிகளுக்கு அறிவுரை: சத்தியாகிரகிகளுக்கு காந்தி தொடர்ந்து அளித்துக் கொண்டிருந்த அறிவுரைகளை இன்று படித்தால் காலத்தால் தள்ளியிருக்கிற நமக்கே மகாகோபம் வருகிறது. மழையில் நனைந்து வெயிலில் காய்ந்து போராடிய உழைப்பாளிகளுக்கு எவ்வளவு கோபமும் வருத்தமும் ஏற்பட்டிருக்கும்! எந்தச் சந்தர்ப் பத்திலும் ஒருமுறைகூட அரசாங்கத்தையோ, வைதிகரையோ, மகாராணியையோ, திவானையோ மரியாதைக் குறைவாகப் பார்க்காத காந்தி, சத்தியாகிரகிகளும் ஈழவரும் புலையரும் என்று வந்துவிட்டால் போதும் அறிவுரை மழையைப் பொழியத் தொடங்கி விடுவார்.

காந்தி – வைதிகர் உரையாடல்: காந்தி — வைதிகர் உரையாடல் காந்தியின் அறிவுக்கூர்மைக்கு இன்னொரு சான்று. கவர்னர் ஜெனரல் வெலிங்டன் காந்தியுடன் பேச்சுவார்த்தையில் ஈடுபடுவதைத் தவிர்ப்பாராம், காந்தி எப்படியும் மடக்கி

விடுவாராம். வ.ரா. எழுதியிருக்கிறார். அது உண்மைதான் என்பதை இந்த உரையாடலைப் படித்தபோது உணர்ந்தேன். அதிலும் வாக்கெடுப்பு முடிவைப் பற்றிய அவர் கருத்து அபாரமானது. பொது வாக்கெடுப்பு முடிவை, தான் ஏற்றுக்கொள்வதாகவும், அம்முடிவை ஏற்றுக்கொள்வதும் ஏற்றுக் கொள்ளாமல் இருப்பதும் வைதிகர் விருப்பம் என்றும் காந்தி குறிப்பிட்டது அறிவின் உச்சம், உச்சம். இன்றுவரை கூட உலகில் நடந்த எந்தப் பொது வாக்கெடுப்பிலும் இடம்பெறாத அம்சம். உலகத்திற்கோர் புதுமை. சத்தியத்தின் வலிமைதான் அவ்வாறு தன்னைச் சொல்ல வைத்தது என்றார் காந்தி.

தான் எடுத்த முடிவுகளைக் காந்தி அளவிற்கு நியாயப் படுத்தியவர் வைக்கம் போராட்டத்தில் வேறு எவரும் இல்லை. எத்தனை விளக்கம், எத்தனை தர்ம நியாயம். இந்த நியாயங்கள் முதலிரண்டு வாசிப்பில் முறையே ஆச்சர்யமாகவும் பொருத்தமாகவும் தோன்றின. பிறகு வக்கீல் வாதம் போலவும் மாறித் தோன்றின.

காந்தி – பிட் ஒப்பந்தம்: 'காவல்நிலை அருகே, போலீஸ்காரரின் காவல் இல்லாமல் இருக்கும். அந்த இடத்தைச் சத்தியாகிரகிகள் தன்னிச்சையாகத் தாண்டாமல் அவ்விடத்தில் சத்தியாகிரகம் செய்வர்' என்பது காந்தி – பிட் ஒப்பந்தத்தின் செயல்பாட்டு வடிவம். இப்படித் தடுப்பார் இல்லாமல் மனக்கட்டுப்பாட்டுடன் சத்தியாகிரகம் செய்வது என்பது வைதிகர் மனத்தை உருக்கிவிடும் என்று பிட் சொன்னார். அதை காந்தி நம்பினார். நம்பியது தந்திரோபாயமாகவும் இருக்கலாம். ஆனால் 15 மாதமாக உருகாத வைதிகர் மனம், காந்தியின் வார்த்தைகளிலேயே சொல்வதானால் 'திரிகரண சுத்தியுடன்' இயங்குவதாகக் கருதப்படும் வைதிகர் மனம் இதனால் உருகி மாறிவிடுமா?

காந்தி – பிட் ஒப்பந்தம் என்பது அரசாங்கத்துக்கு ஆதரவாக முடிந்த செயல்பாடு என்றே தோன்றுகிறது. தினமும் போலீஸ்காரரைப் பணிக்கமர்த்தி சிரமப்பட்டனர் காவல்துறையினர். இச்சிரமத்தைத் தவிர்க்கும் காரியத்தைக் காந்தியைக் கொண்டு பிட் சாதித்துக் கொண்டு விட்டார். அந்த ஒப்பந்தத்தினால் பெருண்மையாய்ப் பயன் பெற்றது அரசாங்கம்தான்.

மதமாற்றம்: இந்து மதத்தில் இருந்தால்தானே தீண்டாமைப் பிரச்சனை, மதம் மாறிவிட்டால் என்ன என்றுகூட ஒரு கட்டத்தில் ஈழவர் கருதினர். பின்னர் அக்கருத்து மேலும் வளர்ந்தது. மதமாற்றத்திற்கு ஈழவர் சிந்திக்கிறார்கள் என்று

தகவல் கிடைத்தவுடன் காந்தி பதறிவிட்டார். காந்தி என்னதான் மாளவியாவை விழுந்து விழுந்து மதித்தாலும் இவர் கேட்டுக்கொண்டபடி வைக்கத்திற்கு அவர் வரவில்லை. மதமாற்றத்தைத் தடுத்து இந்து மதத்தைக் காப்பாற்ற காந்தியை மாளவியா பயன்கொண்டார் என்றுதான் தோன்றுகிறது.

ஆக இவ்வாறு சத்தியாகிரகிகளின் ஒவ்வொரு செயலையும் சத்தியாகிரகத்தின் ஒவ்வொரு திருப்பத்தையும் காந்தி விமர்சித்து வந்தார். தன் கொள்கைப்படி தொடர்ந்து மாற்றியும் வந்தார். போராட்டத்திற்கு மூளை போல் இருந்தவரை முதலில் விலக்கி வைத்தார்; உணவளித்த அகாலியரை வைக்கத்தை விட்டுக் கிளப்பிவிட்டார்; போராட்டத்துக்கு மக்கள் ஆதரவை அதிகப்படுத்திக்கொண்டிருந்த உண்ணாவிரதத்தை நிறுத்தச் சொன்னார். அதாவது சாப்பிடவும் விடவில்லை; சாப்பிடாமல் இருக்கவும் விடவில்லை; அயல் மதத்தவரிடமிருந்து வந்த உதவிகளையும் தடுத்துவிட்டார்; சொந்த மதத்தவரிடமிருந்து வந்த அயல் உதவிகளையும் மறுத்துவிட்டார். அதாவது சொந்த உதவிகளையும் ஏற்க விடவில்லை; வந்த உதவிகளையும் பெற அனுமதிக்கவில்லை. போராட்டத்துக்கு காந்தி உதவியாகத் தான் இருக்கிறாரா என்று சத்தியாகிரகிகளுக்கே சந்தேகம் ஏற்படும்படி நடந்துகொண்டார்.

எனினும் சத்தியாகிரகிகள் காந்தியிடமே திரும்பத் திரும்பச் சென்றனர். வைதிகரும்தான். வைதிகர்கள் காந்தி சொல்வதை ஏற்றுக்கொள்ளவில்லை என்பதைப் போராட்டம் தொடங்கியபோதே சொல்லி அனுப்பி விட்டனர்; நேரில் வந்தபோதும் காரண காரியங்களோடு விளக்கி விட்டனர். ஆனால் அவர்கள் கருத்தை காந்தி ஏற்கவில்லை. எனினும் வைதிகர்கள் காந்தியிடம் மட்டுமே உரையாட முடிந்தது. அரசாங்கமும் அவரிடமே சமாதானம் பேசினர். சமாதானம் பேசப் பெரியாரை ஏற்பாடு செய்ய அரசாங்கம் இராஜாஜியைக் கேட்டுக்கொண்டதாகவும், அவர் காந்தியை அதற்குத் தயார்படுத்தி விட்டதாகவும் பிற்காலத்தில் பெரியார் குற்றஞ் சாட்டினார் என்பது வேறு. திருவாங்கூர் சமஸ்தான காவல் அதிகாரி பிட் காந்தியுடன் ஒப்பந்தமே மேற்கொண்டார். சத்தியாகிரகிகள், வைதிகர், அரசாங்கம் எனப் போராட்டத்தின் மூன்று தரப்புமே காந்தியிடமே பிரச்சினைகளைத் தீர்க்கச் செல்லவேண்டியிருந்தது. மூன்று தரப்பிலும் முக்கியமான தரப்பான மக்கள் ஆதரவு அவரிடம் இருந்தது காரணமாக இருக்கலாம் என்றாலும் மூவரும் மரியாதை குறையாமல் சந்திக்கும் ஒரு புள்ளியை அவரால் மட்டுமே கண்டடைய முடியும் என்ற நம்பிக்கையே காரணம்.

காந்தியின் சத்தியாகிரகக் கொள்கைகள் எதிரியையும் அணைத்துச் செல்லும் போக்கினது என்பதால் வைதிகருக்குச் சங்கடமில்லாமல் அவரோடு உரையாட முடிந்தது. மக்கள் செல்வாக்கு பெற்றவர் என்பதால் அரசாங்கம் தன் முறைமை நிலைக்கு (legitimacy)இவரையே ஏற்க இயன்றது. சத்தியாகிரகிகள் சர்வபரித் தியாகத்துக்குத் தயாராக இருந்ததால் அவரது கொள்கைகளைப் பின்பற்ற முடிந்தது.

ஆனால் என்னவோ ஒரு சிக்கல் காந்திக்கு வைக்கம் போராட்டத்தின் நடைமுறையில் இருந்தது போலும். அதை வெளிப்படையாக அவர் எங்கும் சொல்லவில்லை. அப்படி நினைப்பதற்குப் பல காரணங்கள் உண்டு. அதில் ஒன்று. வைதிக சகோதரர் இருவர் காந்தியைப் போய் நேரில் சந்தித்து சத்தியாகிரகத்தை நிறுத்தக் கோரினர். அவர்கள் கோயில் டிரஸ்டிகளிடம் பேச வாய்ப்பளித்து சத்தியாகிரகத்தைச் சிறிது காலம் நிறுத்தி வைக்கலாம் என்று ஒரு முறை அறிவுறுத்தினார். அதற்கு முன்பே ஒருமுறை இன்னும் கொஞ்சம் பிரசாரம் செய்யலாம்; அதுவரை தொடங்காமலிருக்கலாம் என்றும் கூறியிருந்தார். பின்னொரு சமயம் உயர்சாதியினர் ஊர்வலம் நடத்தி, மகாராஜா, திவான் ஆகியோரைச் சந்தித்து ஈழவரைத் தெருக்களில் அனுமதிக்கத் தமக்கு ஆட்சேபணை இல்லை என்று மகஜர் அளிக்கலாம் என்றும் யோசனை சொன்னார். அந்த ஊர்வலம் முடியும்வரை சத்தியாகிரகத்தை நிறுத்தி வைக்கலாம் என்று மறுமுறை அறிவுறுத்தினார். காந்தியின் இந்தத் தள்ளி வைக்கும் அறிவுரையைச் சத்தியாகிரகிகள் கேட்டு நடக்கவில்லை என்பது வேறு. போராட்டத்தின் மூலமாக எதிரிகளை எரிச்சல் படுத்திவிட காந்தி விரும்பாதிருந்திருக்கலாம். அது நாம் அறிந்தது தான். போராட்டத்தை ஒரு அடையாளமாகக் காட்ட விரும்பினாரோ என்றும் தோன்றுகிறது.

அரசாங்கம், வைதிகர் போன்ற போராட்டத்தின் எதிரிகள் மனம் கோணாமல் சத்தியாகிரகத்தை நடத்த காந்தி விரும்பினார். தன் கருத்துகள் மூலமாக இணக்கமான ஒரு உரையாடலுக்கு எப்போதும் ஒரு இடம் இருப்பதை உறுதி செய்துகொண்டே இருந்தார். சூழல், காலம் இவற்றைக் கடந்த ஒரு இடத்தில் அவர் நின்றார். ஆனால் சூழலின் பிடியில் இருந்தோரே, காலத்தின் கட்டுப்பாட்டில் இருந்தோரே சத்தியாகிரகத்தை நடைமுறைப்படுத்தும் இடத்தில் இயங்கித் தொல்லைகளைத் தாங்கினர். மண்ணுக்கும் விண்ணுக்குமான இடைவெளி அது. சாதாரணர்களுக்கும் மகாத்மாவுக்குமான இடைவெளியாகவும் அது இருக்கலாம்.

○

வைக்கமும் பெரியாரும்

In fact, the movement would have collapsed long ago but for the support it has received from outside Travancore though the question of opening this road is a purely domestic purpose.

C.W.E. Cotton, Resident, Travancore

ஈ.வெ. ராமசாமி நாயக்கரின் தலைமை இயக்கத்துக்குப் புதிய உயிர் கொடுத்தது.

டி.கே. ரவீந்திரன்

வைக்கமும் பெரியாரும்

"கைது செய்யப்பட்டு விட்டேன். சத்தியாகிரகம் நடந்தாக வேண்டும். பொது ஜன ஆதரவுக்குக் குறைவில்லை. தொண்டர்களும் வேண்டியவரை இருக்கிறார்கள். தலைவர்கள்தான் தேவை. தேவ தாஸ் அல்லது மஹாதேவ தேசாயியை அனுப்புங்கள்" (சுதேசமித்திரன், 14 ஏப்ரல் 1924).

இது வைக்கம் சத்தியாகிரகத் தலைவர்களில் ஒருவரான ஜார்ஜ் ஜோசப் காந்திக்கு அனுப்பிய தந்தி. 30 மார்ச் 1924 தொடங்கிய வைக்கம் போராட்டத்தில் ஏப்ரல் 10க்குள் தலைவர்கள் அனைவரையும் திருவாங்கூர் அரசு கைது செய்து விட்டது. தவித்துக் கொண்டிருந்த சத்தியாகிரகத்தைத் தொடர்ந்து நடத்த காந்தியிடம் தலைவர்களை அனுப்ப மேற்கண்டவாறு வேண்டினார் சத்தியாகிரகத்தின் மூளையைப் போன்ற ஜார்ஜ் ஜோசப்.

மேற்கண்ட தலைவர் வேண்டுதலுக்கும் வைக்கம் போராட்டத்தை அனைத்திந்திய இயக்கமாக மாற்ற வைக்கப்பட்ட கோரிக்கைக்கும் சேர்த்துப் பேட்டி ஒன்றில் காந்தி பதில் அளித்தார்.

"...[வைக்கம் சத்தியாகிரகத்துக்கு] இந்தியாவில் எல்லா பாகமும் உடனுணர்ச்சி காட்ட வேண்டும் என்பது எனக்குத் தெளிவு. அந்த உடனுணர்ச்சி வைக்கம் போராட்டத்திற்கு யதேஷ்டமாக ஏற்பட்டிருக்கிறது. ஆனால் பல மாகாணங்களிலுள்ள தலைவர்களை ஒரு ஊரில் ஒரு இயக்கத்தில் தங்கள் கவனத்தை முழுவதும் செலுத்துவதென்பது அசாத்தியமில்லாவிட்டாலும் சிரம சாத்தியமானது. ஆயினும் தலைவர்களால் வழி காட்டப்படாத காரணத்தினால் இயக்கம் இறந்துபோகாமல் சென்னை மாகாணத் தலைவர்கள் பார்த்துக் கொள்வார்கள் என்று நம்புகிறேன்" (சுதேசமித்திரன், 14 ஏப்ரல் 1924).

களத்தில் தலைவர்கள் இல்லை. வடநாட்டுத் தலைவர்களையும் அனுப்ப முடியாது என்று காந்தியும் கை விரித்து விட்டார். எனினும் 'சென்னை மாகாணத் தலைவர்கள் பார்த்துக்கொள்வார்கள்' என்று யாரையும் குறிப்பிட்டுச் சொல்லாமல் பொதுப்படையாகக் கூறி முடித்துவிட்டார். இந்தச் சூழலில், 'ராமசாமி நாயக்கர் நாளை (ஏப்ரல் 13) காலை மெயிலில் வைக்கத்திற்குப் புறப்படுவதாகத் தந்தி கொடுத்திருக்கிறார்' என்ற செய்தி *சுதேசமித்திரன்* (12 ஏப்ரல் 1924) இதழில் வெளியானது.

'வைக்கம் சத்தியாகிரகத்தில் தலைமை வகித்து நடத்திவந்த கனவான்கள் ஒருவர் பின் ஒருவராகக் கைதியாகி சிறைத்தண்டனை விதிக்கப்பெற்றிருக்கிறார்கள். ஜோசப், நாயர், செபாஸ்டியான் இவர்கள் தண்டனை அடைந்த பிறகு ராமஸ்வாமி நாயக்கரும், வரதராஜுலு நாயுடுவும் வைக்கம் சென்று சத்தியாகிரகத்தை மேல் நடத்தி வருகிறார்கள் என்று அறிகிறோம்' (15 ஏப்ரல் 1924) என்று வெளியிலிருந்து சத்தியாகிரகத்தைப் பார்த்துவந்த *சுதேசமித்திரன்* நிலைமையை விளக்கியிருந்தது.

ஆம். 13 ஏப்ரல் 1924 அன்று பெரியார் வைக்கம் சேர்ந்தார். அது போராட்டம் தொடங்கி, பதினைந்தாவது நாள். புறப்படுமுன் ஈரோட்டிலிருந்து அவர் அறிக்கை ஒன்றை வெளியிட்டார். அதன் சாரம் வருமாறு.

'கே. நீலகண்ட நம்பூதிரிபாத் [1924 ஏப்ரல்] 4ஆம் தேதியிட்டு அனுப்பிய தந்தியில் என்னை உடனே புறப்பட்டு வரும்படிக் கேட்டுக்கொண்டிருந்தார். குளித்தலையில் கூடிய திருச்சி மாநாட்டிற்குச் செல்ல வேண்டியிருந்ததால் புறப்பட முடியவில்லை. நான் முக்கியமாக அங்கு வந்துதான் ஆகவேண்டுமென்றால் நான் வருவதாகத் தந்தி கொடுத்தேன். பிறகு அனுப்பிய கடிதத்திலும் இதே விஷயத்தைத் தெரிவித்திருந்தேன். 6ஆம் தேதி ஜார்ஜ் ஜோசப்பும் எழுதியிருந்தார். நான் வரவேண்டுமென்று தாங்கள் நினைத்தால் நான் வரச் சித்தம் என்று பதில் அளித்தேன். 12ஆம் தேதி இன்னொரு தந்தியை நம்பூதிரிபாத் அனுப்பியிருந்ததில் வைக்கம் சத்தியாகிரக நிலைமையைப் பற்றி யோசிக்கப் பொதுக்கூட்டம் திங்கட்கிழமை கூடுவதாகவும் நான் விஜயம் செய்யவேண்டும் என்றும் குறிப்பிட்டிருந்தார். அதே சமயத்தில் டி.ஆர். கிருஷ்ணசாமி ஐயர் கொச்சியிலிருந்து அனுப்பியுள்ள தந்தியில் நான் அங்கிருக்க வேண்டியது மிகவும் அவசியம் என்றும் உடனே புறப்படவேண்டும் என்றும் ஜோசப் கைதியானார் என்றும் கொச்சியில் தாம் காத்திருப்பதாகவும் குறிப்பிட்டிருந்தார். நான் இன்று [13 ஏப்ரல் 1924] மெயிலில் வருவதாகவும் திருச்சூரில் என்னை நம்பூதிரிபாத் சந்திக்கும்படிக்கும் பதில் தந்தி

கொடுத்தேன். இரவு 7 மணிக்கு மூன்றாவது தந்தி கொடுத்தேன். இரவு 7 மணிக்கு மூன்றாவது தந்தி கிடைத்தது.

"வைக்கத்தின் நிலைமை பயங்கரமாக இருக்கிறது. தலைவர்கள் எல்லோரும் கைது செய்யப்பட்டுவிட்டனர். 18 சத்தியாகிரகிகள் உண்ணாவிரதத்துடனிருக்கிறார்கள். நானும் வைக்கத்திற்குப் புறப்பட்டுக்கொண்டிருக்கிறேன். உடனே நான் கைது செய்யப்படுவேன் என்பது நிச்சயம். இயக்கத்திற்குத் தலைமை வகித்து நடத்துங்கள். தந்தி மூலம் யோசனை கூறவேண்டும்" என்பது அந்த தந்தி வாசகம். இதற்கப்பால் நான் புறப்பட்டேயாக வேண்டுமென்று எண்ணம் ஏற்பட்டுவிட்டது. இந்த நிலைமையை நானே வலுவில் விரும்பியதாக நினைக்கவேண்டாம். அத்தகைய எண்ணம் இல்லாமல் தடுக்கும்பொருட்டே நான் மேற்கண்ட சமாச்சாரத்தை வெளியிட்டேன். தமிழ்நாட்டில் நான் செய்யவிருக்கும் வேலை அபரிமிதமாக இருக்கிறதென்பது தெரிந்த விஷயம். அதிலுள்ள பொறுப்புகளையும் கஷ்டங்களையும் அறிந்துகொண்டிருந்தேன். மிகவும் உபத்தரவமற்ற கதர் வேலைக்கும் ஏற்படும் பல தடைகளும் இயக்கத்திலுள்ள இதர கஷ்டங்களும் என் மனத்திற்குத் தெரிந்தவைகளே ஆனால் கேரள மாகாணத்திலிருந்து எனக்கு வந்திருக்கும் ஆக்ஞையை மீறி நடப்பதற்கில்லை" (*சுதேசமித்திரன்*, 15 ஏப்ரல் 1924; *தி இந்து*, 15 ஏப்ரல் 1924; *பெரியார் ஈ.வெ.ரா. சிந்தனைகள்* இ. பதிப்பு, பக். 73—74. இதில் *சுதேசமித்திரன்* 16 ஏப்ரல் 1924 என்று உள்ளது).

காங்கிரசுக் கமிட்டித் தலைவர் பொறுப்பை இராஜாஜியைப் பார்த்துக்கொள்ள ஏற்பாடு செய்துவிட்டுப் பெரியார் வைக்கத்துக்கு விரைந்தார்.

தமிழ்நாட்டிலிருந்து மற்ற தலைவர்கள்

பெரியாரைத் தவிரத் தமிழ்நாட்டிலிருந்து எஸ். சீனிவாச ஐயங்கார் (15 ஏப்ரல் 1924), கோவை அ. அய்யாமுத்து கவுண்டர் (14 ஏப்ரல் 1924) ஆகியோரும் அப்போது வைக்கம் சென்றனர். போராட்டத்தை நடத்தத் தலைவர்கள் தேவை என்ற ஜார்ஜ் ஜோசப்பின் கோரிக்கை காந்தி, பெரியார் ஆகியோருக்கு மட்டுமல்ல இராஜாஜிக்கும் வந்தது. அவ்வேண்டுகோளை இராஜாஜி நிராகரித்தார். இது பற்றிய ஒரு சர்ச்சை ஏற்பட்டது. அதன் விவரங்களை முதல் இயலில் காணலாம். "இங்கிருந்துவரும் முக்கியஸ்தர்களான ஊழியர்களைத் திருவாங்கூர் சத்தியாகிரக இயக்கத்திற்குத் தள்ளிவிட வேண்டும் என்பதைத் தான் ஒப்புக்கொள்ள முடியாது . . . திருவாங்கூர் அரசாங்கத்தார் ரஸ்தாக்களில் தீண்டாதாரை அனுமதிக்காததற்காக நீங்களும் இக்னேஷியஸ், கே.எஸ். சுப்பிரமணியம், வரதாச்சாரி, ராமசாமி

நாயக்கர் முதலியவர்களும் ஒரு வருஷம் சிறையில் அடைபடுவதால் என்ன பிரயோஜனம்?.. நீங்கள் விரும்புகிறபடி முக்கியஸ்தர்களை அங்கு அனுப்பி விட்டால் இங்கு கதர் வேலையையே நிறுத்திவிட வேண்டிவரும். உங்களுடைய யோசனை புத்திசாலித்தனமாக இருக்கவில்லை" என்று ஜார்ஜ் ஜோசப்புக்கு இராஜாஜி பதில் எழுதி விட்டார் (*சுதேசமித்திரன்,* 17 ஏப்ரல் 1924).

பெரியார் செயல்பாடு

ஏப்ரல் 13 இரவு கொச்சியில் காங்கிரசுகாரர்கள் வைக்கம் இயக்கத்தைப் பலப்படுத்துவது பற்றி ஆலோசனை கலந்தனர். ராமுன்னி மேனன், குரூர் நீலகண்டன் நம்பூதிரிபாத், மதுராதாஸ் புருஷோத்தம், பெரியார், டி.ஆர். கிருஷ்ணசாமி ஐயர் முதலியவர்கள் நிலைமை குறித்து விவாதித்தனர். தீண்டாமை விலக்கு காரியாலயம் கொச்சியில் டி.ஆர். கிருஷ்ணசாமி ஐயர் மேற்பார்வையில் இயங்கட்டும் என முடிவு செய்தனர். கூட்டம் முடிந்த பிறகு பெரியார் வைக்கத்திற்குப் புறப்பட்டுச் சென்றார் (*நவசக்தி,* 18 ஏப்ரல் 1924). 13 ஆம் தேதி, 12 தன்னார்வலர்களுக்குத் தலைமை தாங்கிப் பெரியார் போராட்டத்தை நடத்தினார் என்று மேரி எலிசபெத் எழுதியிருக்கிறார் (மேரி, ப. 126). தேதி தவறாக இருக்கக்கூடும். அது ஏப்ரல் 14 ஆக இருக்கலாம். 14 ஆம் தேதி வடக்கு கோபுர வாயிலுக்கும் கிழக்கு கோபுர வாயிலுக்கும் சென்ற தொண்டர்களைப் பெரியார் வழி நடத்திச் சென்றார் என்ற செய்தியும் வந்துள்ளது (*சுதேசமித்திரன்,* 15 ஏப்ரல் 1924). ஏப்ரல் 15 அன்று காலை வழக்கமான ஊர்வலம் புறப்படுவதற்கு முன் சத்தியாகிரகம் தொடர்ந்து நடத்தப்பட வேண்டும் என்று பெரியாரும் எம்பெருமாள் நாயுடுவும் பிரசங்கம் செய்தனர் (*சுதேசமித்திரன்,* 17 ஏப்ரல் 1924).

பெரியாரின் வைக்கம் போராட்டச் செயல்பாட்டைப் பாராட்டி *நவசக்தி* எழுதியது. "தமிழ்நாட்டுத் தலைவரான ஈ.வெ. இராமசாமி நாயக்கர் வைக்கத்திற்குச் சென்றிருக்கிறார். நாயக்கர் கர்மவீரர், வீண்பேச்சுக்காரர் அல்லர். ஆடம்பரத்தை வெறுப்பவர், எதையும் செய்கையில் காட்டும் ஆற்றல் பெற்ற பெரியார். ஆதலின் அவர் சத்தியாகிரகப் போர்க்களத்தின் பாசறையில் இதுகாலை சேனாதிபதிகளுடன் யோசித்து வருகிறார். நமது வரதராஜர் [பி. வரதராஜுலு நாயுடு] சத்தியாகிரகப் போருக்குத் தொண்டர்களைத் திரட்டி வருகிறார். படைதிரட்டும் வேலையைச் செய்வதற்கு முன் பண உதவியும் செய்திருக்கிறார். இவருடைய தலைமையின் கீழ் தமிழ்நாட்டிலிருந்து விரைவில் ஒரு தொண்டர் படை வைக்கம் நோக்கி எழும் என்று

எதிர்பார்க்கின்றோம். இவ்விரு தலைவர்களின் செயலை நாம் போற்றுகிறோம்" (நவசக்தி, 18 ஏப்ரல் 1924).

வரதராஜுலு நாயுடு ஆசிரியராக இருந்த தமிழ்நாடு பத்திரிகை சார்பில் வைக்கம் சென்றிருந்த டி.எஸ். சொக்கலிங்கம் களநிலவரத்தை அங்கிருந்து தெரிவித்தார். அதில் தமிழ்நாட்டுத் தலைவர்களின் வைக்கம் பணிகளை விவரிக்கையில் பெரியாரின் பங்களிப்பைக் குறிப்பிட்டார்: "எம்பெருமாள் நாயுடு சத்தியாகிரக ஆசிரமத்தை நிர்வகித்து வருகிறார். ராமஸ்வாமி நாயக்கர் சுற்றுப்பக்கத்து கிராமங்களில் உருக்கமான பிரசங்கங்கள் செய்து வருகிறார் ... சீனிவாச ஐயங்கார் வைதிகர்களுக்கு எவ்வளவோ எடுத்துரைத்தும் அவர்கள் கேட்கவில்லை" (சுதேசமித்திரன், 19 ஏப்ரல் 1924).

16 ஏப்ரல் 1924இல் பெரியாரும் எம்பெருமாள் நாயுடுவும் சேர்த்தலைக்குப் புறப்பட்டனர் (சுதேசமித்திரன், 17 ஏப்ரல் 1924) என்ற செய்தியிலிருந்து பெரியாரின் சுற்றுப்பக்கத்து பிரசாரம் சேர்த்தலையில் தொடர்ந்தது தெரிகிறது. வைக்கத்துக்குப் புறப்படும்போது பெரியார், தொண்டர்களுக்கு ஒரு அழைப்பு விடுத்திருந்தார். அந்த அழைப்பை ஏற்றோ என்னவோ, ஈரோடு ர. திருமலைப் பிள்ளை என்ற தொண்டர் தாம் வைக்கம் வரத் தயாராக இருப்பதாகப் பெரியாருக்கு எழுதிய கடிதம் ஒன்று சுதேசமித்திரனில் வெளியானது (17 ஏப்ரல் 1924). இதைத் தவிர வேறு தொண்டர்களும் பெரியாரின் வேண்டுகோளை ஏற்றுச் சென்றிருக்கலாம். தமிழ்நாட்டுத் தொண்டர்களை ஒருங்கிணைத்து வைக்கத்துக்கு அனுப்பும் பணியை வரதராஜுலு நாயுடு மேற்கொண்டிருந்தார். அதற்காக அவரது சேலம் பங்களா திறந்திருந்தது.

வைக்கம், சேர்த்தலை, ஆலப்புழை என்ற இடங்களில் தனித்தும் மற்றவர்களுடன் இணைந்தும் பிரசாரம் செய்துவந்த பெரியார், 'வைக்கம் போராட்டம் சுகமாக நடந்து வருகிறது, தான் வந்த பிறகு இதுவரை ஒருவரும் கைது செய்யப்படவில்லை. தொண்டர்கள் ஏராளமாக வந்துகொண்டிருக்கிறார்கள்' என்றோர் அறிக்கையை வெளியிட்டார். அதோடு, இராஜாஜி வைக்கம் வர வேண்டிய அவசியமேற்படவில்லை என்று தந்தியும் அனுப்பிவைத்தார் (சுதேசமித்திரன், 18 ஏப்ரல் 1924).

சத்தியாகிரக ஆசிரமம் நாராயண குருவுக்குச் சொந்தமான வெல்லூர் மடத்தில் இயங்கி வந்தது. 21 ஏப்ரல் 1924இல் இந்த ஆசிரமத்தில் தீண்டாமை விலக்குக் குழுவின் சிறப்புக் கூட்டம் நடைபெற்றது. இயக்கத்தைப் பலமாக நடத்திச் செல்ல வேண்டி எட்டுப் புதிய உறுப்பினர்கள் சேர்க்கப்பட்டனர். அவர்களுள்

பெரியார் ஒருவர். மற்ற சிலர் கிருஷ்ணன், அச்சுத மேனன், கோவிந்தன். அதே கூட்டத்தில் பெண்கள் பிரிவு ஒன்று உருவாக்கத் திட்டமிடப்பட்டது. அதைப் பெரியார், கோவிந்தன், மாதவன் ஆகியோரின் மனைவியர் பொறுப்பில் ஒப்படைக்கவும் உத்தேசிக்கப்பட்டது (*சுதேசமித்திரன், 22 ஏப்ரல் 1924*).

22 ஏப்ரல் 1924இல் வைக்கத்தில் சத்தியாகிரக ஊர்வலத்தை நடத்திய தலைவர்களில் முக்கியமானவர்கள் என்று நான்கு பேரைத் தெரிவிக்கும் *சுதேசமித்திரன்* அதில் முதலாவதாகக் குறிப்பிடுவது பெரியாரை. அடுத்த மூவர் எம்.பெருமாள் நாயுடு, கொச்சு கோவிந்தன், அச்சுத மேனன் ஆகியோர்.

ஒவ்வொரு கட்டத்திலும் காந்தியின் ஆலோசனையைப் பெற்றே சத்தியாகிரக இயக்கம் தன் அடுத்த நகர்வைத் தீர்மானித்தது. டி.கே. மாதவன், கே.பி. கேசவ மேனன், ஜார்ஜ் ஜோசப், குரூர் நீலகண்டன் நம்பூதிரி, டி.ஆர். கிருஷ்ணசாமி ஐயர் என்ற வரிசையில் காந்தியிடம் எழுதி ஆலோசனை கேட்டவர்கள் முறை அமைந்திருந்தது. குரூர் நீலகண்டன் நம்பூதிரி அவ்வகையில் பின்வரும் விவரத்தை காந்திக்கு எழுதி அறிவுரை கேட்டார். அவ்விவரங்கள் பெரியார், மதுரதாஸ், எம்பெருமாள் நாயுடு ஆகியோர் கலந்துகொண்ட அவசரக் கூட்டத்தில் பேசப்பட்டவையாகும்.

". . . எதிர்க்கட்சியினர் வரவர இம்சையில் இறங்கி வருகிறார்கள். இனியும் இம்சை நடக்கக்கூடும். வேலியைத் தாண்டலாமா, பட்டினியிருக்கலாமா என்பதைக் குறித்து கமிட்டி யோசித்து வருகிறது. பட்டினி தான் திறமையாய் இருக்கும் என்று காண்கிறது. விரிவாகக் கடிதம் எழுதுகிறேன். உடனே தக்க யோசனை சொல்லுங்கள்" (*நவசக்தி, 25 ஏப்ரல் 1924*).

1 மே 1924 அன்று கே.ஜி. குஞ்சுகிருஷ்ண பிள்ளை தலைமையில் திருவனந்தபுரத்தில் நடந்த கூட்டத்தில் பெரியார், எம்பெருமாள் நாயுடு, மன்னத்து பத்மனாப பிள்ளை, அய்யாமுத்து கவுண்டர், சாத்துக்குட்டி நாயர் ஆகியோர் பேசினர். பெரியார் பேச்சின் சாரமாக அரசு ஆவணம் பதித்து வைத்திருப்பது இது:

"வைக்கம் சத்தியாகிரகம் என்ற போர் அரசாங்கத்துக்கு எதிரானதல்ல, மதச் சண்டை அல்ல, வகுப்புச் சண்டையும் அல்ல. இது பொது நலனுக்கான செயல். சமத்துவத்தை நிறுவும் நோக்கம் கொண்டது. இந்தப் பணியில், நாம் நல்ல நிலையில் இருக்கும் எவரையும் நம்பி இருக்கக் கூடாது. வேகமாக மறைந்து வருகிற மற்ற மதங்கள் எல்லாம் மக்கள் தொகையில் 5, 10, 15 சதவீதம் வளர்ந்து வருவதாகப் புள்ளி விவரங்கள்

கூறுகின்றன, இந்து மக்கள் தொகை 6 சதவீதம் குறைந்து விட்டது கடந்த 10 ஆண்டுகளில். இது இந்துக்கள் கல்யாணம் செய்து கொள்ளவில்லை, குழந்தைகளைப் பெற்றுக்கொள்ளவில்லை என்பதைக் காட்டுகிறதா? இந்துக்களில் ஒரு பகுதியினரை நடத்தும் மோசமான முறை அவர்களை மற்ற மதங்களில் சேரத் தூண்டுகிறது. இந்த நிலைமை நீடிக்குமானால் இந்துக்கள் இல்லாமல் போய் விடுவர். ராஜ பக்திக்கு எதிராக இருப்பினும் மத பக்தி கடைப்பிடிக்கப்படவேண்டும்.

"ஒரு இந்து மற்ற ஒருவரைத் தீண்டாதவர் எனக் கருதுகையில், முகமதியர்களும் கிறித்தவர்களும் அவர்களது மதத்தைச் சேர்ந்த ஒவ்வொருவரையும், அவர்கள் அம்மதத்தில் பிறந்திருந்தாலும் மாறியவராக இருந்தாலும் சமமாக கருதுகின்றனர்.

"அரசாங்கம், சமாதானத்துக்காக அளித்த பல்வேறு யோசனைகளும் ஒப்புக்கொள்ளத் தக்கவை அல்ல. அதில் ஒன்று சாலைகள் கோயில் சொத்து என்பது. மகாராஜாவுக்கு ஏதாவது சொத்து இருக்கிறதா? முழு ராஜ்யமே ஸ்ரீ பத்மனாபனுக்குச் சொந்தமானது என்பதால் இராஜ்யமே கோயில் சொத்துதான். இது அவரது தாத்தாவின் சொத்தல்ல. முகமதியர்களையும் கிறித்தவர்களையும் அச்சாலைகளில் நுழைய விடாமல் தடுத்துவிட்டால் உங்களுக்குத் திருப்தியா என்று கேட்கிறது? இது ஒரு அரசரின் கட்டளை போல உள்ளது. அரசர் ஒருமுறை, பொருளை அளக்கும் ...... என்று ஆணையிட்டார். கீழ்ப்பகுதி, நேராக அளக்கும்போது பிடிக்கும் அளவைவிட குறைவாகப் பிடிக்கிறது என்று மக்கள் புகார் சொன்னார்கள். நிலைமையைச் சமாதானம் செய்த அரசர், படியைப் பக்கவாட்டில் அளக்கும்படி ஆணையிட்டார். இதனால் கீழ்ப்பகுதியைக் கொண்டு அளக்கும் போது கிடைத்ததும் இழக்கப்பட்டது, வைக்கத்தில் அளிக்கப்படும் சமாதானத்தை இதற்கு ஒப்பிடமுடியும்.

"நாங்கள் பசியாக இருக்கிறோம் என்று சொன்னால், பசியாக இருக்கிறோம் என்று நீங்கள் ஏன் சொல்கிறீர்கள் என்றால் மற்றவர் சாப்பிடுவதை நீங்கள் பார்க்கிறீர்கள் என்று அரசாங்கம் சொல்கிறது. சாப்பிடும் மற்றவர் உணவைப் பறித்து விடுகிறோம் என்கிறது.

"திருவாங்கூருக்கு வரும்போது பிரிட்டிஷ் அரசாங்கம் மோசமான அரசாங்கமாக இருக்கிறது என்ற எண்ணத்தில் இருந்தேன், ஏனெனில் அவர்கள் நோக்கத்தை அடைய பொய் சொல்லவும் தந்திரத்தைக் கையாளவும் தயங்க மாட்டார்கள். இந்த நாட்டு நடைமுறைகளைப் பார்க்கும்போது பிரிட்டிஷ் அரசாங்கம் தேவலாம் என்று நினைக்கிறேன். பிரச்சனைக்குரிய

சாலையின் ஓரத்தில் நின்றிருக்கும் மரங்களில் எழுதப்பட்டிருந்த PWD என்ற எழுத்துகளை இந்த அரசாங்கம் நீக்கியுள்ளது. இது மோசடி இல்லையா? இந்த அரசாங்கத்தை நம்பினால் நமது நோக்கத்தை அடைவது சாத்தியமா?

"வருணங்களின் இருப்பை மதிக்கும் ஒருவர் என இவ்வரசர் பேசப்படுகிறார். அரசின் உயர் பதவிகளுக்கு தாழ்ந்த சாதியினர் என்று சொல்லப்படுபவரை நியமிக்கும் போது இத்தகைய எண்ணங்களைக் கொண்டிருக்கிறாரா? ஒரு தீயர் மாவட்ட நீதிபதியாக நியமிக்கப்படுகிறார் — அவரது ஏவலர்கள் பிராமணர்கள். இது வருணாசிரம தருமத்திற்கு எதிரானது இல்லையா? வருணாசிரம தர்மத்தை மதிப்பவர் என்று மகாராஜாவை எப்படி கருத முடியும்? சில இந்துக்கள் சில குறிப்பிட்ட வேலையைச் செய்வதால் தீண்டத்தகாதவராகி விடுவர் என்பது உண்மையா? வலது கை சாப்பிடுவது போன்ற குறிப்பிட்ட நோக்கங்களுக்காகப் பிரித்துவைக்கப்பட்டிருக்கிறது. உடம்பின் கழிவுகளைச் சுத்தப்படுத்துவது போன்ற குறிப்பிட்ட பணிகளுக்காக இடது கை இருக்கிறது. ஒவ்வொரு கைக்கும் தனித் தந்தை தாய் உண்டா? இடதுகையைத் தொடும்போதெல்லாம் வலதுகை குளித்து முழுக வேண்டும் என்று நினைக்கிறதா? நாம் கடவுளைத் தொழும்போது வலதுகையுடன் மட்டும் செல்கிறோமா? கோயிலுக்குச் செல்லும்போது நமது இடதுகையை விட்டுவிட்டுச் செல்கிறோமா? வலது பக்கம் இடது பக்கத்தை விட உயர்வானது என்றால் இடது கண்ணால் நம்மைப் பார்ப்பவரைக் குற்றம் சொல்லுகிறோமா? அல்லது வலது காலால் உதைபடும்போது சந்தோஷப்படுகிறோமா?

"வெவ்வேறு வேலைகளைச் செய்தாலும் சமத்துவமாக அல்லவா எல்லா விரல்களையும் கருதுகிறோம். அதுபோலவே ஒவ்வொரு இந்துவும் சமத்துவமாக நடத்தப்பட உரிமை உடையவர்கள். அவர் பிராமணனாக இருக்கட்டும், புலையராக இருக்கட்டும். இறந்த கால்நடைகளை அறுக்கும் பறையர் தீண்டத்தகாதவர் எனில், மனித உடலை அறுக்கும் பிராமண டாக்டர்களிலும் நாயர் டாக்டர்களிலும் எவ்வளவு அதிகமான தீண்டத்தகாதவர் உள்ளனர்?

"கள்ளை இறக்குவதால் தீயர் தாழ்ந்த சாதியினர் எனப்படுகிறார் எனில் அதைக் குடிப்பவர் எந்த அளவு மோசமானவர்? கள்ளை இறக்க மரங்களை வாடிக்கை விடுபவர் இவர்களை விட எந்த அளவு கூடுதல் மோசமானவர்? கள்ளிலிருந்து வருவாயை அதிகரிக்கும் அரசாங்கம் இவர்களை எல்லாம் விடக் கூடுதல் மோசமானது அல்லவா. உயர்வு

என்பது ஒருவர் செய்யும் வேலையிலா இருக்கிறது? கையூட்டு பெறும் காவல் அதிகாரியும் தவறான சாட்சியம் சொல்லும் வக்கீலும் பிறப்பினால் உயர்ந்தவர்கள் என்று எந்த சாஸ்திரம் சொல்லுகிறது?

“சத்தியாகிரகிகளின் வெற்றிக்குச் சில நல்ல குணங்கள் அவசியமாகின்றது. தம்மை உயர்ந்தோர் என்று கருதிக் கொள்பவரிடம் சமஅந்தஸ்து கோருவோர் முதலில் தம்மை விட ‘கீழ் உள்ளோர்’ என வகைப்படுத்தப்பட்டவருடன் சமம் என்று கருதவேண்டும். வைசியன், சூத்திரனுடன் தன்னைச் சமமாக கருதாத ஒரு க்ஷத்திரியன் பிராமணனுடன் சமத்துவம் கோர முடியாது. நாம் அஹிம்சைவாதியாக இருக்க வேண்டும். சிறிய வன்முறைகூட நம் முயற்சிகளை வீணாக்கி விடும். யாராவது ஒருவர் வன்முறையை உபயோகித்தால் மகாத்மா காந்தி சத்தியாகிரகத்தை நிறுத்திவிட தந்தி கொடுத்து விடுவார். காவல் அதிகாரிகளின் சிரித்த முகங்களாலும் அன்பான வார்த்தைகளாலும் நாம் ஏமாந்துவிடக் கூடாது. சிறிய அளவு வன்முறைகூட துப்பாக்கிகளையும் மற்ற கருவிகளையும் கொண்டுவந்து விடும். திருவாங்கூர் அரசாங்கம் இந்த நிலைமையை வெற்றிகரமாகச் சமாளிக்கவில்லையெனில், பிரிட்டிஷ் படை விமானங்களுடன், யந்திர துப்பாக்கிகளுடன் உதவிக்கு வந்துவிடும் — அப்போது நாம் நிராதரவாக நிற்போம். சிறிய வன்முறைகூட நமது போராட்டத்துக்கு முழுத் தோல்வியைக் கொண்டு வந்து விடும். எனவே நம்முடைய ஆயுதமாக தர்மத்தையும் பொறுமையையும் மட்டுமே கொள்ள வேண்டும்.

“எடபாடம் என்றொரு காங்கிரசின் வேலைகள் முழுமையாக வெற்றி அடைந்த ஊர் இருக்கிறது. அங்கே இருக்கும் கள்ளுக்கடைக்குப் போலீஸைத் தவிர போவார் யாருமில்லை. அனைவரும் கதர் அணிகிறார்கள். அகிம்சையே அங்கு முழுவதும் நிலவுகிறது. நிர்வாகத்தினருக்கு நிலைமையைச் சமாளிப்பது கஷ்டமாகிவிட்டது. ஒரு சண்டைக்கார உதவி காவல் ஆய்வாளரை நியமித்தது. அவர் வந்ததும் ஊரின் வம்புக்கார மனிதரிடம் போய் சண்டை போட்டார். அம்மனிதன் அமைதி இழந்து அவரை அடித்து நொறுக்கிவிட்டார். செய்தி பரவி, ஆயுத போலீஸ் வந்து ஊரை முழுவதும் தாக்கிவிட்டது. சௌரி சௌராவிலும் இதே மாதிரிதான் நடந்தது. அகாலி சம்பவம் முழுவெற்றி பெற்றதற்கான அடையாளம், அமைதி மற்றும் அகிம்சையின் வெற்றி. நாம் பிறந்தால் ஒரு நாள் இறப்போம் என்பது தெரிந்த ஒன்று. நல்ல நோக்கத்துக்காக நமது உயிரைத் தியாகம் செய்யத் தயாராக இருக்கவேண்டும்.”

சத்தியாகிரக இயக்கத்திற்குப் பணமும் தொண்டர்களும் சேர்ப்பதற்காகப் பிரசாரம் மேற்கொண்டிருந்த பெரியார், வைக்கம் சுற்றுப்பக்கத்து ஊர்களை முடித்துக்கொண்டு தென் திருவாங்கூருக்குச் சென்ற தகவல் வெளியானது. அவருடன் அய்யாமுத்து, சங்குபிள்ளை, நாதமுனி, பத்மநாப பிள்ளை ஆகியோர் சென்றனர் (*சுதேசமித்திரன்*, 24 ஏப்ரல் 1924).

பெரியார் பிரசாரம்

தென் திருவாங்கூர் சென்ற பெரியார் 26 ஏப்ரல் 1924இல் நாகர்கோயிலில் பி. சிதம்பரம் பிள்ளை தலைமை வகித்த கூட்டத்தில் பேசினார். அக்கூட்டத்தில் பேசிய மற்றவர்கள், எம்பெருமாள் நாயுடு, எம். சிவதாணு பிள்ளை, பி. சுவாமிநாத பிள்ளை, குலாம் ஹைதர், குமாரவேலு பணிக்கர், ராமலிங்க பணிக்கர் ஆகியோர். அக்கூட்டத்தில் பேசிய பெரியார் பின்வருமாறு குறிப்பிட்டார்.

"... முகமதியரும், கிறித்தவரும் வைக்கம் கோயில் அருகில் உள்ள பொதுத் தெருவின் வழியே நடக்க அனுமதிக்கப்படுகிறார்கள். ஆனால் ஈழவர் அனுமதிக்கப்படுவதில்லை. இந்துவான புலையரும் பறையரும் அந்தச் சாலை வழியே நடக்க அனுமதிக்கப் படுவதில்லை. அந்த மனிதர்களே கிறித்தவராகவோ முகமதியராகவோ மாறினால் திருவாங்கூர் அரசாங்கம் அவர்களை அத்தெரு வழியே நடக்க அனுமதிக்கத் தயாராய் இருக்கிறார்கள்" (கோட்டாறு காவல் ஆய்வாளர் அனுப்பிய அரசு அறிக்கை, திருவனந்தபுரம் ஆவணக் காப்பகம்).

27 ஏப்ரல் 1924இல் தக்கலையில் மாலை 5:30 முதல் 8 மணி வரை நடந்த பொதுக்கூட்டத்தில் பி.எஸ். மருதநாயகம் தலைமையில் பெரியார் பேசினார். அவருடன் அய்யாமுத்து கவுண்டர், சிட்டேடத்து சங்கு பிள்ளை, எம்பெருமாள் நாயுடு, ராமகிருஷ்ணதாஸ் ஆகியோர் பேசினர். பெரியார் தமிழில் பேசுகையில் தாழ்த்தப்பட்ட மக்கள், தடை செய்யப்பட்ட பகுதியில் நடக்க அனுமதிக்கப்படும் நாய்களை விட, மிருகங்களை விடக் கீழானவர்கள் இல்லை என்றார் (தக்கலை காவல் ஆய்வாளர் அனுப்பிய அரசு அறிக்கை).

16 ஏப்ரல் 1924 அன்று சேர்த்தலையில் செங்கணாச்சேரி பரமேஸ்வரன் பிள்ளை தலைமையில் மன்னத்து பத்மநாபன், கே.கே. குருவில்லா, சி.வி. குஞ்சுராமன் போன்ற கேரளத்தின் புகழ்மிக்க தலைவர்களோடு பெரியார் பேசினார் (சேர்த்தலை காவல் ஆய்வாளர் அனுப்பிய அறிக்கை). கரபுரம் ஈழவர் இளைஞர் கழகத்தின் விழா முடிந்ததும் அதே பந்தலில் நடந்த

காங்கிரசுத் தீண்டாமை விலக்குக் குழுவின் கூட்டத்தில் பெரியார் தமிழில் பேச, உடனுக்குடன் சாத்துக்குட்டி நாயரும் சுவாமி சத்தியவிரதனும் மலையாளத்தில் மொழிபெயர்த்தனர்.

‘சுதந்திரம், சமத்துவம், சகோதரத்துவம் நிறுவப்படுவதற்கு முதலில் தீண்டாமைக்கும் அணுகாமைக்கும் முடிவு கட்ட வேண்டும்’ என்ற பெரியார் குறிப்பாகப் பெண் தொண்டர்களின் தேவையை வலியுறுத்தினார். உடனே இளைஞர் சேவா சங்கச் செயலாளரின் மனைவி முன்வந்தார். அவருடன் 100 தன்னார்வலர் பெயர் தந்ததோடு ரூ. 100 வும் உடனே சேர்ந்தது (காவல் ஆய்வாளர் (பி. அனந்த செனாய்) அனுப்பிய அரசு அறிக்கை).

29 ஏப்ரல் 1924 தேதியிட்டுக் காவல் ஆணையர் தலைமைச் செயலருக்கு அனுப்பிய கடிதத்தில், பெரியார் கலந்துகொண்ட திருவனந்தபுரத்தில் (?) நடந்த ஒரு கூட்டம் பற்றிய தகவல் கிடைக்கிறது. தமிழ்நாடு காங்கிரஸ் தலைவர் எனக் குறிக்கப்படும் பெரியார், ஆலப்புழையிலிருந்து லைன் படகில் வந்தார். கண்டோமெண்ட் மைதானத்திற்குச் சென்று அங்குப் பொதுக்கூட்டத்தில் அரைமணி நேரம் பேசினார். சத்தியாகிரகத்திற்குப் பணமும் ஆட்களும் வேண்டித் தமிழில் அவர் பேசி முடிக்குமுன் மழை வந்து விட்டது. திருவனந்தபுரத்திலிருந்து வைக்கம் திரும்பும் வழியில் மீண்டும் கூட்டம் நடத்தப்படும் என்று பெரியார் உறுதி அளித்தார்.

பெரியாருக்குப் பேசத் தடை

பெரியார் ஆற்றிய உரைகளின் சுருக்கங்களை, அதுவும் காவல் அதிகாரிகள் அரசாங்கத்திற்கு அனுப்பிவைத்த அறிக்கைகளின் சாரங்களைத்தான் நாம் இங்குத் தந்துள்ளோம். முழுவதையும் படித்த அரசாங்கம் அவை ஏற்படுத்திய தாக்கத்தைக் கண்டு அரண்டு போயிருக்கக் கூடும். அதனால் திருவாங்கூர் அரசாங்கம் அவர் பேசுவதற்குத் தடை பிறப்பித்தது. பெரியாரின் பேச்சை 15 நாட்கள் (ஏப்ரல் 13—29) அரசு பொறுத்துக்கொண்டிருந்தது அதிகம் எனலாம். அத்தடை உத்தரவாவது:

“இராமஸ்வாமி நாயக்கர், அய்யாமுத்து கவுண்டர், டாக்டர் எம்.இ. நாயுடு முதலியோர் இச்சமஸ்தானத்தில் அடுத்த 15 தினங்களுக்கு யாதொரு பிரசங்கமும் செய்யக் கூடாது, செய்தால் பற்பல வகுப்பினருக்குள்ளும் துவேஷம் ஏற்படும். பொதுமக்கள் அமைதிக்கும் பங்கம் ஏற்பட்டுவிடும், அதிகாரிகளை அவமதிக்கத் தூண்டுவது போலிருக்கும்” (*சுதேசமித்திரன், 29 ஏப்ரல் 1924*).

தமிழ்நாட்டுக் காங்கிரசுத் தலைவர்களில் ஒருவரும் வைதிகருமான சி.வி. வேங்கடரமண ஐயங்கார் வைக்கம் சென்று நிலைமையைப் பார்த்து வந்தார். வைக்கம் நிலவரத்தைப் பற்றி பத்திரிகையாளர்களிடம் பேசும்போது அங்கு கிருஷ்ணசாமி ஐயர் வழக்கு விசாரணையைப் பார்வையிடச் சென்ற இடத்தில் பெரியாரைச் சந்தித்ததைக் குறிப்பிட்டார். பெரியாருடன், பிரச்சனைக்குரிய சாலைகள் வழியே சென்று அடைப்பு போட்டிருந்த இடத்தைப் பார்த்ததையும் தெரிவித்தார் (*சுதேசமித்திரன், 29 ஏப்ரல் 1924*).

பெரியாரின் எதிர்காலப் பேச்சுக்குச் சமஸ்தானம் தடைவிதித்ததோடு அல்லாமல் கடந்த காலப் பேச்சுக்காகத் தண்டனை வழங்கவும் தீர்மானித்தது. திருவனந்தபுரம் அரசு அலுவலக மைதானத்திலும் வைக்கத்திலும் அவர் பேசிய பேச்சுகளுக்காகத் தண்டனை அளிக்க நீதிமன்றத்துக்குச் செல்ல முயன்றது. பெரியார், எம்பெருமாள் நாயுடு, அய்யப்பன், அய்யாமுத்து ஆகியோரைத் தண்டிப்பது அரசின் நோக்கம். அந்நேர்வில் அய்யாமுத்துவின் பேச்சு ராஜதுரோகத்தின் பாற்பட வாய்ப்பில்லை என்று அரசு வழக்கறிஞர் கருதியதால் அவரைக் குற்றஞ் சாட்டாமல் விட்டது.

3 மே 1924இல் பெரியார் உட்பட நான்கு தலைவர்கள் கொல்லம், செங்கணாச்சேரி முதலிய இடங்களுக்குச் சென்று பேசினர். தடை உத்தரவுக்கு உட்பட்ட இடமாக அமையாததால் பெரியார் செங்கணாச்சேரியில் ஒரு கூட்டத்தில் பேசினார். அரசின் தடை உத்தரவை மீற, அப்துல் ரகுமானுக்கு மட்டும் தீண்டாமை விலக்குக் குழு அனுமதித்தது. மற்ற தலைவர்கள் தொடர்பில் குழு அப்போது முடிவெடுக்கவில்லை.

ஈரோடு சென்று திரும்பல்

கொல்லத்திலிருந்து பெரியார் 5 மே 1924இல் வைக்கம் திரும்பியதாக ஒரு தகவல் உண்டு (*நவசக்தி, 9 மே 1924*). பெரியார் ஈரோட்டுக்குச் சென்றார், சீக்கிரத்தில் திரும்பி வருவார் (*சுதேசமித்திரன், 5 மே 1924*) என்றொரு செய்தியும் இடையில் வெளிவந்திருந்தது. 15 மே 1924இல் பெரியாரும் அவர் மனைவி நாகம்மையும் மீண்டும் வைக்கம் வந்தனர் (*சுதேசமித்திரன், 16 மே 1924*) என்று அவரது பயண விவரம் விவரிக்கப்பட்டிருந்தது.

கேரளத்தின் பெரும் சமூகங்கள் நாயர், ஈழவ சமூகங்கள் ஆகும். இந்த இரு சமூகத்தினரும் ஒரே பந்தலின் கீழ் கூடிப் பேசி, வைக்கம் தொடர்பில் திவானையும் பிறரையும் சந்தித்துப் பேசவும் பிரசாரம் செய்யவும் குழு ஒன்றை அமைத்தனர்.

அக்குழுவில் பெரியாரை இடம் பெற வைத்தனர். 8 மே 1924இல் நடந்த இக்குழுக்கூட்டத்தில் பெரியார் இருந்தாரா எனத் தெரியவில்லை (*வைக்கம் சத்யாகிரக நினைவலைகள், ப. 79*). அக்குழு திட்டமிட்டபடி திவானைச் சந்தித்ததாகத் தகவல் ஏதும் கிடைக்கவில்லை.

பெரியார் உத்தரவை மீறல்

திருவாங்கூர் சமஸ்தானத்தில் பேசுவதற்கு விதிக்கப்பட்டிருந்த தடையோடு கோட்டயம் மாவட்டத்தில் எந்த ஒரு பகுதியிலும் வருகை தரவோ தங்கவோ கூடாது என்று 3 மே 1924 அன்று மாவட்ட மாஜிஸ்டிரேட் எம்.வி. சுப்பிரமணிய ஐயர் விதித்த தடையும் இணைந்து கொண்டது. இந்தப் புதிய தடை உத்தரவைப் பெற்றுக்கொண்ட பெரியார் இதை மீறப்போவதாக 17 மே 1924 அன்று வைக்கத்திலிருந்து அறிவித்தார்.

"உங்கள் உத்தரவு கிடைத்தது. அதற்கு மதிப்பளிக்க இயலாமைக்கு நான் வருந்துகிறேன். இந்த உத்தரவு பிரிட்டிஷ் இந்திய அரசின் சம்பிரதாயங்களையே எனக்கு நினைவூட்டுகிறது. எந்தச் சத்தியாகிரகத்தின் வெற்றிக்கும் இன்றியமையாத விஷயம் வன்முறை இன்மையும் சமாதானமும் ஒற்றுமையுமே ஆகும். அதனால் வன்முறையையும் கலவரத்தையும் குழப்பத்தையும் நிராகரிப்பதற்காகவே நான் வைக்கத்திற்கு வந்து இத்தனை நாள்கள் தங்கிப் பணியாற்றினேன். எனது உரைகளிலும் பணிகளிலும் இவையே வெளிப்படுகின்றன என்பதில் எனக்கு முழு நம்பிக்கை உண்டு. அதனால் உங்களுடைய இந்த உத்தரவு எனது சமாதான முறையிலான பணிகளிலிருந்து என்னைத் தடுப்பதற்கும் எதுவேனும் வழிகளில் வன்முறையையும் கலவரத்தையும் உண்டாக்கி இந்த இயக்கத்தை முழுமையாக ஒழிப்பதற்கும் திட்டமிட்டே இது செய்யப்படுகிறது என்று நன்கு தெரிகின்றது. அதனால் இந்த உத்தரவை நான் மீற வேண்டியவனாக இருக்கிறேன்" (*வைக்கம் சத்யாகிரக நினைவலைகள், ப. 83*).

ஏற்கெனவே இரண்டு தடை உத்தரவுகளைப் பெற்றிருந்த பெரியார் தற்போது பிறப்பிக்கப்பட்ட வெளியேற்ற உத்தரவையும் மீறி நடக்கப்போவதாக மேற்கண்ட பதிலை அனுப்பினார் (*சுதேசமித்திரன், 19 மே 1924*).

18 மே 1924இல் வைக்கத்தில் வழக்கமான பொதுக்கூட்டம் சத்தியாகிரக ஆசிரம வெளியில் நிகழ்த்தப்பட்டது. கே. கிருஷ்ணன் நம்பூதிரிபாடு தலைமையில் ஆரவாரமான கைத்தட்டல்கள், பலமான வரவேற்புக்கிடையில் பெரியார் பேசினார்.

"... இன்றைக்கு எனக்கு வழங்கப்பட்ட தடையாணை மூலம் எனக்கு எதிராக அரசாங்கத்தினர் இருக்கிறார்கள் என்பதற்குச் சாட்சியம் உருவாக்கிவிட்டது. வெளியேறச் சொல்லும் தடையாணைகளுக்குக் காரணமாகச் சொல்வது நான் எனது நடவடிக்கைகளால் கலகத்தை அல்லது கலவரத்தை உருவாக்கி விடுவேனாம். என்னுடன் தொடர்பிலிருந்து என் நடவடிக்கைகளைக் கவனித்துக்கொண்டிருக்கும் நீங்கள் அரசின் இந்தத் தவறைப் பாருங்கள். காதால் கேட்பவற்றை வைத்து அரசாங்கம் இந்த முடிவுக்கு வந்திருப்பதாகவே கருதுகிறேன். அதனால் நாம் தாராளமாகவே இருக்கலாம்.

"அரசின் அதிகாரிகள் தினமும் நமது கூட்டங்களுக்கு வருகை தருகிறார்கள். மணிக்கணக்கில் நமது நடவடிக்கைகளைப் பார்க்கிறார்கள். இருப்பினும் இத்தகைய பொய்யான குற்றச்சாட்டை முன்வைக்கிறார்கள். அரசாங்கத்தின் விருப்பத்திற்கும் நோக்கத்திற்கும் இடையூறு செய்பவர்கள் இங்கிருந்தால் ஒரு நாளைக்கு என்னைப் போல் தடையாணை வரும். இந்த ஆணைக்குக் கீழ்ப்படிய முடியாது என மாவட்ட நீதிபதிக்கு நான் பதில் அனுப்பிவிட்டேன். அரசுதான் கலகத்துக்கும் கலவரத்துக்கும் காரணமாக இருக்கிறதே ஒழிய சத்தியாகிரகிகள் அல்ல.

"அகிம்சையைக் கடைப்பிடிப்பதன் மூலம் கலவரத்துக்கும் கலகத்துக்கும் தாங்கள் காரணமாக மாட்டோம் என்று காட்ட வேண்டியது பொது மக்களின் கடமை. திருவாங்கூரில் எனக்கு மூன்று தடையாணைகள் வழங்கப்பட்டன. முதல் இரண்டு ஆணைகளும் வைக்கத்தில் தாம் ஏதேனும் சில செய்வதற்கு உதவின. இப்போது மூன்றாவது ஆணை" (தி இந்து, 21 மே 1924).

சுதேசமித்திரன் தடையாணைகள் இரண்டு என்று சொல்ல தி இந்து ஆங்கில இதழில் மூன்று தடையாணைகள் என்று பெரியார் சொல்கிறார்.

கைதும் விசாரணையும்

தடையை மீறியதற்காகப் பெரியார் கைது செய்யப்பட்டார். 21 மே 1924 மதியம் 1:30 மணிக்கு விசாரணை தொடங்கியது. கூட்டம் அதிகமாயிருந்தது. நாகம்மையாரும் விசாரணையின்போது இருந்தார். காவல்துறை அதிகாரிகளாகப் பிச்சு ஐயங்காரும் நாராயண பிள்ளையும் அரசு சார்பில் விசாரிக்கப்பட்ட பின்னர் பெரியார் ஒரு அறிக்கை மட்டும் அளித்தார். இந்த

நீதிமன்றம் நியாயம் செய்யும் என்ற நம்பிக்கை தமக்கு இல்லை, விசாரணை வெறும் வேஷம், நீதிமன்றத்துடன் ஒத்துழைக்க முடியாது என்று அவர் கூறினார். சமாதானம் உண்டு பண்ணவே தாம் வைக்கத்துக்கு வந்ததாகவும், எவ்விதமான தண்டனை விதித்தாலும் ஏற்கத் தயார் என்று மேலும் சொன்னார். தீர்ப்பு சொல்லப்படவில்லை. நீதிமன்றத்துக்கு வரும் தேதியை எழுத்து மூலம் உறுதி கூறும்படி காவல் துறையினர் கேட்டதற்குப் பெரியார் மறுத்துவிட்டார். 'வேண்டுமெனில் மாஜிஸ்டிரேட் தன்னை ரிமாண்டில் வைக்கட்டும்' என்று பதில் கூறி விட்டார் (*சுதேசமித்திரன், 22 மே 1924*). இவ்வழக்கில் *22 மே 1924* அன்று தீர்ப்பு வழங்கப்பட்டது. ஒரு மாத வெறுங்காவல் தண்டனை பெரியாருக்குக் கிடைத்தது (*சுதேசமித்திரன், 23 மே 1924*).

நாகம்மையார் சத்தியாகிரகம்

20 மே 1924 காலையில் சத்தியாகிரகத் தொண்டர்களாய்ப் பெரியாரின் மனைவி நாகம்மையார், அவரது சிற்றன்னை உட்பட பெண்கள் பலருடன் கோயில் கோபுர வாயிலருகில் சென்றார். திருமதி கோவிந்தன் சாணாரைத் தவிர மற்றவர்கள் வேலியைத் தாண்டிச் செல்ல அனுமதிக்கப்பட்டனர். அவர் இன்றி நாங்கள் தனியாகச் செல்ல மாட்டோம் என்று பிடிவாதமாக இரண்டு மணி நேரத்திற்கு மேலாகக் காத்திருந்து பின் திரும்பினர் (*சுதேசமித்திரன், 22 மே 1924*). மறுநாளும் நாகம்மையார், கோவிந்தன் சாணாரின் மனைவியைத் தடுக்கப்பட்ட பாதையில் அழைத்துச் செல்ல முற்பட்டபோது அவர்கள் தடுக்கப்பட்டனர் (*சுதேசமித்திரன், 23 மே 1924*, மேற்கோள் *கேரளாவில் பெரியார்*).

பெரியார் வேண்டுகோள்

இச்சமயத்தில் பெரியார் ஈழவருக்குப் பின்வரும் வேண்டுகோளை விடுத்தார். "சகோதர சகோதரிகளே! சத்தியாகிரகம் தோல்வியுற்றால் இந்தியா முழுமைக்கும் அது அவமானத்தை உண்டு பண்ணுவதாகும். ஈழவர் சமூகத்தின் நிலைமையும் மிக்க கேவலமானதாகிவிடும். மறுபடியும் தலைதூக்க முடியாது. ஆகையால் ஒவ்வொரு ஈழவரும் ஆண் பெண் அனைவரும் தங்கள் சக்தியானுசாரம் வேலை செய்ய வேண்டும். தேசத்துரோகிகள் என்று பெயரெடுக்கக்கூடாது" (*சுதேசமித்திரன், 24 மே 1924*). பெரியாரின் வேண்டுகோளுக்கிணங்கிப் பல இடங்களிலிருந்தும் தொண்டர்கள் வந்துகொண்டிருக்கிறார்கள் என்று *சுதேசமித்திரன்* செய்தி வெளியிட்டது (*24 மே 1924*).

வரதராஜுலு, இராஜாஜி வைக்கம் வருகை

பெரியார் சிறை சென்றதையடுத்துப் போராட்டத்தை நடத்த பி. வரதராஜுலு நாயுடுவை வைக்கத்தார் கேட்டுக்கொண்டனர். அந்தத் தந்தியின் விவரம் வருமாறு:

"ராமஸ்வாமி நாயக்கருக்கு ஒரு மாதம் தண்டனை வழங்கப் பட்டுவிட்டது. உங்கள் ஆதரவும் தொண்டர்களும் தற்போது முக்கியமாகத் தேவை. நிலைமை மிகவும் நெருக்கடியாவிருக்கிறது. வெளியே இருந்துவந்த அகாலியர்கள் வெளியே அனுப்பப்பட்டு விடுவார்கள். உடனே கொச்சிக்கு வந்து உபதேசிக்க வேண்டும். திறமையாகத் தலைமை வகிப்பவர் எங்களுக்குத் தேவை. தாங்கள் தலைமை வகிக்க வந்து விட்டால் அதைவிட எங்களுக்கும் எங்கள் கட்சிக்கும் பாக்கியம் வேறொன்றுமில்லை" (சுதேசமித்திரன், 26 மே 1924). இவர்களது அழைப்பை ஏற்று, எஸ். சீனிவாச ஐயங்காரை ஆலோசித்தபின், வைக்கத்திற்கு வரதராஜுலு நாயுடு சென்றார். எனினும் அவர் தலைமை ஏற்கவோ அன்றி அதிக நாள் தங்கியிருக்கவோ முடியவில்லை.

வந்த அழைப்பை ஏற்று வைக்கத்திற்கு 26 மே 1924 அன்று சென்ற இராஜாஜி, காவல் நிலையத்துக்குப் போய், பெரியாரைச் சந்தித்து விட்டு, சத்தியாகிரக ஆசிரமத்துக்குச் சென்றார் (சுதேசமித்திரன், 27 மே 1924).

பெரியார் சிறைபுகுமுன் கோயம்புத்தூர் காங்கிரசுக்காரர் கணேசன் என்பவருக்கு எழுதி, பத்துத் தொண்டர்களை அனுப்பக் கேட்டிருந்தார். அது நடந்ததாகத் தெரியவில்லை (சுதேசமித்திரன், 26 மே 1924). அதேபோல் பெண் தொண்டர்களின் தேவையையும் வலியுறுத்தியிருந்தார். அதை ஆசிரமச் செயலாளர் மூலம் அறிந்து மக்களிடம் விண்ணப்பித்தார் வரதராஜுலு நாயுடு (சுதேசமித்திரன், 27 மே 1924).

பெரியார் சிறைக்குச் செல்லல்

ஏழு நாள் வைக்கப்பட்டிருந்த வைக்கம் காவல்நிலைய சிறையிலிருந்து 28 மே 1924 இரவு பெரியார் ஆறுக்குட்டி (இதை அருவிக்குத்து என்றும் குறிப்பிடுகின்றனர்) சிறைக்கு அழைத்துச் செல்லப்பட்டார். எஞ்சிய சிறைவாசத்தை இங்குதான் கழிப்பார் என்று அப்போது சொல்லப்பட்டது (சுதேசமித்திரன், 30 மே 1924).

நாகம்மையார் மீண்டும் சத்தியாகிரகம்

5 ஜூன் 1924இல் நாகம்மையார் உட்பட ஆறு பெண்கள் சத்தியாகிரகம் செய்தனர் (வைக்கம் சத்யாகிரக நினைவலைகள்,

பக். 85, 86). மாயவரம் காங்கிரசுத் தலைவரும் பெரியாரின் உற்ற நண்பருமான எஸ். இராமநாதன் சத்தியாகிரக ஆசிரமத்தின் தலைமை ஏற்றார். அவரது பொறுப்பில் தொண்டர் ஸ்தாபனம் பலவிதங்களில் வளர்ச்சி அடைந்தது (*சுதேசமித்திரன்*, 6 ஜூன் 1924).

9 ஜூன் 1924இல் நாகம்மையார் நாகர்கோயில் தொண்டர்கள் காந்திதாஸ், முத்துஸ்வாமி ஆகியோரின் மனைவியரும் கோவிந்தன் மகளும் உள்பட ஆறு பெண் தொண்டர்கள் சத்தியாகிரகம் செய்தனர் (*சுதேசமித்திரன்*, 10 ஜூன் 1924).

மே 25 முதல் வைக்கம் சென்றிருந்த தொண்டர் ஒருவர் தான் கண்ட சத்தியாகிரகக் காட்சிகள் சிலவற்றைக் கட்டுரையாக எழுதியிருந்தார். பெரியார் வேண்டுகோளின்படி தமிழ்நாட்டிலிருந்து ஏராளமான தொண்டர்கள் வந்து கொண்டிருக்கின்றனர்; சத்தியாகிரகம் நடந்தபோது பெரியாருக்கு வேண்டிய வசதியைக் காவல்துறையினர் செய்து கொடுத்தனர் என்று அதில் குறிப்பிட்டிருந்தார் (*சுதேசமித்திரன்*, 10 ஜூன் 1924).

15 ஜூன் 1924, நாகம்மையார் இரண்டு பெண்களுடன் உள்ளூர் கோயிலில் பூஜை செய்யச் சென்றபோது கோயிலுக்குள் அனுமதிக்கப்படவில்லை. ஈழவச் சாதி சத்தியாகிரகிகளைத் தாண்டி வந்ததில் அவர்களுக்குத் தீட்டு ஏற்பட்டுவிட்டதாகக் கோயில் நிர்வாகிகள் ஏமாற்று பதில் சொன்னார்கள். எவ்வளவு பேசியும் பயனில்லை. கடைசியாகத் தாங்கள் கொண்டு போயிருந்த விளக்கை வெளியிலேயே ஏற்றி சம்பிரதாயமான பூஜை முதலியன செய்து விட்டுத் திரும்பினர் (*சுதேசமித்திரன்*, 16 ஜூன் 1924).

'பெரியார் விரைவில் விடுதலை அடைவார். அகில இந்திய காங்கிரசுக் கமிட்டி கூட்டத்துக்குப் போகாமல் இராமநாதன் முதலியவர்களோடு வைக்கம் வரத் தீர்மானித்திருக்கிறார்' என்று ஒரு செய்தி வெளியானது (*சுதேசமித்திரன்*, 17 ஜூன் 1924). அரசுக் குறிப்பொன்று பெரியார் விடுதலைக்குப் பிறகு ஈரோடு திரும்பக்கூடும் (அரசு ஆவணம்) என்று யூகித்தது.

20 ஜூன் 1924இல் பெரியாரின் மனைவியும் அவருடன் வந்த பெண்களும் கோயிலுக்குள் நுழைய அதிகாரம் பெறாத சாதிகளைச் சேர்ந்தவர்கள் என்று ஒரு கோயில் அதிகாரி அறிவித்துவிட்டுப்போனதாகவும் தெரிகிறது (*சுதேசமித்திரன்*, 21 ஜூன் 1924).

பெரியார் விடுதலையும் வைக்கம் திரும்பலும்

ஒரு மாத வெறுங்காவல் தண்டனையை முழுமையாய் முடித்து 21 ஜூன் 1924 அன்று ஆறுக்குட்டி சிறையிலிருந்து பெரியார் விடுதலையானார் (22 ஜூன் 1924 தேதியிட்ட அரசு ஆவணம்). இது வைக்கம் போராட்டத்தில் பெரியாரின் முதல் சிறைவாசம்.

பெரியார் விடுதலையானதை ஒட்டி பாணவல்லியில் ஒரு பொதுக்கூட்டம் நடைபெற்றதாக ஆறுக்குட்டி காவல்நிலைய தலைமைக் காவலரின் (கேசவ பிள்ளை, எண் 687) அறிக்கையிலிருந்து தெரிகிறது. பெரியார் விடுதலையானதும் மறுநாளே நேராக வைக்கத்திற்கு (22 ஜூன் 1924) வந்துவிட்டார். இது தடையை மீறிய வருகை. படகுத்துறையிலிருந்து தன்னார்வலர்களின் பெரிய ஊர்வல வரவேற்புடன் ஆசிரமத்துக்கு அழைத்து வரப்பட்டார். கோட்டயம் மாவட்டத்திற்குள் நுழைய நடைமுறையில் இருக்கும் பிரவேசத் தடை (externment) ஆணைக்குப் பணியப்போவதில்லை என்று பெரியார் அறிவித்தார். மாலையில் நிகழவிருந்த கூட்டத்தில் பெரியார் பேசுவார் (காவல் ஆய்வாளர் காவல் ஆணையருக்கு எழுதிய கடிதம்) என்று குறிப்பிடப்பட்டிருந்தது போலவே அவர் பேசினார். காவல்துறையின் அடக்குமுறைகளைக் கண்டித்த அவர், தொண்டர்கள் அகிம்சை தர்மத்திலிருந்து விலகக் கூடாது என்று பேசிக்கொண்டிருக்கும்போதே அவர் மீது கல் வீசப்பட்டது. கல் அவர் மீது படாமல் ஒரு பையனுடைய காலில் விழுந்தது (சுதேசமித்திரன், 24 ஜூன் 1924).

பெரியாரின் வைக்கம் வருகையை மாவட்ட மாஜிஸ்டிரேட் தலைமைச் செயலாளருக்குக் கடிதம் (24 ஜூன் 1924) மூலம் தெரிவித்தார். அதில் பெரியார் வைக்கத்தில் வரவேற்புடன் அழைத்துச் செல்லப்பட்டதைக் குறிப்பிட்டுவிட்டு, அவருக்குத் தடையாணை இருக்கும்போது மாவட்டத்துக்குள் நுழைய அவரை ஏன் அனுமதித்தீர்கள் என்று காவல்துறையைக் கேட்டேன் எனக் குறிப்பிட்டுள்ளார்.

மீண்டும் தடை

பெரியார், எம்பெருமாள் நாயுடு ஆகியோருக்கு எதிராக குற்றப்பிரிவு 127இன்படி விதிக்கப்பட்ட 13 இடவம் 1099 தேதியிட்ட தடையாணையின் நகல்களைக் கேட்டுத் தலைமைச் செயலாளர், கொல்லம் மாவட்ட மாஜிஸ்டிரேட்டுக்குக் கடிதம் எழுதினார் (25 ஜூன் 1924). மறுநாள் அவர் அதனை அனுப்பிவைத்தார்.

அதையடுத்து, 1 ஜூலை 1924 தேதியில் ஒரு தடையாணையை

(563/24 Judicial) கொல்லம் மாவட்ட மாஜிஸ்டிரேட் பிறப்பித்துப் பெரியாரும் எம்பெருமாள் நாயுடுவும் பொதுக்கூட்டப் பேச்சு நிகழ்த்தக் கூடாது என்று தடுத்தார். வெளியேற்ற உத்தரவைப் பெரியார் பொருட்படுத்தவில்லை என்று *சுதேசமித்திரன்* (2 ஜூலை 1924) எழுதியது.

கோட்டயம் மாவட்ட மாஜிஸ்டிரேட்டின் பிரவேசத் தடையாணையை இரண்டாம் முறையாக மதிக்காதது பற்றிய குற்றச்சாட்டுக்குப் பதில் அளிக்க, உள்ளூர் இரண்டாம் வகுப்பு மாஜிஸ்டிரேட் முன்னால் ஆஜர் ஆகும்படி பெரியார் அழைக்கப்பட்டார். இந்நிலையில் 6 ஜூலை 1924 தேதியிட்டு, பெரியார் அறிக்கை ஒன்றை வெளியிட்டார் (*தி இந்து*, 7 ஜூலை 1924, முழு அறிக்கை பின்னிணைப்பில்). வைக்கத்தில் நடக்கும் சத்தியாகிரகத்திற்கு எதிரான நடவடிக்கைகள் தம்மை அதிர்ச்சிக்குள்ளாக்கி விட்டதாகத் தெரிவித்தார். அதோடு ஈழவரைக் குறிப்பாக இளைஞர்களைப் போராட அழைத்தார். அதேநாள், கொச்சி சென்ற பெரியார், ரூ. 300 மதிப்புள்ள அரிசியை வியாபாரிகள் சிலரைச் சந்தித்து ஆசிரமத்துக்குப் பெற்று வந்தார். கேட்டுக்கொண்டபடி நீதிமன்றத்துக்கு 8 ஜூலை 1924 அன்று பெரியார் சென்றார். மாஜிஸ்டிரேட்டுக்கு உடம்பு சரியில்லாததால் வழக்கு 16 ஜூலைக்குத் தள்ளி வைக்கப்பட்டது.

கோட்டயம் மாவட்ட நிர்வாகத்தினர் பெரியாரின் பிரவேசத் தடையை நீட்டித்து 13/14 ஜூலையில் (563/24 Judicial) அறிக்கை வெளியிட்டனர்.

நாகம்மையார் தொடர்ந்து சத்தியாகிரகம்

16 ஜூலை 1924 அன்று பெரியாரின் மனைவி உட்பட ஆறு பெண்கள் சத்தியாகிரகம் செய்தனர். நாகம்மையார் வைக்கத்திலிருந்தவாறு தொடர் போராட்டங்களைச் செய்துவந்தார். அவரது செப்டம்பர் மாதப் பயணத்திட்டம் நமக்குக் கிடைக்கிறது. சிங்கோலி, முட்டம், கொல்லம், மய்யநாடு, நெடுங்கனா, திருவனந்தபுரம், கோட்டாறு ஆகிய இடங்களுக்கு அவர் பயணிப்பதாக அத்திட்டம் இருந்தது.

பெரியாரே பிற்காலத்தில் பல இடங்களில் நாகம்மையாரின் வைக்கம் போராட்டப் பங்களிப்புகளைப் பேசியுள்ளார். 1933இல் நாகம்மையார் மறைந்தபோது எழுதிய புகழ்பெற்ற இரங்கலுரையில், நாகம்மாள் தான் காங்கிரசிலிருக்கும்போது மறியல் விஷயங்களிலும் வைக்கம் சத்தியாகிரக விஷயத்திலும் சுயமரியாதை இயக்கத்திலும் ஒத்துழைத்துவந்தது உலகம்

அறிந்ததாகும் என்றெழுதினார் *(குடிஅரசு, 14 மே 1933).* நாகம்மையாரின் படத்திறப்பு விழாவில் பேசிய திரு.வி.க., வைக்கம் போராட்டப் பங்களிப்பை நினைவு கூர்ந்தார். "வீட்டின் ஒரு மூலையில் பேடெனப் பதுங்கிக் கிடந்த நம் அம்மையார் தீண்டாமை எனும் பேயை வெட்டி வீழ்த்துவான் வேண்டி வைக்கம் சத்தியாகிரகப் போரிற் புகுந்து சிறை சென்று அரசாங்கத்தை நடுங்கச் செய்ததுடன் அமையாது வாகை மாலையும் சூட்டினார்" *(வளர்மதி, ப. 55).* வைக்கத்திற்காக நாகம்மையார் சிறை சென்றதாகத் தெரியவில்லை. மற்ற தகவல்களில் பிழை இல்லை.

மீரா வேலாயுதன், வைக்கம் போராட்டத்தில் பெண்கள் பங்கு பற்றி எழுதியபோது அதற்குப் பெரியாரின் முயற்சியை ஒரு காரணமாகக் காட்டுகிறார். சேர்த்தலையில் நடந்த கூட்டமொன்றில் பேசிய பெரியார், பெண் தன்னார்வலர்கள் போராட்டத்திற்குத் தேவை என்று கேட்டுக்கொண்டபோது 100க்கும் மேற்பட்டவர் உடனே தம் பெயர்களைப் பதிவு செய்தனராம் *(மேரி, ப. 157).*

பெரியாரின் உறவினர்களும் வைக்கம் போராட்டத்தில் கலந்துகொண்டது பற்றிய செய்தி ஒன்றைக் கேரளாவில் பெரியார் என்ற நூல் சுதேசமித்திரனை ஆதாரமாகக் கொண்டு வெளிப்படுத்தியுள்ளது. 'தடுக்கப்பட்ட மேலண்டை வாசலில் ஸ்ரீமதிகளான கல்யாணி அம்மாள், பார்வதியம்மாள், கருப்பியம்மாள், கருத்த குஞ்சம்மாள், ராமசாமி நாயக்கரின் பந்துக்களான லட்சுமியம்மாள், மாரக்காயம்மாள் இவர்கள் நின்று சத்தியாகிரகம் செய்தது கல்மனத்தையும் கரையச் செய்ய வல்லது' என்று சங்கரலிங்க நாடார் எழுதினார் *(சுதேசமித்திரன், 25 ஜூலை 1924).* இவர் ஜூலை 10 (அ) 11ஆம் தேதி வைக்கம் வந்தார் *(சுதேசமித்திரன், 12 ஜூலை 1924).*

மீண்டும் சிறை

பெரியார் இரண்டாம் முறையாக மாவட்ட மாஜிஸ்டிரேட்டின் உத்தரவை மீறி நடந்ததற்காக விசாரிக்கப்பட்டு 18 ஜூலை 1924 அன்று, நான்கு மாதக் கடுங்காவல் விதிக்கப்பட்டார். பெரியார் வேண்டுமென்றே பிடிவாதமாகச் சட்டத்தையும் உத்தரவையும் மீறி நடந்துள்ளார் என்று மாஜிஸ்டிரேட் தெரிவித்தார். அதுபோல நடப்பதை இந்தச் சந்தர்ப்பத்தில் தடுக்க வேண்டிய அவசியம் ஏற்பட்டிருக்கிறது. முன்பு உபாயமான தண்டனை விதித்து நடத்தையைத் திருத்தப் பார்த்தும் பயன் கிடைக்காததால் இப்போது கடுமையான தண்டனை விதிக்கப்படுகிறது

என்று தீர்ப்பில் குறிப்பிட்டார். சிறையிலிருந்து ஜூன் 21இல் விடுதலையான பெரியார் ஒரு மாதம்கூட வெளியில் இல்லை. அடுத்த 27ஆவது நாளில் (ஜூலை 19ஆம் தேதி) மீண்டும் சிறைப்படுத்தப்பட்டார்.

19 ஜூலை 1924 அன்று கோட்டயம் சிறைக்கு அழைத்துச் செல்லப்படுவார்; அங்கு ஒரு மாதம் இருந்தபின்பு திருவனந்தபுரம் மத்திய சிறைக்கு அனுப்பப்படுவார் என்று பத்திரிகைகள் எழுதின (தி இந்து, 21 ஜூலை 1924; சுதேசமித்திரன், 22 ஜூலை 1924).

பெரியாரைக் கோட்டயத்துக்கு நீர்வழியாக அழைத்துச் செல்லும்போது 20 மைல் தூரத்திற்கு மேல் போக முடியாமல் (புயல் காரணமாக) வைக்கத்துக்குப் படகு திரும்பி வந்துவிட்டது (சுதேசமித்திரன், 4 ஆகஸ்ட் 1924).

இராஜாஜி அறிக்கையும் பெரியார் சிறை வாழ்க்கையும்

பெரியார் இரண்டாம் தடவையாகச் சிறை சென்றதை யொட்டி இராஜாஜி அறிக்கையொன்றை வெளியிட்டார்.

'நமது தலைவரும் தமிழ்நாட்டினரின் மதிப்பையும் அபிமானத்தையும் பெற்றவருமான இ.வி. ராமசுவாமி நாயக்கர் மறுபடியும் சிறை சென்றுவிட்டார். இத்தடவை அவருக்கு நான்கு மாதம் கடுங்காவல் தண்டனை விதிக்கப்பட்டிருக்கிறது. உத்தரவை அலட்சியம் செய்வேன் என்பதற்காக நாயக்கர் உத்தரவுக்குக் கீழ்ப்படியாமல் இருக்கவில்லை. முதலில் அவர் பேசக்கூடாது என்று உத்தரவு செய்தனர். அவர் அவ்விதமே பேசாமலிருந்தார். இப்பொழுது வைக்கத்திலிருந்து தொண்டர்களிடம் வாதிக்காமலேயே அவர் விரும்பினார். அந்தப் பிரதேசத்திற்குள் அவர் நுழையவாவது அங்குத் தங்கியிருக்கவாவது கூடாது என்று அவருக்கு உத்தரவு பிறப்பிக்கப்பட்டது. அவர் அங்குத் தங்கியிருந்தார். இப்பொழுது கடுங்காவல் தண்டனை விதிக்கப்பட்டிருக்கிறது. தீண்டாதாருடைய குறைகளை நிவர்த்தி செய்ய முன்வந்தவர்களுக்கு விரோதமாக நடந்துகொள்ளத் திருவாங்கூர் அதிகாரிகள் தீர்மானித்துவிட்டனர். இத்தகைய செய்கைகளினால் நமக்கு ஊக்கம் ஏற்பட வேண்டும்.

'நமது தேசத்தில் எந்தச் சமூகத்தாருக்கும் எவ்வித உரிமைக்குறைவும் இருக்கக்கூடாது என்று கருதுவோர் தங்களால் இயன்ற உதவியைச் செய்து நாயக்கரிடம் அனுதாபப்படுவதைக் கிரியாம்சையில் காட்டிக்கொள்வார்களாக' (சுதேசமித்திரன், 23 ஜூலை 1924).

தடையாணை இரண்டாவது முறையாக மீறப்பட்டதால் கடுங்காவல் தண்டனை விதிக்கப்பட்டு மத்திய சிறைக்கு அனுப்பப்பட்ட பெரியாருக்கு, 'இந்தத் தண்டனை கடுங்காவல் என்பதால் சிறப்புச் சலுகை எதுவும் அவருக்குத் தரப்படவேண்டும் என்று நான் கருதவில்லை' என மாவட்ட மாஜிஸ்டிரேட் தன் கருத்தை எழுதினார். அதனால் சிறைச் சலுகைகள் எதுவும் பெரியாருக்கு வழங்கப்படவில்லை.

வைக்கம் போராட்டத்தின் போக்கில் திருப்பத்தை ஏற்படுத்திய ஓர் இயற்கை நிகழ்வு, பெரியாரின் சிறைவாசக் காலத்தில் 7 ஆகஸ்ட் 1924இல் நிகழ்ந்தது. திருவாங்கூர் மகாராஜா ராமவர்மா, தன் 67ஆவது வயதில் காலமானார். இந்த நிகழ்வு நாடகீயமான முறையில் வைக்கம் வரலாற்றுத் தமிழ் நூல்களில் கட்டாயம் இடம்பெற்றிருக்கும். பெரியாரே அந்நிகழ்வைச் சுவையாகப் பின்னாளில் விவரித்தார்.

". . . சத்தியாகிரகத்தை நிறுத்துவதற்காகவும் எங்களை அழிப்பதற்காகவும் என்று நான் ஜெயிலில் இருக்கிற சமயத்தில் இந்த நம்பூதிரிப் பார்ப்பனர்களும் சில வைதிகர்களும் சேர்ந்துகொண்டு 'சத்ரு சங்காரயாகம்' ஒன்றை வெகு தடபுடலாக ஆயிரக்கணக்கான ரூபா செலவு செய்து நடத்தினார்கள். ஒருநாள் நடுச்சாமத்தில் தொடர்ந்து வேட்டுச் சத்தம் கேட்டது. நான் ஜெயிலில் விழித்துக்கொண்டிருந்தேன். ரோந்து வந்தவனைப் பார்த்துக் கேட்டேன். என்ன செய்தி? இப்படி வேட்டுச் சத்தம் கேட்கிறது? இந்தப் பக்கம் ஏதாவது பெரிய திருவிழா நடக்கிறதா என்று கேட்டேன். அதற்கவன் சொன்னான். 'மகாராஜாவுக்கு உடம்பு சவுக்கியமில்லாதிருந்தது; மகாராஜா நேற்று இரவு திருநாடு எழுந்து விட்டார்' என்று. அதாவது 'இராஜா செத்துப் போனார்' என்று சொன்னார். அவ்வளவுதான். மகாராஜா செத்தார் என்றவுடன் எங்களுக்கு ஜெயிலுக்குள்ளாகவே ரொம்ப பெருமை வந்துவிட்டது. அவர்கள் செய்த யாகம் அங்கேயே திரும்பி மகாராஜாவைக் கொண்டுவிட்டது என்றும் அந்த யாகம் சத்தியாகிரகத் தலைவர்களை ஒன்றும் செய்ய முடியவில்லை என்றும் மக்களிடையே ஒரு தனி மதிப்பை ஏற்படுத்திவிட்டது" (*பெரியார் ஈ.வெ.ரா சிந்தனைகள்*, பக். 100—111).

கோட்டயத்திலிருந்து பெரியார் திருவனந்தபுரச் சிறைக்குக் கொண்டு செல்லப்படும்போது இடைப்பட்ட 102 மைல் தூரத்தையும் அவர் நடந்து கடக்க உத்தேசித்திருக்கிறார் என்று ஒரு குறிப்பு (*நவசக்தி*, 8 ஆகஸ்ட் 1924) வெளியாகியுள்ளது. எண்ணம் ஈடேறியதாகத் தகவல் இல்லை.

பெரியார் சிறை சென்றபிறகு இராஜாஜி வெளியிட்ட இரண்டாவது அறிக்கையில் சிறையில் பெரியார் நடத்தப்படும் முறை குறித்து தன் கண்டனத்தை வெளியிட்டார். அதனால் பயன் ஒன்றுமில்லை எனினும், பெரியாரின் சமூக மதிப்பை உலகமும் அரசாங்கமும் அறிந்துகொண்டன. அந்த அறிக்கையிலிருந்து சில வரிகள்:

"தற்போது திருவனந்தபுரம் மத்திய சிறையில் சத்தியாகிரக கைதியாய் இருக்கும் இ.வி. ராமசாமி நாயக்கர் உணவு, தங்குமிடம் போன்ற விஷயங்களில் சாதாரண தண்டனைக் கைதியாக நடத்தப்படுவதாக நம்பகமான தகவல்கள் எனக்கு வருகின்றன. சிறை உடையை அவர் அணிகிறார்; இரும்பு விலங்குகள் போடப்பட்டிருக்கிறார்; தனிமைச் சிறையில் மற்ற சத்தியாகிரகச் சிறைவாசிகளிலிருந்து ரொம்ப தூரத்தில் வைக்கப்பட்டிருக்கிறார் என்றும் தெரிகிறது. இவ்வளவுக்குப் பிறகும் நாயக்கர் மிகுந்த உற்சாகத்துடன் இருக்கிறார் என்பதைச் சொல்ல வேண்டியதில்லை. அவருடன் நன்றாகப் பழகியிருக்கிறேன். அவருடன் பல காலம் சேர்ந்து வாழ்ந்திருக்கிறேன்; எனக்கு அவரைத் தெரியும். அவர் ஒரு தளர்வுறாத ஆன்மா. செல்வ வளத்தின் மகிழ்ச்சிகளையும் பதவிகளையும் வெறுத்து ஒதுக்கித் தள்ளிவிட்டு கடினமான இந்தப் பாதையைத் தேர்ந்தெடுத்து வந்துள்ளார். பெரும்பாலான நம்மைப்போல அல்ல உண்மையிலேயே. தம்மைத் தூய்மைப்படுத்தும் இந்தச் செயல்களை அவர் வரவேற்கிறவர். எனவே பெரிதும் நாம் வருந்த வேண்டியதில்லை.

"உயர்ந்த பதவியும் அந்தஸ்தும் கொண்டவர்களை இப்படிக் கடுமையாகத் திருவாங்கூர் அரசாங்கம் நடத்த விரும்பாமல் இருக்கலாம். ஆனால் பதவியும் அந்தஸ்தும் என்பது ஆங்கிலேயர் என்பதாயும், பெயருக்குப் பின்னால் ஒட்டிக்கொண்டிருக்கும் பட்டங்களாலுமே அது கணக்கீடு செய்யப்படுகிறது. . .

"அவரைக் கடுங்காவல் சிறைத்தண்டனையில் வைத்திருப்பதும் இரும்பு விலங்கிட்டிருப்பதும் அவருக்குச் சிறை உடை அணிவித்திருப்பதும், மற்ற சத்தியாகிரக கைதிகள் சரியாகப் பெற்றுள்ளவற்றை அவருக்கு மறுப்பதும் சிறிதும் நியாயப்படுத்த முடியாதவை. சிறையிலிருக்கும் தமிழ்நாடு காங்கிரசு கட்சியின் தைரியமிக்கத் தலைவருக்கு என் பாராட்டுகள்" (*தி இந்து*, 27 ஆகஸ்ட் 1924). (இதே அறிக்கை சுதேசமித்திரனில் 28 ஆகஸ்ட் 1924 இதழில் வெளியானது.)

உடன் சிறையிருந்த கேரளக் காங்கிரசுத் தலைவர் கே.பி.

கேசவ மேனனும் பெரியாரையும் வேறு இரண்டு பேரையும் சிறப்புக் கைதிகளாக வைக்காமல் இருந்ததைப் பற்றித் திருவிதாங்கூர் அரசாங்கத்திற்கு நாங்கள் எழுதிய கடிதத்திற்கு விடுதலை செய்வது வரை பதில் கிடைக்கவில்லை என்று எழுதியுள்ளார் (கடந்த காலம், ப. 66).

திரு.வி.க. அறிக்கை

நவசக்தியில் திரு.வி.க. பெரியார் சிறையில் நடத்தப்படும் விதம் குறித்துத் தன் வருத்தத்தைத் தெரிவித்தார்.

'ஸ்ரீமான் (நாயக்கர்) செல்வத்திற் சிறந்த சீமான்; செழித்த நிலையில் வாழ்க்கை நடத்தியவர். அவர் தேசத்தின்பொருட்டு எல்லாவற்றையும் தியாகம் செய்து மிக எளிய வாழ்க்கை மேற்கொண்டு தேச சேவை செய்து வந்தார். அத்தகைய பெருமை வாய்ந்த அவர் திருவனந்தபுரம் சிறையில் இடுப்பில் சிறை உடையோடும் கரத்தில் விலங்கோடும் மற்ற சத்தியாகிரகச் சிறைக் கூட்டத்தினின்றும் பிரிக்கப்பட்டுத் தனி அறையில் உறைகின்றாராம். நாயக்கர் சத்தியாகிரகத் தர்மத்தை உணர்ந்தவராதலால், எந்தக் கஷ்டத்தையும் சகிக்கும் சக்தி வாய்ந்தவர் என்பது நமக்குத் தெரியும். ஆனால் திருவாங்கூர் அரசாங்கம் ஒரு சத்தியாகிரகியை இவ்வாறு துன்புறுத்துவது தருமமோ என்று கேட்கிறோம்' (நவசக்தி, 29 ஆகஸ்ட் 1924).

பெரியார் உள்ளிட்ட தலைவர்கள் விடுதலை

திரு.வி.க.வின் கண்டனம் வந்த மறுநாள், பெரியார் உட்பட 18 பேர் (அல்லது 19 பேர்) திருவனந்தபுரம் சிறையிலிருந்து விடுதலை செய்யப்பட்டனர். புதிய யுவராஜா பட்டத்திற்கு வந்ததையடுத்து செய்யப்பட்ட நல்லெண்ண நடவடிக்கையாக அது அமைந்தது. 43 நாள்கள் அடைபட்டிருந்த சிறையிலிருந்து விடுதலையான பெரியார், கேசவ மேனன் முதலியோர் கையெழுத்திட்டு வெளியிட்ட அறிக்கையில் வைக்கம் உட்பட எல்லா இடங்களிலும் பொது ரஸ்தாக்களில் எல்லோரும் நடமாடலாம் என்று அரசாங்கத்தார் அனுமதிப்பதற்கு அறிகுறியாகவே எங்கள் விடுதலையைக் கொள்ள நாங்கள் ஆவலாயிருக்கிறோம். அப்படி இல்லாவிடில் வைக்கம் போராட்டத்தை இனியும் நடத்துவோம் எனத் தெளிவாக உறுதிபடத் தெரிவித்துவிட்டார்கள் (சுதேசமித்திரன், 3 செப்டம்பர் 1924; நவசக்தி, 5 செப்டம்பர் 1924; நாடார்குல மித்திரன், 15 செப்டம்பர் 1924).

பெரியார் சிறையிலிருந்து வெளிவந்ததற்கு மறுநாள் (31

ஆகஸ்ட் 1924) சிங்கோலியில் நடந்த சிறப்புக் கூட்டத்தில் நாகம்மையார் கலந்துகொண்டார். இரவு அங்குத் தங்கிவிட்டு மறுநாள் திருகுன்னம்புழா வழியாகப் படகில் கொல்லம் புறப்பட்டுச் சென்றார். இத்தகவலை ஹரிப்பாடு காவல் ஆய்வாளர் (என். வேலுப்பிள்ளை) காவல் ஆணையருக்கு எழுதிய கடிதத்தில் தெரிவித்துள்ளார்.

நாகம்மையார் பிரசாரம்

நாகம்மையார் தொடர்ந்து கேரளத்தில் போராட்ட ஆதரவுப் பிரசாரத்தில் இருந்தார். ஆலப்புழையில் 101 ரூபாய் அடங்கிய பணப்பையைப் போராட்ட நிதியாக அவர் பெற்றுக்கொண்ட செய்தி வெளியாகியுள்ளது (*சுதேசமித்திரன்*, 3 செப்டம்பர் 1924).

மீண்டும் வைக்கம்

சிறையில் வாடிய பெரியார் வெளியே வந்ததும் ஈரோட்டிற்கு வந்து ஓய்வெடுத்ததாகத் தெரியவில்லை. தொடர்ந்து சத்தியா கிரகப் பிரசாரத்தில் ஈடுபட்டுவிட்டார். செப்டம்பர் 5, 1924இல் நெடுங்கனா என்ற ஊரில் *கேரள கௌமுதி* ஆசிரியர் தலைமையில் நடந்த பிரசாரக் கூட்டத்தில் அவர் பேசினார். தமிழில் பேசிய அவரது பேச்சை, சத்தியாகிரகியும் நாராயண குருவின் சீடருமான சத்தியவிரதன் மலையாளத்தில் மொழிபெயர்த்தார்.

'பெரிய வலிமையான பிரிட்டிஷ் அரசாங்கம் (தீண்டாமை) பார்ப்பதில்லை. அப்படியிருக்க சாதாரண அதன் கீழ்ப்படிந்த திருவாங்கூர் போன்ற அரசாங்கங்கள் ஏன் இத்தகைய பழக்கத்தைக் கொண்டிருக்கின்றன என்று புரியவில்லை. உடனே ஈழவருக்கு அவர்களுக்குரிய உரிமையைக் கொடுத்துவிட கௌரவம் பார்த்தே தயங்குகின்றது. நாம் இதே உணர்வுடன் தொடர்ந்து போராடினால் ஐந்தாறு மாதங்களில் வெற்றியைப் பெற முடியும்' என்றார் பெரியார் (சிலக்கூர் தலைமைக் காவலர் (எஸ். பத்மநாப ஐயங்கார்) காவல் ஆணையருக்கு எழுதிய கடிதம்).

6 செப்டம்பர் 1924இல் நாகர்கோயிலில் ஏ.எம். சிவதாணு பிள்ளை தலைமையில் நடந்த கூட்டத்தில் பெரியார் பேசினார். அப்போது கடுமையானதாக விவரிக்கப்பட்ட தனது சிறை வாழ்க்கையைத் தனக்கேயுரிய கிண்டலுடன் சிலாகித்தார். 'சிறை கண்காணிப்பாளரையும் சிறை வார்டனையும் தன்னை நடத்திய முறைக்காகப் புகழ்ந்தார். தன்னைக் கடுமையாக நடத்தியதாக மக்கள் நினைக்கக்கூடாது. எந்த ஆதங்கமும் இல்லாமல் அமைதியான வாழ்க்கையையே தான் சிறையில் நடத்தினேன். விடுதலைதான் கவலையை அளித்துவிட்டது'

என்ற பெரியார், 'வைக்கம் கோயிலைச் சுற்றியுள்ள சாலையிலும் பாதையிலும் சாதி இன வித்தியாசம் இல்லாமல் அரசாங்கம் மக்களை நடக்க விடவில்லை எனில் மீண்டும் சிறை செல்லத் தயாராக இருக்கிறேன்' என்றார் உறுதியுடன் *(கோட்டாறு காவல் ஆய்வாளர் (சுப்பிரமணியபிள்ளை) நாகர்கோயில் உதவிக் காவல்துறைக் கண்காணிப்பாளருக்கு எழுதிய அறிக்கை).*

வீடு திரும்பலும் கைதும்

*30 ஆகஸ்ட் 1924*இல் திருவனந்தபுரம் சிறையிலிருந்து விடுதலை செய்யப்பட்ட பெரியார், மேற்கண்டவாறு சில இடங்களில் பிரசாரம் செய்துவிட்டு ஈரோடு திரும்பியதும் பிரிட்டிஷ் இந்திய அரசாங்கத்தால் வேறு ஒரு வழக்குக்காகக் கைது செய்யப்பட்டார். இதை *நாடார்குல மித்திரன்* இப்படி விவரித்திருந்தது.

"தமிழ்நாட்டுத் தேசாபிமானியும், தேசத்திற்காகத் தன் வாழ்நாளையே அர்ப்பணம் செய்துகொண்டவரும் தமிழ்நாட்டு காங்கிரஸ் கமிட்டித் தலைவரும் வைக்கம் சத்தியாகிரக கமிட்டித் தலைவருமான ஈ.வி. ராமசாமி நாயக்கர் அவர்கள் வைக்கம் சத்தியாகிரக விஷயமாய் ஆறுமாதம் சிறை சென்று திருவாங்கூர் யுவராஜா பட்டாபிஷேகத்தை முன்னிட்டு நாளது செப்டம்பர் முதல் தேதி விடுதலை அடைந்தார் என்பதை நேயர்கள் அறிவர். 9ஆம் தேதி ஈரோடு போய்ச் சேர்ந்தார். 11ஆம் தேதி காலை 10 மணிக்கு ரகசிய போலீஸ் இன்ஸ்பெக்டரால் கைது செய்யப்பட்டார். சென்ற மார்ச் மாதம் சென்னையில் அரசாங்கத்திற்கு விரோதமாய்ப் பிரசாரம் செய்தார் என்று கைது செய்யப்பட்டு 12ஆம் தேதி சென்னைக்கு அழைத்துச் செல்லப்பட்டார்" *(நாடார்குல மித்திரன், 22 செப்டம்பர் 1924).*

இந்தக் கைது நடவடிக்கை பற்றி பிற்காலத்தில் கருத்து தெரிவிக்கையில் பின்வருமாறு *குடிஅரசு* எழுதியது

"வைக்கம் சத்தியாகிரகத்தின் மூலமாய் அடைந்த தண்டனையிலிருந்து ஈ.வெ. ராமசாமி நாயக்கர் விடுதலையாகித் தமிழ்நாட்டுக்கு வந்தவுடன் மறுபடியும் வைக்கம் போகாமலிருப்பதற்காக வேண்டி ஓர் பிராமண மெம்பரையும் ஓர் பிராமண அட்வகேட் ஜெனரலையும் கொண்ட கவர்ன்மெண்ட், எட்டு ஒன்பது மாதங்களுக்கு முன்னால் *(1924 மார்ச்)* பேசிய பழைய குப்பைகளை ஆதாரமாக வைத்து இராஜத்துரோகம் முதலிய கேஸ் எடுத்து அதன் மூலமாக கைதியாக்கிக் கொண்டு போனார்கள்" *(குடிஅரசு, 24 ஜனவரி 1926).*

நாகம்மையார் அறிக்கை

கணவரின் கைதையொட்டி, நாகம்மையார் வெளியிட்ட அறிக்கையில் வைக்கம் போராட்டம் தொடர்ந்து நடத்தப்பட வேண்டும் என்ற விருப்பத்தைத் தெரிவித்தார்.

"என் கணவர் ஈ.வி. இராமசாமி நாயக்கர் இந்த மாதம் முதல் தேதி திருவனந்தபுரம் சிறையிலிருந்து விடுதலையானார். 11 செப்டம்பர் 1924 காலை 10 மணிக்கு மறுபடியும் இராஜத்துரோகக் குற்றத்திற்காகக் கைது செய்யப்பட்டிருக்கிறார். இரண்டு வருஷத்திற்குக் குறைவில்லாத காலம் தண்டனை கிடைக்கக்கூடிய பாக்கியம் தமக்கு கிடைத்திருப்பதாகச் சொல்லி என்னிடம் விடைபெற்றுக்கொண்டு புறப்பட்டு விட்டார். அவர் திரும்பத் திரும்ப தேச ஊழியத்தின்பொருட்டு சிறைக்குப் போகும் பாக்கியம் பெறவேண்டும் என்றும் அதற்காக அவருக்கு ஆயுள் வளர வேண்டும் என்றும் கடவுளையும் மகாத்மா காந்தியையும் பிரார்த்திக்கின்றேன்.

"அவர் பாக்கியில் வைத்துவிட்டுப்போனதாக நினைத்துக் கொண்டு போகிற வைக்கம் சத்தியாகிரக விஷயத்தில் வேண்டிய முயற்சிகள் எடுத்து அதைச் சரிவர அகிம்சா தர்மத்துடன் நடத்தி அனுகூலமான முடிவுக்குக் கொண்டு வரவேண்டுமாய் என் கணவரிடம் அபிமானமும் அன்பும் உள்ள தலைவர்களையும் தொண்டர்களையும் பக்தியோடு பிரார்த்தித்துக்கொள்கிறேன்" (*நாடார்குல மித்திரன்*, 29 செப்டம்பர் 1924; *நவசக்தி*, 12 செப்டம்பர் 1924).

பெரியாரைப் பாராட்டித் தீர்மானம்

பெரியாரைக் கைதுசெய்த இரண்டு நாள்களுக்குப் பிறகு 14, 15 செப்டம்பர் 1924இல் சோழவந்தானில் நிலக்கோட்டை தாலுக்கா மாநாடு இராஜாஜி தலைமையில் நடந்தது. அதில் நிறைவேற்றிய ஒரு தீர்மானம் பெரியாரின் ஆயுள் நீடிக்க இறைவனை வேண்டியது. "தீண்டாமையை ஒழிக்கப் பெருந்தியாகம் செய்து திரும்பிவந்த தமிழ்நாட்டுத் தலைவர் ஈ.வி. இராமஸ்வாமி நாயக்கரை இம்மாநாடு மிக்க அன்புடன் வரவேற்கிறது. தேசத் தொண்டு செய்ய அவருக்கு நீண்ட ஆயுளைக் கொடுக்கும்படி கடவுளைப் பிரார்த்திக்கிறது" (*நவசக்தி*, 19 செப்டம்பர் 1924).

தமிழ்நாடு காங்கிரசுக் கமிட்டியின் முப்பதாவது மாநாட்டைப் பற்றித் தலையங்கம் எழுதிய *நவசக்தி* (21 நவம்பர் 1924) பெரியாரின் வைக்கம் போராட்டப் பங்கை இப்படிக் குறிப்பிட்டது.

“ஸ்ரீமான் நாயக்கர் உள்ளும் புறமும் ஒத்த உண்மையாளர்; உள் ஒன்று வைத்துப் புறம் ஒன்று பேசாதவர். தீண்டாமை முதலிய தீமைகளை அகற்றி நாட்டைச் சமரச சன்மார்க்கத்தில் நிறுத்தத் தமிழ்நாட்டில் முயல்வாருள் தலையாயர் ஸ்ரீமான் நாயக்கராவர். வைக்கத்தில் அவராற்றிய கடமைகள் என்றும் நின்றும் பயன் தருவன வல்லவா?”

காங்கிரசு மாநாட்டில் பெரியார்

மேற்குறிப்பிட்ட அத்தமிழர் மாநாட்டுக்குத் தலைமை வகித்த பெரியார், தீண்டாமை ஒழிப்பில் வைதிகர்கள் காட்டும் எதிர்ப்பைப் பற்றி மனம் வருந்திப் பேசினார். ‘தீண்டாமைக்காகக் காங்கிரசுக்காரர் செய்யும் முயற்சி பலனளிக்கவில்லை. அதற்கென ஒதுக்கிவைக்கப்பட்ட பொருள் மாத்திரம் செலவழிகிறது . . . தீண்டாமையை ஒழித்தாலன்றி நாடு சுதந்திரம் பெறாது என்று உணர்ந்து அதைப் போக்க மனங்கொள்ளாதிருப்பதற்குக் காரணம் நீண்ட நாள் பழக்கம் என்று சிலர் சொல்லுகிறார். நீண்டநாள் பழக்கம் என்பதை நானும் ஒத்துக்கொள்கிறேன். அப்பழக்கத்தைத் தவிர்க்க முயற்சியாவது செய்யக் கூடாதா என்று வைதிகர்களைக் கேட்கிறேன். வைதிகர்கள் காங்கிரசுக்காரர்கள் செய்யும் முயற்சிக்குத் துணை நிற்க விரும்பாவிடினும் அம்முயற்சிக்குக் கேடு சூழாமலிருக்கலாம் அன்றோ? வைக்கத்தில் தீண்டாமையை ஒழிக்க எடுத்த சத்தியாகிரகத்தைத் தடுக்க வைதிகர்கள் என்ன பாடுபட்டார்கள்? காங்கிரஸ் எழுச்சி குன்ற அங்கே வைதிக பிராமணர்கள் யாகமும் செய்தார்கள். இந்த யாகங்கள் எல்லாம் சத்தியாகிரகத்தை என் செய்யும்? தமிழ்நாட்டில் தீண்டாமையை முன்னிட்டு எங்காவது சத்தியாகிரக எழுச்சி கிளம்பினால் தமிழ்நாட்டு வைதிகர்கள் சும்மா விருப்பார்களா? ஒரு நாளும் இருக்க மாட்டார்கள்’ (*நவசக்தி*, 21 நவம்பர் 1924).

பெரியார் வைக்கத்திற்குத் திரும்பிச் சென்று போராட முடியவில்லையே என்று வருந்திய *நவசக்தி* இது பற்றிக் குறித்தது. ‘இவ்வியக்கத்திற்குத் தலைமை பூண்டு அதனைத் திறம்பட நடத்திவந்த இராமசாமி நாயக்கர் சென்னை அரசாங்கத்தின் மறக்கருணைக்கு உட்பட்டிருப்பதால், அவர் மீண்டும் அங்குச் செல்ல முடியவில்லையாயினும் அவ்வியக்கம் செவ்வனே நடைபெற்று வருகிறது’ (*நவசக்தி*, 3 அக்டோபர் 1924).

பெரியார் வைக்கம் செல்லவிடாது, தடுக்கப்பட ஏதுவான 11 செப்டம்பர் 1924ஆம் தேதி, பெரியார் பிரிட்டிஷ் இந்திய அரசால் கைது செய்யப்பட்ட வழக்கு பற்றிய விவரத்தை வெளியிட்டது *நவசக்தி*. ‘வைக்கம் வீரர் வழக்கு’ என்றே அதற்குத் தலைப்பிட்டது (17 அக்டோபர் 1924).

வைக்கம் பணியைப் பாராட்டித் தீர்மானம்

காங்கிரசின் திருவாடானை தாலுக்கா மாநாடு பெரியார் தலைமையில் ஐப்பசியில் ஒரு நாள் நடந்தது. அதில் ஒரு தீர்மானம், வைக்கம் சத்தியாகிரகத்தை மனப்பூர்வமாக ஆதரித்தது *(நவசக்தி, 7 நவம்பர் 1924).*

15, 16 நவம்பர் *1924* தேதிகளில் திருவண்ணாமலையில் கூடிய காங்கிரசு மாநாட்டில், வைக்கம் பற்றி தீர்மானம் நிறைவேற்றப்பட்டது. 'நமது தேசத்தின் அமைதிக்கும் முன்னேற்றத்திற்கும் பெருந்தடையாகவும் இந்து மதத்திற்கு அவமானமாகவும் இருக்கும் தீண்டாமை என்னும் கொடிய நோயை ஒழிப்பதற்காக வைக்கத்தில் நடந்துவரும் போராட்டத்தை இம்மாநாடு ஆதரிப்பதுடன் அதற்கு வேண்டிய பொருளுதவியைத் தமிழ்நாட்டார் செய்ய வேண்டும் என்று மிகவும் கேட்டுக்கொள்கிறோம்' (நவசக்தி, *21* நவம்பர் *1924*).

எல்லைக்கு வெளியே நடந்தாலும் வைக்கம் போராட்டத்தில் தமிழ்நாட்டவர் முக்கியப் பங்கு எடுத்துக்கொண்டதை அங்கீகரித்த தமிழ்நாட்டுக் காங்கிரசு, தமிழ்நாட்டவரின் பங்கு குறித்து பாராட்டி கருத்தும் தெரிவித்திருந்தது. அதில் பெரியாரின் பங்கைச் சிறப்பாகக் குறிப்பிட்டது.

'கேரளத்தில் நடக்கும் வைக்கம் சத்தியாகிரகப் போரைத் தொடங்கியவர்கள் கேரளக் காங்கிரசுக் கமிட்டியாரானாலும் அப்போரின் பின் நிகழ்ச்சிகளில் தமிழ்நாட்டாரே பெரும்பங்கு எடுத்துக்கொண்டார்கள். ஆதலின் அதனைப் பற்றி சில விஷயங்கள் அறிக்கையில் குறிப்பிட வேண்டியது அவசியம். அப்போரை ஆரம்பித்து நடத்திய கேரள தேசபக்தர்கள் இரண்டொரு மாதத்தில் சிறைக் கோட்டம் நண்ண நேரிட்டது. அதனால் தொடங்கிய போரை விடாது நடத்தவேண்டிய பொறுப்பு தீண்டாமை என்னும் கொடிய நோயால் வருந்தும் தமிழ்நாட்டு மக்களையும் சார்ந்ததாகப் போய்விட்டது. இப்போரை நடத்த இக்கமிட்டியின் தலைவர் ஈ.வெ. ராமசாமி நாயக்கர் அங்குச் சென்றார். திருவாங்கூர் சமஸ்தானத்தின் பல இடங்களுக்குச் சென்று பிரசங்க வாயிலாகச் சத்தியாகிரகத்தின் உண்மையை விளக்கிக் காட்டி, சந்தேகங்களை ஒழித்து இவ்வியக்கத்திற்கு வலிமையையும் பொதுமக்களின் ஆதரவைப் பெற்றதும் தவிர, அதற்காக அவர் இருமுறை சிறைவாசம் செய்யவும் நேரிட்டது. அவருடன் சென்றிருந்த அவர் மனைவியாரும் அக்காலம் அங்கிருந்து அரிய வேலைகள் செய்துகொண்டு வந்தார்' *(சுதேசமித்திரன், 22 நவம்பர் 1924).*

மீண்டும் வைக்கம்?

வைக்கம் சத்தியாகிரகத்திற்கு உதவி என்ற தலைப்பில் *நாடார் குலமித்திரனில்* வெளிவந்துள்ள கீழ்க்காணும் குறிப்பிலிருந்து, பெல்காம் காங்கிரசுக்குப் போவதற்கு முன்பே அதாவது டிசம்பர் 20 தேதி வாக்கில் பெரியார் வைக்கம் சென்றிருக்கலாம் என்று தெரிகிறது. அதை உணர்த்தும் குறிப்பு வருமாறு. 'பி. வரதராஜுலு நாயுடுவின் சிபாரிசின் பேரில் தமிழ்நாடு காங்கிரசுக் கமிட்டியார் வைக்கம் சத்தியாகிரகத்திற்குத் தீண்டாமை நிதியிலிருந்து 1000 ரூபாய் கொடுக்க அனுமதித்திருக்கின்றார். ஈ.வி. ராமஸ்வாமி நாயக்கர் ஏற்பாடுகளைக் கவனிப்பதற்காக வைக்கம் போயிருக்கிறார். பெல்காம் காங்கிரசுக்குச் செல்லும் சமயத்தில் அங்கிருந்து அவர் திரும்பி விடுவார் என்று தமிழ்நாடு காங்கிரசுக் கமிட்டி மானேஜர்அறிவிக்கிறார்' (*நாடார்குல மித்திரன்*, 22 டிசம்பர் 1924).

பெல்காம் காங்கிரசு மாநாட்டில் பெரியார்

டிசம்பர் 1924இல் பெல்காமில் நடந்த காங்கிரசு மாநாட்டில் பங்கேற்க பெரியாரும் டி.கே. மாதவன் உள்ளிட்ட தலைவர்களும் அடங்கிய குழு சென்றிருந்தது. காந்தியுடன் சந்திப்பு நடைபெறு முன்பே பெரியார், எம்பெருமாள் நாயுடு, சி.கே. கோவிந்த தாஸ் ஆகியோர் வைக்கம் திரும்பி விட்டனர். குரூர் நீலகண்டன் நம்பூதிரி உள்ளிட்ட மூவர் காந்தியைச் சந்தித்தனர் (*வைக்கம் சத்யாகிரக நினைவலைகள்*, ப. 95). பெல்காமில் பிராமணரல்லாதார் கூட்டம் ஒன்றும் கூடியது. ராமசாமி நாயக்கர் அக்கிராசனம் வகித்தார் (சூ.ஆ. முத்து நாடார் நாட்குறிப்பு, 25 டிசம்பர் 1924). 31 டிசம்பர் 1924இல் முத்து நாடார் பெங்களூருவில் பெரியாரைச் சந்தித்ததாகத் தெரிகிறது.

நவசக்தி பாராட்டு

1925 ஆண்டு தொடக்கத்தில் முந்தைய ஆண்டில் நாட்டில் நிகழ்ந்த முக்கிய நடவடிக்கைகளைத் தொகுத்து கருத்துரைத்த *நவசக்தி*, வைக்கம் போராட்டத்தையும் அதில் பெரியாரின் பங்கையும் முக்கியமாகக் குறித்தது.

'திருவாங்கூர் சமஸ்தானத்தில் உள்ள வைக்கம் என்னு மிடத்தில் தீண்டாச் சாதியாருக்கும் பொதுவான பாதைகளில் செல்ல உரிமை உண்டு என்பதை நிலைநாட்டும் பொருட்டு சத்தியாகிரகம் தொடங்கப்பட்டது. பலர் சிறை கண்டார். இவ்வியக்கத்தில் ஈடுபட்டு உழைத்து இருமுறை சிறை புகுந்த இராமசாமி நாயக்கரையும் அவர் மனைவியாரையும் ஜார்ஜ்

ஜோசப் முதலியோரையும் தீண்டாதாரும் பிறரும் என்றும் வாழ்த்திக்கொண்டிருப்பர் என்பதில் ஐயமில்லை' (நவசக்தி, 2 ஜனவரி 1925).

சட்டசபைத் தீர்மானம் தோல்வி– தமிழ்நாடு காங்கிரசு கண்டனம்

பிப்ரவரி 1925இல் திருவாங்கூர் சட்டசபையில் ஈழவரின் சஞ்சார சுதந்திரம் குறித்த தீர்மானம் தோல்வியுற்றது. இதைக் கண்டித்து ஒரு தீர்மானம் இயற்றினர் தமிழ்நாடு காங்கிரசுக் கமிட்டியினர். அப்போது அதன் செயலர்களாக இருந்தோர் பெரியாரும் முகமது மௌலானா சாகிப்பும் ஆவர். தலைவர் பி. வரதராஜுலு நாயுடு.

தீர்மானத்தின் தோல்வியால் சோர்வடைந்திருந்த சத்தியாகிரகிகளை உற்சாகப்படுத்த எழுதிய கடிதத்தில் தமிழ்ப் பழமொழி ஒன்றைக் காந்தி பயன்படுத்தினார் . . . 'சத்தியாகிரகிகள் மனச்சோர்வடையக் கூடாது. மனச்சோர்வுக்கு அவர்கள் சற்றும் இடங்கொடுக்கக் கூடாது. நான் படித்த தமிழ்ப் பாடங்கள் எல்லாவற்றிலும் ஒரு பழமொழியேனும் எனக்கு எப்பொழுதும் ஞாபகத்தில் இருக்கிறது. அது திக்கற்றவர்களுக்கு தெய்வமே துணை என்பதாகும். இந்த உண்மையில் உள்ள நம்பிக்கையை ஆதாரமாகக் கொண்டுதான் சத்தியாகிரகம் என்னும் ஒப்புயர்வற்ற கொள்கை அமைக்கப்பட்டிருக்கின்றது'. (சுதேசமித்திரன், 24 பிப்ரவரி 1925). மலையாள மொழி நிலவும் கேரளத்தில் நடக்கும் போராட்டத்தைப் பற்றிப் பேசும்போது காந்திக்குத் தமிழ்ப் பழமொழி நினைவுக்கு வந்தது குறிப்பிடத் தக்கது.

திருவாங்கூர் சட்டசபையில் வைக்கம் தெருவில் மனித தேகம் தாங்கியுள்ள அனைவரும் செல்ல உரிமை வேண்டும் என்பதைப் பற்றி நீண்டநேரம் வாதம் நடந்து, முடிவில் அது தோல்வியடைந்தது. அது பற்றி வருத்தத்தைத் தெரிவித்தபோது 'வைக்கத்தில் எழுந்த சத்தியாகிரக இயக்கம் ஈ.வி. இராமசாமி நாயக்கரால் செவ்வனே நடைபெற்று வந்தது' எனக் குறித்தார் திரு.வி.க. (நவசக்தி, 13 பிப்ரவரி 1925).

காந்தியின் வைக்கம் வருகையும் பெரியாரும்

காந்தி தில்லியிலிருந்து 1925 மார்ச் முதல் புதன்கிழமை (4 மார்ச் 1925) புறப்பட்டு, சென்னை வழியாக வைக்கத்திற்கு தொடர்ந்துவந்த திங்களன்று போய்ச் சேர்ந்தார். அவர் சென்ற ரயில் ஞாயிற்றுக்கிழமை அதிகாலையில் (8 மார்ச் 1925) ஈரோட்டிற்கு வந்தது. காந்தியை வரவேற்பதற்காகப்

பெரியார், தங்கபெருமாள் பிள்ளை, என்.எஸ். ராமசாமி, தொழிலாளர் மாநாட்டு அலுவலர்கள் ஆகியோர் வந்திருந்ததாகச் *சுதேசமித்திரன்* குறிக்கிறது. குழப்பமும் கூட்டமும் அதிகரித்ததால் வரவேற்பு மடல் படிக்காமலேயே அவருக்கு வழங்கப்பட்டதாம் (*சுதேசமித்திரன், 9 மார்ச் 1925*). ரயில் நிலையத்திற்குப் பெரியார் வரவேற்கச் சென்றாரா, காந்தியுடன் வைக்கத்திற்கு உடன் பயணப்பட்டாரா என்று தெரியவில்லை.

வைக்கம் சென்ற காந்தி உள்ளூர் வைதிகர்கள், சத்தியாகிரகிகள் ஆகியோரிடம் உரையாடினார். பிறகு தொடர்புடையோரின் அழைப்புகளை ஏற்று 12 மார்ச் 1925 அன்று 12 மணிக்கு வர்க்கலையில் மகாராணியைச் சந்தித்தார்; அன்றே மதியம் 3 மணிக்குச் சிவகிரியில் நாராயண குருவைக் கண்டார். மகாராணியுடனான உரையாடலில் மகாராணி, பெரிய கோயில் தம்புரான், காந்தி ஆகிய மூவர் மட்டுமே இடம் பெற்றனர். நாராயண குருவுடனான சந்திப்பின்போது பெரியாரும் இராஜாஜியும் மேலும் சிலரும் உடனிருந்தனர்.

மறுநாள் (13 மார்ச் 1925) திருவனந்தபுரத்தில் காந்தி இளைய ராணியைச் சந்தித்தார். அச்சந்திப்பைப் பற்றி *வைக்கம் சத்யாகிரக நினைவலைகள்* ஆசிரியர் குறிப்பிடுவது பின்வருவது (அவர் இளைய ராணி என்று எங்கும் குறிப்பிட வில்லை. மகாராணி என்றே குறிக்கிறார்).

‘. . . ஈ.வெ. ராமசாமி நாயக்கர் இதில் தீவிரமாக ஈடுபட்டிருக்கிறார். அவரைக் கலந்து ஆலோசிக்காமல் முடிவெடுக்கக் கூடாது என்று (காந்தி) நினைத்து பெரியாரை அழைத்துப் பேசிவிட்டு மகாராணியைய் சந்திக்கக் காரில் புறப்பட்டார். உடன் சென்ற பெரியார் இடையில் இறங்கி விட்டார்.

‘மகாராணியைச் சந்தித்து பேசினார் காந்தி. அரசி அவரிடம் நாங்கள் சாலைகளைத் திறந்து கொடுக்கின்றோம். ஆனால் அடுத்ததாகக் கோயிலுக்குள் நுழைவதாக ஈ.வெ. ராமசாமி நாயக்கர் பேசிக்கொண்டிருக்கிறார். அவர் அதைச் செய்யக் கூடாது. கோயில் நுழைவைப் பற்றி கிளர்ச்சி செய்ய மாட்டார்கள் என்றால் இப்பொழுதே தடையை நீக்கி விடுகிறேன் என்றார். இந்தக் கட்டத்தில் அரண்மனைக்கு வந்தார் பெரியார். இவ்விஷயத்திற்கு நாம் என்ன பதில் சொல்வது என்று அவரை காந்தி கேட்டார். நமது இலட்சியம் கோயில் வரைக்கும் தானே! தெருவிலே போவதால் என்ன ஆகும்? இந்த பேதம் ஒழிவதற்காகத்தான் இந்தக் கிளர்ச்சியைச் செய்கிறோம். ஆனால்

நாம் இப்பொழுது அதைப் பற்றி அழுத்தம் கொடுக்கப்போவது இல்லை. மக்களை அதற்குப் பக்குவப்படுத்தி விட்டுத்தான் செய்ய வேண்டும் என்றார் பெரியார். அப்படியே சொல்லி விடலாமா என்று வினவினார் காந்தி. நன்றாகச் சொல்லி விடுங்கள் என்றார் பெரியார். கோயில் நுழைவு இப்போது இல்லை என்று அரசியிடம் தெரிவித்தார் காந்தி' (*வைக்கம் சத்யாகிரக நினைவலைகள்*, பக். 137–138).

இதே செய்தியைப் பெரியார் பிற்காலத்தில் தன் நினைவிலிருந்து பின்வருமாறு விவரிக்கிறார். அரண்மனைக்குப் பெரியார் வந்ததாக த. அமலா நூல் குறிப்பிடப் பெரியார் தான் விருந்தினர் இல்லத்தில் இருந்ததாகக் கூறுகிறார். அதைத் தவிர இவ்விரு குறிப்புகளில் வேறு மாற்றம் ஏதும் இல்லை.

'. . . காந்தியோடு பேசியபோது இராணி தெரிவித்தார்கள். 'நாங்கள் ரோடுகளைத் திறந்து விட்டுவிடுகிறோம். ஆனால் அதை விட்டவுடன் நாயக்கர் கோயிலுக்குள் போக உரிமை வேண்டும் என்று ரகளை செய்தால் என்ன செய்வது? அதுதான் தயங்குகிறோம்' என்றார்கள். உடனே காந்தி டி.பி.யில் *(Travellers' Bangalow)* தங்கியிருந்த என்னிடத்தில் வந்து இராணி சொன்னதைச் சொல்லி' என்ன சொல்கிறாய். இதை ஒப்புக்கொண்டு விடுவது நல்லது என்றார். நான் சொன்னேன். இதைக் கொண்டு கோயிலைத் திறந்து விடும்படி கேட்க மாட்டோம் என்று நாம் எப்படி உறுதிஅளிப்பது? கோயில் பிரவேசம் என்பது காங்கிரசின் இலட்சியமாக இல்லாவிட்டாலும் — எனது இலட்சியம் அதுதானே — அதைவிட்டுக் கொடுக்க எப்படி முடியும்? வேண்டுமானால் இராணிக்கு ஒரு வார்த்தை சொல்லுங்கள். இப்போதைக்கு அது மாதிரி கிளர்ச்சி எதுவுமிருக்காது. கொஞ்ச நாள் அதுபற்றி மக்களுக்கு விளங்கும்படி பிரசாரம் செய்து கலவரத்திற்கு இடமிருக்காது என்று கண்டால்தான் கிளர்ச்சி ஆரம்பிக்கப் படலாம் என்று சொல்லுங்கள் என்று சொன்னேன். அதை காந்தி இராணியுடன் சொன்னவுடன் இராணியார், 'ரோட்டில் யார் வேண்டுமானாலும் நடந்து செல்லலாம்' என்று உத்தரவு போட்டு பொது ரோடாக ஆக்கினார்கள்' (*பெரியார் ஈ.வெ.ரா. சிந்தனைகள்*, 2ஆம் வரிசை, பக். 100–111).

பெரியார், வர்க்கலையில் காந்தியுடன் சேர்ந்து கொண்டார் என்ற தகவலை அளித்த *குமரன்* (18 மார்ச் 1925), திருவனந்தபுரத்தில் காந்தி, இளையராணியாரையும் திவானையும் மகாராஜாவையும் சந்தித்தார் என்றும் தெளிவாகவே குறிப்பிடுகிறது (*குமரன்*, 18 மார்ச் 1925).

திருவனந்தபுரம் காவல் ஆணையர், காந்தியின் திருவாங்கூர் வருகை குறித்து அரசுக்கு அளித்த அறிக்கையில், பெரியார் வர்க்கலையில் காந்தியோடு இணைந்து கொண்டதைக் குறிப்பிட்டுள்ளார். (12 மார்ச் 1925) 4 மணிக்கு ராஜகோபாலாச்சாரி, வி.வி.எஸ். ஐயர், வர்க்கலையில் அவருடன் (காந்தியுடன்) சேர்ந்து கொண்ட ஈரோடு ராமசாமி நாயக்கர் ஆகியோரோடு சிவகிரிக்கு அருகில் உள்ள காந்தி ஆசிரமத்தில் (அலுமுட்டில் சாணார் இல்லம்) நாராயண குருவோடு பாதி — தனிப்பட்ட சந்திப்பை நிகழ்த்தினார் (தேர்ந்தெடுக்கப்பட்ட வைக்கம் சத்தியாகிரக ஆவணங்கள், பக். 132–142).

பெரியார் மீதிருந்த தடையாணை விலக்கு: காந்தி பாராட்டு

காந்தியின் வைக்கம் வருகையின்போது திருவாங்கூர் காவல் ஆணையர் பிட்டுடன் காந்தி ஒப்பந்தம் மேற்கொண்ட பிறகு வைக்கத்தில் அமைதி திரும்பியது. இச்சூழலில் பெரியார் உள்ளிட்ட தலைவர்கள் மாவட்டத்தில் நுழைவதற்கிருந்த தடையாணைகளைத் திரும்பப் பெற்றுக்கொள்ள அரசு முனைந்தது.

"ராமஸ்வாமி நாயக்கர், குரூர் நீலகண்டன் நம்பூதிரி ஆகியோர் சத்தியாகிரகத்தின் தொடக்க கட்டத்தில் அவர்களுடைய வன்முறை பேச்சு மற்றும் செயல்களுக்காக இம்மாவட்டத்தில் (கோட்டயம்) நுழைவது தடுக்கப்பட்டிருந்தது. அமைதியைக் குலைக்கவும் எதிர்ப்பைத் தூண்டுவதுமாக அவர்களது பேச்சும் செயலும் அமைந்திருந்தன. கீழ்க்குறிக்கப்பட்ட ஆணைகளின் படி அவர்கள் தடுக்கப்பட்டிருந்தனர்." அதன் தடைக்காலம் முடிவடைந்ததால் மாவட்ட நிர்வாகம் அரசாங்கத்திடம் விண்ணப்பித்து அதன் காலத்தை நீட்டித்து ஆணை பிறப்பித்தது. அரசு ஆணை எண் Roc No 563/J/24, 13 ஜூலை 1924. இது 15 ஜூலை 1924 அரசிதழிலும் வெளியிடப்பட்டுள்ளது.

"இப்போது அமைதியான சூழ்நிலை நிலவுவதாலும் சத்தியாகிரகிகள் இனிமேலும் தொந்தரவு கொடுப்பார்கள் என்று எதிர்பார்க்கப்படாததாலும் அந்த வெளியேற்ற ஆணையைத் திரும்பப் பெறலாம் என்று கருதுகிறேன். இது பற்றி பிட்டிடம் கலந்து பேசினேன். அவரும் இக்கருத்துக்கு உடன்படுகிறார். இவ்விஷயத்தில் அரசின் ஆணையைக் கோருகிறேன்" எனக் கோட்டயம் மாவட்ட மாஜிஸ்டிரேட் அரசுக்கு எழுதினார். அரசும் இக்கருத்தை அங்கீகரித்தது (*சுதேசமித்திரன்*, 11 ஏப்ரல் 1925).

தடையாணையை அரசு விலக்கிக்கொண்டதை காந்தி வரவேற்றார். "திருவாங்கூர் கவர்ன்மெண்டார் குரூர் நீலகண்டன் நம்பூதிரியைச் சிறையினின்று விடுவித்து விட்டார்கள் என்பதையும் ஈ.வி. ராமசாமி நாயக்கருக்கு விரோதமாகப் பிறப்பித்த தடை உத்தரவை வாபீஸ் வாங்கிக்கொண்டுவிட்டார்கள் என்பதையும் கேட்க வாசகர்கள் சந்தோஷமடைவார்கள்" (*யங் இந்தியா*, 23 ஏப்ரல் 1925; *சுதேசமித்திரன்*, 27 ஏப்ரல் 1925). பெரியாரைப் பற்றி காந்தி எதுவுமே எழுதவில்லை என்பவர்கள் கண்ணில் இப்பத்தி படுவதாகுக.

தெருக்கள் திறக்கப்பட்டது குறித்த வதந்தியும் *குடிஅரசு* விளக்கமும்

ராகவையா பதவி விலகியதற்கும் அடுத்த திவானாக எம்.இ. வாட்ஸ் பதவி ஏற்பதற்குமான இடைக்காலத்தில் கிருஷ்ண பிள்ளை தற்காலிகமாகத் திவானாக இருந்தார். அவர் தாழ்த்தப்பட்டோர் மேல் அனுதாபம் உடையவராகக் கருதப்பட்டவர். அப்போது திவானிடம் வைக்கம் விவகாரத்தை விரைவில் முடித்துவிடுவது குறித்து அபிப்பிராயத்தை மகாராணி கேட்டார். திவானின் கருத்தாவது:

"இவ்விவகாரத்திலுள்ள ரோடுகளைச் சாதிமத வித்தியாசமில்லாமல் எல்லாப் பிரஜைகளும் உபயோகப்படுத்திக் கொள்ளும்படி விட்டுவிட வேண்டியது என்று யான் அபிப்பிராயப்படுகிறேன். அம்மாதிரி செய்வதைச் சமஸ்தான அரசாங்கத்தார் எப்பொழுதுமே எதிர்க்கவில்லை. இந்த உரிமையைச் சிலர் பலாத்காரத்தினால் அடைய முயற்சி செய்தால் கலகம் ஏற்பட்டு விடுமோ என்று அஞ்சியே அரசாங்கத்தார் தடைஉத்தரவு போட்டனர். இந்த உரிமையை அவர்களுக்குக் கொடுக்கக்கூடாது என்று ஸநாதன இந்துமதம் கூறவில்லை. தாழ்ந்த நிலையிலுள்ள இந்துக்கள் அல்லாதவர்கள் அந்த ரஸ்தாக்களின் வழியாக நடக்கச் சம்மதம் கொடுத்திருக்கின்ற பொழுது இந்து மதத்தைச் சேர்ந்தவர்களுக்கு அந்த உரிமையைக் கொடுக்க மறுப்பதில் கொஞ்சமும் ஒழுங்கிருப்பதாகக் காணப்படவில்லை. கூடிய விரைவில் ஒரு அரச விளம்பரத்தின் மூலம் இந்த வித்தியாசத்தைப் போக்க வேண்டுவது அவசியம் என்று யான் அபிப்பிராயப்படுகிறேன்."

திவானின் இக்கருத்தை வெளியிட்ட *குடிஅரசு*, மகாராணி விரைவில் சாதகமான அறிவிக்கையை வெளியிடுவார் என்று எதிர்பார்த்தது. 'கூடவே, இதிலிருந்தே நமது முயற்சிகளை விட்டுவிடலாம் என யாரும் நினைக்கக் கூடாது. திருவாங்கூர்

அரசிடமிருந்து ஒருவேளை அரைகுறையான அறிவிக்கையும் வெளியாயினும் ஆகலாம். ஏனெனில் இரண்டு கட்சியாரையும் சமாதானப்படுத்த வேண்டும் என நினைத்து அவர்கள் முயற்சி செய்துகொண்டிருந்ததை யாம் அறிவோம். அம்மாதிரி திருடருக்கும் திருட்டு கொடுத்தவருக்கும் நல்லவர்களாக வேண்டும் என நினைத்து ஏதாவது கொஞ்சம் இடம் வைத்துக் கொண்டு மேற்சொல்லியபடி ஸ்ரீமுகம் வெளியாகுமேயாகில் பூரண வெற்றி பெறும்வரை நமது நிலையினின்றும் தளரக் கூடாது. ஒருவேளை பூரண வெற்றி கிடைத்துவிடினும் அதனுடன் உலகத்தினிடை இம்மாதிரி நிறைந்துள்ள அக்கிரமங்கள் எல்லாம் ஒழிந்துவிட்டன என்று நினைக்கக்கூடாது. எங்குளங்கு இவ்விதக் கொடுமைகள் உள்ளனவோ ஆங்காங்குச் சென்று நமது சத்தியாகிரகக் கொடியை நாட்டி இக்கொடிய வழக்கத்தை ஒழிக்க அகிம்சையுடன் பாடுபடுதல் வேண்டும் என்பதைத் தெரிவித்துக்கொள்கிறோம்' (*குடிஅரசு, 7 ஜூன் 1925*).

திவானின் கருத்தை ஏற்று, பிரச்சனைக்குரிய தெருக்கள் அனைவருக்கும் எனத் திறந்து விடப்பட்டது என்ற செய்தியோ வதந்தியோ பரவியது. இதையொட்டி *குடிஅரசு* பின்வருமாறு எழுதியது.

“வைக்கம் நிலைமையைப் பற்றி முரண்பட்ட செய்திகள் வந்துகொண்டிருக்கின்றன. கோயில் வீதிகளில் எல்லாச் சாதியாரும் தடையின்றி செல்லலாம் என்று மகாராணியார் சட்டம் பிறப்பிக்கப்பட்டதாக முதலில் செய்தி கிடைத்தது. ஆனால் அதற்குள் மகிழ்ந்து விடுவதற்கிடமில்லை என்றும் இன்னும் பேச்சளவில்தான் இருந்துவருகிறதென்றும், மூன்று வீதிகளில் தீண்டாதார் செல்வதற்கு மட்டுமே கட்டளை பிறப்பிக்க சமஸ்தான அரசாங்கத்தார் செய்திருக்கிறார்கள் என்றும் கடைசியாக வைக்கத்திலிருந்து வந்த செய்தியால் தெரியவருகின்றன. பிரிட்டிஷ் அரசாங்கத்துக்கும் மற்ற சமஸ்தானங்களுக்கும் வழிகாட்டியாய் இருக்கும் பெருமை திருவாங்கூர் சமஸ்தானத்துக்கு கிடைக்காமலே போய்விடுமோ என அய்யுறுகிறோம். சத்தியாகிரகிகளின் கடமை என்னவோ தெளிவாய் இருக்கிறது. பூரண வெற்றி கிடைக்கும் வரையில் அவர்கள் சத்தியத்தையும் அகிம்சையையும் உறுதுணைகளாகக் கொண்டு போராட்டத்தை நடத்தி வரவேண்டும்” (*குடி அரசு, 21 ஜூன் 1925*).

திருவாங்கூர் அரசாங்கம், நான்கு வீதிகளில் மூன்று வீதிகளில் வித்தியாசமின்றி நடக்க அனுமதி அளித்துப் போராட்டத்தை முடிவுக்குக் கொண்டுவர முயன்றது. அதற்காகச்

சத்தியாகிரகிகளுடனும் காந்தியுடனும் அது சமாதானம் பேசியது. காந்தியின் அறிவுரையைச் சத்தியாகிரகிகள் மீறிவிட்டார்கள் என்றும் சஞ்சார சுதந்திரம் வழங்கப்பட்டு விட்டது என்றும் செய்திகளைக் கசியவிட்டுப் போராட்டக்காரர்களை நிலை குலையச் செய்தது. இச்சமயத்தில் பெரியார், தன் பத்திரிகையில் நான்கு வீதிக்குமான முழு அனுமதியைத் தொடர்ந்து வலியுறுத்தி வந்தார். போராட்டத்தின் வரலாற்றை எடுத்துச் சொல்லி ஒவ்வொரு கட்டத்திலுமான தன் கருத்தைப் பதிவு செய்தார். அவற்றுள் ஒரு கட்டுரையே 'சத்தியாகிரகம் ராஜிக்கு உட்படாது' என்பது. அதிலிருந்து சில வரிகள்.

'. . . இச்சத்தியாகிரக நிகழ்ச்சியைப் பற்றி இவ்வொரு வாரமாக ஒன்றுக்கொன்று முரண்பட்ட செய்திகள் வெளிப்போந்து ஒரு காலை இன்பமூட்டியும் மற்றொரு காலை துன்பமூட்டியும் இறுதியில் மக்களைப் பெருங்கவலையில் ஆழ்த்தி விட்டன என்பதே எமது கருத்து. மக்களுக்குள் பிறப்பினால் உயர்வு தாழ்வு எவ்வாறேனும் இல்லை என்ற உயரிய சிறந்த உண்மையை உலகினர்க்கு அறிவுறுத்தும் பெரும் பேறு ஒரு பெண்ணரசிக்கு வாய்க்கும் என்று யாம் கொண்டிருந்த பேரவா நிறைவுறுங் காலம் நீடிக்கப்பட்டமை காணக் கவற்சியுறுகின்றோம். இத்தகைய பெருமையினைத் திருவாங்கூர் பெண்ணரசியார் பெறுவதற்கில்லாமல் போய் விடுமோ என்றும் அஞ்சுகிறோம். இதுகிடக்க இதுகாறும் வெளிப்போந்த செய்திகளில் சத்தியா கிரகிகள் காந்தியின் உடன்படிக்கையைப் புறக்கணித்து வரம்புமீறி ஒழுகத் தலைப்பட்டு விட்டனர் என்ற செய்தி பொய்யாயினமை கண்டு மகிழ்ச்சி உறுகின்றோம்' (*குடிஅரசு*, 28 ஜூன் 1925).

வைக்கம் சத்தியாகிரகத்தின் வரலாற்றினை 'ஈண்டு சுருக்கமாக நினைவு கூர்தல் இன்றியமையாதது' என்று உரைத்து இதில் ஒவ்வொரு கட்டத்திலும் தன் கருத்தை எடுத்துரைத்தது *குடிஅரசு*.

வைக்கம் போராட்டம்: *குடிஅரசு* கருத்து

'வைக்கம் கோயிலின் மதிற்சுவர்களைச் சுற்றிலுமுள்ள நான்கு வீதிகளிலும் தாழ்ந்த வகுப்பினர் எனப்படுவோராகிய ஈழவர் முதலானோர் செல்லுதல் கூடாது என்றிருந்த கொடிய சமூக வழக்கத்தை ஒழித்து மக்கள் யாவருக்கும் பொதுவான பாதைகளில் எல்லாச் சாதியினரும் சமயத்தினரும் செல்லும் உரிமையை நிலைநாட்ட எழுந்ததாகும் வைக்கம் சத்தியாகிரகப் போர். இப்போரினை எதிர்த்து நின்ற வைதிகக் கூட்டத்தினருக்குத் திருவாங்கூர் அரசினர் முதலில் துணை போந்து தலைவர்களைச்

சிறைக்கு அனுப்பி விட்டு, 'கோஷா' வீதிகளுக்குக் கொண்டுவிடும் நான்கு வீதிகளையும் நடுவில் நடுவில் கழிகள் கொண்டு அடைத்து, போலீஸ் காவலர்களைக் காவல் செய்ய நியமித்து சத்தியாகிரகிகள் மேற்செல்லாதவாறும் மறித்தனர்.

'சத்தியாகிரகிகள் நாடோறும் கூட்டம் கூட்டமாகச் சென்று வழிமறித்துள்ளவிடத்தில் நின்று மழையென்றும் வெயிலென்றும் கருதாமல் சத்தியாகிரகம் புரிந்து வந்தனர். வைதிகக் கூட்டத்தினரால் பல்வித அல்லல்களுக்கு ஆளாகியும் சத்தியாகிரகிகள் அன்புநெறி அறநெறிகளின்றும் ஒரு சிறிதும் வழுவாது காந்தியடிகளின் ஆணையின்படி ஒழுகி வந்ததும் வருவதும் பெரிதும் போற்றத்தக்கது. உள்ளன்புடனும் உண்மை யாகவும் உழைத்துவரும் சத்தியாகிரகிகள் இறுதியில் வெற்றி பெறுவார்கள் என்பது திண்ணம்.

'இவ்வாண்டின் [1925இன்] தொடக்கத்தில் சத்தியாகிரகிகளுக்கு ஊக்கமும் உண்மை நெறியும் ஊட்ட காந்தியடிகள் வைக்கம் போந்தனர். திருவாங்கூர் பெண்ணரசியையும் இளவரசரையும் நேரில் கண்டு வைக்கம் சத்தியாகிரகத்தின் உண்மையையும் அதனை அவர்கள் ஆதரிக்க வேண்டிய கடமையினையும் உள்ளத்தில் பதியும்படி எடுத்துரைத்தனர். வைக்கம் சத்தியாகிரகம் தற்காலம் உள்ள நிலைமைக்கு காந்தியடிகள் வைக்கம் போந்ததே ஆகும் எனக் கூறுதல் மிகையாகாது. திருவாங்கூர் அரசாங்கத்தின் போலீஸ் கமிஷனர் 'பிட்' என்பாருடன் காந்தியடிகள் ஒரு உடன்படிக்கை செய்துகொண்டனர். சத்தியாகிரகிகள் அரசினர் அனுமதியின்றி முன்னேறுதல் கூடாதென்பதும் தான் அவ்வுடன்படிக்கையின் முடிவுகள். இம்முடிவுகள் இரு கட்சியினரும் ஏற்று அவ்வாறே நாளிதுவரை ஒழுகிவந்தனர்.

'வைக்கம் கோயிலைச் சுற்றிலும் உள்ள நான்கு வீதிகளில் கீழ்வீதி ஒன்றினைத் தவிர மற்றை மூன்று வீதிகளிலும் தாழ்ந்த வகுப்பினர் எவ்விதத் தடையுமின்றிச் செல்லலாம் என்று திருவாங்கூர் அரசினர் உத்தரவு செய்திருப்பதாக இது காலை யாம் அறிகின்றோம். இச்செய்தியில் யாம் ஒரு சிறிதும் மகிழ்ச்சி உறவில்லை. அது சத்தியாகிரகத்தின் வெற்றியுமாகாது. சத்தியாகிரகத்தின் உண்மையினை அறியாதாரே இதனை வெற்றி எனக் கொள்வர்.

'சத்தியாகிரகத்தின் உண்மை யாது? சத்தியாகிரகம், உண்மை என்பன ஒருபொருட்கிளவிகள். சத்தியாகிரகம் வெற்றி பெற்றதெனக் கூறின் உண்மை வெற்றி பெற்றது எனப் பொருள். உண்மை எக்காலத்தும் வெற்றி உறும் என்பதில்

எட்டுணையும் ஐயமின்று. உண்மைக்குத் தோல்வி என்பது எக்காலத்தும் இல்லை. ஆதலால் சத்தியாகிரகத்தில் உண்மையில் 'ராஜி' என்பதே கிடையாது. அரசினர் மூன்று வழிகளில் சத்தியாகிரகிகள் செல்லலாம் எனக் கூறியது, சத்தியாகிரகம் அவர்தம் உள்ளத்தைக் கரையச் செய்துவிட்டது என்பதைக் காட்டுகிறதே அன்றிச் சத்தியாகிரகம் வெற்றி பெற்றது என்பதை ஒரு சிறிதும் குறிக்கவில்லை என்ற உண்மையை ஒவ்வொரு சத்தியாகிரகியும் உளத்தமைத்தல் வேண்டும்.

'ஆகவே, உண்மை முழு வெற்றியுறும் வரை சத்தியாகிரகிகள் உழைத்தல் கடனாகும். சத்தியாகிரகத்தின் ஆற்றலை அறியாது மயங்கினவர்கள் கண்முன் அதன் ஆற்றலைக் கண்ட பின்னரும் எவ்வித மயக்கமும் உறுதல் வேண்டுவதின்று. அரசினர் குழாத்தினர் உளங்கரையச் செய்த உண்மைப் போர் வைதிகக் கூட்டத்தாரின் உள்ளத்தையும் கரைத்து உண்மையை உணர்ந்து ஒழுகச் செய்யும் என்பதில் ஐயப்பாடில்லை. சத்தியாகிரகிகளின் பொறுப்பு முன்னைவிட இது காலை பெருகி நிற்கிறதென்றே கூறுவோம். இது வெற்றியினைக் கண்டு தலை தடுமாறிப் பேய்க் கூத்தில் வீழ்ந்து மாயாவண்ணம் சத்தியாகிரகிகள் தம்மைக் காப்பாற்றிக்கொள்ள வேண்டும். அன்பு நெறியையும் அறநெறியையும் ஒரு சிறிதும் கை நெகிழவிடாமல் காந்தியடிகளின் ஆணைக்கடங்கி நின்றும், 'காந்தி — பிட்' உடன்படிக்கைக்கு உட்பட்டும் சத்தியாகிரகத்தை மிக்க ஊக்கத்துடனும் உற்சாகத்துடனும் சத்தியாகிரகிகள் நடத்தி வரும்படியாகக் கேட்டுக்கொள்ளுகிறோம். உண்மையின் வலிமையை உணராமல் எள்ளி நகையாடி ஒதுங்கி நின்ற பொதுமக்களும் தமது குறுகிய நோக்கத்தை அறவே நீக்கிவிட்டுச் சத்தியாகிரகிகளுக்கு தம்மாலியன்ற உடல் உதவியும் பொருள் உதவியும் புரிவார்கள் என எதிர்பார்க்கிறோம்' *(குடிஅரசு, 28 ஜூன் 1925).*

தொடர்ந்து வைக்கம் போராட்ட வரலாற்றைத் திரும்பத் திரும்பப் பேசித் தன் கருத்தை வெளிப்படுத்தி வந்தார் பெரியார். அவ்வகையில் பின்வருவது இன்னொன்று. அக்காலத்தில் தமிழ்நாட்டில் நடைபெற்று வந்த சேரன்மாதேவி குருகுலப் போராட்டத்தையும் வைக்கம் போராட்டத்தையும் இணைத்துப் பேசினார். 'தமிழர் கதி' என்ற தலைப்பிட்டு எழுதிய பெரியார், வைக்கம் பிரச்சனையைத் தமிழருடையதாகவே பார்த்தார்.

"வைக்கம் சத்தியாகிரகமும் சேரன்மாதேவி குருகுலப் போராட்டமும் தமிழ் மக்களுக்குத் தங்கள் நாட்டில் தங்களுக்கு ஏதாவது சுயமரியாதை உண்டா என்பதைப் பற்றியும்,

இந்துமதத்தில் தங்களுக்கு ஏதாவது இடமுண்டா என்பதைப் பற்றியும் தீர்ப்பளிக்கப் போகிறது. இது தமிழர்க்கோர் பரீட்சைக் காலமாகும். வைக்கம் சத்தியாகிரகமோ தமிழரைப் பார்த்து நான்கு வீதியில் மூன்று வீதிகளை உங்களுக்குத் திறந்து விட்டாய் விட்டதே, ஒரு வீதியில் தானா உங்களுக்குப் பெருத்த நஷ்டம் ஏற்பட்டு விட்டது? இதற்காக இவ்வளவு பெரிய ஆர்ப்பாட்டம் செய்கிறீர்களே, இதென்ன பயித்தியமா என்று கேட்கிறது. குருகுலப் போராட்டமோ பதினெட்டு பிள்ளைகள் படிக்கும் பள்ளிக்கூடத்தில் பதினேழு பிள்ளைகள் ஒன்றாக உட்கார்ந்து சாப்பிட்டுக்கொண்டு ஒரு பிள்ளை மாத்திரம் தான் சாப்பிடுவதை மற்றவர்கள் பார்க்கக் கூடாது என்றால் என்ன குடிமுழுகிப் போய் விட்டது? இதற்காகவா இவ்வளவு பெரிய கிளர்ச்சி தமிழ்நாட்டில் நடக்க வேண்டும் என்று சொல்லிக் கொள்வதல்லாமல் உட்சண்டைகளையும் கிளப்பிவிட்டுக் கொண்டிருக்கிறது.

"வைக்கம் சத்தியாகிரகமும் குருகுலப் போராட்டமும் அந்த வீதிகளில் நடப்பதினாலும் ஒரு குழந்தை உண்பதைப் பார்ப்பதினாலும் தமிழர்களுக்கு மோட்சம் கிடைத்து விடும் என்கிற எண்ணத்தைக் கொண்டதல்ல. வீதிகளில் நடக்கக் கூடாது என்று சொல்லும்பொழுதும் கண்ணால் பார்க்கக்கூடாது என்று சொல்கிறபொழுதும் சொல்லுகிறவர்கள் மனதில் என்ன நினைத்துக்கொண்டு எந்த ஆதாரத்தை வைத்துக்கொண்டு சொல்லுகின்றனர் என்பதைப் பற்றித்தான் யோசிக்க வேண்டும். அன்னிய மதஸ்தர்களான முகமதியர்கள், கிறித்தவர்கள், பார்சிகள் முதலியோர்கள் நடக்கலாம். பன்றியும் நாயும் பூனையும் எலியும் வீதியில் நடக்கலாம். சாப்பிடும் பொழுதோ இதர சமயங்களிலோ பார்க்கலாம்.

"ஆயிரக்கணக்கான வருஷங்களாகத் தமிழ்நாட்டில் பிறந்து, தமிழ்நாட்டில் வளர்ந்து தமிழ்நாட்டைத் தன்னுடையதாக்கிக் கொண்டிருக்கும் இந்துவாகிய தமிழனை அவனுடைய நாட்டில் மற்றொருவன் 'நீ வீதியில் நடக்காதே, என் முன் வராதே' என்று சொன்னால் மனித உடல் தரித்திருக்கும் ஒரு ஜீவன் அதை எப்படி சகித்துக்கொண்டிருக்கிறது என்பதுதான் வைக்கம் சத்தியாக்கிரகத்தினுடையவும் குருகுலப் போராட்டத்தினுடையவும் தத்துவம். இதே தத்துவத்திற்காகத்தான் மகாத்மா காந்தி தென்னாப்பிரிக்காவில் செய்த சத்தியாகிரகமும், கெனிய ஏகாதிபத்திய பகிஷ்காரத் தினக் கொண்டாட்டமும் நடத்தப்பட்டன என்பதை ஞாபகப்படுத்திப் பாருங்கள்"
(குடி அரசு, 5 ஜூலை 1925).

தடையாணை விலக்கு

ஆகஸ்ட் 7, 1925 ஆம் தேதியிட்ட திருவாங்கூர் அரண்மனைக் கடிதம் (5774/7) ஒன்று, கீழ்க்காணும் நபர்களின் மீதான தடையாணை விலக்கிக்கொள்ளப்பட்டதாக அறிவிக்கிறது. அதற்கான மகாராணியாரின் ஒப்புதலைத் திவானுக்குத் தெரிவிக்கிறது கடிதம். அப்பெயர்கள் வருமாறு: எம்பெருமாள் நாயுடு, சகோதரன் அய்யப்பன், எம். மாதுன்னி, சங்கர ஐயர், செங்கரத்து குஞ்ஞன் பிள்ளை, அய்யாமுத்து, நிறைவாகப் பெரியார் பெயர் வருகிறது.

வைக்கம் வீரர்: *நவசக்தி*

பெரியாரை வைக்கம் வீரர் என்றே *நவசக்தி* தொடர்ந்து குறிப்பிட்டு வந்தது. அவ்வகையில், எஸ். சீனிவாச ஐயங்காரை விமர்சித்து, பெரியாரைப் பாராட்டி வெளியான கட்டுரை ஒன்றின் தலைப்பு 'வைக்கம் வீரர் ஸ்ரீமான் நாயக்கர் நிலை' என்பதாகும். இக்கட்டுரை வைக்கத்தைப் பற்றியதன்று என்பதையும் இங்குச் சொல்லிவைக்கலாம்.

வெற்றிவிழாத் தலைமை

17 நவம்பர் 1925 (இந்தத் தேதி தவறாக இருக்கக் கூடும்) தேதியிட்டு, கேரள காங்கிரசுத் தீண்டாமை விலக்குக் குழு, கோழிக்கோடு என்ற முகவரியிட்ட தாளில், அதன் செயலாளர் கே. கேளப்பன், திருவாங்கூர் திவானுக்கு எழுதிய கடிதத்தில் பெரியார் தலைமையில் கூட்டம் நடைபெற்ற செய்தி இடம் பெற்றுள்ளது.

"ஈரோடு இ.வி. ராமஸ்வாமி நாயக்கர் தலைமை வகிக்க 4,000 பேருக்கு மேல் கலந்துகொண்ட வைக்கத்தில் நடந்த பொதுக்கூட்டத்தில் நிறைவேற்றப்பட்ட தீர்மானங்களை எனது குழுவின் உத்தரவின் பேரில் திருவாங்கூர் மகாராணி ரீஜண்ட் அரசாங்கத்துக்குத் தெரிவித்துக்கொள்கிறேன்" என்ற முகப்பு வரிகளுடன் கூடிய அக்கடிதம் அக்கூட்டத்தில் நிறைவேற்றப்பட்ட ஆறு தீர்மானங்களைத் தருகிறது.

'வைக்கம் பொதுக்கூட்டம்' என்று அச்செயலாளரால் அழைக்கப்பட்ட வைக்கம் சத்தியாகிரக வெற்றிவிழாக் கூட்டத்தைப் பல பத்திரிகைகள் பாராட்டி எழுதின. *நவசக்தி* இதைப் பற்றி எழுதிய வரிகளில் சில: "நீண்டநாள் உறுதியுடன் நடந்த சத்தியாகிரகப் போராட்டத்தின் பயனாய் வைக்கத்தில் முழு வெற்றி ஏற்பட்டிருப்பது குறித்து பெருமகிழ்ச்சி

அடைகிறோம். கடைசியாக முடிவு செய்யப்பட்ட ஏற்பாட்டின்படி வைக்கம் கோயிலைச் சுற்றியுள்ள எல்லாப் பாதைகளிலும் எவ்வகை வேற்றுமை இன்றி எல்லாச் சாதியாருக்கும் திறந்து விடப்பட்டிருக்கின்றன . . .

"எளியவர் பக்கலில் இன்று நீதி செய்த திருவாங்கூர் மகாராணியார்க்கும், காந்தியடிகளின் உபதேசங்களுக்கு மாறுபடாது நடந்து வெற்றிக்கொடி நாட்டிய ஈ.வி. ராமசாமி நாயக்கர் உள்ளிட்ட சத்தியாகிரகிகளுக்கும் மனமார வாழ்த்து கூறுகிறோம்" (*நவசக்தி*, 27 நவம்பர் 1925).

"தீண்டாதார் வைக்கம் திருவீதியில் போதல் கூடாது என்னும் கட்டை அறுக்கத் திரு. இராமசாமி நாயக்கர் முயன்றார். வெற்றியும் பெற்றார். தொடக்கத்தில் எதிர்த்த பிராமணர்கள் இப்போது இணங்கி விட்டார்கள்" (*நவசக்தி*, 11 டிசம்பர் 1925) என்று பெரியாரையே முன்னிறுத்தி திரு.வி.க. மீண்டும் பேசுகிறார்.

4 டிசம்பர் 1925 தேதியிட்டு தேவஸ்வம் ஆணையர், திவானுக்கு எழுதிய கடிதம் . . . 'இ. ராமஸ்வாமி நாயக்கர்' தலைமையில் 14 விரிச்சிகம் 1101 அன்று சத்தியாகிரகிகள் வைக்கத்தில் நடத்திய பொதுக்கூட்டத்தில் நிறைவேற்றப்பட்ட தீர்மானங்களைக் கொண்டுள்ளது' என்று பெரியாரை முன்னிறுத்தியிருந்தது.

29 நவம்பர் 1925இல் நடந்த சத்தியாகிரகத்தின் வெற்றிவிழாக் கொண்டாட்டத்தைக் *குடிஅரசு* பதிவு செய்துள்ளது. அதன் விவரம் வருமாறு. 1925 நவம்பர் 29 ஞாயிற்றுக்கிழமை அன்று நடந்த வெற்றிவிழாவிற்குப் பெரியார் தலைமை தாங்கினார். கேளப்பன், மன்னத்து பத்மநாபன், டி.கே. மாதவன் ஆகியோர் கலந்துகொண்டனர்.

தீண்டாமை விலக்குக் குழு செயலாளரான கேளப்பன் வரவேற்றுப் பேசும்போது சத்தியாகிரகத்தின் வரலாற்றையும் பெண்கள் உதவி செய்த முறையையும் எடுத்துச் சொல்லி விளக்கினார். சத்தியாகிரகத்திற்கு இதுவரை ரூ 25,000 வசூலாகிச் செலவாகியிருப்பதை அவர் குறிப்பிட்டார். மன்னத்து பத்மநாபனும் டி.கே. மாதவனும் பேசிய பிறகு பெரியார் முடிவுரையில் பின்வரும் செய்தியைப் பேசினார்.

". . . சத்தியாகிரக இயக்கத்தின் ஜெயிப்பைப் பற்றியும் தோல்வியைப் பற்றியும் பேசுவதற்கு அதற்குள் காலம் வந்து விடவில்லை. தெருவில் நடக்க உரிமை கேட்பவர்களைச் சிறைக்கு அனுப்பிய அரசாங்கம், தெருவில் நடப்பதற்கு இப்போது நமக்கு வேண்டிய உதவி செய்ய முன்வந்திருப்பதைப்

பார்த்தால் சத்தியாகிரகத்திற்கும் மகாத்மாவிற்கும் எவ்வளவு சக்தி இருக்கிறது என்பது விளங்கும். சத்தியாகிரக ஆரம்பத்தில் பிராமணர்கள் கட்சியில் இருந்த அரசாங்கத்தார் இப்போது பிராமணர்களுக்கு விரோதமாகவே தீண்டாதார் என்போரைக் கையைப் பிடித்து அழைத்துக்கொண்டு சர்க்கார் செல்லுவதை நாம் பார்க்கிறபோது நமக்கே சத்தியாகிரகத்தின் தன்மையைப் பற்றி ஆச்சர்யப்படத்தக்கதாய் இருக்கிறது.

"சத்தியாகிரகத்தில் ஏற்பட்ட கஷ்டங்களை நாம் பொறுமையாய் அனுபவித்து வந்ததால் இவ்வித சக்தியை இங்குக் காண்கிறோம். பலாத்காரத்திலோ கோபத்திலோ துவேஷத்திலோ நாம் இறங்கியிருப்போமேயானால் இச்சக்திகளை நாம் ஒருக்காலும் கண்டிருக்க மாட்டோம். சத்தியாகிரகத்தின் உத்தேசம், கேவலம் நாய் பன்றிகள் நடமாடும் தெருவில் நாம் நடக்க வேண்டும் என்பதல்ல, மனிதனுக்கு மனிதன் பொதுவாழ்வில் வித்தியாசம் இருக்கக்கூடாது என்பதுதான். அந்தத் தத்துவம் இந்தத் தெருவில் நடந்ததோடு முடிந்து விடவில்லை. ஆகையால் தெருவில் நிரூபித்த சுதந்திரத்தைக் கோயிலுக்குள்ளும் நிரூபிக்க வேண்டியது மனிதக் கடமை. மகாத்மா காந்தி மகாராணியாரைக் கண்டு பேசிய காலத்தில் மகாராணியார் மகாத்மாவைப் பார்த்து இப்பொழுது தெருவைத் திறந்து விட்டுவிட்டால் உடனே கோயிலுக்குச் செல்ல பிரயத்தனப்படுவீர்களே என்று கேட்டார்கள். மகாத்மா அவர்கள், 'ஆம், இதுதான் என்னுடைய குறி என்றும் ஆனால் கோயிலுக்குள் செல்ல உரிமை வேண்டிய ஜனங்கள், போதுமான பொறுமையும் சாந்தமும் அவசியமான தியாகமும் செய்யத் தயாராயிருக்கிறார்களா என்று நான் அறியும் வரையில் அக்காரியத்தில் பிரவேசிக்க மாட்டேன் என்றும் அதற்கு வேண்டிய காரியங்களை அதுவரையில் செய்துகொண்டிருப்பேன்' என்றும் சொன்னார்.

"வைக்கம் சத்தியாகிரகத்திற்கு விரோதியாயிருந்தவர்கள் பிராமணர்களே ஒழிய அரசாங்கத்தார் அல்ல என்பதை அரசாங்கத்தார் நிரூபித்துக் காட்டி விட்டார்கள்" ... *(குடிஅரசு, 6 டிசம்பர் 1925).*

முடிவுரை

இவ்வியலின் இதுவரையிலான பகுதி, சமகால இதழ்கள், அரசு ஆவணங்கள் ஆகியவற்றைச் சான்றுகளாகக் கொண்டு வைக்கம் வரலாற்றில் பெரியார் பங்கேற்பைச் சூழ்நிலையோடு எடுத்துக்காட்டியது. இதுவரையில் இப்பகுதியில் அடுக்கப் பெற்ற ஆதாரங்களின் சாரத்தைக் கீழ்வருமாறு தொகுத்துக் கொள்ளலாம்.

பெரியார் வைக்கம் சென்றது: சத்தியாகிரகிகளான குரூர் நீலகண்டன் நம்பூதிரி, ஜார்ஜ் ஜோசப், டி.ஆர். கிருஷ்ணசாமி ஐயர் ஆகியோர் அழைப்பின் பேரிலேயே பெரியார் வைக்கம் போராட்டத்தில் கலந்துகொள்ளச் சென்றார். வந்த அழைப்புகளைத் தெளிவாகத் தேதிகளுடன் பெரியார் தெரிவித்துள்ளார். 'இந்த நிலைமையைத் தானே வலுவில் விரும்பியதாக நினைக்க வேண்டாம். அத்தகைய எண்ணம் இல்லாமல் தடுக்கும்பொருட்டே நான் மேற்கண்ட சமாசாரத்தை வெளியிட்டேன்' எனப் பெரியாரே அச்சூழலை அறிவித்தார் (*சுதேசமித்திரன், 15 ஏப்ரல் 1924*).

தலைவர்கள் சிறைப்படுத்தப்பட்டதால் தலைவர்கள் இல்லாமல் தவித்துக்கொண்டிருந்தது சத்தியாகிரகம். போராட்டத்தின் மூளையெனக் கருதப்பட்ட ஜார்ஜ் ஜோசப், காந்தியிடமும் இராஜாஜியிடமும் தலைவர்களை வேண்டினார். பெரியாரைத் தந்தி மூலமும் தூதுவர் மூலம் கடிதம் அனுப்பியும் வரவழைத்தார். இந்த இக்கட்டான சூழலில் தக்க நேரத்தில் சென்று சரிந்த போராட்டத்தைத் தாங்கிப் பிடித்தார் பெரியார். பெரியாரைத் தொடர்ந்து வரதராஜுலுவையும் வந்து பொறுப்பேற்க அழைத்தனர். பின்னர் எஸ். இராமநாதன் அப்பொறுப்பை வகித்தார். தமிழ்த் தலைவர்களிடம் கேரளக் காங்கிரசுக்காரர் வைத்திருந்த மதிப்பை இது காட்டுகிறது.

கேரள அழைப்பை ஏற்று பெரியார் வைக்கம் சென்றதற்குக் காரணம், அடிப்படையில் தீண்டாமை ஒழிப்பு நோக்கம் தான். அடுத்தது அவருக்கே உரிய போராட்ட குணம். மூன்றாவது, தமிழ்நாடு காங்கிரசுக் கமிட்டித் தலைவராக இருந்தது. தானே தலைவராக இருந்ததால் யார் உத்தரவுக்கும் காத்திருக்காமல் அவரால் புறப்பட முடிந்தது. தலைவர் வேலையை இராஜாஜியைப் பார்த்துக்கொள்ளச் சொல்லி எழுதிவைத்துவிட்டு அவர் கிளம்பினார். பெரியார் 'சொந்த முறையிலேயே' என்று குறிப்பிடுவதற்குப் பொருள், யார் அனுமதிக்கும் காத்திருக்காமல், தன் முடிவில், விருப்பத்தில் கிளம்பினேன் என்பதேயாகும். *Personal capacity* என்பதல்ல பொருள். காங்கிரசுக் கமிட்டித் தலைவர் என்ற அந்தஸ்திலேயே அவர் சென்றார். அதனால்தான் பெரியார், இரண்டாம் முறை கைதானபோது அறிக்கை வெளியிட்ட இராஜாஜி பெரியாரை 'நமது தலைவர்' என்றே குறித்தார். கட்சியின் பணம் ரூ. 1000 தலைவர் பெரியார் பொறுப்பிலேயே வைக்கம் சென்றது.

பெரியார் வைக்கம் போராட்டத்தைக் கட்சியின் ஒரு செயல்பாடாக மட்டும் பார்க்கவில்லை. தாழ்த்தப்பட்டவர்களுக்கு

உழைக்கக் கிடைத்த வாய்ப்பு என்றே கருதினார். இப்போராட்டத்துக்கு இராஜாஜி முதலில் முன்னுரிமை கொடுக்க விரும்பவில்லை. ஜார்ஜ் ஜோசப் தலைவர்களை அனுப்பக் கோரியபோது இராஜாஜியின் மறுப்பே அதற்கான சான்று. பெரியாரின் முன்னுரிமையைச் சுட்டவே இராஜாஜியைக் குறிப்பிட நேர்ந்தது. தவிர இராஜாஜியை விமர்சிப்பதல்ல இங்கு நோக்கம். முக்கியஸ்தர்களைக்கூட அனுப்ப மறுத்த இராஜாஜி பின்னர் தானே செல்ல நேர்ந்தது வேறு.

வைக்கத்தில் செயல்பாடு: வைக்கம் சென்ற பெரியார் சத்தியாகிரகம் வெற்றி பெறப் பல வழிகளிலும் செயல்பட்டார். பிரசாரம் அவரது முதல் செயலாக இருந்தது. வைக்கம், சேர்த்தலை, ஆலப்புழை, திருவனந்தபுரம், நாகர்கோயில், தக்கலை, கொல்லம், செங்கணாச்சேரி முதலிய இடங்களில் அவர் பேசியதற்கான பத்திரிகை, அரசு ஆவணங்கள், காவல் துறை அறிக்கை ஆதாரங்கள் கிடைக்கின்றன. இதைத் தவிரவும் வைக்கத்தின் சுற்றுவட்டாரக் கிராமங்களில் பேசினார் என்று சொல்லப் பத்திரிகையாளர் டி.எஸ். சொக்கலிங்கம், சங்கரலிங்க நாடார் போன்றவர்களின் குறிப்புகள் பயன்படுகின்றன.

தீண்டாமை விலக்குக் குழு கூட்டத்திலும் சத்தியாகிரக ஆசிரமத்தில் நடந்த ஆலோசனைக் குழு கூட்டங்களிலும் அவர் கலந்துகொண்டார் (13 ஏப்ரல் 1924; 21 ஏப்ரல் 1924) என்பதற்கும் திவானையும் பிறரையும் கண்டு சமாதானம் பேச அமைக்கப்பட்ட குழுவில் பெரியாரைச் சேர்த்திருந்தனர் என்பதற்கும் ஆதாரங்கள் இருக்கின்றன.

சத்தியாகிரக ஆசிரமம் சார்பில் வைக்கம் தடைசெய்யப்பட்ட வீதியில் வழமையாக நடைபெற்றுவந்த முதன்மைச் சத்தியாகிரகத்திற்கும் பெரியார் தலைமை தாங்கினார் (14 ஏப்ரல் 1924; 22 ஏப்ரல் 1924). பண வசூலிலும் இறங்கியிருக்கிறார். சிறைக்குப் போவதற்கு முதல் நாள்கூட ரூ. 300 பெறுமான அரிசியை ஆசிரமத்துக்குக் கொச்சி வியாபாரிகளிடமிருந்து பெற்று வந்தார்.

இங்ஙனம் ஆசிரமத் தலைமைப் பொறுப்பு, பிரசாரம், ஆலோசனை, சத்தியாகிரக ஊர்வலத் தலைமை, பண வசூல் எனப் பலவிதங்களில் செயலாற்றிச் சத்தியாகிரகம் தொய்வடையாமல் பார்த்துக்கொண்டார். பெரியாரால் இயக்கம் புதிய உயிர் பெற்றது என வைக்கம் ஆவணங்கள் பறைசாற்றுகின்றன.

வைக்கம் பயணங்களும் சிறைவாசங்களும்

இதுவரை விவரிக்கப்பட்ட பெரியாரின் செயல்பாடுகள் அவரது பல பயணங்களின் விளைவுகள் ஆகும். பயணத்தின் விளைவுகள் செயல்பாடுகள் என்றால், தீவிரச் செயல்பாடுகளின் விளைவுகள் சிறைவாசம் என்பதைச் சொல்ல வேண்டியதில்லை. பெரியாரின் வைக்கம் பயணங்களையும் சிறைவாசங்களையும் பின்வருமாறு தொகுத்துச் சொல்லலாம்.

முதல் பயணம்

இப்பயணத்தில், பெரியார் ஏப்ரல் 13, 1924 அன்று ஈரோட்டிலிருந்து புறப்பட்டு, திருச்சூர் வழியாகக் கொச்சியை அடைகிறார். அங்குத் தீண்டாமை விலக்குக் குழுக் கூட்டத்தில் ஆலோசனை கலந்துவிட்டு, அன்று இரவே வைக்கம் அடைகிறார். 14 காலை வந்தடைந்தார் என்றொரு கருத்தும் உண்டு (காலக்கண்ணாடி, ப. 21). 1924 ஏப்ரல் 13 இரவு முதல் மே 5 வரை வைக்கத்தில் சத்தியாகிரகத்தின் பல்வேறு பணிகளைக் கவனித்து வந்தார். ஆக முதல் பயணம் 22 நாள். இதற்கிடையில் ஏப்ரல் 29, 1924ஆம் தேதி திருவாங்கூர் சமஸ்தானத்தில் பேசுவதற்குத் தடை வேறு விதிக்கப்பட்டது. தான் கைது செய்யப்படலாம் என்று சொல்லிவிட்டுப் புறப்பட்டு வந்த இந்த வைக்கம் முதல் பயணத்தில் அவர் கைதாகவில்லை.

இரண்டாவது பயணம்

மே 5ஆம் நாள் ஈரோடு திரும்பிய பெரியார், பத்து நாள் கழித்து மனைவி நாகம்மையுடன் மீண்டும் வைக்கம் வந்திறங்கினார். இந்த இரண்டாவது பயணம், மே 15 தொடங்கிக் கைதாகும் வரை நீடித்தது. சமஸ்தானத்தில் பேசுவதற்கான தடையை மீறியதால் மே 22ஆம் தேதி கைது செய்யப்பட்டார். ஒரு மாதம் வெறுங்காவல் தண்டனை விதிக்கப்பட்டது. மே 22 முதல் 29 வரை, ஏழு நாள் வைக்கம் காவல் நிலையத்தில் வைக்கப்பட்டிருந்தார். பிறகு 29ஆம் தேதி இரவு ஆறுக்குட்டிக்குக் கொண்டு செல்லப்பட்டார். 1924 மே 22 முதல் ஜூன் 21 வரை ஒரு மாதம் சிறையிருந்த அப்பயணத்தில் 15 முதல் 21 மே முடிய வெளியில் ஏழு நாள்களையும், மே 22 முதல் ஜூன் 21 முடிய சிறையில் 31 நாள்களையும் பெரியார் கழித்தார்.

மூன்றாவது பயணம்

ஜூன் 21இல் சிறையிலிருந்து வெளியில் வந்ததும் வழக்கமாய் எல்லோரும் எதிர்பார்ப்பது போல் (ஈரோடு) வீட்டுக்கு வராமல்

பெரியார் நேராகப் போராட்டத்தில் தொடர்ந்து பங்கேற்கப் பிரவேசத் தடை அமலில் இருக்கும் நிலையிலேயே வைக்கம் சென்றார். 22 ஜூன் 1924 முதல் இரண்டாவது முறை கைதான 18 ஜூலை 1924 வரை வைக்கத்தில் போராட்டத்தில் ஈடுபட்டார். இடையில் ஜூலை 4ஆம் நாள் ஈரோடு சென்றதாகத் தெரிகிறது (காலக் கண்ணாடி, ப. 24). பிரவேசத் தடையை மீறி வைக்கத்தில் நுழைந்ததற்காய் விசாரிக்கப்பட்டு 19 ஜூலை 1924இல் சிறைக்கு அனுப்பப்பட்டார். இரண்டாவது தடவையாக தடையை மீறியதற்காக இம்முறை நான்கு மாதம் கடுங்காவல் தண்டனை வழங்கப்பட்டது.

ஜூலை 28ஆம் தேதி (காலக் கண்ணாடி, ப. 25) கோட்டயத்திற்கு அழைத்துச் செல்ல இயற்கை தடையாய் அமைந்ததால் வைக்கம் காவல் நிலையச் சிறையில் முன்போலவே சிலநாள்கள் வைக்கப்பட்டு, பின் திருவனந்தபுரம் மத்திய சிறைக்கு அனுப்பப்பட்டார். சிறையில் ஒன்றரை மாதம் போல இருந்தார்.

பின் 30 ஆகஸ்ட் 1924இல் விடுதலையானார். இந்த மூன்றாம் வைக்கம் பயணத்தில் வெளியே 26 நாளும் (22 ஜூன் முதல் 18 ஜூலை முடிய), சிறையில் 43 நாளும் (19 ஜூலை முதல் 30 ஆகஸ்ட் முடிய) இருந்தார் பெரியார்.

நான்காவது பயணம்

சித்திரைத் திருநாள் பட்டம் ஏற்றதையொட்டி, நல்லெண்ண நடவடிக்கையாகத் திருவனந்தபுரம் மத்திய சிறையிலிருந்து 30 ஆகஸ்ட் 1924 விடுதலையான பெரியார், மறுநாள் ஆகஸ்ட் 31 முதல் வீடு திரும்பிய 9 செப்டம்பர் 1924 வரை திருவாங்கூரில் இருந்தார். நாகம்மையார் பெரியார் விடுதலையான தேதி செப்டம்பர் 1 எனக் குறிக்கிறார் (*நாடார்குல மித்திரன்*, 29 செப்டம்பர் 1924). நெடுங்கணா (செப். 5), நாகர்கோயில் (செப். 6) போன்ற இடங்களில் பிரசாரத்தில் ஈடுபட்டது தெரிகிறது. முன்போலவே இம்முறையும் சிறையிலிருந்து வெளியே வந்ததும் நேரே வீட்டுக்குப் போகவில்லை பெரியார். ஈரோடு திரும்பும்வரை ஒன்பது நாள் (ஆகஸ்ட் 31 முதல் செப். 8 முடிய) வெளியே திருவாங்கூர் சமஸ்தானத்தில் சத்தியாகிரகப் பிரசாரத்தில் ஈடுபட்டிருந்தார். ஈரோட்டில் 1924 செப்டம்பர் 11இல் வேறு வழக்கு காரணமாகப் பிரிட்டிஷ் இந்திய அரசு அவரைக் கைது செய்தது வேறு.

ஐந்தாவது பயணம்

டிசம்பர் 1924இல் வைக்கம் சென்று பெல்காம் காங்கிரசு

மாநாட்டுச் சமயம் பெரியார் திரும்பி வருவார் என்று தமிழ்நாட்டு காங்கிரசுக் கமிட்டி மேலாளர் தெரிவித்திருந்தார் (*நாடார்குல மித்திரன், 22 டிசம்பர் 1924*). இதிலிருந்து பெரியார் டிசம்பர் 1924இல் வைக்கம் சென்றிருக்கலாம் என்று யூகிக்கலாம். தவிர இப்பயணத்தில் எவ்வளவு நாள் வைக்கத்தில் இருந்தார் என்பதற்கு ஆதாரங்கள் கிடைக்கவில்லை. மேலாளர் அறிவித்திருந்தவாறு வைக்கம் சென்றாரா என்பதுமே உறுதி செய்ய முடியவில்லை. வே. ஆனைமுத்து உருவாக்கிய 'காலக்கண்ணாடி'யிலும் குறிப்புகள் இல்லை.

ஆறாவது பயணம்

1925 மார்ச் 10 முதல் 18 வரை திருவாங்கூர் வந்திருந்தார் காந்தி. சத்தியாகிரகிகள், வைதிகர்கள், மகாராணிகள், நாராயண குரு, திவான், காவல்துறை ஆணையர் ஆகியோரைச் சந்தித்து விட்டுத் திரும்பினார். அப்பயணத்தில் பெரியார், வர்க்கலை, சிவகிரி, திருவனந்தபுரம் ஆகிய இடங்களுக்கு காந்தியுடன் சென்றிருந்ததற்கு ஆதாரங்கள் கிடைக்கின்றன.

1925 மார்ச் 12 அன்று சிவகிரியில் காந்தியுடன் நாராயண குருவைச் சந்தித்தார் பெரியார். உடன் இராஜாஜி, வ.வே.சு. ஐயர் ஆகியோர் இருந்தனர். மறுநாள் திருவனந்தபுரத்தில் காந்தியுடன் பெரியார் பேசியதாகப் பெரியாரே பலமுறை தெரிவித்துள்ளார். வேறு நூல் ஆதாரங்களும் தரப்பட்டுள்ளன. ஆக இவ்விரண்டு நாள்களில் பெரியார் திருவாங்கூரில் இருந்தது உறுதியாகிறது. அந்நிகழ்வுகளுக்கு முன்பின்னாகத் திருவாங்கூரில் தங்கிய நாள்கள் குறித்த விவரம் இதுவரை கிடைக்கவில்லை. இப்போது கிடைக்கும் ஆதாரப்படி வெளியே கழிந்த இரண்டு நாள்களாக அவரது ஆறாவது பயணத்தைச் சுருக்கக் கணக்கிடலாம்.

ஏழாவது பயணம்

சத்தியாகிரகத்தின் தொடர்பில் பெரியாரின் நிறைவான வைக்கம் பயணம் இது. வைக்கம் சத்தியாகிரக வெற்றிவிழாப் பொதுக்கூட்டத்திற்குத் தலைமை தாங்கச் சென்ற பயணம். விழாவில் கேரளத்துக்கு வெளியிலிருந்து கலந்துகொண்டவர் பெரியார் மட்டுமே. வெற்றிவிழாவிற்கு நாகம்மையுடன் பெரியார் சென்றார். தீண்டாதார் மற்றும் ஏழைகளுக்காகக் கல்வி கற்பிக்கச் சேலத்தில் ஏற்படுத்தப்பட்ட ஸ்ரீ தியாகராய நிலையத்தின் முன்னரே திட்டமிடப்பட்ட திறப்பு விழாவைத் தள்ளிவைத்து விட்டு வெற்றிவிழாவிற்குப் பெரியார் சென்றார் (*குடிஅரசு, 29 நவம்பர் 1925*). அவ்விழாவில் கேளப்பன், டி.கே. மாதவன்,

மன்னத்து பத்மநாபன் ஆகியோருடன் கலந்துகொண்டார். இம்முறை எத்தனை நாள் பெரியார் வைக்கத்தில் இருந்தார் என்று தெரியவில்லை.

ஆக இவ்வேழு பயணங்களில் பெரியார் திருவாங்கூரில் வெளியே (22+7+26+9+0+2+1) 67 நாள்களும், சிறையில் (0+31+43+0+0+0+0) 74 நாள்களும் தங்கியிருந்து வைக்கம் போராட்டத்தில் பங்கேற்றார் எனலாம். ஆக மொத்தம் 141 நாள். இவை உறுதியாகத் தெரிந்த பத்திரிகை ஆதாரங்களின் படியான கணக்கு. புதிய ஆதாரங்கள் கிடைக்குமானால் மேலும் எண்ணிக்கை கூடும். 1924 ஜூலை 4இல் வைக்கத்திலிருந்து ஈரோடு சென்ற பெரியார் எப்போது திரும்பினார் எனத் தெரியவில்லை. அந்த வகையில் மட்டும் வைக்கத்தில் இருந்த நாள்களில் சில குறையலாம். காந்தியின் வருகையின்போது இருந்த நாள்களில் சில கூடவும் செய்யலாம்.

பெரியாரும் போராட்டத் தலைவர்களும்

1924 மார்ச் 30இல் தொடங்கிய போராட்டத்தில் ஏப்ரல் 10க்குள் தலைவர்கள் கைது செய்யப்பட்டு விட்டனர். எஞ்சிய தலைவர்களும் தொடர்ந்து கைதாகினர். போராட்டத்தில் தொடர்ந்து கேரளத் தலைவர்கள் ஈடுபட முடியாமல் சத்தியாகிரகம் வைக்கத்தில் தளர்ந்துகொண்டிருந்தது. வைக்கம் சென்ற பெரியார் எச்சூழலில் அங்குச் செயல்பட்டார் என்பதை அறியப் பின்வரும் விளக்கங்கள் உதவலாம்.

டி.கே. மாதவனை அகில இந்தியத் தலைவர்களிடம் அறிமுகப்படுத்தி, போராட்டம் தொடங்குவதற்கு முன்னிருந்தே அதில் ஈடுபட்டிருந்தவர் கே.எம். பணிக்கர். பின்னர் அவர் பஞ்சாபில் காங்கிரசு வேலையில் மாட்டிக்கொண்டார். காந்தியுடன் ஏற்பட்ட கருத்து வேறுபாட்டால் ஜார்ஜ் ஜோசப் சிறையிலிருந்து வெளிவந்தபின் போராட்டத்திலிருந்து ஒதுங்கி விட்டார். கே.பி. கேசவ மேனன் சிறையிலிருந்து வெளிவந்தபின் களத்தில் தீவிரமாகத் தென்படவில்லை. சவர்ண ஜாதாவில் கலந்துகொள்ள விரும்பியும் மனைவியின் உடல்நிலை காரணமாக, ஜாதாவை வழி அனுப்ப மட்டுமே அவரால் வைக்கம் வர முடிந்தது. மேலும் போராட்டம் முடியுமுன்பே 1925இல் சொந்தத் தொழில் செய்ய இந்தியாவிலிருந்து வெளியேறி விடுகிறார். இப்படி கேரளத் தலைவர்கள் பலர் சத்தியாகிரகத்தில் விரும்பியோ விரும்பாமலோ விலகியே இருந்தனர்.

சத்தியாகிரகத்தின் மூலகர்த்தாவான டி.கே. மாதவன்,

செயலாளர் கேளப்பன், நாராயண குருவின் சீடரான சத்தியவிரத சுவாமிகள், குரூர் நீலகண்டன் நம்பூதிரி, கோவிந்தன் சாணார், சத்தியாகிரகத்தின் இடையில் கலந்து முக்கியமான ஜாதாவை நடத்திய மன்னத்து பத்மநாபன், சபரி ஆசிரம டி.ஆர். கிருஷ்ணசாமி ஐயர் ஆகியோர் இறுதிவரை களத்தில் இருந்த தலைவர்கள் ஆவர். டி.ஆர். கிருஷ்ணசாமி ஐயருக்குக்கூட சபரி ஆசிரமம் தவிரவும் வேறு ஏதோ பிரச்சனை இருந்திருக்க வேண்டும். இத்தகைய நிலையில் வெளி மாநிலத்திலிருந்து சென்று ஏறத்தாழ 150 நாள்கள் வைக்கம் போராட்டத்திற்காகப் பெரியார் செலவிட்டதைக் கணிக்க வேண்டியிருக்கிறது.

அயலிலிருந்து சென்று திருவாங்கூர் அரசாங்கத்திற்குச் சிம்ம சொப்பனமாக இருந்தோர் பெரியார், அய்யாமுத்து, எம்பெருமாள் நாயுடு ஆகியோர் எனலாம். பெரியாருக்கு விதிக்கப்பட்டது போலவே மற்ற இருவருக்கும் பேசவும் பிரவேசிக்கவும் தடை விதிக்கப்பட்டது. அவர்கள் அதை மீறுவதும் மீறாததும் பெரும்பாலும் சத்தியாகிரகக் குழுவின் முடிவில் இருந்தன. அய்யாமுத்து ஒரு *dangerous man* என்று அரசுக் குறிப்பு உள்ளது. தெற்கு ஜாதாவுக்குத் தலைமை தாங்கி நடத்திவந்த எம்பெருமாள் நாயுடு நவம்பர் 12, 1924 அன்று தடை காரணமாகத் திருவனந்தபுரத்தில் நுழைந்து கடற்கரையில் நிகழ்ந்த பேரணி நிறைவு மாநாட்டில் பேச இயலாமல் போனது. சிவசைலம் என்ற தமிழ்த் தொண்டர் வாங்கிய அடிகள் ஏராளம். நாகர்கோயில் முத்துசாமியின் தண்டோரா பிடுங்கப்பட்டது. இப்படித் தமிழ்த் தலைவர்களும் தொண்டர்களும் அனுபவித்த துன்பங்கள் பல. அவை ஆங்காங்கே எடுத்துக்காட்டப்பட்டுள்ளன.

பிற தலைவர்களின் கள அனுபவம் வேறானது. திருவாங்கூர் சென்ற காங்கிரசுத் தலைவர் எஸ். சீனிவாச ஐயங்கார் திருவனந்தபுரம் சென்றபோது அவருக்கு ஆக்டிங் திவான் வீரராகவ ஐயங்கார் வீட்டில்தான் தங்கல். இன்னொரு தமிழ்நாட்டு காங்கிரசுத் தலைவர் சி.வி. வேங்கடரமண ஐயங்கார் வைக்கம் பயணத்திற்குக் காவல்துறை ஆணையர் கார் அளித்தார். வைக்கம் கோயிலில் வைதிகர்களுடன் மதிய உணவு உண்டார். வைக்கம் சென்ற இராஜாஜி திவானைப் பார்க்கவும் அழைக்கப்பட்டார். காந்தியுடன் தொடர்புகொள்ள திவான் பேஷ்கார் இராஜாஜியைத்தான் பிடித்தார். எனினும் இராஜாஜி சத்தியாகிரக ஆசிரமத்தில் தங்கிப் போராட்டத்தை ஒழுங்கு செய்தார்.

காந்தி வைக்கத்திற்கு வந்தபோது அவர் அரசு விருந்தினர். அவரை அரசு விருந்தினராக நடத்தலாமா என்று அடிமை

திருவாங்கூர் அரசாங்கம் பிரிட்டிஷ் ஸ்தானிகரிடம் அனுமதி கேட்டது வேறு.

மேற்குறிப்பிட்ட இத்தலைவர்கள் எல்லாரும் ஒரு வகையில் அறிவாயுதம் தாங்கிய சமாதான தூதுவர்கள் போலவே விளங்கினர், செயல்பட்டனர். எஸ். சீனிவாச ஐயங்கார் உள்பட இவர்கள் எல்லாருக்கும் சத்தியாகிரகிகள் பேரில்தான் அரசியல் சாய்வு இருந்தது. மனச்சாய்வு பற்றி நான் பேசவில்லை. என்ன நினைக்கிறீர்கள் என்பதல்ல, என்ன செய்கிறீர்கள் என்பதே முக்கியம். பெரியாரே பலமுறை தெரிவித்தபடி முதலில் பெரியாருக்கும் சொந்த செல்வாக்கால் அரசு வரவேற்பு கிடைத்தது. எனினும் மனிதர் அதைப் பொருட்படுத்தாமல் அரசுக்கு எதிராகப் பிரசாரம் செய்ததால் அரசும் பழைய உறவைப் பொருட்படுத்தாமல் கைதியாக்கி விட்டது. அவரது பிரசாரம் வெகு மக்களைத் திரட்டியதால், அரசால் 15 நாளைக்கு மேல் பொறுக்க முடியவில்லை.

சத்தியாகிரகிகளால் போராட்டத்திற்கு வெளியிலிருந்து அழைக்கப்பட்டவர்கள் என்போர் கிடைத்துள்ள ஆதாரப்படி பெரியார், வரதராஜுலு நாயுடு, இராஜாஜி ஆகியோர். சத்தியாகிரக ஆசிரமப் பொறுப்பை வெளியிலிருந்து சென்று நடத்தியோர் பெரியார், நாகர்கோயில் எம்பெருமாள் நாயுடு, எஸ். இராமநாதன், மதுரை என். நாராயணன் ஆகியோர். வெளியிலிருந்து சென்று சத்தியாகிரகத்துக்குத் தலைமை ஏற்றவர் பெரியார்.

சத்தியாகிரகத்தில் அயல் மாநிலத்திலிருந்து வந்து கைதானவர்கள், பிரவேசத்தடை பெற்றோர் என்போர் பெரியார், அய்யாமுத்து, எம்பெருமாள் நாயுடு, சங்கர ஐயர், காந்தி ராமன், சக்கரவர்த்தி ஐயங்கார் ஆகியோர். ஒரு முறை சிறை சென்றோர் மேற்குறிப்பிட்டோர். இருமுறை சென்றவர் பெரியார்.

சத்தியாகிரகத்திற்குத் தமிழ்நாட்டிலிருந்து பத்திரிகை நிருபர்களாகச் சென்றோர் *தமிழ்நாட்டி*லிருந்து டி.எஸ். சொக்கலிங்கம், *தாய்நாட்டி*லிருந்து சுப்பிரமணிய செட்டியார். ஒரு வெளிநாட்டு நிருபரும் வந்திருந்தார். அவர் புகைப்படம் கூட எடுத்தார். ஆனால் வைக்கம் போராட்டப் படங்கள் ஒன்று இரண்டுதான் கிடைக்கின்றன. ஒன்று தன்னார்வலர்களின் குழுப்படம். இரண்டாவது இலவச சாப்பாடு போட்ட குழுவினரின் படம். வரையப்பட்ட சித்திரங்கள் சில தற்போது விளங்குகின்றன. எனினும் வெளிநாட்டு நிருபர் எடுத்த படம் ஒரு நாள் கிடைக்கும் என்ற நம்பிக்கை மட்டும் இருக்கிறது.

தாணுமாலயப் பெருமாள் பிள்ளையும் தன்னார்வலர்கள் புகைப்படம் எடுக்கப்பட்டுள்ளதாகக் குறித்துள்ளார் (நாட்குறிப்பு, 20 மே 1924).

வைக்கம் சத்தியாகிரகத்திற்குப் பெரியார் (நாகம்மையார்), எம்பெருமாள் நாயுடு (திருமலை அம்மாள்), தாணுமாலயப் பெருமாள் (பாக்கியம்), சங்கர ஐயர் (மீனாட்சி) முதலியோர் குடும்பத்தோடு சென்றுழைத்தோருள் சிலர். வைக்கம் சென்று பிரசாரத் தொண்டு புரிந்தோர் என்போர் பெரியார், அய்யாமுத்து, எம்பெருமாள் நாயுடு, காந்திதாஸ் முத்துசாமி, தாணுமாலயப் பெருமாள், சிவதாணு பிள்ளை, காந்திராமன், திருமேனிநாத நாடார், சங்கரலிங்க நாடார் உள்ளிட்ட கணக்கிலடங்காத் தமிழ்நாட்டு நாடார்களும் மற்றவர்களும், காமராஜ்கூடச் சென்றிருந்ததாகச் சொல்கிறார் டி.எஸ். சொக்கலிங்கம். பத்திரிகை ஆதாரம் எனக்குக் கிடைக்கவில்லை. நாகர்கோயில், திருநெல்வேலி, சேலம், கோயம்புத்தூர், சென்னை போன்ற மாவட்டங்களிலிருந்து முறையே அதிகம் பேர் வைக்கம் போராட்டத்தில் பங்கேற்றிருந்தனர். இவர்களின் பங்கேற்புக்குப் பல காரணங்கள் உண்டு. தேசப்பற்று, சுஜாதி அபிமானம் தவிரப் பெரியார், வரதராஜுலு நாயுடு போன்ற மக்கள் தலைவர்களின் வேண்டுகோளும் ஒரு முக்கிய காரணம்.

பயணங்களும் பயன்களும்

சமாதானம் செய்யவந்திருந்த பலரால் தீர்வு முந்தியதோ இல்லையோ பயன் இல்லாமல் போகவில்லை. வழக்கறிஞர் எஸ். சீனிவாச ஐயங்காரின் பயணம் வைதிகர்களின் பக்கம் நியாயமும் மக்கள் ஆதரவும் இல்லை என்பதை அவர்களுக்கு உணர்த்திய பயணம் எனலாம். வைக்கம் தெருவில் சஞ்சார சுதந்திரம் பற்றிய அவரது சட்ட வியாக்கியானம் இன்றைக்கும் ஆச்சர்யம் தருகிறது. அதனாலேயே அவரது அறிக்கையைப் பெரிதாக இருப்பினும் பின்னிணைப்பில் தந்துள்ளேன். *நாடார் குல மித்திரன்* அவரை 'மேதாவி' என்று குறிப்பிட்டிருந்ததை நினைவூட்டுவது அந்த அறிக்கை. போராட்டத்தில் ஈடுபட வேண்டாம் என்று எஸ். சீனிவாச ஐயங்கார் தன்னைக் கேட்டுக்கொண்டதாகப் பெரியார் பின்னாளில் குறிப்பிட்டுள்ளார்.

சிரத்தானந்தரின் வருகை, காங்கிரசின் செயல்பாடின்மையையும் ஆரியசமாஜிகளின் ஆதரவையும் உறுதிப்படுத்தியது, பண உதவியைத் தர விரும்பியது. இராஜாஜி, எஸ். இராமநாதன், வரதராஜுலு நாயுடு போன்ற தமிழ்த் தலைவர்களின் பயணங்கள்

சத்தியாகிரகிகளின் கரத்தை வலுப்படுத்தின. சி.எப். ஆண்ட்ரூஸ் பயணம் அகில இந்தியாவுக்கும் வைக்கத்தை அறிமுகப்படுத்த உதவியது.

காந்தி குழுவினரின் பயணம் மிக முக்கியமான தருணத்தில் நிகழ்ந்தது. சட்டசபையில் சஞ்சார சுதந்திரத் தீர்மானம் தோல்வியுற்ற நேரம் அது. சரிந்திருந்த சத்தியாகிரகம் நிமிர்ந்து நிற்க அவரது பயணம் உதவியது. மகாராணிகள், திவான், வைதிகர்கள், காவல்துறை ஆணையர், தேவஸ்வம் ஆணையர், திவான் பேஷ்கார், நாராயண குரு ஆகிய முக்கியமான பலரையும் சந்தித்துச் சமாதான முயற்சியில் ஈடுபட்டது காந்தியின் பயணம். அதனால்தான் இவ்வளவு தாமதமாகவாவது போராட்டம் முடிவுக்கு வந்தது.

தமிழ்நாட்டிலிருந்து செல்லாமல் சென்ற இன்னொரு கட்சிக்காரனை இங்கு விட்டு விட்டேன். இறந்து மூன்றாண்டுகள் ஆகியிருந்த நிலையில் பாரதி பாடலாகப் போராட்டத்தில் பரவி நின்றான். விவரம் முன் இயல்களிலும் (அய்யாமுத்து பற்றிய குறிப்பிலும்) காண்க. பாரதி சமாதானப் புறா அல்லன். அங்குத் தீயர் புலையருக்கும் விடுதலை கோரிய ஒரு கட்சிக்காரன், பெரியாரைப் போல.

வினோபா பாவே, சி.ஆர். தாஸ் ஆகியோரும் வைக்கத்திற்கு வந்ததாகக் கூறுகின்றனர். வினோபா பாவே வைக்கம் சென்றதைத் தன் வாழ்க்கை வரலாற்றில் குறிப்பிட்டுள்ளதை மதுரை கே.எம். நடராஜன் எனக்கு எடுத்துக்காட்டினார். சி.ஆர். தாஸ் வருகைக்கான ஆதாரம்தான் இன்னும் கிடைக்க வில்லை. வருவார் வருவார் என்று சொல்லப்பட்டு வராமலே போனவர் பண்டித மதன்மோகன் மாளவியா. வைதிகரின் இலவு காத்த கிளி மாளவியாவின் நிகழாத பயணம்.

சத்தியாகிரக வெற்றி விழாவிற்குத் தலைமை ஏற்க அழைக்கப்பட்ட அயலகத் தலைவர் பெரியார் மட்டுமே. அவ்விழாவில் கலந்துகொண்ட கேரளத் தலைவர்கள் கேளப்பன், டி.கே. மாதவன், மன்னத்து பத்மநாபன் ஆகிய சிலரே. கேரளம், இறுதிவரை களத்தில் நின்ற போராட்டத் தலைவர்களை வைக்கத்தில் சிலையாக நிறுத்தி மகிழ்ந்திருக்கிறது. டி.கே. மாதவன், மன்னத்து பத்மநாபன், பெரியார் சிலைகள் வைக்கத்தில் சாலையில் நிற்கின்றன. இப்படிச் சொன்னால், பெரியார் உட்கார்ந்த வடிவில்தானே இருக்கிறார், அதுவும் வளாகத்துக்குள் என்றும் சிலர் மறுக்க முனையலாம்!

II
பெரியாரும் வைக்கம் எதிரொலிகளும்

1925இல் முடிந்த வைக்கம் சத்தியாகிரகத்துக்குப் பிறகு ஏறக்குறைய அரை நூற்றாண்டு வாழ்ந்தவர் பெரியார். போராட்டத்திற்குப் பிறகான இந்த நீண்ட காலத்தில் வைக்கம் தொடர்பில் பெரியார் மீதான விமர்சனங்கள் எழுந்தன. அதே போல் பெரியாரின் கருத்துலகிலும் வைக்கம் ஏற்படுத்திய தாக்கங்களும் அதிகம். தமிழ், கேரளச் சமூகங்களில் வைக்கம் ஏற்படுத்திய பாதிப்புகளைப் பற்றி பெரியாரின் பார்வைகளும் மிகுதியாகப் பதிவாகியுள்ளன. அத்தகவல்களைக் காலவரிசையில் இனிப் பார்க்கலாம்.

முதலில் பெரியாரின் வைக்கம் பங்களிப்பு பற்றிக் கேரளத்தில் பொருட்படுத்தல் இல்லை என்றொரு கருத்து நிலவுகிறது. அது அப்படித்தானா என்பதை இவ்வியலின் முற்பகுதியே விளக்கிவிடும். எனினும் மேலும் சில விவரங்களை இங்குப் பார்க்கலாம்.

கேரள வரலாற்றுப் பேராசிரியர் டி.கே. ரவீந்திரன் எழுதிய வைக்கம் பற்றிய முன்னோடி நூல் முதல், *பந்தனத்தில் நின்னு* (கே.பி. கேசவ மேனன்), *ஷேத்ர பிரவேசனம்* (டி.கே. மாதவன்), *Proceedings of Travancore Legislative Council 1924-1925, Office Note Regarding the Vykom Satyagraha, 1924*, டி.கே. மாதவன் வாழ்க்கை (பி.கே. மாதவன்) ஆகிய ஆவணங்களில் பெரியாரின் பங்களிப்பு பேசப்பட்டுள்ளது என சுகுணா திவாகர் தெரிவித்துள்ளார் (பெரியார்: அறம் அரசியல் அதிகாரம், ப. 97). அவர் குறிப்பிடும் ஆறு ஆவணங்களில் மூன்றை நான் பார்த்திருக்கிறேன். அவற்றில் இடம் பெற்றிருந்த பெரியாரின் பங்களிப்புகளை முன் இயல்களில் வேண்டிய இடங்களில் தந்துள்ளேன். அந்த ஆறு குறிப்புகளில் சத்தியாகிரகத்தில் கலந்துகொண்ட கே.பி. கேசவ மேனன் பெரியார் பற்றிக் குறிப்பிடுவதை இங்குக் குறிக்கலாம். பெரியாருடன் சிறையிலிருந்த பத்திரிகையாசிரியரான அவர், சிறையில் பெரியார் பட்ட சிரமம், அதன் பயன் ஆகியவை கேரளர்களுக்கு ஏற்படுத்த வேண்டிய உற்சாகத்தைப் பற்றி எழுதினார். அது வருமாறு:

"கால்களில் விலங்குச் சங்கிலி, தலையிலே கைதிகள் அணியும் ஒரு குல்லாய், முழங்காலுக்குக் கீழே தொங்குகிற ஒரு வேட்டி, கழுத்தில் கைதி எண் குறிக்கப்பட்ட மரப்பட்டை இவற்றுடன் ஈ.வெ. ராமசாமி கொலைகாரர்களோடும்

கொள்ளைக்காரர்களோடும் வேலை செய்துகொண்டிருக்கிறார். தண்டனை அடைந்த ஒரு சாதாரண கைதி ஒரு நாளைக்கு எவ்வளவு வேலை செய்வானோ அதைவிட இரு மடங்கு வேலை செய்கின்றார் அவர்.

"சாதிஇந்து என்ற சொல்லக்கூடிய நிலையிலே உள்ள ஒருவர், கேரளத்திலுள்ள தீண்டத்தகாத மக்களுக்கு உரிமை வாங்கிக் கொடுப்பதற்காகச் செய்த தியாகம் நமக்குப் புது வாழ்வு தந்திருக்கிறது. இந்தப் பெரிய உன்னத இலட்சியத்திற்காக அவர் அனைத்தையும் இழக்கத் தயாராக இருக்கின்றார்.

"ஈ.வெ.ரா. அவர்களுக்கு இருக்கக்கூடிய நாட்டுப்பற்று, உற்சாகம், அனுபவம், பெருந்தன்மை, பெரும் பக்குவம் இவை அனைத்தும் உடைய வேறொருவரை இந்த நாட்டிலே அந்த அளவுக்குக் காண முடியுமா? இந்த மாநிலத்து மக்கள் அனுபவிக்கும் கொடுமையை நீக்க வேண்டும் என்பதற்காக எவ்வளவு கஷ்டநஷ்டங்களை வேண்டுமானாலும் தான் ஏற்கலாம் என்று சொல்லி ஒரு தலைவர் வந்தாரே, அதைப் பார்த்து இந்த மாநில [கேரள] மக்களாக இருக்கின்ற எவருக்குமே வெட்கம் ஏற்படவில்லையா? கேரளத்தின் முதிர்ந்த அனுபவம் மிக்க தலைவர்கள் சாய்வு நாற்காலிகளைத் தூக்கி எறிந்துவிட்டு தங்கள் பங்கைச் செலுத்த இப்பொழுதாவது வர வேண்டாமா?" (வைக்கம் சத்யாகிரக நினைவலைகள், ப. 90).

தற்கால, புகழ்பெற்ற வரலாற்றுப் பேராசிரியரான கே.கே. குசுமான் (1943—2007), வைக்கம் பற்றிய நூல் எழுதிய மேரி எலிசபெத் கிங்குக்கு அளித்த பேட்டியில் கேரளத் தலைவர்களால் அழைக்கப்பட்டே பெரியார் போராட்டத்தில் வந்து கலந்துகொண்டார் என்பதை நினைவு கூர்கிறார். பெரியார் தேதியுடன் தெரிவிக்கும் முன் குறிப்பிடப்பட்டுள்ள கேரள அழைப்புகளை நம்பாதவர்கள், கேரள வரலாற்றுப் பேராசிரியர் அயல்நாட்டு ஆய்வாளரிடம் சொல்வதை எப்படிக் கருதுவார்களோ?

" K.K. Kusuman observed, the second rank of the leaders invited Naicker, who was also spearheading similar movements in Tamil Nadu. When invited he came to Vykom and took the leadership for sometime".

தலைவர் பலர் இருக்கப் பெரியாரை அழைத்ததன் காரணத்தை ஒரு கட்டுரையில் குசுமானே விவரித்துள்ளார். அதில் பெரியாரின் நிரூபிக்கப்பட்ட பேச்சுத்திறமையைக் குறிக்கிறார்.

“வார்தாவில் காந்தியிடம் பேச்சுவார்த்தை முடித்துக்கொண்டு திரும்பிய தலைவர்கள் எல்லா முக்கியத் தலைவர்களும் கைதாகிச் சிறைப்பட்டதை அறிந்தனர். அச்சமயத்தில் ஈரோட்டிலிருந்து பெரியாரை அழைக்க முடிவு செய்தனர். சத்தியாகிரகத்தின் தலைமைப் பொறுப்பை எடுத்துக்கொள்ளும்படி வேண்டினர். அச்சமயம் தீண்டாமைக்கு எதிராகவும் மூடநம்பிக்கைக்கு எதிராகவும் அவரது கடுமையான செயல்பாட்டால் அகில இந்தியாவிற்கும் அறிந்தவராய் இருந்தார்” *(Aspects of South Indian History, p. 215).*

அதே கட்டுரையின் பின் பகுதியில் அவர் தரும் பின்வரும் தகவல் வைக்கத்திலும் அப்பேச்சுத் திறமை வெளிப்பட்டதைப் பற்றிப் பேசுகிறது.

“சத்தியாகிரகத்தை இன்னும் தீவிரமாகப் பரப்ப வேண்டும் என்ற கருத்தை ஏற்று பெரியார், எம்பெருமாள் நாயுடு, மன்னத்து பத்மநாபன், மாதுன்னி, சிட்டேடத்து சங்குப் பிள்ளை, ராமகிருஷ்ண தாஸ் போன்றவர்கள் திருவாங்கூரின் உள் பகுதிகளுக்கு எல்லாம் சென்று பேசி சத்தியாகிரகத்தைப் பிரசாரம் மூலம் பரப்பினர்” மேலும் *The hard-hitting speeches of E.V. Ramaswamy Naicker were enough for the authorities to nab him; he was arrested* என்று பேச்சுத்திறமையையும் அதன் விளைவையும் எழுதினார் (மேலது).

வைக்கம் சென்றது பற்றிய கருத்துகள் விமர்சனத்துக்குள்ளாகி இருக்க வைக்கம் வீரர் என்று பெரியார் பாராட்டப்படுவதும் கூடச் சிலருக்குப் பொருத்தமற்ற விளியாகத் தோன்றுகிறது. இந்தச் சொல்லாட்சிக்குத் தமிழ்நாட்டிலிருந்து வைக்கம் சென்று போராடிய வீரர் என்றே பொருள் கொள்ள வேண்டும். தந்தை பெரியார் என்பதைப் பகுத்தறிவுத் தந்தை பெரியார் என்று அறிந்து கொள்வதுபோல (காண்க: சென்னை, அண்ணாசாலை, பெரியார் சிலை). வைக்கம் வீரர் என்ற பட்டம் பெரியாருக்குத் தன்னால் வழங்கப்பட்டது என்று திரு.வி.க.வே குறிப்பிட்டுள்ளார். சிலர் கூறுவது போல 1925 காங்கிரசு மாநாட்டில் வழங்கப்பட்டதா என்று தெரியவில்லை. அதற்கு முன்பே, 1924 ஏப்ரலிலிருந்தே பெரியாரை, திரு.வி.க. அவ்வாறு அழைக்கத் தொடங்கிவிட்டார். அப்படிக் குறிப்பிட்ட முதல் *நவசக்தி* இதழ் என் பார்வைக்கு இன்னும் கிடைக்கவில்லை. முதல் இதழ் தான் கிடைக்கவில்லையே தவிரத் தொடர்ந்து திரு.வி.க. எழுதியதை நூலின் முன் இயல்களில் குறிப்பிட்டிருப்பதை வாசகர்கள் கண்டுணரலாம். 1928இல் வைக்கம் வீரர் சொற்பொழிவு என்ற தலைப்பிட்ட நூல் குமரன் அச்சகம், காரைக்குடியிலிருந்து வெளியாகியுள்ளது.

பீடிகைகளை இத்துடன் நிறுத்திக்கொள்வோம். இனிப் பெரியாரின் போராட்ட வாழ்க்கையில் வைக்கம் ஏற்படுத்திய தாக்கங்களைக் காலவரிசையில் பார்க்கலாம். பெரியாரின் பேச்சுகளே, அவரது சிந்தனைகளாக நூலாகத் தொகுக்கப்பட்டுள்ளதை அறிவோம். பெரியாரின் இயல்பான பேச்சு முறை என்பது ஒரே செய்தியைத் திரும்பத் திரும்ப அவ்வப்போதைய பார்வையில் பேசிக்கொண்டிருப்பதாகும். அதனால் வைக்கம் பற்றிய தொடரும் பகுதியில் கூறியது கூறல் குற்றம் என்றால் அக்குற்றம் மிகுதியும் நேர்ந்திருக்கும். அதை விலக்கிவிட்டு, ஒவ்வொரு பேச்சிலும் வைக்கத்தின் பயனாய் உருவாகிவரும் அவரது பார்வையைத் திரட்டிக்கொள்வது நோக்கம் என்பதை முன்குறிப்பாகச் சொல்லிவைக்கிறேன்.

சுயராஜ்யமும் வைக்கமும்

சுயராஜ்யம் பெறுவோம் பிறகு சமூகப் பிரச்சனைகளை நமக்குள் பேசிச் சீர்செய்து கொள்ளலாம் எனவே நாட்டு விடுதலைக்கு முதலில் முயல்வோம் என்ற குரல் விடுதலைப் போராட்ட வரலாறு நெடுகவும் ஓங்கி ஒலித்தது. வைக்கம் பிரச்சனையில் இக்கருத்துப்படி எவரும் நடக்கவில்லை என்பது பெரியாரின் குற்றச்சாட்டு.

"வைக்கத்தில் தெருவில் நடக்க எத்தனை பேர் ஜெயிலுக்குப் போக வேண்டி வந்தது? கல்பாத்தியில் தெருவில் நடக்க 144 யார் வேண்டுகோளின் பேரில் போடப்பட்டது? அதற்காகச் சர்க்காரிடம் யார் போனது? நமக்குள் சரிப்படுத்திக்கொள்ளக் கூடாதா? என்கிற யோக்கியர்கள் இந்தச் சமயம் ஏன் சர்க்காரிடம் போக விட்டார்கள். பொதுஜனங்கள் பணத்தில் நடத்தப்படும் வேத பாடசாலையில் பிராமணன்தான் படிக்கலாம், சூத்திரர்கள் படிக்கக் கூடாது என்று சொல்லுகிறபோது நமக்குள் சரிப்படுத்திக் கொள்ளக் கூடாதா என்கிற பிரபுக்கள் எங்கே போயிருந்தார்கள்?" (குடிஅரசு, 22 நவம்பர் 1925).

அரசியல் விடுதலையால் அடையப்பெறும் சுயராஜ்யம் என்பது ஒரு குறிப்பிட்ட பிரிவினரின் எதேச்சாதிகாரத்திற்குப் பயன்படும் என்று சமதர்மம் விரும்பிய பெரியார் கருதினார். அதனால் சுயராஜ்யத்தைத் தொடர்ந்து மறுதலித்தார்.

". . . மனித உடல் தாங்கிய ஒருவன், அவனுடைய தெய்வத்தைக் காண, தரிசிக்க, உரிமையற்ற ஒருவன் எப்படி சுயமரியாதை உள்ளவனாவான்? அந்தச் சமூகத்திற்கு சுயராஜ்யம் எதற்கு? எந்த ராஜ்யமிருந்தால்தான் அவர்களுக்குக் கவலை

என்ன? இம்மாதிரி ஒரு சமூகத்தாரை ஒடுக்கிச் சுயமரியாதை அற்றுவைத்திருக்கும் ஒரு 'இராட்சச' சமூகத்தார் சுயராஜ்ய மடைவது மற்ற சமூகத்தாருக்கு நன்மை தருமா? அல்லது ஒடுக்கப்பட்ட வகுப்பாருக்கும் சேர்த்துதான் சுயராஜ்யம் தேடுவது என்று சொல்லுவோமானால், அவர்கள் தங்கள் தெய்வங்களைக் காணவும் தரிசிக்கவும் முடியாதபடியும் தெருவில் நடக்கவும் கண்ணில் தென்படவும் முடியாதபடியும் வைத்திருப்பதற்குக் காரணம் சுயராஜ்யம் இல்லாமைதானா?" *(குடிஅரசு, 24 ஜனவரி 1926).*

சுசீந்திரம் போராட்டத்தின்போது

வைக்கம் போராட்டத்தில் கலந்துகொண்ட நாகர்கோயில் எம்பெருமாள் நாயுடு 1926இல் சுசீந்திரம் சத்தியாகிரகத்தைத் தொடங்கியபோது அதைப் பெரியார் ஆதரித்துப் பேசினார். அப்போது வைக்கத்தை நினைவு கூர்ந்தார்.

"வைக்கம் சத்தியாகிரகம் முடிவடைந்து வெகுநாள்களாகி விடவில்லை. அதற்குள்ளாக மற்றோரிடத்தில் சமத்துவத்தை நிலைநாட்டத் தோன்றியுள்ள சத்தியாகிரகத்தைக் காண நாம் மகிழ்ச்சியுறுகின்றோம். அநீதியும் அக்கிரமமும் தொலைய வேண்டுமானால் வெறும் சட்டங்களாலும் எழுத்தாலும் பேச்சாலும் முடியாதென்றும் சத்தியாகிரகமும் தியாகமுமே உற்ற சாதனம் ஆகுமென்றும் பலமுறை வற்புறுத்தியிருக்கின்றோம்.

"திருவிதாங்கூர் இராஜ்யத்திலுள்ள பொதுரஸ்தாக்களும் பொதுக்குளங்களும் சாதிமத வித்தியாசமில்லாமல் பொது ஜனங்கள் அனுபவிக்கலாம் எனச் சில வருடங்களுக்கு முன்னரே உத்தரவு போட்டிருக்கின்றனர். ஆக கவர்ன்மெண்டார் பேரில் குற்றமில்லை. பிராமணர்கள் தவிர்த்த ஏனைய சாதிகளாகிய நாயர் முதலானவர்கள் தங்கள் சமூக மாநாடுகளில் பொது ரஸ்தாக்களிலும் பொதுக் குளங்களிலும் சாதி மத வித்தியாசங்கள் காட்டலாகாது எனத் தீர்மானம் செய்திருக்கின்றனர்; செய்து வருகின்றனர். ஆக பொதுஜனங்களின் சமத்துவத்திற்கும் சுயமரியாதைக்கும் இடைஞ்சலாக இருப்பவர்கள் பிராமணர்களே ஆவார்கள்" *(குடிஅரசு, 31 ஜனவரி 1926)* என்ற பெரியார் அதற்கு ஆதாரம் உண்டு என்றார்.

கல்பாத்தி நடைபாதையில் தடுப்பு

சுசீந்திரத்தை அடுத்து பாலக்காட்டு கல்பாத்தியில் நிகழ்ந்த தீண்டாமை ஒழிப்பிலும் பெரியார் தொடர்ந்து முன்னின்றார்.

"சென்ற வருஷத்தில் வைக்கம் சத்தியாகிரகத்திற்குப் பிறகு மறுபடியும் கல்பாத்தி அக்கிரகாரத்திற்குள் ஈழவர்கள் பிரவேசிக்க முயன்றார்கள். அது சமயம் சட்டசபையிலும் 'எல்லாப் பொது ரஸ்தாவிலும் எல்லா சாதியாரும் போகலாம்' என்று ஒரு தீர்மானத்தையும் நிறைவேற்றினார்கள். அது அமுலுக்கு வரும்போது சட்ட மெம்பர் சி.பி. இராமசாமி ஐயர் தயவில் "வேலையிருந்தால்தான் போக வேண்டும்" என்கிற வியாக்கியானம் செய்யப்பட்டுப் போய் அந்தத் தீர்மானம் குழி தோண்டி புதைக்கப்பட்டது. . . .

"மறுபடியும் கடை வீதிகளில் தாழ்ந்த சாதியார் நடக்கக் கூடாது என்பதைச் சிலர் வற்புறுத்தி பிரசாரம் செய்து வருகிறார்கள். ஆனாலும் இச்சமயம் பாலக்காடு பெரியகடை வீதி வியாபாரிகள் சுலபத்தில் ஏமாறக்கூடியவர்கள் அல்ல. தாங்கள் சென்ற தடவை தடுத்ததே நியாயமல்ல என்பதை நன்றாய் உணர்ந்திருக்கிறார்கள். ஆதலால் சீக்கிரத்தில் தாழ்ந்த வகுப்பாருக்குக் கடை வீதி பிரவேசமானது கிடைக்குமென்று நம்புகிறோம்" (*குடி அரசு*, 16 மே 1926).

வைக்கம் வெற்றி இந்திய வெற்றி அல்ல

வைக்கத்தில் கிடைத்த வெற்றியால் நாடு முழுவதும் தீண்டாமை ஒழிந்து போய்விடும் என்று பெரியார் கருதவில்லை. எந்த மூடநம்பிக்கையும் போல இந்த மூடநம்பிக்கையும் அவரிடம் இல்லை. 1928இல் பின்வருமாறு குறிப்பிட்டார்.

". . . பர்தோலி விஷயம் முடிவு பெற்றால் பர்தோலிக்கு வெற்றி என்று சொல்லிக்கொள்ளலாம். பக்கத்து ஊர்க்காரர்களுக்கு என்ன லாபம். உதாரணமாக வைக்கத்தில் நடைபாத்திய வெற்றி ஏற்பட்டது என்று நாம் சொல்லிக்கொள்ள இடம் ஏற்பட்டது என்பதாகவும் அதனால் சிலருக்கு விளம்பரமும் பெருமையும் கீர்த்தியும் ஏற்பட்டதாகவும் வைத்துக்கொள்ளலாம். ஆனால் அவ்வெற்றி வைக்கத்திற்கு அடுத்த ஆலப்புழை, அம்பலப்புழை என்பதான பக்கத்து கிராமங்களுக்குக்கூடப் பயன்படாமல் வழக்கம் போல் உள்ள கொடுமைகள் ஆங்காங்கு நடைபெற்றுக் கொண்டுதான் வருகின்றன" (*பெரியார் ஈ.வெ.ரா. சிந்தனைகள்*, ப. 2633).

சத்தியாகிரகிகளுடன் பிற்காலத் தொடர்பு

சத்தியாகிரகத்தில் பெரியாரோடு கலந்துகொண்டவர்களுடன் பிற்கால வாழ்க்கையில் முரண்படவும் இயைந்து செல்லவும் தன் கருத்து நிலைக்கேற்ப முடிவெடுத்தார் பெரியார். அவ்வகையில்

கே.பி. கேசவ மேனன், சகோதரன் அய்யப்பன், சிவதாணு பிள்ளை ஆகியோருடன் அவர் எதிர்கொண்ட நிகழ்வுகள் பின்வருபவை.

கே.பி. கேசவ மேனன்: வைக்கம் போராட்டத்தில் பெரியாருடன் கலந்துகொண்டு சிறையும் இருந்தவர் கே.பி. கேசவ மேனன். சத்தியாகிரகத்தின் தொடக்கத்தில் முன்னணியில் இருந்தவர். முடிவில் மலேயாவிற்குச் சென்றுவிட்டார். அங்கு வழக்கறிஞராகப் பதிவு பெறுவதில் வைக்கம் சிறைவாசம் சிக்கலை எழுப்பிவிட்டது. அப்போது அவருக்கு ஆதரவாகப் பெரியார் எழுதிய குறிப்பில் வைக்கம் இடம் பெற்றுள்ளது.

'சென்னை ஹைகோர்ட்டில் அவர் மிக்க பிரபல வக்கீலாக இருந்தவர். இந்தியாவில் பிரபலமாயிருந்த கனவான்கள் யாராவது தேசச்சேவையின் பலனாய் உண்மையான தியாகம் செய்தவர்கள் இருப்பார்களேயானால் அவர்களில் கே.பி. கேசவ மேனன் முதன்மையானவராவார். மலையாள தேசம் முழுமையும் கே.பி.கே. மேனன் என்றால் கண்களில் நீர் விடுவார்கள். அப்பேற்பட்ட உண்மையான தியாகியானவர். திருவாங்கூர் ராஜ்யத்தில் வைக்கம் என்னும் ஒரு பிரபல கோயில் உள்ள ஊரில் உள்ள பொதுத்தெருவில் ஈழவர்கள், நாடார்கள் முதலியவர்கள்கூட நடக்கக்கூடாது என்று தடை செய்யப்பட்ட தெருவில் அவர்களுக்குத் தெருபாத்தியம் வாங்கிக் கொடுக்கச் செய்யப்பட்ட முயற்சியில் திருவாங்கூர் அரசர் என்னும் சுதேச இராஜாவால் 6 மாதம் தண்டிக்கப்பட்டு ஜெயிலிலும் மிக்க மரியாதையாய் நடத்தப்பட்டவர். அத்தண்டனையின்போது நாமும் அவரும் திருவாங்கூர் ஜெயிலில் ஒன்றாகவே தண்டனை அனுபவித்தவர்களாவோம். கடைசியாக காலாவதி தீருமுன் எங்களை விடுதலை செய்துவிட்டதோடு, கே.பி.கே. மேனனை எதற்காகத் தண்டித்தார்களோ அந்தக் காரியமான வைக்கம் ரோட்டுகளை எல்லோரும் நடக்கும்படியாக உத்தரவு கொடுத்து விட்டார்கள். ஆகவே கே.பி.கே. மேனன் அவர்கள் செய்த காரியம் குத்தமா அல்லது திருவாங்கூர் அரசாங்கம் அவரைச் சிறைப்படுத்தினது குற்றமா என்பதை யோசித்துப் பார்த்தால் விளங்காமல் போகாது" *(குடிஅரசு, 3 ஆகஸ்ட் 1930).*

சிக்கல் தீர்ந்து வழக்கறிஞரான பிறகு பெரியார் கே.பி. கேசவ மேனனை வாழ்த்தினார். அதிலும் வைக்கம் இடம் பெற்றிருந்தது. 'கேரள காங்கிரஸ் ஸ்தாபனத்தின் டிக்டேட்டராகவும் இருந்த ஒரு யோக்கியமும் கீர்த்தியும் வாய்ந்தவர், அகிம்சையில் மிக்க நம்பிக்கையுமுடையவர். சமுதாய சீர்திருத்த விஷயத்தில்

திருவனந்தபுரம் சமஸ்தானத்தில் தமது சமூகமான நாயர் சமூகத்திற்கே விரோதமாக வைக்கம் கோயில் தெருவில் தாழ்த்தப்பட்டவர்களுக்கு உரிமை வாங்கிக் கொடுக்கத் தீர்மானித்து மற்றும் சில பாரிஸ்டர்களுடனும், பி.ஏ., பி.எல். வக்கீல்களுடனும் சத்தியாகிரகம் துவக்கி அவ்வரசாங்கத்தாரால் 6 மாதம் காவலில் வைக்கப்பட்டாலும் சிறையில் மிக்க கவுரவமாய் நடத்தப்பட்டு தண்டனைக்காலம் தீருவதற்கு முன்பாகவே விடுதலை செய்யப்பட்டு, அவர் கோரியபடியே திருவாங்கூர் அரசாங்கம் இணங்கி வைக்கம் தெருக்களைப் பொதுஜன நடமாட்டத்திற்கு எல்லோருக்கும் பொதுவாய் விட்டு விட்டதுடன் மற்றும் பல ரோடுகளையும் எல்லாச் சாதியாருக்கும் பொதுவாக்க வேண்டிய நிலைமையும் ஏற்பட்டது. ஆகவே இவைகளிலிருந்து கே.பி. கேசவ மேனன் அவர்களின் யோக்கியமும் முயற்சியும் எப்படிப் பட்டது என்பது யாரும் நன்றாய் உணரலாம்” *(குடிஅரசு, 14 டிசம்பர் 1930).*

சகோதரன் அய்யப்பன்: வைக்கம் போராட்டத்தில் உடன் சிறையிருந்த கே.பி. கேசவ மேனனுடன் பெரியாருக்குத் தொடர்ந்து தொடர்பில்லை. அவர் மலேயா சென்றுவிட்டது காரணமாகலாம். போராட்டத்தில் உடன்கலந்து கொண்ட சகோதரன் அய்யப்பனுடன் பெரியார் தொடர்ந்து உறவு கொண்டிருந்தார். அது ஈழவ மக்களுக்குப் பெரிதும் பயன் பட்டது. 1933இல் தான் ஏற்பாடு செய்த கூட்டமொன்றில் பெரியார் அவரைக் கலந்துகொள்ளச் செய்தார். அதில் பெரியார் பேசிய பேச்சு பின்வருவது.

“. . . வைக்கம் சத்தியாகிரகத்தில் அறிமுகமானோம். வைக்கம் சத்தியாகிரக கிளர்ச்சிக்கு அவர் ஒரு முக்கிய காரணஸ்தர். அவர் இந்துமதப்படியும் மலையாள நாட்டுச் சம்பிரதாயப்படியும் வருணாசிரமத் தர்மப்படியும் தீண்டாத வகுப்பைச் சேர்ந்தவர். எனக்கு மலையாள தேசம் 30, 40 வருஷங்களாகத் தெரியும். வியாபார முறையில் நான் அங்குச் சென்று தாமதிப்பதுண்டு. அந்தக் காலத்தில் அய்யப்பன் வகுப்பார் வீதியில் நடந்தால் மோட்டார் கார் ஆரன் கொடுப்பது போல அவர்கள் ஹா ஹா என்று கத்திக்கொண்டு போக வேண்டும். ஏனெனில் மோட்டார் கார் எப்படி ஜனங்கள் தனது சக்கரத்தில் சிக்காமல் இருப்பதற்காக ஆரன் ஊதித் தான் வருவதை முதலிலேயே தெரிவிக்கிறதோ அதுபோல் ஈழவர் முதலியவர் மற்றவர்கள் தங்கள் அருகாமையில் வந்து தீட்டுப்பட்டு தோஷமடையாமலிருப்பதற்கு ஹா ஹா என்ற கூப்பாடு போட்டுக்கொண்டே இருக்க வேண்டியவர்களாய் இருந்தார்கள்.

“ஆனால் இப்போது தோழர் நாராயண குருஸ்வாமி அவர்கள் முயற்சியாலும், அய்யப்பன் முதலியோர் கிளர்ச்சியாலும் அக்கொடுமைகள் ஒழிந்து சட்டசபை அங்கத்தினர் முதலிய ஸ்தானம் பெற்று சுமார் 20 லட்சம் ஜனங்களுக்குச் சுயமரியாதை உணர்ச்சி ஏற்பட்டிருக்கிறது. மலையாள தேச ஈழவர் சமுதாயம் ஒட்டுக்கும் உள்ள ஸ்தாபனமாகிய எஸ்.என்.டி.பி.யோக காங்கிரசில் தங்களுக்கு மதமே வேண்டியதில்லை என்றும் தாங்கள் யாரும் இனிமேல் இந்துக்கள் என்று சொல்லிக் கொள்ளக் கூடாது என்றும் தீர்மானங்கள் செய்ததற்குக் காரணம் தோழர் அய்யப்பனே ஆவார். அவர் ஒரு பத்திராதிபர். அவர் மனைவியாரும் பி.ஏ., எல்.டியுடன் ஒரு பத்திராதிபரும் ஒரு ஜட்ஜின் குமாரத்தியும் ஆவார். இருவரும் சேர்ந்தே உழைத்து வருகிறார்கள். மலையாளத்தில் அய்யப்பன் என்கின்ற பெயர் ஒவ்வொருவருக்கும் வீட்டுப்பெயர் போல் விளங்குகின்றது. மலையாள வாலிபர்களை எல்லாம் இன்று அவர் பொதுஉடைமை சமதர்மவாதியாக ஆக்கிவைத்திருக்கிறார்” *(புரட்சி, 3 டிசம்பர் 1933).*

நாகர்கோயில் சிவதாணு பிள்ளை: சமூக விடுதலையில்லாத அரசியல் விடுதலையால் மட்டும் எந்தப் பயனும் விளையாது என்று 1920களில் ஏற்பட்ட கருத்து 30களிலும் பெரியாருக்கு மாறவில்லை. வைக்கம் போராட்டத்தில் தன்னுடன் கலந்து கொண்ட நாகர்கோயில் காங்கிரஸ் வழக்கறிஞர் சிவதாணு பிள்ளை அவர்களுடன் மேடையிலேயே இதன் தொடர்பில் விவாதத்தில் பெரியார் ஈடுபட்டார்.

“இன்றைய தினமும் நமது நாட்டில் உள்ள மக்கள் பலருக்கு ஒரு நாயுக்கும் கழுதைக்கும் உள்ள சுதந்திரம்கூட அளிக்கப்படாமல் கொடுமைப்படுத்தப்பட்டு வந்திருக்கின்றது என்று சொல்லுகிறேன் . . . இதற்கு மாறுபாடாய்ச் சொல்ல தைரியமும் சரக்கும் இருக்கின்றவர்கள் இந்த மேடைக்கு வந்து சொல்லட்டும்; ஆதாரம் காட்டட்டும். நான் ஒப்புக் கொண்டு எனது அபிப்பிராயங்களைத் திருத்திக்கொள்ள தயாராயிருக்கிறேன் என்று சொன்னார். ‘எங்களை நாயிலும் கழுதையிலும் கேவலமானவர்கள் என்று சொன்னது சரியல்ல’ என்று ஒருவர் சொன்னார்.

“சகோதரர்களே, நாயிலும் கழுதையிலும் மாத்திரம் கேவலமாய் நடத்தப்படுகின்றோம் என்று சொன்னதற்கு ஒருவர் வருத்தப்படுகின்றார். நான் அதற்கு நாயிலும் கழுதையிலும் மாத்திரம் கேவலமல்ல மலம் தின்னும் பன்றியிலும் புழுத்த

நாய் மலத்திலும் கேவலமாய் நடத்தப்படுகின்றோம் என்று சொல்லுகின்றேன்.

"மறுத்து கருத்து சொன்னவர் வந்து பேசிய பிறகுதான் மேற்கொண்டு பேசப்படும்" என்று சொல்லி பெரியார் பேச்சை நிறுத்திவிட்டார்.

"நாகர்கோயில் வழக்கறிஞர் சிவதாணு பிள்ளை மேடைக்கு வந்து 'பழைய சரித்திரங்களும் ஆதாரங்களும் ஒவ்வொரு காலத்தில் ஒவ்வொருவரால் எழுதப்பட்டது. எழுதினவர்கள் தங்கள் தங்கள் இஷ்டப்படியே எழுதினார்கள். ஆதலால் அதிலிருந்து எதையும் பிரமாணமாய்க் கொள்ள முடியாது' என்றார். மேலும் அவர், பெரியாருடன் தான் வைக்கம் சத்தியாகிரகத்தில் கலந்து உழைத்ததாகவும், அவரது தொண்டில் தனக்கு எவ்வித சந்தேகமும் இல்லை, அவர் சொல்லும் சமுதாயக் குறைகளும் சாதி மதக் கொடுமைகளும் எல்லாம் உண்மை. ஆனால் அவை நீக்கப்படவேண்டும். அதற்காக சுயராஜ்யம் வேண்டும் என்று குறிப்பிட்டார். பெரியாரும் இந்தச் சுயராஜ்யக் கிளர்ச்சியில் சேர்ந்திருந்தால் இதுவரை எவ்வளவோ பலன் ஏற்பட்டிருக்கும் என்று பேசியவர் மற்றபடி அவரது தொண்டில் காங்கிரசுகாரர்களாகிய தங்களுக்கு யாதொரு ஆட்சேபணையும் இல்லை என்று முடித்தார்.

"உடனே பெரியார் எழுந்து 'சிவதாணு பிள்ளை சொல்வதை நான் ஒப்புக்கொள்ள முடியவில்லை. சமுதாய சம்பந்தமான சீர்திருத்த சட்டம் செய்ய நமது பிரதிநிதிகள் என்பவர்கள் ஒப்புக்கொள்ள மாட்டார்கள். சாரதா சட்டம், மத பரிபாலன சட்டம் முதலியவை படும்பாட்டைப் பார்த்தால் இதன் உண்மை விளங்கும் . . . இன்றைய நிலையில் நமது கொடுமைப்படுத்தப்பட்ட, தாழ்த்தப்பட்ட இந்த அழுத்தப்பட்ட மக்களுக்கு இப்போது கேட்கப்படும் சுயராஜ்யம் ஆபத்து என்று உறுதியாய்ச் சொன்னார்" (பெரியார் ஈ.வெ.ரா. சிந்தனைகள், இரண்டாவது வரிசை, பக். 1784, 85).

பிரிட்டிஷாரின் கரிசனம்

வைக்கம் போராட்டம் முக்கால் பங்கு வெற்றியாவது அடைந்ததற்கு அங்கு அப்போது காவல் ஆணையராக இருந்த பிரிட்டிஷ் அதிகாரி பிட் தான் காரணம் என்று பெரியார் நினைத்திருக்கக் கூடும். பின்னால் சுசீந்திரம் கோயில் பிரவேசம் போராட்டம் நடைபெற்றபோது தெரிவித்த பின்வரும் கருத்திலிருந்து அதை உணரலாம். "சுசீந்திரம் வழக்கும்

அக்கிரமமாகவே நடத்தப்பட்டது என்பதில் யாருக்கும் சந்தேக மிருக்காது. திருவாங்கூர் போலீஸ் கமிஷனர் பிட் துரை இருந்திருந்தால், இன்றைய தினம் திருவாங்கூரில் ஒரு ரோடு கூட ஒரு நபருக்கும் உரிமை இல்லாததாக இருக்காது. கோயில் பிரவேசம் கூட அனுமதிக்கப்பட்டிருக்கலாம்" *(குடிஅரசு, 9 நவம்பர் 1930).*

கோயில் நுழைவு: பெரியாரும் அம்பேத்கரும்

வைக்கத்தில் பெரியார் பங்கெடுத்த கோயில் தெரு நுழைவுப் பிரச்சனையோ, ஏன் அவர் தொடர்ந்து முன்னெடுக்க விரும்பிய கோயில் நுழைவோகூடப் பெரியாருக்குப் பின்னாளில் முக்கியமாகப் படவில்லை. அம்பேத்கர் போலவே கோயில் நுழைவில் பெரியார் பின்னாளில் நம்பிக்கை இழந்தார். இது குறித்து அம்பேத்கர், பெரியார் கருத்துகள் பற்றி அமெரிக்க நூலாசிரியர் நிக்கோலஸ் டர்க்ஸ் தன் நூலில் எழுதியுள்ளார்.

'ஈ.வெ.ரா வைக்கத்தில் வெற்றிகரமாகத் தீண்டத்தகாதவரை கோயிலுக்குள் அழைத்துச் சென்றதற்குப் பெரும் மகிழ்ச்சியுடன் அம்பேத்கர் அவருக்கு வாழ்த்துச் செய்தி அனுப்பினார். அதன் பின்னர் 1927ஆம் ஆண்டு பம்பாய் தாக்குர்த்வாரா ஆலயத்துக்குள் தீண்டத்தகாதவர்கள் செல்லப் போராட்டம் நடத்தினார்' *(மனதில் இருக்கும் சாதி, ப. 467).* கோயில் நுழைவுப் போராட்டத்தை வாழ்த்திய அம்பேத்கர், அத்தகைய ஒன்றை தானே முன்னின்று செய்து காட்டியவர், பின்னர் ஆறாண்டுகளில் கருத்தை மாற்றிக்கொண்டு விட்டார்.

'1933 பிப்ரவரி மாதம் அம்பேத்கர் ஆலயப் பிரவேச மசோதாவிற்கு எதிரான நிலைப்பாட்டை எடுத்தார். அதற்கு அவர் வைத்த வாதம் இது: ஆலயப் பிரவேசத்தை நான் முன்னர் ஆதரித்து இருந்தாலும் அது ஒரு பக்கப் பிரச்சனைதான். முக்கிய பிரச்சனைகளான தீண்டத்தகாதவர்களுக்கு உயர்கல்வி, உயர் பதவிகளில் வேலை வாய்ப்பு, பொருளாதார முன்னேற்றம் ஆகியவற்றை விடக் குறைந்த முக்கியத்துவம் கொண்டது. நிலைமை இவ்வாறு இருக்க காங்கிரசின் ஆதரவை ஆலயப்பிரவேசம் (அதுவும் ஆலயப் பிரவேசத்தைக் கோரி பல உள்ளூர் முறையீட்டாளர்கள் தொடர்ந்து மனுக்களைச் சமர்ப்பித்த பிறகு) மட்டும் பெற்றிருக்கிறது. தீண்டத்தகாதவர்களின் ஆலயப் பிரவேசம் என்பது உயர்சாதி இந்துக்களின் உயர்ந்த அந்தஸ்தைக் கோடிட்டு காட்டும் என்றார் அம்பேத்கர்' *(மனதில் இருக்கும் சாதி, ப. 473).*

ஏறக்குறைய, பெரியாரிடமும் இதே மாற்றம் நிகழ்ந்தது. வைக்கம் கோயிலின் அருகமை தெருக்களில் தாழ்த்தப்பட்டவர் நடப்பதற்காகப் போராடிய பெரியார், அதன் விளைவாக அவராலேயே கருதப்பட்ட, திருவாங்கூர் கோயில் நுழைவுப் பிரகடனம் வெளியானபோது மகிழவில்லை. அதைத் தாழ்த்தப்பட்டவர்களுக்குச் சாதகமானதாகவும் பார்க்கவில்லை. இந்து மதத்தை அழிவிலிருந்து காப்பாற்ற எடுக்கப்பட்ட மத தற்காப்பு நடவடிக்கை என்றே மதிப்பிட்டார்.

சத்தியாகிரக ஆசிரமச் செயலாளர்

வைக்கம் போராட்டத்தில் தீண்டாமை விலக்குக் குழுவின் செயலாளராகவும், வெற்றி விழாக் கூட்டத்திற்குத் தன்னைத் தலைமை ஏற்க அழைத்தவருமான கேளப்பனுடன் 1933இல் திருச்சூரை அடுத்த மூத்தகுன்னம் என்ற ஊரில் ஒரு கூட்டத்தில் பெரியார் கலந்துகொண்டார். அப்போது அவர் பேசியது பின்வருவது.

'தோழர் கேளப்பன், கடவுள் உண்டோ இல்லையோ என்று தனக்குத் தெரியாது என்று சொன்னார். இந்த மாதிரி சந்தேகப்பட்ட காரியத்துக்கு எவ்வளவு செலவு, மெனக்கெடு, கஷ்டம் என்பதை யோசித்துப் பாருங்கள் . . . கடவுள், மதம், வேதம் என்கின்றதான கற்பனைகளை ஒழிப்பதும் அழிப்பதும் தான் மனிதனுக்கு உண்மையான விடுதலையே ஒழிய மனிதனைக் கடவுள் உணர்ச்சியில் புகுத்தி மதவெறியில் ஆழ்த்தி வேதத்திற்கு அடிமையாக்கி கல்லில் முட்டிக்கொள்ள கோவிலுக்குள் தள்ளுவது மோசமும் கெடுதியுமான காரியமாகும்' (*குடிஅரசு, 26 பிப்ரவரி 1933*).

கோயில் நுழைவும் தீண்டாதாரும்

சமத்துவத்திற்கு அடையாளமாகப் பார்க்கப்பட்ட தீண்டாதாரின் ஆலயப் பிரவேசத்தைப் பின்னாளில் மதத்தைக் காப்பாற்றும் நடவடிக்கையாகப் பெரியார் பார்க்க ஆரம்பித்துவிட்டார். அதற்குப் பின்வரும் குறிப்பு ஒரு சான்று. "ஹரிஜனங்களுக்கு வேண்டியதெல்லாம்" சாதி இந்துக்களைப் போன்ற கல்வியும் ஆகாரமுமாகும். ஆனால் காங்கிரசும் காந்தியாரும் ஹரிஜனங்களுக்கு கொடுப்பது ஆலயப் பிரவேசமாகும். அதன் இரகசியம் ஹரிஜனங்கள் பொருளாதாரத் துறையிலும் கல்வியிலும் முன்னேறி விட்டால் சாதி இந்துக்களுக்கு அடிமைகள் இல்லாமல் போய் விடுவார்கள். அப்பொழுது வருணாசிரம தர்மம் அழிந்து போக நேரிடும்" (*குடிஅரசு, 17 செப்டம்பர் 1933*).

ஈழவர் – பெரியார் தொடர்பு

1933இல் கேரளத்தில் ஈழவர் தங்களுக்கு மதமே வேண்டியதில்லை என்று மாநாடு கூட்டித் தீர்மானம் இயற்றினர். அதைப் பாராட்டி எழுதியபோது வைக்கத்தைப் பெரியார் குறித்தார். "... 25 இலட்சம் ஈழவத் தோழர்களும் வைக்கம் சத்தியாகிரகம் ஆரம்பித்த காலம் தொட்டுத் தங்களைக் கட்டுப்படுத்தியுள்ள ஒவ்வொரு கட்டுப்பாடுகளையும் உடைத்தெறிய கருதிப் பல முயற்சிகள் செய்து அவற்றில் பெரிதும் வெற்றி பெற்று, இப்போது அவர்கள் அத்தனை பேரும் அதாவது 25 இலட்சம் பேரும் ஒருமித்து ஒரே அபிப்பிராயமாய் இனி மதமே வேண்டியதில்லை என்கின்ற முடிவுக்கு வந்திருக்கிறார்கள் என்றால் மற்றபடி அந்த இராஜ்யத்தின் தாழ்த்தப்பட்ட மக்களின் சுயமரியாதை உணர்ச்சிக்கு வேறு என்ன அத்தாட்சி வேண்டும் என்பது நமக்குப் புரியவில்லை" *(குடிஅரசு, 24 செப்டம்பர் 1933).*

ஈழவரின் முன்னேற்றத்தில் பங்கெடுத்துவந்த பெரியார், அவர்களது கிளர்ச்சிகளைத் தொடர்ந்து ஆதரித்து வந்தார். ஈழவ முன்னேற்றத்துக்கு வைக்கமும் நாராயண குருவும் முக்கிய காரணிகள் என்று அவர் கருதினார். "ஈழவ சமூகம் வைக்கம் சத்தியாகிரகத்திற்குப் பிறகும் அவர்களது ஒப்பற்ற தலைவராகிய நாராயண குருசாமியின் தீவிர சீர்திருத்த வேலைக்குப் பின்னும் இனி அரை நிமிஷம் தீண்டாத சாதியாகவோ பஞ்சம சாதியாகவோ இருந்து உயிர் வாழக்கூடாது என்கின்ற உணர்ச்சி பெற்று பெரியதொரு கிளர்ச்சி செய்து வருகிறார்கள்" *(குடிஅரசு, 10 மே 1936)* என்று தொடர்ந்து அவர்களைக் கவனித்து வந்தார்.

வைக்கம் நிதி: பெரியார் மீதான குற்றச்சாட்டு

1924இல் தமிழ்நாடு காங்கிரசு கமிட்டித் தலைவராக இருந்த பெரியார், வைக்கம் போராட்டத்தில் அழைப்பின் பேரில் ஈடுபட்டார். அப்போது காங்கிரசுக் கட்சி ரூ. 1000 வைக்கம் செலவிற்காகப் பெரியாரிடம் கொடுத்திருந்தது. அதுபற்றிய கணக்கில் பிரச்சனை எழுந்தது. பிரச்சனையாக்கப்பட்டபோது பெரியார் காங்கிரசில் இல்லை. இது தொடர்பாகப் பெரியாரின் இரண்டு பதில்கள் கிடைக்கின்றன. அவை வருமாறு. கேள்வி பதில் முறையில் நிதியைக் கையாண்டவிதம் பற்றிப் பெரியார் பேசினார்.

கேள்வி: திலகர் சுயராஜ்ய நிதியைப் பற்றி, தோழர் ஈ.வெ.ரா. மீது *தினமணி* எழுதியிருந்த குறையைப் பற்றியதாயும், அதாவது வைக்கம் சத்தியாகிரகம் சம்பந்தமாய் 1000 ரூபாய்க்குக் கணக்கு கொடுக்கவில்லை என்பது தொக்கி இருந்தது.

பதில்: . . . ஆயிரம் ரூபாய் விஷயமாய் நான் கணக்கு அப்போதே கொடுத்திருக்கிறேன் என்பதோடு அதைத் தெரிய வேண்டியவர்கள் ஈரோடுக்கு வந்தால் இன்னும் விவரமாகக் காட்டத் தயாராய் இருக்கிறேன் (*குடிஅரசு, 2 ஆகஸ்ட் 1935*).

ஆகஸ்ட் மாதம் தொடங்கிய இந்த விவாதம், மூன்று மாதமாகியும் முடிவடைந்ததாகத் தெரியவில்லை.

"தோழர் ஈ.வெ.இரா. வைக்கம் சத்தியாகிரக நிதி விஷயமாய் வாங்கிய பணத்துக்கு கணக்கு கொடுக்கவில்லை என்பதற்குச் சமாதானம் சொல்லியாக வேண்டுமெல்லவா? குச்சிக்காரி மாதிரி, 'நீ மாத்திரம் யோக்கியனா' என்று சொன்னால் போதுமா? அல்லது 'பெரிய காரியத்தில் இதெல்லாம் கவனிக்கக் கூடாது' என்று சொல்லித் தப்பித்துக்கொள்ளலாமா? அல்லது 'சகலத்தையும் துறந்த தேசபக்தி தியாகிகள் தானே கையாடினார்கள்' என்று சொல்லலாமா? கணக்கு சொல்லித்தானே ஆகவேண்டும். எனவே வைக்கம் சத்தியாகிரகத்துக்கு அட்வான்சாக ரூபாய் ஆயிரம் (19000 அல்ல) ஈ.வெ.இரா. பேருக்கு வைக்கத்துக்கு அனுப்பினது உண்மை. அப்பணத்துக்கு ஈ.வெ.இரா.வால் 2 தடவை கணக்கு கொடுக்கப்பட்டிருக்கிறது. இதற்கு ஆதாரம் கூறுகிறோம்.

"முதலில் 2 தடவை ஏன் கணக்கு கொடுக்கப்பட்டது என்பது ஒரு கிளைக் கேள்வியாகலாம். இரசீதுகளுடன் முதல் தடவை கொடுத்த கணக்கு காங்கிரஸ் ஆபீசில் கைதவறி விட்டது. இரண்டாம் தடவை கணக்கு கேட்டதற்கு ஈ.வெ. இரா. முதலிலேயே வவுச்சருடன் கணக்கு அனுப்பியாகிவிட்டது என்று பதில் எழுதினார். பிறகு தோழர் முத்துரங்க முதலியார் ஆபீசுக்கு அதிகாரியாக வந்தார். அந்தச் சமயம் ஈ.வெ.இரா. காங்கிரசைப் பலமாகத் தாக்கிக்கொண்டிருந்த சமயம், ஆதலால் முத்துரங்கத்தைப் பிடித்து, அவர் மூலமாக ஈ.வெ.இரா. மீது ஏதாவது ஒரு குற்றச்சாட்டு தயாரிக்க சூழ்ச்சி செய்து அதற்காக எவ்வளவோ தூரம் பழங்கணக்குகளை எல்லாம் பூதக் கண்ணாடி வைத்து ஆபீசில் பரிசீலிக்கப்பட்டு இந்த ஒரு விஷயம் அதாவது 1000 ரூபாய்க்கு கணக்கு அனுப்பாமல் இருக்கும் 'விஷயத்தைக் கண்டுபிடித்து', கணக்கு அனுப்பும்படி ஈ.வெ.இராவுக்கு ரிஜிஸ்டர் நோட்டீசு அனுப்பிக் கணக்கு கேட்கப்பட்டது. கணக்கு அனுப்பாவிட்டால் பத்திரிகைகளில் பிரசுரிக்கப்படும் என்று அதில் எழுதியிருந்தது. அதற்குப் பதிலாக, மறுபடியும் ஒரு தடவை கணக்குகளை ரிஜிஸ்டர் தபாலில் அனுப்பப்பட்டது. இந்தக் கணக்கின் பேரில் அக்கணக்கில் கண்ட நபர் ஒவ்வொருவருக்கும் எழுதி அதில் கண்ட பணம் உங்களுக்குக் கொடுக்கப்பட்டதா என்று காங்கிரஸ் ஆபீசிலிருந்து எழுதிக் கேட்கப்பட்டிருக்கிறது.

அதற்கு அவர்கள் பெற்றுக்கொண்டதாக ஆபீசுக்குத் தகவல் தெரிவித்திருந்தனர்.

"அதாவது 1000 ரூபாயில் 700 ரூபாய் வைக்கம் சத்தியாகிரக காரியதரிசிக்குக் கொடுக்கப்பட்டதும், பாக்கி 300 பாலக்காடு சவுரி ஆசிரமத்துக்கு கதருக்குப் பஞ்சு வாங்கி அனுப்பியதும், மீதி நூத்திச் சில்லறை ரூபாய் கோட்டாறு சத்தியாகிரகத்துக்குக் கொடுக்கப்பட்டதும் ஆகிய கணக்குகள் மேல்கண்டபடி இரண்டு தடவை அனுப்பப்பட்டிருக்கிறது" (குடிஅரசு, 10 நவம்பர் 1935).

ஈழவர் – பெரியார் தொடர்பு நீடிப்பு

வைக்கம் போராட்டத்தோடு பெரியாரின் கேரளத் தொடர்பு விட்டுப்போகவில்லை என்பதை முன்னரே கூறியிருந்தோம். கேரளத் தொடர்பிலும் ஈழவரோடான தொடர்பு குறிக்கத்தக்கது. 1936இல் தீயர் வாலிப சங்க 43ஆவது மாநாட்டிலும் மற்றும் திருச்சூர், எர்ணாகுளம் உள்ளிட்ட இடங்களில் பெரியார் பேசியதன் சாரம் கீழ்வருமாறு. வைக்கமும் அதன் ஊடாகத் தாழ்த்தப்பட்டோரின் தீண்டாமைப் பிரச்சனையுமே பேச்சில் பிரதானமாக விருந்தது.

" . . . இந்தக் கூட்டத்தையும் குதூகலத்தையும் பார்க்கும் போது வைக்கம் சத்தியாகிரகம் தானாகவே எனக்கு ஞாபகத்துக்கு வருகிறது. வைக்கம் சத்தியாகிரகமே முதன்முதலாக உங்களையும் என்னையும் சந்திக்க வைத்தது என்பது மாத்திரமல்லாமல் அந்தச் சத்தியாகிரகமானது நம்மை ஒன்றாகக் கட்டிப் பிணைத்து விட்டது. அந்த வைக்கம் சத்தியாகிரகம் செய்த வேலைதான் இன்று இந்தியா பூராவுக்கும் சமுதாயத் துறையில் ஒரு புதிய உணர்ச்சியைக் கிளப்பி விட்டு, நூற்றுக்கணக்கான வருஷங்களில் கூட நடைபெற முடியாததும் எண்ண முடியாததுமான காரியங்களையும் எண்ணங்களையும் உண்டாக்கியிருக்கிறது" (குடிஅரசு, 26 ஏப்ரல் 1936).

1936 கேரளக் கோயில் பிரகடனம்

1936இல் திருவாங்கூர் அரசாங்கம், கோயில் தெருக்களை அனைவருக்குமெனத் திறந்து விட்டது. அது பற்றிப் பெரியார் கருத்து தெரிவிக்கையில் பின்வருமாறு தெரிவித்தார்.

". . . இந்தத் திருவாங்கூர் அரசப் பிரகடனத்தைக் கண்ட பலர் அப்பிரகடனம் ஏற்படக் காரணமாய் இருந்தது வைக்கம் சத்தியாகிரகம் என்பதாகக் கருதுகின்றனர் – எழுதுகின்றனர் – பேசுகின்றனர். அதோடு சிலர் தோழர் ஈ.வெ. இராமசாமியையும்

பாராட்டிப் பேசியும் எழுதியும் நேரில் கடிதங்களும் எழுதுகிறார்கள். . . .

“இப்பிரகடனம் மனித சமூகத்துக்கோ நாட்டுக்கோ நன்மையா தீமையா என்பது ஒரு பெரிய கேள்வி என்பதாய் இருந்தாலும் நம்மைப் பொறுத்தவரை இப்பிரகடனம் மனித சமூகத்துக்கு இந்திய நாட்டுக்கு சிறப்பாகத் தாழ்த்தப்பட்ட மக்கள் சமூகத்துக்கு ஒரு விதத்தில் கேட்டை விளைவிக்கக் கூடியது என்பதே நமது அபிப்பிராயம் . . .

“இக்கோயில் பிரவேசத்தால் ஆதிதிராவிட மக்களுக்கு – கீழ்ப்படுத்தி வைத்திருந்த மக்களுக்கு – ஏற்பட்ட காரியமான இலாபம் என்ன என்பதை யோசித்தால் அவர்களது முன்னேற்றத்துக்கான முயற்சிகள் அடைக்கப்பட்டு போய்விட்டன என்பதுதான் . . . தங்களது பொருளாதாரக் கொடுமைக்குக் காரணம் இன்னது என்பதை உணரமுடியாமல் கடவுள் பேரிலும் தலைவிதி பேரிலும் பழியைப் போட்டு விட்டு உறங்கிக் கிடக்க நேரிட்டு விடுமே என்பதுதான்” *(குடிஅரசு, 6 டிசம்பர் 1936).*

இவ்வாறு பிரகடனத்தை மறுத்த பெரியார், வைக்கம் போராட்டத்தின் வரலாற்றை எடுத்துக்கூறி அதில் காந்தி, இராஜாஜி ஆகியோர் நடந்துகொண்ட முறையை விமர்சித்திருந்தார். வைக்கம் வரலாற்றோடு நேரிடையாக தொடர்புடையதால் அவ்விமர்சனத்தை இங்குத் தரலாம்.

“முதலாவது வைக்கம் சத்தியாகிரகத்துக்கும் காந்தியாருக்கும் சம்பந்தம் இல்லை என்பதை மக்கள் உணர ஆசைப்படுகிறோம். வைக்கம் சத்தியாகிரகம் ஆரம்பிக்கப்பட்டதானது தோழர்கள் டி.கே. மாதவன், கே. அய்யப்பன் முதலிய ஈழவ சமூக சீர்திருத்தத் தலைவர்களால் திடீரென்று துவக்கப்பட்டதாகும். அதில் தோழர்கள் கே.பி. கேசவ மேனன், ஜார்ஜ் ஜோசப் முதலிய அரசியல் பிரமுகர்களும் கலந்துகொண்டார்கள். திருவாங்கூர் சர்க்கார் ஒரேஅடியாக எல்லாப் பிரமுகர்களையும் ஆரம்பித்த . . . . . . கைது செய்து விட்டார்கள். சத்தியாகிரகத்தை நடத்த ஆளில்லாமல் போய்விட்டது. தோழர்கள் ஜார்ஜ் ஜோசப்பும் கே.பி. கேசவ மேனன் அவர்களும் ‘நிலைமை மோசமாகி விட்டதால், நீங்கள் உடனே வந்து சத்தியாகிரக தலைமையை ஏற்று நடத்தாவிட்டால் பெருத்த அவமானத்துக்கு இடம் ஏற்படும்’ என்று தந்தியும் கடிதமும் ஆளும் தோழர் ஈ.வெ. இராமசாமிக்கு அனுப்பினார்கள். தோழர் ஈ.வெ.இரா. தன் சொந்த முறையிலேயே உடனே சென்றார். அதன் பிறகு காந்தியார், இராஜகோபாலாச்சாரியார் ஆகியவர்கள் அதற்குப் பூரண அனுமதி அளிக்காமல் சில ஆட்சேபணைகள் கிளப்பினார்கள்.

கடைசியாக ஈ.வெ.இரா. பிடிவாதத்தின் மீதும், சத்தியாகிரகம் எல்லா இந்தியா விஷயமாகிவிட்ட பிறகும் சத்தியாகிரகத்தில் தாங்களும் கலந்திருப்பதாகக் காட்டிக்கொண்டார்கள். வைக்கம் சத்தியாகிரகம் கூடாது என்று ஆச்சாரியாரும் காந்தியாரும் எழுதின கடிதங்கள் *தமிழ்நாடு* பத்திரிகையில் வெளியிடப்பட்டிருக்கிறது.

"மற்றும் தோழர் காந்தியார் தோழர் ஜார்ஜ் ஜோசப்பை மன்னிப்பு கேட்டுக்கொண்டு வெளியேறும்படிச் சொன்னதற்கும் ஆதாரங்கள் இருக்கின்றன. சத்தியாகிரகத்துக்குப் பணஉதவி செய்து நடத்திவந்த சீக்கியர்களை வெளியேறும்படிச் சொன்னதற்கும் ஆதாரங்கள் உண்டு. இம்மாதிரி இன்னும் பலவித தொல்லை கொடுத்து வந்தார்கள். இது விஷயங்களை அப்போதைய *தமிழ்நாடு* வாரப் பத்திரிகையில் நன்றாய்க் காணலாம்.

"இந்த நிலை ஒரு புறமிருக்க, வைக்கம் சத்தியாகிரகம் நடக்கும் ரோட்டைப் பொறுத்ததே தவிர, கோயிலைப் பொறுத்ததல்ல என்று காந்தியார் அப்போது 100 தடவை வெளிப்படுத்தி, அப்பொழுது அரசாங்கத்தாருக்கு வைக்கம் சத்தியாகிரகத்துக்கும் கோயில் பிரவேசத்துக்கும் சம்பந்தமில்லை என்று விளக்கமாகச் சொல்லப்பட்டு வாக்குறுதியும் கொடுக்கப்பட்டது. இந்தியா பூராவிலும் – வைக்கம் சத்தியாகிரகம் ஒன்றுதான் – அதுவும் சுதேசமன்னர் இராஜ்யத்தில் ஜெயித்தது என்றாலும் அது எந்த விதத்திலும் இந்தக் கோயில் பிரவேச பிரகடனத்துக்குச் சம்பந்தம் இல்லை என்பதை அழுத்தம் திருத்தமாய்க் கூறுவோம். அதிலும் காந்தியாருக்கும் கோயில் பிரவேசக் கூட்டத்திற்கும் சிறிதுகூட சம்பந்தமில்லை என்பதற்கும் ஆதாரங்கள் பல கூறலாம்" (*குடிஅரசு*, 6 டிசம்பர் 1936; *பெரியார் ஈ.வெ.ரா சிந்தனைகள்*, ப.305).

'திருவாங்கூர் ஆலயப் பிரவேச பிரகடனம், மகாராஜாவின் மனப்பூர்வமாக வெளியிடப்படவில்லை, மகாராஜாவின் தாயாரும் திவான் சி.பி. இராமசாமி ஐயரும் மலிவான புகழ் தேடும் பொருட்டு, அவரை ஏமாற்றி கட்டாயப்படுத்தி பிரகடனம் வெளியிடும்படிச் செய்தார்கள்' என ராவ்சாகிப் நடேசய்யர் கூறியிருந்ததைப் பெரியார் தன் பத்திரிகையில் வெளியிட்டார் (*குடிஅரசு*, 21 ஆகஸ்ட் 1938).

மனிஜர் – நடைபாதை தடுப்பு

1924இல் நடந்த வைக்கம் போராட்டமாகட்டும், 1926இல் நடந்த சுசீந்திரம் போராட்டமாகட்டும், இடையில் நிகழ்ந்த கல்பாத்தி விவகாரமாகட்டும் கேரளத்தின் சமூகநீதி

நிலைநாட்டலில் தொடர்ந்து பெரியார் ஈடுபட்டு வந்தார். வட மலையாளத்தைச் சார்ந்த மனிஜர் என்ற கிராமத்திலே ஆதிதிராவிடர்கள் ஒரு தெருவின் வழியாகச் செல்லக் கூடாது என்று சாதிஇந்துக்கள் தடுத்து வந்ததாகவும் தீண்டாதாருக்குத் தெருவில் நடக்கும் உரிமை உண்டு என்பதை நிரூபிக்க . . . தீண்டாதார்கள் ஊர்வலமாக குறிப்பிட்ட தெரு வழியே சென்றார்கள். உடனே அங்கிருந்த சாதிஇந்துக்கள் கூட்டமாக வந்து தெருவில் சுவர் போல நின்றுகொண்டு தீண்டாதார் நுழைவைத் தடுத்தனர். தீண்டாதார் 6 மணி முதல் இரவு 11 மணிவரை தெருவிலேயே உட்கார்ந்துகொண்டிருந்தனர். சாதிஇந்துக்கள் கடைசிவரை வழி விடவே இல்லை. பின்னர் தீண்டாதார் அதிகாரிகளைக் கொண்டு இந்தத் தகராறைத் தீர்த்துக்கொள்வது என முடிவு செய்து கொண்டு அவ்விடத்தை விட்டு அகன்றனர் *(குடிஅரசு, 3 டிசம்பர் 1939).* இந்தச் செய்தியைக் *குடிஅரசு* இதழில் பெரியார் வெளியிட்டுதவினார்.

ஆந்திராவில்

கேரளம் மட்டுமல்ல திராவிடத்திற்குள் அடங்கும் ஆந்திராவிலும் பெரியார் முயற்சிகள் பரவின. 1944இல் அண்ணாதுரை, கஜேந்திரன், ஜனார்த்தனம், மணியம்மை ஆகியோருடன் ஆந்திரா சென்றுவந்த பெரியார் அதைப் பற்றி விவரிக்கையில் வைக்கம் போராட்டத்தின் விளைவாகவே ஈழவசமுதாய இளைஞர்களுக்கு மதம், கடவுள், புராணம், சாஸ்திரம் பற்றிய குருட்டுப் பற்றுதல் ஒழிந்தது. அவற்றுக்கு எதிராகப் பிரசாரம் செய்ய வேண்டிய ஆத்திரமும் ஏற்பட்டு, பெரிய புரட்சி நடக்கும்படியான நிலை ஏற்பட்டது. அதன் விளைவாகவே மதமாற்ற மாநாடு, மதமொழிப்பு மாநாடு, நாஸ்திக மாநாடு ஆகியன மலையாளத்தில் நடந்தன. திருவாங்கூர் கோயில்கள், குளங்கள், சத்திரங்கள், சாவடிகள், சாலைகள், சந்து, தடங்கள் முதலியன பறையர்கள், புலையர்கள், சக்கிலிகள் என்பவர்கள் அனைவருக்கும் திறந்து விடப்பட்டன என்று பெரியார் குறிப்பிட்டார் *(குடிஅரசு, 17 ஜூன் 1944).*

குடிஅரசு தொடக்கம் – வைக்கம் தொடர்பு

வைக்கம் போராட்டம் தொடங்கிய 1924 மார்ச் மாதத்தில், பெரியாருக்கு எந்தப் பத்திரிகையும் இல்லை. அவரது முதல் பத்திரிகை *குடிஅரசு,* 1925 மே 2ஆம் நாள்தான் வெளியானது. அதனாலேயே வைக்கம் போராட்டத்தில் ஏப்ரல் 1924 முதல் நிகழ்ந்த பெரியாரின் பங்கேற்பு பற்றி முழு விவரங்கள் கிடைக்கவில்லை. இது ஒரு பெரும் வரலாற்று இழப்பு. *குடிஅரசு*

பத்திரிகையைத் தொடங்க எண்ணம் கொண்டதை எழுதும்போது வைக்கம் பற்றி பெரியார் குறிப்பிட்டுள்ளார்.

". . . தற்செயலாய் வைக்கம் சத்தியாகிரகம் ஏற்பட்டது. ஜார்ஜ் ஜோசப் அவர்களும் வைக்கத்திலிருந்து 'என்னைப் பிடிக்கப் போகிறார்கள். நான் இதோ ஜெயிலுக்குப் போகிறேன். வேறு யாரும் இல்லை. நீ வந்து ஒப்புக்கொள்' என்று எழுதின கடிதமும் தந்தியும் என்னைக் குடும்பத்துடன் வைக்கத்திற்குப் போகும்படிச் செய்துவிட்டது. அங்கு ஜெயிலில் இருக்கும்போது இதே எண்ணம்தான். அதாவது வெளியில் போனதும் பத்திரிகை நடத்த வேண்டும் என்கிற ஆவல் அதிகமாயிற்று. அதுபோலவே வெளியில் வந்ததும் பத்திரிகை ஆரம்பிக்கத் தீர்மானித்து விட்டேன்" *(பெரியார் ஈ.வெ.ரா. சிந்தனைகள், ப. 774)*.

சாதி ஒழிப்புச் சரித்திரத்தில் வைக்கம்

'சாதி ஒழிப்பு – ஆதி சரித்திரம்' என்ற தலைப்பில் வைக்கம் சத்தியாகிரகம் தொடர்பாக மூன்று கட்டுரைகள் *விடுதலை* இதழில் *(14, 15, 17 மார்ச் 1958)* வெளிவந்துள்ளன. போராட்டம் நிகழ்ந்து *33* ஆண்டுகளுக்குப் பிறகு எழுதப்பட்ட இவை, சாதி ஒழிப்பை முன்னிறுத்துகின்றன; வைக்கம் போராட்டத்தைத் தடுக்க முயன்றதாக காந்தி, இராஜாஜி, எஸ். சீனிவாச ஐயங்கார் ஆகியோரை விமர்சிக்கின்றன.

வைக்கம் போராட்டத்தின் தொடக்கம், அதில் பெரியார் கலந்துகொள்ளச் சென்ற சூழல், கலந்துகொண்டது, போராட்டத்தில் ஈடுபட்டிருந்த இந்துஅல்லாதவர் வெளியேற்றப் பட்டது, மகாராணியுடன் நடந்த பேச்சு வார்த்தையில் பெரியாரைத் தவிர்த்தமை, ஒரு கட்டத்தில் போராட்டத்தை நிறுத்திக்கொள்ள காந்தி சம்மதித்தது போன்ற சம்பவங்களை இக்கட்டுரைகள் விவரிக்கின்றன. சாதி ஒழிக்கப்படவேண்டும் என்ற முயற்சியின் தொடக்க வரலாற்றை வைக்கம் சத்தியாகிரகத்திலிருந்தே இக்கட்டுரை தொடங்குகிறது. இக்கட்டுரை கிடைத்த பிரதி பழைய பிரதி என்பதால் சில இடங்கள் தெளிவாக இல்லை. அவ்விடங்களில் புள்ளியிடப்பட்டுள்ளன. பொதுத்தெருவில் நடப்பதற்கான உரிமைக் கிளர்ச்சியான அதை முதல் கிளர்ச்சி என்றே குறிப்பிடுகிறது. அதன் தொடர்ச்சியாக ஈரோட்டில் நடந்த கோயில் பிரவேசக் கிளர்ச்சியைக் *(1927)* காட்டுகிறது.

"வைக்கம் சத்தியாகிரக சரித்திரம் ஒரு பெரிய சூழ்ச்சிக் கதையாகும்" என்று சொல்லும் கட்டுரை, தென்னாட்டுப் பார்ப்பனத் தலைவர்களும் காந்தியும் கொடுத்த தொல்லைகள்,

செய்த தந்திரங்கள் அளவிடற்குரியன அல்ல; காந்தியே தன் கருத்தை, தன் விருப்பத்திற்கு மாறாக மாற்றிக்கொள்ள வேண்டியதாகி விட்டது எனக் குறிப்பிடுகிறது.

வைக்கம் தேர்ந்தெடுப்பு ஏன்: ". . . திருவனந்தபுரத்தில் ஒரு பணக்கார ஈழவ குடும்பத்தைச் சேர்ந்த மாதவன் என்னும் வக்கீல் திருவனந்தபுரம் கோர்ட்டு ஒன்றுக்குச் செல்லக் கூடாத நிலைமை ஏற்பட்டது. காரணம் என்னவென்றால் அந்தக் கோர்ட்டு இருக்குமிடம் ஒரு கோயில் இடத்திற்குச் சம்பந்தப்பட்டதுடன் கோர்ட்டும் அந்த இடத்தில் இருந்தது. அது இருந்த பொதுஇடமானது இராஜாவின் பிறந்தநாள் உற்சவத்திற்காகப் போடப்பட்ட பந்தலுக்குள் அடங்கிவிட்டது. அந்தப் பந்தலின் கீழ் தாழ்த்தப்பட்ட வகுப்புகளில் சேர்க்கப்பட்ட . . . ஆதலால் கோர்ட்டில் ஏற்பட்ட வாய்தாவுக்கு அந்தச் சமயத்தில் ஈழவ வக்கீல் மாதவன் செல்ல முடியாமல் போய்விட்டது.

"இதன் காரணமாய் ஈழவ வகுப்பு பிரமுகர்கள் எல்லாம் ஒன்றுகூடிப் பேசி சத்தியாகிரகம் செய்வது என்று தீர்மானித்தார்கள். ஆனால் திருவனந்தபுரம் கோர்ட்டு இருக்குமிடத்தை அந்த சத்தியாகிரகத்திற்கு எடுத்துக்கொள்ளப் பயந்து விட்டார்கள். ஏன் என்றால் இராஜாவின் பிறந்தநாள் உற்சவம் நடக்கும் சமயம் அதற்காகப் பந்தல் போட்ட இடமானதால் சொந்த முறையில் இராஜாவின் கோபத்திற்கு ஆளாகவேண்டி வருமே என்று பயந்தார்கள். என்றாலும் அதை விட முக்கியமாய் காணப்படும் வைக்கம் கோயிலின் நாலு புற வாசற்படிக்கும் எதிரில் காணப்படும் நான்கு தெருக்களிலும் சுமார் நான்கு பர்லாங்கு ஐந்து பர்லாங்கு தூரத்துக்கு ஈழவ மக்கள் . . . அளவை மீறி தெருவில் நடப்பது என்று முடிவு செய்து சத்தியாகிரகம் தொடங்கினார்கள்."

அடுத்து பெரியாருக்கு அழைப்பு வந்த சூழலைக் கட்டுரை விவரிக்கிறது.

பெரியாருக்கு அழைப்பு: "இந்தச் சத்தியாகிரகத்தில் திருவாளர்கள் கேரள காங்கிரசுக் கமிட்டித் தலைவர் பாரிஸ்டர் கே.பி. கேசவ மேனன், பாரிஸ்டர் ஜார்ஜ் ஜோசப், டி.கே. மாதவன், கே. அய்யப்பன் மற்றும் பிரமுகர்கள் பலர் கலந்துகொண்டார்கள். மகாராஜா அவர்கள் 19 பிரமுகர்களை உடனே சிறைப்படுத்தி விட்டார்கள். சத்தியாகிரகம் தோல்வி அடைந்து நிறுத்தப்படவேண்டியதாகி விட்டது.

"இந்தச் சமயத்தில் திருவாளர்கள் ஜார்ஜ் ஜோசப்பும் கேசவ மேனனும் பெரியாருக்கு ஒரு அவசரக்கடிதம் சிறையிலிருந்து எழுதி ஒரு ஆள் வசம் அனுப்பினார்கள்.

'இங்கு சத்தியாகிரகம் தோல்வி அடைந்துவிட்டது என்று தான் சொல்ல வேண்டும். வெளியில் நடத்த யாரும் இல்லை. மக்கள் பயப்படுகிறார்கள். நீங்கள் வந்து இதை நடத்தினால் ஒழிய வேறு வழியில்லை' என்ற கருத்தைக் கொண்ட நீண்ட கடிதம் வந்தது. இந்தச் சமயத்தில் பெரியார் தஞ்சை திரு. பி.எஸ். வேங்கட கிருஷ்ண பிள்ளையுடன் மதுரை தேவாரம் பண்ணையபுரம் என்கிற ஊரில் தமிழ்நாடு காங்கிரசுக் கமிட்டித் தலைவராகப் பிரசார சுற்றுப்பிரயாணம் செய்துகொண்டிருந்தார். இக்கடிதம் கண்டவுடன் அவரது மற்ற சுற்றுப்பிரயாணத் திட்டத்தை கேன்சல் செய்துவிட்டு உடனே ஈரோடு திரும்பி, அங்கிருந்து நேரே கொச்சி, எர்ணாகுளம் வழியாக வைக்கத்துக்குச் சென்று சத்தியாகிரகத்துக்குத் தலைமை பூண்டு தொடர்ந்து நடத்தினார்.

பெரியார் பிரசாரம்: 'தினமும் இரண்டு, மூன்று கிராமங்களுக்குச் சென்று அங்கு பேசி, அங்கு ஆண், பெண் தொண்டர்களைச் சேர்ப்பதும் பணம் சேர்ப்பதும் பிரசாரம் செய்வதுமாகப் பல மாதங்கள் நடத்தினார். ஒருமாதம் வரை மகாராஜா பெரியாரை அரஸ்டு செய்யவில்லை காரணம் மகாராஜா பெரியாருக்கு அறிமுகமானவர். பெரியாரின் ஈரோடு பங்களாவில் 2, 3 தரம் தங்கியவர். பெரியாரை மகாராஜா அரஸ்டு செய்யவில்லை என்பதே திருவாங்கூர் – கொச்சி ராஜ்ய பொதுமக்களிடத்தில் பெரிய செல்வாக்கும் பலமும் பெரியாருக்கும் சத்தியாகிரகத்திற்கும் ஏற்பட்டு விட்டது.'

பெரியார் சத்தியாகிரகத்தைக் கேரளத் தலைவர்களோடு சேர்ந்து வளர்த்தெடுத்து வந்த சூழலில், காந்தி முதலியோரின் செயல்பாடுகள் எதிராக இருந்ததாகக் கட்டுரை தொடர்கிறது.

காந்தி, இராஜாஜி முதலியோர் நுழைவு: '. . . இதை ஒழிக்க காந்தியும் சீனிவாச ஐயங்காரும் இராஜ கோபாலாச்சாரியாரும் எவ்வளவோ தந்திரங்கள், சூழ்ச்சி முதலியவை செய்தார்கள். காந்தியார் திரு. ஜார்ஜ் ஜோசப்பை மன்னிப்பு கேட்டுக்கொண்டு வெளியாகி விலகி விடும்படி கிறித்தவர் என்ற காரணம் காட்டி உத்தரவு போட்டார். இதனால் அங்கு ஆதரவளித்த கிறித்தவர்கள் விலகிக்கொண்டார்கள். அதே காரணத்தால் முஸ்லீம்களையும் விலகிக்கொள்ளும்படிச் செய்தார்.

"சீக்கியர்கள் பலர் வந்து பணம் சாப்பாடு உதவி செய்தார்கள். அவர்களையும் உடனே விலகிக்கொள்ள உத்தரவு போட்டார்.

அவர்களும் விலகிக்கொண்டார்கள். சத்தியாகிரகத்துக்கு என்ன என்னவோ நிபந்தனை வைத்து நடைபெறாமல் . . . இதன் மத்தியில் பெரியாரை உடனே தமிழ்நாடு வரும்படி ஆச்சாரியார் உத்தரவு போட்டார். எஸ். சீனிவாச ஐயங்கார் வைக்கம் வந்து 'அங்கு நடப்பது சத்தியாகிரகம் அல்ல. வெறும் துவேஷப் பிரசாரம்' என்று சொல்லிவிட்டுப் போய்விட்டார்.

பெரியார் மேலும் முயற்சி: "இந்தநிலையில் பெரியார் நிலைமைமிக்க சங்கடமாக ஆயிற்று என்றாலும் அவர் தமிழ்நாட்டிலிருந்து சுமார் 30-40 பேர்களைத் தருவித்து வைத்துக்கொண்டு சத்தியாகிரகம் தொடர்ந்து நடத்தி வந்தார். சத்தியாகிரக ஆஸ்ரமம் 300 × 20க்கு நீண்ட கொட்டகை. ஆஸ்ரமத்தில் எப்போதும் 300 பேருக்கு குறையாமல் ஆண் – பெண் தொண்டர்கள் இருந்துவந்தார்கள். என்றாலும் எதிர்ப்பவர்களின் பலாத்காரச் செயலாலும் சென்னைப் பத்திரிகைகளின் விஷமப் பிரசாரத்தாலும் சத்தியாகிரகம் நின்றுவிடும் என்றே மக்கள் நினைத்தார்கள். பெரியாரும் இரண்டு தடவை தண்டிக்கப்பட்டு விட்டார்.

சிரத்தானந்தர் மற்றும் பலரது வருகை: 'சத்தியாகிரகம் தோல்வி அடையப்போகிறது என்ற செய்தி வெளியில் பரவினவுடன் ஸ்வாமி சிரத்தானந்தா வைக்கம் வந்து சத்தியாகிரகத்தைத் தாம் ஏற்று நடத்துவதாக பெரியாரைக் கேட்டார். இதைப் பற்றி யோசிக்கையில் மலையாள நண்பர்கள் அதற்கு ஒப்பினார்கள் என்றாலும் பெரியார் கூடஇருந்த திரு. எஸ். இராமநாதன் அவர்கள் அதற்கு இணங்கவில்லை. பெரியாரைத் திருவாங்கூர் அரசாங்கம் ஆறுமாத கடின காவல்தண்டனை விதித்து இரண்டாம் தரமாக சிறையில் போட்டது. இதனால் மற்றும் பலர் தமிழ்நாட்டிலிருந்து வந்து சத்தியாகிரகத்தை நடத்தினார்கள்.

'சத்தியாகிரகம் தெருவுக்கு மாத்திரம் அல்லாமல் கோயிலுக்குமாகத் தொடங்கும் நிலை ஏற்பட்டது. இதில் திரு. அய்யாமுத்து அதிக கவனம் செலுத்தினார்கள்.

அரசாங்கத்தின் சமாதான முயற்சி: 'இந்த நிலையில் மகாராஜா செத்தார். அதன் காரணமாக சிறையில் இருந்த 19 பிரமுகர்களும் பெரியாரும் விடுதலை செய்யப்பட்டனர். காந்தியாரை மதிக்காமல் சத்தியாகிரகம் பலம் பெற்றுவிட்டது. கோயில் பிரவேச பிரசாரம் பலமாக நடக்கத் தொடங்கியவுடன் இராணி பயந்துவிட்டார்கள். எப்படியாவது சத்தியாகிரகிகளுடன் ராஜி செய்துகொள்ள திருவாங்கூர் அரசாங்கம் முன்வந்தது.

"திருவாங்கூர் திவான் பெரியாருடன் பேசுவதற்கு ஆச்சாரியாரைத் தூது பிடித்தார். ஆச்சாரியார் அந்த சந்தர்ப்பம் பெரியாருக்கு வாய்ப்பதை இஷ்டப்படாமல் காந்தியாரையே தருவிப்பதாக ஒப்புக்கொண்டு உடனே காந்தியாரை வரவழைத்தார். என்றாலும் காந்தியார் சமாதானம் பேசும்போது பெரியாரையும் தன்கூட இருக்கும்படி செய்துகொண்டார்.

'இராணியார் அழைப்புக்கிணங்கி அவர்கள் அது சமயம் தங்கியிருந்த வர்க்கலை என்னும் இடத்திற்கு ஆச்சாரியார், பெரியார், காந்தியார் ஆகிய மூவரும் சென்றார்கள். முதலில் காந்தியார் சென்று பார்த்து வருவதாகப் போனார். பார்த்துவிட்டு திரும்பி வந்து 'ராணியார் தெருவைத் திறந்து விட ஒப்புக்கொள்கிறார்கள். ஆனால் ஒரு நிபந்தனை கேட்கிறார்கள். அதாவது தெருவைத் திறந்து விட்டவுடன் சத்தியாகிரகத்தை நிறுத்திவிட வேண்டும். கோயில் பற்றிக் கிளர்ச்சி செய்யக்கூடாது என்று சொல்லுகிறார்கள். இதை ஒப்புக்கொள்ளலாம் என்று கருதுகிறேன். நீங்கள் என்ன சொல்லுகிறீர்கள் என்று காந்தியார் பெரியாரைக் கேட்டார்.

"உடனே பெரியார், "நம்முடைய இலட்சியம் கோயிலே ஒழிய தெரு மாத்திரம் அல்ல. ஆனால் இப்போது தெருவைத் திறந்து விட்டால் சத்தியாகிரகம் நிறுத்தி விடலாம். கோயில் பற்றி மக்களிடம் பிரசாரம் செய்து நல்ல சூழ்நிலை ஏற்படுத்திக் கொண்டு பிறகு கிளர்ச்சி செய்யலாம் என்று சொல்லும்படி காந்தியாரை வேண்டிக்கொண்டார். காந்தியார் சரி என்று ... சில சர்வே வேலை செய்துவிட்டு உத்தரவு போடுவதாக இராணி சொன்னார்கள் என்று சொல்லி சத்தியாகிரகத்தை நிறுத்தச் சொன்னார். பெரியார், 'உத்தரவு வந்தால் ஒழிய நிறுத்துவது பற்றி மக்கள் சம்மதிக்க மாட்டார்கள். வேண்டுமானால் ஆஸ்ரமத்தைக் கலைத்துவிட்டு 16 தொண்டர்கள் மாத்திரம் பெயருக்கு சடங்கு போல் ஆடம்பரமில்லாமல் போலீஸ் படைக்கும் வேலையில்லாமல் செய்துவிடுகிறேன்' என்று சொல்லி சத்தியாகிரக கிளர்ச்சி முடிக்கப்பட்டது. என்றாலும் உடனே கோயில் பிரவேசப் பிரசாரம் மலையாளத்திலும் தமிழ்நாட்டிலும் பலமாக நடத்தப்பட்டது.

குருவாயூர் சத்தியாகிரகம்: "மலையாளத்தில் குருவாயூர் கோயில் பிரவேசக் கிளர்ச்சி கேளப்பன் நாயரால் நடத்தப்பட்டது. அதை காந்தியார் தடுத்து நிறுத்திவிட்டார். இதற்குள் பெரியார் காங்கிரசிலிருந்து விலகிவிட நேர்ந்தது" (விடுதலை, 14 மார்ச் 1958).

'சாதி ஒழிப்பு – ஆதி சரித்திரம்' கட்டுரையில் இதுவரை யிலான பகுதியே வைக்கம் சத்தியாகிரகம் பற்றிய நேரடித் தகவல்களைத் தருவதாக இருக்கிறது. அடுத்த நாள் கட்டுரையில் வைக்கம் போராட்டத்தின் விளைவால், ஈழவ மக்கள் மேலும் கிளர்ச்சி பெற்று மத ஒழிப்புப் பிரசாரம் வரை சென்றதைப் பற்றிப் பேசுகிறார். இத்தயை மாநாடு ஒன்றில் தான் கலந்து கொண்டதையும் குறிக்கிறார். அப்பகுதி வருமாறு:

வைக்கம் விளைவு: 'வைக்கம் சத்தியாகிரக வெற்றிக்குப் பிறகு திருவாங்கூர் – கொச்சி இராஜ்யத்தில் நாத்திக பிரசாரமும் மத ஒழிப்புப் பிரசாரமும் இரண்டு ஆண்டுகள் தொடர்ந்து நடந்தன. அதற்காக கொச்சியில் ஒரு மாநாடு கூட்டப்பட்டது.

"ஈழவ சமுதாய மக்களும் மற்றும் தாழ்த்தப்பட்ட மக்களும் உடனடியாக இந்து மதத்தை விட்டு விலகி இஸ்லாம் மார்க்கத்தில் சேர்ந்துவிட வேண்டியது" என்பதான தீர்மானம் ஒன்று பெரியார் தலைமையில் நடந்த அந்த மாநாட்டில் கொண்டு வரப்பட்டது. இதை ஒட்டிய விரிவான செய்திகளைக் கட்டுரை அளிக்கிறது. நிறைவாக கட்டுரை வைக்கம் பற்றிய கீழ்வரும் செய்தியோடு முடிகிறது.

"... அவ்வளவு தூரம் போவானேன். வைக்கம் சத்தியாகிரக சரித்திரம் என்பதில் அதற்குப் பல வழிகளிலும் கேடு செய்த காந்தி பேர்தான் இருக்குமே ஒழிய, பெரியாரைப் பற்றியோ மற்றும் தமிழ்நாடு தொண்டர்கள், தாய்மார்களைப் பற்றியோ ஒரு சொல் கூட அதில் காணப்பட முடியாதபடி செய்திருக்கிறார்கள் இந்தப் பார்ப்பனர்கள்" (*விடுதலை, 15 மார்ச் 1958*).

அடுத்த நாளும் தொடர்ந்த கட்டுரை, ஆலயப் பிரவேசம் தொடர்பில் காந்தியை விமர்சிக்கிறது. மற்றொன்று விரித்தலாகி விடும் என்பதால் இதோடு நாம் நிறுத்திக்கொள்ளலாம்.

முடிவுரையாக . . .

அரசியல் விடுதலை என்ற பெயரில் கிடைக்கும் சுயராஜ்யம், ஒரு குறிப்பிட்ட பிரிவினரின் அதாவது தற்போது சமூக ஆதிக்கம் செலுத்தும் பிரிவினரின் தொடர் அதிகாரத்திற்கே பயன்படும் என்று பெரியார் கருதினார். அதற்கு வைக்கம் அனுபவம் அவருக்கு ஆதார பலமாயிற்று.

சுசீந்திரம் சத்தியாகிரகத்தை ஆதரித்து பேசும்போது சமூக சமத்துவத்தை அரசாங்கமே ஆதரித்தாலும் பிராமணர்கள் ஆதரிக்கவில்லை என்ற கருத்தை வலியுறுத்தினார். வைக்கத்தின்

தொடர்ச்சியாகவே இச்சத்தியாகிரகத்தைப் பெரியார் பார்த்தார். கல்பாத்தி போராட்டத்தையும் பெரியார் ஆதரித்தார். பாலக்காடு பெரியகடை வீதி வியாபாரிகள் தாழ்ந்த வகுப்பாரின் கடைவீதி பிரவேசத்துக்கு ஒத்துழைப்பர் என்று நம்பிக்கை தெரிவித்தார். வைக்கம் வெற்றி என்பது வைக்கத்தில் நிகழ்ந்த போராட்டத்துக்கான வெற்றியே தவிர இதனால் இந்தியா முழுவதும் தீண்டாமை நீங்கி விடாது என்று கருதினார். ஆங்காங்கு நடைபெறும் போராட்டங்களே ஆங்காங்கு தீண்டாமையை நீக்கும் என்றும் பெரியார் கருதினார்.

தன்னோடு சத்தியாகிரகத்தில் பங்கேற்ற கே.பி. கேசவ மேனன், சகோதரன் அய்யப்பன், கேளப்பன், சிவதாணு பிள்ளை போன்றோரின் கருத்துகளுக்கு அப்போதைய கருத்தியல் சார்ந்தே பதில் தெரிவித்தாரே தவிர வெறும் பழக்கமும் நட்பும் சார்ந்து அல்ல. திருவாங்கூர் காவல்துறை ஆணையர் பிட் வைக்கத்தில் கிடைத்த சமூக சமத்துவ வெற்றிக்குக் காரணம் என்று பெரியார் சுசீந்திரம் சத்தியாகிரகத்தின்போது தெரிவித்தார்.

ஒரு கட்டத்தில் கோயில் தெரு நுழைவை, கோயில் நுழைவை வலியுறுத்திப் பெரியார் போராடியிருப்பினும் அது தாழ்த்தப்பட்டவர்களுக்கு ஒரு பக்கப் பலனையே தரும், தவிர சுயகாலில் நிற்கும் பொருளாதார வல்லமையே முழுமையானது என்ற கருத்துக்குப் பெரியார் நகர்கிறார்.

வைக்கம் போராட்டத்தின்போது ஈழவருடன் ஏற்பட்ட பெரியாரின் தொடர்பு வானூர் மதியம் போல மெல்ல மெல்ல வளர்ந்து, அவர்கள் மதத்தைத் துறக்க மாநாடு நடத்தியபோது பெரியாரை அழைக்கும் அளவு பெருகியது.

காங்கிரசுடன் உறவு முறிந்து பகை வளர்ந்த நிலையில், அக்கட்சியினர் முன்னம் வைக்கம் போராட்டத்தின் போது பெரியார் வழி அங்குச் சென்ற ரூபாய் 1000க்குக் கணக்கு கேட்டனர். முன்னரே இரு முறை அளித்து விட்ட கணக்கை மீண்டுமொருமுறை பெரியார் விளக்கினார். தொடர்ந்து கேரளத்தில் நடந்துவரும் சமத்துவமின்மையைப் பெரியார் கவனித்து எதிர்த்து வந்தார் என்பது 1939இல் மனிஜர் என்ற கிராமத்தில் ஆதிதிராவிடர் ஒரு தெருவில் நடக்கக் கூடாது என்று தடுத்தபோது எதிர்த்து எழுதியதிலிருந்து தெரிய வருகிறது. திராவிடத் தலைவரான பெரியார் 1944இல் ஆந்திரத்திற்கும் சென்று சமத்துவ பிரச்சாரத்தைச் செய்தார். *குடி அரசுப் பத்திரிகை* தொடங்க விரும்பிய கனவை வைக்கம் போராட்டத்தால் நேர்ந்த சிறைவாசத்திலும் வளர்த்தெடுத்தார்.

சாதி ஒழிப்புப் போரின் வரலாற்றை எழுதும்போது வைக்கத்தையே முதல் கிளர்ச்சி என்று பெரியார் வர்ணித்தார். அதோடு, போராட்டத்தை நிறுத்த முயன்றதாக காந்தி, இராஜாஜி, எஸ். சீனிவாச ஐயங்கார் ஆகியோரை விமர்சித்து எழுதினார். 33 ஆண்டுக்கால இடைவெளியில் நிகழ்வுகள் வரலாற்று வெளிச்சம்பட்டு விவரிக்கப்படுகின்றன. சில தகவல்களை மறுக்க முடியும் எனினும் பெரியார் அப்படிக் கருத இடமிருந்தது என்பது உண்மை. அணுக்கமாக இருந்த ஒருவரால் உணரப்பட்ட விஷயங்கள் என்பதால் பெரியார் அவதானிப்பை ஒதுக்கி விட முடியாது. வைக்கம் போராட்டத்தில் அவரது நிலைப்பாட்டை அறிய இக்கட்டுரைகள் பயன்படும்.

○

இயல் 5

வரலாற்றில் வைக்கம்

ஓர் எழுத்தாளன் என்ற வகையில் உண்மையில் என்ன நடந்தது என்பதைக் காட்டிலும், என்ன நடந்தது என்று மக்கள் சொல்கிறார்களோ அதன்மீதுதான் நான் அதிக அக்கறை கொள்கிறேன்.

கசுவா இஷிகுரே
நோபல் பரிசு பெற்ற ஜப்பானிய எழுத்தாளர் (2017)

வரலாற்றில் வைக்கம்

வைக்கம் சத்தியாகிரகத்தைப் பற்றிக் கேரளம், தமிழ்நாடு, இந்தியா, அயல்நாடு வாழுநரின் 36 பிற்காலப் பதிவுகளைக் கொண்டது இவ்வியல். அரசாங்கம், போராட்டத்தில் பங்கேற்றோர், ஆதரவாளர், சமகால மனிதர்கள் ஆகியோரின் வாழ்க்கை வரலாறுகள், ஆய்வு, வரலாற்று நூல்கள் ஆகியவை தரும் வைக்கம் பற்றிய பிற்காலப் பார்வையைத் தொகுத்துத்தர இவ்வியல் முயல்கிறது.

கேரளப் பதிவில் கோட்டயம் மாவட்ட விவரத்தொகுப்பு, கே.எம். பணிக்கர், கே.பி. கேசவ மேனன், ஜார்ஜ் ஜோசப், டி.ஆர். கிருஷ்ணசாமி ஐயர் போன்ற போராட்டத்தில் பங்கேற்றோரின் வாழ்க்கை வரலாறுகள், சமகாலப் பெருமக்கள் நாராயண குரு, பத்திரிகையாளர்கள் போத்தன் ஜோசப், கே.எம். மாத்யூ, ராணி சேதுலட்சுமி பாய் போன்றோரின் வாழ்க்கை வரலாறுகள், ஈழவர் முன்னேற்ற வரலாறுகள் ஆகியவை வைக்கம் பற்றிப் பேசும் தகவல்கள் இவ்வியலில் இடம் பெறுகின்றன.

அண்டை மாநிலமாகவும் போராட்டத்தில் பங்கெடுத்தோர் அதிகமுள்ள மாநிலமாகவும் திகழ்ந்தது தமிழ்நாடு. போராட்டத்தில் பங்கேற்ற பெரியார், கோவை அய்யாமுத்து, காந்திராமன் போன்றோரது வரலாற்றில் வைக்கம் பெற்றிருக்கும் இடம் குறிக்கப்படுகின்றது. ஆதரவாளர் என்ற வகையில் திரு.வி.க. தன் வாழ்க்கைக் குறிப்பிலும், கட்டுரை நூலிலும் குறிப்பிடும் வைக்கம் செய்திகள் காட்டப்படுகின்றன. வரலாற்று வகைமையில்

'விடுதலைப்போரில் தமிழகம்' நூல் செய்திகளும், வைக்கம் போராட்ட வரலாற்றைச் சுருக்கமாகத் தரும் இரு நூல் கருத்துகளும், அதை இலக்கியமாக்கியிருக்கிற கவிதை நாடகத்தின் செய்திகளும் இப்பகுதியில் தமிழ்நாட்டினரின் பதிவுகளாக இடம் பெறுகின்றன.

இந்தியா என்ற நிலையில் வைக்கத்தைப் பார்வையிட்ட ஆதரவாளர்களான காந்தியைத் தவிர சி.எப். ஆண்ட்ரூஸ், மகாதேவ தேசாய், சிரத்தானந்தர் ஆகியோரைக் குறிப்பிடலாம். சி.எப். ஆண்ட்ரூஸ் வாழ்க்கை வரலாற்றில் வைக்கம் பெறும்இடம் விவரிக்கப்படுகிறது. மகாதேவ தேசாயின் வைக்கம் அனுபவங்கள் *Day–To–Day with Gandhi, The Epic of Travancore* ஆகியவற்றில் இடம்பெற்றுள்ளன. ஆதரவாளர் என்ற நிலையில் நேருவின் அனுதாபமும், காந்தியின் தமிழ்நாட்டு வருகையை விரிவாகப் பதிவு செய்த 'தமிழ்நாட்டில் காந்தி' நூலின் செய்திகளும், காந்தியின் சமகாலப் பொருத்தப்பாட்டை விவரிக்கும் 'இன்றைய காந்தி' நூல் செய்திகளும் அதை மறுக்கும் நூல் செய்திகளும் இப்பகுதியில் வைக்கம் பற்றிய பார்வைகளாகத் தொகுக்கப்பட்டுள்ளன.

இந்தியாவிற்கு வெளியேயும் வைக்கத்தின் தாக்கம் பரவியுள்ளதை மேரி எலிசபெத்தின் நூலும், நிக்கோலஸ் பி. டர்க்ஸ் நூலும் நிரூபிக்கின்றன. அவற்றின் பார்வை அயலகப் பதிவுகளாக இங்குத் தரப்பட்டுள்ளன.

கேரள, தமிழக, இந்திய, அயலகப் பதிவுகளின் உள்ளடக்கமானது பங்கேற்றோர், ஆதரவாளர், சமகாலத்தவர், வரலாற்றாசிரியர் என்ற வரிசையில் அமைக்கப்பட்டுள்ளது.

கேரளப் பதிவுகள்

கோட்டயம் மாவட்ட விவரத் தொகுப்பு (*Gazetteer*) வைக்கம் போராட்டத்தைப் பற்றிய குறிப்பைப் பின்வருமாறு வரலாற்றுக்குத் தருகிறது.

'கோட்டயம் மாவட்டத்தில் 1920களின் தொடக்கத்தில் நடைபெற்ற காவியப் போராட்டம், புகழ்பெற்ற வைக்கம் சத்தியாகிரகமாகும் (1924–25). தீண்டாமையை வேரறுக்கும் பெரிய இயக்கத்தின் பகுதியாக அது தொடங்கியது. திருவிதாங்கூர் சமஸ்தானத்தில் ஹரிஜன்களும் பிற பிற்படுத்தப்பட்டோரும் கோயிலுக்குள் நுழைய மறுக்கப்பட்டார்கள், ஏன் கோயிலுக்குப் போகும் வழியில்கூட நடக்கமுடியாத நிலை இருந்தது.

இருந்தபோதிலும் நாட்டின் பொதுமக்களின் கருத்து இத்தீண்டாமையை எந்த வடிவத்திலும் தொடர விடக்கூடாது என்பதில் தெளிவாக இருந்தது. சமூக சமத்துவ நீதிக்கான போராட்டத்துக்கான தூண்டுவிசையாக ஸ்ரீ நாராயண குருவின் செயல்பாடுகளும் சமூக அமைப்புகளான நாயர் சேவை சங்கம், ஸ்ரீ நாராயண தர்ம பரிபாலன யோகம் ஆகியவையும் இருந்தன. அச்சமயம் கேரளத்தில் வேகம் பெற்றிருந்த இந்திய தேசிய காங்கிரசும் ஹரிஜன்களுக்காக உழைத்தது. தீண்டாமையை விரைவில் ஒழிக்க அதுவும் முயன்றது. அச்சமயம் முன்னணி அரசியல் பிரமுகராக இருந்த டி.கே. மாதவன் இப்போராட்டத்தில் மனமாரத் தன்னை ஈடுபடுத்திக்கொண்டார். காகிநாடா காங்கிரசு மாநாட்டில் (1923) கலந்துகொண்ட அவர் அங்கு காந்தியிடம் இப்பிரச்சனைக்கு ஆதரவு கோரினார். கோயிலின் சுற்றுப்புற வீதிகள் அவர்ணர்களுக்குத் திறந்து விடப்பட்டால் அதையே சிறந்த முன்னுதாரணமாக்கி கோயில் நுழைவுக்கான பெரிய போராட்டத்தை வெற்றிகரமாக நடத்தலாம் என்பது மாதவனின் உடனடி நோக்கமாக இருந்தது. புகழ்பெற்ற சிவன் கோயில் இருந்த வைக்கம் இந்த அடையாள சத்தியாகிரகத்தைத் தொடங்க இடமாகத் தேர்ந்தெடுக்கப்பட்டது.

‘கேரளப் பகுதி காங்கிரசின் ஆதரவில் 1924 மார்ச் 30ஆம் தேதி வரலாற்றுப் புகழ்பெற்ற வைக்கம் சத்தியாகிரகம் தொடங்கியது. நாடு, மாநிலம் முழுவதிலுமிருந்த மக்களின் கவனத்தை இது கவர்ந்தது. காந்தி இப்போராட்டத்தை ஆசீர்வதித்ததுடன் சத்தியாகிரகிகளுக்குத் தன் முழு ஆன்மஆதரவைத் தந்தார்.

‘டி.கே. மாதவன், மன்னத்து பத்மநாபன், கே.பி. கேசவ மேனன், செங்கணாச்சேரி பரமேசுவரன் பிள்ளை, சி.வி. குஞ்ஞி ராமன், எம்.என். நாயர், ஏ.கே. பிள்ளை, கே. கேளப்பன், ஜார்ஜ் ஜோசப், அலுமோட்டில் சாணார் (ஏ.கே. கோவிந்த தாஸ்) ஆகிய கேரளத் தலைவர்கள் தீவிரமாக சத்தியாகிரகத்தை வழி நடத்தினர். சி. இராஜகோபாலாச்சாரி, எஸ். சீனிவாச ஐயங்கார், சுவாமி சிரத்தானந்தா, ஆசார்ய விநோப பாவே, ஈ.வி. ராமசாமி நாயக்கர் ஆகிய அகில இந்தியத் தலைவர்களும் வைக்கத்திற்கு வந்திருந்து சத்தியாகிரகிகளுக்கு உற்சாக மூட்டினர். பஞ்சாபிலிருந்து அகாலிகள் குழு ஒன்று வைக்கத்திற்கு வந்து தன்னார்வலர்களுக்கு உணவு சமைத்து வழங்கினர். இந்த இயக்கத்தை ஒடுக்க காவல்துறை மேற்கொண்ட கடுமையான நடவடிக்கைகளால் சத்தியாகிரகிகள் சொல்லொணா சிரமங்களை அனுபவித்தனர். குழுக்களாக அவர்கள் கைதுசெய்யப்பட்டு பல்வேறு கால சிறைத்தண்டனைகளைப்

பெற்றனர். கைதானவர்களில் கே.பி. கேசவ மேனன், டி.கே. மாதவன், ஏ.கே. பிள்ளை ஆகியோர் குறிப்பிடத்தகுந்தவர்கள்.

'மன்னத்து பத்மநாபன் தலைமையில் சவர்ணயாத்திரை என்ற பெயரில் சாதிஇந்துக்களால் ஒழுங்கு செய்யப்பட்ட ஊர்வலம் வைக்கம் சத்தியாகிரகத்தில் முக்கியமாகச் சொல்ல வேண்டியது. வைக்கத்திலிருந்து புறப்பட்டு (1 நவம்பர் 1924) திருவனந்தபுரம் வரை நடந்த இந்த ஊர்வலத்தில் பங்குபெற்றோரை வழி நெடுக மக்கள் ஆரவாரத்துடன் வரவேற்றனர். 'நடப்பதற்கான சுதந்திரம் மக்களுக்குப் பிறப்புரிமை' என்ற வரிகள் எழுதிய பதாகைகளை அவர்கள் ஊர்வலத்தில் எடுத்துச் சென்றனர். ஊர்வலத்தின் முடிவில், திருவனந்தபுரத்தில் செங்கணாச்சேரி பரமேசுவரன் பிள்ளை தலைமையில் மகாராணி சேதுலட்சுமி பாயைச் சந்தித்தனர் (12 நவம்பர் 1924). தீண்டாமையை உடனடியாக விலக்க வேண்டும் என்ற கோரிக்கை அடங்கிய, 25,000 கையெழுத்திட்ட மக்களின் விண்ணப்பத்தை மகாராணியிடம் அளித்தனர். 9 மார்ச் 1925இல் மகாத்மா காந்தி வைக்கத்திற்கு நேரில் வந்தார். காவல்துறை ஆணையாளர் மற்றும் பிற அரசு அதிகாரிகளுடன் பேச்சுவார்த்தை நடத்தி விரைவில் சத்தியாகிரகத்தை முடிவுக்குக் கொண்டுவர முயன்றார். பயன் விளைந்தது. சாதி வித்தியாசமின்றி எல்லோருக்கும் வீதிகள் திறந்து விடப்பட்டன. சாலையின் முகப்புகளில் வைக்கப்பட்டிருந்த அறிவிப்புப் பலகைகள் எடுக்கப்பட்டு, அவர்ணர்கள் நுழைய இருந்த தடை விலக்கப்பட்டது' (பக். 40–41).

கேரள அரசின் ஆவணக்காப்பகத்தில் கிடைக்கும் ஆங்கிலத்திலான கோட்டயம் மாவட்ட விவரத்தொகுப்பு வைக்கம் சத்தியாகிரகத்தை மேற்கண்டவாறு பதிவு செய்துவைத்துள்ளது. இத்தகைய உள்ளொளி அற்ற மேம்போக்கான வரலாற்றையே பரப்ப நினைக்கிறார்கள் போலும்.

இக்குறிப்பு உணர்த்துவது போல அவ்வளவு எளிதாகப் போராட்டம் நடந்து முடிந்துவிடவில்லை. போராடிச் சிறைசென்றவர் பட்டியலும் சிறியதாகத் தரப்பட்டிருக்கிறது என்பது ஒன்று. அடுத்தது இப்போராட்டத்தில் தமிழகத்தின் பங்கு சரியாகப் புலப்படுத்தப்படவில்லை. இக்குறிப்பில், முக்கியமானதாகக் குறிப்பிடப்படுவது உயர்சாதியினர் பேரணி. அப்பேரணியில், வைக்கத்திலிருந்து திருவனந்தபுரம் நோக்கி புறப்பட்டு வந்த வடக்கு ஊர்வலத்தைக் குறிப்பிடும் இக்குறிப்பு, தெற்கிலிருந்து தமிழர் எம்பெருமாள் நாயுடு தலைமையில் நிகழ்ந்த ஊர்வலத்தை பதிவிடத் தவறிவிட்டது. போராட்டத்தைக் கேரளம் வந்து ஊக்குவித்தவர்களின் பெயர்களைக் குறிக்கும் அது,

போராட்டத்தில் ஈடுபட்டு இருமுறை சிறை சென்ற பெரியாரை, மற்றும் "ஈ.வி. ராமசாமி நாயக்கர்" என்று போகிறபோக்கில் குறித்திருப்பதைக் கவனிக்கவும்.

O

'ஆத்ம கதா' என்று மலையாளத்திலும் 'எனது வாழ்க்கை' என்று தமிழிலும், '*An Autobiography*' (1977) என்று ஆங்கிலத்திலும் வெளிவந்துள்ளன கே.எம். பணிக்கரின் வாழ்க்கை வரலாறுகள். ஆங்கில நூலிலிருந்து வைக்கம் பற்றிய அவரது குறிப்புகள் இங்குத் தரப்படுகின்றன.

காங்கிரசின் புகழ்பெற்ற அறிவாளர்களுள் ஒருவரான காவாளம் மாதவன் பணிக்கர் வைக்கம் போராட்ட காலத்தில் கேரளத்தில் வசிக்கவில்லை. அச்சமயம், காந்தியின் விருப்பப்படி அமிர்தசரசில் நடந்த காங்கிரசுப் போராட்டக் களத்திலிருந்து காங்கிரசுக்குத் தகவல் அளிக்கும் பணியைச் செய்துகொண்டிருந்தார். ஆனால் போராட்டம் தொடங்குவதற்கு முன்னும், போராட்டம் நடைபெற்ற போதும் அதன் செயல்பாடுகளில் அயலிலிருந்து பங்காற்றிக்கொண்டிருந்தார். குறிப்பாக வைக்கம் போராட்டத்தில் கிறித்துவரான ஜார்ஜ் ஜோசப் கலந்துகொள்வது தவறு என்று கருதினார். அதனால் கேரளத்தவரின் பெரும் அதிருப்திக்கு ஆளானார். இதைத் தன் வாழ்க்கை வரலாற்றில் குறித்துள்ளார். அவரது வார்த்தைகளிலேயே இதைச் சுட்டலாம்.

"அமிர்தசரசுக்கு நான் போய்ச் சேர்ந்திருந்த ஒரு வாரத்திற்குள் வைக்கம் சத்தியாகிரகம் தொடங்கிவிட்டது. டி.கே. மாதவன், கே.பி. கேசவ மேனன் மற்றும் சிலரால் அது ஆரம்பிக்கப்பட்டது. அப்போராட்டத்திற்கு நான் முக்கிய தூண்டுகோலாய் இருந்தவன். நான் அச்சமயம் கேரளத்தில் இல்லாமல் இருந்தது தவறாகக் கருதப்பட்டது. அதனால், வைக்கத்துக்குச் சென்று நண்பர்களுடன் சேர்ந்துகொள்ள காந்தியிடம் அனுமதிக்கும்படி கேட்டுக்கொண்டேன். ஆனால் அவர் அமிர்தசரசு வேலையை முடிக்க வேண்டும் என்று வலியுறுத்தினார். அதையே அவர் மிக முக்கியமாய்க் கருதினார். வைக்கம் போராட்டத்தில் நான் கலந்துகொள்ள முடியாமல் போனதற்கு இதுவே காரணம்.

"தற்போது காலமாகிவிட்ட என் நண்பர் ஜார்ஜ் ஜோசப் வைக்கத்திற்குச் சரியாகச் சென்று சத்தியாகிரகத்தை முன்னின்று நடத்தினார். கோயிலைச் சுற்றியுள்ள தெருக்களில் தாழ்த்தப்பட்ட வகுப்பினர் பயன்படுத்துவது பற்றிய கோரிக்கையை

அடிப்படையாகக் கொண்ட இயக்கமாதலால், பாதிக்கப்பட்ட கட்சியினரோ அல்லது உயர்சாதி உறுப்பினரோதான் இதுபற்றிப் பேச உரிமை உள்ளவர்களாவர். பாதிக்கப்பட்ட பிரச்சனையில் அவர்களே நிலைப்பாடு எடுக்க பொறுப்பானவர்கள். இந்தப் பிரச்சனையில் கிறித்துவர்கள் தலையிடக் கூடாது என்று சென்னைப் பத்திரிகைகளில் நான் ஒரு அறிக்கை வெளியிட்டேன். ஜார்ஜ் ஜோசப்பின் செல்வாக்கினால், கேரளக் காங்கிரசுக்காரர்கள் என் போக்கை மறுத்தனர். என்னைத் தாக்கி ஒரு பதிலையும் வெளியிட்டனர். கேரளக் காங்கிரசு கமிட்டிச் செயலாளரான ராமுண்ணி மேனன் பெயரில் அது வெளியானது. என்னுடைய அறிக்கையையும் பதிலையும் காந்திக்கு அனுப்பிவைத்ததுடன், வைக்கம் சத்தியாகிரகத்தில் இந்துவல்லாதவர்கள் கலந்துகொள்வதை காந்தி அங்கீகரிக்கக் கூடாது என்றும் கேட்டுக்கொண்டேன். காந்தி என் பார்வையை ஆதரித்தார். குரூர் நம்பூதிரிபாடு, கே. மாதவன் நாயர் மற்றும் சிலர் அடங்கிய கேரளக் குழு காந்தியைச் சந்திக்கவிருப்பதைச் சென்னைப் பத்திரிகைகளிலிருந்து அறிந்துகொண்டேன். அச்சமயம் அகமதாபாத்தில் நானும் இருக்கவேண்டும் என்று முடிவு செய்தேன்.

“நான் சபர்மதியில் தங்கியிருந்தேன். சபர்மதியின் தினசரி நடைமுறையைத் திரும்பவும் சொல்வது தேவையற்றது. அன்று மாலையே காந்தி என்னை அழைத்து சீக்கியப் பிரச்சனை பற்றிப்பேசினார். அது தொடர்பான எல்லாச் செய்திகளையும் கூறி, நான் தயாரித்து வைத்திருந்த குறிப்பையும் அவரிடம் கையளித்தேன். அதைப் படித்துவிட்டு மறுநாள் செய்ய வேண்டுவது பற்றிக் கூறுவதாகச் சொன்னார். வைக்கம் பற்றியும் குறிப்பிட்டேன். அதை அவர் ஆராய்ந்து விட்டதாகவும் கேரளக் குழுவினர் தம்மை நாளைச் சந்திக்கும்போது அதுபற்றி பார்த்துக்கொள்கிறேன் என்று பதில் அளித்தார். . . .

“மறுநாள் காந்தி கேரளக் குழுவைச் சந்தித்தார். வைக்கம் சத்தியாகிரகத்தில் இந்துஅல்லாதவர் எப்படிப்பட்ட நிலைப்பாடு எடுக்க வேண்டும் என்று விவரமாக தெளிவாக்கினார். என் கருத்தை அவர் ஆமோதித்திருந்தார்” *(An Autobiography, Pp. 44–46).*

வைக்கம் தொடர்பில் அகமதாபாத்தில் காந்தியுடன் கேரளக் குழுவினர் நடத்திய சந்திப்பு பற்றி மேலதிக விவரங்களை அவர் தரவில்லை. வைக்கம் போராட்ட வரலாற்றில் அவரது பெயர் இடம்பெறாதது குறித்த வருத்தங்கள் வார்த்தைகளாக வெளிப்படவில்லையே தவிர, அது பற்றிய வருத்தம் இருந்ததை உணரமுடிகிறது.

❍

வைக்கம் போராட்டத்தின் முன்னோடித் தலைவர்களுள் ஒருவரான கே.பி. கேசவ மேனனின் வைக்கம் போராட்டம் பற்றிய நினைவுகள் இருபது பக்க அளவிலேயே அவரது சுயசரிதத்தில் இடம்பெற்றுள்ளன. 'கடந்த காலம்' என்று தமிழில் ராஜம் கிருஷ்ணனால் மொழிபெயர்க்கப்பட்ட அந்நூல் 56 அத்தியாயங்களையும் 400 பக்கங்களையும் கொண்டது. வைக்கம் சத்தியாகிரகத்தைவிடத் திருவூரங்காடியில் நடந்த கலவரமே போராட்ட வீரரான அவர் மனத்தை வாட்டி வதக்கியிருக்கிறது என்பதை உணரமுடிகிறது.

வைக்கம் போராட்டம் பற்றிய நினைவுப் பதிவுகள் அவரைத் தாண்டி நீளவில்லை. 38 வயதில் நிகழ்ந்ததை 83 வயதில் எழுதுவது என்பது சிரமம்தானே. தனக்கு நினைவு சரியாகவே இருக்கிறது, இருக்கிறது என்று பன்முறை கூறிக்கொண்டாலும் நிகழ்வுகளின் விவரிப்புகள் காலத்தின் நீட்சியில் சுருங்கிவிடுவது இயற்கையே. அதுமட்டுமல்லாமல் வைக்கத்தைப் பற்றி அது நடந்த சமயத்திலேயே *தளைகளைவிட்டு* (1924) என்ற தலைப்பில் 72 பக்கத்திற்கு எழுதிவிட்டது வேறு அவரது நீளும் கையைத் தடுத்திருக்கலாம்.

பெரியாரைப் பற்றி 'கடந்த காலத்தில்' மூன்று முக்கியமான குறிப்புகள் வருகின்றன. முதல்குறிப்பு நாம் எதிர்பார்ப்பது போல வைக்கம் தொடர்பானதுதான். வைக்கம் தொடர்பில் சிறைவாசம் அனுபவித்த காலத்தை விவரிக்கும்போது அக் குறிப்பிடல் நிகழ்கிறது. "இக்காலத்தில் வைக்கம் சத்தியாகிரகம் அகில இந்தியப் புகழ் பெற்றுவிட்டது. தமிழ்நாட்டிலிருந்து ஈ.வி. ராமசுவாமி நாயக்கர் வைக்கம் வந்து சத்தியாகிரகம் செய்து திருவனந்தபுரம் சிறைக்கு வந்தார். எஸ். சீனிவாச ஐயங்கார், சுவாமி சிரத்தானந்தர் முதலிய தலைவர்கள் சிறையில் எங்களைக் காண வந்தனர்" என்கிறது அந்தக் குறிப்பு.

இரண்டாவது, மூன்றாவது குறிப்புகள் அவரது மலேயா வாழ்க்கை அனுபவ விவரிப்பில் இடம் பெற்றன. 1930இல் கே.பி. கேசவ மேனன் மலேயாவில் வாழ்ந்தபோது பெரியார் அங்குச் சென்றார். அவரும் அவருடைய மனைவியும் கேசவ மேனன் இல்லத்தில் இரண்டு நாள் தங்கியிருந்தனர். அங்கு நடந்த பெரியாரின் அறுபதாவது ஆண்டு விழாவிற்கு கே.பி. கேசவ மேனன் தலைமை தாங்கினார். 'தேசியக் கருத்துகளில் எங்கள் இருவருக்கும் இடையே ஒற்றுமை நிலவவில்லை எனினும் அவர் சமுதாய முன்னேற்றத்துக்கு ஆற்றிவரும் தொண்டை பாராட்டுவதற்குரிய வாய்ப்பாக அச்சந்தர்ப்பத்தைப் பயன்படுத்திக்கொண்டேன். நாயக்கர் பேச்சாற்றல் மிகுந்தவர். பொதுத் தொண்டாற்றும்

திறனுடன், தலைமைப் பொறுப்புக்குரிய பண்பும் அவரிடம் இசைந்திருந்தன. நாற்பது ஆண்டுகளுக்கும் மேலாகப் பொது தொண்டாற்றிவரும் நாயக்கரை அவருடைய கருத்துகளில் உடன்பாடு கொள்ளாதவர்களும்கூட அவர் ஒரு ஆற்றல் மிகுந்த தனிமனிதர் என்பதை ஏற்றுக்கொள்வார்கள்' (*கடந்த காலம்* ப. 196) என்று அக்கூட்டத்தில் பேசிய நிகழ்வைப் பதிவு செய்கிறார் கேசவ மேனன்.

1930 ஜூன் மாதத்தில் கோலாலம்பூர் உச்ச நீதிமன்றத்தில் வழக்கறிஞராகக் கேசவ மேனன் பதிவு செய்துகொள்ள முயன்றபோது அதை அங்குள்ள வழக்கறிஞர் சங்கம் எதிர்த்தது. அச்சமயத்தில் அவ்வழக்கைப் பற்றி அங்கும் இந்தியாவிலும் பரபரப்பாகப் பேசப்பட்டது. 'ராமசுவாமி நாயக்கருடைய மேற்பார்வையில் வெளிவந்த 'குடிஅரசு' இதழிலும், வரதராஜுலு நாயுடு தலைமையில் வெளியான 'தமிழ்நாடு' இதழிலும் கூட இவ்வழக்கு பற்றிய தலையங்கக் கட்டுரைகள் வெளியாயின' (*கடந்த காலம்*, ப. 203) எனக் கேசவ மேனன் குறித்துள்ளார்.

இன்னொரு குறிப்பு பெரியார் சிறை வாழ்க்கை பற்றிய சித்திரிப்பு ஆகும். இது கே.பி. கேசவ மேனனின் 'பந்தனத்தில் நின்னு' என்ற மலையாள நூலின் 10ஆம் அத்தியாயத்தில் வருகிறது.

"ஸ்ரீமான் ஈரோடு ராமசாமி நாயக்கரும், சிவசைலம், முத்துசாமி என்ற பெயருடைய வேறு இரண்டு சத்தியாகிரகிகளும் எங்களோடு ஒன்றாகத் தங்கவில்லை. நாயக்கருக்குக் கடுங்காவல் தண்டனை விதிக்கப்பட்டிருந்தது. தமிழ்நாடு காங்கிரசு கமிட்டித் தலைவரும், ஈரோடு முனிசிபல் சேர்மனாக இருந்தவரும் ஒரு பெரும் செல்வரும், உத்தம தேசாபிமானியுமான நாயக்கரின் காலில் சங்கிலியும், சிறைக் கைதிகளின் தொப்பியும், மூட்டு வரைக்குமான வேட்டியும், கழுத்தில் மரத்தாலியும் அணிவித்திருந்தார்கள். (ஒரு கொள்ளைக்காரனைப் போலவும், ஒரு கொலைகாரனைப் போலவும் ஒன்று சேர்ந்து வேலைக்கு போகின்ற (பெரியாரை)ப் பார்த்திட்ட) கேரளத்தின் தீண்டாமைச் சாதிக்காரர்களின் சுதந்திரத்திற்காக, தமிழ்நாட்டில் உள்ள ஒரு பெரிய உயர்ஜாதி இந்துவினை, இந்தத் தியாகத்திற்கு இழுத்து வந்த மகிமை, எங்களுக்கு, இந்த உன்னத இயக்கத்திற்கு புதிய ஜீவனைத் தந்தது.

"நாயக்கரையும் வேறு இரண்டு பேரையும் சிறப்பு கைதிகளாக வைக்காமல் இருந்ததைப் பற்றி திருவிதாங்கூர் அரசாங்கத்திற்கு நாங்கள் எழுதிய கடிதத்திற்கு விடுதலை செய்வதுவரை பதில் கிடைக்கவில்லை. கவர் ஒட்டுவதாக இருந்தது நாயக்கரின் வேலை.

வேலையை நாயக்கர் தினந்தோறும் செய்துகொண்டிருந்தார்" (*கடந்த காலம்*, ப. 66).

கடந்த காலத்தில் வைக்கம் பற்றிய விவரிப்பே குறைவு. வைக்கம் சத்தியாகிரக ஆசிரமச் செயலாளராக இருந்த கேளப்பன் பற்றிய வைக்கம் குறிப்புகளும் குறைவே. அவர், இவரது ஊர்க்காரரும்கூட. தவிரக் கேளப்பன் பற்றிய குறிப்புகளில் கேசவ மேனன் மனத்தில் கேளப்பனுக்கு இருந்த உயரிய இடமும் வெளிப்படுகிறது. இருந்தும் குறிப்புகள் குறைவு. அதற்காகக் கேளப்பனின் வைக்கம் பங்களிப்பைக் குறைத்துக் கூற இயலுமா? பெரியார் பற்றிய குறைவான குறிப்பிடல்களை இவற்றோடு ஒப்புநோக்கலாம்.

○

வைக்கம் போராட்டத்தில் கலந்துகொண்ட கிறித்தவரான ஜார்ஜ் ஜோசப்பின் வரலாறு, வைக்கம் போராட்டத்தில் அவரது பங்களிப்பை எப்படி பதிவு செய்து வைத்துள்ளது என்பதை அறியப் பயன்படுவது, அவரது மகள்வழிப் பேரன் ஜார்ஜ் ஜீவர்கீஸ் ஜோசப் எழுதி 2003இல் வெளிவந்த நூல் *George Joseph: The Life and Times of a Kerala Christian Nationalist.*

ஜார்ஜ் ஜோசப்பின் வைக்கம் பங்கேற்பைப் பற்றிய விவரிப்பு 25 பக்க அளவில் அமைந்துள்ளது. வர்ணாசிரம தர்மப்படி சாதிப்பிரிவுகளுடன், ஏற்றத்தாழ்வுகளுடன் விளங்கும் இந்தியாவை, குறிப்பாகக் கேரளத்தை விவரித்து வைக்கம் போராட்டத்துக்கான சூழலை விளக்குகிறார் ஜீவர்கீஸ். பிறகு வைக்கம் சத்தியாகிரகத்தின் முன்னிலை, வைக்கம் சத்தியாகிரகம், அதன் விளைவு, ஜார்ஜ் ஜோசப் சிறைவாழ்க்கை, விடுதலைக்குப் பிறகு தேசிய அரசியலுக்குத் திரும்புவது, முடிவுரை என்பதாக வைக்கம் சத்தியாகிரகம் பற்றிய இயல் அமைந்துள்ளது.

ஜார்ஜ் ஜோசப் 11 ஏப்ரல் 1924இல் கைது செய்யப்பட்டு, ஆறுமாதச் சிறை தண்டனை விதிக்கப்பட்டுத் திருவனந்தபுரம் சிறையில் அடைபடுகிறார். புதிய மகாராணி ரீஜண்ட் சேதுலட்சுமி பாய் அவருக்குப் பிறகு பொறுப்பேற்கிறார். இதை நினைவுகூரும் விதமாகச் சிறையிருக்கும் சத்தியாகிரகிகள் விடுவிக்கப்படுகின்றனர். அதில் ஜார்ஜ் ஜோசப்பும் ஒருவர்.

1924 ஏப்ரலில் ஜார்ஜ் ஜோசப் – இராஜாஜிக்கு இடையிலான கடிதப்போக்குவரத்து பத்திரிகையில் வெளியானது பற்றிய வருத்தம் இராஜாஜிக்கு இருந்தது பற்றிய செய்தியை நூலாசிரியர் குறிப்பாக எழுதியுள்ளார். சிறையிலிருந்து ஜார்ஜ் ஜோசப் எழுதிய கடிதங்களில் மிகுதியாக இடம்பெற்ற பெயர்

இராஜாஜிக்கு அடுத்து காந்திதான். வைக்கம் சத்தியாகிரகத்தைப் பொறுத்தவரை, அதன் நோக்கம் பற்றியும் பங்கேற்பாளர் பற்றியும் காந்தியின் கருத்தை மாற்றிவிட முடியும் என்று ஜார்ஜ் ஜோசப் முதலில் நம்பினார். பிறகு அது சாத்தியம் இல்லை என்று உணர்ந்துவிட்டார். ஜோசப்போ, செபாஸ்டியனோ, அப்துல் ரகீமோ வைக்கம் சத்தியாகிரகத்தில் கலந்துகொண்டு சிறை செல்வது பயனில்லை என்று 17 மே 1924இல் காந்தி 'இந்து'க்கு கொடுத்த பேட்டியில் கூறிவிட்டது இதன் உச்சம். சிறையிலிருந்து விடுதலையானதும் ஜார்ஜ் ஜோசப் சொந்த ஊரான செங்கான்னூர் போய் சில மாதங்கள் இருந்தார். பிறகு வடநாடு சென்றார். பிறகு ஜனவரி 1925இல் மதுரைக்கு வந்து தங்கினார். பிறகு ஜோசப் போராட்டத்திற்கென்று வைக்கம் திரும்பியதாகத் தகவல்கள் இல்லை. சத்தியாகிரகிகளின் இரண்டாவது குழு காந்தியைச் சந்தித்தபோது அக்குழுவில் ஜார்ஜ் ஜோசப் இருந்தார்.

பெரியாரைப் பற்றி, ஆறு இடங்களில் குறிப்புகள் இடம் பெற்றுள்ளன. முதல் குறிப்பு, 1922 காலகட்டம் தொடர்புடையது. மாறுதல் விரும்பாதோர் – சுயராஜ்ய கட்சி பிரச்சனையில் பெரியார் மாறுதல் விரும்பாதோர் குழுவில் இருந்தது குறிப்பிடப்பட்டுள்ளது. 1925 நவம்பரில் காங்கிரஸ் கட்சியிலிருந்து வெளியேறியது பற்றியது இரண்டாவது குறிப்பு. மூன்றாவது குறிப்பு வைக்கம் பற்றியதானாலும் அது வைக்கம் இயலில் வரவில்லை. நாராயண குரு – காந்தி ஆகியோரது வைக்கம் பற்றிய பார்வையில் இருந்த மாறுபாட்டை விவரிக்குமிடத்தில் வருகிறது. இது மதுரைக்குத் திரும்பல் என்ற அடுத்த இயலில் இடம்பெற்றுள்ளது.

"திருவாங்கூர் வருகையின்போது காந்தி, நாராயண குருவின் தீவிரமான எண்ணங்களில் தமக்கிருந்த ஒப்புதல் இன்மையை வெளிப்படுத்தினார். நாராயண குரு வைக்கம் சத்தியாகிரகத்தில் கடைப்பிடிக்கப்பட்ட மென்மையான அணுகுமுறையை மறுதலித்தார். வேலியைத் தாண்டி, கோயிலுக்குள் நுழைய வேண்டும் என அவர் கூறினார். ஜார்ஜ் ஜோசப்பின் நண்பரான மாதவன் தீவிரமாக இருந்தார். இவரை விடத் தீவிரமாக இருந்த கே. அய்யப்பனும் சி. கேசவனும் கோயில் நுழைவே பொறுத்தமற்றது என்றும் இந்துமதத்திலிருந்தே வெளியேற வேண்டும் எனக் கருதினர். அதே வருகையில் ராமசாமி நாயக்கர் போன்ற தமிழ்த் தலைவர்களின், சாதி பற்றிய கருத்தை காந்தி தீவிரமாகக் கண்டிக்கவில்லை என்று அதிருப்தியை ஜோசப் பெற்றிருந்தார்" (ப. 192).

'ஜார்ஜ் ஜோசப்பும் நண்பர்களும்' என்னும் குறுந்தலைப்பில், பாரதியார், காமராஜ், பெரியார், வரதராஜுலு நாயுடு, இராஜாஜி, எஸ். சத்தியமூர்த்தி ஆகியோருடனான தொடர்புகளை ஜார்ஜ் ஜீவர்கீஸ் ஜோசப் விவரிக்கிறார். இதில் முதல் மூவர் முக்கிய இடம்பெறுகின்றனர். அதில் காமராஜ், பெரியார் ஆகியோரது நட்பு விவரிப்பில் வைக்கம் இடம்பெறுகிறது.

ஜார்ஜ் ஜோசப்பின் காமராசருடனான தொடர்பு வைக்கம் சத்தியாகிரகத்தில் தொடங்குவதாகவும், அதில் காமராசர் இளைஞர்களில் முதிர்ச்சியையும் நம்பிக்கையையும் கொண்டவராக இருந்தார் (ப. 224) என்று ஜார்ஜ் ஜீவர்கீஸ் எழுதுகிறார். வைக்கம் போராட்டத்தின்போது காமராசருக்கு வயது 21. ஜார்ஜ் ஜோசப்புக்கு 37 வயது.

ஜார்ஜ் ஜோசப்பும் பெரியாரும் வைக்கம் சத்தியாகிரகத்தில் ஒன்றாகப் பங்கேற்றுச் சிறைப்படுத்தப்பட்டனர். இருவரது பங்கேற்புக்கும் மறுப்புகள் இருந்தன. ஒருவர் வெளிமாநிலத்தவர், பிராமணர் எதிரி என்றும் கூறி மறுக்கப்பட்டார். மற்றவர் இதேபோல இந்து வல்லாதவர் என்று மறுக்கப்பட்டார் என்று ஜார்ஜ் ஜீவர்கீஸ் குறிக்கிறார். எனினும் ஜார்ஜ் ஜோசப், பெரியாரின் செயல்களில் சிலவற்றில் உடன்பாடில்லாமல் இருந்தார். அவற்றுள் முதலாவது, வைக்கம் போராட்டத்தில், பெரியாரின் பங்கை அவரது ஆதரவாளர்கள் அதிகமாகப் புகழ்ந்தபோது பெரியார் அதை மட்டுப்படுத்தாதது. இது ஜார்ஜ் ஜோசப்புக்கு குழப்பத்தையும் எரிச்சலையும் தந்தது என்று பெயரன் எழுதுகிறார்.

ஆறாவதும் இறுதியானதுமான பெரியார் பற்றிய குறிப்பு, பெரியாரின் சுயமரியாதை இயக்கத்துடன் பி.டி. ராஜன் அவர்களுடைய ஈடுபாட்டைப் பற்றி குறிப்பிடும் இடத்தில் வருகிறது.

○

வைக்கம் போராட்டத்தில் தீவிரமாக ஈடுபட்டிருந்தவர் பாலக்காட்டு வழக்கறிஞர் டி.ஆர். கிருஷ்ணசாமி ஐயர். இவரது வைக்கம் பங்களிப்பை அறிய தேடியபோது கிடைத்த நூல் *Untouchable Brahmin (2000)*. தலித்துகளைக் கொண்டாடியதால் தீண்டத்தகாதவராகக் கேரளத்தில் அறியப்பட்ட பிராமணர் இவர். 26 சிறிய சிறிய இயல்களைக் கொண்ட இந்நூல் 287 பக்கங்களைக் கொண்டது. இதன் ஆசிரியர் சுதந்திரா என்கிற சுதா குஞ்சிதபாதம். டி.ஆர். கிருஷ்ணசாமியின் மகன் ராமச்சந்திரன் வழிப்பேத்தி. தந்தை எழுதிவைத்த சிறு குறிப்புகளை விரிவாக்கி

எழுதியுள்ளார் மகள். உறவினர்களுக்காகப் பிரசுரிக்கப்பட்ட இந்நூல் விற்பனைக்கானதல்ல (அதனால் விலையில்லை). ஆஸ்திரேலியாவில் வசிக்கும் சுதந்திரா கோலாலம்பூரில் நூலை வெளியிட்டதன் பின்னணி தெரியவில்லை. நாவலைப் போன்ற நடை கொண்டது இவ்வாழ்க்கை வரலாறு.

இளமைப்பருவம், திருமணம், சாதிவிலக்கு, சபரிஆசிரமத் தொடக்கம், யுவபாரதி இதழ் நிகழ்வு, குடும்பம் என விரியும் வாழ்க்கை வரலாற்று நூலில் வைக்கம் மூன்று இயல்களில் பேசப்பட்டுள்ளது. கோயில் சத்தியாகிரகம், புது வருகை, பிரச்சனைகள், கைது, விசாரணை, அதன் வீட்டு விளைவுகள் விவரிக்கப்பட்டுள்ளன. காந்தி கடிதங்கள், அவரது ஆசிரம வருகை, வளர்ப்பு மகன் ஹரி (தலித்) போன்ற விவரங்கள் முக்கியமானவை.

வைக்கத்தில் தந்தையின் பங்கு பற்றி மகனது நினைவுகள் சிறுசிறு சம்பவங்களாக விரிந்துள்ளன. முக்கியத்துவம் தரும் வகையில் விவரங்களில் துல்லியம் இல்லை. விவரங்கள் தந்த கிருஷ்ணசாமி ஐயரின் மனைவி ஈஸ்வரி அம்மாளும் போராட்டத்தில் கலந்துகொண்டவர். எனினும் வைக்கத்திற்குப் பிறகான வாழ்க்கைக் குறிப்புகளே மிகுதி. பெரியார் பற்றிய குறிப்புகள் இல்லை.

இந்நூலைப்பெற நான் செய்த முயற்சிகள் ஒரு தனிக்கதை.

○

வைக்கம் போராட்டத்தில் நாராயண குருவின் செயல்பாடுகள் எங்ஙனம் அமைந்தன என்பதை அறிய நாராயண குரு தொடர்பான நூல்களைத் தேடினேன். கிடைத்தவற்றுள் ஒன்று நாராயண குருவின் வாழ்க்கை, நோக்கம், பிரதிபலிப்புகள் என்ற மூன்று பகுதிகளும் பின்னிணைப்புகளும் கொண்ட 148 பக்க ஆங்கில நூல் Reflections on Sree Narayana Guru (2012). சி.பி. ராமசாமி ஐயர், கே.எம். ஜார்ஜ் உட்பட ஆறு பிரபலங்கள் எழுதிய கட்டுரைகள் முதல் பகுதியில் இடம் பெற்றுள்ளன. நடராஜ குரு, நித்ய சைதன்ய யதி போன்ற சமய உலகத்தினர் எழுதிய ஐந்து கட்டுரைகள் இரண்டாம் பகுதியையும் பேராசிரியர் எம். ஸ்ரீதரன் போன்ற கல்வி உலகைச் சார்ந்த மூவர் எழுதிய கட்டுரைகள் மூன்றாம் பகுதியையும் அலங்கரிக்கின்றன.

எம். ஸ்ரீதரன் தன் கட்டுரையில் வைக்கம் போராட்டத்தில் நாராயண குருவின் பங்கைக் கீழ்க்காணுமாறு குறிக்கிறார்.

‘நாராயண குரு தன் இடத்தை சத்தியாகிரகிகள் ஆசிரமம் வைக்கத் தந்தார். இவரது பிரதான சீடரான சத்தியவிரத சுவாமிகள் சத்தியாகிரகத்தை ஒழுங்கு செய்தார். மன்னத்து பத்மநாபனுடன் சவர்ண ஜாதாவில் பங்கேற்றார். குரு வைக்கம் நேரடியாகச் சென்று சத்தியாகிரகிகளை ஆசீர்வதித்தார். நிதி சேகரிக்க உதவினார்’ *(ப. 121).*

வைக்கம் பற்றிய இம்மேற்கண்ட குறிப்பே நாராயண குருவின் பங்களிப்பு குறித்து இங்குக் குறிக்கத்தக்க ஒன்றாகும். வேறு வைக்கம் பற்றிய முக்கிய குறிப்புகள் இந்நூலில் இல்லை.

~

டி.என். ஜெயச்சந்திரன் எழுதி டாக்டர் மு. மதியழகன், பேராசிரியர் பி.ஆர். ரமனி ஆகியோர் தமிழில் செய்த ‘ஸ்ரீ நாராயண குரு வாழ்க்கைப் பயணம்’ *(2000).*

நாணு என்கிற நாராயணன், பக்தனாகி, சட்டாம் பிள்ளையாகி, ஆசானாகி இறுதியில் ஸ்ரீ நாராயண குருவான கதை, சுருக்கமாக இவ்வாழ்க்கை வரலாற்று நூலில் நிரலாகச் சொல்லப்பட்டுள்ளது. நாராயண குருவின் தமிழ்நாட்டுத் தொடர்புகளைச் சுட்டிச் செல்லும் செய்திகளும் இந்நூலில் உண்டு.

வைக்கம் போராட்டம் பற்றி ஒரு வாக்கியமும் 28 பக்க நூலில் இல்லை. ஆனால் வைக்கம் போராட்டத்தில் கலந்துகொண்ட குருவின் சீடர் சத்தியவிரதன் பற்றிய தகவல் ஆறுதல் அளித்தது.

~

சச்சிதானந்த சுவாமி எழுதிய ‘ஜெகத்குரு ஸ்ரீ நாராயண குரு தேவ்’ *(2013).* இந்நூலுக்கு வைக்கம் போராட்டம் பற்றிய முன்னோடி நூலை எழுதிய டி.கே. ரவீந்திரன் முன்னுரை தந்துள்ளார்.

12 மார்ச் *1925*இல் காந்தி, இராஜாஜி, பெரியார், மகாதேவ தேசாய், ராம்தாஸ் காந்தி ஆகியோர் சிவகிரியில் நாராயண குருவைச் சந்தித்தது குறிப்பிடப்பட்டுள்ளது. மார்ச் *1925*இல் வினோப பாவே நாராயண குருவைச் சிவகிரி மடத்தில் சந்தித்த தகவல் (தேதியில்லாமல்) குறிப்பிடப்பட்டுள்ளது. நான் பார்த்த பத்திரிகைகள் எதிலும் இச்சந்திப்பு பற்றிய தகவல் இல்லை. வைக்கம் தொடர்பில் காவல்துறை ஆணையாளர் பிட்டுடன் காந்தி மேற்கொண்ட ஒப்பந்தப் பேச்சு ஆல்வாயில் நாராயண குருவின் அத்வைத ஆசிரமத்தில் *1926*இல் நடைபெற்றதாகக் குறிப்பிடப்பட்டுள்ளது. *1926*இல் காந்தி கேரளம் வந்ததாகத் தெரியவில்லை.

வைக்கம் குறித்து இதைத் தவிர குறிப்பிடத்தக்க தகவல்கள் வேறேதுமில்லை.

~

'நாராயண குரு' என்ற பெயரில் அவரது வாழ்க்கை குறித்து கே. சீனிவாசன் எழுதி மா. சுப்பிரமணியன் மொழிபெயர்ப்பில் வந்துள்ளது இன்னொரு நூல். வைக்கம் தொடர்பில் நாராயண குரு பெயரில் வெளிவந்த ஒரு பேட்டி சர்ச்சைக்கு உள்ளானது பற்றி முன்னர் குறிப்பிட்டிருந்தோம். அந்த பேட்டி இந்நூலில் இடம்பெற்றுள்ளது. காந்தி — நாராயண குரு சந்திப்பும் விவரமாக இடம் பெற்றுள்ளது. இவை இரண்டு செய்திகளே இந்நூலில் முக்கியமானவை. வைக்கம் சார்ந்து வேறில்லை.

○

வைக்கம் சத்தியாகிரகம் குறித்து வெளிவந்திருக்கும் நூல் என்றால் ஆய்வாளர்கள் முதலில் சுட்டுவது டி.கே. ரவீந்திரன் எழுதிய *Eight Furlongs of Freedom (1980)* தான். கேரள வரலாற்றுப் பேராசிரியரான அவர் வெளியிட்ட இந்நூல் காலத்தால் முதலிடத்தைப் பெறுகிறது. 1975இல் வெளிவந்தபோது இந்நூல் *Vaikkam Satyagraha and Gandhi* என்ற பெயரைத் தாங்கியிருந்தது. இதே நூல் 1980இல் *Eight Furlongs of Freedom* என்ற பெயரில் மறுபதிப்பானது.

திருவனந்தபுரம் ஆவணக்காப்பகத்து ஆவணங்களைப் பயன்படுத்தி எழுதப்பட்ட இந்நூல் தாழ்த்தப்பட்டவர்களின் மீது பரிவுடன் விரிகிறது. வைக்கம் போராட்டத்தில் காந்தியின் செயல்பாடுகளை விமர்சனத்துடன் அணுகுகிறது. அரங்கம் தயாரானது, செயலில் வைக்கம் சத்தியாகிரகப் போராட்டம், அரசு மற்றும் எதிர்ப்பாளர்களின் வன்முறை, அரசாங்கத்தின் எண்ணம், காந்தியின் வைக்கம் வருகை, முடிவுரை ஆகிய ஆறு இயல்களும் பின்னிணைப்புகளும் கொண்டது இந்நூல்.

வைக்கம் போராட்டத்தில் கலந்துகொண்ட தமிழ்த் தலைவர்கள் பற்றி 20 இடங்களுக்கு மேல் இந்நூலில் குறிப்புகள் வருகின்றன. பெரியார் (4), எம்பெருமாள் நாயுடு (2), வரதராஜுலு நாயுடு (1), இராஜாஜி (4), எஸ். சீனிவாச ஐயங்கார் (1) ஆகியோர் அவர்களுள் சிலர்.

சத்தியாகிரகிகள் உண்ணாவிரதம் இருக்க வேண்டாம் என்ற காந்தியின் தகவல் வந்த நாளன்று பெரியாரின் (14 ஏப்ரல் 1924) வைக்கம் வருகை நிகழ்ந்ததாய்க் குறிக்கிறார் ரவீந்திரன். கோயிலின் வடக்கு, கிழக்கு தெருக்களில் நடைபெற்ற இரண்டு

சத்தியாகிரக போராட்டக் குழுக்களுக்குப் பெரியார் தலைமை வகித்ததை எழுதுகிறார் (ப. 88).

மேற்கண்ட குறிப்புகள் தகவல்களாக இருக்க, அடுத்த குறிப்பு (பக்.89–90) மதிப்பீட்டுடன் அமைகிறது. "வைக்கம் சத்தியாகிரகத்திற்குப் பணம் மற்றும் தலைமை மூலமாக வந்த ஆதரவு பெரியது, ஆச்சரியப்படத்தக்கது, ஈ.வி. ராமஸ்வாமி நாயக்கரின் தலைமை இயக்கத்திற்குப் புதிய உயிரைக் கொடுத்தது (E.V. Ramaswamy Naicker's lead give a new life to the movement).

கேரளத்திற்குக் கிளம்புவதற்கு முன் பெரியார் வெளியிட்ட உணர்ச்சியூட்டுகிற வேண்டுகோள், தமிழ்நாட்டு மக்களிடையே ஆழ்ந்த உணர்ச்சி விளைவை ஏற்படுத்திவிட்டது. அவர் அதில் பின்வருமாறு குறிப்பிட்டிருந்தார். "அண்டை சகோதர மாநிலமான கேரளத்தினின்று வந்திருக்கிற கட்டளை தவிர்க்க முடியாதது. ஆபத்தான சூழ்நிலை உருவாகிவிட்டது. அடக்குமுறை மூர்க்கமாக இருக்கிறது. மகாத்மாவின் மூலைக்கல் போன்ற தீண்டாமையை ஒழிப்பதில் ஜோசப் உள்பட தலைவர்கள் பலரும் பலியாகிவிட்டனர். இவை என் மனத்தைக் கலக்கிவிட்டன. நான் கிளம்பிவிட்டேன். ஒருவேளை நான் கைது செய்யப்படலாம். அது ஒன்றும் பெரிதில்லை. அனுதாபிகளாகட்டும், தலைவர்களாகட்டும், பிரசாரகர்களாகட்டும், தன்னார்வலர்களாகட்டும் யாரா யிருந்தாலும் கேரளத்துக்குப் புறப்படுங்கள். அப்படி வர முடியாதவர்கள் முடிந்த பண உதவியைச் செய்யுங்கள். தமிழ்நாட்டிலிருந்து தன்னார்வலர்கள் பலர் சத்தியாகிரகத்துக்கு வரத் தயாராயிருப்பதாக எழுதியிருக்கிறார்கள். ஆம். இது பொன்னான வாய்ப்பு. இதை தவற விடாதீர்கள். இந்த உயர்ந்த காரியத்திற்கு வந்து சேருங்கள்" என *இந்து* பத்திரிகையில் வந்த பெரியார் அறிக்கையை ரவீந்திரன் எடுத்துத் தருகிறார்.

நான்காவது குறிப்பு பொது மக்களை ஈர்ப்பதில் பெரியாருக்கு இருந்த ஆற்றலைச் சுட்டுகிறது.

"பத்மநாப சுவாமிக்குத் திருவாங்கூர் சமர்ப்பிக்கப்பட்டு விட்டதால் திருவாங்கூர் மகாராஜாவுக்கோ, அவரது முன்னவருக்கோ அல்லது அவரது தாத்தாவுக்கோ யாருக்கும் அதில் உரிமை இல்லை. இதனால் திருவாங்கூரில் இருக்கும் எல்லாமே தேவஸ்வத்திற்குச் சொந்தமானதுதான் என்றார் பெரியார். இத்தகைய பேச்சுகள் மக்களைக் கவர்ந்தன." (ப. 155).

பெரியார், அய்யாமுத்து, எம்பெருமாள் நாயுடு முதலிய தமிழகத்திலிருந்து வந்த தலைவர்கள் அரசாங்கத்தைப் பற்றி

கொஞ்சமும் பயப்படாமல் பேசினர் என்று ரவீந்திரன் கருதுகிறார் (ப. 67).

தமிழகத்தின் பங்கை இன்னும் விரிவாக விளக்கியிருக்கலாம் என்றாலும் முக்கியமானவற்றைத் தொட்டுக்காட்ட ரவீந்திரன் தவறவில்லை.

○

ஈழவர் முன்னேற்றம் பற்றிய வரலாற்று நூல்களில் வைக்கம் தவறாது குறிக்கப்படுகிறது. அத்தகைய ஒன்று ஐ.வி. பீட்டர் என்பவர் எழுதிய 'ஒடுக்கப்பட்ட சமுதாயம் வரலாறு படைத்தது' (2012). இந்நூலில் வைக்கம் போராட்டத்தில் பெரியார் தொடர்பு குறிக்கப்பட்டுள்ளது.

"தமிழ்நாடு காங்கிரசு கமிட்டியின் தலைவராக இருந்த இ.வி. இராமசாமி நாயக்கரும் போராட்டத்திற்குத் தனது முழு ஒத்துழைப்பையும் நல்கினார். போராட்டத்தில் ஈடுபட்டு காவலில் வைக்கப்பட்டிருந்த தலைவர்களின் வேண்டுகோளின் பேரில் அவர் வைக்கத்திற்கு வந்தார். சரியான வழிநடத்துதல் இல்லாவிட்டால் போராட்டம் வெற்றி பெறாது என்பதைச் சிறையிலிருந்த தலைவர்கள் உணர்ந்தனர். போராட்டத்தைத் தொய்வில்லாமல் நடத்திச்செல்லத் தகுதியான மாற்றுத் தலைவர் இராமசாமி நாயக்கர் என்பதே அத்தலைவர்களின் ஏகோபித்த கருத்தாக இருந்தது. எனவே அவர்கள் இராமசாமி நாயக்கரிடம் போராட்டத்திற்குத் தலைமை ஏற்குமாறு வேண்டுகோள் விடுத்து இரகசியமாக ஒரு கடிதத்தை எழுதி அதை ஒரு தூதுவர் மூலமாகக் கொடுத்து அனுப்பினர்.

"கடிதம் கிடைக்கப்பெற்றவுடன் இராமசாமி நாயக்கர் நூற்றுக்கணக்கான தொண்டர்களுடன் தமிழ்நாட்டிலிருந்து புறப்பட்டு வைக்கம் வந்துசேர்ந்தார். அவர் புறப்படுமுன்பு தமிழ்நாட்டிலிருந்தவர்களிடம் போராட்டத்திற்கு உதவுமாறு ஒரு உருக்கமான வேண்டுகோள் விடுத்தார். அவரது தலைமை போராட்டத்திற்குப் புத்துயிர் கொடுத்தது. போராட்டத்தில் ஈடுபட்ட அவர் கைது செய்யப்பட்டு சிறையிலடைக்கப்பட்டார். அவர் இப்போராட்டத்தில் ஈடுபட்டமையால் வைக்கம் வீரர் என்ற சிறப்புப் பெயரைப் பெற்றார்" (ப. 84).

தெரிவிக்கப்பட்டவை புதிய செய்திகளாக இல்லை யென்றாலும் பெரியார் வைக்கம் சென்ற செய்தி பரவலாக அறியப்பட்டிருக்கிறது என உணர இக்குறிப்பு பயன்படுகிறது.

○

கேரளப் பத்திரிகையாளர்கள் வைக்கத்தை எப்படி நினைவு கூர்ந்தார்கள் என அறியப் பயன்படுவன பின்வரும் இரண்டு நூல்கள்.

முதலாவது, வைக்கம் போராட்ட வீரர் ஜார்ஜ் ஜோசப்பின் சகோதரரான பத்திரிகையாளர் 'போத்தன் ஜோசப்பின் வாழ்க்கை வரலாறு' (2007). டி.ஜே.எஸ். ஜார்ஜ் எழுதியது. அதில் வைக்கம் பற்றி வருகிற குறிப்புகள் பின்வருவன.

"அப்போது 36 வயதுடைய ஜார்ஜ் ஜோசப் போராட்டத்தில் ஆத்மார்த்தமாகத் தன்னை ஈடுபடுத்திக்கொண்டார். தனது சொந்த மாநிலத்தில் சமூக அநீதி நிலவக் கூடாது என்பது அவர் கருத்து. பின்னால் தென்னிந்தியாவில் திராவிடர் இயக்கத்திற்குப் பெரியாராக ஆன ஈ.வி. ராமஸ்வாமி நாயக்கரை அப்போராட்டத்திற்கு அழைத்தார். சத்தியாகிரகத்தின் முதல் கட்டத்தில் ஜார்ஜ் ஜோசப்பே திறமை மிகுந்த வழிகாட்டுநராக இருந்தார். இயல்பாக இருந்த தலைமைப் பண்பும் பேச்சாற்றலும் அவருக்கு வலுவாக இருந்தன.

"ஜார்ஜ் ஜோசப்பை வைக்கத்தை விட்டு வெளியேற்றிவிட்டால், இந்த இயக்கம் சிதைந்து விடும். அங்கே அவரைத் தவிர கருத்துகளும் நடத்தும் ஆற்றலும் உள்ள வேறு ஒருவர் இல்லை என்று திருவாங்கூர் ஸ்தானிகர் எழுதி வைத்துள்ளார். அவர் தன் கருத்தைத் தொடர்ந்து வலியுறுத்தினார். ஜார்ஜ் ஜோசப் கைது செய்யப்பட்டார்.

"வைக்கம் பிரச்சனை, சாதி இந்துக்களால் தீண்டாதார்க்கு இழைக்கப்பட்ட அநீதி என்றார் காந்தி. அதனால் இந்துக்கள்தான் அதை முன்னெடுக்க வேண்டும் என்றார். ஜார்ஜ் ஜோசப் பெரிதும் வருத்தப்பட்டார். போராட்டத்திலிருந்து விலகினார். பிரிட்டிஷாருக்கும் அரசாங்கத்துக்கும் அது பெரிய ஆறுதலாக இருந்தது. காந்தியின் வாதத்தை ஜார்ஜ் ஜோசப் மறுத்தார். ஒப்புக்கொள்ளவில்லை. சாலையைப் பொதுமக்கள் பயன் படுத்துவது பற்றிய குடிஉரிமைக்கான இயக்கமே இது. அந்தச் சாலைகள் கோயிலுக்கு அருகில் உள்ளது தற்செயலே என்றார். கோயில் நுழைவுக்கான போராட்டம் இல்லை இது, குடிமக்களின் குடிஉரிமைக்கானது. இந்து, கிறித்தவ எல்லா குடிமக்களுக்கும் இதில் அக்கறை உண்டு என்றார் ஜோசப். காந்தியின் கருத்து களைப் பொருத்தமற்றவையாகவே ஜோசப் கருதினார். மெல்ல விலகினார். காங்கிரசின் உள்விவகாரங்களிலிருந்து விலகி, தன் வேர்களையும் கனவுகளையும் இழந்து 1938இல் ஜோசப் இறந்துவிட்டார். அப்போது அவருக்கு வயது 50தான்" (பக். 38–40).

சமூக சீர்திருத்தத்தில் அக்கறையும் உண்மையும் கொண்ட ஜார்ஜ் ஜோசப் அறிவாளியும்கூட. காந்தியுடன் பல விடயங்களிலும் முரண்பட்ட அவர் யங் இந்தியாவின் ஆசிரியராகவும் இருந்தார். ஜார்ஜ் ஜோசப்பின் வாழ்க்கை ஒரு சோகச்சித்திரம். அதை வ.ரா. தமிழ்நாட்டுப் பெரியார்கள் நூலில் அழகாகச் சித்திரித்திருப்பார். வைக்கம் போராட்டத்தில் அவர் தொடர்ந்து இருந்திருந்தால் வைக்கம் வரலாறு இப்போது எழுதப்படுவதுபோல இருந்திருக்காது என்பது உறுதி.

~

வைக்கம் போராட்ட காலத்தில் மலையாளத்தில் வெளிவந்த மூன்று முக்கியமான இதழ்களுள் ஒன்று மலையாள மனோரமா. அதன் ஆசிரியர்களுள் ஒருவரான கே.எம். மாத்யூ, தன் வாழ்க்கை வரலாற்றை மலையாளத்தில் எழுதினார். அதன் ஆங்கில மொழிபெயர்ப்பான The Eighth Ring (2015) நூலில் வைக்கம் பற்றி ஐந்து செய்திகள் குறிப்பிடப்பட்டுள்ளன.

முதலாவது, வைக்கம் தீர்மானம் சட்டசபையில் தோல்வியைத் தழுவியது பற்றிய தகவலாகும். 'சஞ்சார சுதந்திரம்' என்ற வைக்கம் தொடர்பான தீர்மானம் என். குமாரன் அவர்களால் 2 அக்டோபர் 1924இல் கொண்டு வரப்பட்டது. இவர் புகழ்பெற்ற குமாரன் ஆசானுக்குப் பிறகு பதவியேற்ற ஸ்ரீ நாராயண தர்ம பரிபாலன யோகத்தின் பொதுச் செயலாளர் ஆவார். அப்பச்சன் (கே.எம். மாத்யூவின் தந்தை) இதுபற்றி உரை ஒன்றை நிகழ்த்தினார். ஒவ்வொரு மனித ஜீவிக்கும் சஞ்சார சுதந்திரம் என்பது அடிப்படை உரிமை என்பதாக அவ்வுரையின் அடிப்படை இருந்தது. அப்பேச்சு பின்னால் வரலாற்றுப் புகழ்பெற்றது. 'கேரள கௌமுதி'யில் சி.வி. குஞ்ஞிராமன் இப்பேச்சைப் புகழ்ந்து எழுதினார். சஞ்சார சுதந்திரத் தீர்மானம் ஒரு ஓட்டால் தோற்கடிக்கப்பட்டது. எஸ்.என்.டி.பி. யோகம் தோற்றுவிக்கப்பட காரணமாக இருந்த டாக்டர் பால்புவின் சகோதரரான பரமேஸ்வரன்தான் தீர்மானத்துக்கு எதிராக வாக்களித்தார்.

இந்தத் தோல்வி, பத்திரிகையாளர் மத்தியில் எவ்வளவு ஆழமாகப் பதிந்துள்ளது என்பதை யோசிக்கத் தூண்டும் பதிவு மேற்கண்டது. வைக்கம் போராட்டத்தை ஆதரித்து முதலாவதாக எழுதியதும், அதன் நிகழ்வுகளைத் தொடர்ந்து ஆதரித்து வந்ததும், அதன் வரலாற்றுப் புகழ்பெற்ற முடிவின்போது அதைப் பாராட்டி எழுதியதும் அடுத்தடுத்த நூல் பதிவுகளாகும்.

'வைக்கம் போராட்டம் 30 மார்ச் 1924 அன்று தொடங்கியது. அதற்கு முதல் நாள் இதழில் (29 மார்ச் 1924) சத்தியாகிரகத்தை

வரவேற்று எழுதியது *மலையாள மனோரமா*. 'திருவாங்கூரில் தீண்டாமை ஒழிப்பு' என்ற தலைப்பிலான தலையங்கம் வைக்கம் போராட்டத்தின் உண்மையான ஆரம்பம் எனலாம். இயக்கத்தை ஆதரித்து வெளிவந்த முதல் பத்திரிகை தலையங்கம் இது' என்கிறார் கே.எம். மாத்யூ. தலையங்கப்பகுதியின் ஆங்கில வடிவம்.

"On this occasion, when all the higher castes of India are endeavouring whole-heartedly to disregard the anger arising from the thought that touch can pollute. It is absolutely essential to somehow banish the demon of untouchability from the country."

1924 ஏப்ரல் முதல் தேதி வெளிவந்த தலையங்கம் போராட்ட நிகழ்வுகளை நிரல்படுத்தி எழுதியதோடு, அதைப் பற்றிய தன் கருத்தையும் எழுதியது. '20ஆம் நூற்றாண்டிலும் தீண்டாமை என்னும் கொடியவழக்கம் கடைப்பிடிக்க வேண்டும் என்று வற்புறுத்துவது திருவாங்கூர் அரசாங்கத்திற்கு முறையல்ல. மதத்திற்கும் தீண்டாமைக்கும் எந்தவிதச் சட்டத் தொடர்பும் இல்லை. குணங்களின் தன்மையினாலும் தொழில்களின் வேற்றுமையாலும் வேறுபாடுகள் வந்தன என்று சாஸ்திரங்கள் கூறுகின்றன' என்று அது தீண்டாமையை ஒழிக்கும்படி அரசாங்கத்தை வேண்டியது.

வைக்கம் போராட்டம் முடிவுக்கு வந்தபோது கேரளத்தின் சமூக மறுமலர்ச்சியில் அது ஒரு மைல்கல் என்று அந்த முடிவை வரவேற்றது *மலையாள மனோரமா*. பொதுவாக வைக்கம் போராட்டம் பற்றிய கருத்தாக கே.எம். மாத்யூ கொண்டிருந்ததைப் பின்வருமாறு சொல்லலாம்.

'சட்டசபையில் குடிமக்களின் சம உரிமைக்காக நடந்த முயற்சிகளும் டி.கே. மாதவன், அய்யன்காளி, மூலூர், குமாரன் ஆசான் ஆகியோரின் சாதித் தடைகள் நீக்குவதற்கான போராட்டங்களும், எல்லா சாதியினரும் எல்லா இடங்களிலும் நடப்பதற்கான உரிமை கோரலுக்கான போராட்டங்களும் இணைந்து உருவானதே புகழ்மிக்க சத்தியாகிரகம்.'

பத்திரிகைகாரர்கள் வரலாற்றுணர்வு கொண்டவர்களாக இருந்தது இக்குறிப்புகளில் பளிச்செனு வெளிப்படுகிறது.

○

வைக்கம் போராட்டத்தில் திருவாங்கூர் அரசியின் பார்வை என்னவாக இருந்தது என்பதை யூகிக்க உதவுவது *The Ivory Throne* (2015) என்ற நூல். திருவாங்கூரின் இரண்டு அரசிகளின் கதையைச் சொல்லும் நூல் இது. மனு பிள்ளை உழைத்து எழுதியது.

வைக்கம் போராட்டம் பற்றிய செய்திகள் 16 பக்க அளவில் தொடர்ச்சியாகவும் ஆங்காங்கேயும் நூலில் இடம்பெற்றுள்ளன.

மகாராணி ரீஜண்ட் சேதுலட்சுமி பாய் தொடர்பில் வைக்கம் போராட்டம் விவரணை பெறுகிறது. ஈழவர் பார்வையில், விடுதலைப் போராட்டப் பின்னணியில், காந்தியின் போராட்டப் பின்புலத்தில், கேரளச் சமூக வரலாற்றுத் தொடர்பில் என இதுவரை வைக்கம் போராட்ட வரலாறுகள் விவரிக்கப்பட்டிருக்கின்றன. போராட்ட காலத்தில் அரசாண்ட மகாராணியின் பார்வை என்னவாக இருந்தது என்றறிய நான் அறிய வேறு நூல் இல்லை. இதைப் போலவே ஸ்தானிகர், காவல் ஆணையர், திவான், தேவஸ்வம் ஆணையர், வைதிகர் தலைவர்கள் பார்வையில் நூல்கள் வெளிவருவது போராட்டத்தின் பன்முகப் பின்புலத்தையும் புரிந்துகொள்ளப் பயன்படும்.

வைக்கம் சத்தியாகிரகம் தொடங்கி ஆறாவது மாதத்தில் அரசின் தலைமைப் பொறுப்புக்கு வருகிறார் மகாராணி ரீஜண்ட். மகாராஜா பூராடம் திருநாள் என்ற அரசுப் பெயர் கொண்ட சேதுலட்சுமி பாய் சித்திரை திருநாள் சார்பாக 1 செப்டம்பர் 1924ஆம் நாள் மகாராணி ரீஜண்டாகப் பொறுப்பை ஏற்கிறார். வைக்கம் போராட்டம் அவருக்கு முதல் அரசியல் சவாலாக இருந்தது.

மகாராணிக்கு முன் மன்னராக இருந்தவர் வைக்கம் போராட்டத்தைத் திவான் மூலமாகவே அணுகினார். அப்பிரச்சனையை மன்னர், திவான், அரசு அலுவலர்கள், உயர் சாதியினர் ஆகிய அனைவரும் மரபார்ந்த, சாதி பின்னணியிலேயே பார்த்தனர். அரசாங்கத்துக்கு எதிராக, அதாவது மன்னருக்கு எதிராகப் பேசப்பட்டவை கடுமையாக எதிர்கொள்ளப்பட்டன. 'ஈ.வி. ராமஸ்வாமி நாயக்கர் கோயில் சாலைகள் பொதுச்சாலைகளே தவிர மன்னரின் தாத்தா வீட்டுச் சொத்தல்ல' என்று பேசியதைப் பொறுத்துக்கொள்ளாமல் அவரைக் கைது செய்தது அரசாங்கம்.

மகாராணி பதவி ஏற்றதும் புதிய அரசர் என்பதாலும் பெண் என்பதாலும் மாற்றமான முன்னேற்றத்திற்கு வாய்ப்பிருக்கும் என எதிர்பாாக்கப்பட்டதுதான். ஆனால் திவான் உட்பட எவரும் எதிர்பாராவண்ணம் 56 கைதிகளை – அதில் 19 பேர் சத்தியாகிரக கைதிகள் – விடுவிக்குமாறு திவானை அறிவிக்கச் செய்தார் மகாராணி. முற்போக்காளர் பக்கம் நின்று வைக்கம் போராட்டத்தை மகிழ்ச்சியான முடிவுக்குக் கொண்டுவருவார் மகாராணி ரீஜண்ட் என்ற நம்பிக்கை பிறந்தது.

சத்தியாகிரகிகளின் விடுதலை தந்த நம்பிக்கை அடுத்த ஒரு செயலாலும் உறுதிப்பட்டது. சத்தியாகிரகத்துக்கு ஆதரவாக வடக்கு மற்றும் தெற்கு திருவாங்கூர் பகுதிகளிலிருந்து முறையே மன்னத்து பத்மநாபன், எம்பெருமாள் நாயுடு ஆகியோர் தலைமையிலான பேரணியின் தலைவர்களைச் சந்திக்க ஒப்புக்கொண்டதே அந்த அடுத்த நம்பிக்கையூட்டிய செயல். அதுவரையில் இத்தகைய அரசியல், சமூக மனுக்களை அரசாங்கச் சார்பில் திவான் பெற்றுக்கொள்வதே வழக்கம். 12 நவம்பர் 1924அன்று காலை செடல்மண்டு அரண்மனையில் ஜாதாவைச் சேர்ந்த 12 தலைவர்கள் மகாராணியைச் சந்தித்தனர். சீர்திருத்தத்திற்கு ஆதரவான அவர்களது கருத்துகளை மகாராணி காது கொடுத்து கேட்டுக்கொண்டார். மனுவையும் பெற்றுக்கொண்டார். சட்டசபையில் ஜனவரியில் குமாரன் கொண்டு வரும் தீர்மானத்துக்கு ஏற்படும் நிலையைப் பொறுத்து முடிவெடுக்கலாம் என்று பதில் அளித்தார். அவர்களது கோரிக்கையை உடனே ஏற்றுக்கொண்டு விடாமல் இவ்வாறு பதில் அளித்தது மகாராணியின் சாதுர்யமாக மதிப்பிடப்பட்டது. முழு அதிகாரமும் கைக்கு வந்து சேராத சூழலில், திவானுடைய விருப்பங்களுக்கு எதிராகச் செய்துவிடாமலும், அரசாங்கத்தை உண்மையில் இயக்கிக் கொண்டிருந்த உயர்சாதியினரின் எதிர்ப்பைப் பெற்றுவிடாமலும் அமைந்த முடிவாக அவரது பதில் பார்க்கப்பட்டது.

வைக்கம் போராட்டம் தொடர்பில் மகாராணியின் இன்னொரு செயலையும் திறமையானதாக மனு பிள்ளை கருதுகிறார். வைக்கத்திற்கு வந்த மகாத்மா காந்தி மகாராணியைச் சந்தித்தார். அந்தச் சந்திப்பைத் தனக்குச் சாதகமானதாக மாற்றிச் சாதனை புரிந்தார் மகாராணி என்கிறார். தான் சீர்திருத்தத்திற்கு ஆதரவாக இருப்பினும், சட்டசபையில் தீர்மானம் தோல்வி அடைந்துவிட்ட நிலையில், கோயில் தெரு நுழைவை ஆதரித்து ஆணையிட இயலாத நிலையை மக்களிடம் எடுத்துரைக்க மகாத்மாவை மகாராணி பயன்படுத்திக் கொண்டார். மகாத்மா ராணியின் நிலைமையை ஆதரித்தே மக்களிடம் காந்தி பேசினார்.

மகாராணி – காந்தி சந்திப்பின்போது எளிமையாகவும் பெருந்தன்மையுடனும் நடந்துகொண்ட மகாராணி, ‘இங்கே ஒரு மகாத்மா வசிக்கிறார். அவரைச் சந்தித்து மரியாதை செலுத்துவீர்கள் என்று நம்புகிறேன்’ என்றாராம். அவர் குறிப்பிட்டது நாராயண குருவை. வாழ்வில் ஒருமுறைகூட அதுவரை சந்தித்திராத, பிறகும் சந்திக்காத ஈழவர் தலைவரை மகாராணி குறிப்பிட்டதை மனு பிள்ளை சிறப்பாகப் பார்க்கிறார்.

சுற்றிலும் உயர்சாதியினர் சூழ்ந்திருந்த, மரபார்ந்த, வைதீக பெண்மணியாகக் கருதப்பட்ட ஒருவர், சூழலின் எதிர்நிலையையும் மீறி நாராயண குருவைப் பற்றிக் கூறியது ஆச்சர்யமானது என்கிறார் மனு பிள்ளை.

எனினும் அடிப்படையில் தீண்டாமைக்கு ஆதரவான ஒரு வைதீகப் பெண்மணி அரசை நடத்தும் முறையில் மேற்கத்திய முற்போக்கான கொள்கைகளுக்கு அனுசரணையாக நடந்து தன் அரசைக் காப்பாற்றிக்கொண்ட சாமர்த்தியமாகவே இச்செயல்களைப் பார்க்க முடிகிறது. தீண்டாதாருக்குத் திறக்கப்பட்டபிறகு (அதாவது 1936க்குப் பிறகு) கோயிலுக்குச் செல்வதை நிறுத்தி விட்டவர் மகாராணியார்.

வைக்கம் போராட்டத்தில் உயர் சாதியினருக்கு ஆதரவாகச் செயல்பட்டதாகக் கருதப்பட்ட திவான் ராகவையாவை பிரிட்டிஷ் அரசுப் பணிக்குத் திரும்ப அனுப்பிவிட்டதை வேண்டுமானால் சாதகமாகப் பார்க்கலாம். முந்தைய மன்னருடன் ஒப்பிடுகையில் இம்மகாராணியின் வைக்கம் குறித்த பார்வை பரவாயில்லை என்பதற்கு மேல் ஒன்றுமில்லை.

தமிழகப் பதிவுகள்

பெரியார் காலமான பிறகு வெளியான தந்தை பெரியார் வாழ்க்கை வரலாற்று நூல் (1979) கவிஞர் கருணானந்தம் எழுதியது.

இந்நூலில் 'துணிந்தார்' என்ற இயலில் அமைந்த நான்கு பக்கங்களில் வைக்கம் நிகழ்வுகள் கதைபோல தரப்பட்டுள்ளன. ஜார்ஜ் ஜோசப், கேசவ மேனன் ஆகிய கேரளத் தலைவர்களின் வேண்டுகோளை ஏற்று வைக்கம் சென்று போராடியதையும், மன்னரின் மரியாதையை ஏற்றுக்கொள்ள மறுத்ததையும், இருமுறை சிறைவாசம் அனுபவித்ததையும், தமிழ்நாடு திரும்பியபோது வேறு காரணம் தொடர்பாகக் கைது செய்யப்பட்டதையும் இக்குறிப்பு பேசுகிறது.

தமிழ்நாட்டில் பெரியார் கைது செய்யப்பட்டதற்குத் திருவாங்கூர் சமஸ்தானத்தில் மீண்டும் நுழைந்து ஈ.வெ.ரா. போராடாமல் தடுப்பதே காரணம் என்று அரசியல் நோக்கர்கள் கருதினர் என்றும் கவிஞர் எழுதுகிறார்.

'காந்தி நேரில் வந்து பெரியாரைச் சந்தித்துத் திருவாங்கூர் ராணியின் நல்ல முடிவு பற்றிக் கூறி அவரை இசையச் செய்தார். அதன் பிறகுதான் அரசு இறுதியாகப் பணிந்தது! தாழ்த்தப்பட்ட மக்கள் தெருவில் நடக்கும் உரிமை பெற்றனர். 1925 நவம்பர்

29இல் வெற்றிவிழாக் கூட்டத்தில் ஈ.வெ.ரா. கலந்துகொண்டார். 'வைக்கம் வீரர்' என்ற சிறப்புப்பட்டம் சூட்டி இராமசாமியை இந்திய மக்கள் கொண்டாடினர்' (ப. 64).

பெரியாரின் வைக்கம் போராட்டச் செய்திகளை மேற்கண்ட அளவிலேயே இந்நூல் விவரிக்கிறது.

○

'வைக்கம் போர்' என்றே வைக்கம் போராட்டத்தைக் குறிப்பிடுகிறது 'புரட்சியாளர் பெரியார்' என்ற பெயரிலான நெ.து. சுந்தரவடிவேலு எழுதிய நூல். வைக்கம் குறித்து தமிழில் நிலவும் மற்ற வரலாற்றுக் குறிப்புகளிலிருந்து இந்நூல் தகவல்கள் மேம்படுகின்றன. பெரியாருக்கு வந்த கேரள அழைப்பு, வைக்கம் வீரர் எனத் திரு.வி.க. புகழ்தல், காமராசரின் வைக்கம் போராட்ட பங்களிப்பு, பின்னாளில் பெரியாரின் வைக்கம் பங்களிப்பு பற்றிக் கேரள நீதிபதி, தமிழகத் தலித் தலைவர் கருத்துரைப்பு ஆகியவற்றை இந்நூல் வெளிப்படுத்தி மேம்படுகிறது.

4.4.1924, 12.4.1924 ஆகிய தேதிகளில் கேரளத்திலிருந்து வந்த அழைப்புகளை ஏற்று கேரளம் சென்ற பெரியார் "வைக்கம் போராட்டத்தை நடத்தினார். மறியலுக்குத் தலைமை தாங்கினார். சட்டம் செயல்பட்டது. ஈ.வெ.ரா வுக்கு ஒரு மாத சிறைத்தண்டனை அளித்தது. இருந்தால் என்ன? கேரளத்திலிருந்தும் தமிழ்நாட்டிலிருந்தும் மறியல் தொண்டர்கள் குவிந்தார்கள். போராட்டம் சூடுபிடித்தது. கு. காமராசர் அப்போராட்டத்தில் பங்குகொண்டார். ஈரோட்டிலிருந்து நாகம்மையாரும் கண்ணம்மாளும் வைக்கம் சென்று, போராட்டத்தில் பங்குகொண்டார்கள்.

"ஒரு மாத சிறைத்தண்டனை முடிந்ததும் வெளியே வந்த ஈ.வெ.ரா. சிறிது இடைவெளிக்குப்பின் மீண்டும் மறியல் செய்து சிறைப்பட்டார். இம்முறை ஆறு திங்கள் சிறைத்தண்டனை விதிக்கப்பட்டது.

"இதற்கிடையில் வைதீகப் பார்ப்பனர்கள் 'சத்துரு சங்கார' யாகத்தை நடத்தினார்கள். அந்த யாகம் வைக்கம் போராட்டத்தை நடத்தும் சத்துருக்களைச் சங்காரம் செய்யவில்லை. மாறாக, யாகம் முடிவதற்குள் மன்னரே இறந்துவிட்டார்."

போராட்டத்தில் பெரியாரின் பங்காக ஆசிரியர் விவரிக்கும் பகுதி இவ்வளவுதான். இதில் ஆறு திங்கள் சிறைத்தண்டனை என்பதைத் தவிர மற்றவை ஆதாரமுள்ள செய்திகளாகும். பிறகு போராட்டத்தில் பெரியாரின் பங்கைப் பிரபலங்கள் மூவர்

பாராட்டுவதை எடுத்துரைக்கும் பகுதிகளைக் கொண்டுள்ளது நூல். அவையாவன.

"வெற்றியோடு தமிழகம் திரும்பிய ஈ.வெ.ராவை 'வைக்கம் வீரர்' என்று அழைத்தார், பாராட்டினார், தமிழ்வேந்தர் திரு.வி. கல்யாணசுந்தரனார்" என்பது ஒரு தகவல்.

1929இல் கேரளத்தைச் சேர்ந்த முன்னாள் உயர்நீதிமன்ற நீதிபதி எம். கோவிந்தன் ஈ.வெ. ராமசாமியைப் பின்வருமாறு பாராட்டினார். 'வைக்கம் சத்தியாகிரகத்திற்கு இவரே உயிராக இருந்தார். அந்த நீண்ட, தொடர்ச்சியான போரை சித்தியேற்படும்படியான முடிவிற்குக் கொண்டுவந்து விட்டு ராமசாமி சுயமரியாதை இயக்கத்தைத் துவக்கினார். அவரது மனம் இதுபோது மிகவும் முக்கியமான சமுதாயத்துறையில் ஈடுபட்டிருக்கிறது. எனது நாட்டில் சுயமரியாதைக் கருத்து விதைகள் இவரால் முதன்முதலாக ஊன்றப்பட்டன.'

சாதி ஒழிப்பிற்காகவும் தீண்டாமை ஒழிப்பிற்காகவும் அயராது பாடுபட்ட பெரியாரைப் பற்றி சென்னை சட்டமன்றத்தில் தாழ்த்தப்பட்டவர்களின் பிரதிநிதியாக விளங்கிய என். சிவராஜ் பின்வருமாறு பாராட்டினார். இது மூன்றாவது தகவல். 'தாழ்த்தப்பட்ட வகுப்பினர்களுக்காக மகத்தான வேலை செய்திருக்கும் ஈ.வெ. ராமசாமி அவர்களை எங்கள் சமூகத்தார் என்றும் மறக்கவே முடியாது. வைக்கத்தில் அவர் செய்துள்ள வேலை, அளவிடற்பாலது. அவர் ஒரு காலத்தில் தேசியப் போராட்டத்தில் அமிதவாதக் கொள்கை உடையவராக இருந்தார். சீர்திருத்தக்காரர்கள் பின்பற்றத் தக்க தலைவர் ஈ.வெ. ராமசாமி ஒருவரே யாவர்' (பக். 50–54).

❍

மலேய, சிங்கப்பூர் நாடுகளில் பெரியார் சுற்றுப் பயணம் செய்தபோது ஆற்றிய உரைகள், கலந்துகொண்ட நிகழ்வுகள் குறித்த தொகுப்பு 1989இல் முதலில் வெளிவந்து, அதன் விரிவாக்கப்பட்ட பதிப்பு 2012இல் வெளியானது. 'பெரியாரின் மலேய, சிங்கப்பூர் பேச்சுகள்' என்பது நூலின் பெயர். தொகுப்பாசிரியர் கி. வீரமணி. நூலில் வைக்கம் போராட்டத்தில் கலந்துகொண்ட கே.பி. கேசவ மேனனை, பெரியார் அங்குச் சந்தித்தது பற்றிய குறிப்பு மூன்று இடங்களில் இடம்பெற்றுள்ளது.

பெரியாருக்கு மலேயாவில் நடந்த வரவேற்பு விழா கே.பி. கேசவ மேனன் தலைமையில் நிகழ்ந்தது. தன்னுடன்

திருவனந்தபுரம் சென்ட்ரல் சிறையில் வைக்கம் சத்தியாகிரக கைதியாக இருந்த கேசவ மேனன் தலைமையில் பேச நேர்ந்ததற்கு, மலேயா நாட்டிற்கு வந்தது முதல் அடைந்த மகிழ்ச்சிக்கும் பெருமைக்கும் மேலாக இதைக் கருதுவதாக பெரியார் குறிப்பிட்டார். அக்கூட்டத்தில் பெரியாரின் காங்கிரசுத் தொண்டைக் கேசவ மேனன் எடுத்துக்கூறினார். பெரியார் சிறையில் இருந்தபோது நாகம்மாள் வைக்கத்தில் நடத்திய சத்தியாகிரகத்தைப் பற்றியும் எடுத்துரைத்தார் *(ப. 37).*

இரண்டாவது முவாரியிலிருந்து மலாக்கா சென்ற பெரியார் கே.பி. கேசவ மேனனின் இல்லத்தில் தங்கியிருந்ததை நினைவுகூர்கிறார் *(ப. 37).*

மூன்றாவது குறிப்பு முக்கியமானது. வைக்கம் போராட்டத்தில் ஈடுபட்டு சிறை சென்றதைக் காரணமாகக் காட்டி, வழக்கறிஞராகப் பதிவு செய்துகொள்ள ஆட்சேபணை எழுந்தபோது, கே.பி. கேசவ மேனனுக்கு ஆதரவாகப் பெரியார் எழுதினார். "காலாவதி தீருமுன் எங்களை விடுதலை செய்துவிட்டதோடு, கே.பி.கே. மேனனை எதற்காகத் தண்டித்தார்களோ அந்தக் காரியமான வைக்கம் ரோட்டுகளை எல்லோரும் நடக்கும்படியாக உத்தரவு கொடுத்துவிட்டார்கள். ஆகவே கே.பி.கே. மேனன் செய்த காரியம் குற்றமா அல்லது திருவாங்கூர் அரசாங்கம் அவரைச் சிறைப்படுத்தினது குற்றமா என்பதை யோசித்துப் பார்த்தால் விளங்காமல் போகாது" என்பது அக்குறிப்பு. இக்குறிப்புகளின் விரிவு நூலில் தரப் பட்டுள்ளது.

○

கோவை அய்யாமுத்து, வைக்கம் போராட்டத்தில் ஈடுபட்டு சிறைப்பட்ட தமிழ்ப் போராளிகளுள் முக்கியமானவர். சிறை செல்லல், பிரசாரம் செய்தல், நிதி திரட்டல் எனப் பல்வகைகளில் அமைந்தது அவரது போராட்டப் பங்களிப்பு. தமிழ்நாடு காங்கிரஸ் கமிட்டியின் ஆண்டறிக்கை *(1925)* வைக்கம் சென்று போராடியமைக்காகப் பெயர் குறிப்பிட்டுப் பாராட்டிய தமிழர் இருவருள் ஒருவர் அய்யாமுத்து (மற்றவர் பெரியார்).

வைக்கம் போராட்டம் முடிந்து ஏறக்குறைய *50* ஆண்டுகளான நிலையில் எழுதப்பட்ட 'எனது நினைவுகள்' *(1973)* தன்வரலாற்று நூலில் வைக்கம் பற்றிய குறிப்பிடல்கள் குறைவாக இருப்பது ஆச்சரியமளிக்கிறது. *22*ஆவது அத்தியாயம் மட்டும் வைக்கம் நினைவுகளைச் சுமந்துள்ளது. அய்யாமுத்துவின் பலபடியான

நினைவடுக்கில் ஓர் அடுக்கின் சிறிய பகுதியாக வைக்கம் கால ஓட்டத்தில் சுருங்கிப்போய்விட்டது. போராட்டம் (வைக்கம்) அல்ல, சினிமா (கஞ்சன்) அல்ல, கவிதை (தேய்ந்த லாடம்) அல்ல, பத்திரிகை (குடிநூல்) அல்ல கதர், கதர் என்பதுவே அய்யாமுத்து என்பதாக அவரது தன்வரலாறு அவரைக் காட்டுகிறது.

இராஜாஜி மீது பற்று, காமராசர் மீது வெறுப்பு, பெரியாருடன் பற்றின்மை என்பனவே 'எனது நினைவுகள்' நூலை எழுதிய காலத்தில் அய்யாமுத்துவிடம் மேலோங்கியிருந்தன. இந்த மனநிலையிலேயே பதிவுகள் அமைந்துள்ளன. ஒன்று மட்டும் தெளிவாகத் தெரிகிறது, எப்போதும் அவர் நிகழ்காலத்தின் பிடிக்குள் தன் வாழ்க்கையைக் கொடுத்திருக்கிறார். காந்தி, பெரியார், இராஜாஜி ஆகியோரை வாழ்வின் அடுத்தடுத்த கட்டங்களில் தலைவர்களாகக் கொண்டு வாழ்ந்த வாழ்க்கை அய்யாமுத்துடையது. அவ்வரிசையில் பெரியாரைத் தலைவராகக் கொண்டிருந்த காலத்தில் நிகழ்ந்ததே வைக்கம் போராட்டம்.

"1924ஆம் ஆண்டு.

திருவாங்கூர் ராஜ்ஜியத்தைச் சேர்ந்த வைக்கம் எனும் வைதீகக் கோட்டை. தெருப்பிரவேசப் போராட்ட முகாம். அதிகாலை. ஆண்களும் பெண்களும் நிறைந்த தொண்டர் படை ஊர்வலம் செல்லப் புறப்படுகிறது. ஈ.வெ.ரா. பெரியார் அன்றவர்க்குத் தாடியில்லை. மீசையிருந்தது. அவரது உத்தம பத்தினி இலக்குமி ஒத்த நாகம்மையுடன் செல்கிறார். விடுதலை – விடுதலை – விடுதலை. விண்ணதிர விடுதலை முழங்குகிறது. முழக்கியவன் வேறு யாரும் அல்ல. நான்தான். ஆம் நானே தான்.

> பறையருக்கும் இங்கு தீயர்
> புலையருக்கும் விடுதலை
> பரவரோடு குறவருக்கும்
> மறவருக்கும் விடுதலை!

தருணத்திற்கேற்ற எத்தகைய பாடல்! இப்பாடலிலே இங்கு என்ற பதத்தை நான் அழுத்தம் திருத்தமாக உச்சரித்து நிறுத்தினேன். அதைக் கவனித்த மக்கள் பரவசமுற்றதை நானும் கவனித்துக் களி கூர்ந்தேன்.

"அங்குதானே, அந்த வைக்கத்தில்தானே, அன்று பறையருக்கும் தீயருக்கும் தெருப்பிரவேசம் மறுக்கப்பட்டிருந்தது. அந்த வைக்கத்து மண்மீது நான் நின்றுகொண்டு 'இங்கு' என்று பாடியது எவ்வளவு அர்த்த புஷ்டியுடன் ஒலித்தது. அன்றுதான். அன்று அதிகாலையில்தான் கவிச்சக்கரவர்த்தி சுப்பிரமணிய

பாரதியார் அங்கு நடைபெற்ற சமரினில் பாடுவதற்கென்றே அந்தப் பாட்டை எழுதியது போன்றிருந்தது.

"தீயர் என்ற சொல்லைத் தீயோர் என்று எண்ணி விடாதீர்கள். திருவனந்தபுரத்தில் தீயர் எனப்படுபவர் மக்கள் பண்பில் உயர்ந்தவர்கள். உடையழகும் உள்ளத் தூய்மையும் உடையவர்கள். உடல்வலியும் மனோவலியும் படைத்தவர்கள். கல்வி கேள்விகளிலும் தொழில் நுணுக்கத்திலும் மிக்கவர்கள். சாதியில் அவர்கள் தீயர் என்று சாற்றப்பட்டாலும் அவர்கள் வாழ்வில் தூயவர்கள் . . .

"வைக்கம் வாழ் மலையாளிகள் அக்காலத்தில் தமிழ் நன்கு தெரிந்தவர்கள் என்று கருத முடியாது. எனினும் நான் அன்று பாடிய பாட்டின் கருத்துகளை நன்கு உணர்ந்து ஆர்ப்பரித்தார்கள். எத்தனை உயர்ந்த கருத்துகளை எவ்வளவு தூய, எளிய, தமிழ் மொழியிலே பாரதியார் பாமரரும் பாடக்கேட்டு மகிழும்படி எழுதிவிட்டார்!"

~~

"திருவிதாங்கூர் ராஜ்ஜியத்திலே வைக்கம் என்பது ஒரு புண்ணிய ஸ்தலம். அங்குள்ள கோயிலைச் சுற்றி நான்கு பாதைகள். அப்பாதைகள் வழியே தாழ்ந்த சாதியைச் சேர்ந்த இந்துக்கள் போகக் கூடாது என்பது அக்காலத்திய சம்பிரதாயம். அதை எதிர்த்து அங்கே ஒரு சாத்வீகப் போராட்டம் நடந்தது.

"டி.கே. மாதவன் என்பவர் ஈழவ சமுதாயத்தைச் சேர்ந்தவர். அவரும், மதுரை பாரிஸ்டர் ஜியார்ஜ் ஜோசப், கே.பி. கேசவ மேனன், கேளப்பன் நாயர், குரூர் நீலகண்டன் நம்பூதிரிபாடு போன்றவர்கள் கூடி ஆலோசித்து வைக்கத்திலே முகாம் அமைத்து தெருப்பிரவேச சத்தியாகிரக இயக்கத்தை ஆரம்பித்தார்கள்.

"ஒன்றே குலம் ஒருவனே தேவன் எனும் சீரிய நெறியைப் பரப்பி வந்த வர்க்கலை ஸ்ரீ நாராயண குரு சுவாமிகள் எனும் ஈழவ சமுதாயத் தலைவரின் ஆசியும், மகாத்மா காந்தியின் பேராதரவும் அந்தச் சாத்வீக சமருக்குக் கிடைத்தது. உள்ளூர்வாசிகளைக் கொண்டே அப்போராட்டம் நடத்தப்படல் வேண்டுமென மகாத்மா காந்தி விரும்பினார். எனினும் தமிழ்நாட்டிலிருந்து ஈ.வெ. ராமசாமி பெரியாரும் நானும் எஸ். ராமநாதனும் மற்றுஞ் சிலரும் வைக்கம் சென்று அதில் கலந்துகொண்டோம்.

"நாகர்கோயிலை அடுத்த கோட்டாறு டாக்டர் இ.எம். எம்பெருமாள் நாயுடு தம்முடைய காரில் என்னையும் நாயக்கரையும், சிட்டேடத்தில் சங்கு பிள்ளை என்பவரையும்

ஏற்றிக்கொண்டு திருவாங்கூர் ராஜ்யம் முழுவதும் பிரசாரம் செய்ய அவரே காரோட்டிச் சென்றார். கன்னியாகுமரியை நாங்கள் போய்ச் சேருவதற்குள் ஒவ்வொரு ஜில்லாவின் எல்லையிலும் போலீசார் எங்களை எதிர்கொண்டு பொதுக்கூட்டங்களில் நாங்கள் நால்வரும் பேசக்கூடாது என்ற தடை உத்தரவை வழங்கி எங்களை கௌரவித்தார்கள். எனினும் நாங்கள் ஒவ்வொரு ஊரிலும் தங்கி, அங்குள்ள பிரமுகர்களைச் சந்தித்து வைக்கத்துப் போருக்குப் பொருளும் தொண்டர்களும் பொதுமக்களின் ஆதரவும் திரட்டிக்கொண்டே சென்றோம். திரும்பும் மார்க்கத்தில் திருவனந்தபுரத்தில் நாங்கள் தங்கியிருந்தபொழுது செரயிங்கீழ் எனும் ஊர்வாசிகள் எங்களைச் சந்தித்து அவ்வூருக்கும் வரும்படி அழைத்தார்கள். அவ்வூரில் நடைபெறவிருக்கும் பொதுக்கூட்டத்தில் எங்களில் ஒருவர், தடை உத்தரவை மீறிச் சிறை செல்வதென்று முடிவு செய்தோம். நால்வரில் யார் அக்காரியத்தைச் செய்வதெனத் 'திருவுளச்சீட்டுப்' போட்டதில் எனக்கு முதல் பிரைசு கிடைத்தது.

"செரயிங்கீழ் பொதுக்கூட்டத்தில் நான் பேசிக்கொண்டிருக்கையில் கைது செய்யப்பட்டேன். அங்கிருந்து அட்டிங்கீழ் என்ற போலீஸ் ஸ்டேஷனுக்கு அழைத்துச் செல்லப்பட்டு, அதே இரவு திருவனந்தபுரத்தில் உள்ள கோட்டை போலீஸ் ஸ்டேஷனில் நான் வைக்கப்பட்டேன்.

"பொதுக்கூட்டங்களில் திருவனந்தபுரம் மகாராஜாவைப் புகழலாமே யன்றி, அந்தப் 'பொன்னுத் திருமேனியை' யாரும் பழிக்கக் கூடாது என்பது திருவாங்கூர் ராஜ்யத்தின் சம்பிரதாயம். ஆனால் நானோ, மதுவை அருந்துபவர், சண்டாளன் என்பதை நான் ஒப்புக்கொள்கிறேன். மதுவை அருந்தி அதன் மூலம் தனது புனிதத் தன்மையை இழந்தவன் தேவாலயங்களில் நுழையக் கூடாது என்பதையும் ஒப்புக்கொள்ளுகிறேன். மதுவைக் குடிப்பவனைப் போன்றே மதுவை உற்பத்தி செய்பவனும் விற்பவனும் சண்டாளர்கள் ஆவார்கள் என்பதையும் ஒப்புக்கொள்ளுகிறேன். ஆனால் இம்மதுவான 'கச்சவடத்தை' அனுமதித்து அதிலொரு ஆதாயத்தையும் பெற்றுவரும் திருவாங்கூர் மகாராஜா மட்டும் 'பொன்னுத் திருமேனியாக இருக்க முடியுமா" என்றொரு பெரிய கேள்விக்குறியைப் பல பொதுகூட்டங்களில் போட்டேன்.

"அடடா! இந்தச் சம்பிரதாயத்தை மீறிய சொற்பொழிவைக் கேட்ட பொதுமக்கள் அடைந்த உற்சாக ஆரவாரத்துக்கு அளவே இருக்கவில்லை. பத்திரிகைகள் எல்லாம் எனது பேச்சின் இப்பாகத்தைக் கொட்டை எழுத்துகளில் பிரசுரித்தன. சில பத்திரிகைகள் என்னைப் புகழ்ந்தன. எனக்கு வீரகேசரி,

யுவகேசரி என்ற பட்டங்களைக் கொடுத்தன. சில ராஜவிஸ்வாசப் பத்திரிகைகள் எனது கூற்றை மிக வன்மையாகக் கண்டித்து நான் அந்த நாட்டை விட்டே கடத்தப்பட வேண்டியவன் என்று முழக்கின. திருவனந்தபுரம் போலீஸ் கமிஷனராயிருந்த Pitt எனும் ஆங்கிலேயன் தனது அறிக்கையில் என்னை ஒரு firebrand தீப்பந்தம் என்று வருணித்திருந்தான். திருவனந்தபுரம் கோட்டையினுள்ளிருந்த கோர்ட்டில் எனது விசாரணை நடைபெற்றது. பொதுமக்கள் கோட்டைக்குள் புகாவண்ணம் அதன் தலைவாசலில் பலத்த போலீஸ் படை நிறுத்தப்பட்டிருந்தது. வைக்கம் சமரில் தடைஉத்தரவை மீறியதற்காகக் கைது செய்யப்பட்ட முதல் மனிதன் நான்தான். எனக்கு ஒரு மாதம் கடின காவல் தண்டனையும் பதினைந்து ரூபாய் அபராதமும் விதிக்கப்பட்டது.

"அப்போரில் முன்னணியில் நின்றிருந்த முப்பத்து மூன்று பிரமுகர்களைத் தடுப்புக் காவல் சட்டத்தின் கீழ் திருவனந்தபுரம் மத்திய சிறையில் அடைத்திருந்தார்கள். அவர்கள் ராஜாங்கக் கைதிகளாகப் (political prisoners) பாவிக்கப்பட்டு, தனிச் சலுகைகள் பெற்றிருந்தனர். அவர்களுக்குத் தனியறைகள், சொந்த உடைகள், தனிச் சாப்பாடு, பத்திரிகைகள், மாலை நேரங்களில் அவர்கள் சிறைக் காம்பவுண்டுக்குள் உலவுகின்ற சலுகைகள் அளிக்கப் பெற்றிருந்தார்கள். நானோ தண்டனை பெற்ற கைதி. அதுவும் கடின காவல். நான் சாதாரண கிரிமினல் கைதியாகவே நடத்தப்பட்டேன்.

"மரணதண்டனை விதிக்கப்பட்ட கைதிகளை அடைத் திருக்கும் Condemned Cell வரிசையில் என்னையும் ஒரு தனிக் கொட்டடியில் அடைத்தார்கள். எனது காலில் இரும்பு வளையம் ஒன்றையும் தரித்தார்கள். சிறைக் கைதிகளின் சட்டையும் கொடுத்தார்கள். மறுநாள் காலையில் ஜெயிலர் ராமகிருஷ்ணய்யர் என்னைப் பார்க்க வந்தார். அவருடைய முகம் மலர்ந்திருந்தது. என்னைக் கண்டதும் அவர் கேட்ட முதற்கேள்வி என்னை ஆச்சர்யத்தில் ஆழ்த்தியது.

"Mr. Gounder in which year did you graduate and where? என்று கேட்டார். Me! I have yet to complete my high school என்றேன். What! You spoke such a fine English at the court yesterday! என்றார். Oh, that was due to a cultivated habit என்றேன். அவர் என்னைப் பார்த்துச் சிரித்தார். நான் மிகவும் அடக்கமாகப் பதில் சொன்னேன் என்று எண்ணியிருப்பார். அவருடைய அடுத்த கேள்வி என்னை மேலும் ஆச்சர்யத்தில் முழ்கடித்தது.

“நடராஜ காளிங்கராயர் உங்களுக்குச் சொந்தமா என்றார். சொந்தமொன்றுமில்லை. அவர் எனது ஊர்க்காரர். ஒரே தெருவில் இருப்பவர். எனது இனத்தவர். விளையாட்டு மைதானத்தில் சந்திப்பது உண்டு என்றேன்.

“ஊத்துக்குழி ஜமீன்தார் ராமலிங்க காளிங்கராயருக்கு இரண்டு புதல்வர்கள். மூத்தவர் துரைராஜ காளிங்கராயர். இளையவர் நடராஜ காளிங்கராயர். இளைய புதல்வர் நடராஜ காளிங்கராயர் கோவை ஸ்டேன்ஸ் ஐஸ்கூலிலும் பின்னர் இங்கிலாந்திலும் பயின்றவர். அவர் திருவாங்கூர் இளைய ராஜாவின் மெய்க்காப்பாளராக அப்போதிருந்தார். சிறை அதிகாரிக்கு அவர் ஏதேனும் செய்தி அனுப்பியிருப்பார் என்று ஊகித்துக்கொண்டேன்.

“அடுத்த நாளும் ஜெயிலர் வந்தார். ஏதேனும் வேலை கொடுங்கள் – கடின காவல் கைதியாயிற்றே என்றேன். கைத்தறிகளுக்குத் தார் சுற்றும் வேலை கிடைத்தது. இரண்டு நாட்கள் ஓயாமல் சுற்றியதாலோ என்னவோ ஒரு கை வீக்கம் அடைந்தது. அந்தச் செய்தி எப்படியோ திருவனந்தபுரத்தில் பிரசுரமான ‘சமதர்ஸினி’ எனும் பத்திரிகை ஆசிரியரின் காதுகளை எட்டிவிட்டது. அதன் ஆசிரியர் பாலகிருஷ்ண பிள்ளை ஒரு வக்கீல். அவருக்கு என்மீது அளவற்ற பரிவு. கை வீக்கத்தைப் பற்றிப் பத்திரிகையில் பெரிய தலைப்பு கொடுத்து செய்தி பிரசுரித்துவிட்டார்.

“அடுத்த நாள் சிறையில் என்னைக் காண நடராஜ காளிங்கராயரே வந்துவிட்டார். மற்றும் வக்கீல் குஞ்சுகிருஷ்ண பிள்ளையும் பிரமுகர்களும் சிறைப்பார்வையாளரும் வந்துவிட்டனர்! சிறையிலிருந்த முப்பத்து மூன்று பாதுகாப்புக் கைதிகளும் என்னை விசாரிக்க வந்துவிட்டனர். நான் ரொம்பப் பெரிய ‘ஹீரோ’ ஆகிவிட்டேன்! அதன் பின்னர் எனக்குத் தார் சுற்றும் வேலை கொடுக்கப்படவில்லை.

“இரண்டு தினங்கள் ஓய்வெடுத்த பின்னர் மீண்டும் வேலை கேட்டேன். கைதிகள் சட்டைகள் தைப்பதாகச் சொன்னேன். அவ்வேலை கிடைத்தது . . . ஒரு நாளைக்கு ஒரு கைதி பன்னிரண்டு சட்டைகள் தைக்கவேண்டும் என்பது திட்டம். ஒரு மணி நேரத்துக்குக்கூட அவ்வேலை இராது.

“ஜெயிலர் ராமகிருஷ்ணய்யரின் தயவால் எனக்கொரு அரிக்கேன் லைட் கிடைத்தது. மலையாள எழுத்துகள் எல்லாம் எனக்கு ஏற்கெனவே தெரியும். மலையாளம் பிரிமியர் முதல் மூன்று பாகங்கள், இரவில் காவலுக்கு வந்த வார்டரின்

ஒத்தாசையுடன் பத்தே தினங்களில் படித்து முடித்துவிட்டேன். எழுதவும் கற்றுக்கொண்டேன். அதன் பிறகு பத்து நாட்கள் நீதிசாரம் என்ற மலையாளப் புத்தகத்தின் ஸ்லோகங்களை படித்து மனப்பாடம் செய்துவிட்டேன்.”

~

“நான் திருவனந்தபுரம் மத்திய சிறைச்சாலையில் முப்பத்தொரு நாட்களைக் கழித்துவிட்டு வெளியேறினேன். எனக்கு விதிக்கப்பட்ட தண்டனை நாட்கள் முப்பது. அபராதம் பதினைந்து ரூபாய். எனது பையையும் அதிலிருந்த வேஷ்டி, சட்டை, போர்வை, எனது செருப்பு ஆகியவற்றை ஏலம் போட்டு பதிமூன்றரை ரூபாய் வசூலித்தார்களாம். மீதியுள்ள ஒன்றரை ரூபாய்க்காக என்னை மேலும் ஒரு நாள் சிறையில் வைத்திருந்து விடுதலை செய்தார்கள்.

“சிறைக் கேட்டுகளை விட்டு நான் வெளியே வந்ததும், அந்நகர போலீஸ் அதிகாரி திருவனந்தபுரம் ஜில்லாவில் நான் ஒரு மாத காலத்திற்கு யாதொரு பொதுக்கூட்டத்திலும் பேசக்கூடாது என்ற தடை உத்தரவை என் கையில் கொடுத்தார். சிறை வாயிலில் ஏராளமான ஜனக்கூட்டம். மகாத்மா காந்திக்கு ஜே என்ற கோஷம் வானைப் பிளந்தது. ஒருவர் என் தலையில் ஒரு காந்திக் குல்லாயைப் போட்டார். மலர் மாலைகளுக்கா பஞ்சம்! என்னைப் புதைத்தே விட்டார்கள். ஒரு திறந்த காரில் என்னை ஏற்றி, அக்காரை இழுத்துக்கொண்டே சென்றார்கள். இத்தகைய ஊர்வலத்தை நான் விரும்பவில்லை. எனக்கு வெட்கமாகத் தானிருந்தது. ஊர்வலம் வக்கீல் குஞ்சுகிருஷ்ண பிள்ளை வீட்டை அடைந்தது. அங்கு ராஜாஜி என்னை வரவேற்றார்.

“அன்று மாலை திருவனந்தபுரம் கோட்டை மைதானத்தில் ஒரு பொதுக்கூட்டம் நடைபெற்றது. அவ்வளவு பெரிய கூட்டத்தைத் தாம் கண்டதில்லை என ‘சமதர்ஸினி’ ஆசிரியர் பாலகிருஷ்ண பிள்ளை கூறினார். நான் மேடையின் மீது மௌனியாய் வீற்றிருந்தேன். பொதுக்கூட்டம் முடிந்த பின்னர், செரயிங்கீழிலிருந்து வந்திருந்த பிரமுகர்கள் என்னை அவர்கள் ஊருக்கு வருமாறு அழைத்தார்கள். நான் ராஜாஜியைக் கை காட்டினேன். வைக்கத்துச் சமருக்கு மூவாயிரம் ரூபாய் கொடுப்பதானால் அய்யாமுத்துவை அனுப்புகிறேன் என்றார். அவர்கள் முந்நூறு ரூபாய் வசூலித்து கொடுப்பதாகச் சொன்னார்கள். அய்யாமுத்து அங்கு வந்து என்ன பிரயோசனம். அவருக்குத் தடை உத்தரவு இருப்பதால் அவர் எங்கும் வாய்திறந்து பேச முடியாதல்லவா? இங்கு ஊழியர்கட்குப் பஞ்சமில்லை. பணத்திற்குத்தான் பஞ்சமிருப்பதாகத் தெரிகிறது. எனவே

அய்யாமுத்து தமிழ்நாடு சென்று அங்கு பணம் வசூலித்து அனுப்பட்டும் என்றார் ராஜாஜி.

“அடுத்த நாள் நான் ராஜாஜியிடம் விடைபெற்றுக்கொண்டு கோவைக்குப் பயணமானேன். ஆனால் செரயிங்கீழ் மக்கள் என்னை நெருங்கி தங்கள் ஊருக்குப் பக்கத்தில் அஞ்சுங்கோ என்றொரு திட்டுப் பிரதேசம் இருப்பதாகவும், அது திருவிதாங்கூர் ராஜ்ய எல்லையில் சேராதது எனவும், மலபார் கலெக்டரின் ஆதீனத்தில் இருப்பதாகவும் நான் அங்கு சென்று ஒருநாள் தங்கினால், சுற்று வட்டாரத்திலுள்ள ஜனங்கள் திரண்டுவந்து எனது பிரசங்கத்தைக் கேட்டுவிட்டுப் போவார்கள் என்றும் ரொம்பவும் ரகஸ்யமாகத் தெரிவித்தார்கள். சரியென ஒப்புக்கொண்டு அஞ்சாமல் அஞ்சுங்கோவுக்குச் சென்றேன்.

“அவ்வூர்க் கோயிலில் என்னை ஒரு மடாதிபதிபோல் உட்கார வைத்தார்கள். அன்று மாலை மாபெருங் கூட்டம் திரண்டுவிட்டது. அக்கூட்டத்தில் பேசி முடித்ததும், என்னால் தூக்கவே முடியாத ஒரு பணப்பையை என்னிடம் கொடுத்து, அதில் நூற்றைம்பது ரூபாய் இருப்பதாகவும், மேலும் ஒரு வாரம் அல்லது பத்து நாட்களில் மற்றொரு நூற்றைம்பதும் தருவதாகச் சொன்னார்கள்.

“வைக்கத்திலிருந்து சாமி சத்யவிரதம், சங்கு பிள்ளை, கிருஷ்ண பிள்ளை என்னைச் சந்திப்பதற்காக வந்திருந்தார்கள். அவர்களுடன் சேர்ந்து வைக்கத்துக்குப் பிரயாணமானேன். வழி நெடுகப் பல ஊர்களில் தங்கிப் பணம் வசூலித்துக்கொண்டே சென்றோம்.

“திருவாங்கூர் பிரதேசம் அக்காலத்தில் குறிப்பிடத்தக்க தொழில் அபிவிருத்தி அடைந்திருக்கவில்லை. பொதுவாக மக்கள் ஏழ்மை நிலையில் இருந்தனர். அங்கே புழக்கத்திலிருந்த ஒரு ரூபாய்க்கு இருபது சக்கரங்கள். ஒரு சக்கரத்துக்குப் பதினாறு காசுகள், இந்தியாவின் இதர பாகங்களில் ஒரு ரூபாய்க்குப் பதினாறு அணாக்கள், ஒரு அணாவுக்கு பன்னிரண்டு காசுகள். ஒவ்வொரு ஊரிலும் பணக்காரர் யாராரென்று தெரிந்து வசூலிக்கச் சென்றோம். ஒரு ஊரில் ஒரே ஒரு பணக்காரர். அவரிடம் எவ்வளவு பணம் இருக்குமென்று விசாரித்தபோது “ஓ! ஆயிரம் பணம் உண்டாகும்” என்ற பதில் வந்தது! ஆயிரம் பணம் என்பது இருநூற்றைம்பது ரூபாய். அதைச் சேர்த்து வைத்திருந்தவன் அந்நாட்டில் ஒரு பணக்காரனாக அந்நாளில் கணிக்கப்பட்டான். அந்த ஆயிரம் பணம் வைத்திருந்த ‘முதலாளி’யைத் தேடிச் சென்றோம். அவனுடைய ஜாகையில்

நாலைந்து பெண்கள் தென்னை நாரால் சூடிக்கயர் திரித்துக் கொண்டிருந்தார்கள். பணக்காரர் முகமலர்ச்சியோடு எங்களுக்கு ஒரு ரூபாய் நிதி அளித்தார்.

“மற்றொரு ஊரில் பிரபல்யமான ஒரு இல்லத்துக்குச் சென்றோம். என்னுடன் சென்றவர்கள் அந்த இல்லத்துப் பெரியவரிடம் சென்று ‘கவுண்டர்’ வந்திருக்கிறார் என்று தெரிவித்தார்கள். ‘ஓ! கவுண்டரானு? எவ்விடே’ என்று என்னிடம் வந்தார். என்னைக் கண்ட பின்னரும் எவ்விடே கவுண்டர் என்று கேட்டார். இத்தேகம் என்று என்னைக் காட்டினார்கள். அப்பெரியவர் ‘இராறு கவுண்டர்! கவுண்டர் என்றால் ஆறடி பொக்கம், வலிய ஆகிருதி, பெரிய மீசை என்னெல்லாம் ஞான் விசாரிச்சு’ என்று சொல்லிக்கொண்டே என்னைக் கட்டிச் சுருட்டித் தூக்கி அங்கிருந்த ஒரு பெரிய நாற்காலியின் மீது உட்கார வைத்தார். அவர் ஒரு நாயர். அவருடைய மகன் திருவாங்கூரிலே ஒரு ஜட்ஜ். ஒரு பெரிய தட்டு நிறைய பழங்களும் ஒரு செம்பில் பாலும் கொணர்ந்து வைத்தார். “ஓ! ஞான் பத்திரங்களில் கவுண்டருடே, பிரசங்கம் ஒக்க வாயிச்சு” என்று சொல்லிக்கொண்டே ஒரு தட்டில் இருபத்தைந்து ரூபாய் வைத்துக்கொடுத்தார். அவ்வளவு பெரிய தொகை அந்த நாட்டிலே வேறு யாருங் கொடுக்கவில்லை!

“இவ்வாறாக நாங்கள் ஊர் ஊராய்ப் பணம் வசூலித்துக் கொண்டே வைக்கம் போய்ச்சேர ஒரு வாரமாயிற்று. நாங்கள் வசூலித்த பணத்தை சுமார் ஐநூற்று சொச்சம் என்று ஞாபகம் – வைக்கம் சத்தியாகிரகக் கமிட்டியின் பொக்கிஷதார் கோவிந்தன் சாணாரிடம் கொடுத்தேன்.

“வைக்கத்திலிருந்து கொச்சிக்குத் தண்ணீர் வழியாகப் படகில்தான் போய்ச் சேரவேண்டும். என்னுடன் ‘ஹிந்து’ பத்திரிகையின் நிருபர் சச்சிதானந்தமும் வந்தார். செல்லும் மார்க்கத்தில் கரையோரத்திலிருந்த ஒரு போலீஸ் ஸ்டேஷனில் நாயக்கர் சிறை வைக்கப்பட்டிருந்தார்.

“நாங்கள் அங்கே இறங்கியபோது அவர் போலீஸ் காம்பவுண்டில் நிறுத்தி வைக்கப்பட்டிருந்த ஒரு படகில் உட்கார்ந்திருந்தார். ஒரு பார்பர் அவருக்கு முகசவரம் செய்து கொண்டிருந்தான். அவருடன் சிறுதுநேரம் தங்கியிருந்துவிட்டு நாங்கள் அடுத்த போட்டில் கொச்சிக்குப் பிரயாணமானோம்” *(பக். 113–115; பக். 207–216).*

பதிவாகியுள்ள வைக்கம் பற்றிய அய்யாமுத்துவின் இந்த நினைவுக் குறிப்புகள், சிறை வாசம், நிதி வசூல், பிரசாரம்

தொடர்பான அவரது அனுபவங்களாக உள்ளன. மிகக் குறைவாகவும் சுருக்கமாகவும் அமைந்துள்ள குறிப்புகளிலும் பெரியார் செயல்களும் பாரதி பாடல்களும் விடுபடாமல் இருப்பதைக் கவனிக்கலாம்.

○

வைக்கம் போராட்டத்தில் சாதாரண தொண்டனாக கலந்துகொண்ட ராமன், நாகர்கோயில் பகுதியைச் சேர்ந்தவர். காந்தி ஈடுபாட்டால் காந்திராமன் ஆனவர். 'ராமன் என்கிற காந்தி ராமன்' (2015) என்ற அவரது வாழ்க்கை வரலாற்றில் குறிக்கப்பட்டிருக்கும் வைக்கம் பதிவுகள், நூலாசிரியர் ராம் கண்டுபிடித்துச் சேர்த்தவை.

வைக்கம் போராட்டத்தில் தீவிரமாக ஈடுபட்ட நாகர்கோவில் மருத்துவர் எம்பெருமாள் நாயுடுவுடன் போராட்டத்துக்குச் சென்றவர் ராமன் பிள்ளை. "வைக்கம் போராட்டத்தில் கலந்துகொள்ள டாக்டர் (எம்.இ) நாயுடுவின் தலைமையில் சிவமுத்து கருப்ப பிள்ளை, தாணுமாலயப் பெருமாள் பிள்ளை, அவரது மனைவி பாக்கியம், காந்திதாஸ் முத்துசாமி, இடலாக்குடி அங்கப்ப பிள்ளை, அக்கறை கிருஷ்ண பிள்ளை, காந்திராமன் போன்றோர் சென்றடைந்தனர்" (ப. 16) என்றந்தப் பயணத்தை நூலாசிரியர் விவரிக்கிறார்.

காந்திராமனின் கைதுப் படலத்தை நூலாசிரியர் விவரிப்பது இவ்வாறு அமைகிறது.

"வைக்கம் போராட்டத்தில் பல நாட்கள் தொண்டனாக இருந்தபோது பல இன்னல்களையும் அடைந்தார் காந்தி ராமன். பெரியாரின் தலைமையில் சத்தியாகிரகம் நடந்துகொண்டிருக்கும் போது தொண்டர்படை தலைவராகவும் பெரியாரின் மெய்க் காப்பாளனாகவும் இருந்தார் காந்தி ராமன். அப்படி ஒரு நாள் காலை 7 மணிக்கு தொண்டர்களை அழைத்துச் செல்லும்போது 7 தொண்டர்களுடன் காந்திராமனும் கைது செய்யப்பட்டு கொல்லம் சப் ஜெயிலில் அடைக்கப்பட்டார். மூன்றுநாள் கழித்து விடுதலை செய்து திருவனந்தபுரத்தில் காந்திராமனை கொண்டு விட்டனர். அன்றிரவே திரும்பவும் வைக்கம் வந்தடைந்தார் காந்தி ராமன்" (ப. 19).

"எம். சிவதாணு பிள்ளை மற்றும் டாக்டர் [எம்.இ.] நாயுடுவின் தலைமையிலும் கொஞ்ச காலம் சத்தியாகிரகம் நடந்தது. அப்போது காந்திராமன் தொண்டர்படை தளபதி

(ப. 19)". இக்குறிப்பிலிருந்து பெரியாருக்கு மட்டுமல்ல மற்ற தலைவர்களுக்கும் அவர் தொண்டராக இருந்தார் எனத் தெரிகிறது. தொண்டராக, தொண்டர் தளபதியாக மட்டுமல்ல, நெருக்கடிகளில் தலைவராகவும் போராட்டத்தில் காந்திராமன் பங்கேற்றுள்ளார் என்பது அடுத்த ஒரு குறிப்பிலிருந்து அறிகிறோம்.

"[பெரியார் திருவனந்தபுரம் சிறைக்குக்கொண்டு போகப்பட்ட] மறுநாள் காலையில் காந்திராமன் தலைமையில் பெரியாரின் மனைவி நாகம்மாள், டாக்டர் [எம்.இ.] நாயுடுவின் மனைவி திருமலையம்மாள், தாணுமாலயப் பெருமாள் பிள்ளையின் மனைவி பாக்கியம் போன்ற பலர் சத்தியாகிரகம் செய்தனர்" (பக். 19–20).

போராட்டத்தைச் செயல்படுத்துவதல்ல, போராட்டத்துக்கான ஆள், அம்புகளைத் தயார் செய்யும் பணியையும் காந்திராமன் செய்யும் வல்லமை பெற்றிருந்தார் எனத் தெரிகிறது. உயர்சாதியினரின் புகழ்பெற்ற பேரணி வைக்கத்திலிருந்து புறப்பட்டு திருவனந்தபுரம் சென்றதுபோல் தெற்கிலிருந்து அதாவது கோட்டாறிலிருந்து ஒரு பேரணி புறப்பட்டுச் சென்றது. அதற்குத் தலைமை ஏற்றவர் எம்.இ. நாயுடு ஆவர். அதில் குறிப்பிடத்தகுந்த பங்கை, காந்தி ராமன் உள்ளிட்டோர் ஏற்றுள்ளனர். அவை பற்றிய விவரத்தை நூலாசிரியர் தந்துள்ளார்.

'பேரணிக்கு ஆள்சேர்ப்பதைம், அவர்களுக்கு வேண்டிய உடைகள் தயார் செய்வதைம் பொறுப்புள்ள சிலர், பொறுப்பேற்றுக்கொள்ளும் நிலை ஏற்பட்டது. காந்தி ராமன் சுமார் 200 பேரை திரட்டினார். கோட்டார் பணிக்கர்கள் உதவியால் நடந்த விருந்துக்குப்பின் 650 பேர்களுடன் புறப்பட்ட(து) பேரணி (ப. 21).

'இதில் காந்திராமன் போன்றவர்களுக்கு அதிக அளவில் செலவு செய்ய வேண்டிய நிலைமையும் ஏற்பட்டது (ப. 22).

'காந்திராமன் போராட்டத்தை வழி நடத்தி, அதில் வெற்றியும் பெற்றார். பெரியாரின் ஆசியும், டாக்டர் எம்.இ. நாயுடுவின் வாழ்த்தும் காந்திராமனை அடுத்தடுத்த கட்டங்களுக்கு நகர்த்தத் தொடங்கின' (ப. 23) என்று நூலாசிரியர் காந்திராமனுக்கு வைக்கம் போராட்டத்தின் ஊடாக ஆளுமை மலர்ச்சி ஏற்பட்டதை எழுதுகிறார். காந்தி என்கிற பேராளுமையே காந்திராமன், காந்திதாஸ் முத்துசாமி போன்றவர்களை வைக்கம் போராட்டத்தின் மூலமாக கவர்ந்து இழுத்து சமூக மனிதர்களாக்கியது என நாம் கருதலாம்.

காந்திராமனின் காந்தி பற்றை விளக்க, ராம் குறிப்பிடும் செய்தியோடு இக்குறிப்பை முடிக்கலாம். காந்திக்கு நாகர்கோயிலில் நடந்த இரங்கல் கூட்டத்தில் பார்வையாளராக கலந்துகொண்ட சுந்தர ராமசாமி விவரித்ததாக அ.கா. பெருமாள் எழுதியது பின் வருமாறு.

"அந்த நாளில் நல்ல மழை. நடு இரவாகிவிட்டது. கொஞ்சமான கூட்டம் என்றாலும் கலையவில்லை. காந்திராமன் பேச ஆரம்பித்ததும் இரண்டு கைகளால் தலையிலும் மார்பிலும் அடித்துக்கொண்டார். பேச முடியவில்லை. தேம்பித் தேம்பி அழுதார். அவரை யாரோ உட்காரவைத்தார்கள். அடுத்தவர் பேசினார், காந்திராமனின் தேம்பல் அடங்கவில்லை. கடைசிவரை அவர் சரியாகப் பேசவில்லை. உண்மையான இரங்கல் கூட்டம் அது" (ப. *IV*).

❍

போராட்டக் காலத்தில் காங்கிரசுக்காரராகவும் பத்திரிகை யாளராகவும் தீவிரமாக இயங்கியவர் திரு.வி.க. வைக்கம் வீரர் என்று இன்றளவும் நீடிக்கும் பட்டத்தைப் போராட்ட காலத்திலேயே அளித்த அவர் தன் வாழ்க்கை வரலாறான 'திரு.வி.க. வாழ்க்கைக் குறிப்புகள்' *(1944)* நூலில் பெரியாரை நான்கிற்கும் மேற்பட்ட இடங்களில் வைக்கம் வீரர் என்றே குறிப்பிட்டு எழுதுகிறார்.

"(நவசக்தி) மும்முறையைத் (வாரம் மூன்று இதழ்) தினமாக்க எண்ணிவந்தபோது (ஈ.வெ. ராமசாமி) நாயக்கர் வைக்கம் அடைந்து தீண்டாமையை முன்னிட்டுச் சத்தியாகிரகம் செய்து சிறைக்கோட்டம் நண்ணினர்" (ப. *225*) என்று நினைவு கூர்கிறார்.

சுயராஜ்ய கட்சி தோன்றியதிலிருந்தே பெரியாருக்கு அரசியல் உலகில் ஒரு மருட்சி உண்டாயிற்று என்று உணர்ந்த திரு.வி.க அதை விவரிக்கும்போது வைக்கம் பற்றிப் பேசுகிறார்.

"தீண்டாமைப் பேயை ஓட்ட அவர் பட்டபாட்டை ஆண்டவனே அறிவன். அவர் வைக்கம் வீரராய் இயங்கியதை நாடறியும். அவர் பணியின் நேர்மையே அவர் நெஞ்சில் மாறுதல் நிகழ்த்தியது என்று கருதலானேன்" (ப. *25*).

'வைக்கம் வீரர்' என்ற பட்டத்தைத் திரு.வி.க. தான் வழங்கியதைப் பின்னர் நினைவுகூர்ந்து எழுதினார். அப்பகுதி வருமாறு.

"வைக்கத்தில் *(1924)* தீண்டாமைப் போராட்டம் எழுந்தது. நாயக்கர் அங்கே சென்று சத்தியாகிரகம் செய்தார். திருவாங்கூர்

அரசாங்கம் அவரைச் சிறைப்படுத்தியது. அப்பொழுது யான் ‘வைக்கம் வீரர்’ என்று தலைப்பீந்து நாயக்கரின் தியாகத்தை வியந்து வியந்து *நவசக்தியில்* எழுதுவேன். வைக்கம் வீரர் என்பது நாயக்கருக்கொரு பட்டமாகவே வழங்கலாயிற்று” (ப. 335).

“வைக்கம் வீரர்க்குப் பலதிற அணிகளுண்டு. அவைகளுள் ஒன்று வைராக்கியம்” (ப. 335) என்று திரு.வி.க. குறிப்பிடுகிறார்.

“ஓர் இரவு ‘குகானந்த நிலையத்திலே (ராமசாமி) நாயக்கர் ஒரு திண்ணையில் உறங்கினார்! யான் மற்றொரு திண்ணையில் உறங்கினேன். பதினொரு மணிக்கு மழை தொடங்கியது. நண்பரை எழுப்பினேன். அவர் கண் விழிக்கவில்லை. மழை பெருகியது. மீண்டும் நாயக்கரை எழுப்பினேன். கண்கள் மூடியபடியே இருந்தன. நாயக்கரைப் பல முறை எழுப்பி எழுப்பிப் பார்த்தேன். பயன் விளையவில்லை. நாலு மணிக்கு மழை நின்றது. ஆறு மணிக்கு வைக்கம் வீரர் எழுந்தார். எனக்குச் சொல்லொணாச் சிரிப்பு. மழை பெய்தது தெரியுமா? என்று நண்பரைக் கேட்டேன். மழையா? என்றார்” (பக். 336–337).

1924 இல் நடந்தது வைக்கம் போராட்டம். 1944இல் தொகுத்து எழுதப்பட்டது திரு.வி.க.வின் வாழ்க்கைக் குறிப்புகள். 20 வருடம் கழித்தும் பெரியார், திரு.வி.க.வுக்கு வைக்கம் வீரராகவே விளங்கியிருக்கிறார்.

~

திரு.வி.க. தன் வாழ்க்கை வரலாற்றில் மட்டுமல்லாமல், தான் எழுதிய ‘தமிழ்ச் சோலை (அ) கட்டுரைத் திரட்டு’ (1935) என்ற கட்டுரை நூலிலும் வைக்கம் பற்றிய குறிப்புகளைத் தந்துள்ளார். *நவசக்தியில்* திரு.வி.க. 1920 முதல் 1932 வரையிலான காலத்தில் எழுதிய கட்டுரைகளின் தொகுப்பு இந்நூல்.

வைக்கம் பற்றி தனிக் கட்டுரை எதுவும் இந்நூலில் இல்லை. எனினும் வைக்கம் பற்றிய குறிப்புகள் ஆங்காங்கே அடைமொழியாக இடம்பெற்றுள்ளன.

“தீண்டாதார் வைக்கத் திருவீதியில் போதல்கூடாது என்னும் கட்டை அறுக்கத் திரு. இராமசாமி நாயக்கர் முயன்றார், வெற்றியும் பெற்றார். தொடக்கத்தில் எதிர்த்த பிராமணர்கள் இப்பொழுது இணங்கி விட்டார்கள். உற்ற குறைகளைச் சத்தியாகிரக முறையால் களைவது சிறந்த உரிமைப் போராகும். அப்போர் நிகழ்த்த வேண்டிய இடங்கள் பலப்பல உண்டு. அப்போருக்குத் துணைபுரிய பிராமணரிடையேயும் பலர் சித்தமாயிருக்கிறார். வைக்கச் சத்தியாகிரகப் போரில் எல்லா

சாதியாரும் தலைப்பட்டு உழைத்தது அன்பர் நாயக்கருக்குத் தெரியும்."

வகுப்புப்போர் சமரச நோக்குடைய பிராமணரையும் வேறுபடுத்தி விடும் என்று நோக்கில் பேச வரும் திரு.வி.க. வைக்கம் போராட்டத்தில் பெரியாரும் மற்ற பிராமணரும் கலந்துகொண்டதை எடுத்துக்காட்டினார். அப்போது வைக்கம் குறிப்பிடப்படலாயிற்று.

O

சாகித்திய அக்காதெமியின் இந்திய இலக்கிய சிற்பிகள் வரிசையில் 'சாமி சிதம்பரனார்' (2006) பற்றி நாவலாசிரியர் டி. செல்வராஜ் எழுதியுள்ளார். அந்த நூலில் வைக்கம் பற்றி குறிப்புகள் உள்ளன. பெரியாரின் வாழ்க்கை வரலாற்றைத் தமிழர் தலைவர் என்ற தலைப்பில் சாமி சிதம்பரனார் எழுதினார். அந்நூலை விவரிக்கும் பகுதியில் (பக். 301-303) வைக்கம் வருகிறது.

கீழ்க்காணும் இரு தவறுகள் தவிர, தமிழர் தலைவர் நூலைப் பின்பற்றி எழுதிய ஆசிரியர் செய்துள்ள வைக்கம் தொடர்பிலான வேறு தவறுகள் கண்ணில் படவில்லை.

(அ) திவான் பேஷ்கார் ராகவ அய்யங்காரை அழைத்து அரசாங்க விருந்தாளியாக அவரை [பெரியாரை] நடத்த வேண்டும் என்றும் உத்தரவிட்டார் [திருவாங்கூர் மகாராஜா] (ப. 302).

வைக்கம் போராட்டத்தின்போது திவானாக இருந்தவர் பெயர் ராகவையா. பேஷ்காராக இருந்தவர் எம்.வி. சுப்பிரமணிய ஐயர். இங்குக் குறிப்பிடப்படுபவர் யார் எனத் தெரியவில்லை.

(ஆ) திருவாங்கூர் சமஸ்தானத்தில் திவானாக இருந்த ராகவய்யர் மற்றும் சென்னை மாகாணச் சட்ட அமைச்சராக இருந்த சர் சி.வி. ராமசாமி ஐயர் ஆகியவர்களின் ஏற்பாட்டின்படி திரும்பவும் ஈ.வே.ரா. வைக்கம் சென்று போராடாமல் இருக்கும் வகையில் ... (ப. 303).

திவானின் பெயர் ராகவையா; சட்ட அமைச்சர்(?) பெயர் சர் சி.பி. ராமசாமி ஐயர். இவர் குறிப்பிடுவது போல அல்ல. பெயரிலும் முதலெழுத்திலும் என்ன இருக்கிறது என்று சமாதானம் சொல்லலாம். ஆமாம் என்ன இருக்கிறது? விட்டு விட்டு எழுதவேண்டியதுதானே!

வைக்கம் என்று சுட்டிவிட்டாலே போதும், அதன் உள்விவரங்களைப் பற்றிய கவனம் தேவையில்லை என்கிற

நிலைமைக்கு வைக்கம் தமிழ்நாட்டில் வந்துவிட்டதை இந்நூல் காட்டுகிறது.

○

'விடுதலைப் போரில் தமிழகம்' என்ற இரு தொகுதிகள் கொண்ட ம.பொ. சிவஞானம் எழுதிய நூலில் வைக்கம் சத்தியாகிரகம் அறிமுகமாக இடம்பெற்றிருக்கிறது. முதல் தொகுதியில் *543–548* பக்கங்களில் வைக்கம் விளக்கம் பெற்றிருக்கிறது. கேரளத்தில் பாராமை, சத்தியாகிரகம், களத்தில் ஈ.வெ.ரா, மன்னர் மரணம், குமரி முனையில் அடிகள், தமிழகப்பயணம் என்ற குறுந்தலைப்புகளில் அப்போராட்டச் செய்திகள் இடம்பெற்றுள்ளன.

"வைக்கத்தில் சத்தியாகிரகம் நடந்தபோது திரு. மாதவராவ் என்பவர் திருவாங்கூர் சமஸ்தானத்தில் திவானாகவும் திரு.பிட் என்னும் ஆங்கிலேயர் திருவாங்கூர் கமிஷனராகவும் இருந்தனர்" *(ப. 546)* என்று இந்நூலில் குறிப்பிடப்படுகிறது.

வைக்கம் போராட்ட காலத் தொடக்கத்தில் டி. ராகவையா இறுதியில் எம்.இ. வாட்ஸ் ஆகியோர் திவானாக இருந்தனர். இடையில் சிறிதுகாலம் டி. ராகவையா இந்தியப் பயணம் சென்றிருந்த சமயம் வீரராகவ ஐயங்கார் ஆக்டிங் திவானாக இருந்தார். ராகவையா விலகி எம்.இ. வாட்ஸ் சேருவதற்கு இடைப்பட்ட மிகச் சிறிய காலத்தில் கிருஷ்ண பிள்ளை திவான் பணியைப் பார்த்தார். இந்நூல் சொல்வதுபோல டி. மாதவராவ் வைக்கம் போராட்ட காலத்தில் திவானாக விளங்கவில்லை. அவர் ஆயில்யம் திருநாள் *(1860–1880)* காலத்தில் திவானாக நியமிக்கப்பட்டவர்.

"ஈ.வெ.ரா.வுடன் தமிழ்நாடு காங்கிரசு பிரமுகர் டி.ஆர். கிருஷ்ணசாமி ஐயரும் சத்தியாகிரகத்தில் ஈடுபட்டு சிறை புகுந்தார். ஈ.வெ.ரா, மதுரை பாரிஸ்டர் ஜார்ஜ் ஜோசப் ஆகியோர் திருவனந்தபுரம் சிறையில் சாதாரண கைதிகளாக நடத்தப்படுகின்றனர் என்று புகார் கூறி, தலைவர் ராஜாஜி திருவிதாங்கூர் மன்னருக்கு கடிதம் எழுதினார். அதன் பின்னர் அவர்கள் சிறையில் விசேஷ வகுப்பில் வைக்கப்பட்டனர்" *(ப. 546)* என்பது இன்னொரு வைக்கம் குறிப்பு.

மேற்குறிப்பில் டி.ஆர். கிருஷ்ணசாமி ஐயர் தமிழ்நாடு காங்கிரசு பிரமுகர் எனக் குறிப்பிடப்பட்டிருப்பது சரியா என்று தெரியவில்லை. இராஜாஜி கண்டன அறிக்கை வெளியிட்ட பிறகும் பெரியார் சாதாரணக் கைதியாகவே விடுதலை வரை

நடத்தப்பட்டார், சிறப்பு வகுப்பிற்கு இறுதிவரை மாற்றப்பட வில்லை என்று கே.பி. கேசவ மேனன் உறுதி செய்கிறார். இராஜாஜி வெளியிட்ட அறிக்கை பெரியார் பற்றியது மட்டுமே, ஜார்ஜ் ஜோசப் பற்றியது அல்ல.

"வைக்கம் கோயில் மாடவீதிகளில் தாழ்த்தப்பட்டோர் உள்பட எல்லாச் சாதியினரும் செல்லலாம் என்று வைதிகரின் ஆதரவோடு திருவிதாங்கூர் அரசு ஆணை பிறப்பித்தது" (ப. 547). இது அடுத்த குறிப்பு.

ம.பொ.சி. உள்பட மொத்த தமிழகத்தினரும் அனைத்து மாடவீதிகளிலும் தாழ்த்தப்பட்டோர் செல்லலாம் என்றே வைக்கம் போராட்டம் முடிவுக்கு வந்ததாக எழுதுகின்றனர். மூன்று வீதிகளில் மட்டும்தான் சஞ்சார சுதந்திரம் கிடைத்தது என்ற செய்தி பரவலாகவே இல்லை.

மொத்தத்தில் வைக்கம் போராட்டம் பற்றிய அறிமுகக் குறிப்பை எழுதியதற்காக விடுதலைப் போரில் தமிழகம் நூலைப் பாராட்டலாம். ஆலையில்லா ஊரின் இலுப்பைப் பூக்கள் இந்நூல் தொகுதிகள்.

○

நெடிய விடுதலைப்போரின் ஒரு சிறு கூறாக வைக்கம் போராட்டம் ம.பொ.சி.யின் நூலில் இடம் பெற்றிருந்தது. அதன் வரலாற்று முக்கியத்துவம் பின்னர் உணரப் பெற்று ஒரு தனி நூலாகவே வைக்கம் போராட்டம் எழுதப் பெற்றது.

'வைக்கம் போராட்ட வரலாறு' என்ற தலைப்பில் கி. வீரமணி தொகுத்து திராவிடர் கழக வெளியீடாக ஒரு 97 பக்க நூல் 1999இல் வெளியானது. 2005இல் மறுபதிப்பும் கண்டுள்ளது.

துக்ளக் இதழில், வைக்கம் சத்தியாகிரகம் சில உண்மைகள் என்ற தலைப்பில் வெளியான கட்டுரைக்கு எழுதப்பட்ட மறுப்பு இந்நூலாகும். அம்மறுப்புகள் விடுதலையில் 19.11.85, 20.11.85 ஆகிய தேதிகளில் வெளியாயின. கூடுதலாக வைக்கம் பொன்விழா (1975), வைக்கத்தில் நடைபெற்ற தந்தை பெரியார் நினைவக அடிக்கல் நாட்டு விழா (3 நவம்பர் 1985) செய்திகள் ஆகியனவும் இடம்பெற்றுள்ளன. தவிர 1959இல் கன்னியாகுமரி மாவட்டத்தில் பெரியார் நிகழ்த்திய வைக்கம் பற்றிய பேச்சும், 1958ஆம் ஆண்டு சிறையிருந்த காலத்தில் எழுதிய தன்வரலாற்றின் ஒரு பகுதியும், 1973ஆம் ஆண்டு (அக்டோபர் 18) திருச்சி வானொலிக்கு அளித்த பேட்டியில் வைக்கம் பற்றிய பகுதியும், அய்யாமுத்து தனது

நூலில் எழுதிய வைக்கம் பகுதியும் இந்நூலில் கூடுதலாகத் தரப்பட்டுள்ளன.

வைக்கம் பற்றி பெரியார் கட்டுரை, டி.கே. ரவீந்திரன் நூல், *Who's Who in Madras* என்ற கொச்சியிலிருந்து வெளிவந்த நூல், வைக்கம் போராட்டம் பொன் விழா மலையாள மலர், திரு.வி.க. வாழ்க்கைக் குறிப்புகள், எஸ்.எஸ். மாரிசாமியின் *காண்டீபம்* இதழ், கே.பி. கேசவ மேனன் வாழ்க்கை வரலாறு (மலையாளம்) ஆகிய ஆதாரங்களை வைத்து வைக்கம் போராட்டத்தில் பெரியாரின் பங்கை விளக்கியுள்ளார் ஆசிரியர்.

வைக்கம் போராட்டம் பற்றி வரலாறு எழுதப்படாததால் மறுப்புகளை எழுத வேண்டியதாகி விட்டது. மறுப்புகளின் ஊடாக வரலாற்றைப் பதிவு செய்ய வேண்டிய நிலைமை. வாய்வழி வரலாற்றின் இடம் மறுக்கப்பட்டு, எழுதப்பட்ட வரலாற்றை மதிக்கும் ஒரு வகை மேல்நிலைத்தன்மையின் விளைவாகவும் இந்நூலைக் கருதலாம்.

○

தொடர்ந்து எழுப்பப்பட்டு வந்த எதிர்கருத்துகளுக்கு மறுப்பாக எழுதப்பட்ட இன்னொரு பெரியார் ஆதரவு நூல் 'வைக்கம் போராட்டம்' (2010). கு.வெ.கி. ஆசான் எழுதியது.

குமாரன் ஆசானின் சீர்திருத்தக் கருத்துகளில் தன்னைப் பறிகொடுத்த தமிழரான நூலாசிரியர் தன் பெயரையே ஆசானாக்கிக் கொண்டார்.

குருதேவ தர்மம் மாத இதழில் (டிசம்பர் 2001) வைக்கம் போராட்டம் என்ற தலைப்பில் கட்டுரை ஒன்று வெளிவந்தது. 'வைக்கம் போராட்டத்தை நடத்தியவர் பெரியார்' என்ற தவறான கருத்து பத்திரிகை உலகிலும் பெரியார் சிந்தனை யாளர்களிடையேயும் பின்பற்றப்பட்டு வருகிறது என்பது அக்கட்டுரையாசிரியரின் குற்றச்சாட்டு. "அப்படி ஒரு மாயை பெரியார் தொண்டர்களுக்கோ, சிந்தனையாளர்களுக்கோ அறவே இல்லை; பெரியார் கற்பித்த பாடம் உண்மையை நாடவேண்டும் என்பதுதான்" (ப. 3) என்று நூலாசிரியர் அக்கருத்தை மறுத்து விளக்கம் அளித்தார். அவ்விளக்கமே 26 பக்கச் சிறுநூல்.

டி.கே. ரவீந்திரன், கே.பி. கேசவ மேனன் ஆகியோரது நூல்கள், பெரியார் பின்னாளில் வைக்கம் பற்றிப் பேசியவை ஆகியனவற்றை அடிப்படையாய் வைத்து வைக்கம் போராட்ட

வரலாற்றைச் சுருக்கமாக எழுதியுள்ளார் நூலாசிரியர். போராட்ட நிகழ்வுகளில் பெரியாருக்குள்ள தொடர்பை விவரித்து, அவருக்குக் கிடைத்த மேற்சொன்ன தகவல்களை வைத்து நிதானமான எழுத்து நடையில் எழுதப்பட்ட நூல் இது.

○

முன்னிரு நூல்களும் ஆதாரங்களை அடிப்படையாய்க் கொண்டு எழுதப்பட்டிருக்க, அனுமானங்களைக் கொண்டு எழுந்திருக்கிறது பின்வரும் கவிதை கட்டடம்.

"தந்தை பெரியார் 1924ஆம் ஆண்டில் தமிழ்நாடு காங்கிரசு கமிட்டியில் தலைவராக வீற்றிருந்தபோது கேரளத்தில் அப்போதைய திருவிதாங்கூர் சமஸ்தானத்தில் வைக்கம் என்னுமிடத்தில் மனிதநேயம் மறுக்கப்பட்ட ஒரு சமுதாய அவலம் நிகழ்ந்தது. அங்கேயுள்ள தெருவில் நாய்களும் பன்றிகளும் கழுதைகளும்கூட நடந்து செல்ல உரிமை உண்டு. ஆனால் தாழ்த்தப்பட்ட சாதியில் பிறந்த மனிதன் அதிலும் ஒரு வழக்கறிஞர் நீதிமன்றத்தில் வழக்காட குறிப்பிட்ட அந்தத் தெரு வழியே நடந்து செல்லக்கூடாது என ஆதிக்க சாதியினர் தடுத்தனர். அதனை எதிர்த்துப் போராடிய அனைவரையும் அப்போதைய திருவிதாங்கூர் சமஸ்தான அரசு கைது செய்துவிட்ட நிலையில் அங்கிருந்தோர் விடுத்த அழைப்பை ஏற்றுப் போராட்டத் தளபதியாக வைக்கம் சென்று அவரது இயல்பான சுயமரியாதை உணர்வோடு போராட்டம் நடத்தி வெற்றி கண்டு 'வைக்கம் வீரர்' என அழைக்கப்பட்டார்.

"அந்த வீரவரலாற்றைக் கவிதை வடிவில், எளிய தமிழில் எல்லோர் மனத்தையும் ஈர்க்கும் வண்ணம் 20 காட்சிகளில் படைத்துள்ள பேராசிரியர் அ. அய்யாசாமி மிகுந்த பாராட்டுக்குரியவர்" என அன்றைய முதலமைச்சர் மு. கருணாநிதி தம் அணிந்துரையில் பாராட்டிய கவிதை நாடக நூல் 'வைக்கம்: வரலாற்றுக் கவிதை நாடகம்' (2008). தஞ்சாவூர் சரபோஜி கல்லூரியில் பேராசிரியராகப் பணி யாற்றியவர் அய்யாசாமி (1940).

நாடகம் என்று சொல்லிவிட்ட பிறகு வரலாற்று உண்மை களைக் கவனித்து பார்க்கவேண்டாம் என்று தோன்றியது. நூலைப் படித்த பிறகு அக்கருத்தே உறுதிப்பட்டது.

'வைக்கம் வரலாற்றினைத் தெரிவிப்பதைவிட இந்த நாடகத்தின் மூலம் பெரியார் என்கிற மாமனிதரின் ஆளுமையை வெளிக்கொணர்வதே எனது நோக்கமாக இருந்தது' என்று

இந்நூலைப் பற்றி நூலாசிரியர் கூறுவது அவையடக்கம் அல்ல, உண்மை. ஆசிரியர் விருப்பத்திற்கேற்பக்கூட வைக்கம் போராட்டத்தில் பெரியாரின் முழுப்பங்களிப்பும் இந்நூலில் வெளிப்படவில்லை. போராட்ட நிகழ்வுகளில் சிலவே இந்நூலில் கவிதை நடையில் தரப்பட்டுள்ளன.

பொதுவாகத் தமிழகத்தில் வைக்கம் பற்றி பல்லாண்டுகளாக நிலவும் கருத்துகளின் இலக்கிய சாட்சி இந்நூல். 'வீதிகள் நான்கையும் பொதுவாக்கி விட்டார்கள், பேதமின்றி எந்தச் சாதியும் நடக்கலாம்' (ப. 115). இதுவும் தமிழகத்தில் உலவிவரும் தவறான கருத்துதான். மூன்று வீதிகளே அனைவருக்குமாகத் திறக்கப்பட்டன. அதேபோல அனுமதி மறுக்கப்பட்ட தெருவில் நடந்ததாக டி.கே. மாதவன் அவர்களைச் சுட்டுகிறது நூல். அப்படி நடந்தவர் மாதவன் என்ற பெயர் கொண்ட வேறொரு வழக்கறிஞர் (ப. 92).

இக்கவிதை நாடகத்தில் இடம்பெறும் ஒரே நம்பூதிரியைச் சீர்திருத்தவாதியாகக் காட்டுவதும், இக்கதையில் வரும் இரண்டு ஈழவரையும் சுய அறிவில்லா மூடர்களாகச் சித்திரிப்பதும் இந்நூலில் இயன்றிருக்கிறது.

சேர்ந்தே சிறைக்குச் செல்லவில்லை நாங்கள்
சிறைக்கு முதலில் சென்றது உஷாதான்.
சிறை வாசத்தை விருப்புடன் ஏற்றாள்
அதற்குப் பிறகே அறிவு பெற்றேன் நான்   (ப. 119)

இது ஈழவ இளைஞனின் வாசகம். உஷா என்பது இவனது காதலி, நம்பூதிரிப் பெண். நம்பூதிரிப் பெண் செய்துகாட்டியதற்குப் பிறகுதான் ஈழவ மகனுக்குப் புத்தி வருகிறது! அந்த மகன் பேசும் இன்னொரு மூடவசனம்.

என்னை போரில் இணைத்துக் கொள்ளுங்கள்
மேல்சாதி மாந்தரும் வதைப்பட்டு நலிவதைத்
தாழ்த்தப்பட்டவர் பார்த்துக் கொண்டிருப்பதா   (ப. 90)

○

தமிழ்நாட்டில் தொடர்ந்துவரும் பெரியார் விரோத கருத்துகளுக்கு நவீன காலத்தில் எழுந்த மறுப்பு சுகுணா திவாகரின் 'பெரியார்: அறம், அரசியல், அவதூறுகள்' (2010) நூல்.

'வைக்கம் போராட்டமும் ஜெயமோகனின் அவதூறுகளும்' என்பது நூலின் கடைசி கட்டுரையாகும். ஜெயமோகனின் பெரியார் மீதான வைக்கம் தொடர்பிலான அவதூறுகளை

உழைத்து திரட்டிய ஆதாரங்களுடன், சுவையான நடையில் மறுக்கும் கட்டுரை. நூலாக விவரிக்க வாய்ப்புள்ள, நுட்ப வாசகனுக்கான கட்டுரை.

○

இந்தியப் பதிவுகள்

வைக்கம் போராட்டத்திற்கு ஆதரவு தெரிவிக்க நேரில் வந்த வடநாட்டு பெரும் தலைவர்களுள் ஒருவர் காந்தி அன்பர் சி.எப். ஆண்ட்ரூஸ். அவரது வாழ்க்கை வரலாற்றை இணைந்து எழுதிய இரு ஆசிரியர்கள் பெனாடிசிதா சதுர்வேதி, மார்ஜோரி ஹைக்ஸ் வைக்கம் தொடர்பான செய்திகளைக் குறிப்பிடத் தவறவில்லை.

வைக்கம் போராட்டத்தில் கிறித்துவரான ஜார்ஜ் ஜோசப் பங்கெடுப்பது பற்றி காந்தி கருத்திடும்போது இன்னொரு கிறித்துவரான சி.எப். ஆண்ட்ரூஸ் உடனிருந்த செய்தியை வாழ்க்கை வரலாற்றாசிரியர்கள் குறித்துள்ளனர் (ப. 226). 1924-25 ஆண்டுகளில் சி.எப். ஆண்ட்ரூஸ் யங் இந்தியாவின் பொறுப்பில் இருந்தார். வைக்கம் தொடர்பில் ஜார்ஜ் ஜோசப்புக்கு எழுதிய கடிதத்தில், அவர் சார்ந்திருந்த சிரியன் கிறித்துவப் பிரிவிலும் தீண்டாமை இருந்ததை சி.எப். ஆண்ட்ரூஸ் தன்னிடம் சொன்னார் என காந்தி குறிப்பிட்டிருந்ததை இவ்விடத்தில் நினைக்கலாம்.

1925இல் சி.எப். ஆண்ட்ரூஸ் திருவாங்கூர் வந்திருந்ததையும், வைக்கம் போராட்ட இளம் தன்னார்வலர்களுக்கு இவரது வருகை புதிய ஊக்கத்தையும் உற்சாகத்தையும் தந்ததை குறிப்பிடும் வரலாற்று ஆசிரியர்கள், போராட்டக்காரர்களின் குறிக்கோள் ஆண்ட்ரூஸை நெகிழ்வித்தது என்றும் வரலாற்றில் பதிந்துள்ளனர் (ப. 227).

பல சம்பவங்களும், பல நெருக்கடிகளும் கொண்ட சி.எப். ஆண்ட்ரூஸின் நீண்ட வாழ்க்கையில் வைக்கம் விஜயம் குறிப்பிடப்பட்டிருப்பது அதன் முக்கியத்துவத்தை ஆசிரியர்கள் உணர்ந்திருப்பதைக் காட்டுகிறது.

○

1925 ஜனவரியில் சி.எப். ஆண்ட்ரூஸ் தனியாக வைக்கம் வந்தார். எனில் இன்னொரு காந்தி அன்பரான மகாதேவ தேசாய் இருமுறை (1925, 37) காந்தியோடு திருவாங்கூர் வந்தார்.

கேரளக் கோயில்களை அனைத்து சாதியினருக்கும் திறந்துவிடத் திருவாங்கூர் அரசாங்கம் அரசாணை பிறப்பித்த சமயத்தில் வெளியான அவரது நூல் The Epic of Travancore (1937). இப்புகழ் பெற்ற அரச பிரகடனத்தைப் போற்றிப் புகழ எழுதப்பட்ட 80 பக்க நூலில் வைக்கம் பற்றிய செய்திகள் அதிகம் உண்டு. கோயில் நுழைவுப் பிரகடனத்து விழாவில் கலந்துகொள்ள காந்தி மேற்கொண்ட பயணத்தைப் புனிதப் பயணமாக இந்நூல் விவரிக்கிறது. அதன் முன்வரலாறாகக் கேரளத்தில் தீண்டாமை ஒழிப்பு மற்றும் கோயில் நுழைவுத் தொடக்க வரலாற்றை விவரிக்கிறது. மொத்தம் ஏழு அத்தியாயங்கள். திருவாங்கூர் ஒரு புதிர் (அதன் மரபான தீண்டாமை, நெருங்காமை போன்ற பழைய வழக்கங்களை விவரிக்கும் பகுதி), போராட்ட வருடங்கள் (வைக்கம் சத்தியாகிரக வரலாற்றை காந்தியின் செயல்பாடுகள் வழி விவரிக்கும் பகுதி), அதிசயம் நடந்தது என்ற அத்தியாயம், திருவனந்தபுரம், குருவாயூர் கோயில்களில் கோயில் நுழைவுப் போராட்டங்கள், ராமேஸ்வரி நேரு தலைமையில் நடந்த கேரளக் கோயில் நுழைவு மாநாடு போன்ற வரலாற்றையும் விவரிக்கிறது. இவ்வகையில் மற்ற அத்தியாயங்களும் அமைந்துள்ளன.

'போராட்ட வருடங்கள்' வைக்கம் சத்தியாகிரக வரலாற்றைச் சொல்கிறது. சி. ராமன் பிள்ளை, டி.கே. மாதவன், கே. பரமேஸ்வரன் பிள்ளை, மன்னத்து பத்மநாபன் போன்றோரின் முயற்சிகள்; சத்தியாகிரகத்தின்போது காந்தி விளக்கிய தத்துவங்கள்; எம்.இ. நாயுடு ஜாதா நடத்தியது; சி.எப். ஆண்ட்ரூஸ் வந்து பார்த்தது; சட்டசபையில் ஒரு ஓட்டில் தீர்மானம் தோற்றது; அதையொட்டி காந்தி வைக்கம் வந்தது; வைதிகர்களுடன் நீண்ட உரையாடலை மேற்கொண்டது (அவ்வுரையாடல் சுருக்கமாகத் தரப்பட்டுள்ளது) ஆகியவற்றைக் குறிப்பிட்டு இவையெல்லாம் 1936இல் வெளியிடப்பட்ட பிரகடனத்துக்கு கேரளத்தை இட்டுச்சென்றது என்று அந்த வைக்கம் அத்தியாயத்தை முடிக்கிறார் மகாதேவ தேசாய். வைக்கம் போராட்டமே பின்னாளில் கோயில் நுழைவுக்கு அரசு அனுமதி வழங்க அடிப்படை என்பது கருத்து.

~

காந்தியுடன் 1925இல் வைக்கம் வந்திருந்த மகாதேவ தேசாய், வைக்கம் வருகை குறித்து Day-To-Day with Gandhi (1970) நூலின் ஆறாவது தொகுப்பில் (ப. 54 முதல் 130 வரை) சுமார் 75 பக்கங்களில் பதிவுசெய்தார்.

வைக்கம் வந்து சேர்தல், கேரளக் கோயில் முறைகள், கேரள சாதி நிலைமை, தீண்டாதவர் எண்ணிக்கை, சத்தியாகிரகத்தின்

நிலைமை ஆகியவற்றைச் சுருக்கமாக விவரித்துவிட்டு, காந்தி வைக்கத்தில் கலந்துகொண்ட நிகழ்வுகளை அவரது பேச்சுகளோடு பதிவு செய்துள்ளார்.

வைக்கத்தில் நம்பூதிரிகளோடு விவாதித்ததை (பக். 58–66) முழுமையாகத் தருகிறார். நம்பூதிரிகளைச் சந்தித்த அதே நாளின் மாலையில் நடந்த பொதுக்கூட்டத்துப் பேச்சின் சுருக்கத்தைத் தந்திருக்கிறார் (பக். 66–72). காந்தி வர்க்கலையில் மகாராணியையும் நாராயண குரு மடத்தில் தீயரையும் சந்தித்து பேசினார். இப்பேச்சை (பக். 83–88) விவரமாகத் தந்துள்ளார்.

திருவனந்தபுரம் சென்று அங்கு திவானையும் ராஜ மாதாவையும் காந்தி சந்தித்துப் பேசினார். பின்னர் தேசாய், காந்தியில்லாமல் தனியாகச் சிறைச்சாலையைப் போய் பார்த்து வந்திருக்கிறார்.

காந்தி திருவனந்தபுரத்தில் ஆற்றிய ஒன்பதுக்கும் மேற்பட்ட சொற்பொழிவுகளை அநேகமாக முழுவதுமாகக் கொடுத்துள்ளார்.

14 மார்ச் 1925 அன்று திருவனந்தபுரத்திலிருந்து கன்னியா குமரிக்கு நாகர்கோயில் வழியாகச் சென்று திரும்பிய காந்தி வழியில் பேசிய விவரங்களையும் (பக். 107 – 111) தந்துள்ளார். 15 மார்ச் 1925 அன்று திருவனந்தபுரத்திலிருந்து வைக்கம் செல்லும் வழியில் செங்கான்னூர், கோட்டயம் ஆகிய கிறித்தவர்கள் அதிகமாக வசிக்கும் இடங்களிலும் காந்தி பேசினார். பிறகு நம்பூதிரிகள் காந்தியைச் சந்தித்து சங்கரஸ்மிருதியைத் தந்து உரையாடியதை (பக். 112–114) முழுமையாகத் தந்திருக்கிறார். 17 மார்ச் 1925இல் சத்தியாகிரக ஆசிரமத்தில் புலையர்களுடன் பேசியதை விரிவாகத் தந்துள்ளார் (பக். 114–116). காவல்துறை ஆணையருடன் பேசியது, ஒப்பந்தம் முதலியன (பக். 116–117) இடம்பெற்றுள்ளன. பிறகு தேதியோ, இடமோ குறிப்பிடாமல் ஒரு முழுப் பேச்சைக் கொடுத்துள்ளார் (பக். 117–118).

18 மார்ச் 1925 அன்று வைக்கத்திலிருந்து கிளம்பிய காந்தி ஆலுவாய் பொதுக்கூட்டம், அத்வைத ஆசிரமம் (பக். 121–126) ஆகிய இடங்களில் பேசினார். பிறகு திருச்சூரில் கொச்சியின் ஓய்வுபெற்ற அரசரைச் சந்தித்தார். தீண்டாமைக்கு ஆதரவானவர் அவர். அவ்வரசரின் இங்கிலாந்தில் படித்த மகன் தீண்டாமைக்கு எதிராக இருந்தார். மகனது ஏற்பாட்டில் நாயாடிகள் தந்த வரவேற்பை காந்தி ஏற்றார் (பக். 127–128). பிறகு பாலக்காட்டில் நடந்த சமய விவாதம் ஒன்றில் கலந்துகொண்டார் (பக். 128–130). பிறகு சபரி ஆசிரமம் (இரவு 2மணி) சென்றுவிட்டு ரயில் நிலையத்தை 2:30 மணிக்கு நடந்து அடைந்தார். பிறகு தமிழ்நாட்டு திருப்பூருக்கு 19 மார்ச் 1925 அன்று வந்தடைந்தார்.

மொத்தத்தில், காந்தியின் முழுச் சுற்றுப்பிரயாண பேச்சு விவரங்களும் இடம்பெறவில்லை. இடம்பெற்ற பேச்சுகளில் நம்பூதிரிகளுடன் இரண்டு உரையாடல்கள், சத்தியாகிரக ஆசிரம, அத்வைத ஆசிரம உரையாடல்கள், சமய விவாதம் ஆகியவை முழுமையாக இருக்கின்றன. திருவனந்தபுரத்தில் காந்தி ராஜமாதாவைச் சந்தித்தது வரலாற்றில் விளக்கம் பெற்றிருக்கிறது. உடன் வந்தவர்கள் பெயர்கள், சந்தித்தவர்கள் பெயர்கள் இல்லை. பதவிப் பெயர்களே தரப்பட்டிருந்தன. இராஜாஜி, நாராயண குருவின் பெயர்கள் மட்டும் விலக்கு. எனவே, பெரியாரின் பெயரை இவர் குறிப்பிடாததைத் திட்டமிட்ட மறைப்பு என்று கூறவியலாது.

○

வைக்கம் போராட்டத்தில் காந்தியின் பங்கு, அதன் ஒவ்வொரு நடவடிக்கையிலும் இருந்ததை நாமறிவோம். இன்னொரு இந்தியப் பிரபலமான ஜவஹர்லால் நேரு, வைக்கம் போராட்டத்தை எப்படிப் பார்த்தார் என்ற கேள்வி எழுவது இயல்பு. 1925இல் நேரு காங்கிரசின் தலைவராகக்கூட ஆகவில்லை. தந்தை மோதிலால் நேருவே அப்போது இருவருள் செல்வாக்கு மிக்கவர். இச்சூழலில் நேருவின் பார்வையை அறிய அவரது தொகுக்கப்பட்ட படைப்புகளைப் பார்வையிட்டேன். எனக்குக் கிடைத்த வைக்கம் குறித்த நேருவின் செய்தி கீழ் வருவது மட்டும்தான்.

'தீயர்களிடம் என் முழு அனுதாபம் உள்ளது. தீண்டாதார், அணுகாதோர் என்றழைக்கப்படும் தீயர்கள் – தென்னிந்தியாவின் சாதிஇந்துக்களின் மீதான குறைகளைப் பொறுத்தவரை – தீயர்களிடம் என் முழு அனுதாபம் உள்ளது. அவர்கள் தங்கள் உரிமைக்காக நிற்பார்கள் என்று நம்புகிறேன். அந்த உறுதியின் மூலம் அவர்களது குறைகள் எல்லாம் நீங்கும். அதைப்போலவே சாதிஇந்துக்களும் தங்கள் சகோதரர்களின் சாதாரண மனித உரிமைகளை மறுக்க மாட்டார்கள் என்றும் நம்புகிறேன்" (Selected Works of Jawaharlal Nehru, p. 218).

○

அ. ராமசாமி எழுதிய 'தமிழ்நாட்டில் காந்தி' (1969) நூலில் வைக்கம் தொடர்பான செய்திகள் குறைவு. இந்நூல் எடுத்துக்கொண்ட 'தமிழ்நாட்டில்' என்ற புவியியல் வரையறைக்குள் வைக்கம் வராதது காரணமாக இருக்கலாம். எனினும் சென்னை வழியாக, 9 மார்ச் 1925 அன்று வைக்கம்

சேர்ந்த காந்தி, அங்கிருந்து திருவாங்கூர் சமஸ்தானத்தில் கோட்டாறு வரை வந்தவர் கன்னியாகுமரி கடலிலும் கால்பதித்தார். அந்த கன்னியாகுமரி வருகையை மட்டும் அந்நூல் பதிவு செய்துள்ளது. அதிலும், வைக்கம் பயண நோக்கத்தின் பிரதிபலிப்புகள் இல்லாமலில்லை. வைக்கத்திலிருந்து திரும்பும் காந்தி, புதுப்பாளையம் காந்தி ஆசிரமத்தில் தங்கியிருந்து பின் சென்னை சேர்ந்தார். பிறகு அவரது ஊருக்குத் திரும்பினார்.

2013இல் ஆனந்த விகடன் மறுபதிப்பிட்ட *தமிழ்நாட்டில் காந்தி* நூலில் இடம்பெற்ற வைக்கம் சத்தியாகிரகம் பற்றிய சுருக்கமான பதிவுகள் பின்வருவன (ப. 367).

'திருவாங்கூர் சமஸ்தானத்தில் வைக்கம் என்னும் இடத்தில் ஆலயத்துக்கு சென்ற சாலையை அரிஜனங்கள் பயன்படுத்த அனுமதிக்க வேண்டும் என்பதற்காக நடைபெற்ற சத்தியாகிரகம் அண்ணலின் கவனத்தைக் கவர்ந்தது. மன்னர்கள் ஆட்சியில் இருந்த சமஸ்தானங்களில் விடுதலை கோரி சத்தியாகிரகம் நடத்தக்கூடாது என்பதுதான் அப்போது அண்ணலின் கொள்கை. ஆனாலும் அரிஜனங்களின் குறைந்த அளவு கோரிக்கையை நடைபாதையில் செல்லும் உரிமையைப் பெறுவதற்காகத் தொடங்கப் பெற்ற இந்தச் சத்தியாகிரகத்தை அவர் ஆதரித்தார். எத்தனையோ மாநிலங்கள் தம்மை அழைத்தும் அவைகளுக்கு எல்லாம் செல்வதைக் காட்டிலும் இங்குச் செல்வதே சிறந்த தொண்டாக இருக்கும் என்று எண்ணிப் புறப்பட்டார். 1925இல் தமிழகத்திற்கு அண்ணல் வருகை புரிந்தார் என்பது அவர் வைக்கத்திற்குப் போன வழியிலும் வந்த வழியிலும் சென்னைக்கும் மற்றும் சில நகரங்களுக்கும் வந்ததுதான்.'

~

'சென்னையிலிருந்து சனிக்கிழமை (7.3.25) வைக்கத்திற்குப் புறப்பட்ட காந்திஜி மறு சனிக்கிழமையன்று (14.3.1925) திருவனந்தபுரத்திலிருந்து கன்னியாகுமரிக்கு வந்தார். பிரிட்டிஷ் ரெசிடெண்டின் விடுதியில் (அரசு மாளிகையில் திருவாங்கூர் சமஸ்தான அரசின் விருந்தினராக அண்ணல் தங்க இடம் அளித்திருந்தார்கள்) சிறிதுநேரம் தங்கி ஓய்வு எடுத்துக்கொண்டு, மூன்று கடல்களும் ஓடி வந்து அம்மனின் பாரதத்தாயின் புனித பாதங்களைத் தொடும் அந்த இடத்தில் கட்டப்பட்டிருக்கும் படிகளில் நின்றுகொண்டிருந்தார். ஒரு பெரிய அலை வந்து அண்ணல் உடம்பு முழுவதையும் நனைத்துவிட்டது. அண்ணல் சிரித்துக்கொண்டே, 'சமுத்திரத்தாய் என்னை நீராட்டி வரவேற்கிறாள் போலும்' என்று சொன்னார். கன்னியாகுமரியின்

அனுபவத்தை நவஜீவனில் (29.3.25) எழுதிய கன்னியாகுமரி தரிசனம் என்ற தலைப்பிலான கட்டுரையில் குறிப்பிட்டிருந்தார். அதில் இருந்து ஒரு பகுதி.

'இவ்வாறு எங்களை புனிதப்படுத்திக்கொண்டு நாங்கள் ஆலயத்திற்கு சென்றோம். தீண்டாமை ஒழிப்புப் போர்வீரர்களில் நானும் ஒருவன். என்னை நான் தோட்டி என அழைத்துக் கொள்கிறேன். ஆகையால் நான் ஆலயத்துக்குள் செல்லலாமா என்று எனக்கு ஓர் ஐயம் இருந்தது. எனக்கு எங்குச் செல்ல உரிமை இல்லையோ அங்கு அழைத்துச் செல்ல வேண்டாம் எனக் கோவில் நிர்வாகியிடம் சொன்னேன். அந்த கட்டுப்பாடுகளை நான் மதிப்பதாகவும் சொன்னேன். ஐந்தரை மணிக்கு மேல்தான் அம்மனின் தரிசனம் என்றும், நாங்கள் நான்கு மணிக்கு வந்திருப்பதாகவும் அந்த நிர்வாகி கூறினார். ஆகவே மற்ற இடங்களையெல்லாம் எங்களுக்கு சுற்றிக் காட்டுவதாகவும் சொன்னார். அம்மன் விக்ரகம் உள்ள கர்ப்ப கிரகத்தினுள் செல்லக்கூடாது என்பதுதான் எங்களுக்கு விதிக்கப்பெற்ற தடை. வெளிநாடு சென்று திரும்பிய எல்லோருக்குமே இந்தத் தடை பொதுவானது. இந்தக் கட்டுப்பாட்டை மகிழ்ச்சியுடன் நான் ஏற்றுக்கொள்வதாகக் கூறினேன். ஆனால் இந்த உரையாடல்களுக்குப் பின் கோவில் நிர்வாகி என்னை ஆலயத்தினுள் அழைத்துச் சென்று காண்பித்தார்.

. . . .

'ஆனால் இங்குக்கூட என்னுடைய மகிழ்ச்சியில் வருத்தம் கலவாமல் இல்லை. நான் முழுப் பிரகாரத்தையும் சுற்றிவர அனுமதிக்கப்பெற்றேன். ஆனாலும் நான் இங்கிலாந்திற்குச் சென்றவனாகையால் உள்ளே போக அனுமதிக்கப் பெறவில்லை. தீண்டத்தகாதவர்களுக்காகிலும் அவர்களுடைய பிறப்பின் காரணமாகத் தடை விதிக்கப்பெற்றிருந்தது. இதை எவ்வாறு அனுமதிக்க முடியும்? கன்னியாகுமரி அம்மனைத் தீட்டுப்படச் செய்ய முடியுமா? ஆதி காலத்திலிருந்தே இந்தப் பழக்கம் இருந்து வந்திருக்கிறதா? இருக்கமுடியாது என்று என்னுடைய அந்தராத்மா கூறியது. அப்படி இருந்தாலும் அது பாவமே. ஒரு பாவமான காரியம் அது பரம்பரை பரம்பரையாக இருந்து வந்திருக்கிறது என்பதனால் மட்டும் பாவம் இல்லாததாகவோ அல்லது சிறப்பிற்குரியதாகவோ ஆகிவிடாது. ஆகையால் இந்தக் களங்கத்தை அகற்றுவதற்கு ஒவ்வொரு இந்துவும் மகத்தான முயற்சி எடுத்துக்கொள்ள வேண்டும். அது அவனுடைய கடமை என்பதில் எனக்கு அதிக நம்பிக்கை ஏற்பட்டது' (ப. 376).

விடுதலை அடையாத, மொழிவழி மாநிலம் பிரியாத காலத்தில் சென்னைப் பெருநிலத்தின் ஒரு பகுதியாகவே போராட்டம் நிகழ்ந்த காலத்தில் வைக்கம் இருந்தது. 'தமிழ்நாட்டில் காந்தி' வெளிவந்த 1969இல் வைக்கம் கேரள மாநிலத்துள் அமைந்து 13 ஆண்டுகள் ஆகிவிட்டிருந்தன. காந்தியின் வைக்கம் அனுபவங்கள் இச்சிறந்த நூலில் அமைய இயலாமல் போய்விட்டது வருத்தத்திற்குரியதுதான்.

○

எனக்குத் தெரிந்து, இன்றைய காந்தி (2009) நூலில் ஒரு நீண்ட பதிவும், தடம் (ஆகஸ்ட், 2016) இதழின் நேர்காணலில் ஒரு சிறிய பதிவும் என மலையாளம் அறிந்த ஜெயமோகன் வைக்கம் போராட்டம் குறித்துத் தமிழில் கருத்து தெரிவித்துள்ளார். இவ்விரண்டும் இன்றைய இளைஞர்களிடம் வைக்கம் குறித்த ஒரு அறிமுகத்தை, எழுத்தாளரது பார்வையுடன் தந்துள்ளன. இவ்விரண்டு பதிவுகளின் உள்ளடக்கம் பற்றித் தனியாகப் பேசவில்லை, எனினும் இந்நூலில் இடம்பெற்றுள்ள பெரியார் இயலில் அச்செய்திகள் பேசப்பட்டுள்ளன.

'வைக்கம் வீரர் யார்? (ஜெயமோகனுக்கு மறுப்பு)' என்ற பெயரில் மஞ்சை வசந்தன் ஒரு சிறுநூலை அறிவுச்சுடர் வெளியீடாக, 'இன்றைய காந்தி' நூல் கருத்துகளை மறுத்து எழுதி யுள்ளார். 24 பக்க சிறுநூலில் வெளியிட்ட ஆண்டு இருக்குமிடம் தெரியவில்லை. பெரியார் மீதான ஜெயமோகனின் வன்மம், வெறுப்பு, வக்கிரம், அவதூறு ஆகியவற்றுக்கான மறுப்பு என நூல் அட்டையிலேயே குறித்துள்ளார். வைக்கம் போராட்ட வரலாற்றைச் சுருக்கமாக எழுதிய மஞ்சை வசந்தன், தன் வாதத்தை இப்படி முடிக்கிறார்.

"டி.கே. மாதவன் போன்றோர் கேரளா தழுவிய போராளிகள், அவர்களது போராட்டத்தை யாரும் குறைத்து மதிப்பிட முடியாது. அவர்கள் போராடிய போராட்டங்களில் வைக்கம் போராட்டமும் ஒன்று. அவர்கள் வெறும் வைக்கம் போராளிகள் மட்டுமல்ல. ஆனால் பெரியார் வேற்று மாநிலத்திலிருந்து சென்று, விடாப்பிடியாகப் போராடி, அரசின் பிடியைத் தளர்த்தி வீதியில் செல்ல வழி கண்டவர். அவர் வரவில்லை என்றால் போராட்ட உயிர் நிலைக்காது என்ற நிலையில் போராட்டத்தைக் கையிலெடுத்து வென்றவர், அவர்கள் அழைப்பை ஏற்றுச் சென்றவர். எனவேதான் வைக்கம் வீரர் என்று பெரியார் பாராட்டப்பட்டார். பெரியார் பாராட்டப்படுவதால் டி.கே. மாதவன் போன்றோர் போராளிகள் அல்ல, வீரர்கள் அல்ல என்று அர்த்தமல்ல".

அயல் பதிவுகள்

கேரள, தமிழக, இந்தியப் பதிவுகளைப் பார்த்த நாம், அயலவர் பதிவுகளாகக் கிடைக்கும இரு குறிப்புகளை இங்குப் பார்க்கலாம். முதலாவது காந்தியின் அகிம்சைப் போராட்டத்தை முன்னிறுத்தி தென்னிந்திய தீண்டாமை நீக்கத்தைப் பற்றி ஆராய்ந்த நூல் குறிப்பு. வைக்கம் சத்தியாகிரகத்தைத் தீர ஆராய்ந்த நூல் இது. இதை எழுதியவர் அமெரிக்க ஆய்வாளர் மேரி எலிசபெத் கிங். Gandian Non-Violent Struggle and Untouchability in South India (2015) என்ற பெருந் தலைப்பும் The 1924-25 Vykom Satyagraha and the Mechanisms of Change என்ற துணைத் தலைப்பும் கொண்டது.

604 நாள்கள் நடந்த வைக்கம் போராட்டம் உயர்சாதி பிராமணர்களின் மனமாற்றம் மூலம் தீர்வை எட்டியது என்ற எண்ணம் உலக நாடுகளின் அறிஞர்களிடையே இருந்து வருகிறது. வேறொரு வகையில் சொல்வதானால் இப்போராட்டம் குறிப்பிட்ட குழுவினரின் இதயத்தையும் மூளையையும் ஊடுருவி அவர்களைச் சாதகமாக மாற்றியது. சாதிக்கு வெளியே இருப்பவர்களின் அதாவது தீண்டாதார் எனப்படுவோரின் கருத்தைச் சாதிஇந்துக்கள் குறிப்பிட்ட அளவு ஏற்றுக்கொண்டுவிட்டனர் என்பதாக இதை அர்த்தப்படுத்தலாம். உண்மையில் அப்படியான தீண்டாமைக்கு எதிரான மனமாற்றம் ஏதும் நிகழவில்லை என்று நூலாசிரியர் இந்நூலில் வாதிடுகிறார்.

சமூக அரசியல் மாற்றத்தை அகிம்சை முறையில் கொண்டு வரப் போராடுபவர்கள் தெரிந்துகொள்ள, நடைமுறைகளை அறிந்து சரிபார்க்கப்பட்ட தகவல் அறிக்கையாக இந்நூல் பயன்படும். உலக அனுபவத்தில் அகிம்சைப் போராட்டங்கள் என்பவை நான்கு இயக்கவியல் நிலைகளைக் காலப்போக்கில் கடக்கின்றன. அவையாவன, நிலைமாறுதல் (conversion), தக அமைதல் (accommodation), அகிம்சை முறையில் பலவந்தம் (non violent coercion), கடைசியாக அகிம்சை வழி குலைத்தல் (non violent disintegration). இவற்றின் ஊடாக வைக்கம் போராட்டத்தை மதிப்பிடும் நூல் இது. அறிமுகம் மற்றும் முடிவுரை தவிர எட்டு அத்தியாயங்களைக் கொண்டது மேரி எலிசபெத்தின் 345 பக்க நூல். திருவாங்கூர் சமூகத்தில் சாதிக்கு எதிரான ஒழுங்கு சார்ந்த எதிர்ப்புகள், ஈழவ சமூகத்தின் விழிப்பு, சத்தியாகிரகம், மகாராணி ரீஜண்டும் திருவாங்கூர் அரசாங்க மாறுதலும், உடன்படிக்கை, வைக்கம் சமாதானத்தில் காந்தியின் பங்கும் பரந்த நிலையிலான விளைவுகளும், சர்வதேச கருத்தியலில்

வைக்கம் போராட்டத்தின் தாக்கம், சமகால படிப்பினையில் வரலாற்று இயக்கத்தின் நிலை என்பன இந்நூலின் அந்த எட்டு அத்தியாயங்கள்.

வைக்கம் போராட்டக் காட்சிகளும் தொடர்பான நபர்களும் என எட்டு காட்சிகளை இந்நூலில் பி.வி. மதன் வரைந்துள்ளார். அவற்றுள் மூன்றாவதாய் இடம்பெறும் சித்திரம், வைக்கத்திலுள்ள பெரியார் சிலை.

Periyar E.V. Ramasamy Naicker of Erode, Tamil Nadu among the great social reformers of south india and an ardent orator, was called to join the Vykom struggle என அச்சித்திரத்தின் கீழ் அறிமுகக் குறிப்பை மேரி எலிசபெத் எழுதியுள்ளார். மேலும் *with the main leadership group of struggle imprisoned from jail they sent for Periyar E.V. Ramaswamy Naicker of Erode, from Tamil Nadu. He is recalled as a fiery orator* என்றும் அவர் குறித்துள்ளார்.

இந்நூலில் பெரியார் பற்றிய குறிப்புகள் 18 இடங்களில் வருகின்றன.

சிறையிலிருந்த தலைவர்கள், இயக்கத்தை நடத்த பொருத்தமானவர் என்று பெரியாரை முடிவு செய்தனர். குரூர் நீலகண்டன் நம்பூதிரியும் ஜார்ஜ் ஜோசப்பும் அதன்படி கடிதம் அனுப்பினர் என்பது ஒரு குறிப்பு. அச்செய்தி கிடைத்து பெரியார் வைக்கத்திற்கு கிளம்பினார். இது போராட்டத்தின் முக்கிய வளர்ச்சிக் கட்டமாகும் என நூலாசிரியர் குறிக்கிறார்.

ஜார்ஜ் ஜோசப் போராட்டத்தில் கலந்துகொள்ளக்கூடாது என்று காந்தி வலியுறுத்தியது பெரியாருக்கு காந்தியிடம் நம்பிக்கையை இழக்க வைத்தது என்று குறிப்பிடுவது மற்றொரு இடம். ஏப்ரல் 13, 1924இல் வைக்கம் போராட்டத்தில் முதலாகப் பங்கேற்றது, மே 20, 1924இல் அரசாங்கம் அவரைச் சிறைவைத்தது, கோட்டயம் மாவட்டத்திற்குள் நுழைய அவரைத் தடை செய்தது, நூலாசிரியரிடம் பெரியாரின் கருத்து நிலையைக் கே.என். பணிக்கர் விளக்கியது, போராட்டத்தின் பலகட்டங்களில் அரசை எதிர்த்துப் பெரியார் பேசியது, பெரியாரின் மனைவி போராட்டத்தில் பங்கு பற்றியது, நாராயண குருவை காந்தியுடன் சென்று சந்தித்தது, 1925இல் பெரியார் உள்ளிட்ட சிலரின் மீதிருந்த தடையை மகாராணி நீக்கியது, வைக்கம் வெற்றி விழாவில் பெரியார் தலைமை ஏற்றது பற்றிக் காவல் ஆணையாளர் அரசுக்குத் தகவல் தெரிவித்தது, பிறகு வைக்கத்தில் சிலையாக நின்றது, வைக்கம் பிரச்சனை சமாதானமாக முடிந்தது பற்றி

பழ. அதியமான்

ஏமாற்றப்பட்டதாக கருத்து கூறியது எனப் பெரியார் பற்றிய குறிப்புகள் நூலில் இடம்பெற்றுள்ளன.

❍

அடுத்தது நிக்கலஸ் பி. டர்க்ஸ் எழுதிய '*Castes of Mind*' *(2001)* என்ற நூலில் இடைப்பிறவரலாக இடம்பெறும் வைக்கம், பெரியார் பற்றிய குறிப்புகளைச் சுட்டலாம். இந்தியாவில் முதன்முதலாக எடுக்கப்பட்ட மக்கள் தொகை கணக்கெடுப்பின் விளைவுகளைப் பற்றிப் பேசும் நூல் இது. இந்நூலை 'மனதில் இருக்கும் சாதி' *(2016)* என்ற பெயரில் அர. வெங்கடாசலம் மொழிபெயர்த்துள்ளார்.

இந்நூலின் நான்காவது பகுதி 'இந்தியாவை மறுவார்ப்பு செய்வோம்: சாதி சமுதாயம் மற்றும் அரசியல்' என்ற தலைப்பைக் கொண்டது. அதில் இரண்டாவது குறுந்தலைப்பு 'சாதியின் சீர்திருத்தம்: பெரியார், அம்பேத்கர், காந்தி' என்பதாகும். இப்பகுதியில் பெரியாரின் சாதி ஒழிப்பு நடவடிக்கையாக வைக்கம் பற்றிய குறிப்புகள் இடம்பெற்றுள்ளன.

"*1924* இளவேனிற் காலத்தில் வைக்கம் போராட்டத்தில் (பெரியார்) இறங்கினார்" (ப. *451*) என்று குறிப்பிட்டு அச்சூழலை விளக்குவது ஓரிடம்.

"இந்து நிறுவனத்தைப் புனர் நிர்மாணம் செய்வதுதான் காங்கிரசின் முக்கிய நோக்கம். காங்கிரசுக்கும் காந்திக்கும் சமூக சீர்திருத்தம் குறைவான முக்கியத்துவம் கொண்ட திட்டம் என்று தெரியவந்தபோது ஈ.வெ.ரா. – வைக்கம் போராட்டத்தின் முக்கிய கதாநாயகர் – சத்தியாகிரகத்தைவிட்டு விலகினார். வைக்கம் நிகழ்ச்சிக்குப்பின் காங்கிரசுடனும் காந்தியுடனும் ஈ.வெ.ரா. போராட நேரிட்டது" (ப. *452*) என்று வைக்கம் தொடர்பில் பெரியார் பற்றி நூலாசிரியர் கருத்துரைக்கிறார்.

❍

முடிவுரை

கேரளத்தின் முதல் தலித் அர்ச்சகராக (கேரள வழக்கில் சொல்வதானால் மேல்சாந்தியாக) யது கிருஷ்ணன் (22 வயது) மணப்புரம் சிவன் கோயிலில் பொறுப்பேற்றார் (8 அக்டோபர் 2017) என்ற செய்தியை 'மாற்றத்தின் மணியோசை' எனக் கொண்டாடி ராதாகிருஷ்ணன் குட்டூர் எழுதிய கட்டுரை என் முன்னால் எழுது பலகையில் இருக்கிறது (*தி இந்து*, 12 நவம்பர் 2017). கேரள கோயில் நுழைவுப் பிரகடனத்தின் 81 ஆம் ஆண்டு நினைவை யொட்டி அக்கட்டுரை வெளியிடப்பட்டிருந்தது

யது ஆறு வயதில் கோயில் சூழலுக்குள் வந்தார்; 12 வயதில் ஸ்ரீ குருதேவ் வைதிக தந்திர வித்யா பீடத்தில் சேர்ந்துவிட்டார்; சமஸ்கிருதத்தில் முதுநிலைப் படிப்பைத் தொடர்கிறார்; அனிருத்தன் என்ற தந்திரியிடம் குருகுல வாழ்க்கையை மேற்கொண்டார் என்பன போன்ற பிற கட்டுரைத் தகவல்கள் மரபார்ந்த தகுதிகளுடன் இணைத்துக் கொண்டால்தான் 'கோயில் நுழைவு' சாத்தியம் என்பதைச் சூசகமாக உணர்த்துகின்றன என்று கருதுவதைத் தவறெனலாமோ!

நூறு சதவீத எழுத்தறிவு கொண்ட கேரளமே இந்த நிலையை அடையக் கோயில் நுழைவுப் பிரகடனத்திற்குப் பிறகும் 81 ஆண்டுகள் காத்திருக்க வேண்டியிருந்தது. கோயில் அமைந்த தெருவில் நடந்துதானே கோயிலில் நுழைய முடியும். கோயில் அருகமைத் தெருவில் தாழ்த்தப்பட்டோர் நடப்பதற்குப் பட்டபாடுதான் வைக்கம் போராட்ட வரலாறு.

போராட்டம்தான் கோரிக்கையைச் செயற்படுத்த வழியா, வேறு மார்க்கமே இல்லையா என்ற கேள்வி எதிர்த் தரப்பிலிருந்தும் சாய்வு நாற்காலிகாரர்களிடமிருந்தும் எழக்கூடும், ஏன் எழுந்தது. அதாவது எதிர்த்தரப்பிடம் வேண்டிக்கொள்வது, அரசு, நிருவாகத்திடம் முறையிடுவது, நீதிமன்றத்தை நாடுவது, சட்டமன்றத்தில் எடுத்துரைப்பது, மக்கள் மன்றத்தில் ஆதரவு திரட்டுவது என்பதான வாய்ப்புகள் இருக்கின்றனவே என்பார்கள். இவை எதுவுமே விரும்பிய பயனைத் தராத பட்சத்தில் நேரடி நடவடிக்கையில் இறங்க நேரலாம் என்பர். இந்த முறையில் ஈழவர் தம் கோரிக்கை நிறைவேற்றத்திற்கு என்ன செய்தனர், இவ்வாய்ப்புகளைப் பயன்படுத்தாமல் அவசரப்பட்டு சத்தியாகிரகத்தைத் தொடங்கி விட்டனரா?

அரசுத்துறை, கோயில் முதலிய இடங்களில் வேலைக்காகவும் வழிபாட்டுக்காகவும் நுழைவை விரும்பிய ஈழவர் தொடக்க முயற்சிகளான கோரிக்கை வைத்தல், மக்களின் கையெழுத்திட்ட மனு அளித்தல் முதலிய நடவடிக்கைகளில் முதலில் இறங்கினர். இவை இரண்டாவது இயலில் விரிவாகப் பேசப்பட்டுள்ளன.

கோயில் நுழைவுக்கு முன், கோயிலின் அருகமை வீதியில் நடமாட முதலில் உரிமை கோரினர் ஈழவர். அதற்கு எதிர்த்தரப்பினரான உயர்சாதி பிராமணர், நாயர் ஆகியோரிடம் முதலில் இது குறித்து வேண்டுகோள் விடுத்தனர். மிகக் குறைந்த எண்ணிக்கையினர் தவிரப் பெரும்பான்மையோர் ஒப்புக்கொண்டனர் அல்லது மறுக்கவில்லை. குறிப்பிட்ட அந்த மிகக்குறைந்த எண்ணிக்கையினர் சமூகச் செல்வாக்குடன் விளங்கினர். அரசு ஆதரவையும் பெற்றிருந்தனர். அவர்கள் இணங்காததோடு கடும் எதிர்ப்பையும் காட்டினர். இந்தக் கோரிக்கை வைக்கும் முயற்சி தோல்வியைத் தழுவியதும் அரசு நிருவாகத்தைத் திவான் மூலமாக அணுகினர் ஈழவர். டி.கே. மாதவனது முயற்சிகள், இத்திசையில் அமைந்தவையே.

அரசு நிருவாக முறையில் தீர்வு கிடைக்காதபோது அடுத்த வாய்ப்பு நீதிமன்றத்தை நாடுவதாக இருந்தது. எந்த வீதியில் எவர் நடக்கலாம் என்பது தொடர்பான தீர்மானமான கருத்துகள் கேரளத்தில் பரவலாக நிலவின. அதைத் தலைமை நீதிபதி அடங்கிய ஐவர் கொண்ட குழுவின் தீர்ப்பொன்று உறுதி செய்திருந்தது. அத்தீர்ப்பும் வேறு நீதிபதிகளின் இவ்வகையான தீர்ப்புகளும் ஈழவரின் கோரிக்கைகளுக்கு எதிராகவே இருந்தன. அவை நூலில் விளக்கம் பெற்றிருக்கின்றன. அவற்றுள் கம்மாளர் ஒருவருக்கு வழங்கப்பட்ட தீர்ப்பு இங்குக் குறிப்பிடத்தக்கது.

1917இல் திருவாங்கூரில் உயர்சாதியினர் மட்டும் பயன்படுத்தும் ஒரு குளத்தில் கம்மாளர் ஒருவர் குளித்தார். குளம் அசுத்தமாகி விட்டதாக உயர் சாதிக்காரர் 'சுத்தி' சடங்கு களைச் செய்தார். சடங்குகளுக்கான செலவைக் கம்மாளரிடம் கோரினார். அவர் மறுக்கவே நீதிமன்றத்தை நாடினார். நீதிமன்றத்தின் நியாயப்பாடு பின்வருவது.

'திருவாங்கூர் போன்ற தேசங்களில் நிலவும் சமூக, மத நடவடிக்கைகள் மேற்கத்திய அளவுகோல்படி மூடநம்பிக்கை களாகவும் பகுத்தறிவுக்கு ஒவ்வாதவையாகவும் கருதப்பட்டாலும் நீதியைத் தடுக்கவோ பொதுக் கொள்கைக்கு ஊறாகவோ, சட்டத்திற்குப் புறம்பாகவோ இல்லாத பட்சத்தில் நீதிமன்றம் அவற்றைத் தொடர்ந்து மதிக்கும்.

'கம்மாள சாதியைச் சேர்ந்தவர், அவர் அந்தக் குளத்தைப் பயன்படுத்துவது அசுத்தத்தை விளைவிக்கும் என்பதை மிகச் சுலபமாக உணர்ந்திருக்க முடியும். தூய்மைப்படுத்தும் நடவடிக்கையை மேற்கொள்ளாமல் குளத்தை உயர் சாதிக்காரரால் சுத்தப்படுத்தியிருக்க முடியாது. அதற்குக் குறிப்பிட்ட அளவு பணம் செலவழித்திருக்கிறார் என்பதை நிரூபித்துள்ளார். இதன் தொடர்பில் கம்மாளரின் வேண்டுகோள் ஆதார பலமற்றது. எனவே கம்மாளர் பணத்தைச் செலுத்த வேண்டும்.'

வைக்கம் கோயில் தெருவில் நுழைய அனுமதி வேண்டி ஈழவர்கள்— சட்ட உறுப்பினர் சட்டமன்றத்தில் அறிவுரைத்தவாறு — சிவில் கோர்ட்டை அணுகியிருந்தால் 'வழக்கம், பயன்பாடு' (*custom, usage*) என்பன போல ஒரு காரணத்தைச் சொல்லி, கம்மாளர் பெற்றது போன்ற தீர்ப்பே கிடைத்திருக்கும். அனுபவமிக்க ஈழவர் அதனால்தான் நீதிமன்றம் பக்கம் தலை வைக்கவே இல்லை. சூடு கண்ட பூனையைக் கண்டவர்கள் ஈழவர்.

நூலைப் படித்தவருக்கு, நீதிமன்ற வாய்ப்பை ஈழவர் பயன்படுத்தவில்லையே எனத் தோன்றியிருக்கும்.

நீதிமன்றத்தை விலக்கிய ஈழவருக்கு அடுத்த வாய்ப்பு மக்கள் பிரதிநிதிகளைக் கொண்ட சட்டமன்றத் தீர்மானம். சட்டமன்றத்தில் இத்தகைய தீர்மானங்களை 1919ஆம் ஆண்டிலிருந்தே டி.கே. மாதவன், குமாரன் ஆசான், என். குமாரன் ஆகியோர் எழுப்பி தோல்வியைச் சந்தித்து வந்தனர். எனினும் மீண்டும் என். குமாரன் வைக்கம் கோயில் அருகமைச் சாலையில் சஞ்சார உரிமை வேண்டி 2 அக்டோபர் 1924 இல் தீர்மானம் கொண்டு வந்தார். இந்தத் தீர்மானத்தை

சுட்டிக்காட்டியே மகாராணி, உயர்சாதியினர் ஆதரவான, மகஜர் அளித்தபோது முடிவு சொல்ல காலம் கோரினார். அந்தத் தீர்மானமும் விவாதத்திற்குப் பிறகு 7 பிப்ரவரி 1925 இல் ஒரு வாக்கு வித்தியாசத்தில் தோல்வியைத் தழுவியது. எனவே சட்டமன்றம் என்ற வழியிலும் தீர்வு கிடைக்கவில்லை.

இதற்கிடையில் மக்களை நாடினர் ஈழவர். 1924 பிப்ரவரியில் கொல்லம் சுயராஜ்ய ஆசிரமத்தில் கூடிய காங்கிரசின் தீண்டாமை விலக்குக் குழு இரண்டு மாத காலம் தொடர்ந்து மக்களிடம் பிரசாரம் செய்தது. இங்ஙனம் சமூகத்தில் திறந்திருந்த எல்லா வாய்ப்புகளையும் பயன்படுத்திய பிறகு அவற்றால் பலன் கிடைக்காததால் இறுதியாக நேரடி நடவடிக்கையான சத்தியாகிரகத்தில் ஈடுபட்டனர். முதலில் முரண்டு பிடித்த அரசாங்கம், மக்கள் ஆதரவு பெருகியவுடன் இறங்கி வந்தது. வைதிகரும் வேறு வழியின்றி அமைதியாயினர். இந்தப் போராட்ட விவரங்கள் முதல் இயலில் விரிவாகத் தரப்பட்டுள்ளன.

காந்தியின் முயற்சிகளும் பெரியாரின் பங்களிப்பும் ஆதாரங்களைக் கொண்டு விரிவாக அலசப்பட்டுள்ளன. பிற்கால வரலாற்றில் வைக்கம் எவ்வாறு பார்க்கப்படுகிறது என்பதும் இறுதி இயலில் தரப்பட்டுள்ளது. காந்திக்கு வைக்கம் சத்தியாகிரகத்தைச் சோதனை செய்யும் ஒரு களம்; பெரியாருக்குச் சமத்துவத்திற்குப் போராடும் ஒரு வாய்ப்பு. இந்து மதம் சிதறி விடாமல் காக்க காந்தி போராடினார். இந்து மதத்திலிருந்த அடித்தட்டு மக்களுக்குச் சமநீதி கிடைப்பது பெரியாரின் நோக்கம். இந்தியா, வைக்கம் போராட்டத்தைப் பர்தோலிக்கு முன் நடந்த இன்னொரு சத்தியாகிரகமாகப் பார்க்கிறது; தமிழ்நாடு சமூக நீதியின் அடையாளமாகப் பதிவு செய்திருக்கிறது.

வைக்கம் கோயில் அருகமைத் தெருவில் நடப்பதற்காகக் கோரப்பட்டது சமூக உரிமைப் பிரச்சனை. ஆனால் பின்னர் அது ஒரு மத பிரச்சனையாகக் கருதப்பட்டு விட்டது. அதனால் தொடக்கத்தில் எதிரியாக அரசாங்கமிருந்தது, பின்னால் அது வைதிகராக மாற்றம் பெற்றது. பொதுமக்களின் வரிப்பணத்தில் அரசாங்கம் பராமரிக்கும் தெருவில் அதன் குடிகளுக்கு இருக்கும் சிவில் உரிமையாகச் சஞ்சார கோரிக்கை பார்க்கப்பட்டிருந்தால் மதப் பிரச்சனையாகி இருக்காது. வைதிகர்— ஈழவர் உறவு இப்படிக் கசந்திருக்காது. மதத்தின் உள் பிரச்சனையாக காந்தி— ஜார்ஜ் ஜோசப்பின் கருத்தை மீறி— வளர்த்தெடுத்தார். அதுவே ஈழவரை நீண்டகாலம் போராட வைத்துவிட்டது. ஸ்தல நிலைமையை உணர்ந்திருந்த நாராயண குருவைப் போல், வைதிகரோடு

சண்டையிடாமல் மௌனமாகப் புறக்கணித்துவிட்டு ஈழவரை முன்னேற்றப்பாதையில் முடுக்கி யிருக்கலாமோ என்னவோ.

நாராயண குரு வைக்கம் போராட்டத்தில் ஈடுபடாமல் ஒதுங்கியிருந்தார். கே.எம். மாதவனுக்கு வைக்கம் தொடர்பில் காரசாரமாகத் தான் அளித்த நேர்முகத்தை ஏதோ காரணம் சொல்லி குரு பின்னர் மறுத்தார். அந்த நேர்முகத்தில் தெரிவித்திருந்த, நிகழ்ந்த போராட்ட முறை குறித்த மாறுபட்ட கருத்தே அவரது மனக்கருத்து என எனக்குத் தோன்றுகிறது. ஆனால் போராட்டத்தின் வெற்றி முகத்தின் ஒரு கட்டத்தில் (சூழலின் நெருக்கடியால்) அவரும் காந்தி ஜோதியில் கலக்க வேண்டி நேர்ந்தது.

சத்தியாகிரகத்தில் கலந்துகொள்ளாத இன்னொரு தாழ்த்தப்பட்டோர் தலைவரான அய்யன்காளி *(1863—1941)* ஈழவ எதிர்ப்பாளரோ, வைதிக ஆதரவாளரோ, கோழையோ, அறிவிலியோ அல்ல. புறக்கணிப்பையும் மீறலையுமே உள்ளூர் வழிகளாக உள்ளூர்க்காரர்களான குருவும் அய்யன்காளியும் முறையே கருதினார்களோ என்னவோ!

டி.கே. ரவீந்திரன் யூகித்தது போல் வைக்கம் போராட்டத்தில் காங்கிரசு தலையிடாமலிருந்தால் கேரளம் அதன் அடிமை முறையை ஒழித்துக்கட்டிய மாதிரி, சாணார் குல பெண்களுக்கிருந்த உடை வழக்கத்தை உடைத்துக் காட்டிய மாதிரி இதையும் முடித்துக்கொண்டிருக்கலாம். பிரிட்டிஷ் அரசு தானாக முன்வந்து மேலிருந்து கட்டளையிட்டும் காரியத்தை முடித்திருக்கும். இவை அப்படி நடந்திருந்தால்... என்ற வகை யூகங்கள்தாம் இவை. ஆனால் இந்த யூகங்களைக் கேரளத்தின் வரலாற்றைப் படித்தவர்கள் சாதாரணமாகப் புறந்தள்ள மாட்டார்கள். வரலாறு யார் கையில் இருக்கிறது?

○

பின்னிணைப்புகள்

பின்னிணைப்புகள்

I	கால நிரல்	519
II	போராளிகள்: குறிப்புகள், படங்கள்	523
III	போராட்ட எழுத்துகள்	550
	1. காந்தி	
	அ. காந்தி-வைதிகர் உரையாடல்	550
	ஆ. காந்தி வருகை-காவல் ஆணையர் அறிக்கை	582
	2. பெரியார்	
	அ. தடையாணை	592
	ஆ. சொற்பொழிவு	593
	இ. அறிக்கை	596
	ஈ. தண்டனையாணை	598
	உ. வெற்றி விழாச் சொற்பொழிவு	601
	ஊ. குடிஅரசு கட்டுரைகள்	602
	எ. வைக்கம் நினைவுகள்	606
	3. இராஜாஜி அறிக்கை	614
	4. எஸ். சீனிவாச ஐயங்கார் அறிக்கை	616
	5. Savarna Jatha Memorial	620
IV	வைக்கமும் திருவாங்கூரும்	623

I
கால நிரல்

வைக்கம் போராட்டம்
(30 மார்ச் 1924 – 23 நவம்பர் 1925)
604 நாள்கள்

6 பிப்ரவரி 1924: கொல்லம், சுயராஜ்ய ஆசிரமத்தில் தீண்டாமை விலக்குக் குழுவின் கூட்டம் நடைபெற்றது. சுதந்திர நடமாட்டத்துக்கும் கோயில் நுழைவுக்கும் ஆதரவாகத் தீவிர பிரசாரம் செய்வது எனத் தீர்மானிக்கப் பட்டது.

29 பிப்ரவரி 1924: தீண்டாமை விலக்குக் குழு சார்பில் காங்கிரஸ் வைக்கத்தில் பொதுக்கூட்டம் நடத்தியது.

30 மார்ச் 1924: வைக்கம் போராட்டம் தொடங்கியது. குன்னப்பி (புலையர்), பாஹுலயன் (தீயர்), கோவிந்த பணிக்கர் (நாயர்) கொண்ட குழுவினர், மாலை அணிவிக்கப்பட்டு முன்நோக்கிச் சென்றனர். அம்மூவரும் காவல் துறையால் கைது செய்யப்பட்டனர்.

இன்று ஞாயிறு. தொடங்கிய நாள் தவிர, மற்ற ஞாயிற்றுகிழமைகளில் சத்தியாகிரகம் நடைபெறவில்லை.

31 மார்ச் 1924: ஒரு நாயர், இரண்டு ஈழவர் கொண்ட மூவர் குழுவினர் தடைப்பகுதியை அணுகினர். கைது செய்யப்பட்டு திருவனந்தபுரம் சிறைக்கு அனுப்பப்பட்டனர்.

1 ஏப்ரல் 1924: கே.பி. கேசவ மேனன் அனுப்பியிருந்த சத்தியாகிரகத் தொடக்கம் பற்றிய செய்திகள் அடங்கிய தந்தியை காந்தி பெறுகிறார். சத்தியாகிரகிகள் இன்னும்

சிறிது காலம் பிரசாரம் செய்யவும் சமாதானப் பேச்சுக்குத் தயார் செய்து கொள்ளவும் ஏதுவாகச் சிறிதுகாலம் போராட்டத்தைத் தள்ளி வைக்கலாம் என காந்தி யோசனை அளித்தார்.

7 ஏப்ரல்: இரண்டு நாள்கள் நடந்து பின்னர் ஆறு நாள்கள் நிறுத்தி வைக்கப்பட்ட போராட்டம் இன்று மீண்டும் துவங்கியது. கே.பி. கேசவ மேனன், டி.கே. மாதவன் தடைப்பகுதியை நோக்கி நடந்து சென்று கைதாகினர். ஆறுமாத சிறைத்தண்டனை பெற்றனர்.

9 ஏப்ரல்: ஏ.கே. பிள்ளை, கே. வேலாயுத மேனன், கே. கேளப்பன் கைது செய்யப்பட்டு சிறைத்தண்டனை பெற்றனர்.

10 ஏப்ரல்: இன்று முதல் சத்தியாகிரகிகளைக் கைது செய்வதில்லை என்று காவல்துறை முடிவு செய்தது. சத்தியாகிரகிகள் உண்ணாவிரதம் தொடங்கினர்.

11 ஏப்ரல்: ஜார்ஜ் ஜோசப், கே.ஜி. நாயர், செபாஸ்டியன் ஆகியோர் கைது செய்யப்பட்டு சிறைத்தண்டனை பெற்றனர்.

13 ஏப்ரல்: பெரியார் வைக்கம் வந்தார்.

14 ஏப்ரல்: உண்ணாவிரதத்தை நிறுத்துங்கள் என்ற காந்தியின் செய்தி சத்தியாகிரகிகளுக்குத் தெரிவிக்கப்பட்டது. கோயிலின் வடக்கு மற்றும் கிழக்குப் பகுதிகளில் நடந்த போராட்டத்துக்குப் பெரியார் தலைமை வகித்தார். வரதராஜுலு நாயுடு தன் ஆதரவைத் தந்தி மூலம் தெரிவித்தார்.

15 ஏப்ரல்: அய்யாமுத்து வருகை.

17 ஏப்ரல்: எஸ். சீனிவாச ஐயங்கார் வைக்கத்தில் குறிப்பிட்ட வீதிகளைச் சுற்றிப்பார்த்தார்.

21 ஏப்ரல்: டி.ஆர். கிருஷ்ணசாமி ஐயர் கைது.

29 ஏப்ரல்: நாராயண குருவிற்குச் சொந்தமான இடத்திற்குச் சத்தியாகிரகிகள் குடிபெயர்ந்தனர். காந்தி, வெளியாட்கள் போராட்டத்தில் கலந்துகொள்ள தடைவிதித்தார்.

3 மே: இலவச உணவு அளிக்க அகாலியர் வைக்கம் வருகை.

8 மே: சிரத்தானந்தர் சத்தியாகிரகத் தலைவர்களுடன் சந்திப்பு.

13 மே: கோட்டயம் மாவட்டத்தில் நுழைய பெரியாருக்குத் தடை.

22 மே: பெரியார் முதல்முறை கைது.

26 மே: இராஜாஜி வைக்கம் வருகை.

21 ஜூன்: சத்தியாகிரகிகளின் ராட்டினங்களைக் காவல்துறை கைப்பற்றியது. பெரியார் அருவிக்குத்து சிறையிலிருந்து விடுதலை.

ஜூன், ஆகஸ்ட்: மழை பெய்து வைக்கம் வெள்ளத்தால் நிரம்பியது. சத்தியாகிரகிகள் கழுத்தளவு நீரில் நின்று போராடினர். காவல்துறையினர் படகுகளில் காவலிருந்தனர். சத்தியாகிரகத்திற்கு ஆதரவாய் மக்கள் திரண்டனர்.

13 ஜூலை: நாகம்மையார் போராட்டத்தில் கலந்துகொள்ளல்.

18 ஜூலை: பெரியார் இரண்டாம் முறை கைது.

7 ஆகஸ்ட்: மகாராஜா காலமானார். துக்கம் அனுசரித்து போராட்டம் மூன்று நாளைக்கு நிறுத்திவைக்கப்பட்டது.

31 ஆகஸ்ட்: பெரியார், கே.பி. கேசவ மேனன் உள்ளிட்ட சத்தியாகிரகிகள் திருவனந்தபுரம் மத்திய சிறையிலிருந்து விடுதலை.

1 செப்டம்பர்: சேதுலட்சுமி பாய் பொறுப்பு அரசியாக *(Maharani Regent)* பதவி ஏற்றார். இன்று சத்தியாகிரகம் இல்லை.

28 செப்டம்பர்: நாராயண குரு சத்தியாகிரக ஆசிரமத்திற்கு வருகை.

2 அக்டோபர்: ஈழவர் தலைவரும் திருவாங்கூர் சட்டசபை நியமன உறுப்பினருமான என். குமாரன் வைக்கம் கோயில் தெருக்களை எல்லாச் சாதியினருக்கும் திறந்துவிடவேண்டும் எனச் சட்டசபையில் தீர்மானம் கொண்டுவந்தார்.

1 நவம்பர்: கோயில் தெருக்களில் தீண்டாதாரை அனுமதிப்பதற்குத் தங்களுக்கு ஆட்சேபணை இல்லை என்று தெரிவிப்பதோடு அதற்கு அரசு அனுமதியளிக்கக் கோரும் நோக்கத்துடன் உயர்சாதியினர் ஒரு பேரணிக்கு ஏற்பாடு செய்தனர். சத்தியாகிரகிகளுக்கு ஆதரவான சவர்ணர்களின் இந்த ஊர்வலம் வைக்கத்திலிருந்து சமஸ்தான தலைநகரான திருவனந்தபுரத்திற்குப் புறப்பட்டது. மன்னத்து பத்மநாபன் இதன் தலைவர்.

திருவனந்தபுரத்தின் தெற்குப் பகுதியிலிருந்து இன்னொரு இத்தகைய ஊர்வலம் சுசீந்திரத்திலிருந்து புறப்பட்டு தலைநகரம் நோக்கி வந்தது. இதன் தலைவர் எம்பெருமாள் நாயுடு. இன்று சத்தியாகிரகம் இல்லை.

11 நவம்பர்: உயர்சாதியினரின் பேரணிகள் திருவனந்தபுரத்தை அடைந்தன.

12 நவம்பர்: மகாராணி ரீஜண்டிடம், 12 பேர் அடங்கிய குழுவினர் பெரிய மகஜரை அளித்தனர். கோயில் தெருக்களை அனைவர்க்கும் திறந்துவிட ஆதரவு தெரிவித்து 25,000 சாதிஇந்துக்கள் அதில் கையொப்பம் இட்டிருந்தனர். மாலை திருவனந்தபுரம் கடற்கரையில் பெரும் பொதுக்கூட்டம். இன்றும் சத்தியாகிரகம் இல்லை.

7 பிப்ரவரி 1925: சுதந்திர நடமாட்டத்திற்கென சட்டசபையில் 2 அக்டோபர் 1924இல் கொண்டு வரப்பட்ட தீர்மானம் விவாதத்திற்குப் பிறகு இன்று வாக்கெடுப்புக்கு விடப்பட்டது. 22 – 21 என்ற வாக்குகள் வித்தியாசத்தில் அது தோற்றது. அரசாங்கம் இதன் பின்னணியில் இருந்தது எனச் சந்தேகிக்கப்பட்டது.

9 மார்ச்: காந்தி வைக்கம் வந்தார்.

10 மார்ச்: காந்தி சத்தியாகிரக ஆசிரமத்தில் சத்தியாகிரகிகளைச் சந்தித்துப் பேசினார். மதியம் 2:30 மணிக்கு உயர்சாதியினரைச் சென்று சந்தித்தார். மூன்று திட்டங்களை முன்னுரைத்தார். உயர்சாதிக்குழு அவற்றை நிராகரித்தது.

12 மார்ச்: காந்தி மகாராணி ரீஜண்டை வர்க்கலையில் சந்தித்தார். பிறகு நாராயண குருவையும் காந்தி சந்தித்தார். குருவுடனான சந்திப்பின்போது பெரியார், இராஜாஜி, வ.வே.சு. ஐயர் உடன் இருந்தனர்.

13 மார்ச்: காந்தி ராஜமாதாவைத் திருவனந்தபுரத்தில் சந்தித்தார். அப்போது பெரியார் திருவனந்தபுரத்தில் இருந்ததாக உறுதிப்படுத்த இயலாத தகவல் உண்டு.

17 மார்ச்: காந்தியை உயர்சாதிக்குழு சந்தித்து, சங்கர ஸ்மிருதியை ஆதாரமாகத் தந்தது. காந்தி வள்ளத்தோல் சந்திப்பு வைக்கத்தில் நிகழ்ந்தது.

18 மார்ச்: காந்தி வைக்கத்திலிருந்து புறப்பட்டார். அரசு விருந்தினராக காந்தி திருவாங்கூரில் சுற்றுப்பயணம் செய்த போது உடனிருந்தவர் காவல்துறை ஆணையாளர் பிட் ஆவார். அவரிடம் நடத்திய பேச்சுவார்த்தை அடிப்படையில் வைக்கம் கோயில் பாதையில் மார்ச் 1924 முதல் ஏற்படுத்தப்பட்டிருந்த தடைகளை நீக்க ஒப்பந்தம் செய்யப்பட்டது.

ஏப்ரல்: திருவாங்கூர் அரசாங்கம் 1924 மார்ச் 24ஆம் தேதி பிறப்பித்த தடை உத்தரவைத் திரும்பப் பெற்றது.

24 ஜூன்: சத்தியாகிரக செயலாளர் கே. கேளப்பன் அறிக்கை.

17 நவம்பர்: தீண்டாமை விலக்குக் குழு தீர்மானம்.

23 நவம்பர்: பல மாதங்களாக நடைபெற்ற பேச்சு வார்த்தைகளையடுத்து அரசாங்கம் கோயிலைச் சுற்றியிருந்த மூன்று பாதைகளை அனைவர்க்குமெனத் திறந்துவிட்டது. ஒரு துணைப் பாதையையும் உருவாக்கிக்கொண்டது. இது தீர்வு எனப்பட்டது (தேதி ஆதாரம் மேரி எலிசபெத் நூல்).

29 நவம்பர்: பெரியார் தலைமையில் கேளப்பன் ஏற்பாட்டில் வைக்கத்தில் வெற்றி விழா பொதுக்கூட்டம் நடைபெற்றது.

❍

II

போராளிகள்: குறிப்புகள், படங்கள்

டி.கே. மாதவன் *(2.9.1886 – 27.4.1930)*

வைக்கம் போராட்டத்தின் மூலவரான டி.கே. மாதவன் கேரளம், கார்த்திகைப்பள்ளியில் ஈழவ சமூகத்தில் பிறந்தவர். 17 வயதிலேயே நாராயண தர்ம பரிபாலன யோகத்தின் தீவிரத் தொண்டராகச் சமூக சேவையில் ஈடுபட்டவர். பின்னர் ஈழவர் நலன் காக்கப் போராடும் அமைப்புகளைத் தோற்றுவிக்க முனைந்தார். கார்த்திகைப் பள்ளி, மாவேலிக்கரா பகுதிகளில் இத்தகைய அமைப்புகளை உருவாக்கினார். *தேசாபிமானி* என்ற பத்திரிகை ஆசிரியர்.

இந்துமதப் பற்றாளரான டி.கே. மாதவன் கோயில் நுழைவுப் போராட்டத்தை 1915 முதலே தொடங்கிவிட்டார். 1918இல் மூலம் சட்டசபைக்குத் தேர்ந்தெடுக்கப்பட்டார். அங்குக் கோயில் நுழைவுத் தீர்மானத்தைக் கொணர்ந்தார். 1921இல் திருவாங்கூர் திவான் ராகவையாவிடம் அதை வலியுறுத்தினார். 1922இல் திருநெல்வேலியில் காந்தியைச் சந்தித்து கோயில் நுழைவுக்கு அவரது ஆதரவைப் பெற்றார். 1923இல் காகினாடா காங்கிரஸ் மாநாட்டிற்குச் சென்று சி.ஆர். தாஸ், மோதிலால் நேரு, பி.சி. ராய் போன்ற தலைவர்களைச் சந்தித்து ஆதரவு கோரினார். இத்தகைய முன் தயாரிப்புகளுக்குப் பிறகு, 1924இல் வைக்கத்தின் கோயில் அருகமை சாலைகளில் ஈழவர் நடக்க உரிமை கோரி போராட்டம் தொடங்கினார். கேரளத் தலைவர்கள் பலரின் ஒத்துழைப்புடன் அப்போராட்டத்தை நடத்தினார். 7 ஏப்ரல் 1924இல் கைதானார். ஆறுமாதம் சிறைத் தண்டனை பெற்றார்.

வைக்கம் வெற்றியோடு திருப்தியுறாமல் அம்புலப்புழா, கண்ணங்குளங்கராவிலும் இத்தகைய போராட்டங்களில் தொடர்ந்து ஈடுபட்டார்.

தான் மூட்டிய நெருப்பு இந்தியாவெங்கும் பற்றிப் பரவியதைப் பார்க்காமல், ஏன் கேரளத்தில் 1936இல் அறிவிக்கப்பட்ட கோயில் நுழைவு பிரகடனத்தைக்கூடக் காணாமல் — 1930இல் காசநோய் காரணமாக இயற்கை எய்தினார். அவரது மனைவி நாராயணி அம்மாளும் வைக்கம் போராட்டத்தில் பங்குபற்றியவர்.

~~

கே.பி. கேசவ மேனன் (1.9.1886 – 25.2.1978)

வைக்கம் போராட்டத்தின் முன்னணி வீரர்களுள் ஒருவர். கோழிக்கோட்டில் பிறந்த கே.பி. கேசவ மேனன், சென்னையில் கல்லூரிப் படிப்பும், லண்டனில் பாரிஸ்டர் படிப்பும் படித்தார். கோழிக்கோடு, சென்னை ஆகிய ஊர்களில் வக்கீல் தொழில் நடத்திய பின்னர் பொதுவாழ்க்கைக்கு வந்தவர், பிறகு தொழில் வாழ்க்கைக்கே திரும்பினார். இறுதி நாள்களில் பொதுவாழ்க்கைக்கு மீண்டும் வந்தார்.

வைக்கம் போராட்டத்தின் முன்னணி வீரர்களுள் ஒருவராகச் சிறைக்குச் சென்ற கேசவ மேனன் அடுத்த ஆண்டே தொழில்புரிய வெளிநாடு (மலேயா, சிங்கப்பூர்) சென்று வாழத் தலைப்பட்டார் (1925–1948).

92 ஆண்டு நிறைவாழ்வு வாழ்ந்த கே.பி. கேசவ மேனன் 'மாத்ருபூமி'யின் நிறுவன ஆசிரியர் (1922–1925). வெளிநாடு சென்று திரும்பிய பின்னரும் சிலகாலம் (1948–51; 1952–?) அதன் ஆசிரியராகப் பணியாற்றினார். பந்தனத்தில் நின்னு, ஷேத்ர பிரவேசனம் ஆகியவை வைக்கம் போராட்டம் தொடர்பில் இவர் எழுதிய முக்கிய நூல்களில் சில. கழிஞ்ஞ காலம் சாகித்திய அகாதமியின் சிறந்த நூல் பரிசுபெற்ற அவரது வாழ்க்கை வரலாற்று நூல். அது தேசியப் புத்தக நிறுவனத்தின் வழி தமிழில் ராஜம் கிருஷ்ணனின் மோசமான மொழிபெயர்ப்பில் வெளியாகியுள்ளது.

~~

ஜார்ஜ் ஜோசப் (5.6.1887 – 5.3.1938)

வைக்கம் போராட்டத்திற்கு வலுவான அடித்தளம் இட்டவருள் முக்கியமானவர் ஜார்ஜ் ஜோசப். செங்கான்னூரில் 1887இல் பிறந்து எடின்பரோ, லண்டன் ஆகிய ஊர்களில் கல்வியை

முடித்து பாரிஸ்டர் ஆனார். 1909இல் திருமணம் முடித்த ஜார்ஜ் ஜோசப், சென்னையிலும் மதுரையிலும் வழக்கறிஞர் தொழில் செய்தவர். மோதிலால் நேருவின் 'இன்டிபென்டண்ட்', காந்தியின் 'யங் இந்தியா' ஆகியவற்றில் ஆசிரியராக சில காலம் இருந்தவர். நேருவுடன் சிறைவாசம் அனுபவித்தவர். கேரளக் கிறித்துவராக வரலாற்றில் பதிவாகும் ஜார்ஜ் ஜோசப் நெடுங்காலம் தமிழ்நாட்டில் கழித்தவர். குற்றப் பரம்பரைச் சட்டத்தை நீக்கப் பாடுபட்ட ஜார்ஜ் ஜோசப்பை, மதுரை மக்கள் இன்றளவும் ரோசாப்பூ துரை என்று தம் வாரிசுகளுக்குப் பெயர் சூட்டி நினைவு கூர்கிறார்கள். காந்தி, இராஜாஜி, பெரியார், பாரதி, முத்துராமலிங்கத் தேவர் போன்றோருடன் நண்பராகப் பழகிய ஜோசப் சிறுநீரகக் கோளாறினால் மதுரையில் காலமானார். இவரைப் பற்றி அறியப்படாத ஆளுமை: ஜார்ஜ் ஜோசப் (2007) என்ற நூல் இந்நூலாசிரியரால் எழுதப்பட்டுள்ளது.

வைக்கம் போராட்டத்தில் கிறித்துவரான ஜார்ஜ் ஜோசப் கலந்துகொண்டதை காந்தி விரும்பவில்லை, கண்டித்தார். வைக்கம் கோயில் தெரு நுழைவுப் போராட்டத்தை, மத விஷயமாக பார்க்காமல், பொதுமக்கள் நிதியில் பராமரிக்கப்படும் தெருவில், நிதி அளித்த பொதுமக்களின் ஒரு பகுதியினர் செல்வதைத் தடுக்கும் சமஉரிமை விஷயமாக ஜார்ஜ் ஜோசப் கருதினார். இதையொட்டி இருவருக்கும் விவாதங்கள் நிகழ்ந்தன. செப்டம்பர் 1923 – மார்ச் 1924 வரையில் 'யங் இந்தியா'வில் பொறுப்பாசிரியராக இருந்து மார்ச் 1924 இறுதியில் கலந்துகொண்ட முதல் நிகழ்விலேயே ஜார்ஜ் ஜோசப்புக்கும் காந்திக்கும் கருத்து வேறுபாடு எழுந்தது. இதில் மட்டுமல்ல கதர் உள்பட பல்வேறு அம்சங்களில் காந்தியுடன் விவாதத்தை மேற்கொண்டவர் ஜார்ஜ் ஜோசப்.

வைக்கம் போராட்டத்தில் பங்கேற்க பெரியாரை அழைத்தவர்களுள் இவரும் முக்கியமான ஒருவர்.

~~

கே. கேளப்பன் (24.8.1889 – 7.10.1971)

கேரளத்து காந்தி எனப் பின்னாளில் அழைக்கப்பட்ட கேளப்பனின் தந்தை பெயர் தென்பொயில் கருணாகரன் நாயர், தாயார் குஞ்சம்மாள், மனைவி அம்மாளு அம்மாள். சென்னைக் கிறித்துவக் கல்லூரியில் இயற்பியலில் இளநிலைப் பட்டம் பெற்ற அவர் பிறகு பம்பாயில் சட்டம் படிக்கச் சென்றார். இடையில் 1916இல் நாயர் சேவை சங்கத்தின் தலைவராகவும் இருந்தார்.

மலபார் கலவரம், வைக்கம் போராட்டம், உப்புச் சத்தியாகிரகம், குருவாயூர் கோயில் நுழைவு எனக் கேரளத்தின் சமூக, தேசியப் போராட்டங்களில் கலந்துகொண்டவர்.

வைக்கம் போராட்டத்தில் முதலிலிருந்து கடைசிவரை நின்று போராடியவர் கேளப்பன், சத்தியாகிரக ஆசிரமத்தின் செயலாளராகப் பணியாற்றியவர். வைக்கம் வெற்றி விழாவிற்குப் பெரியாரை அழைத்தவர். 1924இலேயே நாயர் என்ற சாதிப் பட்டத்தைத் துறந்தவர்.

~ ~

குரூர் நீலகண்டன் நம்பூதிரி (6.2.1896 – 31.8.1981)

கேரளத்தில் திருச்சூரை அடுத்த அதக் குரூர் மனா என்ற ஊரில் பிறந்தவர் நீலகண்டன் நம்பூதிரி. தந்தை அஷ்ட மூர்த்தி நம்பூதிரிபாத் செல்வர், தாய் வடக்கிலியத் கௌரி அந்தர்ஜனம். 1920இல் ஒத்துழையாமை இயக்கம், வைக்கம், வெள்ளையனே வெளியேறு, உப்புச் சத்தியாகிரகம், குருவாயூர் கோயில் நுழைவு எனத் தொடர்ந்து போராட்டங்களில் ஈடுபட்டு வந்தவர். கேரள சாதி வாரியத்தில் 1922–23இல் பணியாற்றியவர். சட்டமன்ற உறுப்பினராகவும் இருந்தவர். 'லோக மான்யன்' என்ற செய்தித்தாளை செபாஸ்டியனோடு இணைந்து திருச்சூரில் தொடங்கியவர். விடுதலை பெற்ற இந்தியாவில் 1959இல் மாநில அரசுக்கு எதிரான போராட்டத்தில் தாக்கப்பட்டதில் செவித்திறனை இழந்தார்.

30 மார்ச் 1924இல் தொடங்கிய வைக்கம் போராட்டத்தில் பெரும்பான்மை கேரளத் தலைவர்கள் கைதானவுடன் 4 ஏப்ரல் 1924, 12 ஏப்ரல் 1924ஆகிய தேதிகளில் தந்தி அனுப்பி, பெரியாரைப் போராட்டத்துக்குத் தலைமை தாங்க அழைத்தவர். சத்தியாகிரக ஆசிரமத்தின் நிருவாகத்தைக் கவனித்து வந்தார். காந்தியுடன் தொடர்பு கொண்டு கருத்துகளைப் பெற்றுப் போராட்டத்தை நடத்தியவர். சிறை சென்றவர்.

~ ~

டி.ஆர். கிருஷ்ணசாமி ஐயர் (1890 – 1938)

வைக்கம் போராட்டத்தில் முதலணி வீரர். ஒடுக்கப்பட்டவர்களுக்காகக் களத்தில் இறங்கிச் செயல்பட்ட மேல்சாதியினர் சிலருள் ஒருவர். தீண்டத்தகாத பிராமணன் என்று அழைக்கப்பட்டவர். முதுகலையும் சட்டமும் பயின்றவர். *யுவ பாரதி* பத்திரிகையின் ஆசிரியர். பாலக்காட்டில் சபரி ஆசிரமம் நடத்தி வந்தவர். போராட்டத்திற்காக வைக்கம் சென்ற பெரியாரைக் கேரள ரயில் நிலையத்தில் வரவேற்றவர். வைக்கம்

தவிர குருவாயூர் சத்தியாகிரகம், பையனூர், கோழிக்கோடு உப்புச் சத்தியாகிரகங்களிலும் பங்கேற்றவர்.

இவரது மனைவி ஈஸ்வரி அம்மாளும் போராட்டத்தில் பங்கேற்றவர். கிருஷ்ணசாமி ஐயர் நடத்திவந்த சபரி ஆசிரமம் இப்போதும் இயங்கி வருகிறது. தான் காலமாவதற்கு நான்காண்டு முன்பு ஹரிஜன சேவா சங்கத்திடம் அதை அவர் ஒப்படைத்துவிட்டார்.

~~

சத்தியவிரத சுவாமி (1893–1926)

ஈழவர் தவிர நாயர்களும் நாராயண குருவிற்குச் சீடர்களாயினர். அவர்களுள் முக்கியமானவர் சத்தியவிரத சுவாமி. செங்கணாச்சேரியில் வசதியான குடும்பத்தில் பிறந்த அய்யப்பன் பிள்ளை, பின்னர் சத்தியவிரதனாகவும் அதற்கும் பின்னர் சத்தியவிரத சுவாமியாகவும் ஆனார். 1916இல் சிவராத்திரியன்று ஆலுவாய் அத்வைத ஆசிரமத்தில் நாராயண குருவைச் சந்தித்து அவரது சீடரானார். 1921இல் அந்த ஆசிரமத்தின் செயலாளராகவும் ஆனார். வைக்கம் போராட்டத்தில் பங்குகொண்ட சத்தியவிரதன் 1926இல் நோய்வாய்ப்பட்டு திடீரென மரணம் அடைந்தார்.

'மனத்தூய்மை, சாதியின்மை ஆகியவற்றில் சத்தியவிரதன் விஞ்சி நின்றார். சாதி இன்மையில் புத்தரையும் வெல்வார் என்றே நினைக்கிறேன்' என்று ஒருமுறை நாராயண குரு கூறினாராம்.

வைக்கம் போராட்டத்தின்போது பெரியார் பேசிய பல கூட்டங்களில் சத்தியவிரத சுவாமியும் உடன் பேசியுள்ளார். பெரியார் பேச்சை மலையாளத்தில் மொழிபெயர்த்தார். சுவையான பேச்சாளராக அறியப்படும் இவர் வெகு மக்களைப் போராட்டத்திற்கு ஈர்த்துள்ளார்.

~~

மன்னத்து பத்மநாபன் (2.1.1878 – 25.2.1970)

வாகத்தானம் நீலவண இல்லத்து ஈஸ்வரன் நம்பூதிரிக்கு மகனாகப் பிறந்தவர் மன்னத்து பத்மநாபன். இவரது தாயார் பார்வதி அம்மா, களத்தில் வேலுப்பிள்ளையை மறுமணம் செய்துகொண்டார். அதனால் மன்னத்து பத்மநாப பிள்ளையானார். 1924இல் சாதிப் பட்டத்தை விட்டொழித்தார்.

நாயர் சேவை சங்கத்தின் தலைவராகப் பணியாற்றிய இவர், வைக்கம் போராட்டத்தில் சத்தியாகிரகிகள் பக்கம் நின்றவர். இவரது முன்னெடுப்பில் வைக்கத்திலிருந்து திருவனந்தபுரம்

நடந்துசென்ற மேல் சாதியினர் பேரணி (சவர்ண ஜாதா) போராட்டத்திற்கு ஆதரவான மிக முக்கியமான பரப்புரை அம்சம்.

இன்று போராட்டத்தின் நினைவாக வைக்கத்தில் நிறுவப் பட்டுள்ள மூன்று சிலைகளில் ஒன்று இவருடையது. மற்ற இரண்டு டி.கே. மாதவன், பெரியார் ஆகியோருடையன.

~~

பி. டபிள்யூ. செபாஸ்டியன் (? – 1969)

வைக்கம் போராட்டத்தில் ஜார்ஜ் ஜோசப் கைதான நாளில் கைதான செபாஸ்டியன் திருச்சூரைச் சேர்ந்த கத்தோலிக்க கிறித்துவர். காங்கிரசில் 1914இலேயே சேர்ந்துவிட்டார். மோதிலால் நேருவை வியாபார பயணமொன்றில் பம்பாயில் சந்தித்து ஊருக்குத் திரும்பிய செபாஸ்டியன் விடுதலைப் போராட்டத்தில் இறங்கிவிட்டார்.

1928இல் சைமன் கமிஷன் எதிர்ப்பின்போது கைது செய்யப்பட்டார். ஜெர்மன் போல்ஷ்விக் குழுவில் இவர் உறுப்பினர் எனப் பிரிட்டிஷ் அரசு ஐயுற்றது.

அரசியல், வியாபாரம் என்ற காரணங்களால் குடும்பத்தை விட்டுப் பல மாதங்கள் வரை பிரிந்திருக்கும் பழக்கமுள்ளவர் செபாஸ்டியன். அப்படி இருந்த ஒரு சமயம், செபாஸ்டியன் காலமானார் என்றொரு தந்தி வீட்டுக்கு வந்தது. அவரது மனைவியும் நான்கு குழந்தைகளும் துக்கத்தில் மூழ்கினர். எங்கே, எப்போது, எப்படி என்ற தகவல்கள் தந்தியில் இல்லை. வடக்கன் என்ற முற்போக்கு கத்தோலிக்க குழுவை வைத்து நினைவுச் சேவையைக் குடும்பத்தினர் எப்படியோ நடத்தி முடித்தனர். மூன்றுமாதம் கழித்து ஒருநாள் காலை வாயிற்கதவைத் திறந்துகொண்டு ‘இறந்துபோன’ செபாஸ்டியன் வந்து நின்றார். தங்கள் கண்களை நம்ப முடியாமல் பார்த்தவர் திகைத்தனர். அன்றிலிருந்து செபாஸ்டியன் ‘உயிர்ப்பு தவசி’ என்றழைக்கப்பட்டார்.

வெள்ளையனே வெளியேறு இயக்கத்தில் கைது செய்யப்பட்டுச் சிறையிருந்த நேரத்தில் அவர் மனைவி இறந்தார்; ஆறு நாள்களுக்குப் பிறகே அவர் வீட்டுக்கு வர முடிந்தது. 27 டிசம்பர் 1969இல் செபாஸ்டியன் மறுமுறை உண்மையில் காலமானார்.

வைக்கம் போராட்டத்தில் ஆறு மாத சிறைத்தண்டனை விதிக்கப்பட்டார்.

~~

எம். எம்பெருமாள் நாயுடு (1880–1959)

டாக்டர் மீனாக்ஷி எம்பெருமாள் நாயுடு (எம்.இ. நாயுடு) வைக்கம் போராட்டத்துக்குச் சென்ற இன்னொரு முக்கியமான தமிழர். சொந்த ஊர் நாகர்கோயில் கோட்டாறு. இவரது தந்தை மீனாக்ஷி நாயுடு திருவாங்கூர் மகாராஜாவின் அரசவையில் கலைஞர். நாகர்கோயில் ஸ்காட் கிறித்துவக் கல்லூரியில் உயர்கல்வியைப் பெற்றவர். சென்னை, எடின்பரோ, கிளஸ்கோ, அயர்லாந்து ஆகிய இடங்களில் மருத்துவம் படித்தவர். அவர் பெயருக்குப் பின்னால் *l.R.C.P & S (Edinborough)* என்று மருத்துவப் பட்டம் போடப்படுகிறது. இலங்கை அரசாங்கத்தில் பணிபுரிந்தவர். இந்தியா திரும்பி கோட்டாறில் மருத்துவமனை தொடங்கியவர். பிறகு விடுதலை இயக்கத்தில் ஈடுபட்டார்.

வைக்கத்திற்கு ஏப்ரல் 1924இலேயே சென்று போராடியவர். உயர்சாதி பேரணியில் தெற்குப் பேரணிக்குத் தலைமை தாங்கியவர். திருவனந்தபுரத்தில் பேசத் தடை இருந்ததால் மகஜர் அளித்த நாளன்று மாலை நடந்த கூட்டத்தில் இவர் உரையாற்ற இயலவில்லை. மார்ச் 1925இல் வைக்கம் வந்த காந்தி இவரது காரில்தான் சத்தியாகிரக ஆசிரமம் வந்தார்.

இவரது மனைவி திருமலை அம்மாளும் வைக்கம் போராட்டத்தில் பங்கேற்றவர்.

1926இல் சுசீந்திரம் சத்தியாகிரகம் இவர் தலைமையில் நிகழ்ந்தது.

~~

காந்தி ராமன் (1905–1960)

வைக்கம் போராட்டத்தில் கலந்துகொண்ட இன்னொரு தமிழர் ராமன் பிள்ளை. காந்தி ஈடுபாட்டால் காந்தி ராமன் ஆனார். வைக்கம் போராட்டத்தில் டாக்டர் எம்.இ. நாயுடுவின் தலைமையில் நாகர்கோயிலிலிருந்து கலந்துகொண்டோருள் இவரும் ஒருவர்.

பெரியார் தலைமையில் வைக்கம் போராட்டம் நடந்த நாள்களில் தொண்டர் படைத் தலைவராகவும், அவரது மெய்க் காப்பாளராகவும் இருந்தவர்.

தென் பகுதியிலிருந்து திருவனந்தபுரத்திற்கு எம்.இ. நாயுடு தலைமையில் சென்ற உயர்சாதி பேரணிக்குத் தேவையான உதவி செய்த சிலருள் காந்திராமனும் ஒருவர்.

~~

சிவதாணு பிள்ளை (1.5.1891–4.10.1961)

நாகர்கோயிலைச் சேர்ந்தவர். வழக்கறிஞர். பின்னாளில் பிரசிடெண்ட் சிவதாணு பிள்ளை என்று அறியப்பட்டவர். கூட்டுறவு வங்கியின் தலைவராகவும் நாகர்கோயில் நகரசபைத் தலைவராகவும் இருந்தவர். கோட்டாறு ஆங்கில உயர்நிலைப் பள்ளியில் படித்தவர். முடிவுறாத கல்லூரிப் படிப்பைத் திருச்சி புனித ஜோசப் கல்லூரியில் தொடர்ந்தவர். கல்கத்தா சி.ஆர். தாசுடன் பழகியவர். அவரது பத்திரிகையில் சிறிதுகாலம் பணியாற்றியவர். இவர் மனைவி மார்த்தாண்ட வீரலட்சுமி.

கோட்டாறிலிருந்து திருவனந்தபுரம் சென்ற உயர்சாதிப் பேரணியில் கலந்துகொண்டவர். மகாராணியிடம் மகஜர் அளித்த நாளன்று மாலை, திருவனந்தபுரத்தில் நடந்த கூட்டத்தில் இந்தத் தெற்குப் பேரணி சார்பாய்ப் பேசியவர். நாகர்கோயிலில் நடந்த பல சத்தியாகிரகக் கூட்டங்களை ஏற்பாடு செய்தவர்.

சிவதாணு பற்றி பாராட்டப்படாத போராட்டவீரர் (1991) என்ற ஆங்கில நூலை டாக்டர் பொ. ராமச்சந்திரன் எழுத டி.சி. முத்தையா பிள்ளை அதனைத் தமிழாக்கியுள்ளார்.

~~

தாணுமாலயப் பெருமாள்

வைக்கம் சத்தியாகிரகத்தில் கலந்துகொள்ள நாகர்கோயில் பகுதியிலிருந்து சென்றவர் அநேகர். அவ்வாறு சென்றவர்களுள் இருவர் தாணுமாலயப் பெருமாள் பிள்ளையும், சிவதாணு பிள்ளையும். இருவரும் நாள்குறிப்பு எழுதும் பழக்கமுடையவர்கள் என்று அறிந்ததும் அவற்றைப் பார்க்க ஆவல் மூண்டது. இருமுறை (17 டிசம்பர் 2017, 3 மார்ச் 2018) நாகர்கோயில் சென்றேன். இரண்டாம் முறை ஆவல் பலித்தது. தாணுமாலயப் பெருமாள் பிள்ளையின் நாட்குறிப்புகள் கிடைத்தன. சிவதாணு பிள்ளையுடையது கிடைக்கும் என்று நம்பித் தேடிக்கொண்டிருக்கிறேன்.

தாணுமாலயப் பெருமாள் – பாக்கியம் அம்மாள் மருங்கூர் பகுதியைச் சேர்ந்தவர்கள். அவர்கள் மகன் காந்தி தானப்பன் பாதுகாப்பில் இருக்கும் நாட்குறிப்புகளை இரண்டாவது சந்திப்பில் பார்க்க முடிந்தது.

1924ஆம் ஆண்டின் மே (19–28, 31), ஜூன் (10, 13, 15, 17, 20, 22–30), ஜூலை (2, 4, 5, 16–20, 26), ஆகஸ்ட் (1, 4, 8, 9) ஆகிய நாள்களின் குறிப்புகளில் வைக்கம் பற்றியும் தொடர்புள்ள செய்திகளும் உள்ளன. அவற்றில் உள்ள செய்திகளைப் பின்வருமாறு குறிக்கலாம்.

காலையில் தன்னார்வலர்களைப் பஜனையுடன் சத்தியா கிரகம் நடக்கும் இடத்திற்குக் கொண்டு விடுவதும் மாலை 4 மணிக்கு போட் ஜெட்டியில் நடக்கும் பொதுக்கூட்டத்தில் கலந்துகொள்வதும் தாணுமாலயப் பெருமாளின் முக்கிய வழக்கமாக வைக்கத்தில் இருந்த நாள்களில் இருந்தன. பல நாள்களில் (மே 19–24) இது குறிக்கப்பட்டிருக்கிறது. பொதுக் கூட்டத்தைப் பொறுத்தவரை இந்துமதம் (19 மே), கதர் (22 மே), இராமாயணத்திற்கு வந்த கெடுதல் (24 மே) போன்ற தலைப்புகளில் சொற்பொழிவு நடைபெற்றிருக்கிறது. 19 மே 1924 அன்று நடந்த பொதுக்கூட்டத்தில் பெரியார் தலைமை வகித் திருக்கிறார். இன்னொரு நாள் (20 மே) கிருஷ்ணன் நம்பூதிரி தலைமை ஏற்றிருக்கிறார்.

தன்னார்வலர்களைப் புகைப்படம் எடுத்திருக்கும் செய்தி (20 மே 1924) கிடைக்கிறது.

தாணுமாலயப் பெருமாள் ஆலப்புழை (25 மே), கொல்லம் (26 மே), திருவனந்தபுரம் (24 மே) போன்ற ஊர்களுக்குப் பயணப் பட்டிருக்கிறார். திருவனந்தபுரம் மத்திய சிறையில் ஏ.கே. தாஸ், குமார் போன்றோரைச் சந்தித்துள்ளார். இவ்விருவர் பெயர்கள் தவிர, ராமசாமி நாயக்கர், எம்.இ. நாயுடு, அப்துல் ரகீம், சிவதாணு பிள்ளை போன்ற சத்தியாகிரகிகளின் பெயர்கள் குறிப்பிடப் பட்டிருக்கின்றன.

வைக்கம் சத்தியாகிரகத்திற்கு நிதிவசூல் மாத சந்தா வசூல் செய்திருக்கிறார். 12–5–0 வசூலாகியிருக்கிறது. அதை ஆள் வசம் கொடுத்தனுப்பியுள்ளார் (20 ஜூலை 1924).

மூலம் திருநாள் மகாராஜா 7 ஆகஸ்ட் (23 ஆடி வியாழக்கிழமை) இரவு நாடு நீங்கியதாக வதந்தி என்று எழுதியிருக்கிறார். அன்று கடை அடைப்பு நடந்ததையும் குறித்துள்ளார். அவரே கடை வைத்திருந்தவர் தான் (8 ஆகஸ்ட் 1924).

~~

சகோதரன் அய்யப்பன் (22.8.1889–6.3.1968)

அய்யப்பனின் தந்தை பெயர் கொச்சாவு. சகோதரன் என்ற தான் நடத்திய இதழ்ப் பெயருடன் அறியப்பட்ட அய்யப்பன், அதற்கு முன்னால் விவேகோதயம் என்ற பத்திரிகைக்கு ஆசிரியராக இருந்தார். நவ கேரள சிற்பி என்று போற்றப்படுபவர். 28 வயதில் தான் நடத்திய கலப்பு பொதுவிருந்தால் கேரளம் முழுவதும் அறியப்பட்டவர். பெரியாருக்கு நண்பர்.

வைக்கம் போராட்டத்தில் கைதாகிச் சிறைசென்றவர்.

~~

நாராயண குரு (28.8.1856–20.9.1928)

திருவனந்தபுரத்தின் அருகில் பிறந்தவர். தந்தை மாடன் ஆசான். தாயார் குட்டியம்மா. நாணு என்றழைக்கப்பட்ட நாராயணன், புதுப்பள்ளியில் குருகுல முறையில் மூன்றாண்டுகள் பயின்றார். காளி என்பவரை நாணுவுக்குத் திருமணம் செய்து வைத்தனர். வள்ளலாரை நினைவூட்டும் மணவாழ்க்கை. சட்டம்பி சுவாமிகள் (1853–1924) அறிமுகம் அவரை தைக்காட்டு ஐயா (1814 – 1903) என்ற யோகியிடம் அழைத்துச் சென்றது. அவரிடம் யோகப்பயிற்சி பெற்றார். இவருக்குத் தமிழும் நன்கு தெரியும்.

1888 மாசி சிவராத்திரியன்று அருவிப்புரத்தில் சிவன் உருவத்தை நிர்மாணித்தார். ஈழவனுக்குச் சிவனை பிரதிஷ்டை செய்ய அனுமதி உண்டா என்று ஒரு நம்பூதிரி கேள்வி எழுப்பினார். 'நான் நம்பூதிரி சிவனை பிரதிஷ்டை செய்யவில்லை' என்று அதற்கு நாராயண குரு அளித்த பதில், மொழி கடந்து பரவியுள்ளது. கோயில் பூசை, உற்சவம் போன்றவற்றை ஈழவர் நிகழ்த்த உதவும் 'வாவூட்டு யோகம்' என்ற ஒரு சபையை 1894இல் நிறுவினார்.

1903இல் ஸ்ரீ நாராயண தர்மபரிபாலன யோகம் (S.N.D.P) என்ற அமைப்பைத் தொடங்கினார். இதில் அருவிப்புரம் கோயில் நிருவாகக் குழு இணைக்கப்பட்டது. டாக்டர் பால்பு இதன் முதல் துணைத்தலைவராகச் செயல்பட்டார். முதல் செயலாளராக குமாரன் ஆசான் அமைந்தார். யோகத்தின் சேவை எதிர்பார்த்தபடி அமையவில்லை என்று 22 ஆண்டுகளுக்குப் பிறகு உணர்ந்த நாராயண குரு, ஸ்ரீ நாராயண சந்நியாசி சங்கம் என்ற பெயரில் 1925இல் திருச்சூரில் ஒரு சங்கத்தைப் பதிவுசெய்தார்.

நாராயண குரு வைக்கம் போராட்டத்திற்கு மனப்பூர்வமான ஆதரவை அளித்தாரா என்பது இன்னும் விவாதப் பொருளாக உள்ளது. வைக்கம் போராட்டம் நடந்தபோது கே.எம். கேசவனுக்கு இவர் அளித்த ஒரு நேர்காணல் இவ்விவாதத்தின் அடிப்படை. இந்த நேர்காணல் பிரசுரமாகி, பிரச்சனையான பிறகு நாராயண குரு அதனை மறுத்தார். 1925இல் காந்தி இவரைச் சந்தித்தபோது, இந்த நேர்காணலை மனத்தில் இருத்திய வண்ணமே காந்தியின் கேள்விகள் அமைந்திருந்தன. எது எப்படியாயினும் நாராயண குருவின் திருமனசின்றி வைக்கத்திற்குப் பெருந்திரள் ஈழவ ஆதரவு திரண்டிருக்காது என்பது மறுக்க இயலாத உண்மை.

நாராயண குருவின் அமைப்பில் இருந்த டி.கே. மாதவன் தான் வைக்கம் போராட்டத்தின் மூலைக்கல். இன்னொரு

சத்தியாகிரகியான சத்தியவிரதன் குருவின் சீடர். நாராயண குருவின் இடத்தில்தான் சத்தியாகிரகத்தின் செயலகம் அமைந்தது. அவரைக் கேட்காமலேயே அவ்விடத்திற்கு ஆசிரமம் இடம் பெயர்ந்தது என்பர். அவர் 28 செப்டம்பர் 1924இல் சத்தியாகிரக ஆசிரமத்திற்கு நேரடியாக வந்து ஆசீர்வதித்தார். ரூ. 1000 நன்கொடை அளித்தார். காந்தி 12 மார்ச் 1925இல் தன்னை நேரில் சந்தித்தபோது தன் ஆதரவை வெளிப்படையாகவும் தெரிவித்தார்.

~~

சேதுலட்சுமி பாய் (19.11.1895–1985)

திருவாங்கூரின் பொறுப்பு மகாராணியாக சேதுலட்சுமி பாய் ஆட்சிசெய்த காலத்தில் வைக்கம் போராட்டம் முக்கியக் கட்டங்களைக் கடந்து முற்றுப்பெற்றது. மாவேலிக்கராவில் பிறந்து பெங்களூருவில் காலமானவர். விடுதலை அடைந்ததும் நாட்டைவிட்டு பெங்களூருவை நாட வேண்டியதாயிற்று. தன் காலத்தில் தேவதாசி முறையை ஒழித்தவர். பூராடம் திருநாள் மகாராஜா என்பது இவரது பதவிவழிப் பெயர்.

வைக்கம் போராட்டம் தீவிரமாக நடந்து கொண்டிருந்த அதன் ஐந்தாவது மாதத்தில் மகாராஜா மூலம் திருநாள் 'திருநாட்டை அலங்கரித்தார்'. சித்திரைத் திருநாள் வயதில் இளையவராக இருந்ததால் அரச குடும்பத்தில் மூத்த பெண்ணான சேதுலட்சுமி பாய் பொறுப்பு மகாராணியாக 1 செப்டம்பர் 1924இல் பதவி ஏற்றார். ஏழு ஆண்டுகளுக்குப் பிறகு 6 நவம்பர் 1931இல் சித்திரைத் திருநாளுக்கு வழிவிட்டு பதவி விலகினார்.

பதவி ஏற்றதும் நல்லெண்ண நடவடிக்கையாகப் பெரியார் உள்பட 19 வைக்கம் சத்தியாகிரகக் கைதிகளைச் சிறையிலிருந்து விடுவித்தார். மேல் சாதியினரின் பேரணி முடிவில், கோயில் தெருக்களில் தீண்டாதாரை அனுமதிக்க விரும்பி அளித்த மனுவை, திவான் பெற்றுக்கொள்ளும் வழக்கத்தை மாற்றித் தானே நேராகப் (12 நவம்பர் 1924) பெற்றுக்கொண்டார். 1925 மார்ச்சில் திருவாங்கூர் வந்த காந்தியை அரசு விருந்தினராக வரவேற்றார். வர்க்கலையில் 12 மார்ச் 1925இல் நேரிலும் சந்தித்தார்.

வைக்கம் சத்தியாகிரகிகளிடம் அனுதாபத்துடன் நடந்துகொண்டவர் என்ற கருத்து இவரைப் பற்றி வரலாற்றில் பதிவாகியிருக்கிறது.

~~

தி. ராகவையா

தோடால ராகவையா (*Thodla Raghavaiah*) 1893இல் பிரிட்டிஷ் அரசுப்பணியில் துணைஆட்சியராகச் சேர்ந்தவர். சென்னையில் மாநகராட்சி வருவாய் அதிகாரி, வருவாய்த் துறையில் உதவிச் செயலர் போன்ற பணிகளை வகித்தவர். திருவாங்கூரில் திவானாக 1920 ஜூலையில் பொறுப்பேற்றார். 1924 ஜனவரி வரை அப்பொறுப்பில் இருந்தார் என ஒரு அரசு ஆவணம் தெரிவிக்கிறது. ஜூன் 1925 வரை அப்பதவியில் இருந்தார் எனத் தெரிகிறது. வளர்ச்சித்துறையில் சிறப்புச் செயலர் (1926), சட்டம் மற்றும் கல்வித்துறையில் செயலர் (1927), மலபார் வணிகத்துறையின் தலைவர் (1927) ஆகிய பொறுப்புகளை வகித்தவர். 1928 ஜூலையில் ஓய்வுபெற்றார்.

மேல் சாதியினருக்கு ஆதரவாகச் செயல்பட்டவர் என்று கருதப்படுபவர். குறைகளை மன்னரிடம் முறையிடக்கூட வாய்ப்பில்லாத நிலையில் திருவாங்கூரை விட்டு ஈழவர் வெளியேற வேண்டியதுதானா என்ற டி.கே. மாதவனின் கேள்விக்கு, அப்படியே செய்யலாம் என்று பதில் அளித்த திவான் இவர். மகாராணிக்கும் இவருக்குமான கருத்து வேறுபாட்டால் இவரால் திவானாக தொடர முடியவில்லை என்று மகாராணிகளின் வரலாற்றை எழுதிய மனு பிள்ளை குறிப்பிடுகிறார்.

~~

எம்.இ. வாட்ஸ் (11.6.1878–22.2.1933)

வைக்கம் போராட்ட காலத்தில் பணியில் இருந்த இரண்டு திவான்களில் ராகவையாவிற்குப் பிறகு பதவி வகித்த ஐரோப்பிய கிறித்துவர் எம்.இ. வாட்ஸ். மௌரிஸ் எமிக்டிஸ் வாட்ஸ் (*Maurice Emygdius Watts*) லண்டனில் வாழ்ந்த பாரிஸ்டர். ஆனால் அவரது வேர் திருவனந்தபுரத்தில் இருந்தது. 1878இல் திருவனந்தபுரத்தில் பிறந்த வாட்ஸ், மகாராஜா உயர்நிலைப் பள்ளியில் பள்ளிக் கல்வியை முடித்தார். சென்னை, மாநிலக் கல்லூரியில் 1901இல் பட்டப்படிப்பை முடித்த பின்னர் சென்னை வருவாய் வாரியத்திலும் ஆளுநர் செயலகத்திலும் பணிபுரிந்தார். 1911இல் இம்பிரியல் செயலகத்திலும் 1919இல் முதன்மை கணக்காயர் அலுவலகத்திலும் பணியாற்றினார். இடையில் பாரிஸ்டர் படிப்பை படித்தார். பிறகு இங்கிலாந்தில் வழக்கறிஞராகத் தொழில் ஆற்றினார். இக்காலத்தில்தான், வாட்ஸ் சகோதரி திருவனந்தபுரத்தில் மகாராணியின் ஆசிரியையாக இருந்தார். அவரது பரிந்துரையால் இந்து ராஜ்யத்தின் கிறித்துவ திவானாக பலத்த எதிர்ப்புக்கிடையில் பதவி ஏற்றார் (1925—29).

18 ஜூன் 1925இல் கன்னியாகுமரிக்கு கப்பலில் வந்திறங்கிய வாட்ஸ், 22இல் திருவனந்தபுரத்தில் மகாராணியைச் சந்தித்தார். மறுநாள் திவானாகப் பதவி ஏற்றார். அவருக்குத் தமிழ், மலையாளம், ஹிந்துஸ்தானியோடு சமஸ்கிருதமும் தெரிந்திருந்தது அப்பணியில் பாதி வெற்றியைத் தந்து விட்டிருக்கும். நான்காண்டுகள் அவர் திவான் பதவியில் இருந்தார். வைக்கம் போராட்டத்தின் இறுதிப்பகுதி இவரது பணிக்காலத்தில் நிகழ்ந்தது.

~~

வில்லியம் ஹென்றி பிட் (29.4.1885 – ?)

1904இல் காவல்துறையில் துணைக் கண்காணிப்பாளராகச் சேர்ந்தவர். 26 மார்ச் 1920இல் திருவாங்கூர் சமஸ்தானத்தின் காவல் ஆணையாளராகப் பதவி உயர்வு பெற்றவர். 1930 ஆகஸ்டில் பணிஓய்வு பெற்றார்.

வைக்கம் போராட்ட காலத்தில் காவல் துறையின் உயர்அதிகாரியாக இருந்தவர் இவர். சத்தியாகிரகிகளிடம் அனுதாபத்துடன் நடந்து கொண்டவர் என்று சொல்கிறது வரலாறு. காந்தியுடன் ஆலோசித்து இவர் செய்த சில முடிவுகள், போராட்டம் விரைந்து முடிய உதவின என்பர். பெரியாரும் இவரைப் பாராட்டியுள்ளார்.

~~

ஆர். பிச்சு ஐயங்கார் (3.8.1882 – ?)

வைக்கம் போராட்டக் காலத்தில் உதவிக் காவல் கண்காணிப் பாளராக இருந்தவர். திருநெல்வேலி திருக்குறுங்குடியைச் சேர்ந்தவர். 1906இல் அரசுப் பணியில் சேர்ந்த இவர் படிப்படியாக முன்னேறி 1923இல் இப்பதவிக்கு உயர்ந்தவர்.

வைக்கம் சத்தியாகிரகிகளுக்கும் காவல்துறைக்கும் இடையேயான மோதலைத் தொடங்கிவைத்ததாகக் கருதப் படுபவர். உயர் சாதியினருக்கு ஆதரவாகச் செயல்பட்டவராகக் கருதப்படுபவர்.

~~

அய்யன்காளி (1863 – 1941)

அய்யன்காளி ஈழவருக்கும் கீழ் அடுக்கில் இருந்த புலையர்களின் தலைவர். நாராயண குருவினால் ஊக்கம் பெற்றவர். இருபதாம் நூற்றாண்டின் கருணையற்ற சாதி அமைப்புக்கு எதிராக வித்தியாசமான முறையில் செயலாற்றியவர். அடிமை

சாதிகள் தடுக்கப்பட்ட தெருவில், உயர்சாதியினர் எதிரில் வண்டியில் பயணம் செய்து நேரடி எதிர்ப்பு நடவடிக்கையில் தனிநபராகப் பங்கேற்றவர். இரண்டு வெள்ளை மாடுகளை வாங்கி, வெண்கல மணிகளைக் கழுத்தில் கட்டி வண்டியில் பூட்டினார். உயர்சாதியினர் அணியும் வகையில் மார்பை மூடிய உடை அணிந்து கீழானவர்கள் அணிய அனுமதியில்லாத தலைப்பாகையை அணிந்து, திருவனந்தபுரத்தின் வடக்கு கிராமமான வெங்கானூரிலிருந்து விழிஞ்ஞம் வரை அந்த வண்டியை ஓட்டிச்சென்றார். இந்த இரு குடியிருப்புகளையும் இணைக்கும் தலித்துகளுக்கு மறுக்கப்பட்ட சாலையில் அவர் இந்தப் பயணத்தை மேற்கொண்டார். அவரது இச்செயல் திகைப்பையும் கிலியையும் ஏற்படுத்தியது. யாராவது தடுத்தால் வாளுக்கு இரையாக நேரும் என்று எச்சரித்திருந்தார்.

அய்யன்காளியின் துணிகரமான செயல்களால் புலையரும் அவர்களை ஒத்த சாதிகளும் வெங்கானூர் பொதுச்சாலையில் நடக்க 1900 முதலே உரிமை பெற்றுவிட்டனர். 1907இல் அய்யன் காளி சாதுஜன பரிபாலன யோகம் என ஒரு அமைப்பை ஏழைகள் மற்றும் தீண்டாதாரின் நலனுக்கென்று உருவாக்கினார். மாநிலம் முழுவதும் அது கிளைகளைப் பெற்றிருந்தது.

பின்னாளில் வைக்கம் போராட்டம் போன்றதொரு மக்கள் எழுச்சிக்கு முன்னோட்டமாக அறத்துணையாக வாழ்ந்த வாழ்க்கை அய்யன்காளியுடையது. எனினும் இவர் வைக்கம் போராட்டத்தில் பங்கேற்கவில்லை. தோன்றாத் துணை.

படங்கள்

வைக்கம் போராட்ட ஆளுமைகள்

கேரளம்

டி.கே. மாதவன்
போராட்டத்தின் மூலைக்கல்

கே.பி. கேசவ மேனன்
போராட்டத் தலைவர்

ஜார்ஜ் ஜோசப்
போராட்டத்தின் மூளை

குரூர் நீலகண்டன் நம்பூதிரி
போராட்டத் தலைவர்

டி.ஆர். கிருஷ்ணசாமி ஐயர்
போராட்டத் தலைவர்

கே. கேளப்பன்
சத்தியாகிரக ஆசிரமச் செயலர்

மன்னத்து பத்மநாபன்
உயர்சாதிப் பேரணித் தலைவர்

கோவிந்தன் சாணார்
போராட்டக் குழுவின்
பொருளாளர்

பழ. அதியமான்

என். குமாரன்
சட்டசபையில் சஞ்சார சுதந்திரம்
தீர்மானம் கொணர்ந்தவர்

பி. டபிள்யூ. செபாஸ்டியன்
போராளி

சத்தியாகிரகிகள்

தமிழ்நாடு

பெரியார்

கோவை அ. அய்யாமுத்து
கவுண்டர்
கோயம்புத்தூர்

எம்பெருமாள் நாயுடு
உயர்சாதிப்பேரணி (தெற்கு)
தலைவர், நாகர்கோயில்

நாகம்மையார்
ஈரோடு

எஸ்.ஆர். கண்ணம்மாள்
ஈரோடு

பாக்கியம் – தாணுமாலயப் பெருமாள்
நாகர்கோயில்

காந்திராமன்
நாகர்கோயில்

க. சந்தானம்

இலவச உணவுச்சாலை நடத்திய அகாலியர்

பிறர்

டாக்டர் பால்பு
ஈழவர் தலைவர்

அய்யன்காளி
புலையர் தலைவர்

இந்தன்துருத்தில் நீலகண்டன் நம்பியாத்ரி
வைதிகர் தலைவர்

வைக்கம் போராட்டம் நடைபெற்ற இடங்கள்

பெரியார் வைக்கம் வந்து இறங்கிய படகுத் துறை

வைக்கத்தில் பெரியார் போராடிய இடம்

பெரியார் வைக்கம் காவல் நிலையத்தில் இருந்த சிறை

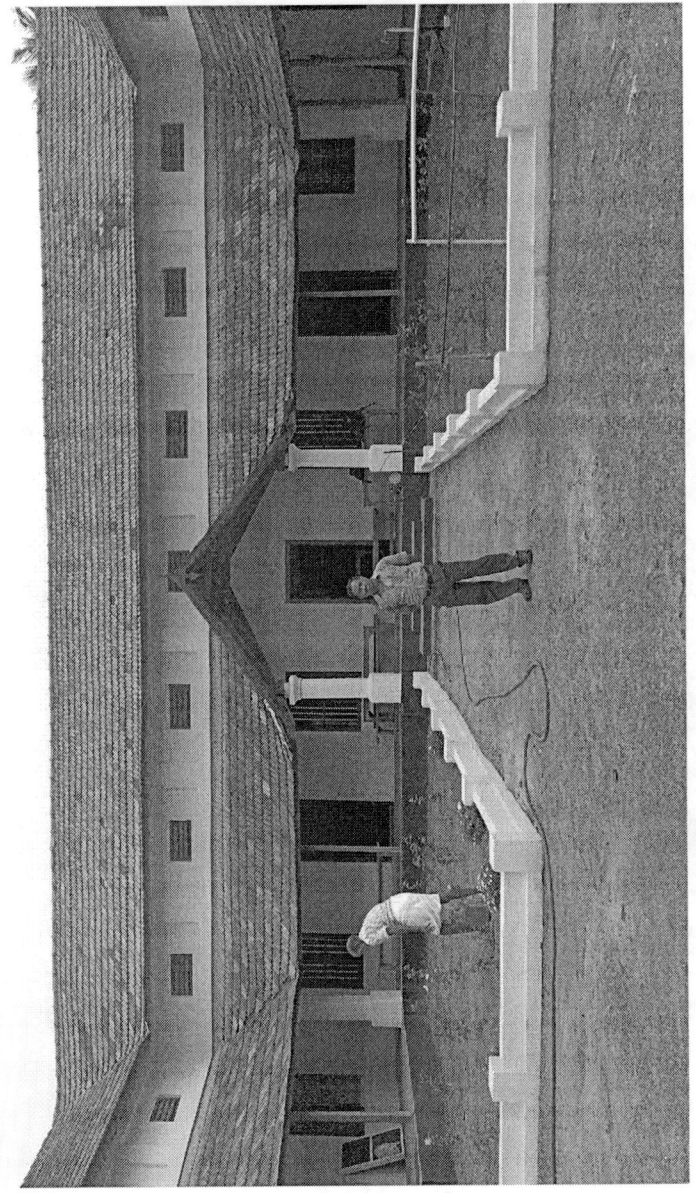

சத்தியாகிரக ஆசிரமம் இருந்த இடம் - தற்போது எஸ்.என்.டி.பி. யோகப் பள்ளி

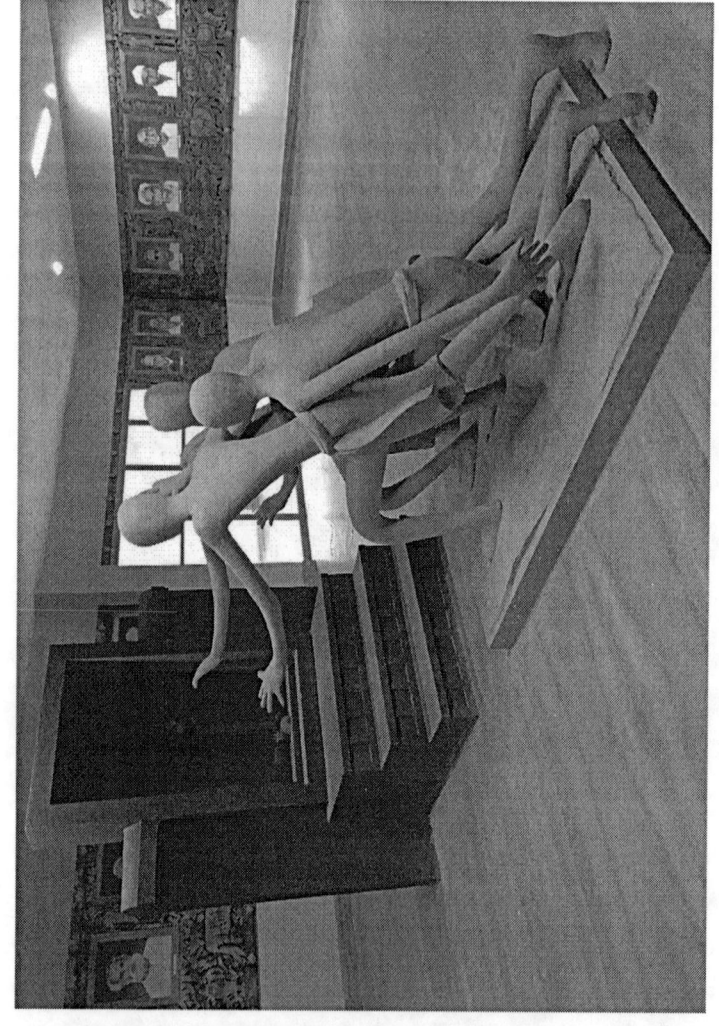

வைக்கம் சத்தியாகிரக நினைவகத்திலுள்ள நவீன சிற்பம்

அரசர் ராம வர்மா

மகாராணி ரீஜண்ட் சேதுலட்சுமி பாய்

III
போராட்ட எழுத்துகள்

(1)
காந்தி

(அ) காந்தி வைதிகர் உரையாடல்
இந்தன்துருத்தில் தேவன் நீலகண்டன்
நம்பியாத்ரி இல்லம்
வைக்கம் – 10 மார்ச் 1925 – பிற்பகல் 2:30 மணி.

உரையாடலின் போது அங்கிருந்தோர்

(1) தேவன் நீலகண்டன் நம்பியாத்ரி, இந்தன்துருத்தில் (2) தெக்கம்குர் ராஜா, (3) வடக்கம்குர் ராஜா (4) வழுதனகாட் ராஜா, (5) எம்.கே. ராமன் பிள்ளை (6) பி.சி. கிருஷ்ண பிள்ளை, (7) வெங்கடராம ஐயர், வக்கீல் (8) கணபதி ஐயர், வக்கீல் (9) கொச்சுமடன் கோவிந்த பிள்ளை (10) எம்.கே. காந்தி (11) சி. இராஜகோபாலாச்சாரி (12) மகாதேவ தேசாய் (13) ராம்தாஸ் காந்தி (14) டி.ஆர். கிருஷ்ணசாமி ஐயர் (15) எம்.வி. சுப்பிரமணிய ஐயர், திவான் பேஷ்கார் (16) பி. விஸ்வநாத ஐயர், உதவி தேவஸ்வம் ஆணையர் (17) சுப்பிரமணிய ஐயர், உள்ளூர் தாசில்தார் மற்றும் வேறு சிலர்.

~

இந்தன்துருத்தில் நம்பியாத்ரியையும் மற்றுமுள்ளோரையும் எம்.வி. சுப்பிரமணிய ஐயர் காந்திக்கு அறிமுகப்படுத்தினார். நேற்று தன்னிடம் அளிக்கப்பட்ட [மறுப்பு] அறிக்கையில் கையெழுத்திட்டிருந்தோர் இங்கிருக்கிறார்களா என்று காந்தி விசாரித்தார். தானே அதில் முதல் கையொப்பதாரி என்று இந்தன்துருத்தில் நம்பியாத்ரி கூறி அங்கிருந்த கையெழுத்திட்ட மற்றவர்களையும் சுட்டினார்.

காந்தி: நாம் என்ன செய்யலாம்?

எம்.கே. ராமன் பிள்ளை: நாம் ஒருவரையொருவர் புரிந்து கொள்ள வேண்டும் என்று எங்கள் தரப்பில் விரும்புகிறோம்.

காந்தி: உங்கள் நிலையை நான் புரிந்து கொள்ள வேண்டும் அல்லது என் சொந்த நிலையை நீங்கள் விரும்பினால் இங்கு நடந்து கொண்டிருக்கும் விவாதங்களைத் தவிர மற்றவற்றை மகிழ்ச்சியுடன் விளக்க விரும்புகிறேன்.

இந்தன்துருத்தில் நம்பியாத்ரி: நீங்கள் பேசவேண்டியிருப்பதை முதலில் நாங்கள் கேட்கிறோம்.

காந்தி: நான் என்ன கருதுகிறேன் என்றால், இந்துமதத்தில், இதுவரையிலான என்புரிதலின்படி, பொதுச்சாலையோ, தனியார் – பொதுச்சாலையோ பொதுமக்கள் பயன்படுத்தும்போது அதில் எந்தப் பாகுபாடும் இல்லை என்பதுதான். எந்த வகுப்பைச் சார்ந்தவர் என்பது ஒரு விஷயமே இல்லை என்றுதான் நினைக்கிறேன். அவர்கள் இந்தச் சாலைகளைப் பயன்படுத்துவதைத் தடுக்கக் கூடாது. தடுப்பவர்கள் யாராக இருந்தாலும் அது சரியல்ல. தடுக்கப்படுபவர்களும் எவராக இருப்பினும் அதுவும் சரியல்ல. இந்தத் தடைக்கு எந்த ஆதாரத்தையும் அது என்ன காரணமாக இருந்தாலும் இந்து சாஸ்திரத்தின்படி அமைந்த எந்த சாஸ்திரமாக இருந்தாலும் என்னால் பார்க்க இயலவில்லை. இது என் முதல்அம்சம். மேலும் நான் தொடருவதற்கு முன்னால், எல்லா அம்சங்களையும் மொத்தமாகப் பேசுவதை விட, ஒவ்வொரு அம்சமாக விவாதித்தால் ஒவ்வொன்றையும் நன்றாக நாம் புரிந்து கொள்ளமுடியும் என்று தோன்றுகிறது.

இந்தன்துருத்தில் நம்பியாத்ரி: பொதுச்சாலையைப் பயன்படுத்தக்கூடாது என ஒருவரையும் தடுக்கவேண்டும் என்பது எங்கள் ஆசை அல்ல.

காந்தி: அதனால் தான், நான் பேசும்போது என் கருத்து பொதுச்சாலை பற்றியது எனப் பாதுகாப்பாகப் பேசினேன். அதை பொதுச்சாலை என்று அழையுங்கள் அல்லது தனியார் சாலை, தனியார் – பொதுச்சாலை என எதுவாகவும் இருக்கட்டும். நான் தனிப்பட்ட முறையில் பேசுகிறேன். அவற்றில் எனக்கு எந்த வேறுபாடும் இல்லை. இந்து மதத்தில் ஒரு குறிப்பிட்ட சாதியில் பிறந்துவிட்டான் என்பதற்காக ஒரு குறிப்பிட்ட மனிதனை, அது தனியார் சாலையாகவே இருக்கட்டும், பொதுமக்கள் பயன்படுத்தும் ஒரு சாலையில் நடக்கக்கூடாது என்று தடுப்பது மனித கௌரவத்துடன் தொடர்புடையது அல்ல. இதுதான்

சரியான கருத்து என்று உங்களுக்கு எடுத்துச் சொல்ல நான் இங்கு வரவில்லை. உங்கள் கருத்துகள் தவறு என்று சொல்லவும் நான் இங்கு வரவில்லை. நீங்கள் எல்லாம் என் எதிரிகள் எனக்கருதி நான் இங்கு வரவில்லை. இந்தப் பூவுலகில் ஒரு சிறு ஆன்மாவையும் பகை என்று நான் கருதவில்லை. மதத்தைப் பற்றிய என் சொந்தப் பற்றுறுதி யாரையும் பகையாக நினைப்பதற்கு எதிராக உள்ளது. அதனால் என்னை நீங்கள் நண்பனாகவோ எதிரியாகவோ எப்படிக் கருதினாலும் நான் உங்கள் நண்பனாகவே இங்கு வந்திருக்கிறேன். என்னால், அது முடியுமானால் இந்து மதத்தின் எல்லாப் பிரிவினரிடையேயும் சமாதானத்தைக் கொண்டு வரவே இங்கு வந்திருக்கிறேன். அதனால் வெளிப்படையாகப் பேசுங்கள், நானும் வெளிப்படையாகவே பேசுவேன்.

அந்தக் குறிப்பிட்ட சாலை, தனியார் பாதையாகவே இருந்தாலும், மனிதர்கள் அந்தப் பாதையைப் பயன்படுத்தும் வழக்கம் இருக்கும்பட்சத்தில், ஒரு குறிப்பிட்ட சாதியில் பிறந்து விட்டான் என்று சொல்லி, ஒரு தனிமனிதனைத் தடுப்பது நம் பக்கத்தில் தவறு என்றே சொல்வேன். இந்த என் கருத்தைத் தயவுசெய்து யோசியுங்கள். அவர்கள் சந்தேகப்படும் குணம் கொண்டவர்களோ பகைவர்களோ அல்லர். அம்மாதிரி காரணங்களால் அவர்கள் பாதைகளைப் பயன்படுத்துவது தடுக்கப்பட்டால் அதை என்னால் புரிந்துகொள்ள முடியும். அவர்கள் கொள்ளைக்காரர்களாகவோ திருடர்களாகவோ குடிகாரர்களாகவோ ஒழுக்கம் கெட்டவர்களாகவோ இருந்தால் ஆட்சேபணையை என்னால் புரிந்து கொள்ள முடியும். ஆனால் பிறப்பின் அடிப்படையில் மட்டும் ஆட்சேபிப்பதை என்னால் புரிந்துகொள்ள முடியவில்லை. இது ஒரு அம்சம். இதற்கு உங்கள் பதிலைத் தெரிந்துகொள்ள விரும்புகிறேன்.

நம்பியாத்ரி: இந்து சாஸ்திரத்தின் தெய்வீகத் தன்மையை மகாத்மாஜி நம்புகிறீர்களா?

காந்தி: ஆம்.

நம்பியாத்ரி: கர்ம விதியை மகாத்மாஜி நம்புகிறீர்களா?

காந்தி: ஆம்.

நம்பியாத்ரி: மறுபிறப்பில் உங்களுக்கு நம்பிக்கை உண்டா?

காந்தி: உண்டு.

நம்பியாத்ரி: எங்கள் நம்பிக்கையின்படி, எங்கள் ஆச்சாரியாரின் கருத்துப்படி அவர்கள் முற்பிறப்பின் மோசமான கர்மாவின்படி, அணுக முடியாத சாதியில் பிறந்திருக்கிறார்கள்

என்று நாங்கள் நம்புகிறோம். இம்முறையில் அவர்களை நடத்தும்படி எங்கள் கேரள ஆச்சாரியார்களால் நாங்கள் ஆணையிட்டு கூறப்பட்டிருக்கிறோம். அவ்வகையில் அவர்களை கொள்ளைக்காரர்களை விடவும் திருடர்களை விடவும் மோசமானவர்களாக நாங்கள் கருதுகிறோம்.

காந்தி: கொள்ளையர், குடிகாரர்களை விடவும் அவர்கள் மோசமாக நடத்தப்படவேண்டும் என்பதற்கான காரணத்தை நான் தெரிந்துகொள்ள விரும்புகிறேன்.

நம்பியாத்ரி: திருடர் மற்றும் குடிகாரர்களைப் பொறுத்தவரை, சட்டத்தின் உதவி கொண்டு அவர்களிடமிருந்து விலகிக்கொள்ள சில வழிகளாவது இருக்கின்றன. ஆனால் இவர்களைப் பொறுத்தவரை அத்தகைய வழிகள் ஏதும் இல்லை.

காந்தி: அவர்கள் அச்சாலையில் உட்கார்ந்திருக்க விரும்பவில்லை; அவர்கள் பாதையை அடைத்துக்கொள்ள விரும்பவில்லை; அவர்கள் அந்தவழியாக கடக்க மட்டுமே விரும்புகிறார்கள்.

நம்பியாத்ரி: கடந்து செல்ல அனுமதிப்பதுதான் அதிக சிரமமாக இருக்கிறது.

காந்தி: சுருக்கமாக நான் தெரிந்துகொள்ள விரும்புவது இதுதான் – எப்படி சாதாரணமாக ஒருவர் ஒரு இடத்தைக் கடப்பது என்பது திருட்டைவிட கொள்ளையை விட மோசமானதாக ஆகும்?

வழுதனகாட் ராஜா: அது எங்கள் நம்பிக்கை. சென்ற பிறவியில் செய்த கெட்டசெயல்களின் விளைவால் அந்தச் சாதியில் அவன் பிறந்திருக்கிறான் என்று நாங்கள் நம்புகிறோம்.

நம்பியாத்ரி: முற்பிறவியில் செய்த மோசமான செயல்களின் விளைவால் இவ்வகையில் அவர்கள் தண்டிக்கப்பட்டிருக்கிறார்கள்.

காந்தி: அப்படியே இருக்கட்டும். ஆனால் அவர்களைத் தண்டிப்பது யார் என்று நான் கேட்கிறேன். நாம் விலங்குகளா..?

நம்பியாத்ரி: உலக நடப்பில், மனிதனே, மனிதனை அவனது தவறான நடத்தைக்காகத் தண்டிக்கிறான். தண்டனையைப் பெறத்தான் இந்தச் சாதியில் பிறக்கவைக்கப்படுகிறார்கள் என்பது ஆண்டவன் கட்டளை என்று நாங்கள் நம்புகிறோம்.

காந்தி: உண்மை, உண்மை, கடவுள் வேண்டுமானால் தண்டிக்கட்டும். ஆனால் மனிதர்கள் எப்படி அவர்களைத் தண்டிக்க முடியும்?

நம்பியாத்ரி: கடவுள் மனிதன் மூலம் செயல்படுகிறார். அந்த அணுகமுடியாத சாதியில் பிறப்பதே ஒரு தண்டனை.

காந்தி: இப்போது மேசையைத் தலைகீழாக்கிப் போடுவோம். ஒரு வேளை இந்த மனிதர்கள் தங்களைத் தடுக்கிறவர்களைத் தண்டிப்பது என்று முடிவெடுத்து, தங்களைத் தன் தூதுவர்களாகக் கடவுள் கருதுகிறார் என்று செயல்பட்டால். . . அது நமக்குப் பொருத்தமாகுமா?

நம்பியாத்ரி: அப்படி இரு முகாம்கள் அமையுமானால், பிறகு கடவுள் விருப்பம் நிலைக்கும். அவரவர் பழைய கர்மவிதி மட்டும் நிலைக்க, எது நடக்கவேண்டுமோ அது நடக்கும்.

காந்தி: உண்மை. அரசாங்கம் அப்படி நினைப்பதாக நாம் வைத்துக் கொள்வோம். அப்போது நீங்கள் என்ன செய்வீர்கள்? முரட்டுத்தனத்தை இருபக்கமும் மோதவிடுவீர்களா?

நம்பியாத்ரி: என் கருத்து, வலிமையைப் பயன்படுத்துவது அல்ல. உங்களைப் போன்ற அகிம்சையில் நம்பிக்கைஉள்ளவரின் சமரச செயல்பாட்டையே நாங்கள் விரும்புகிறோம்.

காந்தி: ஆனால் நீங்கள் எதை முன்னுரைக்கிறீர்கள். அது சமரசமா?

நம்பியாத்ரி: ஒருவர் அனுபவித்துக் கொண்டிருக்கும் உரிமையில் மற்றொருவர் வரம்புமீறித் தலையிடும் போது வேண்டுமானால் சமரசத்திற்கு இடம் உண்டு. ஆனால் இந்த நிகழ்பிரச்சனையில் காலம் காலமாக அனுபவித்துக் கொண்டுவரும் எங்கள் உரிமையை அவர்கள் முழுவதுமாகப் பறித்துக் கொள்ள விரும்புகிறார்கள். இதில் இருவருக்கும் சமரசம் என்பதில் என்ன அர்த்தமிருக்கிறது? இங்கே சமரசத்திற்கே இடமில்லை.

காந்தி: உங்களுக்கு உரிமை உள்ளது என்பதற்கு நியாயமான காரணம் காட்டுங்கள்.

நம்பியாத்ரி: நான் காரணம் காட்டுகிறேன். இந்த இடம் எனக்குச் சொந்தமானது. இதை மறுப்பவர் யாருமில்லை. என் ஆயுள் முழுக்க இதை அனுபவித்து வருகிறேன். இது என்னுடைய இடமாதலால் இவ்விடத்திற்கு உங்களை நான் அழைத்தேன். இதே நம்பிக்கைதான், அந்தப் பிரச்சனைக்குரிய இடத்திற்குள் நுழைய சத்தியாகிரகிகளைத் தடுக்க என்னை உந்தியது.

காந்தி: ஒரு தவறைப் பல நூற்றாண்டுகளாகச் செய்துகொண்டு

வருவதனால் காலக்கடப்பினால் அந்தத் தவறு சரியாகிவிட்டது என்று கூறுகிறீர்கள். அப்படித்தானே!

நம்பியாத்ரி: அப்படியானால், வரையறுக்கும் முறை மாற்றப்படவேண்டும். நாங்கள் செய்துகொண்டு வருவது தவறு என்று நம்புவதற்கு எங்களிடம் காரணம் ஏதுமில்லை.

காந்தி: உங்களைப் போலவே எதிர்தரப்பும் ஒருவேளை உங்களைத் திருடர்களை விடவும், கொள்ளைக் காரர்களை விடவும் பெரிய கீழானவர்களாகக் கருதினால் எவர்கருதுவது சரி என்று யார் தீர்மானிப்பது?

நம்பியாத்ரி: நாங்கள் சொல்வது அது அல்ல. சென்ற பிறப்பில் கெட்டசெயலைச் செய்ததன் பயனாக இந்தப் பிறப்பில் இந்தச் சாதியில் பிறந்துவிட்டார்கள் என்றே நாங்கள் கூறுகிறோம். இந்த வழியில் அவர்கள் தண்டிக்கப்படுவதற்கு அதுவே காரணம். நாங்கள் சரியாகவே இருக்கிறோம் என்றே நாங்கள் நினைக்கிறோம்.

காந்தி: நீங்கள் தவறு செய்கிறீர்கள் என்று உங்களை ஒப்புக்கொள்ள வைப்பதற்காக நான் இங்கு வரவில்லை. உண்மையில் அது என்வேலையும் அல்ல. மதத்தில் இதற்கான சான்று எதுவும் இருப்பதாக எனக்குத் தெரியவில்லை. அதனால் எனக்கோ உங்களுக்கோ அவர்களைத் தடுப்பதற்கு உரிமை இருப்பதாகத் தெரியவில்லை. அதனால் நீங்கள் தவறு செய்வதாகக் கருதுகிறேன். நீங்கள் செய்வதைச் சரி என்று சொல்லும் ஒரு மனிதரையும் இதுவரை நான் பார்க்கவில்லை. நேற்றிரவுதான் காசி சாஸ்திரி ஒருவரின் அபிப்பிராயத்தைப் படித்தேன். அவர் நன்றாகப் படித்த பிராமணர். அவருடைய கருத்துப்படி, இந்துமதத்தில் தீண்டாமைக்கு இடமில்லை. இதை எல்லாம் பார்த்தால், உங்கள் கருத்துக்கும் என் கருத்துக்கும் இடையில் இந்தியப் பெருங்கடல் அளவு வித்தியாசமிருக்கக்கூடும். தீண்டாமையைப் பற்றிய என் கருத்து உங்களுடையதிலிருந்து வெகுதூரம் சென்று விட்டதாக நீங்கள் கருதலாம். அதனால் இந்த விஷயத்தைப் பற்றி காசியில் இருக்கும் பண்டிதரிடமோ இந்தியாவின் வேறுபகுதியில் இருக்கும் பண்டிதரிடமோ கருத்து கேட்கலாம் என்றுத் தோன்றுகிறது. அவர் உங்கள் கருத்தை ஆதரிக்கமாட்டார் என்றே நினைக்கிறேன். சமூகத்தின் மிகவும் நாகரிகம் வாய்ந்த ஒருபகுதியினர் பளிச்சென தவறு என்று தெரிவதைப் பாதுகாக்கிறார்கள் என்பதும் அதை ஆதரித்து விவாதிக்கிறார்கள் என்பதும் அதைவிட பெரும் தவறு என்றே கருதுகிறேன். இதை வெளியுலகுக்குச் சொல்வது எனக்குப் பெரும் வருத்தம்தரும் விஷயமாகும்.

நம்பியாத்ரி: எங்கள் நிலை தவறு என்று எங்களை ஒப்புக்கொள்ள வைத்த பிறகுதான் நீங்கள் வருந்த வேண்டும்.

காந்தி: நான் எப்படி உங்களை ஒப்புக்கொள்ள வைக்க முடியும்? தவறிழைக்கப்பட்டவர்களான அவர்களுக்காக நான் வழக்காட வராவிட்டால் உங்களை ஒப்புக்கொள்ள வைத்திருக்க முடியும். அவர்களின் வழக்காடியாக இருப்பதால் ஒருவித முன்எண்ணத்துடனேயே என்னை நீங்கள் பார்க்கமுடியும். இந்துமதம் என்பது நீங்கள் சொல்வதுபோல் தான் என்றால் இந்த மாதிரி பார்வையை நீங்கள் எடுத்துக் கொள்ளாதீர்கள். சரியாகப் படித்தவர்களாகவும், சார்பற்ற கருத்து சொல்பவர்களாகவும் இருக்கிறவர்களின் கருத்தை ஏற்றுக்கொள்ளுங்கள். திருவாங்கூர் திவான் வெளியிட்ட கருத்தின் மீது உங்கள் கவனத்தை ஈர்க்க விரும்புகிறேன். அவருடைய கருத்தை இன்று படித்தேன். உங்கள் மதிப்பீட்டில் அவருடைய கருத்துக்கு மதிப்பிருக்குமானால் அவர் உங்கள்கருத்தைத் தவறு என்றே கருதுகிறார். காலஎண்ணத்திற்கு எதிராக நீங்கள் நடக்கிறீர்கள் என்பது அவர் கருத்து. என்னுடையதல்ல. நீங்கள் கொண்டுள்ள மனப்பான்மை என்பது ஆதரிக்கப்பட முடியாதது என்றே அவர் கருதுகிறார். திருவாங்கூர் சமஸ்தானத்தின் மொத்தமக்கள் கருத்தும் உங்கள் கருத்துக்கு எதிராகவே உள்ளது என்பதை நீங்களே அறிந்திருப்பீர்கள். இருந்தும் நீங்களே சரி மற்ற எல்லோரும் தவறு என்றே தொடர்ந்து என்னிடம் வலியுறுத்துகிறீர்கள். அப்படிஎன்றால் இது மனிதகுல விடுதலையின் வெற்றியின் சிறப்பு என்றே என்னால் கூற முடியும்.

நம்பியாத்ரி: திவானின் கருத்தை அறிந்து நாங்கள் மகிழ்கிறோம். ஆனால் அது எங்கள் நல்லெண்ணத்தை நோக்கிய அவரது வேண்டுகோளே. நாங்கள் செய்தது தவறு என்று காரணங்களும் கூறி உணரவைத்தால், உங்கள் கருத்தை மகிழ்வுடன் ஏற்றுக் கொள்கிறோம்.

காந்தி: அப்படி எல்லாம் ஒன்றும் இல்லை. உங்களை எளிதாக இணங்கவைக்க முடியும் என்பதை நோக்கமாக கொண்டு வரவில்லை. நீங்கள் கொண்டிருக்கிற கருத்து என் தாழ்மையான அபிப்பிராயத்தில் தவறானது என்பதற்காகவே வந்திருக்கிறேன்.

நம்பியாத்ரி: நீங்கள் சாதிகளின் தூய்மை பற்றி பேசுகிறீர்கள். மேலும் அணுகாதோருக்கும் சாலைகளில் நடக்கும் உரிமை வேண்டும் என்கிறீர்கள். அதனால்தான் அதற்கான உங்கள் காரணங்களைக் கூறுங்கள் என்று கேட்கிறேன்.

காந்தி: இல்லை, அப்படி இல்லை. இந்து சமூகத்தில்

ஒடுக்கப்பட்டிருக்கிற ஒரு பகுதியினருக்காக உங்களிடம் மன்றாடவே நான் இங்கு வந்துள்ளேன். அந்த ஒடுக்கப்பட்டோரைத் தங்களது கோரிக்கையைக் கைவிட்டுவிடுமாறு கேட்டுக் கொள்வதற்கு என்னிடம் கொஞ்சமும் காரணமில்லை. ஏனெனில் அவர்களிடம் ஒரு சிறிது கூட தவறு இருப்பதாக நான் கருதவில்லை. இந்துமதத்தைப் பற்றிய என் விளக்கமானது அத்தகைய (ஒடுக்குதல்) விதிகளுக்கு முற்றிலும் எதிரானது.

நம்பியாத்ரி: நீங்கள் ஒடுக்கப்பட்டோர் என்று ஒரு வார்த்தையைப் பயன்படுத்தினீர்கள். மொழிபெயர்ப்பில் நான் அப்படித்தான் புரிந்து கொண்டேன். அவர்கள் ஒடுக்கப்படுவதற்குக் காரணம் என்ன?

காந்தி: நீங்கள் காரணம் அறிய விரும்புகிறீர்கள். ஜாலியன் வாலாபாக்கில் ஜெனரல் டயரை எக்காரணம் உந்தியதோ அதேகாரணம் தான்.

நம்பியாத்ரி: சங்கராச்சாரியாரையும் மத்வாச்சாரியாரையும் ஜெனரல் டயர் என்று இவர் (காந்தி) குறிப்பிடுகிறாரா?

காந்தி: ஓ! 1918இல் பஞ்சாபில் இருந்த டயரைக் குறிக்கிறேன். நீங்கள் இன்று எந்த மனப்பான்மையில் பேசுகிறீர்களோ அதேவகை மனப்பான்மையைத்தான் ஜெனரல் டயர் கொண்டிருந்தார். இவர்கள் ஏன் ஒடுக்கப்பட்டார்கள் என என்னிடம் நீங்கள் காரணம் கேட்டீர்கள். ஜாலியன் வாலாபாக்கில் மக்களை ஒடுக்க என்ன காரணமோ அதைப் போன்ற காரணம்தான் அதற்கும் என்று கூறுகிறேன். இந்துமத போதனைகளை இந்த வகையில் விளக்குவதில் எந்தவித மனப்பாங்கு நம்மை உந்தியதோ அல்லது உங்களை உந்தியதோ அதே வகையான மனப்பாங்கே ஜெனரல் டயரையும் உந்தியது என்கிறேன்.

நம்பியாத்ரி: யார் அப்படிச் செய்தது? நாங்கள் அம்மாதிரி செய்யவில்லை.

காந்தி: அதுதான் என் கருத்து. இந்து சாஸ்திரத்தில் அதற்கு ஆதாரம் இல்லை. இப்படிச் சொல்லும் எந்த ஆசாரியாரும் இருப்பதாக எனக்குத் தெரியவில்லை. இப்படியான வேறுபாட்டை யாராவது தொடங்கி வைத்தார்கள் என்று நீங்கள் சொன்னால் அது அறியாமை என்பேன். அந்த அறியாமை ஜெனரல் டயரின் அறியாமைக்குப் ஒப்பானது என்பேன்.

நம்பியாத்ரி: ஆச்சாரியர்கள் என்ன செய்தனரோ அவை கிரந்தங்களில் உள்ளன. அதையே நினைவுக்கு எட்டாத பழங்காலந் தொட்டு நாங்கள் பின்பற்றி வருகிறோம்.

காந்தி: அது எனக்குப் புரிகிறது. அதை நான் பாராட்டுகிறேன். இந்துமதத்தில் முழுதளாவியதாக அது இல்லை என்பதுதான் என் வாதம். நீங்கள் எனக்குமுன்னால் சில நூல்களையோ பிரமாணங்களையோ வைக்கலாம். ஆனால் அவை எல்லோராலும் முழுமையான ஒப்புதலைப் பெற்றவை அல்ல என்பதை அறிவீர்கள். அதைப் பழக்கம் என்ற அடிப்படையில் மட்டுமே வாதிட்டு உங்களால் காத்திடமுடியும். நான் உங்களைக் கேட்டுக் கொள்வதெல்லாம் காரண, காரிய ஆராய்ச்சியில் நிற்க முடியாத சில நூல்களையோ, பிரமாணங்களையோ வைத்துக் கொண்டு அவற்றுடன் உங்களைப் பிணைத்துக் கொள்ளாதீர்கள் என்பதுதான். காரணத்தைச் சொல்லுங்கள் என்று கேட்டுக் கொள்கிறேன். பிரமாணத்தையோ வழக்கத்தையோ பற்றி நிற்காதீர்கள்.

நம்பியாத்ரி: மதத்தையும் நம்பிக்கையையும் அடிப்படையாய்க் கொண்ட வழக்கத்தையும் உணர்ச்சியையும் இந்த விஷயத்தில் தள்ளிவைத்துவிட நாங்கள் தயாராக இல்லை.

காந்தி: இந்தவகையில் உங்கள் கோரிக்கை வைக்கப்படுமானால் உணர்ச்சி மற்றும் மத நேர்வுகளில் காரணத்திற்கு இடமே இல்லை என்று சொல்வீர்களானால் இந்துமதத்தில் பொதுவான, முழுமையான வழக்கம் இது என்று உங்களால் காட்ட முடியுமா? இல்லையெனில் குறைந்தபட்சம் மலபார் அல்லது வைக்கத்தில் இப்படி ஒரு வழக்கம் உண்டு என்றாவது காட்டி நீங்கள் பின்பற்றிநடக்கும் பழக்கத்தை நிறுவ முடியுமா?

நம்பியாத்ரி: இந்துமதத்தில் ஆச்சாரியார்கள் பலர் உண்டு. மத்வாச்சாரியார், சங்கராச்சாரியார் உண்டு. இவர்கள் இருவரும் எதிர்எதிர் அணியினர், நாங்கள் சங்கராச்சாரியாரைப் பின்பற்றுபவர்கள். வழக்கத்தைப் பொருத்தவரை அவர் சொல்வதை மட்டும்தான் ஒப்புக்கொள்ளுவோம். மற்ற ஆச்சாரியர்கள் சொல்வதை அல்ல.

காந்தி: சிலரிடம் மட்டுமே வித்தியாசமாக உள்ள இந்த வழக்கத்தின் தொடர்பில் காரணத்தின் உதவியையோ, நியாயத்தின் உதவியையோ நீங்கள் நாடமாட்டீர்கள்! அப்படித்தானே!

நம்பியாத்ரி: ஆச்சாரியார்கள் [அவர்களின் பழக்கங்கள்] சாதாரண மக்களால் திருத்தப்படுவதை நாங்கள் விரும்பவில்லை. இவற்றைத் திருத்த நன்றாகப் படித்த அவதாரங்கள் இருக்கிறார்கள். திருத்தம் தேவைப்படும்போது அவதார தோற்றம் நிகழ்ந்து திருத்தங்கள் சுலபமாக மேற்கொள்ளப்பட்டுவிடும்.

காந்தி: சாதாரண உள்ளூர் வழக்கத்தை மாற்றக்கூட உங்களுக்குத் தெய்வீககுரு வேண்டுமென்கிறீர்கள்?

நம்பியாத்ரி: ஆம்.

காந்தி: ஓ. ஓ! பிறகு இந்த வழக்கம் சங்கராச்சாரியாரால் அங்கீகரிக்கப்பட்டது என்று சொல்வீர்களோ?

சி. இராஜகோபாலாச்சாரி: (இப்பேச்சுவார்த்தை)முழுக்க இதைத்தான் அவர் (நம்பியாத்ரி) சொல்லிக் கொண்டிருக்கிறார். அது (உங்களுக்குச் சொல்லப்பட்ட)மொழிபெயர்ப்பில் தவிர்க்கப்பட்டுவிட்டது.

காந்தி: குறிப்பிட்ட சாலைகளின் வழியாகச் சில குறிப்பிட்ட சாதிகள் செல்லக்கூடாது என்று சங்கரர் சொல்லியிருக்கும் சான்றாதாரத்தைத் தெரிந்துகொள்ள பெரிதும் விரும்புகிறேன்.

நம்பியாத்ரி: பூசை செய்வது குறித்து சில விதிகளை அவர் ஏற்படுத்தியுள்ளார். அந்த விதிகளின்படியே நாங்கள் இப்போது அதைச் செய்துவருகிறோம்.

காந்தி: அந்தச் சான்றாதாரங்களைப் பெற பெரிதும் விரும்புகிறேன். ஏனெனில் சங்கரரைப் பின்பற்றுபவர்கள் எனக்குச் சொல்வது வேறாகவிருக்கிறது.

நம்பியாத்ரி: நாங்கள் அந்தச் சான்றாதாரங்களை அளிக்கிறோம்.

காந்தி: ஆம். நான் கட்டாயம் அவற்றைப் பெற விரும்புகிறேன்.

நம்பியாத்ரி: நீங்கள் வைக்கத்தை விட்டுக் கிளம்புவதற்குள் நாங்கள் சங்கராச்சாரியாரின் சான்றாதாரங்களை உங்களிடம் சேர்ப்போம்.

காந்தி: அதற்கான சான்றாதாரம் சங்கரரில் காணப்படவில்லையெனில் நீங்கள் எடுத்த நிலைப்பாட்டை நீங்கள் திரும்பப் பெற்றுக்கொள்வீர்களா?

நம்பியாத்ரி: ஒரு வேளை, காரணப்படி உண்மையான பதிவுகள் தவறாக [மாறாக] இருக்குமானால், பிறகு பிரதி தவறு என்று சொல்லும் கருத்தை நாங்கள் நம்பமாட்டோம்.

காந்தி: அப்படிப்பட்ட ஆள் நான் இல்லை. என்னுடைய விளக்கத்தைத் தர நான் முயலமாட்டேன். ஆனால் அதிகாரமுள்ள [சரியான] சாஸ்திரிகள் வேறு விளக்கத்தை அளித்தால் ஒப்புக்கொள்வதைத் தவிர நான் என்ன செய்ய முடியும்.

நம்பியாத்ரி: சங்கராச்சாரியார் எழுதியதாக நம்பப்படும், வழிவழியாக எங்களிடம் வந்து சேர்ந்துள்ள பிரதிகளை உங்களிடம் சேர்ப்பிப்போம்.

காந்தி: அதைத்தான் நான் தெரிந்துகொள்ள விரும்புகிறேன். நீங்கள் என்னிடம் அளிக்கப்போவது உங்கள் சான்றாதாரங்களேயன்றி சங்கராச்சாரியார் உடையது அல்ல.

நம்பியாத்ரி: சங்கராச்சாரியாரின் சான்றாதாரங்களையே பின்பற்றுவதாக நாங்கள் நம்புகிறோம்.

காந்தி: நான் இப்போது வேறு கேள்வி ஒன்றைக் கேட்கிறேன். ஒருவேளை இங்கு இயங்கும் நீதிமன்றம் அந்தச் சாலைகளைப் பொதுமக்கள் அனைவருக்கும் எனத் திறந்துவிட முடிவுசெய்தால் நீங்கள் என்ன செய்வீர்கள்?

நம்பியாத்ரி: அந்தச் சாலைகளையும் அந்தக் கோயில்களையும் நாங்கள் விட்டுவிட்டுப் போய்விடுவோம்.

காந்தி: அப்படியானால் ஒருவேளை அரசாங்கம் உண்மையிலேயே இந்தச் சாலைகளைப் பொதுமக்களுக்கு என்று திறந்து விட்டுவிடுமானால் இந்தத் திருக்கோயிலில் வழிபடுவதையே நிறுத்திவிடுவீர்களா?

நம்பியாத்ரி: ஆம். இந்தக் கோயிலில் வழிபட மாட்டோம்.

காந்தி: ஓ!

சி. இராஜகோபாலாச்சாரி: ஒரு காலத்தில் தீண்டல் பலகைகள் ஒரு குறிப்பிட்ட இடத்தில் இருந்தன. அரசு அதிகாரிகள் அவற்றை கோயிலுக்கு அருகில் சற்று நகர்த்தினர். அதன்மூலம் மக்கள் கொஞ்சதூரம் மேலும் அனுமதிக்கப்பட்டனர். இதன் தொடர்பில் சாதிஇந்துக்களின் மனப்பாங்குதான் என்ன?

எம்.கே. ராமன் பிள்ளை: தீண்டல் பலகை இப்போது இருக்குமிடத்தில் வைக்கப்பட்ட போதுதான் எங்கள் எதிர்ப்பு ஆரம்பித்தது. தடைசெய்யப்பட்ட பகுதியில் தீண்டாதார் நடப்பதில்லை. இதை அரசாங்கத்திடமோ, மக்களிடமோ நீங்கள் விசாரித்து அறிந்து கொள்ளலாம். ஆனால் சத்தியாகிரகம் தொடங்கிய நாளிலிருந்து தீண்டல் பலகை இருக்கும் இடம்வரை அவர்கள் வந்துவிட்டார்கள்.

சி. இராஜகோபாலாச்சாரி: அந்த குறிப்பிட்ட இடம்வரை [வருத்த] உணர்வைக் காட்டாத நாம், அதற்கு மேல்உள்ள இடத்தில் ஏன் காட்டவேண்டும்?

நம்பியாத்ரி: சென்றமுறை உற்சவத்தின் போது கோயிலிலிருந்து சாமி ஊர்வலம் வடக்குச் சாலையில் தீண்டல் பலகையைத் தாண்டியும் சென்றது. அப்போது சத்தியாகிரகிகள் ஊர்வலத்தின் வழியில் நின்றதன் மூலம், கடவுளின் தெய்வீகத்தன்மையை இழிவு செய்தனர். அரசாங்கத்தால் அவர்களை அப்புறப்படுத்த இயலவில்லை. அதனால் சிலை கோயிலுக்கு வந்தபின்னர் 'சுத்தி' செய்தோம். அதனால் கோயிலைத் துறக்க எங்களுக்குத் தேவை எழவில்லை.

காந்தி: அப்போது அரசாங்கம் சத்தியாகிரகிகளை எதிர்க்கவில்லையா?

பி. விஸ்வநாத ஐயர்: அரசாங்கம் எதிர்த்தது. ஆனால் அரசாங்கம் அந்தச் சாலை வழியாக மக்கள் செல்வதை எதிர்க்காத போதும், தாழ்ந்தவகுப்பார் என்றுச் சொல்லப்படுபவர்கள் அந்த எல்லைக்குள் பிரவேசிக்க மாட்டார்கள். சத்தியாகிரகம் தொடங்கிய பிறகுதான் இரண்டாவது எல்லைக்கு அருகில் [தீண்டல்] பலகை சரியாக இருக்கவேண்டும் என அரசு தீர்மானித்தது. அதற்குப் பிறகும் கூட சத்தியாகிரகத்தின் மீது அனுதாபம் அற்றவர்கள் முந்தைய எல்லையைத் தாண்டி உள்ளே பிரவேசிப்பதில்லை. கிழக்குப் பகுதியைத் தவிர மற்ற வாயில்களில் எல்லாம் முந்தைய பழைய இடத்திலேயே தீண்டல் பலகைகள் இருக்கின்றன. கடைத்தெருவிற்குத் தாழ்ந்தவகுப்பார் செல்வதற்கு வழிஅளிக்கும் வகையில் கிழக்குப்பகுதியின் தீண்டல் பலகை மட்டும் சிறிதுதூரம் மாற்றப்பட்டது.

சி. இராஜகோபாலாச்சாரி: ஈழவரோ தீண்டாதசாதியைச் சேர்ந்த எவரோ சத்தியாகிரகம் தொடங்கியபின்னர் அங்கு வந்தனரா?

பி. விஸ்வநாத ஐயர்: இல்லை. அவர்கள் வரவே இல்லை. சத்தியாகிரகிகளைத்தவிர வேறு எவரும் அங்கே வருவதில்லை.

சி. இராஜகோபாலாச்சாரி: தீண்டல் பலகை [கோயிலுக்கு] அருகில் கொண்டுவரப்படுமானால் கோயில் தீட்டுப்பட்டு விடும் என்று அவர் கருதுவதே இங்கு [அவர்கள்] வாதம்.

பி. விஸ்வநாத ஐயர்: இப்போதும் கூட அந்தச் சாலையைக் கடக்காமல் கூட நீங்கள் கோயிலுக்குள் செல்ல முடியும். ஒரு வேளை இந்தச் சாலைகள் எல்லா வகுப்பினருக்கும் எனத் திறந்து விடப்பட்டால் கூட, சத்தியாகிரகிகள் கோயிலுக்கு அருகில் சத்தியாகிரகம் செய்தால் கூட, தீட்டுப்படாமல் மக்கள் கோயிலுக்குள் சென்று வழிபட முடியும். ஆயிரக்கணக்கான மக்கள் இப்பொழுதும் கூட இந்த வளாகத்தைக் கடந்தே செல்கிறார்கள்.

வேலிகளைத் தாண்டியும் தனியார் வளாகங்களைத் தாண்டியும் சென்று கோயிலை அடைகிறார்கள். நீங்கள் கோயிலுக்குச் சென்று பார்த்தால் நீங்களே இவற்றைக் கண்ணுற இயலும்.

சி. இராஜகோபாலாச்சாரி: வழிபாடுசெய்யும் மக்கள் இப்போது சாலையைப் பயன்படுத்துகிறார்களா?

பி. விஸ்வநாத ஐயர்: எவரும் [உயர்சாதி இந்துக்கள்] இந்தச் சாலையைக் கடப்பது இல்லை, ஏனெனில் அந்த தீண்டல் பலகையைக் கடந்து வந்தால் அவர்கள் தீட்டுப்பட்டு விடுவார்கள்.

சி. இராஜகோபாலாச்சாரி: மற்ற மதங்களுக்குச் செல்வதன் மூலம் அவர்கள் [தீண்டாதவர்கள்] இந்தத் தண்டனையிலிருந்து தப்பிக்க முடியும் அல்லவா? தங்கள் நிலையைக் காத்துக்கொள்ள மாட்டார்களா? அதற்குப் பிறகு இச்சாலை வழியாக அவர்கள் செல்ல முடியுமல்லவா?

பி. விஸ்வநாத ஐயர்: மதம் மாறியவர்களை இந்தச்சாலை வழியாக நடக்க நாங்கள் அனுமதி வழங்குவதில்லை.

சி. இராஜகோபாலாச்சாரி: இந்த வழக்கங்களை மீறுவதற்கு கிறித்துவ, முகமதிய இயக்கங்கள் முயற்சிகள் மேற்கொள்ளுமே!

பி. விஸ்வநாத ஐயர்: இந்தப் பழக்கம் திருவாங்கூருக்கு மட்டும் பிரத்தியேகமானது அல்ல என்று நீங்கள் உணர்ந்திருப்பீர்கள் என்று எண்ணுகிறேன். மற்ற பகுதிகளிலும் இப்பழக்கம் குறிப்பிட்ட அளவு காணப்படுகிறது. இது மதநம்பிக்கை அடிப்படையிலானது. இது பம்பாயிலும் கூட காணப்படுகிறது.

காந்தி: திருவாங்கூரில் தவறான பழக்கம் நிலவிவருகிறது. மலபாரிலும் இது பொதுவாக இருக்கிறது. சென்னையிலும் இது இருக்கிறது. ஆனால் சென்னையைத் [மாகாணத்தைத்] தாண்டி அணுகாமை இல்லை. தீண்டாமை இந்தியா முழுவதும் இருக்கிறது. ஆனால் தென்னிந்தியாவை விட குறைவான அளவிலேயே இருக்கிறது. அதனால்தான் அணுகாமையை விட்டுவிடுங்கள் என்று உங்களிடம் வேண்டிக் கேட்டுக்கொள்கிறேன்.

நம்பியாத்ரி: தீண்டாமை எல்லா இடத்திலும் நிலவுகிறது. அதை அவர் (காந்தி) ஒப்புக்கொள்கிறார் என்று நினைக்கிறேன். உங்களை ஒருவன் தொடவில்லை என்றால் அவன் கொஞ்சதூரம் உங்களை விட்டுத்தள்ளி நின்றால் என்ன?

காந்தி: தீண்டாமை இருப்பதனால், அணுகாமையும் பிரிட்டிஷ் இந்தியாவில் இருக்கிறது என்று நீங்கள் நினைக்கிறீர்களா? 'Touch' என்ற ஆங்கிலச்சொல் நீங்கள் தர விரும்புகிற பொருளைத் தாங்கியதல்ல.

பழ. அதியமான்

நம்பியாத்ரி: அதுவல்ல நான் சொன்னது. தீண்டாமை இருக்குமானால் ஒரு குறிப்பிட்ட அளவு அணுகாமையும் கட்டாயம் இருக்கும் என்றுதான் நான் சொன்னேன். அதுதான் காரணகாரியத் தொடர்புடையது.

காந்தி: இந்தக் கொள்கையின்படி, இந்த அணுகாமை வழக்கம் இங்கு இருக்க காரணம் இருக்கும் என்கிறீர்கள்.

நம்பியாத்ரி: நமது ஆசாரங்களிலும் வழக்கங்களிலும் இதற்குக் காரணம் சொல்லப்பட்டிருக்கிறது.

காந்தி: தீண்டாமையை நீட்டித்து மனித விடுதலையின் மீது தடுப்புகளைச் சுமத்த உண்மையிலேயே காரணங்களின் துணையை நாடுகிறீர்களா? முதலில் சான்றாதாரத்தைக் கொண்டு வருவோம். சான்றாதாரப்படி நடக்க வேண்டும் என்று சொல்வோம். பிறகு சான்றாதாரத்திற்கு ஆதரவாகக் காரணத்தைக் கொண்டு வருவோம். நமது பழக்கத்திற்கு ஆதரவாக காரணத்தை முறைதவறிக் காட்டுவோம். மதச் சுதந்திரத்திற்கும் அறிவுப் பரப்பலுக்கும் பயன்பட வேண்டிய காரணம் இப்படியாகும். இந்த நிலைமைக்குத்தான் இந்துமதம் தாழ்கிறதா? ஒவ்வொருவரையும் நான் வேண்டிக் கேட்கிறேன். பொதுக்கருத்துக்கு முன்னால் நீங்கள் நிற்க இயலுமா? பொதுக்கருத்துக்கு எதிராக நீங்கள் நிற்க முடியமா?

எம்.கே. ராமன் பிள்ளை: அப்படி ஒரு பொதுமக்கள் கருத்து இல்லை. சங்கராச்சாரியார் குறித்தபடியான வழக்கங்களைக் கடைப்பிடிக்கும் முழுக்கேரளமும் தீண்டாமையும் அணுகாமையும் தங்களுக்குச் சாதகமாக [எதிரானதாக?] இருக்கிறது என்று எப்போதும் கூறியதில்லை என்பதையே நாங்கள் சொல்ல வருகிறோம். உங்களுக்கு அளிக்கப்பட்டிருக்கும் அறிக்கைகள் எல்லாம் ஒரு தரப்பானவை மற்றும் பொய்யானவை.

காந்தி: மலபாரைப் பொறுத்தவரை, மக்கள் கருத்தானது தீண்டாமைக்கும் அணுகாமைக்கும் ஆதரவானது என்கிறீர்கள். எனக்கு எதிரே இருக்கும் ஆதாரங்கள் அனைத்தும் மாறுபாடாக இருந்தாலும் உங்கள் கருத்தை ஒரு வாதத்துக்காக ஏற்றுக்கொள்ள தயாராக இருக்கிறேன். மனத்தில் இருத்தும்படி உங்களை இன்று நான் கேட்டுக்கொள்வது என்னவென்றால், இந்துமதத்தை உங்கள் உயிரைப்போல கருதவேண்டும். அதனால் இந்துமதத்தில் கூறப்பட்டுள்ளவற்றை முழுஉலகம் எதிர்ப்பினும் காத்துப் போற்றவேண்டும், உங்கள் தலை துண்டிக்கப்படும் என்று சொல்லப்பட்டாலும். அது ஒரு வழி. இன்னொரு வழி அது சான்றாதாரங்களின் அடிப்படையான

காரணத்தைப் புரிந்து கொள்வதாகும். சங்கராச்சாரியார் வேத ஆதாரத்தைக் காட்டுகிறார். அவர் வேத சான்றாதாரங்களைத் தெய்வீகமானதற்காக அல்லாமல் காரணம் பற்றியே காக்கிறார். இதுதான் சங்கரர் கொள்கை என்று நினைக்கிறேன். நீங்கள் இப்போது சங்கராச்சாரியாரின் ஆதாரங்களைக் காட்டி உங்கள் செயல்களைக் காக்கிறீர்கள். இப்போது யாராவது அவரது கருத்து இதுவல்ல என்று கூறினால் அவரது உண்மையான கருத்து எது என நாம் தெரிந்துகொள்ள வேண்டும் அல்லவா? அதனால் நான் தெரிந்துகொள்ள விரும்புவது என்னவென்றால் மலபாரில் தீண்டாமைக்கு எதிராகவும் அணுகாமைக்கு எதிராகவும் மக்கள்கருத்து இல்லையா என்பதுதான். அணுகாமைக்கு எதிராகவும், தீண்டாமைக்கு எதிராகவும் உலகக் கருத்து இருக்கிறது என்று உங்களுக்குச் சொல்லி உங்களைத் திருப்திப்படுத்த விரும்புகிறேன். நாங்கள் உலகக் கருத்தை மறுக்க விரும்பவில்லை. எங்களுக்குத் தெரிந்தவரை, நீங்கள் சொல்கிறீர்கள், மலபாரில் தீண்டாமைக்கு எதிர்ப்பு இல்லை என. இன்று நான் உங்களிடம் சொல்ல வருவது இதுதான். உலகத்தின் கருத்து தீண்டாமைக்கும் அணுகாமைக்கும் எதிராகத்தான் இருக்கிறது. உங்கள் சொந்த மகாராணியின் கருத்தே இதற்கு எதிராகத்தான் இருக்கிறது. திவானின் கருத்தும் எதிராகத்தான் இருக்கிறது.

பி. விஸ்வநாத ஐயர்: ஒரு பக்கத்து சித்திரத்தையே நீங்கள் தருகிறீர்கள். அதற்கு இன்னொரு பக்கமும் உண்டு. சட்டசபையில் பேசிய திவான் பேச்சை நீங்கள் குறிப்பிடுகிறீர்கள். இவை இரண்டுமே அந்தப் பேச்சில் இருக்கின்றன.

காந்தி: இதுதான் திவானின் கருத்து என்று நான் துணிந்து கூறுவேன். அவரது உரையில் அவர் இதைக் குறிப்பிட்டார்.

பி. விஸ்வநாத ஐயர்: நான் அதை மறுக்கவில்லை. சித்திரத்தின் மறுபக்கத்தையும் பாருங்கள் என்றே உங்களை வேண்டுகிறேன்.

காந்தி: குறிப்பிட்ட அந்த மற்றப்பகுதி அணுகாமையைப் பற்றி எதுவும் பேசாததால் அப்பகுதியை விவரிக்க வேண்டிய சந்தர்ப்பம் எழவில்லை. இந்துமக்கள் கருத்து உங்களுக்கு எதிராக இருப்பதாகவே தோன்றுகிறது என்பதை மட்டும் உங்களுக்குச் சொல்லிக் கொள்கிறேன். நண்பர் என்னிடம், மலபாரை பொறுத்தவரை, தீண்டாமைக்கு எதிரான மக்கள்கருத்து எதுவும் இல்லை என்று சொன்னால் திவானின் கருத்தே தீண்டாமைக்கு எதிராக மக்கள்கருத்து இருக்கிறது என்பதற்கு ஒரு உதாரணம் என்று சொல்வேன். தீண்டாமைக்கும் அணுகாமைக்கும் திவானின் கருத்து அழுத்தமாக எதிராக உள்ளது. அவரது கருத்து குறிவிலகி இருப்பதாக நீங்கள் சொல்லக்கூடும். திவான் சொல்லலாம்;

இந்த முழுஉலகமே சொல்லலாம். உங்களுக்கு கருத்துறுதி இருக்குமானால், உங்கள் கருத்தை உலகத்துக்கு எதிராகவே நீங்கள் காக்கலாம். அது ஒரு மரியாதையான நிலை. ஆனால் நான் சொல்லுகிறேன் நாம் ஒவ்வொருவரும் இந்துமதத்தின் அறங்காவலர்கள். இந்து மதத்தின் பாதுகாப்பாளர்களாகிய நாம், எந்தக் கருத்துக்கு நம்மைப் பொறுப்பாக்கிக் கொண்டுள்ளோமோ அதை நாம் காக்கவேண்டும்.

நம்பியாத்ரி: திவானின் கருத்தை நாங்கள் மதிக்கவில்லை என்று நாங்கள் சொல்லவில்லை. அவரது கருத்துப்படி கோயிலுக்குள் தீண்டாதார்கள் நுழைந்தால் கோயிலை நாங்கள் புறக்கணித்து விடுவோம் என்றுதான் நாங்கள் கூறுகிறோம்.

காந்தி: திவான் உங்களை மதிக்கவில்லை என்று நான் சொல்லமுடியாது. அவர் மரபுவாதிகளின் கருத்துக்கு மதிப்பளிக்கிறார். என்னிடம் ஒரே ஒரு கேள்வி இருக்கிறது. அதோடு முடித்துக் கொள்கிறேன். என்னுடைய நண்பர் [நம்பியாத்ரி] சொல்லியதால் அவரிடம் நான் உறுதி செய்துகொள்ள விரும்புகிறேன். திருடர்களை விடவும் கொள்ளையர்களை விடவும் மோசமாக கருதப்படும் இவர்கள் கிறித்தவர்களாகவும் முகமதியர்களாகவும் மாறினால் அவர்கள் இந்தச் சாலையைக் கடக்க வரவேற்கப்படுவார்களா என்று கேட்கிறேன்.

நம்பியாத்ரி: இல்லை. அவர்கள் இந்தச் சாலை வழியாகச் செல்ல கட்டாயம் அனுமதிக்கப்பட மாட்டார்கள்.

காந்தி: ஆனால் இப்போது இந்தச் சாலை வழியாக அவர்கள் நடக்கவில்லையா?

நம்பியாத்ரி: இல்லை

காந்தி: ஓ, அப்படியா. என்னை மன்னியுங்கள். அப்படியானால் கிறித்துவர்களும் முகமதியர்களும் கூட தடை செய்யப்பட்டிருக்கிறார்கள்!

பி. விஸ்வநாத ஐயர்: சமீபத்தில் மதம் மாறியவர்கள் தடை செய்யப்பட்டிருக்கிறார்கள்.

காந்தி: அப்படியானால், கிறித்துவர்களும் முகமதியர்களும் கடக்க முடியும்.

பி. விஸ்வநாத ஐயர்: ஆம்

காந்தி: எத்தனை வருடத்திற்குள் மதம் மாறியவர்கள் கடக்க முடியாது?

நம்பியாத்ரி: உண்மையான கிறித்துவர்களை கிறித்துவர்கள் என்று நாங்கள் அழைக்கிறோம். மற்றவர்களை அல்ல.

பி. விஸ்வநாத ஐயர்: மதம் மாறிய கிறித்துவர்கள், சாலைகளைக் கடக்க முடியாது.

காந்தி: ஆனால் அவர்கள் குழந்தைகள் கடக்கலாம்.

சி. இராஜகோபாலாச்சாரி: அப்படியானால், சங்கராச்சாரியார் காலத்தில் இங்கே கிறித்துவர்கள் இருந்தார்கள் என்று கூற வருகிறீர்களா?

பி. விஸ்வநாத ஐயர்: கிறித்துவம் இங்கு வெகுகாலமாக இருக்கிறது. உண்மையில் அரேபியாவிலிருந்து மிஷனரிகள் முதலில் வந்தஇடம் மலபார் தான். தீண்டாமை, அணுகாமை ஆகிய இவ்வழக்கங்கள் இந்தியாவின் மற்ற பகுதிகளிலும் இருக்கிறது என்று மகாத்மாஜி ஒப்புக்கொள்கிறார் என்று நான் நினைக்கிறேன்.

காந்தி: அவை அங்கு நிலவவில்லை. தென்னிந்தியா தவிர வேறு எங்கும் அணுகாமை இருக்கவில்லை. ஆனால் [தீண்டாமை] வழக்கம் இருக்கிறது அது அங்கீகாரமும் பெற்றுள்ளது.

பி. விஸ்வநாத ஐயர்: தென்னிந்தியாவில் அணுகாமை இருக்கிறது என்பதை நாங்கள் ஒப்புக்கொள்கிறோம்.

காந்தி: சரி. நான் சாலைப் பிரச்சனை பற்றி மட்டும் தான் விவாதிக்கிறேன்! பள்ளிகள், பொதுக்குளங்கள் போன்ற மற்றவற்றைப் பற்றி அல்ல.

பி. விஸ்வநாத ஐயர்: மத நம்பிக்கையை அடிப்படையாகக் கொண்ட பலகாலமாக வழங்கும் வழக்கம் இது என்று மக்கள் சொல்கிறார்கள். அவர்களுக்குள் ஊறி இருக்கிறது என்பதால் நிகழ்கால முறையில் நீங்கள் இப்போது விரும்புவது மாதிரி அவர்கள் அப்பழக்கத்தை விட விரும்பமாட்டார்கள். வழக்கத் தடைகளை உடைக்கும் இந்தத் தற்கால முறைகள் உங்களுக்குத் திருப்தி அளிக்கிறதா என்று உங்களைக் கேட்கிறேன். முதலில் இது சமஸ்தானம், இங்கு காங்கிரசுக்கு வேலை இல்லை. திருவாங்கூர் இந்தியாவின் மற்ற பாகங்களை விட முன்னேற்றமான காரியங்களைச் செய்துவருகிறது. [இந்தியாவின்] வேறு பகுதி களிலும் இத்தகைய வழக்கம் கடைப்பிடிக்கப்படுவதுடன் காங்கிரசுகாரர்களின் முயற்சிகள் இல்லாமல் இத்தகைய சலுகைகள் நடைமுறையில் உள்ளன.

எம்.வி. சுப்பிரமணிய ஐயர்: வேறு பகுதிகளில் எங்கெல்லாம் தடை செய்யப்பட்ட சாலைகள் உள்ளனவோ, அவையெல்லாம்

படிப்படியாக மற்ற வகுப்பினரின் பயன்பாட்டுக்குத் திறந்து விடப்பட்டு வருகின்றன.

பி. விஸ்வநாத ஐயர்: இன்னொரு கேள்வியும் என்னிடம் இருக்கிறது. சத்தியாகிரகம் அகிம்சையின் பேரில் நடப்பதாக கருதுகிறேன். ஒரு குறிப்பிட்ட வகுப்பு மக்களின் உணர்வுகளை அவமானப்படுத்துவது அகிம்சையின்பாற்படுமா?

காந்தி: எது அவமானப்படுத்துவது? அந்த வார்த்தையின் அர்த்தத்தை வரையறுக்க முயற்சிப்பதற்குப் பதிலாக *Outraging* என்று பயன்படுத்துகிறீர்கள். அவமானப்படுத்துவது என்று சொல்கிறீர்கள். நீங்கள் அதை விரும்பாத போதிலும் சத்தியாகிரகம் செய்வதன் மூலம் உங்கள் உணர்வுகளை நாங்கள் அவமானப்படுத்தவில்லை. பிறகு நீங்கள் அதைப்பற்றி என்ன நினைப்பீர்கள் என்பது பற்றி நாங்கள் கவலைப்பட இயலாது என்று சொல்கிறேன்.

பி. விஸ்வநாத ஐயர்: நான் இங்குக் கடைப்பிடிக்கும் முறைகளைப் பற்றி மட்டும்தான் பேசுகிறேன். மற்றவர் மனங்களை வெற்றி கொள்ளவே சத்தியாகிரகம் நடத்தப்படுவதாக நினைக்கிறேன். கடந்த சில மாதங்களாக இங்கு நடந்தவைகள் குறிப்பாக முறைகள் உங்களுக்குத் திருப்தி தருகின்றனவா?

காந்தி: நான் திருப்தி அடைந்துள்ளேன். கருத்து மாறுபாடிருந்தால் என்னை உங்கள் கருத்துகளால் திருப்தி செய்யுங்கள். நான் இங்கு வருவதற்கு இரண்டு நோக்கங்கள். முதலாவது இதை [சாலையில் நடக்க அனுமதி] அளிப்பதற்கு எதிராக உங்கள் மனக்கருத்து என்ன என்பதை அறிவது. இரண்டாவது சத்தியாகிரக முறைகளுக்கு எதிராக ஏதாவது உங்களுக்குச் சொல்ல இருந்தால் அதைத் தெரிந்து கொள்வது. சத்தியாகிரக எல்லையை என் நண்பர்கள் மீறிநடந்தால் அதைப்பற்றி விவரமாக என்னிடம் விளக்கலாம்.

பி. விஸ்வநாத ஐயர்: தடைகள் போடப்பட்டிருக்கின்றன. அதை நீங்கள் பார்த்திருப்பீர்கள் என்று நினைக்கிறேன்.

காந்தி: நான் தடைகளைப் பார்த்தேன். இன்று அதன் வழியாகத்தான் வந்தேன்.

பி. விஸ்வநாத ஐயர்: ஏராளமான மக்கள் கோயிலுக்குச் செல்கிறார்கள். நான்கு சாலைகளில் தடைகள் இருக்கின்றன. அங்கேதான் சத்தியாகிரகிகள் நின்று கொண்டிருக்கிறார்கள். சாதி இந்துக்கள் தாங்கள் தீட்டுப்படாமலிருக்க அதனால் சாலைகளைச் சுற்றியுள்ள சந்துகளில் போக வேண்டியுள்ளது. இதனால் கோயிலுக்குச் செல்லும் மக்களின் பெரும்பகுதியினருக்கு

நீங்கள் தொந்தரவு தரவில்லையா? வைக்கம் நகரம் இந்தக் கோயிலால் மட்டும் நிலைக்கிறது.

எம்.கே. காந்தி: இப்படி நான் செய்ய நேர்ந்திருப்பது எனது துரதிருஷ்டமான நிலை என்று சொல்வேன்.

பி. விஸ்வநாத ஐயர்: சத்தியாகிரகத்தைச் செய்யாமல் இருந்தால் சாதிஇந்துக்களின் மனத்தை வெல்ல முடிந்திருக்குமே!

காந்தி: ஒரு பக்கம் மட்டும்எனக் குறுக்கிக் கொள்வதன் மூலம் எதிரிகளின் மனத்தை வெல்ல விரும்புகிறேன்.

பி. விஸ்வநாத ஐயர்: இந்த முறையைக் கையாளுவதன் மூலம் உங்களுக்கு நீங்களே ஹிம்சை செய்து கொள்ளவில்லையா?

காந்தி: அவன் தொந்திரவாக இருக்கிறான் என்று சொல்லும்போது, கொளுத்தும் வெயிலில் ஆறுமணிநேரம் தொடர்ந்து ஒருமனிதன் உட்கார்ந்திருக்கிறான் என்பதை நினையுங்கள். அது வசதியான நிலை அல்லவே!

பி. விஸ்வநாத ஐயர்: அடைந்திருப்பதாகக் கருதப்படும் முன்னேற்றம் என்பது சத்தியாகிரகத்தால் விளைந்தது அல்ல. அது மற்ற வழிகளால் அடையப்பட்டது.

காந்தி: அது இன்னொரு கருத்து. சத்தியாகிரகத்தை இங்கே செய்வது உகந்ததா அல்லது எவ்வளவு நலமளிக்கும் என்று இப்போது சத்தியாகிரகத்தைப் பரிட்ஷித்து பார்த்துக் கொண்டிருக்கிறார்கள். இது எல்லாம் கருத்து நிலைப்பட்டது.

பி. விஸ்வநாத ஐயர்: சமீபத்தைய சம்பவம் இது. விழாவின் போது உற்சவசாமி இரண்டு மைல் தூரத்திலிருக்கும் இடத்திற்குக் கொண்டு போகப்பட்டது. சத்தியாகிரகிகள் தீட்டுப்படும் தூரத்தில் நின்றுகொண்டு வழியைத் தடை செய்தனர். இந்த நடவடிக்கையின் பின்னுள்ள தர்க்கம் அல்லது காரணத்தன்மை பற்றி நான் பேசவில்லை. இது எதிரிகளின் இதயத்தை மேலும் இறுக்கமாக்குமா? அல்லது வெல்லுமா? தெய்வச்சிலை தீட்டுப்பட்டுவிடும் என்றே நாங்கள் கருதுகிறோம். உற்சவர் அந்த இடத்தைக் கடக்கும் சில நிமிடங்களுக்காவது சத்தியாகிரகத்தை நிறுத்திவைப்பது மரியாதையாக இருக்காதா? அதன் மூலம் மரபுவாதிகளின் மனத்தை இளக்க முடியாதா?

காந்தி: எதிர்தரப்பு இறுக்கமடைவது பற்றி புரிந்து கொள்கிறேன். ஆனால் சில நிமிடங்களுக்குச் சத்தியாகிரகத்தை நிறுத்தினால் அவர்கள் மனம் மென்மையடையும் என்று நீங்கள் சொல்வதற்குக் காரணம் என்ன என்பது எனக்குப் புரியவில்லை. சத்தியாகிரகிகள் தவறிழைத்தார்கள் என்று நீங்கள் சொல்வதற்குக்

காரணம் என்ன என்று எனக்குத் தெரியவில்லை. எதிர்ப்பை அமைதிப்படுத்தாமல் மேலும் எதிர்ப்பை உண்டாக்குமானால் சத்தியாகிரகத்தை விட்டுக் கொடுத்து விடக்கூட நான் தயாராக இருக்கிறேன். ஆனால் நாம் எப்படி உதவுவது? அவர்கள் செயல்பாடு சில சமயங்களில் எதிரிகளை எரிச்சல் படுத்தலாம். இப்போது நான் கடைப்பிடிக்கும் குறிப்பிட்ட சத்தியாகிரக முறை சரியானது என்றே நினைக்கிறேன். ஆனால் என் எதிரிகள் இம்முறை தவறு எனக் கருதுகின்றனர். என் எதிரிகளை இதை உணர்ந்து பார்க்குமாறு என் உணர்ச்சியின் ஆழத்திலிருந்து கேட்டுக் கொள்கிறேன். இம்முறையை என் மனைவி குழந்தைகள் விஷயத்தில் பின்பற்றுவேன்.

பி. விஸ்வநாத ஐயர்: காலம் செல்லச்செல்ல அவர்கள் சரியான வழிக்கு வரக்கூடும்.

காந்தி: இந்தச் சத்தியாகிரக முறை சரியானது என்ற கருத்தை நீங்கள் அசைக்க முடியாமலிருந்தால் இம்முறையையே நான் பின்பற்றச் சொல்வேன்.

எம்.கே. ராமன் பிள்ளை: மகாத்மாஜியிடம் ஒன்று கேட்க விரும்புகிறேன். இந்து சாஸ்திரத்தில் தீண்டப்படாத வகுப்பினர் என்று அழைக்கப்படும் ஏழு வகுப்பினர் குறிப்பிடப்பட வில்லையா?

காந்தி: சண்டாளர் என்று ஒரு வகுப்பினர் உண்டு.

எம்.கே. ராமன் பிள்ளை: மேலும் ஒன்றைக் கேட்க விரும்புகிறேன். பிறப்பு, மறுபிறப்பு ஆகியவற்றில் மகாத்மாஜிக்கு நம்பிக்கை உண்டா?

காந்தி: ஓ. உண்டு.

எம்.கே. ராமன் பிள்ளை: அப்படியானால், பஞ்சமர், ஈழவர் என்று எங்களால் அழைக்கப்படும் இந்தச் சண்டாளர்கள், அவர்களது பழைய கர்மவிளைவுப்படி அப்பிரிவில் பிறந்தவர்கள் என்று நான் நம்பலாம் அல்லவா?

காந்தி: அவர்களது சொந்த பழைய செயல்களின் விளைவுதான் அது. நான் அதை ஏற்கிறேன். ஆனால் ஒரு மனிதனைக் கீழாகவும் இன்னொரு மனிதனை மேலாகவும் கருதுமாறு இந்துமதம் போதிக்கவில்லையே.

எம்.கே. ராமன் பிள்ளை: ஆனால் நமக்குத் தெரியும். ஒரு குறிப்பிட்ட சாதியில் பிறக்கும் மனிதன் சில சலுகைகளை அனுபவிக்கவும் முடிகிறது. அதே சமயம் சில இயலாமைகளையும்

கடக்க வேண்டியுமிருக்கிறது. இத்தகைய இயலாமைகளைப் பழைய கர்மவிதியின்படி அவன் கடந்து தீர வேண்டியிருக்கிறது என்று நாங்கள் சொல்கிறோம். இது என்னுடைய மதத்தின்படி எனக்கு ஏற்பட்ட நம்பிக்கையின்படி அவனை விட்டு விலகியிருக்க மனிதஜீவியாக என்னை அனுமதிக்கமாட்டீர்களா?

காந்தி: இந்துவாக இல்லாமல் மனிதஜீவியாகப் பேசினால் நான் மேலும் காரணங்களைத் தரமுடியும்.

எம்.கே. ராமன் பிள்ளை: இந்துவாகச் சொல்லுங்கள்.

காந்தி: இல்லை. இந்துவாக அவர்களை நீங்கள் இப்படி வித்தியாசமாக நடத்தவே முடியாது.

எம்.கே. ராமன் பிள்ளை: அப்படியானால், இப்படி இந்த உலகில் காணப்படும் வேறுபட்ட பிறப்புகளுக்கு என்ன வேறு காரணத்தைச் சொல்வீர்கள்?

காந்தி: வேறுபட்ட பிறப்புகளுக்குக் காரணம் வேறுபட்ட செயல்பாடுகள் என்று நான் உங்களுக்குச் சொன்னேன். ஆனால் ஒருவனைக் கீழாகவும் மற்றொருவனை மேலாகவும் கருதலாம் என்று அதற்கு அர்த்தமில்லை.

எம்.கே. ராமன் பிள்ளை: அவன் கீழானவன் என்று நான் சொல்லவில்லை. இந்த உலகின் சலுகைகளைச் சமமாக அனுபவிக்க உரிமை உள்ளவன் அவன். ஆனால் அவனிடமிருந்து நீங்கள் விலகியிருக்க விரும்பினால் நீங்கள் அப்படியிருக்க அனுமதிக்கப்படவேண்டும். என் வழி தீட்டுப்படாமலிருக்க அவனிடமிருந்து விலகிச்செல்ல நான் அனுமதிக்கப்பட வேண்டும்.

காந்தி: நீங்கள் விரும்பும் எவரிடமிருந்தும் விலகியிருக்க நீங்கள் உரிமை உள்ளவர்கள்.

எம்.கே. ராமன் பிள்ளை: இந்தக் கோயிலின் வகையில் இவைதாம் உண்மைகள். அவர்களிடமிருந்து விலகி வந்து விட்டோம். அணுகக் கூடாதவரைத் தவிர்ப்பதற்காக எங்களை நாங்களே விலக்கிக் கொண்டு ஒரு மூலைக்கு வந்துவிட்டோம். இந்தக் கோயில், சுற்றுப்புறங்கள் உட்பட எங்கள் சொந்த இடமாகும்.

சி. இராஜகோபாலாச்சாரி: இங்கிலாந்திலிருந்து வெளியேறிய பிரித்தானியர் இந்தியாவிற்கு வந்தனர். இப்போது இந்தியா அவர்களது சொந்த இடம். அது போலத்தான் இதுவும்.

எம்.கே. ராமன் பிள்ளை: அவர்களிடமிருந்து விலகி இருக்கத் தீண்டாதாரே எங்களை அனுமதித்தனர் அல்லது

நாங்களும் அவர்களை விலகத் துரத்தியிருக்கலாம். ஆனால் எதுவானாலும் அவர்கள் அனுமதியுடன்தான் அது நடந்தது. அதன் மூலம் துரத்தியடிக்கப்பட வேண்டிய வகுப்பினர் என்று அவர்கள் ஒப்புக்கொண்டனர். எங்களிடமிருந்து குறிப்பிட்ட தொலைவு விலகியிருக்குமாறு அவர்கள் பழக்கம் கொண்டனர். எப்படியானாலும் குறிப்பிட்ட வகுப்பினர் மட்டும் அனுபவிக்கும் கோயில்கள் அவ்வகுப்பார் மட்டும் இப்போதும் அனுபவிக்குமாறு சலுகை இருக்க வேண்டும் என்று விரும்புகிறேன்.

காந்தி: அதை அனுமதிக்க முடியாது. நீங்கள் இப்போது குழப்பமான நிலையில் இருக்கிறீர்கள். முதலில், அவர்களிடமிருந்து நீங்கள் விலகிச் சென்றதாகக் கூறினீர்கள். பிறகு நீங்களே துரத்தி அடித்தீர்கள் என்றீர்கள். அதற்குப் பிறகு உங்களிடமிருந்து விலகி இருக்க அவர்கள் பழக்கம் அவர்களைக் கேட்டுக் கொள்கிறது என்று கூறுகிறீர்கள்.

எம்.கே. ராமன் பிள்ளை: எல்லாம் ஒரே அர்த்தத்தையே தருகின்றன.

காந்தி: இல்லை, ஒரே அர்த்தத்தைத் தரவில்லை.

எம்.கே. ராமன் பிள்ளை: எப்படி என நான் அதை விளக்குகிறேன். ஒரு பக்கம் அணுகாமை வற்புறுத்தப் படுகிறது, மறுபக்கம் அது விரும்பப்படுகிறது. இது எங்கள் சலுகை. இதைக் காலம் காலமாக அனுபவித்து வருகிறோம் என்பதைப் பார்க்கலாம். அதேபோல அந்தச் சலுகை மீறப்படவில்லை என்பதையும் நீங்கள் கட்டாயம் பார்க்கவேண்டும்.

காந்தி: எந்த உரிமையையும் நான் ஏற்கவில்லை.

எம்.கே. ராமன் பிள்ளை: தனிப்பட இந்தக் கோயிலை அனுபவிக்க சாதிஇந்துக்களுக்கு உரிமை உண்டு. கிறித்துவர்கள், முகமதியர்கள் தவிர்த்து இந்தக் கோயிலை எப்படி அனுபவிக்கிறோமோ அப்படியே ஈழவர்களைத் தவிர்த்தும் நாங்கள் அனுபவிக்க வேண்டும்.

காந்தி: முடித்து விட்டீர்களா? அந்த உரிமை என்பது இந்துவத்திற்கும் மதத்திற்கும் முரணாக இருக்கிறது என்பதுதான் என் பதில்.

எம்.கே. ராமன் பிள்ளை: பிறகு நான் ஒரு கேள்வி கேட்கிறேன். இந்தியாவின் மற்ற பாகங்களிலும் தீண்டாமை நிலவுகிறது. நாகரிகமடைந்த மற்ற இடங்களில் இத்தீமையை விலக்காமல், இந்த மூலைக்கு வந்து ஏன் எங்களை வற்புறுத்துகிறீர்கள்?

காந்தி: ஏன் கூடாது. பல இடங்களிலும் பலரும் துன்பத்தைத் தாங்கத் தயாராக இருக்கிறார்கள் எனில் பல இடங்களிலும் செய்யலாம்.

எம்.கே. ராமன் பிள்ளை: சத்தியாகிரகிகள் துன்பப்படுகிறார்கள் என்று தவறாக உங்களிடம் சொல்லியிருக்கிறார்கள். வட இந்தியாவைப் போன்று இங்கிருப்பவர்கள் அறிவார்ந்தவர்கள் அல்ல. சத்தியாகிரகம் சரியான பாதையில் கொண்டு செல்லப் படுகிறது என்றும் தவறாகச் சொல்லியிருக்கிறார்கள். அப்படிச் சொல்லும் குழுவினரை அமைதிகாக்கச் செய்யவேண்டும்.

(அவர்கள்படும்) சிரமத்தைப் பற்றி எங்களுக்கு எந்தப் புகாரும் இல்லை. ஆனால் காங்கிரசு விஷயம் சத்தியாகிரகிகள் மீதும் எங்கள் மீதும் சுமத்தப்பட்டுள்ளது என்பதே புகார். ஈழவர்களின் மீதும் அதேபோல எங்களின் மீதும் இது சுமத்தப்படுகிறது. ஆக இப்படி எங்கள் மீதல்லாமல் அரசாங்கத்திற்கு எதிராக சத்தியாகிரகம் நடத்தப்படுமாறு மகாத்மாஜி பார்த்துக் கொண்டால் நாங்கள் கடமைப்பட்டவர்களாவோம்.

காந்தி: அரசாங்கத்திற்கு எதிராக மட்டுமல்ல என் சொந்த மனைவிக்கு எதிராகவும் சத்தியாகிரகம் செய்வேன்.

எம்.கே. ராமன் பிள்ளை: நன்கு படித்தமக்கள் உள்ள வட இந்தியாவில் சத்தியாகிரகத்தை நடத்தினால் நன்றாக இருக்காதா? இயக்கத்தை இங்கு ஆரம்பிக்க விரும்பியபோது இந்த யோசனைதான் தரப்பட்டது. ஆனால் பெரும்பாலோர் கருத்துக்கு எதிராக, சத்தியாகிரகத்தை இங்கே தொடங்கிவிட்டார்கள். மக்களில் பெரும்பாலோர் இந்த இயக்கத்திற்கு ஆதரவாக இருக்கிறார்கள் என்று உங்களுக்குத் தவறாகச் சொல்லப்பட்டு விட்டது. இயக்கம் தொடங்கி ஓராண்டு இப்போது ஆகிவிட்டது. இப்போதும் மாற்றத்தைக் கொண்டு வருவதற்கான காலம் இன்னும் கனியவில்லை என்றே நாங்கள் கணிக்கிறோம். பொதுமக்கள் கருத்து இயக்கத்திற்கு அனுதாபமாக இல்லை.

காங்கிரசுக்கோ, வட இந்தியாவின் வேறு இயக்கங்களுக்கோ அன்னியர்களாக எங்களைக் கருத வேண்டியதில்லை என்று உங்களுக்குச் சொல்லிக் கொள்கிறோம். உங்கள் பல கட்டளைகளை நாங்கள் பின்பற்றவே விரும்புகிறோம். ஆனால் தீண்டாமையைப் பொறுத்து எங்கள் உணர்வுகள் அனுதாபமாக இல்லை. ஆனால் வடஇந்தியாவில் தீண்டாமை விலக்கப்பட்டால் இந்து சாஸ்திரத்தில் அதற்கு இடமில்லையானால் பிறகு படித்தவர்க்கம் தீண்டாமை விலக்கிற்கு ஆதரவாகி விடும். தீண்டாமை விலகும்போது கூடவே அணுகாமையும் ஒழிந்து போகும்.

பழ. அதியமான்

இங்கே இரண்டு வகுப்புகள் இருக்கின்றன. சாதி இந்துக்கள் மற்றும் சாதிஇந்து அல்லாதவர்கள். சத்தியாகிரகம் தொடங்கும்வரை நாங்கள் [இரு வகுப்பாரும்] இணக்கமாகவே பழகி வந்தோம். ஆனால் இப்போது பிளவு வந்துவிட்டது. இந்த இரண்டு வகுப்பாரின் நன்மைக்காகவுமே இந்தப் பிளவு நீங்குமாறு நீங்கள் தயவுசெய்து பார்த்துக்கொள்ளுங்கள். இளைஞர்களே சீர்திருத்தத்திற்கு ஆதரவாக இருக்கிறார்கள். எங்கள் வயதான பெற்றோர்கள் எதிராக உள்ளார்கள். பொதுமக்கள் கருத்தும் எதிராகவே உள்ளது. பி.எல். படித்த மிகச்சில முன்னிற்கும் மனிதர்களின் உறுதியான கருத்துக்காகவும், சத்தியாகிரக ஆதரவாளர்களுக்காகவும் இந்த இயக்கம் தொடங்கப்பட்டது. இவர்கள்தாம் இந்தச் சத்தியாகிரகத்தைத் தொடங்கினார்கள்.

நேற்று (9 மார்ச் 1925) நாங்களும் முன்நின்று உங்களை வரவேற்க விரும்பினோம். ஆனால் உங்களுக்கு நேற்று வழங்கப்பட்ட வரவேற்பு பத்திர வாசகங்களோடு முழுவதும் எங்களால் ஒத்துப்போக முடியவில்லை என்பதை உங்கள் கவனத்திற்குக் கொண்டுவர விரும்புகிறோம். அதனால் உங்களுக்கு ஒரு கடிதம் நேற்று அனுப்பினோம். அந்தப் பத்திரம் தயாரிக்கப்படும்போது சில வரிகளை அதில் சேர்க்க விரும்பினோம். குடிமக்களில் பெரும்பாலோர் இயக்கத்திற்கு ஆதரவாகஇல்லை என்பது அது. ஆனால் பத்திரத்தை எழுதிய சத்தியாகிரகிகள் இதை அனுமதிக்கவில்லை. அதனால்தான் இந்தப் பத்திரம் முழுமையான வைக்கம் குடிமக்களுடையது அல்ல என்ற தகவலை உங்களுக்கு அனுப்பிவைத்தோம். இது மட்டும்தான் எங்களுக்கிடையே உள்ள ஒரே வித்தியாசம். மற்ற எல்லா தத்துவங்களுடனும் உங்களுடன் நாங்கள் ஒத்துப்போகிறோம். இப்போது எங்கள் சமூகத்தில் சாதிஉணர்ச்சி இருக்கிறது. பிளவும் இருக்கிறது. இப்போது நீங்கள் அமைதிக்காகச் செயல்படுகிறீர்கள். இந்தியர்களுக்குள் அமைதியையே நாங்களும் நாடுகிறோம். நீங்கள்தான் சத்தியாகிரகத்தின் நிறுவனர், இன்னும் பலவற்றின் கண்டுபிடிப்பாளர். நீங்களே ஏன் வேறு உத்தியை, சத்தியாகிரகத்தை எதிர்த்திடவும் ஒரு தீர்வைக் கண்டுபிடித்துத் தரக்கூடாது?

காந்தி: இது சிறப்பான விஷயம். சத்தியாகிரகத்தை இரு தரப்புமே மேற்கொள்ளலாம். சத்தியாகிரகத்தை நீங்கள் மேற்கொண்டால் அது எனக்கு விருப்பமானதாக இருக்கும்.

எம்.கே. ராமன் பிள்ளை: நாங்கள் மிகவும் ஏழைமக்கள், உயர் இந்தியமக்களைப் போல அல்ல நாங்கள். பெரிய ஆயுதம் இங்குப் பயன்படுத்தப்பட்டு, அதற்கு எதிராக இன்னொரு

வலிமையான ஆயுதம் பயன்படுத்தப்பட்டால் அது நாட்டுக்கு அழிவாகவே இருக்கும்.

காந்தி: 80 சதவீத மக்கள் படிப்பறிவு உள்ளவர்களாக இருக்கும்போது ஏழைகள் என்று நீங்கள் எப்படிச் சொல்லமுடியும்?

எம்.கே. ராமன் பிள்ளை: இந்த எண்பது சதவீத படிப்பறிவுதான் எங்களுக்கு வறுமையைக் கொணர்ந்து விட்டது.

காந்தி: உங்களுடன் பேசுவதற்கு இந்த வாய்ப்பை அளித்தமைக்காக உங்களுக்கு நான் மிகவும் கடமைப்பட்டுள்ளேன்.

ராம ஐயர் [கலந்து கொண்டோர் பட்டியலில் இப்பெயரில் எவரும் இல்லை. வ.எண். 7இல் குறிப்பிடப்பட்டிருக்கும் வெங்கடராம ஐயர் என்பவராக இவர் இருக்கலாம்]: இங்குச் சத்தியாகிரகம் எந்த அடிப்படையில் தொடங்கப்பட்டது என்று நான் கேட்கலாமா?

காந்தி: வைக்கத்தில் நிலவும் தீண்டாமை மற்றும் அணுகாமையை நீக்குவதற்காகவே என்று எனக்குச் சொல்லப்பட்டது.

ராம ஐயர்: பெரும்பாலான மக்கள், இயக்கத்திற்கு ஆதரவாகவும், சிறுபான்மையினர் மட்டும் எதிராக இருக்கிறார்கள் எனவும் உங்களுக்குச் சொல்லப் பட்டிருக்கிறது போலிருக்கிறது?

காந்தி: இல்லை. நான் அப்படிச் சொல்லவில்லை.

ராம ஐயர்: இன்னமும் பெரும்பான்மை மக்கள் சீர்திருத்தத்திற்கு ஆதரவாக உள்ளதாக உறுதியாக இருக்கிறீர்களா?

காந்தி: முரணாக எதுவும் எனக்குத் தெரியவில்லை. ஐந்துசதவீத மக்கள் சீர்திருத்தத்திற்கு எதிராக இருக்கலாம். கொஞ்சநேரம் முன்பு என்னுடன் பேசியவர் ஒரு நாயர். இப்போது இல்லையானாலும் அவர் இதை அனுமதிப்பேன் என்றே கூறினார். திருவாங்கூரில் ஒரு லட்சம் பிராமணர்கள் இருக்கலாம். அவர்களில் ஒருவரும் எதிர்க்க மாட்டார்கள். இது தவறு என்றால் நீங்கள் எதிர்க்கலாம். இதை எதிர்ப்பவர்கள் என்பவர்கள் [இருக்கும் முறையால்] பயன் அடையும் சிலர் என்றுதான் அவரிடமிருந்து தெரிந்துகொண்டேன். தோன்றியுள்ள இயக்கம் சரியோ தவறோ, நீங்கள்தான் அதை நிரூபிக்கவேண்டும்.

ராம ஐயர்: நீங்கள் முழுவதுமாகத் தவறு என்பதைப் பணிவாக உங்களிடம் தெரிவித்துக் கொள்கிறேன். நாடு முழுவதும் சுற்றுப்பயணம் செய்து பெண் மக்கள்தொகையிடம் மட்டும் கருத்து கேட்டுப்பாருங்கள். அதில் சீர்திருத்தத்திற்கு

ஆதரவு இருப்பதாகத் தெரிந்தால் நாங்கள் தவறு என்று ஒப்புக் கொள்கிறோம். அவர்கள் அனைவரும் சத்தியாகிரக இயக்கத்திற்கு எதிராக இருக்கிறார்கள்.

காந்தி: சத்தியாகிரக இயக்கத்தைப் பற்றிப் பேசாதீர்கள். நான் தீண்டாமை மற்றும் அணுகாமை பற்றியே பேசுகிறேன். ஏன், நான் தீண்டாமை பற்றிக்கூட இல்லை. அணுகாமை பற்றியே பேசுகிறேன். முழு மக்கள்தொகையே சீர்திருத்தத்திற்கு எதிராக இருப்பதாகக் கூறுகிறீர்கள். திருவாங்கூர் முழுவதிலும் பொதுவாக்கெடுப்பு எடுக்கச் சம்மதமா? ஏன் பெண் மக்கள்தொகையில்கூட எடுக்கலாம்.

ராம ஐயர்: குழந்தைகளையும் சேர்த்துக்கொள்ளலாமா? [கிண்டல் தானே!]

காந்தி: சரி. குழந்தைகளையும் சேர்த்துக் கொள்ளலாம். முழு மக்கள்தொகையும் சீர்திருத்தத்திற்கு ஆதரவாக வாக்களித்தால் நீங்கள் அதற்கு ஒப்புக்கொள்ளுவீரா?

ராம ஐயர்: சரி

காந்தி: நாளையே செய்யலாம். என்னால் அது முடியும்.

ராம ஐயர்: ஒரு பெண்ணும் ஒரு குழந்தையும் கூட இந்தச்சாலை வழியாகக் கோயிலுக்குள் நுழைய முடியவில்லை. ஏனெனில் தாழ்ந்த வகுப்பினர் தடுப்புகளின் அருகில் நிற்கின்றனர்.

காந்தி: நான் திருப்தி அடைகிறேன். ஆனால் நீங்கள் பொதுவாக்கெடுப்புக்கு ஒப்புக்கொள்கிறீர்களா?

ராம ஐயர்: பிராமணர்களது கருத்துகளை மட்டும் கேட்பதாக அது இருக்க வேண்டும். அவர்களில் ஒரு சிலரே சீர்திருத்தத்திற்கு ஆதரவாக இருக்கின்றனர்.

காந்தி: பொதுவாக்கெடுப்பில் அது உங்களுக்குத் தெரியவரும். நீங்கள் பெரும்பான்மையோர் கருத்தை மதிப்பீர்களா? திருவாங்கூர் முழுவதிலும் நடத்தலாம். அல்லது வைக்கத்தில் மட்டும் கூட நடத்தலாம். திருவாங்கூர் முழுவதிலும் நடத்துவதே பொருத்தமானது என்று எனக்குத் தோன்றுகிறது.

ராம ஐயர்: வைக்கம் மட்டும் எடுத்துக் கொள்ளலாம். ஏனெனில் வைக்கம் மக்கள்தாம் இதில் மிகுந்த ஆர்வமுடைய வர்களாக இருக்கிறார்கள்.

காந்தி: இந்த முடிவுக்கு ஒப்புக்கொள்கிறீர்களா? இதைச் சவர்ணர்களிடம் மட்டுமே நடத்தலாம்.

ராம ஐயர்: சரி, நான் ஒப்புக்கொள்கிறேன்.

எம்.கே. காந்தி: (இந்தன்துருத்தில் நம்பியாத்ரியைச் சுட்டிக்காட்டி) இவரும் இதை ஒப்புக்கொள்கிறாரா? வைக்கம் அல்லது திருவாங்கூர் வாழும் சவர்ணர்களில் வயது வந்தோர், ஆண்கள், பெண்கள் என எல்லோரும் பங்கேற்பதாக இந்தப் பொதுவாக்கெடுப்பு இருக்கும்.

வழுதனகாட் ராஜா: வக்கீல்களும் இதிலிருந்து விலக்கப்படவேண்டும்.

காந்தி: ஏழை வக்கீல்கள் விலக்கப்பட வேண்டும் என ஏன் விரும்புகிறீர்கள்?

சுப்பிரமணிய ஐயர் [இரண்டு சுப்பிரமணிய ஐயர் பங்கேற்றுள்ளனர். இருவருள் யார் இவர் எனத் தெரியவில்லை]: இங்கே 30 அல்லது 40 வக்கீல்கள் இருப்பார்கள் அவ்வளவுதான்.

காந்தி: இருப்பினும் அவர்களையும் நான் விலக்கி விடுகிறேன்.

நம்பியாத்ரி: பொதுவாக்கெடுப்பின் முடிவுக்கு நாம் கட்டுப்படலாம். ஆனால் மதம், மத சம்பந்தமான வழக்கங்கள் என்று வரும்போது, பெரும்பான்மையோரின் வாக்குக்கு நாம் ஆளாகிவிட முடியாது.

காந்தி: பிறகு, இது நம்மை மேலும் எங்கும் இட்டுச் செல்லாது. இந்தப் [நம்பியாத்ரி] பெருமனிதரும் அவரது குழுவினரும் பொதுவாக்கெடுப்புக்கு ஒப்புக்கொள்ளுகிறார்களா என்று தெரிந்துகொள்ள விரும்புகிறேன். வைக்கத்தில் மட்டும் வாக்கெடுப்பை வைத்துக் கொள்வோம்.

நம்பியாத்ரி: இந்தப் பிரச்சனையை ஓட்டுக்கு விடுவதை அனுமதிக்க முடியாது. ஒருவேளை விதவை மறுமணத்தை வாக்கெடுப்புக்கு விட்டால் பெரும்பான்மையோர் கருத்து அதற்கு ஆதரவாகலாம். ஆனால் நமது சாஸ்திரம் அதை அனுமதிக்காதே!

எம்.கே. ராமன் பிள்ளை: பெரும்பான்மையோர் கருத்து நிகழும் நடைமுறைக்கே ஆதரவாக இருக்கும் என்றே உறுதியாக நினைக்கிறேன். 20 சதவீத மக்கள் சீர்திருத்தத்திற்கு ஆதரவாக இருக்கமாட்டார்கள். எண்பது சதவீத மக்கள் எதிராக இருப்பர். இந்தன்துருத்தில் நம்பியாத்ரி மதப்பிரச்சனைகளை வாக்கெடுப்புக்கு விடக்கூடாது என்கிறார். அந்த வாதத்தை ஒப்புக்கொள்ள வேண்டியிருக்கிறது. பெரும்பான்மையோரின் கருத்தைப் பெறுவதற்கு, ஒப்புக்கொள்ளும்படியான வேறு முறைகள் உள்ளனவா?

பழ. அதியமான்

வழுதனகாட் ராஜா: நமது சாஸ்திரங்கள் ஒப்புக்கொண்ட மதசம்பிரதாயங்களைப் பொறுத்தவரை பெரும்பான்மையோரின் கருத்து என்பதற்கு நாம் எதிராகவே உள்ளோம்.

காந்தி: வேறு முறைகள் ஏதும் இருப்பதாக நான் நினைக்கவில்லை. உங்களுக்குள்ளேயே வாக்கெடுப்பு நடத்தி அதை எனக்கு அனுப்பிவையுங்கள். என்னைத் திருப்திபடுத்த விரும்பினால் வைக்கத்தில் வாக்கெடுப்பை அதே நாளில் நடத்தி எனக்கு அனுப்பி வையுங்கள்.

எம்.கே. ராமன் பிள்ளை: ஆம். நான் உங்களைத் திருப்தி படுத்த விரும்புகிறேன். என் வாழ்வின் ஒரு பகுதியை இதற்கென ஒதுக்குவேன். நீங்கள் ஒரு நேர்மையான ஒளிவுமறைவற்ற ஒரு மனிதரை என்னோடு வேலை செய்யவும் இந்த வாக்கெடுப்பை நடத்தவும் நியமியுங்கள். இந்தக் காரியத்தை நான் நேர்மையாகச் செய்தேன் என்று அவர் உங்களிடம் கூறுவார்.

காந்தி: சரி, அப்படியே செய்கிறேன். சத்தியாகிரக ஆசிரமத்துக்கு வர முடியுமா? நீங்களே, நீங்கள் விரும்பும் நபரைத் தேர்ந்து கொள்ளலாம்.

காந்தி: வட இந்தியப் பகுதியிலிருந்து யாரையும் பங்கேற்கச் செய்யப் போகிறீர்கள்? மலபார், உங்கள் சொந்த நாட்டில் யாரையும் நம்பமுடியாதா?

எம்.கே. ராமன் பிள்ளை: எங்கள் தலைக்குமேல் அவர்கள் இருக்கிறார்கள். நாங்கள் விரும்பாத செயல்களைச் செய்கிறார்கள். வரவேற்புப் பத்திரத்தை எடுத்துக் கொள்ளுங்கள். நாங்களும் உங்களுக்கு வரவேற்புப் பத்திரம் அளிக்கவிரும்பினோம். ஆனால் அவர்கள் முந்திக்கொண்டு விட்டார்கள்.

காந்தி: என் நன்றியறிதலை உங்களுக்குத் தெரிவித்துக் கொள்கிறேன்.

எம்.கே. ராமன் பிள்ளை: இதற்காக ஒருவரை நியமிக்கிறீர்களா? ஒரு வாரத்தில் பெரும்பான்மையோர் இதற்கு எதிராக இருக்கிறார்கள் என்று உங்களுக்கு கருத்து சொல்வோம்.

சி. இராஜகோபாலாச்சாரி: நான் சென்றமுறை இங்கு வந்தபோது இதேதிட்டம் எனக்குச் சொல்லப்பட்டது. அரசாங்கம் நடுவரை நியமிக்கலாம் என்று அப்போது சொன்னேன். ராமன் பிள்ளை அவர்களே, வயது வந்த மக்களிடையே எடுக்கப்படும் வாக்கெடுப்பின் முடிவுக்கு நாங்கள் கட்டுப்படுவோம் என்று ஒப்புக்கொள்கிறோம்.

காந்தி: இன்னும் ஒருபடி மேலே போகிறேன். பெரும்பான்மையோர் முடிவுக்கு நீங்கள் கட்டுப்படவேண்டாம். நாங்கள் கட்டுப்படுகிறோம். இதற்கு மேலும் உங்களுக்குச் சாதகமாக ஏதாவது இருக்கமுடியுமா? வாக்கெடுப்பின் முடிவு என்னவாக வந்தாலும் நாங்கள் அதற்குக் கட்டுப்படுகிறோம். நீங்கள் அதற்குக் கட்டுப்படவேண்டும் என்பது தேவை அல்ல.

எம்.கே. ராமன் பிள்ளை: நாங்கள் இதற்குப் பெரும் நன்றிக் கடன் படுகிறோம்.

காந்தி: நாம் முதலில் நடைமுறைத்திட்டத்தை உருவாக்குவோம். உலகம் முழுவதும் பொதுவாக்கெடுப்புக்கென்று ஒரு நடைமுறை இருக்கிறது. பொதுவாக்கெடுப்பு ஒரே நாளில் நடைபெற வேண்டும்; வாக்கெடுப்புக்கு முன்பு இரு தரப்பாரும் விவரங்களைக் கூறி மக்களைத் தயார்செய்ய வேண்டும்; மாவட்ட மாஜிஸ்டிரேட் அதை மேற்பார்க்கலாம்; குறிப்பிட்ட தேதியில் வாக்கெடுப்பு நடைபெறும். பொதுவாக்கெடுப்பு நடப்பதற்கு இதுதான் ஒரே வழிமுறை. முடிவு எங்களுக்கு எதிராக இருந்தாலும் நாங்கள் அதற்குப் பணிகிறோம். ஒருவேளை முடிவு உங்களுக்கு எதிராக இருந்தால் நீங்கள் அதற்கு ஒப்புக்கொள்ள வேண்டியதில்லை.

இன்னொரு வாய்ப்பும் தருகிறேன், இந்தப் பெருமனிதரோ [நம்பியாத்ரி] அல்லது யாரோ ஒருவரோ சங்கராச்சாரியாரின் சான்றாதாரத்தைக் காட்ட முடியுமானால், இந்தியாவின் பண்டிதர் ஒருவர் அதை ஒப்புக்கொண்டாரானால் அதன் அர்த்தம் நீங்கள் சொல்கிறபடி இருந்தால், அந்தப் பண்டிதர் அந்த ஆதாரத்தை நம்பத்தகுந்ததாகக் கருதினால் பிறகு சத்தியாகிரகத்தை வைக்கத்திலிருந்து உடனடியாக நான் திரும்பப் பெற்றுக் கொள்கிறேன். நீங்கள் அணுகாமைக்கு ஆதரவான காரணத்தைச் சங்கராச்சாரியார் ஆதாரத்தைக் காட்டினால் – அது பொதுவாகத் தீண்டாமை பற்றியதாக இருக்கக்கூடாது – அது சார்பற்ற சாஸ்திரிகளால் ஒப்புக் கொள்ளப்பட்டால், அவர்கள் படித்த காசிப் பண்டிதர்களாக இருக்கலாம், ஏன் சென்னைப் பண்டிதர்களானாலும் பரவாயில்லை, எனக்குப் பொருட்டில்லை, சத்தியாகிரகத்தை வைக்கத்திலிருந்து நான் விலக்கிக் கொள்கிறேன். இதிலும் நான் உங்களைக் கட்டுப்படுத்தவில்லை. ஆனால் அது சங்கராச்சாரியாரின் சான்றாக இருக்கவேண்டும் தவிர ஐயத்துக்கிடமான, போலியான (apocryphos (sic)) சங்கராச்சாரியார் கருத்தாக இருக்கக்கூடாது.

நம்பியாத்ரி: நாங்கள் அதை எப்படி நிரூபிக்க முடியும்! நாங்கள் மூல கிரந்தத்தைத் தருகிறோம் [அவ்வளவுதான்].

காந்தி: நான் இரண்டு நியாயமான, விளையாட்டு வீரர் தருவது போன்ற இரண்டு வாய்ப்புகளைத் தந்திருக்கிறேன். நீங்கள் மதக்கருத்தில் நின்றால் முழுவதும் மதம் தொடர்பான திட்டத்தைத் தந்திருக்கிறேன். சங்கராச்சாரியாரின் ஆதாரத்தைக் காட்டும்படி கேட்டுக் கொண்டுள்ளேன். பெரும்பான்மையோரின் கருத்து அணுகாமைக்கு ஆதரவாக இருப்பதாகக் கூறினீர்கள். அது தொடர்பாக வாக்கெடுப்பு கருத்தைத் தந்துள்ளேன். பெரும்பான்மையோரின் கருத்து அதில் கண்டறியப்பட்டுவிடும். இதைவிட நியாயமான முறை வேறெதும் உள்ளதா?

ராம ஐயர்: கோயிலுக்குச் செல்பவர்களிடம் கருத்து கேட்டால் போதுமானது.

காந்தி: எடுத்த எடுப்பிலேயே இது நியாயமற்றது. கோயிலை எல்லோருக்கும் திறந்து விடுங்கள், பிறகு கோயிலுக்குள் நுழைபவர்களிடம் கருத்து கேட்போம். இந்த இரண்டு திட்டங்களுள் ஒன்றை ஏற்றுக்கொள்ள விருப்பமில்லையா?

சி. இராஜகோபாலாச்சாரி: இந்த இயக்கம் உங்களுக்குத் தொந்தரவாகவும் எரிச்சலூட்டுவதாகவும் இருப்பதாக நீங்கள் உணர்வதாக நான் புரிந்துகொள்கிறேன். அதைத் தவிர்ப்பதற்கு இங்கே இரண்டு வழிகள் இருக்கின்றன. இதைவிட சிறந்த சந்தர்ப்பம் உங்களுக்குக் கிடைக்காது. மூன்றாவதாக ஒன்று கிடைக்கும்வரை அல்லது வேறு ஒரு சிறப்பான திட்டம் கிடைக்கும்வரை, இவற்றுள் ஒன்றே கட்டாயம் உங்களுக்குப் பொருத்தமாக இருக்கும்.

காந்தி: மூன்றாவது வாய்ப்பையும் தருகிறேன். திவான் நடுவராக இருக்கும்படி மூன்றுபேர் கொண்ட குழு அமைப்போம். அக்குழு இப்பிரச்சனையில் முடிவெடுக்கும். உங்கள் தரப்பு நபர்களின் பெயர்களைச் சொல்லுங்கள். என் தரப்புக்கு வடஇந்திய பண்டிதர் ஒருவரை நான் தேர்வு செய்கிறேன். இந்து மகாசபையின் தலைவரான பண்டித மதன்மோகன் மாளவியாவை நான் நியமிக்கிறேன்.

பி. விஸ்வநாத ஐயர்: குழுவின் முடிவானது ஆதாரங்களின் அடிப்படையில் அமையவேண்டும்.

காந்தி: எந்த ஆதாரம்? உண்மையின் ஆதாரம் அல்லது சட்டத்தின் ஆதாரம்? உண்மையின் ஆதாரம் என்பது சட்டத்தின் ஆதாரம்தான். நான் குழுவின் முடிவிற்குக் கட்டுப்படுகிறேன்.

சி. இராஜகோபாலாச்சாரி: சிருங்கேரி சுவாமிகள், முதல் பீடாதிபதி இருக்கிறார். அவரை உங்கள் பக்கம் வைத்துக்

கொள்ளலாம். உங்கள் இராஜ்யத்தின் தலைவர் நடுவராக இருப்பார். பண்டித மாளவியா அடுத்த பக்கத்தில் இருப்பார்.

நம்பியாத்ரி: எங்களிடம் ஆறுவேதக் கருத்துகள் இருக்கின்றன. அவற்றையே மதம் தொடர்பான ஆதாரமாக நாங்கள் கருதுகிறோம். எல்லா ஆன்மீக விஷயங்களிலும் அவற்றைப் பார்த்தே நாங்கள் முடிவெடுப்போம்.

பி. விஸ்வநாத ஐயர்: தி. கணபதி சாஸ்திரியை உங்கள் பக்கம் வைத்துக் கொள்ளலாம். அவர் அகில உலகப் புகழ்பெற்ற கல்வியாளர்.

காந்தி: நான் இந்துமதத்தை அதனிடமிருந்தே காப்பாற்ற விரும்புகிறேன். ஆனால் இங்கே வைக்கத்திடமிருந்தே அதனைக் காப்பாற்ற வேண்டியிருக்கிறது. நான் மூன்று வாய்ப்புகளை அளித்துள்ளேன். நான் இங்கே இருந்தால் மேலும் பல வாய்ப்புகளை உருவாக்கித்தர வைப்பீர்கள். நான் இன்னும் பல வாய்ப்புகளைத் தரமுடியும் ஏனெனில் நான் வளமுடையவன் அதாவது உண்மை வளமுடையது. இந்த வாய்ப்புகள் உங்களுக்கு இன்றைக்கானது மட்டுமல்ல; எப்போது விரும்பினாலும் அதை நீங்கள் பயன்கொள்ளலாம். இதைப்பற்றி நியாயமாக நீங்கள் கலந்து யோசியுங்கள். இதில் எதை ஒப்புக்கொள்ளுகிறீர்கள் என்று சொல்லுங்கள், பிறகு தீர்வைப் பெறுங்கள்.

பிறகு சவர்ணர்கள் தங்களுக்குள் பேசிக்கொண்டனர். மேலும் கலந்து பேசிய பிறகு, இந்தத் திட்டங்களில் ஒன்றை ஒப்புக்கொள்கிறார்களா இல்லையா என்பதைக் கூறுவதாக காந்தியிடம் தெரிவித்தனர்.

காந்தி பகவத்கீதையிலிருந்து ஒரு சுலோகத்தைச் சொல்லி அவர்களிடமிருந்து விடைபெற்றார். அதே பகுதியிலிருந்து இன்னொரு சுலோகத்தைப் பாடி இந்தன்துருத்தில் நம்பியாத்ரி பதில் கொடுத்தார். இந்த நேர்காணல் ஐந்து மணி பத்து நிமிடத்திற்கு நிறைவடைந்தது.

– தேர்ந்தெடுக்கப்பட்ட வைக்கம் சத்தியாகிரக
ஆவணங்கள், பக். 104—128.

~

கிருஹத்துவ ஐயர் என்பவர் இக்கலந்துரையாடலைச் சுருக்கெழுத்தில் குறிப்பெடுத்து விரிவாக்கியுள்ளார் என்பதை ஆவணக்காப்பக ஆவணம் ஒன்றிலிருந்து அறிய முடிகிறது.

ஆவணக்காப்பக வெளியீட்டின் (2006) ஆங்கிலப் பிரதி இங்குத் தமிழாக்கித் தரப்பட்டுள்ளது. பகரக்குறிக்குள் உள்ளவை பிரதியைத் தமிழாக்கிய இந்நூலாசிரியர் விளக்கங்களாகும். சில இடங்களில் குழப்பம் இருக்கிறது என்பதைக் கூர்மையான வாசகர் உணரலாம். அது தமிழ் மொழிபெயர்ப்பில் ஏற்பட்டதன்று.

காந்தியும் அவரது தரப்பினரும், நம்பியாத்ரியும் அவரது தரப்பினரும் கலந்துரையாடியதை ஒருவர் மொழிபெயர்த்து உதவினார் என்பது கலந்துரையாடலின் போது அங்கிருந்த மகாதேவ தேசாயின் நாட்குறிப்பிலிருந்து தெரிகிறது. மகாதேவ தேசாயின் *Day – To – Day With Gandhi* நூலில் (1970) இக்கலந்துரையாடல் இடம்பெற்றுள்ளது.

○

(ஆ) காந்தி வருகை
காவல்துறை ஆணையர் டபிள்யு.எச். பிட் அறிக்கை

~

வைக்கம், 9 மார்ச் 1925

காந்தி, அவரது தனிச்செயலர் மகாதேவ தேசாய், அவர் மகன் ராம்தாஸ்காந்தி, சேலம் சி. இராஜகோபாலாச்சாரி மற்றும் பலர் வைக்கத்திற்கு இரவு 6 மணிக்கு மோட்டார் படகில் எர்ணாகுளத்திலிருந்து வந்தனர். ஆறுகுட்டியிலிருந்து, காந்தியின் படகு பல ரோப் படகுகளால் சூழப்பட்டு கொஞ்சதூரம் வந்தது. அதன் விளைவாக 4:30 மணிக்கு வைக்கத்திற்கு வருவதாக இருந்த வரவு தாமதம் ஆனது. காந்தி, படகு தனியாகப் போக வேண்டும் என்று வற்புறுத்தினார். படகுத்துறையிலும் சில இடங்களில் அவரை வரவேற்கப் பெருங்கூட்டம் காத்திருந்தது. காந்தி இறங்கியதும், வைக்கம் பரத்வாஜா (sic) ஆசிரமத்தின் மேலாளர் கேளப்பன் நாயர் கதர்மாலை இட்டு வரவேற்றார். ஏ.கே. பிள்ளை அறிமுகப்படுத்தி வைக்கப்பட்டபிறகு பலரும் அறிமுகப்படுத்தப்பட்டனர். படகுத்துறைக்குக் கிழக்குப் பக்கம் இடப்பட்டிருந்த பந்தலுக்கு காந்தி அழைத்துச் செல்லப்பட்டார். அங்கே ஊர்மக்கள் வரவேற்பிதழ் வாசித்தளிக்க ஏற்பாடு செய்யப்பட்டிருந்தது. வக்கீல் கே. நாராயண பிள்ளை பி.ஏ., பி.எல்., வரவேற்பிதழைப் படித்தார். இதற்கிடையில் அஞ்சல்துறை வேலையாள் உள்ளூர்

இந்து வைதிகர்களிடமிருந்து வந்த ஒரு பதிவு செய்யப்பட்ட தபாலை காந்தியிடம் அளித்துச் சென்றார். அதில், மக்கள் பெயரால் அளிக்கப்படும் அந்த வரவேற்பிதழ், பலரது கருத்துகளைப் பிரதிநிதித்துவப் படுத்தவில்லை. அந்தப்பலர் காந்தியின் தீண்டாமை, நெருங்காமை போன்ற கருத்துகளை ஒப்புக்கொள்ளாதவர்கள் என்று குறிப்பிடப்பட்டிருந்தது. திங்கள்கிழமை அவரது மௌன தினமாதலால் காந்தி வரவேற்புக்குப் பதில் அளித்துப் பேசவில்லை.

வரவேற்புக்குப் பிறகு டாக்டர் எம்.இ. நாயுடு தன் காரில் காந்தியை ஆசிரமத்துக்கு அழைத்துச் சென்றார். அங்கே வாயிலில் டி.கே. மாதவன் வரவேற்றார். உள்ளே ஏ. கோவிந்த தாஸ் (அலுமூட்டில்) வரவேற்றார்.

10 மார்ச்

காந்தி, காலை நேரத்தைச் சத்தியாகிரக தன்னார் வலர்களுடனும் பார்வையாளர்களுடனும் கழித்தார். மாவட்ட மாஜிஸ்டிரேட்டும் நானும் அவரைப் பார்த்தோம். வைக்கம் சத்தியாகிரக முகாம் தொடர்பில் இதுவரை அரசாங்கம் எடுத்திருக்கிற நடவடிக்கைகளில் தவறான அபிப்பிராயங்கள் உருவாகியிருந்தால் அதை நீக்க முயலுவதே இச்சந்திப்பின் நோக்கம். அரசாங்கத்தின் மனப்பான்மை குற்றங்குறை காணமுடியாதபடி இருப்பதாக காந்தி முன்னரே திருப்தியுற்றிருந்தார். சத்தியாகிரகிகள் அகிம்சையுடனும் ஒழுங்காகவும் நடந்து கொண்டுள்ளனரா என்று என்னிடம் கேட்டார். கடந்த ஆறு மாதங்களில் அவர்களது நடத்தை பின்பற்றத்தக்கதாய் இருக்கிறது. ஆனால் அதற்கு முன் திருப்திகரமாய் இல்லை என்றேன்.

மதியம் 2:30 மணிக்கு, உள்ளூர் வைதிகர்களின் வேண்டு கோளுக்கிணங்கி, மகாதேவ தேசாய், சி. இராஜகோபாலாச்சாரி ஆகியோருடன் இந்தன்துருத்தில் நம்பியாத்ரியின் வீட்டுக்கு காந்தி சென்றார். 5:30 மணிவரை அத்தனிப்பட்ட கலந்துரையாடல் நடைபெற்றது. கோயில் நெருங்கு வழிகளை நெருங்காமை பாதிப்பது பற்றிய பிரச்சனையில் இருதரப்பாலும் மற்ற தரப்பைத் திருப்தி செய்யமுடியவில்லை. காந்தி மூன்று திட்டங்களை அவருடைய எதிரிகளுக்குத் தெரிவித்தார்.

1) பொதுக் கருத்தெடுப்பு – இந்து சவர்ணர்களிடம் வைக்கம் தாலுக்காவில் அல்லது சமஸ்தானம் முழுவதும்.

2) இருதரப்பு விசாரணை – ஒவ்வொரு தரப்பிலும் ஒரு பண்டிதர், திவான் இறுதி முடிவைத் தருவார்.

3) பரிட்சை சோதனை – நெருங்காமையைப் பராமரிக்கும் எழுத்து ஆதாரத்தின் பொருளையும் அதன் உண்மைத்தன்மையையும் அங்கீகரிக்கப்பட்ட பண்டிதர்களைக் கொண்டு ஆராய்தல்.

காந்தி எந்த ஒரு திட்டத்தின் முடிவையும் ஏற்பதாக கூறினார். ஆனால், வைதிக இந்துக்கள் அவர்கள் விருப்பப்படி எந்த முடிவையும் ஏற்கலாம் அல்லது ஏற்காமல் இருக்கலாம் என்றும் கூறிவிட்டார்.

இந்த விவாதத்திற்குப் பிறகு, காந்தி திறந்தவெளியில் நடந்த ஒரு கூட்டத்தில் பேசினார். அம்பலப்புழா தாலுக்கா ஈழவர்கள் அவ்விழாவில் வரவேற்பிதழ் அளித்தனர். காந்தி இதற்குப் பதில் அளித்ததுடன் நேற்றைய வரவேற்புக்கும் பதில் அளித்தார். சத்தியாகிரகம், தீண்டாமை, நெருங்காமை, சவர்ண தலைவர்களுடனான சந்திப்பு, இவ்விஷயத்தில் அரசின்நிலை, கதர், இந்து – முஸ்லிம் ஒற்றுமை, போலீஸ் சத்தியாகிரகிகளிடம் நடந்து கொள்ளும்முறை ஆகியவற்றைத் தம் பேச்சில் குறிப்பிட்டார்.

சத்தியாகிரகம் என்பது உண்மையை, அகிம்சையை அடித்தளமாகக் கொண்டது என்ற அவர், சத்தியாகிரகிகள் இந்நன்னெறிகளிலிருந்து பிறழ்ந்தால், அவர்களிடமிருந்து தாம் விலகிவிடுவதாகக் கூறினார். தீண்டாமையோ, நெருங்காமையோ சாஸ்திரங்கள் கோரவில்லை, மாறாக இந்து சமுதாயத்தில் அவை இருப்பது இந்துமதத்திற்கு ஒரு கறை. அரசாங்கத்தின் நிலை பற்றிப் பேசுகையில், ஸ்ரீமூலம் மக்களவையில் திவான் வெளியிட்ட கருத்துகள் நியாயமானவை. சவர்ண தலைவர்களுக்குச் (காலத்திற்கேற்ப மாற வேண்டும் என்ற) சரியான அறிவுரையைத் தந்திருக்கிறார். காவல்துறை பற்றி நல்லபடியாகப் பேசினார். நாட்டின் பல சமூகங்களுக்கிடையே இருக்கும் நட்பு பற்றி மகிழ்ச்சி தெரிவித்தார். இந்தியாவில் வறுமையை ஒழிக்க நேர்ந்தால்தான் தீர்வு என்றார்.

11 மார்ச்

வைக்கம் சத்தியாகிரக ஆசிரமத்தில் காலையில் சத்தியாகிரகத் தன்னார்வலர்களுடன் தனியாகப் பேசினார். அவர்களது நடத்தை குறித்து அறிவுபெறச் சொன்னார். தேவஸ்வம் ஆணையாளரும் பிறரும் அவரைச் சந்தித்தனர். 3 மணிக்கு காந்தி, சி. இராஜகோபாலாச்சாரி, பரத்வாஜ் ஆசிரமம் வி.வி.எஸ். ஐயர் வைக்கத்தை விட்டு ஆலப்புழைக்குப் புறப்பட்டனர். 5 மணிக்கு அங்கு அடைந்தனர்.

ஆலப்புழை

5:30மாலை பொதுக்கூட்டம் நடைபெற்றது. கடும்மழை வந்ததால் கூட்டம் பாதியில் கலைந்தது. இரவு 9:30 மணிக்குப் புறப்பட்டு மறுநாள் காலை 7:15 மணிக்கு கொல்லத்தை அடைந்தனர் [வைக்கம் பற்றி பேச்சிருந்ததாக இவ்வறிக்கையில் தகவல் இல்லை].

கொல்லம், 12 மார்ச்

படகுத்துறையில் முனிசிபல் தலைவர் மற்றும் ஊர் முக்கியஸ்தர்களால் காந்தி வரவேற்கப்பட்டார். காலை 7:45 மணிக்குப் பொதுக்கூட்டம் நடைபெற்றது. வைக்கத்தில் பேசிய கருத்திலேயே காந்தியின் பதில் இங்கேயும் பயணித்தது. வேறு புதியசெய்தி எதுவும் தரவில்லை. ஆனால் இந்தியாவின் ஏழ்மையைப் போக்க உதவும் ஒரே வழி என்பதால் கதரைப் பிரபலப்படுத்த வேண்டும் என்று அங்கே வந்திருந்த பெண்களை நற்செயலுக்கு ஊக்கப்படுத்தும் விதமாகக் கேட்டுக் கொண்டார்.

வர்க்கலை

வர்க்கலை முகாம் கூடாரத்தில் பேஷ்காரும் நானும் அரசாங்கம் சார்பில் வரவேற்றோம். 12 மணிக்கு மகாராணி ரீஜண்டைக் கண்டு பேசினார். 4 மணிக்கு இராஜகோபாலாச்சாரி, வி.வி. எஸ். ஐயர், வர்க்கலையில் அவருடன் சேர்ந்து கொண்ட ஈரோடு ராமசாமி நாயக்கர் ஆகியோரோடு, சிவகிரிக்கு அருகில் உள்ள காந்தி ஆசிரமத்தில் (அலுமுட்டில் சாணார் இல்லம்) நாராயண குருவுடன் காந்தி பாதி – தனிப்பட்ட சந்திப்பை நிகழ்த்தினார். மிகச்சில ஈழவ தலைவர்களும், சத்தியாகிரக அனுதாபிகளும் மட்டுமே அங்கிருக்க அனுமதிக்கப்பட்டனர். சத்தியாகிரகத்தின் பல அம்சங்களும் விவாதிக்கப்பட்டன. குரு தன்னுடைய கருத்தைப் பின்வருமாறு வெளியிட்டதாகத் தெரிகிறது.

சமூக சிக்கல்களை நீக்குவதற்கான போராட்டங்களில் அகிம்சையைப் பயன்படுத்துவதில் தான் நம்பிக்கை அற்றவர் என்று நாராயண குரு தெரிவித்தார். எனினும் கலப்பு மணம் கலந்துண்ணல் ஆகியவற்றை இவற்றிலிருந்து விடுவித்தார். தன் சமூகத்திற்கு எம்முறையிலாவது சாதிஇந்துக்களுடன் சமூக சமநிலையை எல்லா நிலைகளிலும் அடைவதில் ஆர்வம் காட்டினார். இதில் கோயில் நுழைவும் சாதிஇந்துக்களின் வீட்டு நுழைவும் அடங்கும். எல்லாச் சமூக இயக்கங்களிலும் அகிம்சையின் அத்தியாவசியத்தையும் முக்கியத்துவத்தையும்

விவாதத்தின் மூலம் காந்தி அவரை ஒப்புக்கொள்ள வைத்துவிட்டதாகச் சொல்லப்படுகிறது. காந்தியின் அறிவுரையைக் குரு ஒப்புக்கொண்டு விட்டதாகத் தெரிகிறது.

திருவனந்தபுரம், 13 மார்ச்

வர்க்கலையிலிருந்து காலை புறப்பட்ட காந்தி மற்றும் அவரது குழுவினர், தலைநகரத்துக்கு 10 மணிக்கு வந்து அரசு விருந்தினர் மாளிகையில் தங்கினர். மதியம் வரை முன்னரே ஏற்பாடு செய்யப்பட்டவர்களுடன் அவரது பேட்டி இடம்பெற்றது. 1:30 மணிக்கு அறிவியல் கல்லூரிக்குச் சென்றார். பிறகு பெண்கள் கல்லூரிக்குச் சென்றார். இன்பேன்ரி பாரேட் மைதானத்தில் நடந்த பொதுக்கூட்டத்தில் 6:30 மணிக்குப் பேசினார். அங்கே, திருவனந்தபுரம் பொதுமக்கள், கேரளிய இந்துசபா, மனிதாபிமான சங்கம், காங்கிரஸ் கமிட்டி, கிலாபத் கமிட்டி ஆகிய அறுவர் வரவேற்பிதழ் வாசித்து அளித்தனர். எல்லா வரவேற்புக்கும் சேர்த்து ஒரே பதிலை அளித்தார். வைக்கம் போலவே அதே பொருளையே பேசினார். சிலவற்றை மட்டும் சேர்த்துக் கொண்டார். அவையாவன.

(1) இந்தி கற்கவேண்டியதன் தேவை. (2) வைக்கம் வைதிக இந்துக்களுக்கு அளித்த மூன்று வாய்ப்புகள். (3) மகாராணி மற்றும் திவானிடம் கண்ட பேட்டிகள். (4) பள்ளிகளில் நெசவைப் பாடமாக வைப்பது பற்றி சட்டமன்றக் குழுத் தீர்மானம் இயற்றியது பற்றி பாராட்டு. (5) சில கோயில்களில் உயிர்பலியை நிறுத்தி மகாராணி பிறப்பித்த ஆணை.

14 மார்ச்

வான்சியூர், கோட்டை உயர்நிலைப் பள்ளிகளில் கதர் மற்றும் நெசவு பற்றி காந்தி பேசினார். திருவனந்தபுரம் முனிசிபல் கவுன்சில் ஏற்பாடு செய்த ஜுப்ளி டவுன் ஹால் கூட்டத்தில் வடிகால் அமைப்பு பற்றி பேசினார். திருவாங்கூர் தமிழர் சங்கமும் அவருக்கு வரவேற்பு அளித்தது. பூஜாபுரைக்குச் சென்று மகிளா மந்திரத்தைப் பார்வையிட்டார். சட்டக் கல்லூரியில் பிறகு பேசினார். 11 மணிக்குத் திருவனந்தபுரத்திலிருந்து புறப்பட்டு நெய்யாற்றிங்கரா வழியாக நாகர்கோயிலை அடைந்தார். நெய்யாற்றிங்கராவில் முனிசிபல் கவுன்சில் அளித்த வரவேற்புக்குப் பதில் அளித்தார். கதர், நெசவு தவிர வைக்கம் சத்தியாகிரகம் பற்றியும் பேசினார்.

தக்கலையில் சில நிமிடங்கள் தங்கிய அவர் நாகர்கோயிலை 1 மணிக்கு அடைந்தார். பயணியர் மாளிகையில் தங்கி காலை [?]

உணவு உண்டபின் கன்னியாகுமரிக்குச் சென்றனர். வழியில் சுசீந்திரத்தில் நின்று ஸ்ரீ விவேகானந்த சபை மற்றும் பஞ்சமர்களால் அளிக்கப்பட்ட வரவேற்பை ஏற்று பதில் அளித்தார். கன்னியாகுமரியில் சில மணிநேரங்களைக் கழித்த பின் நாகர்கோயில் திரும்பினார். நாகர்கோயில் கால்பந்து மைதானத்தில் பொதுக்கூட்டத்தில் கலந்து கொண்டார். நகராட்சி, நாஞ்சில் நாடு குடிமக்கள், ஸ்காட் கிறிஸ்தியன் கல்லூரி மாணவர்கள் வரவேற்பும் பணமுடிப்பும் அளித்தனர். காந்தியின் பதிலில் பழைய விஷயமே இருந்தது. புதிது எதுவுமில்லை. 7 மணிக்கு கிளம்பி இரவு 10:30 மணிக்குத் திருவனந்தபுரத்தைக் குழு அடைந்தது.

15 மார்ச்

காலை 7:30 மணிக்குத் திருவனந்தபுரத்திலிருந்து கிளம்பி வைக்கத்திற்குத் தம் குழுவுடன் புறப்பட்டார். கழகுட்டம், ஆட்டிங்கல் வழியாகக் கிளம்பினார். ஆட்டிங்கல்லில் ராமகிருஷ்ணா நினைவுப் படிப்பகத்தில், ஆட்டிங்கல் பொதுமக்கள் வரவேற்பு அளித்தனர். கதர் உடுத்துங்கள், குடியை விடுங்கள் என்று காந்தி பதில் அளித்தார்.

கொட்டாரக்கராவில் சட்டமன்ற உறுப்பினர் சி.பி. கொச்சுகுஞ்சு பிள்ளை வரவேற்பிதழ் வாசித்து அளித்தார்.

செங்கான்னூருக்கு 12 மணிக்கு வந்தார். உள்ளூர் மக்கள், கொல்லம் பிரிவு காங்கிரஸ் கமிட்டி பேரில் வரவேற்பிதழ்கள் வாசித்து அளிக்கப்பட்டன. முண்டன் காவு தொடக்கப்பள்ளியில் உள்ளூர் பெண்களால் வரவேற்பு அளிக்கப்பட்டது.

திருவல்லாவுக்கு 4 மணிக்குச் சென்றனர். முனிசிபல் குழு அவருக்கு வரவேற்பு அளித்தது. அதற்குப் பதில் அளித்தார்.

செங்கணாச்சேரிக்கு 4:30 மணிக்குப் போய் சேர்ந்தார். இரண்டு வரவேற்புகள். ஒன்று உள்ளூர் முனிசிபாலிட்டி குழுவினர், இரண்டாவது நாயர் சர்வீஸ் சொஸைடி பள்ளி. இரண்டுக்கும் காந்தி பதில் அளித்தார்.

கோட்டயம் வரும்போது 5:30 மணி. கைதியராம் நாராயண ஐயர் வீட்டில் சிற்றுண்டி சாப்பிட்ட பின், திருநக்கரா மைதானத்துக்குப் பொதுக்கூட்டத்திற்குச் சென்றார். முனிசிபாலிட்டி மற்றும் ஏட்டுமானூர் இந்து மாணவர்கள் வரவேற்பு வாசித்தனர். காந்தி பல விஷயங்களுள் கதரையும் பேசினார். அவரது நம்பிக்கை கிறிஸ்துவர்களுக்கு எதிரானது

அல்ல. அதனால் கிறிஸ்துவர்கள் சத்தியாகிரக இயக்கத்திற்கு உதவியும் அனுதாபமும் காட்டலாம் என்றார்.

கூட்டத்திற்குப் பிறகு காந்தியும் ரோமன் கத்தோலிக்க பிஷப் டாக்டர் ஆலபரம்பிலும் சந்தித்துக் கொண்டனர். இரவு 10 மணிக்கு வைக்கம் அடைந்தார்.

வைக்கம், 16 மார்ச்

இந்த நாள் (திங்கள்) அவரது மவுனநாள். காந்தி எழுத்துவேலையில் ஈடுபட்டார். மகாதேவ தேசாய் களைத்துப் படுத்து விட்டார். சி. இராஜகோபாலாச்சாரிக்கு உடல் நலமில்லை.

17 மார்ச்

காலை 7 மணிக்கு எனக்கு இன்னொரு பேட்டி அளித்தார். ஒத்துழையாமை மற்றும் அதன் விளைவுகள் பற்றி விவாதிக்க காலை சாப்பாட்டு நேரத்தைப் பயன்படுத்திக் கொண்டார். பிறகு பழைய அரண்மனையில் இந்தன்துருத்தில் நம்பியாத்ரியைச் சந்தித்தார். மலையாள சங்கரஸ்மிருதியைத் தங்கள் எண்ணத்திற்கான ஆதாரமாகக் கொடுத்தனர். அதை மொழிபெயர்த்த பிறகு கவனமாகப் பார்ப்பதாக உறுதி அளித்தார். மாலையில் காந்தி தலைமையில் புலையர்கள் மாநாடு நடந்தது. வைக்கம் புலையரும், குமரகம் ஈழவரும் இரண்டு வரவேற்புரைகளை அளித்தனர். பதில் அளிக்கும்போது புலையர்கள் சுத்தமாக இருக்க வேண்டும், குடியை விடவேண்டும் என்றார். புலையர்கள், தங்களை இரவுஉணவு சாப்பிட அழைப்பார்கள் என எண்ணியிருந்தனர். அப்படி அழைக்காததால் ஏமாற்றமடைந்தனர். காந்தி, ஆசிரமத்திற்கு ரூ 1000 இந்த மாதச்செலவுக்கு அளித்தார்.

அந்தக் கூட்டத்தில் தீண்டாமைக்குழுவினர் வேறு கோயில் களில் சத்தியாகிரகம் இப்போதைக்கு ஆரம்பிப்பதில்லை என்று முடிவு செய்தனர்.

பரூர், 18 மார்ச் 1925

வைக்கத்தில் [17 மார்ச்] இரவு 10 மணிக்குப் புறப்பட்டு பரூர்க்கு காலை 4:30 மணிக்கு அடைந்தனர். 6 மணிக்குக் கச்சேரி மைதானத்தில் முனிசிபாலிட்டியில் கூட்டம். அடுத்து ஈழவர் கூட்டம். மூன்றாவது பரூர் பொதுமக்கள். சத்தியாகிரகம், நெசவு பற்றி பேசினார். காலை 6:45 மணிக்குப் புறப்பட்டு காலை 7:55 மணிக்கு ஆல்வாய் அடைந்தார்.

ஆல்வாய்

காந்தி ஆல்வாய் யூனியன் கல்லூரியைப் பார்வையிட்டு பேசினார். கல்வி, கதர், நெசவு பற்றிப் பேசினார். மரக்கன்று ஒன்றை நட்டார். முனிசிபல் கவுன்சில் அளித்த வரவேற்பு. 8:15 மணிக்குச் சமஸ்கிருத பள்ளியில் வரவேற்பு. அத்வைத ஆசிரமத்துக்கு உணவுக்குச் சென்றார். பிறகு சி. இராஜகோபாலச்சாரியாருடன் விவாதித்தார். அதற்கு முன் என்னிடம் பேசினார். திருவாங்கூருடன் விடைபெற்றுக் கொண்டு, ரயில்வே ஸ்டேஷன் வரை நடந்து சென்று 11 மணிக்குத் திருச்சூருக்குக் கிளம்பினார்.

முடிவுரை

காந்தி அதிக எண்ணிக்கையிலான பேச்சுகளை நிகழ்த்தினார். ஆனால் அவை அனைத்தும் சுருக்கெழுத்திலிருந்து விரிவாக்கி எழுதப்படவில்லை. அடுத்த சில நாள்களில் எழுதப்பட்டு அரசுக்குச் சமர்ப்பிக்கப்படும். ஆட்சேபகரமாக எதையும் அவர் சொல்லவில்லை. பிரிட்டிஷ் அல்லது திருவாங்கூர் அரசாங்கங்களைப் பற்றி என்ன விதமான குறிப்புகளைச் சொன்னாலும் திருவாங்கூர் அதிகாரிகளை நல்லபடியாகவே குறிப்பிட்டார். பல சந்தர்ப்பங்களில் பேசும்போது 'ஆங்கில நண்பர்கள்' என்றே பேசினார். அவரது வரவு எந்தக் கெடுதலையும் கட்டாயம் செய்யவில்லை. ஒருவேளை நல்லதையே விளைவித்திருக்கிறது. வைக்கம் சாலைகள் பிரச்சனையைக் கையாளுவதில் அரசாங்கத்திற்கு எதிராகச் சாட்டப்பட்ட காட்டுமிராண்டித்தனம், தப்பெண்ணம் ஆகியவை பொய்யானவை என்று காந்தி சந்தேகமில்லாமல் நம்புகிறார். சத்தியாகிரகிகளைத் தங்கள் நிகழ்ச்சிகளில் அரசாங்கத்தை அவதூறு செய்வதை நீக்குங்கள் என 'அறிவுறுத்தியிருப்பதாக' என்னிடம் சொன்னார் (அவரது உத்தரவுகளை இந்த வார்த்தையால் தான் எப்போதும் அவர் விவரிப்பார்). படகுத்துறையில் பேசப்பட்ட பேச்சிலேயே, அவர் வைக்கத்தில் இருந்தபோது வீராவேசமாக இதுபற்றி பேசப்பட்டது. பேச்சாளர்களில் ஒருவர் 'உதவி தேவஸ்வம் ஆணையரைக் கூட அன்பு செய்யவேண்டும்' என்றார்.

பத்திரிகைகளில் கூட்டத்தின் அளவு எப்போதும் மிகுதியாகவே சொல்லப்பட்டது. லார்டு வெலிங்டன் கடந்த முறை திருவாங்கூருக்கு வந்தபோது வந்த கூட்டத்தை ஒப்பிடும்போது சாலையோரத்தில கூடிய கூட்டம் குறைவு.

சிலமத விழாக்களுக்குக் கூடும் கூட்டத்தையோ, சாஸ்தமங்கலம், பூஜாபுரா அரசு ஊர்வலங்களுக்கோ கூடும்

கூட்டத்தைப் பார்க்கும்போது அதனுடன் இக்கூட்டங்களை ஒப்பிடவே முடியாது. காவல்துறை கூட்டத்தைச் சுலபமாக சமாளித்தது. கூட்டங்கள் பொதுவாக அமைதியாகவும் முறையாகவும் இருந்தன. கோட்டயத்தில் உள்ளூர் வரவேற்பு குழுவின் ஏற்பாடுகள் சரியில்லாததால் கூட்டம் திருப்திகரமாக இல்லை. நூற்றுக்கணக்கான மக்களால் காந்தியைப் பார்க்கக்கூட முடியவில்லை. இது மாதிரி சூழ்நிலைகளில் அவர்கள் அமைதியாக இருப்பார்கள் என்று எதிர்பார்க்க முடியாது. ஆலப்புழையில் என்ன தவறு நேர்ந்தது என்று இதுவரை தெரிந்துகொள்ள முடியவில்லை. நான் அங்கு அப்போது இல்லை. கோட்டயத்தில் நடந்தது போன்ற அமைப்புத்தவறாகவே அது இருக்கும் எனச் சந்தேகிக்கிறேன்.

ஆலப்புழையை விட்டு அவர் கிளம்பும்போது காந்தி என்னிடம் ஒரு கடிதம் அளித்தார். அதில் என்னுடன் மேற்கொண்ட விவாதங்களின் சுருக்கத்தைத் தந்ததுடன் சோதனை முயற்சியாக ஒத்துழையாமையை, விட்டுவிட சில வாய்ப்புகளைத் தந்திருந்தார். அந்த ஒப்பந்த முறைகள் வருமாறு:–

(1) குற்றவியல் நடைமுறை 127 பிரிவின் கீழ் மாவட்ட மாஜிஸ்டிரேட் பிறப்பித்த, கோயில் பகுதிக்குள் சாதி இந்து அல்லாதவர்கள் நுழைவதற்கான தடை திரும்பப் பெறப்படவேண்டும்.

(2) அந்தத் தடை திரும்பப்பெறப்பட்டால், காந்தி சத்தியாகிரக தன்னார்வலர்களைக் கோயில் பகுதிக்குள் நுழைந்து முன்னேறும் முயற்சியில் ஈடுபடக்கூடாது என்று “அறிவுறுத்துவார்”.

(3) நூற்பதற்கும் (அ) தடைப்பகுதியில் நிற்பதற்கும் அனுப்பப்படும் சத்தியாகிரகத் தன்னார்வலர்களின் எண்ணிக்கை தற்போதைய எண்ணிக்கையை விட அதிகப்படுத்தப்பட மாட்டாது (15). அதாவது மேற்குப் பகுதியில் 5 பேர், மற்ற மூன்று ஒவ்வொருபகுதிக்கும் 3 பேர் வீதம்.

அரசாங்கத்தின் அனுமதியுடன் நான் இந்த விதிகளை ஒப்புக்கொண்டுவிட்டதால் இந்த கருத்தொருமை 7 ஏப்ரல் 1925 செவ்வாய் முதல் அமுலுக்கு வரும்.

தடைசெய்யப்பட்ட பகுதியைச் சுற்றி உள்ள தடுப்புகளும் குடிசையும் எடுக்கப்பட்டுவிடும். காவல்வேலிகள் அடுத்த மாதம் [ஏப்ரல்] 7 ஆம் தேதியிலிருந்து திரும்பப் பெறப்படும். அந்தத் தேதியிலிருந்து சத்தியாகிரகம் தொடங்குவதற்கு முன்னிருந்த நிலைமை போல் அவ்விடம் இருக்கும். ஒரே ஒரு வித்தியாசம், 15 சத்தியாகிரகத் தன்னார்வலர்கள் நெய்து கொண்டிருப்பார்கள்

அல்லது சாலைகளில் நின்றுகொண்டிருப்பார்கள். இந்தத் தன்னார்வலர்கள் கடந்த ஒரு ஆண்டாக அங்கிருக்கிறார்கள். ஒவ்வொரு சாலையின் பாதிக்கும் மேற்பட்ட பகுதிகள் நிரந்தரமாகக் காவல்துறையின் தடுப்புகளாலும் குடிசையாலும் நிரப்பப்பட்டிருக்கும். மற்ற உபயோகிப்பாளர்களுக்கு, பெரும்பாலும் முழுவதும் பாதசாரிகளுக்குப் பெயரளவில் வசதியின்மையைத் தந்திருக்கும்.

அரசாங்கத்தையும் அதன் அலுவலர்களையும் அவதூறு செய்வது மட்டும் நிறுத்தப்படுவதில்லை. வைதிக இந்துக்களை அன்பு செய்வதற்கும் தன்னார்வலர்கள் கற்றுத்தரப்படுவார்கள்.

குற்றத்தின் ஒவ்வொரு காரணமும் இப்படியாக இதன் மூலம் விலக்கப்படுகிறது. தற்போது நிலவும் இந்த அமைதியான சூழல் இதர தரப்பினரையும், இருவரும் ஒப்புக்கொள்ளும் ஒரு புரிதலுக்குக் கொண்டு வருமா என்பதைப் பொறுத்திருந்துதான் பார்க்கவேண்டும்.

— தேர்ந்தெடுக்கப்பட்ட வைக்கம் சத்தியாகிரக ஆவணங்கள், பக். *132-142*.

(2)
பெரியார்

(அ) தடையாணை

To
E.V.Ramaswami Naiker Esq.,

Whereas it has been brought to my notice that you intend making public speeches in this District in connection with the Satyagraha movement etc., and that, if you make any speech at any public meeting, disturbance of the public peace will be occasioned, and whereas it is necessary that you should be prohibited from making any public speech in any place in this District, in view to prevent probable riot, I do hereby prohibit you under section 127 crl.p.c., from making any public speech in any place in this District, and strictly warn and enjoin you not to take any part in any public meeting in any place in this District.

Given under my hand and the seal of the court this 13th day of Edavam 1099.

District Magistrate's Court
Quilon, 13th Edavam 1099

K. Narayanan Pandalai
District Magistrate

Source: Govt. Records

ஆ. சொற்பொழிவு

திருவனந்தபுரம்
1 மே 1924

வைக்கம் சத்தியாகிரகம் என்ற போர் அரசாங்கத்துக்கு எதிரானதல்ல, மதச் சண்டை அல்ல, வகுப்புச் சண்டையும் அல்ல. இது பொதுநலனுக்கான செயல். சமத்துவத்தை நிறுவும் நோக்கம் கொண்டது. இந்தப் பணியில் நாம் நல்லநிலையில் இருக்கும் எவரையும் நம்பி இருக்கக்கூடாது. இந்துமதம் வேகமாக மறைந்து வருகிறது. மற்ற மதங்கள் எல்லாம் மக்கள்தொகையில் 5,10,15 சதவீதம் வளர்ந்து வருவதாகப் புள்ளி விவரங்கள் கூறுகின்றன. இந்து மக்கள்தொகை 6 சதவீதம் குறைந்து விட்டது கடந்த 10ஆண்டுகளில். இது இந்துக்கள் கல்யாணம் செய்து கொள்ள வில்லை. குழந்தைகளைப் பெற்றுக் கொள்ள வில்லை என்பதைக் காட்டுகிறதா? இந்துக்களில் ஒரு பகுதியினரை நடத்தும் மோசமான முறை அவர்களை மற்ற மதங்களில் சேரத் தூண்டுகிறது. இந்த நிலைமை நீடிக்குமானால் இந்துக்கள் இல்லாமல் போய்விடுவர். ராஜபக்திக்கு எதிராக இருப்பினும் மதபக்தி கடைப்பிடிக்கப்படவேண்டும். ஒரு இந்து மற்றொருவரைத் தீண்டாதவர் என்று கருதுகையில், முகமதியர்களும் கிறித்தவர்களும் அவர்களது மதத்தைச் சேர்ந்த ஒவ்வொருவரையும் அவர்கள் அம்மதத்தில் பிறந்திருந்தாலும் மாறியவராக இருந்தாலும் சமமாகக் கருதுகின்றனர்.

அரசாங்கம் சமாதானத்துக்காக அளித்த பல்வேறு யோசனைகளும் ஒப்புக்கொள்ளத்தக்கவை அல்ல. அதில் ஒன்று சாலைகள் கோயில்சொத்து என்பது. மகாராஜாவுக்கு ஏதாவது சொத்து இருக்கிறதா? முழு ராஜ்யமே ஸ்ரீபத்மநாபனுக்குச் சொந்தமானது என்பதால் இராஜ்யமே கோயில் சொத்துதான். இது அவரது தாத்தாவின் சொத்தல்ல. முகமதியர்களையும் கிறித்தவர்களையும் அச்சாலைகளில் நுழைய விடாமல் தடுத்துவிட்டால் உங்களுக்குத் திருப்தியா என்று கேட்கிறது. இது ஒரு அரசரின் கட்டளை போல உள்ளது. அரசர் ஒரு முறை பொருளை அளக்கும்போது படியைத் தலைகீழாக வைத்து அளக்க வேண்டும் என்று ஆணையிட்டார். கீழ்ப்பகுதி, நேராக அளக்கும்போது பிடிக்கும் அளவை விட குறைவாகப் பிடிக்கிறது என்று மக்கள் புகார் சொன்னார்கள். நிலைமையைச் சமாதானம் செய்த அரசர், படியைப் பக்கவாட்டில் அளக்கும்படி ஆணையிட்டார். இதனால் கீழ்ப்பகுதியைக் கொண்டு

அளக்கும்போது கிடைத்ததும் இழக்கப்பட்டது. வைக்கத்தில் அளிக்கப்படும் சமாதானத்தை இதற்கு ஒப்பிடமுடியும்.

நாங்கள் பசியாக இருக்கிறோம் என்று சொன்னால் பசியாக இருக்கிறோம் என்று நீங்கள் ஏன் சொல்கிறீர்கள் என்றால் மற்றவர் சாப்பிடுவதை நீங்கள் பார்க்கிறீர்கள் என்று அரசாங்கம் சொல்கிறது. மற்றவர் சாப்பிடும் உணவைப் பறித்துவிடுகிறோம் என்கிறது.

திருவாங்கூருக்கு வரும்போது, பிரிட்டிஷ் அரசாங்கம் மோசமான அரசாங்கமாக இருக்கிறது என்ற எண்ணத்தில் இருந்தேன். ஏனெனில் அவர்கள் நோக்கத்தை அடைய பொய் சொல்லவும், தந்திரத்தைக் கையாளவும் தயங்கமாட்டார்கள். இந்த நாட்டு நடைமுறைகளைப் பார்க்கும்போது பிரிட்டிஷ் அரசாங்கம் தேவலாம் என்று நினைக்கிறேன். பிரச்சனைக்குரிய சாலையின் ஓரத்தில் நின்றிருக்கும் மரங்களில் எழுதப்பட்டிருந்த *PWD* என்ற எழுத்துகளை இந்த அரசாங்கம் அழித்துள்ளது. இது மோசடி இல்லையா? இந்த அரசாங்கத்தை நம்பினால் நமது நோக்கத்தை அடைவது சாத்தியமா?

வருணங்களின் இருப்பை மதிக்கும் ஒருவர் என இவ்வரசர் பேசப்படுகிறார். அரசின் உயர்பதவிகளுக்குத் தாழ்ந்த சாதியினர் என்று சொல்லப்படுபவரை நியமிக்கும்போது இத்தகைய எண்ணங்களைக் கொண்டிருக்கிறாரா? ஒரு தீயர் மாவட்ட நீதிபதியாக நியமிக்கப்படுகிறார், அவரது ஏவலர்கள் பிராமணர்கள். இது வருணாசிரமத் தருமத்திற்கு எதிரானது இல்லையா? வருணாசிரமத் தருமத்தை மதிப்பவர் என்று மகாராஜாவை எப்படிக் கருதமுடியும்? சில இந்துக்கள் சில குறிப்பிட்ட வேலையைச் செய்வதால் தீண்டத்தகாதவர் ஆகிவிடுவர் என்பது உண்மையா? வலதுகை, சாப்பிடுவது போன்ற குறிப்பிட்ட நோக்கங்களுக்காகப் பிரித்துவைக்கப்பட்டிருக்கிறது. உடம்பின் கழிவுகளைச் சுத்தப்படுத்துவது போன்ற குறிப்பிட்ட பணிகளுக்காக இடதுகை இருக்கிறது. ஒவ்வொரு கைக்கும் தனித் தந்தைதாய் உண்டா? இடதுகையைத் தொடும் போதெல்லாம் வலதுகை குளித்து முழுக வேண்டும் என்று நினைக்கிறதா? நாம் கடவுளைத் தொழும்போது வலதுகையுடன் மட்டும் செல்கிறோமா? கோயிலுக்குச் செல்லும்போது நமது இடதுகையை விட்டுவிட்டுச் செல்கிறோமா? வலதுபக்கம் இடதுபக்கத்தை விட உயர்வானது என்றால் இடது கண்ணால் நம்மைப் பார்ப்பவரைக் குற்றம் சொல்லுகிறோமா? அல்லது வலதுகாலால் உதைபடும்போது சந்தோஷப்படுகிறோமா?

வெவ்வேறு வேலைகளைச் செய்தாலும் சமத்துவமாக அல்லவா எல்லா விரல்களையும் கருதுகிறோம். அது போலவே ஒவ்வொரு இந்துவும் சமத்துவமாக நடத்தப்பட உரிமை உடையவர்கள். அவர் பிராமணனாக இருக்கட்டும், புலையராக இருக்கட்டும். இறந்த கால்நடைகளை அறுக்கும் பறையர் தீண்டத்தகாதவர் எனில் மனிதஉடலை அறுக்கும் பிராமண டாக்டர்களிலும் நாயர் டாக்டர்களிலும் எவ்வளவு அதிகமான தீண்டத்தகாதவர் உள்ளனர்?

கள்ளை இறக்குவதால் தீயர் தாழ்ந்தசாதியினர் எனப் படுகிறார்கள். அதைக் குடிப்பவர் எந்த அளவு மோசமானவர்? கள்ளை இறக்க மரங்களை வாடிக்கை விடுபவர் இவர்களைவிட எந்தஅளவு கூடுதல் மோசமானவர்? கள்ளிலிருந்து வருவாயை அதிகரிக்கும் அரசாங்கம் இவர்களை எல்லாம்விட கூடுதல் மோசமானது அல்லவா? உயர்வு என்பது ஒருவர் செய்யும் வேலையிலா இருக்கிறது? கையூட்டு பெறும் காவல்அதிகாரியும் தவறான சாட்சியம் சொல்லும் வக்கீலும் பிறப்பினால் உயர்ந்தவர்கள் என்று எந்த சாஸ்திரம் சொல்லுகிறது?

சத்தியாகிரகிகளின் வெற்றிக்குச் சில நல்லகுணங்கள் அவசியமாகின்றன. தம்மை உயர்ந்தோர் என்று கருதிக் கொள்பவரிடம் சமஅந்தஸ்து கோருவோர் முதலில் தம்மைவிட 'கீழ் உள்ளோர்' என வகைப்படுத்தப்பட்டவருடன் சமம் என்று கருதவேண்டும். வைசியன், சூத்திரனுடன் தன்னைச் சமமாக கருதாத ஒரு ஷத்திரியன் பிராமணனுடன் சமத்துவம் கோரமுடியாது. நாம் அகிம்சைவாதியாக இருக்கவேண்டும். சிறிய வன்முறைகூட நம் முயற்சிகளை வீணாக்கி விடும். யாராவது ஒருவர் வன்முறையை உபயோகித்தால் மகாத்மா காந்தி சத்தியாகிரகத்தை நிறுத்திவிடும்படி தந்தி கொடுத்து விடுவார். காவல் அதிகாரிகளின் சிரித்த முகங்களாலும் அன்பான வார்த்தைகளாலும் நாம் ஏமாந்து விடக்கூடாது. சிறிய அளவு வன்முறைகூட துப்பாக்கிகளையும் மற்ற கருவிகளையும் அவர்களைக் கொண்டு வரவைத்து விடும். திருவாங்கூர் அரசாங்கம் இந்த நிலைமையை வெற்றிகரமாக சமாளிக்கவில்லையெனில், பிரிட்டிஷ்படை விமானங்களுடன் எந்திர துப்பாக்கிகளுடன் உதவிக்கு வந்துவிடும். அப்போது நாம் நிராதரவாக நிற்போம். சிறிய வன்முறை கூட நமது போராட்டத்துக்கு முழுத் தோல்வியைக் கொண்டு வந்துவிடும். எனவே நம்முடைய ஆயுதமாகத் தர்மத்தையும் பொறுமையையும் மட்டுமே கொள்ளவேண்டும்.

எடபாடம் என்றொரு காங்கிரசின் வேலைகள் முழுமையாக வெற்றி அடைந்த ஊர் இருக்கிறது. அங்கே இருக்கும் கள்ளுக்கடைக்குப் போலீசைத்தவிர போவார் யாருமில்லை. அனைவரும் கதர் அணிகிறார்கள். அகிம்சையே அங்கு முழுவதும் நிலவுகிறது. நிர்வாகத்தினருக்கு நிலைமையைச் சமாளிப்பது கஷ்டமாகிவிட்டது. ஒரு சண்டைக்கார உதவிக் காவல் ஆய்வாளரை நியமித்தது. அவர் வந்ததும் ஊரின் வம்புக்கார மனிதரிடம் போய் சண்டைபோட்டார். அம்மனிதர் அமைதி இழந்து அவரை அடித்து நொறுக்கிவிட்டார். செய்திபரவி, ஆயுதபோலீஸ் வந்து ஊரை முழுவதும் தாக்கிவிட்டது. சௌரி சௌராவிலும் இதே மாதிரிதான் நடந்தது. அகாலி சம்பவம் முழுவெற்றி பெற்றதற்கான அடையாளம். அமைதி மற்றும் அகிம்சையின் வெற்றி அது. நாம் பிறந்தால் ஒருநாள் இறப்போம் என்பது தெரிந்த ஒன்று. நல்ல நோக்கத்திற்காக நமது உயிரைத் தியாகம் செய்ய தயாராக இருக்கவேண்டும்.

— அரசு ஆவணம்

○

கே.சி. குஞ்சுகிருஷ்ண பிள்ளை தலைமையில் நடந்த இக்கூட்டத்தில் பெரியார் உட்பட எம்பெருமாள் நாயுடு, மன்னத்து பத்மநாபன், அய்யாமுத்து, சாத்துக்குட்டி நாயர் ஆகியோர் பேசினர். காவல் ஆய்வாளர் சி.எஸ். இராமச்சந்திர ஐயர் எழுதி அனுப்பிய அறிக்கை இது.

(இ) அறிக்கை

Mr. E.V. Ramaswamy Naicker has issued the following message regarding the present situation at Vaikom, now that he has been summoned to appear before the local Second Class Magistrate, to answer a charge of having disobeyed for the second time the Externment order issued by the District Magistrate of Kottayam.

Why he has disobeyed

The Travancore Government have again taken steps against me for disobeying the Externment order and have already served on me a fresh summon directing me to appear before the Magistrate on the 25th inst. I will be tried on that day, and I am likely to be punished more severely this time for my having disobeyed the order. I request that the public should not consider that I am purposely disobeying these orders for the purpose of courting imprisonment. Sjt. C. Rajagopalachariar has asked me both personally and in writing not to disobey any orders and go to jail on any account whatsoever. I had decided that I should continue to remain at Vaikom until either the leaders now undergoing imprisonment in the Central jail at Trivandrum or some other responsible men came to Vaikom and took charge of the campaign here. I had also decided not to disobey till then any orders other than one externing me from the state. If I have chosen to disobey the Externment order it is just because I am anxious to remain here as long as I possibly could so that I might satisfy myself that the satyagrahis remained perfectly non-violent and willingly and cheerfully bore all indignity and affront hurled on them by their opponents. At the time I was released from Arukutty, I had not decided to disobey this order of Deportation. But when I came here I found that lawlessness and terrorism had reached a high pitch here and that several of the volunteers were assaulted ... and otherwise most brutally handled, while two of them received even injuries which would have proved fatal, but for some divine dispensation. I was quite shocked to find that the authorities were actually ... at this sort of hooligans. I therefore find that I have no other alternative but to disobey the illegal order that has been served on me.

Those who have witnessed or heard of the Gurukabagh affair will not be surprised of the events now taking place at Vaikom. I appeal to the public to watch the events and if they find that the cause for which the satyagrahis are fighting is a righteous one to do their duty towards the same.

Appeal to the Eazhavas

In a message to the Eazhavas he asks them whether they are justified in not taking up the conduct of the campaign in their own hands exclusively in view of the fact that they number over several lakhs of people in the whole state. Under existing conditions, he says, a hundred volunteers are required, and a sum of Rs 100 per diem to meet all the expenses. More volunteers will be needed if any when the Government inaugurates a policy of wholesale arrests. He says "We have just now about 75 Eazhava volunteers here. We are also in need of Eazhava leaders to take charge of all the executive functions and carry on the work on the lines laid down by Mahatma Gandhi. Is it not the duty of the Eazhavas to felicity by their action the mischievous arguments set forth by the oppositionists that they are not desirous of effecting any change in the existing order of things and that the movement is wholly engineered by outsiders who do not at all represent or who have cared to study the views of the local Eazhavas. Will there be any other opportunity for the Eazhavas to serve their community in like manner and to demonstrate to the world at large that they are a race of self-respecting people determined to secure their civic and social rights at any cost. My dear Eazhava Brothers, you have now all India behind you in your campaign. You have with you the blessings of the greatest patriots and reformers of the country and you have the guidance of Mahatma Gandhi. It is for you to ask yourselves the question whether you will be well advised to let slip this golden opportunity.

Continuing, Mr. Naicker calls upon every Eazhava youth to respond cheerfully to the call of his community without turning a traitor to it in its hour of need. The Eazhavas are treated more or less worse than social lepers by the so-called Caste Hindus. There are vagabonds, drunkards and murderers...all civic rights common with the others whereas the best among the Eazhavas are ostracised as "untouchables" and "unapproachables". He concludes his message with an appeal to the community to contribute their ... to the ... at the same time bearing no ill will or malice towards those who do not see eye to eye with them in their present struggle.

The Hindu, 7 July 1924

O

(ஈ) தண்டனை ஆணை

Present Mr. K.G. Narayana Pillai Avl. B.A.
  Second Class Magistrate

  Wednesday 1ˢᵗ ady 1099
  16 July 1924

  ----------- bear No. 601 to 1099.

Complainant Accused

Sirkar : Venkita Naicken Ramaswami Naicken
  Aged 46 of Court Street, No.17, Erode.

Charge : Offence punishable under section 181
  T.P.C. Part II

Observation : Guilty

Finding : Guilty

Sentence of Order : The accused is found guilty for the above offence convicted and sentenced to undergo rigorous imprisonment for 4 months.

This case coming on for hearing this day and court delivered the following Judgement:

This is an order of the Externment passed against the accused on 1.10.99 by the District Magistrate Kottayam. It is to the effect that the accused should neither enter into nor stay in any part of the District Kottayam because the District Magistrate found from the reports received and enquiries made of the speeches and other activities of the accused that such entry and stay would lead to riot and affray. The accused disobeyed the order once before and had been convicted. He was serving his term of imprisonment till recently in the Arakutty office station. Now after having been released, he has for a second time disobeyed the above order by returning to and staying in Vaikom, while the order of Externment remained in force. The police having reported that matter to and obtained sanction from the District Magistrate, has filed in their complaints against the accused for disobeying the order for second time. The offence is punishable under Section 181 T.P.C. Part II.

2) The Complainant .... and terms of his complaint and files .... A to D. Ext. A is the order of the Externment served upon the accused. Ext. B is the sanction order of the District Magistrate. Ext. C is the complaint in C.C. No. 509 of 99 of this court and Ext. D is the judgement thereof.

3) The chief points to be considered in this case are 1) whether Ext. A is a lawful order promulgated by a Public Servant of competent authority 2) whether the accused has a knowledge of the same 3) whether he has disobeyed the order as mentioned in the complaint and whether such disobedience is likely to result in a breach of public peace by causing riots or affrays.

4) Ext. A is passed order in the hand and seal of the Dt. Magistrate. It needs no proof that it's proceeded from a competent authority. It is an order under Section 127 Cr. Proc. Code and is duly promulgated.

5) The accused admits that the order has been duly served upon him and that he is aware of the same. He also states that he disobeyed the order with the knowledge of its existence. Ext. D shows that the accused stay in part of the District of Kottayam is likely to cause riots and affrays as mentioned in the Dt. Magistrate's order.

6) The period of Externment continues till the end of Midhunom

and the accused himself states that he knows this fact. The accused is proved to have returned to Vaikom soon after he was released and to have begun to stay here. This fact is come out by his own admission. So I find the accused guilty of disobedience of a duly promulgated order a second time. I therefore convict him for offence under Section 181 Part II.

7) This is a second time that the accused commits the above offence. A spirit of defiance and revolt to law and order is evidenced by his conduct. Further, under the existing conditions at Vaikom, there is a special necessity in this particular case for counteracting any temptation to offend in this manner. For these reasons the offence proved against the accused demands deterrent punishments. The merit it .... because punishments of a reform .... character has already been proved to be ineffective upon the accused. I therefore sentence the accused to undergo rigorous imprisonment for 4 months.

Declared in open court this day 1st Ady 1099 at Vaikom.

K.G. Narayana pillai
Second Class Magistrate.

    Appendix

                     Prosecution Witness

<u>A</u> 1.12.99	: Copy of Proceedings of the kottayam Dt. Magistrate under section 127 cr. proc. code Dt. 1.10.1099
<u>B</u> 1.12.99	: Order of the kottayam Dt. Magistrate to the Asst. Supt. of Police sactioning the prosecution of the accused for disobedience dt.24th june 1924.
<u>C</u> 1.12.99	: Original Complaint in CC No 509 of - 99
<u>D</u> 1.12.99	: Original judgement in the above case.

K.G. Narayana Pillai
Second Class Magistrate

The Hindu, 17 July 1924

(உ) வெற்றி விழாச் சொற்பொழிவு
29 நவம்பர் 1925

அக்கிராசனர் அவர்களே! சகோதரர்களே! சகோதரிகளே!

சத்தியாகிரக ஆரம்பத்தில் பிராமணர் கட்சியில் இருந்த அரசாங்கத்தார் இப்பொழுது பிராமணர்களுக்கு விரோதமாகவே, தீண்டாதார் என்போரைக் கையைப் பிடித்து அழைத்துக்கொண்டு செல்லுவதை நாம் பார்க்கின்றோம்.

அப்பொழுது நமக்கே சத்தியாகிரகத்தின் தன்மையைப் பற்றி ஆச்சரியப்படத்தக்கதாய் இருக்கிறது. சத்தியாகிரகத்தில் ஏற்பட்ட கஷ்டங்களை நாம் பொறுமையாய் அனுபவித்து வந்ததால், இவ்வித சக்தியை இங்குக் காண்கிறோம். பலாத்காரத்திலோ, கோபத்திலோ, துவேஷத்திலோ நாம் இறங்கி இருப்போமேயானால், இச்சக்திகளை நாம் ஒருக்காலும் கண்டிருக்கவே மாட்டோம். சத்தியாகிரகத்தின் உத்தேசம் – கேவலம் நாய், பன்றிகள் நடக்கும் தெருவில் நாம் நடக்க வேண்டும் என்பதல்ல. மனிதனுக்கு மனிதன் பொதுவாழ்வில் வித்தியாசம் இருக்கக்கூடாது என்பதுதான். அந்தத் தத்துவம் இந்தத் தெருவில் நடந்ததோடு முடிந்துவிடவில்லை. ஆகையால், தெருவில் நிரூபித்த சுதந்திரத்தைக் கோயிலுக்குள்ளும் நிரூபித்துக்காட்ட வேண்டியது மனிதர் கடமை.

மகாத்மா காந்தியும் மகாராணியைக் கண்டு பேசிய காலத்தில் மகாராணியார் மகாத்மாவைப் பார்த்து, 'இப்பொழுது தெருவைத் திறந்து விட்டுவிட்டால் உடனே கோயிலுக்குள் செல்லப் பிரயத்தனப்படுவீர்களே!' என்று கேட்டார்கள். மகாத்மா காந்தி அவர்கள், 'ஆம்; அதுதான் என்னுடைய குறி. ஆனால் கோயிலுக்குள் செல்ல வேண்டியஜனங்கள் போதுமான பொறுமையும் சாந்தமும் அவசியமான தியாகமும் செய்யத் தயாராய் இருக்கிறார்கள் என்று நான் அறியும் வரையில், அக்காரியத்தில் பிரவேசிக்க மாட்டோம். அதற்கு வேண்டிய காரியங்கள் அதுவரையில் செய்துகொண்டு இருப்பேன்' என்று சொன்னார்.

வைக்கம் சத்தியாகிரகத்துக்கு விரோதியாய் இருந்தவர்கள் பிராமணர்களே ஒழிய அரசாங்கத்தார் அல்ல என்பதை அரசாங்கத்தார் நிரூபித்து காட்டிவிட்டார்கள். மனித உரிமையை அடைய அந்நிய மதங்களுக்குப் போவது மிகவும் இழிவான காரியமாகும். அப்படி அவசியம் இருந்தாலும் கிறித்தவ மதத்திற்காவது முகமதிய மதத்திற்காவது செல்லலாமே ஒழிய,

ஆரிய சமாஜத்திற்குப் போவது எனக்கு இஷ்டமே இல்லை. ஏனென்றால் ஆரிய சமாஜத்திற்குப் போவதானால் பொருள் இல்லாத அர்த்தமற்ற பூணூல் போட்டுக் கொள்ளுவதோடு, பொருளறியா சந்தியாவந்தனமும் செய்துகொள்ள வேண்டும். இப்படி ஒரு காலத்தில் பூணூல் போட்டுக் கொண்டு சந்தியாவந்தனமும் பண்ணினவர்கள்தான் இன்றைய தினம் நமது சுதந்திரத்திற்கும் சீர்திருத்தத்திற்கும் விரோதிகளாய் இருக்கின்றார்கள். அந்த நிலைமைக்கு நீங்களும் வரக்கூடாது என்று நினைப்பீர்களேயானால் கண்டிப்பாய் அந்தக் கூட்டத்தில் சேராதீர்கள்.

குடிஅரசு, 06.12.1925

○

(ஊ) 'குடிஅரசு' கட்டுரைகள்

(i) சத்தியாகிரகம் ராஜிக்கு உட்படாது

பல்லூழிகளாக நின்று நிலவிவரும் இந்து சமயத்தின் நற்பெயரைக் கெடுப்பான் பிற்காலத்தில் ஒரு சில அறிவிலிகளால் அதனுள் புகுத்தப்பட்ட தீண்டாமை என்னும் கொடிய பேயை நாட்டினின்றும் ஓட்டி, இந்து சமயத்தின் தூய தன்மையையும், மக்களின் உரிமைகளையும் சமத்துவத்தன்மையையும் நிலைநாட்ட வேண்டும் என்ற உயரிய எண்ணங்கொண்டு திருவாங்கூர் சமஸ்தானத்திலுள்ள வைக்கம் என்ற ஊரில் சத்தியாகிரகம் தொடங்கப்பெற்று நடைபெற்று வருவது நேயர்கள் நன்கு அறிவார்கள். இவ்வுண்மைப் போர் ஓராண்டாக நடைபெற்று வருகிறது. இன்னும் வெற்றி பெறவில்லை. ஆனால் விரைவில் வெற்றியுறும் என்பதற்கான அறிகுறிகள் தோன்றுகின்றன.

இச்சத்தியாகிரக நிகழ்ச்சியைப் பற்றி இவ்வொரு வாரமாக ஒன்றுக்கொன்று முரண்பட்ட செய்திகள் வெளிப்போந்து ஒருகாலை இன்பமூட்டியும் மற்றொருகாலை துன்பமூட்டியும் இறுதியில் மக்களைப் பெருங்கவலையில் ஆழ்த்திவிட்டன என்பதே எமது கருத்து. மக்களுக்குள் பிறப்பினால் உயர்வு தாழ்வு எவ்வாறேனும் இல்லை என்ற உயரிய சிறந்த உண்மையை உலகினர்க்கு அறிவுறுத்தும் பெரும்பேறு ஒரு பெண்ணரசிக்கு வாய்க்கும் என்று யாம் கொண்டிருந்த பேரவா நிறைவுறுங் காலம் நீடிக்கப்பட்டமைக் காணக் கவற்சியுறுகின்றோம். இத்தகைய பெருமையினைத் திருவாங்கூர் பெண்ணரசியார் பெறுதற்கில்லாமல் போய்விடுமோ என்றும் அஞ்சுகின்றோம். இது

கிடக்க இதுகாறும் வெளிப்போந்த செய்திகளில் சத்தியாகிரகிகள் காந்தியின் உடன்படிக்கையை புறக்கணித்து வரம்புமீறி ஒழுகத் தலைப்பட்டு விட்டனர் என்ற செய்தி பொய்ஆயினமை கண்டு மகிழ்ச்சி உறுகின்றோம்.

> 'வைக்கம் சத்தியாகிரகத்தின் வரலாற்றினை ஈண்டு சுருக்கமாக நினைவு கூர்தல் இன்றியமையாதது' என்று உரைத்து அதன் ஒவ்வொரு கட்டத்திலும் தன் கருத்தை எடுத்துரைத்தது குடிஅரசு. – நூலாசிரியர்

வைக்கம் கோயிலின் மதிற்சுவர்களைச் சுற்றிலுமுள்ள நான்கு வீதிகளிலும் தாழ்ந்த வகுப்பினர் எனப்படுவோராகிய ஈழவர் முதலானோர் செல்லுதல் கூடாது என்றிருந்த கொடிய சமூக வழக்கத்தை ஒழித்து மக்கள் யாவருக்கும் பொதுவான பாதைகளில் எல்லாச் சாதியினரும் சமயத்தினரும் செல்லும் உரிமையை நிலைநாட்ட எழுந்ததாகும் இவ்வைக்கம் சத்தியாகிரகப் போர். இப்போரினை எதிர்த்து நின்ற வைதீகக் கூட்டத்தினருக்குத் திருவாங்கூர் அரசினர் முதலில் துணை போந்து தலைவர்களைச் சிறைக்கு அனுப்பிவிட்டு, 'கோஷா' வீதிகளுக்கும் கொண்டு விடும் நான்கு வீதிகளையும் நடுவில் நடுவில் கழிகள் கொண்டு அடைத்து போலீஸ் காவலர்களைக் காவல் செய்ய நியமித்து சத்தியாகிரகிகள் மேற்செல்லாதவாறும் மறித்தனர்.

சத்தியாகிரகிகள் நாடோறும் கூட்டம் கூட்டமாகச் சென்று வழிமறித்துள்ள விடத்தில் நின்று மழையென்றும் வெயிலென்றும் கருதாமல் சத்தியாகிரகம் புரிந்து வந்தனர். வைதீகக் கூட்டத்தினரால் பல்வித அல்லல்களுக்கு ஆளாகியும் சத்தியாகிரகிகள் அன்புநெறி அறநெறிகளின்றும் ஒரு சிறிதும் வழுவாது காந்தியடிகளின் ஆணையின்படி ஒழுகி வந்ததும், வருவதும் பெரிதும் போற்றத்தக்கது. உள்ளன்புடனும் உண்மையாகவும் உழைத்து வரும் சத்தியாகிரகிகள் இறுதியில் வெற்றி பெறுவார்கள் என்பது திண்ணம்.

இவ்வாண்டின் தொடக்கத்தில் சத்தியாகிரகிகளுக்கு ஊக்கமும் உண்மைநெறியும் ஊட்ட காந்தியடிகள் வைக்கம் போந்தனர். திருவாங்கூர் பெண்ணரசியையும் இளவரசரையும் நேரில் கண்டு வைக்கம் சத்தியாகிரகத்தின் உண்மையையும் அதனை அவர்கள் ஆதரிக்க வேண்டிய கடமையினையும் உள்ளத்தில் பதியும்படி எடுத்துரைத்தனர். வைக்கம் சத்தியாகிரகம் தற்காலம் உற்ற நிலைமைக்கு காந்தியடிகள் வைக்கம் போந்ததே (காரணம்) ஆகும் எனக் கூறுதல் மிகையாகாது. திருவாங்கூர் அரசாங்கத்தின் போலீஸ் கமிஷனர் 'பிட்' என்பாருடன் காந்தியடிகள் ஒரு உடன்படிக்கை செய்து கொண்டனர்.

சத்தியாகிரகிகள் அரசினர் அனுமதியின்றி முன்னேறுதல் கூடாதென்பதும்தான் அவ்வுடன்படிக்கையின் முடிவுகள். இம்முடிவுகள் இரு கட்சியினரும் ஏற்று அவ்வாறே நாளிதுவரை ஒழுகி வந்தனர்.

வைக்கம் கோயிலைச் சுற்றிலும் உள்ள நான்கு வீதிகளில் கீழ் வீதி ஒன்றினைத் தவிர மற்றை மூன்று வீதிகளிலும் தாழ்ந்த வகுப்பினர் எவ்விதத் தடையுமின்றிச் செல்லலாம் என்று திருவாங்கூர் அரசினர் உத்தரவு செய்திருப்பதாக இதுகாலை யாம் அறிகின்றோம். இச் செய்தியில் யாம் ஒரு சிறிதும் மகிழ்ச்சி உறவில்லை. அது சத்தியாகிரகத்தின் வெற்றியுமாகாது. சத்தியா கிரகத்தின் உண்மையினை அறியாதாரே இதனை வெற்றி எனக்கொள்வர்.

சத்தியாகிரகத்தின் உண்மை யாது? சத்தியாகிரகம், உண்மை என்பன ஒரு பொருட்கிளவிகள். சத்தியாகிரகம் வெற்றி பெற்றதெனக் கூறின் உண்மை வெற்றி பெற்றது எனப் பொருள். உண்மை எக்காலத்தும் வெற்றி உறும் என்பதில் எட்டுணையும் ஐயமின்று. உண்மைக்குத் தோல்வி என்பது எக்காலத்தும் இல்லை. ஆதலால் சத்தியாகிரகத்தில் உண்மையில் 'ராஜி' என்பதே கிடையாது. அரசினர் மூன்று வழிகளில் சத்தியாகிரகிகள் செல்லலாம் எனக் கூறியது சத்தியாகிரகம் அவர்தம் உள்ளத்தைக் கரையச் செய்து விட்டது என்பதைக் காட்டுகிறதேஅன்றிச் சத்தியாகிரகம் வெற்றி பெற்றது என்பதை ஒரு சிறிதும் குறிக்கவில்லை என்ற உண்மையை ஒவ்வொரு சத்தியாகிரகியும் உளத்தமைத்தல் வேண்டும்.

ஆகவே, உண்மை முழுவெற்றியுறும் வரை சத்தியாகிரகிகள் உழைத்தல் கடனாகும். சத்தியாகிரகத்தின் ஆற்றலை அறியாது மயங்கினவர்கள் கண்முன் அதன் ஆற்றலைக் கண்ட பின்னரும் எவ்வித மயக்கமும் உறுதல் வேண்டுவதின்று. அரசினர் குழாத்தினர் உளங்கரையச் செய்த உண்மைப் போர் வைதிகக் கூட்டத்தாரின் உள்ளத்தையும் கரைத்து உண்மையை உணர்ந்து ஒழுகச் செய்யும் என்பதில் ஐயப்பாடில்லை. சத்தியாகிரகிகள் பொறுப்பு முன்னைவிட இதுகாலை பெருகி நிற்கிறதென்றே கூறுவோம்.

சிறு வெற்றியினைக் கண்டு தலைதடுமாறிப் பேய்க் கூட்டத்தில் வீழ்ந்து மாயாவண்ணம் சத்தியாகிரகிகள் தம்மைக் காப்பாற்றிக் கொள்ள வேண்டும். அன்புநெறியையும் அறநெறியையும் ஒரு சிறிதும் கை நெகிழவிடாமல் காந்தியடிகளின் ஆணைக்கடங்கி நின்றும், 'காந்தி – பிட்' உடன்படிக்கைக்கு உட்பட்டும் சத்தியாகிரகத்தை மிக்க ஊக்கத்துடனும், உற்சாகத்துடனும்

சத்தியாகிரகிகள் நடத்திவரும்படியாகக் கேட்டுக் கொள்ளுகிறோம். உண்மையின் வலிமையை உணராமல் எள்ளி நகையாடி ஒதுங்கி நின்ற பொதுமக்களும் தமது குறுகிய நோக்கத்தை அறவே நீக்கிவிட்டுச் சத்தியாகிரகிகளுக்கு தம்மாலியன்ற உடல்உதவியும் பொருள்உதவியும் புரிவார்கள் என எதிர்பார்க்கிறோம்.

குடிஅரசு, 28.06.1925

~

வைக்கம் போராட்ட காலத்தில் தமிழ்நாட்டில் நடைபெற்று வந்த சேரன்மாதேவி குருகுலப் போராட்டத்தையும், வைக்கம் போராட்டத்தையும் இணைத்து பெரியார் பேசினார். தமிழர்கதி என்ற தலைப்பிட்டு எழுதிய பெரியார், வைக்கம் பிரச்சனையைத் தமிழருடையதாகவே பார்த்தார். அக்கட்டுரை வருமாறு

(ii) தமிழர் கதி

வைக்கம் சத்தியாக்கிரகமும் சேரன்மாதேவி குருகுலப் போராட்டமும் தமிழ்மக்களுக்குத் தங்கள் நாட்டில் தங்களுக்கு ஏதாவது சுயமரியாதை உண்டா என்பதைப் பற்றியும் இந்துமதத்தில் தங்களுக்கு ஏதாவது இடமுண்டா என்பதைப் பற்றியும் தீர்ப்பளிக்கப் போகின்றது. இது தமிழர்க்கோர் பரீட்சைக் காலமாகும். வைக்கம் சத்தியாக்கிரகமோ தமிழரைப் பார்த்து நான்கு வீதியில் மூன்று வீதிகளை உங்களுக்குத் திறந்து விட்டாய்விட்டதே ஒரு வீதியில்தானா உங்களுக்குப் பெருத்த நஷ்டம் எற்பட்டுவிட்டது? இதற்காக இவ்வளவு பெரிய ஆர்ப்பாட்டம் செய்கிறீர்களே இதென்ன பயித்தியமா என்று கேட்கிறது. குருகுலப் போராட்டமோ பதினெட்டுப் பிள்ளைகள் படிக்கும் பள்ளிக்கூடத்தில் பதினேழு பிள்ளைகள் ஒன்றாக உட்கார்ந்து கொண்டு சாப்பிட்டுக் கொண்டு ஒரு பிள்ளை மாத்திரம் தான் சாப்பிடுவதை மற்றவர்கள் பார்க்கக் கூடாதென்றால் என்ன குடிமுழுகிப் போய் விட்டது? இதற்காகவா இவ்வளவு பெரிய கிளர்ச்சி தமிழ்நாட்டில் நடக்க வேண்டும் என்று சொல்லிக் கொள்வதல்லாமல், உட்சண்டைகளையும் கிளப்பி விட்டுக்கொண்டிருக்கிறது. வைக்கம் சத்தியாக்கிரகமும் குருகுலப்போராட்டமும் அந்த வீதிகளில் நடப்பதினாலும், ஒரு குழந்தை உண்பதைப் பார்ப்பதினாலும் தமிழர்களுக்கு மோட்சம் கிடைத்துவிடும் என்கிற எண்ணத்தைக் கொண்டதல்ல. வீதிகளில் நடக்கக்கூடாதென்று சொல்லும் பொழுதும், கண்ணால் பார்க்கக்கூடாதென்று சொல்லுகிற பொழுதும், சொல்லுகிறவர்கள் மனதில் என்ன நினைத்துக் கொண்டு எந்த

ஆதாரத்தை வைத்துக் கொண்டு சொல்லுகின்றனர் என்பதைப் பற்றித்தான் யோசிக்க வேண்டும். அன்னிய மதஸ்தர்களான மகமதியர்கள், கிருஸ்தவர்கள், பார்சிகள் முதலியோர்கள் நடக்கலாம். பன்றியும், நாயும், பூனையும், எலியும் வீதியில் நடக்கலாம்; சாப்பிடும் பொழுதோ இதர சமயங்களிலோ பார்க்கலாம்;

ஆயிரக்கணக்கான வருஷங்களாக தமிழ்நாட்டில் பிறந்து, தமிழ்நாட்டில் வளர்ந்து, தமிழ்நாட்டைத் தன்னுடையதாக்கிக் கொண்டிருக்கும் இந்துவாகிய தமிழனை அவனுடைய நாட்டில் மற்றொருவன் ‘நீ வீதியில் நடக்காதே, என் முன் வராதே’ என்று சொன்னால் மனித உடல் தரித்திருக்கும் ஒரு ஜீவன் அதை எப்படி சகித்துக் கொண்டிருக்கிறது என்பதுதான் வைக்கம் சத்தியாக்கிரகத்தினுடையவும் குருகுலப் போராட்டத்தினுடையவும் தத்துவம். இதே தத்துவத்திற்காகத்தான் மகாத்மா காந்தி தென்னாப்பிரிக்காவில் செய்த சத்தியாக்கிரகமும், கெனிய ஏகாதிபத்திய பகிஷ்காரதினக் கொண்டாட்டமும் நடத்தப்பட்டனவென்பதை ஞாபகப்படுத்திப் பாருங்கள்.

குடிஅரசு, 05.07.1925

○

(எ) வைக்கம் நினைவுகள்

வைக்கம் போராட்டம் நிகழ்ந்து 35 ஆண்டுகளுக்குப் பிறகு, 8.9.1959இல் அதை நினைவுகூர்ந்து கன்னியாகுமரி மாவட்டச் சுற்றுப்பயணத்தின் போது பெரியார் ஆற்றிய உரை.

வைக்கத்திலே போராட்டம் ஆரம்பமானதே ஒரு சிறு நிகழ்ச்சியிலே இருந்துதான். தோழர் மாதவன் என்ற பி.ஏ., பி.எல்., படித்த ஒரு வக்கீல் ஒரு வழக்குக்காக ஆஜராகப் போனார். வழக்கு விசாரணைக்கான கோர்ட் இடம் – இராஜாவுடைய கொட்டாரத்தில் (அரண்மனையில்) ஓரிடம். இராஜாவின் பிறந்தநாள் விழாவிற்கு அந்த இராஜாவுடைய கொட்டாரத்தில் எல்லாப் பாகத்திலும் பந்தல் போடப்பட்டதில் கோர்ட் நடக்குமிடமும் பந்தலுக்குள்ளாகி விட்டது. இந்த மாதவன் என்கிற வக்கீல் கேசில் ஆஜராக அங்கே போகவேண்டிய அவசியம் வந்தது. இராஜாவின் பிறந்தநாள் கொண்டாட்டத்திற்காக முறைஜெபம் ஆரம்பமாயிற்று. இந்த வக்கீல் ஈழவ (நாடார்) சமுதாயத்தைச் சேர்ந்தவராதலால் அங்கே போகக்கூடாது என்று தடுத்தார்கள்.

இந்த மாதவன் வக்கீல் சங்கதியை வைத்தே திருவனந்தபுரத்து ஈழவ சமுதாயத்தலைவர்கள் சத்தியாகிரகம் ஆரம்பிக்க வேண்டும் என்று முடிவு செய்தார்கள். வக்கீல் மாதவன், டி.கே. மாதவன், கேரள காங்கிரசுக் கமிட்டித் தலைவர் கே.பி. கேசவ மேனன் இவர்கள் எல்லோரும் இன்னும் சிலரும் சேர்ந்து, சத்தியாகிரகம் பற்றி முடிவு செய்தார்கள். முறைஜெபத்தன்று ஆரம்பிப்பது என்று முடிவுசெய்து எல்லா ஏற்பாடுகளையும் செய்துவிட்டார்கள், நான் அப்போது தமிழ்நாடு காங்கிரஸ் கமிட்டியின் தலைவராக இருக்கிறேன். எந்த ஊரில் சத்தியாகிரகத்தை ஆரம்பிக்கலாம் என்பதற்கு வைக்கத்தையே தேர்ந்தெடுத்தார்கள். ஏனென்றால் அந்த ஊரில்தான் ஊர் நடுவில் கோயிலும் அதன் 4 வாசலுக்கு எதிரிலும் 4 நேர்வீதிகள் – கோயில் மதில்கள் – சுற்றியும் தெருக்கள், பிரகாரம் எல்லாமும் இருக்கும்.

அந்த வீதிகளில் கீழ்ச்சாதிக்காரர்களான, –'அவர்ணஸ்தர்கள்' எல்லோரும் அயித்தக்காரர்கள் எனப்படும் தீண்டாதாரும், நான்குபுறத்திலும் கோயில் வாசல்களுக்கு முன்னாலும் நடக்கக்கூடாது! மூன்று பர்லாங், நான்கு பர்லாங் தூரத்திலே உள்ள ரோட்டில் கூட நடக்காமல், ஒரு மைல் தூரம் வேறு ரோட்டில் சுற்றிக்கொண்டுதான் எதிர் ரோட்டிற்குச் செல்ல வேண்டும். அயித்தக்காரர், தீண்டாதவர்களைப் போலவேதான், ஈழவர்கள், ஆசாரிகள், வாணியர்கள், நெசவாளிகள் முதலியோரும் அந்த ரோட்டில் நடந்து போகக்கூடாது.

இதே மாதிரிதான் சுசீந்திரத்திலுள்ள கோயில் மற்றும் அந்த இராஜ்யத்திலுள்ள மற்ற கோயில்கள், தெருக்கள் பக்கமும் நடக்க இவர்களுக்கு எந்தவிதமான உரிமையும் கிடையாது.

வைக்கத்தில் கோயிலுக்குப் பக்கமாக, வாசலுக்கு எதிராக அமைந்த தெருக்களில்தான் எல்லா முக்கிய ஆபீசுகளும், கோர்ட், போலீஸ் ஸ்டேஷன் முதலியனவும் இருந்தன. ஏதாவது போலீஸ்காரர்களையோ, இன்ஸ்பெக்டர்களையோ, குமாஸ்தாக்களையோ, மாற்றுவதனாலுங்கூட, கீழ்ச்சாதியார்களை அங்கு மாற்றி அனுப்பமாட்டார்கள். ஏனென்றால் அந்த போலீஸ் ஸ்டேஷன், கோர்ட்டுக்குள் இருக்கும் இடத்திற்குப் போகக் கீழ்ச்சாதியார்க்கு அனுமதி கிடையாது என்பதால். முக்கியமான கடைகளும் அந்த வீதிகளில் ஆனதால் கீழ்ச்சாதிக்கூலிகள் அங்குச் செல்ல முடியாது.

சத்தியாகிரகம் ஆரம்பமானவுடன் வக்கீல் மாதவன், பாரிஸ்டர் கேசவ மேனன், டி.கே. மாதவன், ஜார்ஜ் ஜோசப் முதலியவர்களைப் போல் சுமார் 19 பேரை இராஜா அரஸ்ட்

செய்யும்படி உத்திரவிட்டு, அதன்படி அவர்கள் கைது செய்யப்பட்டார்கள்.

தினசரி ஒருவர் வீதம் கைதுசெய்து அவர்களை மாத்திரம் தனிப்பட்ட முறையில் ஸ்பெஷல் கைதிகளாக நடத்த உத்திரவிட்டார்கள். அப்போது இராஜாவிடம் திரு. பிட் என்ற வெள்ளைக்காரர் போலீஸ் அய்.ஜி யாக இருந்தார். அவர் இந்தச் சத்தியாகிரகத்தை வெகு சாமர்த்தியமாகவும் ரொம்ப ஜாக்கிரதையாகவும் சமாளித்தார். இந்தப் பத்தொன்பது பேரைப் பிடித்து உள்ளே போட்டவுடன் அடுத்து சத்தியாகிரகத்தில் ஈடுபடயாரும் முன்வரவில்லை, ஆள் கிடைக்கவில்லை. அதோடு அது நின்றுவிடும் போல் தோன்றியது.

உடனே, எனக்குப் பாரிஸ்டர் மேனன், ஜார்ஜ் ஜோசப், கேசவ மேனன் ஆகிய மூவரும் சேர்ந்து கையெழுத்து போட்டு ஒரு கடிதம் எழுதி அனுப்பினார்கள். 'நீங்கள் வந்துதான் இதற்கு உயிர் கொடுக்க வேண்டும். இல்லாவிட்டால் நாங்கள் மன்னிப்பு கேட்டுக் கொள்வதைத் தவிர வேறுவழியில்லை. அப்படி மன்னிப்பு கேட்டுக் கொள்ளுவதானால் எங்களுக்கு ஒன்றும் நஷ்டம் இல்லை என்றாலும் பெரிய காரியம் கெட்டுப்போகுமே என்று கவலைப்படுகிறோம். உடனே நீங்கள் வந்து பொறுப்பு ஏற்க வேண்டும்' என்று எழுதி அனுப்பினார்கள். எனக்கேன் எழுதி அனுப்பினார்கள் என்றால், தீண்டாமையைப் பற்றிப் பேசுவதில் நான் கெட்டிக்காரன், கிளர்ச்சியிலும் நான் கெட்டிக்காரன் என்று எனக்குப் பெயர். அப்போது நான் சுற்றுப்பயணத்தில் இருந்தேன்.

ஈரோட்டிற்கு எழுதப்பட்ட அந்தக்கடிதம் ரீ டைரெக்ட் செய்யப்பட்டு மதுரை ஜில்லாவிலுள்ள பண்ணபுரம் என்ற ஒரு மலைப்பக்க கிராமத்தில் தமிழ்நாடு காங்கிரசு தலைவன் என்ற முறையில் நான் பேசிக்கொண்டிருந்தபோது என் கைக்குக் கிடைத்தது.

உடனே மீதிச் சுற்றுப்பயண நிகழ்ச்சிகளையெல்லாம் ஒத்திப்போட்டு விட்டு நேரே ஈரோட்டுக்குப் போனேன். வீட்டிற்கு வந்தவுடன் வைக்கத்திற்குப் போய் சத்தியாகிரகத்தை நடத்துவது என்று மிக்க மகிழ்ச்சியோடு மூட்டை கட்டிவிட்டேன். திரு. இராசகோபாலாச்சாரியார் அவர்களுக்கு நான் வரும்வரை தலைமைப் பதவியை ஏற்றுக்கொள்ளும்படி ஒரு கடிதம் எழுதிவிட்டு 'இந்தச் சந்தர்ப்பம் ஒரு நல்ல வாய்ப்பு, இதை விட்டால் இந்த மாதிரி அருமையான வேலை செய்ய வேறு வாய்ப்பு கிடைக்காது' என்று அவருக்கு எழுதிவிட்டு, 2 பேரைக் கூட்டிக் கொண்டு வைக்கத்திற்கு வந்தேன்.

வைக்கம் போராட்டத்திற்காக நான் வருகிறேன் என்ற விஷயம் தெரிந்து கொண்டு, போலீஸ் கமிஷனர் திரு. பிட், இன்னொரு அய்யர் (அவர் பெயர் சரியாய் ஞாபகத்திற்கு வரவில்லை; சுப்பிரமணிய அய்யர் என்று நினைக்கிறேன்), ஒரு தாசில்தார் எல்லோரும் படகிலிருந்து நான் இறங்கும்போதே என்னை வரவேற்றார்கள். 'மகாராஜா அவர்கள், எங்களை அவர்சார்பில் வரவேற்று, வேண்டிய எல்லாச் சவுகரியங்களையும் செய்து தரச் சொன்னார்' என்று சொல்லி எங்களை வரவேற்றார்கள். இது எனக்குப் பெரும் ஆச்சர்யத்தைத் தந்தது என்றாலும் ஏன் மகாராஜா அப்படிச் செய்தார் என்றால் அந்த இராஜா டெல்லிக்குப் போவதற்கு ஈரோடு வழியாக வந்து ஒருநாள் ஈரோட்டிலே தங்கிவிட்டு அடுத்த நாள் டெல்லிக்கு இரயில் ஏறிப்போவது வழக்கம். அப்படி ஈரோட்டிலே தங்கும்போது அதற்கு வேண்டிய வசதிகளை, மகாராஜாவின் சிப்பந்திகள் தங்குமிடம் எங்கள் சத்திரத்திலும் இராஜா தங்குமிடம் எங்கள் பங்களாவிலுமாக ஏற்பாடு செய்யப்பட்டிருக்கும். அப்படி 3 மாதத்திற்கு முன் வந்தபோது அவருடன் அந்தப் போலீஸ் அதிகாரியும் இன்னும் இராஜாவுக்கு உதவிக்குத் தேவையான எல்லா அதிகாரிகளும் வந்து போனதில், அவர்கள் ஈரோட்டில் என்னை நன்றாகத் தெரிந்து வைத்திருக்கிறவர்களாகவும், நானும் அவர்களை எங்கள் வீட்டிற்கு வந்தபோது சந்தித்துப் பேசியவர்களாகவும் இருந்திருக்கிறோம். இதனால் மகாராஜா சற்று மரியாதை காட்டினார்.

சத்தியாகிரகத்தைத் தொடர்ந்து நடத்தவந்த என்னை மகாராஜா சார்பில் அந்தப் பெரிய அதிகாரிகள் வரவேற்கிறார்கள் என்று கண்டதும், அப்பக்கத்திய பாமர மக்களுக்கு ஒரே குஷாலாக ஆகிவிட்டது. என்னை விருந்தினராக மகாராஜா கருதினாலும் கூட நான் பல இடங்களிலும் சென்று சத்தியாகிரகத்தைப் பற்றிப் பேசினேன். காரசாரமாகப் பேசினேன்! 'கீழ்ச்சாதி மக்களான நாம் உள்ளே போவதால் தீட்டுப்பட்டுவிடும் – செத்துப்போகும் என்று சொல்லும் வைக்கத்தப்பனைப் போட்டு வேட்டி துவைக்கணும்' என்றெல்லாம் கடுமையாகப் பேசினேன். சுற்றுவட்டார மக்கள் ஆயிரக்கணக்கில் வைக்கம் வந்து கூடிவிட்டார்கள். அது இராஜாவுக்கு மிகவும் கஷ்டமாக இருந்தது. 5, 6 நாள் வரை சும்மாதான் இருந்தார். பலரும்போய் அவரிடத்தில் நான் பேசுவது குறித்து முறையிட்டார்கள்; பிறகு இராஜாவினால் சும்மாயிருக்க முடியவில்லை.

இப்படிச் சுமார் 10 நாட்களானவுடனேயே ஒரு போலீஸ் (சூபரின்டெண்டண்ட்) அதிகாரி, அவர் ஐயங்கார்; அவர் முயற்சியால் பி.சி. 26படி தடைஉத்தரவு போட்டார். அந்நாட்டில்

26 என்பது இப்போது இங்கே 144 தடைஉத்தரவு போன்றது. நானும் சட்டம் மீறுவதைத் தவிர வேறு வழியில்லை என்று கண்டறிந்தேன். உடனே நான் சட்டத்தை மீறிப் பேசினேன். என்னுடன் (தற்போது காங்கிரசில் இருக்கும்) அய்யாமுத்து அவர்களும் மற்றுமிருவரும் சட்டம் மீறினோம். எங்களைக் கைது செய்தார்கள். எல்லோருக்கும் ஒரு மாதம் வெறுங்காவல் போட்டார்கள். என்னை அருவிக்குத்தி என்ற ஊரிலுள்ள ஜெயிலிலே வைத்தார்கள். அதற்குப் பிறகு என்னுடைய முதல் மனைவியார் திரு. நாகம்மையாரும் பிறகு நான் வெளியே வந்தவுடன் – எனது தங்கை எஸ்.ஆர். கண்ணம்மாளும் மற்றும் சிலரும் வந்து நாடெல்லாம் சென்று பிரசாரம் செய்தார்கள். நான் விடுதலையாகி வந்து அதே மாதிரி மறுபடியும் திட்டம் போட்டேன்.

நான் வெளியே வருவதற்குள் இந்தக் கிளர்ச்சிக்கு ஏராளமான அளவில் ஆதரவு பெருகிவிட்டது. மளமளவென்று ஆள்களும் வந்து சேர ஆரம்பித்தனர். ஏராளமான பேர்கள் பல பகுதியிலும் சென்று சுற்றுப்பயணம் செய்து தீவிரப்பிரசாரம் செய்தார்கள். எதிரிகளும் தடிஅடி, காலித்தனம், கலவரங்கள் முதலியவற்றில் ஈடுபட்டு இதை எப்படியாவது ஒடுக்கிவிடவேண்டும் என்று பலவித முயற்சிகளும் செய்து பார்த்தார்கள். ஆனால் போராட்டத்திற்கு மக்கள் ஆதரவு பெருகிக் கொண்டேயிருந்தது. வெளிநாடுகளிலிருந்த மலையாளிகளும் சாதிக் கொடுமை என்பதைக் கண்டு மனந்துடித்து அதற்குத் தங்கள் எதிர்ப்பையும், சாதிக்கொடுமைகளை எதிர்த்து செய்யப்படும் போராட்டத்திற்குத் தங்கள் ஆதரவையும் காட்டும்வண்ணம் தினம் ரூ 50, 60, 100 என்று மணியார்டர் அனுப்பிக் கொண்டேயிருந்தார்கள்.

பெரிய பந்தல் போட்டு தினசரி போராட்ட வீரர்கள் முகாம் செய்திருந்த வீட்டில் 200, 300 பேர் சாப்பிடுவார்கள்; தேங்காயும் மற்ற காய்கறிகளும் மலைமலையாகக் குவிந்து கிடக்கும்; பெரிய கலியாண வீடு மாதிரி காரியங்கள் நடைபெறும்.

திரு. இராசகோபாலாச்சாரியார் எனக்குக் கடிதம் எழுதினார். ‘நீ ஏன் நம் நாட்டை விட்டுவிட்டு இன்னொரு நாட்டிலே போய் ரகளை செய்கிறாய்? அது சரியல்ல. அதை விட்டுவிட்டு நீ இங்குவந்து, நீ விட்டுச்சென்ற வேலைகளைக் கவனி’ என்று எழுதினார். அப்போதிருந்த எஸ். சீனிவாசய்யங்காரும் இப்படித்தான் என்னை வைக்கத்திற்கே வந்தே அழைத்தார்; வரச்சொன்னார். அதேமாதிரி பத்திரிகைகளிலேயும் எழுதினார்கள். ஆனால் இதற்குள் சத்தியாகிரக ஆசிரமத்தில் 1000 பேருக்கு மேல் சேர்ந்தார்கள். தினமும் ஊர் முழுவதும்

சத்தியாகிரக பஜனையும், தொண்டர்கள் ஊர்வலமும் நடந்து உணர்ச்சி வலுத்துவிட்டது.

பஞ்சாபில் சுவாமி சிரத்தானந்தர் என்பவர் ஒரு 'அப்பீல்' (Appeal) போட்டார். அதன் பிரகாரம் பஞ்சாபிலேயிருந்து 20, 30 ஆள்களையும் இரண்டாயிரம் ரூபாவையும் கையிலெடுத்துக் கொண்டு நேரே வைக்கத்துக்கு வந்தார்கள் – தாங்கள் சாப்பாட்டுச் செலவை ஏற்றுக்கொண்டு ஆதரவு தருவதற்காக. உடனே இங்கிருந்த பார்ப்பனர்கள் எல்லாம், சீக்கியர்கள் வந்து இந்துமதத்திற்கு எதிராகப் போர் தொடுக்கிறார்கள் என்றெல்லாம் காந்திக்கு எழுதினார்கள். உடனே அதன்பேரில் காந்தியார் துலுக்கன், கிறித்தவன், சீக்கியன், பிறமதக்காரன் ஆகிய எவனும் இதில் கலந்து கொள்ளக் கூடாது என்று எழுதிவிட்டார்.

காந்தி எழுதியவுடனே இதில் கலந்திருந்த சீக்கியன், சாயபு, கிறித்தவன் எல்லாரும் போய் விட்டார்கள். அது போலவே தீவிரமாக இதில் ஈடுபட்டு முன்னோடியாக உழைத்த காலஞ் சென்ற ஜார்ஜ் ஜோசப்புக்கும் இராசகோபாலாச்சாரியார் கடிதம் எழுதினார். "இந்துமதச் சார்புள்ள இந்தக் காரியத்திலே, நீ சேர்ந்திருப்பது தப்பு" என்றார்.

அதை ஜார்ஜ் ஜோசப் அவர்கள் இலட்சியம் பண்ணாமல் திருப்பி எழுதினார். 'நான் என் சுயமரியாதையை விட்டுவிட்டு இருக்க மாட்டேன்; வேண்டுமானால் என்னை விலக்கிவிடுங்கள்' என்றார். தற்போதைய நாகர்கோயில் பயோனிர் டிரான்ஸ்போர்ட்டைச் சேர்ந்த சேவு என்பவரும், அண்மையில் காலஞ்சென்ற டாக்டர் எம்.இ. நாயுடு (திரு.எம். எம்பெருமாள் நாயுடு. இந்தப் பேச்சுக்கு முதல் நாள் இரவு நாகர்கோயிலில் காலமானார். பிறகு தந்தை பெரியார் சென்று துக்கம் விசாரித்தார்.) அவர்களும் என்னுடனேயே இருந்து தொடர்ந்து நடத்துவது என்று முடிவு செய்தார்கள். அவர்கள் 'இதை விட்டுவிட்டுப் போகமாட்டோம்' என்று உறுதியாகத் தெரிவித்து விட்டார்கள் என்றாலும் காந்தி, சத்தியாகிரகத்திற்கு விரோதமாக எழுதிப் பணத்தையும் ஆளையும் தடுத்து விடுவாரோ என்று சிலர் பயப்பட்டார்கள்.

அந்தச் சமயம் சுவாமி சிரத்தானந்தர் அவர்கள் வைக்கம் வந்து, தான் பணத்திற்கு வகை செய்வதாகச் சொன்னார். பிறகு காந்தி கட்டளைக்கு விரோதமாகவே சத்தியாகிரகம் நடந்துவந்தது.

இதற்கிடையிலே நடந்த ஒரு நிகழ்ச்சியும் கவனிக்கத்தக்கது. எங்கள் போராட்டத்திற்குப் பெரிய மரியாதையையும்

செல்வாக்கையும் தேடிக் கொடுத்துவிட்டது இந்த காந்தி கட்டளை. இந்தச் சமயத்தில் என்னை மறுபடியும் பிடித்து 6 மாதக்கடுங்காவல் விதித்து ஜெயிலில் போட்டுவிட்டார்கள். பிறகு சத்தியாகிரகத்தை நிறுத்துவதற்காகவும், எங்களை அழிப்பதற்காகவும் என்று நான் ஜெயிலில் இருக்கிற சமயத்தில் – இந்த நம்பூதிரிப் பார்ப்பனர்களும் சில வைதிகர்களும் சேர்ந்து கொண்டு 'சத்ருசங்கார யாகம்' ஒன்றை வெகு தடபுடலாக ஆயிரக்கணக்கான ரூபா செலவு செய்து நடத்தினார்கள். ஒரு நாள் நடுச்சாமத்தில் தொடர்ந்து வேட்டு சத்தம் கேட்டது. நான் ஜெயிலில் விழித்துக் கொண்டிருந்தேன். ரோந்து வந்தவனைப் பார்த்துக் கேட்டேன். "என்ன செய்தி? இப்படி வேட்டுச்சத்தம் கேட்கிறது? இந்தப் பக்கம் ஏதாவது பெரிய திருவிழா நடக்கிறதா?" என்று கேட்டேன். அதற்கவன் சொன்னான், "மகாராஜாவுக்கு உடம்புசவுக்கியமில்லாதிருந்தது; மகாராஜா நேற்று இரவு திருநாடு எழுந்து விட்டார்" என்று.

அதாவது 'இராஜா செத்துப் போனார்' என்று சொன்னான்; அவ்வளவுதான். மகாராஜா செத்தார் என்றவுடன் எங்களுக்கு ஜெயிலுக்குள்ளாகவே ரொம்பப் பெருமை வந்துவிட்டது. அவர்கள் செய்த யாகம் அங்கேயே திரும்பி மகாராஜாவைக் கொண்டுவிட்டது என்றும் அந்தயாகம் சத்தியாகிரகக்காரர்களை ஒன்றும் செய்ய முடியவில்லை என்றும் மக்களிடையே ஒரு தனிமதிப்பை ஏற்படுத்திவிட்டது. அதன் பிறகு அரசாங்கம் எங்களையெல்லாம் இராஜாவின் கருமாதியை முன்னிட்டு விடுதலை செய்தது. எதிரிகள் குரலும் கொஞ்சம் கொஞ்சமாக இறங்கி வர ஆரம்பித்தது.

இராணியும் கூப்பிட்டு எங்களோடு இராஜி பண்ணி ஒரு உடன்பாட்டிற்கு வரவிருப்பம் தெரிவித்தவுடன் அப்போது சமஸ்தானத்தில் திவானாக இருந்த ஒரு பார்ப்பனர் என்னிடத்தில் இராணி நேரே பேசக்கூடாது என்று கருதி, திரு. இராசகோபாலாச்சாரியாருக்குக் கடிதம் எழுதினார். இராசகோபாலாச்சாரியாரும் எங்கே என்னிடத்தில் இராணிபேசி உடன்பாட்டிற்கு வந்தால் எனக்கு மரியாதையும் புகழும் வந்துவிடுமோ அந்தமாதிரி வரக் கூடாதே என்று கருதி, அந்த வாய்ப்பை காந்தியாருக்கே அளித்து காந்தியின் மூலமே காரியம் நடந்ததாக உலகுக்குக் காட்டவேண்டும் என்று தந்திரம் செய்து காந்திக்குக் கடிதம் எழுதினார். எனக்கும் அதைப் பற்றிக் கவலையில்லை. எப்படியாவது காரியம் வெற்றியானால் போதும்; நமக்குப் பேரும் புகழும் வருவது முக்கியமல்ல என்ற கருத்தில் நானும் ஒப்புக் கொண்டேன்.

காந்தியும் புறப்பட்டு வந்தார்; இராணியோடு காந்தி பேசினார். (இப்படி இந்தச் சத்தியாகிரகம் நல்லபடி வேரூன்றி வெற்றி நிலைமைக்கு வந்தவுடன் பார்ப்பனர்கள் காந்தியை இதில் புகுத்தினார்கள். இராணி காந்தியோடு பேசியபோது இராணி தெரிவித்தார்கள், 'நாங்கள் ரோடுகளைத் திறந்து விட்டுவிடுகிறோம். ஆனால் அதை விட்டவுடன் நாயக்கர் கோயிலுக்குள் போக உரிமை வேண்டும் என்று ரகளை செய்தால் என்ன செய்வது? அதுதான் தயங்குகிறோம்' என்றார்கள். உடனே காந்தி, டி.பி.யில் தங்கியிருந்த என்னிடத்தில் வந்து, இராணி சொன்னதைச் சொல்லி 'என்ன சொல்லுகிறாய். . . இதை ஒப்புக் கொண்டுவிடுவது நல்லது என்றார். நான் சொன்னேன் 'public'ரோடு திறந்து விடுவது சரி. ஆனால் அதை வைத்துக் கொண்டு கோயிலைத் திறந்து விடும்படி கேட்க மாட்டோம் என்று நாம் எப்படி உறுதியளிப்பது? கோயில் பிரவேசம் என்பது காங்கிரசின் இலட்சியமாக இல்லாவிட்டாலும் — எனது இலட்சியம் அதுதானே, அதை விட்டுக் கொடுக்க எப்படி முடியும்? வேண்டுமானால் இராணிக்கு ஒரு வார்த்தை சொல்லுங்கள். 'இப்போதைக்கு அதுமாதிரி கிளர்ச்சி எதுவுமிருக்காது. கொஞ்சநாள் அதுபற்றி மக்களுக்கு விளங்கும்படிப் பிரச்சாரம் செய்து, கலவரத்திற்கு இடமிருக்காது என்று கண்டால்தான் கிளர்ச்சி ஆரம்பிக்கப்படலாம் என்று சொல்லுங்கள்' என்று சொன்னேன்.

அதை காந்தி இராணியிடம் சொன்னவுடன் இராணியார் 'ரோட்டில் யார் வேண்டுமானாலும் நடந்து செல்லலாம்' என்று உத்தரவு போட்டு பொது ரோடாக ஆக்கினார்கள்.

பெரியார் ஈ.வெ.ரா சிந்தனைகள், பக். 100—111

○

(3)
இராஜாஜி அறிக்கை

Mr. Ramaswami Naicker
Treatment in Trivandrum Jail

Sjt. C Rajagopalachar writes:

I am reliably informed that Mr. E.V. Ramaswami Naicker, now a Satyagraha prisoner in Trivandrum Central Jail is being treated as an ordinary convict in the matter of diet and accommodation. He wears Jail clothes, and ankle iron and is confirmed in a solitary cell far away from the other Satyagraha prisoners. It is needless to say that Mr. Naicker is in excellent spirits inspite of all this. I have lived and moved with him and know him. He is an indomitable soul that has deliberately spurned the pleasures of wealth and position and chosen the hard and tugged path, not in form only like many of us, but in all reality. He welcomes the purifying trials to which he is subjected. So we need not be sad.

Perhaps the Travancore Government does not mean to subject a man of culture and position imprisoned for conscience's sake to any harsh treatment, but measures culture and position by the English one, and the Academic Degrees attached to one's name. I had a chance when last I was in Trivandrum to see how the Vaikom prisoners were treated in prison. There was nothing to complain. In fact I was proud to see civilisation in the treatment accorded to the gentlemen who chose to be prisoners in this Indian State for a great and good cause. It was so different from experiences in British India regarding most political prisoners. But in Mr. Naicker's case for some reason the Travancore Government appears to have gone wrong. It may be partly due to ignorance of Mr. Naicker's status. But it is no excuse: civilised treatment is due to prisoners of conscience, irrespective of status. Mr. Naicker was asked to leave the district. He disobeyed most peacefully. The conviction itself is thoroughly illegal for without an incitement to violence or the likelihood of it, disobedience by itself cannot be subject for criminal prosecution. But I may be wrong, whatever the legality, the object of the order of externment must be held attained if the victim is kept in custody. To condemn him to rigorous imprisonment and irons and jail clothing and to deprive him of all society to which other Satyagraha prisoners were rightly deemed entitled is totally unjustifiable. The salutations of Tamilnad to go to its brave President in the Trivandrum jail.

Mahatmaji has refused to advise withdrawal of the campaign. It has far been conducted with the utmost regard for non-violence and dignity of conduct. In the midst of the flood distress in Travancore and the rest of Kerala and in the Tamilnad, it is hard to ask for money. But the ashram at Vaikom badly wants funds; will some sympathisers help to send a thousand rupees. Not even if we have the most perfect political organisation and solved the problem of food and clothing, can we attain peaceful and true Swaraj if we do not get rid of this canker of untouchability. Let no one confound it with inter-dining or inter-marriage or the abolition of caste. The Vaikom campaign seeks no infliction of caste or creed. But no difference in caste or creed ought to make anyone untouchable or deprive one of the elementary rights of civic life. Remittances may be sent to Mr. Narayanan, M.A., B.L., Satyagraha Ashram, Vaikom or to Mr. A. K. Govinda Chanar, Treasurer, same address.

The Hindu, 27.8.1924

(4)
எஸ். சீனிவாச ஐயங்கார் அறிக்கை

வைக்கம் சத்தியாகிரகத்திற்கு இந்த மாகாணத்தார் [சென்னை மாகாணத்தார்] பணமும் மனிதர்களும் கொடுத்து உதவ வேண்டியது அவசியமாக இருக்கிறது. இந்த விஷயத்தில் இவ்விடத்தில் இருந்துவரும் உணர்ச்சிக்கு மாறான எண்ணம் திருவாங்கூரில் இருந்து வருகிறதா என்றும் நம்முடைய அபிப்பிராயத்தை மாற்றிக் கொள்ளும்படி வைக்கம் ஆலயத்தைச் சுற்றியுள்ள ரஸ்தாக்கள் சம்பந்தமாக அபூர்வமான அம்சங்கள் எவையேனும் இருந்து வருகின்றனவா என்றும் நேரில் விசாரித்து தெரிந்துகொள்ள நான் விரும்பினேன். காங்கிரஸ்வாதிகள் சார்பாக இந்த விஷயத்தைப் பற்றி மகாராஜாவுடன் பேசவும் நான் விரும்பினேன். வைக்கம் திருவனந்தபுரம் முதலிய பல இடங்களுக்கு நான் சென்று வந்ததன் பலனாக என்னுடைய ஆதி அபிப்பிராயம் ஊர்ஜிதம் அடைந்துவிட்டது.

தீண்டாமை என்பதை ஒழித்துவிட வேண்டுமென்று இந்தப் பக்கத்தை விட அதிகமாகத் திருவாங்கூரில் உணர்ச்சியிருந்து வருகிறது. ஜனங்களில் பெரும்பாலோர் இதை ஒழித்து விடுவதை ஆதரிக்கிறார்கள். தமிழ்நாட்டிலிருந்து சென்று அங்கு குடியேறியிருக்கும் பிராமணர்களும் மற்றவர்களும் இதற்கு ஆதரவாக இருக்கிறார்கள். எதிரிடையான அபிப்பிராயம் ஒரு கட்சியினருக்கு இருந்து வருகிறது. நம்பூதிரிகள் தான் இந்த மாறுதலுக்கு எதிரிடையாக இருக்கிறார்கள். ஆனால் கொச்சி, மலபார் முதலிய இடங்களில் நம்பூதிரிகளுக்கு உள்ள

செல்வாக்கு திருவாங்கூரில் இல்லை. வைக்கம் ஆலயத்தைச் சுற்றிஉள்ள ரஸ்தாக்களில் தீண்டாதார் செல்லக் கூடாதென்று பிராமணர்களும் சில நாயர்களும் ஆட்சேபிக்கிறார்கள். ஆனால் அந்த பிராமணர்கள் கோயிலை அண்டி ஜீவிப்பவர்களானபடியால் அவர்களுடைய அபிப்பிராயத்திற்கு மதிப்பு வைப்பதற்கில்லை. வைக்கத்திலுள்ள அதிகாரிகளும் மகாராஜாவும் ஆக்டிங் திவானும் திருவனந்தபுரத்திலுள்ள இதர உத்தியோகஸ்தர்களும் அவர்களுடைய அபிப்பிராயத்தை எடுத்துச் சொல்லியதற்கும், ஜார்ஜ் ஜோசப், கேசவ மேனன், மாதவன் இவர்களை நான் கண்டு பேச அனுமதித்ததற்கும் வந்தனம் செலுத்துகிறேன்.

திருவாங்கூர் ஹைகோர்ட்டார் வெகுகாலத்திற்கு முன்செய்துள்ள தீர்ப்பின்படி கிராம வீதிகள் இதர பொதுஜன பாட்டைகளைப் போன்றவை அல்ல வென்றும், வழக்கத்தை அனுசரித்து அவைகள் உபயோகப்படுத்தப்பட்டு வருகின்றன என்றும் தெரிகிறது. ஆனால் வைக்கம் ஆலயத்தைச் சுற்றிலும் உள்ள ரஸ்தாக்கள் கிராம வீதிகள் என்றும் அவர்கள் சொல்லவில்லை. அவைகள் கோயில் சொத்துக்கள் என்றும் ஆகவே அவைகள் தனிப்பட்ட நபருடைய சொத்துக்குச் சமானம் என்றும், ஆலயத்திற்குள் செல்லக் கூடியவர்களுக்கே அந்த ரஸ்தா வழியாகச் செல்ல உரிமை உண்டென்றும் சொல்லப்படுகிறது. உத்தியோகஸ்தர்களும், உத்தியோகஸ்தர்கள் அல்லாதவர்களும் எனக்கு அறிவித்த தகவல்களைக் கொண்டுதான் இவ்விஷயத்தை ஆராய்ச்சி செய்தேன். பிரஸ்தாபத்திலுள்ள பாதைகள் பொதுஜன பாட்டைகள்தான் என்ற முடிவிற்கு நான் வந்திருக்கிறேன். தனிப்பட்ட நபர்களுடைய சொத்திலாவது கோவில் சொத்திலாவது பொதுஜன பாட்டை இருக்க முடியாதென்று நினைத்துக் கொண்டு விடுவதால்தான் சங்கடம் ஏற்படுகிறது. பொதுஜனங்கள் நடமாடுவதற்கு உரிமை ஏற்படுவதற்காக அந்த ஸ்தலமானது பொதுஜனங்களுக்காவது, ராஜாங்கத்திற்காவது சொந்தமாக இருக்க வேண்டும் என்று அவசியமில்லை, ஆகவே செட்டில்மென்டுக் கணக்குகளில் பிரஸ்தாபத்திலுள்ள பாதைகளில் இருக்கும் பூமியானது கோவில் சொத்து எனப் பதிவு செய்யப்பட்டிருக்கிறது என்று திருவாங்கூர் கவர்ன்மெண்டார் சொல்லுவது அர்த்தபுஷ்டி உடைய வாதமாக மாட்டாது.

தவிரவும் இந்தப் பாதைகளில் இந்துக்களைத் தவிர, கிறித்தவர்கள், முகமதியர்கள் முதலிய இந்துக்கள் அல்லாதவர்களும் செல்ல அனுமதிக்கப்பட்டு அவ்வழக்கம் அனுஷ்டானத்திற்கு வந்திருப்பதிலிருந்து இந்தப் பாதைகள் பொதுஜனங்களுடைய நடமாட்டத்திற்காக விடப்பட்டவை என்று ஏற்படுகிறது.

மராமத்திலாகாதான் இந்த ரஸ்தாக்களைப் பராமரித்து வருவதாகச் சொல்லப்படுகிறது. ஆனால் முனிசிபாலிடியார் இந்த ரஸ்தாக்களுக்கு விளக்குப் போட்டு, சுத்தம் செய்து வருவதிலிருந்து அந்த பாத்தியம் அடிபட்டுப் போய்விடுகிறது. இந்த ரஸ்தாக்கள் பொதுபாட்டைகளா என்பதை நிர்ணயம் செய்ய முனிசிபாலிடியையே முக்கிய ஆதாரமாக எடுத்துக் கொள்ள வேண்டும். பிரஸ்தாப பாட்டைகளின் இரு புறங்களிலுமுள்ள மரங்களில் பி.டப்ளியூ.டி. என்று அச்சுக்குத்தப்பட்டிருக்கிறது. இதிலிருந்து மராமத்து இலாகாவிற்கு இதில் எவ்வித சம்பந்தமும் இல்லை என்று கவர்ன்மெண்டார் சொல்லும் வாதம் அடிபட்டுப் போய்விடுகிறது.

தடைப்பலகைகள் கோயில் சொத்து எனப் பாத்தியம் கொண்டாடப்படுகிறது. 11 ஏ.22.செ. நிலத்திற்கு அப்பால் போடப்பட்டிருக்கின்றன. தவிரவும் கோயிலைச் சுற்றியுள்ள வழிகளில் இருக்கும் வீடுகளுக்குச் செல்லும் மார்க்கமானது கோயில் சொத்துமன்று . தீண்டாதார் இந்த வீடுகளில் எதையும் வாங்கிக் கொள்ளக் கூடாது என்றும் எவ்விதச் சட்டமும் இல்லை.

கவர்ன்மெண்டார் சட்ட சம்பந்தமான ஆட்சேபணையையே சொல்லுகின்றார். பொதுஜன பாட்டைகளில் தீண்டாதார் செல்லக்கூடாது என்று சொல்லுவது செல்லுபடியுள்ளது ஆகாது என்பதை ஒப்புக்கொள்கிறார்கள். பொதுஜனங்களுக்கு அனுபவ பாத்தியம் ஏற்பட்டிருக்கையில் தடை செய்வது செல்லுபடி உள்ளதாக இருக்கமுடியாது. இப்பொழுது தொங்கவிடப்பட்டிருக்கும் தடைப்பலகைகளில் பொது ஜனங்கள் செல்லக்கூடாது என்று சொல்லியிருப்பதானது புதிய வழக்கமாக இருக்கிறது. ஏற்கெனவே இருந்த பலகைகளில் தீண்டாத ஜாதியாரே செல்லக்கூடாது எனக் கண்டிருந்தது. அதிலிருந்து இவைகள் பொதுஜன பாட்டைகள் என்றும், நீண்டகாலமாக அனுஷ்டானத்தில் இருந்து வந்திருக்கும் வழக்கத்தை அனுசரித்தே இவர்கள் தடுக்கப்படுகிறார்கள் என்றும் ஏற்படுகிறது. வழக்கத்திற்கு சட்டத்தின் மகிமை கிடையாது.

சத்தியாகிரகத்தை ஆரம்பிக்குமுன் காங்கிரஸ்வாதிகள் மகாராஜாவுக்கும், திவானுக்கும் விஞ்ஞாபனம் செய்து கொண்டிருக்க வேண்டும் என்பதை நான் ஒப்புக்கொள்கிறேன். ஆனால் அது ஒரு சில்லறை விஷயம்; அந்தக் குறையையும் இப்பொழுது நான் நிவர்த்தி செய்துவிட்டேன்.

நான் மகாராஜாவுடனும் இதர உத்தியோகஸ்தர்களுடனும் விவாதித்தபொழுது இரண்டு யோசனைகள் சொல்லப்பட்டன. ஒன்றும் திருப்திகரமாயில்லை. பிரஸ்தாப பாட்டைகள் இருக்கும்

இடம், தனிப்பட்ட நபருடைய சொத்தானதால் அவைகளின் வழியாக முகமதியர்களும், கிறித்தவர்களும் செல்லக் கூடாதெனத் தடுத்து விடுவதாகச் சொல்லப்பட்டது. இதற்கு நான் இணங்க முடியாது. இந்த மூன்று சமூகத்தினருக்கும் இருந்துவரும் நேசபாவம் இதனால் குறைந்து உரிமையும் வரையறுக்கப்பட்டுவிடும்.

கூடியவரையில் கோயிலைச் சுற்றிப் புதிய ரஸ்தாக்களைப் போட்டு, எல்லோரும் அவைகள் வழியே செல்ல அனுமதித்து விடலாம் என்று சொல்லப்பட்டது. சவுகரியத்தை உத்தேசித்து இந்த ஏற்பாட்டைச் செய்வதாக விருந்தால் இது போதியதாக இருக்கும். இது விஷயத்தில் உணர்ச்சி பிரதானமாக இருக்கிறது. இந்த யோசனையின்படி செய்தால் தற்காலம் இருந்து வரும் அவமானம் மிகுந்து தீண்டாமையையே ஸ்திரப்படுத்துவதாகும்.

ஆகவே வைக்கம் சத்தியாகிரக இயக்கம் நியாயமானது என்றும் அங்கு உள்ளவர்களுடைய மனோபாவம் மாறும்வரை அது நடந்தே தீரவேண்டும் என நான் அபிப்பிராயப்படுகிறேன். தொண்டர்களைக் கைது செய்துவந்தால் நமக்கு சீக்கிரத்தில் வெற்றி கிடைத்துவிடும். ஆனால் கவர்ன்மெண்டார் தங்களுக்குச் சவுகரியமான வழியில் இறங்கியிருப்பதால் தொண்டர்கள் நெறியுடனும் அஹிம்சா தர்மத்துடனும் நடந்து கொள்ளவேண்டும்.

அவசியம் ஏற்படும்போது உதவி செய்ய ஏற்பாடுகள் நடந்து வருவதற்கு நான் சந்தோஷப்படுகிறேன். திருவாங்கூர் மகாஜனங்களே மிகுந்த உற்சாகத்துடன் இருப்பதால் வேண்டிய தொண்டர்கள் அங்கு கிடைப்பார்கள், இருந்தபோதிலும் அவசரத்திற்கு உதவி செய்யத் தமிழ்நாடும் தயாராக இருக்கவேண்டும். அவசியம் ஏற்பட்டால் நாம் எல்லோரும் அங்குச் செல்லத் தயாராக இருக்கவேண்டும். அது வரையில் பணஉதவி செய்யவேண்டியது அவசியம். திருவாங்கூர் கவர்ன்மெண்டார் பல சீர்திருத்தங்களைச் செய்திருப்பதும் ஈழவர்களையும் மற்றோரையும் எல்லாப் பள்ளிக்கூடங்களிலும் சேர்த்துக் கொள்ளுவதும் வாஸ்தவமே. அதற்காக வைக்கம் ரஸ்தாக்களில் அவர்கள் தடை செய்ய எவ்வித நியாயமும் இல்லை.

எல்லாக் கட்சிகளையும் சேர்ந்த தலைவர்கள் இவ்வியக்கத்தில் தங்களுக்கு இருந்துவரும் அனுதாபத்திற்கு அறிகுறியாக வைக்கத்திற்கு இரண்டொரு தினங்கள் சென்று வரும்படி நான் வேண்டிக்கொள்கிறேன்.

சுதேசமித்திரன், 22.4.1924

(5)
Savarna Jatha Memorial

To

Her Most Gracious Highness
The Maharani Regent

May it please your Gracious Highness,

We the undersigned members of the Deputation loyally and respectfully beg leave to approach Your Gracious Highness with the humble prayer that the roads round the Vaikom Temple walls and all other roads similarly situated in other parts of the state may be thrown open to all classes of Your Gracious Highness' humble subjects without distinction of caste and creed.

We are grateful to Your Gracious Highness' Royal House for the kind and benevolent policy of removing the disabilities of the Avarna Hindus in the matter of using public roads, courts, schools and other public institutions declared and followed for over fifty years.

So long ago as in 1865 the Government published a notification to the effect that all the public roads in the state are open to all classes of people alike and in July 1884 the Government by a fresh notification re-affirmed the policy laid down in the previous order and enjoined that any violation of these orders will be visited with the severest displeasure of Government.

Though sixty years have elapsed since these orders were issued it is painful to find that even today certain public roads are closed to Avarna Hindus and that the officers of Government, far from protecting the rights of these people in regard to this matter, are taking steps to support those who infringe the notifications of Government.

The notification of 1884 came up for judicial interpretation before the High Court more than 35 years ago and the High Court then considered it "expedient" to draw a distinction between King's Highways and Gramaveethies and decided that the public roads mentioned in the notification of Government were intended to mean only King's Highways and not Gramaveethies which all roads were presumed to be. We humbly beg to submit that the notification of Government made no such distinction or reservation. Probably but for this strained interpretation put upon the notification by the High Court the problem with which the Government are now confronted would not have arisen. Even if the courts were justified in making such a distinction in view of the peculiar conditions prevailing then, we respectfully and humbly submit that, thanks to the enlightened educational policy steadily pursued by the state for over sixty years, these conditions have long since changed and there is no justification for maintaining or recognising any such distinction now.

We also humbly beg to bring to Your Gracious Highness' kind notice that recently a resolution was passed in the Madras Legislative Council recommending to the Government that all castes and communities be permitted to use all village roads, gramaveethies and public wells, and that the Madras Government have accepted the resolution and are giving due effect to it.

It is a source of sincere sorrow to us, the Savarna Hindus, that the denial of this right to the very large portion of the Hindu population of the state, consisting of seventeen lakhs out of a total of twenty-six lakhs of Hindus, is sought to be justified on the ground that the Savarna Hindus are opposed to the exercise of such right by the Avarnas. This Jatha has therefore been organised for the purpose of submitting before Your Gracious Highness this humble memorial to prove to Your Gracious Highness that there is no such opposition on the part of the Savarna Hindus and that they are ready and willing to co-operate with Government in removing the disabilities of their Avarna Hindu brethren.

We feel sorry that Travancore which, under the wise guidance of Your Gracious Highness' illustrious predecessors, stand to-day in the forefront of Indian States in education, enlightenment and all-round progress should in any way impair its reputation by the exclusion of the large majority of its Hindu population from this elementary right of citizenship which all other people of whatever nationality and religion are permitted to enjoy in this state:

We therefore, on behalf of the Savarna Hindus of this state, humbly and respectfully pray that Your Gracious Highness may be pleased to command that all roads and public institutions without reservation be thrown open to all classes of Your Gracious Highness' humble subjects without distinction of caste or creed.

In this connection we are gratefully reminded of the generous solicitude Your Gracious Highness has already evinced in the cause of the amelioration of the condition of the depressed classes by the gracious act of releasing the Satyagraha prisoners on the auspicious day of the Installation Durbar, and we feel confident that the same spirit of charity, generosity and benevolence will continue to mark Your Gracious Highness' action in regard to this all important subject.

We also humbly beg to submit herewith a memorial signed by various Savarna Hindus in this State.

In conclusion we respectfully beg leave to express our grateful thanks to Your Gracious Highness for kindly permitting this deputation to wait upon Your Gracious Highness and to express our grievance.

- *Selected Documents on Vaikom Satyagraha*, pp.178-180

உயர்சாதியினர் பேரணி முடிவில் மகாராணி ரீஜண்ட் சேதுலட்சுமி பாய் அவர்களிடம் 12 நவம்பர் 1924 அன்று அளித்த விண்ணப்பம்.

IV
வைக்கமும் திருவாங்கூரும்

கேரள மாநிலம் 1956இல் உருவானது. காலனியாதிக்க காலத்தில் திருவிதாங்கூர், கொச்சின் என்ற இரு சமஸ்தானங்களையும், பிரிட்டிஷ் ஆட்சியின் கீழான மலபார் மாவட்டத்தையும் கொண்டிருந்தது கேரளம். வடக்கு தெற்காக 580 கி.மீ. நீளமும், மேற்கு கிழக்காக 35—120 கி.மீ. அகலமும் கொண்டது கேரளம். அரசியல் நிலையில் மூன்று பகுதிகளாக அமைந்ததைப் போலவே, புவியியல் அமைப்பிலும் மூன்று வகையினது எனலாம். மேற்கு கரையோரப் பகுதி காயல்களாலும் ஏரிகளாலும் நிறைந்தது. வடக்கிலிருந்து தெற்குக்குப் பயணமாகும் வண்ணம் நீர்வழிகளால் இணைந்தது. இதயம் போன்ற மத்தியப் பகுதிகள் மலைகளும் குறுகிய பள்ளத்தாக்குகளும் சிறுநதிகளும் கொண்டவை. கிழக்குப் பகுதியோ அண்டை மாநிலமான தமிழ்நாட்டிலிருந்து கேரளத்தைப் பிரிக்கும் மேற்குத் தொடர்ச்சி மலைகளின் அடிவாரத்தில் அமைந்தது. பிரிட்டிஷ் இந்தியாவிலிருந்து திருவிதாங்கூரை வேறுபடுத்தியவை மேற்குத்தொடர்ச்சி மலைகள் தாம். திருவிதாங்கூர் சமஸ்தானம் கேரளத்தின் தென் பகுதியை உள்ளடக்கியது. வைக்கம் திருவிதாங்கூரின் கோயில் கிராமம்/நகரம்.

சத்தியாகிரகம் நிகழ்ந்த வைக்கம், கேரளத்தின் நடுப்பகுதியில் விளங்குவது. 9^0 40^0 கடகரேகை, 76^0 20^0 மகரரேகையில் பூமிப்பந்தில் காட்சிதருவது. வேம்ப நாடு ஏரியின் கிழக்குக்கரையில் அமைந்த வைக்கம், கோட்டயம் மாவட்டத்தின் நான்கு நகராட்சிகளுள் ஒன்று இன்று. 8.73 சதுர கிலோ

மீட்டர் பரப்பளவும், 23,234 (2011 இன்படி) மக்கள்தொகையும் கொண்ட நிலப்பகுதி. தற்போது தாலுகாவின் தலைமையகமாக விளங்குகிறது.

இன்றும் வைக்கத்தின் முக்கியத்துவம் அங்குள்ள சிவன் கோயில்தான். அது தெற்கிலிருக்கும் காசி என்று ஒரு காலத்தில் கொண்டாடப்பட்டது. ராக்ஷசகாரா மரபில் வந்தவர்களால் கோயிலின் மூல விக்கிரகம் அமைக்கப்பட்டதாகக் கூறுவர். அம்மரபில் ஒரு கதை உண்டு. ஒரு சிவபக்தர், சிதம்பரத்தில் தவம் புரிந்தார். சிவன் அதை மெச்சி அவருக்குக் காட்சி தந்தார். அதோடு மூன்று லிங்கங்களையும் கொடுத்து அவருக்குச் சரி என்று தோன்றுமிடத்தில் பிரதிஷ்டை செய்யுமாறு அருள் புரிந்தார். வலக்கையில் ஒன்றையும் இடக்கையில் ஒன்றையும் கழுத்துப் பகுதியில் மூன்றாவதையும் வைத்துக்கொண்டு பக்தர் நடந்தாராம். வைக்கம் பகுதிக்கு வந்தபோது வலக்கையில் இருந்த லிங்கம், பளு தாங்காமல் கீழேவிழுந்து விட்டது. அதை மீண்டும் தூக்க முயன்றபோது அவரால் முடியவில்லை. கீழே போட்டதைத் தூக்கத் தேவையில்லை என்று அசரீரி ஒலித்ததாம். சிறிது தூரத்தில் மற்ற இரண்டையும் கூட பிரதிஷ்டை செய்தாராம். முதல் லிங்கம் விழுந்த இடம் வைக்கம், இரண்டாவது கடுத்துருத்தி, மூன்றாவது ஏட்டுமானூர்.

இன்னொரு கதையும் உண்டு. வியாகரபாதர் என்னும் முனிவர் சிதம்பரத்தில் தவம் மேற்கொண்டிருந்தார். அவரும் தவம் முடிந்து தெற்குநோக்கி வந்தபோது கரா என்ற முனிவர் தான் கீழே போட்டுவிட்ட லிங்கத்தின் பூஜைப் பொறுப்பை ஏற்றுக்கொள்ளும்படி வியாகரபாதரிடம் கேட்டுக் கொண்டார். அவரும் அதை ஒப்புக் கொண்டாராம். வியாகரபாதபுரம் அல்லது வியாகரபாத நகரம் என்பதுதான் இப்போது வைக்கம் எனத் திரிந்து ஒலிப்பதாக அக்கதை கூறுகிறது.

இன்னொரு மரபுக்கதை கேரளத்தை நிர்மாணித்தவராகக் கருதப்படும் பரசுராமனே வைக்கம் கோயிலைக் கட்டியதாகக் கூறுகிறது. வேம்பநாட்டு ஏரித் தண்ணீரில் லிங்கத்தைக் கண்டு அதை எடுத்து இக்கோயிலைக் கட்டியதாக சொல்கிறார்கள். ஒரு ஆண்டு முழுவதும் பரசுராமன் இங்குத் தங்கி சகஸ்ரகலச பூசை நடத்தி தினமும் பிராமணர் பலருக்கு உணவளித்ததாகக் கூறுவர். பரசுராமன் தொடங்கிய அந்த சகஸ்ர பூஜையும் பிராமணர்களுக்கு உணவளிக்கும் முறையும் இன்றும் தொடர்கின்றன. தெய்வத்திடம் நேர்ந்து கொண்ட காரியம் நிறைவேறிய பக்தர்கள் அப்பணியை இப்போதும் செய்கிறார்கள்.

கேரளக் கட்டடக்கலையின் மாதிரிவடிவம் வைக்கம் கோயில். விரிக்கப்பட்ட குடை வடிவிலான கருவறையும், அதன்மேல் தங்கக் கலசமும் 19.5 மீட்டர் உயர கொடிமரமும், கோயிலின் இரண்டு முக்கியமான அம்சமாகும். 1529–39க்குள் கோயிலில் தீவிபத்து ஒன்று நடைபெற்று, கோயில் மறுபடியும் கட்டப்பட்டு புனிதப்பட்டிருக்கிறது. கோயிலின் மூல சிவலிங்கம் ஒரு மீட்டர் உயரமுடையது. 1963இல் கோயிலின் ஒரு பகுதி தீப்பிடித்தது. காளிக்குப் பூஜை செய்யாததற்குத் தண்டனை அது எனக் கருதப்பட்டது. பிராயச்சித்தமாக 1965இல் அப்பூஜை செய்யப்பட்டது. 1965இல் கோயிலின் ஓவியங்கள் மறுபடியும் வரையப்பட்டு கலாமண்டபம் ஒன்றும் கட்டப்பட்டது. கோயிலும் அதன் உள்கட்டமைப்பும் இன்றும் மாறாமல் உள்ளது.

வைக்கம் அடங்கிய சமஸ்தானம், திருவாங்கூர், திருவிதாங்கூர் என்று அழைக்கப்பட்டது. ஸ்ரீ அல்லது திரு வாழும் கோடு என்பது திருவிதாங்கோடு ஆனது. இது வரலாற்றாசிரியர் சங்குன்னி மேனன் கருத்து. ஆங்கில உச்சரிப்பில் *Travancore* என்றானது. பேச்சுவழக்கில் திருவிதான்கூர், திருவாங்கூர் ஆனது என்பார் இன்றைய வரலாற்றாசிரியர் அ.கா. பெருமாள்.

திருவாங்கூரின் தொடக்ககால வரலாறு, மரபாகச் சொல்லப்படுவதுதான். எனினும் கேரளத்தைப் பழங்காலத்தில் ஆட்சிசெய்த சேர அரசர்களின் மரபில் வந்தவர்களே திருவாங்கூர் அரசர்கள். அவர்கள் திருவாங்கூரைத் தர்மராஜ்யம் எனப்பெயர் விளங்கும்படி ஆண்டனர்.

திருவாங்கூர் அரசர்கள்

1729 முதல் 1949 வரையிலான 220 ஆண்டு காலத்தில் 12 அரசர்கள் ஆண்ட திருவாங்கூர் வரலாற்றை மூவர் எழுதியுள்ளனர்; நாகம் அய்யா, சங்குன்னி மேனன், டி.கே. வேலுப்பிள்ளை. 12 பேர் ஆண்ட திருவாங்கூரின் 10 மற்றும் 11 ஆவது அரசர்களது ஆட்சியின்போதே வைக்கம் சத்தியாகிரகம் நிகழ்ந்தது. 10ஆவது மகாராஜா மூலம் திருநாள் (1885–1924) காலத்தில் தொடங்கிய சத்தியாகிரகம் அடுத்து பூராடம் திருநாள் சேதுலட்சுமி பாய் (1924–1931) காலத்தில் முடிவுக்கு வந்தது.

அரசவரிசையைக் கூடுதல் புரிதலுக்காகவும், அவர்களது முக்கியச் செயல்கள் மூலம் நாடு நவீனமாகி மேற்குலகின் தன்மைக்குள் வந்துசேர்ந்ததை அறியவும் கீழே தருகிறோம்.

(1) மார்த்தாண்ட வர்மா (1729 – 1758) திருவாங்கூரை உருவாக்கிய அரசர். 1726இலேயே இங்கிலாந்து அரசிக்கும் திருவாங்கூருக்கும் உறவு தொடங்கிவிட்டது. இவர் பத்மநாபதாசர்

என்ற பட்டம் ஏற்று சமஸ்தானத்தைப் பத்மநாப சுவாமிக்கு அர்ப்பணித்தார்.

(2) கார்த்திகைத் திருநாள்: இராமவர்மா (எ) தர்மராஜா (1758–1798)

(3) பாலராம வர்மா (1798–1810)

வேலுத்தம்பி இவரது பலம் வாய்ந்த தளவாய்.

(4) ராணி கௌரிலட்சுமி பாய் (1810–1815)

(5) ராணி கௌரிபார்வதி பாய் (1815–1829) கேரளத்தில் அடிமைமுறையை ஒழித்தவர்.

(6) சுவாதித் திருநாள் (1829–1847) இசை ஆர்வலராக இன்றும் அறியப்படுபவர். 1834இல் ஆங்கிலப் பள்ளிகளைத் தொடங்கினார். நீதித்துறையில் சீர்திருத்தம் செய்தார்.

(7) உத்திரம் திருநாள் மார்த்தாண்ட வர்மா (1847–1860) சுவாதித் திருநாளின் நவீனப் போக்குகளை இவர் தொடர்ந்தார். 1859இல் கீழ்ச்சாதி பெண்களாகக் கருதப்பட்டவர்கள் தோள்சீலை அணியாத வழக்கத்தை அவசர சட்டம் மூலம் ஒழித்தார். பெண்களுக்கான பள்ளிகளை 1859இல் தொடங்கினார். 1855இல் ஏறக்குறைய ஆங்கிலம் அரசு நிர்வாக மொழியாகிவிட்டது.

(8) ஆயில்யம் திருநாள் (1860–1880) இவரது காலத்தில் 1872இல் காகிதம் அரசு அலுவலகங்களில் அறிமுகமானது; 1920இல்தான் பெருவழக்கானது. இவரது காலத்தில் ஆங்கில அரசால் நியமிக்கப்பட்டவர் திவான் டி. மாதவராவ். நவீன நிர்வாகத்தை இந்த திவான் கொண்டுவந்தார். அரசுப் பள்ளிகள் உருவாயின. 1000 மைல்களுக்குச் சாலை அமைக்கப்பட்டது.

(9) விசாகம் திருநாள் (1880–1885)

(10) மூலம் திருநாள் இராமவர்மா (1885–1924). 1904இல் ஸ்ரீ மூலம் சட்டசபை உருவாக்கப்பட்டது. திருவாங்கூரின் பல தொகுதி மக்களின் கருத்தை அறிய நியமன உறுப்பினர்கள் அமர்த்தப்பட்டனர். இவர் ஆட்சியில்தான் வைக்கம் சத்தியாகிரகம் தொடங்கியது.

(11) பூராடம் திருநாள் சேதுலட்சுமி பாய் (1924–1931) மூலம் திருநாளுக்குப் பிறகு மகாராஜாவாக வேண்டிய சித்திரைத் திருநாள், வயது குறைந்தவராக இருந்ததால் ஆங்கிலஅரசு இவரைப் பொறுப்பு ராணியாக (Regent) நியமித்தது. அவருக்கு 18வயது ஆகும்வரை பொறுப்பில் இருந்தவர். வைக்கம்

போராட்டம் இவர் காலத்தில் முடிவுக்கு வந்தது. இவரது காலத்துக்கு முந்தியும் இவர் காலத்திலும் திவானாக இருந்தவர் டி. ராகவையா. ராகவையாவுக்கு அடுத்து இவர் நியமித்த திவான் எம்.இ. வாட்ஸ், ஓர் ஐரோப்பியர்.

(12) சித்திரைத் திருநாள் (1931–1949) இவரது அன்னையாலும், திவான் சி.பி. இராமசாமி ஐயரது முயற்சியாலும் இவர் காலத்தில் கோயில் நுழைவுப் பிரகடனம் வெளியானது.

கி.பி. 1644இல் பிரித்தானிய கிழக்கிந்திய கம்பெனியுடன் திருவாங்கூருக்கு உறவு தொடங்கியது. அதற்கு முன்பே அரசாங்க அமைப்பு நன்றாக உருவாகிவிட்டிருந்தது. 1726இல் இங்கிலாந்து அரசிக்கும் திருவாங்கூருக்கும் ஏற்பட்ட ஒப்பந்தத்தால் உறவு மேலும் பலப்பட்டது. நிருவாக அமைப்பும் மேற்குமயமாக மாறத் தொடங்கியது.

மகாராஜாவே திருவாங்கூர் அரசின் குவிக்கப்பட்ட அதிகாரம் பெற்ற தலைவராக இருந்தார். பிறகு தேசம் மற்றும் நாடு (Village and District)களின் நிருவாகம் உள்ளூர் பிரமுகர்களிடம் விடப்பட்டது. அவர்கள் நிலத்தை குத்தகைதாரர்கள் மூலம் பயிர் ஏற்றினர். நாயர் சமூகத்தைச் சேர்ந்தவர்கள், தேவைப்படும் நேரத்தில் பயன்படுத்துவதற்கு என்று சிறுபடை ஒன்றை வைத்திருந்தார்கள். தொடக்கத்தில் படைப்பிரிவு என்று எதுவும் தனியாகச் செயல்படவில்லை.

வெளிப்புற எதிரிகளிடமிருந்து சமஸ்தானத்தைக் காப்பதையும் சட்டம் ஒழுங்கைப் பராமரிப்பதையும் அரசர்கள் தங்கள் வேலையாகக் கருதியிருந்தனர். ஒவ்வொரு பகுதியின் விவகாரங்களும் அப்பகுதியின் பிரமுகர்களால் கவனிக்கப்பட்டன.

கோயில் தேவஸ்வம் ஏறக்குறைய சுதந்திரமான பகுதியாகும். தேவஸ்வத்துக்கு ஆன்மீக அதிகாரம் தவிர மற்றவகை அதிகாரங்களும் இருந்தன. 'முக்கிய கோயில்கள் எல்லாம் பார்ப்பன பொறுப்பாளரின் மேற்பார்வையின் கீழ்த் தனியாட்சி பெற்றுத் தழைத்தன. கோயில்களின் நிலத்திலும் அவற்றைச் சுற்றிலுமிருந்த இடம் முழுவதிலும் கோயிலாட்சி குழுக்கள் வரையிறந்த ஆட்சி செலுத்தின. எடுத்துக்காட்டாக, வைக்கம் கோயிலின் பொறுப்பாளர்கள் தம் ஆட்சிக்குட்பட்ட குற்றவாளிகளைத் தண்டிக்க உரிமை பெற்றிருந்தனர். .... நாட்டை ஆளும் வேந்தராயினும் கோயில்ஆட்சிப் பகுதியில் குற்றம் செய்வாராயின் அக்குற்றத்திற்காக அவருக்குத் தண்டனை விதிக்கக் கோயில்ஆட்சித் தலைவருக்கு அதிகாரம் இருந்தது' (தென் இந்திய வரலாறு, முதற்பகுதி, (கே.கே. பிள்ளை) ப. 169).

அரசாங்கத் தலைமை நிருவாக அமைப்பில் வாலிய சர்வாதிகாரியக்காரர் (Chief Minister), மேல் எழுத்து பிள்ளை (Accounts Officer), ராயசம் பிள்ளை (Secretary), எழுத்தர்கள், கணக்காளர் போன்றோர் இருந்தனர். அரண்மனையின் ஒரு கட்டடத்தில் அந்தத் தலைமை நிருவாக அலுவலகம் இருந்தது. அரசரின் ஒப்புதல் இல்லாமல் எந்த விஷயமும் நடக்காது.

மார்த்தாண்ட வர்மாவின் (1729–1758) காலம் வரை மேற்கண்ட முறை, பல தன்மைகளில் அமைந்த வெற்றியுடன் நீடித்திருந்தது. அவர் காலத்தில் அவரது பரவலான வெற்றியால் சாம்ராஜ்ஜியம் பெரிதானதால் அரசின் பழைய இயந்திரம் மாறிய தேவைக்குப் போதவில்லை. அதனால் தளவாய் என்பவர் தலைமையில் அமைப்புசார்ந்த திறமைமிக்க அமைப்பு உருவாக்கப்பட்டது. தனித்திறமை வாய்ந்தவர்கள் பல்வேறு துறைகளுக்கும் பொறுப்பாக நியமிக்கப்பட்டார்கள். வருவாய் முறை மறுசீரமைப்பு செய்யப்பட்டது. நல்ல அரசாங்கத்தின் அடிப்படைகளை மார்த்தாண்ட வர்மா உருவாக்கினார்.

மார்த்தாண்ட வர்மாவிற்குப் பிறகு வந்த இராம வர்மா, முன்னவர் தொடங்கி வைத்த முறையை மேலும் பல முனைகளில் விரிவாக்கினார். 19ஆம் நூற்றாண்டின் இடைப்பகுதிவரை இந்த நிருவாக முறை தொடர்ந்தது. மகாராஜா இராம வர்மா காலத்தில் தளவாய், திவான் என்று அழைக்கப்பட்டார். பொருத்தமான நிருவாகத்தைத் தர, நன்கு கட்டுப்படுத்தப்பட்ட, திறமை மிக்க நடவடிக்கைகள் கையாளப்பட்டன. திவானின் நேரடிக்கட்டுப்பாட்டில் அதிகாரிகள் கொண்டுவரப்பட்டனர்.

அடுத்த அரசரான பாலராம வர்மாவின் (1798–1810) காலத்தில் பிரிட்டிஷ் இந்திய அரசாங்கத்தின் கீழ் நாடு வந்தது. புதிய மாற்றப்பட்ட ஒப்பந்தப்படி பிரிட்டிஷ் அரசு, நாட்டின் அரசாங்கத்தில் தலையிட அதிகாரம் பெற்றது. மேலும் பிரிட்டிஷ் அரசு, தன் அறிவுரையை, இவ்வரசாங்கம் மீது கட்டாயமாக ஏற்கும்படி செலுத்தவும் அதிகாரம் பெற்றது. அப்போதைய தளவாய் வேலுத்தம்பி நிருவாகத்தின் திறமையை நன்கு உயர்த்தினார். ஆனால் அவர் பிரிட்டிஷ் அரசாங்கத்தை எதிர்த்தார்.

அடுத்து பதவி ஏற்ற ராணி லஷ்மி பாய் (1810–1815) பிரிட்டிஷ் ஸ்தானிகர் (Resident) கர்னல் மன்றோவிற்குத் தளவாய் பணிகளைக் கொடுத்தார். அவர் பிரிட்டிஷ் இந்தியப் பகுதியில் இருந்த நிருவாக முறைகளையே ஏறத்தாழ இப்பகுதியிலும் ஏற்படுத்தினார். அவர் ஹுஜூர் கச்சேரி, நிதி மற்றும் நீதித்துறைகளையும் மறு

சீரமைத்தார். காரியக்காரர்களுக்குத் தாசில்தார் எனப் பெயர் சூட்டினார்.

வைக்கம் போராட்டக் காலத்திலும் அரசாங்கத்தின் தலைமைச் செயலகமாகத் திகழ்ந்தது ஹுசூர் கச்சேரி அல்லது திவான் அலுவலகம். அப்போது வேலைகளை நிறைவேற்றுவதற்குத் துறைசார்ந்த பிரிவுகள் இல்லை. நிருவாகத்தின் வேலைகளைக் கூட்டமாகவே மேற்பார்வையிடுவர். இது திருப்தியளிக்கும் பயனை அளிக்கவில்லை. இருக்கும் துறைகளை மாற்றியமைத்ததுடன் புதிய துறைகளையும் மன்றோ உருவாக்கினார். ஒவ்வொரு துறையின் அன்றாட வேலைகளைச் செய்வதற்காக வழக்கமான முறைகளையும் உருவாக்கினார். இதனால் துறைத் தலைவர்களைக் கவனிக்கவும் சரிபார்க்கவும் முடிந்தது. ஹுசூர் கச்சேரிக்கு அனுப்பப்படும் எல்லா கடிதங்களும் திவானுக்கே அனுப்பப்படவேண்டும். அங்கிருந்து அனுப்பப்படும் எல்லா ஆணைகளும் திவானின் சான்று பெற்றே அனுப்பப்பட வேண்டும் என்று மன்றோ ஆணையிட்டார்.

அரசின் எல்லாத் துறைகளின் செயல்படுத்தும் அதிகாரமும் திவானுக்கே அளிக்கப்பட்டது. திவான், திவான் பேஷ்கார், தானா சிரஸ்தார், வலிய மேல்எழுத்து பிள்ளை, மேல்எழுத்து பிள்ளைமார், குமாஸ்தாக்கள், கஜானாவில் இரண்டு முதல்பிடிகள் என்பதாக ஹுசூர் கச்சேரியின் நிருவாகத் துறை அமைப்பு இருந்தது.

கொல்லத்தில் இருந்த தளவாயின் அலுவலகம் திருவனந்தபுரத்திற்கு 1831இல் மாற்றப்பட்டது. வைக்கம் போராட்ட காலத்திலும் திருவனந்தபுரத்திலேயே இது செயல்பட்டது. அரசர், திவான், தலைமைச் செயலர், காவல்துறை ஆணையர் அனைவரும் அச்சமயம் திருவனந்தபுரத்திலிருந்தே செயல்பட்டனர்.

காவல் துறை

திருவாங்கூரில் உம்மிணி தம்பி (1809–1811) திவானாக இருந்த காலத்தில் 200 பேர் கொண்ட அமைப்பு சார்ந்த காவல்துறை முதன்முதலாக உருவாக்கப்பட்டது. அவருக்குப் பின் பதவிக்கு வந்த கர்னல் மன்றோ 500 பேராக அதை உயர்த்தியதுடன் சில சீர்திருத்தங்களையும் கொண்டுவந்தார்.

திருவாங்கூர் வரலாற்றில் 1831இல் முதன்முதலாக காவல்துறைக்கான சட்டம் இயற்றப்பட்டது. 1847–48இல் இரண்டாவது காவல்துறை ஒழுங்காற்று சட்டம் உருவானது. 1854–55இல் வருவாய் மண்டலங்கள் அமைக்கப்பட்டபோது

காவல் துறை நிருவாகத்திலும் மறுசீரமைப்புகள் நடைமுறைக்கு வந்தன. வருவாய் மண்டலத்தின் பொறுப்பு அலுவலராக இருந்த திவான் பேஷ்கார் காவல்துறை செயல்பாட்டை மேற்பார்க்கவும் கட்டளையிடவும் அதிகாரம் பெற்றார். வட்டங்களின் அளவில் தாசில்தார் இத்தகைய அதிகாரத்தைப் பெற்றார்.

1919இல் திருவாங்கூரின் முழுக்காவல்துறையும் காவல்துறை ஆணையாளர் என்ற புதிய பெயர் கொண்ட அலுவலரின் கட்டுப்பாட்டில் கொண்டுவரப்பட்டது. மண்டல அளவில் காவல்துறை கண்காணிப்பாளர் தலைவராகவும், சார்மண்டல அளவில் உதவிக் கண்காணிப்பாளர் தலைவராகவும் இருந்தனர். ஆணையாளர் என்ற பெயர் தலைமை ஆய்வாளர் (Inspector General of Police) என்று மாற்றப்பட்டது, வைக்கம் போராட்டத்திற்கு பிறகு 1938இல்.

வைக்கம் போராட்ட காலத்தில் காவல்துறை ஆணையாளரே திருவாங்கூர் முழுமைக்குமான காவல் துறைக்குத் தலைவர்.

கல்வித் துறை

திருவாங்கூரில் ராணி கௌரிபார்வதி பாய் (1815–1829), திவான் கர்னல் மன்றோவின் உதவியுடன் 1817இல் இலவச கட்டாயக் கல்வியை அறிமுகப்படுத்தினார். மலையாளத் தொடக்கப் பள்ளிகள் அனைத்து கிராமங்களிலும் நிறுவப்பட்டன. ஐந்திலிருந்து பத்துவயது வரையிலான சிறுவர் சிறுமியர் சட்டப்படி பள்ளிக்கு அனுப்பவேண்டியது கட்டாயமானது. ஒவ்வொரு பள்ளியிலும் இரண்டு ஆசிரியர்கள் நியமிக்கப்பட்டனர். அவர்களுக்கு அரசு சம்பளம் தந்தது. 1866–67இல் தொடக்கக் கல்விக்கு அதிக அழுத்தம் கொடுக்கப்பட்டது. மேலும் பல மலையாளத் தொடக்கப்பள்ளிகள் தொடங்கப்பட்டன. அரசாங்கம் தவிர, 1813இல் கோட்டயத்தில் சிரியன் கிறித்துவர்கள் தொடங்கிய சி.எம்.எஸ். மிஷினரியை மேற்கத்திய கல்வியைக் கேரளத்தில் ஏற்படுத்திய அமைப்பு எனச் சொல்கிறார்கள்.

நாட்டின் மற்ற பகுதியைப் போலல்லாமல் கேரளப் பள்ளிகளில் தீண்டாதார்களும் படிக்க அனுமதிக்கப்பட்டனர். இன்று நூறு சதவீதம் எழுத்தறிவு கொண்ட மாநிலமாக உயர்ந்திருக்கும் கேரளம், வைக்கம் போராட்ட காலத்தில் எண்பது சதவீதம் கல்வி அறிவுடைய மாநிலமாக இருந்தது.

தேவஸ்வம் வாரியம்

தமிழ்நாட்டில் இயங்கும் இந்து சமய அறநிலையத்துறை போன்று கேரளத்தில் கோயில்களை நிருவாகம் செய்யும்

வாரியம் தேவஸ்வம் ஆகும். தமிழ்நாட்டுக் கோயில்கள் அரசின் கட்டுப்பாட்டிற்கு 1920களில் வந்தன எனில் திருவாங்கூரில் 1812இலேயே அரசரின் கட்டுப்பாட்டுக்கு வந்து விட்டன. கோயில்களுக்குச் செல்வம் பெருகப் பெருக, மேல்காய்மா (Melkoima) என்ற அதிகாரத்தைப் பயன்படுத்தி 348 கோயில்களின் நேரடி மேலாண்மையை அரசு 1812இல் ஏற்றது.

1904இல் இயற்றப்பட்ட இந்து மத அறக்கட்டளை ஒழுங்கு முறைச்சட்டம், தவறாக இயங்கும் கோயில்களின் நிருவாகத்தில் அரசு தலையிட வழிசெய்தது. இதன் மூலம் காலஓட்டத்தில் அரசின் கட்டுப்பாட்டில் அதிக எண்ணிக்கையிலான கோயில்கள் வந்து விட்டன.

கோயில்துறை முதலில் நிலவருவாய்த்துறையின் கீழ் செயல்பட்டது. 1912இல் கோயில் கணக்குகள், நிலவருவாய்க் கணக்குகளும் தனித்தனியாகப் பிரிக்கப்பட்டன. கோயில் நிருவாகம் மட்டும் கோட்ட பேஷ்காரிடம் தொடர்ந்து இருந்துவந்தது. வேலைப்பளு மிகுதியாக இருந்ததால் அரசாங்கம் தாசில்தார்களை இந்தப் பிரச்சனையிலிருந்து விடுவிக்க விரும்பியது. இந்த நோக்கில் எடுக்கப்பட்ட முதல் நடவடிக்கையாக அரசாங்கம் வைக்கம் கோயிலுக்கு மேலாளர் ஒருவரை நியமித்தது.

தீண்டாதாருக்கு கோயிலில் அனுமதியில்லாததால், கோயில்துறையில் அவர்கள் பணிக்குச் செல்ல முடியாதிருந்தது. கோயில் துறையோடு நிலவருவாய்த் துறையும் இணைந்திருந்ததால் அதிலும் வேலைக்கு மனுச்செய்யவே முடியாமலிருந்தது. அதனால் நிலவருவாய்த் துறையைக் கோயில் துறையிலிருந்து பிரிக்க கோரிக்கை எழுந்தது. விளைவாக 1922இல் நிலவருவாய்த் துறையும் தேவஸ்வம் துறையும் தனித்தனியானது.

வரலாறு எழுதப்படுவதற்கு முன்பிருந்தே, திருவாங்கூர் கோயில்களும் அதன் எல்லைக்குட்பட்ட இடங்களும் சங்கேதம் இடங்களாக நடத்தப்பட்டன. சங்கேதம் என்றால் கோயில் எல்லை என்று ஒருவாறு புரிந்துகொள்ளலாம். சாதிஇந்துக்கள் அல்லாதவர்களுக்கு அங்கு நுழைய அனுமதி இல்லை. வைக்கம் போராட்டத்தின் விளைவால்தான் கோயிலின் சங்கேதம் வரையறைகள் குறைக்கப்பட்டன. கோயிலுக்குச் சுற்றிலும் உள்ள பாதைகளில் எல்லோரும் நடக்கலாம் என்றானது. ஆனாலும், வைதிக எதிர்ப்பு தொடர்ந்தது. 1936 மேமாதம் இதுகுறித்து அரசு அறிவிப்பு வெளியானது. பொதுச்சாலைகள், பொதுக்கிணறுகள், சத்திரங்கள், பள்ளிகள் போன்ற இந்துக்கள் அல்லாதாருக்குப் புழங்க உரிமை உடைய இடங்களிலெல்லாம் சாதிமத பேதமின்றி

எவரும் சஞ்சரிக்கலாம் என்ற அரசு அறிவிப்பு வெளியானது. இந்த முடிவின் தொடர்ச்சியாக அரசரின் புகழ்பெற்ற பிரகடனம் 11 நவம்பர் 1936இல் வெளியானது. இதன்படி அரசர் மற்றும் அரசரின் கீழ் உள்ள அரசாங்கத்தின் கட்டுப்பாட்டில் இருந்துவரும் இந்துக் கோயில்கள், இந்துவாகப் பிறந்தவர்களுக்கும் இந்துக் கொள்கையை நம்புபவர்களுக்கும் திறந்துவிடப்பட்டன. இது திருவாங்கூரின் ஆன்மிகப் பெரும்சாசனம் என்று அழைக்கப்பட்டது.

திருவாங்கூர் கோயில்கள் எப்போதும் திவானுடைய நேரடிக் கட்டுப்பாட்டில்தான் இருந்தன. 1925 வாக்கில் மட்டும் திவான் இந்து அல்லாதவராக (எம்.இ. வாட்ஸ்) இருந்ததால் தேவஸ்வம் ஆணையர் வசம் இருந்தது. 1932இல் மீண்டும் தேவஸ்வம் இந்து திவானிடம் சென்று சேர்ந்தது.

கோயில் நிருவாகத்தில் பொதுமக்களின் ஒத்துழைப்பையும் விரும்பிய அரசாங்கம் பொதுமக்கள் கொண்ட அறங்காவலர் குழுவை நியமிக்கும் முறையையும் 1922இலிருந்து சிறிய கோயில்களில் ஏற்படுத்த முயன்றது. வைக்கம் பெரிய கோயிலானதாலோ என்னவோ இந்த அறங்காவலர்குழு அங்கு அமையவில்லை. வைக்கம் போராட்ட காலத்தில், கோயில் நிருவாகம் திவான், தேவஸ்வம் ஆணையர் ஆகியோர் வசமே இருந்தது.

II

மக்களும் சாதியும்

வருணாசிரம அமைப்பு கேரளத்தை மட்டும் விட்டுவிடுமா என்ன? மேல் அடுக்கில் இருந்த கேரள பிராமணர்கள் மக்கள் தொகையில் மிகச்சிறுபான்மையினர். அவர்களை இரண்டு பெரும் பிரிவுகளாகப் பிரிக்கலாம். கேரளத்தையே பூர்வீகமாகக் கொண்ட ஒரு பிரிவினர்; மற்றவர் வேறு பகுதிகளிலிருந்து வந்தவர்கள். முதல்வகையினர் நம்பூதிரிகள். இரண்டாவது வகையினரில் தமிழ் பிராமணர்களும் கௌடசரஸ்வதிகளும் முக்கியமானவர்கள்.

நம்பூதிரிகள் பெரும்பான்மையாக செங்கணாச்சேரி, கோட்டயம், செங்கான்னூர், மீனச்சில் வட்டங்களில் வாழ்ந்தனர். இவர்கள் எண்ணிக்கை ஆயிரக்கணக்கில்தான் இருந்தன. நம்பூதிரிகள், போதிஸ், ஆரியபட்டர்கள், துளு எம்பிரான்கள் என அவர்கள் அமைந்தனர். நம்பியாத்ரிகளும் இளையாத்துகளும் மலையாள பிராமணர்களைப் போலவே தாங்கள் என்று

நினைத்து இயங்குவர். மலையாள சாதி அடுக்கில் உயர் இடத்தை வகிப்பவர்கள் இவர்கள். காந்தியுடனான உரையாடலில் வைதிகர்களுக்குத் தலைமை தாங்கியவர் இந்தன்துருத்தில் நீலகண்டன் நம்பியாத்ரி ஆவார்.

நம்பூதிரிகள் தெலுங்கு நாட்டிலிருந்து வந்தவர்கள் எனக் கருதப்படுவார்கள். கேரளம் தவிர வேறெங்கும் இப்போது அவர்கள் இல்லை. 1931 கணக்குப்படி 8,481 பேர்களே நம்பூதிரிகள். அவர்கள் மதத்தில் தலைமை இடத்தைப் பெற்றிருந்தனர். நம்பூதிரிக் குடும்பத்தில் முதல் மகன் மட்டுமே சொந்த சாதியில் திருமணம் செய்துகொள்ள அனுமதிக்கப்படுவான். இளையவர்கள் வேறு சமூகங்களில் பெண் எடுக்கலாம். குடும்பச் சொத்து சிதையாமல் இருக்க வழிவழியாகக் கையாண்ட முறை அது.

நம்பூதிரிகளில் எட்டு உட்பிரிவுகள் இருக்கின்றன. அவை தம்புரான்கள், அடையன், வசிஷ்ட நம்பூதிரி, சாமான்யர், ஜாதிமாதர்கள், சபாசிராஸ்தர், பாபிஸ்தர், சம்வோதிகர். நம்பூதிரிப் பெண்கள் அந்தர்ஜனம் என்றழைக்கப்பட்டனர் (லலிதாம்பிகா அந்தர்ஜனம் புகழ்பெற்ற பெண் எழுத்தாளர்).

வெளியிலிருந்து கேரளத்துக்கு வந்தவர்களில் தமிழ் பிராமணர்களும் கன்னட கௌடசரஸ்வதிகளும் முக்கியமானவர்கள். ஆந்திர, தமிழ், கன்னட பிராமணர்களான இவர்கள் அநேகமாக எல்லாத் தாலுகாக்களிலும் பரவி வாழ்ந்தனர்

நாயர்

நாயர்களே பிராமணர்களுக்கு அடுத்து கேரளத்தின் மேல்நிலை சாதியினர். பிள்ளை, தம்பி, செண்பகராமன் (இது பெயரல்ல, சாதிப்பட்டம்), உன்னிதான், வலியதான், கர்தாவு, கைமால், குருப், பணிக்கர், மேனன் ஆகிய அழைப்புகளைக் கொண்டவர்கள் இவர்கள். இந்த பல்வேறு அழைப்புகள் சாதி வித்தியாசத்தைக் குறிப்பன அல்ல.

நாயர் உட்பிரிவுகளில் ஐந்து குறிப்பிடத்தக்கவை. கிரியாத்தில் நாயர், இலக்கர், ஸ்வரூபக்கர், பாடமங்கலக்காரர், தமிழ் பாடக்கார் என்பவை அவை.

வைக்கம் போராட்டத்தில் முன்னணியில் இருந்த கே.பி. கேசவ மேனன், மன்னத்து பத்மநாபன், கே. கேளப்பன் ஆகியோர் நாயர் சமூகத்தைச் சேர்ந்தவர்களே. தொடக்கத்தில் ஆர்வமும், பின்னால் சற்று விலகியும் நின்றுவிட்ட கே.எம். பணிக்கரும் நாயரே.

ஈழவர்

கேரளத்தில் எண்ணிக்கையில் அதிகமான முக்கிய சாதியினர் ஈழவர். கேரளத்தில் சில பகுதிகளில் இவர்கள் சோவன்கள் என்றழைக்கப்பட்டனர். மலபார் பகுதியில் தீயர் என்றழைக்கப்பட்டனர் (இங்கு தீய, புலையருக்கும் விடுதலை! விடுதலை! – பாரதி). இலங்கையிலிருந்து வந்ததாகக் கூறப்படுவதால் ஈழவர் என்ற பெயர் வந்திருக்கலாம் என்று பெரும்பாலும் நம்பப்படுகிறது. அது பற்றிப் பல கதைகள் உண்டு. அவற்றுள் ஒரு கதை பின்வருவது.

ஈழநாட்டு அரசர், கேரளத்தை ஒருமுறை வந்து பார்த்தார். தென்னை பயிரிட நல்ல பூமி என்று உணர்ந்தார். கேரளத்தை ஆண்ட அரசரிடம் இதற்காக கொஞ்ச நிலம் கேட்டுப்பெற்றார். ஈழத்திலிருந்து நான்கு பேரை அனுப்பி, தென்னையை வளர்க்கச் செய்தார். ஆனால், எந்த வருமானமும் கிடைக்காததால் அவர்களைத் திரும்ப அழைத்துக் கொண்டார். அவர்களது மனைவிகள், குழந்தைகள் இங்கேயே விடப்பட்டனர். அவர்களே ஈழவர் எனப்பட்டனர். இந்தக் கருத்தை எட்கர் தர்ஸ்டனும் குறிக்கிறார்.

ஈழவரில் மலையாளம் பேசுவோரும் உண்டு. தமிழ் பேசுவோரும் உண்டு. தமிழ் பேசுவோர் தெற்கு திருவாங்கூரில் மட்டும் உண்டு. மருமக்கள் தாயம், மக்கள் தாயம், மிசுரவாலி என்ற மூன்று முறைகளில் அவர்கள் வழிமுறை இருந்தன. மருமக்கள் தாய முறையே பெரும்பான்மை. 1925இல் ஏற்படுத்தப்பட்ட ஈழவ முறைப்படுத்தலுக்குப் பிறகு தந்தைவழிச் சமூகமாக ஈழவ சமூகம் மாறிவிட்டது.

ஈழவரின் இன்றைய பொருளாதார, சமூக, அரசியல் வளர்ச்சிக்கு அவர்களது உழைப்பும், சமயத் தலைவரான நாராயண குருவின் எஸ்.என்.டி.பி. யோகமும், செயல்தலைவரான டாக்டர் பால்புவின் முன்னோடி முயற்சிகளும் அடிப்படைகளாயின. வைக்கம் போராட்டம் இந்த ஈழவ மக்களின் சஞ்சார உரிமைக்காகவே நடந்தது. போராட்டத்தின் மூலைக்கல்லாக இருந்த டி.கே. மாதவன் ஈழவர்.

கேரளத்து ஈழவரின் வளர்ச்சியைத் தமிழர் புரிந்துகொள்ள தமிழக நாடார்களின் முன்னேற்றத்தை உற்று நோக்கலாம். முறை வேறுவேறானாலும் அடைந்த இலக்கு ஒன்று.

சாணார்

1931இல் எடுக்கப்பட்ட மக்கள்தொகை கணக்கெடுப்பின்படி

இவர்கள் எண்ணிக்கை 2,33,982. சாதி அடுக்கில் ஈழவருக்கும் கீழே இருந்தவர்கள் இவர்கள். இவர்களது மரபான தொழில் பனை மரத்திலிருந்து கள் இறக்குதலும், அதிலிருந்து பனை வெல்லம் தயாரித்தலும். இவர்களுள் பலர் கிறித்துவத்திற்கு மாறினர். சாணார்கள் தங்களை நாடார்கள் என்றழைத்துக் கொண்டனர். சாணார் என்ற சொல் இழிவாகக் கருதப்பட்டது அதற்குக் காரணம். தமிழ்நாட்டுக் கதை போலவே இது தோன்றும். இவர்கள் இலங்கையின் வடகிழக்குப் பகுதியிலிருந்து திருநெல்வேலி மாவட்டம் வழியாகத் திருவாங்கூர் அடைந்தவர்கள் என்று ஒரு கருத்து வரலாற்றில் வலுவாக உள்ளது.

வைக்கம் போராட்டத்தில் இயக்கத்தின் காசாளராக இருந்த கோவிந்தன் இப்பிரிவைச் சேர்ந்தவர். தமிழக நாடார்களின் உதவி வைக்கம் போராட்டத்திற்கு மிகுதியாக இருந்ததில் வியப்பு இல்லை.

புலையர்

இவர்கள் சாதி அடுக்கில் எல்லோர்க்கும் கீழே இருந்தவர்கள். இவர்கள் விவசாயக் கூலிகள். இவர்கள் இழிவைத் துடைக்கச் சேரமார் ஆயினர். புலையர் யார், எங்கிருந்து வந்தனர் என்பது பற்றிப் பல கருத்துகள் நிலவுகின்றன.

சாதுஜன பரிபாலன சங்கம், மத்திய திருவாங்கூர் புலையர் சமாஜம், சேரமார் மகாஜன சங்கம் ஆகியவை 1930களில் இவர்களது நலனில் அக்கறை காட்டி இயங்கின.

வைக்கம் போராட்டத்தின் முதல் நாளில் சத்தியாகிரகம் செய்த மூன்று பேரில் ஒருவர் புலையர். கோயில் நுழைவை அனுமதித்து அரசாணை வெளியிடப்பட்டதை அடுத்து நடந்த வெற்றிவிழாவில் கலந்துகொண்ட காந்தி, புலையரைத் தன்னுள் சேர்த்துக்கொள்ளாத சாதிசமத்துவம் முழுமையடையாதது என்று கண்ணீர்மல்க கூறியதாக ஒரு பதிவு உண்டு.

O

தமிழ்ப் போராட்டக்காரர்கள்

வைக்கம் சத்தியாகிரகம்

'கேரளத்தில் நடக்கும் வைக்கம் சத்தியாகிரகப் போரைத் தொடங்கியவர்கள் கேரள காங்கிரசுக் கமிட்டியாரானாலும் அப்போரின் பின் நிகழ்ச்சிகளில் தமிழ்நாட்டாரே பெரும்பங்கு எடுத்துக்கொண்டார்கள்.

— தமிழ்நாடு காங்கிரசுக் கமிட்டி ஆண்டறிக்கை 1924

போராட்டம் தளர்ந்திருந்த தருணத்தில் தலைமையேற்று நிமிர்த்தியது, போராட்டத்தில் பங்கேற்றுச் சிறைப்பட்டது, சத்தியாகிரக ஆசிரமத்தை நிர்வகித்தது, கேரளத்தின் பல ஊர்களில் பிரசாரம் மூலம் மக்கள் ஆதரவைத் திரட்டியது, நிதி வசூலித்தது, சமஸ்தான அரசர், திவான், வைதிகர் ஆகிய எதிர்த்தரப்பிடம் சமாதானம் பேசியது, நலிவுற்ற சத்தியாகிரகிகளுக்கு மருத்துவம் புரிந்தது, ஓய்விலிருந்த சத்தியாகிரகிகளுக்குக் கதர் வேலை கற்பித்தது எனப் பல விதங்களில் சத்தியாகிரகத்திலே தமிழர் பங்களிப்பு அமைந்தது. போராட்டத்தின் வெற்றிக்கு உதவிய உயர்சாதிப் பேரணியின் தெற்கு அணியைத் தலைமை தாங்கி நடத்தியது ஒரு தமிழர், அதை உறுபொருள் கொடுத்து செயற்படுத்தியது தமிழர் கூட்டம்.

தவிர, போராட்டத்துக்கு அறவலிமையையும் பொருளாதார வலிமையையும் சேர்க்கும் விதத்தில் தமிழ்நாட்டிலும் பிரசாரக் கூட்டங்களை, நிதிவசூல் கூட்டங்களைத் தமிழர் ஏற்பாடு செய்தனர். தன்னார்வலர்களைத் தொடர்ந்து அனுப்பியதோடு ஆர்வமிக்கவர்களின் பெயர்களைப் பதிவு செய்தும் தயாராய் வைத்திருந்தது தமிழ்நாடு. வழக்கமான நிருபர்களோடு சிறப்புப் பத்திரிகையாளர்களைத் தமிழ்ப் பத்திரிகைகள் அனுப்பியிருந்தன. இந்தத் தகவல்கள் குறிப்புகளாக முதல் இயலில் இடம் பெற்றுள்ளன. எனினும் ஒரு பட்டியலாக அப்பெயர்களை ஒருசேரப் பார்க்கும்போது தமிழர் பங்கு மேலும் துலங்குகிறது. சமகால இதழ்கள், கேரள அரசு ஆவணங்கள் ஆகியவற்றை மட்டும் அடிப்படையாய்க் கொண்டு உருவானது இப் பட்டியல். எனினும் இப்பட்டியல் முழுமையானதல்ல, மேலாய்வில் இப்பட்டியல் நீளலாம். அகரவரிசைப் பட்டியல் வருமாறு:

அய்யாமுத்து கவுண்டர் ஏ., கோவை. (பிரசாரம், சிறைவாசம்)

அருணகிரி நாடார், கே.எஸ்.,

இக்னேஷியஸ் (தன்னார்வலர்)

இராஜாஜி, சேலம் (சமாதானம், ஆசிரம மேற்பார்வை, நிதிவசூல்)

எம்பெருமாள் நாயுடு இணையர், நாகர்கோயில் (சிறைவாசம், ஆசிரம நிர்வாகம், தெற்குப் பேரணித் தலைவர்)

ஐயங்கார் வி.என்., சென்னை (கால்நடையாக வைக்கம் சென்றவர்)

கண்ணம்மாள், எஸ்.ஆர்., ஈரோடு

கணேசன், எஸ்.ஏ., கோயம்புத்தூர்

கந்தசாமி ராஜு, வி., சென்னை (கால்நடையாக வைக்கம் சென்றவர்)

கருப்பியம்மாள்

கல்யாணி அம்மாள், பி.கே.

கறுத்த குஞ்சு, கே.

காந்திதாஸ், நாகர்கோயில்

கிருத்திவாசன் (இந்தி ஆசிரியர்)

கோவிந்தானந்தர், சுவாமி., காஞ்சிபுரம் (மருத்துவ உதவி)

சக்கரவர்த்தி ஐயங்கார், ஆர்., கும்பகோணம் (பிரசாரம், சிறைவாசம்)

சங்கர ஐயர் இணையர், கல்லிடைக்குறிச்சி (பிரசாரம், சிறைவாசம்)

சங்கரலிங்க நாடார், விருதுநகர்

சதானந்த முதலியார், எஸ்., அரக்கோணம்

சந்தானம், கே.

சிவ சைலம், கன்னியாகுமரி (பிரசாரம், சிறைவாசம்)

சிவகுருநாதன், திருப்பூர் (கதர் நிபுணர்)

சிவதாணு பிள்ளை, ஏ.எம்., நாகர்கோயில் (தலைவர்)

சிவராமன், கல்லிடைக்குறிச்சி

சீனிவாச ஐயங்கார், எஸ்., (சமாதானம், நிதிஉதவி)

சுப்பராய செட்டியார்

சுப்பிரமணிய ஐயர், எஸ்.டி.
சுப்பிரமணிய ஐயர், கோயம்புத்தூர்
சுப்பிரமணிய செட்டியார் (தாய்நாடு பத்திரிகையாளர்)
சுப்பிரமணிய பிள்ளை
சுப்பையர், திருச்செங்கோடு
செயவேலு, ஆர்., ஈரோடு
சொக்கலிங்கம், டி.எஸ்., சேலம் (தமிழ்நாடு பத்திரிகையாளர், தன்னார்வலர், பதிவு)
தங்கபெருமாள் பிள்ளை, வா.மு., ஈரோடு
தத்துவானந்த சிவாச்சாரி, திருநெல்வேலி
தாணுமாலயப் பெருமாள் இணையர், நாகர்கோயில்
திருமேனிநாத நாடார், விருதுநகர்
நடராஜ செட்டியார், பி., பொள்ளாச்சி
நாகம்மை, ஈ.வெ.ரா.
நாதமுனி
நாராயணன், என்., மதுரை (ஆசிரம நிர்வாகி)
பார்வதி அம்மாள், ஏ. எம்.
பெரியண்ணன்
பெரியார் (தலைவர், பிரசாரம், சிறைவாசம்)
மாரக்காயம்மாள்
முத்துசாமி, சி., இணையர், நாகர்கோயில்
மொய்தீன் கான் சாகிப், திண்டுக்கல்
ரங்கநாதன் நாயுடு, உடுமலைப்பேட்டை
ரத்தினம்
ராமசந்திர ஐயர், செங்கோட்டை
ராமநாதன் எஸ்., மாயவரம் (ஆசிரம நிர்வாகி)
லட்சுமியம்மாள்
வரதராஜுலு நாயுடு, பி., சேலம் (நிதி உதவி, பிரசாரம்)
வெங்கு ஐயர், சேரன்மாதேவி

வேங்கடரமண ஐயங்கார், சி.வி., (சமாதானம்)

ஸ்ரீதரன்

பேரணி ஏற்பாடு

அப்பாவு பணிக்கர், தக்கலை
குமாரவேலு பணிக்கர், தக்கலை
குலாம் ஹைதர், நாகர்கோயில்
சிதம்பரம், பி., நாகர்கோயில்
சுவாமிநாத பிள்ளை, நாகர்கோயில்
பத்மனாபம் தம்பி, புளியக்குறிச்சி
மருதநாயகம், பி.எஸ்., தக்கலை
ராமலிங்க பணிக்கர், தக்கலை

நிதிஉதவி

ஆஷர் சேட், திருப்பூர்
சோமசுந்தரம் செட்டியார், மலாய்
தனுஷ்கோடி நாடார், விருதுநகர்
முத்துரங்க முதலியார், சி.என்., செங்கல்பட்டு
ராஜன், டி, எஸ்.எஸ்., திருச்சி

பதிவுத் தன்னார்வலர்

அப்துல் அமீத் கான், திருச்சி
கந்தசாமி ராஜா, கே., சேரன்மாதேவி
கலியபெருமாள் நாயக்கர், சேலம்
கெர்ணபாலு, வக்கீல்
சின்னைய பிள்ளை, மாயவரம்
சீரங்க செட்டியார், வி.ஆர்.,
சுப்பிரமணியம்
சொக்கலிங்கம் பிள்ளை, பி., அம்பாசமுத்திரம்

தண்டபாணி பிள்ளை, நா., சிதம்பரம்

திருமலைப் பிள்ளை, வி.

தீர்த்தகிரி முதலியார், சேலம்

பழநியாண்டிப் பண்டாரம், சேலம்

பெரியசாமி செட்டியார்

யக்ஞேசுவர சர்மா

வரதராஜுலு நாயுடு, திருமதி, சேலம்

பிரசாரக் குழு

அருணாசல நாடார்

கோவிந்தசாமி நாடார், சோ.வை., விருதுநகர்

சங்கரபாண்டிய நாடார்

சங்கைய நாடார், மா.

சுந்தரபாண்டிய நாடார்

மாரியப்ப நாடார்

வெள்ளைச்சாமி நாடார், எஸ்.,

O

அருஞ்சொற்கள்

அவர்ணர்	–	உயர் சாதி அல்லாதவர்
அனுகுணம்	–	ஏற்ப உள்ளது
ஆக்டிங்	–	செயற்பொறுப்பு
ஆஸ்தி	–	சொத்து
ஆஜர்	–	வருகை
இலாகா	–	துறை
ஓவர்சியர்	–	மேற்காணி
கச்சடா	–	இழிவு
கச்சேரி	–	காவல்நிலையம்
கமிஷனர்	–	ஆணையாளர்
கவுன்சில்	–	குழு
கஜானா	–	கருவூலம்
கஜானாஜி	–	நிதியாளர்
காயிதம்	–	தாள்
காங்கிரஸ்	–	பேரியக்கம், கூட்டு
காவாலி	–	ஊர்சுற்றி
சங்கேதம்	–	கோயில்பகுதி
சதாரா	–	கையளிப்பு
சவர்ணர்	–	உயர்சாதியினர்
சன்னத்	–	சான்றிதழ்
சாய்கால்	–	செல்வாக்கு
சாஸ்வதம்	–	நிலையான
தஷணம்	–	உடனே
பாவட்டா	–	பதாகை
பேஷ்கார்	–	தலைமை அதிகாரி
பொக்கிஷம்	–	நிதிவைப்பகம்
மகஜர்	–	மனு; விண்ணப்பம்
மராமத்து	–	திருத்தப்பணி, பொதுப்பணி
மாகாணம்	–	மாநிலம்
மாமூல்	–	வழக்கம்; வளமுறை
மாஜிஸ்டிரேட்	–	நடுவர்

மிட்டாதார்	–	வட்டாரராளன்
மிராசுதார்	–	மரபுரிமையாளி
முச்சலிக்கா	–	பிணைப்பத்திரம், பிணை ஆவணம்
மைதானம்	–	விளையாட்டுத்திடல், வெளித்திடல்
யதாஸ்து	–	நினைவுக்குறிப்பு
ரஜா	–	விடுப்பு
ரஸ்தா	–	தெரு
ராஜி	–	இணக்கம், ஒற்றுமை
ராஜினாமா	–	விலகல் ஆவணம்
ரெசிடெண்ட்	–	ஸ்தானிகர்
லங்கர்	–	உணவுச்சாலை
லாக்கப்	–	பூட்டி வைத்தல்
வக்காலத்து	–	ஒப்புகை ஆவணம்
வஸ்தாது	–	உடல் வலிவன்
வாயிதா	–	தவணை
வாரண்டு	–	பிடியாணை
வியாக்கியானம்	–	விளக்கவுரை
விலாவாரி	–	முழு விளக்கம்
விஸ்தாரம்	–	விரிவாக
விஷய சூசிகை	–	உள்ளடக்கம்
ஜண்டை	–	இணை
ஜம்பம்	–	வீண்செருக்கு
ஜாகை	–	தங்குமிடம்
ஜாதா	–	பேரணி
ஜாபிதா	–	நெறிமுறை விளக்கம்– பட்டியல்
ஜாமீன்	–	பிணை
ஜால்ஜாப்பு	–	சாக்குபோக்கு
ஜோலி	–	வேலை
ஹோதா	–	அந்தஸ்து, தகுதி
ஹடம்	–	பிடிவாதம்
ஹானி	–	தீங்கு, ஊறு

துணைநூற் பட்டியல்

அமலா, த., வைக்கம் சத்யாகிரக நினைவலைகள், காவ்யா, சென்னை, 2014

அய்யாசாமி, அ., வைக்கம் – வரலாற்றுக் கவிதை நாடகம், விழிகள் பதிப்பகம், சென்னை, 2008.

அய்யாமுத்து, கோவை அ., எனது நினைவுகள், வானதி பதிப்பகம், சென்னை, 1973.

ஆசான், கு.வெ.கி., வைக்கம் போராட்டம் – ஒரு விளக்கம், சென்னை, 2015 (இ.ப)

ஆனைமுத்து, திருச்சி வே., பெரியார் ஈ.வெ.ரா. பயணக் காலக் கண்ணாடி (1912–1973). தையல்நாயகி நினைவு நூல் வெளியீட்டகம், புதுச்சேரி, 2012.

கணேசன், பி.சி., பாரதப் பெருந்தலைவர் காமராஜ், அருணோதயம், சென்னை, 1975.

கிருஷ்ணன், ராஜம், (மொ.பெ.) கடந்த காலம், தேசியப் புத்தக நிறுவனம், புதுதில்லி, 1988.

சிவஞானம், ம.பொ., விடுதலைப் போரில் தமிழகம், சென்னை.

சுகுணா திவாகர், பெரியார்–அறம், அரசியல், அவதூறுகள், கருப்புப் பிரதிகள், சென்னை, 2010.

சுந்தரவடிவேலு, நெ.து., புரட்சியாளர் பெரியார், சாந்தா பப்ளிஷர்ஸ், சென்னை, 2012.

செல்வராஜ், டி., சாமி சிதம்பரனார், சாகித்திய அகாதெமி, புதுதில்லி, 2006.

பிள்ளை, கே.கே., தென் இந்திய வரலாறு (முதற்பகுதி) பழனியப்பா பிரதர்ஸ், சென்னை, ஐந்தாம் பதிப்பு, 1983.

பிள்ளை, டி.சி. முத்தையா, (தமிழாக்கம்) பாராட்டப்படாத போராட்ட வீரர், நாகர்கோயில், 1991.

சொக்கலிங்கம், டி.எஸ்., காமராஜ், சந்தியா பதிப்பகம், சென்னை, 2014.

தனுஷ்கோடி, முருக., காமராஜ் ஒரு சரித்திரம், பூம்புகார் பிரசுரம், சென்னை 108, 1975.

பீட்டர், டாக்டர், ஐவி., ஒடுக்கப்பட்ட சமுதாயம் வரலாறு படைத்தது –1956 வரை, கன்னியாகுமரி வளர்ச்சி ஆய்வு மன்றம், நாகர்கோயில், 2012.

புகழேந்தி, மு.ந., (மொழிபெயர்ப்பாளர்), அய்யங்காளி, எதிர் வெளியீடு, பொள்ளாச்சி, 2013.

பெருமாள், அ.கா., தென்குமரியின் சரித்திரம், சுதர்சன் புக்ஸ், நாகர்கோயில், 2013.

மதியழகன், டாக்டர் மு., பேராசிரியர் பி.ஆர். ரமனி, ஸ்ரீ நாராயணகுரு வாழ்க்கைப் பயணம், கோவை ஸ்ரீ நாராயண மிஷன், கோவை, 2000.

மருதவாணன், தஞ்சை, (தொகுப்பு), இவர்தான் பெரியார் –வரலாற்றுச் சுருக்கம் ஆண்டு வாரியாக, திராவிடர் விடுதலை கழகம், சென்னை, 2015.

முத்துசாமி, டாக்டர் எம்.எஸ்., பெருந்தலைவர் காமராசர், சண்முகா பதிப்பகம், சென்னை, 1989.

ராமசாமி, அ., தமிழ்நாட்டில் காந்தி, விகடன் பிரசுரம், சென்னை, 2013.

வசந்தன், மஞ்ஞை., வைக்கம் வீரர் யார்?, அறிவுச்சுடர் வெளியீடு, திருச்சி.

வளர்மதி, மு., அன்னை நாகம்மையாரும் தோழர் கண்ணம்மாளும், கருப்புப் பிரதிகள், சென்னை, 2011.

வீரமணி, கி., (தொகுப்பாசிரியர்), வைக்கம் போராட்ட வரலாறு, திராவிடர் கழக வெளியீடு, சென்னை, 2015.

_____ (தொகுப்பாசிரியர்) மலேசியா, சிங்கப்பூரில் பெரியார், திராவிடர் கழக வெளியீடு, சென்னை, மூ.ப. 2012.

_____ நீதிமன்றங்களில் தந்தை பெரியார், திராவிடர் கழக (இயக்க) வெளியீடு, சென்னை, 2017.

_____ நீதியின் புதல்வர்கள், சுதர்சன் புக்ஸ், நாகர்கோவில், 2016.

ஜெயமோகன், இன்றைய காந்தி, தமிழினி, சென்னை.

Desai, Mahadev, *The Epic of Travancore*, Navajivan Karyalaya, Ahmedabad, 1937.

George, T.J.S., *The Story of Pothan Joseph*, Viva books, New Delhi, 2007

Joseph, George Gheverghese, *George Joseph: Kerala Christian Nationalist,* Orient Longman, 2003.

King, Mary Elizabeth, *Gandhian Non-Violent Struggle and Untouchability in South India*, Oxford University Press, New Delhi, 2015.

Mathew, K.M., *The Eighth Ring, An Autobiography*, Penguin, New Delhi, 2015.

Nehru, Jawaharlal, *Selected Works of Jawaharlal Nehru.*

Panikkar, K.M., *An Autobiography*, Oxford University Press, Madras, 1977.

Pillai, Manu S., *The Ivory Throne, Chronicles of the House of Travancore,* Harper Collins, India, 2015.

Raimon, S., *Selected Documents on Vaikam Satyagraha*, Kerala State Archives Department, Government of Kerala, 2006.

Ramachandran, P., *The Unsong Crasader*, Jayasev Mohan, Nagercoil, 1990.

Ravindran T.K., *Eight Furlongs of Freedom*, Light & Life Publishers, New Delhi, 1980.

இதழ்கள்

ஓம் சக்தி, மே, 2014

குமரன் (1924—1925)

சுதேசமித்திரன் (1924—1925)

நவசக்தி (1924—1925)

நாடார்குல மித்திரன் (1924—1925)

ஷத்திரியன் (1924—1925)

The Hindu, 1924

தந்தை பெரியார்
வைக்கத்தில் சிலையாக